TUTTLE

English-
Vietnamese
Dictionary

T0151484

TUTTLE

English-
Vietnamese
Dictionary

Nguyễn Đình Hoà
Phan Văn Giưỡng

TUTTLE Publishing

Tokyo | Rutland, Vermont | Singapore

"Books to Span the East and West"

Tuttle Publishing was founded in 1832 in the small New England town of Rutland, Vermont [USA]. Our core values remain as strong today as they were then—to publish best-in-class books which bring people together one page at a time. In 1948, we established a publishing outpost in Japan—and Tuttle is now a leader in publishing English-language books about the arts, languages and cultures of Asia. The world has become a much smaller place today and Asia's economic and cultural influence has grown. Yet the need for meaningful dialogue and information about this diverse region has never been greater. Over the past seven decades, Tuttle has published thousands of books on subjects ranging from martial arts and paper crafts to language learning and literature—and our talented authors, illustrators, designers and photographers have won many prestigious awards. We welcome you to explore the wealth of information available on Asia at **www.tuttlepublishing.com**.

Published by Tuttle Publishing, an imprint of Periplus Editions (HK) Ltd.

www.tuttlepublishing.com

© 2006, 2016 by Periplus Editions (HK) Ltd.

All rights reserved. No part of this publication may be reproduced or utilized in any form or by any means, electronic or mechanical, including photocopying, recording, or by any information storage and retrieval system, without prior written permission from the publisher.

LCC Card No. 2006926047
ISBN 978-0-8048-4672-1

This title was first published by Tuttle Publishing in 1983 as *Essential English-Vietnamese Dictionary* (ISBN 0-8048-1661-1).

Distributed by:

North America, Latin America & Europe	Japan	Asia Pacific
Tuttle Publishing	Tuttle Publishing	Berkeley Books Pte. Ltd.
364 Innovation Drive	Yaekari Building, 3rd Floor	3 Kallang Sector #04-01/02
North Clarendon,	5-4-12 Osaki, Shinagawa-ku	Singapore 349278
VT 05759-9436	Tokyo 141-0032	Tel: (65) 6280 1330
Tel: 1 (802) 773 8930	Tel: (81) 3 5437 0171	Fax: (65) 6280 6290
Fax: 1 (802) 773 6993	Fax: (81) 3 5437 0755	inquiries@periplus.com.sg
info@tuttlepublishing.com	sales@tuttle.co.jp	www.tuttlepublishing.com
www.tuttlepublishing.com	www.tuttle.co.jp	

26 25 24 23   6 5 4 3   2307VP
Printed in Malaysia

TUTTLE PUBLISHING® is a registered trademark of Tuttle Publishing, a division of Periplus Editions (HK) Ltd.

CONTENTS

Introduction . . . . **vii**
   Vietnamese Pronunciation *vii*

Preface . . . . **xi**
   How To Use This Dictionary *xi*
   Grammar Notes *xv*

English–Vietnamese Dictionary **1–367**

Introduction

Vietnamese, the national language of Vietnam, is spoken by over 90 million people in Vietnam and by about three million Vietnamese living in other parts of the world, notably Europe, North America, Britain, Australia and Japan.

The language belongs to the Mon-Khmer language in the Austro-Asiatic family of languages. Vietnamese has three main dialects: northern, central and southern, which correspond to the three main regions of Vietnam. Some differences in pronunciation and vocabulary exist among the dialectal groups. However Vietnamese do understand each other despite the dialectal differences.

The current vocabulary writing system reflects elements of Chinese, Thai and French influences. In the early centuries China exerted dominion over Vietnam and hence many loanwords from Chinese still exist in current Vietnamese, especially for cultural and economic terms. Buddhist literature and classical scholarly works were written in Classical Chinese with the Han characters in use. The later part of the 11th century saw an attempt by the Vietnamese to create a script of their own with the Sino-Vietnamese pronunciation. The French Jesuit missionaries in the 17th century further developed the language with the introduction of a Roman script to facilitate their efforts to evangelize the Vietnamese to Catholicism. Hence the current script has much of Sino-Vietnamese words (influence from Chinese), Thai and Khmer words (influence from the neighboring countries) and French/Latin/Portuguese (influence from the Jesuit missionaries). Further refinement of the language in the 18th and 19th centuries as well as historical events (the re-unification of North and South Vietnam in 1976) manifest in the Vietnamese becoming proud of their language, so much so that Vietnamese is now the national language, known as **quốc ngữ** or **tiếng Việt**.

Vietnamese Pronunciation

Like Chinese and Thai, Vietnamese is a tonal language where no word is conjugated. The Vietnamese alphabet has 29 letters:

a, ă, â, b, c, d, đ, e, ê, g, h, i, k, l, m, n, o, ô, ơ, p, q, r, s, t, u, ư, v, x, y.

The Vietnamese consonants are written as single letters or a cluster of two or three letters, as follows:

b, c, ch, d, đ, g, gh, gi, h, k, kh, l, m, n, ng, ngh, nh, p, ph, qu, r, s, t, th, tr, v, x.

The vowels in Vietnamese are the following: **a, ă, â, e, ê, i/y, o, ô, ơ, u, ư**. Vowels can also be grouped together to form a cluster or a word.

The following tables show the vowels and consonants in Vietnamese pronunciation with their English equivalents.

Vowels

Vietnamese	English	Example	Meaning
a	f*a*ther	ba	three
ă	h*a*t	ăn	to eat
â	b*u*t	âm	sound
e	b*e*t	em	younger brother/sister
ê	m*ay*	đêm	night
i/y	m*e*	kim	needle
o	l*aw*	lo	to worry
ô	n*o*	cô	aunt
ơ	f*ur*	bơ	butter
u	t*oo*	ngu	stupid
ư	*u*h-*u*h	thư	letter

Consonants

Letter	English	Example	Meaning
b	*b*ook	bút	pen
c, k, q	*c*an	cá	fish
		kem	ice-cream
		quý	precious
ch	*ch*ore	cho	to give
d, gi	*z*ero	da	skin
		gì	what
đ	*d*o	đi	to go
g/gh	*g*o	ga	railway station
		ghe	boat
h	*h*at	hai	two
kh	(no real English equivalent)	không	no
l	*l*ot	làm	to do
m	*m*e; hi*m*	mai	tomorrow
n	*n*ot; i*n*	nam	south
ng/ngh	si*ng*er	ngon	delicious
		nghe	to hear
nh	ca*ny*on	nho	grape
ph	*ph*one	phải	right

Consonants (Continued)

Letter	English	Example	Meaning
r	*r*un	**ra**	to go out
s	*s*how	**sữa**	milk
t	*t*op	**tốt**	good
th	*th*in	**thăm**	to visit
tr	en*tr*y	**trên**	on/above
v	*v*ery	**và**	and
x	*s*ee	**xa**	far

Tones

The standard Vietnamese language has six tones. Each tone is a meaningful and integral part of the syllable. Every syllable must have a tone. The tones are indicated in conventional Vietnamese spelling by diacritic marks placed over (á, à, ả, ã) or under (ạ) single vowels or the vowel in a cluster that bears the main stress (v).

Vietnamese	Tone name	Tone mark	Description	Example	Meaning
Không dấu	(no)	o	Voice starts at middle of normal speaking range and remains at that level	**ma**	ghost
Sắc	high-rising	ó	Voice starts high and rises sharply	**má**	cheek
Huyền	low-falling	ò	Voice starts at a fairly low and gradually falls	**mà**	but
Nặng	low-broken	ọ	Voice falls, then cuts off abruptly	**mạ**	rice seedling
Hỏi	low-rising	ỏ	Voice falls initially, then rises slightly	**mả**	tomb
Ngã	high-broken	õ	Voice rises slightly, is cut off abruptly, then rises sharply again	**mã**	horse

Tone Symbols

The six tones just described are summarized in the following chart to illustrate the differences between them as they are associated with individual words.

		Mid level Không dấu	High rising Dấu sắc	Low falling Dấu huyền	Low broken Dấu nặng	Low rising Dấu hỏi	High broken Dấu ngã
5 4	High		/				/
3	Mid	—					
2 1	Low			\	/	⌄	

Vietnamese language has its national standard syntax, morphology and the tone system, although there are some regional variations in pronunciation and accents. There are significant differences in pronunciation and accents between the Northern and Southern people (represented by Hanoi and Saigon respectively). They are as follows:
1. There is no difference in the single vowels between Hanoi and Saigon.
2. There are two vowel clusters /ưu/ and /ươu/ which are pronounced /iu/ and /iêu/ by Hanoi, and /ưu/ and /ươu/ by Saigon.
3. Differences in the pronunciation of consonants:

Consonant	Sound		Examples	Pronunciation	
	Hanoi	Saigon		Hanoi	Saigon
d, gi	/z/	/j/	dạ (yes)	/zạ/	/jạ/
r	/z/	/r/	ra (out)	/za/	/ra/
s	/x/	/s/	sau (after)	/xau/	/sau/
tr	/ts/	/tr/	trong (in)	/tsong/	/trong/
v	/v/	/vj/	vào (to come in)	/vào/	/vjào/
n	/n/	/ng/	ăn (to eat)	/ăn/	/ăng/
t	/t/	/k/	mặt (face)	/mặt/	/mặc/

4. Saigonese do not differentiate between the two tones /ʔ/ and /~/; these are pronounced alike.

Preface

I am very pleased to present *Tuttle English-Vietnamese Dictionary* which is a totally revised and updated version of *Essential English-Vietnamese Dictionary*, the landmark work of the late Professor Nguyen Dinh Hoa in 1976.

The last forty years have seen vast changes in many aspects of life, with science and technology—particularly the Internet—accelerating the pace of diffusion and expansion of knowledge. As a result, new terms in both the English language and the Vietnamese language have been coined. The need for a compact, contemporary and user-friendly English-Vietnamese dictionary is an urgent call, and we intend to make this dictionary meet that need.

For the Vietnamese text, there are several new features introduced in this updated dictionary:

1. New terms are created, particularly since Vietnam was unified in 1976, for example, identity card: **thẻ căn cước** (old), and **chứng minh nhân dân** (new); bird flu: **dịch cúm gia cầm** (new).
2. No more hyphenation for compound words.
3. The tone markers are now on the main stress vowel of the vowel clusters (as the Vietnamese Standard Dictionary), for example, **hoà** (not **hòa**), although both forms are still acceptable.

This new edition updates all entries in the previous edition and also adds more practical examples to make it easier for users to use. Many more common and useful headwords are included too, so that the users can have on hand a dictionary of 22,000 entries which they can refer to for words related to daily living.

How To Use This Dictionary

This dictionary is listed alphabetically in English from A to Z. Each headword is listed with the following features:

1. Headwords are set in bold type, followed by information on the word class, the Vietnamese meaning, e.g.

   absence *n.* sự vắng mặt, thời, gian vắng mặt

If a headword has more than one word class—that is, it can be either a verb, a noun, etc.—these are either listed separately (numbered) or put together:

Separate listing:

plunge 1 *n.* sự lao mình; bước liều lĩnh: *to take the* ~ liều mạng   2 *v.* thọc, nhúng; đâm [dao] ngập vào; xô đẩy: *to* ~ *into chaos* lao vào cảnh hỗn loạn; *to* ~ *one's hand into one's pocket* thọc tay vào túi; *to* ~ *a country into war* đưa đất nước vào hoạ chiến tranh

Listed together:

preview *n., v.* (sự) xem trước, duyệt trước

NOTE: The noun form of a Vietnamese meaning is given within brackets, e.g: **(niềm) hy vọng**. That means "**(niềm) hy vọng**" indicates a noun form, whereas "**hy vọng**" will be a verb form.

2. Additional information is also given:

(a) within square brackets [ ]
• alternative British (or U.S.) spelling:

anesthetic *n.* [*Br.* **anaesthetic**] thuốc tê/mê

lorry *n.* [*U.S.* **truck**] toa chở hàng không có thành; xe chở hàng

• past tense and past participle forms

begin *v.* [**began**; **begun**] bắt đầu, mở đầu, khởi sự: *to* ~ *with* trước hết

NOTE: The first word within the square brackets **began** is the past tense of the head-word; the second word **begun** is its past participle. In cases where a single word doubles up as both past tense and past participle, the square brackets will have only one word shown, eg.

feed 1 *n.* thức ăn cho súc vật, cỏ, rơm, cám, bèo; bữa ăn/chén; chất liệu đưa vào máy   2 *v.* [**fed**] cho ăn, cho bú; nuôi nấng, bồi dưỡng; ăn (cơm); ăn cỗ; đưa [chất liệu] vào máy

3. If there is more than one spelling for the past tense and/or past participle form of a word, this is clearly indicated by the use of "/," e.g.

learn *v.* [**learned/learnt**] học, học tập, nghiên cứu; được biết, nghe nói: *he ~ed how to drive a car* anh học lái xe hơi/ô tô; *to* ~ *by heart* học thuộc lòng; *we ~ed that he had failed the examination* chúng tôi được biết là cậu ta trượt rồi

(b) within round brackets ( )
• plural/singular form of the headword, e.g.

goose *n.* (*pl.* **geese**) ngỗng; ngỗng cái; thịt ngỗng

lice *n.* (*sing.* **louse**) rận, chấy

• alternative spelling of the word (preceded by the word *also*)

kale *n.* (*also* **kail**) cải xoăn

This shows the first headword on a left-hand page

Word class (part of speech)

Examples of derivatives for **security**

Headword prominently displayed in bold

Past tense and past participle forms of a headword

Example of an English sample sentence with its Vietnamese equivalent

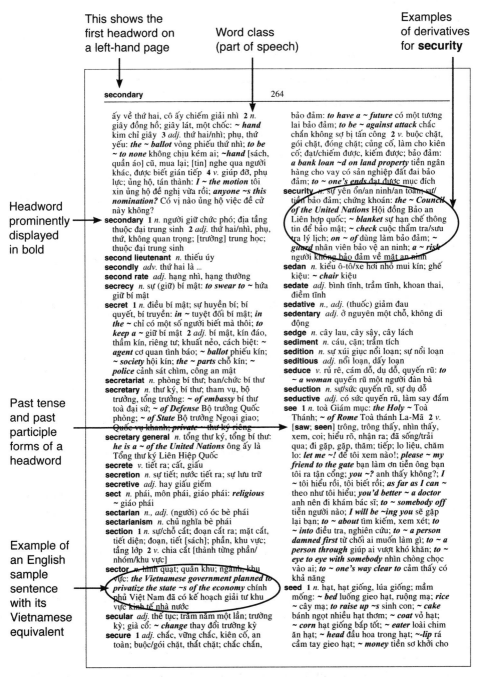

secondary 264

ấy về thứ hai, cô ấy chiếm giải nhì **2** *n.* giây đồng hồ; giây lát, một chốc: ~ *hand* kim chỉ giây **3** *adj.* thứ hai/nhì; phụ, thứ yếu: *the ~ ballot* vòng phiếu thứ nhì; *to be ~ to none* không chịu kém ai; *~hand* [sách, quần áo] cũ, mua lại; [tin] nghe qua người khác, được biết gián tiếp **4** *v.* giúp đỡ, phụ lực; ủng hộ, tán thành: *I ~ the motion* tôi xin ủng hộ đề nghị vừa rồi; *anyone ~s this nomination?* Có vị nào ủng hộ việc đề cử này không?

secondary 1 *n.* người giữ chức phó; địa tầng thuộc đại trung sinh **2** *adj.* thứ hai/nhì, phụ, thứ, không quan trọng; [trường] trung học; thuộc đại trung sinh

second lieutenant *n.* thiếu úy

secondly *adv.* thứ hai là ...

second rate *adj.* hạng nhì, hạng thường

secrecy *n.* sự (giữ) bí mật: *to swear to ~* hứa giữ bí mật

secret 1 *n.* điều bí mật; sự huyền bí; bí quyết, bí truyền: *in ~* tuyệt đối bí mật; *in the ~* chỉ có một số người biết mà thôi; *to keep a ~* giữ bí mật **2** *adj.* bí mật, kín đáo, thâm kín, riêng tư; khuất nẻo, cách biệt: *~ agent* cơ quan tình báo; *~ ballot* phiếu kín; *~ society* hội kín; *the ~ parts* chỗ kín; *~ police* cảnh sát chìm, công an mật

secretariat *n.* phòng bí thư; ban/chức bí thư

secretary *n.* thư ký, bí thư; tham vụ, bộ trưởng, tổng trưởng: *~ of embassy* bí thư toà đại sứ; *~ of Defense* Bộ trưởng Quốc phòng; *~ of State* Bộ trưởng Ngoại giao; *Quốc vụ khanh*; *private ~* thư ký riêng

secretary general *n.* tổng thư ký, tổng bí thư: *he is a ~ of the United Nations* ông ấy là Tổng thư ký Liên Hiệp Quốc

secrete *v.* tiết ra; cất, giấu

secretion *n.* sự tiết ra; nước tiết ra; sự lưu trữ

secretive *adj.* hay giấu giếm

sect *n.* phái, môn phái, giáo phái: *religious ~* giáo phái

sectarian *n., adj.* (người) có óc bè phái

sectarianism *n.* chủ nghĩa bè phái

section 1 *n.* sự/chỗ cắt; đoạn cắt ra; mặt cắt, tiết diện; đoạn, tiết [sách]; phần, khu vực; tầng lớp **2** *v.* chia cắt [thành từng phần/ nhóm/khu vực]

sector *n.* hình quạt; quân khu; ngành, khu vực: *the Vietnamese government planned to privatize the state ~s of the economy* chính phủ Việt Nam đã có kế hoạch giải tư khu vực kinh tế nhà nước

secular *adj.* thế tục; trăm năm một lần; trường kỳ; giả cổ: *~ change* thay đổi trường kỳ

secure 1 *adj.* chắc, vững chắc, kiên cố, an toàn; buộc/gói chặt, thắt chặt; chắc chắn,

bảo đảm: *to have a ~ future* có một tương lai bảo đảm; *to be ~ against attack* chắc chắn không sợ bị tấn công **2** *v.* buộc chặt, gói chặt, đóng chặt; củng cố, làm cho kiên cố; đạt/chiếm được, kiếm được; bảo đảm: *a bank loan ~d on land property* tiền ngân hàng cho vay có sản nghiệp đất đai bảo đảm; *to ~ one's ends* đạt được mục đích

security *n.* sự yên ổn/an ninh/an toàn; sự/ tiền bảo đảm; chứng khoán: *the ~ Council of the United Nations* Hội đồng Bảo an Liên hợp quốc; *~ blanket* sự hạn chế thông tin để bảo mật; *~ check* cuộc thẩm tra/sưu tra lý lịch; *on ~ of* dùng làm bảo đảm; *~ guard* nhân viên bảo vệ an ninh; *a ~ risk* người không bảo đảm về mặt an ninh

sedan *n.* kiểu ô-tô/xe hơi nhỏ mui kín; ghế kiệu: *~ chair* kiệu

sedate *adj.* bình tĩnh, trầm tĩnh, khoan thai, điềm tĩnh

sedative *n., adj.* (thuốc) giảm đau

sedentary *adj.* ở nguyên một chỗ, không di động

sedge *n.* cây lau, cây sậy, cây lách

sediment *n.* cáu, cặn; trầm tích

sedition *n.* sự xúi giục nổi loạn; sự nổi loạn

seditious *adj.* nổi loạn, dấy loạn

seduce *v.* rủ rê, cám dỗ, dụ dỗ, quyến rũ: *to ~ a woman* quyến rũ một người đàn bà

seduction *n.* sự/sức quyến rũ, sự dụ dỗ

seductive *adj.* có sức quyến rũ, làm say đắm

see 1 *n.* toà Giám mục: *the Holy ~* Toà Thánh; *~ of Rome* Toà thánh La-Mã **2** *v.* [saw; seen] thấy, trông thấy, nhìn thấy, xem, coi; hiểu rõ, nhận ra; đã sống/trải qua; đi gặp, gặp, thăm; tiếp; lo liệu, chăm lo: *let me ~!* để tôi xem nào!; *please ~ my friend to the gate* bạn làm ơn tiễn ông bạn tôi ra tận cổng; *you ~?* anh thấy không?; *I ~* tôi hiểu rồi, tôi biết rồi; *as far as I can ~* theo như tôi hiểu; *you'd better ~ a doctor* anh nên đi khám bác sĩ; *to ~ somebody off* tiễn người nào; *I will be ~ing you* sẽ gặp lại bạn; *to ~ about* tìm kiếm, xem xét; *to ~ into* điều tra, nghiên cứu; *to ~ a person damned first* từ chối ai muốn làm gì; *to ~ a person through* giúp ai vượt khó khăn; *to eye to eye with somebody* nhìn chòng chọc vào ai; *to ~ one's way clear to* cảm thấy có khả năng

seed 1 *n.* hạt, hạt giống, lúa giống; mầm mống: *~ bed* luống gieo hạt, ruộng mạ; *rice ~* cây mạ; *to raise up ~s* sinh con; *~ cake* bánh ngọt nhiều hạt thơm; *~ coat* vỏ hạt; *~ corn* hạt giống bắp tốt; *~ eater* loài chim ăn hạt; *~ head* đầu hoa trong hạt; *~-lip* rá cầm tay gieo hạt; *~ money* tiền sơ khởi cho

A typical page of the dictionary (reduced version here)

• another word that has the same meaning as the headword, e.g.

gaol 1 *n.* (= **jail**) nhà tù: *to be sent to* ~ đi ở tù 2 *v.* bỏ tù

• abbreviation/full term of the headword, e.g.

facsimile (*usu. abbr.* **fax**) *n.* bản sao, bản chép

OCR *n., abbr.* (= **optical character recognition**) sự nhận ra chữ của máy vi tính

• other pertinent information, e.g.

inch *n.* insơ (= *2.54 cm*); một chút xíu; một tấc: *give him an* ~ *and he'll take an ell/a mile* Được đằng chân lân đằng đầu [*1 ell = 45 inches*]; *every* ~ *an artist* trong hệt như một nghệ sĩ; *within an* ~ *of his life* suýt nữa thì toi mạng

4. Sample sentences using the headwords are given first in English, followed by the equivalent Vietnamese meaning, e.g.

gamble 1 *n.* cuộc đánh bạc, cuộc may rủi, việc liều: *life is not a* ~ cuộc đời không phải là cuộc đánh bạc 2 *v.* đánh bạc; đầu cơ; làm liều: *to* ~ *away one's fortune* thua bạc sạch bách

The symbol "~" is used to denote the headword that appears in the extended vocabulary or expression.

5. Derivatives of the headwords are also given, each followed by their Vietnamese equivalents; these can be extended vocabulary items, idiomatic expressions or common sayings. Examples are:

reel 1 *n.* ống, cuộn: *a* ~ *of cotton thread* một cuộn chỉ sợi; *off the* ~ không ngừng, liên tục 2 *v.* quấn, cuốn; kéo [tơ]: *to* ~ *off* tháo chỉ ra khỏi ống; ~ *to* ~ chuyển từ bằng ghi âm nầy sang băng ghi âm khác 3 *v.* đi lảo đảo, loạng choạng; quay cuồng nhảy nhót: *my head* ~*s* đầu tôi choáng váng

NOTE: Vietnamese meanings of headwords are set in lower cases. If the Vietnamese meaning can be expressed in more than one way, these are separated by a comma (,), e.g.

abide *v.* [**abided**] *to* ~ *by* giữ, (tuân) theo: *we* ~ *by our promise* chúng tôi giữ lời hứa của chúng tôi

and if the meanings in Vietnamese are different altogether, they are separated by a semi-colon (;), e.g.

director *n.* giám đốc; người điều khiển; đạo diễn

6. Loanwords are written with Vietnamese pronunciation and connected by an hyphen (-): e.g. a-xít, ki-lô ...

Grammar Notes

1. The use of the "/" is to avoid repetition of the word in Vietnamese, e.g. **buộc/cột/ trói chặt = buộc chặt, cột chặt, trói chặt.**
2. Abbreviations used in this dictionary:

Abbreviations	Full word	Vietnamese
adj.	adjective	tính từ
adv.	adverb	phụ từ
arch.	archaic	cổ xưa
conj.	conjunction	kết từ
f.	feminine	giống cái
intj.	interjection	cảm từ
m.	masculine	giống đực
n.	noun	danh từ
num.	numeral	số từ
pl.	plural	số nhiều
prep.	preposition	giới từ
pron.	pronoun	đại từ
sing.	singular	số ít
v.	verb	động từ

We hope that all users of this revised Dictionary—be they Vietnamese students learning English, or English-speaking expatriates, students or business people learning or needing to know Vietnamese—will find this a most compact, up-to-date and user-friendly English-Vietnamese dictionary, for all aspects of daily communication.

Phan Văn Giưỡng

A

a, A *n.* chữ cái A: *from ~ to Z* từ A đến Z, từ đầu đến cuối

a, an *ind. art.* một cái, con, chiếc, quyển, cây, người, đứa, v.v.: *twice a month* mỗi tháng hai lần; *eighty kilometers an hour* 80km một giờ

aback *adv.* lùi lại, ngạc nhiên, sững sốt, ngã ngửa ra

abacus *n. (pl.* **abacuses, abaci**) bàn toán, bàn tính

abandon **1** *v.* bỏ đi, bỏ rơi: *to ~ a great hope* từ bỏ hy vọng lớn **2** *v. to ~ oneself:* say đắm: *my friends ~ themselves to pleasure* các bạn tôi đam mê thú vui

abase *v.* hạ xuống, làm nhục

abash *v.* làm luống cuống, làm lúng túng xấu, hổ: *nothing could ~ them* không có gì làm họ xấu hổ

abate *v.* hạ bớt, giảm bớt, chấm dứt, huỷ bỏ

abbey *v.* tu viện, đạo viện

abbreviate *v.* viết tắt, tóm tắt, tóm lược

abbreviation *n.* việc viết tắt

abc's *n.* bảng chữ cái, sách vỡ lòng, những điều cơ bản

abdicate *v.* nhường ngôi, thoái vị, từ bỏ

abdication *n.* việc thoái vị, sự từ bỏ

abdomen *n.* bụng, phần bụng

abdominal *adj.* thuộc về bụng

abduct *v.* bắt cóc, lừa đem đi, cuỗm đi

abed *adv.* ở trên giường, ở trong giường: *we lie ~* chúng tôi nằm ở trên giường

aberration *n.* sự lầm lạc, sự loạn trí

abet *v.* xúi giục, xúi bẩy, tiếp tay

abeyance *n. in ~* còn đọng lại, còn hoãn lại: *all works are in ~* tất cả công việc đều hoãn lại

abhor *v.* căm ghét, ghớm mặt, kinh tởm

abhorrence *n.* sự ghê tởm, sự ghét cay ghét đắng

abide *v.* [**abided**] *to ~ by* giữ, (tuân) theo: *we ~ by our promise* chúng tôi giữ lời hứa của chúng tôi

ability *n.* khả năng, năng lực, tài năng

abject *adj.* hèn hạ, đê tiện (nghèo) xác xơ

abjection *n.* sự hèn hạ, sự đê tiện

abjure *v.* thề/nguyện bỏ, tuyên bố bỏ: *we cannot ~ our religion* chúng ta không thể bỏ đạo của chúng ta

ablaze *adj.* đỏ lửa, rực cháy bừng bừng, hăng say

able *adj.* có khả năng, có tài có thể ...: *she is ~ to do her job* cô ấy có thể làm được việc của cô ấy

able-bodied *adj.* tráng kiện, đủ sức khoẻ

abm *n., abbr.* (= **anti-ballistic missile**) hoả tiễn chống đạn

abnormal *adj.* khác thường, dị thường

aboard *adv., prep.* trên tàu/thuyền/xe/máy bay: *to be ~* đang trên tàu

abode *adj.* nhà ở, nơi ở

abolish *v.* bãi bỏ, huỷ bỏ, thủ tiêu

abolition *n.* sự huỷ bỏ, việc thủ tiêu, sự bãi nô

a-bomb *n., abbr.* (= **atomic bomb**) bom nguyên tử

abominable *adj.* ghê tởm, kinh tởm, tồi, dở

abomination *n.* sự ghê tởm, sự kinh tởm

aboriginal *adj.* thuộc thổ dân nguyên thuỷ, cổ sơ

aborigines *n.* thổ dân, thổ trước

abortion *n.* sự phá thai, sự nạo thai

abortive *adj.* để non, sớm thất bại, bất thành

abound *v.* có rất nhiều, có thừa, nhan nhản

about **1** *adv.* xung quanh, quanh quẩn, vào khoảng, độ, chừng: *he is ~ thirty* anh ấy khoảng ba mươi **2** *prep.* (nói) về: *we shouldn't speak ~ politics* chúng ta đừng nói về chuyện chính trị

above *adv.* trên đầu, ở trên, trên: *an airplane is flying ~ my head* máy bay đang bay trên đầu tôi

aboveboard *adj.* không giấu giếm, thẳng thắn

above-mentioned *adj.* kể trên, nói trên: *could you please consider the ~ issues* xin ông/bà cứu xét những vấn đề nêu trên

abreast *v.* ngang nhau, sóng/cùng hàng

abridge *v.* tóm tắt, rút ngắn lại

abridgment *n.* sách tóm tắt, bài toát yếu, sự rút ngắn

abroad *adv.* ở nước ngoài, ra ngoại quốc: *to go ~ many times* ở nước ngoài nhiều lần

abrupt **1** *adj.* bất ngờ, đột ngột: *my boss has given an ~ decision* ông chủ tôi vừa ra một quyết định bất ngờ **2** *adj.* thô lỗ, cộc lốc: *you can't give an ~ answer* bạn không thể trả lời cộc lốc như vậy

abscess *n.* áp xe

abscond *v.* trốn, chuồn, lẻn đi

absence *n.* sự vắng mặt, thời, gian vắng mặt

absent *adj.* vắng mặt, đi vắng, khiếm diện, nghỉ

absentee *n.* người vắng mặt

absent-minded *adj.* lơ đãng, đãng trí

absolute **1** *adj.* tuyệt đối, hoàn toàn: *they obey their ~ authority* họ vâng lệnh thẩm quyền tuyệt đối **2** *adj.* chuyên chế, độc đoán: *no country follows an ~ monarchy* không nước nào còn theo quân chủ chuyên chế

absolution *n.* sự tha tội, sự miễn xá

absolve *v.* tha/xá tội, miễn trách

absorb **1** *v.* hút, thấm, hấp thụ: *trees ~ water from the ground* cây hấp thụ nước dưới đất,

2 *v.* mê mải, miệt mài: *my friends are ~ed in playing* các bạn đang mải mê chơi

absorbing *adj.* hấp dẫn, thú vị, làm say mê

abstain *v.* nhịn, kiêng, cữ miễn bỏ/đầu phiếu

abstemious *adj.* có điều độ, sơ sài, đạm bạc

abstention *n.* sự tiết chế, phiếu trắng

abstinence *n.* sự kiêng rượu, sự tiết dục

abstract 1 *n.* bảng tóm tắt: *the ~ must be sent in before the due date* bảng tóm tắt phải gởi trước ngày hết hạn 2 *adj.* trừu tượng, khó hiểu: *I don't understand your ~ ideas* tôi không hiểu những ý kiến khó hiểu của bạn

abstraction *n.* khái niệm trừu tượng

abstruse *adj.* khó hiểu, sâu kín, thâm áo

absurd *adj.* vô lý, ngu xuẩn, ngớ ngẩn, buồn cười

absurdity *n.* điều vô lý, chuyện ngớ ngẩn

abundance *n.* sự dư dật, sự phong phú

abundant *adj.* nhiều, dư dật, chan chứa, phong phú

abuse 1 *n.* sự lạm dụng, lời chửi rủa 2 *v.* lạm dụng: *he ~d his power* ông ấy lạm dụng quyền thế của ông ta 3 *v.* chửi rủa, lăng mạ, sỉ nhục: *they ~d each other* họ lăng mạ lẫn nhau

abusive *adj.* sỉ nhục, nhục mạ

abyss *n.* vực sâu, vực thẳm

academic year *n.* năm học

academy *n.* viện hàn lâm, học viện, trường trung học tư: *a military ~* trường võ bị

accede *v.* bằng lòng, đồng ý, tán thành nhậm chức, lên ngôi, tựu chức, gia nhập

accelerate *v.* làm nhanh thêm, gia tốc

acceleration *n.* sự gia tốc

accelerator *n.* máy gia tốc, chân ga [xe hơi]

accent *n.* giọng dấu [sắc, huyền] trọng âm: *foreign ~* dấu giọng nước ngoài; *sentence ~* dấu nhấn câu

accentuate *v.* nhấn mạnh, làm nổi bật

accept *v.* (chấp) nhận, thừa nhận: *your proposal was ~ed* đề nghị của bạn đã được chấp thuận, đảm nhận; *to ~ a job* đảm nhận công việc

acceptable *adj.* có thể nhận, vừa ý, thoả đáng

acceptance *n.* sự (chấp) nhận, sự công nhận

access *n.* lối/đường/cửa vào, sự đến gần

accessible *adj.* có thể đi đến, dễ gần

accession *n.* việc nhậm chức, sự lên ngôi, sự mua

accessory *n.* đồ phụ tùng, vật phụ, tòng phạm

accident 1 *n.* tai nạn, tai biến, sự cố: *in case of ~* trong trường hợp tai nạn 2 *n.* tình cờ: *I met her by ~* tôi tình cờ gặp cô ấy

accidental *adj.* bất ngờ, tình cờ, ngẫu nhiên

acclaim 1 *n.* tiếng hoan hô 2 *v.* hoan hô, tôn vinh

acclamation *n.* sự hoan hô (để thông qua)

acclimatize *v.* làm phục thủy thổ, thích ứng

accommodate 1 *v.* cung cấp, cung ứng: *to be well ~d* được cung cấp đầy đủ, 2 *v.* làm cho thích nghi: *to ~ oneself with the situation* làm cho mình thích hợp với tình huống

accommodating *adj.* dễ tính, xuề xoà

accommodation *n.* sự điều tiết/điều chỉnh, tiện nghi ăn ở, chỗ trọ

accompaniment *n.* nhạc đệm, phần phụ thuộc

accompany *v.* đi theo/kèm, hộ tống

accomplice *n.* tòng phạm, tên đồng loã

accomplish *v.* làm tròn/trọn, hoàn thành thực hiện, đạt tới

accomplished *adj.* xong xuôi, đầy đủ, tài năng

accomplishment 1 *n.* sự hoàn thành, thành tích, thành tựu: *a certificate of ~* giấy chứng nhận thành tích 2 *n.* tài nghệ, tài năng: *what are your ~s?* bạn có những tài nghệ gì?

accord 1 *n.* sự đồng lòng, sự nhất trí, hoà ước, sự phù hợp ý chí 2 *v.* đi đôi với, ban cho

accordance *n.* sự phù hợp, theo đúng: *in ~ with the contract* theo đúng hợp đồng

according *adv.* theo, y theo, tuỳ theo: *~ to your decision* theo quyết định của bạn

accordingly *adv.* vì vậy, do đó

accordion *n.* đàn xếp, đàn ac-cooc-đê-ông

accost *v.* đến gần bắt chuyện

account 1 *n.* trương mục, công: *you have to open an ~ at the bank* bạn phải mở một trương mục ở ngân hàng 2 *n.* bài tường thuật, báo cáo, lí do, sự để ý lợi ích: *what you have done will be taken into ~* những gì bạn đã làm sẽ có ích lợi cho bạn

accountable *adj.* chịu trách nhiệm

accountant *n.* kế toán (viên)

accumulate *v.* chồng chất, tích luỹ

accumulation *n.* sự chồng chất, sự tích luỹ

accuracy *n.* sự/độ chính xác

accurate *adj.* đúng, chính xác, chuẩn xác

accursed *adj.* đáng ghét, đáng nguyền rủa

accusation *n.* sự kết/buộc tội, lời tố cáo

accusative *n.* tân cách, đối cách

accuse *v.* kết/buộc tội, tố cáo

accused *n.* bị cáo

accustom *v.* làm/tập cho quen

ace *n.* quân ách xì, phi công giỏi, tay vô địch

ache 1 *n.* sự đau/nhức 2 *v.* đau, nhức, đau đớn

achieve *v.* đạt/giành được, thực hiện, hoàn thành

achievement *n.* sự đạt được, thành tựu, thành tích: *congratulations on the ~ of your objective* chúc mừng bạn đã đạt được mục tiêu

acid 1 *n.* axit, chất chua 2 *adj.* chua, axit

acknowledge *v.* nhận, công nhận báo là đã nhận: *to ~ a letter* báo đã nhận được thư

acknowledgment *n.* sự thừa nhận, sự đền đáp

acme *n.* đỉnh cao nhất, tột đỉnh

acorn *n.* quả sồi

acoustics *n.* âm học

acquaint *v.* làm quen, báo cho biết, cáo tri

acquaintance *n.* sự hiểu biết, người quen

acquiesce *v.* bằng lòng, ưng thuận, đồng ý

acquiescence *n.* sự bằng lòng (ngầm), mặc nhận

acquire *v.* (mua) được, thu được, kiếm được

acquirement *n.* sự kiếm được học thức, tài nghệ

acquisition *n.* sự thu được sách/báo/đồ mua vào

acquisitive *adj.* thích trữ của, hám lợi, tham

acquit *v.* tha bổng, làm tròn [bổn phận]

acquittal *n.* việc tha bổng

acre *n.* mẫu Anh (đơn vị)

acrid *adj.* cay, hăng gay gắt, khắc độc

acrobat *n.* diễn viên nhào lộn hay leo dây

acrobatics *n.* thuật nhào lộn, thuật leo dây

across 1 *prep.* ngang, qua: *a bridge ~ a river* một chiếc cầu ngang qua sông 2 *adv.* ngang qua chéo nhau, bắt chéo: *I come ~ my friends* tôi đã thấy bạn tôi

act 1 *n.* hàng động, việc làm; hồi, màn kịch; tiết mục; đạo luật: *~ of violence* hàng động bạo lực; *to pass an ~* thông qua moat đạo luật 2 *v.* hành động, tác động, đóng vai, đóng kịch [quyền chủ nhiệm/chủ tịch]: *to ~ as interpreter* làm thông dịch viên

acting 1 *n.* diễn xuất: *an ~ of a play* diễn xuất một vở kịch 2 *adj.* quyền: *~ director* quyền giám đốc

action *n.* hành động, hành vi, tác dụng chiến đấu, sự kiện tụng: *killed in ~* chết trận

active *adj.* hoạt động, tích cực, tại ngũ, hiện dịch, chủ động

activist *n.* phần tử tích cực/hiếu động

activity *n.* hoạt động, tính hoạt động

actor *n.* kép (hát), tài tử, diễn viên

actress *n.* đào (hát), tài tử, nữ diễn viên

actual *adj.* thật, có thật, thật sự, thực tế

actually *adv.* thật ra, đúng ra, thực sự

acupuncture *n.* thuật châm cứu

acute *adj.* buốt, sắc bén, sắc sảo cấp tính [góc] nhọn

ad xem **advertisement**

AD *n., abbr.* (= **anno domini**) công nguyên

Adam *n.* ông A-dam, thuỷ tổ loài người

adapt *v.* (làm) thích ứng/thích nghi sửa lại, viết lại, cải biên

adaptable *adj.* có thể thích ứng/cải biên

adaptation *n.* sự thích ứng, sách viết phỏng theo

add 1 *v.* cộng: *two ~ed to two is four* hai cộng hai là bốn 2 *v.* thêm, cho thêm, nói thêm, tính gộp: *to ~ this to my bill* cộng thêm vào phiếu tính tiền của tôi

addendum *n.* phần thêm, phụ lục

adder *n.* rắn độc

addict 1 *n.* người nghiện 2 *v.* nghiện, mê say, ham

addition *n.* tính/phép cộng, phần thêm

additional *adj.* thêm/phụ vào, phải trả thêm

addle *v.* (làm) lẫn, (làm) quẫn, (làm) rối trí

address 1 *n.* địa chỉ: *send to this ~* hãy gởi đến địa chỉ nầy 2 *n.* bài nói chuyện, diễn văn: *this is an opening ~* đây là bài diễn văn khai mạc 3 *v.* xưng hô: *how to ~ a Vietnamese lady* xưng hô với một phụ nữ Việt Nam như thế nào?

adept 1 *n.* người giỏi 2 *adj.* giỏi, thạo, lão luyện

adequate *adj.* đủ, đầy đủ xứng đáng, thoả đáng

adhere *v.* dính/bám vào, theo đúng, tôn trọng

adherence *n.* sự dính, sự tôn trọng/trung thành

adherent *n.* người trung thành, đảng viên, hội viên

adhesive tape *n.* băng keo dán

ad hoc *adj.* đặc biệt, đặc cử, đặc thiết

adipose *adj.* có mỡ, béo

adjacent *adj.* kề liền, kề sát, sát ngay

adjective *n.* tính từ, hình dung từ

adjoin *v.* nối liền, ở sát bên cạnh

adjoining *adj.* kề bên, tiếp giáp, sát vách/nách

adjourn *v.* hoãn ngừng họp, dời chỗ (họp)

adjournment *n.* sự hoãn, sự ngừng, sự dời chỗ

adjunct *n.* vật/điều phụ thuộc, người phụ tá

adjust *v.* điều chỉnh, chỉnh lý thích ứng

adjustable *adj.* có thể điểu chỉnh/điều tiết

adjustment *n.* sự điều chỉnh, sự thích ứng

adjutant *n.* sĩ quan phụ tá, thượng sĩ

ad lib *v.* cương thêm, nói thêm, ứng khẩu

administer 1 *v.* trong nom, quản lý, cai trị: *to ~ a government department* quản lý một bộ của chính phủ 2 *v.* thi hành: *to ~ laws* thi hành luật pháp

administration *n.* sự quản lý/cai trị chính phủ, chính quyền, sự thi hành, việc cung cấp, sự cho

administrative *adj.* (thuộc) hành chính

administrator *n.* nhân viên hành chính

admirable *adj.* tuyệt vời, tuyệt diệu, đáng phục

admiral *n.* đô đốc, thượng tướng hải quân

admiralty *n.* chức vụ đô đốc, bộ hải quân (Anh)

admiration *n.* sự khâm phục, lòng thán phục

admire *v.* khâm phục, thán phục, khen ngợi, ca tụng, ngắm nhìn, thích thú

admirer *n.* người ngưỡng mộ/hâm mộ, kẻ say mê

admissible *adj.* có thể tiếp nạp/kết nạp/chấp nhận

admission *n.* sự nhận vào (học) sự/tiến vào cửa, lời thú nhận: *free ~* vào cửa không mất tiền

admit *v.* nhận vào, cho vào, kết nạp, thú nhận

admittance *n.* sự cho/nhận vào, dẫn nạp

admonish *v.* quở mắng, lời khuyên răn

ado *n.* công sức, sự rối rít, sự hối hả

adolescent *n., adj.* (đang tuổi) thanh niên

adopt *v.* áp dụng, theo (phương pháp) nhận làm con nuôi, nhận làm bố mẹ nuôi, thông qua

adoption *n.* việc nuôi con nuôi, sự thông qua

adorable *adj.* đáng yêu, khả ái, đáng sùng bái

adore *v.* kính yêu, quí mến, yêu chuộng, tôn sùng

adorn *v.* tô điểm, trang điểm, trang hoàng

adornment *n.* sự tô điểm, đồ trang trí

adrift *adj., adv.* lênh đênh, phiêu bạt

adroit *adj.* khéo léo, thục luyện

adulation *n.* sự nịnh hót, lời nịnh nọt

adult 1 *n.* người lớn: *this film is for ~s* phim nầy dành cho người lớn 2 *adj.* trưởng thành, lớn tuổi: *we have an ~ education system* chúng ta có hệ thống giáo dục tráng niên

adulterate *v.* pha làm giả, giả mạo

adulterer *n.* gian phu, đàn ông ngoại tình

adulteress *n., f.* dâm phụ, đàn bà ngoại tình

adultery *n.* tội ngoại tình/thông dâm

advance 1 *n.* sự tiến bộ/thăng tiến, tiền đặt/ứng 2 *v.* tiến lên, tiến bộ tăng, đưa ra, ứng trước

advanced *adj.* tiên tiến, tiến bộ cao, cao cấp

advancement *n.* sự tiến bộ/thăng tiến

advantage *n.* sự thuận lợi mối/thế lợi: *to take ~ of* lợi dụng

advantageous *adj.* có lợi, thuận lợi

advent *n.* sự đến, sự xảy tới, kỳ giáng lâm

adventure *n.* sự mạo hiểm, cuộc phiêu lưu

adventurer *n.* người phiêu lưu, kẻ gian hùng

adventurism *n.* chủ nghĩa phiêu lưu

adventurous *adj.* thích phiêu lưu, đầy mạo hiểm

adverb *n.* phụ từ

adverbial *n., adj.* (thuộc) phụ từ/trạng ngữ

adversary *n.* địch, kẻ thù đối thủ, đối phương

adverse *adj.* ngược lại, chống lại, bất lợi

adversity *n.* sự bất hạnh, nghịch cảnh, tai họa

advertise *v.* quảng cáo, đăng báo mua bán gì

advertisement *n.* quảng cáo, yết thị, mục rao vặt

advertiser *n.* người quảng cáo

advice *n.* lời khuyên, lời chỉ bảo: *I shall act*

as per your ~ tôi sẽ làm theo lời khuyên của bạn

advisable *adj.* đáng theo, nên, khôn, thích hợp

advise *v.* khuyên (bảo), khuyên răn, thông báo

advised *adj.* đúng đắn, có suy nghĩ

adviser, advisor *n.* cố vấn

advocate 1 *n.* người chủ trương, luật sư 2 *v.* chủ trương, đề xướng

aerial 1 *n.* dây trời, ăng ten 2 *adj.* trên không

aeronautics *n.* hàng không học

afar *adv.* xa, ở (đàng) xa, cách xa

affability *n.* sự ân cần, niềm nở, tính hòa nhã

affable *adj.* ân cần, niềm nở, lịch sự, nhã nhặn

affair 1 *n.* việc, việc làm, công việc, sự vụ: *the ~s of state* công việc quốc gia 2 *n.* vụ gian díu, chuyện tình: *do you have love ~s with her?* bạn có gian díu tình ái với cô ấy không?

affect 1 *v.* ảnh hưởng đến, bị làm xúc động 2 *v.* giả vờ/bộ thành hình, ưa dùng

affected *adj.* điệu, màu mè, không tự nhiên

affection *n.* lòng thương yêu, sự yêu mến

affidavit *n.* chứng chỉ (có tuyên thệ)

affiliate *v.* liên kết với, có liên hệ với

affiliation *n.* liên quan, quan hệ

affinity *n.* quan, hệ sự giống nhau, ái lực

affirm *v.* xác định, xác nhận, khẳng định

affirmation *n.* lời/sự xác nhận/khẳng định

affirmative 1 *n.* (lời/câu) khẳng định: *you have made an ~* bạn vừa đưa ra một lời khẳng định 2 *adj.* xác/khẳng định: *I have received his ~ answer* tôi vừa nhận được ông ấy trả lời xác định

affix 1 *n.* phụ tố: *add an ~ un to lucky, we will have "unlucky"* thêm phụ tố *un* vào từ *luck*, chúng ta sẽ có từ *unlucky* 2 *v.* gắn/dính vào đóng, dán: *to ~ stamps to a letter* dán tem vào lá thư

afflict *v.* làm đau buồn, làm đau khổ

affliction *n.* sự thống khổ, nỗi đau buồn

affluence *n.* sự giàu có, sự sung túc/phong phú

affluent *adj.* giàu có, phong lưu nhiều, dồi dào

afford *v.* có đủ tiền/sức cho, cung cấp

afforest *v.* trồng cây gây rừng

afforestation *n.* việc trồng cây gây rừng

affront 1 *n.* sự lăng mạ 2 *v.* lăng mạ, lăng nhục

afire *adj., adv.* rực cháy, cháy, bừng bừng

aflame *adj., adv.* rực lửa, bốc lửa

afloat *adj., adv.* nổi lênh đênh, lơ lửng ở trên

afoot *adj., adv.* đi bộ, đi chân, đang tiến hành

afraid *adj.* sợ, sợ hãi, hoảng sợ e, lấy làm tiếc

afresh *adv.* lại, một lần nữa

African 1 *n.* người châu Phi 2 *adj.* thuộc châu Phi

aft *adv.* ở đuôi tàu/thuyền

after 1 *prep.* sau, sau khi, ở đằng sau: *I run ~*

him tôi chạy sau ông ấy **2** *adv.* sa (đó): *in ~ years* những năm sau đó **3** *conj.* sau khi: *~ you left, I met her* sau khi bạn đi rồi, tôi đã gặp cô ấy

aftermath *n.* hậu quả

afternoon *n.* buổi chiều: *in the ~* về buổi chiều

afterward(s) *adv.* sau này, sau đó, rồi thì, về sau

again *adv.* lại, (lần) nữa: *it might happen ~* việc đó có thể xấy ra lần nữa; *~ and ~* nhiều lần

against *prep.* chống/ngược lại, phản đối so với đập/dựa vào (để) phòng

age **1** *n.* tuổi, tuổi già, tuổi tác: *his ~ is 20 years* anh ấy 20 tuổi **2** *n.* tuổi trưởng thành, thời đại, thời kỳ: *the Stone ~* thời kỳ đồ đá **3** *v.* già đi: *he is ~ing rapidly* ông ấy già nhanh quá

aged *adj.* có tuổi, nhiều tuổi

agency *n.* cơ quan, sở, hãng, xã, đại lý, chi cục

agenda *n.* chương trình nghị sự, nghị trình

agent *n.* đại lý, tay gián điệp, điệp viên

aggravate *v.* làm nặng thêm, làm cho thêm trầm trọng, chọc tức, làm bực mình

aggregate **1** *n.* khối tập hợp, tổng số **2** *v.* tập hợp

aggression *n.* sự/cuộc xâm lược

aggressive *adj.* xâm lược, xâm lăng, gây gổ

aggressor *n.* kẻ xâm lược, quân xâm lăng

aggrieve *v.* làm cho buồn rầu, làm cho phiền não

aghast *adj.* kinh ngạc, kinh hoàng, thất kinh

agile *adj.* nhanh nhẹn, lẹ làng, lanh lẹn

agility *n.* sự nhanh nhẹn, tính lẹ làng

agitate *v.* lay động, khích động, xúi giục

agitation *n.* sự khích động, người gây phiến động

aglow *adj., adv.* cháy đỏ, đỏ rực, sáng ngời

ago *adv.* về trước, cách đây, trước đây

agony *n.* sự đau đớn quần quại, cơn hấp hối

agree *v.* bằng lòng, hợp ý, tán thành, hợp với

agreeable *adj.* được, vừa ý, dễ chịu, dễ thương

agreement *n.* sự đồng ý/thoả thuận, hiệp định

agricultural *adj.* (thuộc) nông nghiệp/canh nông

agriculture *n.* nông nghiệp, canh nông, nông học

aground *adj., adv.* mắc cạn

ah *intj.* a! chà! (ôi) chao!

aha *intj.* ha ha!

ahead **1** *adj.* hơn, vượt: *she is ~ of her class* cô ấy vượt lên trước lớp **2** *adv.* ở phía trước: *to go straight ~* đi thẳng phía trước

ahoy *intj.* ới! bớ!

aid **1** *n.* sự giúp đỡ, sự cứu trợ/viện trợ người

phụ tá **2** *v.* giúp đỡ, cứu trợ, viện trợ

aide(-de-camp) *n.* sĩ quan hầu cận, phụ tá

ail *v.* (làm) ốm đau, (làm) đau đớn

ailment *n.* bệnh tật, bệnh

aim **1** *n.* đích mục đích, mục tiêu, ý định: *our ~ is to finish the work early* mục tiêu của chúng ta là hoàn thành công tác sớm hơn **2** *v.* nhắm, nhằm, chĩa: *they ~ at saving money every month* họ nhắm để dành tiền hàng tháng

aimless *adj.* không có mục đích/chuẩn đích

air **1** *n.* không khí, không trung, không gian vẻ, dáng (điệu) điệu hát, điệu nhạc, khúc điệu **2** *v.* phơi (gió), hóng gió, làm thoáng bộc lộ

airborne *adj.* đã cất cánh, không vận

air brake *n.* phanh/thắng hơi

air-conditioned *adj.* có máy lạnh

aircraft *n.* máy bay, phi cơ, phi thuyền; *~ carrier* tàu sân bay, hàng không mẫu hạm

airdrome *n.* sân bay, phi trường

airdrop **1** *n.* việc thả từ trên không **2** *v.* thả dù

airfield *n.* sân/trường bay, phi trường

airline *n.* đường hàng không

airliner *n.* máy bay (chở) khách

airmail *n.* thư từ/bưu phẩm gửi bằng máy bay

airman *n.* người lái máy bay, phi công, lính không quân

airport *n.* sân bay, phi trường (dân dụng)

air raid *n.* vụ oanh tạc bằng máy bay

airship *n.* khí cầu, phi thuyền, phi đĩnh

airsickness *n.* chứng say gió trên máy bay

airtight *adj.* kín hơi/gió

airway *n.* đường hàng không, lỗ thông khí

airy *adj.* thoáng khí nhẹ nhàng thoải mái

aisle *n.* gian/chái nhà, lối đi ở giữ phòng

ajar *adj.* [cửa] mở hé, khép hờ

akimbo *adv.* *with arms ~* chống nạnh

akin *adj.* có họ, thân thuộc, bà con, đồng tộc

alacrity *n.* sự nhanh nhẩu, hoạt bát

alarm **1** *n.* sự/còi báo động, sự lo âu, sự lo sợ: *~ clock* đồng hồ báo thức **2** *v.* làm lo sợ

alas *intj.* than ôi! chao ôi! ôi thôi!

albeit *conj.* dẫu, (mặc) dù, dù cho là

album *n.* an-bom, tập ảnh, tập đĩa hát

albumen *n.* lòng trắng trứng, dẫn bạch

alcohol *n.* rượu, cồn

alcoholic **1** *n.* người nghiện rượu **2** *adj.* có rượu

alderman *n.* hội viên thành phố

ale *n.* rượu bia

alert **1** *n.* sự báo động (phòng không) sự cảnh giác **2** *adj.* đề phòng, cảnh giác, tỉnh táo lanh lẹn

alga *n.* tảo, rong bể [**algae** là số nhiều, thường dùng hơn]

algebra *n.* đại số (học)

alias *n.* tên hiệu, biệt hiệu, bí danh
alibi *n.* chứng cớ vắng mặt (vì ở nơi khác)
alien 1 *n.* ngoại kiều 2 *adj.* thuộc nước ngoài xa lạ, khác biệt trái với
alienate *v.* làm cho xa lánh, ly gián, nhượng
alienation *n.* mối bất hoà, sự chuyển nhượng
alight *adj.* bùng cháy sáng ngời
alight *v.* xuống [ngựa, xe] [chim] đậu xuống
align *v.* sắp thành cùng hàng, ăn khớp, liên kết
alignment *n.* sự sắp thành hàng thẳng, sự liên kết
alike *adj., adv.* giống nhau, đều nhau
alimentary *adj.* ~ *canal* đường tiêu hoá
alive *adj.* còn sống, chưa chết, sinh động
alkali *n.* chất kiềm, đất muối
all 1 *adj.* tất cả, hết thảy, toàn thể, toàn bộ, trọn, suốt; ~ *day* cả/suốt ngày; ~ *her life* trọn đời bà; ~ *of us* tất cả chúng ta/tôi 2 *adv.* tất cả, trọn vẹn, hoàn toàn: *above* ~ trước/trên hết; *after* ~ xét cho cùng; *in* ~ tổng cộng; *not at* ~ không đâu, không chút nào
allay *v.* làm giảm bớt, làm nguôi
allegation *n.* sự khẳng định, luận điệu
allege *v.* khẳng định, cho là, vin, viện, dẫn
allegiance *n.* lòng trung thành
allegory *n.* lời nói bóng, phúng dụ, ngụ ngôn
allergic *adj.* dị ứng, quá mẫn, có ác cảm
allergy *n.* dị ứng, sự ác cảm
alleviate *v.* làm nhẹ bớt, làm dịu, làm khuây
alleviation *n.* sự làm nhẹ bớt, sự làm dịu
alley *n.* ngõ, hẻm lối đi; *blind* ~ đường cụt
alliance *n.* sự/khối đồng minh/liên minh
allied *adj.* đồng minh, liên minh, cùng giống
alligator *n.* cá sấu
alliteration *n.* sự lặp lại âm đầu
allocate *v.* cấp cho, phân phối, phân phát
allocation *n.* sự cấp phát, sự phân phối
allot *v.* chia phần, phân phối, chuẩn chi
allotment *n.* sự chia, phần được chia
allow *v.* cho phép, công nhận, thừa nhận
allowance *n.* phụ cấp, tiền trợ cấp
alloy *n.* hợp kim, sự pha trộn
all right *adj.* khỏe mạnh, bình thường: *are you* ~? bạn bình thường không?
all-round *adj.* toàn diện
all-time *adj.* từ trước đến nay, luôn luôn: *houses are at* ~ *highest prices* giá nhà cao nhất từ trước đến nay
allude *v.* nói bóng gió, ám chỉ
allure *v.* lôi cuốn, quyến rũ
allurement *n.* sự lôi cuốn, sức cám dỗ
allusion *n.* sự ám chỉ, điển cố
alluvial *adj.* thuộc phù sa, thuộc đất bồi
ally 1 *n.* đồng minh, liên minh 2 *v.* liên kết/minh
almanac *n.* sách lịch, niên lịch, niên giám

almighty *adj.* toàn năng, vạn năng
almond *n.* quả hạnh, hạt nhân
almost *adv.* hầu/gần như, suýt nữa
alms *n.* của bố thí
aloft *adj., adv.* ở trên cao
alone *adj., adv.* riêng một mình, trơ trọi, cô độc
along 1 *prep.* dọc theo 2 *adv.* theo chiều dài về phía trước, tiến lên: *all* ~ ngay từ đầu
alongside *prep., adv.* dọc theo, sát bên cạnh
aloof *adj., adv.* tách rời, lánh xa, lãnh đạm
aloud *adv.* to, lớn tiếng, oang oang
alpha *n.* chữ anpha
alphabet *n.* bảng chữ cái, bảng tự mẫu
alphabetical *adj.* (thứ tự) theo chữ cái, *abc*
alpine *adj.* thuộc núi cao
already *adv.* đã rồi
also *adv.* cũng, hơn nữa: *but* ~ mà lại còn
altar *n.* bàn thờ
alter *v.* thay đổi, sửa đổi, sửa (quần áo)
alteration *n.* thay đổi, sự sửa đổi, sự sửa
altercation *n.* vụ cãi nhau, cuộc đấu khẩu
alternate 1 *adj.* xen kẽ, (thành viên) dự khuyết 2 *v.* xen nhau, thay phiên, luân phiên
alternation *n.* sự xen kẽ, kiểu luân phiên
alternative *n., adj.* sự lựa chọn, cách, con đường
although *conj.* mặc dù, mặc dầu, dẫu cho, tuy là
altimeter *n.* cái đo độ cao, đo độ kế
altitude *n.* đạn dược, sự kiện, lý lẽ
altogether *adv.* hoàn toàn, nói chung, tất cả
altruism *n.* chủ nghĩa vị tha
alum *n.* phèn
alumin(i)um *n.* nhôm
alumna *n.* cựu học sinh, cựu sinh viên nữ
alumnae *n., f.* (*sing.* **alumna**) số nhiều của
alumni *n.* (*sing.* **alumnus**) số nhiều của
alumnus *n.* cựu học sinh, cựu sinh viên nam
always *adv.* bao giờ cũng, luôn luôn, mãi, hoài
am xem **be:** *I* ~ *tired* tôi mệt
a.m. *n., abbr.* (= **ante meridiem**) sáng, trước ngọ
amah *n.* vú em, chị hai
amalgam *n.* hỗn hống
amalgamation *n.* sự hỗn hống, sự pha trộn
amass *v.* thu nhặt, cóp nhặt, tích luỹ
amateur *n.* tay tài tử, nghiệp dư
amateurish *adj.* tài tử, nghiệp dư, không chuyên
amaze *v.* làm ngạc nhiên, sững sốt
amazement *n.* sự sững sốt, kinh ngạc
amazing *adj.* lạ, làm người ta ngạc nhiên
ambassador *n.* đại sứ: *he is an* ~ *extraordinary/plenipotentiary for Vietnam* ông ấy là đại sứ đặc mệnh toàn quyền cho Việt Nam

ambassadorial *adj.* ở cấp đại sứ
amber *n.* hổ phách
ambiguity *n.* sự không rõ nghĩa, sự mơ hồ/ hàm hồ
ambiguous *adj.* tối nghĩa, mơ hồ, hàm hồ
ambition *n.* hoài bão, tham vọng
ambitious *adj.* có nhiều hoài bão, tham lam
amble *v.* đi nước kiệu, bước nhẹ nhàng
ambulance *n.* xe cứu thương
ambush 1 *n.* cuộc/nơi phục kích/mai phục, phục binh 2 *v.* chặn đánh, phục kích, mai phục
ameba *n.* [*Br.* **amoeba**] amip cũng viết
ameliorate *v.* làm tốt hơn, cải thiện, cải tiến
amenable *adj.* phục tùng, biết nghe theo
amend *v.* sửa đổi, thay đổi, bổ sung, tu chỉnh
amendment *n.* sự sửa đổi, tu chỉnh án
amends *n.* sự/tiền bồi thường
amenity *n.* tính hoà nhã, sự dễ chịu, sự tiện nghi
amiable *adj.* tử tế, nhã nhặn, hoà nhã
amicable *adj.* thân ái, thoả thuận, hoà giải
amid(st) *prep.* ở giữa, giữa lúc
amiss *adj., adv.* sai, lầm, hỏng, bậy, xấu
amity *n.* tình bạn, tình bằng hữu/hữu nghị
ammonia *n.* amoniac, nước đái quỷ
ammunition *n.* đạn dược, sự kiện, lý lẽ
amnesia *n.* chứng quên
amnesty *n.* sự ân xá
among(st) *prep.* giữa, ở giữa, trong số
amorous *adj.* đa tình, yêu đương
amount *n.* số lượng, tổng số
amphibian *n.* động vật lưỡng cư, xe tăng lội nước
amphibious *adj.* lưỡng cư, đổ bộ, lội nước
amphitheater *n.* nhà hát lộ thiên, giảng đường
ample *adj.* rộng lụng thụng, nhiều dư dật
amplification *n.* sự mở/tán rộng, sự khuyếch đại
amplifier *n.* máy/bộ khuyếch đại
amplify *v.* mở rộng, bàn/tán rộng, khuyếch đại
ampoule, ampule *n.* ống thuốc tim, ampun
amputate *v.* cắt, cưa cụt
amputee *n.* người cụt chân/tay
amuck, amok *adv.* cuồng/điên lên
amulet *n.* bùa, lá bùa
amuse *v.* làm vui/thích, giải trí, tiêu khiển
amusement *n.* sự vui chơi, trò vui/giải trí
amusing *adj.* vui, buồn cười, ngộ (tiếng đồng hồ)
an xem **a**: ~ *orange* một quả cam; ~ *hour* một giờ
anachronism *n.* sự sai niên đại, việc lỗi thời
analogous *adj.* giống nhau, tương tự
analogy *n.* sự tương tự, phép loại suy
analysis *n.* sự phân tích, phép phân tích
analyst *n.* nhà phân tích/giải thích

analyze *v.* phân tích, giải thích
anarchism *n.* chủ nghĩa vô chính phủ
anarchist *n.* người chủ trương vô chính phủ
anarchy *n.* tình trạng vô chính phủ/hỗn loạn
anatomical *adj.* thuộc khoa giải phẫu
anatomist *n.* nhà giải phẫu, nhà mổ xẻ
anatomy *n.* khoa giải phẫu, thuật mổ xẻ
ancestor *n.* ông bà (ông vải), tổ tiên
ancestral *adj.* thuộc tổ tiên, tổ truyền
ancestry *n.* tổ tiên, tổ tông, dòng họ, gốc gác
anchor *n.* mỏ neo
anchorage *n.* chỗ thả neo, chỗ đậu
anchovy *n.* cá trồng
ancient *adj.* xưa, cổ già cả, tuổi tác, cũ kỹ
and *conj.* và, với, cùng: *one hundred ~ seventy* 170 một trăm bảy mươi; *you ~ I are employees of this company* anh và tôi là nhân viên của công ty nầy; ~ *so on* và vân vân
anecdote *n.* chuyện vặt, giai thoại
anemia *n.* [*Br.* **anaemia**] bệnh thiếu máu
anemometer *n.* cái đo gió, phong lực biểu
anesthesia *n.* [*Br.* **anaesthesia**] sự gây tê/mê
anesthetic *n.* [*Br.* **anaesthetic**] thuốc tê/mê
anew *adv.* lại, lại nữa, một lần nữa
angel *n.* thiên thần, thiên sứ
angelic *adj.* thuộc/giống thiên thần, trong trắng
anger 1 *n.* cơn/mối giận, sự phẫn nộ 2 *v.* chọc tức
angle *n.* góc xó, khía cạnh, góc độ
angle *v.* câu cá
angler *n.* người câu cá, ngư ông, ngư phủ
Anglican *n., adj.* (người) theo giáo phái Anh
angry *adj.* cáu, giận, tức giận
anguish *n.* nỗi đau đớn/thống khổ/khổ não
angular *adj.* thuộc/có góc xương xương, gầy còm
animal 1 *n.* động vật, thú vật, con vật 2 *adj.* thuộc động vật, thuộc xác thịt, thuộc nhục thể
animate 1 *adj.* sống, có tri giác 2 *v.* làm sinh động
animation *n.* thuyết vật linh, tục bái vật
animosity *n.* sự thù oán, tình trạng thù địch
anise *n.* hồi, hoa hồi
ankle *n.* mắt cá chân
anklet *n.* bít tất ngắn (đến mắt cá)
annals *n.* sử biên niên, niên biểu tập san
annex 1 *n.* phần thêm, nhà phụ 2 *v.* sáp nhập
annexation *n.* sự phụ thêm, sự sáp nhập/thôn tính
annihilation *n.* sự tiêu diệt/huỷ diệt
anniversary *n.* ngày kỷ niệm, kỷ niệm ngày cưới
annotate *v.* chú thích/chú giải
annotation *n.* lời chú thích/chú giải

announce 1 *v.* báo, loan báo, thông tri, công bố, tuyên bố: *to ~ the results* công bố kết quả 2 *v.* xướng ngôn, đọc tin tức: *to ~ distinguished guests* đọc danh sách quan khách đặc biệt

announcement *n.* lời rao, cáo thị, lời công bố

announcer *n.* người đưa tin, xướng ngôn viên

annoy *v.* làm phiền, làm bực mình, làm khó chịu

annoyance *n.* điều bực mình, điều khó chịu

annoying *adj.* làm phiền, làm khó chịu, chọc tức

annual *adj.* hàng năm, từng năm, năm một

annuity *n.* tiền góp/trả hằng năm, lương hưu

annul *v.* bãi/huỷ bỏ, thủ tiêu

anode *n.* cực dương, dương cực, anôt

anomaly *n.* chuyện/vật dị thường, độ dị thường

anonymous *adj.* giấu tên, vô danh, nặc danh: *that is an ~ letter* đó là một lá thư nặc danh

another 1 *adj.* khác nữa, thêm: *give me ~ piece of cake* cho tôi một miếng bánh khác 2 *pron.* cái khác/kia, người khác/kia: *if you don't like this, please try ~* nếu bạn không thích cái nầy thì hãy thử cái khác

answer 1 *n.* câu/thư trả lời phép/lời giải: *the ~ was true* câu trả lời là sự thật 2 *v.* trả lời, đáp lại, thưa xứng với: *to ~ a person or a question* trả lời một người nào hay một câu hỏi

answerable *adj.* có thể trả lời được, chịu trách nhiệm

ant *n.* con kiến: *red ~* kiến lửa

antagonism *n.* sự đối lập/đối kháng

antagonistic *adj.* trái ngược, nghịch, đối kháng

antagonize *v.* làm cho phản đối, gây thù hằn

Antarctic *n., adj.* (thuộc) nam cực, ở về phía nam

antecedent *n.* tiền ngữ, mệnh đề đứng trước, lai lịch, quá khứ, tiền sử

antedate *v.* để lùi ngày tháng về trước

antelope *n.* linh dương

antenna *n.* dây trời, ăng ten, râu [sâu bọ]

anterior *adj.* ở/đằng/phía trước

anteroom *n.* phòng trước/ngoài phòng khách

anthem *n.* bài ca: *national ~* quốc ca/-thiều

anther *n.* bao phấn

anthology *n.* hợp tuyển, hợp thái, tuyển tập

anthracite *n.* than antraxit

anthropologist *n.* nhà nhân loại học

anthropology *n.* nhân loại học

anti-aircraft *adj.* chống máy bay, phòng không: *~ gun* súng cao xạ; *~ shelter* hầm trú ẩn

anti-ballistic *adj.* chống/phản đạn đạo

antibiotic *n.* thuốc kháng sinh/trụ sinh

antic *n.* trò hề/cười

anticipate *v.* đoán/thấy trước, liệu/chặn trước mong đợi, chờ đợi

anticipation *n.* sự liệu/thấy trước: *I would like to thank you in ~* tôi xin cảm ơn bạn trước

anticlimax *n.* sự hạ xuống từ cực điểm (không ai ngờ)

anti-colonial *adj.* chống thực dân

antidote *n.* thuốc giải độc

anti-fascist *adj.* chống phát xít

antifreeze *n.* hoá chất chống đông

anti-imperialist *adj.* chống đế quốc

antimissile *adj.* chống tên lửa, chống hỏa tiễn

antipathy *n.* ác cảm

antipodes *n.* điểm đối chân

antiquarian 1 *n.* người bán đồ cổ 2 *adj.* cổ học

antiquary *n.* nhà khảo cổ, người sưu tầm đồ cổ

antiquated *adj.* cổ, cổ xưa, không hợp thời

antique 1 *n.* đồ cổ 2 *adj.* theo lối/kiểu cổ

antiquity *n.* (*pl.* **antiquities**) đời xưa đồ cổ

antiseptic *n., adj.* khử trùng

antithesis *n.* phản đề, phép đối chọi

antler *n.* sừng/gạc [hươu, nai]

antonym *n.* từ trái/phản nghĩa

anvil *n.* cái đe xương đe

anxiety *n.* sự lo lắng, mối lo âu

anxious *adj.* lo lắng, lo âu, áy náy, băn khoăn, khát khao, ước ao

any 1 *adj.* một (người/vật) nào đó: *do you see ~ kite?* anh có trông thấy cái diều nào không?; *~ time* bất luận lúc nào; *~ person* bất cứ ai 2 *pron.* người/vật nào, bất cứ ai: *does ~ of them know?* bọn họ có ai biết không? 3 *adv.* dù sao chăng nữa, bằng bất cứ cách gì: *throw that eraser away, it isn't ~ good* vứt cái tẩy ấy đi, không dùng được

anyone *pron.* người nào, ai bất cứ ai

anything *pron.* vật/việc gì bất cứ vật/việc gì

anyway *adv.* dù sao chăng nữa

anywhere *adv.* bất cứ ở đâu, bất luận chỗ nào

apace *adv.* nhanh, mau, mau lẹ

apart *adv.* riêng ra, xa ra: *~ from* ra ngoài (ra); *to take ~* tháo tung ra

apartheid *n.* chính sách tách biệt chủng tộc

apartment *n.* căn phòng/buồng/hộ [ở bin-đinh]

apathetic *adj.* lãnh đạm, hờ hững, thờ ơ

apathy *n.* tính lãnh đạm, sự hờ hững

ape 1 *n.* khỉ không đuôi, khỉ hình người 2 *v.* nhại, bắt chước, mô phỏng

aperture *n.* lỗ hổng, lỗ ống kính, độ mở

apex *n.* đỉnh, ngọn, chóm

aphasia *n.* chứng mất ngôn ngữ

aphorism *n.* cách ngôn

aphrodisiac *n.* thuốc kích thích tình dục

apiece *adv.* mỗi một người/cái

apogee *n.* điểm cao nhất, thời cực thịnh
apologetic *adj.* biết lỗi, xin lỗi, chữa lỗi
apologize *v.* xin lỗi, tạ lỗi
apology *n.* sự xin lỗi, lời biện giải
apolectic *adj.* ngập máu, trúng phong
apoplexy *n.* chứng ngập máu
apostle *n.* tông đồ, người đề xướng
apostrophe *n.* dấu lược
apothecary *n.* nhà bào chế thuốc
appall *v.* làm kinh sợ, làm thất kinh
apparatus *n.* bộ máy, dụng cụ, đồ dùng
apparel *n.* quần áo, y phục
apparent *adj.* rõ ràng, rõ rành rành, hiển nhiên
apparently *adv.* cứ xét theo bề ngoài, có vẻ
apparition *n.* ma quỷ
appeal 1 *n.* lời kêu gọi, lời hịch, sự cầu khẩn sự chống án, sự kháng án: *the ~ to a higher court* sự chống án lên tòa án tối cao 2 *v.* kêu gọi chống án, lôi cuốn, hấp dẫn: *to ~ for religious freedom* kêu gọi tự do tôn giáo
appear *v.* hiện ra, xuất hiện, ra mắt, trình diện, được xuất bản, dường như, có vẻ...
appearance 1 *n.* sự xuất hiện: *your first ~ was successful* sự xuất hiện lần đầu tiên của bạn đã rất thành công 2 *n.* bề ngoài, dáng điệu, phong thái: *you can't recognize a good person by his/her ~* bạn không thể nhận biết được người tốt qua bề ngoài của họ
appease *v.* làm nguôi/khuây, nhân nhượng
append *v.* gắn vào, viết thêm vào
appendage *n.* vật/phần phụ thuộc
appendicitis *n.* bệnh viêm ruột thừa
appendix *n.* (*pl.* **appendices**) phụ lục, ruột thừa/dư
appertain *v.* thuộc về, của
appetite *n.* sự ngon miệng, sự thèm ăn
appetizer *n.* món ăn khai vị, món ăn chơi
appertizing *adj.* ngon (miệng), ngon lành
applaud *v.* vỗ tay khen ngợi
applause *n.* tiếng vỗ tay, tràng pháo tay
apple *n.* quả táo: *~ orchard* vườn táo
appliance *n.* dụng cụ, đồ thiết bị, máy móc
applicable *adj.* có thể áp dụng/ứng dụng được
applicant *n.* người xin việc, người xin vào học, người nộp đơn, đương đơn
application *n.* sự gắn/đắp vào, sự áp dụng, sự chuyên cần, đơn xin: *~ form* mẫu đơn
applied *adj.* ứng dụng
apply *v.* gắn/đắp/áp vào dùng, áp dụng, ứng dụng chăm chú, chuyên tâm xin, hỏi, thỉnh cầu
appoint *v.* cử, bổ, bổ nhiệm, chỉ định, chọn, lập hẹn, định [ngày giờ]
appointment *n.* việc bổ nhiệm, sự hẹn gặp
appraisal *n.* sự đánh giá/khen ngợi

appraise *v.* đánh giá, định gia, khen ngợi
appreciable *adj.* thấy rõ được
appreciate *v.* hiểu rõ giá trị, thấy rõ, biết thưởng thức, cảm kích lên/tăng giá
appreciation *n.* sự biết thưởng thức, sự cảm kích
apprehend *v.* bắt, tóm sợ, e sợ
apprehension *n.* sự e sợ
apprehensive *adj.* sợ, e sợ, e ngại
apprentice *n.* người học việc/học nghề
apprenticeship *n.* thời gian học việc/nghề
approach 1 *n.* lối vào, đường đi đến: *there is a new ~ to teaching and learning* có một lối học/dạy mới 2 *v.* đến/tới/lại gần: *we are ~ing the city* chúng ta đang tiến gần đến thành phố
approbation *n.* sự tán thành
appropriate *adj.* thích đáng/hợp
appropriation *n.* sự chiếm hữu, sự dành riêng, ngân khoản được dành riêng
approval *n.* sự tán thành/chấp thuận/phê chuẩn
approve *v.* tán thành, đồng ý, chấp thuận, chuẩn y
approximate 1 *adj.* gần đúng, xấp xỉ: *the ~ value of the house is 10,000 dollars* giá trị ngôi nhà xấp xỉ 10 ngàn đô la 2 *v.* gần đúng, gần giống: *his salary ~s two thousand a month* lương của ông ấy gần hai ngàn một tháng
approximately *adv.* vào khoảng, chừng độ
approximation *n.* sự gần đúng, sự xấp xỉ
apricot *n.* quả mơ
April *n.* tháng tư
apriorism *n.* tiên nghiệm luận
apron *n.* cái tạp đề, thềm sân khấu
apropos *adj., adv.* đúng lúc, thích hợp
apt *adj.* thích hợp, đúng dễ/hay ...
aptitude *n.* năng khiếu, tài năng, khả năng
aquarium *n.* bể nuôi cá, chậu cá vàng
aquatic *adj.* sống/mọc ở dưới nước
aqueduct *n.* cống nước
Arab *n.* người Ả-rập
Arabic 1 *n.* tiếng Ả-rập 2 *adj.* [chữ số] Ả-rập
arable *adj.* [đất] trồng trọt được
arbiter *n.* trọng tài
arbitrary *adj.* độc đoán, chuyên đoán
arbitrate *v.* làm trọng tài, phân xử
arbitration *n.* sự phân xử
arbitrator *n.* trọng tài, người phân xử, quan toà
arbor *n.* chỗ ngồi mát dưới giàn hoa, lương đình
arc *n.* hình cung, cung hồ quang, cung lửa
arcade *n.* dãy/những cửa hàng trong toà nhà
arch 1 *n.* cửa tò vò, vòm nhịp cuốn 2 *v.* cong lên

archaic *adj.* cổ xưa, cổ đại, cổ phong
archbishop *n.* tổng giám mục
archeology *n.* [*Br.* **archaeology**] khảo cổ học
archer *n.* người bắn cung, xạ thủ
archery *n.* thuật bắn cung, tiễn thuật, xạ
archipelago *n.* quần đảo
architect *n.* kiến trúc sư
architectural *adj.* thuộc kiến trúc, xây dựng
architecture *n.* khoa/thuật kiến trúc, kiểu
archives *n.* văn thư lưu trữ, văn khố
archway *n.* cổng tò vò, lối đi có mái vòm
Arctic *n., adj.* (thuộc) bắc cực, ở về phía bắc
ardent *adj.* nồng nàn, nồng nhiệt, hăng hái, sôi nổi, có nhiệt tâm, đầy nhiệt tình
ardor *n.* sự hăng hái, nhiệt tình, nhiệt tâm
arduous *adj.* khó khăn, gây go, cam go, gian khổ
are xem động từ **be**
area *n.* bề mặt, diện tích vùng, khu vực
areca *n.* cây cau: ~ **nut** quả cau
arena *n.* trường đấu (lộ thiên) vũ đài, giới
aren't *abbr.* (= **are not**)
argon *n.* agon
argue *v.* cãi, tranh luận, biện luận, thuyết phục
argument *n.* sự cãi nhau, sự tranh luận lý lẽ, luận điểm, luận cứ
arid *adj.* khô cằn, khô khan, khô vị
aright *adv.* đúng
arise *v.* [**arose**; **arisen**] xuất hiện, nảy sinh, phát sinh
aristocracy *n.* tầng lớp quí tộc, quí phái
aristocrat *n.* người quí tộc, tay quí phái
aristocratic *adj.* thuộc dòng dõi quí tộc
arithmetic *n.* số học
arm 1 *n.* cánh tay, tay áo, nhánh sông, tay ghế: *his ~ was broken* cánh tay anh ấy bị gảy 2 *n.* khí giới, vũ khí, binh khí: *they used the ~s of precision* họ dùng vũ khí chính xác 3 *n.* binh chủng, phù hiệu, huy hiệu: *the coat of ~s of a military academy* huy hiệu trường đại học quân sự 4 *v.* vũ trang, trang bị: *to ~ for attacking* trang bị vũ khí để tấn công
armada *n.* đội tàu, hạm đội
armament *n.* sự vũ trang vũ khí, quân trang
armchair *n.* ghế bành
armed *adj.* được vũ trang
armful *n.* ôm đầy: *an ~ of books* một ôm sách
armistice *n.* sự đình chiến/hưu chiến
armor *n.* áo giáp, xe bọc sắt, thiết giáp
armored *adj.* bọc sắt, thiết giáp
armory *n.* kho vũ khí, trụ sở lực lượng trù bị
armpit *n.* nách
army *n.* quân đội, đám đông, đoàn, đội ngũ lục quân

aroma *n.* mùi/hương thơm, hương vị
aromatic *adj.* thơm
arose quá khứ của **arise**
around 1 *prep.* xung quanh, vòng quanh khắp, đó đây khoảng chừng, vào khoảng, độ 2 *adv.* xung quanh đó đây, khắp nơi quanh quất, quanh quẩn, loanh quanh
arouse *v.* gợi, khuấy động, phát động
arraign *v.* buộc tội, tố cáo
arrange *v.* sắp đặt/xếp, sửa soạn, thu xếp, dàn xếp, hoà giải, soạn lại, cải biên
arrangement *n.* sự sắp đặt, sự thu xếp, sự dàn xếp, việc soạn lại, việc cải biên
array *n.* sự dàn trận, bài binh bố trận
arrears *n.* tiền còn thiếu/khất, việc còn dở
arrest 1 *n.* sự bắt giữ: *under ~* bị bắt 2 *v.* bắt giữ chặn lại, ngăn chặn, làm ngừng lại
arrival *n.* sự đến/tới nơi; người/vật mới đến
arrive *v.* đến/tới nơi xảy đến/ra đi đến/tới, đạt tới, thành đạt
arrogance *n.* tính kiêu ngạo
arrogant *adj.* kiêu ngạo, kiêu căng, ngạo mạn
arrow *n.* mũi tên
arrowroot *n.* (bột) hoàng tinh, (bột) dong
arsenal *n.* kho/xưởng vũ khí đạn dược, kho đạn
arsenic *n.* asen, nhân ngôn, thạch tín
arson *n.* tội đốt nhà, tội cố ý gây hoả hoạn
art *n.* nghệ thuật, mỹ thuật, tài khéo, thuật
arterial *adj.* thuộc động mạch
artery *n.* động mạch, con đường chính/lớn
artful *adj.* tinh ranh, tinh ma, xảo quyệt
arthritis *n.* viêm khớp
article 1 *n.* thức, đồ, vật phẩm, hàng: *they bought many ~s* họ mua nhiều thứ quá 2 *n.* mục, khoản bài báo: *you should read this ~* bạn nên đọc bài báo nầy 3 *art.* mạo từ: **a**, **an** *and* **the** are ~s chữ a, an và the là mạo từ
articulate 1 *adj.* rõ ràng 2 *v.* phát âm rõ ràng
articulation *n.* khớp xương, cách phát âm rõ ràng
artifact [*Br.* **artefact**] *n.* đồ tạo tác của người xưa
artifice *n.* tài khéo, kỹ xảo, mưu mẹo, ngón
artificial *adj.* nhân tạo, giả (tạo)
artillery *n.* pháo, trọng pháo, pháo binh
artisan *n.* thợ thủ công
artist *n.* nghệ sĩ, họa sĩ
artistic *adj.* đẹp, khéo, có mỹ thuật
artless *adj.* tự nhiên, không giả tạo, chân thật
as 1 *adv.* như, với tư cách là, cũng bằng: *well ~ usual* mạnh khoẻ như thường; *~ an old friend* với tư cách là một người bạn cố tri; *~ rich ~ his uncle* cũng giàu bằng ông chú 2 *conj.* bởi vì (trong) khi tuy rằng: *it was late* vì lúc ấy đã khuya; *~ we cross*

the bridge khi chúng ta qua cầu; *busy ~ she was* tuy bà ta bận **3** *pron.* người/cái/điều mà: *such men ~ were leading the country* những vị lãnh đạo trong nước hồi đó

ascarid *n.* giun đũa

ascend *v.* lên, trèo lên thang, dốc lên cao

ascendancy *n.* uy thế, uy lực

ascendant *adj.* đang lên, có ưu thế

ascension *n.* sự lên, lễ thăng thiên

ascertain *v.* biết chắc, xác định, tra minh

ascetic *n., adj.* (người) tu khổ hạnh, khổ tu

ascribe *v.* đổ tại, gán cho, quy cho

ash *n.* tro tàn, tro hoả táng, di cốt: *~ tray* cái gạt tàn thuốc lá

ashamed *adj.* xấu hổ, hổ thẹn, ngượng

ashore *adv.* trên/vào bờ: *to go ~* đi lên bờ

Asian *n., adj.* (người) châu Á, thuộc Á châu

Asiatic *n., adj.* (người) châu Á, Á châu

aside **1** *n.* lời nói riêng **2** *adv.* sang/về một bên

ask *v.* hỏi xin, yêu cầu, thỉnh cầu, mời, đòi

askance *adv.* nghiêng một bên, một cách ngờ vực

asleep *adj., adv.* đang ngủ: *to fall ~* ngủ thiếp đi; *fast ~* đang ngủ say

asparagus *n.* măng tây

aspect *n.* vẻ, diện mạo, khía cạnh, thể

asphalt *n.* nhựa đường

asphyxiation *n.* sự ngạt thở

aspiration *n.* khát vọng, nguyện vọng, chí hướng, sự thở vào, sự bật hơi

aspire *v.* khao khát, thiết tha, mong mỏi

aspirin *n.* at-pi-rin, thuốc giảm đau/trị cảm cúm

ass *n.* con lừa, người ngu, thằng đần

ass *n.* [*vulgar* tục] đít, lỗ đít

assail *v.* tấn công (hỏi, chửi) túi bụi, dồn dập

assailant *n.* kẻ tấn công, kẻ hành hung

assassin *n.* kẻ ám sát, tên thích khách, hung thủ

assassinate *v.* ám sát, hung thủ

assassination *n.* vụ ám sát

assault **1** *n.* trận tấn công, sự công kích: *a sexual ~ is criminal* tấn công tình dục là một tội phạm **2** *v.* tấn công, đột kích hành hung: *she was ~ed by her boss* cô ấy bị ông chủ hành hung

assemblage *n.* sự tập hợp/tụ tập/thu nhập sự lắp

assemble *v.* tập hợp, tụ tập, nhóm họp, lắp ráp

assembly *n.* hội đồng, hội nghị, quốc hội, sự lắp ráp: *~ line* dây chuyền lắp ráp

assent *n., v.* (sự) đồng ý/tán thành/ưng thuận

assert *v.* xác nhận, khẳng định đòi (quyền lợi)

assertion *n.* sự khẳng định/quả quyết/quyết đoán

assess *v.* đánh giá, định giá, thẩm lượng phạt, đánh thuế (theo định mức)

assessment *n.* sự đánh giá, sự đánh thuế, thi cử

asset *n.* người/vật quý, của

assets *n.* tài sản

assiduity *n.* tính siêng năng, tính chuyên cần

assiduous *adj.* siêng năng, chuyên cần

assign *v.* cắt đặt, phân công, chia phần ra, làm bài

assignment *n.* nhiệm vụ được giao phó, bài học/làm

assimilate *v.* đồng hóa, tiêu hoá

assimilation *n.* sự đồng hoá, sự tiêu hoá

assist *v.* giúp, giúp đỡ, đỡ đần

assistance *n.* sự giúp đỡ, (sự) viện trợ

assistant **1** *n.* viên phụ tá, phụ khảo, trợ giáo: *she is my ~* cô ấy là phụ tá của tôi **2** *adj.* phụ, phó, phụ tá, trợ lý: *~ manager* phụ tá quản đốc

associate **1** *n.* đồng sự, đồng liêu, đồng minh **2** *adj.* phó, phụ trợ: *an ~ director* phó giám đốc **3** *v.* kết giao, kết bạn, đàn đúm, giao thiệp: *he ~s only with wealthy people* ông ta chỉ giao thiệp với giới giàu sang thôi

association *n.* sự liên tưởng, hội, hiệp hội, hội liên hiệp

assorted *adj.* hợp nhau, phối hợp (nhiều thứ)

assortment *n.* tập hợp gồm nhiều thứ

assuage *v.* làm dịu bớt, làm khuây khoả

assume *v.* cứ cho rằng (là đúng), thừa nhận nắm lấy, nhận lấy, chiếm lấy, làm ra vẻ

assumption *n.* giả định, ức thuyết, sự đảm đương, sự giả bộ

assurance *n.* sự cam đoan/đảm bảo/quả quyết điều chắc chắn, điều tin chắc

assure *v.* cam đoan, quả quyết, đảm bảo

assured *adj.* yên trí, tin chắc

asterisk *n.* dấu sao, dấu hoa thị

astern *adv.* ở phía sau (tàu) ở đằng sau

asthma *n.* bệnh hen/suyễn

astir *adj.* xôn xao, xao động, hoạt động dậy

astonish *v.* làm ngạc nhiên

astonishing *adj.* lạ lùng, kỳ dị

astonishment *n.* sự ngạc nhiên

astound *v.* làm sửng sốt/kinh ngạc

astray *adv.* lạc đường/lối lầm lạc

astride *prep., adv.* cười lên

astrology *n.* thuật chiêm tinh

astronaut *n.* nhà du hành vũ trụ

astronomer *n.* nhà thiên văn học

astronomical *adj.* to lớn vô cùng

astronomy *n.* thiên văn học

astute *adj.* láu, tinh ranh, tinh khôn, sắc sảo

asunder *adv.* rời ra (từng mảnh)

asylum *n.* viện cứu tế, nhà thương điên, viện dưỡng trí, nơi ẩn náu, cảnh tị nạn

at *prep.* ở, tại vào lúc/hồi đang, đang lúc (nhằm) vào, về phía với giá ... lúc/khi,về theo: ~ *Nha Trang* ở Nha Trang; ~ *school* ở trường; ~ *noon* lúc 12 g trưa; ~ *work* đang làm việc; ~ *war* đang có chiến tranh; *to look* ~ nhìn vào; *surprised* ~ lấy làm lạ về; ~ *her request* thể theo lời yêu cầu của bà ấy; ~ *first* lúc đầu; ~ *last* sau cùng, mãi về sau; ~ *least* ít nhất; ~ *once* ngay lập tức

ate quá khứ của **eat**

atheism *n.* thuyết/chủ nghĩa vô thần

atheist *n.* kẻ vô thần

athlete *n.* vận động viên, lực sĩ

athletic *adj.* như lực sĩ về điền kinh

athletics *n.* điền kinh, thể thao

athwart *prep., adv.* ngang qua, xiên trái ngược

Atlantic *n., adj.* (thuộc) Đại Tây Dương

atlas *n.* tập bản đồ

atmosphere *n.* không khí, khí quyển at-mốt-fe

atmospheric *adj.* thuộc không khí/khí quyển

atoll *n.* đảo san hô vòng

atom *n.* nguyên tử, mảnh nhỏ, mảy may

atomic *adj.* thuộc nguyên tử: ~ *energy* năng lượng nguyên tử, nguyên tử năng, nguyên tử lực; ~ *bomb* bom nguyên tử

atone *v.* chuộc, đền [tội, lỗi]

atonement *n.* sự chuộc lỗi, sự đền tội

atrocious *adj.* tàn ác, tàn bạo, hung bạo, dở ẹt

atrocity *n.* hành động tàn ác/tàn nhẫn

atrophy **1** *n.* sự teo **2** *v.* (làm) teo đi

attach *v.* dán, gắn, trói, buộc, gắn bó, kèm theo

attaché *n.* tùy viên sứ quán

attachment *n.* lòng quyến luyến, tài liệu kèm theo

attack **1** *n.* sự tấn công/công kích cơn: *heart* ~ cơn đau tim **2** *v.* tấn công, tập kích, công kích, ăn mòn, bắt tay vào, lao vào

attain *v.* đến, tới, đạt tới

attainable *adj.* có thể đạt tới được

attainment *n.* sự đạt được kết quả thực hiện được, tri thức trau giồi được

attempt **1** *n.* sự gắng, sự mưu hại **2** *v.* cố gắng, thử, toan mưu hại, xâm phạm

attend *v.* dự, chăm sóc, kèm theo, chăm lo

attendance *n.* việc tham dự, số người dự, sự chăm sóc

attendant **1** *n.* người phục vụ **2** *adj.* đi kèm theo

attention *n.* sự chú ý; ~! nghiêm!

attentions *n.* sự ân cần, sự hậu đãi

attentive *adj.* chăm chú, chú ý, lưu tâm, ân cần

attest *v.* chứng nhận, chứng thực, làm chứng

attic *n.* gác xếp dưới mái nhà

attire **1** *n.* quần áo, y phục **2** *v.* mặc quần áo

attitude *n.* thái độ, dáng, tư thế

attorney *n.* luật sư, người đại diện

attorney general *n.* bộ trưởng bộ tư pháp

attract *v.* thu hút, hấp dẫn, lôi cuốn

attraction *n.* sức hút, sự/tiết mục hấp dẫn

attractive *adj.* hút, hấp dẫn, quyến rũ, đẹp

attribute **1** *n.* thuộc tính thuộc ngữ, định ngữ **2** *v.* quy cho, cho là vì

auburn *adj.* [tóc] màu nâu vàng

auction **1** *n.* cuộc bán đấu giá **2** *v.* bán đấu giá

auctioneer *n.* người bán đấu giá

audacious *adj.* gan, táo bạo, đại đởm, liều lĩnh, trơ tráo, mặt dạn mày dày, cả gan

audacity *n.* sự táo bạo, sự liều lĩnh/trơ tráo

audible *adj.* nghe thấy được, nghe rõ

audience *n.* thính giả, khán giả, độc giả triều kiến, yết kiến, tiếp kiến, hội kiến

audio-visual *adj.* thính thị, nghe và nhìn

audit **1** *n.* sự kiểm tra **2** *v.* kiểm tra [sổ sách] bàng thính [lớp học]

auditor *n.* người nghe, bàng thính viên, kiểm tra viên

auditorium *n.* giảng đường, thính đường, lễ đường

augment *v.* làm tăng lên, gia tăng, tăng đỉnh

August *n.* tháng tám

august *adj.* oai nghiêm, oai vệ, uy nghi

aunt *n.* cô, già, dì, bác gái, thím, mợ

aural *adj.* thuộc tai, nghe được bằng tai

auspices *n.* sự bảo trợ/tán trợ

auspicious *adj.* có điềm lành, cát tường

austere *adj.* nghiêm khắc, khắc khe, khắc khổ

austerity *n.* sự khắc khe, sự khắc khổ

Australia *n.* nước Úc

Australian **1** *n.* người Úc **2** *adj.* thuộc Úc

Austria *n.* nước Áo

Austrian **1** *n.* người Áo **2** *adj.* thuộc nước Áo

authentic *adj.* thật, xác thực, đáng tin

author *n.* tác gia, tác giả, người tạo nên

authoress *n., f.* nữ tác gia, nữ tác giả

authoritarian *n., adj.* (người) độc đoán

authoritative *adj.* có thẩm quyền/căn cứ hách

authority *n.* quyền lực, nhà thẩm quyền, chuyên gia: *the authorities* nhà cầm quyền/chức trách/đương cục

authorize *v.* cho phép, cho quyền, uỷ quyền

auto *n.* xe hơi, ô tô

autobiography *n.* tự truyện, tiểu sử tự thuật

autocracy *n.* chế độ chuyên quyền/độc tài

autocrat *n.* người chuyên quyền, kẻ độc tài

autocratic *adj.* độc tài, chuyên quyền/chế

autograph **1** *n.* chữ ký riêng **2** *v.* đề ký tặng

automat *n.* quán ăn tự động

automatic *adj.* tự động, vô ý thức, máy móc

automation *n.* sự tự động hóa, kỹ thuật tự động

automobile *n.* ô tô, xe hơi, khí xa

autonomous *adj.* tự trị
autonomy *n.* sự/quyền tự trị
autopsy *n.* sự mổ xác để khám nghiệm, sự phân tích
autumn *n.* mùa thu
autumnal *adj.* (thuộc) mùa thu, thu thiên
auxiliary *adj.* phụ, bổ trợ
avail 1 *n.* ích lợi 2 *v.* giúp ích, có lợi cho: *to ~ oneself of* lợi dụng
availability *n.* sự có thể có/kiếm được
available *adj.* sẵn có có thể mua/kiếm được
avalanche *n.* tuyết lở
avarice *n.* lòng tham, tính tham lam
avaricious *adj.* tham lam, hám lợi
avenge *v.* trả/báo thù, báo cừu
avenue *n.* đại lộ, đường lớn, phương pháp
aver *v.* quả quyết, khẳng định, xác nhận
average 1 *n.* số/mức trung bình 2 *adj.* trung bình
averse *adj.* chống lại, phản đối, không thích
aversion *n.* sự ghét, ác cảm, sự không ưa
avert *v.* tránh, ngăn chặn, ngăn ngừa, ngoảnh đi
aviation *n.* (thuật) hàng không/phi hành: *civil ~* hàng không dân dụng/dân sự
aviator *n.* phi công, người lái máy bay
avoid *v.* tránh, tránh xa, tránh né
avoidable *adj.* có thể tránh được
avoidance *n.* sự tránh, sự tránh xa
avow *v.* nhận, thừa nhận, thú nhận
avowal *n.* sự nhận, sự thừa nhận, sự thú nhận
await *v.* đợi, chờ đợi
awake 1 *adj.* thức, thức dậy, thức giấc tỉnh táo, cảnh giác 2 *v.* [awoke; awoken] (đánh) thức dậy, (làm) thức tỉnh
awaken *v.* đánh thức, làm thức tỉnh/tỉnh ngộ
award 1 *n.* phần thưởng/tặng khoản 2 *v.* tặng, cấp
aware *adj.* biết, nhận thấy, nhận thức
awareness *n.* nhận thức, ý thức, tri giác
away 1 *adv.* xa, xa cách, xa ra, rời xa, ... đi hết đi, mất đi, biến đi: *~ from the crowd* xa đám đông; *to go ~* đi khỏi/xa 2 *adv.* ngay tức thì: *right ~* ngay lập tức
awe 1 *n.* nỗi kinh sợ/kinh dị 2 *v.* làm sợ hãi
awesome *adj.* làm khiếp sợ, làm kinh hoàng
awful *adj.* kinh khủng, khủng khiếp, lạ lùng, vô cùng, phi thường, dễ sợ tệ, xấu quá, dở ẹt
awhile *adv.* một lúc, một lát
awkward *adj.* vụng về lúng túng, ngượng nghịu khó xử, bất tiện, rầy rà, rắc rối
awl *n.* cái giùi
awning *n.* mái vải, tấm vải bạt
awoke quá khứ của **awake**
awry *adj., adv.* lệch, xiên, méo mó thất bại
ax *n.* [*Br.* **axe**] cái rìu: *to get the ~* bị đuổi/thải

axes *n.* số nhiều của **ax** và của **axis**
axiom *n.* tiền đề, sự thật đương nhiên
axiomatic *adj.* hiển nhiên, tự nó đã đúng
axis *n.* trục [quả đất, hình học] phe trục
axle *n.* trục xe
ay(e) *n.* câu trả lời đồng ý, phiếu thuận
azalea *n.* cây/hoa đỗ quyên
azure 1 *n.* màu xanh da trời 2 *adj.* xanh da trời

B

BA *n., abbr.* (= **Bachelor of Arts**) viết tắt chữ cử nhân văn khoa
baa 1 *n.* tiếng be be 2 *v.* [cừu] kêu be be
babble *n., v.* (tiếng) bi bô/bập bẹ, (sự) nói bép xép, (tiếng) róc rách, (tiếng) rì rào
Babel *n.* khỉ đầu chó
baby *n.* em bé, trẻ thơ, trẻ sơ sinh, người tính trẻ con, người yêu, "em bé," "em út," cỡ nhỏ
babyhood *n.* tuổi thơ
babyish *adj.* (như) trẻ con
baby-sitter *n.* người giữ trẻ hộ
bachelor *n.* người chưa vợ, đàn ông độc thân
Bachelor of Arts *n.* (*abbr.* **BA**) cử nhân văn khoa
Bachelor of Science *n.* (*abbr.* **B.Sc/BS**) cử nhân khoa học
bacillus *n.* (*pl.* **bacilli**) khuẩn que
back 1 *n.* lưng (người, thú vật), lưng ghế: *please turn your ~* làm ơn quay lưng lại; phía sau, đằng sau, mặt sau/trái: *there are many flowers at the ~ of your house* có rất nhiều hoa phía sau nhà bạn 2 *adj.* sau, hậu, ngược: *please enter by the ~ door* vui lòng đi cửa sau 3 *adv.* lùi lại, về, ngược, trở lại, trả lại, trước, đã qua: *to go ~ to the old hotel* đi trở lại khách sạn cũ; *~ a few years* vài năm trước; *to throw ~* ném trả lại; *to go ~ and forth* đi tới đi lui 4 *v.* lùi lại, ủng hộ, làm hậu thuẫn cho: *to ~ a player at the match* ủng hộ cầu thủ trong một trận đấu; *to ~ pay* trả lương còn chịu lại; *to ~ down* bỏ, chùn lại; *to ~ out* nuốt lời, lẩn trốn
backache *n.* chứng đau lưng
backbite *n.* nói vụng, nói xấu sau lưng
backbone *n.* xương sống, cột trụ, nghị lực
backer *n.* người ủng hộ
background *n.* phía sau, nền, bối cảnh, quá trình học hành, kinh nghiệm: *I come from a non-English speaking ~* tôi từ một nước không nói tiếng Anh
backhand *n.* cú rơ ve, quả đánh trái

backstage *adj., adv.* ở hậu trường
backstroke *n.* cú trái, kiểu bơi ngửa
backward 1 *adj.* về phía sau, giật lùi, chậm tiến, lạc hậu: *a ~ country* nước chậm tiến 2 *adv.* (**backward/backwards**) về phía sau, lùi, ngược: *to know the alphabet ~* đọc chữ cái lùi ngược lại
backwater *n.* chỗ nước đọng, tình trạng đình trệ
backwoods *n.* vùng (rừng) khỉ ho cò gáy
bacon *n.* thịt lợn muối hoặc xông khói
bacteria *n.* (*sing.* **bacterium**) vi khuẩn
bacteriology *n.* vi khuẩn học
bacterium xem **bacteria**
bad 1 *adj.* [**worse**; **worst**] xấu, dở, tồi: *he has a ~ life* ông ấy có đời sống xấu 2 *adj.* ác, xấu, bất lương: *we shouldn't live with ~ people* chúng ta không nên ở với người xấu 3 *adj.* nặng, trầm trọng, thiu, ươn, hỏng: *don't eat ~ food* đừng ăn thực ăn hỏng 4 *adj.* khó chịu: *a ~ shoulder* bả vai bị đau
bade *v.* quá khứ của **bid**
badge *n.* huy hiệu, phù hiệu, lon, quân hàm
badger 1 *n.* con lửng 2 *v.* quấy rầy, làm phiền
badly *adv.* xấu, tồi, bậy bạ, ác, nặng, lắm, quá
badminton *n.* cầu lông, vũ cầu
baffle *v.* làm lúng túng/bối rối, làm hỏng
bag 1 *n.* bao, bị, túi, xắc, bọng, bọc, chỗ phồng ra, chỗ lụng thụng, chỗ húp lên, vật săn được 2 *v.* bỏ vào bị, cho vào bao, săn/ bắn được, lấy, ăn cắp, [quần] phồng ra
baggage *n.* hành lý, hành trang
baggy *adj.* [quần] phồng ra, [má] phị
bagpipe *n.* kèn túi
bail 1 *n.* tiền bảo lãnh cho tự do tạm: *he was released on ~ of 10,000 dollars* ông ấy được tạm tha với số tiền bảo lãnh 10.000 đô la 2 *v.* đóng bảo lãnh cho ai được tự do tạm: *to ~ someone out* cho ai tạm tại ngoại
bail 1 *v.* dùng gàu tát nước trong thuyền 2 *v.* nhảy ra khỏi: *to ~ out* nhảy dù khỏi máy bay
bailiff *n.* nhân viên chấp hành ở tòa án
bait 1 *n.* moai, bau 2 *v.* bẫy
bake *v.* nướng bằng lò, bỏ lò, nung
baker *n.* người làm/bán bánh mì, chủ lò bánh mì
bakery *n.* lò bánh mì, hiệu/tiệm bánh mì
balance 1 *n.* Cái cân, sự thăng bằng, cán cân: *to keep the ~ between entertainment and study* cần giữ sự quân bình giữa chơi và học 2 *n.* số còn lại, số dư: *to check the ~ of your account* xem số tiền còn trong trương mục của bạn 3 *v.* làm cho thăng bằng, quyết toán các khoản chi thu
balcony *n.* bao lơn, ban công
bald *adj.* hói đầu, trọc, trụi

bale 1 *n.* kiện (hàng) 2 *v.* đóng thành kiện
balk *v.* chùn bước, ngần ngại, [ngựa] dở chứng
ball 1 *n.* quả bóng/ban, trái banh, quả cầu, hình cầu, cuộn, búi (len, chỉ), hòn bi 2 *v.* cuộn lại
ball *n.* buổi khiêu vũ, tiệc nhảy, ban, bum
ballad *n.* dân ca trữ tình, truyện thơ dân gian
ballast *n.* bì, đồ dằn, đá balat, sự chín chắn
ballet *n.* kịch múa, ba lê
ballistics *n.* đạn đạo học, khoa đường đạn
balloon *n.* khí cầu, quả bóng, bóng trẻ con chơi
ballot 1 *n.* lá phiếu, sự bỏ phiếu, vòng phiếu 2 *v.* bỏ phiếu
ballpoint pen *n.* bút bi, bút nguyên tử
balm *n.* dầu thơm, dầu cù là, niềm an ủi
balmy *adj.* thơm ngát, êm dịu, êm ả
bamboo *n.* cây tre: *~ shoot* măng tre
ban 1 *n.* sự cấm 2 *v.* cấm chỉ: *to ~ a meeting* cấm hội họp
banana *n.* quả chuối: *a hand of ~s* một nải chuối; *a bunch of ~s* một buồng chuối
band 1 *n.* dải, đai, nẹp, băng 2 *n.* đoàn, toán, bọn, lũ, ban nhạc 3 *v.* buộc dải 4 *v.* họp lại thành đoàn/bọn
bandage 1 *n.* băng 2 *v.* băng bó
bandit *n.* kẻ cướp, thổ phỉ
bane *n.* bả, thuốc độc
baneful *adj.* tai hại, độc hại
bang 1 *n.* tiếng sập mạnh 2 *v.* đập mạnh, nổ vang
bangle *n.* vòng đeo cổ tay/chân
banish *v.* đày đi, trục xuất, xua đuổi, tiêu trừ
banishment *n.* sự đày, sự phóng trục, sự xua đuổi
banister *n.* lan can, thành cầu thang
banjo *n.* đàn banjô, đàn băng giô
bank *n.* bờ sông/hồ, ụ, đê, gờ, chất đống
bank 1 *n.* nhà băng, ngân hàng: *blood ~* ngân hàng máu 2 *v.* gửi tiền ở nhà băng: *to ~ on* trông mong vào
bankbook *n.* sổ băng
banker *n.* chủ băng, giám đốc ngân hàng, nhà cái
banking *n.* công việc ngân hàng, khoa ngân hàng
banknote *n.* giấy bạc
bankrupt *adj.* vỡ nợ, phá sản
banner *n.* ngọn cờ, biểu ngữ, băng khẩu hiệu: *~ headline* tít chữ lớn chạy ngang trên báo
banquet *n.* tiệc lớn, đại tiệc
banter *n., v.* (sự) nói đùa, (sự) giễu cợt
baptism *n.* lễ rửa tội, sự thử thách đầu tiên
baptist *n.* người thuộc giáo phái báp tít
baptize *v.* rửa tội, đặt tên
bar 1 *n.* thanh, thỏi, miếng: *a chocolate ~*

một thỏi sô cô la **2** *n.* chấn song, then cửa, cồn cát ngầm, vạch ngang, đường kẻ, xà **3** *n.* vành móng ngựa, nghề luật sư, quầy bán rượu, tửu quán **4** *v.* cài then cửa: *to ~ the gate* cài then cổng, ngăn chặn, cấm chỉ

barb *n.* ngạnh, gai, lời nói châm chọc

barbarian *n., adj.* (người) dã man/man rợ

barbarism *n.* hành động dã man/man sợ, sự thô

barbarity *n.* tính chất/hành động dã man

barbarous *adj.* dã man, man rợ, tàn ác, hung bạo

barbecue *v.* nướng/quay cả con

barbed wire *n.* dây thép gai, dây kẽm gai

barber *n.* thợ cạo, thợ cắt/hớt tóc

barcode *n.* mã số của sản phẩm

bard *n.* nhà thơ, thi sĩ, thi nhân

bare **1** *adj.* trần, trần truồng, trọc: *a ~ tree* cây trụi lá **2** *adj.* trống không, trống rỗng: *to be ~ of money* túi trống không, vừa đủ, tối thiểu; *to lay ~* vạch trần **3** *v.* lột, bóc trần, để lộ ra, thổ lộ, bộc lộ

barefaced *adj.* mày râu nhẵn nhụi, mặt dạn mày dày

barefooted *adj.* đi chân không

bareheaded *adj.* để đầu trần

barely *adv.* vừa đủ, công khai, rõ ràng

bargain **1** *n.* sự mặc cả, sự thỏa thuận mua bán: *to make the best of a bad ~* kiếm được điều tốt nhất bằng sự mặc cả **2** *v.* mặc cả, trả giá, thương lượng mua bán: *you have to ~ when you want to buy some things* bạn phải mặc cả khi bạn muốn mua món gì

barge **1** *n.* sà lan, thuyền mui **2** *v.* xông/xía vào

baritone *n.* giọng nam trung

barium *n.* bari

bark **1** *n.* tiếng sủa, tiếng quát tháo, tiếng ho **2** *v.* sủa, quát tháo, ho

bark **1** *n.* vỏ cây **2** *v.* lột vỏ, bóc vỏ, sầy da

bark *n.* thuyền

barley *n.* lúa mạch

barm *n.* men rượu

barn *n.* kho thóc, vựa lúa, chuồng bò/ngựa

barometer *n.* phong vũ biểu, cái đo khí áp

baron *n.* nam tước: *steel ~* vua thép

baroness *n., f.* nam tước phu nhân, nữ nam tước

baronet *n.* tòng nam tước

barony *n.* tước vị/lãnh địa của nam tước

barracks *n.* trại lính, doanh trại

barrage *n.* sự bắn yểm hộ, hàng rào

barrel *n.* thùng tròn, thùng rượu, thùng, nòng súng, ống bơm nước

barren *adj.* [đất] cằn cỗi, [cây] không có quả, [đàn bà] không sinh đẻ, hiếm hoi

barricade **1** *n.* vật chướng ngại **2** *v.* chặn [đường] bằng vật chướng ngại

barrier *n.* cái chắn đường, vật/sự cản trở

barrister *n.* luật sư

barrow *n.* xe cút kít: *wheel~* xe ba gác

barter *n., v.* (sự) đổi chác

base **1** *n.* nền (móng), nền tảng, cơ sở, chân, đế, đáy, căn cứ, đường/mặt đáy, bazơ, gốc từ **2** *v.* dựa vào, đặt vào, căn cứ vào: *this book is ~d on facts* cuốn sách nầy dựa vào thực tế **3** *adj.* hèn hạ, đê tiện, [kim loại] thường

baseball *n.* bóng chày, dã cầu

baseless *adj.* không có cơ sở, vô căn cứ

basement *n.* nền móng, tầng hầm

bases *n.* số nhiều của **basis**

bashful *adj.* e lệ, thẹn thò, bẽn lẽn

basic *adj.* cơ bản, cơ sở, thuộc bazơ

basil *n.* cây húng quế

basin *n.* chậu wash basin, lưu vực

basis *n.* (*pl.* **bases**) cơ sở, căn cứ

bask *v.* phơi/tắm nắng

basket *n.* giỏ, rổ, thúng, nong, nia, sọt, v.v....

basketball *n.* bóng rổ

basketry *n.* nghề đan rổ rá, rổ rá

bass *n.* giọng nam trầm, kèn bát

bastard *n., offens.* con hoang, con tư sinh

bastion *n.* pháo đài, thành lũy

bat **1** *n.* chày vụt bóng, vợt bóng bàn **2** *v.* vụt

bat *n.* con dơi: *as blind as a ~* mù tịt

batch *n.* mẻ đánh, đợt, chuyến, lứa

bate *v.* giảm bớt

bath *n.* sự tắm, chậu/bồn tắm, nhà tắm: *to take a ~, to have a ~* tắm một cái

bathe *v.* tắm (sông, hồ, bể), đầm mình, rửa [vết thương], làm ngập trong [ánh sáng]

bathing suit *n.* áo tắm đàn bà

bathing trunks *n.* quần bơi đàn ông

bathrobe *n.* áo choàng mặc sau khi tắm

bathroom *n.* buồng tắm, phòng tắm

bathtub *n.* bồn tắm

baton *n.* đũa nhạc trưởng, gậy chỉ huy

battalion *n.* tiểu đoàn

batter *n.* bột nhào trứng và sữa

batter *n.* người vụt bóng chày

batter *v.* đập, nã súng vào, đánh đập, hành hạ

battery *n.* pin, ắc quy, bình điện, khẩu đội pháo, bộ [đồ dùng, bài thi], tội hành hung

battle **1** *n.* trận đánh, cuộc chiến đấu **2** *v.* vật lộn

battlefield *n.* chiến trường, sa trường

battleground *n.* chiến trường, sa trường

battlement *n.* tường có lỗ châu mai

battleship *n.* tàu chiến, chiến hạm

bawd *n.* trùm nhà thổ, tú bà, đĩ, gái mại dâm

bawdy *adj.* tục tĩu dâm ô

bawdyhouse *n.* nhà thổ, nhà chứa, ổ gái điếm

bawl *v.* nói oang oang, chửi mắng

bay *n.* vịnh
bay 1 *n.* tiếng chó sủa **2** *v.* sủa
bayonet 1 *n.* lưỡi lê **2** *v.* đâm bằng lưỡi lê
bazaar *n.* chợ, hiệu tạp hóa, cửa hàng bách hóa, chợ phiên từ thiện
bazooka *n.* súng bazôca bắn xe tăng
BBC *n., abbr.* (= **British Broadcasting Corporation**) đài bbc
BC *n., abbr.* (= **Before Christ**) trước công nguyên
be *v.* [hiện tại: *I am, you/we/they are, he/ she/ it is;* quá khứ: *I/he/she/it was, you/we/ they were, been*] là, có, tồn tại, ở, trở nên, giá: *the earth is round* trái đất tròn; *I am a worker* tôi là công nhân; *it isn't hot today* hôm nay trời không nóng; *don't ~ late* đừng đến muộn!; *my car is out of order* xe tôi hỏng; *the total is 68* tổng số là 68; *where were you yesterday?* hôm qua anh đi đâu?; *there is no electricity* không có điện; *they will ~ good teachers* họ sẽ trở thành những thầy giáo giỏi; *this book is five dollars* quyển sách này giá 5 đô la; *I am to leave for Haiphong this evening* theo chương trình thì tối nay tôi đi Hải phòng; *have you ever been in that city?* anh đã bao giờ đến chơi thành phố đó chưa?; *she is wash- ing her hair* cô ấy đang gội đầu; *he was rewarded one day and punished the next* thằng đó hôm trước được thưởng, hôm sau bị phạt
beach *n.* bãi biển
beacon *n.* đèn hiệu, đèn biển
bead *n.* hạt/hột trong chuỗi, giọt [sương, mồ hôi]
beak *n.* mỏ chim, mũi khoằm, đầu nhọn, vòi
beaker *n.* cốc vại, chén tống, cốc bêse
beam 1 *n.* xà, rầm, cán/đòn cân, tia, chùm, vẻ vui tươi **2** *v.* chiếu/rọi, phát đi, tươi cười
bean *n.* đậu, đỗ, hột cà phê: *lima ~* đậu ngự; *string ~* đậu đũa; *soy ~, soya ~* đậu tương
bean cake/curd *n.* đậu phụ
bean sprouts *n.* giá đậu tương
bear *n.* con gấu: *the great ~* chòm sao đại hùng
bear *v.* [**bore**; **born/borne**] mang, cầm, vác v.v. chịu đựng, sinh (sản), sinh lợi: *to ~ oneself* cư xử, xử sự; *to ~ in mind* nhớ; *to ~ interest* sinh lãi; *the cost will be borne by my boss* ông chủ tôi sẽ chịu tiền phí tổn
bearable *adj.* có thể chịu đựng được
beard *n.* râu, bộ râu, gai, ngạnh
beardless *adj.* không có râu
bearer *n.* người cầm/mang (thư), người khiêng
bearing *n.* sự mang, sự sinh nở, thái độ, bộ dạng, sự liên quan, vị trí, phương hướng
beat 1 *n.* tiếng đập, nhịp, khu vực đi tuần

2 *v.* [**beat; beaten**] đánh, đập, vỗ, gõ, đánh bại, thắng, đánh trống ra lệnh: *to ~ up* đánh nhừ tử; *to ~ about the bush* nói quanh; *~ it!* cút đi
beaten quá khứ của **beat** *adj.* đập thành hình, nản chí: *the ~ track/path* đường mòn
beating *n.* sự đánh đập, sự thua, sự thất bại
beautiful *adj.* đẹp, hay, tốt
beautify *v.* làm đẹp, tô điểm
beauty *n.* vẻ/sắc đẹp, nhan sắc, cái đẹp, cái hay
beaver *n.* con hải ly
became quá khứ của **become**
because *conj.* vì, bởi vì: *~ of* vì
beck *n.* sự gật đầu vẫy tay ra hiệu
beckon *v.* gật đầu vẫy tay ra hiệu
become *v.* [**became; become**] trở nên, trở thành, vừa, hợp, xứng: *to ~ of* xảy đến
becoming *adj.* vừa, hợp, xứng, thích hợp
bed *n.* cái giường, nền, lớp, lòng sông, luống: *to go to ~* đi ngủ; *to make the ~* làm giường
bedbug *n.* con rệp
bedclothes *n.* bộ đồ giường (khăn, nệm, chăn, gối)
bedlam *n.* cảnh hỗn loạn, ồn ào
bedridden *adj.* nằm liệt giường
bedroom *n.* buồng/phòng ngủ
bedside *n.* bên cạnh giường
bedtime *n.* giờ đi ngủ
bee *n.* con ong, buổi lao động vui chơi tập thể
beech *n.* cây sồi
beef 1 *n.* thịt bò **2** *v.* *to ~ up* tăng cường
beefsteak *n.* thịt bít tết
beehive *n.* tổ ong
been xem **be**
beer *n.* rượu bia
beet *n.* củ cải đường
beetle *n.* bọ cánh cứng
befall *v.* [**befell; befallen**] xảy đến, giáng xuống
befit *v.* thích hợp với
before 1 *prep.* trước, trước mặt, trước mắt, hơn: *~ the house* trước mặt ngôi nhà **2** *adv.* đằng trước, ngày trước, trước đây: *I met him ~* tôi đã gặp ông ta trước đây rồi **3** *conj.* trước khi, thà ... chứ không
beforehand *adv.* trước, dự trước
befriend *v.* đối xử như bạn, giúp đỡ
beg *v.* ăn xin, xin, cầu xin, khẩn cầu: *we ~ to advise you that ...* chúng tôi trân trọng thông báo để ông rõ là .
began quá khứ của **begin**
beget *v.* [**begot; begotten**] sinh ra, gây ra
beggar *n.* người ăn mày, kẻ ăn xin
beggary *n.* cảnh ăn mày
begin *v.* [**began; begun**] bắt đầu, mở đầu,

khởi sự: *to ~ with* trước hết
beginner *n.* người bắt đầu
beginning *n.* lúc bắt đầu, phần đầu, nguyên do
begone *int.* cút đi
begot quá khứ của **beget**
begotten xem **beget**
begrudge *v.* ghen tị, miễn cưỡng phải cho/làm
beguile *v.* đánh lừa, làm khuây, tiêu khiển
begun xem **begin**
behalf *n. on/in ~ of* thay mặt cho, nhân danh
behave *v.* ăn ở, cư xử, đối xử: *to ~ oneself* ăn ở cư xử cho phải phép
behavior *n.* cách ăn ở cư xử, cách đối xử, cử chỉ, thái độ, hành vi, tư cách đạo đức
behead *v.* chém đầu, chặt đầu, xử trảm
beheld quá khứ của **behold**
behest *n.* mệnh lệnh
behind **1** *n.* [tục] mông đít **2** *prep.* sau, đằng sau, kém [ai] **3** *adv.* sau, ở đằng sau, chậm trễ: *~ time* chậm trễ, muộn; *~ the times* cũ rích, cổ lỗ; *~ the scenes* ở hậu trường
behold *v.* [**beheld**] nhìn, ngắm, trông thấy
beholden *adj.* chịu ơn
being **1** *n.* sinh vật, con người *human ~* sự sống, sự tồn tại **2** *n. the supreme ~* g thượng đế **3** *n. to come into ~* ra đời, được thành lập
belated *adj.* muộn, chậm
belch *v.* phun [khói, lửa, đạn v.v. ...], ợ
belfry *n.* tháp chuông
Belgian *n., adj.* (người) bỉ
Belgium *n.* nước Bỉ
belief *n.* sự tin tưởng, lòng/đức tin, tín ngưỡng
believe *v.* tin, tin tưởng, cho rằng, nghĩ rằng: *to ~ in* tin ở, tín nhiệm; *to make ~* giả vờ
believer *n.* người tin, tín đồ
bell *n.* cái/quả chuông, nhạc, tiếng chuông: *to ring the ~* bấm/giật/rung/lắc/thỉnh chuông
bellicose *adj.* hung hăng, hiếu chiến
belligerent *n., adj.* (nước/phe) tham chiến
bellow *n., v.* (tiếng) kêu rống, (tiếng) gầm vang
bellows *n.* ống bễ lò rèn
belly **1** *n.* bụng, dạ dày **2** *v.* phồng ra
belong *v.* thuộc về, của, thuộc quyền sở hữu, là hột viên của, có chân trong ...
belongings *n.* của cải, đồ đạc, hành lý
beloved *adj., n.* (người) yêu dấu/yêu quý
below **1** *prep.* dưới, ở dưới, thấp hơn, không xứng đáng **2** *adv.* ở (bên) dưới, ở dưới đây
belt *n.* dây lưng, thắt lưng, vành đai
bemoan *v.* than khóc, nhớ tiếc
bench *n.* ghế dài, bàn thợ mộc, chức quan tòa
bend **1** *n.* chỗ cong, chỗ rẽ, khuỷu **2** *v.* [**bent**] cúi xuống, cong xuống, uốn cong, hướng

về, rẽ, bắt phải theo
beneath *prep., adv.* ở dưới, kém, thấp kém, không đáng, không xứng
benediction *n.* lễ giáng phúc, câu kinh đọc trước bữa ăn
benefactor *n.* ân nhân
beneficial *adj.* tốt, có ích, có lợi
beneficiary *n.* người được hưởng
benefit **1** *n.* lợi, lợi ích: *he did it for his ~* ông ấy làm điều đó có lợi cho ông ta **2** *n.* tiền trợ cấp: *social ~* tiền trợ cấp xã hội **3** *v.* giúp ích cho, làm lợi cho, được lợi
benevolence *n.* lòng nhân từ/từ thiện
benevolent *adj.* nhân từ, từ thiện, nhân đức
benign *adj.* lành, nhân từ, [bệnh] nhẹ, [khí hậu] ôn hòa, ấm áp
bent **1** *n.* khuynh hướng, sở thích, khiếu **2** *v.* quá khứ của **bend**
benumb *v.* làm cho tê cóng
benzene *n.* benzen
bequeath *v.* để lại, truyền lại, di tặng
bequest *v.* di vật, di sản
bereave *v.* [**bereaved; bereft**] lấy mất, lấy đi
bereavement *n.* sự mất mát, tang vong
bereft quá khứ của **bereave**
beret *n.* mũ nồi, mũ bê rê
berry *n.* quả mọng: *mul~* dâu (ta), *straw~* dâu tây
berth *n.* giường ngủ [trên xe lửa, tàu thuỷ, máy bay], chỗ tàu thuỷ đậu
beseech *v.* [**besought**] cầu khẩn, van nài
beset *v.* [**beset**] bao vây, vây quanh, choán
beside *prep.* bên cạnh, đứng cạnh, so với: *~ oneself* không tự chủ được; *~ the point* lạc đề
besides *adv.* vả lại, vả chăng, hơn nữa, ngoài ra
besiege *v.* bao vây, vây hãm, quấy lấy, xúm vào
besought quá khứ của **beseech**
best **1** *n.* cái tốt/hay/đẹp nhất, cố gắng lớn nhất, quần áo đẹp nhất: *I'll do my ~* tôi sẽ hết sức cố gắng **2** *adj.* [xem **good**] tốt/giỏi/ hay nhất: *the ~ tie in the store* cái ca vát đẹp nhất tiệm; *the ~ restaurant in the city* hiệu ăn ngon nhất trong thành phố; *the ~ tool available* dụng cụ tốt nhất có thể kiếm được; *in their Sunday ~* thắng bộ đồ diện nhất của họ **3** *adv.* [xem **well**] tốt/giỏi/hay/ đẹp nhất; *I like autumn ~* tôi thích mùa thu nhất; *I work ~ in the early morning* tôi làm việc tốt nhất vào buổi sáng
bestial *adj.* dã man, đầy thú tính
bestir *v.* khuấy động: *to ~ oneself* vùng vẫy
bestow *v.* cho, tặng, ban cho, dành cho
bestseller *n.* sách/dĩa bán chạy nhất
bet **1** *n.* sự đánh cuộc, tiền đánh cuộc: *to*

make a ~ đánh cuộc **2** *v.* [**bet/betted**] đánh cuộc/cược/cá

betake *v.* [**betook; betaken**] đi, đam mê

betel *n.* cây trầu không: ~ *leaf* lá trầu; *a quid of* ~ một miếng trầu

bethink *v.* [**bethought**] nhớ ra, nghĩ ra

betray *v.* phản, phản bội, phụ bạc, để lộ, tiết lộ

betrayal *n.* sự phản bội

betroth *v.* hứa hôn, đính hôn

betrothal *n.* sự/lời hứa hôn, lễ đính hôn

betrothed *n.* chồng/vợ chưa cưới

better 1 *adj.* [xem **good**] hơn, tốt/khá/hay/đẹp hơn, khỏe hơn, dễ chịu hơn, đã đỡ **2** *adv.* tốt/giỏi/hay hơn: ~ *off* khá hơn, phong lưu hơn; *no* ~ *than* không hơn gì; ~ *late than never* muộn còn hơn là không; *you had* ~ *stop smoking* anh nên cai thuốc lá đi!; *so much the* ~ thế càng tốt! **3** *v.* cải thiện, cải tiến **4** *n.* người trên/hơn, thế lợi hơn **5** *n.* tiền đánh cuộc/cá: *do you have a* ~ *for the soccer matches?* bạn thường đánh cá bóng đá không?

between *prep.* giữa, ở giữa, trong khoảng: ~ *the two countries* giữa hai nước; ~ *you and me* giữa chúng mình với nhau thôi

bevel 1 *n.* cạnh/góc xiên **2** *v.* làm cho xiên góc

beverage *n.* đồ uống: *alcoholic* ~ rượu

beware *v.* cẩn thận, chú ý: ~ *of pickpockets!* đề phòng kẻ móc túi!

bewilder *v.* làm bối rối/hoang mang/ngơ ngác

bewilderment *n.* sự bối rối/hoang mang

bewitch *v.* bỏ bùa, làm say mê, làm say đắm

beyond 1 *prep.* ở bên kia, quá, vượt xa, hơn: *the book is* ~ *me* sách này tôi đọc không hiểu **2** *adv.* ở xa, tít đằng kia **3** *n.* kiếp sau, thế giới bên kia

bias 1 *n.* sự thiên về, thiên kiến, thành kiến, độ xiên, đường chéo **2** *v.* gây thành kiến

bib *n.* yếm dãi (trẻ con)

bible *n.* kinh thánh, thánh kinh

biblical *adj.* thuộc kinh thánh

bibliography *n.* thư mục, thư mục học

biceps *n.* cơ hai đầu

bicycle 1 *n.* xe đạp: *to ride (on) a* ~ đi xe đạp **2** *v.* đi xe đạp

bid 1 *n.* sự đặt/trả giá, sự bỏ/đấu thầu, sự mời chào: *to make a* ~ *for* cố gắng để được **2** *v.* [**bid**] đặt giá, trả, thầu làm ..., mời, chào, xướng bài, ra lệnh, bảo: *to* ~ *fair to* hứa hẹn, có triển vọng

biennial *adj.* hai năm một lần

bier *n.* quan tài

big *adj.* to, lớn, quan trọng, rộng lượng, lượng cả, hào hiệp, huyênh hoang, khoác lác: *to talk* ~ nói chuyện lớn, đại ngôn; ~ *with child* có mang; *the* ~ *four* bốn nước lớn, tứ đại cường

bigamy *n.* sự lấy hai vợ/chồng, tội song hôn

bigot *n.* người tin mù quáng, người ngoan cố

bigoted *adj.* tin mù quáng

bigotry *n.* sự tin mù quáng

bike 1 *n., abbr.* (= **bicycle**) xe đạp **2** *v.* đi xe đạp

bilateral *adj.* tay đôi, hai bên, song phương

bile *n.* mật, tính cáu gắt: ~ *duct* ống mật

bilingual *adj.* dùng/bằng hai thứ tiếng, song ngữ

bilious *adj.* có bệnh nhiều mật, bẳn tính, hay gắt

bill *n.* mỏ chim

bill 1 *n.* phiếu trả tiền, hoá đơn, đơn hàng, giấy bạc, đạo/dự luật, tờ quảng cáo, yết thị: *to foot a* ~ thanh toán hoá đơn; ~ *of fare* thực đơn; ~ *of health* giấy kiểm dịch; ~ *of lading* hoá đơn vận chuyển; ~ *of exchange* hối phiếu **2** *v.* làm hoá đơn đòi tiền

billet *n.* chỗ trú quân

billiards *n.* trò chơi bi da

billion *n.* [mỹ, pháp] tỉ, [anh, đức] nghìn tỉ

billionaire *n.* nhà tỉ phú

billow 1 *n.* sóng lớn/cồn, biển cả **2** *v.* cuồn cuộn

bin *n.* thùng (than, rác): *a rubbish* ~ thùng rác

bind 1 *n.* sự trói buộc, tình thế khó khăn **2** *v.* [**bound**] buộc, bó, trói, bắt buộc, ràng buộc, đóng [sách], băng bó [vết thương], gây táo bón

binder *n.* thợ đóng sách, dây, thừng, chão, đai, bìa rời [cho tạp chí]

bindery *n.* hiệu/xưởng đóng sách

binding 1 *n.* sự đóng bìa **2** *adj.* ràng buộc, bắt buộc

bindweed *n.* rau muống

binoculars *n.* ống nhòm

biochemistry *n.* sinh hóa học, hóa sinh

biography *n.* tiểu sử, lý lịch

biological *adj.* thuộc sinh vật học

biologist *n.* nhà sinh vật học, sinh vật học gia

biology *n.* sinh vật học

biophysics *n.* lý sinh, sinh vật vật lý học

bipartisan *adj.* lưỡng đảng, thuộc hai đảng

birch *n.* cây/gỗ bu lô, cây/gỗ phong

bird *n.* chim, gã, thằng cha: ~ *of passage* chim di trú; ~ *of peace* chim bồ câu; ~ *of prey* chim ăn thịt; *to kill two* ~*s with one stone* nhất cử lưỡng tiện; ~ *flu* dịch cúm gia cầm

bird's eye view *n.* toàn cảnh nhìn từ trên cao

bird's nest soup *n.* món yến

birth *n.* sự sinh đẻ, sự ra đời, ngày thành lập, dòng dõi, huyết thống: *to give* ~ *to* sinh/đẻ; ~ *control* hạn chế sinh đẻ

birthdate *n.* ngày sinh

birthday *n.* sinh nhật, đản nhật

birthplace *n.* nơi sinh
birthrate *n.* tỷ lệ sinh đẻ
biscuit *n.* bánh quy mân, bánh (bích) quy ngọt
bisect *v.* chia đôi, cắt đôi
bisector *n.* đường phân đôi, đường phân giác
bishop *n.* (đức) giám mục/giáo chủ
bishopric *n.* địa phận/chức vị giám mục
bismuth *n.* bitmut
bison *n.* bò rừng bizon ở bắc Mỹ
bit *n.* miếng, mẫu, mảnh, một chút, một tí: *a ~ tired* hơi mệt một chút; *~ by ~* dần dần, từ từ, tí một; *do one's ~* đóng góp phần mình; *not a ~ tired* không mệt tí nào
bit *n.* hàm thiếc ngựa, mũi, mỏ đầu, mũi khoan
bit quá khứ của **bite**
bite 1 *v.* [**bit**; **bitten**] cắn, ngoạm, đốt, châm, làm cay tê, ăn mòn, cắn câu, ăn sâu, bắt vào: *to ~ off* cắn đứt ra 2 *n.* miếng cắn, vết cắn, miếng ăn: *I haven't had a ~ since last night* từ tối hôm qua đến giờ tôi chưa được miếng nào vào bụng; *mosquito ~* vết muỗi đốt
biting *adj.* làm buốt, chua cay, đay nghiến
bitter *adj.* đắng, cay đắng, chua xót, đau đớn, chua cay, gay gắt, ác liệt
bitterness *n.* sự cay đắng/chua xót
bivouac 1 *n.* trại quân ngoài trời 2 *v.* đóng trại
biweekly *n.* tạp chí ra hai tuần một kỳ, bán nguyệt san
black 1 *adj.* đen, tối tăm, da đen, đen tối, ảm đạm, buồn rầu, xấu xa, độc ác, ghê tởm: *in ~ and white* viết rõ giấy trắng mực đen 2 *n.* màu/sơn đen, quần áo đen, áo tang, người da đen 3 *v.* làm đen, bôi đen: *to ~ out* bôi, xóa đi, tắt đèn phòng không, ngắt đi
blackberry *n.* quả mâm xôi
blackbird *n.* chim sáo
blackboard *n.* bảng đen
blacken *v.* làm đen, bôi đen, bôi nhọ, nói xấu
blackguard *n.* tên lưu manh/vô lại
blackhead *n.* trứng cá ở mặt
blackmail *n., v.* (sự) hăm dọa tống tiền
blackness *n.* màu đen, sự tối tăm, sự hung ác
blackout *n.* sự mất điện, sự che giấu, sự ngất đi, thoáng hoa mắt hoặc mất trí nhớ
blacksmith *n.* thợ rèn
bladder *n.* bọng đái, bàng quang, bong bóng, ruột: *gall ~* túi mật
blade *n.* lưỡi [dao, gươm, kiếm], ngọn [cỏ], cánh [chong chóng]
blame *n.* lời trách móc/khiển trách, trách nhiệm, lỗi: *to bear the ~* chịu lỗi; *to lay the ~ on* đổ lỗi cho 2 *v.* trách mắng, khiển trách, đổ lỗi/tội cho
blameless *adj.* vô tội, không có lỗi

blanch *v.* làm trắng, làm nhạt màu, tái nhợt đi
bland *adj.* dịu dàng, lễ phép, ôn hòa, dịu, nhạt
blandishment *n.* sự xu nịnh, lời tán tỉnh
blank 1 *n.* khoảng trống, mẫu đơn hay tờ khai in sẵn, sự trống rỗng, đạn không nạp chì 2 *adj.* để trống, để trắng, trống rỗng, [đạn] không nạp chì, [thơ] không vần: *~ look* cái nhìn gây ra; *~ despair* thất vọng hoàn toàn
blanket 1 *n.* chăn, mền, lớp 2 *v.* phủ lên, che phủ
blare 1 *n.* tiếng (kèn) ầm ĩ 2 *v.* kêu to, vặn to
blaspheme *v.* báng bổ, chửi rủa, lăng mạ
blast 1 *n.* luồng gió/hơi, hơi, tiếng kèn, sự nổ 2 *v.* làm nổ tung, làm tan vỡ, làm chết, làm chột
blast furnace *n.* lò cao
blatant *adj.* rành rành, hiển nhiên
blaze 1 *n.* ngọn lửa, ánh sáng hay màu sắc rực rỡ, sự bộc phát: *a ~ of anger* cơn giận đùng đùng 2 *v.* cháy rực, rực sáng, sáng chói, bừng bừng nổi giận: *to ~ up* cháy bùng lên, nổi giận đùng đùng
blaze *v.* vạch vào cây để đánh dấu và chỉ đường
blaze *v.* đồng/truyền đi, truyền bá
blazer *n.* áo vét thể thao
blazon *n.* huy hiệu
bleach 1 *n.* thuốc tẩy trắng 2 *v.* chuội, tẩy
bleacher *n.* khán đài, ghế dài
bleak *adj.* lạnh lẽo, trống trải, hoang vắng, ảm đạm, thê lương
bleat 1 *n.* tiếng be be 2 *v.* [dê, cừu] kêu be be
bled quá khứ của **bleed**
bleed *v.* [**bled**] chảy máu, mất máu, lấy máu để thử, hút máu hút mủ, bòn rút, thương xót.
blemish 1 *n.* thiếu sót, khuyết điểm, nhược điểm, tì vết, vết nhơ 2 *v.* làm hỏng, làm nhơ nhuốc
blench *v.* chùn bước, lùi bước (vì sợ)
blend 1 *n.* thứ thuốc lá pha trộn, thứ trà pha trộn 2 *v.* [**blended**] trộn lẫn, pha trộn, hợp với
bless *v.* [**blessed/blest**] giáng phúc, ban phước lành, phù hộ cho, làm hạnh phúc, may mắn
blessing *n.* phúc lành, kinh đọc ở bàn ăn, điều may mắn, hạnh phúc
blest quá khứ của **bless**
blew quá khứ của **blow**
blight 1 *n.* bệnh tàn lụi (của cây cối), tai họa 2 *v.* làm tàn lụi, làm hư hại
blind 1 *adj.* đui mù, mù quáng, không thấy được, cụt, không có lối ra 2 *v.* làm mù quáng, 3 *n.* những người mù: *among the ~,*

the one-eyed man is king mù cả, chột mắt làm vua **4** *n.* mành mành, rèm

blindfold 1 *adj.* bịt mắt **2** *adv.* bị tịt mắt **3** *v.* bịt mắt

blindness *n.* bệnh mù, sự mù quáng

blink *v.* nháy mắt, chớp mắt, [ánh sáng] nhấp nháy, chập chờn, lung linh, bật đèn nhấp nháy, nhắm mắt làm ngơ

bliss *n.* hạnh phúc, niềm sung sướng nhất.

blissful *adj.* đầy hạnh phúc, sung sướng, cực lạc

blister 1 *n.* vết rộp, chỗ rộp da **2** *v.* (làm) rộp lên

blizzard *n.* trận bão tuyết

bloc *n.* khối

block 1 *n.* khối/tảng [đá], súc [gỗ], cái thớt, khu nhà, khu phố, sự chặn/cản đối phương: **~** *letters* chữ in viết hoa **2** *v.* làm tắc nghẽn, chặn, cản, phản đối [dự luật], phong tỏa [tiền]

blockade 1 *n.* sự phong tỏa **2** *v.* phong tỏa, bao vây

blockhead *n.* chàng ngốc, người ngu đần

blockhouse *n.* lô cốt

blond *adj.* tóc vàng hoe

blonde *n.* cô gái tóc vàng hoe

blood *n.* máu, huyết, dòng dõi, giống nòi, họ hàng, huyết thống: *one's own flesh and* **~** thuộc cùng một dòng máu; *in cold* **~** (giết người) nhẫn tâm không biết ghê tay; **~** *is thicker than water* một giọt máu đào hơn ao nước lã; **~** *bank* ngân hàng máu; **~** *bath* sự tắm máu, tàn sát; **~** *donor* người cho máu; **~** *pressure* huyết áp; **~** *test* sự thử máu; **~** *vessel* mạch máu

bloodhound *n.* chó săn, mật thám

bloodshed *n.* cuộc đổ máu, vụ lưu huyết

bloodshot *adj.* [mắt] đỏ ngầu

bloodsucker *n.* con đỉa, người hút máu, hút mủ

bloodthirsty *adj.* khát máu, tàn bạo

bloody *adj.* dính/vấy/đẫm máu, bị chảy máu

bloom 1 *n.* hoa, thời kỳ rực rỡ tươi đẹp, tuổi xuân: *in (full)* **~** đang nở rộ **2** *v.* ra/nở hoa, đang ở trong thời kỳ tươi đẹp nhất

bloomers *n.* quần buộc túm (phụ nữ)

blossom 1 *n.* hoa [của cây ăn quả] **2** *v.* ra/trổ hoa

blot 1 *n.* dấu/vết mực **2** *v.* làm bôi/bẩn

blouse *n.* áo cánh nữ, áo bờ lu

blow *n.* cú đánh, đòn, tai họa, điều đau đớn

blow *v.* [blew; blown] [gió] thổi, thổi [kèn, còi, bễ, lửa, v.v. ...], hà hơi vào, hỉ [mũi], (bị) cuốn đi, [cầu chì] nổ, phung phí [tiền]: *to* **~** *away/off* thổi bay đi; *to* **~** *out* thổi tắt; *to* **~** *up* nổ, phá nổ

blowtorch *n.* đèn hàn

blowup *n.* vụ nổ, cơn giận, ảnh phóng đại

blue 1 *adj.* xanh, lam, buồn chán, thất vọng **2** *n.* màu xanh: *the* **~** bầu trời; *the* **~s** sự buồn chán; *out of the* **~** bất ngờ **3** *v.* hồ lờ [quần áo]

blue-collar *adj.* lao động chân tay: **~** *worker* công nhân, thợ, thợ thuyền

blueprint *n.* bản sơ đồ/thiết kế, phương án

bluff 1 *n.* lời bịp bợm **2** *v.* bịp, tháu cáy

bluff *n.* dốc đứng

blunder 1 *n.* điều sai lầm ngớ ngẩn **2** *v.* phạm sai lầm lớn, làm hỏng việc

blunt 1 *adj.* (dao/kéo) cùn, nhụt, lỗ mãng, thiếu ý tứ, thẳng thừng, toạc móng heo **2** *v.* làm cùn

blur 1 *n.* sự mờ, vết bẩn/ố/nhơ **2** *v.* làm mờ đi, che mờ, làm nhoè/bẩn

blurt *v.* nói buột ra, thốt ra

blush 1 *n.* sự đỏ mặt, vẻ thẹn thùng, ánh hồng **2** *v.* thẹn đỏ mặt, ửng đỏ/hồng

bluster 1 *n.* tiếng ào ào/ầm ầm, tiếng quát tháo ầm ĩ **2** *v.* (gió) thổi ào ào, (sóng) ầm ầm, quát tháo ầm ĩ

boa *n.* con trăn

boar *n.* lợn/heo đực, lợn/heo rừng

board 1 *n.* tấm ván, bảng: *a black***~** bảng đen, giấy bồi, bìa cứng, mạn thuyền, boong tàu **2** *n.* cơm trọ, tiền cơm tháng: *room and* **~** tiền ăn ở, tiền phòng trọ và tiền cơm **3** *n.* ban, ủy ban, ty, bộ: *the executive* **~** ban điều hành; *the* **~s** sân khấu, diễn đài; *to go on* **~** lên tàu, lên xe, lên máy bay **4** *v.* lát ván, bịt bằng ván, ăn cơm trọ/tháng, ở trọ, lên xe, đáp tàu, lên máy bay

boarder *n.* người ăn cơm trọ, sinh viên nội trú

boarding house *n.* nhà trọ, người thổi cơm trọ

boarding pass *n.* thẻ lên máy bay

boarding school *n.* trường có ký túc xá/nội trú

boast 1 *n.* lời nói khoác, niềm kiêu hãnh **2** *v.* khoác lác, khoe khoang, lấy làm tự hào về

boat 1 *n.* thuyền, tàu thủy **2** *v.* đi chơi thuyền: *in the same* **~** cùng hội cùng thuyền, cùng chung cảnh ngộ; **~** *people* thuyền nhân

boathouse *n.* nhà thuyền, nhà bè

boatman *n.* người chở thuyền, người cho thuê

boatswain *n.* người đứng đầu thủy thủ

bob 1 *n.* sự nhấp nhô/bập bềnh, kiểu tóc cắt ngắn, đuôi cộc **2** *v.* nhấp nhô, bập bềnh, nhảy nhót

bobbin *n.* ống chỉ, suốt chỉ

bode *v.* báo trước, dự báo

bodily 1 *adj.* thuộc thể xác/xác thịt **2** *adv.* đích thân, tất cả, toàn thể

body 1 *n.* thân thể, thể xác, mình, xác chết,

thi thể, thi hài: *to bury a ~* chôn thi hài **2** *n.* thân máy, xe, v.v. *a ~ repair shop* tiệm làm đồng xe hơi **3** *n.* đội, đoàn, ban, hội đồng, đoàn thể **4** *n.* khối, số lượng, nhiều, vật thể

bodyguard *n.* vệ sĩ, người bảo vệ

bog **1** *n.* vũng/bãi lầy **2** *v.* làm sa lầy

boggy *adj.* bùn lầy, sình lầy

boil *n.* nhọt, đầu đinh

boil **1** *n.* sự sôi, điểm sôi **2** *v.* sôi, đun/nấu sôi, luộc, sôi sục, phẫn nộ: *to ~ down* cô lại, rút lại; *hard ~ed egg* trứng luộc; *soft ~ed egg* trứng lòng đào; *to ~ over* sôi tràn ra, giận sôi lên

boiler *n.* nồi đun/cất/hơi, nồi supze

boisterous *adj.* nghịch, phá, dữ, làm ầm ĩ

bold *adj.* cả gan, (táo) bạo, dũng cảm, liều lĩnh, rõ nét: *~ as brass* mặt dày mày dạn

bold-faced *adj.* (chữ) đậm, mập

bolster **1** *n.* gối dài, gối ống **2** *v.* ủng hộ, nâng đỡ

bolt **1** *n.* then, chốt, bù loong, súc (vải), bó (mây), chớp, tiếng sét: *a ~ from the blue* tiếng sét đánh ngang tai **2** *v.* cài then/chốt, ngốn, nuốt, chạy lao đi (ngựa) lồng lên

bomb **1** *n.* bom: *drop ~s on* ném/thả/giội bom xuống; *time ~* nổ chậm **2** *v.* ném bom, oanh tạc

bombard *v.* ném bom, oanh tạc, tấn công rồn rập

bombardment *n.* vụ oanh tạc

bomber *n.* phi cơ/máy bay ném bom, oanh tạc cơ

bombshell *n.* tạc đạn, "quả bom" (làm xôn xao)

bombsite *n.* máy ngắm để thả bom

bond **1** *n.* giao kèo, khế ước, hợp đồng, dây buộc, mối ràng buộc, quan hệ, phiếu nợ, bông, phiếu quốc trái, xiềng xích, gông cùm: *in ~s* bị tù tội **2** *v.* tạm giữ hàng vào kho

bondage *n.* sự bó buộc, cảnh nô lệ/nô dịch

bonded *adj.* giữ trong kho để đợi trả thuế

bond(s)man *n.* nô lệ, nông nô

bone **1** *n.* cái xương, xương, hài cốt: *frozen to the ~* rét thấu xương; *cut to the ~* giảm xuống mức tối thiểu **2** *v.* rút xương, gỡ xương

bonfire *n.* lửa mừng

bonnet *n.* mũ (trẻ con, phụ nữ), nắp đậy máy

bonus *n.* tiền thưởng, lợi tức chia thêm

bony *adj.* nhiều xương, to xương, gầy còm

boo(h) **1** *intj.* ê ê! **2** *v.* la ó

booby **1** *n.* người khờ dại, anh ngốc **2** *n.* *trap* bẫy treo, chuông treo, bẫy mìn

book **1** *n.* sách, tập, quyển, cuốn, sổ sách kế toán: *~ one* tập một; *the ~* kinh thánh; thánh

kinh **2** *v.* ghi vào sổ, ghi tên giữ chỗ, mua vé: *to ~ a train ticket* ghi tên giữ vé xe lửa

bookcase *n.* tủ sách

booking office *n.* phòng bán vé

bookish *adj.* ham đọc sách, thuộc sách vở

bookkeeper *n.* nhân viên kế toán

bookkeeping *n.* kế toán

booklet *n.* cuốn sách nhỏ

bookmaker *n.* người bán vé đánh cá ngựa

bookseller *n.* người bán sách

bookshelf *n.* kệ sách, giá để sách

bookshop *n.* hiệu sách, tiệm sách

bookstore *n.* hiệu sách, tiệm sách

bookworm *n.* mọt sách

boom **1** *n.* tiếng đùng đùng/oang oang, sự phát triển nhanh **2** *v.* nổ đùng đùng, nói oang oang

boon *n.* mối lợi, lợi ích, ân huệ

boost *v.* nâng lên, tăng giá

boot *n.* giày ống, ủng: *~ camp* trại huấn luyện lính mới tuyển

booth *n.* quán, rạp, lều, phòng điện thoại, phòng bỏ phiếu, chỗ ngồi riêng ở tiệm ăn

booty *n.* của cướp được, chiến lợi phẩm

borax *n.* borac, hàn the

border **1** *n.* bờ, vỉa, lề, biên giới, biên thuỳ, biên cảnh, biên cương **2** *v.* viền, giáp với, giống như, gần như

bore **1** *n.* lỗ khoan, nòng **2** *v.* khoan, đào, xới: *we ~d many wells* chúng ta đã đào nhiều giếng nước

bore **1** *n.* việc chán, việc buồn, người dở dẫn **2** *v.* làm buồn, làm chán: *a good actor never ~s his audience* một diễn viên giỏi không bao giờ làm khán giả buồn chán

bore quá khứ của **bear**

boredom *n.* sự buồn chán, sự nhàn tẻ

boric acid *n.* axit boric

born **1** *v.* [xem **bear**] sinh, đẻ **2** *adj.* đẻ ra đã, trời sinh, bẩm sinh

borne quá khứ của **bear**: sinh, đẻ: *she has ~ five children* bà ấy sinh năm người con

borough *n.* thị xã, thành phố, khu, thị khu

borrow *v.* vay, mượn

bosom *n.* ngực, ngực áo, lòng, trái tim, thâm tâm

boss **1** *n.* ông/bà chủ, thủ trưởng, ông trùm, tay cừ **2** *v.* chỉ huy, điều khiển

botanical *adj.* thuộc thực vật học: *~ gardens* vườn bách thảo

botanist *n.* nhà thực vật học

botany *n.* thực vật học

both **1** *adj.* cả hai: *in ~ hands* bằng cả hai tay **2** *pron.* *they ~ are poets, ~ of them are poets* cả hai đều là thi sĩ; *~ you and I* cả ông lẫn tôi **3** *adv.* *~ tired and thirsty* vừa mệt vừa khát nước; *~ red and expert* vừa hồng lại vừa chuyên

bother 1 *n.* điều phiền muộn, chuyện bực mình 2 *v.* làm phiền, quấy rầy

bottle 1 *n.* chai, lọ, bầu sữa, rượu: *a ~ of beer* một chai bia; *a ~ of ink* một bình mực 2 *v.* đóng chai, uống hết: *~ up* uống hết

bottom 1 *n.* đáy. cuốn, mặt ghế, mông đít, cơ sở, ngọn nguồn, căn nguyên: *at ~* về bản chất 2 *adj.* thấp nhất: *~ shelf* tầng kệ thấp nhất

bottomless *adj.* không có đáy, không thể dò được

bough *n.* cành cây

bought quá khứ của **buy**

boulder *n.* tảng đá lớn, tảng lăn

bounce *v.* nảy lên, nhảy vụt ra

bound 1 *n.* biên giới, giới hạn, hạn độ, phạm vi 2 *v.* vạch biên giới, hạn chế

bound 1 *n.* động tác nhảy vọt: *by leaps and ~* nhảy vọt 2 *v.* nhảy lên, nảy bật lên

bound *adj.* sắp đi tới: *~ for Hai Phong* sắp đi tới Hải Phòng

bound quá khứ của **bind**: *~ up with* gắn bó với; *~ to* nhất định, chắc chắn sẽ...

boundary *n.* đường biên giới, ranh giới

boundless *adj.* không bờ biển, vô hạn, bao la

bounteous *adj.* rộng rãi, hào phóng, phong phú

bountiful *adj.* phong phú, dồi dào

bounty *n.* tính rộng rãi, tiền thưởng

bourgeois 1 *n.* người tư sản 2 *adj.* tư sản, trưởng giả: *the ~ way of life* lối sống tư sản

bourgeoisie *n.* giai cấp tư sản: *the petty ~* giai cấp tiểu tư sản

bout *n.* lần, lược, đợt, cơn, chầu, cuộc đấu

bow *n.* cái cung/vĩ vi-ô-lôn, nơ bướm

bow 1 *n.* sự cúi đầu chào 2 *v.* cúi đầu/mình, khom lưng, cúi chào, chịu khuất phục, đầu hàng: *to ~ before the authority* khuất phục trước uy quyền; *she ~ed to greet me* bà ấy cúi đầu chào tôi

bow *n.* mũi tầu

bowel *n.* ruột, lòng: *to move ~s* đại diện, đi cầu

bower *n.* nhà nghỉ mát, lương đình

bowl *n.* cái bát, bát đầy, nõ điếu

bowl 1 *n.* quả bóng gỗ 2 *v.* lăn bóng gỗ

bowler *n.* người chơi bóng gỗ

bowler (hat) *n.* mũ quả dưa

bowling alley *n.* nhà/dãy chơi bóng gỗ

box 1 *n.* (*pl.* **boxes**) hộp, tráp, thùng, bao, lô rạp hát, chòi/điểm canh 2 *v.* bỏ vào hộp/thùng

box 1 *n.* cái tát, cái bạt tai: *a ~ on the ear* một cái bạt tai 2 *v.* tát, bạt tai, đánh quyền anh

boxer *n.* võ sĩ quyền anh, quyền phỉ

boxing *n.* quyền anh, quyền thuật

boy 1 *n.* con trai, thiếu niên, con trai/giai: *I have two ~s* tôi có hai con trai 2 *n.* học trò con trai, nam học sinh: *my friend studied at a ~s' school* bạn tôi học ở trường nam 3 *n.* bạn thân: *he is my old ~* ông ấy là bạn thân/già của tôi

boycott 1 *n.* sự tẩy chay 2 *v.* tẩy chay

boyhood *n.* thời niên thiếu, thủa bé, thiếu thời

boyish *adj.* như trẻ con

boy scout *n.* hướng đạo sinh

bra *n., abbr.* (= **brassiere**) cái nịt vú, cái yếm

brace 1 *n.* vật để nối, trụ chống, cốt sắt [tường], thanh ngang, một đôi [chim], cái khoan quay tay, dấu ngoặc ôm; **braces** dây đeo quần, dây brơten 2 *v.* chằng, móc, nối cho vững, làm cho chắc thêm, chống bằng trụ, cố gắng: *to ~ oneself up* dốc hết nghị lực

bracelet *n.* vòng tay, xuyến

bracket 1 *n.* kệ đỡ giá, côngxon, rầm chìa, dấu ngoặc đơn, dấu móc, dấu ngoặc ôm 2 *v.* đặt trong dấu ngoặc

brag *n., v.* (sự) khoe khoang, khoác lác

braggart *n.* vua nói khoác

braid 1 *n.* dải viền, dây tết, bím, đuôi sam 2 *v.* viền, bện, tết

braille *n.* hệ thống bray [chữ nổi cho người mù]

brain *n.* óc, não, não đầu, đầu óc, trí óc, trí tuệ, trí lực, óc thông minh: *to rack one's ~s* nặn/vắt óc suy nghĩ; *to have something on the ~* bị điều gì ám ảnh

brainless *adj.* ngu si, đần độn

brake 1 *n.* phanh, cái hãm/thắng 2 *v.* hãm, thắng

bramble *n.* bụi gai

bran *n.* cám

branch 1 *n.* cành cây, nhánh sông, chi, chi nhánh, chi điểm, chi cuộc, ngành, phân bộ 2 *v.* đâm cành/nhánh, phân nhánh, chia ngả, mở rộng ra

brand 1 *n.* nhãn hiệu, loại hàng, hiệu, dấu sắt nung 2 *v.* đóng nhãn hiệu, gọi là, chụp mũ là, đóng dấu sắt nung, làm ô nhục

brandish *v.* vung, khua, múa [gươm, kiếm]

brand-new *adj.* mới toanh, mới nguyên

brandy *n.* rượu mạnh brandi

brass *n.* đồng thau, đồ vật làm bằng đồng thau, sự trơ tráo, sự vô liêm sỉ: *the ~* kèn đồng; *~ band* đội kèn, đội quân nhạc; *top ~* sĩ quan cao cấp

brassiere *n.* cái nịt vú, cái yếm

brat *n.* thằng ranh, thằng nhóc

bravado *n.* sự làm ra vẻ phô trương thanh thế

brave 1 *adj.* gan dạ, can đảm, dũng cảm 2 *v.* không sợ, bất chấp, khinh thường, bất quản [gian nan]

bravery *n.* tính/lòng can đảm/dũng cảm/anh dũng

bravo *inj.* hay lắm! hoan hô!

brawl *n., v.* (sự/vụ) cãi nhau ầm ĩ

brawn *n.* (sức mạnh của) bắp thịt

brawny *adj.* có bắp thịt, khoẻ mạnh, nở nang

bray 1 *n.* tiếng lừa kêu 2 *v.* [lừa] kêu be be

brazen *adj.* bằng đồng thau, [giọng, tiếng kèn] lanh lảnh, mặt dàn mày dày, vô (liêm) sỉ, trơ tráo

brazier *adj.* lò than, hỏa lò

breach *n.* lỗ thủng/hổng, sự vi phạm: ~ *of promise* sự thất hứa; ~ *of discipline* sự vi phạm kỷ luật

bread 1 *n.* bánh mì, miếng ăn, kế sinh nhai, tiền: *loaf of* ~ ổ bánh mì; *piece/slice of* ~ khoanh bánh mì 2 *v.* lăn/bao vụn bánh (trước khi nướng)

breadth *n.* bề/chiều ngang/rộng, khổ, sự rộng rãi

break 1 *n.* sự/chỗ vỡ/gẫy/đứt, sự nghỉ, sự gián đoạn, giờ nghỉ/ra chơi/giải lao, sự thay đổi, cơ hội: *coffee* ~ nghỉ uống cà phê; *without a* ~ không nghỉ/ngừng 2 *v.* [**broke; broken**] đánh/đập/làm vỡ, bể, cắt/ làm đứt, ngừng cúp, làm gián đoạn, làm nhụt/suy sụp, bắt đầu, đột biến: *who broke the glass?* ai đánh vỡ cái cốc thế?; *glass ~s easily* thuỷ tinh dễ vỡ; *my glasses are broken* cái kính của tôi bị bể; *he broke his leg* nó bị gãy chân; *to* ~ *a promise* không giữ lời hứa; *to* ~ *a record* phá kỷ lục; *the news broke his wife's heart* tin ấy làm bà vợ ông ta đau lòng; *the storm broke* trời bỗng nổi cơn bão; *she broke into tears* cô khóc oà lên; *to* ~ *out of jail* vượt ngục; *to* ~ *away* thoát khỏi; *to* ~ *down* (đập) vỡ, bị hỏng, suy nhược, khóc oà lên, kê rõ chi tiết; *to* ~ *off* long ra, cắt đứt; *to* ~ *out* bùng nổ; *to* ~ *up* đập vụn, giải tán; *to* ~ *through* chọc thủng [phòng tuyến], vượt qua

breakage *n.* đồ bị vỡ, tiền đền về hàng bị vỡ

breakdown *n.* sự hỏng máy, sự suy yếu, sự tan vỡ., suy sụp, sự kê khai chi tiết, sự kê rõ từng mục: *nervous* ~ sự suy nhược thần kinh

breaker *n.* máy đập/tán, cái ngắt điện, sóng lớn

breakfast *n.* bữa điểm tâm: *to have* ~ ăn sáng/điểm tâm

breakneck *adj.* [tốc độ] nguy hiểm

breakwater *n.* đê chắn sóng

breast *n.* vú, ngực, lòng, tâm tình, tâm trạng *to make a clean* ~ *of* thú nhận hết

breath *n.* hơi thở, cơn gió nhẹ, làn hương thoảng: *out of* ~ hết hơi, đứt hơi; *to hold one's* ~ nín hơi/thở; *in the same* ~ một hơi/

mạch; *to waste one's* ~ hoài hơi, phí lời

breathe *v.* hít, thở, nói lộ ra, nói nhỏ, truyền cho: *to* ~ *in* thở vào; *to* ~ *out* thở ra; *to* ~ *hard* thở gấp; *to* ~ *a sigh* thở dài; *to* ~ *one's last (breath)* trút hơi thở cuối cùng

breathing *n.* sự thở, sự hô hấp, hơi thở/gió

breathless *adj.* hết hơi, không kịp thở, nín thở

breathtaking *adj.* làm nín thở

bred quá khứ của **breed**

breeches *n.* quần (ống túm)

breed 1 *n.* giống, nòi, dòng dõi 2 *v.* [**bred**] sinh đẻ, sinh sản, gây giống, chăn nuôi, nuôi dưỡng, dạy dỗ, giáo dục, gây ra, phát sinh ra

breeder *n.* người gây giống, nhà chăn nuôi

breeding *n.* sự sinh sản, sự gây giống, sự chăn nuôi, sự giáo dục, phép lịch sự

breeze *n.* gió nhẹ/mát, vui vẻ, phơi phới, hồ hởi

breezy *adj.* có gió mát, vui vẻ, phơi phới, hồ hởi

brethren *n.* anh em đồng đạo/đồng ngũ/đồng nghiệp

brevity *n.* tính ngắn gọn, sự ngắn ngủi

brew 1 *n.* rượu (bia) 2 *v.* chế, ủ (bia), pha (trà), bày mưu, trù tính, đang được chuẩn bị: *a storm is ~ing* cơn dông đang kéo đến

brewer *n.* người ủ rượu bia

brewery *n.* nhà máy bia

briar xem **brier**

bribe 1 *n.* của đút lót, tiền hối lộ 2 *v.* ăn hối lộ

bribery *n.* sự đút lót, vụ hối lộ

brick *n.* (viên) gạch, bánh [chè], thỏi, cục

brickkiln *n.* lò gạch

bricklayer *n.* thợ nề

bridal 1 *n.* đám cưới 2 *adj.* thuộc cô dâu/ đám cưới: ~ *night* đêm tân hôn; ~ *party* họ hàng nhà gái

bride *n.* cô dâu, tân nương

bridegroom *n.* chú rể, tân lang

bridesmaid *n.* cô phù dâu

bridge 1 *n.* cái cầu, sống mũi, cái ngựa đàn 2 *v.* xây cầu qua, vắt ngang, lấp [hố ngăn cách]

bridle 1 *n.* cương ngựa, sự kiềm chế 2 *v.* thắng cương cho ngựa, kiềm chế: *to* ~ *up* hất đầu vênh mặt

brief 1 *n.* bảng tóm tắt, trích yếu, đại cương 2 *adj.* ngắn, gọn, vắn tắt 3 *v.* chỉ dẫn, thuyết trình: *in* ~ nói tóm lại

briefcase *n.* cái cặp

briefing *n.* buổi/bài thuyết trình hay chỉ dẫn

brier *n.* (*also* **briar**) cây gai, cây tầm xuân/ thạch nham

brigade *n.* lữ đoàn, đội: *fire* ~ đội cứu hoả

brigand *n.* kẻ cướp, tướng đạo, thổ phỉ

bright *adj.* sáng (chói), tươi, rực rỡ, rạng rỡ

brighten *v.* làm sáng sủa/tươi sáng, bừng/ sáng lên

brilliance *n.* sự chói lọi/rực rỡ, sự lỗi lạc

brilliant *adj.* chói lọi, rực rỡ, tài giỏi, lỗi lạc

brim **1** *n.* miệng chén, bát, vành mũ: *full to the* ~ đầy ắp **2** *v.* đổ đầy tràn, tràn đầy

brimful *adj.* đấy ắp, tràn trề

brine *n.* nước biển, nước mặn

bring *v.* [brought] đem/mang/đưa/cầm lại, gây/làm cho: *to* ~ *about* đem lại, gây ra; *to* ~ *back* mang trả lại, gợi lại; *to* ~ *down* đem/đưa xuống, hạ xuống, hạ [máy bay, chim]; *to* ~ *forth* sinh ra, gây ra; *to* ~ *forward* nêu ra; *to* ~ *in* đưa/đem vào, đem/ mang lại; *to* ~ *out* đưa ra, làm nổi, xuất bản; *to* ~ *up* đưa/đem lên, nuôi nắng dạy dỗ; *to* ~ *to an end* chấm dứt

brink *n.* bờ/miệng vực: *on the* ~ *of* kề/bên miệng

brisk *adj.* nhanh nhấu, nhanh nhẹn, phát đạt

bristle **1** *n.* lông cứng **2** *v.* [lông] dựng đứng lên, xìu, đầy dẫy, tua tủa

British *n.* thuộc Anh: *the* ~ *Isles* quần đảo Anh; *the* ~ người Anh

brittle *adj.* giòn, dễ gãy/vỡ

broach *v.* mở, khui, bắt đầu thảo luận, đề cập

broad **1** *adj.* rộng, mênh mông, bao la, rộng rãi, phóng khoáng, rõ, rõ ràng, chung, khái quát, đại cương: *in* ~ *daylight* giữ ban ngày ban mặt, thanh thiên bạch nhật **2** *n.* [slang] đàn bà, con đĩ

broadcast **1** *n.* buổi/chương trình phát thanh **2** *v.* [broadcast/broadcasted; broadcast] gieo rắc [hạt giống] truyền đi, quảng bá, phát thanh

broaden *v.* mở rộng, nới rộng

broad-minded *adj.* có đầu óc rộng rãi/khoáng đạt

broadside *n.* phần mãn tàu trên mặt nước, cuộc nổ súng, trận chửi mắng một thôi một hồi

brocade *n.* gấm, đoạn

brochure *n.* sách mỏng, tài liệu quảng cáo

broil *v.* nướng thịt, nóng như thiêu đốt

broke *adj.* hết tiền, túng quẫn, khánh kiệt

broke quá khứ của **break**

broken *adj.* [xem **break**] bị vỡ/bể/gãy, bị tan vỡ, suy nhược, vụn, đứt quãng, thất thường: *a* ~ *promise* lời hứa không giữ; ~ *English* tiếng Anh nói sai; *a* ~ *heart* lòng đau đớn

broker *n.* người môi giới, kinh kỷ

bromine *n.* brom

brochi(a) *n.* hai cuống phổi

brochitis *n.* bệnh viêm cuống phổi

bronze *n.* đồng thiếc, thanh đồng, cổ đồng, màu đồng thiếc, đồ đồng thiếc: *the* ~ *Age* thời kỳ đồ đồng (thiếc)

brooch *n.* ghim hoa, trâm

brood **1** *n.* lứa, ổ [chim/gà non], bầy/lũ con **2** *v.* ấp [trứng], tư lự, nghiền ngẫm

brook *n.* con suối nhỏ

broom *n.* cái chổi

broth *n.* nước luộc thịt, nước xúp

brother *n.* anh (trai), em trai

brotherhood *n.* tình anh em/huynh đệ, nghiệp đoàn

brother-in-law *n.* (*pl.* **brothers-in-law**) anh/ em rể, anh/em vợ

brotherly *n.* (như) anh em, thủ túc, ruột thịt

brought quá khứ của **bring**

brow *n.* trán, mày, lông mày

browbeat *v.* [browbeat; browbeaten] dọa nạt, nạt nộ

brown **1** *n.* màu nâu, quần áo nâu **2** *adj.* nâu, [da] rám nắng **3** *v.* nhuộm/sơn nâu, rán vàng, phi

browse *v.* đọc lướt qua

bruise **1** *n.* vết thâm tím **2** *v.* làm thâm tím

brunch *n.* bữa sáng và bữa trưa ăn gộp lại

brunt *n.* sức mạnh chính, mũi giùi (trận đánh)

brush **1** *n.* bàn chải, bút lông, sự chải, cuộc chạm trán/đụng độ chớp nhoáng **2** *v.* chải, cọ, lướt qua, chạm nhẹ: *to* ~ *up* chải bóng, học ôn lại

brushwood *n.* bụi cây

brusque *adj.* sống sượng, lỗ mãng, đường đột, vô lễ

Brussels sprouts *n.* cải Bruxen

brutal *adj.* tàn nhẫn, cục súc, đầy thú tính

brutality *n.* tính hung ác, hành động dã man

brute *n.* thú vật, súc sinh, tên vũ phu

BS *n., abbr.* (= **Bachelor of Science**) [*Br.* **B.Sc**] cử nhân khoa học

bubble **1** *n.* bong bóng, bọt, tăm, ảo tưởng: *soap* ~ bong bóng xà phòng **2** *v.* nổi bong bóng/bọt, sủi tăm

buck *n.* hươu/dê/thỏ đực, đồng đô la: *to pass the* ~ *to someone* bắt người nào chịu trách nhiệm

buck *v.* [ngựa] nhảy cong người lên

bucket *n.* thùng, xô, gàu: *to kick the* ~ ngoẻo, củ

buckle **1** *n.* khoá/móc thắt lưng **2** *v.* cài khoá, thắt

buckwheat *n.* lúa kiều mạch

bud **1** *n.* chồi, nụ, lộc: *in* ~ đang ra nụ **2** *v.* nảy mầm, ra nụ/lộc, manh nha, [hoa] hé nở

Buddhism *n.* đạo Phật: *Mahayana* ~ Phật giáo đại thừa

Buddhist *n.* tính đồ đạo Phật, Phật tử

budge *v.* chuyển, nhúc nhích, động đậy

budget **1** *n.* ngân sách/quỹ **2** *v.* dự thảo ngân sách

buff *n.* da trâu/bò, màu vàng sẫm, màu da bò

buffalo *n.* (*pl.* **buffaloes**) con trâu: *water ~* con trâu nước

buffer *n.* vật đệm, cái giảm xóc: *~ state* nước đệm, quốc gia hoãn xung; *~ zone* vùng trái độn

buffet *n.* tủ đựng bát đĩa cốc tách: *~ dinner* bữa tiệc lấy thức ăn xong muốn ngồi đâu thì ngồi

buffet 1 *n.* cái đấm/vả/tát 2 *v.* thoi/đấm/ đánh/tát, đầy đọa, vùi dập

buffoon *n.* anh hề

bug 1 *n.* con rệp; sâu bọ, côn trùng, máy ghi âm nhỏ để nghe trộm: *bed~* con rệp 2 *v.* đặt máy ghi âm nghe trộm, làm khó chịu

bugle *n., v.* (thổi) kèn, (thổi) tù và

build 1 *n.* kiểu kiến trúc, khổ người, tầm vóc 2 *v.* [**built**] xây, xây cất, xây dựng, dựng/lập nên: *to ~ on* dựa vào, tin cậy vào; *to ~ up* xây dựng dần dần nên

builder *n.* người xây dựng, chủ thầu

building *n.* việc xây dựng, toà nhà, cao ốc, binđinh

built quá khứ của **build**

bulb *n.* củ [hành/tỏi]: *light ~* bóng đèn

bulge 1 *n.* chỗ phồng 2 *v.* phồng/phình ra/lên

bulk *n.* số lượng/khối lượng/tầm vóc lớn, phần lớn, số đông hơn: *to sell in ~* bán buôn

bulky *adj.* to lớn, kềnh càng, đồ sộ

bull *n.* bò đực, con đực: *~ elephant* voi đực; *~ whale* cá voi đực

bulldozer *n.* xe ủi đất

bullet *n.* đạn: *~ train* xe lửa tốc hành

bullfight *n.* trận đấu bò tót

bullion *n.* nén, thoi (vàng/bạc)

bullock *n.* bò thiến

bully 1 *n.* kẻ bắt nạt, du côn, ác ôn 2 *v.* bắt nạt, hăm dọa

bulwark *n.* tường luỹ, sự phòng ngự/bảo vệ

bum *n.* kẻ lang thang vô công rồi nghề

bump 1 *n.* sự va đụng, chỗ sưng u lên 2 *v.* đâm vào, va mạnh, đụng mạnh, xóc nảy lên

bumper *n.* cái hãm xung, cái đỡ va (xe hơi), vụ mùa bội thu: *~ crop,* cốc rượu đầy

bumpy *adj.* [đường] xóc, mấp mô

bun *n.* bánh bao nhỏ, bánh sữa nhỏ, búi tóc nhỏ

bunch *n.* chùm, bó, buồng, cụm, bọn, lũ, toán

bundle 1 *n.* bó, bọc 2 *v.* bó/bọc/gói lại: *to ~ up, to ~ off* tống cổ đi

bungalow *n.* nhà gỗ, boongalô

bungle 1 *n.* việc làm vụng 2 *v.* làm cẩu thả/ẩu

bunk *n.* giường ngủ [trên tàu/xe], giường hai tầng

bunny *n.* con thỏ

buoy 1 *n.* phao (cứu đắm): *life ~* phao cứu đắm 2 *v.* thả phao, làm cho tinh thần phấn chấn

buoyancy *n.* sức nổi, tinh thần hăng hái vui vẻ

buoyant *adj.* nổi, nhẹ, sôi nổi, vui vẻ

burden 1 *n.* gánh nặng: *beast of ~* súc vật tải đồ 2 *v.* chất/đè nặng lên

burdensome *adj.* đè nặng, nặng nề, làm phiền

bureau *n.* phòng, cục, nha, vụ, tủ com mốt

bureaucracy *n.* chế độ/bộ máy quan liêu

bureaucrat *n.* quan liêu, quan lại

bureaucratic *adj.* (thuộc) quan liêu

burglar *n.* kẻ trộm

burglary *n.* nghề ăn trộm, vụ trộm

burial *n.* sự chôn cất/mai táng

burlesque *n.* trò khôi hài, màn vũ thoát y

burly *adj.* lực lưỡng, vạm vỡ

Burma *n.* nước Miến Điện

Burmese *n., adj.* người/thuộc Miến Điện, tiếng Miến Điện

burn 1 *n.* vết bỏng, vết cháy 2 *v.* [**burnt/ burned**] đốt, đốt cháy, bừng bừng: *to ~ away* đốt sạch, thiêu trụi; *to ~ down* thiêu huỷ, thiêu trụi, lụi dần; *to ~ out* đốt hết/ sạch, cháy hết; *to ~ up* đốt sạch, cháy trụi, cháy bùng lên, (làm) phát cáu

burner *n.* đèn, mỏ đèn, lò bếp, bếp điện

burnish *v.* đánh bóng

burnt quá khứ của **burn**

burrow *n.* hang [cầy/thỏ].

burst 1 *n.* tiếng/sự nổ, sự bộc phát: *a ~ of applause* một tràng vỗ tay; *a ~ of gunfire* một loạt đạn nổ 2 *v.* [**burst**] (làm) nổ/vỡ tung, xông, xộc: *~ing with* đầy ắp; *to ~ into tears* khóc oà lên; *to ~ out laughing* cười phá lên

bury *v.* chôn, chôn cất, mai táng, chôn vùi

bus 1 *n.* (*pl.* **buses**) xe buýt [*get on* lên, *get off* xuống]: *~ stop* chỗ xe buýt đậu 2 *v.* chở [học sinh] bằng xe buýt đến một trường ở xa

bush *n.* bụi cây, bụi rậm: *to beat about the ~* nói quanh

bushel *n.* giạ lúa (36 lít)

bushy *adj.* có nhiều bụi cây, mọc rậm rạp

business *n.* việc buôn bán/kinh doanh, việc, công việc, nhiệm vụ: *to do ~ with* buôn bán, giao dịch với; *to go into ~* ra buôn bán; *to go out of ~* vỡ nợ; *~ is ~* công việc là công việc, không nói chuyện tình cảm được

businesslike *adj.* thực tế, giỏi, đàng hoàng

businessman *n.* nhà kinh doanh, thương gia/ nhân

bust *n.* tượng nửa người, tượng bán thân, ngực

bustle 1 *n.* sự hối hả rộn ràng, tiếng ồn ào 2 *v.* rối rít lăng xăng, bận rộn hối hả, giục giã

busy 1 *adj.* bận, bận rộn, đông đúc, sầm uất, náo nhiệt, [dây nói] đang bận 2 *v.* to ~ *oneself with* bận rộn với: *the line is* ~ đường dây đang bận

busybody *n.* người lăng xăng/bao biện/hiếu sự

but 1 *conj.* nhưng (mà), song: *he wanted to go,* ~ *had no money* anh ấy muốn đi, nhưng không có tiền; *this fabric is thin* ~ *warm* hàng này mỏng mà ấm; *not only ...* ~ *also ...* không những ... mà còn ...: *Confucianism is not only a religion,* ~ *also a moral philosophy* Khổng giáo không phải là một tôn giáo, mà là một triết lý về đạo đức 2 *adv.* chỉ là, chỉ mới: *he's* ~ *a child* nó chỉ là một đứa bé con; *I got it* ~ *two days ago* tôi chỉ mới nhận được cách đây có hai hôm thôi 3 *prep.* trừ, ngoài: *any day* ~ *Tuesday* bất cứ ngày nào trừ thứ ba, *no one* ~ *me* không có ai ngoài tôi ra; ~ *for ...* nếu không có ... (thì ...)

butcher 1 *n.* người hàng thịt, đồ tể 2 *v.* giết, mổ

butler *n.* quản gia

butt 1 *n.* báng súng, đầu huốc lá 2 *v.* húc đầu vào

butter 1 *n.* bơ 2 *v.* phết bơ, xào bơ

buttercup *n.* hoa kim phong/mao lương

butterfly *n.* con bươm bướm: ~ *nut* tai hồng

buttocks *n.* mông đít

button 1 *n.* cái khuy/cúc, nút bấm 2 *v.* cài khuy, đơm khuy

buttonhole 1 *n.* khuyết áo 2 *v.* thùa khuyết áo

buttress 1 *n.* trụ tường, trụ ốp, chỗ tựa 2 *v.* chống đỡ, ủng hộ

buy *v.* [bought] mua, mua chuộc, đút lót: *to* ~ *back* mua lại; *to* ~ *in* mua trữ, mua buôn; *to* ~ *up* mua hết, mua nhẵn

buyer *n.* người mua hàng

buzz 1 *n.* tiếng vo vo/vù vù 2 *v.* kêu vo vo/ vù vù: *give me a* ~ *tonight* tối nay xin anh kêu tôi

by 1 *prep.* gần, cạnh, bên, kề, qua, ngang/ xuyên qua, vào lúc, vào quãng, bằng, do, bởi, theo từng: ~ *the window* gần bên cửa sổ, bên song; ~ *two o'clock* vào khoảng hai giờ; *driven* ~ *electricity* chạy bằng điện; *a poem* ~ Nguyễn Trãi một bài thơ của Nguyễn Trãi; ~ *accident* tình cờ, ngẫu nhiên; ~ *train* bằng xe lửa; ~ *my watch* theo đồng hồ tôi; *multiply* ~ *seven* nhân với bảy; *rented* ~ *the week* cho thuê từng tuần lễ một; *to learn* ~ *doing* học bằng cách làm; ~ *mistake* vì lầm; ~ *oneself* một mình; ~ *the way* nhân tiện, nhân đây 2 *adv.* ở gần, đi qua: *he walked* ~ *just now* hắn vừa đi ngang qua đây; ~ *and* ~ chốc nữa; ~ *and large* nói chung, nhìn chung

bye *n.* cái phụ, cái thứ yếu

bye-bye *int.* chào tạm biệt

bygone 1 *n.* chuyện đã qua 2 *adj.* đã qua, quá khứ

by-law *n.* luật lệ, qui chế, nội qui

bypass 1 *n.* đường vòng vòng 2 *v.* đi vòng (để tránh)

bypath *n.* đường hẻm

by-product *n.* sản phẩm phụ

bystander *n.* người ngoài cuộc, khách bàng quan

byway *n.* đường phụ, đường tắt: *highway and* ~ khắp các nẻo đường

byword *n.* trò cười, tục ngữ, ngạn ngữ

C

c, C 100 chữ số la mã

cab *n.* xe tắc xi, xe ngựa thuê, buồng lái

cabbage *n.* cải bắp

cabin *n.* túp lều, nhà gỗ, cabin, buồng ngủ

cabinet 1 *n.* tủ: *medicine* ~ tủ thuốc [trong buồng tắm]; *filing* ~ tủ đựng hồ sơ 2 *n.* nội các, chính phủ: ~ *council* hội đồng nội các/ chính phủ

cable 1 *n.* dây thừng/chão, dây cáp, cáp xuyên đại dương, điện tín cablegram: ~ *car* xe điện dây cáp 2 *v.* đánh/gửi điện tín, buộc/cột bằng dây cáp

cablegram *n.* điện tín xuyên đại dương

cackle 1 *n.* tiếng gà cục tác, tiếng quang quác 2 *v.* [gà mới đẻ] cục tác, nói cười quang quác

cactus *n.* (*pl.* **cacti, cactuses**) cây xương rồng

cadence *n.* nhịp, phách, điệu nhạc/thơ, tiết tấu

cadet *n.* sinh viên trường sĩ quan/võ bị

cadre *n.* cán bộ, lực lượng nòng cốt

café *n.* quán ăn, tiệm cà phê

cafeteria *n.* quán ăn tự dụng, hàng ăn tự phục vụ

cage 1 *n.* lồng, chuồng, cũi, buồng thang máy 2 *v.* nhốt vào lồng/cũi

caisson *n.* hòm đạn dược, thùng lặn [của công nhân xây cầu]

cajole *v.* tán tỉnh, phỉnh phờ

cake 1 *n.* bánh ngọt, miếng, bánh: *to sell like hot* ~s bán chạy như tôm tươi; *a* ~ *of soap* một bánh xà phòng 2 *v.* đóng thành bánh, đóng bết

calabash *n.* quả bầu

calamitous *adj.* tai hại, bất hạnh

calamity *n.* tai hoạ, tai ương, cơn hoạn nạn
calcium *n.* chất vôi/canxi
calculate *v.* tính, tính toán, tính trước, dự tính, suy tính: *to ~ on/upon* trông vào, tin vào; *caculating machine* máy tính
calculation *n.* sự tính toán, sự cân nhắc/đắn đo
calculator *n.* máy tính
calculus *n.* phép tính [*differential* vi phân, *integral* tích phân], sỏi (trong thận)
calendar *n.* lịch, lịch công tác: *solar ~* tây lịch, dương lịch; *lunar ~* âm lịch, nông lịch
calf *n.* (*pl.* **calves**) con bê, da bê
calf *n.* (*pl.* **calves**) bắp chân
caliber *n.* [*Br.* **calibre**] khẩu kính, đường kính, cỡ, hạng, thứ, cỡ, năng lực
calico *n.* vải trúc bâu, vải in hoa
calk *v.* [*Br.* **caulk**] trám (thuyền), trét, bít
call 1 *n.* tiếng gọi/kêu, lời kêu gọi, tiếng gọi, việc gọi dây nói, cú điện thoại, cuộc điện đàm, cuộc thăm viếng: *no ~ for panic* không cần hoảng hốt 2 *v.* gọi, kêu, gọi lại, mời, gọi/kêu dây nói, gọi là, tên là, 3 *v.* đến thăm: *to ~ aside* gọi ra một bên; *to ~ away* gọi/mời đi; *to ~ back* gọi về; *to ~ on/ upon* ghé thăm; *to ~ off* gọi ra chỗ khác, hoãn lại; *to ~ up* gọi điện thoại, gọi dậy, đánh thức, gợi lại; *to ~ on X to ...* kêu gọi X hãy ...; *to ~ the meeting* triệu tập buổi họp; *to ~ the roll* điểm danh
caller *n.* người gọi, khách đến thăm
calligraphy *n.* chữ viết, lối viết, bút pháp, thư pháp, tự dạng
calling *n.* nghề nghiệp, sự gọi, sự đến thăm
callipers *n.* (*also* **calipers**) com-pa đo ngoài
callisthenics *n.* thể dục mềm dẻo
callous *adj.* thành chai, co chai, chai đá, vô tình, lãnh đạm, nhẫn tâm
calm 1 *n.* sự yên lặng/êm ả, sự bình tĩnh/ điềm tĩnh 2 *adj.* (trời) lặng gió, êm đềm, (biển) lặng, bình tĩnh, điềm tĩnh: *try to keep ~ and just tell me what happened* hãy giữ bình tĩnh và nói cho tôi biết chuyện gì đã xẩy ra 3 *v.* (làm) dịu/êm, trấn tĩnh.
calorie *n.* (*also* **calory**) chất calo, nhiệt lượng
calumy *n.* lời nói, lời vu khống
calyx, calix *n.* (*pl.* **calyxes, calyces**) đài hoa
Cambodia *n.* nước Cambốt
Cambodian *n., adj.* thuộc người/tiếng Cambốt/Campuchia
cambric *n.* vải lanh mịn
came quá khứ của **come**
camel *n.* lạc đà
camellia *n.* (cây) hoa trà
camera *n.* máy ảnh/hình, máy quay phim
cameraman *n.* người chụp ảnh, người quay phim
camouflage *n., v.* (sự/vật) nguy trang

camp 1 *n.* trại, chỗ cắm trại, chỗ đóng quân, phe 2 *v.* cắm trại, đóng trại, hạ trại
campaign 1 *n.* chiến dịch, cuộc vận động: *during his election ~, he promised many things* trong thời gian vận động bầu cử ông ấy hứa hẹn nhiều điều lắm 2 *v.* tham gia vận động, vận động (*for* cho ...): *we are ~ing for law reform* chúng tôi đang vận động cải cách luật pháp
camphor *n.* long não
campus *n.* khu sân bãi/khuôn viên trường đại học
can 1 *n.* bi đông, ca, bình, hộp đồ hộp 2 *v.* đóng hộp, vô hộp (thịt, cá, quả, v.v.)
can *v.* [**could**] có thể, có sức, có khả năng, biết, có thể, được phép: *I ~ swim one more kilometer* tôi có thể bơi một cây số nữa; *we could not understand what he said* chúng tôi không thể hiểu ông ấy nói gì; *she can't type* cô ấy không biết đánh máy; *can/could you mail this package for me, please?* anh làm ơn gửi cái gối này hộ tôi nhé!; *you ~ leave now* bây giờ anh có thể đi được rồi; *I ~ not help laughing* tôi không thể nhịn cười được
Canada *n.* nước Gia-Nã Đại
Canadian *n., adj.* thuộc/người Gia Nã Đại/ Canada
canal *n.* kênh, sông đào, mương, ống
canary *n.* chim hoàng yến, chim tước
cancel *v.* bỏ, hủy bỏ, bãi bỏ, đóng dấu (tem)
cancellation *n.* sự hủy bỏ, sự bãi bỏ, dấu xoá bỏ
cancer *n.* bệnh ung thư, bệnh căng xe
candid *adj.* thật thà, bộc trực, tự nhiên
candidate *n.* người ứng cử, ứng cử viên, người dự thi, thí sinh, người dự tuyển
candle *n.* cây nến, đèn cầy
candlepower *n.* nến (độ sáng của đèn)
candlestick *n.* cây đèn nến
candor *n.* tính thật thà/bộc trực
candy 1 *n.* kẹo, đường phèn 2 *v.* tẩm/ướp đường
cane 1 *n.* cây/sợi mây, gậy, ba toong, can 2 *n.* cây: *sugar ~* cây mía; *Vietnamese grow a lot of sugar ~* Việt Nam trồng rất nhiều mía 3 *v.* đan mây, vụt/quất roi
canine 1 *n.* răng nanh 2 *adj.* thuộc họ chó
canker *n.* bệnh viêm loét miệng, bệnh mọc cây
cannibal *n.* kẻ ăn thịt người
cannon *n.* súng đại bác, pháo
cannon fodder *n.* bia đỡ đạn, bia thịt
canoe *n.* thuyền độc mộc, xuồng
canon *n.* luật lệ, quy tắc, phép tắc, tiêu chuẩn
canopy *n.* màn, chướng, long đình, vòm, tán dù

cant *n.* tiếng lóng, ẩn ngữ, lời nói giả dối

can't *v.* (= **cannot**)

canteen *n.* bi đông, căn tin, quán nước (bộ đội)

canter *n., v.* (chạy) nước kiệu

cantilever *n.* rường/đà quăng can để đỡ bao lớn

canto *n.* đoạn, chương, khổ, hội (trong bài thơ)

canvas *n.* vải bạc, buồm/lều vải bạc, bức vẽ: *to draw on ~* vẽ trên vải

canvass *v.* đi chào hàng, vận động bỏ phiếu: *they ~ for votes* họ vận động phiếu bầu

canyon *n.* hẻm núi

cap **1** *n.* mũ lưỡi trai, mũ vải, mũ (công nhân, quan toà, giáo sư): *~ and gown* mũ và áo thụng (của giáo sư), sắc phục đại học **2** *n.* nắp chai, tháp bút, đầu đạn **3** *v.* đội mũ cho, đậy/bịt nắp

capability *n.* năng lực, khả năng

capable *adj.* giỏi, tài, có năng lực, có thể, có khả năng, có gan, dám (làm chuyện gì)

capacious *adj.* to, lớn, rộng

capacity *n.* sức chứa/đựng, dung lượng/tích, tư cách, cương vị: *filled to ~* đầy ắp; *packed to ~* chật ních; *in my ~ as* với tư cách là ...

cape *n.* áo choàng không có tay

cape *n.* mũi đất: *the ~ of Good Hope* mũi hảo vọng, hảo vọng giác

caper **1** *n.* sự nhảy cỡn, hành động dại dột: *cut a ~, cut ~s* nhảy cỡn **2** *v.* nhảy cỡn

capillary **1** *n.* mao hoảng **2** *adj.* mao dẫn, mao trạng

capital **1** *n.* thủ đô, thủ phủ: *~ city* thủ đô **2** *n.* chữ hoa: *to write in ~ letters* viết bằng chữ hoa **3** *n.* tiền vốn, tư bản: *how much is your ~ for investment?* tiền vốn đầu tư của bạn được bao nhiêu? **4** *adj.* chủ yếu, cốt yếu, thủ yếu, tử hình

capitalism *n.* chủ nghĩa tư bản

capitalist **1** *n.* nhà tư bản **2** *adj.* tư bản chủ nghĩa: *~ countries* những nước tư bản chủ nghĩa

capitalize *v.* viết/in bằng chữ hoa, lợi dụng

capitulate *v.* đầu hàng (có điều kiện)

capitulation *n.* việc đầu hàng (có điều kiện)

caprice *n.* tính thất thường/đồng bóng

capricious *adj.* thất thường, đồng bóng

capsize *v.* (thuyền) lật úp

capsule *n.* bao con nhộng, quả nang, đầu mang khí cụ khoa học (của hỏa tiễn vũ trụ)

captain *n.* đại úy, đại tá hải quân, thuyền trưởng, thủ lĩnh, đội trưởng, thủ quân: *a ship's ~* hạm trưởng, thuyền trưởng; *the ~ of a soccer team* thủ quân một đội bóng đá

caption *n.* đầu đề, lời thuyết minh/chú thích

captious *adj.* hay bắt bẻ, hay xoi mói

captivate *v.* làm say đắm, quyến rũ, mê hoặc

captive **1** *n.* tù nhân **2** *adj.* bị bắt giữ: *taken ~* bị bắt

captivity *n.* tình trạng bị giam cầm: *in ~* bị giam, bị giữ, bị nhốt

capture **1** *n.* sự bắt **2** *v.* bắt giữ, bắt, hiểu

car *n.* xe ôtô, xe hơi, xe, toa: *elevator ~* buồng thang máy; *sleeping ~* toa có giường ngủ; *dining ~* toa ăn; *used ~* xe cũ; *~ dealer* đại lý xe hơi

caramel *n.* đường thắng màu nâu nhạt

carat *n.* đơn vị trọng lượng của kim cương, cara

caravan *n.* đoàn lữ hành, đoàn người đi buôn, nhà lưu động

carbine *n.* súng cacbin

carbon *n.* cacbon, giấy than: *~ copy* bản sao bằng giấy than

carbuncle *n.* nhọt, mụn

carburet(t)or *n.* bộ chế hoà khí, cacbuaratơ

carcass *n.* xác súc vật, thần xác, cơ thể

card *n.* thiếp, thẻ, các, bài, quân/cây/lá/bài: *identity ~* thẻ chứng minh nhân dân/kiểm tra; *name/business ~* danh thiếp; *Christmas ~* thiệp Giáng sinh, các Nô-en; *Tet ~* thiệp chúc Tết; *a pack/deck of ~s of* một cỗ bài; *to play ~s* chơi/đánh bài

cardboard *n.* giấy bồi, các tông

cardigan *n.* áo len/vét có tay

cardinal **1** *n.* giáo chủ áo đỏ, hồng y giáo chủ, màu đỏ thắm, chim áo đỏ **2** *adj.* chính, chủ yếu: *~ points* bốn phương; *~ numbers* số từ chỉ số lượng

cardiology *n.* khoa tim

care **1** *n.* sự chăm sóc, sự chăm nom, sự chú ý/cẩn thận, sự lo âu: *to take ~* coi chừng, lưu ý; *~ of ...* nhờ ... chuyển giao; *to take ~ of* chăm nom; giữ gìn **2** *v.* chăm nom, chăm sóc, nuôi nấng, để ý đến, quan tâm đến, thích, muốn: *I don't ~* tôi không/cóc cần

career *n.* nghề nghiệp, sự nghiệp

carefree *adj.* vô tư lự

careful *adj.* cẩn thận, thận trọng, kỹ lưỡng

careless *adj.* không cẩn thận, sơ ý, cẩu thả

caress **1** *n.* sự vuốt ve **2** *v.* vuốt ve, âu yếm

caretaker *n.* người trông nom (nhà cửa)

cargo *n.* hàng hoá, tàu chở hàng hóa

caricature **1** *n.* tranh biếm họa **2** *v.* vẽ biếm họa

carload *n.* xe đầy, toa đầy

carnage *n.* sự chém giết, sự tàn sát

carnal *adj.* thuộc xác thịt, thuộc nhục thể/dục

carnation *n.* hoa cẩm chướng

carnival *n.* khu giải trí, chợ phiên, các trò giải trí lưu động, hội hè

carol *n.* bài hát mừng (dịp giáng sinh)

carp *n.* cá chép
carp *v.* xoi mói, bới lông tìm vết, bắt bẻ: *a ~ing tongue* miệng lưỡi khắc bạc
carpenter *n.* thợ mộc
carpentry *n.* nghề thợ mộc
carpet 1 *n.* tấm thảm, thảm cỏ/hoa/rêu: *on the ~* được đem ra phê bình chỉ trích, bị quở mắng 2 *v.* trải thảm
carriage *n.* xe ngựa, toa xe lửa, dáng (đi)
carrier *n.* người đưa, người chuyên chở, hãng vận tải, cái đèo hàng, người mang mầm bệnh, tàu chuyên chở, hành không mẫu hạm, tàu sân bay
carrot *n.* củ cà rốt
carry *v.* ẵm, vác, đội, bưng, khuân, khiêng, mang, chở, gánh, xách, cắp, cõng, bế, ôm, v.v., đem mang/mang theo người, dẫn, đưa, thuyền, đặt (ống), chống đỡ, vọng xa, (báo) đăng, đăng tải, chiếm được (vị trí địch): *the young man carried himself well* anh ta có thái độ đàng hoàng; *to ~ away* đem/cuốn đi; *to ~ forward* đưa lên phía trước, mang sang; *to ~ off* đưa/bắt đi, đoạt (giải); *to ~ on* tiếp tục, tiến hành; *to ~ out* thi hành, thực thi/hiện; *to ~ through* hoàn thành
cart 1 *n.* xe bò/ngựa, xe đẩy 2 *v.* chở bằng xe bò *carry off*
carter *n.* người đánh xe bò
cartilage *n.* sụn
carton *n.* hộp bìa cứng: *a ~ of cigarettes* một cây thuốc lá
cartoon *n.* tranh vui/biếm hoạ, tranh đả kích, phim hoạt hoạ
cartridge *n.* đạn, vỏ đạn, đầu máy quay đĩa hát, cuộn phim chụp ảnh
carve *v.* chạm, khắc, đúc, tạc (tượng), cắt, lạng, xẻo (thịt), tạo (nên)
carver *n.* thợ chạm/khắc, người/dao lạng thịt
carving *n.* tượng khắc, nghệ thuật khắc/chạm
cascade *n.* thác nước
case 1 *n.* hộp, ngăn, tủ, hòm, túi, vỏ, bao, v.v.: *book~* tủ sách; *pillow~* áo gối; *upper ~* chữ hoa; *lower ~* chữ thường 2 *n.* trường hợp, hoàn cảnh, cảnh ngộ, ca, vụ kiện, vụ án, cách: *it's a different ~* trường hợp này khác; *that was the worst ~ of measles* đó là ca sởi rất nặng; *in any ~* bất luận ra sao; *in ~ I (should) forget* lỡ tôi có quên; *… in ~ of fire* trong trường hợp cháy nhà; *in the ~ of X* còn về trường hợp của X; *possessive ~* cách sở hữu
casement *n.* khung cảnh cửa sổ
cash 1 *n.* tiền mặt, hiện kim: *to pay ~* trả tiền, trả tiền mặt 2 *v.* lĩnh (séc, chi phiếu): *to ~ a check* lấy tiền mặt từ ngân phiếu
cashier *n.* người thu tiền
cashmere *n.* len casơmia

casing *v.* vỏ bọc ngoài
cask *n.* thùng tô nô đựng rượu
casket *n.* hộp (nữ trang), quan tài, tiểu
cassette *n.* cát xét để thu băng: *~ tape* băng nhựa
cast 1 *n.* sự quăng/ném/thả, bản phân phối các vai kịch, khuôn đúc, vật/bản đúc, đồ loại ra, xác ve 2 *v.* ném, liệng, quăng (lưới), thả (neo), lột, vứt bỏ, tuột, loại ra, phân phối ai đóng vai nào, đúc khuôn: *to ~ aside* vất đi; *to ~ away* vứt, liệng; *to ~ down* quăng xuống, nhìn xuống; *to be ~ down* chán nản; *to ~ off* loại/vứt bỏ
castaway *n.* người sống sót vụ đắm tàu, kẻ bơ vơ
caste *n.* đẳng cấp
caster *n.* bánh xe ở chân bàn ghế
casting *n.* sự đúc khuôn, vật đúc
cast iron *n.* gang
castle *n.* lâu đài, thành trì
castor oil *n.* dầu thầu dầu
castrate *v.* thiến, hoạn
casual *adj.* (quần áo) thường, tự nhiên, không trịnh trọng, tình cờ, ngẫu nhiên, vô ý, cẩu thả, thất thường, không đều
casualty *n.* tai hoạ, số người chết, số thương vong
cat *n.* mèo, thú vật thuộc họ mèo, hổ, báo, v.v.
catacombs *n.* hầm mộ
catalog(ue) 1 *n.* mục lục (sách, hàng hoá): *college ~* chỉ nam đại học; *mail order ~* sách liệt kê hàng hoá để đặt mua bằng thư 2 *v.* ghi vào mục lục
catalyst *n.* chất/vật xúc tác
catapult *n.* súng cao su, máy phóng phi cơ trên hàng không mẫu hạm, máy bắn đá thời xưa
cataract *n.* bệnh đục nhân mắt, thác nước lớn
catarrh *n.* chứng viêm niêm mạc, bệnh viêm chảy
catastrophe *n.* tai hoạ, tai ương, tai biến
catch 1 *n.* sự nắm lấy, sự bắt/chộp/vồ, mẻ (cá) bắt được, then/chốt cửa, câu hỏi mẹo, kế bẫy 2 *v.* [**caught**] bắt, chộp, nắm lấy, câu/đánh được, đuổi kịp, theo kịp, mắc, nhiễm, bị, móc, vướng, kẹt, hiểu được, thu hút: *to ~ water* hứng nước; *to ~ cold* bị cảm; *my shirt caught on a nail* cái đinh móc vào sơmi của tôi; *that style didn't ~ on* kiểu đó không trở thành mốt; *to ~ up with* theo kịp; *to ~ fire* bắt lửa; *caught in the act* bắt quả tang
catching *adj.* (bệnh) hay lây, truyền nhiễm
categorical *adj.* tuyệt đối, cật lực
category *n.* phạm trù, hạn, loại, chủng loại
cater *v.* cung cấp thức ăn cho bữa tiệc, phục vụ cho ăn uống

caterpillar *n.* sâu bướm, xích sắt

catfish *n.* cá trê

cathedral *n.* nhà thờ

cathode *n.* cực âm, âm cực, catôt

Catholic 1 *n.* người theo đạo Thiên Chúa, tín đồ công giáo 2 *adj.* công giáo, rộng rãi, đại lượng

Catholicism *n.* đạo Thiên Chúa, Thiên Chúa giáo

cattle *n.* trâu bò, gia súc, thú nuôi

catty *n.* cân ta

caucus *n.* cuộc họp riêng của một đảng

caught quá khứ của **catch**

cauldron *n.* (*also.* **caldron**) cái vạc

cauliflower *n.* cải hoa, xúp lơ

cause 1 *n.* nguyên nhân/do, căn nguyên, lý do, lẽ, cớ: *smoking is a ~ of death and disease* hút thuốc là nguyên do gây tử vong và bệnh tật 2 *n.* chính nghĩa, sự nghiệp: *we fought for the same ~* chúng ta cùng chiến đấu cho một chính nghĩa 3 *v.* gây ra/nên ..., làm cho, khiến cho: *that did ~ me some worry* điều đó khiến cho tôi lo âu

causeway *n.* đường đắp cao

caustic *adj.* ăn da, cay độc, châm biếm, khắc bạc

cauterize *v.* đốt để trừ độc

caution 1 *n.* sự cẩn thận/thận trọng, lời cảnh cáo 2 *v.* báo trước, cảnh báo

cautious *adj.* cẩn thận, thận trọng

cavalier *adj.* kiêu ngạo, ngạo mạn

cavalry *n.* kỵ binh: *air ~* không kỵ

cave 1 *n.* hang, động: *~man* người thượng cổ ở hang 2 *v.* *to ~ in* sụp, sập, lún lở

cavern *n.* hang lớn, động

cavity *n.* lỗ hổng, ổ, khoang, lỗ (răng sâu)

caw 1 *n.* tiếng quạ kêu 2 *v.* (quạ) kêu quạ quạ

cease 1 *n.* sự dừng/ngừng: *without ~* không ngớt 2 *v.* thôi, dừng, ngừng, ngớt, (mưa) tạnh

cease-fire *n.* lệnh/sự ngừng bắn

ceaseless *adj.* không ngừng/dứt, ngớt

cedar *n.* cây/gỗ tuyết tùng

cede *v.* nhường lại, nhượng

ceiling *n.* trần nhà, mức cao nhất, độ cao tối đa

celebrate *v.* ăn mừng, ăn khao, kỷ niệm, ca tụng

celebrated *adj.* nổi tiếng, lừng danh, trứ danh

celebration *n.* lễ mừng, lễ kỷ niệm

celebrity *n.* danh tiếng, nhân vật hữu danh

celerity *n.* sự mau lê, sự mau chóng

celery *n.* cần tây

celestial *adj.* thuộc trời/vũ trụ, thuộc thiên đường: *~ bodies* thiên thể

celibacy *n.* sự/đời sống độc thân

celibate *n., adj.* (người) sống độc thân

cell *n.* xà lim, pin, tế bào, chi bộ, tiểu tổ, lỗ tổ ong, phòng nhỏ, lều nhỏ

cellar *n.* hầm chứa: *wine ~* hầm rượu

cello *n.* đàn viôlôngxen, xe lô

cellophane *n.* giấy bóng kính

cellular *adj.* thuộc tế bào

cellulose *n.* xenlulôza

cement 1 *n.* xi măng, chất gắn, bột hàn răng, keo 2 *v.* trát/xây xi măng, hàn, thắt chặt (tình)

cemetery *n.* nghĩa trang, nghĩa địa, mộ địa

censor 1 *n.* nhân viên kiểm duyệt 2 *v.* kiểm duyệt

censorship *n.* sự/quyền kiểm duyệt

censure 1 *n.* sự/lời chỉ trích/khiển trách 2 *v.* phê bình, chỉ trích, khiển trách

census *n.* cuộc điều tra số dân/phổ tra nhân khẩu

cent *n.* đồng xu, phân: *five per~* năm phần trăm

center 1 *n.* điểm giữa, trung tâm, tâm, trung khu, trung ương, nhân vật trung tâm, trung phong (bóng đá), phái giữa 2 *v.* tập trung, xoay quanh

centigrade *adj.* bách phân, chia trăm độ

centimeter *n.* xentimet, phân

centipede *n.* con rết

central *adj.* ở giữa, ở trung tâm, chính, (thuộc) trung ương, chính, chủ yếu, trung tâm: *the ~ committee* (uỷ ban) trung ương; *the ~ government* chính phủ trung ương; *~ heating* sự sưởi tập trung (cho cả một ngôi nhà)

centralization *n.* sự tập trung

centralize *v.* tập trung

centrifugal *adj.* ly tâm

centripetal *adj.* hướng tâm

century *n.* thế kỷ, trăm năm

ceramics *n.* đồ gốm, nghề gốm

cereal *n.* ngũ cốc, lúa gạo, mễ cốc, cốc loại, bổng (lúa/gạo) để buổi sáng ăn với sữa

cerebellum *n.* (*pl.* **cerebellums, cerebella**) tiểu não

cerebrum *n.* (*pl.* **cerebra**) óc, đại não

ceremonial *adj.* thuộc lễ nghi/nghi thức

ceremonious *adj.* chuộng nghi thức, long trọng

ceremony *n.* buổi lễ, nghi thức, nghi lễ, sự kiểu cách, sự khách sáo: *to stand on ~* theo nghi thức, làm khách, không tự nhiên, khách sáo; *marriage/wedding ~* lễ cưới, hôn lễ

certain *adj.* chắc, chắc chắn, nào đó, đôi chút: *under ~ circumstances* trong hoàn cảnh nào đó: *a ~ enthusiasm* chút ít hăng hái

certainly *adv.* chắc chắn, nhất định, được chứ!

certainty *n.* điều chắc chắn, sự tin chắc
certificate *n.* giấy chứng nhận: *birth* ~ giấy khai sinh; *marriage* ~ giấy giá thú; *graduation* ~ chứng chỉ tốt nghiệp
certified *adj.* được đảm bảo, có chứng chỉ
certify *v.* chứng nhận, nhận thực, thị thực
cessation *n.* sự dừng/ngừng/đình
cession *n.* sự nhượng lại, sự để lại
cesspool *n.* hố phân, nơi ô uế/bẩn thỉu
chafe *v.* xoa, chà xát, (làm) trầy/phồng
chaff *n.* trấu, vỏ
chafing dish *n.* nồi hâm để ở bàn ăn (để ăn món nhúng)
chagrin *n.* sự buồn phiền, sự chán nản
chain 1 *n.* dây, xích, dãy (núi), loạt, dây chuyền [làm việc]: ~ *reaction* phản ứng dây chuyền; *in* ~*s* bị xiềng xích; *watch* ~ dây đồng hồ; *bicycle* ~ xích xe đạp 2 *v.* xích, trói buộc
chair 1 *n.* ghế, ghế giáo sư, ghế chủ toạ/chủ tịch: *electric* ~ ghế điện 2 *v.* làm chủ toạ: *to* ~ *a meeting* chủ toạ một phiên họp
chairman *n.* chủ tịch, trưởng ban, chủ nhiệm khoa
chairperson *n.* = **chairman**
chalk 1 *n.* phấn viết, đá vôi 2 *v.* *to* ~ *up* ghi
challenge 1 *n.* sự thách thức, tiếng hô "đứng lại": *to accept a* ~ nhận lời thách đố 2 *v.* thách, thách thức, khiêu chiến, hô "đứng lại"
chamber *n.* nghị viện, phòng, ổ đạn, khoang, hốc: ~ *music* nhạc thính phòng; ~ *of commerce* phòng thương mại
chamberlain *n.* viên thị thần, quản gia
chameleon *n.* tắc kè hoa
chamois *n.* da con linh dương
champ *v.* nhay nghiến, sốt ruột, nôn nóng
champagne *n.* rượu sâm banh
champion 1 *n.* nhà vô địch/quán quân, người bênh vực 2 *v.* bênh vực, ủng hộ, bảo vệ, đấu tranh cho
championship *n.* chức/giải vô địch/quán quân
chance 1 *n.* sự may rủi/hên xui/đỏ đen, sự tình cờ, ngẫu nhiên 2 *n.* số phận, khả năng, sự có thể, cơ hội: *give him a* ~ hãy dành cho anh ta một cơ hội 3 *v.* may mà, tình cờ mà, ngẫu nhiên mà
chancellor *n.* viện trưởng/hiệu trưởng danh dự, thủ tướng, đại pháp quan, bộ trưởng (tài chính)
change 1 *n.* sự thay đổi, bộ quần áo sạch 2 *n.* tiền lẻ, tiền trả lại 3 *v.* đổi [chỗ ngồi, ý kiến], thay [quần áo], đổi [giấy lớn], thay đổi, biến đổi, thay quần áo, đổi tàu/xe/máy bay
changeable *adj.* dễ thay đổi, có thể thay đổi
channel 1 *n.* eo biển, lòng sông/suối, kênh,

mương, ống dẫn, nguồn tin, đường dây, kênh, đài TV 2 *v.* đào rãnh, đào mương; chuyển tiền; hướng ý kiến: *money for the project will be* ~*ed through a local bank* tiền dự án sẽ được chuyển qua ngân hàng địa phương
chant 1 *n.* thánh ca 2 *v.* hát đều đều, ngâm, tụng
chaos *n.* sự lộn xộn/hỗn độn/hỗn loạn, hỗn mang
chaotic *adj.* lộn xộn, hỗn độn, hỗn loạn
chap 1 *n.* gã, anh chàng, thằng cha 2 *n.* chỗ nẻ 3 *v.* làm nứt nẻ, [da] bị nẻ
chapel *n.* (buổi lễ ở) nhà thờ nhỏ
chaplain *n.* giáo sĩ, mục sư, tuyên ý
chapter *n.* chương, mục, chi hội
char *v.* đốt thành than
character 1 *n.* chí khí, cốt cách, ý chí, bản lĩnh, tính nết, đặc tính, đặc điểm: *do you understand his* ~? bạn có hiểu đặc điểm của ông ta không? 2 *n.* nhân vật: *I don't like the* ~ *in that play* tôi không thích nhân vật trong vở kịch đó 3 *n.* chữ, từ: *Can you write Chinese* ~*s?* bạn có viết được chữ Tàu không?
characteristic 1 *n.* đặc tính/trưng/điểm/sắc 2 *adj.* riêng, riêng biệt, đặc thù
characterize *v.* mô tả/biểu thị đặc điểm
charcoal *n.* than củi/tàu, bút chì than để vẽ
charge 1 *n.* tiền phải trả, giá tiền, tiền thù lao: *I can arrange this for a small* ~ tôi có thể sắp xếp cho món tiền phải trả nấy; *free of* ~ không trả tiền, miễn phí 2 *n.* trách nhiệm, bổn phận, nhiệm vụ: *you are in* ~ *of management* bạn có trách nhiệm việc quản lý; *he's in* ~ *of our factory* ông ấy phụ trách nhà máy của chúng tôi 3 *n.* lời buộc tội, cuộc tấn công, trận xung kích 4 *n.* gánh nặng, sự nạp điện, điện tích 5 *v.* tính giá, đòi, lấy: *how much do you* ~ *for this service* ông tính bao nhiêu về dịch vụ nầy? 6 *v.* giao nhiệm vụ, 7 *v.* buộc tội, tấn công, đột kích, nạp đạn, nạp thuốc súng, nạp điện: ~*d with murder* bị buộc tội giết người
chargé d'affaires *n.* đại biện, xử lý thường vụ
chariot *n.* xe ngựa để đánh trận thời xưa
charitable *adj.* có lòng thảo, từ thiện, nhân đức
charity *n.* lòng/hội từ thiện, của bố thí/cứu tế
charm 1 *n.* duyên, nhan sắc quyến rũ: *she has her* ~ cô ấy có nhan sắc quyến rũ 2 *n.* bùa mê/phép 3 *v.* làm say mê, quyến rũ, làm mê hoặc, dụ
charming *adj.* đẹp, duyên dáng, yêu kiều, làm say nê, quyến rũ
chart 1 *n.* bản đồ đi biển, hải đồ, đồ thị, biểu đồ: *this* ~ *shows our top 10 products* biểu

đồ nầy cho thấy 10 sản phẩm hàng đầu của chúng tôi **2** v. vẽ hải đồ, vẽ đồ thị, lập biểu đồ

charter **1** n. hiến chương, sự thuê bao (tàu/xe) **2** v. thuê bao: ~ *flight* chuyến máy bay thuê

charwoman n. phụ nữ giúp việc dọn dẹp nhà cửa

chary adj. cẩn thận

chase **1** n. sự đuổi theo, sự săn đuổi: *to give* ~ đuổi theo **2** v. (xua) đuổi: *to ~ after* theo đuổi

chasm n. kẽ nứt, lỗ nẻ, vực thẳm (ngăn cách)

chaste adj. trinh bạch, trong trắng, mộc mạc

chastise v. trừng phạt, trừng trị

chastity n. lòng trinh bạch, chữ trinh, trinh tiết, sự giản dị/mộc mạc

chat **1** n. chuyện phiếm/gẫu **2** v. tán gẫu

chattel n. động sản

chatter n., v. (tiếng) líu lo/ríu rít/róc rách, (tiếng) nói huyên thiên, (tiếng) lập cập/lọc cọc

chatterbox n. người ba hoa, cái máy nói

chatty adj. thích tán gẫu, có vẻ chuyện phiếm

chauffeur **1** n. tài xế, người lái xe **2** v. lái xe

chauvinism n. chủ nghĩa sô vanh

chauvinist n., adj. (người) sô vanh chủ nghĩa

cheap adj. rẻ (tiền), rẻ mạt, xấu

cheapen v. hạ/giảm giá, làm giảm giá trị

cheat **1** n. trò/người lừa đảo/gian lận **2** v. lừa, lừa đảo, lường gạt, gian lận, ăn gian, bịp

check **1** n. [*Br.* **cheque**] séc, chi phiếu, ngân phiếu: *to cash a* ~ lĩnh ngân phiếu; *to draw a* ~ viết séc, ký séc **2** n. sự soát lại, sự kiểm tra, sự kìm hãm/cản trở, giấy ghi tiền, bông, hoá đơn, thẻ gửi đồ/hành lý, kiểu carô **3** v. soát lại, kiểm soát/tra, đánh dấu, kìm lại, ngăn chặn, nén, kiềm chế, ký gửi [hành lý]: *to ~ in at the hotel* ghi tên nhận phòng khách sạn; *to ~ out* trả phòng dọn đi

checkbook n. quyển séc, tập ngân phiếu

checker n. người thu tiền

checkup n. sự kiểm tra (sức khoẻ)

cheek n. má, sự táo tợn/trơ tráo/hỗn xược

cheekbones n. xương gò má, lưỡng quyền

cheer **1** n. tiếng hoan hô, sự cổ vũ/khuyến khích **2** v. hoan hô, tung hô, cổ vũ, khích lệ, (làm) vui lên, (làm) phấn khởi/hăng hái lên: ~ *up* làm vui lên

cheerful adj. vui mừng, hớn hở, vui vẻ, vui mắt

cheerless adj. buồn, ủ rũ, ảm đạm

cheese n. phó mát

chemical **1** n. chất hoá học, hoá chất **2** adj. hoá học

chemist n. nhà hoá học, dược sĩ

chemistry n. hoá học, (môn) hoá: *organic* ~ hoá (học) hữu cơ

cherish v. yêu mến, thương yêu, nuôi, ấp ủ

cherry n. (quả) anh đào: ~ *blossom* hoa anh đào

chess n. cờ (tướng): *game of* ~ ván cờ

chessboard n. bàn cờ

chessman n. (pl. **chessmen**) quân cờ

chest **1** n. ngực: ~ *x-ray* chiếu phổi **2** n. tủ, hòm, rương: ~ *of drawers* tủ áo

chestnut n. (cây) hạt dẻ, màu nâu hạt dẻ

chew **1** n. sự nhai **2** v. nhai, ngẫm nghĩ, nghiền ngẫm

chick n. gà con, chim non, cô gái, em bé

chicken n. con gà, thịt gà, người nhút nhát: ~ *feed* món tiền nhỏ mọn; ~*pox* thuỷ đậu

chicken-hearted adj. nhút nhát

chide v. mắng mỏ, quở mắng, rầy la

chief **1** n. người đứng đầu, thủ lĩnh/trưởng, lãnh tụ, trưởng, sếp: ~ *of staff* tham mưu trưởng **2** adj. chính, chủ yếu, đứng đầu: ~ *executive officer [CEO]* người đứng đầu cơ quan, thủ trưởng; ~ *delegate* trưởng đoàn đại biểu

chieftain n. đầu sỏ, đầu mục, thủ lĩnh

child n. (pl. **children**) đứa bé/trẻ, đức con, sản phẩm, người tính như con nít

childbirth n. sự sinh đẻ

childhood n. tuổi/thời thơ ấu, lúc bé

childish adj. (như) trẻ con, ngây ngô

childlike adj. (ngây thơ/thật thà) như trẻ con

children n. số nhiều của **child**

chili, chilli n. quả ớt: ~ *pepper* món ăn cay có thịt băm

chill **1** n. sự giá lạnh, sự lạnh lẽo, sự ớn lạnh, sự lạnh nhạt/lạnh lùng, gáo nước lạnh **2** v. làm lạnh, để tủ lạnh, làm nhụt [nhuệ khí, v.v.]

chilly adj. lạnh, lạnh lẽo, lạnh nhạt, lạnh lùng

chime **1** n. chuông chùm, tiếng chuông hoà âm **2** v. đánh/rung [chuông], [chuông] kêu, rung, điểm, xen vào, phụ hoạ vào, ăn khớp, phù hợp

chimney n. ống khói, lò sưởi, thông phong đèn

chimpanzee n. con vượn, con tinh tinh

chin n. cằm, đu cho xà ngang cằm

china n. (*also* **china ware, porcelain**) đồ sứ

China n. nước Trung Hoa

Chinese **1** n. người/tiếng Trung quốc **2** adj. tàu, thuộc Trung hoa/Trung quốc, hoa

chink **1** n. tiếng loảng xoảng **2** v. (làm) loảng xoảng

chintz n. vải hoa (sặc sỡ)

chip **1** n. chỗ sứt/mẻ **2** n. khoang/lát mỏng: *potato* ~s khoai tây rán **3** n. đồng giơ tông để đánh bạc **4** n. vỏ bào/tiện, mạt giũa,

mảnh vỡ 5 *v.* làm sứt/mẻ, bào, đẽo, đập vỡ/bể

chipmunk *n.* con sóc chuột

chirp 1 *n.* tiếng ríu rít, tiếng rúc 2 *v.* [chim] kêu chiêm chiếp, hót líu lo, [sâu, dế, v.v.] rúc

chirrup *v.* kêu ríu rít/líu tíu, rúc

chisel 1 *n.* cái đục/chàng 2 *v.* đục, chạm, lừa đảo

chivalrous *adj.* nghĩa/hào hiệp, có vẻ hiệp sĩ

chivalry *n.* tinh thần hiệp sĩ/thượng võ

chloride *n.* hóa chất clorua

chlorine *n.* chất clo

chloroform *n.* clorofom, thuốc mê

chlorophyll *n.* chất diệp lục, diệp lục tố

chocolate *n.* sôcôla, súc cù là, nước sô cô la

choice 1 *n.* sự lựa chọn, quyền/khả năng lực chọn, người/vật được lựa chọn, tinh hoa 2 *adj.* hảo hạng

choir *n.* đội hợp xướng/hợp ca

choke 1 *n.* sự làm nghẹt/tắc thở, chỗ thắt/bóp lại 2 *v.* làm nghẹt, làm tắc thở, bóp cổ, làm tắc: *to ~ with anger* tức uất lên

cholera *n.* bệnh dịch tả, bệnh tả

choose *v.* [**chose**; **chosen**] chọn, lựa chọn, kén chọn, thích, muốn: *pick and ~* kén cá chọn canh; *as you ~* tuỳ anh, thích làm gì thì làm

choosy *adj.* kén kỹ, khó chiều, kén cá chọn canh

chop 1 *n.* nhát chặt/bổ, miếng thịt sườn (lợn/cừu) 2 *v.* chặt, bổ, đốn, chẻ, chặt/băm nhỏ

chopper *n.* dao pha/bầu, hàm răng, máy bay trực thăng/lên thẳng, người soát vé

choppy *adj.* [biển] động, có sóng

chopstick *n.* đũa: *a pair of ~s* một đôi đũa

chord *n.* dây đàn, dây cung, dây, hợp âm: *vocal ~s* dây thanh âm, thanh huyền/đới

chore *n.* việc vặt trong nhà

choreography *n.* nghệ thuật múa (ba lê)

chorus *n.* đội/bài hợp xướng, điệp khúc, tiếng nói đồng thanh: *in ~* nhất loạt, đồng thanh

chose quá khứ của **choose**

chosen quá khứ của **choose**

chow *n., pl.* thức/đồ ăn: *~ time* giờ ăn

chowder *n.* súp đặc nấu bằng trai, cua, tôm, cá, v.v.

Christ *n.* chúa Giê Su, Chúa cứu thế

christen *v.* rửa tội, đặt tên thánh

christendom *n.* toàn thể giáo dân cơ đốc

Christian 1 *n.* tín đồ Cơ đốc/Thiên Chúa giáo 2 *adj.* thuộc đạo Cơ đốc/Thiên Chúa

Christianity *n.* đạo Cơ đốc/Thiên Chúa

Christmas *n.* lễ No-en/Giáng sinh: *~ Day* ngày lễ No-en; *~ Eve* Đêm Nô-en; *~ tree* cây Nô- en; *~ card* thiếp/thiệp Giáng sinh;

~ present quà Nô-en

chromium *n.* chất crom

chronic *adj.* mạn tính, kinh niên, ăn sâu, bám chặt

chronicle *n.* sử biên niên, ký sự, mục thời sự

chronological *adj.* theo thứ tự thời gian/niên đại

chronology *n.* niên đại học, bảng niên đại

chrysalis *n.* con nhộng

chrysanthemum *n.* cây/hoa cúc

chubby *adj.* mũm mĩm, mập mạp, [má] phinh phính

chuck *n., v.* (sự) vỗ/lắc nhẹ, (sự) ném/liệng/quăng

chuck *n.* ngàm, bàn cặp, thịt vai (bò)

chuckle *n., v.* (tiếng) cười một mình, cười thầm

chum *n.* bạn thân

chunk *n.* khúc, khoanh, miếng, cục

church *n.* nhà thờ, giáo đường, buổi lễ nhà thờ, giáo hội, giáo phái: *~ service* buổi lễ nhà thờ

churchyard *n.* nghĩa địa, nghĩa trang

churl *n.* người lỗ mãng/thô tục, tiện dân

churn 1 *n.* thùng quấy bơ 2 *v.* đánh [sữa, kem] để làm bơ, khuấy tung lên

cicada *n.* con ve sầu

cider *n.* rượu táo

cigar *n.* (điếu) thuốc xì gà

cigarette *n.* (điếu) thuốc lá

c. in c. *n., abbr.* (= **commander in chief**) tổng tư lệnh

cinch *n.* đai ngựa, điều chắc ăn, việc dễ ợt

cinchona *n.* cây/vỏ canh ki na

cinder *n.* than cháy dở, than, xỉ: *cinders* tro

cinema *n.* (rạp) xinê/chiếu bóng, điện ảnh

cinematography *n.* thuật quay phim

cinnabar *n.* thần sa, màu son

cinnamon *n.* quế: *~ bark* quế bì

cipher *n.* số không, số xê rô, người/vật vô giá trị, ám hiệu, mật mã

circle 1 *n.* hình/đường tròn, vòng (tròn), hệ phái, tập đoàn, giới: *vicious ~* vòng luẩn quẩn; *traffic ~* bùng binh ở ngã tư; *political ~s* giới chính trị, chính giới 2 *v.* đi vòng quanh, lượn

circuit *n.* chu vi, sự đi vòng quanh, mạch điện

circuitous *adj.* loanh quanh, vòng vèo

circular 1 *n.* thông tri/tư, giấy báo 2 *adj.* vòng, hình tròn

circularize *v.* gửi thông tri, gửi giấy báo

circulate *v.* lưu thông/hành, (lan) truyền

circulation *n.* sự lưu thông/tuần hoàn, sự lưu hành [tiền tệ], tổng số báo phát hành

circumference *n.* đường tròn, chu vi

circumnavigate *v.* đi đường biển vòng quanh quả đất, đi vòng quanh thế giới

circumscribe *v.* vẽ đường xung quanh, hạn chế

circumspect *adj.* thận trọng, chu đáo

circumspection *n.* sự thận trọng

circumstance *n.* hoàn cảnh, tình hình/huống, trường hợp: *under/in the ~s* trong hoàn cảnh hiện tại; *under/in no ~s* không vì một lẽ gì, tuyệt đối không

circumstantial *adj.* tường tế, chi tiết, do hoàn cảnh, thuộc tình huống

circumvent *v.* dùng mưu mẹo để thắng

circus *n.* (gánh/đoàn) xiếc, rạp xiếc

cistern *n.* thùng/bể chức nước, tháp nước

citadel *n.* thành luỹ, thành trì

cite *v.* trích dẫn, đòi ra toà, tuyên dương

citizen *n.* công dân, thị dân, dân thành thị

citizenship *n.* quyền/tư cách/bổn phận công dân

citron *n.* quả thanh yên, màu vỏ chanh (thanh yên)

citrus *n.* cây/quả loại chanh, cam quít bưởi

city *n.* thành phố, thành thị, đô thị

civic *adj.* thuộc thị dân/công dân

civil *adj.* thuộc thị dân/công dân, thuộc thường dân, thuộc dân sự, hộ, thuộc bên đời, lễ độ: *~ law* dân luật, luật hộ; *~ rights* quyền công dân; *~ defense* phòng thủ thụ động; *~ service* ngành công vụ; *~ war* nội chiến; *~ servant* công chức

civilian *n.* thường dân

civility *n.* sự lễ độ, phép lịch sự

civilization *n.* nền văn minh, nền văn hoá

civilize *v.* làm cho văn minh, khai hoá, giáo hoá

clad *v.* mặc quần áo [xem **clothe**]

claim **1** *n.* sự/quyền đòi, vật/điều yêu sách, khiếu nại: *he is dealing with customers' ~s* ông ấy giải quyết các khiếu nại của khách hàng **2** *v.* đòi hỏi, yêu sách, nhận/khai/cho là của mình, xác nhận: *you have ~ed that it belongs to you* bạn vừa khiếu nại là cái đó thuộc của bạn

clam **1** *n.* con trai/nghêu **2** *v.* đào trai: *to ~ up* câm miệng

clamber *v.* leo, trèo

clammy *adj.* dính nhớp nháp, lạnh và ướt

clamor **1** *n.* tiếng la hét, tiếng ầm ĩ **2** *v.* la hét, làm ầm ĩ, phản đối ầm ĩ

clamp **1** *n.* cái kẹp **2** *v.* cặp/kẹp lại, kiểm soát kỹ

clan *n.* thị tộc, họ, phe cánh, bè phái

clandestine *adj.* giấu giếm, bí mật

clang **1** *n.* tiếng kim loại vang rền **2** *v.* (làm) kêu

clank *n., v.* (tiếng) kêu loảng xoảng/lách cách

clap **1** *n.* tiếng vỗ tay, tiếng sét đánh **2** *v.* đập, vỗ [cánh, tay], vỗ tay, đánh, tống

claret *n.* rượu vang đỏ

clarify *v.* làm cho sáng sủa/sáng tỏ, lọc, gạn

clarinet *n.* kèn clarinet

clarion **1** *n.* kèn **2** *adj.* vang lanh lảnh

clarity *n.* sự sáng sủa/rõ ràng/minh bạch

clash **1** *n.* tiếng va chạm, sự xung đột **2** *v.* va chạm, đụng chạm, đụng độ, xung đột, mâu thuẫn

clasp **1** *n.* cái móc/gài, cái bắt tay chặt **2** *v.* móc, cài, gài, siết/nắm/ôm chặt

class **1** *n.* giai cấp, đẳng cấp, loại, hạng: *~ struggle* đấu tranh giai cấp; *middle ~* giai cấp trung lưu; *ecomomy ~* hạng nhì (máy bay) **2** *n.* lớp học, giờ/buổi học, khoá: *where is your ~?* lớp học bạn ở đâu?

classic **1** *n.* tác giả cổ/kinh điển, trứ tác cổ điển, tác phẩm kinh điển **2** *adj.* ưu tú, kinh/cổ điển

classical *adj.* cổ điển, thuộc văn nghệ Hy La, mẫu mực, ưu tú

classification *n.* sự phân loại

classify *v.* phân loại

classmate *n.* bạn cùng lớp/khoá, bạn đồng song

classroom *n.* phòng/buồng/lớp học

clatter **1** *n.* tiếng lóc cóc, tiếng lách cách, tiếng (nói chuyện) ồn ào **2** *v.* kêu lóc cóc, lách cách, loảng xoảng, làm om sòm/ồn ào

clause *n.* mệnh đề, điều khoản [hiệp ước, v.v.]

claw **1** *n.* móng, vuốt, chân có vuốt, càn cua/tôm, vật hình móc **2** *v.* quắp, quặp, cào, quào, xé, vồ

claw hammer *n.* búa đinh

clay *n.* đất sét

clean **1** *adj.* sạch, sạch sẽ, trong sạch, không tội lỗi, đã sửa hết lỗi: *to make a ~ cut* cắt thẳng **2** *v.* lau chùi, cọ/cạo/đánh/rửa/quét sạch, tẩy [quần áo], nhặt [rau], đánh vẩy moi ruột [cá], đánh/chải/cọ [răng], vét [giếng]: *to ~ up* dọn sạch, vớ được món lớn

clean-cut *adj.* rõ ràng, phân minh, lành mạnh

cleaner *n.* chủ hiệu hấp tẩy quần áo, người dọn dẹp nhà cửa: *vacuum ~* máy hút bụi

cleaning *n.* sự quét tước/dọn dẹp

cleanliness *n.* tính sạch sẽ, tính ở sạch

cleanse *v.* làm cho sạch, tẩy, rửa, cọ, nạo, gột

clear **1** *adj.* trong, trong trẻo, trong sạch, trong sáng, sáng sủa, dễ hiểu, thông suốt, thoát khỏi **2** *adv.* hẳn, hoàn toàn, xa ra: *to keep ~ of x* tránh xa x **3** *v.* làm trong sạch/sáng tỏ, dọn, dọn sạch, dọn dẹp, vượt/nhẩy qua, trả hết, thanh toán: *to ~ up* [trời] sáng sủa ra, [mây] tan đi, [mặt] tươi lên; *to ~ away* dọn/lấy đi, làm tan đi; *to ~ off* trả hết, thanh toán xong; *to ~ out* dọn/quét sạch, bán sạch

clearance *n.* sự dọn quang, khoảng trống, thanh toán [thuế, séc], phép nhận việc: *security* ~ sự chấp thuận an ninh [sau khi điều tra]

clearance sale *n.* cuộc bán hạ giá

clear-cut *adj.* rõ ràng, dứt khoát

clearing *n.* rừng thưa/trống, sự thanh toán

clearinghouse *n.* ngân hàng hối đoái, cơ sở thu thập tài liệu để phổ biến

clearly *adv.* rõ ràng, minh bạch, cổ nhiên rồi

clearness *n.* sự trong trẻo/rõ ràng/thông suốt

cleavage *n.* sự chia/tách ra

cleave *v.* [**clove/cleft/cleaved**; **cloven/cleft/ cleaved**] dính/bám vào, trung thành với

cleaver *n.* dao bổ củi, dao chặt thịt

cleft palate *n.* sứt vòm miệng, sứt hàm ếch

clemency *n.* lòng nhân từ, sự khoan dung/ khoan thứ, sự ấm áp ôn hòa

clement *adj.* nhân từ, khoan hậu, [trời] ôn hòa

clench *v.* nắm [tay], nghiến [răng], mím [môi]

clergy *n.* giới thầy tu, giới tăng lữ

clergyman *n.* (*pl.* **clergymen**) mục sư, giáo/ tu sĩ

clerical *adj.* thuộc tăng lữ, thuộc văn phòng

clerk *n.* thư ký, lục sự toà án, người bán hàng

clever *adj.* thông minh, lanh lợi, khéo léo, giỏi, tài giỏi, lành nghề, hay, tài tình, thần tình

cliché *n.* lời nói sáo, thành ngữ

click 1 *n.* tiếng lách cách, tiếng tắc lưỡi 2 *v.* kêu lách cách, ăn ý nhau, thành công.

client *n.* khách hàng, khách hàng/thân chủ

cliff *n.* vách đá, mỏm đá

climate *n.* khí hậu, thời tiết, miền khí hậu, phong thổ, không khí, hoàn cảnh, xu hướng/thế, phong khí

climatic *adj.* thuộc khí hậu/thời tiết

climax *n.* điểm cao nhất, lúc cực khoái

climb 1 *n.* sự leo trèo, cuộc leo núi 2 *v.* leo, trèo, leo trèo, lên cao.

climber *n.* người leo núi, cây leo.

cling *v.* [**clung**] bám vào, dính vào, níu lấy, bám lấy, giữ mãi, giữ khư khư [thói quen, ý kiến].

clinic *n.* bệnh viện (thực hành), phòng mạch bác sĩ, môn giảng dạy ở ngay buồng bệnh nhân, lâm sàng học, lâm chẩn.

clink *n.* nhà tù/giam/lao, xà lim.

clink *n., v.* (tiếng) leng keng/xủng xoẻng.

clip 1 *n.* cai ghim/kẹp giấy 2 *n.* sự cắt xén, bước đi nhanh 3 *v.* ghim/kẹp lại 4 *v.* cắt, xén, hớt [lông, tóc], cắt [bài báo]

clippers *n.* tông đơ hớt tóc, cái bấm móng tay

clipping *n.* bài báo cắt ra

clique *n.* bọn, tụi, bè lũ, phái hệ, tập đoàn

cloak 1 *n.* áo choàng/khoác: *under the ~ of*

đội lốt 2 *v.* mặc áo choàng, che, đậy, đội lốt 3 *adj.* có tính cách mưu đồ ám muội

clock 1 *n.* đồng hồ, giờ o'clock: *five o'clock* năm giờ 2 *v.* bấm giờ, ghi giờ, đi/chạy mất ...

clockwise *adj., adv.* theo chiều kim đồng hồ

clockwork *n., adj.* (đều đặn) như bộ máy đồng hồ

clod *n.* cục, tảng đất: *stupid* ~ người ngu

clog 1 *n.* chỗ bị tắc, guốc clogs 2 *v.* (làm) tắc.

cloister *n.* nhà tu, tu viện

close 1 *n.* sự kết thúc, phần cuối/chót: *to bring to a ~* kết thúc; *to come/draw to a ~* cáo chung 2 *v.* đóng, khép, dồn lại, siết chặt [hàng ngũ], kết thúc, chấm dứt, đóng cửa: *to ~ down* đóng hẳn; *to ~ in* tới gần; *to ~ up* đóng kín, bít lại 3 *adj.* gần ~ *to* [bạn] thân, [bản dịch] sát, kín bít, bí hơi, ngột ngạt, chặt chẽ, kỹ lưỡng, tỉ mỉ: *~ with one's money* bủn xỉn; *~ vote* cuộc bầu suýt soát 4 *adv.* gần, sát; *~ to/by* gần/sát ai hay vật gì

closely *adv.* gần, gần gũi, thân mật, sát, sít

closet *n.* tủ đóng vào trong tường, tủ kho

close-up *n.* cảnh gần, cận cảnh, ảnh chụp gần

clot 1 *n.* cục, khối, hòn, cục nghẽn 2 *v.* đóng cục

cloth *n.* vải, hàng vải, khăn, khăn lau: *table* ~ khăn trải bàn

clothe *v.* [**clothed**] mặc quần áo cho, phủ

clothes *n.* quần áo, y phục, quần áo bỏ giặt

clothes line *n.* dây phơi quần áo

clothes pin *n.* cái cặp để phơi quần áo

clothier *n.* người bán quần áo (may sẵn)

clothing *n.* quần áo, áo quần, y phục

cloud 1 *n.* mây, đám [bụi/khói], đàn [ruồi/ muỗi], bầy, đoàn, bóng đen, bóng mây buồn 2 *v.* che phủ, làm buồn phiền, làm vẩn đục

cloudburst *n.* trận/cơn mưa to bất thần

cloudless *adj.* không có mây, quang đãng

cloudy *adj.* có mây, u ám, vẩn, đục, mờ

clout *n.* cái tát, cái đấm, ảnh hưởng

clove xem **cleave**

clove 1 *n.* đinh hương 2 *n.* nhánh [tỏi *garlic*]

cloven quá khứ của **cleave**

clover *n.* cỏ ba lá, xa trục thảo

clown 1 *n.* anh hề, thằng hề 2 *v.* làm trò hề

clownish *adj.* như (trò) hề, thô lỗ

cloy *v.* làm cho chán ngấy

club 1 *n.* gậy tày, dùi cui, hội, câu lạc bộ: *golf* ~ câu lạc bộ đánh gôn 2 *v.* vụt, đánh

cluck 1 *n.* tiếng cục cục 2 *v.* [gà mái] kêu cục cục

clue 1 *n.* manh mối, đầu mối 2 *v.* mách, nhắc, gà

clump *n.* lùm/bụi cây, cục/hòn đất, khúc gỗ

clumsy *adj.* vụng, vụng về, lóng ngóng, nghều ngào

clung quá khứ của **cling**
cluster 1 *n.* bó, chùm, cụm, đám, đàn, bầy
2 *v.* mọc thành cụm, túm tụm lại
clutch *n.* sự nắm chặt, khớp ly hợp, côn
clutch 1 *n.* nanh vuốt; sự chộp lấy/dành lấy:
to make a ~ at something giật lấy cái gì
2 *v.* giật lấy, nắm chặt, giữ chặt
clutter 1 *n.* sự lộn xộn 2 *v.* làm bừa bộn, bừa
bãi
c/o *abbr.* (= **care of**) nhờ ... chuyển giao hộ
coach 1 *n.* xe ngựa bốn bánh 2 *n.* huấn
luyện viên (của đội bóng) 3 *n.* toa hành
khách 4 *v.* huấn luyện
coagulate *v.* (làm) đông lại
coal 1 *n.* than đá, viên/hòn than đá: *~field*
mỏ than (lộ thiên); *~ mine* mỏ than; *~-bed*
vỉa than; *~ gas* khí than đá 2 *v.* ăn than
coalition *n.* sự kiên hiệp: *~ government* chính
phủ liên hiệp; *a ~ against* liên minh chống ...
coarse *adj.* thô, to sợi, không mịn, lỗ mãng
coast 1 *n.* bờ biển 2 *v.* đi men bờ biển, lao dốc
coastal *adj.* thuộc miền ven biển, duyên hải
coastline *n.* bờ biển
coat 1 *n.* áo choàng ngoài, áo măng tô, bộ
lông thú 2 *n.* lớp [sơn], nước [vôi]: *~ of
arms* huy hiệu 3 *v.* phủ, bọc, tẩm, tráng
coating *n.* lớp (mỏng) phủ ngoài, hàng may
măng tô
coax *v.* nói/dỗ ngọt, tán tỉnh, nịnh nọt
cob *n.* lõi ngô/bắp: *corn ~* trái bắp
cobalt *n.* coban
cobble 1 *n.* đá tròn lát đường 2 *v.* lát đá,
chữa, vá
cobbler *n.* thợ chữa giày, bánh nhân táo bỏ lò
cobblestone *n.* đá tròn lát đường ngày xưa
cobra *n.* rắn mang bành
cobweb *n.* mạng nhện
coca cola *n.* nước ngọt côca cô la
cocaine *n.* chất côcain
cock 1 *n.* gà trống/sống, con trống/đực 2 *n.*
vòi nước 3 *v.* lên cò súng, vểnh [tai], hếch
[mũi], đội [mũ] lệch, đánh đống [rơm, cỏ
khô]
cockel *n.* sò, vỏ vò
cock-eyed *adj.* lác, xiên, lệch, ngớ ngẩn
Cockney *n.* (giọng) người dân khu đông
Luân đôn
cockpit *n.* bãi chọi gà, buồng lái trên máy bay
cockroach *n.* con gián
cockscomb *n.* mào gà, người tự phụ
cocksure *adj.* chắc chắn, tin chắc, tự phụ
cocktail *n.* rượu côctay, đồ nhắm: *shrimp ~*
tôm luộc nhắm rượu; *fruit ~* trái cây (tươi
hay đóng hộp) thái nhỏ để ăn trước bữa
cơm
cocky *adj.* làm bộ, tự phụ, vênh váo, tự mãn
coco *n.* cây dừa

cocoa *n.* nước cacao, bột cacao
coconut *n.* quả dừa: *~ milk* nước dừa; *~ oil*
dầu dừa; *~ shell* sọ dừa; *~ meat* cùi dừa; *~
ice cream* kem dừa; *~ cream* sữa dừa
coconut palm *n.* cây dừa
coconut tree *n.* cây dừa
cocoon *n.* kén (tằm)
COD *abbr.* (= **cash on delivery**) nhận hàng
mới trả, lĩnh hoá giao ngân
cod *n.* cá tuyết, cá thu, cá moruy: *~ liver oil*
dầu gan cá moruy
coddle *v.* chiều chuộng, nâng niu, tần, hầm
code 1 *n.* mật mã, mã, lễ giáo, luật lệ, điều
lệ, luật, bộ luật, pháp điển 2 *v.* viết/thảo
bằng mã
codify *v.* soạn thành luật lệ, điển chế
coed *n.* sinh viên nữ, nữ sinh viên
coeducation *n.* sự nam nữ học chung một
trường
coefficient *n.* hệ số
coerce *v.* ép, buộc, ép buộc, cưỡng ép
coercion *n.* sự ép buộc, sự cưỡng ép
coercive *adj.* ép buộc, cưỡng bách, cưỡng chế
coexistence *n.* sự chung sống, sự cộng tồn
coffee *n.* cà phê, bữa ăn nhẹ có cà phê (và
thức uống khách): *~ break* giờ nghỉ giải
khát; *~ cup* tách để uống cà phê; *~ grinder/
mill* cối xay cà phê; *~ pot* bình cà phê; *~
grounds* bã cà phê
coffer *n.* két bạc: *~s* kho bạc, ngân khố
coffin *n.* áo quan, quan tài
cog *n.* răng, vấu
cognate *n., adj.* (người) cùng họ, (từ) cùng
gốc
cognition *n.* nhận thức, tri thức
cognizance *n.* sự nhận thức, sự hiểu biết
cogwheel *n.* bánh răng cưa
cohabit *v.* ăn ở với nhau, sống chung với nhau
coherence *n.* tính mạch lạc, sự gắn dính với
nhau
coherent *adj.* có mạch lạc, dễ hiểu
cohesion *n.* sự/lực cố kết, sự dính liền
coil 1 *n.* cuộn (thừng, dây), cuộn, ống, bôbin
2 *v.* cuộn, cuốn, quấn, nằm cuộn tròn
coin 1 *n.* đồng tiền 2 *v.* đúc (tiền), đặt ra [từ
mới]: *a newly-~ed word* một từ mới được
đặt ra
coinage *n.* sự đúc tiền, hệ thống tiền tệ, (sự
đặt ra) từ mới
coincide *v.* trùng khớp, trùng hợp, xảy ra
cùng một lúc, trùng với, hợp nhau, phù hợp,
đồng ý
coincidence *n.* sự trùng khớp (ngẫu nhiên)
coitus *n.* sự giao cấu/giao hợp
coke *n.* than cốc
coke = **coca cola**
cold 1 *n.* cái lạnh/rét, sự lạnh lẽo, chứng cảm

lạnh: *to catch (a)* ~ bị cảm lạnh, cảm mạo; *in the* ~ bị bỏ rơi, không ai dòm ngó **2** *adj.* lạnh, lạnh lẽo, nguội, lạnh lùng, nhạt, lãnh đạm, hờ hững, vô tình: ~ *cream* kem bôi mặt; ~ *cuts* lát thịt nguội; ~ *feet* sự nhút nhát; ~ *war* chiến tranh lạnh; ~ *wave* cơn rét bất thần trời trở lạnh

cold-blooded *adj.* [loài vật] có máu lạnh, tàn ác, tàn nhẫn, nhẫn tâm, không biết ghê tay

coleslaw *n.* xà lách/cải bắp thái chỉ

coliseum *n.* toà nhà thể dục thể thao

collaborate *v.* cộng tác, cộng tác với địch

collaboration *n.* sự cộng tác (với địch)

collaborationist *n.* kẻ cộng tác với địch

collaborator *n.* người cộng tác, cộng tác viên

collapse 1 *n.* sự đổ nát, sự sụp đổ, sự suy sụp, sự suy nhược **2** *v.* sập, đổ, gẫy tan, suy sụp, sụp đổ, gập lại, xếp lại, gấp lại

collapsible *adj.* [ghế, bàn] gập/xếp lại được

collar 1 *n.* cổ áo, vòng cổ [chó, ngựa] **2** *v.* tóm cổ

collarbone *n.* xương đòn

collate *v.* đối chiếu, góp, xếp lại [từng bộ]

collateral *n.* đồ ký quỹ/bảo lãnh

colleague *n.* đồng nghiệp, đồng sự, đồng liêu

collect 1 *v.* góp nhặt, thu lượm, thu thập, sưu tầm: *to* ~ *oneself* trấn tĩnh/bình tĩnh lại **2** *adj., adv.* ~ *call* gọi điện thoại đầu kia trả tiền

collected *adj.* bình tĩnh, tự chủ, toàn tập.

collection *n.* sự thu, sưu tập, cuộc quyên góp

collective *adj.* tập thể, tập hợp: ~ *bargaining* điều đình tập thể (giữa công nhân và chủ nhân) về lương bổng và điều kiện làm việc; ~ *farm* nông trường tập thể

collectivism *n.* chủ nghĩa tập thể

collectivization *n.* sự tập thể hóa

collectivize *v.* tập thể hoá

collector *n.* người thu (tiền, thuế, v.v.), người sưu tầm: *stamp* ~ người chơi/sưu tầm tem

college *n.* trường đại học/cao đẳng chuyên nghiệp, khoa, phân khoa, ban, đoàn, đoàn thể, tập đoàn

collegiate *adj.* thuộc đại học

collide *v.* va, đụng, đậm, va chạm, xung đột

collier *v.* công nhân mỏ than, thợ/phu mỏ

colliery *n.* mỏ than

collision *n.* sự đụng/va, sự va chạm/xung đột: *head-on* ~ vụ hai xe đâm đầu vào nhau

colloid *n.* chất keo

colloquial *adj.* [lời nói] thông tục, thông dụng

collusion *n.* sự thông đồng/câu kết

colon 1 *n.* dấu hai chấm (:) **2** *n.* ruột kết, kết tràng

colonel *n.* đại tá: *lieutenant* ~ trung tá

colonial *adj.* thực dân, thuộc địa

colonialism *n.* chủ nghĩa thực dân

colonialist *n., adj.* thực dân: *neo-*~ (tên) thực dân mới

colonist *n.* tên thực dân, di dân

colonize *v.* chiếm làm thuộc địa

colony *n.* thuộc địa, đoàn thể kiều dân, bầy, đàn: *Vietnam was a* ~ *of France for 100 years* Việt Nam là thuộc địa của Pháp gần một trăm năm

color 1 *n.* màu, sắc, màu sắc, sắc/nước da, màu vẻ, màu sắc: ~*s* thuốc vẽ, thuốc màu; ~ *film* phim màu **2** *n.* cờ, quốc kỳ, quân kỳ, đội kỳ, quân ngũ: *to join the* ~*s* nhập ngũ; *to stick to one's* ~*s* giữ nguyên lập trường; *to come off with flying* ~*s* thành công/thắng lợi rực rỡ

colorblind *adj.* mù màu, sắc manh

colored *adj.* có màu sắc, thêu dệt, [dân] da đen

colorful *adj.* nhiều/đầy màu sắc

coloring *n.* màu, thuốc/phẩm màu, vẻ, sắc thái

colorless *adj.* không màu sắc, xanh xao, vô vị

colt *n.* ngựa con, ngựa non, ngựa câu

column *n.* cột, trụ, đội hình hàng dọc, mục báo: *spinal* ~ cột sống; *left hand* ~ cột bên trái; *literary* ~ mục văn học; *fifth* ~ đạo quân thứ 5, bọn nội công/gián điệp

columnist *n.* nhà bình luận (chuyên giữ một mục)

colza *n.* cây cải dầu

coma *n.* sự hôn mê

comb 1 *n.* cái lược, bàn chải len: *rooster's* ~ mào gà **2** *v.* chải, gỡ, lùng, sục, sục tìm

combat 1 *n.* trận đánh/đấu **2** *v.* chống, chiến đấu

combatant 1 *n.* chiến sĩ **2** *adj.* chiến đấu, tham chiến

combination *n.* sự kết hợp/phối hợp, sự hoá hợp, hợp chất, tổ hợp: *a* ~ *of secretary and messenger* vừa thư ký vừa tuỳ phái; ~ *lock* khoá chữ

combine 1 *n.* máy gặt đập, máy liên hợp, công bin, tổ hợp **2** *v.* kết hợp, hoá hợp, tổ hợp

combustible *adj.* dễ cháy, dễ kích động

combustion *n.* sự (đốt) cháy

come *v.* [came; come] đến, tới, đi đến/tới/ lại, xảy ra/đến, thấy ở, xuất hiện, trở nên, hoá ra: *please* ~ *here right away!* xin ông lại đây ngay!; *they came to our house last night* hôm đêm qua họ đến nhà chúng tôi; *I'm coming* tôi lại bây giờ đây; *please* ~ *in!* xin mời vào!; *spring has* ~ xuân đến rồi; *an idea came into my head* tôi bỗng có ý kiến; *one shoelace has* ~ *loose* một sợi dây giầy bị tuột ra; *he came to see that he was mis- taken* về sau anh ấy cũng thấy là mình lầm; *it* ~*s easy with practice* làm quen thì dễ; *to* ~ *across* tình cờ thấy/gặp; *to* ~ *away* đi xa/

khỏi; *to ~ back* quay/trở lại; *to ~ by* đi qua; *to ~ down* (đi) xuống; *to ~ off* bong/ róc/rời ra; *to ~ on* đi tới, tới gần; *to ~ out* ra, đi ra, lộ ra, [sách, báo] ra, xuất bản, ra lò; *what's ~ over him?* hắn làm sao thế?; *to ~ around/ round* [người bệnh] khỏi, hồi phục, thay đổi hẳn quan điểm; *to ~ through* có được, thành công; *to ~ to* [bệnh nhân] hồi tỉnh, [số tiền] lên tới ...; *to ~ up* được nêu lên, lên tới; *to ~ upon* bắt gặp, chợt thấy; *how ~?* sao thế?; *~ now, that's enough* thôi đi, đùa thế đủ rồi

comeback *n.* sự quay lại (địa vị cũ)

comedian *n.* diễn viên kịch vui

comedy *n.* kịch vui, hài kịch, tấn hài kịch

comeliness *n.* vẻ đẹp, vẻ duyên dáng

comely *adj.* đẹp, duyên dáng, mỹ lệ

comet *n.* sao chổi

comfort 1 *n.* lời/nguồn an ủi, sự an nhàn sung túc, tiện nghi, sự ấm cúng dễ chịu 2 *v.* dỗ dành, an ủi, uỷ lạo, khuyên giải, làm khuây khoả

comfortable *adj.* [căn phòng] ấm cúng dễ chịu, đủ tiện nghi, dễ chịu, thoải mái, khoan khoái, đầy đủ phong lưu, sung túc, yên tâm, vững dạ

comforter *n.* chăn nhồi lông vịt

comic 1 *n.* diễn viên khôi hài: *~s* trang tranh truyện vui 2 *adj.* hài hước, khôi hài: *~ strip* trang tranh truyện vui (ở báo chí)

comical *adj.* buồn vười, tức cười, khôi hài

coming 1 *n.* sự đến/tới 2 *adj.* sắp tới, có tương lai

comma *n.* dấu phẩy/phết (,)

command 1 *n.* lệnh, mệnh lệnh, quyền chỉ huy, sự thông thạo, sự làm chủ, bộ tư lệnh/ chỉ huy, thống suất, nén, chế ngự, kiềm chế, đáng được ..., bao quát: *X has a good ~ of Russian* X nói tiếng nga giỏi; *a fortune at his ~* một cơ nghiệp lớn sẵn sàng cho anh ta sử dụng; *X ~s our respect* X khiến chúng tôi phải kính trọng; *~ performance* biểu diễn do lệnh trên 2 *v.* ra lệnh/hạ lệnh; chỉ huy, điều khiển: *to ~ a regiment* chỉ huy moat trung đoàn

commandant *n.* sĩ quan chỉ huy, chỉ huy trưởng

commandeer *v.* trưng dụng [tài sản], bắt vào lính

commander *n.* sĩ quan chỉ huy, tư lệnh, trung tá hải quân: *~ in chief* tổng tư lệnh

commandment *n.* điều răn, giới luật: *the Ten ~s* mười điều răn, thập giới

commando *n.* biệt kích, đặc công

commemorate *v.* kỷ niệm, tưởng nhớ

commemoration *n.* lễ kỷ niệm: *in ~ of* để kỷ niệm, để tưởng nhớ

commence *v.* bắt đầu, khởi đầu

commencement *n.* lễ phát bằng, lễ tốt nghiệp

commend *v.* khen ngợi, ca ngợi, tán dương, tuyên dương, giao phó, phó thác, ký thác, gửi gấm

commendable *adj.* đáng khen, đáng biểu dương

commensurate *adj.* xứng với, tương xứng, tương đương

comment 1 *n.* lời bàn, lời bình luận/phê bình, lời chú giải/dẫn giải 2 *v.* bình luận, phê bình, chỉ trích, chú thích, dẫn giải, thuyết minh

commentary *n.* bài bình luận, lời bình chú, lời dẫn giải, bài tường thuật: *running ~* bài tường thuật tại chỗ

commentator *n.* nhà bình luận, người tường thuật

commerce *n.* việc buôn bán, thương mại/ nghiệp

commercial 1 *n.* tiết mục quảng cáo 2 *adj.* (thuộc) thương mại/thương nghiệp/thương vụ

commercialize *v.* thương mại hóa

commiserate *v.* thương hại, thương xót, ái ngại

commissar *n.* uỷ viên: *political ~* chính uỷ

commission 1 *n.* tiền hoa hồng, sự uỷ nhiệm/thác: *on the ~ basis* trên căn bản ăn tiền hoa hồng; *to sell goods on ~* bán hàng ăn hoa hồng 2 *n.* hội đồng, uỷ hội, uỷ ban: *public relation ~* ủy ban giao tế; *social sciences ~* uỷ ban khoa học xã hội 3 *v.* uỷ nhiệm, uỷ thác, đặt làm, đặt vẽ: *he was ~ed to write an agreement* ông ấy được uỷ nhiệm viết bản giao kèo

commit *v.* phạm [tội], làm [lỗi], gửi, giao, giao phó uỷ nhiệm/thác, hứa, cam kết: *I ~ this to your care* tôi xin gửi vật này để ông giữ hộ; *to ~ suicide* tự sát, tự tử; *to ~ to memory* học thuộc lòng, nhớ nằm lòng; *to ~ a mental patient* gửi người vào bệnh viện tinh thần; *to ~ money for* dành tiền cho ...

commitment *n.* sự giao phó/uỷ thác, lời cam kết, sự bỏ tù, sự giam nhà thương điên, sự dành ngân khoản: *previous ~* hẹn trước

committee *n.* uỷ ban: *central executive ~* uỷ ban chấp hành trung ương; *standing ~* uỷ ban thường trực/thường vụ; *joint ~* uỷ ban hỗn hợp; *to be/sit/serve on the ... ~* có chân trong uỷ ban ...

commodious *adj.* rộng rãi, thênh thang

commodity *n.* hàng hoá, mặt hàng, thương phẩm

common 1 *n.* đất công, bãi cỏ giữa làng/ xóm, sự/của chung: *in ~* chung 2 *adj.* chung, công (cộng), thường, thông thường, bình thường, phổ biến: ~ *noun* danh từ chung; ~ *property* tài sản công cộng; ~ *knowledge* điều ai cũng biết; ~ *law* luật tập tục; ~ *sense* lẽ thường; ~ *people* thường dân

commoner *n.* người bình thường/thường dân

commonplace *n., adj.* (chuyện) tầm thường, khuôn sáo

commons *n.* bình dân, thứ dân: *the House of* ~ hạ nghị viện Anh

Commonwealth *n.* khối thịnh vượng chung, khối cộng đồng, nước cộng hoà, liên bang: *the British* ~ *of Nations* liên hiệp Anh

commotion *n.* sự rung động/chấn động/rối loạn

communal *adj.* chung, công, công cộng, thuộc công xã: ~ *land* đất công, công điền, công thổ

commune 1 *n.* xã, công xã 2 *v.* nói chuyện thân mật, gần gụi, cảm thông

communicable *adj.* [bệnh] hay lây, dễ lây

communicate *v.* truyền [tin, bệnh], truyền đạt, thông tri, liên lạc, [phòng] thông nhau

communication *n.* sự truyền đạt/thông tri, tin tức, thông báo, sự liên lạc, sự giao thông: ~s ngành truyền thông, truyền tin

communion *n.* sự chung nhau, sự chia sẻ, quan hệ, liên lạc, cảm thông, lễ ban thánh thể

communiqué *n.* thông cáo [*joint* chung]

communism *n.* chủ nghĩa Cộng sản

communist *n., adj.* (người/đảng viên) cộng sản

community *n.* dân chúng, công chúng, phường, phái, hội, đoàn thể, cộng đồng, sở hữu chung: *the Vietnamese* ~ *in Singapore* cộng đồng người Việt ở Tân Gia Ba; ~ *center* trung tâm cộng đồng; ~ *chest* quỹ cứu tế; ~ *development* phát triển cộng đồng

commutation *n.* sự giảm hình phạt, sự giao hoán

commute *v.* đổi, giao hoán, giảm [án, hình phạt], đi lại đều đặn [giữa hai nơi vì công việc]

commuter *n.* người đi làm bằng tàu xe liên tỉnh: ~s *train* xe lửa cho người ở ngoại ô vào thành phố đi làm

compact *n.* giao kèo, khế ước, hợp đồng, hiệp ước

compact 1 *n.* hộp phấn bỏ túi, xe ô tô cỡ nhỏ gọn 2 *adj.* rắn chắc, chật ních, [văn cô đọng, súc tích], [xe hơi] kiểu nhỏ gọn 3 *v.* làm đầy/chặt

companion *n.* bạn, bầu bạn, bạn bè, chiếc/vật cùng đôi, sách hướng dẫn, chỉ nam: *the gardener's* ~ sổ tay người làm vườn; ~ *to this volume* sách dùng kèm với quyển này

companionship *n.* tình bạn, tình bầu bạn

company 1 *n.* sự cùng đi/ở, bạn, bạn bè, giao du, khách, khách khứa: *to go along for* ~ đi theo cho có bạn; ~ *for dinner* khách ăn cơm tối; *to keep bad* ~ đi lại giao du với người xấu 2 *n.* hội buôn, công ty, đoàn, gánh, đại hội: ~ *book* công ty sách

comparable *adj.* có thể so sánh được [*with* với]

comparative 1 *n.* cấp so sánh 2 *adj.* so sánh, tỉ hiệu, tương đối: ~ *literature* văn học so sánh; ~ *comfort* sự sung túc tương đối

compare 1 *n.* sự so sánh: *beyond/without/past* ~ khó bì được 2 *v.* so, so sánh, đối chiếu: *to* ~ *notes* trao đổi nhận xét

comparison *n.* sự so sánh: *in* ~ *with* so với; *by* ~ khi đem so sánh

compartment *n.* gian, ngăn [nhà, toa xe lửa], ô tô

compass *n.* la bàn, địa bàn, vòng, phạm vi

compasses *n., pl.* dụng cụ vẽ/com pa

compassion *n.* lòng thương, lòng trắc ẩn

compassionate *adj.* động lòng thương, thương hại

compatible *adj.* hợp, tương hợp/dung, hài hoà

compatriot *n.* đồng bào, đồng hương

compel *v.* bắt, bắt buộc, buộc phải, cưỡng bách

compendium *n.* bản tóm tắt/trích yếu

compensate *v.* bù, đền bù, bồi thường

compensation *n.* sự/vật đền bù, tiền lương/công

compete *v.* cạnh tranh, ganh đua, đua tranh

competence *n.* khả năng, năng lực

competent *adj.* thạo, giỏi, có đủ khả năng, [toà] có thẩm quyền

competition *n.* sự cạnh tranh, cuộc thi/đấu

competitive *adj.* có tính cách cạnh tranh, khó: ~ *examination* cuộc thi tuyển (lấy người giỏi)

competitor *n.* người cạnh tranh, đấu thủ, đối thủ

compile *v.* biên soạn, sưu tập

complacence *n.* tính tự mãn

complacent *adj.* tự mãn, đắc ý

complain *v.* kêu, kêu ca, phàn nàn, than phiền, thưa (kiện), kêu nài, khiếu nại

complaint *n.* lời phàn nàn, đơn kiện, bệnh, bệnh tật

complaisant *adj.* dễ tính, ân cần, khiêm cung

complement 1 *n.* phần bù, phần bổ sung, bổ ngữ 2 *v.* bù cho đầy đủ, bổ túc, bổ sung

complementary *adj.* bù, bổ sung, bổ túc

complete 1 *adj.* trọn vẹn, đầy đủ, hoàn toàn, xong, hoàn thành, hoàn tất: *the* ~ *works of Nguyen Trai* Nguyễn Trãi toàn tập 2 *v.* hoàn thành, làm xong, làm cho đầy đủ/trọn vẹn

completion *n.* sự hoàn thành: *near ~* sắp xong
complex 1 *n.* khu nhà, khu nhà máy, khu công nghiệp **2** *n.* mặc cảm, phức cảm: *inferiority ~* mặc cảm tự ti; *superiority ~* mặc cảm tự tôn **3** *adj.* rắc rối, phức tạp, [câu] phức hợp
complexion *n.* nước da, hình thể, cục diện
complexity *n.* sự phức tạp/rắc rối
compliance *n.* sự làm đúng theo, sự phục tùng
compliant *adj.* hay nhiều, cả nể
complicate *v.* làm rắc rối, phức tạp
complicated *adj.* rắc rối, phức tạp, phiền toái
complication *n.* sự rắc rối/phức tạp, biến chứng
complicity *n.* tội đồng lõa/đồng mưu/a tòng
compliment 1 *n.* lời khen, lời ca tụng: *with ~s* tác giả kính tặng **2** *v.* khen ngợi, ca ngợi, ca tụng
complimentary *adj.* ca ngợi, tán tụng, (vé) mời, (sách) biếu
comply *v.* chiều theo, đồng ý làm theo, tuân theo
component 1 *n.* thành phần **2** *adj.* hợp/cấu thành
compose *v.* làm, soạn, sáng tác, bình tĩnh lại, trấn tĩnh lại
composed *adj.* bình tĩnh, điềm tĩnh, không cuống cuồng
composer *n.* nhà soạn nhạc, người soạn, soạn giả
composite *adj.* ghép, tổng hợp, đa hợp
composition 1 *n.* bài viết, bài luận, tác phẩm, nhạc khúc **2** *n.* sự cấu tạo/hợp thành, thành phần, cách bố cục: *the ~ of a literature work* bố cục một tác phẩm văn học **3** *n.* sự sắp chữ, cách cấu tạo từ ghép
compost *n.* phân trộn với lá khô
composure *n.* sự bình tĩnh/điềm tĩnh
compound 1 *n.* khuôn viên, khu đất rào, hợp chất **2** *n.* từ ghép, từ phức hợp **3** *adj.* (từ) ghép, (câu) kép, phức hợp, đa hợp, (lãi) chồng: *~ verbs* động từ ghép **4** *v.* pha, trộn
comprador *n.* (tư sản) mại bản
comprehend *v.* hiểu, lĩnh hội, lý giải, bao gồm
comprehensible *adj.* có thể hiểu, dễ lĩnh hội
comprehension *n.* sự hiểu biết, sự bao quát/hàm
comprehensive *adj.* tổng hợp, toàn diện, bao hàm, sáng ý, mau hiểu
compress 1 *n.* gạc **2** *v.* ép, nén, đè, cô lại
compression *n.* sự ép/nén, sự cô đọng/giảm bớt
compressor *n.* máy nén, máy ép
comprise *v.* gồm có, bao gồm
compromise 1 *n.* sự thoả hiệp (sau khi mỗi bên nhượng bộ một chút) **2** *v.* dàn xếp, thoả hiệp, làm lại
compulsion *n.* sự ép buộc, sự cưỡng bách
compulsory *adj.* bắt buộc, cưỡng bách
compunction *n.* sự ăn năn hối hận, sự ân hận
computation *n.* sự tính toán/ước tính
compute *v.* tính toán, ước tính
computer *n.* máy vi tính (điện tử)
comrade *n.* đồng chí, bạn
comrade-in-arms *n.* chiến hữu, bạn chiến đấu
comradeship *n.* tình đồng chí
con 1 *n., adv.* (lý do) chống lại: *to argue pros and ~s* bàn xem nên hay không nên; *the pros and ~s* lý lẽ nên chăng/khả phủ **2** *v.* nghiên cứu, nghiên ngẫm **3** *v.* lừa gạt, lừa bịp: *~man* tên bịp
concave *adj.* lõm, hình lòng chảo
conceal *v.* giấu giếm, che đậy
concealment *n.* sự che giấu, sự che đậy
concede *v.* nhận, thừa nhận, nhường cho, chịu thua
conceit *n.* tính tự phụ, tính tự cao tự đại
conceited *adj.* tự phụ, kiêu ngạo, tự cao tự đại
conceivable *adj.* có thể quan niệm được
conceive *v.* nghĩ, hiểu, quan niệm được, nhận thức, tưởng tượng, thụ thai, có mang
concentrate 1 *n.* hình thức cô đặc **2** *v.* tập trung: *I can't ~, it's too noisy here* ồn quá, tôi không tập trung tư tưởng được
concentration *n.* sự tập trung, sự cô lại: *~ camp* trại tập trung
concentric *adj.* (vòng tròn) đồng tâm
concept *n.* khái niệm, ý niệm
conception *n.* quan niệm, nhận thức, sự thụ thai
concern 1 *n.* việc/chuyện phải lo, sự lo ngại, sự quan tâm, cổ phần, lợi lộc, hãng buôn, xí nghiệp: *it's no ~ of yours!* đâu phải việc của anh! **2** *v.* liên quan, dính líu tới, lo âu, quan tâm: *as far as we're ~ed* đối với chúng tôi quan tâm ....
concerned *adj.* lo âu, lo lắng, có liên quan
concerning *prep.* về việc: *the rumor ~ that lawyer* tin đồn về cái ông luật sư ấy
concert *n.* buổi hoà nhạc, sự phối hợp
concerted *adj.* (hành động) có phối hợp
concession 1 *n.* sự nhượng, sự nhượng bộ, tô giới **2** *n.* sự giảm/bớt tiền (cho người già hay hưởng trợ cấp xã hội)
conciliate *v.* hoà giải, điều hoà, thu phục được
conciliation *n.* sự hoà giải
concise *adj.* ngắn gọn, súc tích, giản yếu/minh
conclude *v.* kết luận, ký kết (hiệp ước), bế mạc, chấm dứt, kết thúc
conclusion *n.* phần kết luận, việc ký kết, sự kết thúc, phần cuối/chót: *in ~* để kết luận; *to bring ... to (a) ~* kết thúc/chấm dứt

conclusive *adj.* xác định, dứt khoát, quyết định

concoct *v.* pha, chế, chế biến, bịa đặt, hư cấu

concomitant *adj.* đi kèm/đôi, cùng xảy ra

concord *n.* sự hoà thuận, hoà âm, sự hợp

concrete 1 *n.* bê tông, vật cụ thể 2 *adj.* cụ thể 3 *v.* rải/đổ/đúc bê tông

concubine *n.* vợ lẽ, nàng hầu, thiếp

concur *v.* đồng ý, nhất trí, tán thành, xảy ra cùng một lúc, trùng nhau, hợp lại, hùa vào

concurrence *n.* sự đồng ý/nhất trí, sự đi đôi

concurrent *adj.* nhất trí, đồng lòng, cùng xảy ra

concussion *n.* sự chấn động, sự choáng váng

condemn *v.* lên án, chỉ trích, kết án, kết tội, xử, cấm không được sử dụng

condemnation *n.* sự chỉ trích, sự kết tội, sự cấm

condensation *n.* sự làm ngưng tụ/cô đọng

condense *v.* (làm) ngưng tụ, (làm) cô đọng, viết/nói cho gọn lại: *~d milk* sữa đặc

condenser *n.* bình ngưng, cái tụ điện/sáng

condescend *v.* hạ mình, hạ cố, làm điệu kẻ cả

condescending *adj.* hạ mình, làm điệu kẻ cả bề trên

condescension *n.* sự hạ mình, thái độ kẻ cả

condition 1 *n.* điều kiện, tình trạng, hoàn cảnh, tình cảnh, tình thế, địa vị, thân phận: *on ~ that* với điều kiện là ...; *under the present ~s* trong hoàn cảnh hiện tại 2 *v.* tuỳ thuộc vào, làm cho sung sức, rèn luyện

conditional *adj.* có/thuộc điều kiện

conditioned *adj.* (phản xạ) có điều kiện

condolences *n.* lời chia buồn, lời phân ưu

condominium *n.* căn nhà phải trả tiền trông nom và bảo trì chung, nước công quản

condone *v.* bỏ qua, tha, tha thứ, khoan thứ

conduce *v.* đưa/dẫn đến, mang lại

conducive *adj.* đưa/dẫn đến, có ích

conduct 1 *n.* hạnh kiểm, tư cách, sự điều khiển, sự quản lý 2 *v.* chỉ đạo, hướng dẫn, chỉ huy, điều khiển, quản lý: *to ~ oneself* ăn ở, cư xử, dẫn (điện, nhiệt)

conductor 1 *n.* nhạc trưởng, người chỉ huy, người điều khiển/hướng dẫn 2 *n.* người bán vé (xe điện, xe buýt), người phục vụ hành khách trên xe lửa 3 *n.* dây dẫn điện, chất dẫn (điện/nhiệt).

cone *n.* hình nón, vật hình nón, quả cây thông, nón thông: *ice cream ~* nón bánh quế đựng kem

confection *n.* mứt, kẹo, sự pha chế

confectionery *n.* (cửa hàng) mứt kẹo, (tiệm) mứt

confederacy *n.* liên minh, liên bang, sự câu kết

confederate 1 *n.* nước liên minh, người đồng

mưu 2 *adj.* liên minh, liên hiệp 3 *v.* liên minh lại

confederation *n.* liên minh, liên bang

confer *v.* ban, phong, cấp, tặng, bàn bạc, hội ý, tham khảo, hỏi ý kiến: *to ~ a degree on* cấp văn bằng cho ...; *I have to ~ with my colleagues* tôi phải bàn với đồng nghiệp đã

conference *n.* hội nghị, sự bàn bạc/hội ý

confess *v.* thú tội, thú nhận, xưng tội

confession *n.* sự thú nhận, sự xưng tội

confessor *n.* người thú tội, linh mục nghe xưng tội

confide *v.* giãi bày tâm sự, giao phó, tin cậy ở

confidence *n.* sự tin, sự tin cậy/tin tưởng, sự tin chắc, chuyện riêng, chuyện tâm sự/ bí mật: *in ~* bí mật, biết riêng với nhau; *to have ~ in* tin tưởng ở; *to speak with ~* nói quả quyết

confident *adj.* tin chắc, tin tưởng, tự tin

confidential *adj.* kín, bí mật, mật, thân tín

confine 1 *n.* giới hạn, ranh giới, biên giới 2 *v.* nhốt, giam hãm, giam cầm, hạn chế: *he's ~d to his bed* cụ ấy bị liệt giường

confinement *n.* sự giam hãm, sự hạn chế, sự ở cữ

confirm *v.* xác nhận, phê chuẩn, chuẩn y (hiệp ước, việc bổ nhiệm)

confirmation *n.* sự xác nhận, sự phê chuẩn

confirmed *adj.* ăn sâu, thành có tật, kinh niên

confiscate *v.* tịch thu, sung công, trưng dụng

confiscation *n.* sự tịch thu/sung công

conflagration *n.* đám cháy lớn, tai họa lớn

conflict *n., v.* (cuộc) xung đột, (sự) mâu thuẫn

conform *v.* tuân theo, tuân thủ, làm cho phù hợp

conformity *n.* sự tuân thủ, sự phù hợp/thích hợp: *in ~ with the law* theo đúng pháp luật

confound *v.* làm bối rối/ngạc nhiên, làm xáo trộn/đảo lộn, làm hỏng, làm thất bại/tiêu tan, lầm lẫn

confront *v.* đối diện, chạm trán, đương đầu, đối chất, đối chiếu

Confucian *adj., n.* Nho gia, Nho sinh, thuộc đạo Khổng

Confucianism *n.* đạo Khổng, Khổng giáo, Nho giáo

Confucianist *n.* người theo đạo Khổng, nho gia

confuse *v.* làm lộn xộn/lung tung, làm rối rắm, lẫn lộn, nhầm lẫn

confused *adj.* lẫn lộn, lộn xộn, rối rắm

confusion *n.* sự lộn xộn/hỗn độn/hỗn loạn/ rối loạn, sự lẫn lộn/nhầm lẫn, sự ngượng ngập/bối rối

confute *v.* bác bỏ, chứng minh là sai

congeal *v.* làm đông lại, đóng băng, đông lại

congenial *adj.* hợp nhau, tương đắc, thích hợp

congenital *adj.* bẩm sinh

congest *v.* làm tắc [mũi], làm nghẽn [đường]

congestion *n.* sự tắc nghẽn, sự sung huyết

congratulate *v.* mừng, chúc mừng, khen ngợi: *I ~ you on your recent promotion* tôi xin mừng anh mới được thăng chức

congratulation *n.* lời chúc mừng, lời khen ngợi: *~s on your graduation from college* mừng cháu mới tốt nghiệp đại học nhé

congregate *v.* tụ họp, hội họp, thu góp, thu thập

congregation *n.* sự hội họp, giáo hội, giáo đoàn

congress *n.* hội nghị, đại hội, quốc hội: *the 9th ~* khoá họp thứ 9 của quốc hội (Mỹ); *a member of ~* một nghị sĩ quốc hội

congressional *adj.* thuộc quốc hội

congressman *n.* nghị sĩ/dân biểu quốc hội

congruent *adj.* thích hợp, phù hợp

congruity *n.* sự thích hợp/phù hợp

conical *adj.* hình nón: *~ hat* nón [mũ]

conifer *n.* cây loại tùng bách

conjecture *n., v.* (sự) phỏng đoán/ước đoán

conjugal *adj.* thuộc vợ chồng

conjugate *v.* chia [động từ], kết hợp

conjugation *n.* sự chia động từ, sự kết hợp

conjunction *n.* liên từ, sự liên kết/kết hợp: *in ~ with* cùng với, chung với

conjure *v.* gọi hồn, làm ảo thuật, gợi lên

connect *v.* (nối) nhau, nối lại, chắp nối, liên hệ, làm cho mạch lạc

connected *adj.* mạch lạc, có quan hệ [*with* với]

connection *n.* sự chắp nối, quãng nối, mối quan hệ (bà con, họ hàng), chuyến xe/tàu đi tiếp: *I got stuck at the airport because I missed my ~* tôi bị kẹt ở sân bay vì nhỡ mất chuyến bay đi tiếp

connivance *n.* sự thông đồng, sự làm ngơ lờ đi

connive *v.* thông đồng, đồng lõa, nhắm mắt làm ngơ, bao che ngầm

connoisseur *n.* tay sành sỏi

connotation *n.* nghĩa (rộng), nghĩa hàm

connote *v.* bao hàm, ngụ (ý là)

conquer *v.* chinh phục, đoạt, xâm chiếm, chiến thắng, chế ngự, khắc phục [thói xấu, sự sợ hãi]

conqueror *n.* người đi chinh phục

conquest *n.* sự chinh phục/xâm chiếm, đất đai chiếm được, người bị chinh phục

conscience *n.* lương tâm

conscientious *adj.* có lương tâm, tận tâm, chu đáo: *~ objector* người từ chối không đi lính vì lý do tôn giáo

conscious *adj.* biết/thấy rõ, có ý thức, tỉnh táo, tỉnh/hồi lại: *~ of* có ý thức được ...

consciously *adv.* có ý thức, cố ý

consciousness *n.* sự hiểu biết, ý thức: *to regain ~* tỉnh/hồi lại (sau cơn mê)

conscript 1 *n.* người đến tuổi đi lính 2 *v.* bắt lính

conscription *n.* sự cưỡng bách tòng quân

consecrate *v.* hiến dâng, cống hiến, cúng, phong thánh

consecutive *adj.* liền, tiếp liền, liên tiếp

consensus *n.* sự đồng tâm nhất trí

consent 1 *n.* sự ưng thuận/đồng ý: *by mutual ~* do hai bên bằng lòng. 2 *v.* chịu, ưng, ưng thuận, bằng lòng, đồng ý, thoả thuận, tán thành

consequence *n.* kết quả, hậu quả, tầm quan trọng: *in ~* thế/vậy thì, kết quả là

consequent *adj.* do ở, bởi tại ...

consequently *adv.* do đó, bởi thế, vì thế cho nên

conservation *n.* sự giữ gìn/bảo tồn/bảo toàn

conservatism *n.* chủ nghĩa bảo thủ, tính thủ cựu

conservative 1 *n.* người bảo thủ/thủ cựu, đảng viên đảng bảo thủ 2 *adj.* bảo thủ, thủ cựu, dè dặt

conservatory *n.* trường âm nhạc, nhà kính để cây

conserve 1 *n.* *~s* mứt 2 *v.* giữ gìn, duy trì, bảo tồn, bảo toàn

consider *v.* xem coi như, coi là: suy xét, cứu xét, cân nhắc, xem xét, để ý đến, quan tâm đến

considerable *adj.* to tát, lớn lao, đáng kể, quan trọng, có thế lực

considerate *adj.* ý tứ, ân cần, chu đáo, không ích kỷ

consideration *n.* sự ý tứ/ân cần/chu đáo, sự tôn kính, sự suy nghĩ/suy xét/nghiên cứu/ cứu xét: *to take into ~* xét/tính đến; *under ~* đang được xét

considering *prep.* xét rằng, xét vì, xét ra, xét cho cùng

consign *v.* gửi (tiền, hàng hoá), gửi bán, đặt bán

consignment *n.* sự gửi (bán), hàng gửi bán, bỏ mối

consist *v.* gồm có (*~ of*), cốt ở chỗ, cốt tại (*~ in*): *the book ~s of twelve chapters* cuốn sách gồm có 12 chương; *a person's strength does not ~ only in his/her physical power* sức mạnh của một người không phải chỉ ở thế lực võ dũng mà thôi

consistence, consistency *n.* độ chắc/đặc, tính trước sau như một, tính thuỷ chung, tính nhất quán/kiên định

consistent *adj.* niềm/điều an ủi

consolation *n.* an ủi, ủy vấn, giải khuây, khuyên giải

console 1 *v.* an ủi, giải khuây: *nothing could ~ my friend when his wife died* không sao an ủi bạn tôi khi vợ anh ta chết 2 *n.* bàn khoá điều khiển

consolidate *v.* làm chắc, củng cố, tăng cường, hợp nhất, thống nhất

consolidation *n.* sự củng cố, sự hợp nhất

consomme *n.* nước dùng

consonant 1 *n.* phụ âm, tử âm 2 *adj.* phù hợp

consort 1 *n.* chồng, vợ (của vua chúa): *prince ~* chồng nữ hoàng 2 *v.* đi lại, giao thiệp/du

conspicuous *adj.* rõ ràng, dễ thấy, đập ngay vào mắt, lồ lộ. lộ liễu quá, đáng chú ý

conspiracy *n.* âm mưu

conspirator *n.* kẻ chủ mưu

conspire *v.* âm mưu, mưu hại, chung sức, hiệp lực

constable *n.* cảnh sát, công an, sen đầm

constancy *n.* sự bền lòng, tính kiên trinh

constant 1 *n.* hằng số 2 *adj.* không thay đổi, bất biến, bền lòng, kiên trì, liên miên, không dứt

constantly *adv.* liên miên, luôn luôn

constellation *n.* chòm sao

consternation *n.* sự kinh ngạc/sửng sốt

constipation *n.* chứng táo bón

constituency *n.* các cử tri, đơn vị bầu cử

constituent 1 *n.* yếu tố, thành phần, thành tố, cử tri 2 *adj.* cấu tạo, hợp thành, lập hiến

constitute *v.* cấu tạo, hợp thành, thiết/thành lập

constitution *n.* hiến pháp, chương trình, đẳng chương, thể trạng/chất/cách, tính tình, tính khí, sự thiết lập

constitutional 1 *n.* sự đi tản bộ 2 *adj.* thuộc hiến pháp, hợp hiến, lập hiến, thuộc thể tạng/chất

constrain *v.* ép buộc, cưỡng ép, chế ngự

constrained *adj.* miễn cưỡng, gượng gạo

constraint *n.* sự ép buộc, sự hạn chế/kiểm chế

constrict *v.* thắt, bóp, làm co khít lại

constriction *n.* sự thắt/bóp lại, sự co khít

construct *v.* làm, xây dựng, kiến thiết, đặt (câu) dựng (vở kịch), vẽ (hình), làm (bài văn)

construction 1 *n.* sự xây dựng/kiến thiết, cơ sở đã dựng nên: *under ~* đang làm/xây; *~ site* công trường xây dựng 2 *n.* cách đặt câu, cấu trúc câu, sự vẽ hình

constructive *adj.* (ý kiến) xây dựng

construe *v.* hiểu, giải thích, phân tích (câu)

consul *n.* lãnh sự: *~ general* tổng lãnh sự

consular *adj.* (thuộc) lãnh sự

consulate *n.* toà lãnh sự, lãnh sự quán: *~ general* toà tổng lãnh sự, tổng lãnh sự quán

consult *v.* hỏi ý kiến (nhà chuyên môn), tra (cứu) (từ điển), tham khảo: *to ~ with* bàn bạc/thảo luận với, hội ý với, tham khảo với

consultant *n.* nhà chuyên môn, chuyên viên, cố vấn

consultation *n.* sự hỏi ý kiến, sự hội chuẩn: *in ~ with X* có hội ý với X

consume *v.* dùng, tiêu dùng, tiêu thụ: *~d with* héo hon vì ...

consumer *n.* người tiêu dùng, người tiêu thụ: *~ goods* hàng tiêu thụ/tiêu dùng

consummate 1 *adj.* tài, giỏi, tột bực, tuyệt vời 2 *v.* làm trọn, hoàn thành: *to ~ a marriage* đã qua đêm tân hôn

consumption *n.* sự tiêu thụ/tiêu dùng, sự tiêu huỷ, bệnh lao phổi

contact 1 *n.* sự đụng chạm, sự tiếp xúc, sự gặp gỡ/giao dịch/giao thiệp: *~ lenses* mắt kính nhỏ đeo sát vào con người 2 *v.* liên lạc/tiếp xúc với: *please ~ me* vui lòng tiếp xúc với tôi

contagion *n.* sự lây (bệnh, thói quen, v.v.)

contagious *adj.* (hay) lây, truyền nhiễm

contain *v.* đựng, chứa, chứa đựng, gồm có, bao gồm, bao hàm, nén lại, dằn lại, ngăn chặn, kìm

container *n.* cái đựng, hộp/thùng đựng, bình chứa, thùng lớn đựng hàng, công tenơ

contaminate *v.* làm bẩn, làm ô uế, làm nhiễm bệnh, làm hư hỏng [vì ảnh hưởng xấu]

contamination *n.* sự ô nhiễm, sự nhiễm bệnh

contemplate *v.* ngắm, thưởng ngoạn [cảnh đẹp], dự tính, dự định, nghĩ/tính đến, trầm ngâm

contemplation *n.* sự ngắm, sự dự tính, sự trầm ngâm

contemplative *adj.* trầm ngâm, lặng ngắm

contemporary 1 *n.* người cùng thời/tuổi 2 *adj.* cùng thời, cùng tuổi, đương thời, hiện đại

contempt *n.* sự coi thường, sự khinh bỉ, sự khinh bỉ, sự xúc phạm: *~ of court* tội miệt thị toà án

contemptible *adj.* đáng khinh, đê tiện

contemptuous *adj.* tỏ vẻ khinh bỉ, khinh người, khinh khỉnh

contend *v.* tranh giành, đấu tranh, vật lộn [với *with*], tranh cãi, dám chắc [rằng *that* ...]

content *n.* sức chứa/đựng, dung tích/lượng, thể tích, diện tích, lượng, phân lượng: *~s* nội dung; *table of ~s* mục lục, "trong số này"

content 1 *n.* sự hài lòng, sự vừa ý: *to one's heart's ~* tha hồ, cho kỳ thích 2 *adj.* bằng/ hài lòng, vừa ý/lòng, toại/mãn nguyện, thỏa mãn 3 *v.* làm bằng/vừa/đẹp/vui lòng: *to ~ oneself with* tự bằng lòng với ...

contented *adj.* bằng/vui lòng, vừa lòng/ý, đẹp ý/lòng, mãn nguyện, thoả mãn, mãn ý

contention *n.* sự cãi cọ/bất hoà, sự tranh luận, vụ tranh chấp, sự ganh đua, luận điểm: *bone of* ~ nguyên nhân tranh chấp

contentious *adj.* lôi thôi, tranh chấp

contentment *n.* sự bằng/vừa lòng, sự mãn nguyện

contest **1** *n.* cuộc chiến đấu/tranh đấu, cuộc thi, cuộc đấu **2** *v.* tranh, tranh giành, tranh đoạt, tranh cãi, tranh luận, phủ nhận [quyền của ai], vặn hỏi, nghi ngờ

contestant *n.* đấu thủ, đối thủ, người dự thi

context *n.* ngữ cảnh, văn cảnh, văn diện, phạm vi

contiguous *adj.* kề (nhau), giáp bên (nhau)

continence *n.* sự tiết dục

continent *n.* lục địa, đại lục, đất liền

continental *adj.* thuộc lục địa/đại lục

contingency *n.* sự bất ngờ, việc bất trắc

contingent **1** *n.* đạo quân, nhóm nhỏ **2** *adj.* bất ngờ: ~ *on/upon* còn tùy thuộc vào ...

continual *adj.* liên miên, liên tục, liên tiếp

continuance *n.* sự tiếp tục, sự lâu dài

continuation *n.* sự tiếp tục, sự/phần mở rộng, sự/phần kéo/nối dài

continue *v.* tiếp tục, tiếp diễn, làm tiếp, nói tiếp, đi tiếp: *to be ~d* "còn nữa"; *~d from page 6* "tiếp theo trang 6"

continuity *n.* sự/tính liên tục

continuous *adj.* liên tục, liên tiếp, không ngừng, không dứt: ~ *form* dạng tiếp diễn/ tiến hành

contort *v.* vặn, xoắn, vặn vẹo, làm méo mó: *his face ~ed by pain* mặt hắn nhăn nhó vì đau

contortion *n.* sự méo mó/vặn vẹo, sự xoắn lại

contour *n.* đường quanh, đường nét uốn lượn

contraband *n.* sự buôn lậu, hàng lậu

contraception *n.* phương pháp tránh thụ thai

contraceptive **1** *n.* thuốc tránh thụ thai, dụng cụ ngừa thai **2** *adj.* để tránh thụ thai

contract **1** *n.* giao kèo, hợp đồng, khế ước: *do you agree to our ~?* Bạn đồng ý ký hợp đồng của chúng ta không? **2** *v.* co lại, rút lại, thu nhỏ lại, rút gọn, viết tắt, nói tắt, mắc [nợ, bệnh], nhiễm, tiêm nhiễm, giao ước, đính ước, ký giao kèo, thầu

contraction *n.* sự co lại, sự thu nhỏ, cách nói/ viết tắt, từ rút gọn, sự tiêm nhiễm, sự mắc phải [nợ]

contractor *n.* nhà thầu, thầu khoán

contradict *v.* trái với, mâu thuẫn với, cãi lại, nói ngược lại, phủ nhận

contradiction *n.* sự mâu thuẫn/trái ngược

contradictory *adj.* trái ngược/mâu thuẫn

contralto *n.* giọng nữ trầm

contrary **1** *n.* điều ngược lại: *on the* ~ trái lại **2** *adj.* ngược, nghịch, trái: ~ *to my expectations* trái với những sự mong đợi của tôi

contrast **1** *n.* sự tương phản **2** *v.* đối chiếu, trái ngược [với *with*], tương phản nhau

contribute *v.* đóng góp [tiền, công sức, ý kiến], góp phần, viết bài cho tạp chí

contribution *n.* sự góp phần, phần đóng góp, tiền góp, tiền quyên, bài báo

contributor *n.* người đóng góp, người cộng tác

contrite *adj.* ăn năn, hối hận, hối lỗi

contrivance *n.* sự bày đặt/sắp đặt, sự trù tính/trù liệu, cách, sáng kiến, mưu mẹo, thủ đoạn

contrive *v.* bày đặt, sắp đặt, trù tính, trù liệu, xoay xở, lo liệu, nghĩ ra, sáng chế ra

control **1** *n.* sự kiểm soát/kiểm tra, sự kiềm chế, sự nén xuống **2** *n.* sự điều khiển, sự lái, sự chỉ huy, quyền kiểm soát/chỉ huy, quyền lực, quyền hành: ~*s* bộ điều chỉnh (của máy bay) **3** *v.* kiểm soát, kiểm tra, thử lại, kiềm chế, nén lại, kìm lại, làm chủ, điều khiển, chỉ huy, điều chỉnh

controller *n.* người kiểm soát/kiểm tra, quản lý

controversial *adj.* có thể gây ra tranh luận, [người] bị kẻ ưa người ghét, được bàn đến nhiều

controversy *n.* cuộc tranh luận, cuộc luận chiến/bút chiến

convalescence *n.* thời kỳ dưỡng bệnh

convalescent *adj.* đang dưỡng bệnh

convene *v.* họp, triệu tập, hội họp

convenience *n.* sự tiện lợi/thuận tiện, tiện nghi, sự tùy ý/tùy thích: *at your earliest* ~ lúc nào tiện nhất cho anh

convenient *adj.* tiện lợi, thuận tiện, thuận lợi, thích hợp, tiện dụng, tiện

convent *n.* nhà tu kín, nữ tu viện

convention **1** *n.* quy ước, sự thỏa thuận, lệ thường, tục lệ **2** *n.* hội nghị, đại hội, hiệp định, hiệp ước

conventional *adj.* theo quy ước, theo tục lệ, theo tập quán, thường, thường lệ: ~ *weapons* vũ khí thường [không phải nguyên tử]

converge *v.* hội tụ, cùng đổ về, cùng dồn về

conversant *adj.* quen, thạo, giỏi

conversation *n.* cuộc/bài nói chuyện, cuộc chuyện trò, cuộc đàm luận

conversational *adj.* thuộc kiểu nói chuyện

converse **1** *v.* nói chuyện, chuyện trò **2** *n.*, *arch.* đảo đề **3** *adj.* đảo, ngược, nghịch

conversion *n.* sự đổi, sự chuyển biến, sự cải đạo

convert **1** *n.* người cải đạo, người thay đổi tín ngưỡng/chính kiến **2** *v.* đổi, biến, biến đổi, làm cho ai đổi tôn giáo: *the garage was*

~ed into a bedroom nhà xe được sửa đổi thành một phòng ngủ nữa; **they ~ed him to Buddhism** họ làm ông ta (bỏ đạo Cơ đốc) theo Phật giáo

converter *n.* lò chuyển, máy đổi điện

convertible 1 *n.* ô tô bỏ mui được **2** *adj.* có thể hoán cải, có thể đổi thành vàng, [xe hơi] có thể bỏ mui xuống: **~ couch** đi văng có thể mở ra làm giường ngủ

convex *adj.* lồi

convey *v.* chở, chuyên chở, mang, vận chuyển [hàng điện, v.v.], chuyển, truyền đạt, chuyển nhượng, bày tỏ

conveyance *n.* sự chuyên chở, xe cộ: **four-wheeled ~s** các xe bốn bánh

conveyer, conveyor *n.* người mang, người chuyển: **~ belt** băng tải

convict 1 *n.* người tù, tù khổ sai **2** *v.* kết án/tội

conviction *n.* sự kết án/tội, sự tin chắc

convince *v.* làm cho tin chắc, thuyết phục

convincing *adj.* có sức thuyết phục

convocation *n.* sự triệu tập, buổi họp (tôn giáo)

convoke *v.* triệu tập, đòi đến, mời đến

convoy *n.* đoàn hộ tống/hộ vệ, đoàn được hộ tống

convulse *v.* làm co giật, làm rối loạn/rung chuyển

convulsion *n.* chứng co giật, sự biến động/rối loạn

coo 1 *n.* tiếng gù của bồ câu **2** *v.* [bồ câu] gù

cook 1 *n.* người làm bếp, ông/anh/bà/chị bếp, người phụ trách nấu ăn **2** *v.* nấu, nấu chín, thổi [cơm], nấp bếp/ăn, [thức ăn] nấu nhừ, chín: **my wife does all the ~ing** nhà tôi lo hết việc thổi nấu

cookbook *n.* sách dạy nấu ăn

cooker *n.* lò, bếp, nồi: **rice ~** nồi điện nấu cơm

cookery *n.* nghề nấu ăn

cookie *n.* bánh dẹt nhỏ, bánh quy (nhà làm)

cookout *n.* bữa ăn nướng thịt ăn ngay ngoài trời

cool 1 *n.* sự bình tĩnh, sự không nóng nảy: **to lose one's ~** mất bình tĩnh **2** *adj.* mát, mát mẻ, [thức ăn] nguội, trở nên mát, nguội đi, làm nguội/giảm, nguôi đi: **he's really ~** ông ấy thật giỏi! Anh ta hay thiệt! **3** *v.* làm nguội đi; bình tĩnh: **~ it!** Hãy cứ bình tĩnh! Đừng nóng giận!; **to ~ down** nguội đi, bình tĩnh lại; **to ~ off** [tình cảm] nguội lạnh đi, giảm đi

cooler *n.* máy/tủ ướp lạnh, máy nước lạnh, xà lim

coolie *n.* phu, cu li

coolness *n.* sự mát mẻ, sự trầm tĩnh, sự lãnh mạn

coop 1 *n.* lồng/bu gà, chuồng gà **2** *v.* nhốt/giam lại

co-op *n.* hợp tác xã, cửa hàng hợp tác xã

cooper *n.* thợ đóng/chữa thùng

cooperate *v.* hợp tác, cộng tác, chung sức

cooperation *n.* sự hợp tác: **in ~ with** cộng tác với; **technical ~** sự hợp tác kỹ thuật

cooperative 1 *n.* hợp tác xã **2** *adj.* có tính chất hợp tác/cộng tác: **~ member** xã viên hợp tác xã; **~ store** cửa hàng hợp tác xã

co-opt *v.* bầu vào, kết nạp, dự thính

coordinate 1 *n.* tọa độ **2** *adj.* ngang hàng, bằng vai, theo/thuộc tọa độ **3** *v.* phối hợp, phối trí, sắp xếp

coordination *n.* sự phối hợp/phối trí

coordinator *n.* điều hợp viên, phối trí viên

cop 1 *n.* cảnh sát, mật thám, đội xếp, cớm **2** *v.* bắt, ăn cắp: **to ~ out** đuổi ra (sau khi đã hứa sẽ làm)

cope *v.* đối phó, đương đầu [với **with**]

copilot *n.* phi công phụ

copious *adj.* hậu hĩnh, dồi dào, phong phú, thịnh soạn

copper *n.* đồng đỏ, đồng xu đồng

copra *n.* cùi dừa khô

copulate *v.* giao cấu, giao hợp

copy 1 *n.* bản chép lại, bản sao, phó bản, bản (in), cuốn sách, số báo: **rough ~** bản nháp/thảo; **fair ~** bản sạch; **xerox ~** bản phóng ảnh; **carbon ~** bản giấy than **2** *v.* sao/chép lại, bắt chước, phỏng theo, mô phỏng, cóp bài

copybook *n.* quyển vở

copycat *n.* người bắt chước (một cách ngu xuẩn)

copyright *n.* bản quyền, quyền tác giả

coral *n.* san hô

cord 1 *n.* dây thừng nhỏ, dây, vải: **electric ~** dây điện; **vocal ~s** dây thanh quản, thanh huyền/đới **2** *v.* buộc/chằng bằng dây

cordial *adj.* thân mật, thân ái, chân thành

cordiality *n.* sự thân thiết, lòng nhiệt thành

cordite *n.* cođit, thuốc nổ không khói

cordon 1 *n.* hàng rào cảnh sát: **police ~** hàng rào vệ sinh **2** *v.* đặt hàng rào cảnh sát hay vệ sinh để cấm xuất nhập

corduroy *n.* nhung kẻ: **~s** quần khung kẻ

core 1 *n.* lõi, ruột, hột, nhân, điểm trung tâm, nòng cốt, hạt nhân: **apple ~** lõi quả táo; **~ of the problem** điểm trung tâm của vấn đề; **rotten to the ~** thối rỗng ruột **2** *v.* bỏ lõi đi

cork 1 *n.* bần, nút bần, phao bần **2** *v.* đóng nút bần vào, buộc phao bần vào

corkscrew *n.* cái mở nút chai hình ruột gà

corn 1 *n.* ngô, bắp [= **maize**], lúa mì, lúa mạch, (hạt) ngũ cốc: **~ on the cob** ngô luộc, ngô nướng **2** *v.* nuôi bằng ngô, muối: **~ed beef** thịt bò muối

corn *n.* chai [chân]

corncob *n.* lõi ngô

cornea *n.* màng sừng, giác mạc

corner 1 *n.* góc tường/nhà/phố, số sỉnh, nơi kín đáo, nơi, phương: *from the four ~s of the earth* từ bốn phương 2 *v.* dồn vào thế bí, lũng đoạn

cornerstone *n.* viên đá đầu tiên, viên đá móng, cơ sở, nền tảng, phần quan trọng

cornet *n.* kèn coocnê, bao giấy hình loa (đựng ngô rang *popcorn*)

cornfield *n.* ruộng ngô, ruộng lúa

cornstarch *n.* bột ngô (mịn)

corny *adj.* cũ rích, cổ lỗ sĩ, sáo, nhàm

corollary *n.* hệ luận

coronary *adj.* [động mạch] hình vành

coronation *n.* lễ gia miện/đăng quan, lễ lên ngôi

coroner *n.* nhân viên điều tra khám nghiệm tử thi

corporal *n.* cai, hạ sĩ

corporal *adj.* thuộc thân thể/thể xác

corporate *adj.* thuộc đoàn thể, hợp thành đoàn thể

corporation *n.* đoàn thể, liên đoàn, công ty

corps *n.* quân đoàn, đoàn: *Marine ~* Đội thuỷ quân lục chiến

corpse *n.* xác chết, thi hài, thi thể

corpulent *adj.* béo tốt, to béo

corpuscle *n.* tiểu thể, hạt: *blood ~* huyết cầu

corral 1 *n.* ràn/chuồng/bãi quây trâu bò 2 *v.* lùa vào ràn/chuồng

correct 1 *adj.* đúng, chính xác, đúng đắn, được, hợp, đàng hoàng 2 *v.* sửa, chữa, sửa chữa, sửa đúng, sửa trị, trách mắng, trừng phạt, huấn giới

correction *n.* việc/chỗ sửa, sự trừng phạt/giới

correlate 1 *n.* yếu tố tương liên 2 *v.* có tương quan với nhau

correlation *n.* sự tương quan, thể tương liên

correspond *v.* trao đổi thư từ, phù hợp, xứng, hợp, tương ứng, tương đương

correspondence *n.* (quan hệ) thư từ, sự phù hợp, sự xứng nhau, sự tương ứng, (học) hàm thụ

correspondent 1 *n.* phóng viên, thông tín viên (báo chí), người trao đổi thư từ 2 *adj.* xứng với [*to, with*]

corresponding *adj.* [hội viên, viện sĩ] thông tấn

corridor *n.* hành lang, đường hành lang

corrigendum *n.* (*pl.* **corrigenda**) lỗi in sách

corroborate *v.* làm chứng, chứng thực

corrode *v.* gặm mòn, mòn dần

corrosion *n.* sự gặm mòn

corrosive *n., adj.* (chất) gặm mòn

corrugate *v.* gấp nếp, làm nhăn: *~d iron* tôn

corrupt 1 *adj.* bị đút lót/mua chuộc, tham nhũng, mục nát, thối nát, đồi bại, bị sửa đổi sai hẳn 2 *v.* đút lót/mua chuộc, hối lộ, (làm) hư hỏng, (làm) thối nát, (làm) đồi bại, sửa đổi làm sai đi

corruptible *adj.* dễ mua chuộc, dễ lung lạc, dễ hối lộ, dễ hư hỏng, dễ truỵ lạc

cosmetic 1 *n.* phấn sáp, thuốc mỹ dung/hoá trang 2 *adj.* làm cho đẹp người, [giải phẫu] thẩm mỹ, để trang hoàng bên ngoài thôi

cosmic *adj.* thuộc vũ trụ: *~ rays* tia vũ trụ

cosmography *n.* vũ trụ học

cosmology *n.* vũ trụ luận

cosmonaut *n.* nhà du hành vũ trụ, phi hành gia vũ trụ

cosmopolitan 1 *n.* người theo chủ nghĩa thế giới 2 *adj.* có quan điểm thế giới chủ nghĩa, quốc tế

cosmos *n.* vũ trụ

cost 1 *n.* giá (tiền). phí tổn, chi phí: *~ of living* giá sinh hoạt; *at any ~, at all ~s* bằng bất cứ giá nào, bằng mọi giá; *at the ~ of his health* có hại cho sức khoẻ của ông ấy 2 *v.* trị giá, phải trả, đòi hỏi, làm mất: *this machine ~s a lot of money* cái máy này giá nhiều tiền lắm; *It ~s US$300* chúng tôi phải trả 300 đô la; *compiling a dictionary ~s much time and hard work* soạn từ điển đòi hỏi nhiều thì giờ và công phu; *greediness ~ him his life* vì tham lam mà anh ta bị mất mạng

costly *adj.* đắt tiền, tốn tiền, tai hại

costume *n.* quần áo, y phục: *national ~* quần áo dân tộc, quốc phục; *~ ball* khiêu vũ cải trang; *~ jewelry* đồ nữ trang giả, đồ mỹ ký

cosy xem **cozy**

cot *n.* ghế bố, giường gập, giường nhỏ

cottage *n.* nhà tranh nhà lá, nhà nhỏ

cotton *n.* bông, cây bông, chỉ, sợi, vải bông

couch 1 *n.* trường kỷ, đi văng 2 *v.* nằm dài, diễn tả: *~ed in diplomatic language* diễn tả bằng lời lẽ ngoại giao

cougar *n.* báo sư tử

cough 1 *n.* tiếng/sự ho, chứng/bệnh ho: *~ drop/lozenge* viên kẹo/thuốc ho 2 *v.* ho: *to ~ up blood* ho ra máu; *to ~ up money* nhả tiền ra

could quá khứ của **can**: *he ~ eat yesterday* hôm qua anh ấy ăn được; *you ~ go* anh có thể đi được; *what ~ it be?* không biết là chuyện gì?

couldn't = **could not**

council *n.* hội đồng: *~ of Ministers* Hội đồng Bộ trưởng; *Security ~ of UN* Hội đồng Bảo an LHQ

councilor, councillor *n.* hội viên hội đồng thành phố

counsel 1 *n.* lời khuyên, luật sư 2 *v.* khuyên răn, khuyên bảo, chỉ bảo

counselor *n.* cố vấn: ~ *of embassy* cố vấn/ tham tán sứ quán

count 1 *n.* việc đếm/tính, tổng số đếm được: *final* ~ lần đếm sau cùng; *to lose* ~ không nhớ đã đếm được bao nhiêu 2 *v.* đếm, tính, kể cả, coi là: *that doesn't* ~ cái đó không kể, *I* ~ *it an honor* tôi coi đó là một vinh dự; *not ~ing the kids* không kể trẻ con

countenance 1 *n.* vẻ mặt, sắc mặt, vẻ nghiêm trang, vẻ bình tĩnh 2 *v.* ưng thuận, tán thành

counter 1 *n.* quầy hàng, ghi sê, bàn tính, máy tính 2 *adj., adv.* đối lập, trái/ngược/ chống lại 3 *v.* chống lại, nói ngược lại, phản ứng, phản công

counteract *v.* kháng cự lại, làm mất tác dụng

counterattack *n., v.* (cuộc/trận) phản công

counterbalance *v.* làm ngang bằng

counterclockwise *adj., adv.* ngược chiều kim đồng hồ

counter-espionage *n.* công tác phản gián điệp

counterfeit 1 *n.* (vật) giả mạo: ~ *money* tiền giả, bạc gia 2 *v.* làm giả, giả mạo

counter-insurgency *n.* sự chống du kích

countermand 1 *n.* phản lệnh 2 *v.* huỷ [mệnh lệnh, đơn đặt hàng]

counterpart *n.* người giống hệt, người tương ứng, người giữ chức vụ tương đương ở phía kia: ~ *funds* quỹ đối giá

counterrevolution *n.* cuộc phản cách mạng

counterrevolutionary *n., adj.* (tên) phản cách mạng

countersign 1 *n.* khẩu lệnh 2 *v.* phó thự

countless *adj.* không đếm xuể, vô số, vô kể

country *n.* nước, quốc gia, quê hương, xứ sở, đất nước, tổ quốc, vùng, miền, địa hạt, lĩnh vực: *I like to live in my* ~ tôi thích sống ở quê hương tôi

countryman *n.* người nhà quê, người nông thôn, người đồng hương/xứ sở

countryside *n.* vùng/miền quê, nông thôn

countrywoman *n.* người đàn bà nhà quê, người đàn bà nông thôn, người đàn bà đồng hương/đồng xứ

county *n.* quận, hạt, vùng, miền: ~ *seat* quận lỵ, thị xã, huyện lỵ

coup *n.* việc làm táo bạo đột nhiên

coup d'état *n.* cuộc đảo chính/chính biến

couple 1 *n.* đôi, cặp nam nữ, cặp vợ chồng: *married* ~ đôi vợ chồng; *a newly-wed* ~ một cặp vợ chồng mới cưới; *a* ~ *of days* hai ba ngày; *a* ~ *of ideas* vài ý nghĩ 2 *v.* buộc/ ghép thành cặp, nối/ghép lại, cho cưới, cho lấy nhau, cưới/lấy nhau, [loài vật] giao cấu

couplet *n.* cặp hai câu thơ/câu đối

coupling *n.* sự nối, móc nối, chỗ nối

coupon *n.* vé, cuống vé, phiếu, phiếu mua giá rẻ

courage *n.* sự can đảm/dũngcảm, lòng can đảm, dũng khí: *take* ~ lấy hết can đảm

courageous *adj.* can đảm, dũng cảm, anh dũng

course 1 *n.* tiến trình, quá trình diễn biến: *in the* ~ *of* trong quá trình, trong khi 2 *n.* dòng [sông], hướng, chiều hướng, đường đi, lộ tuyến 3 *n.* lớp, cua, giảng khoa, đợt, loạt, con đường, đường lối: *to attend the English language* ~ tham dự khóa học tiếng Anh; *refresher* ~ lớp bồi dưỡng/ tu nghiệp 4 *n.* trường đua ngựa, sân gon: *Melbourne has the biggest race* ~ Melbourne có trường đua ngựa lớn nhất 5 *n.* món ăn [trong bữa tiệc]: *an eight-~ dinner* bữa tiệc tám món; *of* ~ dĩ nhiên, tất nhiên, đương nhiên rồi; *a matter of* ~ một vấn đề dĩ nhiên

court 1 *n.* sân (quần vợt): *tennis* ~ sân quần vợt 2 *n.* toà án: ~ *of Justice, Supreme* ~ toà án tối cao, tối cao pháp viện 3 *n.* cung điện nhà vua, triều đình, buổi chầu, triều yết 4 *n.* sự tán tỉnh/ve vãn/cầu ái 5 *v.* tán tỉnh, ve vãn, cầu ái, cầu hôn, cua: *the Labor Party is ~ing their voters for the next election* đảng lao động đang ve vãn cử tri cho cuộc bầu cử sắp tới, chuốc lấy [tai họa *disaster*, cái chết *death*], rước lấy vào thân

courteous *adj.* lễ phép, lịch sự, nhã nhặn

courtesy *n.* lễ mạo, sự lịch sự/nhã nhặn/lễ phép: *through the* ~ *of X* do X kính tặng; ~ *call* cuộc viếng thăm xã giao

courthouse *n.* toà án

courtier *n.* triều thần, cận thần, tên nịnh thần

courtly *adj.* lễ độ, lịch sự, nhã nhặn

court-martial 1 *n.* toà án binh, toà án quân sự 2 *v.* xử ở toà án quân sự, đem ra toà án binh

courtship *n.* sự ve vãn/tán tỉnh, thời gian tìm hiểu nhau

courtyard *n.* sân trong

cousin *n.* anh/em họ, anh/em con chú con bác, anh/em con cô con cậu, anh/em con dì con già, đường huynh/đệ, đường tỉ/muội, biểu huynh/đệ, biểu tỉ/muội: *first* ~ anh/ chị con bác, em con chú, anh/chị/em con cô con cậu ruột; *second* ~ anh/chị con bác họ, em con chú họ, anh/chị/em con cô cậu họ

cove *n.* vũng, vịnh nhỏ

covenant *n.* giao kèo, khế ước, hợp đồng, thỏa ước, hiệp ước, minh ước, hiệp định

cover 1 *n.* vỏ, cái bọc ngoài, bìa sách, vung, nắp, chỗ núp, chỗ trốn, lốt, mặt nạ: *air* ~

yểm hộ bằng máy bay; *to take* ~ ẩn núp; *under the* ~ *of* giả danh, đội lốt, thừa lúc, nhân lúc ... **2** *v.* che, đậy, bao phủ, bao trùm, bao bọc, mặc quần áo, đội mũ, che giấu, che đậy, yểm hộ, khống chế: *they* ~ *my expenses* họ đài thọ phí tổn cho tôi; *we ~ed 40 kilometers the first day* hôm đầu, chúng tôi đi được 40 cây số; *he ~s the kidnap story* ký giả ấy theo dõi và viết về vụ bắt cóc; *our street is ~ed with snow* phố chúng tôi phủ đầy tuyết

coverage *n.* phạm vi quan sát/tường thuật (của nhà báo), phạm vi bảo hiểm

covering *n.* bao, nắp, vỉ bọc, lớp phủ ngoài

covert *adj.* ngầm, che đậy, vụng trộm, giấu giếm

covet *v.* thèm muốn, thèm thuồng

covetous *adj.* thèm thuồng, thèm muốn, tham lam

cow **1** *n.* bò cái, bò sữa **2** *n.* voi cái: ~ *elephant* **3** *v.* dọa nạt, ra oai, thị uy

coward *n., adj.* (người) nhút nhát/hèn nhát

cowardice *n.* tính nhát gan, tính hèn nhát

cowardly *adj.* nhút nhát, hèn nhát

cowboy *n.* người chăn bò, cao bồi

cower *v.* thu/co mình lại [vì lạnh hoặc sợ]

cowl *n.* mũ trùm đầu, cái chụp ống khói

coxswain *n.* người lái thuyền/tàu

coy *adj.* rụt rè, e lệ, làm điệu e thẹn

coyote *n.* chó sói đồng cỏ

cozy **1** *n.* ấm cúng, thân mật **2** *adj.* ấm cúng, thoải mái

crab **1** *n.* con cua: *ocean* ~ con cua bể **2** *n.* quả táo dại: ~ *apple*, người hay gắt gỏng

crabbed *adj.* cầu nhàu, khó đọc, khó hiểu

crack **1** *n.* vết nứt/rạn/nẻ, tiếng kêu đen đét/ răng rắc, lời châm biếm/mỉa mai: *the window was open a* ~ cửa sổ hé mở một tí; *at the* ~ *of dawn* lúc rạng đông **2** *v.* quất [roi] đen đét, làm nứt/rạn, kẹp vỡ [quả hạch *nut*], đập vỡ [quả trứng], mở trộm [tủ két *safe*], kêu đen đét/răng rắc, nổ giòn, rạn nứt, [tiếng] vỡ: *to* ~ *down on* đàn áp; *to* ~ *up* kiệt sức (tinh thần), cười không nhịn được, [ô tô] đâm, đụng **3** *adj.* cừ, xuất sắc

cracker *n.* bánh quy giòn [mặn hoặc ngọt]: *fire* ~ pháo

crackle *n., v.* (tiếng) kêu tanh tách/răng rắc/ lốp bốp

crackpot *n.* người gàn

cradle **1** *n.* cái nôi, nguồn gốc, nơi phát tích: *the* ~ *of Vietnamese civilization* cái nôi của nền văn minh Việt Nam; *from the* ~ từ thuở nằm nôi **2** *v.* nâng niu bế [em bé]

craft *n.* nghề (thủ công), mưu mẹo, mánh khóe/lới, tàu: *air*~ máy bay

craftsman *n.* thợ thủ công, tay nghề điêu

luyện

craftsmanship *n.* tài khéo léo, sự lành nghề

crafty *adj.* xảo quyệt, nhiều mánh khoé/lới, láu cá, xảo trá

crag *n.* vách đá

cram *v.* nhồi, nhét, tọng, tống, học gạo/rút

cramp **1** *n.* chứng chuột rút **2** *v.* làm co gân, câu thúc, bó buộc, gò bó

crane **1** *n.* con sếu, cần trục: *a pine tree and* ~ *painting* bức họa tùng hạc **2** *v.* cất/bốc bằng cần trục, vương, nghển [cổ]

crank **1** *n.* cái tay quay, cái maniven: *he's a* ~ anh ta lập dị **2** *v.* quay [máy] bằng maniven

cranky *adj.* cáu kỉnh, [trẻ con] gắt ngủ, quấy

cranny *n.* (*pl.* **crannies**) vết nứa/nẻ, xó xỉnh

craps *n.* (trò) chơi súc sắc [*to shoot* chơi/gieo]

crash **1** *n.* tiếng nổ, tiếng đổ sầm, tiếng đổ vỡ loảng xoảng, vụ đâm ô tô, vụ đổ/rớt máy bay, sự phá sản **2** *v.* phá tan/vụn, lẻn, chuồn (không có vé, không được mời), rơi vỡ loảng xoảng, đổ ầm xuống, đâm sầm vào/xuống, phá sản: *his car was ~ed* xe ông ta bị đụng

crass *adj.* dốt đặc, đần độn, thô bỉ, bần tiện

crate **1** *n.* thùng thưa, sọt, xe hơi cũ, máy bay cũ **2** *v.* đóng thùng/sọt [hoa quả, đồ gốm]

crater *n.* miệng núi lửa, hố bom

crave *v.* thèm muốn, khao khát, ao ước, van nài, cầu xin [sự tha thứ *forgiveness*]

craving *n.* sự thèm muốn, lòng khao khát

crawl **1** *n.* sự bò/trườn, kiểu bơi trườn/crôn **2** *v.* bò, trườn, lê bước/chân, bò lê, luồn cúi, quy lụy, sởn gai ốc

crayfish *n.* tôm

crayon *n.* bút chì màu, than/phấn vẽ

craze *n.* sự say mê, mốt

crazy *adj.* điên rồ, mất trí, khùng, quá say mê: *he is* ~ *about swimming* anh ấy mê bơi

creak **1** *n.* tiếng cót két/cọt kẹt/kẽo kẹt **2** *v.* cót két, cọt kẹt, kẽo kẹt

creaky *adj.* [cầu thang, bản lề, v.v.] kêu cót két

cream **1** *n.* kem [lấy từ sữa, cà lem, bôi mặt, cạo râu], tinh hoa **2** *v.* gạn lấy kem: *to* ~ *off the best* gạn lấy phần tốt nhất **3** *v.* cho kem vào, bôi/thoa kem: ~ *cheese* phó mát bằng sữa còn để kem; ~ *puff* bánh su nhồi kem; ~ *colored* màu kem

creamery *n.* xưởng làm bơ, phó mát, hiệu sữa

creamy *adj.* có nhiều kem, mịn, mượt

crease **1** *n.* nếp gấp [ở quần], nếp nhăn **2** *v.* gấp nếp, là cho rõ nếp, làm nhăn, làm nhàu nát

create *v.* tạo ra/nên/thành, sáng tạo, gây ra/ nên

creation *n.* sự tạo thành, sự sáng tạo, sáng

tác, tác phẩm, vật sáng tạo, kiểu áo mới nghĩ ra

creative *adj.* (có óc) sáng tạo

creativity *n.* óc/tính sáng tạo

creator *n.* người sáng tạo/vẽ kiểu: *the ~* đấng tạo hoá, tạo công, tạo nhi, hoá nhi

creature *n.* sinh vật, loài vật, người, kẻ

credence *n.* sự tin, lòng tin

credentials *n.* giấy uỷ nhiệm, uỷ nhiệm thư, quốc thư, giấy chứng minh tư cách/năng lực, bằng cấp

credible *adj.* đáng tin, tin được

credit **1** *n.* sự/lòng tin, danh tiếng, danh vọng, uy tín, nguồn vẻ vang, công trạng: *a ~ to his school* một nguồn vẻ vang cho trường anh ấy; *to give X ~ for* công nhận là X có công ...; *he has ten books to his ~* Ông ấy đã viết được mười cuốn sách **2** *n.* sự cho nợ/chịu, tín dụng: *to buy on ~* mua chịu; *to sell on ~* bán chịu **3** *v.* tin, công nhận công trạng/công lao, ghi vào ở cột người ta nợ mình: *we ~ed 200 dongs to his account* chúng tôi đã thêm 200đ vào trương mục của anh ta

creditable *adj.* vẻ vang, đáng khen ngợi

creditor *n.* người cho vay, người chủ nợ

credulity *n.* tính nhẹ dạ, tính cả/dễ tin

credulous *adj.* nhẹ dạ, cả tin, dễ tin người

creed *n.* tín điều, tín ngưỡng

creek *n.* sông con, nhánh sông, lạch, vũng

creel *n.* giỏ đựng cá, giỏ câu

creep **1** *n.* sự bò/trường, sự sởn gáy, sự rùng mình: *it gave me the ~s* nó làm tôi sởn tóc gáy lên **2** *v.* [**crept**] bò, trường, đi rón rén, lẻn, [cây leo *vine*], bò, leo, sởn gai ốc, luồn cúi: *that noise makes my flesh ~* tiếng động ấy làm cho tôi sởn gai ốc

creeper *v.* loài vật bò, giống cây leo

cremate *v.* thiêu [xác], hoả táng

cremation *n.* sự hoả táng

Creole *n.* người gốc Âu sống ở Châu Mỹ, người Pháp ở bang Louisiana, thổ ngữ Pháp ở bang Louisiana, người lai da đen, tiếng pha trộn

crept quá khứ của **creep**

crepe *n.* hàng nhiễu/kếp, tăng tang: *~ rubber* cao su kếp; *~ paper* giấy kếp

crescent *n.* trăng lưỡi liềm, hình lưỡi liềm

cress *n.* *water ~* rau cải xoong

crest **1** *n.* mào [gà], bờm [ngựa], chòm lông [ở mũ sắt], ngọn, đỉnh chỏm **2** *v.* trèo lên đỉnh, [sóng] gợn nhấp nhô

crestfallen *adj.* chưng hửng, ỉu xìu

crevice *n.* đường nứt, kẽ hở

crew *n.* toàn bộ thuỷ thủ, toàn bộ đoàn phi hành, đội, nhóm, ban, đám, bọn, tụi, bè lũ

crib *n.* giường cũi (trẻ con), máng ăn, lều

nhỏ để chứa ngô, sự ăn cắp văn, sự đạo văn

cricket **1** *n.* con dế mèn **2** *n.* môn crickê

crime *n.* tội ác [*to commit* phạm], tội lỗi

criminal **1** *n.* kẻ phạm tội ác, tội phạm: *war ~* tội phạm chiến tranh, chiến phạm **2** *adj.* có tội, phạm tội, tội ác: *~ law* luật hình, hình luật

criminology *n.* khoa tội phạm học

crimson *n., adj.* (màu) đỏ thẫm/thắm

cringe *v.* núp xuống, co rúm lại, khúm núm

cripple **1** *n.* người què, người tàn tật **2** *v.* làm què, làm tàn phế, làm hỏng, làm tê liệt [cố gắng]

crisis *n.* (*pl.* **crises**) cuộc khủng hoảng, cơn bệnh: *cabinet ~* khủng hoảng nội các; *energy ~* khủng hoảng năng lượng

crisp **1** *adj.* giòn, nhanh nhẹn, hoạt bát, [không khí] mát lành **2** *v.* làm giòn, rán giòn

criss-cross **1** *n.* đường/dấu chéo **2** *adj., adv.* bắt chéo nhau **3** *v.* đi/chạy/đặt chéo nhau

criterion *n.* (*pl.* **criteria**) tiêu chuẩn

critic *n.* nhà phê bình, người chỉ trích

critical *adj.* phê bình, phê phán, hay chê bai, [tình trạng] nguy ngập/kịch, [độ nhiệt] tới hạn

criticism *n.* sự/lời phê bình/phê pháp/bình phẩm chỉ trích: *self-~* sự tự phê bình

criticize *v.* phê bình, phê phán, chỉ trích

croak **1** *n.* tiếng kêu của ếch/quạ **2** *v.* [ếch nhái] kêu ộp ộp, [qua] kêu quạ quạ

crock *n.* bình sành, lọ sành

crockery *n.* bát đĩa bằng sành

crocodile *n.* cá sấu: *~ tears* nước mắt cá sấu

crony *n.* bạn chí thân, bạn nối khố

crook *n.* cái móc, cái gậy có móc, khúc quanh, kẻ đi lừa, tên lưu manh

crooked *adj.* cong, không thẳng thắn, không thật thà, quanh co

crop **1** *n.* vụ, mùa, thu hoạch của một vụ, cây trồng: *rice ~* vụ lúa; *industrial ~s* cây công nghiệp **2** *n.* sự cắt tóc ngắn: *to have a close ~* cắt tóc ngắn

cross **1** *n.* dấu chữ X: *please put a ~ next to those you agree* hãy gạch chéo bên cạnh điều bạn đồng ý **2** *n.* cây thánh giá, đài thập ác, dấu chữ + [ra dấu bằng tay phải], dấu/hình chữ thập, thập tự, dấu gạch ngang ở chữ cái [như đ, t], bội tinh, vật lai giống: *the Red ~* Hội chữ thập đỏ, Hội hồng thập tự; *a mule is a ~ between a horse and an ass* con của ngựa và lừa là con la **3** *v.* qua [đường, sông, cầu], vượt qua, đi ngang qua, gạch ngang, gạch chéo, xoá, đặt/xếp chéo nhau, vượt qua, đi qua, gặp nhau, giao nhau, chéo nhau: *to ~ the sea* vượt biển; *to ~ one's legs* vắt chân chữ ngũ; *to ~ oneself* [người đi đạo] làm dấu (chữ thập); *to ~ out* xoá đi; *don't ~ the road* đừng băng ngang qua đường 4 *adj.* chéo nhau, vắt ngang qua, bực mình, cáu, gắt: *he's ~ with his son* ông ấy cáu với con trai; *at ~ purposes* hiểu lầm nhau, bất đồng ý kiến

crossbow *n.* cái nỏ, cái ná

cross-examination *n.* sự/cuộc thẩm vấn/vặn hỏi

cross-eyed *adj.* lác mắt

crossing *n.* sự vượt qua, ngã tư, lối đi bộ qua đường

crossroads *n.* ngã tư

cross-section *n.* hình cắt ngang, tiết diện

crossword *n.* ô chữ: *~ puzzle* trò chơi ô chữ

crotch *n.* chạc cây, đáy chậu, đũng quần

crouch *n., v.* (sự) thu mình lấy đà, (sự) né/cúi

crow *n.* con quạ, xà beng, đòn bẩy: *as the ~ flies* theo đường chim bay; *to eat ~* chịu nhục

crow 1 *n.* tiếng gà gáy 2 *v.* [gà] gáy, khoe, tự đắc

crowbar *n.* xà beng, đòn bẩy, cái nạy nắp thùng

crowd 1 *n.* đám đông, đống, vô số, bọn, lũ, tụi 2 *v.* xúm lại, bu lại, tụ tập, đổ xô đến, chen chúc, làm chật ních, nhét đầy, nhồi nhét

crowded *adj.* đông đúc, chật ních, tràn đầy

crown 1 *n.* mũ miện, mũ vua, ngôi vua, vòng hoa lá đội đầu, đỉnh, ngọn, chóp, thân răng: *~ Prince* Thái tử. 2 *v.* đội mũ miện cho, tôn lên làm vua, bao quanh ở đỉnh, ban thưởng, tặng thưởng, bịt [răng]; *~ed with success* thành công rực rỡ

crucial *adj.* cốt yếu, chủ yếu, quyết định

crucible *n.* nồi nấu kim loại

crucifix *n.* hình thập ác

crucify *v.* đóng đinh vào giá chữ thập, hành hạ

crude *adj.* thô, sống, nguyên, thô lỗ, thô bỉ, lỗ mãng, thô bạo, [phương pháp] thô thiển: *~ oil* dầu thô, dầu chưa lọc

cruel *adj.* độc ác, hung ác, tàn ác, tàn bạo, tàn nhẫn, phũ phàng, hiểm nghèo, tàn khốc

cruelty *n.* tính độc ác, sự tàn bạo/tàn ác

cruet *n.* lọ dầu, lọ giấm (để bàn ăn)

cruise 1 *n.* cuộc đi chơi tàu biển 2 *v.* đi chơi biển

cruiser *n.* tàu tuần tiễu, tuần dương hạm

crumb *n.* miếng, mẩu, mảnh vụn bánh, tý, chút, mẩu

crumble *v.* vỡ vụn, đổ nát, [cơ sở] sụp đổ

crumple *v.* vò nhàu, vò nát [quần áo]

crunch 1 *n.* tiếng nhai gặm, tiếng răng rắc 2 *v.* gặm, nhai, (nghiền) kêu răng rắc, (làm) kêu lạo xạo

crusade 1 *n.* đạo quân chữ thập, thập tự

quân, cuộc viễn chinh chữ thập, thập tự chinh, chiến dịch, cuộc vận động 2 *v.* vận động [*for* cho]

crush 1 *n.* sự ép/vắt, sự nghiền nát, sự đè bẹp, sự vò nhàu/nát, đám đông chen lấn, sự phải lòng: *orange ~* nước cam 2 *v.* ép, vắt, nghiền nát, đè bẹp, vò nhàu/nát, dẹp tan, nhét/tống/ấn vào, chen chúc xô đẩy

crust 1 *n.* cùi/vỏ bánh, vỏ cứng, vẩy cứng 2 *v.* đóng vỏ cứng, đóng vẩy cứng

crusty *adj.* cứng, giòn, cau nhàu, cộc lốc

crutch *n.* cái nạng, vật chống/đỡ, cái chống: *a pair of ~es* đôi nạng (gỗ)

crux *n.* điểm then chốt, cái nút

cry 1 *n.* tiếng kêu, tiếng hò reo, sự/tiếng khóc lóc 2 *v.* kêu, la, reo hò, rao, khóc, khóc lóc, kêu khóc

cryptic *adj.* bí mật, khó hiểu

cryptography *n.* (cách viết) mật mã

crystal *n.* tinh thể, pha lê, mặt kính đồng hồ

crystalline *adj.* thuỷ tinh, pha lê

crystallize *v.* kết tinh, cụ thể hoá

cub *n.* hổ con, sư tử con, gấu con, sói con, v.v.: *~ scout* sói con hướng đạo

cube 1 *n.* hình lập phương, hình khối, luỹ thừa ba: *ice ~* viên nước đá; *flash ~* bóng đèn máy ảnh 2 *v.* lên tam thừa, thái hạt lựu

cubic *adj.* có hình khối, [phương trình] bậc ba: *~ meter* mét khối

cubicle *n.* gian phòng nhỏ

cubist *n.* họa sĩ lập thể

cuckold 1 *n.* anh chồng mọc sừng 2 *v.* cắm sừng

cuckoo *n.* chim cu cu

cucumber *n.* quả dưa chuột, trái dưa leo

cud *n.* thức ăn nhai lại (của bò, trâu)

cuddle *v.* ôm ấp, nâng niu, cuộn mình, thu mình

cudgel *n.* dùi cui, gậy tày

cue *n.* sự ra hiệu, lời nói bóng, câu nhắc

cue *n.* gậy chơi bi da

cuff 1 *n.* cổ tay [áo sơ mi], gấu lơ vê [quần]: *~ links* khuy măng sét 2 *n.* cái tát, cái bạt tai 3 *v.* tát, bạt tai

cull *n.* lựa chọn, chọn lọc

culminate *v.* lên đến cực điểm/tột độ

culprit *n.* kẻ có tội, thủ phạm, bị cáo

cult *n.* sự sùng bái/tôn thờ, giáo phái, sự thờ cúng, sự cúng bái: *the ~ of the individual* sự sùng bái cá nhân; *the ~ of ancestors* sự thờ phụng tổ tiên

cultivate *v.* trồng trọt, cày cấy, mở mang, trau dồi, tu dưỡng, nuôi dưỡng [tình cảm người nào]

cultivated *adj.* có trồng trọt, có học thức

cultivation *n.* sự trồng trọt/cày cấy/canh tác, sự dạy dỗ/giáo dưỡng/giáo hoá, sự tu dưỡng: *under* ~ đang được trồng trọt; *intensive* ~ thâm canh

cultivator *n.* máy xới, người trồng trọt

cultural *adj.* thuộc về văn hóa: ~ *revolution* cuộc cách mạng văn hóa

culture 1 *n.* văn hoá **2** *n.* việc trồng trọt, việc nuôi, nghề nuôi [ong, tằm, cá, v.v.] **3** *n.* sự trau dồi

cultured *adj.* có học thức/văn hoá, [trai] nhân tạo

culvert *n.* cống nước

cumbersome *adj.* cồng kềnh, ngổn ngang, vướng

cumulative *adj.* dồn lại, tích luỹ

cunning *n., adj.* (sự) xảo trá, xảo quyệt, láu cá

cup *n.* chén, tách, cúp, giải, ống giác: *coffee* ~ tách uống cà phê; *a* ~ *of coffee* một tách cà phê; *the Davis* ~ giải Đa vít (quần vợt)

cupboard *n.* tủ (có ngăn), tủ đựng ly tách

cupful *n.* chén đầy, tách đầy: *a* ~ *of orange juice* một ly đầy nước cam

cupidity *n.* tính tham lam, máu/lòng tham

curative *adj.* chữa bệnh, trị bệnh

curator *n.* quản thủ [bảo tàng]

curb 1 *n.* lề đường, thành giếng, dây cầm (ngựa) **2** *n.* sự kìm lại, sự kiểm chế/hạn chế **3** *v.* kiềm chế

curdle *v.* (làm) đông lại, (làm) đóng cục

curds *n.* sữa đông: *bean* ~ đậu phụ

cure 1 *n.* (phương) thuốc, cách điều trị **2** *v.* chữa

curfew *n.* lệnh giới nghiêm

curio *n.* đồ cổ, cổ ngoạn

curiosity *n.* sự tò mò, tính tò mò/hiếu kỳ, vật hiếm, vật quý, trân phẩm

curious *adj.* tò mò, hiếu kỳ, thọc mạch, ham biết, muốn tìm biết, lạ lùng, kỳ dị, cổ quái, li kỳ

curl 1 *n.* món tóc quăn, sự quăn, làn (khói), cuộn **2** *v.* (uốn) quăn, (làm) xoắn, cuộn lại: ~ *up*: co lại

curly *adj.* [tóc] quăn, xoăn

currant *n.* nho Hy lạp

currency *n.* tiền, tiền tệ, sự lưu hành/phổ biến: *foreign* ~ ngoại tệ; *to gain* ~ trở nên phổ biến

current 1 *n.* dòng (nước), luồng (gió, không khí), dòng điện, chiều, hướng, khuynh hướng: *direct* ~ dòng điện một chiều; *alternating* ~ dòng điện xoay chiều **2** *adj.* hiện thời, hiện nay, hiện hành, đang lưu hành, thịnh hành, phổ biến: ~ *affairs* thời sự; *the* ~ *issue* số báo kỳ này

curriculum *n.* chương trình học

curriculum vitae [*usu.* **c.v.**] *n.* bản lý lịch/ tiểu sử

curry 1 *n.* (bột) cà ri **2** *v.* nấu cà ri **3** *v.* chải

lông ngựa: *to* ~ *favor with* nịnh, bợ đỡ

curse 1 *n.* lời nguyền rủa/chửi rủa, tai hoạ, hoạ căn **2** *v.* chửi rủa, nguyền rủa, làm đau đớn, giáng họa: ~*d with* bị khổ sở vì [bệnh tật]

curt *adj.* cụt ngủn, cộc lốc

curtail *v.* cắt bớt, rút ngắn, tước bớt, tước mất

curtain *n.* màn cửa, màn (trên sân khấu) [*rise* kéo lên, *fall* hạ xuống], bức màn [*Iron* sắt, *Bamboo* tre]: ~ *call* tiếng vỗ tay mời tài tử ra nữa

curtsy, curtsey *n., v.* (sự) nhún đầu gối cúi chào

curvature *n.* sự uốn cong, độ cong

curve 1 *n.* đường cong, đường vòng **2** *v.* (uốn) cong

cushion 1 *n.* cái đệm, cái nệm/gối **2** *v.* kê/ lót đệm

cuspidor *Br., n.* (= **spittoon**) ống nhổ

custard *n.* món sữa trứng

custard apple *n.* quả na, trái mãng cầu

custody *n.* sự trông nom, sự canh giữ, sự bắt giam

custom 1 *n.* tục lệ, phong tục, tập tục: ~*s and manners* phong tục tập quán **2** *n.* khách hàng: ~*-built* [xe, bàn ghế] đặt đóng riêng; ~*-made* đặt làm riêng, không phải may/đóng sẵn

customary *adj.* thông thường, theo lệ thường

customer *n.* khách hàng, thực khách, thân chủ

customs *n.* thuế quan, quan thuế, hải quan: ~ *duties* thuế đoan; ~ *service* nghiệp vụ hải quan

cut 1 *n.* sự cắt, việc thái/chặt/đốn, vết cắt đứt, vật cắt, đoạn cắt, miếng (thịt), sự cắt giảm, kiểu cắt/may (áo quần), sự phớt lờ, đường tắt: *to take a short* ~ đi đường tắt **2** *v.* [cut] cắt, thái, chặt, xén, xẻo, hớt, xẻ, chém, đào, khắc, cắt bớt, giảm, hạ, đi tắt: *to* ~ *into four pieces* cắt làm tư; *I* ~ *my finger* tôi bị đứt tay; *they* ~ *a tunnel through that hill* họ đào một đường hầm xuyên qua quả đồi đó; *to* ~ *classes* bỏ/trốn học, cúp cua; *to* ~ *down* đẵn, đốn, chặt, cắt bớt, giảm bớt; *to* ~ *off/out/up* cắt đứt, chặt phăng, chặt/thái nhỏ; *to* ~ *short* cắt gọn, cắt ngắn, rút ngắn; *to* ~ *in* nói xen, xen vào cặp đang khiêu vũ

cut and dried *adj.* sửa soạn sẵn, thường, không có gì mới mẻ/tự phát

cutback *n.* sự cắt giảm, sự tiết giảm

cute *adj.* xinh, xinh xắn, đáng yêu, dí dỏm

cutlery *n.* dao kéo nói chung

cutlet *n.* món sườn, món côtlet

cutoff *n.* sự cắt/ngắt: *highway* ~ đường tránh/ tắt

cutter *n.* người/máy cắt, xuồng

cutting 1 *n.* sự cắt, bài báo cắt ra, cành cây để gây giống 2 *adj.* sắc, bén, gay gắt, cay độc

cuttlefish *n.* con (cá) mực

cycle *n.* chu kỳ, chu trình, vòng, xe đạp

cyclist *n.* người đi xe đạp

cyclone *n.* gió cuộn mạnh, khí xoáy mạnh

cylinder *n.* trụ, hình trụ, xylanh

cylindrical *adj.* hình trụ

cynic *n.* nhà khuyển nho, người thích nhạo báng

cynical *adj.* yếm thế, hay nhạo báng/giễu cợt

cynicism *n.* thuyết khuyển nho, tính yếm thế/cay độc, lời chua chát/chua cay, lời nhạo báng

cypress *n.* cây bách

cyst *n.* u nang

Czech *n., adj.* (người/tiếng) Tiệp Khắc

Czechoslovak *n.* người/tiếng Tiệp Kắc

D

d, D *n.* chữ số La mã có nghĩa là 500

dab 1 *n.* cái đánh/vỗ/xoa nhẹ; sự chấm nhẹ; miếng 2 *v.* đánh/vỗ/xoa/chấm nhẹ

dabble *v.* vầy, lội [nước]; học đòi làm ...

dad, daddy *n.* bố, cha, thầy, ba

daffodil *n.* thủy tiên hoa vàng

dagger *n.* dao găm

dahlia *n.* hoa thược dược

daily 1 *n.* báo hàng ngày: *our city has three dailies [= three ~ newspapers]* thành phố của chúng tôi có ba tờ báo hàng ngày 2 *adj., adv.* hàng ngày: *twice ~* mỗi ngày hai lần

dainty 1 *n.* miếng ngon 2 *adj.* [món ăn] ngon, chọn lọc; khảnh ăn, thanh cảnh; xinh xắn, thanh nhã

dairy *n.* bơ sữa: *~ farm* trại sản xuất bơ sữa; *~ cattle* bò sữa; *~ product* sản phẩm sữa, bơ

dais *n.* bệ, bục, đài

daisy *n.* hoa cúc

dally *v.* ve vãn, chim chuột; đủng đỉnh, dây dưa

dam 1 *n.* đập nước: *a hydroelectric ~* đập thủy điện 2 *v.* ngăn bằng đập; kiềm chế

damage 1 *n.* sự thiệt hại; tiền bồi thường: *the last flood caused ~ to these houses* trận lụt vừa rồi đã làm thiệt hại những ngôi nhà nầy 2 *v.* làm hỏng, làm hại, làm tổn thương [danh dự ...]: *to ~ someone's reputation* làm thương tổn đến danh tiếng người khác

dame *n.* phu nhân, bà, lệnh bà

damn 1 *n.* lời nguyền rủa: *don't give a ~* đếch cần 2 *v.* nguyền rủa, đọa đầy 3 *intj.* *~ it!* đồ trời đánh thánh vật! đồ khốn kiếp! [câu chửi thề, không nên dùng chỗ lịch sự]

damnation *n.* sự nguyền rủa, kiếp đọa đầy

damned 1 *adj.* bị đầy đọa; đáng ghét, đáng rủa; ghê tởm, kinh khủng 2 *adv.* quá lắm, quá xá

damp *n., adj.* (sự) ẩm thấp, ẩm ướt

dampen *v.* làm ẩm, làm ướt; làm nản, làm nhụt

damper *n.* bộ giảm âm, bộ giảm sốc; gáo nước lạnh

dance 1 *n.* điệu nhảy, sự khiêu vũ; tiệc nhảy, dạ vũ, liên hoan có khiêu vũ: *square ~* phương bộ vũ; *~ band* ban nhạc nhảy; *~ hall* phòng nhảy, vũ sảnh; *~ floor* sàn nhảy 2 *v.* nhảy múa, khiêu vũ; nhảy lên: *to ~ a tango* nhảy điệu tango; *I can't ~* tôi không biết nhảy

dancer *n.* diễn viên múa, vũ nữ, vũ công

dancing *n.* sự nhảy múa; sự khiêu vũ: *~ partner* người cùng nhảy với mình

dandelion *n.* cỏ bồ công anh "dandelion" (*a plant*)

dandruff *n.* gàu: *~ remover* thuốc trừ gàu

dandy 1 *n.* công tử bột; cái đạp/sang/hay nhất 2 *adj.* diện, bảnh, nhất, số dách, tuyệt

danger *n.* sự/mối nguy hiểm; nguy cơ, mối đe dọa

dangerous *adj.* nguy hiểm; [bệnh] hiểm nghèo, nguy cấp; [người] nham hiểm, lợi hại

dangle *v.* lủng lẳng, đu đưa, lúc lắc; nhử

dank *adj.* ẩm ướt, ướt át, nhớp nháp

dapper *adj.* bảnh bao, diện

dapple *v.* chấm lốm đốm: *~d deer* hươu sao

dare *v.* dám; thách: *how ~ you?* sao mày dám làm thế?; *I ~ say* tôi dám chắc; *to ~ someone to do it* thách ai làm chuyện ấy

daredevil *n.* người liều lĩnh/táo bạo

dark 1 *n.* bóng/chỗ tối; lúc tối trời: *before ~* trước lúc tối trời; *in the ~ about* không hay biết gì về 2 *adj.* tối, tối tăm; u ám: *~ complexion* nước da ngăm đen; *~ color* màu sẫm

darken *v.* (làm) tối lại; (làm) sạm lại; (làm) thẫm/sẫm lại; (làm) buồn phiền

darling 1 *n.* người thân yêu; con cưng; anh em yêu: *thank you! my ~* cảm ơn em/anh yêu 2 *adj.* yêu quý, cưng, đáng yêu

darn *v.* mạng [quần áo, bít tất]

dart 1 *n.* phi tiêu, mũi tên, cái lao: *~s* trò ném phi tiêu 2 *v.* ném, phóng; lao mình vào/tới

dash 1 *n.* cái gạch ngang dài; sự lao/xông tới 2 *v.* va mạnh, đụng mạnh; lao/xông tới; làm tiêu tan

dashboard *n.* bảng đồng hồ xe hơi trước mặt người lái

dashing *adj.* chớp nhoáng; sôi nổi, hăng hái

dastardly *adj.* kẻ hèn nhát

data *n.* dữ kiện, số liệu, cứ liệu, tài liệu

date 1 *n.* quả chà là 2 *n.* ngày tháng; kỳ hạn; sự hẹn gặp; người đi chơi với mình: *a ~ with my dentist* giờ hẹn với ông nha sĩ của tôi; *she is my ~* cô ấy là bạn cùng đi chơi với tôi; *~ of birth, birth~* ngày sinh; *what ~ is today?* hôm nay là ngày mấy? 3 *v.* đề ngày tháng; xác định thời đại; hẹn đi chơi với [bạn]; có từ: *this book ~s from last century* quyển sách này có từ thế kỷ trước

dated *adj.* đề ngày ...; lỗi thời, xưa rồi,

dative *n, adj.* (thuộc) tặng cách

datum *n.* số ít của **data**

daub *v.* trát/phết lên; vẽ bôi bác

daughter *n.* con gái, ái nữ: *I have one ~ and one son* tôi có một gái một trai

daughter-in-law *n.* con dâu, nàng dâu

daunt *v.* đe dọa, làm nản lòng; khuất phục

dauntless *adj.* gan dạ, bất khuất, kiên cường

dawdle *v.* la cà, lãng phí thời gian

dawn 1 *n.* bình minh, lúc tảng sáng, lúc rạng đông: *at ~* lúc rạng đông; *the ~ of civiliza-tion* buổi đầu của thời đại văn minh 2 *v.* ló rạng, hé rạng; hiện/lóe ra trong trí: *it ~ed on me that* tôi chợt nghĩ ra rằng ...

day *n.* ngày: *~time* ban ngày; *twice a ~* mỗi ngày hai lần; *~ by ~* từng ngày một; *every~* mỗi ngày, ngày nào cũng, hàng ngày; *every other ~* cách hai ngày một lần; *in less than a ~* chưa đầy một ngày; *these ~s* lúc/dạo này; *those ~s* khi/thời đó; *the ~ after* hôm sau; *the ~ after tomorrow* ngày kia; *the ~ before yesterday* hôm kia; *the ~ before* hôm trước; *~ and night* suốt ngày đêm; *all ~ long* suốt ngày

daybreak *n.* lúc rạng đông

daydream *n., v.* mơ mộng, mơ màng (hão huyền)

daylight *n.* ánh sáng ban ngày: *in broad ~* giữa ban ngày ban mặt, lúc thanh thiên bạch nhật; *~ saving* giờ mùa hè

daytime *n.* ban ngày

daze *n., v.* (sự) choáng váng/bàng hoàng

dazzle 1 *n.* sự chói mắt 2 *v.* làm chói/hoa/lóa mắt

dead 1 *adj.* chết; tắt ngấm; tê cóng; [tiếng] đục: *~ body* xác chết, tử thi; *~ leaves* lá khô; *~ language* tử ngữ; *~ silence* sự im phăng phắc; *~ end* đường cụt; tình trạng bế tắc 2 *n.* xác chết; người chết: *the ~* người chết; *in the ~ of night* lúc đêm hôm khuya khoắt; *the ~ of winter* giữa mùa đông

3 *adv.* *~ drunk* say bí tỉ; *~ tired* mệt rã rời, mệt đứt hơi, mệt lả; *to stop ~* đứng sững lại

deaden *v.* làm giảm/nhẹ/nhỏ đi

deadline *n.* hạng cuối cùng, hạn chót

deadlock *n.* chỗ/sự bế tắc

deadly *adj.* chết người, chí tử: *~ enemy* kẻ thù không đội trời chung, kẻ thù bất cộng đái thiên, kẻ tử thù

deaf *adj.* điếc: *~ and dumb, ~ mute* điếc và câm

deafen *v.* làm điếc/chói/inh tai

deafness *n.* tật điếc, tật nghễnh ngãng

deal 1 *n.* số lượng; sự giao dịch, sự thông đồng; cách đối xử *a great ~ of* nhiều ...; *to make/close a ~* thỏa thuận mua bán hoặc điều đình 2 *v.* [dealt] chia [bài]; phân phát, ban, giáng [đòn]; giao thiệp, giao dịch buôn bán; buôn bán [thứ hàng gì]; *to ~ in* đối phó, giải quyết

dealer *n.* người chia bài; người buôn bán: *a used car ~* người bán xe hơi cũ

dealt quá khứ của **deal**

dean *n.* chủ nhiệm khoa, khoa trưởng; niên trưởng

dear 1 *adj.* thân, thân yêu, yêu quí, thân mến 2 *intj.* trời ơi! than ôi! *~ sir* thưa ông!; *~ Sir/Madam* kính thưa ông/bà

dearth *n.* sự thiếu, sự khan hiếm, sự đói kém

death *n.* sự/cái chết: *to put to ~* giết chết

deathbed *n.* giường người chết

deathless *adj.* bất tử, bất diệt, đời đời

debâcle *n.* sự tan rã, sự sụp đổ

debase *v.* làm mất phẩm giá; làm giảm chất lượng

debate 1 *n.* cuộc tranh luận 2 *v.* tranh/thảo luận

debater *n.* người tham dự cuộc tranh luận

debauch *v.* làm trụy lạc/sa đọa/đồi bại

debauchery *n.* sự chơi bời trụy lạc

debenture *n.* giấy nợ trái khoán

debilitate *v.* làm yếu sức, làm suy nhược

debit 1 *n.* bên nợ (người ta), tá phương; món nợ, khoản nợ: *to put to your ~* thêm vào sổ nợ của bạn 2 *v.* ghi vào sổ nợ: *to ~ to my account* ghi nợ vào chương mục của tôi

debonair *adj.* vui vẻ, vui tính, khoái hoạt

debrief *v.* vặn hỏi, tra hỏi

debris *n.* mảnh vụn, vôi gạch nát vỡ

debt *n.* món nợ: *in ~* mang công mắc nợ; *out of ~* trả hết nợ; *national ~* quốc trái, công trái

debtor *n.* con nợ, người mắc nợ

debug *v.* trừ sâu, trừ mối; loại trừ những lầm lẫn của máy tính; vứt bỏ máy ghi âm nghe trộm

debunk *v.* vạch trần, lật tẩy

débutante *n.* cô gái mới ra mắt xã hội

decade *n.* thời kỳ mười năm; tuần [mười ngày]

decadence *n.* sự sa sút, sự suy đồi

decadent *adj.* sa sút, suy đồi, đồi trụy

decamp *v.* nhổ trại; chuồn, tẩu thoát

decant *v.* chắt, gạn

decanter *n.* bình thon cổ

decay 1 *n.* sự sâu (răng); sự thối rữa: *to prevent tooth* ~ phòng ngừa bệnh sâu răng 2 *v.* (làm) sâu, (làm) mục nát; sa sút, suy sụp, suy tàn: *the front yard was scattered with ~ing leaves* sân trước đầy lá mục

deceased *n., adj.* (người) đã chết/mất

deceit *n.* sự lừa dối; mưu mẹo, mánh lới, mánh khóe

deceitful *adj.* dối trá, lừa lọc

deceive *v.* lừa dối, đánh lừa

decelerate *v.* đi/chạy chậm lại, giảm tốc độ

December *n.* tháng Mười hai, tháng Chạp âm lịch

decency *n.* sự đứng đắn/trang trọng; tính e thẹn

decent *adj.* đứng đắn, trang trọng, chỉnh tề; tử tế, tươm tất, kha khá

decentralize *v.* phân quyền, tản quyền

deception *n.* sự/trò lừa dối

deceptive *adj.* dối trá; dễ làm cho người ta lầm

decide *v.* quyết định; lựa chọn; giải quyết, phán xử: *to* ~ *to do something* quyết định làm việc gì

decided *adj.* dứt khoát, kiên quyết; rõ rệt

deciduous *adj.* [cây] sớm rụng lá

decimal *adj.* thập phân

decipher *v.* đọc/giải [mật mã]; đọc ra, giải đoán

decision *n.* quyết định; dứt khoát, kiên quyết: *I'm waiting for your* ~ tôi đang chờ quyết định của bạn

deck *n.* boong tàu; tầng trên; ~ *of cards* cỗ bài

deck *v.* tô điểm, trang hoàng

declamation *n.* sự bình thơ, sự ngâm thơ

declaration *n.* lời khai, tờ khai; bản tuyên bố; tuyên ngôn: *the* ~ *of human rights* bản tuyên ngôn nhân quyền; *a* ~ *of war* sự tuyên chiến

declare *v.* tuyên bố; bày tỏ, biểu thị; khai [hàng]: *to* ~ *the results of an election* tuyên bố kết quả bầu cử; *on arrival at the airport you have to* ~ *the goods you bought* khi đến phi trường bạn phải khai hàng hóa mang theo

decline 1 *n.* sự sụt; sự suy tàn/suy sụp 2 *v.* cúi, nghiêng đi, xế; suy sụp, suy tàn; từ chối, từ khước

declivity *n.* chiều dốc

decode *v.* giải mã

decompose *v.* phân tích, phân ly; làm thối rữa

decomposition *n.* sự phân tích/phân ly; sự thối rữa

decorate *v.* trang hoàng, trang trí; gắn huy chương

decoration *n.* sự trang hoàng: *interior* ~ sự trang hoàng bài trí trong nhà

decorative *adj.* để làm cảnh, để trang hoàng

decorator *n.* người trang trí, nhà trang trí

decorous *adj.* đúng mực, mực thước, đứng đắn

decorum *n.* nghi lễ, nghi thức

decoy 1 *n.* cò mồi, bẫy, mồi 2 *v.* bẫy, nhử mồi

decrease 1 *n.* sự giảm 2 *v.* giảm đi/bớt, giảm thiểu

decree 1 *n.* sắc lệnh, sắc luật; chiếu chỉ 2 *v.* ra sắc lệnh; ra nghị định: *the government* ~*d a state of emergency* chính phủ ra sắc lệnh tình trạng khẩn trương

decrepit *adj.* hom hem, già yếu

decry *v.* làm giảm giá trị, chê bai, gièm pha: *to* ~ *the values of products* làm giảm giá trị sản phẩm

dedicate *v.* khánh thành, khai mạc; để tặng [sách, vở, bài]; hiến dâng, cống hiến

deduce *v.* suy diễn, suy luận, suy/luận ra: *my friend has* ~*d that I am the author of the letter* bạn tôi suy ra rằng tôi là tác giả của lá thư

deduct *v.* trừ đi, khấu đi: *to* ~ *5 percent from your income* trừ đi 5% lợi tức của bạn

deed 1 *n.* việc làm, hành động, hành vi: *to do a good* ~ làm việc thiện 2 *n.* chiến công; chứng từ, chứng thư, bằng khoán, khế ước

deem *v.* cho rằng, thấy rằng, nghĩ rằng: *to* ~ *highly of ...* đánh giá cao về ...

deep 1 *adj.* [sông, giếng, vết thương] sâu; [màu] sẫm, thẫm; [đề tài] sâu sắc, thâm hậu; ngập sâu, mải mê, miệt mài 2 *adv. to dig* ~ đào sâu

deepen *v.* đào sâu thêm; làm đậm/trầm thêm

deer *n.* (*pl. deer*) hươu, nai

deface *v.* làm xấu đi; xóa đi

defame *v.* nói xấu, phỉ báng

default *n., v.* (sự) không trả nợ được; (sự) vắng mặt, (sự) khuyết tịch [ở toà án]; (sự) bỏ cuộc

defeat 1 *n.* sự thất bại; sự thua trận, sự bại trận 2 *v.* đánh bại, chiến thắng; làm thất bại

defeatist *n., adj.* (người) chủ bại

defecate *v.* ỉa, đại tiện

defect 1 *n.* thiếu sót, nhược điểm, khuyết điểm 2 *v.* đào ngũ, bỏ đảng; bỏ đạo, bội giáo

defection *n.* sự đào ngũ; sự bỏ đảng/đạo

defend *v.* che chở, chống giữ, bảo vệ, phòng vệ; [luật sư] cãi cho, bào chữa

defendant *n.* bị cáo, người bị kiện, bên bị
defender *n.* người bảo vệ; người biện hộ
defense *n.* [*Br.* **defence**] sự phòng thủ/bảo vệ; công sự phòng ngự, thành luỹ sự bào chữa/biện hộ: *civil ~* phòng thủ thụ động; *the department of ~* bộ quốc phòng; *national ~* quốc phòng
defensible *adj.* có thể phòng vệ/bênh vực được
defensive **1** *n.* thế thủ *adj.* có tính chất phòng ngự/phòng thủ; có tính chống đỡ: *to stand on the ~* giữ thế phòng thủ **2** *adj.* có tính bảo vệ/phòng thủ: *a ~ weapon* vũ khí tự vệ
defer **1** *v.* hoãn; hoãn quân dịch: *to ~ payment* hoãn trả tiền **2** *v.* chiều theo, làm theo: *to ~ to someone's decision* chiều theo quyết định của một người nào đó
deference *n.* sự chiều theo; sự tôn trọng/kính
deferential *adj.* cung kính, tôn kính, kính trọng
deferment *n.* sự hoãn (quân dịch)
defiance *n.* sự coi thường, bất chấp: *to set somebody at ~* không coi ai ra gì cả
defiant *adj.* bướng bỉnh, miệt thị, bất cần
deficiency *n.* số tiền thiếu hụt [trong ngân sách]: *to make up a ~* bù vào chỗ thiếu hụt
deficit *n.* số tiền thiếu hụt: *budget ~* thiếu hụt ngân sách
defile *v.* làm mất tính chất thiêng liêng [của nơi tôn kính]; cường dâm, hãm hiếp; làm nhơ bẩn/ô uế
define *v.* định nghĩa; qui định, minh xác, định rõ
definite *adj.* xác định, rõ ràng; [mạo từ] hạn định
definition *n.* định nghĩa, giải quyết
definitive *adj.* dứt khoát, cuối cùng
deflate *v.* tháo hơi (bong bóng, ruột bánh xe); giải lạm phát; giảm [tự ái]
deflect *v.* làm lệch, làm chệch hướng
defoliant *n.* chất làm rụng lá, thuốc khai quang
deform *v.* làm méo mó, làm xấu đi
deformity *n.* dị hình, dị dạng; sự tàn phế
defraud *v.* ăn gian, lừa gạt
defray *v.* trả, thanh toán
defrost *v.* làm tan đá tuyết, tắt/tháo [tủ lạnh]
deft *adj.* khéo tay, khéo léo
defunct *adj.* chết, mất, quá cố; đã đóng cửa
defy *v.* bất chấp, coi thường; thách thức, thách đố: *these problems ~ solution* vấn đề này nan giải
degenerate *adj., v.* thoái hoá, suy đổi
degeneration *n.* sự thoái hoá/suy đổi/truỵ lạc
degradation *n.* sự giảm sút; sự thoái hoá/biến
degrade *v.* (làm) suy biến/thoái hóa; giáng chức, giáng cấp, lột lon, cho hạ tầng công

tác; làm giảm giá trị, làm mất thanh thế
degree **1** *n.* độ, bậc; trình độ, mức độ: *180 ~s* 180 độ; *85 ~s in the shade* 85 độ trong bóng râm; *by ~s* dần dần, từ từ; *to a certain ~* tới mức độ nào đó **2** *n.* bằng cấp, học vị: *Ph.D. ~* bằng tiến sĩ; *honorary ~* bằng danh dự, học vị danh dự; *superlative ~* cao cấp nhất
dehydrate *v.* loại nước ra, khử nước
deify *v.* phong thần, tôn làm thần, thần thánh hóa
deign *v.* thèm, hạ cố, đoái đến
deity *n.* thần: *tutelary ~* thành hoàng (làng)
dejected *adj.* buồn nản, chán nản, thất vọng
delay **1** *n.* sự chậm trễ/trì hoãn: *to act without ~* làm ngay đừng để chậm trễ **2** *v.* hoãn lại; làm chậm trễ, làm trở ngại
delegate **1** *n.* đại biểu, đại diện: *chief ~* trưởng phái **2** *v.* uỷ quyền, uỷ thác, giao phó: *to ~ a task to someone* giao nhiệm vụ cho ai
delegation *n.* đoàn đại biểu, phái đoàn
delete *v.* xoá/gạch đi, bỏ đi
deletion *n.* sự xoá/gạch/bỏ đi
deliberate **1** *adj.* cố ý; có suy nghĩ, cân nhắc **2** *v.* bàn bạc, thảo luận (kỹ cương)
deliberation *n.* cuộc thảo luận; tính khoan thai; sự thận trọng/đắn đo
delicacy *n.* đồ ăn ngon, món ăn quý; sự tinh vi, sự khéo léo; sự tế nhị; sự mỏng mảnh
delicate *adj.* ngon, thanh cảnh; tinh vi, khéo léo; tế nhị; mỏng mảnh, dễ vỡ; thanh tú
delicatessen *n.* cửa hàng bán món ăn nấu sẵn
delicious *adj.* ngon, ngon lành, thơm ngon
delight **1** *n.* sự vui thích; điều thích thú **2** *v.* làm vui thích, làm vui sướng; thích, ham, khoái: *to be ~ed:* vui sướng
delightful *adj.* thích thú, thú vị; dễ thương
delineate *v.* vẽ, vạch; phác họa, miêu/mô tả
delinquency *n.* sự phạm tội: *juvenile ~* sự phạm pháp của thiếu niên
delinquent **1** *n.* kẻ phạm pháp **2** *adj.* phạm/ có tội; chểnh mảng, lơ là; không trả đúng kỳ hạn
delirious *adj.* hôn mê, mê sảng
delirium *n.* cơn mê sảng; sự điên cuồng
deliver **1** *v.* phát [thư]; giao [hàng] **2** *v.* đọc [diễn văn]; đỡ đẻ [thai nhi]: *to ~ a speech* đọc một bài diễn văn
deliverance *n.* sự cứu nguy, sự giải thoát
delivery **1** *n.* sự phát [thư], sự giao [hàng]: *special ~* thư phát riêng; *cash on ~* lĩnh hóa giao ngân, nhận hàng mới trả tiền **2** *n.* sự sinh đẻ, sự xổ; trình bày bài nói chuyện: *~ room* phòng đẻ
delta *n.* châu thổ
delude *v.* đánh lừa, lừa dối, mê hoặc

deluge 1 *n.* trận lụt lớn, đại hồng thuỷ; sự tới tấp **2** *v.* tới tấp: *~d with letters* thư gởi đến tới tấp

delusion *n.* sự lừa dối; ảo/vọng tưởng, ảo giác

deluxe *adj.* sang, xa xỉ

delve *v.* đào sâu; bối ra, moi móc

demagog(ue) *n.* kẻ mị dân

demagoguery, demagogy *n.* chính sách mị dân

demand 1 *n.* sự đòi hỏi, sự yêu cầu, cầu: *in great ~* được nhiều người yêu cầu/chuộng; *supply and ~* cung và cầu; *unreasonable ~s* những yêu sách vô lý **2** *v.* đòi, đòi hỏi, cần phải

demarcation *n.* sự phân ranh giới; giới tuyến

demeanor *n.* cử chỉ, thái độ, cách ăn ở

demented *adj.* điên, loạn trí, điên cuồng

demilitarize *v.* phi quân sự hoá: *~d zone [dmz]* vùng phi quân sự

demobilize *v.* giải ngũ, cho phục viên

democracy *n.* nền/chế độ dân chủ; nước dân chủ

democrat *n.* người dân chủ; đảng viên đảng dân chủ

democratic *adj.* dân chủ (chủ nghĩa)

demolish *v.* phá hủy; đánh đổ [thuyết, huyền thoại]

demolition *n.* sự phá huỷ: *~ team* đội phá huỷ

demon *n.* quỷ, ma quỷ, yêu ma, yêu quái

demonstrate *v.* chứng minh; bày tỏ; biểu tình

demonstration *n.* sự chứng minh; sự biểu hiện; cuộc biểu tình (tuần hành), cuộc biểu dương lực lượng

demonstrative *adj.* chỉ định

demonstrator *n.* người dự cuộc biểu tình

demoralize *v.* làm mất tinh thần; làm đồi bại

demote *v.* giáng cấp, giáng chức

demure *adj.* từ tốn, nghiêm trang, nghiêm chỉnh

den *n.* hang [gấu, sư tử]; sào huyệtl phòng nhỏ

denial *n.* sự phủ nhận; sự từ chối: *~ of request* từ chối một yêu cầu

denomination *n.* loại, đơn vị, hạng [tiền, giấy bạc, tem]; giáo phái, tông phái; tên gọi

denominator *n.* mẫu số

denote *v.* có nghĩa là; biểu hiện, chứng tỏ

denounce *v.* tố cáo/giác, cáo phát, vạch mặt; tuyên bố bãi bỏ [hiệp ước]

dense *adj.* dày đặc; rậm rạp; đông đúc, trù mật; dẫn, đần độn

density *n.* sự dày đặc; sự trù mật, mật độ, tỷ trọng; tính ngu đần

dent 1 *n.* vết mẻ/sứt **2** *v.* làm mẻ

dental *adj.* (thuộc) răng: *the ~ treatment is very expensive* chữa răng thì đắt lắm

dentist *n.* nha sĩ, bác sĩ răng

dentistry *n.* khoa răng, nha khoa

denture *n.* hàm răng giả

denude *v.* lột trần, lột vỏ, làm rụng lá; tước

denunciation *n.* sự tố cáo; sự tuyên bố bãi bỏ

deny *v.* chối [lỗi]; phủ nhận; từ chối không cho: *to ~ a charge* phủ nhận lời buộc tội

deodorant *n.* chất khử mùi, thuốc hôi nách

depart 1 *v.* ra đi, rời khỏi, khởi hành: *the train will ~ at 6.00 p.m.* xe lửa sẽ khởi hành lúc 6 giờ chiều **2** *v.* từ trần, chết; đi trệch, lạc đề: *to ~ from a subject* lạc đề

departed *adj.* đã chết/đi

department *n.* ban, khoa; ty, sở, nha, vụ, cục; gian hàng; bộ [trong chính phủ]: *the ~ of linguistics* khoa ngôn ngữ học, ban ngữ học; *men's clothing ~* gian hàng bán quần áo đàn ông [trong *~ store* cửa hàng tổng hợp, tiệm bách hóa lớn]; *~ of state, state ~* bộ ngoại giao mỹ; *~ chairman, chairperson* trưởng ban, chủ nhiệm khoa

departure *n.* sự ra đi, sự khởi hành; lúc đi; sự đổi hướng: *~ time* giờ (tàu/xe) đi

depend *v.* tuỳ theo, phụ thuộc [on/upon vào]; dựa, ỷ, tin, trông mong, trông cậy [on/upon vào]: *our plan ~s on the weather* chương trình của chúng ta còn tuỳ ở chỗ trời tốt hay xấu; *it ~s* cái đó còn tuỳ; *the lady ~s too much on her children* bà ấy dựa vào con cái nhiều quá

dependable *adj.* có thể tin được, đáng tin cậy

dependence *n.* sự tuỳ thuộc/phụ thuộc; sự dựa vào

dependent 1 *n.* người sống lệ thuộc, vợ con, người nhà **2** *adj.* dựa/ỷ vào; phụ thuộc

depict *v.* vẽ, tả, miêu tả

deplete *v.* tháo/rút/dùng hết

deplorable *adj.* đáng trách, tồi, xấu, tệ

deplore *v.* thương, xót xa; lấy làm tiếc, phàn nàn

depopulate *v.* (làm) sụt số dân

deport *v.* trục xuất; đày, phát vãng

deportation *n.* sự trục xuất; sự phát vãng

deportment *n.* cách đi đứng, cử chỉ, phong độ

depose *v.* phế truất [vua]; cung khai

deposit 1 *n.* chất lắng; tiền đặt cọc, tiền ký quỹ; tiền/vật gửi: *to leave some cash as ~* để một ít tiền đặt cọc **2** *v.* đặt, gửi, đặt [tiền]: *to ~ this check into my account* gởi ngân phiếu nầy vào trương mục của tôi

deposition *n.* sự phế truất; lời cung khai

depository *n.* kho chứa, nơi cất giữ

depot *n.* trạm đậu xe, nhà ga: *train ~* ga xe lửa; *bus ~* ga xe buýt; kho hàng; kho quân nhu

depraved *adj.* sa đọa, trụy lạc, đồi trụy, hư

depravity *n.* sự trụy lạc, hành động sa đọa

deprecate *v.* chê bai; phản đối, không tán thành

depreciate *v.* (làm) sụt giá

depreciation *n.* sự sụt giá, sự giảm giá

depress *n.* ấn/kéo/hạ xuống; làm ngã lòng/ phiền muộn; làm yếu đi

depressed *adj.* suy yếu; chán nản thất vọng

depression *n.* sự chán nản, sự ngã lòng, sự sầu não; tình trạng đình trệ; chỗ lõm, chỗ lún

deprive *v.* lấy đi, cướp đi, tước đoạt

depth *n.* chiều/bề/độ sâu, độ dày; sự sâu xa; chỗ sâu kín nhất, đáy

deputation *n.* đoàn đại biểu, phái đoàn

depute *v.* uỷ nhiệm, uỷ quyền

deputy *n.* người được uỷ quyền; dân biểu, đại biểu, nghị sĩ; phó: ~ *mayor* phó thị trưởng

derail *v.* [xe lửa] trật bánh

deranged *adj.* bị loạn trí

derelict *adj.* chểnh mảng, lơ là; [tàu] vô chủ: ~ *in one's duty* không làm tròn nhiệm vụ

deride *v.* cười, chế giễu, chế nhạo, nhạo báng

derision *n.* sự nhạo báng/chế giễu

derisive *adj.* chế giễu, chế nhạo, nhạo báng

derivation *n.* sự rút ra; sự bắt nguồn; từ nguyên

derivative *n.* chất dẫn xuất; từ phái sinh

derive *v.* lấy/thu được [*from* từ ...]; bắt nguồn, chuyển hóa [*from* từ ...]: *the noun* **goodness** *is ~d from the adjective* **good** danh từ goodness chuyển hoá từ tính từ good

dermatology *n.* khoa/các bệnh ngoài da

derogatory *adj.* có ý khinh/chê

derrick *n.* cần trục, cần cẩu; làm giếng dầu

descend *v.* xuống; tụt/rơi/lặn xuống; tấn công; tự hạ mình

descendant *n.* con cháu, người nối dõi

descent *n.* sự xuống; nguồn gốc, gốc gác, dòng dõi: *an American of Vietnamese ~* một người Mỹ gốc Việt

describe *v.* tả, diễn tả, mô tả, miêu tả

description *n.* sự mô tả/miêu tả; hạng, loại

descriptive *adj.* miêu tả; [hình học] họa pháp

desecrate *v.* báng bổ, mạo phạm

desegregation *n.* việc xóa bỏ sự phân biệt chủng tộc

desert **1** *n.* sa mạc, hoang mạc; nơi hoang vắng **2** *v.* bỏ đi, bỏ trốn, đào ngũ; ruồng bỏ

deserted *adj.* hoang vắng; bị bỏ mặc, bị bỏ rơi

deserter *n.* lính đào ngũ; kẻ bỏ trốn

desertion *n.* sự đào ngũ; sự ruồng bỏ [vợ]

deserve *v.* đáng, xứng đáng (được ...)

deserving *adj.* đáng khen, đáng thưởng

design **1** *n.* kiểu, mẫu, loại, dạng; đồ án, đề cương, bản phác thảo; cách trình bày/trang trí; ý định, ý đồ, mưu đồ **2** *v.* vẽ kiểu, thiết kế, làm đồ án

designate **1** *v.* chỉ định, định rõ; gọi tên **2** *adj.* được chỉ định/bổ nhiệm: *a ~d minister* bộ trưởng mới được chỉ định

designation *n.* sự chỉ định/chỉ rõ/gọi tên

designer *n.* người vẽ kiểu, người thiết kế

desirable *adj.* đáng thèm muốn/ao ước/khát khao

desire **1** *n.* sự thèm muốn; dục vọng: *sexual ~* thèm muốn tình dục **2** *v.* thèm muốn, mong muốn, ao ước, mơ ước, khát khao: *I strongly ~ to visit Tokyo* tôi thèm qua thăm Tokyo lắm

desirous *adj.* thèm muốn, thèm khát, ao ước

desist *v.* thôi, ngừng, nghỉ, chừa

desk *n.* bàn học, bàn viết, bàn làm việc, bàn giấy

desolate *adj.* hoang vắng, hoang vu, tiêu điều; sầu não, thê lương

desolation *n.* cảnh tiêu điều, cảnh tan hoang

despair *n., v.* (sự) tuyệt vọng/thất vọng

desperado *n.* hung đồ, bạo đồ, tên vô lại

desperate *adj.* tuyệt vọng; liều lĩnh, liều mạng

desperation *n.* sự tuyệt vọng, sự liều lĩnh

despicable *adj.* đáng khinh, hèn hạ, đê tiện

despise *v.* khinh, khinh bỉ, khinh miệt

despite *prep.* mặc dầu, không kể, bất chấp: ~ *initial failure* dù/tuy lúc đầu bị thất bại

despoil *v.* cướp đoạt, chiếm đoạt, bóc lột

despondent *adj.* nản lòng, ngã lòng, thoái chí; thất vọng, chán nản

despot *n.* bạo chúa, bạo quân

despotic *adj.* chuyên chế, chuyên quyền, bạo ngược

despotism *n.* chế độ chuyên chế, bạo chính

dessert *n.* món/đồ tráng miệng, đồ ngọt

destination *n.* đích, nơi đi tới; nơi gởi tới

destine *v.* định, dự định; dành cho, để riêng cho: *to ~ to succeed* chắc chắn sẽ thành công; *a ship ~d for Haiphong* một chuyến tàu đi Hải Phòng

destiny *n.* số, vận, vận mệnh, định mạng, số phận

destitute *adj.* nghèo túng, cơ cực; không có ...

destitution *n.* cảnh nghèo túng/thiếu thốn

destroy *v.* tàn phá, phá huỷ, phá hoại, huỷ diệt, tiêu diệt

destroyer *n.* người phá hoại; tàu khu trục, khu trục hạm

destruction *n.* sự/cách phá hoại/huỷ diệt; tiêu cực, thiếu xây dựng

desultory *adj.* rời rạc, thiếu mạch lạc, lung tung

detach *v.* gỡ ra, tháo ra, tách ra; biệt phái

detachable *adj.* có thể tháo/gỡ/tách ra

detached *adj.* xây riêng; [thái độ] vô tư

detachment *n.* sự vô tư/khách quan; phân đội

detail *n.* chi tiết, tiểu tiết; phân đội, chi độ: *in ~s* tỉ mỉ, tường tận, vào chi tiết

detain *v.* giữ, lưu; giam giữ, bắt giữ, cầm tù

detect *v.* dò ra, tìm ra, khám phá/phát hiện ra

detection *n.* sự dò ra; sự nhận thấy

detective *n.* thám tử, trinh thám

detector *n.* máy dò: *mine ~* máy dò mìn

détente *n.* tình hình hoà dịu bớt căng thẳng

detention *n.* sự giam cầm: *~ centre* trại giam

deter *v.* ngăn cản, ngăn chặn, cản trở

detergent *n.* xà phòng bột, thuốc tẩy

deterioration *n.* sự trở nên tồi tệ hơn trước

determinate *adj.* đã xác định, đã định rõ

determination *n.* tính quả quyết, quyết tâm

determine *v.* quyết định, định đoạt; làm cho quyết định, khiến cho quyết tâm; đoán định

determined *adj.* kiên quyết; đã được định rõ

deterrent *n., adj.* (cái/điều) ngăn cản, ngăn chặn

detest *v.* ghét, ghét cay ghét đắng, ghê tởm

detestable *adj.* đáng ghét, đáng ghê tởm

dethrone *v.* truất ngôi, phế truất, hạ bệ

detonate *v.* làm nổ

detour *n.* đường vòng tạm thời: *he can't take the direct route to his home, so he made a ~ around the city* ông ấy không thể đi thẳng về nhà mà phải đi đường vòng

detract *v.* gièm pha, chê bai

detriment *n.* sự thiệt hại: *to the ~ of* có hại cho; *to your ~* có hại cho anh

detrimental *adj.* có hại, làm thiệt [*to* cho]

deuce 1 *n.* hai, mặt/quân/cây nhị 2 *n.* tỷ số 40 đều (quần vợt)

devaluation *n.* sự phá giá, sự mất giá

devastate *v.* tàn phá, phá hủy

develop 1 *v.* mở mang, phát triển: *to ~ industry* khuếch trương công nghiệp/kỹ nghệ; 2 *v.* rửa [phim ảnh] 3 *v.* khai thác [tài nguyên]; tự nhiên có [bệnh tật]; trình bày, triển khai [đề tài]: *let's wait and see what will ~* chúng ta hãy đợi xem sẽ xảy ra chuyện gì

development *n.* sự phát triển/phát đạt; sự rửa ảnh, sự hiện ảnh; sự khai triển; sự diễn biến

deviate *v.* đi trệch/lệch, đi sai đường

deviation *n.* sự trệch, sự lệch lạc; độ lệch

device *n.* máy móc, dụng cụ, thiết bị; phương sách, phương kế, mưu chước; thủ đoạn, lối [tu từ]

devil *n.* ma quỷ; chuyện quái gở; người tai ác: *go to the ~!* cút đi!

devilish *adj.* quỷ quái, gian tà, ma tà, hiểm độc

devious *adj.* quanh co, vòng vèo; loanh quanh, không ngay thẳng, thiếu thành thật

devise *v.* nghĩ ra, đặt [kế hoạch], bày [mưu]

devoid *adj.* không có [*~ of*] ...

devote *v.* dành hết cho; hiến dâng: *to ~ one-self to* hiến thân mình cho ...

devoted *adj.* hết lòng, tận tâm, tận tụy, sốt sắng

devotee *n.* người sùng đạo; người hâm mộ/ say mê

devotion *n.* sự hết lòng, sự tận tụy; sự hiến dâng

devour *v.* ăn ngấu nghiến; đọc ngấu nghiến; [đám cháy] thiêu hủy

devout *adj.* sùng đạo, mộ đạo; chân thành

dew *n.* móc, sương: *morning ~* sương mai

dewdrop *n.* giọt/hạt sương, sương châu

dewy *adj.* đẫm sương, ướt sương

dexterity *n.* sự khéo tay, tài khéo léo

dexterous *adj.* khéo tay, khéo léo, giỏi

diabetes *n.* bệnh đái đường, bệnh đường niệu

diabolical *adj.* hiểm ác/hiểm độc (như ma quỷ)

diachronic *adj.* lịch đại

diadem *n.* mũ miện, mũ vua, vương miện

diagnose *v.* chẩn đoán

diagnosis *n.* phép/sự chẩn đoán

diagonal *n., adj.* (đường) chéo

diagram *n.* biểu đồ

dial 1 *n.* mặt [đồng hồ, công tơ, máy thu thanh]; đĩa số [máy điện thoại]: *sun ~* nhật quỹ 2 *v.* quay số, bấm số [dây nói]: *to ~ the telephone* quay điện thoại số

dialect *n.* tiếng địa phương, phương ngôn/ngữ, thổ ngữ

dialectal *adj.* thuộc phương ngữ

dialectic *n., adj.* (thuộc) biện chứng

dialog(ue) *n.* cuộc đối thoại; bài đàm thoại

diameter *n.* đường kính

diamond *n.* kim cương, hột xoàn, hình thoi; cây bài rô

diaper *n.* tã lót: *disposable ~* tã dùng xong vứt đi

diaphragm *n.* cơ hoành; vòng ngăn thụ thai

diarrhea *n.* [*Br.* **diarrhoea**] bệnh ỉa chảy, chứng tháo dạ

diary *n.* nhật ký

dice 1 *n.* (*pl.* **die**) những con súc sắc 2 *v.* chơi súc sắc; thái hạt lựu

dichotomy *n.* sự phân đôi, sự lưỡng phân

dicker *v.* mặc cả, trả giá, cò kè

dictaphone *n.* máy ghi tiếng [cho thư ký nghe sau]

dictate 1 *n.* mệnh lệnh: *the ~s of conscience* tiếng gọi của lương tâm 2 *v.* đọc cho viết, đọc ám tả, đọc chính tả

dictation *n.* bài chính tả; chữ tốc ký ghi văn thư [để lúc sau đánh máy]

dictator *n.* kẻ/tên độc tài

dictatorial *adj.* độc tài
dictatorship *n.* chế độ độc tài; nền chuyên
    chính
diction *n.* cách phát âm, cách chọn từ
dictionary *n.* từ điển, tự điển
did quá khứ của **do**
didactic *adj.* để giáo huấn, để dạy học
didn't = did not
die *v.* chết; thèm muốn chết đi được: *to ~*
    of illness chết bệnh; *to ~ in action/battle*
    tử trận, chết trận; *to ~ away* chết dần chết
    mòn; tàn tạ, mất dần, tắt dần; *to ~ down*
    chết dần chết mòn, tàn lụi, bặt đi, nguôi đi;
    to ~ out mai một; [lửa] tắt ngấm; *my father*
    ~d in 1960 cha tôi mất năm 1960, cụ ấy từ
    trần hồi 1960
diehard *n., adj.* (phần tử) ngoan cố
diesel *n.* động cơ điêzen/dầu căn
diet 1 *n.* chế độ ăn kiêng: *to be on a ~* ăn
    chay 2 *n.* nghị viện, quốc hội [Nhật Bản]
    3 *v.* ăn kiêng/chay
dietetics *n.* khoa ăn uống, khoa dinh dưỡng
differ *v.* không đồng ý/tán thành; khác [*from*
    với]
difference *n.* sự khác nhau, sự khác biệt, sự
    chênh lệch, điểm dị biệt/dị đồng; sự bất
    đồng; mối bất hoà, điểm tranh chấp
different *adj.* khác: *~ from* với; khác nhau;
    tạp, nhiều: *on ~ occasions* nhiều lần/phen
differential *adj.* chênh lệch, phân biệt; vi phân
differentiate *v.* phân biệt, biện biệt
difficult *adj.* khó, khó khăn, gay go; khó tính
difficulty *n.* sự/nỗi khó khăn; cảnh túng bấn
diffidence *n.* sự thiếu tự tin; sự rụt rè
diffident *adj.* thiếu tự tin, nhát, rụt rè
diffuse 1 *adj.* khuếch tán; rườm rà 2 *v.* truyền,
    đồn, truyền bá; lan tràn
diffusion *n.* sự khuếch tán; sự truyền bá/phổ
    biến
dig 1 *n.* sự đào bới; cái hích/thúc; sự khai
    quật 2 *v.* [**dug**] đào, bới, cuốc, xới; hích,
    thúc: *to ~ out* đào ra, moi ra, tìm ra; *to ~ up*
    đào lên, bới lên
digest 1 *n.* sách tóm tắt, toát yếu, pháp điển
    2 *v.* tiêu hoá [đồ ăn]; hiểu, tiêu, lĩnh hội
digestible *adj.* tiêu hoá được
digestion *n.* sự tiêu hoá; khả năng tiêu hoá
digger *n.* dụng cụ để đào; người đào/cuốc/xới
digit *n.* con số; ngón tay, ngón chân
digital *adj.* thuộc con số điện tử, thuộc ngón
    tay, ngón chân
dignified *adj.* đàng hoàng, trang nghiêm
dignify *v.* làm cho xứng đáng
dignitary *n.* chức sắc; nhân vật quan trọng
dignity *n.* phẩm giá, phẩm cách; vẻ trang
    nghiêm, vẻ đàng hoàng; chức vị/chức tước
    cao

digress *v.* ra ngoài đề, lạc đề
digression *n.* sự ra ngoài đề, sự lạc đề
dike *n.* con đê; bờ ruộng đắp cao,
dilapidated *adj.* đổ nát, hư nát, xiêu vẹo, ọp
    ẹp
dilapidation *n.* sự đổ nát, tình trạng thất tu
dilate *v.* (làm) nở/giãn ra, (làm) trương lên
dilatory *adj.* trễ nải; chậm, trì hõan
dilemma *n.* tình trạng khó xử (tiến thoái
    lưỡng nan, tiến lui đều khó)
diligence *n.* sự siêng năng/chuyên cần
diligent *adj.* siêng năng, chuyên cần, cần cù
dill *n.* rau thìa là
dilly-dally *v.* lưỡng lự, do dự, trù trừ; la cà,
    đủng đa đủng đỉnh
dilute *v., adj.* pha loãng, pha thêm nước cho
    đỡ đặc; loãng
dilution *n.* sự pha loãng, sự làm nhạt, sự giảm
dim 1 *adj.* mờ, lờ mờ; không rõ ràng/rõ rệt:
    to take a ~ view of tỏ vẻ bi quan về ... 2 *v.*
    (làm) mờ
dime *n.* một hào, một cắc: *~ store* hiệu tạp
    hóa bán đồ rẻ (trước kia chỉ năm xu một
    hào)
dimension *n.* chiều, kích thước, cỡ, khổ
diminish *v.* bớt, giảm, hạ, giảm bớt/thiểu
diminution *n.* sự/lượng giảm bớt
diminutive *adj.* bé tí, nhỏ xíu; giảm nhẹ nghĩa
dimple *n.* lúm đồng tiền: *~ on the cheeks* má
    lúm đồng tiền
dim sum *n.* uống trà, ăn sáng: *I would like to*
    invite you to have ~ with me mời bạn đi ăn
    sáng với tôi
din *n.* tiếng ầm ĩ, tiếng inh tai nhức óc
dine *v.* ăn cơm (tối); thết cơm [ai]: *to ~ out*
    ăn cơm khách, ăn hiệu, ăn ngoài
diner *n.* người dự bữa ăn, thực khách; toa ăn
    trên xe lửa; tiệm ăn xây giống như toa ăn
    trên xe lửa
dingy *adj.* xỉn, xám xịt; dơ dáy, cáu bẩn, dơ
    bẩn
dining car *n.* toa ăn trên xe lửa
dining hall *n.* phòng ăn, nhà ăn [ở trường,
    viện]
dining room *n.* phòng ăn [ở nhà tư, nhà trọ]
dinner *n.* bữa cơm tối (hàng ngày); bữa tiệc
dinosaur *n.* khủng long
dint *n., arch* (= **blow**) vết đòn, vết đánh: *by ~*
    of vì ... mãi mà, do ... mãi mà
diocese *n.* giáo phận, giáo khu
dioxide *n.* chất đioxyt
dip 1 *n.* sự nhúng; sự tắm biển; chỗ trũng/
    lún: *this ~ is good* đồ chấm này [nước
    chấm, chất nhão như mắm, để nhúng bánh
    hoặc lát khoai tây] ngon lắm; *to take a ~*
    tắm một cái [biển, hồ bơi]; *magnetic ~* độ
    từ khuynh 2 *v.* nhúng, ngâm, nhận vào,

múc; hạ [cờ] xuống rồi kéo lên ngay

diphtheria *n.* bệnh bạch hầu

diphthong *n.* nguyên âm đôi, nhị trùng âm

diploma *n.* bằng, văn bằng, bằng cấp, chứng chỉ

diplomacy *n.* (ngành) ngoại giao; tài ngoại giao

diplomat *n.* nhà ngoại giao; người khéo giao thiệp

diplomatic *adj.* ngoại giao: ~ *corps* ngoại giao đoàn, đoàn ngoại giao; ~ *relations* quan hệ ngoại giao; *he's very* ~ ông ta nói khéo lắm

dipper *n.* cái gáo, cái môi; chòm sao gấu: *the great* ~ chòm sao đại hùng

dire *adj.* kinh khủng, tàn khốc, thảm khốc

direct 1 *adj.* thẳng, ngay, trực tiếp: ~ *speech* nói trực tiếp 2 *adj.* thẳng thắn, rõ ràng, rành mạchl [bổ ngữ *object*] trực tiếp: *to be in ~ communication with* liên lạc trực tiếp với 3 *v.* cai quản, chỉ huy, điều khiển; chỉ đường, chỉ dẫn, hướng dẫn, chi phối, chỉ đạo; bảo, ra lệnh, chỉ thị; gửi cho, nói với: *to ~ to* nhằm/hướng về; *to ~ one's attention to ...* hướng sự chú ý về ...

direction *n.* phương hướng, chiều, phía, ngả, mặt; sự chỉ huy/điều khiển; ban giám đốc/ giám hiệu; ~s lời chỉ/hướng dẫn (cách dùng, cách đi)

directive *n.* chỉ thị

director *n.* giám đốc; người điều khiển; đạo diễn

directory *n.* sách chỉ dẫn; niêm giám (điện thoại)

dirge *n.* bài hát đám ma, bài hát buồn

dirigible *n.* khí cầu điều khiển được

dirt *n.* đất, ghét, bùn nhão; vật rác rưởi, vật vô giá trị; lời nói tục tĩu: ~ *cheap* rẻ như bùn

dirty 1 *adj.* bẩn thỉu, dơ bẩn, dơ dáy; cáu ghét; tục tĩu; đê tiện, hèn hạ; [của *money*] phi nghĩa 2 *v.* làm vẩn/dơ, làm ô [danh]

disability *n.* sự ốm yếu tàn tật; sự bất tài

disable *v.* làm tàn tật/què quặt; làm cho mất khả năng làm việc

disabled *adj.* tàn tật, không có khả năng làm việc: ~ *cars* những chiếc xe hỏng; ~ *veteran* thương binh

disadvantage *n.* thế bất lợi; sự thiệt hại

disaffected *adj.* bất bình, bất mãn, chống đối

disagree *v.* không đồng ý, bất đồng; không hợp; không giống, không khớp (nhau)

disagreeable *adj.* khó chịu, gắt gỏng, cau có

disagreement *n.* sự bất đồng/bất hoà/không ăn khớp

disappear *v.* biến đi/mất

disappearance *n.* sự biến đi/mất

disappoint *v.* làm thất vọng; làm hỏng/thất bại

disappointment *n.* sự thất vọng/chán ngán; điều làm thất vọng/chán ngán

disapproval *n.* sự không tán thành, sự phản đối

disapprove *v.* không tán thành, phản đối, chê

disarm *v.* tước vũ khí/khí giới; làm hết giận; tài giảm binh bị, giải trừ quân bị

disarmament *n.* sự tài giảm binh bị; sự giải giới

disarray *n.* sự lộn xộng, sự xáo trộn

disaster *n.* tai hoạ, tai ách, thảm hoạ, tai ương: *natural* ~ thiên tai

disastrous *adj.* tai hại, thảm khốc: ~ *defeat* sự thất bại thảm bại

disavow *v.* chối, không nhận; từ bỏ

disband *v.* giải tán [đám đông]; chạy tán loạn

disbar *v.* khia trừ khỏi luật sư đoàn

disbelief *n.* sự không tin

disburse *v.* xuất tiền, trả tiền, chi tiền

disbursement *n.* sự trả tiền; số tiền xuất ra

disc *n.* xem **disk**

discard *v.* bỏ, vứt bỏ, loại

discern *v.* thấy rõ, nhận thức rõ ràng

discharge 1 *n.* sự nổ/phóng/bắn; sự giải ngũ; sự dỡ 2 *v.* nổ, phóng, bắn; đuổi, thải hồi; thả, buông tha, giải ngũ; dỡ hàng; làm xong, hoàn thành [nhiệm vụ *responsibility*]: *he may be ~d today* ông ấy rời bệnh viện ngày hôm nay

disciple *n.* học trò, môn đồ/đệ/sinh; tông đồ

discipline 1 *n.* kỷ luật: *to keep under strict* ~ giữ kỷ luật nghiêm ngặt 2 *n.* môn học, bộ môn: *this university offers a wide range of* ~s đại học nấy mở nhiều môn học 3 *v.* khép vào kỷ luật; trừng phạt, trừng trị

disclose *v.* vạch ra, tiết lộ, thấu lộ, để lộ ra

discolor *v.* (làm) bạc/phai màu

discomfort *n.* sự khó chịu; sự băn khoăn/bứt rứt

disconcerted *adj.* bối rối, lúng túng luống cuống

disconnect *v.* tháo rời ra, phân cách ra; ngắt

disconsolate *adj.* buồn rầu, phiền muộn

discontent *n.* sự không hài lòng, bất mãn

discontented *adj.* không hài lòng, bất mãn

discontinue *v.* bỏ, thôi, ngừng, đình chỉ

discord *n.* mối bất hoà, sự xích mích

discordant *adj.* trái ngược nhau, không nhất trí

discount *n.* sự giảm/bớy; tiền bớt/trừ/chiết khấu: *I got a 15 percent* ~ tôi được bớt 15%

discourage *v.* làm nản/ngã lòng; can ngăn

discotheque *n.* tiệm nhảy dùng nhạc đĩa

discourse *n.* cuộc nói chuyện; bài thuyết trình

discourteous *adj.* vô phép, thiếu lễ độ, vô lễ

discover v. tìm ra, khám phá ra, phát hiện ra

discoverer n. người tìm ra, người phát hiện ra

discovery n. việc/điều tìm ra; phát minh

discredit 1 n. sự mang tai tiếng; sự nghi ngờ 2 v. làm mang tai tiếng; làm mất tín nhiệm

discreet adj. kín đáo, dè dặt, thận trọng

discrepancy n. sự không nhất trí, sự trái ngược

discrete adj. riêng rẽ, riêng biệt, tách ra

discretion n. sự tự do làm theo ý mình; sự suy xét/khôn ngoan/thận trọng

discriminate v. phân biệt, tách bạch; đối xử phân biệt, kỳ thị: *to ~ against somebody* phân biệt đối xử với ai

discrimination n. sự phân biệt/tách bạch; sự/ óc phán đoán; sự đối xử phân biệt, sự kỳ thị

discus n. đĩa: *~ throw* môn ném đĩa

discuss v. bàn, bàn cãi, thảo luận, tranh luận

discussion n. sự/cuộc thảo luận: *the matter under ~* vấn đề đang được bàn đến

disdain 1 n. sự khinh; thái độ khinh người; thái độ làm cao 2 v. khinh, khinh thị; không thèm

disease n. bệnh, bệnh tật; tệ nạn, tệ đoan

diseased adj. bệnh tật, đau ốm, bệnh hoạn, hư

disembark v. (cho) lên bờ/bộ

disenchantment n. sự vỡ mộng/ảo tưởng

disengage v. tháo ra, thả ra, buông ra, thoát

disfigure v. làm xấu xí mặt mày, làm méo mó

disgorge v. nôn ra; nhả ra; đổ ra

disgrace 1 n. sự nhục nhã/hổ thẹn; sự thất sủng 2 v. ruồng bỏ/ghét bỏ; giáng chức/ cách chức; làm nhục nhã: *he ~d his family name* anh ta từ bỏ họ của anh ta

disgraceful adj. ô nhục, nhục nhã, hổ thẹn

disguise 1 n. sự cải trang/trá hình; sự che đậy 2 v. cải trang, trá hình; che đậy, che giấu

disgust 1 n. sự ghê tởm/chán ghét 2 v. làm ghê tởm

dish n. đĩa; món ăn: *to wash the ~es* rửa bát, rửa chén bát; *tasty ~* món ngon; *~ towel* khăn lau bát

dishearten v. làm ngã lòng, làm mất can đảm

disheveled adj. đầu bù tóc rối

dishonest adj. không lương thiện, bất lương

dishonesty n. tính không lương thiện/thành thật

dishonor 1 n. sự mất danh dự 2 v. làm nhục, hổ thẹn

dishwasher n. máy rửa bát; người rửa bát

disillusion 1 n. sự vỡ mộng 2 v. làm vỡ mộng

disinfect v. tẩy uế

disinfectant n. thuốc/chất tẩy uế

disinherit v. tước quyền thừa kế/hưởng gia tài

disintegrate v. (làm) tan rã; phân huỷ

disintegration n. sự tan rã; sự phân huỷ

disinterested adj. không vụ lợi, vô tư; hờ hững

disjointed adj. bị tháo rời; rời rạc

disk n. đĩa (ném); đĩa hát; vật hình đĩa: *~ jockey* người giới thiệu nhạc [ở đài phát thanh]

dislike 1 n. sự ghét 2 v. không ưa/thích, ghét

dislocate v. làm trật khớp; đổi chỗ, dời chỗ

dislodge v. đuổi ra khỏi; đánh bật ra

disloyal adj. không trung thành, phản bội

disloyalty n. sự không trung thành, sự phản bội

dismal adj. buồn thảm, u sầu, ảm đạm, tối tăm

dismantle v. tháo dỡ; phá hủy

dismay n., v. sự/làm mất tinh thần/can đảm

dismember v. chặt chân tay, phanh thây; chia cắt

dismiss v. giải tán, cho đi; đuổi, sa thải, thải hồi; gạt bỏ, xua đuổi [ý nghĩ]

dismissal n. sự giải tán; sự đuổi, sự sa thải

dismount v. xuống ngựa/xe; tháo dỡ

disobedience n. sự không tuân lệnh

disobedient adj. không vâng lời, không tuân lệnh

disobey v. không vâng lời, không tuân lệnh ...

disorder n. sự mất trật tự, sự bừa bãi; sự hỗn/ rối loạn

disorderly adj. bừa bãi, lộn xộn; hỗn loạn, rối loạn: *~ conduct* hành vi gây náo loạn

disorganized adj. lung tung, vô tổ chức, loạn

disown v. không công nhận/thừa nhận; từ (bỏ)

disparage v. chê (bai), giểm pha, coi thường

disparate adj. khác nhau, táp nham

disparity n. sự chênh lệch/cách biệt

dispassionate adj. không xúc động, bình thản

dispatch 1 n. bản thông báo, bản tin; sự gửi/ sai; sự làm gấp, sự giải quyết nhanh 2 v. gửi/sai đi; giải quyết nhanh gọn

dispel v. xua đuổi, xua tan

dispensary n. trạm/phòng phát thuốc

dispensation n. sự phân phát

dispense v. phát, phân phát/phối; miễn trừ

disperse v. giải tán, phân tán; xua tan

displace v. đổi chỗ, dời chỗ

displaced person n. người ra khỏi quê hương

displacement n. sự đổi chỗ; trọng lượng nước rẽ

display 1 n. sự phô bày; đồ triển lãm: *our products are on ~* sản phẩm của chúng tôi đang trưng bày 2 v. bày ra, trưng bày; bày tỏ, biểu lộ

displease v. làm phật ý/phật lòng/tức giận

displeasure n. sự tức giận; điều bất mãn

disposable adj. dùng xong vứt đi, dùng một lần

disposal n. sự sử dụng; sự bán: *at your ~*

để ông tùy nghi sử dụng; *~ of property* sự chuyển nhượng tài sản; *garbage ~* máy nghiền rác [ở chỗ rửa bát]

dispose *v.* dùng, tuỳ ý sử dụng: *~ of X* khử X, thủ tiêu X; *favorably ~d toward X* có thiện cảm đối với X

disposition *n.* tính tình, tâm tính, tính khí; sự sắp đặt/sắp xếp/bố trí; khuynh hướng, thiên hướng

dispossess *v.* tước/lấy mất (quyền sở hữu)

disproportion *n.* sự thiếu cân xứng

disprove *v.* bác bỏ, chứng minh là sai

dispute **1** *n.* cuộc bàn cãi/tranh luận; sự tranh chấp: *the matter is in ~* vấn đề đang còn bàn cãi **2** *v.* bàn cãi, tranh luận; tranh nhau, tranh chấp: *to ~ about a subject* bàn cãi một vấn đề

disqualify *v.* loại ra không cho thi/dự

disregard *n., v.* (sự) không để ý, (sự) coi thường

disrepair *n.* tình trạng hư hỏng/ọp ẹp

disrepute *n.* tiếng xấu, sự mang tai tiếng

disrespect *n.* sự không kính trọng, sự vô lễ

disrespectful *adj.* vô lễ, thiếu tôn kính

disrupt *v.* đập/phá vỡ; gây rối, phá đám

dissatisfaction *n.* sự bất mãn

dissatisfied *adj.* không vừa lòng, bất mãn

dissect *v.* mổ xẻ, giải phẫu; mổ xẻ, phân tích

disseminate *v.* phổ biến, quảng bá, truyền bá

dissension *n.* sự chia rẽ, mối bất đồng

dissent **1** *n.* sự bất đồng **2** *v.* bất đồng ý kiến/quan điểm; không quy phục

dissertation *n.* luận văn, luận án tiến sĩ

dissident *n.* người bất đồng chính kiến

dissipate *v.* xua tan, làm tiêu tan; phung phí; uống phí, chơi bời phóng đãng

dissipation *n.* sự xua tan/phung phí/chơi bời

dissociate *v.* tách ra khỏ

dissolute *adj.* chơi bời phóng đãng

dissolution *n.* sự giải tán/giải thể; sự hủy bỏ

dissolve **1** *v.* hoà tan, làm tan ra: *to ~ sugar in a little boiled water* hoà tan đường vào trong một ít nước sôi **2** *v.* giải tán/thể; hủy bỏ: *the director ~s the management committee* Giám đốc đã giải thể ban quản trị

dissonance *n.* sự trái tai; sự bất hoà

dissuade *v.* khuyên can, khuyên ngăn, can ngăn

distance *n.* khoảng cách, tầm xa; quãng đường: *in the ~* ở đằng xa; *from the ~* từ đằng xa

distant *adj.* xa, xa cách; [họ] xa; lạnh nhạt

distaste *n.* sự không ưa, sự ghê tởm/chán ghét

distasteful *adj.* đáng ghét, ghê tởm

distend *v.* làm sưng to; làm căng phồng

distill *v.* cất, chưng, lọc

distillation *n.* sự chưng cất; sản phẩm cất được

distillery *n.* nhà máy rượu

distinct *adj.* riêng biệt, khác biệt rõ ràng, rõ rệt, dứt khoát

distinction *n.* sự/điều phân biệt; sự lỗi lạc/ưu tú

distinctive *adj.* đặc biệt, đặc thù

distinguish *v.* phân biệt, biện biệt; nhận ra: *to ~ oneself* tự làm nổi bật (cho người ta chú ý)

distinguished *adj.* xuất sắc, lỗi lạc, ưu tú; có vẻ sang trọng, trông lịch sự, trông đạo mạo

distort *v.* bóp méo, xuyên tạc

distortion *n.* sự bóp méo

distract *v.* làm lãng đi; làm rối trí

distraught *adj.* quẫn trí, mất trí, điên cuồng

distress **1** *n.* nỗi đau buồn; cảnh khốn cùng; cơn hiểm nghèo **2** *v.* làm đau khổ; làm lo lắng

distribute *v.* phân phát, phân phối, phân bố; rắc, rải; sắp xếp, phân loại; phát hành

distribution *n.* sự/cách phân phát/phối/bố

distributor *n.* người phân phối/phát hành

district *n.* huyện, quận, khu, khu vực, địa hạt; vùng, miền; khu vực bầu cử

distrust **1** *n.* sự không tin cậy, sự ngờ vực **2** *v.* nghi ngờ, ngờ vực, không tin (cậy): *I ~ him* tôi không tin ông ta

distrustful *adj.* không tin cậy, hay ngờ vực

disturb *v.* làm náo động, làm rối, quấy quá, làm xáo trộn, phá rối; làm lo âu/lo ngại

disturbance *n.* sự làm náo động, sự quấy quá

disunity *n.* tình trạng chia rẽ, tình trạng bất hòa

disuse **1** *n.* sự không dùng đến **2** *v.* bỏ, không dùng đến

ditch **1** *n.* hố, hào, rãnh, mương **2** *v.* bỏ rơi; [máy bay] phải hạ cánh xuống biển

ditto **1** *n.* cái như trên, cái giống như thế: *~ marks* dấu "" [nghĩa là như trên] **2** *adj.* cùng một thứ: *~ suit* bộ quần áo cùng thứ vải

divan *n.* đi văng, trường kỷ

dive **1** *n.* sự nhảy lao đầu, sự lặn, sự bổ nhào **2** *v.* nhảy lao đầu xuống [nước], lặn; [máy bay] bổ nhào xuống; [tàu ngầm] lặn, ngụp

diver *n.* người nhảy nhào; thợ lặn (mò ngọc trai)

diverge *v.* rẽ ra; khác nhau, bất đồng; trệch đi

diverse *adj.* linh tinh, gồm nhiều thể loại khác nhau

diversify *v.* làm cho đa dạng, thành nhiều vẻ

diversion *n.* sự trệch đi; sự/trò giải trí

diversity *n.* tính đa dạng, tính nhiều vẻ

divert *v.* hướng sang phía khác; giải trí, làm vui

divest *v.* tước bỏ, tước đoạt

divide 1 *n.* đường chia 2 *v.* chia, chia ra, chia cắt, phân ra; chia rẽ, ly gián
dividend *n.* số bị chia; tiền lãi cổ phần
divination *n.* sự/thuật bói toán
divine *adj.* thần thánh, thiêng liêng; tuyệt diệu
diving board *n.* ván nhào lộn ở bể bơi
divinity *n.* thần thánh; khoa thần học
division *n.* sự chia,sự phân chia; phép/tính chia; sự chia rẽ, sự ly gián; phân khu, khu vực; bộ ban; sư đoàn: ~ *of labor* sự phân công
divisive *adj.* gây chia rẽ, gây bất hoà
divisor *n.* số chia
divorce *n., v.* (sự) ly dị/ly hôn; (sự) tách rời
divorcé *n., m.* người ly dị vợ
divorcée *n., f.* người ly dị chồng, bà bỏ chồng
divulge *v.* để lộ ra, tiết lộ
Dixieland *n.* miền nam nước Mỹ
DIY *adj., abbr.* (= **do it yourself**) tự làm lấy
dizzy *adj.* (làm) chóng mặt, (làm choáng váng)
do 1 *v.* [**did**; **done**] làm, thực hiện; làm xong, hoàn thành, hoàn tất; sửa sang, sắp đặt, dọn dẹp, bày biện; nấu chín, nướng, rán, chiên, quay, v.v.; đi được [quãng đường], đi thăm; được, ổn; làm hành động, hoạt động; làm ăn, tiến bộ: *to* ~ *one's best* làm hết sức mình; *have you done your homework?* con làm bài, học bài chưa?; *to* ~ *(up) one's hair* làm đầu; *to* ~ *one's bed* làm giường; *well done* [thịt] nướng kỹ, không tái; nấu nhừ; *we only did visit the Museum of History this morning* sáng nay chúng tôi chỉ mới đi thăm được bảo tàng lịch sử; ~ *55 mph* chạy 55 dặm một giờ; *that will* ~ như thế được rồi; *we did well not to ask* chúng mình không hỏi xin như thế là phải; *you are ~ing very well* thế là anh đang học tập/làm ăn khá đấy chứ! *how do you* ~? hân hạnh được gặp ông/bà/cô 2 *aux.* **Do/did** dùng như một trợ động từ: ~ *you speak Vietnamese?* ông có nói tiếng việt không?; *I* ~ *not speak Japanese* tôi không biết nói tiếng Nhật; *did he go?* anh ấy có đi không?; *No, he did not go* không, anh ấy không đi; *I like ice cream, don't you?* tôi thích ăn kem, anh có thích không?; *we saw the exhibition, did you?* chúng tôi được xem cuộc triển lãm đó rồi chị xem chưa?; *I* ~ *believe what you told me* anh nói gì, em tin lắm; *hardly did we finish dinner when ...* chúng tôi vừa buông đũa buông bát thì ...; ~ *come in!* xin mời ông (bà) cứ vào ạ (sao lại đứng thế!); *he likes classical music, (and) so* ~ *I* anh ấy thích nhạc cổ điển và tôi cũng vậy; *she reads Chinese characters as well as he does*

chị ấy đọc chữ Hán cũng thông như anh ấy
docile *adj.* dễ bảo, dễ dạy, dễ sai khiến
docility *n.* tính dễ bảo/dạy
dock 1 *n.* bến tàu; xưởng đóng/chữa tàu; ghế bị cáo 2 *v.* vào bến, cặp bến
doctor 1 *n.* tiến sĩ; bác sĩ y khoa, thầy thuốc, y sĩ: *a medical* ~ *(~ of medicine)* bác sĩ y khoa 2 *v.* chữa trị; cải biên, cạo tẩy [văn kiện]: *to* ~ *a play* cải biên một vở kịch
doctorate *n.* bằng/học vị tiến sĩ
doctrinaire *adj.* nhà lý luận giáo điều
doctrine *n.* học thuyết, chủ nghĩa
document 1 *n.* tài liệu, văn kiện 2 *v.* chứng minh
documentary *n.* phim tài liệu
dodge *n., v.* (sự) tránh né/lẩn tránh
doe *n.* hươu/nai cái
does xem **do**
doff *v.* cởi [quần/áo], bỏ [mũ]
dog 1 *n.* chó; chó săn; đồ chó má; thằng cha: *Year of the* ~ năm Tuất; *to lead a* ~*'s life* sống một cuộc đời khổ như chó; *to die a* ~*'s death* chết khổ chết sở (như một con chó); *to go to the* ~s thất cơ lỡ vận; sa đọa; *let sleeping* ~s *lie* thôi đi, đừng chọc cứt ra mà ngửi 2 *v.* bám sát
dogged *adj.* gan lì, lì lợm; bền bỉ, kiên trì
doggerel *n.* thơ tồi, vè dở
dogma *n.* giáo điều, giáo lý
dogmatic *adj.* giáo điều, võ đoán
dogmatism *n.* chủ nghĩa giáo điều; thái độ võ đoán
dogwood *n.* cây thù du núi [hoa trắng hoặc hồng]
doily *n.* (*pl.* **doilies**) khăn lót cốc/bát
doldrums *n.* tình trạng ế ẩm/đình đốn
dole 1 *n.* của bố thí: *to go on the* ~ lĩnh trợ cấp mất việc 2 *v.* phát nhỏ giọt
doleful *adj.* buồn khổ, buồn thảm; ai oán
doll 1 *n.* con búp bê 2 *v.* diện, mặc áo quần đẹp
dollar *n.* đồng đô la, Mỹ kim; đô
dolly *n.* xe đẩy [vật nặng, máy quay phim]
dolphin *n.* cá heo, cá lợn
dolt *n.* người đần độn
domain *n.* dinh cơ; phạm vi, lĩnh vực
dome *n.* vòm, mái vòm
domestic 1 *n.* người làm/nhà, đày tới 2 *adj.* trong nhà, trong nước: ~ *trade* nội thương; ~ *violence* bạo hành trong nhà
domesticate *v.* thuần hóa [súc vật]
domicile *n.* chỗ ở, trú sở
dominance *n.* ưu thế
dominant *adj.* trội, át, có ưu thế, có ảnh hưởng, chi phối; thống trị
domineering *adj.* hách dịch, hống hách
dominion *n.* quyền thống trị; nước tự trị

domino *n.* (*pl.* **dominoes**) cờ đôminô
domino theory *n.* chủ thuyết domino/ăn lan dần: *the late US president J.F. Kennedy believed in the ~ that if the Communists took over Vietnam, they would take over Southeast Asian countries too* Tổng thống J.F. Kennedy tin vào thuyết domino rằng nếu Cộng sản chiếm Việt Nam thì chúng có thể chiếm lan qua các nước Đông Nam Á
don *n.* giáo sư, hiệu trưởng, khoa trưởng
donate *v.* cho, biếu, tặng; tặng dữ, quyên tặng
donation *n.* sự cho/tặng/biếu; quà tặng, đồ biếu, tiền quyên
done quá khứ của **do**: *the work is ~* công việc đã hoàn thành; *the meat is ~* thịt chín rồi
donkey *n.* con lừa: *Donkey* đảng dân chủ của Mỹ
donor *n.* người tặng/quyên: *blood ~* người cho máu
don't *abbr.* (= **do not**): *~ (you) do it!* chớ có làm thế nhé!
doodle *v.* viết/vẽ nguệch ngoạc
doom **1** *n.* số phận, số mệnh (không may); sự sụp đổ, sự diệt vong; sự phán quyết cuối cùng **2** *v.* kết án/tội; đoạ đày: *~ed to failure* ắt phải thất bại
doomsday *n.* ngày tận thế
door *n.*, cửa (ra vào): *front ~* cửa trước; *back ~* cửa sau; *side ~* cửa bên; *a ~ to success* con đường dẫn tới thành công; *next ~* nhà bên cạnh; *out of ~s* ở ngoài trời
doorknob *n.* quả đấm cửa
doorstep *n.* ngưỡng cửa
doorway *n.* ô cửa; chỗ cửa: *~ to* con đường tới ...
dope **1** *n.* chất ma tuý; tin riêng; người đần độn **2** *v.* cho dùng ma tuý, đánh thuốc mê
dormant *adj.* nằm ngủ; âm ỉ, tiềm tàng, ngấm ngầm
dormer *n.* cửa sổ ở mái nhà
dormitory *n.* (*abbr.* **dorm**) phòng/nhà ngủ tập thể, ký túc xá
dorsal *adj.* thuộc lưng, ở lưng
dosage *n.* liều lượng
dose *n.* liều lượng, liều thuốc
dot **1** *n.* chấm nhỏ, điểm; dấu chấm [trên chữ i] **2** *v.* đánh dấu chấm; rải rác lấm chấm
dotage *n.* tình trạng lẩm cẩm [của người già]
dote *v.* lẫn, lẩm cẩm [lúc già]
double **1** *adj.* gấp đôi; đôi, hai, kép: *~ pay* tiền lương gấp đôi, *~ bed* giường đôi, giường hai người; *~ talk* lời nói không rõ ràng **2** *n.* số gấp đôi; người giống hệt; người đóng thay vai khác **3** *v.* tăng gấp đôi; gập người lại
double-cross *v.* phản, đi hai mặt/mang

double decker *n.* xe buýt hai tầng
double entendre *n.* câu hai nghĩa, cách chơi chữ hai nghĩa
double-spaced *adj.* [bản đánh máy] cách hai dòng
doublet *n.* từ sinh đôi, cặp đôi
doubt **1** *n.* sự nghi ngờ/ngờ vực; sự do dự/nghi ngại: *in ~* còn nghi ngờ/nghi ngại; *I have no ~* tôi chắc chắn **2** *v.* không tin, nghi ngờ, ngờ vực; nghi ngại, do dự, lưỡng lự
doubtful *adj.* hồ nghi, nghi ngờ; đáng nghi/ngờ
doubtless *adv.* chắc chắn, không còn nghi ngờ gì
dough *n.* bột nhào; *slg.* tiền, xìn
doughnut *n.* bánh rán hình đinh khuy
douse *v.* giội nước lên; tắt [đèn]
dove *n.* chim bồ câu; người chủ trương hoà bình
dovetail **1** *n.* mộng đuôi én **2** *v.* lắp mộng đuôi én; (làm cho) ăn khớp với nhau
dowager *n.* quả phụ thừa kế (của vua)
dowdy *adj.* [quần áo] tồi tàn, không đúng mốt
down **1** *n.* cảnh sa sút: *the ups and ~s* sự lên xuống, những thăng trầm; *~ payment* tiền mặt trả trước [còn bao nhiêu trả góp] **2** *adv.* xuống; lăn/buông xuống; hạ, giảm; ở miền xuôi, ở vùng dưới: *I fell ~* tôi bị ngã xuống; *the sun is ~* mặt trời đã lặn; *he was ~ with influenza* ông ấy bị cúm; *please calm ~* xin anh hãy bình tĩnh lại; *jot it ~* xin biên xuống đi; *to get ~ to work* bắt tay vào làm việc **3** *adj.* hạ giá; buồn bã: *prices are ~* giá cả đã xuống; *the plane is ~* máy bay hạ cánh rồi; *~ with colonialism!* đả đảo chế độ/chủ nghĩa thực dân! **4** *prep.* xuống, xuôi, ở phía dưới/thấp, ở đầu kia: *~ the stream* xuôi dòng suối; *~ the street* ở dưới đầu phố kia **5** *v.* hạ/đặt xuống; đánh ngã, cho đo ván; bắn rơi, hạ [máy bay]; uống, nuốt
downcast *adj.* nhìn xuống; chán nản, thất vọng
downfall *n.* sự suy sụp/sụp đổ
downgrade *v.* giáng cấp; hạ tầm quan trọng
downhearted *adj.* buồn nản, chán nản, nản chí
downhill *adv.* xuống dốc
downpour *n.* trận mưa như trút nước
downright *adv.* thẳng thừng; rành rành, hết sức
Down's syndrome *n.* tình trạng khủng hoảng, sa sút
downstairs **1** *adj.* ở dưới nhà, ở tầng dưới **2** *adv.* xuống gác, xuống tầng dưới
down to earth *adj.* thực tế, không viển vông
downtown *n.* khu buôn bán/thị tứ dưới phố

downward *adj., adv.* xuống, xuôi; hướng xuống dưới

dowry *n.* của hồi môn

doze *v.* ngủ gà ngủ gật, ngủ lơ mơ

dozen *n.* tá, lô, chục [12 đơn vị]: *a ~ of shirts* một tá sơ mi; *half a ~* nửa tá; *~s of things to do* nhiều việc phải làm lắm

drab *adj.* xám xịt, buồn tẻ

draft **1** *n.* đồ án, sơ đồ, bản dự thảo, bản nháp; gió lùa; chế độ quân dịch; hối phiếu: *~ dodger* kẻ trốn quân dịch; *~ horse* ngựa kéo **2** *v.* phác thảo, dự thảo; bắt quân dịch

draftee *n.* lính quân dịch

draftsman *n.* [*Br.* **draughtsman**] người vẽ đồ án, hoạ viên

drag **1** *n.* lưới kéo/vét; điều trở ngại **2** *v.* kéo lê: *~ on* kéo dài quá; vét/mò đáy

dragon *n.* con rồng: *Year of the ~* năm con rồng, năm Thìn

dragonfly *n.* con chuồn chuồn

drain **1** *n.* ống dẫn nước, cống, rãnh, máng, mương; sự tiêu hao: *brain ~* sự mất nhân tài **2** *v.* rút/tháo (nước); làm ráo nước; bòn rút [của cải]

drainage *n.* sự tháo nước; hệ thống cống rãnh

drake *n.* vịt đực

dramatic *adj.* như kịch; gây xúc động mạnh

dramatist *n.* nhà soạn kịch

dramatize *v.* kịch hoá, làm to chuyện

drank quá khứ của **drink**

drape **1** *n.* màn/rèm cửa, trướng **2** *v.* che màn/rèm

drapery *n.* màn cửa

drastic *adj.* mạnh mẽ, quyết liệt

draw **1** *n.* sự mở số, sự rút thăm; trận đấu hoà; động tác rút súng lục **2** *v.* [**drew; drawn**] kéo; kéo/lấy/rút ra; lôi kéo, lôi cuốn, thu hút; hít vào; rút [kinh nghiệm]; mở số, rút thăm; lĩnh [lương], tìm thấy; vẽ, vạch, thảo; hoà, huề: *to ~ to a close* sắp kết thúc

drawback *n.* mặt hạn chế, điều trở ngại

drawbridge *n.* cầu cất

drawer *n.* ngăn kéo; người lĩnh [chi phiếu]: *a chest of ~s* tủ commốt; *a pair of ~s* quần đùi

drawing *n.* bản/bức vẽ; thuật vẽ, môn vẽ (sơ đồ)

drawl *n.* giọng nói lè nhè kéo dài

drawn quá khứ của **draw**; *adj.* ngơ ngác, thẫn thờ

dread **1** *n.* sự kinh sợ **2** *v.* sợ, khiếp sợ

dreadful *adj.* đáng sợ, dễ sợ, khiếp, kinh khủng; tồi, xấu, dở ẹt, chán ngấy

dream **1** *n.* giấc mơ/mộng; sự mơ mộng, điều mơ ước **2** *v.* nằm mơ/mê, nằm chiêm bao; mơ màng, mơ mộng; mơ tưởng, tưởng tượng, nghĩ

dreamy *adj.* hay mơ màng, tưởng tượng

dredge **1** *n.* lưới vét; tàu vét bùn **2** *v.* vét, nạo vét

dregs *n.* cặn bã [trà, cà phê]

drench *v.* làm ướt sũng

dress **1** *n.* quần áo, y phục; áo dài phụ nữ: *formal ~* lễ phục; *evening ~* áo dạ tiệc; *informal ~* quần áo thường **2** *v.* mặc, ăn mặc: *to ~ up* ăn mặc diện; băng bó [vết thương]; bày biện, trang hoàng; nấu, thêm đồ gia vị

dressed *adj.* được ăn mặc: *~ in black* mặc đồ đen; *well-~* ăn mặc chỉnh tề/chải chuốt/lịch sự

dresser *n.* tủ trang điểm có gương

dressing *n.* sự băng bó, đồ băng bó; nước xốt, dầu giấm để trộn nộm/xà lách; đồ nhồi (gà vịt) để quay hoặc hầm

dressmaker *n.* thợ may quần áo đàn bà

drew quá khứ của **draw**

dribble *v.* chảy nhỏ giọt; nhỏ dãi, chảy nước miếng [cầu thủ bóng rổ] đập bóng xuống sàn liên tiếp

drift **1** *n.* đống cát/tuyết; ý nghĩa, nội dung **2** *v.* trôi giạt; chất đống lên, buông trôi

drifter *n.* người lang thang, người hay đổi việc

driftwood *n.* củi rều

drill **1** *n.* mũi/máy khoan, sự luyện tập **2** *v.* khoan, luyện tập

drink **1** *n.* đồ uống, thức uống, ẩm liệu; rượu mạnh: *soft ~* nước ngọt; *a ~ of water* một hớp nước lã; *to have a ~* uống một cốc/ly (rượu) **2** *v.* [**drank; drunk**] uống; uống cạn, nốc; uống rượu, nghiện rượu; tận hưởng, chịu đựng: *I'll ~ to your health* tôi xin nâng cốc để chúc ông nhiều sức khỏe; *he drank himself to death* lão ta uống rượu nhiều quá chết luôn

drip **1** *n.* sự nhỏ giọt **2** *v.* chảy nhỏ giọt

drip coffee *n.* cà phê phin [nhỏ giọt]

drip-dry *adj.* [quần áo] phơi khô bằng cách treo lên chứ không sấy bằng máy

drive **1** *n.* cuộc đi xe, cuốc xe; đường cho xe chạy, đường phố [thường ngoằn ngoèo]; nghị lực; cuộc vận động, cuộc lạc quyên **2** *v.* [**drove; driven**] lái, vặn lái [xe], cầm cương [ngựa], cho [máy] chạy; dồn, lùa, xua, đuổi; làm khiến cho: *he ~s a big car* ông ấy lái một chiếc ôtô lớn; *I'll ~ you to the train station* tôi sẽ đưa anh ra ga xe lửa; *you have had too much alcohol, I won't let you ~* anh uống nhiều rượu quá rồi, em sẽ không để anh lái xe đâu; *he ~s me crazy* ông ấy làm tôi phát điên lên được; *you can't ~ nails into this wall* tường này không đóng đinh được; *we drove the invaders out of the country* chúng tôi đánh đuổi quân xâm lăng ra khỏi đất nước; *what are you driving at?* anh định nói gì thế ?

drive-in *n.* hàng ăn, bãi chiếu bóng hoặc ngân hàng phục vụ khách ngồi nguyên trong ôtô

drivel *n.* mũi dài; lời nói vớ vẩn

driveway *n.* lối xe đi từ ngoài đường vào sát nhà

drizzle *n., v.* mưa phùn, mưa bụi, mưa bay

droll *adj.* buồn cười, tức tưởi, khôi hài

drone 1 *n.* ong đực; tiếng o o 2 *v.* kêu vo ve/ o o

drool 1 *n.* nước dãi, mũi dãi 2 *v.* nhỏ dãi

droop *v.* rủ xuống, rũ xuống, gục xuống; ủ rũ

drop 1 *n.* giọt; hớp nhỏ, cốc nhỏ, chút xíu rượu; sự hạ/giảm/sút: *a ~ in the bucket* muối bỏ bể; *cough ~* kẹo ho; *letter ~* hộp thư 2 *v.* chảy nhỏ giọt; (để/làm) rơi; gục xuống, ném xuống, thả xuống; bỏ, ngừng, thôi; nói ra: *prices ~* giá hàng hạ xuống; *coconuts ~* dừa rụng; *~ me a line* viết cho tôi vài hàng nhé!; *can you ~ me off at the library?* xin anh cho tôi đi nhờ xe đến thư viện nhé!; *~ it!* thôi đi!; *to ~ in* tạt vào, ghé vào; *to ~ out* bỏ cuộc, rút ra

dropout *n.* người bỏ học phá ngang

dropper *n.* ống nhỏ giọt

dross *n.* cứt sắt; rác rưởi, cặn bã

drought *n.* hạn hán

drove quá khứ của **drive**

drove *n.* đàn, bầy, đám đông

drown *v.* chết đuối; làm chết đuối; làm át/lấp

drowsy *adj.* (làm) buồn ngủ

drudge 1 *n.* người lao dịch, thân trâu ngựa 2 *v.* làm việc cực nhọc

drudgery *n.* công việc vất vả, lao dịch, khổ dịch

drug 1 *n.* thuốc, dược phẩm; thuốc mê, ma tuý: *~ addict* người nghiền ma tuý; *miracle ~* thần dược 2 *v.* cho uống thuốc ngủ/mê/ độc, cho uống/hít/tiêm ma tuý

druggist *n.* người bán thuốc, dược sĩ

drugstore *n.* hiệu thuốc, dược phòng, cửa hàng dược phẩm [bán như hiệu tạp hóa, có cả quán ăn]

drum 1 *n.* cái trống; thùng hình ống [đựng xăng, dầu]: *oil ~* thùng đựng dầu; *ear ~* mạng nhĩ 2 *v.* đập, gõ, đánh

drummer *n.* người đánh trống, tay trống

drumstick *n.* dùi trống; cẳng gà, cẳng vịt

drunk quá khứ của **drink**; *adj., n.* (người) say rượu: *dead ~* say bí tỉ

drunkard *n.* người say nghiện rượu

drunken *adj.* say rượu

dry 1 *adj.* khô, cạn, ráo; [rượu] nguyên chất; khô cổ, khá, khô khan, vô vị 2 *v.* phơi/sấy/ lau khô, hong

dry-clean *v.* tẩy khô, tẩy hóa học, hấp [quần áo]

dry goods *n.* hàng vải len dạ

dual *adj.* hai, đôi, kép, lưỡng; gấp đôi, tay đôi

dub *v.* gán cho cái tên, gọi là; lồng tiếng/nhạc

dubious *adj.* đáng ngờ, không đáng tin cậy, ngờ vực

Duchess *n., f.* vợ công tước, nữ công tước

duck 1 *n.* vịt, vịt cái; thịt vịt: *roast ~* vịt quay; *Peking ~* món vịt bắc kinh; *like water off a ~'s back* như nước đổ đầu vịt, như nước đổ lá khoai 2 *v.* lặn, ngụp; cúi nhanh [để né tránh]

duckling *n.* vịt con

duckweed *n.* bèo tấm

duct *n.* ống dẫn

dude *n.* công tử bột

due 1 *n.* cái đáng được hưởng; món nợ, tiền phải trả; lệ phí, hội phí, đảng phí: *annual ~s* niên liễm; *monthly ~s* nguyệt liễm 2 *adj.* đến hạn phải trả/nộp; thích đáng, đích đáng, phải đến [ngày giờ nào]: *the bill was ~ last May* hóa đơn này đáng lẽ phải trả từ tháng năm; *in ~ form* theo đúng thể thức; *after ~ consideration* sau khi xem xét kỹ; *~ any minute* một vài phút nữa là đến; *this is ~ to an emergency* chuyện này là vì một trường hợp bất thần 3 *adv.* đúng: *~ east* đi đúng hướng đông

duel *n.* cuộc đấu kiếm, vụ đọ súng

duet *n.* bản nhạc cho bộ đôi

dug quá khứ của **dig**

dugout *n.* thuyền độc mộc; hầm trú ẩn

Duke *n., m.* công tước

dull 1 *adj.* [dao/kéo] cùn; tối dạ, chậm hiểu, ngu; buồn tẻ, chán ngắt; mờ, đục, xỉn, âm u, ảm đạm 2 *v.* làm cùn; làm đỡ nhức, làm bớt nhói

duly *adv.* hẳn hoi: *~ elected* được bầu bán hẳn hoi; *~ arrived* đến đúng lúc

dump 1 *adj.* câm, không kêu, ngu ngốc, ngu xuẩn 2 *n.* quả tạ; người ngu, người ngốc

dumbfound *v.* làm điếng người

dummy *n.* người giả, hình nhân; người nộm/ rơm; vật giả

dump 1 *n.* chỗ đổ rác; kho đạn 2 *v.* đổ đi, vứt bỏ, gác bỏ; bán hạ giá [hàng ế]

dumpling *n.* bánh bao; viên bột thả vào nước dùng [loại mằn thắn, xuỷ cảo]; người béo lùn

dun 1 *n.* người đi đòi nợ 2 *v.* thúc nợ, đòi nợ; đòi nằng nặc

dunce *n.* học trò ngu, người tối dạ

dune *n.* cồn/đụn cát

dung *n.* phân thú vật: *cow ~* cứt bò

dungarees *n.* quần lao động [bằng vải thô màu lam]

dungeon *n.* ngục tối, hầm tù

duo *n.* bộ đôi

dupe 1 *n.* người nhẹ dạ, người dễ bị bịp 2 *v.* lừa

duplicate 1 *n.* bản sao, vật giống hệt: *in ~* làm hai bản 2 *adj.* giống hệt: *~ key* chìa khóa giống hệt 3 *v.* sao lại; in ra nhiều bản; trùng lặp

duplication *n.* sự trùng nhau

duplicity *n.* trò hai mặt; sự phản bội

durable *adj.* bền, lâu bền; vĩnh cửu

duration *n.* thời gian [của một việc]

duress *n.* sự cưỡng ép: *under ~* vì bị cưỡng ép

durian *n.* cây/trái sầu riêng

during *prep.* trong khi, trong lúc: *~ my summer vacation* trong thời kỳ nghỉ hè của tôi

dusk *n.* lúc nhá nhem tối; bóng tối

dust 1 *n.* bụi, cát bụi; rác; phấn hoa; đất đen 2 *v.* quét/phủi/lau/chùi bụi; rắc [bụi, phấn]

dusty *adj.* đầy bụi, bụi bậm

Dutch *n., adj.* (người/dân/tiếng) Hà Lan: *to go ~* rủ nhau ăn uống hoặc xem hát mà người nào trả phần người ấy; *~ treat* phần ai nấy trả

dutiable *adj.* phải đóng thuế

dutiful *adj.* làm đúng bổn phận; có hiếu, kính hiếu

duty 1 *n.* bổn phận, trách nhiệm, nhiệm vụ; phần việc, công việc, phận sự, chức vụ; phiên trực: *off ~* hết phiên làm việc; *on ~* đang làm việc, đang trực 2 *n.* thuế đoan, thuế hải quan: *import ~* thuế nhập khẩu

duty-free *adj., adv.* được miễn thuế

dwarf 1 *n.* người lùn; chú lùn 2 *v.* làm còi cọc; có vẻ nhỏ lại

dwell *v.* [dwelt/dwelled] ở, ngụ ở, cư ngụ; nhấn mạnh vào: *to ~ upon* chăm chú vào

dweller *n.* người ở, người cư trú, di dân: *city ~* dân thành phố

dwelling *n.* nhà ở, chỗ cư ngụ

dwindle *v.* nhỏ lại, co lại, teo đi; hao mòn

dye 1 *n.* thuốc nhuộm 2 *v.* nhuộm: *to ~ red* nhuộm đỏ 3 *adj.* thấm đậm, ngoan cố: *~d in the wool* ngoan cố

dyer *n.* thợ nhuộm

dying 1 *n.* sự chết 2 *adj.* sắp chết, lúc lâm chung: *~ days* những ngày tàn

dyke see **dike**

dynamic *adj.* thuộc động lực; năng động, sôi nổi

dynamics *n.* động lực học

dynamism *n.* thuyết động lực

dynamite 1 *n.* đinamít, cốt mìn 2 *v.* phá huỷ

dynamo *n.* đinamô, máy phát điện

dynasty *n.* triều vua, triều đại

dysentery *n.* bệnh lỵ

dyspepsia *n.* chứng khó tiêu

dyspnea *n.* [*Br.* dyspnoea] sự khó thở

E

each 1 *adj.* mỗi: *~ person* mỗi người; *~ week* mỗi tuần; *~ book* mỗi quyển (sách); *~ cat* mỗi con (mèo) 2 *adv.* mỗi một: *we pay $8 ~* chúng tôi trả 8 đô la một người; *these cost $2 ~* những cái này giá mỗi cái 2 đô la 3 *pron.* mỗi người/cái: *~ took a package* mỗi người lấy một gói; *~ of us* mỗi người chúng ta; *to help ~ other* giúp đỡ lẫn nhau

eager *adj.* thiết tha, ham muốn, háo hức, hăm hở

eagle *n.* chim đại bàng

ear *n.* tai; bắp (ngô): *an ~ for music* tai sành nhạc; *an ~ of corn* một bắp ngô, một trái bắp; *to gain the king's ~* được nhà vua nghe

earache *n.* chứng đau tai

eardrum *n.* màng tai/nhĩ

earl *n.* bá tước

early 1 *adj.* [earlier; earliest] sớm, đầu mùa: *~ hour* lúc sớm; *~ rice* lúa sớm, lúa đầu mu; *at your earliest convenience* vào lúc tiện nhất cho ông 2 *adv.* sớm, lúc ban đầu: *I get up ~* tôi dậy sớm; *~ in the morning* vào lúc sáng sớm

earmark *v.* dành riêng [khoản tiền]

earn *v.* kiếm được; giành được: *to ~ a living* kiếm ăn/sống; *to ~ one's keep* làm đáng đồng tiền bát gạo; *to ~ a good reputation* được tiếng tốt

earnest 1 *n.* thái độ đúng đắn/nghiêm chỉnh; tiền đặt cọc: *are you in ~?* bạn không đùa đấy chứ? 2 *adj.* đứng đắn, nghiêm chỉnh: *my friend was a pious, ~ woman* bạn tôi là người rất đứng đắn 3 *adj.* sốt sắng: *to be ~* có lòng sốt sắng

earnings *n.* tiền kiếm được, tiền lương, tiền lãi

earphone *n.* ống nghe

earring *n.* hoa tai, bông tai

earshot *n.* tầm nghe

earth *n.* đất, đất liền, mặt đất, quả/trái đất: *on ~* trên đời

earthenware *n.* đồ sành, đồ bằng đất nung

earthly *adj.* thuộc quả đất, trần tục

earthquake *n.* trận/vụ/nạn động đất, địa chấn

earthworm *n.* giun đất

earthy *adj.* bằng đất; trần tục, phàm tục

earwax *n.* ráy tai

ease 1 *n.* sự thoải mái/thanh thoát; sự dễ dàng; sự thanh nhàn/nhàn hạ: *to feel at ~* được thoải mái; *with ~* dễ dàng 2 *v.* làm nhẹ/bớt; làm yên tâm

easel *n.* giá bảng đen; giá vẽ

east *n.* hướng/phía/phương đông; miền đông: *the Far ~* Viễn đông; *the Middle ~* Trung đông; *South~ Asia* Đông Nam châu Á

Easter *n.* lễ Phục sinh

easterly *adj.* [gió] đông

eastern *adj.* (thuộc) hướng đông, đông phương

eastwards *adj., adv.* về phía đông

easy 1 *adj.* dễ, dễ dàng; thoải mái, thanh nhàn, thanh thản, không lo lắng 2 *adv.* nhẹ nhàng, từ từ; thanh thản, thoải mái: *to go ~ on the boy* anh hãy nhẹ nhàng đối với nó nhé!; *take it ~* cứ từ từ! nhẹ thôi! đừng cuống! đừng làm việc quá sức nhé!

easygoing *adj.* điềm tĩnh, nhẹ nhàng, ung dung

eat *v.* [ate; eaten] ăn, xơi, dùng, thời; ăn mòn, ăn thủng, làm hỏng

eatable *adj.* ăn được, ăn ngon

eaten quá khứ của **eat**

eater *n.* người ăn: *a big ~* người ăn khoẻ

eaves *n.* mái chìa

eavesdrop *v.* nghe trộm, nghe lén

ebb 1 *n.* triều xuống; thời kỳ tàn tạ: *~ and flow* nước triều lên xuống 2 *v.* [triều] xuống; suy sụp, tàn tạ

ebony *n.* gỗ mun

eccentric *adj.* lập dị, kỳ cục; lệch tâm

eccentricity *n.* tính lập dị

ecclesiastic *n., adj.* (thuộc) thầy tu

echelon *n.* cấp bậc

echo 1 *n.* tiếng vang, tiếng dội 2 *v.* vang lại; nhắc lại, lặp lại

eclipse 1 *n.* sự che khuất, thiên thực: *solar ~* nhật thực; *lunar ~* nguyệt thực 2 *v.* làm lu mờ, át hẳn đi

ecology *n.* sinh thái học

economic *adj.* kinh tế

economical *adj.* tiết kiệm, không tốn

economics *n.* kinh tế học

economist *n.* nhà kinh tế học

economize *v.* tiết kiệm

economy *n.* nền kinh tế; sự tiết kiệm

ecstasy *n.* trạng thái mê li/ngây ngất

ecstatic *adj.* sướng mê, ngây ngất, xuất thần

eczema *n.* eczêma, chàm, bệnh chốc lở

eddy *n.* xoáy nước; gió lốc; khói cuộn

edge 1 *n.* lưỡi, cạnh sắc [dao]; cạnh, bờ, gờ, rìa, lề, mép 2 *v.* viền, làm bờ/gờ; xen, len, dịch dần

edible *adj.* có thể ăn được

edict *n.* chỉ dụ, sắc lệnh

edifice *n.* toà nhà, công trình xây dựng, lâu đài

edify *v.* mở mang trí tuệ cho, khai trí, khai hóa

edit *v.* biên tập, chú giải, hiệu đính, chỉnh lý, cắt xén, thêm bớt, sửa lại

edition *n.* lần in, lần xuất bản; loại sách, bản: *second ~* tái bản; *pocket ~* loại bỏ túi

editor *n.* người biên tập, biên tập viên; chủ bút

editorial *n.* bài xã luận/xã thuyết

educate *v.* giáo dục, dạy dỗ; rèn luyện

education *n.* sự/nền giáo dục; vốn học, căn bản: *higher/tertiary ~* nền giáo dục đại học; *physical ~* thể dục; *moral ~* đức dục

educational *adj.* thuộc giáo dục

educator *n.* nhà giáo, nhà giáo dục, nhà sư phạm

eel *n.* con lươn

eerie *adj.* kỳ lạ, kỳ quái, kỳ dị, kỳ quặc

effect 1 *n.* kết quả; hiệu lực, hiệu quả; tác động, tác dụng, ành hưởng: *to take ~, to come into ~* bắt đầu có hiệu lực; *in ~* thực thể; *cause and ~* nguyên nhân và kết quả, nhân và quả 2 *v.* đem lại, thực hiện

effective *adj.* có hiệu lực/hiệu quả, hữu hiệu; có tác động/ảnh hưởng, gây ấn tượng

effectual *adj.* có hiệu lực/hiệu quả/giá trị

effeminate *adj.* yếu ớt, ẻo lả, nhu nhược

effervescent *adj.* sủi (bong bóng); sôi sục, sôi nổi

efficacious *adj.* (thuốc) có hiệu quả

efficiency *adj.* hiệu quả/lực; năng/hiệu suất; khả năng, năng lực

efficient *adj.* có hiệu quả/hiệu lực; có năng suất/hiệu suất/công suất cao; có khả năng/ năng lực

effigy *n.* hình (nổi); hình nộm

effort *n.* cố gắng, nỗ lực

effrontery *n.* tính mặt dày, tính vô sỉ

effusive *adj.* [tình cảm] dạt dào

egg *n.* trứng: *to lay ~s* đẻ trứng, trứng gà/ vịt; *hard boiled ~* trứng luộc thật chín; *soft boiled ~* luộc lòng đào; *fried ~* trứng rán/ chiên

eggbeater *n.* máy đánh trứng

eggnog *n.* rượu nóng đánh trứng

eggplant *n.* quả cà

eggshell *n.* vỏ trứng

ego *n.* cái tôi, cá nhân, tự ngã

egocentric *adj.* cho mình là trung tâm

egotism *n.* tính ích kỷ, thuyết ta là trên hết, tất cả

egotist *n.* người ích kỷ

egret *n.* cò bạch

eh *intj.* ê!, này!, ồ! nhỉ!

Egypt *n.* nước Ả rập

Egyptian *n., adv.* (thuộc) nước/người Ai Cập

eight 1 *n.* số tám, nhóm tám người: *number 8 is my lucky number* số 8 là số may mắn 2 *adj.* tám, số tám: *~ years old* lên tám

eighteen *n., adj.* số mười tám

eighteenth 1 *adj.* thứ mười tám: *I am ~ in the class* tôi đứng thứ 18 trong lớp 2 *n.* một phần mười tám; ngày 18: *today is the ~ of July* hôm nay là ngày 18 tháng 7

eighth *adj., n.* thứ 8; một phần tám, ngày mồng 8

eightieth *adj., n.* thứ 80; một phần tám mươi

eighty *n., adj.* tám mươi; số tám mươi: *in the eighties* trong những năm 80

either 1 *adj.* hoặc cái nầy hoặc cái khác: *~ one* cái nào cũng được; *on ~ side* ở mỗi bên, cả hai bên 2 *pron.* hoặc cái nầy: *you can take ~ of these pens* hai cái bút này, anh lấy cái nào cũng được 3 *conj.* hoặc ... hoặc: *~ red or black will do* đỏ hay đen cũng được cả; *you may come ~ this week or next week* anh có thể đến tuần này hoặc tuần sau 4 *adv. if you are not going, I'm not going ~* nếu anh không đi thì tôi cũng chẳng đi; *my wife doesn't like durian, I don't ~* vợ tôi không thích sầu riêng, tôi cũng không thích

eject *v.* tống ra, phụt ra

eke *v.* kiếm ăn thêm, thêm vào, bù vào: *to ~ out one's earnings with ...* thêm vào lợi tức bằng ...

elaborate 1 *adj.* tỉ mỉ, kỹ lưỡng, công phu 2 *v.* nói thêm, cho thêm chi tiết; thảo tỉ mỉ, trau chuốt

elapse *v.* [thời gian] trôi qua

elastic 1 *n.* dây chun, dây cao su 2 *adj.* co giãn, đàn hồi, mềm dẻo

elated *adj.* phấn khởi, hân hoan, vui vẻ

elbow 1 *n.* khuỷu tay; khuỷu tay áo; góc: *to rub ~s with someone* sát cánh với ai 2 *v.* hích, thúc khuỷu tay: *to ~ one's way through the crowd* thúc khuỷu tay đi lách qua đám đông

elder 1 *n.* người nhiều tuổi, huynh trưởng, bậc trưởng thượng 2 *adj.* nhiều tuổi hơn, lớn hơn: *~ sister* chị; *~ brother* anh

elderly *adj.* tuổi tác, già nua; đứng tuổi: *an ~ couple* một cặp hai ông bà đứng/có tuổi

eldest *adj.* nhiều tuổi nhất; cả, trưởng

elect *v.* bầu; chọn: *they ~ed him president* họ bầu ông làm chủ tịch; *he ~ed to stay home to study* nó quyết định ở nhà học; *president ~* vị tổng thống tân cử

election *n.* cuộc bầu cử/tuyển cử; sự lựa chọn: *general ~s* cuộc tổng tuyển cử

elective 1 *n.* môn học không bắt buộc, môn nhiệm ý 2 *adj.* bầu bằng tuyển cử, dân cử

elector *n.* người bỏ phiếu, người đi bầu, cử tri

electorate *n.* các cử tri, tuyển cử/cử tri đoàn

electric *adj.* điện: *~ chair* ghế điện

electrician *n.* thợ điện

electricity *n.* điện, điện lực, điện khí

electrify *v.* điện khí hóa, mắc điện; kích thích, làm giật nảy

electrocute *v.* (điện) giật chết

electrode *n.* cực, cực điện, điện cực

electrolysis *n.* điện phân, điện giải

electrolyte *n.* chất điện phân/điện giải

electromagnet *n.* nam châm điện

electromotive *adj.* điện động

electron *n.* electron, điện tử

electronic *adj.* (thuộc) điện tử

electronics *n.* điện tử học

elegance *n.* vẻ lịch sự, tính thanh lịch/tao nhã

elegant *adj.* vẻ lịch sự, tính thanh lịch, tao nhã, văn nhã

elegy *n.* khúc bi thương, bi khúc, bi ca

element *n.* nguyên tố, yếu tố; hiện tượng khí tượng, mưa gió bão táp; cơ sở, nguyên lý cơ bản, đại cương: *the five ~s* ngũ hành

elementary *adj.* cơ bản, sơ yếu, sơ đẳng, sơ cấp: *~ English* tiếng anh sơ cấp; *~ school* trường sơ học/tiểu học, trường phổ thông cấp một

elephant *n.* con voi; khổ giấy

elevate *v.* nâng cao, đề cao

elevation *n.* sự nâng cao; độ cao

elevator *n.* [*Br.* **lift**] thang máy

eleven *n., adj.* (số) mười một

eleventh *n., adj.* thứ mười một, một phần mười một, ngày mười một: *at the ~ hour* đến giờ chót

elf *n.* yêu tinh, đứa bé tinh nghịch

elicit *v.* gợi/mời khêu ra

eligible *adj.* đủ tư cách: *an ~ bachelor* chàng (thanh niên) độc thân có thể chọn làm chồng

eliminate *v.* loại bỏ, trừ ra, xoá bỏ; khử

elimination *n.* sự loại bỏ; sự khử; sự bài tiết

elite 1 *n.* phái thượng lưu; phần tinh hoa/ tốt nhất: *in Vietnam, only the ~ can afford an overseas study for their children* ở Việt nam, chỉ có giới thượng lưu mới có thể gởi con đi học nước ngoài 2 *adj.* xuất sắc, hoàn hảo: *an ~ group of senior officials* moat nhóm viên chức cao cấp xuất sắc

elk *n.* nai sừng tấm

elliptical *adj.* tỉnh lược

elm *n.* cây du

elocution *n.* cách nói (trước công chúng)

elongate *v.* làm/kéo dài ra

elope *v.* trốn đi (theo trai)

eloquence *n.* tài hùng biện

eloquent *adj.* hùng biện, hùng hồn

else 1 *adv.* khác: *someone ~* người nào khác; *anyone ~?* ai nữa?; *what ~ did she say?* Cô ta còn nói gì nữa?; *anything ~, sir?* Ông dùng gì nữa không? 2 *conj.* khác nữa:

hurry up, (or)* ~ *you'll miss the plane lẹ lên, không lỡ máy bay bây giờ

elsewhere *adv.* ở một nơi khác, chỗ khác

elucidate *v.* làm sáng tỏ, giải thích

elude *v.* trốn tránh; vượt quá

elusive *adj.* hay lẩn tránh; (câu trả lời) thoái thác; (ý nghĩa) khó nắm

emaciated *adj.* gầy hốc hác

emanate *v.* bắt nguồn, phát ra

emancipate *v.* giải phóng, giải thoát

emasculate *v.* thiến, hoạn; cắt xén (tác phẩm)

embalm *v.* ướp (xác chết)

embankment *n.* đê, đường đắp cao

embargo *n.,v.* (lệnh) cấm vận

embark *v.* (cho) lên tàu; lao vào: ***to ~ upon*** bắt tay vào

embarrass *v.* làm ngượng, làm lúng túng/ bối rối

embarrassment *n.* sự lúng túng; điều làm ngượng

embassy *n.* toà đại sứ, đại sứ quán: ***counselor of ~*** tham tán, cố vấn ngoại giao; ***secretary of ~*** bí thư, tham vụ ngoại giao

embed *v.* gắn/đóng/cấm vào; (câu) lồng vào

embellish *v.* làm đẹp, tô điểm; thêm thắt

embers *n.* than hồng; đám tro tàn

embezzle *v.* biển thủ, thụt két

embitter *v.* làm cay đắng; làm sâu sắc (mối thù), làm đau lòng

emblem *n.* biểu tượng, tượng trưng; huy hiệu

embodiment *n.* sự biểu hiện, hiện thân

embody *v.* biểu hiện

embolism *n.* sự tắc mạch

emboss *v.* chạm nổi, rập nổi

embrace 1 *n.* sự ôm **2** *v.* ôm, ôm chặt, ghì chặt; đi theo (đường lối, nghề nghiệp)

embroider *v.* thêu, thêu dệt (câu chuyện)

embroidery *n.* đồ thêu; việc/nghề thêu

embryo *n.* phôi: ***in ~*** còn phôi thai/trứng nước

emerald *n.* ngọc lục bảo; màu lục tươi

emerge *n.* nổi lên; hiện ra, nảy ra, lồi ra

emergence *n.* sự nổi lên; sự hiện ra; sự nổi bật

emergency *n.* tình trạng khẩn cấp; trường hợp cấp cứu: ***in case of ~*** trong trường hợp khẩn cấp; **~ *door/exit*** cửa an toàn

emery *n.* bột mài: **~ *paper*** giấy ráp/nhám

emigrant *n.* người di cư

emigrate *v.* di cư, đổi chỗ ở

eminence *n.* sự nổi tiếng; mô đất

eminent *adj.* nổi tiếng, xuất sắc, kiệt xuất, lỗi lạc

emissary *n.* phái viên (mực) (lạc, tuyệt vời)

emit *v.* phát/bốc/tỏa ra

emolument *n.* tiền thù lao; tiền trả nước

emotion *n.* sự cảm động/xúc động/xúc cảm

emotional *adj.* dễ cảm động/xúc động

emperor *n.* hoàng đế

emphasis *n.* sự nhấn mạnh

emphasize *v.* nhấn mạnh

emphatic *adj.* nhấn mạnh, nhấn giọng; dứt khoát

empire *n.* đế quốc, đế chế

empirical *adj.* theo lối kinh nghiệm

employ 1 *n.* sự dùng người: ***in his ~*** làm cho ông ta **2** *v.* dùng, thuê (người giúp việc); sử dụng: ***the company ~s hundreds of workers*** công ty thuê cả 100 người

employee *n.* người làm (công), thợ, công nhân, nhân viên: ***government/public ~*** công chức

employer *n.* chủ, chủ nhân

employment *n.* sự dùng/thuê người; việc làm: ***out of ~*** thất nghiệp

empower *v.* cho/trao quyền; khiến cho có thể: ***science and technology ~s men to control natural forces*** khoa học và kỹ thuật giúp con người chế ngự được sức mạnh thiên nhiên

empress *n.* hoàng hậu, nữ hoàng

empty 1 *n.* vỏ không, chai không, thùng không **2** *adj.* trống, rỗng, trống/rỗng không; rỗng tuếch; bụng rỗng, đói; (lời nói) hão, suông: ***my petrol can is ~*** xe tôi hết xăng rồi; **~ *promise*** lời hứa suông, hứa hão **3** *v.* đổ/dốc/làm/uống cạn, trút sạch; (sông) đổ ra: ***the Mekong river empties into the sea*** sông Cửu Long đổ ra biển

empty-handed *adj.* tay không, tay trắng

emulation *n.* sự thi đua, sự ganh đua

emulsion *n.* thể sữa, nhũ tương

enable *v.* làm/khiến cho có thể, cho phép

enact *v.* ban hành (luật); đóng/diễn (vai)

enamel 1 *n.* men (đồ sứ, răng) **2** *v.* tráng men

encampment *n.* trại lính, doanh trại

encephalitis *n.* bệnh viêm não/óc

enchant *v.* làm say mê; mê hoặc bằng yêu thuật

enchanting *adj.* làm say mê, làm mê mẩn

encircle *v.* bao quanh, bao vây; đi vòng quanh

enclose *v.* gửi kèm, đính kèm; rào quanh: ***I ~ a check*** tôi xin kèm đây một chi phiếu; **~*d herewith is, ~d herewith please find ...*** đính kèm thư này là ...

enclosure *n.* hàng/đất rào; văn kiện gửi kèm

encompass *v.* bao gồm, chứa đựng

encore 1 *n.* bài hát lại, điệu múa lại (theo lời yêu cầu của khán giả) **2** *intj.* nữa! hoan hô! nữa!

encounter 1 *n.* sự gặp gỡ; cuộc chạm trán, cuộc đụng độ: ***the director tells of a remarkable ~ with a group of his employees*** giám đốc nói đến cuộc gặp gỡ với một nhóm công nhân của ông ta **2** *v.* gặp thình lình, bắt gặp; gặp (khó khăn): ***in our daily***

life, we often ~ some problems trong đời sống hàng ngày, chúng ta sẽ bắt gặp những khó khăn

encourage *v.* khuyến khích, cổ vũ, động viên

encouragement *n.* sự khuyến khích/cổ vũ/ động viên

encroach *v.* xâm phạm, lấn (*on* vào)

encumber *v.* làm vướng víu, làm trở ngại

encyclical *n.* thông tin của Đức giáo hoàng

encyclopedia *n.* bộ bách khoa từ điển

end **1** *n.* đầu mối (dây); đuôi, đoạn cuối, phần chót; mẫu thừa; giới hạn; sự kết thúc/ kết liễu, sự chết; mục đích, cứu cánh: *at year's ~* vào lúc cuối năm; *from ~ to ~* từ đầu này đến đầu kia; *to bring to an ~* chấm dứt; *the war has come to an ~* chiến tranh đã hết; *at the ~* về cuối **2** *v.* chấm dứt, kết thúc, tận cùng: *to ~ up* kết thúc, kết luận

endanger *v.* làm nguy hiểm, làm nguy hại

endear *v.* làm cho được quý chuộng: *to ~ oneself to someone* làm cho ai mến mình

endeavor *n., v.* cố gắng, nỗ lực

ending *n.* sự kết thúc; kết cục, phần cuối; từ vĩ

endless *adj.* không bao giờ hết, vô tận, liên miên

endorse *v.* ký, bối thự (séc, chi phiếu); tán thành

endow *v.* quyên trợ tiền (vào trường, tổ chức văn hoá); (trời) phú cho

endowment *n.* vốn quyên trợ (cho trường đại học, tổ chức văn hoá); quỹ quyên tặng; thiên tài, thiên phú: *national ~ for the humanities* cơ quan quốc gia quyên tặng chương trình nhân đạo

endurance *n.* sự chịu đựng: *beyond/past ~* không thể nhẫn nại được nữa

endure *v.* chịu đựng, cam chịu; kéo dài, tồn tại

enduring *adj.* lâu dài, bền vững, vĩnh cửu

enemy **1** *n.* kẻ thù, địch thủ, quân địch: *to be one's own ~* tự mình hại mình **2** *adj.* của địch, thù địch

energetic *adj.* mạnh mẽ, mãnh liệt; đầy sinh lực

energy *n.* sinh lực, nghị lực; năng lượng: *atomic ~* nguyên tử; *electric ~* điện; *solar ~* năng lượng mặt trời; *the ~ crises* cuộc khủng hoảng về năng lượng; *kinetic ~* động năng

enforce *v.* thi hành, thực thi (luật); bắt theo

enforcement *n.* việc thi hành; sự bắt phải theo

engage **1** *v.* hẹn, hứa hẹn, cam kết: *to ~ oneself to do something* hứa hẹn làm việc gì **2** *v.* đính hôn, hứa hôn: *to be ~d to … (for marriage)* … đính hôn với … **3** *v.* mắc bận: *they tried to ~ her in conversation* họ cố giữ cho cô ấy bận nói chuyện hoài; *to be ~ed in doing something* bận làm việc gì

engaged *adj.* đã đính hôn/hứa hôn; mắc bận

engagement *n.* sự hứa hôn, sự đính hôn; sự hẹn/bận; sự thuê người làm; cuộc giao chiến: *~ ring* nhẫn đính hôn, nhẫn phi ăng xê; *to have a previous ~* có hẹn trước rồi

engender *v.* sinh ra, gây ra

engine *n.* máy, động cơ; đầu máy xe lửa

engineer *n.* công trình sư, kỹ sư: *civil ~* kỹ sư xây dựng; *electrical ~* kỹ sư điện

engineering *n.* nghề kỹ sư/công trình kỹ sư; kỹ thuật: *civil ~* kỹ thuật xây dựng; *military ~* kỹ thuật công binh; *mechanical ~* kỹ thuật cơ khí

England *n.* nước Anh, Anh quốc

English **1** *n.* tiếng Anh; người dân Anh: *the king's ~* tiếng Anh tiêu chuẩn; *modern ~, Middle ~* tiếng Anh thời trung cổ **2** *adj.* (thuộc/của) Anh: *~ dictionary* từ điển tiếng Anh

engrave *v.* khắc, chạm, trổ; in sâu, khắc sâu

engraving *n.* sự/thật khắc/chạm; bản in khắc

engross *v.* làm mê mải, thu hút; chiếm (thì giờ)

engulf *v.* nhậm chìm/sâu, cuốn đi

enhance *v.* làm tăng, nổi bật, nâng cao, đề cao

enigma *n.* điều bí ẩn, chuyện khó hiểu

enigmatic *adj.* bí ẩn, khó hiểu, khó giải đoán

enjoin *v.* bắt phải, ra lệnh, chỉ thị, khiến: *to ~ somebody to do something* ra lệnh cho ai làm việc gì

enjoy *v.* thích thú, khoái; có được, hưởng (thụ): *to ~ oneself* khoái trá, vui tính (thưởng thức); *I ~ my holidays* tôi thích những ngày nghỉ lễ

enjoyable *adj.* thú vị, thích thú

enjoyment *n.* sự thích thú, sự khoái trá; điều làm vui thích; sự được hưởng, sự thưởng thức

enlarge *v.* mở rộng, tăng lên, khuếch trương; phóng đại/lớn, rửa lớn (ảnh): *to ~ my photos* sang lớn những hình của tôi

enlargement *n.* sự mở rộng, sự khuếch trương; tấm ảnh phóng to; sự mở rộng thêm

enlighten *v.* làm sáng tỏ, mở mắt cho; làm cho đỡ ngu muội/mê tín

enlightenment *n.* sự hết ngu muội/mê tín; sự đắc đạo

enlist *v.* tòng quân, đăng lính, đi làm nghĩa vụ quân sự; tuyển (quân); tranh thủ, giành được

enlistment *n.* sự vào lính, sự nhập ngũ/tòng quân; sự tuyển quân; sự tranh thủ được

enliven *v.* làm sống động, làm hoạt động/sôi nổi; làm phấn chấn/hưng thịnh, làm cho có khởi sắc

enmity *n.* sự thù hằn/thù địch: *to be at ~ with someone* thù địch với ai

ennoble v. làm thành quý tộc, phong tước cho; làm cho cao quý/cao thượng

enormity n. tội ác; hành động tàn bạo

enormous adj. to tướng, to lớn, khổng lồ, cự đại

enough 1 n. lượng đủ dùng: *he has ~ to live on* ông ấy đủ sống; *more than ~* quá đủ 2 adj. đủ, khá: *~ money* đủ tiền 3 adv. đầy đủ, khá: *warm ~* đủ ấm; *well ~* khá hay, khá tốt, khá giỏi

enrage v. làm giận điên, làm điên tiết

enrapture v. làm mê thích/mê mẩn

enrich v. làm giàu thêm, làm phong phú/màu mỡ

enroll v. ghi tên [đi học, đi lính]; kết nạp

enrollment n. sự ghi danh; số học sinh/sinh viên, sĩ số

en route adv. đang trên đường đi

ensemble n. đoàn kịch, đoàn văn công/hợp xướng, ban nhạc; toàn bộ, chỉnh thể

enshrine v. để vào đền miếu để tôn thờ

ensign n. cờ (hiệu), quân kỳ, đoàn kỳ, quốc kỳ; thiếu uý [hải quân Mỹ]

enslave v. bắt làm nô lệ, nô lệ hoá, nô dịch hoá

ensue v. xảy ra; sinh ra [*from/on* từ]

ensure v. bảo đảm

entail v. đòi hỏi; đưa đến, dẫn khởi, gây ra

entangle v. làm vướng víu, cuốn vào

enter v. vào, đâm vào; ghi [tên, khoản chi thu]: *to ~ into* ký kết, tham dự [hiệp ước]

enterprise n. hãng, cơ sở kinh doanh, xí nghiệp; tính dám làm

enterprising adj. dám làm, bạo [về kinh doanh]

entertain v. tiếp đãi, chiêu đãi, thết đãi; giải trí, tiêu khiển, giải buồn; nuôi dưỡng, ấp ủ, hoài bão [hy vọng, mộng, v.v.]

entertaining adj. giải trí, thú vị

entertainment n. sự thết đãi; thú tiêu khiển; phần văn nghệ

enthrall v. hấp dẫn, làm mê hoặc/mê mệt

enthrone n. đưa lên ngôi, tôn lên (làm vua)

enthusiasm n. sự hăng hái, nhiệt tình, nhiệt tâm

enthusiastic adj. hăng hái, nhiệt tình, sốt sắng

entice v. dụ, dụ dỗ, cám dỗ, lôi kéo, nhử

enticement n. sự dụ dỗ/rủ rê; sức lôi cuốn; mồi

entire adj. toàn bộ/thể; toàn vẹn, hoàn toàn: *the ~ country* toàn quốc; *the ~ people* toàn dân

entirely adv. hoàn toàn

entirety n. tình trạng toàn vẹn

entitle v. cho tên [sách, bài]; cho quyền: *to ~ to freedom* được hưởng quyền tự do; *the poem is ~d ...* bài thơ ấy nhan đề ...

entity n. thực thể

entomology n. khoa sâu bọ, côn trùng học

entourage n. đoàn tuỳ tùng, những người tháp tùng; vùng lân cận

entrails n. ruột, lòng

entrance 1 n. lối vào; quyền gia nhập: *~ examination* thi vào, thi nhập học; *no ~!* cấm vào! 2 v. làm xuất thần; làm mê mẩn, mê hoặc

entreat v. van xin/nài, khẩn nài, khẩn khoản

entreaty n. sự/lời khẩn cầu

entrée n. món ăn đầu bữa, khai vị

entrench v. đào hào, cố thủ

entrust v. giao, gửi, giao phó: *to ~ a task to someone* giao phó một việc cho ai

entry n. sự đi vào; lối/cổng vào; sự ghi vào sổ; khoản/mục được ghi; mục từ [trong từ điển]

entwine v. quấn, bện, tết

enumerate v. kê, liệt kê, tính rõ, đếm

enunciate v. phát âm; nói ra, phát biểu

envelop v. bọc, bao, bao phủ

envelope n. phong bì, bì thư: *self-addressed ~* phong bì đề tên mình để người ta trả lời

enviable adj. đáng thèm muốn, đánh ghen tị

envious adj. thèm muốn, ghen tị, đố kỵ

environment n. hoàn cảnh, môi trường

environmentalist n. nhà môi sinh học

environs n. vùng xung quanh, vùng phụ cận

envisage v. dự tính, nhìn trước, nghĩ rằng sẽ có

envoy n. phát viên, đại diện; đặc sứ, công sứ

envy 1 n. sự thèm muốn/ghen tị/đố kỵ; điều làm người ta ghen tị 2 v. thèm muốn, ghen tị

enzyme n. hóa chất enzim

ephemeral adj. không bền, chóng tàn, sớm nở tối tàn, đoản mệnh

epic n., adj. (có tính chất) sử thi/anh hùng ca

epidemic n., adj. (bệnh) dịch

epigram n. thơ trào phúng; cách nói dí dỏm

epilepsy n. chứng động kinh

epilogue n. phần kết; lời bạt

episcopal adj. thuộc giám mục; [nhà thờ] tân giáo

episode n. đoạn, hồi, tình tiết

epitaph n. văn bia, văn mộ chí

epithet n. tính ngữ; tên gọi có ý nghĩa

epitome n. toát yếu, trích yếu; hình ảnh thu nhỏ

epoch n. thời đại, kỷ nguyên, thời kỳ, giai đoạn trọng yếu

epoch-making adj. đánh dấu một kỷ nguyên mới; có tính lịch sử

equal 1 n. người ngang hàng/sức, vật bằng nhau: *you should marry somebody more your ~* bạn nên lấy người bằng bạn; *their* *extensive knowledge of the ancient world has no ~* kiến thức về thế giới cổ không ai bằng họ **2** *adj.* ngang, bằng; đủ sức, đủ khả năng (đáp ứng): *to be ~ to someone's expectation* đáp ứng sự mong đợi của ai; *~ opportunity* cơ hội đồng đều **3** *v.* bằng, ngang, sánh/bì kịp: *10 percent interest less 4 percent inflation ~s 6 percent* 10 phần trăm tiền lời trừ đi 4 phần trăm lạm phát bằng 6 phần trăm

equality *n.* sự bình đẳng; sự bằng nhau

equalize *v.* làm bằng nhau, san bằng nhau

equally *adv.* bằng nhau, giống nhau; [chia] đều

equanimity *n.* tính bình tĩnh/trầm tĩnh

equate *v.* đặt ngang hàng, đánh đồng

equation *n.* phương trình

equator *n.* xích đạo

equestrian *n., adj.* thuộc thuật/người cỡi ngựa

equidistant *adj.* cách đều

equilateral *adj.* [tamgiác] đều cạnh: *an ~ triangle* tam giác đều

equilibrium *n.* sự thăng bằng, sự cân bằng

equinox *n.* phân điểm, điểm phân: *vernal ~* xuân phân

equip *v.* trang bị, thiết bị

equipment *n.* sự trang bị; đồ trang bị, thiết bị, dụng cụ, đồ dùng, máy móc

equitable *adj.* công bằng, vô tư

equity *n.* tính công bằng; giá trị tài sản, chứng khoán hay cổ phần sau khi trừ thuế

equivalent *n., adj.* (vật/từ) tương đương

equivocal *adj.* không rõ rệt, mập mờ, nước đôi

era *n.* thời đại, kỷ nguyên: *the Christian ~* kỷ nguyên Thiên Chúa giao

eradicate *v.* trừ tiệt, nhổ rễ, xoá bỏ, diệt trừ

erase *v.* xoá, xoá bỏ, gạch bỏ, tẩy đi

eraser *n.* cái tẩy, cái lau bảng

erect **1** *adj.* đứng thẳng, dựng đứng **2** *v.* xây dựng, lắp ráp

erode *v.* xói mòn; ăn mòn

erosion *n.* sự xói mòn, sự ăn mòn, sự xâm thực

erotic *adj.* thuộc tình dục; gợi tình, khiêu dâm

err *v.* sai lầm, lầm lỗi

errand *n.* việc vặt: *to run ~s* chạy việc vặt

errant *adj.* lang thang, giang hồ, du hiệp

errata *n.* (*sing.* **erratum**) bản đính chính lỗi in

erratic *adj.* thất thường, lung tung

erroneous *adj.* sai lầm

error *n.* sự sai lầm, lỗi: *to make/commit an ~* mắc phải sai lầm; *typographical ~s* lỗi nhà in, lỗi tấn công, lỗi người đánh máy

erudite *adj.* học rộng, uyên bác, uyên thâm

erudition *n.* sự/tính uyên bác, học thức uyên bác

erupt *v.* [núi lửa] phun; [vụ cãi cọ, chiến tranh] nổ ra, bùng nổ, bạo phát; [da] phát ban, mọc mụn

eruption *n.* sự phun; sự bùng bổ; sự phát an/mọc

escalate *v.* leo thang [chiến tranh]

escalator *n.* cầu thang tự động

escape **1** *n.* sự trốn thoát, lối thoát; sự thoát hơi: *fire ~* thang thoát cháy **2** *v.* trốn thoát, thoát; thoát ra: *to ~ punishment* thoát khỏi sự trừng phạt

escapee *n.* người trốn thoát

escort **1** *n.* đội/đoàn hộ tống; người bảo vệ/hướng dẫn; bạn trai cùng đi **2** *v.* hộ tống, đi theo

esophagus *n.* [*Br.* **oesophagus**] thực quản

especially *adv.* nhất là đặc biệt

Esperanto *n.* thế giới ngữ, tiếng Etperantô

espionage *n.* hoạt động gián điệp

esquire *n.* ông, ngài (*abbr.* **Esq**), để sau tên

essay *n.* bài tiểu luận/đoản luận

essayist *n.* người viết tiểu luận/đoản luận

essence *n.* tinh chất; bản chất, thực chất

essential **1** *n.* yếu tố cần thiết **2** *adj.* thuộc bản chất; cần thiết, thiết/chủ/cốt/tất yếu

establish *v.* lập thành/thiết/kiến lập; chứng minh, xác định; đặt [vào một địa vị]

establishment *n.* sự thành lập; sự xác định; sự đặt; cơ sở kinh doanh, cơ cấu chính phủ

estate **1** *n.* ruộng đất, cơ ngơi, địa sản, bất động sản: *real ~* bất động sản, tài sản, di sản; *~-agent* **2** *n.* người mua bán nhà cửa đất đai, công ty địa ốc: *to discuss with ~ on the price of your house* thảo luận giá nhà của bạn với công ty địa ốc

esteem **1** *n.* lòng quý mến: *to hold someone in high ~* kính mến/quý trọng ai **2** *v.* kính mến, quí trọng

esthetic *adj.* [*Br.* **aesthetic**] thuộc mỹ học, thẩm mỹ

esthetics *n.* [*Br.* **aesthetics**] mỹ học

estimate **1** *n.* số lượng ước tính; bản khai giá **2** *v.* ước lượng, đánh giá

estimation *n.* sự ước lượng/tính; sự quý mến

estrange *v.* ly gián, làm xa rời/xa lạ

estuary *n.* cửa sông

et cetera *adv.* (*abbr.* **etc.**) vân vân

etch *v.* khắc axit

etching *n.* bản khắc axit

eternal *adj.* vĩnh viễn/cửu, bất diệt, đời đời; không ngừng, liên miên

eternity *n.* tính bất diện; thời gian vô tận

ether *n.* ête; bầu trời trong sáng, thinh không

ethereal *adj.* nhẹ như thinh không; thiên tiên

ethical *adj.* thuộc đạo đức, thuộc luân lý; đúng luân thường đạo lý, đúng luân lý chức nghiệp

ethics *n.* đạo đức, nguyên tắc xử thế; đạo đức học

Ethiopia *n.* nước Ê-ti-ô-pi

Ethiopian *n., adj.* thuộc/người E-ti-ô-pi

ethnic *adj.* thuộc dân tộc/chủng tộc/nhân chủng

ethnography *n.* dân tộc học

ethnology *n.* nhân chủng học, dân tộc học

etiquette *n.* phép xã giao: *social ~* nghi lễ

etymology *n.* từ nguyên, ngữ nguyên; từ nguyên học

eucalyptus *n.* cây khuynh diệp

eugenics *n.* thuyết ưu sinh, ưu sinh học

eulogy *n.* bài ca tụng/tán dương, tán từ, tụng từ

eunuch *n.* quan hoạn, hoạn quan

euphemism *n.* uyển từ, uyển ngữ, lời nói trại

evacuate *v.* rút quân; sơ tán, tản cư, bài tiết

evacuation *n.* sự triệt thoái; việc sơ tán/tản cư; sự bài tiết

evade *v.* tránh, né, lẩn tránh, lẩn trốn, lảng

evaluate *v.* đánh giá, định giá, lượng định

evanescent *adj.* chóng phai mờ; dễ mất

evangelical *adj.* thuộc Phúc âm

evangelism *n.* sự truyền bá Phúc âm

evangelist *n.* người truyền bá Phúc âm

evaporate *v.* (làm) bay hơi; tan biến, biến mất

evaporation *n.* sự bay hơi

evasion *n.* sự lảng tránh, sự lẩn tránh

evasive *adj.* lảng tránh thoái thác

eve *n.* đêm trước, ngày hôm trước: *on the ~ of* thời gian trước khi có...

even 1 *adj.* bằng, phẳng; đều, đều đặn; ngang nhau; [số] chẵn: *to get ~ with some-one* trả thù ai; *to break ~* hoà vốn **2** *v.* san bằng, làm phẳng; làm cho bằng **3** *adv.* ngay cả đến; lại còn: *he ~ hates his father* nó ghét cả bố nó nữa; *this one is ~ cheaper* cái này lại còn rẻ hơn; *~ if, ~ though* dù là ... đi chăng nữa; *~ so* dù có thế đi nữa

evening *n.* buổi tối, tối, đêm: *in the ~* buổi tối; *on that ~* tối hôm ấy; *this ~* tối nay; *tomorrow ~* tối mai; *~ paper* báo buổi chiều; *~ school* lớp học buổi tối; *~ dress* áo dạ hội; *~ star* sao hôm

event *n.* sự việc, sự việc (quan trọng); trường hợp: *current ~s* thời sự, thời cuộc; *in the ~ of* trong trường hợp ...; *in any ~, at all ~s* bất luận trong trường hợp nào

eventful *adj.* có nhiều sự kiện đáng kể

eventual *adj.* có thể xảy ra, vạn nhất; tối hậu

eventually *adv.* cuối cùng, tối hậu, rồi ra

ever *adv.* bao giờ, từ trước đến nay, từng, hằng; mãi mãi, luôn luôn; nhỉ!: *more than ~* hơn bao giờ hết; *the best story ~ written* truyện hay nhất từ trước đến nay; *did you ~ swim in that river?* anh đã bao giờ bơi ở con sông đó chưa?; *have you ~ been to Singapore?* các ông đã bao giờ đến Singapore chưa?; *the most entertaining movie I have ~ seen* cuốn phim giải trí nhất mà tôi từng được xem; *for ~ and ~* mãi mãi; *what~ do they want?* bọn học muốn cái gì thế nhỉ?; *when~* bất cứ lúc nào, bất cứ bao giờ

evergreen *n.* cây trường xanh, cây đông thanh

everlasting *adj.* mãi mãi, vĩnh viễn, vĩnh cửu

evermore *adv.* mãi mãi, đời đời

every *adj.* mọi, tất cả mọi: *~ now and then, ~ so often* thỉnh thoảng; *~ other day* cách một ngày một lần, hai ngày một lần; *~ three weeks* ba tuần lễ một lần

everybody *pron.* (tất cả) mọi người, ai nấy

everyday *adj.* hằng ngày, dùng hằng ngày, nhật dụng; thường xảy ra

everyone *pron.* (tất cả) mọi người, ai nấy

everything *pron.* tất cả (mọi thứ/vật)

everywhere *adv.* khắp mọi nơi, ở mọi nơi

evict *v.* đuổi [người thuê nhà/đất], trục xuất

eviction *n.* sự đuổi, sự trục xuất

evidence *n.* chứng cớ, bằng chứng

evident *adj.* rõ ràng, hiển nhiên

evil 1 *n.* điều ác/xấu **2** *adj.* xấu, ác; có hại: *to have an ~ tongue* nói lời ác hại

evoke *v.* gợi lên

evolution *n.* sự tiến triển/diễn tiến/tiến hoá

evolve *v.* tiến diễn, tiến triển; tiến hoá

ewe *n.* cừu cái

ewer *n.* bình đựng nước

exact 1 *adj.* đúng, chính xác **2** *v.* tống tiền, bắt đóng, bóp nặn [thuế]

exacting *adj.* đòi hỏi nhiều (công sức)

exactitude *n.* tính chính xác

exactly *adv.* đúng, đúng như vậy, đúng như thế

exaggerate *v.* thổi phòng, phóng đại, cường điệu

exalt *v.* đề cao, tâng bốc; tán dương, tán tụng

examine *v.* xem xét, cứu xét, khám xét; nghiên cứu, khảo sát; hỏi thi, sát hạch; thẩm vấn

examination *n.* sự khám xét, sự khảo sát; kỳ thi: *to take this ~* tham dự kỳ thi nầy; *to pass the ~* đỗ; *to fail/flunk an ~* trượt, trớt; *physical/medical ~* sự khám bệnh, sự khám sức khoẻ

examiner *n.* giám khảo

example *n.* ví dụ, thí dụ; gương, mẫu, gương mẫu

exasperate *v.* làm bực tức thêm, chọc tức

excavate *v.* đào; khai quật

excavation *n.* sự đào; hố đào; cuộc khai quật

exceed *v.* vượt (quá), hơn

exceedingly *adv.* quá, phi thường, vô cùng

excel v. hơn, trội hơn; trội về, xuất sắc [về in]

excellence n. sự xuất sắc, tính ưu tú; điểm trội

Excellency n. Ngài (xưng hô): *Your ~* kính thưa Ngài

excellent adj. rất tốt, ưu, rất hay, ưu tú, trội

except prep. trừ, ngoại trừ, không thể

exception n. biệt lệ, ngoại lệ: *with the ~ of* trừ ...; *to take ~ to* phản đối

exceptional adj. khác thường, đặc biệt, hiếm có

excerpt 1 n. đoạn/phần trích 2 v. trích, trích dẫn

excess n. sự quá mức; số hơn/thừa/dôi/dư; sự ăn uống/chơi bời quá độ: *in ~ of* hơn, quá ...; *~ baggage* hành lý thặng dư

excessive adj. quá mức, quá thể, quá đáng/độ

exchange 1 n. sự trao đổi; hối đoái; tổng đài điện thoại: *foreign ~* đổi ngoại tệ; *rate of ~* hối suất 2 v. đổi, đổi chác, trao đổi; đổi được: *a dollar can ~ for more than VN $1,000* một đô la có thể đổi ra được hơn 1,000 Việt Nam

Exchequer n. Bộ Tài chính Anh: *chancellor of the ~* Bộ trưởng tài chính Anh

excise n. thuế hàng hóa: *~ tax* thuế tiêu thụ

excite v. kích thích/động, làm hưng phấn

excitedly adv. cuống quít, xôn xao

excitement n. sự kích thích/náo động/sôi nổi

exclaim v. kêu/la lên, than

exclamation n. sự kêu la, lời than: *~ mark* dấu than, dấu cảm thán

exclude v. không cho vào, bỏ ra ngoài; không cho hưởng; đuổi/loại ra, loại trừ

exclusion n. sự ngăn chặn, sự loại trừ

exclusive adj. riêng biệt, dành riêng cho số ít

excommunicate v. rút phép thông công; trục xuất

excrement n. cứt, phân

excrete v. thải ra, bài tiết

excretion n. sự/chất bài tiết

excursion n. cuộc du ngoạn/tham quan

excuse 1 n. lời xin lỗi; lý do bào chữa; sự tha lỗi: *when my son was sick, I had a perfect ~ to stay home* khi con tôi đau, tôi có lý do bào chữa để ở nhà 2 v. tha lỗi, thứ lỗi, miễn thứ, lượng thứ, bỏ qua đi cho; bào chữa; miễn/tha cho: *~ me!* xin lỗi!; *to ~ oneself* cáo lỗi

execute v. chấp hành, thi hành, thừa hành; hành hình, xử tử; biểu diễn [bản nhạc], thực hiện

execution n. sự thi hành; sự hành hình/quyết

executive 1 n. quyền/ngành hành pháp; chủ hãng, uỷ viên quản trị [một công ty]: *chief ~* tổng giám đốc 2 adj. hành pháp, hành chính: *~ position* chức vụ hành chánh

executor n. người thi hành di chúc

exemplary adj. gương mẫu, mẫu mực; để làm gương

exemplify v. làm thí dụ cho

exempt v. miễn [thuế, lệ phí, v.v.] cho

exemption n. sự miễn

exercise 1 n. bài tập; sự sử dụng [quyền]; thể dục: *military ~s* cuộc thao diễn quân sự; *to do ~s* tập thể dục; *graduation/commencement ~s* lễ tốt nghiệp 2 v. tập luyện, rèn luyện; tập thể dục; sử dụng

exert v. dùng, sử dụng: *to ~ oneself* cố gắng

exertion n. sự sử/vận dụng; nỗ lực

exhale v. thở ra; trút; thốt ra

exhaust 1 n. sự thoát/rút khí 2 v. hút, rút; dùng hết, dốc hết, làm cạn, làm kiệt quệ; làm mệt lử: *~ pipe* ống xả/thoát [khói,hơi]

exhaustion n. sự làm kiệt; tình trạng kiệt sức

exhaustive adj. hết mọi khía cạnh, thấu đáo, kỹ

exhibit 1 n. vật triển lãm; tang vật 2 v. phô bày, trưng bày; bày tỏ, biểu lộ

exhibition n. cuộc triển lãm

exhilarate v. làm vui vẻ/sung sướng/hồ hởi

exhort v. hô hào, cổ vũ, thúc đẩy, cổ xúy

exigency n. nhu cầu cấp bách; tình trạng khẩn cấp

exile 1 n. sự đày ải; sự ly hương, cảnh tha hương: *government in ~* chính phủ lưu vong 2 v. đày ải, lưu đày, lưu vong

exist v. sống, tồn tại; vẫn còn, hiện vẫn còn có: *corruption still ~s, there still ~s corruption* nạn tham nhũng vẫn còn; *they ~ on bread and potatoes* họ sống bằng bánh mì và khoai tây

existence n. cuộc sống; sự hiện có: *in ~* còn có

existent adj. còn có, hiện có: *no longer ~* hiện không còn có nữa

existentialism n. thuyết hiện sinh/sinh tồn

exit 1 n. lối/cửa ra; sự đi ra; sự đi vào: *emergency ~* cửa ra an toàn, lối thoát; *no ~* đây không phải cửa ra 2 v. [diễn viên] đi vào

exodus n. sự ra đi, cuộc di cư

exorbitant adj. [giá] quá cao, quá đắt, cắt cổ

exorcise v. xua đuổi tà ma

exotic adj. lạ, ngoại lai, từ nước ngoài đem vào

expand v. trải ra, mở rộng; mở ra, phồng ra; phát triển, phát huy

expanse n. khoảng/giải rộng

expansion n. sự mở rộng; sự phát triển/bành trướng

expansionism n. chủ nghĩa bành trướng

expansive adj. có thể mở rộng, cởi mở, chan hoà

expatriate n., v. (người) bỏ xứ sở mà đi, người đi làm việc nước ngoài

expect v. chờ đợi, ngóng/mong/trông chờ;

chắc là,cho rằng: *to ~ to succeed* chắc rằng mình sẽ thành công; *to ~ a friend* chờ một người bạn sắp đến

expectancy *n.* dự tính, ước muốn: *life ~* tuổi thọ dự tính

expectant *adj.* có mang; *~ mother* phụ nữ có mang

expectation *n.* sự trông mong/mong đợi; sự dự tính

expediency *n.* sự có lợi; sự được việc

expedient 1 *n.* cách, kế, thủ đoạn 2 *adj.* được việc: *to do whatever is ~* làm bất cứ việc gì có lợi

expedite *v.* xúc tiến, giải quyết/thanh toán mau

expedition *n.* cuộc viễn chinh/thám hiểm; cuộc đi, cuộc hành trình; tính chóng vánh

expeditious *adj.* chóng vánh, mau lẹ

expel *v.* đuổi, trục xuất; làm bật ra, tống ta

expend *v.* tiêu, tiêu dùng; dùng hết/cạn

expenditure *n.* món tiêu, tiền chi tiêu, phí tổn, kinh phí, chi phí

expense *n.* sự tiêu; phí tổn: *traveling ~s* lộ phí; *he got rich at the worker's ~* hắn ta làm giàu bằng mồ hôi nước mắt của công nhân

expensive *adj.* đắt tiền, mắc

experience 1 *n.* kinh nghiệm: *personal ~* kinh nghiệm bản thân 2 *v.* trải qua, nếm mùi: *to ~ defeat* nếm mùi thất bại

experienced *adj.* có (nhiều) kinh nghiệm

experiment *n., v.* (cuộc/sự) thử, thí nghiệm

experimental *adj.* thựcnghiệm; để thí nghiệm

expert 1 *n.* nhà chuyên môn, chuyên viên/ gia, viên giám định 2 *adj.* chuyên môn, thạo, lão luyện, tinh thông: *both red and ~* vừa hồng vừa chuyên

expertise *n.* tài chuyên môn; sự tinh thông

expiate *v.* chuộc/đền tội

expiration *n.* sự thở ra; sự mãn hạn, sự hết hạn

expire *v.* thở (hắt) ra; mãn hạn, hết hiệu lực

explain *v.* cắt/giải/giảng nghĩa; giải thích

explanation *n.* sự giảng giải; lời giải thích

explanatory *adj.* để giải thích/thuyết minh

explicit *adj.* rõ ràng, dứt khoát; [hàm] hiện

explode *v.* (làm) nổ, làm tiêu tan; nổ bùng

exploit 1 *n.* thành tích, kỳ công, huân công 2 *v.* bóc lột, lợi dụng; khai thác/khẩn

exploitation *n.* việc/sự lợi dụng; sự khai thác: *the ~ of man by man* chế độ người bóc lột người

exploration *n.* sự thám hiểm/thông dò/khảo sát

explore *v.* thăm dò, thám hiểm; thông dò; khảo sát tỉ mỉ,thâm cứu

explorer *n.* nhà thám hiểm

explosion *n.* sự nổ; tiếng nổ; sự tăng gia ồ ạt

explosive 1 *n.* chất nổ 2 *adj.* gây nổ, dễ nổ, nổ

exponent *n.* số mũ

export 1 *n.* hàng xuất khẩu 2 *v.* xuất khẩu/ cảng

exportation *n.* việc xuất khẩu/xuất cảng

expose *v.* phơi bày; vạch trần; trưng bày; phơi sáng, chụp [ảnh]; đặt vào [chỗ nguy hiểm]

exposition *n.* cuộc triển lãm; sự trình bày

expostulate *v.* khuyên răn, khuyến giới

exposure *n.* sự trưng bày; sự vạch trần; sự phơi sáng; sự đưa ra nơi nguy hiểm; hình, ảnh

expound *v.* dẫn giải, trình bày chi tiết

express 1 *n.* xe lửa tốc hành: *to take the ~ to Hanoi* đi chuyển xe lửa tốc hành đến Hà Nội 2 *v.* bày tỏ, diễn đạt, biểu lộ, phát biểu, biểu đạt, biểu thị: *they ~ themselves easily in English* họ diễn tả dễ dàng bằng tiếng Anh 3 *adj.* rõ ràng, minh bạch; nhanh, hoả tốc, tốc hành: *~ service* dịch vụ hoả tốc 4 *adv.* hoả tốc, tốc hành: *to send it ~* gởi tốc hành

expression *n.* sự biểu lộ/diễn đạt; nét/vẻ mặt; từ ngữ, thành ngữ; biểu thức

expressive *adj.* có ý nghĩa, diễn cảm

expressly *adv.* rõ ràng, tuyệt đối; cốt ý, cốt để

expressway *n.* xa lộ cho chạy nhanh

expulsion *n.* sự đuổi, sự trục xuất/khai trừ

expunge *v.* xoá bỏ tên (trong danh sách)

exquisite *adj,* thanh, thanh tú; sắc, tinh, nhạy, thính, tế nhị; hay tuyệt, ngon tuyệt

extant *adj.* hiện còn

extemporaneous *adj.* ứng khẩu

extend *v.* mở rộng, kéo dài; đưa ra, giơ ra; gửi [lời chào mừng *greetings*], dành cho [sự giúp đỡ]: *to ~ the hand* chìa tay ra; *to ~ best wishes to …* gởi lời chúc tốt đẹp đến …

extension *n.* sự gia hạn; phần kéo dài, phần mở rộng; lớp đại học nhân dân/hàm thụ

extensive *adj.* rộng rãi, bao quát: *~ cultivation* quảng canh

extent *n.* khoảng rộng; phạm vi, chừng mực

extenuate *v.* giảm nhẹ, giảm khinh

extenuation *n.* sự giảm khinh

exterior 1 *n.* bề/bên/mặt ngoài: *the ~ of the building is beautiful* bề ngoài tòa nhà rất đẹp 2 *adj.* ở/từ ngoài: *the ~ walls were painted white* tường ngoài sơn màu trắng

exterminate *v.* diệt trừ,tiêu/huỷ diệt

extermination *n.* sự tiêu diệt/hủy diệt

external *adj.* bên ngoài; dùng bên ngoài; từ ngoài vào; với bên ngoài

extinct *adj.* tắt; đã mai một; tuyệt chủng

extinction *n.* sự tắt; sự tiêu diệt/tuyệt chủng

extinguish *v.* dập tắt; làm tiêu tan [hy vọng]

extinguisher *n.* máy dập lửa

extol *v.* ca tụng, tán dương

extort *v.* tống tiền, bóp nặn; moi
extortion *n.* sự/vụ tống tiền
extra 1 *n.* cái phụ, phần thêm; vai phụ: *there are no hidden ~s* không có gì thêm phải dấu cả **2** *adj.* thêm, phụ, ngoại; đặc biệt: *to need ~ time to finish the work* cần thêm thì giờ mới xong việc **3** *adv.* thêm ngoài: *to work ~* làm thêm
extract 1 *n.* đoạn trích; phần chiết, tinh, nước cốt **2** *v.* lấy ra, nặn ra, hút ra; nhổ [răng]; moi; trích, khai [căn]
extraction *n.* sự trích/chép ra; sự lấy/nặn/hút ra; việc nhổ [răng]; việc moi; nguồn gốc, dòng giống
extracurricular *adj.* [hoạt động] ngoại khoá
extradite *v.* dẫn độ, trao trả [người phạm tội]
extradition *n.* sự/quyền dẫn độ
extraneous *adj.* ngoại lai; ra ngoài đề
extraordinary *adj.* lạ thường, khác thường, dị thường; đặc biệt, đặc mệnh: *envoy ~* công sứ đặc mệnh, đặc sứ
extraterritorial *adj.* có đặc quyền ngoại giao
extravagance *n.* tính phung phí; hành vi ngông
extravagant *adj.* phung phí, lãng phí; quá quắt, quá đáng; ngông cuồng vô lý
extreme 1 *n.* thái cực, mức độ/tình cảnh cùng cực; hành động/biện pháp cực đoan **2** *adj.* ở tột/ngoài cùng; cùng cực, cực độ, tột bực, vô cùng; cực đoan, quá khích
extremely *adv.* vô cùng, tột cùng/bực, hết sức
extremist *n.* tên quá khích; người cực đoan
extremity *n.* đầu, mũi; bước đường cùng; biện pháp phi thường/cực đoan
extricate *v.* gỡ ra, tách ra, thoát ra
exuberant *adj.* [cây cỏ] um tùm, sum sê; [tình cảm] chứa chan, dào dạt; dồi dào, phong phú; hồ hởi
exult *v.* hớn hở, hả hê, hoan hỉ, hân hoan, hồ hởi
eye 1 *n.* mắt, con mắt; lỗ [kim, xâu dây giày]; thị giác, thị lực: *in the ~s of the world* theo con mắt của thế giới; *to have an ~ on* để mắt trông nom; *to lay ~s on ...* nhìn ...; *to make ~s at* nhìn đắm đuối **2** *v.* nhìn, quan sát
eyeball *n.* cầu mắt, nhãn cầu
eyebrow *n.* lông mày: *~ pencil* bút kẻ lông mày
eyeglasses *n.* cặp kính đeo mắt
eyelash *n.* lông mi: *false ~es* lông mi giả
eyelet *n.* lỗ xâu dây
eyelid *n.* mi mắt
eye-opener *n.* chuyện lạ, tin bất ngờ; hớp rượu sáng sớm
eyeshade *n.* cái che mắt cho đỡ chói

eye shadow *n.* quầng mắt vẽ cho đẹp
eyesight *n.* sức nhìn, thị lực
eyesore *n.* vật chướng mắt, điều gai mắt
eyetooth *n.* răng nanh (hàm trên)
eyewash *n.* thuốc rửa mắt; lời nói vớ vẩn; lời nịnh hót
eyewitness *n.* người được mục kích, nhân chứng: *we should have an ~ for this case* chúng ta cần nhân chứng cho trường hợp nầy

F

fa *n.* dấu nốt nhạc Fa
fable *n.* truyện ngụ ngôn, truyện thần kỳ
fabric *n.* vải, hàng; cơ cấu, kết cấu
fabricate *v.* bịa đặt; làm giả, ngụy tạo
fabulous *adj.* bịa đặt, hoang đường; quá xá, khó tưởng tượng được, khó tin
facade *n.* mặt tiền, mặt chính; bề ngoài
face 1 *n.* mặt, vẻ mặt; bộ mặt: *~ to ~* mặt đối mặt; *to make ~s* nhăn mặt **2** *n.* bề mặt; thể diện, sĩ diện: *to lose ~* mất mặt; *to save one's ~* giữ thể diện **3** *v.* hướng/quay về; đối diện, đường đầu, đối phó
facet *n.* mặt, khía cạnh
facetious *adj.* bông lơn, hay khôi hài
facilitate *v.* làm cho dễ dàng, thuận tiện
facility *n.* sự dễ dàng; tiện nghi, phương tiện: *to use the library ~* dùng tiện nghi về thư viện
facsimile *(usu. abbr. fax) n.* bản sao, bản chép
fact *n.* sự thật, thực tế; sự việc, sự kiện: *in ~* thực ra; *as a matter of ~* thực tế là ...
faction *n.* bè phái, bè cánh, phe
factitious *adj.* giả tạo, không tự nhiên
factor *n.* nhân tố, yếu tố; thừa số
factory *n.* xưởng, nhà máy, xí nghiệp
faculty 1 *n.* khả năng, tính năng, năng lực: *~ of hearing* khả năng nghe **2** *n.* khoa, phân khoa; ban giáo sư/giảng huấn, toàn bộ cán bộ giảng dạy: *~ of business* khoa thương mại
fad *n.* mốt nhất thời, thời trang
fade *v.* héo/úa đi; nhạt/phai đi, mờ dần
fag 1 *n.* công việc nặng **2** *v.* làm quần quật
faggot *n.* người đồng dâm nam
fail *v.* thất bại; trượt, rớt, hỏng thi; không làm tròn, không giữ trọn; thiếu; đánh trượt/hỏng
failure *n.* sự thất bại; sự thi trượt, sự hỏng thi
faint 1 *adj.* uể oải, yếu ớt, mờ nhạt: *the ~est idea* ý kiến lơ mơ nhất **2** *v.* ngất đi, xỉu đi
faint-hearted *adj.* nhút nhát, nhu nhược

fair 1 *n.* hội chợ, chợ phiên 2 *adj.* công bằng; ngay thẳng: *should be ~* nên công bằng 3 *adj.* đẹp; tóc vàng: *the ~ sex* phái đẹp, phụ nữ

fairy *n.* nàng/cô tiên: *~ tale* truyện tiên, truyện thần kỳ

fairyland *n.* cõi tiên, tiên giới, nơi tiên cảnh

faith *n.* sự tin tưởng; niềm tin, lòng tin: *good ~* thiện ý; *bad ~* ý gian, ý xấu

faithful *adj.* trung thành, trung thực, trung nghĩa: *the ~* những người ngoan đạo/trung thành

faithless *adj.* xảo trá, lật lọng, bất trung

fake 1 *n.* đồ giả: *this painting is a ~* bức tranh nầy là đồ giả 2 *adj.* giả, không thật: *~ money* tiền giả 3 *v.* làm giả, giả mạo; vờ

fakir, faquir *n.* thày tu khổ hạnh

falcon *n.* chim ưng, chim cắt

fall 1 *n.* sự rơi/ngã/rụng; sự hạ/sụt; sự suy sụp, sự sụp đổ: *~ season* mùa thu 2 *n.* thác nước 3 *v.* [**fell; fallen**] rơi (xuống/vào); rủ/xõa (xuống), rụng; xuống thấp, hạ thấp; xịu xuống; [gió] dịu đi, đỡ, bớt; đổ nát, sụp đổ; xuống dốc, sa sút; bị rơi vào, lâm vào: *the cities ~ to the enemy* các thành phố ấy đã bị lọt vào tay địch; *her hair ~s to her shoulders* tóc thề đã chấm ngang vai; *the leaves began to ~* lá cây (khi đó) đã bắt đầu rụng; *to ~ asleep* ngủ thiếp đi; *to ~ in love with* phải lòng yêu ...; *to ~ behind* tụt lại đằng sau; bị chậm; còn thiếu nợ; *to ~ for* mê tít; bị lừa/xỏ; *to ~ short* thiếu, không đủ; không tới đích; *to ~ in* sụt; xếp hàng; *to ~ out* cãi nhau; giải tán

fallacious *adj.* dối trá, gian dối, trá nguy

fallacy *n.* ý kiến/tư tưởng sai lầm

fallout *n.* bụi phóng xạ

fallow *adj.* [đất] bỏ hoang, không trồng trọt

false *adj.* giả, không thật; giả dối, dối trá; sai, lầm

falsehood *n.* lời/sự nói dối; điều sai lầm

falsies *n.* vú giả

falsify *v.* làm giả, giả mạo; bóp méo, xuyên tạc

falter *v.* đi loạng choạng, vấp ngã; trù trừ; ấp úng, ngập ngừng

fame *n.* tiếng tăm, danh tiếng, tên tuổi: *house of ill ~* nhà thổ, nhà chứa, ổ điếm

famed *adj.* có tiếng, nổi tiếng, lừng danh

familiar *adj.* quen thuộc; thông thạo; thông thường; suồng sả, lả lơi, nhờn

familiarity *n.* sự quen thuộc; sự hiểu biết, sự am tường; sự thân mật; sự suồng sã

familiarize *v.* làm cho quen [*with* với]

family *n.* gia đình, gia quyến; chủng tộc; họ: *a large ~* một gia đình đông con; *your ~* bảo quyến, quý quyến; *language ~* ngữ tộc;

~ name họ; *~ planning* sự kế hoạch hóa sinh đẻ; *~ tree* cây gia hệ/gia tộc; *extended ~* đại gia đình; *nuclear ~* tiểu gia đình

famine *n.* nạn đói kém

famish *v.* đói như cào; chết đói

famous *adj.* có tiếng, nổi tiếng, nổi danh, trứ danh, hữu danh; cừ, chiến, oai, lừng danh

fan 1 *n.* cái quạt: *electric ~* quạt máy/điện; *ceiling ~* quạt trần 2 *n.* người hâm mộ/say mê: *soccer ~* người mê bóng đá; *~ mail* thư khen của người hâm mộ 3 *v.* quạt, thổi bùng

fanatic 1 *n.* người cuồng tín 2 *adj.* cuồng tín

fanaticism *n.* sự cuồng tín

fanciful *adj.* tưởng tượng; kỳ cục; đồng bóng

fancy 1 *n.* trí/sự tưởng tượng; ý thích, thị hiếu; tính đồng bóng 2 *adj.* tưởng tượng; có trang trí 3 *v.* tưởng tượng, cho rằng, nghĩ rằng

fanfare *n.* sự phô trương ầm ĩ (bằng kèn trống)

fang *n.* răng nanh [chó]; răng nọc [rắn]

fantastic *adj.* kỳ quái, quái dị; to lớn kinh khủng, hay kinh khủng

fantasy *n.* khả năng/hình ảnh tưởng tượng; điệu lạ; ý nghĩ kỳ lạ; ảo tưởng khúc

far 1 *adj.* xa, xa xôi, xa xăm: *as ~ as Danang* vào/ra mãi tận Đà Nẵng; *as ~ as I know* theo chỗ tôi được biết; *~ and wide* khắp mọi nơi; *how ~?* Bao xa?; *as ~ as the investigation is concerned, ...* Còn như về cuộc điều tra thì ... 2 *adv.* xa; nhiều: *~ better* tốt hơn nhiều

faraway *adj.* xa xăm, xa xưa; mơ màng, lơ đãng

farce *n.* kịch vui nhộn; trò khôi hài, trò hề

fare 1 *n.* tiền xe/đò/phà/tàu, tiền vé; khác đi xe; đồ/thức ăn: *half ~* vé nửa tiền, nửa vé 2 *v.* ăn uống, bồi dưỡng; làm ăn

farewell *intj., n.* (lời chào) tạm biệt: *~ dinner* bữa tiệc tiễn hành

far-fetched *adj.* gượng, không tự nhiên

farm *n.* trại, trang trại; nông trường: *collective ~* nông trường tập thể; *state ~* nông trường quốc doanh 2 *v.* cày cấy, trồng trọt, làm ruộng

farmer *n.* nhà nông, người nông dân, bác nông phu

farmhand *n.* công nhân nông trường; tá điền

farmhouse *n.* nhà trại

farming *n.* công việc đồng áng/nhà nông

farmyard *n.* sân trại

far-off *adj.* xa xôi, xa tít; xa xưa

far-reaching *adj.* có ảnh hưởng sâu rộng

farsighted *adj.* viễn thị; nhìn xa, thấy xa

farther *adj., adv.* (= **further**) xa hơn

farthest *adj., adv.* xa nhất

farthing *n.* đồng chinh; đồng xu nhỏ

fascicle *n.* bó, chùm, tập sách
fascinate *v.* làm mê hồn, thôi miên, làm mê mẩn
fascinating *adj.* quyến rũ, làm say mê
fascination *n.* sự mê mẩn
Fascism *n.* chủ nghĩa Phát xít
Fascist *n., adj.* (phần tử, tên) Phát xít
fashion 1 *n.* mốt, thời trang; kiểu, cách, hình dáng: *out of* ~ không hợp thời trang nữa; *the latest* ~ mốt mới nhất 2 *v.* tạo nên, làm thành, chế tác
fashionable *adj.* đúng mốt, hợp thời trang; diện
fast 1 *n.* sự ăn chay, mùa chay 2 *v.* nhịn đói 3 *adj.* nhanh, mau; chặt, chắc chắn, bền vững; ~ *train* xe lửa tốc hành; ~ *color* mà bền; *10 minutes* ~ nhanh 10 phút 4 *adv.* mau, nhanh: ~ *asleep* ngủ say
fasten *v.* buộc/cột/trói/đóng chặt: ~ *your seat belt!* Xin quý vị hành khách buộc thắt lưng an toàn
fastener *n.* cái bấm, cái khóa
fast-food store *n.* cửa hàng bán đồ ăn nấu sẵn và bán cho khách ăn vội
fastidious *adj.* tỉ mỉ, khó tính, khó chiều
fat 1 *n.* mỡ, chất béo 2 *adj.* béo, mập, phị; mỡ
fatal *adj.* chết người, chí tử, tai hại
fatalism *n.* thuyết định mệnh
fatality *n.* cái/sự chết bất hạnh; sự rủi ro
fate *n.* số phận, số mệnh, định mệnh, thiên mệnh
fateful *adj.* quyết định; gây chết chóc; tiền định
father 1 *n.* bố, cha, thầy, thân phục; cha đẻ, ông tổ; cha, cố, linh mục: *the* ~ *of the country* quốc phụ; *(the) Father* Chúa Thượng đế; *like* ~ *like son* cha nào con nấy; rau nào sâu nấy 2 *v.* đẻ ra, sinh ra
father-in-law *n.* bố vợ, bố chồng, nhạc phụ
fatherland *n.* tổ quốc, đất nước
fatherless *adj.* mồ côi cha, không có cha/bố
fatherly *adj.* (nhân từ) như cha/bố
fathom 1 *n.* đơn vị sải [1,82m chiều sâu] 2 *v.* đo, dò
fatigue *n.* sự mệt nhọc: ~s quần áo lao động
fatten *v.* nuôi béo, vỗ béo
fatty *adj.* béo, có nhiều mỡ
faucet *n.* vòi ở thùng rượu/nước
fault *n.* thiếu sót, khuyết điểm; lầm lỗi, sai lầm; tội, lỗi; phay, đường đứt đoạn, đường nứt: *at* ~ có lỗi, đáng trách; *to find* ~ *with* chê trách
faulty *adj.* thiếu sót, hỏng, sai, không tốt
fauna *n.* hệ động vật, các động vật, chim muông, cầm thú; động vật chí
favor 1 *n.* ân huệ, đặc ân: *do me a* ~ làm giúp tôi 2 *n.* ý tốt, thiện ý, sự quý mến/

sủng ái, sự tán thành/ủng hộ: *out of* ~ không được yêu thích 3 *v.* biệt đãi, ưu đãi; giúp đỡ, ủng hộ, tán thành; làm thuận lợi cho
favorable *adj.* thuận, thuận lợi, có lợi
favorite *n., adj.* (người) được mến chuộng, (vật/người) được ưa thích
favoritism *n.* sự thiên vị
fawn 1 *n.* hươu/nai con 2 *adj.* nâu vàng 3 *v.* [nai] đẻ 4 *v.* [chó] vẫy đuôi mừng; nịnh hót, bợ đỡ
fear 1 *n.* sự sợ hãi, sự lo sợ, sự kinh sợ: *for* ~ *that* sợ/ngại rằng 2 *v.* sợ, lo ngại
fearful *adj.* sợ, sợ hãi, sợ sệt; ghê sợ, đáng sợ; kinh khủng, ghê gớm, quá tệ
fearless *adj.* gan dạ, bạo dạn, can đảm, dũng cảm
fearsome *adj.* dễ sợ, đáng sợ, dữ tợn; hay sợ sệt
feasible *adj.* làm được, có thể thực hiện được
feast 1 *n.* bữa tiệc, yến tiệc; ngày lễ, ngày hội hè 2 *v.* dự tiệc, tiệc tùng, ăn cỗ; thết tiệc, thết đãi: *to* ~ *one's eyes on* say mê ngắm ...
feat *n.* kỳ công; chiến công, võ công: ~ *of arms* ngón, tài, trò (điêu luyện)
feather 1 *n.* lông chim, lông vũ; bộ lông, bộ cánh 2 *v.* cắm lông vào
feature 1 *n.* nét mặt; nét đặc thù; bài/tranh đặc biệt: *main* ~ phim chính; tiết mục chính 2 *v.* đăng [bài], chiếu [phim]; có [tài tử X] đóng vai chính
February *n.* tháng Hai
fecund *adj.* đẻ nhiều, mắn; [đất] màu mỡ, tốt, phì nhiêu
fed quá khứ của **feed**
federal *adj.* thuộc liên bang: ~ *Bureau of Investigation* Cục Điều tra Liên Bang (FBI)
federation *n.* liên đoàn; liên bang
fee *n.* tiền thù lao, tiền thưởng; niêm liễm, lệ phí: *tuition* ~s học phí
feeble *adj.* yếu, yếu đuối, hư nhược, suy nhược
feed 1 *n.* thức ăn cho súc vật, cỏ, rơm, cám, bèo; bữa ăn/chén; chất liệu đưa vào máy 2 *v.* [fed] cho ăn, cho bú; nuôi nấng, bồi dưỡng; ăn (cơm); ăn cỗ; đưa [chất liệu] vào máy
feedback *n.* ý kiến trình bày trở lại; sự hồi tiếp
feeder *n.* bộ phận cung cấp chất liệu; dây đưa điện ra
feel 1 *n.* sự sờ mó; xúc giác; cảm giác khi sờ mó 2 *v.* [felt] sờ, mó; thấy, cảm thấy, có cảm giác/cảm tưởng; sờ soạng, dò tìm: *I* ~ *that it's not true* tôi có cảm giác điều đó không thật; *to* ~ *X out* thăm dò ý kiến/thái độ của X

feeler *n.* râu mè; râu sờ, xúc tu, sừng; tua; lời thăm dò, lời ướm hỏi

feeling *n.* sự sờ/rờ mó; cảm giác, cảm tưởng; cảm xúc, xúc động, cảm động

feet xem **foot**

feign *v.* giả vờ, giả đò; bịa đặt; giả mạo

felicitous *adj.* [ngôn từ] đắt, tài tình, khéo

felicity *n.* hạnh phúc; lời nói khéo, cách dùng chữ đắt/khéo léo; giai cú, lời đẹp

feline *n., adj.* (thú) thuộc giống mèo

fell *v.* chặt, đẵn, phạt [cây], hạ [thú săn]: *the damaged trees should be ~ed and burned* cây hư nên chặt và đốt đi

fell quá khứ của **fall**

fellow *n.* bạn, đồng chí; người, bạn, gã, anh chàng, thằng cha; nghiên cứu sinh; hội viên [học hội], viện sĩ: *poor ~!* tội nghiệp anh chàng!; *~ citizen* đồng bào; *~ countryman* đồng bào, đồng hương; *~man* đồng loại (= *~ creature*); *~ passenger* bạn đi đường, đồng hành; *~ student* bạn học, bạn đồng song; *~ traveler* người có cảm tình cộng sản; *~ worker* bạn cùng sở/nghề, đồng nghiệp

fellowship 1 *n.* tình bạn bè/anh em; hội, phường 2 *n.* học bổng, học kim [sinh viên cao học]: *I was offered a research ~ at Singapore National University* tôi được học bổng của Đại học quốc gia Singapore

felon *n.* tội ác, trọng tội

felt quá khứ của **feel**

female 1 *n.* con cái/mái 2 *adj.* cái, mái, đàn bà, nữ: *~ candidate* thí sinh nữ

feminine *adj.* đàn bà, như đàn bà, yểu điệu; [danh từ] giống cái

feminism *n.* phong trào nam nữ bình quyền

fen *n.* miền đầm lầy

fence 1 *n.* hàng rào; thuật đánh kiếm 2 *v.* rào lại; buôn bán đồ ăn cắp; đấu kiếm

fencing *n.* thuật đấu kiếm

fend *v.* đánh lui, đẩy lui, tránh né: *to ~ off a blow* tránh né đòn

fender *n.* cái chắn bùn; cái cản sốc

ferment 1 *n.* men, con men; sự khích động/náo động 2 *v.* (làm) lên/dậy men; (làm) sôi sục/náo động

fermentation *n.* sự lên men; sự sôi sục

fern *n.* cây dương xỉ

ferocious *adj.* dữ tợn, hung ác; tàn bạo, dã man

ferocity *n.* tính dữ tợn; sự tàn nhẫn

ferret *v.* tìm kiếm, truy tầm, khám phá

ferris wheel *n.* vòng đu quay [ở giải trí trường]

ferry 1 *n.* phà: *~ boat* tàu pha; *~ car* xe đưa người qua lại 2 *v.* (chở) qua sông: *to ~ children to and from school* đưa đón trẻ con đi học

fertile *adj.* [đất] màu mỡ, tốt; có thể sinh sản

fertility *n.* sự phì nhiêu; khả năng sinh sản

fertilize *v.* bón; thụ tinh, làm thụ thai

fertilizer *n.* phân bón, đồ bón

fervent *adj.* nóng bỏng; nồng nhiệt, nồng nàn, tha thiết

fervor *n.* nhiệt tình, sự thiết tha/sôi nổi

fester *v.* (làm) mưng mủ; day dứt

festival *n.* ngày hội, liên hoan: *film ~* đại hội điện ảnh; *Lunar New Year ~* tết Nguyên đán

festive *adj.* thuộc ngày hội, vui (như hội)

festivity *n.* hội; hội hè, lễ lạc

festoon 1 *n.* tràng hoa 2 *v.* trang trí bằng hoa, lá

fetch *v.* tìm, kiếm, đi lấy; bán được ...

fête 1 *n.* ngày lễ/hội 2 *v.* khoản đãi; ăn mừng

fetish *n.* vật thờ, ngẫu tượng; điều tôn sùng

fetter 1 *n.* cái cùm; *~s* gông cùm, xiềng xích 2 *v.* cùm, trói buộc: *the company cannot be ~ed by bureaucracy* công ty không thể trói buộc bởi chế độ thư lại

fetus *n.* [*Br.* **foetus**] thai, bào thai

feud 1 *n.* mối thù 2 *v.* mang mối hận thù

feudal *adj.* phong kiến

feudalism *n.* chế độ phong kiến

fever *n.* cơn sốt, bệnh sốt; sự bồn chồn

feverish *adj.* bị sốt; sôi nổi, cuồng nhiệt

few 1 *n.* một số ít: *the chosen ~* vài người/cái chọn lọc; *quite a ~* khá nhiều 2 *adj.* ít, không nhiều: *my dad had ~ friends* bố tôi có ít bạn; *a ~* một vài, một ít; *in a ~ weeks* trong vài tuần nữa

fiancé *n., m.* chồng chưa cưới, vị hôn phu, phiăngxê

fiancée *n., f.* vợ chưa cưới, vị hôn thê, phiăngxê

fiasco *n.* sự thất bại, sự thảm hại

fib 1 *n.* chuyện bịa 2 *v.* nói dối, nói bịa

fiber *n.* sợi, thớ, xơ, phíp; tính tình

fiberglass *n.* sợi thuỷ tinh

fibrous *adj.* có sợi/xơ/thớ

fickle *adj.* hay thay đổi; không kiên định/thuỷ chung

fiction *n.* tiểu thuyết; chuyện hư cấu/tưởng tượng

fictitious *adj.* giả, hư cấu, tưởng tượng

fiddle 1 *n.* đàn viôlông: *fit as a ~* sung sức; *to play second ~* đóng vai trò phụ 2 *v.* kéo viôlông [điệu tune]; lãng phí

fiddler *n.* người chơi viôlông, tay vĩ cầm

fidget *n., v.* (sự) bồn chồn, sốt ruột

field *n.* cánh đồng, ruộng, đồng; sân, bãi; bãi chiến trường; khu, khu vực (khai thác); phạm vi, lĩnh vực; trường: *rice ~* ruộng/đồng lúa; *corn ~* ruộng ngô; *soccer ~* sân bóng đá; *battle ~* chiến trường, chiến địa;

coal ~ khu mỏ than; **magnetic** ~ từ trường; **~-glasses** ống nhòm; ~ **hospital** bệnh viện dã chiến; ~ **marshal** thống chế, đại tướng năm sao; ~ **officer** sĩ quan cấp tá

fieldwork *n.* công tác điền dã/thực địa

fiend *n.* ma quỷ; người nghiện; người giỏi

fierce *adj.* dữ tợn, hung dữ, hung tợn; dữ dội, mãnh liệt, ác liệt

fiery *adj.* bốc cháy, nảy lửa, nóng như lửa, nồng nhiệt, hung hăng, sôi nổi

fife *n.* sáo, tiêu, địch

fifteen 1 *n.* con số 15, ngày 15, một phần 15 2 *adj.* mười lăm

fifth 1 *n.* người/vật thứ 5, ngày mồng 5, một phần 5; một phần năm galông 2 *adj.* thứ 5

fiftieth 1 *n.* người/vật thứ 50, một phần 50 2 *adj.* thứ 50

fifty *n., adj.* (số) năm mươi: *he's in the late fifties* ông ấy gần 50 tuổi; *in the early fifties [50's]* trong những năm 50

fig *n.* quả sung/vả; một ít, một tí, một chút síu

fight 1 *n.* trận đánh, cuộc chiến đấu; vụ cãi nhau, vụ đánh lộn, sự lục đục, trận ẩu đả 2 *v.* [**fought**] đánh, chống, chiến đấu, đấu tranh: *to ~ for independence* đấu tranh giành độc lập; *to ~ against colonialism* đấu tranh chống chủ nghĩa thực dân; *to ~ corruption* chống tham nhũng

fighter *n.* chiến sĩ; võ sĩ; máy bay chiến đấu

fighting *n.* đánh nhau, chiến đấu; ~ *cock* gà đá/chọi

figurative *adj.* [nghĩa] bóng

figure 1 *n.* con số; hình, hình ảnh, hình vẽ; hình người, hình dáng; nhân vật; sơ đồ: *good at ~s* giỏi tính; *to have a good ~* dáng người thon; *political ~* nhân vật chính trị; *see ~ 5* xin xem hình sẽ số 5 2 *v.* hình dung, miêu tả; tưởng tượng; tính toán; làm tính; có tên tuổi: *to ~ out* hiểu ra; tìm ra [giải đáp]

figurehead *n.* bù nhìn, bung xung

filament *n.* sợi dây nhỏ, dây, tơ; dây tóc bóng đèn

filch *v.* xoáy, ăn cắp

file 1 *n.* hồ sơ: *card ~* hộp/ngăn đựng thẻ tài liệu; *please bring me the scholarship ~* cho tôi xin cái hồ sơ về học bổng 2 *n.* hàng, dãy [người, vật]: *in single ~* đi/xếp hàng một 3 *v.* xếp vào hồ sơ; nộp/đưa đơn khiếu nại: *to ~ income tax return* xếp vào hồ sơ thuế lợi tức

filial *adj.* thuộc đạo làm con: ~ *piety* đạo hiếu

filibuster *n., v.* (người) nói lải nhải để làm cản trở công việc ở Quốc hội

filings *n.* mạt giũa

fill 1 *n.* sự đầy; sự no nê/no say: *he ate his ~* Nó ăn thật no nê 2 *v.* làm/đổ/rót/đắp đầy; nhồi; lắp kín; hàn [răng]; điền, bổ khuyết [chức vụ]; hội đủ, đáp ứng [điều kiện, nhu cầu]; bán hàng, bốc thuốc [theo đơn đặt hàng hay toa thuốc]: *to ~ in* điền vào, ghi vào; *to ~ out* [mẫu đơn *form*]; *to ~ up* đổ đầy [bình xăng]

filling 1 *n.* nhân bánh [táo, v.v.]; sự/chất hàn răng 2 *adj.* [món ăn] chóng no, đầy: ~ *station* trạm xăng

film 1 *n.* lớp mỏng, màn mỏng; phim, phim ảnh, phim xinê: *color ~* phim màu; *black and white ~* phim đen trắng; *one roll of ~* một cuộn phim [để chụp]; *one reel of ~* một cuộn phim [để chiếu] 2 *v.* quay thành phim

filter 1 *n.* cái/máy/bộ lọc: *cigarette ~* đầu lọc của điếu thuốc lá 2 *v.* lọc; thấm qua/vào

filth *n.* rác rưởi, rác bẩn; lời nói tục tĩu

filthy *adj.* bẩn thỉu, dơ dáy; tục tịu, thô tục

fin *n.* vây cá: *shark's ~ soup with crabmeat* canh vây cá nấu với cua bể

final 1 *n.* chung kết; kỳ thi cuối khóa 2 *adj.* cuối cùng, tối hậu; dứt khoát, quyết định

finale *n.* chương cuối, màn chót, phần kết

finalist *n.* người vào chung kết

finance 1 *n.* tài chính; tài chính học: ~*s* tiền của; tài chính, tài nguyên 2 *v.* cấp tiền cho, bỏ vốn cho, tài trợ cho

financial *adj.* thuộc tài chính

financier *n.* nhà tài chính, tài phiệt

find 1 *n.* sự/vật tìm được 2 *v.* [**found**] thấy, tìm thấy/ra/được; thấy, nhận thấy, xét thấy: *I ~ it necessary to …* tôi thấy cần phải …; *the court found him guilty* tòa xác định là hắn có tội; *to ~ out* tìm ra, khám phá ra

finding *n.* sự phán quyết/định; vật phát hiện; kết quả một cuộc điều tra/nghiên cứu

fine 1 *n.* tiền phạt 2 *v.* [**fined**] bắt phạt, phạt vạ 3 *adj.* đẹp, xinh, bảnh, kháu; [trời] đẹp; tốt, hay, giỏi; nhỏ, mịn, thanh, mỏng mảnh; tinh vi, tế nhị: *the patient is ~ today* hôm nay bệnh nhân khoẻ; *that's ~!* tốt lắm! đủ rồi!; ~ *arts* mỹ thuật

finesse 1 *n.* sự khéo ở, sự tế nhị 2 *v.* khéo léo làm việc gì: *to ~ a deal* khéo léo trong việc thương thảo

finger 1 *n.* ngón tay: *little ~* ngón tay út; *to have a ~ in the pie* dính dáng đến; *to put one's ~ on* vạch đúng [chỗ lầm, chỗ sót] 2 *v.* sờ, mó; bấm

fingernail *n.* móng tay: ~ *polish* thuốc đánh móng tay; ~ *file* cái dũa móng tay

fingerprint 1 *n.* dấu ngón tay, dấu điểm chỉ 2 *v.* lăn tay, lấy dấu ngón tay

fingertip *n.* đầu ngón tay: *to have at one's ~s* có sẵn để dùng ngay; biết rõ như lòng bàn tay

finish 1 *n.* đoạn/phần cuối; véc-ni, lớp sơn

dầu, nước bóng: *from start to* ~ từ đầu đến cuối; *to fight to the* ~ chiến đấu đến cùng; *glossy* ~ nước quang dầu **2** *v.* làm xong, hoàn thành/tất, kết thúc; dùng/ăn/uống hết sạch; xong, hết; đánh véc-ni, đánh bóng: *I* ~*ed reading the letter* tôi đọc xong cái thư rồi; *to* ~ *off* ăn cho hết, trút sạch [đồ ăn]; giết cho chết hẳn, kết liễu

finite *adj.* có hạn định; [động từ] có ngôi

fir *n.* cây linh sam, cây tùng: ~ *tree* cây tùng

fire **1** *n.* lửa; đám cháy, vụ hoả hoạn; sự bắn, hoả lực: ~ *power* lò sưởi, ngọn lửa, nhiệt tình; *to catch* ~ bắt lửa, cháy; *set* ~ *to* đốt; *under* ~ bị bắn, bị pháo kích; bị chỉ trích; *pour oil on* ~ lửa cháy tưới dầu thêm; ~*alarm* máy/sự báo động cháy; ~ *bomb* bom lửa, bom cháy; ~ *escape* thang phòng cháy, nơi thoát cháy **2** *v.* đốt cháy; bắn, làm nổ; nung, sấy; đuổi, (sa) thải; (bốc) cháy; nổ súng, bắn; (súng) nổ

firearm *n.* súng, súng ngắn

firebrand *n.* củi đang cháy; kẻ xúi giục bạo động

firecracker *n.* cái pháo

firedamp *n.* khí mỏ

firefly *n.* con đom đóm

fireman *n.* lính cứu hoả, đội viên chữa cháy

fireplace *n.* lò sưởi

fireproof *adj.* chịu lửa, không cháy

fireside *n.* chỗ bên lò sưởi

firewood *n.* củi đốt lò sưởi

firework *n.* pháo bông; cuộc đốt cây bông

firing squad *n.* tiểu đội sử bắn

firm **1** *n.* hãng, công ty **2** *adj.* chắc, rắn chắc; vững chắc, bền vững; vững vàng, mạnh mẽ, kiên định, kiên/cương quyết **3** *adv.* vững/vững vàng

firmament *n.* bầu trời

first **1** *n.* người/vật đầu tiên, người/vật thứ nhất; ngày mồng một; ban/lúc đầu: *the ... of January* mồng một tháng Giêng; *from the* ~ ngay từ buổi đầu **2** *adj.* thứ nhất, (đầu tiên): ~ *quality* hạng tốt nhất, thượng hảo hạng; *at* ~ *hand* trực tiếp; ~ *aid* sự cấp cứu; ~*-born* (con) đầu lòng, (con) cả; ~ *person* ngôi thứ nhất ; ~*-rate* hạng nhất, số dách **3** *adv.* trước tiên/hết, đầu tiên, lần đầu: *to go* ~ đi trước, đi đầu; ~, *...* trước hết, ...; ~ *of all* trước hết mọi việc; *let's have some coffee* ~ chúng ta hãy uống cà phê đã

firsthand *adj., adv.* (nghe/biết) trực tiếp

fiscal *adj.* thuộc tài chính

fish **1** *n.* cá; món cá: *freshwater* ~ cá nước ngọt; ~*-hook* lưỡi câu, móc câu **2** *v.* câu/ đánh/bắt; tìm, mò, moi, câu; kéo, vớt (từ dưới nước lên)

fisherman *n.* người câu/đánh cá, thuyền chài,

ngư phủ, ngư ông

fishery *n.* nghề cá, ngư nghiệp; chỗ nuôi cá

fishing boat *n.* thuyền/tàu đánh cá

fishing rod *n.* cần câu

fishy *adj.* tanh, có mùi cá; đáng nghi, ám muội

fission *n.* sự phân đôi (tế bào); sự phân hạt nhân

fissure *n.* chỗ/vết/khe nứt; chỗ gãy

fist *n.* nắm tay, quả đấm

fit **1** *n.* cơn [đau, ho, cười, giận] **2** *n.* cái gì vừa vặn: *the door is a good* ~ cái cửa vừa vặn **3** *adj.* vừa hợp, thích hợp, xứng, dùng được; đúng, phải: ~ *to eat* ăn được **4** *v.* vừa, hợp; làm cho hợp/vừa; ăn khớp với, lắp: *this shirt* ~*s your size* áo nầy vừa cỡ của anh

fitful *adj.* từng cơn; thất thường, bất nhất

fitness *n.* sự thích hợp; tình trạng sung sức

fitter *n.* thợ thử quần áo; thợ lắp ráp máy

fitting *n.* sự thử quần áo; sự lắp ráp

five **1** *n.* số 5, con số 5 **2** *adj.* năm: *he's* ~ *years old* nó lên năm (tuổi)

fix **1** *n.* tình thế khó khăn, tình trạng khó xử; sự chích ma túy: ~ *of heroin* mũi bạch phiến **2** *v.* sửa chữa; định, ấn định, quy định; gắn, lắp, đóng; dồn, nhìn chằm chằm; làm nấu [bữa ăn]; thu xếp bằng cách hối lộ

fixed *adj.* cố định, [giá] nhất định; [cuộc đấu] đã xắp đặt trước

fixture *n.* đồ đạc cố định [đi theo ngôi nhà]; người ở lì mãi một chỗ/việc

fizz *n., v.* (tiếng) xèo xèo, (tiếng) xì xì

fizzle **1** *n.* (tiếng) xì, sự thất bại **2** *v.* xì, xì xì; thất bại

flabby *adj.* mềm nhẽo, mềm yếu, uỷ mị

flag **1** *n.* cờ: *to raise/hoist/lower the* ~ kéo lên/hạ xuống; *to salute the* ~ chào cờ **2** *v.* treo cờ: *to* ~ *down* ra hiệu bằng cờ (cho dừng lại)

flagpole *n.* cột cờ

flagrant *adj.* [tội] rành rành, hiển nhiên

flagship *n.* kỳ hạm, tàu đô đốc

flagstone *n.* phiến đá lát đường

flail **1** *n.* cái đập lúa **2** *v.* đập [lúa]; quật, vụt

flair *n.* tàu đánh hơi, tàu nhận biết

flak, flack *n.* súng bắn máy bay, hoả lực phòng không

flake **1** *n.* bông [tuyết]; vảy, mảnh dẹt: ~ *of snow* bông tuyết **2** *v.* rải, rắc, làm bong ra từng mảnh: *the paint has* ~*d* sơn bong ra từng miếng

flamboyant *adj.* sặc sỡ, loè loẹt; khoa trương

flame **1** *n.* ngọn lửa, cơn; người tình **2** *v.* cháy, bốc cháy, cháy bùng; bùng/bừng lên

flaming *adj.* cháy rực; nồng cháy, bừng bừng

flamingo *n.* chim hồng hạc

flank **1** *n.* sườn, hông; sườn núi; sườn, cánh (quân) **2** *v.* tấn công bên sườn; nằm/đóng bên sườn

flannel *n.* vải flanen: *~s* áo flanen, đồ flanen

flannelette *n.* vải giả flanen

flap **1** *n.* nắp, mép, vạt, sành; sự vỗ/đập **2** *v.* vỗ, vỗ nhẹ; vỗ phần phật; đập đen đét

flare **1** *n.* ánh sánh loé, pháo sáng, hoả châu; chỗ xoè/loe [ở quần, váy] **2** *v.* sáng loé lên, cháy bùng lên; ra hiệu bằng hoả châu; loe ra, xoè ra: *to ~ up* loé lửa; nổi nóng, nổi cáu; bùng nổ

flash **1** *n.* ánh sáng loé lên, tia loé; tia ngắn/ vẫn, điện ngắn: *a ~ of lightning* tia chớp; *a ~ of hope* tia hy vọng **2** *v.* làm loé sáng; truyền đi nhanh; phát [tin] nhanh; thò ra khoe [của]; loé sáng, vụt sáng; chợt hiện ra, loé lên; chạy vụt

flashback *n.* đoạn hồi tưởng; đoạn cảnh/dẫn

flashgun *n.* đèn nháy, đèn flat

flashlight *n.* đèn pin; đèn nháy, đèn flát

flashy *adj.* loè loẹt, sặc sỡ, hào nhoáng

flask *n.* chai bẹt, lọ bẹt; hũ rượu, bình thót cổ

flat **1** *n.* căn phòng/buồng; mặt phẳng; miền đất phẳng; lòng (bàn tay); sự bẹp lốp; *~-top* tàu sân bay, hàng không mẫu hạm **2** *adj.* bằng, phẳng, bẹt, tẹt, dẹt; sóng sượt, sóng soài; nông; [lốp] bẹp, xì hơi; thẳng thừng: *a ~ tire* lốp xe bẹp; *~ taste* vị nhạt; *~ denial* sự từ chối dứt khoát; *~ rate* tiền lời cố định

flatcar *v.* toa trần

flatfoot *n., sl.* cảnh sát

flatten *v.* (làm) phẳng/bẹt ra, dát mỏng

flatter *v.* nịnh, xu nịnh, tâng bốc; làm cho hãnh diện; làm tôn vẻ đẹp cho: *to ~ oneself* tự hào

flatterer *n.* người xu nịnh/bợ đỡ; kẻ nịnh thần

flattery *n.* sự nịnh hót; lời tâng bốc, bốc thơm

flatware *n.* dĩa nông và dao dĩa dẹt

flaunt *v.* khoe khoang, phô trương, chưng diện

flavor **1** *n.* (vị) ngon, mùi thơm, mùi vị; hương vị **2** *v.* cho gia vị, làm tăng thêm mùi vị; làm thêm hương vị, thêm thắt

flaw **1** *n.* vết nứt/rạn; vết [đá quý]; chỗ hỏng; tì vết, vết nhơ; thiếu sót, sai lầm: *a ~ in the document* một sai lầm trong tài liệu **2** *v.* nứt rạn ra, có tì vết: *the face of the table is ~ed* mặt bàn bị nứt

flawless *adj.* không có vết/chỗ sai; hoàn mỹ

flax *n.* cây lanh; sợi lanh; vải lanh

flay *v.* lột da; đánh đập; phê bình, chỉ trích

flea *n.* con bọ chét

fleck *n.* vết lốm đốm; đốm, vết, vệt; hạt [bụi] làm lốm đốm, điểm

fled quá khứ của **flee**

fledgling *n.* chim mới ra ràng; tay non nớt

flee *v.* chạy trốn, bỏ/lẩn trốn; trôi qua (nhanh)

fleece **1** *n.* bộ/mớ lông cừu; cụm xốp nhẹ, bông **2** *v.* xén, cắt [lông cừu]; lừa đảo

[khách hàng]

fleecy *adj.* [mây, tuyết] xốp nhẹ (như bông)

fleet *n.* đội tàu, hạm đội; đội máy bay, phi đội

fleet **1** *adj.* nhanh, mau, mau chóng **2** *v.* bay nhanh

fleeting *adj.* lướt nhanh, thoáng qua

flesh *n.* thịt (sống); thịt, cùi [quả]; xác thịt: *in the ~* bằng xương bằng thịt; *one's own ~ and blood* người máu mủ ruột thịt

fleshy *adj.* béo; [trái cây] nhiều thịt/cùi/cơm

flew quá khứ của **fly**

flexibility *n.* tính dễ uốn (nắn); tính linh động

flexible *adj.* dẻo, dễ uốn; linh động, linh hoạt, co rãn

flick **1** *n.* cái gõ, cái giật, cái bật, cái búng; phim chiếu bóng **2** *v.* vụt, gõ nhẹ, búng, phủi

flicker **1** *n.* ánh lửa bập bùng **2** *v.* bập bùng, lập loè; rung rinh, mỏng manh

flier, flyer **1** *n.* phi công; xe tốc hành **2** *n.* tờ quảng cáo

flight **1** *n.* sự bỏ chạy, sự rút chạy, sự bỏ trốn **2** *n.* sự bay; chuyến bay; đàn [chim bay]; sự trôi mau [thời gian]: *~ formation* đội hình bay

flighty *adj.* hay thay đổi, đồng bóng

flimsy *adj.* mỏng manh, [lý do] không vững

flinch *v.* chùn bước, nao núng; rụt lại [vì đau]

fling **1** *n.* sự quăng/ném/vứt/thảy; sự liệng/ lao; sự ăn chơi lu bù; sự thử làm **2** *v.* **[flung]** quăng, ném, vứt, thảy; liệng, lao, gieo [quân súc sắc]; chạy vụt, lao nhanh

flint *n.* đá lửa

flip **1** *n.* cái búng, sự tung đồng tiền; sự lật trang sách **2** *v.* búng, tung [đồng tiền coin] xem ngửa hay sấp; lật [trang sách]

flippant *adj.* hỗn láo, xấc láo; chớt nhả

flirt **1** *n.* người (thích được) ve vãn tán tỉnh **2** *v.* tán tỉnh, ve vãn; đùa cợt [*with* với]

flit *v.* bay nhẹ nhàng; (bay) vụt qua

float **1** *n.* cái phao, phai cứu đắm; xe hoa, xe rước **2** *v.* nổi, trôi lềnh bềnh; lơ lửng; thả cho trôi; truyền, tung ra [tin đồn *rumor*]

flock **1** *n.* đàn, bầy, đám đông **2** *v.* tụ họp, tụ tập, quây quần, lũ lượt kéo đến/đi, đổ xô đến/đi

flog *v.* quất, quật, đánh bằng roi, vụt; *to ~ a dead horse* đánh cho chết

flood **1** *n.* lũ, lụt, thuỷ tai; sự tuôn ra cuồn cuộn; nước triều lên: *~ of tears* nước mắt ròng ròng; *~ of letters* thư đến ùn ùn **2** *v.* làm ngập lụt, làm ngập nước; tràn ngập: *to be ~ed with invitations* tràn ngập thư mời

floodgate *n.* cống đập thủy lợi

floodlight *n.* đèn chiếu, đèn pha, rọi sáng

floor **1** *n.* sàn nhà/gác/cầu; tầng (nhà); đáy (biển): *ground ~* tầng dưới cùng; *first ~*

tầng 1; tầng 2; *top* ~ gác thượng, lầu cao chót hết **2** *v.* lát sàn; đánh ngã, cho đo ván: *to ~ a room with ceramic tiles* lót sàn nhà bằng gạch

flooring *n.* vật liệu/gạch/ván để làm sàn, sự lát sàn

flop **1** *n.* tiếng rơi tõm; sự thất bại: *~house* quán trọ rẻ tiền **2** *v.* kêu tõm; rơi/ngồi/nằm phịch; ném/quăng phịch; thất bại

flora *n.* hệ thực vật, các thực vật, cây cỏ; thực vật chí

floral *adj.* thuộc cây cỏ; thuộc hoa, có hoa in

florid *adj.* văn hoa, hoa mỹ, cầu kỳ; loè loẹt, sặc sỡ; hồng hào, tươi như hoa

florist *n.* người bán hoa, cô hàng hoa

floss *n.* tơ sồi/thô/đũi: *dental ~* chỉ xỉa răng

flotilla *n.* đội tàu nhỏ, tiểu hạm đội

flounce *n., v.* sự vùng vằng, hối hả, sấn tới

flounder *v.* lúng túng, nhầm lẫn; loạng choạng

flour **1** *n.* bột, bột mì **2** *v.* xay thành bột; rắc bột

flourish **1** *n.* nét bút hoa thể, lời văn hoa mỹ; sự vung [gươm, v.v.]; đoạn nhạc tùy ứng **2** *v.* vung, múa [gươm, tay]; viết [chữ đẹp]; thịnh vượng, hưng thịnh, phồn vinh, phồn thịnh, phát đạt

flout *v.* xem/coi thường, miệt thị, chế nhạo

flow **1** *n.* sự chảy; luồng chảy, lưu lượng; luồng [nước, điện]; nước triều lên; dòng, luồng: *in the last few years, these were the ~s of goods into Vietnam* trong vài năm qua hàng hóa đổ vào Việt Nam rất nhiều **2** *v.* chảy, trào ra, tuôn ra; bắt nguồn, tràn đến, đến tới tấp; [tóc] rủ xuống: *her hair ~s down her back* tóc cô ấy dài xuống lưng

flower **1** *n.* hoa, bông hoa, đá hoa; tinh hoa/túy; tuổi thanh xuân, hoa niên **2** *v.* nở/ra/khai hoa; nở rộ

flowering *n., adj.* (sự) ra/nở hoa

flowerpot *n.* chậu hoa

flowery *adj.* đầy hoa; văn hoa, hoa mỹ

flown quá khứ của **fly**

flu *n., abbr.* (= **influenza**) bệnh cúm

fluctuate *v.* lên xuống, thay đổi không chừng

fluctuation *n.* sự thay đổi, sự lên xuống

flue *n.* ống khói, ống thông hơi

fluency *n.* sự (nói/viết) trôi chảy, sự lưu loát

fluent *adj.* sự (nói/viết) trôi chảy, lưu loát

fluff *n.* nạn/nùi bông, lông vải, lông tơ

fluffy *adj.* mịn, mượt, có lông tơ

fluid **1** *n.* chất lỏng, lưu thể **2** *adj.* lỏng, hay thay đổi

flung quá khứ của **fling**

flunk *v., coll.* thi trượt/rớt, hỏng thi; đánh hỏng

fluorescent *adj.* [đèn, ánh sáng] huỳnh quang: *~ lamp* đèn huỳnh quang

fluorine *n.* hoá chất flo

flurry *n.* cơn gió mạnh; cơn mưa, trận bão tuyết nhỏ; sự bối rối xôn xao

flush **1** *n.* sự chảy mạnh/xiết; sự đỏ bừng, sự ửng hồng; niềm hân hoan: *there was a ~ on her face* mặt cô ấy đỏ lên **2** *v.* giội/xối nước; làm đỏ bừng, làm hừng sáng; làm phấn khởi/hân hoan; toé ra, phun ra; đỏ bừng, ửng hồng; hừng sáng: *to ~ a toilet* giội nước nhà cầu

fluster *n.* sự bối rối; sự nhộn nhịp

flute *n.* ống sáo, địch, tiêu

flutter **1** *n.* sự vỗ cánh; sự xao xuyến **2** *v.* vỗ/vẫy cánh; rập rờn, rung rinh; (làm) xao xuyến

fly **1** *n.* con ruồi; ruồi giả dùng làm mồi câu **2** *v.* [**flew; flown**] bay; đáp/lái máy bay; tung bay, bay phấp phới; chạy như bay; làm tung bay, kéo [cờ]; thả [diều]: *to ~ at* xông vào (tấn công); *to ~ into a rage* nổi xung; *time flies* thời gian trôi mau quá

flyer xem **flier**

flying *adj.* bay; [cuộc đi thăm] chớp nhoáng; *~ saucer* đĩa bay

flyleaf *n.* tờ để trắng ở đầu sách

foal *n.* ngựa con, lừa con

foam **1** *n.* bọt nước, rượu; nước dãi; *~ rubber* cao su bọt, cao su mút **2** *v.* sủi bọt

foamy *adj.* sủi/đầy/phủ bọt; như bọt

focal *adj.* tiêu; trung tâm

focus **1** *n.* tiêu điểm; trung tâm: *in ~* rõ nét; *out of ~* không rõ nét **2** *v.* điều chỉnh tiêu điểm [máy ảnh]; tập trung [sự chú ý]: *to ~ on main issues* tập trung vào vấn đề chính

fodder *n.* cỏ/rơm khô cho súc vật ăn

foe *n.* kẻ thù, kẻ địch, địch thủ: *friend and ~* bạn và thù

fog **1** *n.* sương mù **2** *v.* phủ sương mù; che mờ

foggy *adj.* đầy sương mù; lờ mờ, không rõ rệt

foible *n.* chỗ yếu, nhược điểm, sở đoản

foil **1** *n.* lá (kim loại): *gold ~* vàng lá **2** *v.* làm thất bại [kế hoạch, âm mưu]

foist *v.* nhét thêm; ghép, gán

fold **1** *n.* nếp gấp: *to make two ~s* gấp hai lần **2** *v.* gấp, gập, xắn, vén; khoang [tay]; ôm, ấm vào lòng; gập lại, gấp lại: *to ~ back sleeves* xăn tay áo lên; *to ~ up* gập lại, gói lại; thôi, dẹp, giải tán

folder *n.* bìa đựng hồ sơ; hồ sơ

foliage *n.* bộ lá, tán lá

folio *n.* khổ hai; trang sổ; số tờ in; fôliô

folk **1** *n.* floks người; người thân thuộc: *old ~s* những người già; *my ~s* cha mẹ tôi, gia đình tôi **2** *n.* dân tộc, dân gian: *~ dance* điệu múa dân gian; *~ literature* văn học dân gian; *~ music* dân nhạc; *~ song* dân ca

folklore *n.* truyền thống dân gian; dân tục học

follow *v.* theo, đi theo, theo sau; tiếp theo;

làm theo, theo lời; theo đuổi [chính sách]; nghe kịp: *they ~ the Socialist road* họ đi theo con đường xã hội chủ nghĩa; *I ~ed his advice* tôi đã theo lời khuyên của anh ấy; *~ your father's example* hãy noi gương cha anh; *to ~ up* theo dõi

follower *n.* người theo, tín đồ, môn đồ, môn đệ

following 1 *n.* số người theo ủng hộ; những người/thứ sau đây **2** *adj.* tiếp theo, theo sau, sau đây

folly *n.* sự điên rồ; hành động/lời nói dại dột

foment *v.* xúi bẩy, xúi giục

fond *adj.* mềm, ưa, thích, khoái; yêu dấu, trìu mến: *to be ~ of* thích

fondle *v.* vuốt ve, mơn trớn

food *n.* đồ/thức/món ăn, thực phẩm: *~ and clothing* ăn (và) mặc; *~ value* giá trị dinh dưỡng; *~ poisoning* sự trúng độc thức ăn, sự ngộ độc

foodstuff *n.* thực phẩm, lương thực, đồ ăn

fool 1 *n.* người ngu, thằng khờ; anh hề: *to make a ~ of oneself* hành động/xử sự một cách xuẩn động **2** *v.* đánh lừa, lừa phỉnh, lừa gạt; làm cuyện ngớ ngẩn, vớ vẩn: *car dealers ~ a lot of people* người bán xe hơi đánh lừa nhiều người lắm

foolhardy *adj.* liều lĩnh, hữu dũng vô mưu

foolish *adj.* dại dột, khờ dại, ngu xuẩn

foolproof *adj.* rõ ràng hết sức, ai cũng hiểu

foot 1 *n.* (*pl.* **feet**) chân, bàn chân; chân [tường, đồi, núi], phía dưới, cuối [trang giấy]: *to go on ~* đi bộ; *to stand on one's feet* đứng dậy một chân **2** *n.* đơn vị đo lường *1 ~ = 12 inches = 30.48 cm* một foot bằng 12 inch = 0m 3048 **3** *v.* trả, thanh toán, đi bộ, lên đến: *your expenditure ~ed up to $10,000* chi phí của bạn lên đến 10,000 đồng

footage *n.* chiều dài của khúc phim; cảnh phim

football *n.* quả bóng đá, banh (tròn, bầu dục); môn bóng đá, môn bóng bầu dục, túc cầu

footfall *n.* tiếng chân đi, bước đi

footgear *n.* giày dép nói chung

foothill *n.* đồi thấp dưới chân núi

foothold *n.* chỗ đứng; vị trí chắc chắn

footing *n.* chỗ đứng, chỗ để chân; móng nhà, nền nhà; địa vị: *on an equal ~ with* ngang hàng với

footlights *n.* đèn chiếu trước sân khấu

footnote 1 *n.* cước chú **2** *v.* chú thích ở cuối trang

footpath *n.* đường nhỏ, lối đi; vỉa hè

footprint *n.* dấu/vết chân

footstep *n.* bước/tiến chân đi; dấu/vết chân

footstool *n.* ghế để gác chân

footwear *n.* giày dép nói chung

for *prep.* cho; thay/thế cho, đại diện cho; đã, vì, mục đích là; về phe/phía, ủng hộ; đến, đi đến; vì, bởi vì; đối với, về phần; trong khoảng; mặc dầu; so với, đối với: *what can I do ~ you?* ông/bà cần gì ạ?; *this is not good ~ your cough* anh ho mà dùng cái này không tốt; *to stand ~* thay cho; *to look ~* tìm, kiếm; *he reached ~ his pen* anh ta với tay lấy cái bút; *we fought ~ independence* chúng tôi đã chiến đấu để giành độc lập; *we are ~ peace* chúng tôi ủng hộ hoà bình; *the train ~ Hai Phong* chuyến xe lửa đi Hải Phòng; *this is too difficult ~ him* bài này khó quá đối với nó; *~ two hours* trong hai tiếng đồng hồ; *I am ~, but he is against, the proposal* tôi tán thành, nhưng anh ấy phản đối đề nghị đó; *don't translate word ~ word* đừng dịch từng chữ một

forage 1 *n.* cỏ, rơm, rạ, thức ăn cho gia súc **2** *v.* lục lọi, tìm tòi [thức ăn]

foray *n.* sự cướp phá, sự đột phá

forbade quá khứ của **forbid**

forbear 1 *n.* tổ tiên ông bà, các bậc tiền bối **2** *v.* nhịn, đừng; kiên nhẫn chịu đựng

forbearance *n.* sự nhịn, sự tự chế; tính nhẫn nại

forbid *v.* [**forbade; forbidden**] cấm, ngăn cấm

forbidding *adj.* đáng ghét, hăm tài

force 1 *n.* sức lực, sức mạnh; vũ lực, quyền lực, sự bắt buộc; lực lượng; hiệu lực; ảnh hưởng, tác dụng, sức thuyết phục: *armed ~s* lực lượng vũ trang; *air ~* không quân, không lực; *by ~* bằng vũ lực **2** *v.* bắt buộc, ép buộc, cưỡng ép; cưỡng bách: *to ~ somebody to do something* bắt ép ai làm một việc gì; *to ~ open* đẩy/phá tung [cửa]

forceful *adj.* mạnh mẽ, cứng rắn

forcible *adj.* [sự xông vào *entry*] bằng vũ lực; mạnh mẽ, sinh động, đầy sức thuyết phục

ford 1 *n.* chỗ cạn [ở suối, sông] **2** *v.* lội qua

fore 1 *n.* phần/phía trước; mũi tàu **2** *adj.* trước, ở phía trước, đằng trước; ở mũi tàu; *~ and aft* từ đằng mũi đến lái, từ đầu đến cuối

forearm 1 *n.* cánh tay **2** *v.* chuẩn bị vũ khí trước

foreboding *n.* điềm, triệu, sự báo trước

forecast 1 *n.* dự báo: *weather ~* dự báo thời tiết **2** *v.* đoán trước, dự đoán/báo: *people ~ that the interest rate will go up soon* người ta đoán trước là tiền lời sẽ lên

forefathers *n.* ông cha, tổ tiên

forefinger *n.* ngón tay trỏ

forefront *n.* mặt trước/tiền; hàng đầu, tiền tuyến

foregoing *n., adj.* (điều) đã nói ở trên

foregone *adj.* đã định trước, tất nhiên, tất yếu

foreground *n.* cận cảnh, tiền cảnh, cảnh gần; địa vị nổi bật (được mọi người chú ý)

forehead *n.* trán

foreign *adj.* thuộc nước ngoài, ngoại quốc, ngoại, ngoại lai; xa lạ, ngoài, không thuộc về; lạ: ~ *languages* tiếng nước ngoài, ngoại ngữ; ~ *trade* ngoại thương; ~ *policy* chính sách đối ngoại; ~ *minister* ngoại trưởng; *ministry of* ~ *affairs* bộ ngoại giao

foreigner *n.* người nước ngoài, người ngoại quốc

foreleg *n.* chân trước (thú vật)

foreman *n.* cai, đốc công, quản đốc; chủ tịch ban hội thẩm

foremost 1 *adj.* trước nhất, đầu tiên; đứng đầu, cao nhất, trên hết, lỗi lạc nhất, kiệt xuất 2 *adv.* trước hết/nhất/tiên

forenoon *n.* buổi sáng (trước giờ ngọ)

forerunner *n.* người đi trước; điềm báo trước

foresee *v.* thấy trước, đoán trước, dự kiến

foreshadow *v.* báo hiệu, báo trước, đem điềm

foresight *n.* sự nhìn xa thấy trước, sự lo xa

forest *n.* rừng: *a* ~ *of flags* một rừng cờ

forestall *v.* chặn trước, đoán đầu, hớt trước

forester *n.* nhân viên kiểm lâm, cán bộ lâm nghiệp

forestry *n.* lâm học; lâm nghiệp, nghề rừng

foretaste *n., v.* (sự) nếm trước, dự thưởng

foretell *v.* nói trước, đoán trước

forethought *n.* sự suy tính trước; sự lo xa

forever *adv.* mãi mãi, vĩnh viễn

forewarn *v.* báo trước, cảnh báo trước

foreword *n.* lời nói đầu, tiền ngôn, lời tựa

forfeit 1 *n.* vật bị mất/thiệt; tiền phạt 2 *v.* để mất, mất quyền; bị tước, bị thiệt, bị tịch thu

forfeiture *n.* sự mất; sự tước, sự rút/tịch thu

forgave quá khứ của **forgive**

forge 1 *n.* lò/xưởng rèn; lò/xưởng luyện kim 2 *v.* rèn; giả mạo (chữ ký, v.v.), ngụy tạo 3 *v.* nỗ lực tiến lên (phía trước *ahead*)

forger *n.* thợ rèn; người giả mạo/bịa đặt

forgery *n.* sự/tội giả mạo; đồ giả mạo

forget *v.* [forgot; forgotten] quên, không nhớ đến; bỏ qua

forgetful *adj.* hay quên, kém trí nhớ; cẩu thả

forget-me-not *n.* cỏ lưu ly, vật vong thảo, tên một loại hoa

forgive *v.* [forgave; forgiven] tha, tha thứ, thứ lỗi, khoan thứ, lượng thứ

forgiveness *n.* sự tha thứ; tính khoan dung

forgo *v.* thôi, bỏ, kiêng, chừa, cai

forgot quá khứ của **forget**

forgotten quá khứ của **forget**

fork 1 *n.* dĩa, nĩa (ở bàn ăn): *to use knives and* ~*s* dùng dao và nĩa 2 *n.* nạng, chĩa (gảy rơm); chạc cây; chỗ ngã ba: *the road divides, please take the right* ~ đường chia nhiều nhánh, nhớ đi cho đúng 3 *v.* phân nhánh: *the road* ~*ed into two directions* con đường chia làm hai nhánh

forlorn *adj.* đau khổ, tuyệt vọng; trơ trọi, cô độc; hoang vắng, hoang vu, đìu hiu, hiu quạnh

form 1 *n.* hình, hình thể/dáng/dạng; bóng người; thể, dạng, hình thức/thái; lễ nghi; nghi thức, lề thói, thủ tục; mẫu đơn; tình trạng sức khỏe; lớp học: *to take* ~ thành hình; *in book* ~ thành sách; *application* ~ mẫu đơn (xin việc, xin học) 2 *v.* làm thành tạo thành/hình thành; rèn luyện, đào tạo; tổ chức, thiết lập, thành lập: *to* ~ *a group* làm thành một nhóm

formal *adj.* về/thuộc hình thức; theo nghi thức, theo thủ tục, chính thức, trang trọng

formality *n.* hình thức, nghi thức/lễ; thủ tục

format 1 *n.* khuôn khổ (sách, giấy); cách thu xếp tiết mục: *I have talked about our program* ~ *with X* tôi vừa nói chuyện với ông ta về sắp xếp chương trình của chúng ta 2 *v.* sắp xếp, thiếp lập cho dĩa vi tính: *please* ~ *the disk before using it* thiếp kế dĩa trước khi dùng

formation *n.* sự hình/tạo thành; đội hình; cấu tạo

former 1 *n.* cái/người/vấn đề trước (*latter*) 2 *adj.* trước, cũ, xưa, nguyên: *in* ~ *times* trước đây, hồi trước, thuở xưa; *the* ~ *director* nguyên giám đốc/chủ nhiệm

formerly *adv.* trước đây, thuở xưa

formidable *adj.* dữ dội, dễ sợ, ghê gớm, kinh khủng

formless *adj.* không có hình dạng rõ rệt; vô định hình

formula *n.* (*pl.* **formulas, formulae**) công thức; thể thức, cách thức

formulate *v.* làm thành công thức; trình bày

forsake *v.* [forsook; forsaken] bỏ, từ bỏ; bỏ rơi

fort *n.* đồn, pháo đài; vị trí phòng thủ; trại

forth *adv.* về/ra phía trước; lộ ra: *to move back and* ~ đi đi lại lại, chạy tới chạy lui; *to bring* ~*, to set* ~ đưa ra, đề ra; *and so* ~ vân vân

forthcoming *adj.* sắp đến/tới, nay mai; sắp xuất bản

forthright *adj.* thẳng thắng, trực tính

forthwith *adv.* tức khắc, tức thì, ngay lập tức

fortieth 1 *n.* người/vật thứ 40; một phần 40 2 *adj.* thứ 40

fortification *n.* sự lành mạnh, sự củng cố; công sự, phòng ngự, thành lũy

fortify *v.* lành mạnh thêm, làm cho vững chắc, củng cố; xây công sự cho (vị trí)

fortitude *n.* sự dũng cảm chịu đựng, nghị lực

fortnight *n.* hai tuần lễ, nửa tháng, mười lăm ngày

fortnightly **1** *n.* bán nguyệt san, tạp chí ra hai tuần một lần **2** *adj., adv.* (ra) hai tuần một lần

fortunate *adj.* may mắn, tốt số, có phúc

fortunately *adv.* may sao, may thay

fortune *n.* của cải, cơ đồ, sự giàu có; vận (mệnh); vận may

fortune cookie *n.* bánh ngọt có mẩu giấy đoán số

fortune hunter *n.* anh chàng đào mỏ

fortune teller *n.* thầy bói

forty *n., adj.* (số) bốn mươi: *she's in her early forties* bà ấy hơn 40 tuổi; *in the late forties [40's]* những năm cuối thập niên 40

forum *n.* hội thảo; diễn đàn; quảng trường, chợ

forward **1** *n.* tiền đạo (bóng đá) **2** *adj.* ở trước, phía trước, tiến lên trước; tiến bộ, tiên tiến; chín sớm, đến sớm, khôn sớm; sốt sắng: *your son is very ~ for his age* con của bà khôn hơn trước tuổi **3** *adv.* về phía trước, lên đằng trước: *~!* tiến lên! xung phong! **4** *v.* đẩy mạnh, xúc tiến; gửi [hàng]; chuyển [thư từ]: *this letter should be ~ed to the new address* thư nầy phải được chuyển đến địa chỉ mới

fossil *n., adj.* (vật) hoá đá, hoá thạch

foster *v.* nuôi [trẻ con, hy vọng; ấp ủ, khuyến khích, cổ vũ; bồi thường: *to ~ a child* nuôi con nuôi; *~ parents* cha mẹ nuôi

fought quá khứ của **fight**

foul **1** *adj.* [mùi] hôi hám, hôi thối; bẩn thỉu; xấu, tồi, đáng ghét; thô tục, tục tĩu; gian lận, trái luật lệ: *to avoid the ~ smell* tránh mùi hôi thối **2** *adv.* gian lận, xỏ lá, xấu: *to play somebody ~* chơi xấu ai **3** *v.* làm bẩn, làm ô nhiễm, làm nhơ nhuốc: *to ~ up* làm rối tung, làm hỏng bét

found quá khứ của **find**

found *v.* lập, thành lập, sáng lập, kiến lập, tạo dựng, xây dựng, thiết lập, đặt nền móng; căn cứ: *to ~ a party* thành lập một đảng

foundation *n.* việc thành lập/sáng lập/thiết lập; nền móng, nền tảng, cơ sở; căn cứ; cơ kim, sáng hội, cơ quan tư [tài trợ cho trường học, v.v.]

founder *n.* người thành lập, sáng lập viên

founder *v.* sụt lở, sập; bị chìm/đắm; bị quy

foundling *n.* trẻ con bị bỏ rơi/vô thừa nhận

foundry *n.* lò đúc, xưởng đúc

fountain *n.* máy nước; vòi nước, vòi phun; nguồn: *~ pen* bút máy; *drinking ~* máy nước uống

four **1** *n.* số bốn; bộ bốn; mặt bốn; con bốn: *to go on all ~s* bò (bàn tay và đầu gối)

2 *adj.* bốn: *we need ~ persons to play mahjong* chúng ta cần 4 người để chơi mạt chược

fourfold *adj., adv.* gấp bốn lần

four-letter word *n.* từ tục tĩu (có bốn chữ cái)

fourscore *adj., arch.* (= 80) *adj.* tám mươi

fourteen *n., adj.* (số) mười bốn

fourteenth **1** *n.* một phần 14; người/vật thứ 14; ngày 14 **2** *adj.* thứ 14

fourth **1** *n.* một phần tư; người/vật thứ 4; ngày mồng 4 (tháng 7) [Quốc Khánh của Mỹ] **2** *adj.* thứ Tư, thứ 4: *the ~ of July* ngày mồng 4 tháng 7 [= ngày độc lập của Mỹ]

fowl *n.* gà vịt, chim, gia cầm

fox *n.* cáo, chồn; cáo già, tay xảo quyệt

foxglove *n.* cây dương địa hoàng

foxhole *n.* hố cá nhân

fraction *n.* phân số; phần nhỏ; sự chia rẽ

fracture **1** *n.* sự gãy; chỗ gãy **2** *v.* làm gãy, bị gãy

fragile *adj.* dễ vỡ/gãy; mỏng mảnh, mỏng manh; yếu ớt, mảnh dẻ, ẻo lả: *~!* coi chừng! đồ dễ bể; *please take care, ~ goods* hãy cẩn thận, hàng dễ vỡ

fragment *n.* mảnh (vỡ); đoạn, khúc, mẩu

fragmentary *adj.* rời rạc, chắp vá, không hoàn chỉnh

fragrance *n.* mùi thơm phức, hương thơm ngát

fragrant *adj.* thơm phức, thơm ngát

frail *adj.* mỏng mảnh; yếu đuối, ẻo lả; mỏng manh

frailty *n.* tính mỏng mảnh; tình trạng ẻo lả

frame **1** *n.* khung [ảnh, cửa, xe]: *to make a ~ for the painting* làm khung cho bức tranh **2** *n.* sườn [tàu, nhà]; thân hình, tầm vóc; cơ cấu, cấu trúc: *to choose good timber for the ~ of your house* chọn gỗ tốt cho sườn nhà của bạn **3** *n.* trạng thái: *~ of mind* tâm trạng **4** *v.* đóng/lồng/lên khung; dựng lên, bố trí: *to ~ an action plan* lên kế hoạch hành động

framework *n.* sườn [nhà, tàu]; khung [máy]; cốt truyện; khuôn khổ, cơ cấu tổ chức

franc *n.* đồng Frăng/quan (Pháp, Bỉ, Thuy Sĩ)

France *n.* nước Pháp

franchise *n.* quyền bầu cử/công dân; đặc quyền, quyền làm đại lý

Francophone *adj.* nói được tiếng Pháp

frank *adj.* thẳng thắng, ngay thật, bộc trực

frankfurt(er) *n.* súc xích Đức dùng cho món hot dog

frantic *adj.* cuống cuồng, điên cuồng, cuồng loạn

fraternal *adj.* thuộc về anh em: *~ order* hội kín

fraternity *n.* hội sinh viên đại học Mỹ; hội huynh đệ, hội liên nghị

fraternize *v.* làm thân, kết thân, thân thiện

fraud *n.* sự gian lận, trò gian trá, tội lừa gạt

fraudulent *adj.* gian lận, lừa lọc

fraught *adj.* đầy nguy hiểm: ~ *with danger* đầy nguy hiểm

fray **1** *n.* cuộc ẩu đả, vụ đánh nhau, vụ đánh lộn **2** *v.* [mét vải] cọ sờn ra, cọ xơ ra

freak *n.* tính đồng bóng

freakish *adj.* kỳ quặc, kỳ cục, dị thường, kỳ dị

freckle **1** *n.* đốm tàn nhang **2** *v.* [da] có tàn nhang

free **1** *adj.* tự do; rảnh rang, được tự do, không bị ràng buộc; khỏi phải, thoát khỏi: ~ *of charge* miễn phí; ~ *from/of* khỏi trả tiền; không mất tiền, miễn phí: *this seat is* ~ ghế này chưa có ai ngồi; *to set* ~ tha, thả, thả tự do, phóng thích; *admittance* ~ vào cửa tự do, ra vô thong thả **2** *v.* thả, phóng thích, trả tự do, giải thoát/phóng: *he is ~d after two years in prison* ông ấy được thả sau hai năm trong tù

freedom *n.* quyền tự do; (nền) tự do; sự miễn: ~ *of speech* quyền tự do ngôn luận; *to fight for* ~ chiến đấu cho tự do

free-handed *adj.* rộng rãi, hào phóng

freelance *n.* ký giả,nghệ sĩ, văn sĩ tự do không có khế ước riêng

freely *adv.* tự do, không phải trả tiền, thong thả: *to drink beer* ~ uống bia tự do; *merchandise can circulate* ~ *in Southeast Asian countries* áo quần may mặc được trao đổi tự do trong các nước Đông Nam Á

freeze **1** *n.* tiết đông giá; sự đông lạnh; việc kiểm soát giá cả hay đồng lương **2** *v.* [froze; frozen] đóng băng; đong lại, lạnh cứng, rét cóng; làm đóng băng; làm đông lại; ướp lạnh: *I am freezing* tôi đang rét cóng đây; *to ~ to death* chết rét

freezer *n.* máy ướp lạnh: *deep* ~ máy làm kem

freight *n.* tiền cước chuyên chở; hàng hoá chuyên chở: ~ *train/car* (toa) xe lửa chở hàng

freighter *n.* tàu chuyên chở; máy bay chuyên chở: *sea* ~ tàu chở hàng

French **1** *n.* tiếng Pháp; người Pháp **2** *adj.* thuộc Pháp

frenzied *adj.* điên cuồng, cuồng loạn

frenzy *n.* sự điên cuồng/bấn loạn

frequency *n.* tính thường hay xảy ra; tần số

frequency modulation *n.* (*abbr.* **FM**) sự điều biến tần

frequent **1** *adj.* hay có, có luôn, hay xảy ra: *to take* ~ *visits* đi thăm viếng luôn **2** *v.* hay lui tới, hay lai vãng: *to ~ the cinemas* hay đi xem xi-ne

frequently *adv.* năng, thường hay, luôn

fresco *n.* tranh nề, tranh tường, bức họa ở trần

fresh *adj.* [rau, hoa, thịt, trứng sữa] tươi; [không khí] tươi mát, mát mẻ, trong sạch; [tin] mới, sốt dẻo; tươi tắn, mơn mởn; khoẻ khoắn, sảng khoái; [nước] ngọt [chứ không mặn]; non nớt, ít kinh nghiệm; [giấy, quần áo] mới thay; [sơn] ướt

freshen *v.* làm tươi mát: *to ~ up* tắm rửa, rửa ráy, trang điểm

freshly *adv.* vừa mới ...

freshman *n.* sinh viên măn thứ nhất đại học

freshwater *adj.* nước ngọt: ~ *fish* cá nước ngọt

fret *n., v.* (sự) bực dọc, cáu kỉnh, khó chịu

fretful *adj.* bực dọc, cáu kỉnh, khó chịu

friar *n.* thầy tu hành khất

friction *n.* sự cọ xát/ma xát; sự chà xát; sự va chạm/xích mích/xung đột/huých tường

Friday *n.* Thứ Sáu

friend *n.* bạn, bằng hữu: *close ~s* bạn thân; ~ *and foe* bạn và thù; *to make ~s* kết bạn với

friendless *adj.* không có bạn

friendliness *n.* tính thân thiện

friendly *adj.* thân mật, thân thiết, thân thiện: *to have ~ relations with ...* có quan hệ thân thiện với ...

friendship *n.* tình bạn, tình hữu nghị

frieze *n.* trụ ngạch

frigate *n.* tàu khu trục nhỏ

fright *n.* sự hoảng sợ; người xấu xí; quái vật

frighten *v.* làm sợ: *to ~ off/away* làm cho sợ phải bỏ đi; *~ed out of one's wits* sợ hết vía

frightful *adj.* ghê sợ, dễ sợ, kinh khủng

frigid *adj.* lạnh lẽo, băng giá; lạnh nhạt, nhạt nhẽo, vô tình; [đàn bà] không nứng được, lãnh đạm nữ dục

frill *n.* điểm: *~s* những cái tô điểm thêm

fringe *n.* tua [khăn, thảm]; mép, ven, rìa: ~ *benefit* phụ cấp ngoài, quyền lợi nhân viên

frisk *v.* nhảy cởn, nô đùa; lần khám vũ khí; lần túi

frisky *adj.* hay nô đùa nghịch ngợm

fritter **1** *n.* bánh be nhê nhân thịt hoặc trái cây **2** *v.* phung phí, lãng phí

frivolous *adj.* không đáng kể, nhỏ mọn, tầm phào, bá láp; nhẹ dạ, nông nổi, lông bông, hão huyền

fro *adv.* lập lại: *to and* ~ đi đi lại lại, chạy đi chạy lại

frock *n.* áo choàng; váy yếm [trẻ con]; áo thầy tu

frog *n.* con ếch; đờm làm khàn cổ: ~ *in the throat* đờm trong cổ

frogman *n.* người nhái

frolic **1** *n.* cuộc vui nhộn, sự nô đùa **2** *v.* nô/ vui đùa

frolicsome *adj.* thích vui đùa, thích vui nhộn

from *prep.* từ, tự; của ... cho/tặng/gửi; cách; khỏi, đừng, không ... được; vì, do; so/khác với: ~ *beginning to end* từ đầu đến cuối, từ đầu chí cuối; ~ *Hanoi to Hue* từ Hà nội vào Huế; ~ *now (on)* từ nay/rày trở đi; *a tele-gram* ~ *my father* một bức điện tín của ba tôi; *he's* ~ *England* ông ấy là người Anh; *they live far* ~ *my house* họ ở xa nhà tôi; *the snow kept us* ~ *going to school* trời tuyết thành ra chúng tôi không đi học được; *she's suffering* ~ *influenza* cô ấy bị cúm; *you must distinguish right* ~ *wrong* con phải biết phân biệt phải trái; *to recover* ~ *illness* khỏi ốm; *this alcohol is made* ~ *glutinous rice* thứ rượu (đế) này làm bằng gạo nếp

front 1 *n.* đằng/mặt/phía trước; mặt trận: *the* ~ *of the library* trước cửa thư viện 2 *adj.* phía trước; ~ *yard* vườn đằng trước; ~ *page* trang đầu 3 *v.* quay mặt về: *your office* ~*s mine* văn phòng bạn đối mặt với tôi

frontal *adj.* đằng trước mặt, chính diện

frontier *n.* biên giới/cương/thùy, quốc cảnh

frontispiece *n.* tranh ở đầu quyển sách, cửa ra vào có trang hoàng

frost 1 *n.* sương giá; sự đông giá; sự thất bại 2 *v.* phủ sương giá; rắc đường lên; làm lấm tấm

frostbite *n.* sự/chỗ phát cước, sự tê cóng

frosty *adj.* băng giá, giá rét; lạnh nhạt

froth 1 *n.* bọt; chuyện vô ích, chuyện phiếm: *to be on the* ~ giận sùi bọt miếng 2 *v.* làm nổi bọt, sùi bọt: *the sea* ~*s over my feet* nước biển làm nổi bọt lên chân tôi

frothy *adj.* sủi bọt; rỗng tuyếch, vô tích sự

frown *n., v.* (sự) cau mày, (sự) nhăn mặt, (vẻ) không tán thành

froze quá khứ của **freeze**

frozen quá khứ của **freeze**; *adj.* ~ *orange juice* nước nước cam đông lạnh; ~ *assets* tài sản không lấy ra được vì bị phong toả

frugal *adj.* đạm bạc, thanh đạm; căn cơ, tiết kiệm

frugality *n.* tính thanh đạm, tính tiết kiệm

fruit 1 *n.* quả, trái cây; thành/kết quả: *this tree bears much* ~ *this year* cây nầy năm nay nhiều quả lắm; ~ *salad* nộm/gỏi hoa quả 2 *v.* ra quả: *in spring, you can observe which plants are* ~*ing* vào mùa xuân bạn sẽ xem cây nào đang ra trái

fruitful *adj.* sai quả; phì nhiêu, màu mỡ; có kết quả, có lợi, thành công

fruition *n.* sự thực hiện [nguyện vọng]

fruitless *n.* không có trái; không có kết quả, vô hiệu, vô ích

frustrate *v.* làm hỏng, làm thất bại; làm vỡ mộng, làm thất vọng

frustration *n.* tâm trạng thất vọng/bất đắc chí

fry 1 *n.* cá mới nở 2 *v.* rán, chiên: *deep-*~ rán nhiều mỡ

frying pan *n.* cái chảo rán/chiên

fudge *n.* kẹo mềm

fuel 1 *n.* chất đốt, nhiên liệu 2 *v.* cung cấp chất đốt; lấy nhiên liệu, lấy xăng: *to add* ~ *to the flames/fire* lửa cháy tưới dầu thêm

fugitive 1 *n.* kẻ trốn tránh, người lánh nạn 2 *adj.* nhất thời; không bền, chóng tàn

fulcrum *n.* điểm tựa của đòn bẩy

fulfill *v.* làm tròn/trọn, thực hiện, hoàn thành; hội đủ [điều kiện]

fufillment *n.* sự thực hiện/hoàn thành/đáp ứng

full 1 *n.* toàn bộ: *to write your name in* ~ viết tên bạn đầy đủ 2 *adj.* đầy, đầy đủ, nhiều, chan chứa, đầy dẫy, tràn trề, tràn ngập; đông, chật, hết chỗ ngồi; no, no nê; tròn, đầy đặn, nở nang; hết sức, hoàn toàn, trọn vẹn: ~ *moon* trăng rằm; *the* ~ *text* toàn văn; ~*-blown* nở to; đang phát triển mạnh; ~*-fledged* đủ lông đủ cánh; chính thức; ~*-grown* lớn, trưởng thành; ~*-time* cả ngày, cả hai buổi, toàn thời gian 3 *adv.* rất; đầy đủ, hoàn toàn đúng

fully *adv.* hoàn toàn, đầy đủ, thập phần

fulsome *adj.* quá đáng, ngấy tởm

fumble *v.* dò dẫm, sờ soạng; lóng ngóng, vụng về

fume 1 *n.* khói, hơi khói 2 *v.* phun khói; cáu kỉnh

fumigate *v.* phun/hun/xông/khói để tẩy uế

fun *n.* sự/trò vui đùa; sự vui thích: *just for* ~ chỉ cốt đùa thế thôi; *to make* ~ *of* chế giễu ...

function 1 *n.* chức năng, chức vụ; nhiệm vụ, trách nhiệm; công năng; hàm, hàm số; nghi thức, nghi lễ 2 *v.* [máy] chạy, hoạt động, vận hành; thực hiện chức năng

fund 1 *n.* quỹ, ngân khoảng, cơ kim, tư kim; tài nguyên: *no more* ~*s for that program* không còn ngân khoảng cho trường ấy nữa 2 *v.* cung cấp ngân khoảng, tài trợ cho: *the government* ~*ed this program* chính phủ trợ cấp cho chương trình nầy

fundamental 1 *n.* nguyên tắc căn bản, chủ yếu: *the* ~*s of business are ...* những nguyên tắc căn bản của thương mại là ... 2 *adj.* cơ bản, cơ sở, căn bản, chủ yếu: *to base on* ~ *rules* dựa trên những luật căn bản

funeral 1 *n.* đám ma, đám tang, lễ tang, tang lễ: *to attend a* ~ dự đám tang 2 *adj.* thuộc đám tang: *a* ~ *oration* bài điếu văn

funereal *adj.* buồn thảm như đám tang

fungus *n.* (*pl.* **fungi**) nấm, nốt sùi

funnel *n.* cái phễu; ống khói [tàu thuỷ, xe lửa]

funniness *n.* tranh hí họa, tranh khôi hài

funny *adj.* buồn cười, khôi hài, ngộ nghĩnh; là lạ, khang khác

fur 1 *n*. bộ lông thú; áo lông, da lông; cấn, cặn, cáu: *can you buy the ~ of a fox?* bạn có thể mua bộ lông da cáo được không 2 *adj.* lông, đầy lông da thú: *~ coat* áo lông

furbish *v*. đánh bóng; làm mới lại, phục hồi

furious *adj.* giận dữ, điên tiết; mạnh liệt

furl *v*. cuộn, cụp, xếp [cờ, buồm, ô] lại

furlong *n*. đơn vị đo chiều dài fulông [= 1 phần 8 dặm Anh, tức độ 201m]

furlough *n*. phép nghỉ: *to go home on ~* đi về nhà nghỉ phép

furnace *n*. lò; lò sưởi

furnish *v*. trang bị đồ đạc; cung cấp: *to ~ a house* trang bị sẵn đồ đạc cho một nhà

furnishings *n*. bàn ghế đồ đạc và đồ dùng khác

furniture *n*. đồ đạc [bàn ghế, giường tủ]: *there isn't much ~ in the room* đồ đạc trong nhà không có gì mấy; *a piece of ~* một món bàn ghế, một cái bàn, tủ v.v.

furrier *n*. người bán da lông thú

furrow *n*. luống cày; nếp nhăn

furry *adj.* có lót da lông thú; giống da lông thú

further 1 *adj.* hơn nữa nữa: *to provide ~ evidence of the accident* cho thêm chứng cứ tai nạn; *I need ~ help* tôi cần được giúp đỡ hơn nữa 2 *adv.* xa hơn nữa; thêm nữa, hơn nữa: *you have to inquire ~* anh cần điều tra thêm 3 *v*. đẩy mạnh, xúc tiến

furthermore *adv.* hơn nữa, vả lại, ngoài ra

furthest *adj., adv.* xa hơn hết, xa nhất

furtive *adj.* nhìn trộm, lén lút

fury *n*. sự giận dữ, cơn thịnh nộ; tính kịch liệt/ác liệt

fuse 1 *n*. cầu chì; ngòi, kíp, mồi nổ 2 *v*. lắp ngòi; (làm/nấu) chảy; hỗn hợp lại; hợp vào nhau, liên hiệp

fuselage *n*. thân máy bay

fusion *n*. sự nấu chảy, sự hỗn hợp, sự liên hiệp

fuss 1 *n*. sự rối rít/nhắng nhít: *to make a ~ about* làm ầm lên về [chuyện nhỏ mọn] 2 *v*. nhặng xị

fussy *adj.* hay rối rít/nhắng nhít/quan trọng hóa

futile *adj.* vô ích, vô hiệu, vô dụng

futility *n*. sự vô ích; chuyện vô ích

future 1 *n*. tương lai, hậu vận, tiền đồ: *to look to the ~* nhìn về tương lai 2 *adj.* về sau, tương lai, vị lai: *~ tense* thời tương lai; *~ life* kiếp sau

futurity *n*. tương lai

fuze = fuse

fuzzy *adj.* sờn, xơ; [tóc] xoắn, xù; mờ nhạt

fylfot *n*. hình chữ vạn, chữ thập ngoặc

G

gab 1 *n*. lời nói lém; tài bẻm mép: *she is successful in sales because of her gift of ~* cô ấy là người bán hàng giỏi vì có tài ăn nói 2 *v*. bẻm mép

gabardine, gaberdine *n*. vải gabađin

gabble *n., v*. (lời) nói lắp bắp quá nhanh

gable *n*. đầu hồi nhà, cột chống

gabled *adj.* có đầu hồi

gad *v*. đi lang thang

gadget *n*. đồ dùng, máy móc trong nhà/bếp

gag 1 *n*. đồ bịt/khoá miệng; cái banh miệng; câu/trò khôi hài: *to put a ~ of thick leather in someone's mouth* bỏ đồ bịt bằng da dày vào miệng ai 2 *v*. nhét giẻ vào miệng, bịt mồm, khoá miệng; oẹ, nôn khan; nghẹn; pha trò, nói giỡn: *I ~ged him with a towel* tôi nhét miệng ông ta bằng khăn

gaiety *n*. sự vui vẻ

gaily *adv.* vui vẻ, hoan hỉ; tươi vui, rực rỡ

gain 1 *n*. sự tăng thêm; lời, lợi, lợi lộc, lợi ích; tiền lãi, lợi nhuận, tiền thu vào: *a ~ in knowledge* sự tăng thêm kiến thức 2 *v*. kiếm/thu/lấy/giành được; lên [cân], tăng [tốc độ]: *to ~ experience* thu lấy kinh nghiệm

gainsay *v*. chối cãi, không nhận; nói ngược lại

gait *n*. dáng đi

gal *n*. cô gái, cô ả

gala *n*. hội, hội hè, buổi lễ

galaxy *n*. Ngân hà, Thiên hà; nhóm [danh nhân]

gale *n*. cơn gió mạnh

gall 1 *n*. mật; túi mật; mối cay đắng; sự trơ tráo; sự hằn học/thù oán: *the ~ of life* nỗi cay đắng ở đời; *~ bladder* túi mật 2 *n*. chỗ chảy/trượt da: *please don't touch the ~* đừng sờ vào chỗ chầy da 3 *v*. xúc phạm tự ái: *to ~ somebody with one's remarks* xúc phạm tự ái của ai bằng lời nói của mình

gallant 1 *n*. anh chàng nịnh đầm 2 *adj.* anh dũng, hào hiệp; tráng lệ, lộng lẫy; bảnh bao; nịnh đầm: *to be ~ and generous* hào hiệp và rộng lượng

gallantry *n*. sự can đảm, lòng dũng cảm; cử chỉ/lời nói lịch sự [với phụ nữ]

gallery *n*. phòng tranh, phòng triển lãm mỹ thuật; nhà cầu, hành lang; ban công, chuồng gà; đường hầm mỏ

galley 1 *n*. thuyền ga lê [do nô lệ chèo]; bếp [ở dưới tàu thuỷ]: *~s* việc khổ sai 2 *n*. bản vỗ, bản rập: *~ proofs* bản in thử

gallon *n*. đơn vị đông xăng dầu, galông [= 3,78 lít hoặc 4 quarts ở Mỹ, hay = 4,54 lít ở Anh]

gallop 1 *n.* nước phi ngựa 2 *v.* phi ngựa nước đại

gallows *n.* giá treo cổ, giảo đài; tội xử giảo

Gallup poll *n.* cuộc thăm dò công luận của viện Gallop

galore *adv.* rất nhiều, vô số, dồi dào: *there was a food* ~ có rất nhiều thức ăn

galosh *n.* (*pl.* **galoshes**) giày cao su đi ra ngoài giày thường

galvanism *n.* lưu điện học; điện liệu, phép chữa bệnh bằng dòng điện

galvanize *v.* mạ sắt điện; kích động, khích động

gamble 1 *n.* cuộc đánh bạc, cuộc may rủi, việc liều: *life is not a* ~ cuộc đời không phải là cuộc đánh bạc 2 *v.* đánh bạc; đầu cơ; làm liều: *to* ~ *away one's fortune* thua bạc sạch bách

gambler *n.* người đánh bạc, tay đổ bác, con bạc

gambling den *n.* sòng bạc

gambling machine *n.* máy đánh bài

gambol 1 *n.* sự nhảy nhót/nô giỡn 2 *v.* nô giỡn

game *n.* trò chơi; *games* cuộc thi điền kinh; ván bài, ván cờ, bàn, cuộc thi đấu; thú săn: *Asian* ~*s* Á vận hội; *Olympic* ~*s* thế vận hội

gamekeeper *n.* người canh rừng phòng kẻ săn trộm

gamut *n.* gam; âm giai; cả loạt, toàn bộ: *to experience the whole* ~ *of suffering* trải qua mọi nỗi đau khổ

gander *n.* con ngỗng đực

gang 1 *n.* đám, đoàn, tốp, lũ, toán, kíp; bọn, lũ: *the whole* ~ cả bọn/lũ 2 *v.* kéo bè kéo đảng 3 *v.* *to* ~ *up* lập nhóm để chống ai: *he complained that his colleagues* ~*ed up on him* ông ấy than phiền là đồng nghiệp ông ta kéo bè chống ông ta

ganglion *n.* hạch

gangplank *n.* ván cầu để lên xuống tàu

gangrene *n.* chứng hoại thư, bệnh thối hoại

gangster *n.* kẻ cướp, găngxte, găngxtơ

gangway *n.* lối đi ở giữa hàng ghế; cầu tàu

gaol 1 *n.* (= **jail**) nhà tù: *to be sent to* ~ đi ở tù 2 *v.* bỏ tù

gaoler *n.* (= **jailer**) cai ngục/tù

gap *n.* lỗ hổng, kẽ hở; chỗ trống, chỗ gián đoạn/thiếu sót: *to fill the* ~*s* lấp/điền vào khoảng trống

gape 1 *n.* cái ngáp; sự há hốc miệng 2 *v.* ngáp; há to miệng ra; há hốc miệng ra mà nhìn

garage *n.* ga ra, nhà xe; sửa chữa ô tô/xe hơi

garage sale *n.* bán đồ củ bày ở nhà xe

garb 1 *n.* quần áo, trang phục 2 *v.* ăn mặc

garbage *n.* rác (nhà bếp); đồ rơm rác/rác rưởi: ~ *bin* ... thùng rác; ~ *collector* người

nhặc rác; ~ *disposal* máy nghiền rác [ở chỗ rửa bát]

garble *v.* bóp méo, xuyên tạc (vô tình hay cố ý)

garden *n.* vườn: *botanical* ~*s* vườn bách thảo; *zoological* ~*s* vườn bách thú, sở thú

gardener *n.* người làm vườn

gardenia *n.* cây dành dành, cây sơn chi

gardening *n.* nghề làm vườn; sự/thú trồng vườn

gargle 1 *n.* thuốc súc miệng 2 *v.* súc miệng/họng

garish *adj.* loè loẹt, sặc sỡ

garland 1 *n.* tràng/vòng hoa 2 *v.* quàng vòng hoa

garlic *n.* tỏi

garment *n.* cái áo/quần, một món y phục

garner 1 *n.* vựa/kho lúa 2 *v.* thu/trữ vào kho

garnet *n.* ngọc thạch lựu

garnish 1 *n.* hoa lá 2 *v.* bày hoa lá lên món ăn

garret *n.* gác xép

garrison 1 *n.* đơn vị đồn trú 2 *v.* đóng quân

garrulous *adj.* lắm lời/mồm, nói nhiều, ba hoa

garter *n.* nịt bít tất

gas 1 *n.* khí, khí thể; khí đốt/thắp, hơi đốt; dầu xăng, ét xăng, xăng; hơi độc/ngạt: ~ *station* trạm xăng; *coal is cheaper than* ~ than thì rẻ hơn khí đốt 2 *v.* thả hơi độc; cung cấp khí đốt

gaseous *adj.* thuộc/giống thể khí

gash 1 *n.* vết dài và sâu: *there was a* ~ *just above her right eye* có một vết rạch dài trên mắt trái của cô ấy 2 *v.* rạch vết dài, sâu: *he* ~*ed his leg while felling trees* anh ấy rạch một vết sâu khi cây rơi

gasoline *n.* dầu xăng, ét xăng, xăng

gasp *n., v.* (sự) thở hổn hển

gastric *adj.* thuộc dạ dày, (thuộc con) vị

gastronomy *n.* sự ăn sành, nghệ thuật ăn ngon

gate *n.* cổng, cửa lớn; cửa đập/cống; hàng rào chắn [để xe lửa qua, để thu thuế]; cửa ô; cửa lên máy bay: *he opened the* ~ *and walked up to the house* ông ta mở cửa và đi lên nhà

gateway *n.* cổng vào, lối vào; thông lộ, môn lộ

gather *v.* tập họp, tụ tập; hái, lượm, thu thập; lấy (lại) sức, hơi; hiểu, nắm được, suy ra: *in the winter, we* ~*ed around the fireplace* vào mùa đông, chúng tôi tụ tập quanh lò sưởi

gathering *n.* sự tụ tập, cuộc hội họp

gaudy *adj.* loè loẹt, sặc sỡ, hoa hoè hoa sói

gauge 1 *n.* khoảng cách đường rầy; tiêu chuẩn đánh giá: *rain* ~ máy đo lượng nước mưa, vũ lượng kế; *gasoline* ~ máy đo xăng

2 *v.* đo; đo/định cỡ; đánh giá: *distance is ~d by journey time rather than kilometers* khoảng cách được tính bằng thời gian hơn là cây số

gaunt *adj.* gầy ốm, hốc hác; buồn thảm, thê lương

gauntlet *n.* bao tay sắt, găng sắt [của hiệp sĩ Trung cổ]: *to throw/fling down the ~* thách đấu, khiêu chiến; *to pick/take up the ~* nhận đấu, ứng chiến

gauze *n.* sa, lượt; gạc [để buộc vết thương]

gave quá khứ của **give**

gavel *n.* búa của chủ tịch buổi họp

gay 1 *adj.* vui vẻ, vui tươi, hớn hở: *the ~ voices of young ladies* những tiếng nói vui tươi của những cô gái trẻ **2** *adj.* phóng đãng, trụy lạc: *to lead a ~ life* sống đời trụy lạc **3** *adj.* đồng tính luyến ái: *~ community* cộng đồng những người đồng tính luyến ái **4** *n.* (*pl.* **gays**) người đồng tính luyến ái nam: *Every year, ~s organize a parade* mọi năm những người đồng tính luyến ái tổ chức diễn hành

gaze *n., v.* cái nhìn chằm chằm

gazelle *n.* linh dương nhỏ

gazette *n.* công báo

gazetteer *n.* từ điển địa lý

gear 1 *n.* bánh răng cưa **2** *n.* số [tốc độ ô tô]: *~ box* hộp số; *in ~* gài số, *out of ~* không gài số; *to use low ~* dùng số nhỏ; *~shift* sự sang số xe hơi **3** *v.* sang số; lắp bánh răng cưa; liên kết, hướng [cơ sở, ngành nghề]

gee! *intj.* thế à! hay quá nhỉ! thế thì tuyệt!

geese số nhiều của **goose**

geisha *n.* vũ nữ Nhật, ả đào Nhật

gelatine, gelatin *n.* chất keo

geld *v.* thiến [súc vật]

gem *n.* ngọc, đá quý; viên ngọc, vật quý nhất

gendarme *n.* hiến binh, sen đầm

gender *n.* giống (ngữ pháp): *masculine ~* giống đực; *feminine ~* giống cái

genealogy *n.* bảng/khoa phả hệ, pha giả học

general 1 *n.* cái chung, cái tổng quát; viên tướng: *the chief commander is a ~* tổng tư lệnh là một vị tướng **2** *adj.* chung, chung chung; tổng; thông thường: *~ knowledge* kiến thức phổ thông; *secretary ~* tổng thư ký, tổng bí thư; *consul ~* tổng lãnh sự; *~ elections* tổng tuyển cử; *General staff* Tổng tham mưu; *~ assembly* đại hội đồng; *~ outline* đại cương; *~ practitioner [GP]* bác sĩ toàn khoa

generality *n.* nguyên tắc chung chung; tính tổng quát/đại cương; tính phổ biến

generalize *v.* tổng quát/khái quát hóa; phổ biến: *don't ~* đừng nên quơ đũa cả nắm

generally *adv.* thường thường, theo lệ thường; đại thể, nói chung

generate *v.* sinh, để ra, dẫn khởi; phát ra [điện, ánh sáng, nhiệt]

generation *n.* đời, thế hệ; sự phát sinh ra

generative *adj.* có khả năng sinh ra, tạo sinh

generator *n.* máy phát điện

generosity *n.* tính rộng rãi/hào phóng

generous *adj.* rộng rãi, hào phóng; thịnh soạn, phong phú, màu mỡ

genesis *n.* nguồn gốc, căn nguyên, khởi nguyên; cuốn sáng chế trong Kinh Thánh

genetics *n.* di truyền học

genitals *n.* cơ quan sinh dục

genitive *n., adj.* (cách) sở hữu

genius *n.* [*pl.* **geniuses**] thiên tài, thiên tư; bất kỳ tài; tinh thần, đặc tính

genocide *n.* tội diệt chủng, cuộc tàn sát tập thể

genteel *adj.* lịch sự, nhã nhặn, quý phái

gentile *n., adj.* (người) không phải là Do thái

gentle *adj.* dịu dàng, hiền lành, hòa nhã; [gió] nhẹ: *~ slope* dốc thoai thoải; *~man* người hào hoa phong nhã/lịch sự; người quý phái/quý tộc/thượng lưu; đàn ông; *ladies and ~men* Thưa quý bà và quý ông; *Gentlemen (= Gent)* nhà vệ sinh đàn ông; *~woman* người đàn bà lịch sự; mệnh phụ

gently *adv.* nhẹ nhàng, dịu dàng; chầm chậm, từ từ

gentry *n.* tầng lớp quý tộc, thân sĩ

genuine *adj.* thật, xác thực; thành thật, chân chính

genus *n.* (*pl.* **genera**) phái, giống, loại

geochemistry *n.* Địa hóa chất

geodesy *n.* khoa đo đạc

geographer *n.* nhà địa lý

geographic(al) *adj.* thuộc địa lý

geography *n.* khoa địa lý, địa lý học: *history and ~* sử địa

geologic(al) *adj.* thuộc địa chất

geology *n.* khoa địa chất, địa chất học

geomancy *n.* thuật bói đất, thuật phong thủy

geometric(al) *adj.* thuộc hình học: *~ progression* cấp số nhân

geometry *n.* hình học

geophysics *n* khoa địa vật lý

geopolitics *n.* khoa địa chính trị

geranium *n.* hoa phong lữ, hoa quỳ thiên trúc

geriatrics *n.* khoa bệnh tuổi già, lão bệnh học

germ *n.* mầm, mộng, phôi, thai; mầm bệnh, vi trùng; mầm móng: *~ warfare* chiến tranh vi trùng; *chlorine is used to kill ~s* chất calo dùng để khử trùng

German *n., adj.* (người/tiếng Đức)

Germany *n.* nước Đức

germinate *v.* nảy mầm; nảy ra, sinh ra, manh nha

germination *n.* sự mọc mộng, sự nảy mầm

gerund *n.* động danh từ

gesticulate *v.* khoa tay múa chân

gesticulation *n.* sự khoa tay múa chân

gesture 1 *n.* cử chỉ, điệu bộ, bộ tịch,động tác: *a ~ of friendship* một biểu hiện của tình bằng hữu 2 *v.* làm điệu bộ, ra hiệu bằng tay: *they ~ toward the guesthouse* họ ra hiệu bằng tay về phía nhà khách

get *v.* [got; got, gotten] được, có/lấy/kiếm được; hiểu/nắm/lĩnh hội được; bị mắc phải; đưa, mang, đem, chuyển; làm cho, khiến cho; đến, tới, đạt; trở nên, thành ra; có; phải: *I got a nice book from the library* tôi mượn được của thư viện một quyển sách rất hay; *she got your telegram last week* cô ấy nhận được bức điện của anh tuần trước; *I didn't ~ it* tôi chẳng hiểu gì cả; *please ~ me some milk* anh làm ơn mua/lấy cho tôi chút sữa; *we got the job finished on time* chúng tôi làm xong việc ấy đúng hẹn; *we got home rather late* khuya chúng tôi mới về đến nhà; *the weather's ~ting cold* trời đã đang trở lạnh; *I've got something to do* tôi có việc phải làm; *we've got to solve this problem before his return* chúng ta cần phải giải quyết vấn đề này trước khi ông ta về; *to ~ across* qua, vượt qua; *to ~ ahead* tiến bộ, tiến; *to ~ along* làm ăn, xoay xở; tiến bộ; hợp nhau, hoà thuận với nhau; *to ~ away* đi khỏi, đi xa, đi mất; *to ~ back* lùi lại, trở lại; lấy lại, thu về; *to ~ down* xuống, lấy xuống, đưa xuống; *to ~ in* vào; mang về, thu về; đến/tới nơi; *to ~ into* vào, đi vào; lâm vào; *to ~ off* xuống xe; thoát; bỏ, cởi bỏ, vứt bỏ; *to ~ on* trèo lên; mặc/đội/đi vào; làm ăn, xoay xở; tiến bộ; hòa thuận, ăn ý/cánh; *to ~ out* đi ra ngoài; lấy/kéo/rút ra; xuống [xe, tàu]; lộ ra; thoát khỏi; *to ~ over* làm xong; vượt qua; *to ~ through* đi qua, lọt qua; làm xong, hoàn tất; *to ~ up* đứng dậy; ngồi dậy; *to ~ together with* hội họp với; đồng ý với

geyser *n.* mạch nước phun, suối nước nóng

ghastly *adj.* tái mét, nhợt nhạt; rùng rợn

ghetto *n.* khu người da đen; khu người nghèo

ghost 1 *n.* con ma; nét thoáng: *~ writer* người viết thuê; *not the ~ of a chance* không một chút hy vọng nào; *~ town* thành phố ma, tỉnh chết 2 *v.* hiện ra, lảng vảng như một bóng ma

ghoul *n.* ma cà rồng

G.I. *n., abbr.* (= **government issue**) lính Mỹ: *~ bride* vợ lính Mỹ

giant 1 *n.* người khổng lồ; người phi thường: *Sony is a Japanese electronics ~* hãng Sony là hãng điện tử lớn nhất của Nhật 2 *adj.*

khổng lồ: *a ~ pumpkin* quả bí khổng lồ

gibberish *n.* lời nói lắp bắp (sai ngữ pháp)

gibbon *n.* con vượn

giblets *n.* tim gan diều mề [gà, vịt]

giddy *adj.* chóng mặt, choáng váng; nhẹ dạ

gift 1 *n.* quà/tặng biếu; thiên tài, thiên phú, tài: *a ~ shop* tiệm bán quà tặng 2 *v.* trao quà, tặng quà: *to ~ to someone* trao qua cho ai

gifted *adj.* có tài, có năng khiếu, thiên tài: *there is a ~ students' school in my city* trong thành phố của tôi có một trường dành cho học sinh có tái năng đặc biệt

gig *n.* xe độc mã hai bánh; xuồng nhỏ

gigantic *adj.* khổng lồ, kết xù, cự đại

giggle *n., v.* (tiếng) cười khúc khích

gild *v.* mạ vàng; tô điểm cho hào nhoáng, hư sức

gill 1 *n.* đơn vị đo lường gin [= 0,141 lít ở Anh, 0,118 lít ở Mỹ] 2 *n.* (*pl.* **gills**) mang [cá]

gilt 1 *n.* sự mạ vàng 2 *adj.* mạ vàng, thiếp vàng

gimmick *n.* mánh lới, tuyên truyền

gin 1 *n.* rượu gin 2 *n.* máy tỉa hột bông, trục nâng

ginger *n.* (cây/củ) gừng; sự hăng hái, dũng khí: *~ ale* nước ngọt có vị gừng; *~bread* bánh gừng

gingerly *adj., adv.* rón rén, thận trọng, cẩn thận

gingham *n.* vải bông kẻ

ginkgo *n.* (*also* **gingko**) bạch quả

ginseng *n.* sâm, nhân sâm

giraffe *n.* hươu cao cổ

gird *v.* buộc, quấn quanh (mình); bao bọc, vây: *to ~ one's clothes* buộc áo vào

girder *n.* xà, rầm cầu, rầm cái

girdle 1 *n.* thắt lưng, đai; vòng đai 2 *v.* vây, bao

girl *n.* con gái, thiếu nữ; cô bán hàng, cô giúp việc; người yêu, người tình, bạn gái: *~ friend* bạn gái, người yêu; *~hood* thời con gái

girlish *adj.* như con gái, còn con gái

girth *n.* đường vòng quanh, chu vi

gist *n.* ý chí, đại ý, yếu điểm

give *v.* [gave; given] cho, biếu, tặng; cho, đem lại, sinh ra; đưa/đem/trao/chuyển cho; gây cho; hiến dâng; cống hiến; mở, thết, tổ chức [tiệc]: *to ~ away* cho đi, phát ra; *to ~ back* trả lại, hoàn lại; *to ~ forth* tỏa ra, bốc; *to ~ off* tỏa ra, bốc/xông lên; *to ~ out* chia, phân phối; toả ra, bốc lên; *to ~ up* bỏ, từ bỏ

gizzard *n.* mề

glacial *adj.* băng giá, lạnh buốt; lạnh lùng, lãnh đạm; thuộc thời kỳ song băng, thời băng hà

glacier *n.* sông băng, băng hà

glad *adj.* vui mừng, vui vẻ, vui lòng, bằng lòng, sung sướng, hân hoan, hồ hởi

gladden *v.* làm vui mừng, làm vui sướng

glade *n.* khoảng trống/thưa trong rừng

gladiolus *n.* (*pl.* **gladioli**) hoa lay ơn

glamor *n.* vẻ đẹp quyến rũ/huyền ảo

glamorous *adj.* đẹp say đắm, đẹp quyến rũ

glance 1 *n.* cái nhìn thoáng, liếc qua: *to take a ~ at the morning newspaper* liếc nhìn qua tờ báo buổi sáng 2 *v.* nhìn qua, liếc thoáng qua: *to ~ over a book* nhìn thoáng qua cuốn sách

gland *n.* tuyến: *sweat ~s* tuyến mồ hôi

glandular *adj.* thuộc/có tuyến

glare 1 *n.* ánh sáng chói; cái nhìn trừng trừng 2 *v.* chói lòa; nhìn trừng trừng/giận gữ

glaring *adj.* chói mắt; rõ ràng, rành rành

glass *n.* kính, thuỷ tinh, đồ thuỷ tinh; cái cốc/ly; gương soi: *~es* kính đeo mắt; *a ~ of milk* một cốc/ly sữa; *a pair of ~es* kính dâm, kính đen; *to raise one's ~ to* nâng cốc chúc mừng; *~house* nhà máy thuỷ tinh; nhà kính để cây; *~ware* đồ thuỷ tinh; hàng thuỷ tinh

glassy *adj.* giống thuỷ tinh; mắt [đờ đẫn]

glaucoma *n.* bệnh glôcôm, bệnh tăng nhãn áp

glaze 1 *n.* nước láng/bóng; men đồ sứ; lớp nước đá: *I have bought a vase with fine ~* tôi vừa mua một bình đựng hoa có lớp men láng bóng 2 *v.* làm láng, đánh bóng, tráng men; làm mờ [mắt]; tráng lớp nước đường [lên bánh rán]; lắp kính: *to ~ windows* lắp kính cửa sổ

gleam 1 *n.* tia sáng yếu ớt, ánh sáng lập loè; tia 2 *v.* phát ra tia sáng yếu ớt

glean *v.* mót, nhặt mót [lúa]; lượm lặt [tin]

glee *n.* niềm vui sướng/niềm hân hoan/hoan lạc; bài hát ba bốn bè: *~ club* ca đoàn, đoàn hợp ca

gleeful *adj.* vui sướng, hân hoan

glen *n.* thung lũng hẹp

glib *adj.* liến thoắng, mồm miệng nhanh nhảu

glide 1 *n.* sự lướt/trượt đi; dự lượ; âm lướt 2 *v.* lướt qua, lướt/trượt nhẹ; bay liệng: trôi đi

glider *n.* máy bay lượn [không có động cơ]

glimmer 1 *n.* ánh sáng lờ mờ, tia sáng le lói, ngọn lửa chập chờn: *a ~ of hope* tia hy vọng (yếu ớt) 2 *v.* le lói, chập chờn

glimpse *n.* cái nhìn lướt/thoáng qua: *to catch a ~ of* thoáng thấy ...

glint *n.* tia sáng; tia phản chiếu

glisten *v.* long lanh, lấp lánh, sáng ngời

glitter 1 *n.* ánh lấp lánh; vẻ lộng lẫy/rực rỡ 2 *v.* lấp lánh, rực rỡ, chói lọi

gloat *v.* nhìn một cách thèm thuồng, nhìn thèm muốn: *to ~ over/upon/on* nhìn một cách thèm thuồng/hả hê

globe *n.* địa cầu, trái/quả đất, thế giới; quả cầu; cầu mắt

gloom *n.* bóng tối; sự tối tăm; cảnh ảm đạm thê lương, sự buồn rầu/chán nản

gloomy *adj.* tối tăm, u ám, ảm đạm; buồn rầu

glorify *v.* ca ngợi, tuyên dương; tán mỹ

glorious *adj.* vẻ vang, vinh dự, vinh quang; huy hoàng, lộng lẫy, rực rỡ

glory 1 *n.* danh tiếng, vinh dự, sự vẻ vang, niềm vinh quang; vẻ rực rỡ/huy hoàng: *to be in one's ~* trong thời kỳ vinh quang 2 *v.* tự hào: *to ~ in something* tự hào việc gì

gloss 1 *n.* nước bóng/láng; vẻ hào nhoáng bên ngoài 2 *v.* làm bóng/láng: *to ~ over* che đậy giả dối

glossary *n.* bảng chú giải; từ điển thuật ngữ

glossy *adj.* [giấy ảnh] bóng, láng; hào nhoáng

glove *n.* bao tay, găng, tất tay: *a pair of ~s* một đôi găng; *boxing ~s* găng quyền anh; *to fit like a ~* vừa như in; *hand in ~ with* ăn ý/cánh với

glow 1 *n.* ánh sáng rực; sức nóng rực; nét ửng đỏ; sự sôi nổi, nhiệt tình: *~ worm* con đom đóm 2 *v.* rực sáng; nóng rực; bừng bừng, bừng cháy, rực lên

glower *v.* quắc/trừng mắt nhìn

glucose *n.* chất đường glucoza

glue 1 *n.* hồ, keo 2 *v.* dán hồ, gắn lại; dán mắt

glum *adj.* nhăn nhó, cau có; buồn bã, rầu rĩ

glut 1 *n.* sự tràn ngập hàng hóa 2 *v.* cho ăn no nê; cung cấp thừa thải, làm ứ đọng [thị trường]

glutinous *adj.* dính: *~ rice* gạo/cơm nếp, xôi

glutton *n.* người tham ăn, người ham việc

gluttonous *adj.* tham ăn, háu ăn, phàm ăn

glycerin *n.* hóa chất glyxerin

G-man *n., abbr.* (= **government man**) nhân viên Cuộc Điều Tra Liên Bang FBI

gnarled *adj.* [cây] lắm máu; [tay] xương xẩu

gnash *v.* nghiến [răng *teeth*]

gnat *n.* muỗi mắt, muỗi nhỏ

gnaw *v.* gặm, ăn mòn; giày vò, day dứt

go *v.* [**went**; **gone**] đi, đi đến/tới; trở nên, trở thành, hoá/biến thành; trôi qua, mất đi, tiêu tan; [máy móc] chạy; diễn/xảy ra, tiến hành, diễn biến; hợp với, vừa với: *to ~ to school* đi học; *to ~ to work* đi làm; *to ~ for a walk* đi dạo; *to ~ on a trip* đi du lịch; *~ on foot* đi bộ; *to ~ by bicycle* đi xe đạp; *to ~ by air/plane* đi máy bay; *to ~ shopping* đi sắm đồ, đi mua bán; *to ~ to sleep* (đi) ngủ; *to ~ crazy* phát điên; *how are things ~ing?* thế nào? công việc ra sao?; *to be going to...* sắp sửa ...; *it's ~ing to rain* trời sắp mưa rồi; *we're ~ing to visit the Art Museum tomorrow* mai chúng ta sẽ đi thăm viện Bảo tàng Mỹ thuật; *to ~ abroad* đi ngoại quốc; *to ~ after* chạy theo, tranh thủ; *to ~ ahead* thẳng tiến, cứ tiến lên; *to ~ by* trôi qua, theo, căn cứ vào; *to ~ down* xuống, đi xuống, chìm, lặn, dịu bớt; [giá] hạ xuống; được truyền đi, được ghi xuống; *to ~ on* đi tiếp, làm tiếp, tiếp tục; xảy ra; *to ~ out* ra, đi ra; [đèn, lửa] tắt; *to ~ over* đi qua, vượt; xem kỹ, ôn lại, soát lại; bỏ sang [phía khác]; *to ~ round* đi vòng quanh; *to ~ through* đi qua, xuyên qua; chịu đựng; xem kỹ; *to ~ up* đi lên; tăng; được xây lên

goad 1 *n.* gậy nhọn 2 *v.* thúc; thúc giục; trêu tức

goal 1 *n.* đích, mục đích: *to set our ~s for the future* đưa ra mục đích cho tương lai 2 *n.* (cửa) gôn, thành, bàn thắng [bóng đá *soccer*]: *~keeper* thủ môn, thủ thành, người giữ gôn; *they scored two ~s in the first half of the match* họ đã ghi hai bàn thắng ở giữa hiệp đầu

goat *n.* dê: *he ~* dê đực; *she ~* dê cái

gobble *v.* nuốt ực, nuốt vội, ăn ngấu nghiến

gobbler *n.* gà sống/trống tây, gà lôi

go-between *n.* trung gian, môi giới, người mối

goblet *n.* cốc/ly nhỏ có chân

goblin *n.* yêu tinh, yêu quái

god 1 *n.* thần: *God* Chúa, Trời, Thượng đế, Chúa Trời, Thiên Chúa: *thank ~!* Lạy Chúa! Nhờ Chúa!; *~ bless you!* Xin trời phù hộ cho anh! Xin Thượng Đế ban phúc lành cho bạn!; *~child* con đỡ đầu; *~dess* nữ thần; *~father* cha đỡ đầu; *~mother* mẹ đỡ đầu; *~ parents* cha mẹ đỡ đầu; *~send* của trời cho, chuyện may bất ngờ 2 *adj.* *~less* vô thần 3 *adj.* *~like* như thần, như thánh

goggles 1 *n.* kính răm, kính bảo hộ [của thợ] 2 *v.* **goggle** trợn tròn mắt, giương mắt nhìn

going 1 *n.* sự ra đi; việc đi lại: *the ~ is very hard on this road* sự đi lại rất khó khăn trên đường nấy 2 *adj.* đang đi, đang tiến hành, mở mang, phát đạt; hiện hành: *the ~ price for houses in this area is very high* giá nhà hiện hành trong khu vực nẩy đất quá

goiter *n.* bướu giáp, bướu cổ

gold *n.* vàng, hoàng kim; tiền vàng; số tiền lớn, sự giàu có; màu vàng: *~ coin* đồng tiền vàng; *a heart of ~* tấm lòng vàng; *a tael of ~* một lạng vàng; *~ leaf* vàng lá; *~ digger* tay đào mỏ; *~ foil* vàng lá dày; *~finch* chim sẻ cánh vàng; *~fish* *n.* cá vàng; *~smith* thợ vàng

golden *adj.* bằng vàng; màu vàng; như vàng; quý như vàng: *the ~ age* thời đại hoàng kim; *the ~ wedding* kỷ niệm cưới 50 năm

golf 1 *n.* môn đánh gôn: *Vietnam has built many ~ courses* Việt Nam xây nhiều sân đánh gôn

gone [quá khứ của **go**] đã qua, đã mất; bỏ đi; chết

gong *n.* cái cồng, cái chiêng

gonorrhea *n.* bệnh lậu

good 1 *adj.* [**better**; **best**] tốt, hay, ngoan, hiền, có ích; giỏi, tài; vui vẻ, tốt lành: *it's ~ to eat* ăn được/tốt; *to have a ~ time* hưởng thời gian vui thích; *as ~ as* tốt bằng; *a ~ deal* thương lượng giỏi; *~ humored* vui tính, vui vẻ; *~-looking* đẹp; đẹp trai; *~ nature* tốt bụng, hiền hậu, thuần hậu 2 *n.* điều/ chuyện tốt, điều lành, điều thiện, điều lợi: *to return ~ for evil* lấy ân báo oán; *for the common ~* tốt cho phúc lợi của mọi người; *~by(e)!* lời chào tạm biệt, khi khác sẽ gặp lại; *~s* hàng, hàng hoá, hoá phẩm, hoá vật; *~will* thiện chí, thiện ý, lòng tốt; *~y* kẹo; đồ ăn ngon

goodness *n.* lòng/tính tốt; tính thiện; tinh hoa

goose *n.* (*pl.* **geese**) ngỗng; ngỗng cái; thịt ngỗng

gooseberry *n.* [trâu bò] húc bằng sừng

gore *v.* đèo, hẻm núi

gorge *v.* ngốn, tọng, nhồi nhét

gorgeous *adj.* đẹp lộng lẫy, tuyệt đẹp; rực rỡ

gorilla *n.* khỉ đột, đười ươi, đại tinh tinh

gory *adj.* vây đầy máu, vấy/đẫm máu

gosh *intj.* lạ chưa! kỳ chưa! úi chà!

gosling *n.* ngỗng con/non

gospel *n.* sách Phúc âm; cẩm nang; tín điều

gossamer *n.* the, sa, vải mỏng; tơ nhện

gossip 1 *n.* chuyện ngồi lê đôi mách; người hay nói chuyện tầm phào: *there has been much ~ about his marriage* có nhiều chuyện tầm phào về cuộc hôn nhân của ông ta 2 *v.* ngồi lê đôi mách, kháo chuyện người khác, thà la mách lẻo: *I never ~ed* tôi không bao giờ ngồi lê đôi mách

got quá khứ của **get**

gotten quá khứ của **get**

gouge 1 *n.* cái đục máng/khum 2 *v.* đục máng; khoét ra, moi/móc ra; lừa đảo, lừa

goulash *n.* món ragu hungari

gourd *n.* quả bầu, quả bí: *bottle ~* bầu nậm

gourmet *n.* người sành ăn

gout *n.* bệnh gút, bệnh thống phong

govern *v.* cai trị, thống trị; quản trị, quản lý, cai quản; kiềm chế, đè nén; chi phối

governess *n., f.* cô giáo, gia sư

government *n.* chính phủ, nội các; chính quyền; chính thể; sự chi phối

governmental *adj.* thuộc chính phủ/chính quyền

governor *n.* thống đốc, viên toàn quyền: *~ general* tổng toàn quyền

gown *n.* áo dài (phụ nữ); áo choàng/thụng

của quan tòa hay giáo sư đại học: *cap and ~* mũ ghế đầu và áo thụng [sắc phục đại học]

grab 1 *n.* sự chộp/vồ lấy **2** *v.* chụp lấy, vồ lấy; tước, đoạt, chiếm đoạt

grace 1 *n.* duyên, vẻ duyên dáng/yêu kiều; ơn huệ, sự gia ơn, sự chiếu cố/trọng đãi; sự cho hoãn, sự khoan dung; ơn Trời, ơn Chúa; lời cầu nguyện trước bữa ăn: *to speak with ~* ăn nói duyên dáng; *he had the ~ to say that* anh ta biết điều mà nói rằng **2** *v.* làm vinh dự: *the wedding ceremony was ~d by the presence of both parents* lễ cưới rất vinh dự có mặt cả tứ mẫu song thân

graceful *adj.* duyên dáng, yêu kiều, uyển chuyển

gracious *adj.* lịch sự, nhã nhặn, có lòng tốt, tử tế, nhân từ, khoan dung, độ lượng

gradation *n.* sự thay đổi từ từ; cấp, bậc, mức độ

grade 1 *n.* cấp, bậc, mức, độ, hạng, loại, tầng lớp; lớp học; grát; điểm, điểm số; dốc, độ dốc **2** *v.* phân loại, phân hạng; chấm bài, cho điểm

gradual *adj.* dần dần, từ từ, từng bước một

graduate 1 *n.* người tốt nghiệp đại học, người học xong một khoá/bậc học: *~ student* sinh viên cao học; *high school ~* người tốt nghiệp phổ thông trung học; *~ diploma* bằng tốt nghiệp sau đại học **2** *v.* (được) cấp bằng tốt nghiệp: *I have ~d from a business school* tôi vừa tốt nghiệp trường thương mại

graduation *n.* sự tốt nghiệp; lễ phát bằng tốt nghiệp: *~ ceremony* lễ tốt nghiệp

graffiti *n.* chữ viết nhảm trên tường (nhà)

graft 1 *n.* sự ghép; cành ghép; mô ghép **2** *n.* sự ăn hối lộ, sự ăn bớt ăn xén **3** *v.* ghép [cành, mô]

grain *n.* thóc lúa, mễ cốc, cốc loại, lương thực, hạt, hột; một chút, mảy may; thớ [gỗ]: *~ elevator* máy hút lúa vào kho

gram(me) *n.* đơn vị đo trọng lượng gam

grammar *n.* ngữ pháp, văn pháp, văn phạm: *transformational ~* ngữ pháp cải biến; *~ school* trường tiểu học, trường phổ thông qui phạm tư

grammarian *n.* nhà ngữ pháp

grammatical *adj.* thuộc ngữ pháp; đúng ngữ pháp

gramophone *n.* máy hát, kèn hát

granary *n.* vựa lúa/thóc, kho lúa/thóc

grand 1 *adj.* hay, tuyệt, đẹp; chính, lớn, tổng quát; rất lớn, vĩ đại; cao quý; trọng yếu, chủ yếu: *~ jury* ban hội thẩm lớn [từ 12 đến 23 bồi thẩm]; *~ piano* đàn piano cánh; *~ total*

tổng số tổng quát **2** *n.* *~child* cháu [gọi bằng ông/bà]; *~children* cháu (nội/ngoại) [số nhiều]; *~daughter* cháu gái [gọi bằng ông/bà]; *~father (~pa)* ông (nội/ngoại), tổ phụ; *~mother (~ma)* bà (nội/ngoại), tổ mẫu

grandeur *n.* vẻ hùng vĩ; sự vĩ đại; quyền thế/uy

grandiose *adj.* lớn lao, vĩ đại; long trọng

grange *n.* hiệp hội nhà nông; ấp, trại

granite *n.* đá granit, đá hoa cương

granny *n.* *coll.* (= **grandmother**) bà (nội/ngoại)

grant 1 *n.* tiền trợ cấp; sự ban/cấp cho: *I have received a ~ to do research* tôi vừa được tiền trợ cấp làm nghiên cứu; *~ in aid* tiền trợ cấp cho học sinh **2** *v.* cho, ban, cấp; cho là, công nhận: *to take for ~ed* cho là dĩ nhiên; *to ~ somebody permission to do something* cho phép ai làm việc gì

granulate *v.* nghiền thành hột nhỏ; kết hột

granule *n.* hột nhỏ

grape *n.* quả/trái nho: *a bunch of ~s* một chùm nho; *seedless ~s* nho không hột

grapefruit *n.* bưởi chùm: *~ juice* nước bưởi

grapevine *n.* hệ thống thông tin;tin đồn

graph *n.* đồ thị

graphic *adj.* thuộc đồ thị; sinh động; tạo hình

graphite *n.* grafit, than chì

grapple 1 *n.* sự túm/níu lấy **2** *v.* túm lấy; vật lộn

grasp 1 *n.* sự nắm/túm lấy; sự nắm vững, sự hiểu rõ; quyền lực **2** *v.* nắm chặt, túm chặt, ôm chặt; nắm vững, hiểu được; nắm lấy, chộp lấy [cơ hội]

grass *n.* cỏ; bãi cỏ; cần sa: *~roots* cỗi rễ, căn nguyên; cơ sở

grasshopper *n.* châu chấu, cào cào

grassy *adj.* cỏ mọc đầy

grate *n.* vỉ lò; lò sưởi

grate *v.* mài, xát, cạo, nạo; kêu ken két

grateful *adj.* biết ơn, tri ân: *to be ~ to someone* biết ơn người nào

gratification *n.* sự hài/vừa lòng

gratify *v.* làm vừa/hài lòng, làm thỏa mãn

grating *n.* lưới sắt; tiếng chói tai/khó chịu

gratis *adj., adv.* không lấy tiền; không mất tiền, miễn phí

gratitude *n.* làm biết ơn, sự tri ân

gratuitous *adj.* không lấy/mất tiền; vô cớ

gratuity *n.* tiền chè lá, tiền típ, tiền thưởng

grave *n.* mả, mồ, mộ, phần mộ, mộ phần: *~stone* bia, mộ chí, mộ bi, mộ thạch; *~yard* bãi tha ma, mộ địa, nghĩa địa **2** *adj.* trang nghiêm, nghiêm nghị; nghiêm trọng, trầm trọng; [trách nhiệm] nặng nề

gravel 1 *n.* sỏi; bệnh sỏi thận **2** *v.* rải sỏi

gravitation *n.* sức hút, sức hấp dẫn [vật lý]

gravity n. sự sút, sự hấp dẫn; trọng lực/lượng; vẻ trang nghiêm/nghiêm nghị; tính nghiêm trọng

gravy n. nước thịt; nước cốt

gray adj., n. [Br. **grey**] màu xám, xám **1** n. màu xám; quần áo màu xám **2** adj. xám; (tóc) hoa râm, bạc, sâu; (trời) u ám: **~hound** chó săn thỏ; nhãn hiệu xa buýt/đò: **~ish** hơi xám, xam xám

graze 1 v. (cho) ăn cỏ **2** v. lướt qua; làm sầy

grease 1 n. mỡ; dầu mỡ, dầu nhờn **2** v. bôi/tra mỡ

greasy adj. giây/dính mỡ; béo ngậy

great adj. lớn, to lớn, vĩ đại; rất, hết sức; cừ, giỏi, thạo; cao cả, cao thượng, cao quý: **with ~ care** hết sức cẩn thận; **~ grandchild** chắt chít; **~ granddaughter** chắt gái; **~ grandfather** cụ ông; **~ grandmother** cụ bà; **~ grandson** chắt trai

greatly adv. rất, lắm, rất mực, rất là

greatness n. sự lớn lao, tính vĩ đại; sự cao quý

greed n. lòng tham, tính tham lam; thói háu ăn

greedy adj. tham lam, hám; ham ăn, háu ăn

Greek 1 n. người/tiếng Hy Lạp **2** adj. Hy Lạp

green 1 n. màu xanh lá cây, màu lục; cây/vỏ xanh: **~back** giấy bạc, đôla xanh **2** adj. xanh lá cây, màu lục; xanh, tươi; tươi xanh, thanh xuân, tráng kiệt; non nớt, thiếu kinh nghiệm: **~ish** hơi lục, xanh xanh

greenfinch n. chim sẻ lục

green food n. cỏ tươi, rau

green horn n. người mới vào nghề, người chưa có kinh nghiệm

greenhouse n. nhà kính trồng rau, hoa

green light n. đèn xanh, tín hiệu giao thông cho phép đi

green tea n. chè xanh

greet v. chào, chào hỏi, chào mừng, đón chào

greeting n. lời chào (hỏi/mừng): **New Year's ~** lời chúc mừng năm mới; **Season's ~s** lời chúc mừng mùa giáng sinh/dịp cuối năm

grenade n. lựu đạn: **hand ~** lựu đạn cầm tay

grenadier n. lính ném lựu đạn; vệ binh

grew quá khứ của **grow**

grid n. đường kẻ ô; vỉ nướng chả

griddle n. vỉ nướng bánh

gridiron n. vỉ nướng chả; sân đá bóng, sân banh

grief n. sự buồn rầu, nỗi đau buồn

grievance n. mối bất bình/bất mãn; lời kêu ca, lời phàn nàn/trách móc

grieve v. (làm) đau buồn, (gây) đau lòng

grievous adj. đau đớn, đau khổ; nặng, trầm trọng

grill 1 n. vỉ nướng chả; món thịt nướng, chả; quán thịt nướng; lò nướng: **to put tomatoes under the ~** để khoai tây vào lò nướng **2** v.

nướng; thiêu đốt; tra hỏi: **to ~ meat in 20 minutes** nướng thịt trong vòng 20 phút

grim adj. dữ tợn, hung dữ; dữ dội, ghê gớm; ác liệt, quyết liệt, không lay chuyển được

grimace n. sự nhăn/cau mặt, vẻ nhăn nhó

grime n. bụi than, bụi bẩn, ghét

grimy adj. đầy bụi bẩn, cáu ghét

grin 1 n. cái cười toe toét **2** v. cười toe toét, cười nhe răng, toét miệng cười

grind 1 v. [**ground**] xay, nghiền, tán; mài, giũa; nghiến [răng] **2** n. công việc cực nhọc xay tán: **~stone** đá cối xay, đá mài

grinder n. máy xay/nghiền, cối xay cà phê; thợ mài dao: **meat ~** máy xay thịt

grip 1 n. sự nắm chặt; sự nắm vững [vấn đề]; cán, chuôi; vai li nhỏ: **to come to ~s with** đánh giáp lá cà; đương đầu, đối phó **2** v. nắm/ôm chặt, kẹp chặt; nắm vững

gripe 1 n. lời kêu ca/phàn nàn **2** v. kêu ca, phàn nàn; đau quặn ruột

grisly adj. dễ sợ, ghê sợ, ghê tởm, rùng rợn

grist n. lúa đem xay; số lớn, lô, đàn, bầy, lũ

gristle n. xương sụn (lẫn trong thịt)

grit 1 n. hạt sạn/cát (trong máy); tính bạo dạn/gan góc/can đảm **2** v. kêu ken két; nghiến [răng]

grits n. ngô lứt [giã chưa kỹ]

gritty adj. có sạn; cứng cỏi, bạo dạn, gan góc

grizzled adj. [tóc] hoa râm

grizzly adj. [tóc] hoa râm; [gấu **bear**] xám

groan 1 n. tiếng rên rỉ **2** v. than van, rên siết; lầm bầm

grocer n. người bán tạp hóa/măng miếng

grocery n. cửa hàng tạp hóa/thực phẩm phụ, chợ [bán chè, đường, cà phê, rau quả, đồ hộp]; **groceries** đồ ăn, thức ăn [mua ở chợ]

groggy adj. say lảo đảo; chệnh choạng

groom 1 n. người giữ ngựa, mã phu; chú rể, tân lang: **~man** phù rể **2** v. săn sóc, chải lông [ngựa]; ăn mặc chỉnh tề; chuẩn bị ...

groove 1 n. đường rãnh, khía; đường mòn, thói cũ **2** v. khía, rạch, xoi rãnh

grope v. sờ soạn, dò dẫm, mò mẫm

gross 1 n. mười hai tá; số tổng quát/tổng cộng **2** adj. thô bỉ, thô tục, thô lỗ; trắng trợn, thô bạo; to béo, phì nộn; tổng cộng: **~ income** tổng số thu nhập **3** v. thu nhập tất cả là ...

grotesque adj. kỳ cục, lố bịch, kỳ quái

grotto n. hang, động

grouchy adj. cáu kỉnh, gắt gỏng, quàu quạu

ground quá khứ của **grind**

ground 1 n. mặt đất, đất, sàn; bãi đất, khu đất; **grounds** đất đai vườn tược; nền, đáy; vị trí; bã, cặn; lý do, căn cứ: **a ~ for divorce** một lý do để xin ly dị; **~ floor** tầng dưới cùng, tầng thứ nhất **2** v. dựa, căn cứ (vào); không cho [máy bay] cất cánh; (làm cho) mắc cạn 3 *adj.* **~less** không căn cứ, vô căn cứ

group 1 *n.* nhóm, đám, tốp, đoàn, tổ: *to form a ~* họp thành một nhóm 2 *v.* họp lại, hợp lại, tập hợp lại; phân loại: *they ~ed around the singer* họ tập hợp tại chung quanh ca sĩ

grouse 1 *n.* gà gô trắng; lời càu nhàu 2 *v.* càu nhàu

grove *n.* khu rừng nhỏ: *bamboo ~* trúc lâm

grovel *v.* nằm bò xuống đất; khom lưng uốn gối

grow *v.* [**grew**; **grown**] trồng [cây]; để [râu]; mọc lên, mọc; lớn lên, lớn; tăng lên, tăng gia, bành trướng, phát triển; trở nên: *to ~ old(er)* già đi; *to ~ worse* tồi đi; *to ~ up* lớn lên, trưởng thành

grower *n.* người trồng cây

growl 1 *n.* tiếng gầm gừ, tiếng làu bàu 2 *v.* gầm gừ, gầm; làu bàu, lầm bầm, càu nhàu

grown quá khứ của **grow**

grownup 1 *n.* người lớn 2 *adj.* đã lớn, đã trưởng thành

growth *n.* sự lớn mạnh, sự phát triển/tăng trưởng; sự trồng trọt, mùa màng; cây/râu đã mọc; khối u

grub 1 *n.* con giòi, ấu trùng; đồ ăn, món nhậu 2 *v.* bới, xới [khoai]; nhổ [cỏ]

grudge *n.* mối thù hằn, mối hận thù: *to bear/ have a ~ against someone* oán giận người nào

grudgingly *adv.* một cách miễn cưỡng, bất đắc dĩ

gruel *n.* cháo hoa: *rice ~* cháo trắng

gruff *adj.* cục cằn, thô lỗ, thô bạo

grumble 1 *n.* tiếng càu nhàu/lầm bầm 2 *v.* càu nhàu, cằn nhằn; lẩm bẩm, lầm bầm; [sấm] rền

grunt *n., v.* (tiếng) ủn ỉn; (tiếng) càu nhàu

guarantee 1 *n.* sự cam đoan/bảo đảm; vật bảo đảm/bảo lãnh, vật cầm/thế: *to give a ~ for* đứng bảo lãnh cho 2 *v.* cam đoan, bảo đảm, đứng bảo lãnh: *resources alone do not ~ growth* chỉ nguyên vật liệu không bảo đảm sự lớn mạnh

guarantor *n.* người bảo đảm/bảo lãnh

guaranty *n.* giấy bảo đảm; vật bảo đảm

guard 1 *n.* việc canh phòng/canh gác; sự đề phòng; người gác, lính gác; vệ binh; cái chắn: *body ~* người bảo vệ cá nhân 2 *v.* canh phòng, canh giữ, gác, bảo vệ; đề phòng; che, chắn: *to ~ the company* canh giữ công ty

guardian *n.* người bảo vệ; người giám hộ [tài sản]

guava *n.* quả ổi

gubernatorial *adj.* thuộc thống đốc/thủ hiến

guerrilla *n.* du kích: *~ warfare* chiến tranh du kích

guess 1 *n.* sự phỏng đoán: *~work* chuyện phỏng đoán, sự ước chừng, sự phỏng chừng (chứ không chắc chắn) 2 *v.* đoán, phỏng đoán, ước chừng [*right* đúng/trúng, *wrong* sai]: *I ~ it's not going to snow* tôi nghĩ trời sẽ không có tuyết đâu; *to ~ the answer to a riddle* đoán ra một câu đố

guest *n.* khách, tân khách; khách trọ, lữ khách: *distinguished ~s* Thưa quý vị quan khách; *~ house* nhà khách; *~ room* phòng dành cho bạn

guidance *n.* sự dìu dắt/chỉ dẫn/hướng dẫn/ chỉ đạo

guide 1 *n.* người chỉ đường, người hướng dẫn; lời chỉ dẫn, sách chỉ dẫn/chỉ nam/nhập môn: *~book* sách hướng dẫn; *~line* nguyên tắc chỉ đạo 2 *v.* chỉ đường, dẫn đường, dẫn lộ; dắt, dẫn, hướng dẫn; chỉ đạo, lãnh đạo

guild *n.* phường hội

guile *n.* sự lừa đảo/lừa gạt, mưu mẹo

guillotine *n.* máy chém, đoạn đầu đài, máy xén

guilt *n.* sự có tội, sự phạm tội; tội, tội lỗi

guiltless *adj.* không có tội, vô tội

guilty *n.* có tội, phạm tội, tội lỗi: *~ of theft* phạm tội ăn cắp

guinea *n.* đồng (tiền vàng) ghi nê của Anh

guise *n.* lốt, vỏ, bề ngoài, mặt nạ, chiêu bài: *under the ~ of religion* đội lốt tôn giáo

guitar *n.* đàn ghi ta, đàn sáu dây, lục huyền cầm

gulf *n.* vũng, vịnh; vực thẳm, hố sâu

gull 1 *n.* chim âu, hải âu, mòng (biển); người ngờ nghệch cả tin 2 *v.* lừa bịp

gullet *n.* cổ họng, thực quản/đạo

gullible *adj.* khờ dại, cả tin, dễ bị lừa

gully *n.* rãnh, máng, mương

gulp 1 *n.* ngụm, hơi 2 *v.* nuốt chửng, nốc

gum *n.* lợi, nứu; keo, hồ, nhựa dán; gôm, cao su; chất gôm: *chewing ~* kẹo cao su

gun 1 *n.* súng, đại bác, pháo; phát súng (đại bác): *machine ~* súng máy; *~boat* tàu chiến, pháo hạm; *~fire* tiếng súng; hỏa lực; *~man* kẻ cướp có súng; *~ner* pháo thủ; *~powder* thuốc súng; *~shot* phát súng; tầm súng 2 *v.* bắn phá, nã pháo; lùng, truy nã: *to ~ down* bắn chết, hạ

gurgle *n., v.* (tiếng) ùng ục, róc rách, ọc ọc

gush 1 *n.* sự phun/vọt ra: *a ~ of anger* cơn giận đùng đùng 2 *v.* phun ra, vọt ra; bộc lộ/thổ lộ tràn trề: *blood ~es from a wound* máu vọt ra từ vết thương

gust *n.* cơn gió mạnh; cơn mưa rào

gusty *adj.* gió bão, dông tố

gut 1 *n.* ruột: *~s* ruột/lòng thú vật 2 *v.* moi ruột [cá, v.v.]: *the fire ~ted that hotel* lửa thiêu sạch bên trong cái khách sạn đó

gutter *n.* ống máng, máng xối; rãnh nước; khu bùn lầy nước đọng

guttural *n., adj.* (âm) thuộc yết hầu

guy *n.* anh chàng, gã, thằng cha; dây, xích, dây cáp

guzzle *v.* uống ừng ực

gymnasium *n.* (*abbr.* **gym**) phòng tập thể dục; trường trung học thể dục

gymnastics *n.* thể dục

gynecologist *n.* [*Br.* **gynaecologist**] bác sĩ phụ khoa

gynecology *n.* [*Br.* **gynaecology**] phụ khoa, khoa bệnh đàn bà

gyp *v.* lừa bịp, lừa đảo

gypsum *n.* thạch cao

gypsy *n.* dân gipxi

gyrate *v.* xoay tròn, hồi chuyển

gyroscope *n.* con quay hồi chuyển

H

ha *intj. a! haha!* tiếng kêu ngạc nhiên, vui mừng hay sung sướng

haberdasher *n.* người bán sơmi, quần đùi, bít tất, người bán đồ trong của đàn ông

haberdashery *n.* (cửa hàng) sơ mi, ca vát, v.v.

habit *n.* thói quen, tập quán, y phục riêng (để cưỡi ngựa): *to fall into a ~* nhiễm một thói quen

habitable *adj.* (nhà, chỗ) có thể ở được

habitant *n.* người ở, cư dân

habitat *n.* môi trường sống

habitation *n.* chỗ ở, nhà ở, nơi trú ngụ/cư trú

habitual *adj.* thường, quen, thường lệ/thường: *~ drunkard* người thường xuyên say rượu

habituate *v.* làm cho quen, tập cho quen

hack 1 *n.* búa, rìu, cuốc chim (của thợ mỏ): 2 *v.* chặt, đốn, đẽo; ho khan: *the gang went on board the train and ~ed everyone* đám cướp lên xe lửa và chém mọi người

hack 1 *n.* ngựa cho thuê; ngựa xấu; người làm việc nặng nhọc: *~saw* cưa để cưa sắt 2 *v.* đánh xe ngựa thuê; lái xe tắc xi; viết thuê

hackneyed *adj.* (lời nói) nhàm, sáo

had quá khứ của **have**

haddock *n.* cá tuyết, cá vượt

hades *n.* âm phủ, âm ty; diêm vương

haft *n.* cán, chuôi (dao, rìu)

hag *n.* mụ phù thủy; mụ già xấu xí, nanh nọc

haggard *adj.* hốc hác, phờ phạc, tiều tụy, gầy gò

haggle *v.* mặc cả, trả giá, cò kè

hail 1 *n.* mưa đá; loạt, trận, tràng (đạn, câu hỏi) 2 *n.* lời gọi/réo 3 *v.* kêu, gọi, réo, hò; hoan hô, hoan nghênh: *he ~s from Hanoi* anh ta từ Hà Nội tới 4 *v.* mưa đá; trút/giáng xuống (như mưa)

hair *n.* tóc; lông (người, thú, cây): *body ~* bộ lông thú; *pubic ~* âm mao; *to lose by a ~* chỉ một li nữa là thua, thua suýt soát; *to comb one's ~* chải đầu/tóc; *to part one's ~* rẽ đường ngôi; *to wash one's ~* gội đầu; *~cut* sự cắt tóc; *to have one's ~ cut* đi cắt tóc; *~ dresser* thợ uốn tóc/làm đầu cho đàn bà; *~pin* cái kim cặp tóc

hairy *adj.* có tóc/lông; rậm tóc, rậm lông

hale *adj.* khỏe mạnh, tráng kiệt: *to be ~ and hearty* còn khỏa mạnh tráng kiện

half 1 *n.* (*pl.* **halves**) một nửa, phần chia đôi; nửa giờ, 30 phút: *~ an hour* nửa giờ; *two and a ~ hours* hai tiếng rưỡi; *~ past four* 4 giờ rưỡi; *to cut into halves* cắt/bổ làm đôi 2 *adj.* nửa: *a ~ hour* nửa giờ; *~ brother* anh/em trai cùng cha mẹ (hoặc cùng mẹ khác cha); *~ sister* chị/em dị bào, chị/em cùng cha khác mẹ (hoặc cùng mẹ khác cha) 3 *adv.* nửa chừng, nửa vời; *~ cooked* nửa sống nửa chín; *~ empty* vơi còn có một nửa; *~ dead* gần chết; *~ and ~* nửa nọ nửa kia; *~ hearted* không thật bụng, không nhiệt tình/ tha thiết, miễn cưỡng; thiếu hăng hái; *~-breed* người lai; giống lai; *~ mast* vị trí cờ treo rũ; *~penny* đồng nửa xu, đồng trinh; *~ price* nửa giá; *~ time* nửa công, nửa lương, nửa ngày; lúc nghỉ giữa trận đấu hoặc sau hiệp nhất; *~way* nửa/giữa đường; nửa vời; thoả hiệp

halitosis *n.* chứng thối mồm

hall *n.* phóng lớn, đại sảnh; toà nhà lớn; phòng đợi, hành lang; nhà ở, ký túc xá: *music ~* phòng hòa nhạc; *city ~* toà thị chính, thị sảnh; *dining ~* phòng ăn công cộng; *the great ~ of the people* đại hội trường nhân dân; *~mark* dấu đảm bảo phẩm chất/tiêu chuẩn; *~way* phòng trước, hành lang

hallow *v.* tôn kính, thần thánh hóa

hallucination *n.* ảo giác

halo *n.* quầng (mặt trăng/trời); vầng hào quang

halt 1 *n.* sự tạm nghỉ/dừng, sự đình chỉ: *to call a ~ (to)* ra lệnh ngừng lại 2 *v.* ngập ngừng, lưỡng lự, do dự, ngừng lại: *striking workers ~ed production at the auto factory yesterday* công nhân đình công ngừng sản xuất ở nhà máy xe hơi ngày hôm qua

halter *n.* dây buộc, dây thòng lọng; yếm phụ nữ

halve *v.* chia đôi/hai, chia đều; bớt một nửa
ham *n.* giăm bông; tài tử, người không chuyên
môn: *radio ~, ~ radio operator* người sử
dụng máy vô tuyến điện nghiệp dư
hamburger *n.* thịt băm viên kẹp bánh mì
hamlet *n.* xóm, thôn
hammer **1** *n.* búa; cò súng: *~ and sickle* búa
liềm **2** *v.* nện, đóng, đập (bằng búa): *to ~
out* đập bẹt, đập mỏng; nghĩ ra, tìm ra được
hammock *n.* cái võng
hamper *n.* giỏ mây, bồ mây
hamper *v.* làm vướng, cản trở, ngăn trở
hand **1** *n.* (bàn) tay; kim (đồng hồ); nải
(chuối); sắp (bài); thuỷ thủ, công nhân;
người làm, tay (thợ, nghề, v.v.); sự khéo
tay; nét chữ viết: *at ~* gần ngay bên cạnh,
với được; sắp đến: *at first ~* trực tiếp; *~ in
~* tay nắm tay, song song với; *~s off* không
được mó vào; cấm can thiệp; *~s up* giơ
tay lên; *to shake ~s* bắt tay; *he writes a
nice ~* anh ấy viết chữ tốt; *to lend a ~* giúp
đỡ; *short of ~s* thiếu nhân công; *to have
one's ~s full* bận bịu; *on the one ~ ... on
the other ~* ... một mặt ... một mặt ... **2** *v.*
đưa, trao tay, truyền cho, chuyển giao: *to
~ over, to ~ in* nộp (bài, đơn); *to ~ out* đưa/
phát ra; *to ~ down* truyền xuống; nhường
(quần áo mặc thừa) **3** *v.* gây bất lợi, cản trở
handbag *n.* xách tay
handbill *n.* truyền đơn
handbook *n.* sổ tay hướng dẫn, sách chỉ nam
handcuff *n.* khoá/còng tay
handicap *n.* điều bất lợi, sự tàn tật: *physical
~* tật (về thân thể); *the ~ped* những người
tật nguyền; *~ writing* nét chữ, dáng chữ,
nét bút
handicraft *n.* nghề thủ công; đồ thủ công;
handiwork *n.* việc làm bằng tay; đồ thủ công
handkerchief *n.* khăn tay, khăn mùi soa
handle **1** *n.* tay cầm, cán, chuôi, quai, móc:
to fly off the ~ mất bình tĩnh; *to carry a
bucket by the ~* xách thùng ở quai **2** *v.*
cầm, sờ, rờ, mó; điều khiển; đối xử với;
buôn bán (mặt hàng): *to ~ a machine* điều
khiển máy
handmade *adj.* làm bằng tay, sản xuất bằng
tay, khâu tay, dệt tay
handsome *adj.* đẹp trai; (số tiền) lớn, đáng kể
handy *adj.* có sẵn, tiện tay; (người) khéo tay
hang *v.* [hung/hanged; hanged] treo, mắc;
được/bị treo cổ: *I ~ the picture on the wall*
tôi treo tấm ảnh trên tường; *they ~ed the
murderer* họ treo cổ tên sát nhân; *to ~ on*
bám chặt lấy; giữ máy (dây nói); *to ~ up*
treo lên; gác *telephone*, cúp điện thoại
hangar *n.* nhà để máy bay
hanger *n.* giá áo/mũ: *coat ~* mắc áo

hangings *n.* màn, rèm, trướng
hangman *n.* người treo cổ (tội nhân)
hangnail *n.* móc treo màn
hangout *n.* chỗ lui tới la cà (cái còn sót lại)
hangover *n.* dư vị khó chịu, cảm giác buồn
nản
hank *n.* nùi, con (sợi, len)
hanker *v.* thèm muốn, khao khát: *to ~ after
something* ao ước cái gì
haphazard *adj., adv.* tình cờ, may rủi, ngẫu
nhiên
hapless *adj.* không may, rủi ro
happen *v.* xảy ra/đến, tình cờ, ngẫu nhiên:
what is ~ing? cái gì đang xẩy ra?; *as it ~s*
tình cờ mà
happening *n.* chuyện/sự việc xảy ra, sự cố,
biến cố
happiness *n.* sự sung sướng, hạnh phúc
happy *adj.* sung sướng, hạnh phúc; may mắn;
vui lòng, vui sướng: *a ~ marriage* cuộc hôn
nhân hạnh phúc; *~-go-lucky* vô tư lự
harangue *n., v.* kêu gọi, hô hào; diễn thuyết
harass *v.* quấy rối; làm phiền nhiễu, gây lo
lắng
harassment *n.* sự quấy rầy, sự phiền nhiễu:
sexual ~ xâm phạm tình dục
harbinger *n.* người/vật báo hiệu
harbor **1** *n.* bến tàu, cảng; nơi ẩn náu: *Pearl
~* trân châu cảng **2** *v.* chứa chấp; nuôi
dưỡng
hard **1** *adj.* cứng, rắn; khó khăn, gay go, gian
khổ, hóc búa; cứng rắn, vô tình, không
thương xót, hà khắc, nghiêm khắc, khắc
nghiệt; nặng, nặng nề: *~-boiled* (trứng)
luộc trứng (*soft-boiled* lòng đào, la cốôc);
(người) cứng rắn, sắt đá; *~-headed* cứng
đầu cứng cổ, bướng bỉnh; *~-hearted* nhẫn
tâm, không có tình cảm **2** *adv.* hết sức (cố
gắng), nỗ lực, chăm chỉ, cần cù; mạnh,
nhiều, to; khó khăn, chật vật; nghiêm khắc:
~ hit bị đòn mạnh; lâm vào thế khó khăn;
to hold something ~ nắm chặt vật gì
harden *v.* làm cho cứng/rắn; tôi (thép); dày
dặn
hardiness *n.* sức dày dặn, sức chịu đựng, sức
mạnh
hardly *adv.* chỉ vừa mới; hầu như không:
he had ~ left when ... ông ta vừa mới đi
khỏi thì ...; *~ a week passes but ...* hầu như
không có tuần nào mà lại không; *~ ever*
hầu như không bao giờ
hardship *n.* sự gian khổ/khó nhọc/thử thách
gay go
hardware *n.* đồ sắt thép, đồ ngũ kim; vũ khí
hardwood *n.* gỗ cứng
hardy *adj.* khoẻ mạnh, dày dạn, cứng cáp;
gan dạ

hare *n.* thỏ rừng

harelip *n.* tật sứt môi

harem *n.* khuê phòng; hậu cung

harlot *n.* con đĩ, gái điếm

harm 1 *n.* điều tai hại/tổn hại, chuyện thiệt hại (*to do* làm): *they meant no ~ to you* họ không có ý định làm hại anh đâu 2 *v.* làm hại: *they intended to ~ someone* họ tính làm hại ai

harmful *adj.* có hại, gây tai hại

harmless *adj.* không có hại, vô hại, không độc

harmonica *n.* kèn amônica, khẩu cầm

harmonious *adj.* hoà thuận/hợp; cân đối, hài hoà; êm tai, du dương

harmonize *v.* hài hoà/hoà hợp với nhau; hoà âm

harmony *n.* sự hoà thuận/hoà hợp; sự cân đối/hài hoà; hoà âm

harness 1 *n.* yên cương; trang bị: *to go back into ~* lao vào công việc 2 *v.* thắng yên cương; dùng, khai thác (sức nước) để lấy điện

harp *n.* đàn hạc, thụ cầm

harpoon 1 *n.* lao móc 2 *v.* đâm bằng lao móc

harrow 1 *n.* cái bừa 2 *v.* bừa; làm đau lòng

harry *v.* làm phiền, làm khó chịu, quấy rầy

harsh *adj.* gay gắt, khe khắt, khắc nghiệt, tàn nhẫn; chói mắt, chói tai, khó nghe; ráp, xù xì

harvest 1 *n.* mùa gặt, vụ thu hoạch; thu hoạch, kết quả gặt hái được: *as a result of the drought, people have a poor ~* do nạn hạn hán, người ta mất mùa 2 *v.* gặt hái, thu hoạch: *many farmers are ~ing rice* nhiều nông dân đang thu hoạch lúa

harvester *n.* người gặt; máy gặt

has xem **have**

hash 1 *n.* món thịt băm 2 *v.* băm, làm hỏng

hashish *n.* chất ma túy hasit (từ lá gai đầu)

hassock *n.* gối quỳ, ghế đẩu nhỏ để gác chân

haste *n.* sự vội vàng/vội vã/hấp tấp

hasten *v.* đến gấp, đi gấp; làm vội; giục gấp

hasty *adj.* vội vàng, mau; hấp tấp, nóng nảy

hat *n.* mũ (có vành), nón: *straw ~* nón lá

hatch 1 *n.* sự nở/ấp trứng; ổ trứng, ổ chim non 2 *n.* cửa sập, cửa hầm; cửa sau (ôtô): *are you going to buy a ~back or sedan?* bạn sắp mua xe du lịch thường hay xe có cửa sau? 3 *v.* (làm) nở (trứng, gà con) mưu toan: *as soon as the chicks ~, they leave the nest* khi gà con đã nở xong, chúng sẽ rời khỏi vỏ trứng

hatchery *n.* chỗ ấp trứng (gà), trại gà

hatchet *adj.* cái rìu nhỏ

hate 1 *n.* sự thù ghét, lòng căm thù, nối căm hờn: *don't create a lot of ~* đừng tạo nhiều sự thù ghét 2 *v.* căm thù/hờn/ghét; ghét, không thích/muốn: *I ~ borrowing money* tôi ghét mượn tiền lắm

hateful *adj.* đầy căm thù; đáng căm thù

hatred *n.* lòng căm thù; sự căm hờn

haughty *adj.* kiêu ngạo/căng; kiêu kỳ, ngạo mạn

haul 1 *n.* sự kéo mạnh; đoạn đường kéo; sự chuyên chở; mẻ lưới; mẻ vớ được: *a ~ of fish* một mẻ cá đánh được 2 *v.* kéo mạnh, lôi (vật nặng); chuyên chở

haunch *n.* hông, háng, mông; đùi thịt (nai)

haunt 1 *n.* chỗ lui tới, chỗ lai vãng; chỗ thú kiếm mồi; sào huyệt 2 *v.* hay lui tới, năng lai vãng; (ý nghĩ) ám ảnh, quấy rối

have 1 *v.* [**had**] có; nhận được; ăn, uống, hút, xơi; được, được hưởng, bị; (bắt buộc) phải ...; bảo, bắt, nhờ, sai, khiến, thuê (làm việc gì): *they ~ many children* họ nhiều con; *I ~ had this car since 1978* tôi có cái xe ôtô này từ 1978; *you ~ nothing to fear* anh không sợ, anh đừng sợ gì cả; *please let us ~ the money next week* xin ông tuần sau gửi/ giao tiền cho chúng tôi nhé; *we already had dinner* chúng tôi ăn cơm (tối) rồi ạ; *can you come and ~ breakfast with us at the hotel?* mời ông lại khách sạn dùng điểm tâm với chúng tôi nhé; *we had a wonderful summer in Vietnam* chúng tôi đã được hưởng một mùa hè tuyệt vời ở Việt Nam; *I ~ a terrible headache* tôi bị nhức đầu ghê quá; *I ~ to go now* tôi phải đi ngay bây giờ 2 *aux. v.* *he has left* ông ấy vừa mới đi (khỏi sở/nhà); *we had gone to Haiphong* chúng tôi đã đi Hải Phòng rồi; *they ~ done it again* tụi nó lại làm (chuyện ấy) nữa rồi; *I shall/will ~ finished by then* lúc ấy tôi sẽ làm xong rồi; *you should ~ listened to me* đáng lẽ anh phải nghe lời tôi; *you had better stop now* anh nên thôi ngay bây giờ

haven *n.* nơi trú ẩn, nơi ẩn náu; bến tàu, cảng

haversack *n.* túi dết

havoc *n.* sự tàn phá dữ dội (dùng với phay)

hawk *n.* chim ưng, diều hâu; kẻ hiếu chiến, diều hâu (người hiếu hoà/chủ hoà *dove*)

hawker *n.* người bán hàng rong

hawthorn *n.* cây táo gai

hay 1 *n.* cỏ khô: *~ fever* bệnh hắt hơi vì dị ứng với phấn hoa; *~loft* vựa cỏ khô; *~stack* đống cỏ khô 2 *v.* phơi khô (cỏ); cho ăn cỏ khô

hazard 1 *n.* sự may rủi; mối nguy hiểm 2 *v.* liều

hazardous *adj.* liều, mạo hiểm; nguy hiểm

haze *n.* mù, hơi, sương mù, khói mù; sự lờ mờ, mơ hồ

hazel *n.* cây phỉ, cây trăn: ~ *nut* hạt dẻ
hazy *adj.* mù sương, mù mịt; lờ mờ, mơ hồ
h-bomb *n., abbr.* (= **hydrogen bomb**) bom hidrô, bom khinh khí
he *pron.* anh/ông ấy, nó, hắn, thằng ấy
head 1 *n.* đầu; (đầu) người; con; đầu óc, trí óc, năng khiếu: *from the ~ to the feet* từ đầu đến chân 2 *n.* người đứng đầu, thủ trưởng, trưởng, chủ, chủ nhiệm, chủ tịch; đầu mũi, chóp, chỏm, ngọn, đỉnh; phần đầu, đoạn đầu: *the ~ of a family* chủ gia đình; ~ *or tail* sấp hay ngửa 3 *v.* đứng đầu, đi đầu, dẫn đầu, chỉ huy, lãnh đạo: *to ~ a list of* đứng đầu danh sách
headache *n.* chứng nhức đầu; vấn đề khó khăn
headcheese *n.* giò thủ
headdress *n.* khăn trùm đầu; kiểu tóc
headfirst see **headlong**
headgear *n* khăn trùm đầu; mũ
heading *n.* đề mục, tiêu đề, đầu đề
headlight *n.* đèn pha (ôtô, xe lửa, v.v.)
headline *n.* hàng/dòng đầu trang báo; đề mục, đầu đề: ~*s* tin tóm tắt
headlong *adv.* đâm đầu xuống/vào; hấp tấp, liều lĩnh
headmaster *n., m.* ông hiệu trưởng
headmistress *n., f.* bà hiệu trưởng
head-on *adj., adv.* đâm đầu vào (nhau): *a ~ collision* một vụ ô tô đâm đầu vào nhau
headphone *n.* ống nghe
headquarters *n.* tổng hành dinh; trụ sở
headstone *n.* bia, mộ chí
headstrong *adj.* bướng bỉnh, cứng cầu cứng cổ
headway *n.* sự tiến bộ/tiến triển
heal *v.* chữa khỏi, làm lành; hàn gắn; lành lại
health *n.* sức khỏe, sự khỏe mạnh/làm lành: *ministry of (public) ~* bộ y tế; *here's to your ~!* tôi xin nâng cốc chúc mừng ông!
healthful *adj.* có lợi cho sức khỏe; lành mạnh
healthy *adj.* khoẻ mạnh; lành mạnh; lành, tốt cho sức khoẻ
heap 1 *n.* đống: ~*s of* rất nhiều 2 *v.* chất đống
hear *v.* [**heard**] nghe; nghe nói, nghe tin tức, được tin: *I listened, but couldn't ~ anything* tôi cố lắng tai nghe nhưng không nghe thấy gì cả; *to ~ from* nhận được tin của
heard quá khứ của **hear**
hearer *n.* người nghe, thính giả
hearing *n.* thính giác; tầm nghe; sự lấy cung; sự trần thuật/thính thẩm: *hard of ~* nặng tai, hơi nghếnh ngãng; ~ *aid* máy nghe của người điếc
hearsay *n.* tin đồn, lời đồn đại
hearse *n.* xe tang

heart *n.* quả/trái tim, lòng; trái tim, tình (yêu), cảm tình; lòng can đảm, sự hăng hái, nhiệt tâm; trung tâm, khoảng giữa, lõi, ruột: *from the bottom of my ~* tự đáy lòng tôi; *he has no ~* ông ấy thật nhẫn tâm; *to learn by ~* học thuộc lòng; *with all my ~* hết lòng, hết sức thiết tha, tận tình; ~ *attack* cơn liệt/đau tim đột trụy
heartache *n.* nỗi đau khổ, chuyện đau buồn
heartbeat *n.* nhịp tim đập
heartbroken *adj.* rất đau buồn, vô cùng đau khổ
heartburn *n.* chứng ợ nóng, chứng ợ chua
hearten *v.* khích lệ, cổ vũ, động viên, làm cho phấn khởi, khuyến khích
heartfelt *adj.* thành tâm, thành khẩn, chân thành
hearth *n.* lòng/nền lò sưởi; gia đình, tổ ấm
heartless *adj.* ác, nhẫn tâm; vô tình: *a ~ cry* xé ruột, đoạn trường, đau/não lòng, thương tâm
hearty *adj.* vui vẻ, thân mật, nồng nhiệt; thật lòng/bụng/tâm, thành thật, chân thành; khoẻ mạnh, tráng kiệt; (bữa ăn) hậu hĩ, thịnh soạn
heat 1 *n.* hơi/sức nóng; nhiệt, nhiệt lượng/độ; sự nóng nảy/giận dữ; sự hăng hái/nồng nhiệt/sôi nổi sự động đực 2 *v.* đốt/đun nóng: *to ~ up* hâm nóng
heated *adj.* được đun/nung nóng; sôi nổi
heater *n.* bếp lò: *water ~* lò sưởi lò đun nước
heath *n.* (bãi) cây thạch nam/thạch thảo
heathen *n.* (người) ngoại đạo/dị giáo
heather *n.* cây thạch nam
heave *v.* nhấc/nâng lên; thốt ra (tiếng thở dài *a sigh*); kéo lên; nhấp nhô; thở hổn hển; chạy
heaven *n.* thiên đường; ngọc hoàng, trời, thượng đế: *may ~ help you!* xin trời phù hộ cho anh; *oh, for ~'s sake!, good ~s!* trời ơi!
heavenly *adj.* ở trên trời; tuyệt trần, tuyệt diệu: ~ *bodies* các thiên thể
heavily *adv.* một cách nặng nề; [chở, phạt] nặng; mạnh; đông, trù mật
heavy *adj.* nặng, nặng nề; to lớn, dữ dội, kịch liệt; nhiều, rậm rạp, xồm: ~ *sleep* giấc ngủ say; ~ *drinker* người nghiện rượu nặng; ~ *artillery* trọng pháo; ~ *rain* mưa to/lớn; ~ *food* đồ ăn khó tiêu; ~ *crop* vụ mùa bội thu; ~ *fighting* đánh lớn, chiến sự kịch liệt
heavyweight *n.* võ sĩ hạng nặng; người nặng ký, nhân vật quan trọng
Hebrew *n., adj.* người/tiếng Do Thái
heckler *n.* người chất vấn, người hỏi vặn
hectare *n.* (*abbr.* **ha**) mẫu tây, hecta
hectic *adj.* cuồng nhiệt, sôi nổi, hưng phấn; bận rộn, cuống cuồng, hoạt động rối rít

hectogram *n.* đơn vị đo đạc, hectogam
hedge **1** *n.* hàng rào, bờ giậu **2** *v.* bao vây; tránh
hedgehog *n.* con nhím
hedgerow *n.* hàng rào cây
heed **1** *n.* sự lưu ý: *to pay/give ~ to* chú ý đến **2** *v.* để ý, chú ý, lưu tâm đến
heedless *adj.* không lưu ý, chẳng lưu tâm
heel **1** *n.* gót chân/mỏng; gót giầy/bít tất: *high ~ shoes* giày cao gót; *to take to one's ~s* bỏ chạy; *to kick up one's ~s* nhảy cỡn lên; *to come to ~* lẽo đẽo theo sau **2** *v.* [tàu thủy] nghiêng đi
hegemonism *n.* chủ nghĩa bá quyền
hegemony *n.* bá quyền, quyền bá chủ
heifer *n.* bê cái
height *n.* bề/chiều cao; độ cao; điểm cao, chỗ cao; điểm cao nhất, tột đỉnh
heighten *v.* nâng cao; tăng thêm, tăng cường; làm nổi/tôn lên: *to ~ one's experience* làm tăng kinh nghiệm
heinous *adj.* [tội ác] rất tàn ác, ghê tởm
heir *n.* con thừa tự, người thừa kế, người kế thừa/tục, người thừa hưởng: *male ~* con trai nối dõi; *~ess* người thừa kế nữ; *~loom* đồ gia bảo, của/vật gia truyền
heirless *adj.* không có người thừa tự/thừa kế, vô hậu
held quá khứ của **hold**
heliborne *adj.* chuyển vận bằng máy bay lên thẳng, trực thăng vận
helicopter *n.* máy bay lên thẳng/trực thăng
heliograph *n.* máy quang báo, tín hiệu hồi quang
heliport *n.* sân bay cho (máy bay) trực thăng
helium *n.* hoá chất he-li
hell *n.* địa ngục, âm phủ/ti; cảnh khổ: *a ~ of a noise* tiếng ầm ĩ không thể chịu nổi; *~ on earth* địa ngục trần gian; *to give someone ~* đày đọa, làm điêu đứng; xỉ vả thậm tệ; *to go to ~!* quỷ tha ma bắt mày!
hello **1** *n.* câu chào: *to say ~ to X* for me cho tôi hỏi thăm x nhé **2** *intj.* chào anh! alo! [ở đây nói]
helm *n.* bánh lái; sự điều khiển: *at the ~* đứng mũi chịu sào, cầm lái, ở cương vị chỉ huy
helmet *n.* mũ cát; mũ trắng: *crash ~* mũ sắt của lính, người đi mô tô, nón ao toàn
helmsman *n.* người lái tàu thuỷ, tài công
help **1** *n.* sự giúp đỡ/cứu giúp, giúp ích; người làm, người giúp việc trong nhà; phương cứu chữa: *to cry for ~* kêu cứu; *~! ~!* cứu tôi với!; *I need your ~* tôi cần bạn giúp đỡ **2** *v.* giúp đỡ, cứu giúp; nhịn/đừng/tránh được; đưa mời: *you must ~ one another* các cháu phải giúp đỡ lẫn nhau; *I couldn't*

~ laughing tôi không nhịn cười được; *he couldn't ~ it* nó không có cách nào làm khác được, đó là chuyện bất đắc dĩ; *~ yourself to some more fried rice* mời cô lấy thêm cơm chiên
helper *n.* người giúp đỡ, người phụ tá
helpful *adj.* hay giúp đỡ; có ích, giúp ích
helping *n.* phần thức ăn [*second* lần thứ hai]
helpless *adj.* bất lực; không ai giúp đỡ, không nơi nương tựa, bơ vơ
helter-skelter *adv.* hỗn loạn, tán loạn, lộn xộn, lung tung
hem **1** *n.* đường viền **2** *v.* viền: *to ~ in* bao vây
he-man *n.* tay xứng đáng là trang anh tử
hemisphere *n.* bán cầu: *western ~* tây bán cầu
hemlock *n.* cây/chất độc cần
hemorrhage *n.* [*Br.* **haemorrhage**] sự chảy máu, bệnh xuất/băng huyết
hemorrhoids *n.* [*Br.* **haemorrhoids**] bệnh trĩ
hemp *n.* cây/sợi gai dầu
hemstitch **1** *n.* mũi khâu giua **2** *v.* giua
hen *n.* gà mái, gà mẹ; con mái
hence *adv.* kể từ giờ/đây, từ nay trở đi; vì thế
henceforth *adv.* từ nay trở đi, từ rày về sau
henchman *n.* tay sai, tay chân, thủ túc, bộ hạ
henpecked *adj.* sợ vợ, bị vợ xỏ mũi, cụ nội
hepatitis *n.* bệnh viêm gan
her **1** *pron.* bà ấy, cô ấy, chị ấy, nó [tân cách của *she*]: *we like ~* chúng tôi thích cô ấy **2** *adj.* của bà/cô/chị ấy: *we like ~ beauty* chúng tôi ưa vẻ đẹp của cô ấy
herald **1** *n.* người đưa tin, điểm **2** *v.* báo trước
herb *n.* cỏ, cây thảo: *medicinal ~s* dược thảo
herbage *n.* cỏ [nói chung]
herbal **1** *n.* sách nghiên cứu về cỏ **2** *adj.* thuộc cỏ
herd **1** *n.* bầy, đàn; bọn, bè lũ **2** *v.* lùa, dồn; chăn dữ; đàn đúm với nhau
herdsman *n.* người chăn, mục đồng, mục tử
here *adv.* đây, ở đây: *from ~ to there* từ đây đến đó; *~ and there* chỗ này chỗ kia; *here is/are ...* đây là ...
hereafter *adv.* sau đây/này, trong tương lai
hereby *adv.* bằng cách này; do đó, nhờ đó, như thế: *I ~ certify that ...* nay chứng nhận rằng ...
hereditary *adj.* cha truyền con nối, di truyền
heredity *n.* sự/tính di truyền
herein *adv.* ở đây, trong tài liệu này, ngay đây
heresy *n.* dị giáo
heretic *n.* người theo dị giáo
heretical *adj.* thuộc dị giáo/dị đoan
heretofore *adv.* cho đến nay, trước đây
herewith *adv.* kèm theo đây: *enclosed ~ is/are ...* kèm theo đây là ...
heritage *n.* di sản, tài sản kế thừa, gia tài
hermit *n.* người ẩn dật, ẩn sĩ, người ở ẩn

hermitage *n.* nơi ẩn dật; viện tu khổ hạnh
hernia *n.* thoái vị
hero *n.* (người/bậc/đấng) anh hùng; nhân vật chính, vai chính [nam] [trong truyện]
heroic *adj.* anh hùng
heroin *n.* chất heroin, bạch phiến, thuốc phiện trắng
heroine *n., f.* (bậc/đứng) nữ anh hùng, anh thư; nhân vật chính, vai chính [nữ] [trong truyện]
heroism *n.* thái độ/cử chỉ anh hùng; chủ nghĩa anh hùng
heron *n.* con diệc
herring *n.* cá trích
hers *pron.* cái của bà/cô/chị ấy, cái của nó: *this is not your book, it's ~* cuốn sách này không phải của anh, nó là sách của cô ấy; *a good friend of ~* một người bạn tốt của cô ấy
herself *pron.* tự mình, tự bà/cô/chị ta, tự nó; chính bà/cô/chị ấy: *she is proud of ~* cô ấy tự hào về mình; *my mother ~ told me that* chính mẹ tôi bảo tôi thế; *she went by ~* bà ấy đi một mình
hertz *n.* chu kỳ sóng phát tuyến héc
hesitancy *n.* sự do dự/ngập ngừng/lưỡng lự
hesitant *adj.* không nhất quyết, do dự, ngập ngừng
hesitate *v.* do dự, ngập ngừng, ngần ngại, trù trừ
hesitation *n.* sự do dự/ngập ngừng; sự ấp úng
heterogeneous *adj.* không đồng nhất, dị thể/loại, phức tạp, hỗn tạp
hew *v.* [**hewed**; **hewn**] chặt,đốn; bổ, đẽo
hewn quá khứ của **hew**
hexagon *n.* hình sáu cạnh/góc, hình lục lăng
hey *intj.* ô hay! ơ hay chửa!; này!
heyday *n.* thời cực thịnh/toàn thịnh/hoàng kim
H-hour *n.* giờ khởi sự, giờ nổ súng, giờ g
hi *intj.* chào anh/chị/cô, v.v.
hiatus *n.* chỗ đứt quãng, chỗ gián đoạn
hibernate *v.* ngủ đông, đông miên; nằm lì
hibiscus *n.* cây/hoa dâm bụt
hiccup, hiccough **1** *n.* cái nấc **2** *v.* nấc cụt
hick *n.* dân nhà quê, dân tỉnh nhỏ
hickory *n.* gỗ mại châu, bồ đào mỹ
hid quá khứ của **hide**
hide **1** *n.* da sống [của động vật; chưa thuộc]; da người, mạng người **2** *v.* [**hid**; **hidden**] giấu, che giấu, che đậy, che lấp, giữ kín; trốn, trốn tránh, ẩn, nấp, náu, lánh mặt
hideaway *n.* chỗ trốn, nơi ẩn náu; chỗ vắng vẻ
hideous *adj.* xấu xa, ghê tởm, gớm guốc
hideout *n.* nơi ẩn tránh/trốn tránh
hierarchy *n.* hệ thống cấp bậc/quân giai, tôn ti
hieroglyphics *n.* chữ viết tượng hình
hi-fi xem **high fidelity**

high **1** *n* mức cao, độ cao: *the decision has come from on ~ that extra work will be taken today* **2** *adj.* cao; cao cấp, tối cao; cao thượng/cả/quý; mạnh, mãnh liệt, dữ dội; sang trọng; vui vẻ, hăng hái: *~ official* công chức cấp cao; *~ court* toà án tối cao; *~ fever* sốt nhiều/nặng; *a ~ opinion of* đánh giá cao ...; *~ school* trường trung học; *institution of ~er education* trường đại học/cao đẳng; *~-pitched* [giọng] cao, the thé; *~-ranking* ở cấp cao, cao cấp; *~-rise* cao óc, tòa nhà cao ngất; *~-sounding* kêu, rỗng, khoe khoang; *~-strung* dễ xúc động/kích động thần kinh; *~ seas* biển khơi, biển cả; *~-born* thuộc dòng dõi quý phái; *~ fidelity* (= *hi-fi*) độ trung thực cao [lúc thu/phát] **3** *adv.* cao; mạnh mẽ, dữ dội, mãnh liệt; sang trọng, xa hoa: *he expects the unemployment figures to rise ~er in coming months* ông ấy nghĩ rằng con số thất nghiệp sẽ tăng trong những tháng tới
highbrow *n., adj.* trí thức sách vở
high-handed *adj.* độc đoán, chuyên chế; hống hách
highland *n.* cao nguyên
highlander *n.* dân vùng cao nguyên/thượng
highlight **1** *n.* nét/điểm nổi bật nhất **2** *v.* nêu bật nét/điểm
highly *adv.* rất, hết sức; tốt: *~ useful* rất có ích; *to speak ~ of someone* nói tốt về ai, ca ngợi ai
highness *n.* mức cao; sự cao quý/cao thượng; hoàng tử, công chúa: *His Royal/ Imperial ~* hoàng tử; *Her Royal/Imperial ~* công chúa
highway *n.* đường cái, đường lớn, quốc lộ, xa lộ
highwayman *n.* kẻ cướp đường, cường đạo, mã tặc
hijack *v.* chặn cướp hàng hóa; cưỡng đoạt [máy bay]
hijacker *n.* tên không tặc, tên cướp máy bay
hike *n., v.* (cuộc) đi bộ đường dài
hilarious *adj.* vui vẻ, vui nhộn, buồn cười quá
hill *n.* đồi, núi nhỏ; gò, đống, cồn, mở đất, ổ [kiến, mối]: *up ~ and down dale* lên dốc xuống đèo
hillock *n.* đồi nhỏ; gò, đống, cồn, mô đất
hillside *n.* sườn đồi
hilltop *n.* đỉnh/ngọn đồi
hilly *adj.* có nhiều đồi núi trập trùng
hilt *n.* cán, chuôi [dao, kiếm, gươm]
him *pron.* ông ấy, anh ấy, nó [tân cách của he]: *we like ~* chúng tôi thích anh ấy;
himself *pron.* tự mình, tự ông/anh ta, tự nó; chính ông/anh ấy; *he is proud of ~* anh ấy tự hào về mình; *my uncle ~ told me that* chính chú tôi bảo tôi thế; *he went by ~* ông ấy

đi một mình

hind *adj.* (ở đằng) sau: ~ *legs* chân sau

hinder *v.* gây trở ngại, cản trở, ngăn trở

hindmost *adj.* sau cùng, cuối cùng

hindrance *n.* sự cản trở, vật chướng ngại, trở lực

hindsight *n.* sự nhận thức muộn, việc xảy ra rồi mới thấy "lẽ ra," "giá mà"

Hindu *n., adj.* (thuộc) Hindu, Ấn Độ

hinge 1 *n.* bản lề 2 *v.* *to* ~ *on* xoay quanh ...

hint 1 *n.* lời gợi ý, lời nói bóng gió, lời ám chỉ: *a slight* ~ *of garlic* hơi một chút mùi tỏi 2 *v.* gợi ý, nói bóng gió, nói ám chỉ [at đến]

hinterland *n.* vùng nội địa; vùng đồng quê

hip *n.* hông: *to carry on the* ~ ắm nách

hippie, hippy *n.* thanh niên lập dị trong lối sống và lối ăn mặc, v.v., bất chấp quy ước xã hội; hippi

hippopotamus *n.* lợn nước, hà mã

hire 1 *n.* sự thuê/mướn; tiền thuê, tiền công: *to organize a car* ~ sắp xếp thuê 2 *v.* thuê, cho thuê; mướn, thuê: *to* ~ *a car, you must produce your current driving license* thuê xe bạn phải đưa bằng lái xe của bạn

hireling *n.* tên tay sai

his 1 *adj.* của ông/anh ấy, của nó: *we like* ~ *frankness* chúng tôi thích tính thật thà của anh ta 2 *pron.* cái của ông/anh ấy, cái của nó: *this book is* ~ cuốn sách này (là sách) của nó; *a close friend of* ~ một người bạn thân của anh ta

hiss 1 *n.* tiếng huýt/xuyt, tiếng xì 2 *v.* huýt gió; xuyt, kêu xì; huýt sáo chê [diễn viên]

historian *n.* nhà viết sử, sử gia

historic *adj.* có tính chất/ý nghĩa lịch sử

historical *adj.* (thuộc) lịch sử

history *n.* sử, sử học; lịch sử: ~ *and geography* sử địa; *ancient* ~ cổ sử

hit 1 *n.* đòn trúng, cú đánh, việc thành công: *to get a* ~ vụt trúng banh (bóng chày); *the play was a* ~ vở kịch ấy thành công lắm 2 *v.* [hit] đánh, đấm/ném/bắn trúng; va/đụng/vấp phải; xúc phạm: *to* ~ *with the fist* đấm, thoi; *to* ~ *with the flat of the hand* tát, vả; *to* ~ *with a switch* vụt bằng roi; *his head* ~ *the windshield* đầu nó đập vào kính chắn gió 3 *adj.* ~-*and-run accident* [người lái xe] đâm xong bỏ chạy

hitch 1 *n.* cái giật mạnh; sự vướng mắc: *without a* ~ trôi chảy 2 *v.* giật/kéo mạnh; buộc vào; đi nhờ/boóng [*a ride* cuốc xe]

hitchhike *v.* vẫy xe xin đi nhờ (trên xa lộ)

hitchhiker *n.* người đi nhờ xe

hitherto *adv.* cho đến nay

hit-or-miss *adj.* hú hoạ, được chăng hay chớ

hive 1 *n.* tổ ong: *bee*~ tổ ong 2 *n.* đám đông, chỗ đông

hives *n.* chứng phát ban

ho *intj.* kìa! kia kìa!

hoard 1 *n.* kho tích trữ 2 *v.* tích trữ, dự trữ

hoar frost *n.* sương muối

hoarse *adj.* [giọng] khản, khàn khàn

hoary *adj.* [tóc] bạc, hoa râm

hoax *n.* trò đánh lừa; trò chơi xỏ

hobble *n., v.* (dáng) đi khập khiễng/cà nhắc

hobby *n.* thú riêng, sở thích, thị hiếu, thú tiêu khiển riêng

hobnail *n.* đinh cá đóng vào giày

hobnob *n.* đàn đúm [*with* với]

hobo *n.* kẻ sống lang thang, người vô gia cư

hockey *n.* môn bóng gậy cong, khúc cung cầu

hocus-pocus *n.* trò bịp bợm, trò bài tây

hod *n.* sọt đựng vữa/gạch; thùng đựng than

hodge-podge *n.* hầu lốn, sự pha trộn

hoe 1 *n.* cái cuốc 2 *v.* cuốc, xới, giẫy [cỏ]

hog *n.* lợn (thiến); người tham ăn hay thô tục

hogwash *n.* đồ cho lợn ăn; chuyện láo

hoist 1 *n.* cần trục, tời 2 *v.* kéo lên; nhấc lên

hold 1 *n.* hầm tàu thuỷ (để chứa hàng) 2 *n.* sự nắm giữ; ảnh hưởng; sự giam cầm 3 *v.* [held] cầm, nắm, giữ, giữ vững; chứa, đựng; giam giữ; coi là, cho rằng; tổ chức [cuộc họp]: *to* ~ *your breath* anh hãy nín thở; *we* ~ *those people responsible for his death* chúng tôi cho là vì họ mà anh ta bị chết; *they held a secret meeting* họ họp kín; *will this* ~? cái nầy giữ lại phải không?; *to* ~ *back* giữ lại, kiềm lại, cầm [nước mắt *tears*]; *to* ~ *on* nắm/giữ chặt, không buông ra; giữ máy (dây nói); *to* ~ *out* đưa/giơ ra; chịu đựng, kiên trì; *hold it!* đợi một tí! khoan đã! thong thả!; *to* ~ *up* đưa/giơ lên; chặn đường để ăn cướp

holder *n.* người giữ (chức vụ, kỷ lục); bót [thuốc lá], quản [bút]

holding *n.* ruộng đất, tài sản, cổ phần

holdup *v.* vụ cướp; tình trạng kẹt xe

hole *n.* lỗ, lỗ thủng; hang, ổ, căn nhà tồi tàn

holiday *n.* ngày lễ, ngày nghỉ

holiness *n.* tính chất thiêng liêng/thần thánh: *His* ~ đức giáo hoàng, đức thánh cha

hollow 1 *n.* chỗ rỗng, chỗ trũng, lòng chảo rỗng (không); hõm, lõm, trũng; [lời nói, lời hứa] rỗng tuếch, suông, hão 2 *v.* khoét, đục rỗng

holly *n.* cây ô rô

holmium *n.* hóa chất hon mi

holocaust *n.* sự thiêu huỷ vật tế thần; sự huỷ diệt/tiêu diệt, cuộc tàn sát

holster *n.* bao súng

holy *adj.* thần thánh, thiêng liêng; thánh thiện, trong sạch; sùng đạo; *the* ~ *land* thánh địa

homage *n.* lòng kính trọng, sự tôn kính: *to*

do/pay ~ to someone kính trọng ai
home *n.* nhà ở, chỗ ở; nhà, gia đình, quê
hương, nước nhà; viện [dưỡng lão, mồ côi,
v.v.]; sinh quán, quê: *to go ~* đi [từ đây/đó]
về nhà; *to come ~* trở về nhà; *at ~* có nhà;
tự nhiên như ở nhà mình; thông thạo [vấn
đề]; *back ~* ở nhà mình; bên nhà, bên nước
chúng tôi; *for ~ use* để dùng trong nhà, gia
dụng; *~ economics* môn kinh tế gia đình,
gia chánh; *~coming* sự trở về gia đình; sự
hồi hương; dịp trở về trường cũ; *~land* quê
hương, xứ sở, tổ quốc, nước nhà; *~made*
nhà làm/may lấy, chế tạo lấy; sản xuất
trong nước, nội
homeless *adj.* không (cửa không) nhà, vô
gia cư
homelike *adj.* [không khí] như trong gia đình
homely *adj.* xấu, kệch, vô duyên; giản dị,
không kiểu cách; như trong gia đình
homesick *adj.* nhớ nhà
homespun *adj.* [sợi, vải] xe/dệt ở nhà; giản
dị, chất phát
homestead *n.* nhà cửa vườn tược; ấp, trại di
cư, ruộng đất được cấp để cày cấy
homeward 1 *adj.* trở về nhà, trở về nước
2 *adv.* trên đường về nhà/nước
homework *n.* bài làm, bài vở làm ở nhà
homicide *n.* kẻ/tội giết người, tên/tội sát nhân
homily *n.* những bài thuyết pháp; ngô bung
homogeneous *adj.* đồng chất, đồng đều,
thuần nhất
homogenize *v.* đánh đều chất mỡ trong sữa
homonym *n.* từ đồng âm
homosexual *n., adj.* (người) tình dục đồng
giới, đồng tính luyến ái
honest *adj.* thật thà, chân thật, lương thiện
honesty *n.* tính thật thà/chân thật/lương thiện
honey 1 *n.* mật ong, mật: *to eat bread with ~*
ăn bánh mì với mật ong 2 *n.* sự ngọt ngào/
dịu dàng; mình, em yêu, anh yêu, con yêu
quý; *~! that's a good idea* em/anh yêu có ý
kiến hay đấy
honeycomb *n.* tầng ong, tổ ong
honeydew melon *n.* loại dưa gang rất ngọt
honeymoon *n.* tuần trăng mật
honeysuckle *n.* cây kim ngân
honorarium *n.* tiền thù lao (trả chuyên viên)
honorary *adj.* (học vị *degree*, chức vị) danh dự
honor 1 *n.* danh dự, vinh dự, danh giá, thanh
danh; niềm vinh dự, người làm vẻ vang; sự
tôn kính; địa vị cao sang; chức tước cao;
nghi lễ trọng thể 2 *v.* kính trọng, tôn kính,
tôn vinh; ban vinh dự, tuyên dương; thực
hiện (lời cam kết)
honorable *adj.* đáng kính trọng/tôn kính;
danh dự; ngay thẳng: *The ~ Minister!* Thưa
Ngài Bộ trưởng!

hood *n.* mũ trùm đầu; ca pô xe hơi; huy hiệu
học vị (quàng cổ, khoác sau lưng áo thụng
đại học)
hoodlum *n.* du côn, côn đồ, lưu manh
hoodwink *v.* đánh lừa, lừa dối, bịp, lừa gạt
hoof 1 *n.* móng guốc (của bò, ngựa) 2 *v.*
cuốc bộ
hook 1 *n.* cái móc, cái mắc: *fish ~* lưỡi câu;
off the ~ thoát nạn, thoát chuyện lôi thôi
2 *v.* móc, mắc, treo: *to ~ up* mắc điện; móc
nối; cùng phát thanh trên một hệ thống
hookworm *n.* giun móc
hooky, hookey *n.* trốn học: *to play ~* trốn
học đi chơi
hooligan *n.* du côn, côn đồ, lưu manh
hoop 1 *n.* vòng (để trẻ con đánh *to trundle*);
vành, đai (thùng) 2 *v.* đóng/đánh đai
hoot 1 *n.* tiếng cú kêu; tiếng còi (ôtô); tiếng
kêu huýt (phản đối): *he doesn't care a ~* nó
cóc cần, nó đếch cần 2 *v.* (cú) kêu; rúc lên;
la hét, huýt còi phản đối
hop 1 *n.* cây hublông (để làm rượu bia) 2 *n.*
bước nhảy lò cò; chặng bay; cuộc khiêu
vũ 3 *v.* nhảy lò cò; nhảy nhót; bay đi một
chuyến; nhảy lên (buýt *taxi*)
hope 1 *n.* niềm hy vọng; nguồn hy vọng:
beyond ~ không còn hy vọng gì nữa; *we pin
our ~ on* chúng tôi đặt hy vọng vào ... 2 *v.*
hy vọng, mong: *I ~ to meet my friend at the
meeting* tôi hy vọng gặp bạn tôi ở buổi họp
hopeful *adj.* đầy/chứa chan hy vọng; đầy hứa
hẹn, có triển vọng: *to be ~ about the future*
hy vọng vào tương lai
hopeless *adj.* không hy vọng, thất/tuyệt
vọng; không thể sửa chữa được, chứng nào
tật nấy
hopper *n.* người nhảy; sâu nhảy; cái phễu
hopscotch *n.* trò chơi ô lò cò
horde *n.* bầy người; bầy, lũ, đám đông
horizon *n.* chân trời; tầm nhìn, tầm hiểu biết
horizontal *adj.* ở chân trời; ngang, nằm
ngang: *~ bar* xà ngang
hormone *n.* hoocmon, kích thích tố
horn *n.* sừng (trâu, bò, hươu), gạc (hươu,
nai); chất sừng; đồ sừng; râu, ăng ten (sâu
bọ); màu lông; tù và; còi, kèn (ôtô); sừng,
mỏm: *to draw in one's ~s* co vòi lại, chùn
bước
horned *adj.* có sừng
hornet *n.* ong bắp cày, ong vò vẽ
horny *adj.* giống sừng; bằng sừng; cứng, chai
đá
horoscope *n.* lá số tử vi (*to cast* lấy/đoán)
horrible *adj.* ghê tởm, kinh khủng, khủng
khiếp; kinh tởm; khó chịu, chán, đáng ghét,
tệ
horrid *adj.* kinh khủng, khủng khiếp; khó chịu

horrify *v.* làm cho rùng mình, làm 7khiếp sợ

horror *n.* sự/điều ghê tởm/ghê tởm/kinh khủng, cảnh hãi hùng khủng khiếp; sự ghê sợ/gớm guốc

hors d'oeuvre *n.* món ăn chơi, món khai vị

horse *n.* ngựa; kỵ binh; giá (có chân)

horseback *n.* lưng ngựa: **on ~** cưỡi ngựa

horsehair *n.* vải lông (bờm/đuôi) ngựa

horseman *n.* người cưỡi ngựa (giỏi), kỵ thủ ngựa

horsepower *n.* mã lực, ngựa

horseshoe *n.* móng ngựa

horticultural *adj.* thuộc nghề làm vườn

horticulture *n.* nghề làm vườn

hose *n.* bít tất dài; ống, vòi

hosiery *n.* hàng dệt kim

hospitable *adj.* mến khách, hiếu khách

hospital *n.* bệnh viện, nhà thương

hospitality *n.* tính hiếu khách; sự tiếp đãi; ngành học nhà hàng và du lịch

hospitalize *v.* đưa vào nhà thương, nằm bệnh viện

host **1** *n.* chủ nhà, chủ bữa tiệc; chủ trọ, chủ ôten, chủ khách sạn, chủ quán: **apart from my ~, I don't know anyone here** người chủ, tôi không biết ai ở đây **2** *v.* đứng làm chủ (bữa tiệc, cuộc họp): **Vietnam ~ed the Asian Games last year** Việt Nam đã đứng ra tổ chức Đại hội Thể thao Á châu năm rồi

hostage *n.* con tin: **to hold someone as ~** giữ người nào làm con tin

hostel *n.* khu nhà tập thể; nhà trọ, quán trọ

hostess *n., f.* bà chủ nhà, bà chủ tiệc; bà chủ trọ, bà chủ ôten, bà chủ khách sạn, bà chủ quán; cô phục vụ trên máy bay, chiêu đãi viên máy bay

hostile *adj.* thù địch, cừu thị, không thân thiện, chống đối, phản đối, nghịch

hostility *n.* thái độ/hành vi thù địch; sự chống đối: **to open hostilities** khai chiến

hot **1** *n.* **~dog** xúc xích nóng kẹp vào bánh mì; **~line** đường dây nói đặc biệt; **~ potato** vấn đề/việc khó mà ai cũng tránh; **~ rod** ôtô cũ chữa lại để chạy nhanh **2** *adj.* nóng, bức; cây: **this dish is spicy but it's not ~** món ăn nầy có gia vị nhưng không cay; **~ temper** tính nóng nảy **3** *adj.* kịch liệt, sôi nổi, gay gắt; (tin) sốt dẻo; giật gân: **~ music** nhạc giật gân **4** *adj.* dê, dâm đãng

hotbed *n.* ổ, lò

hotel *n.* khách sạn, lữ quán, nhà trọ, ôten

hothouse *n.* nhà kính để trồng cây/hoa

hotplate *n.* bếp/đĩa hâm đồ ăn

hound **1** *n.* chó săn **2** *v.* săn bằng chó, truy tầm

hour *n.* giờ, tiếng đồng hồ; giờ phút, lúc; giờ làm việc, giờ quy định: **half an ~** nửa giờ, nửa tiếng đồng hồ; **in the ~ of danger** trong giờ phút hiểm nghèo; **office ~s** giờ làm việc, giờ tiếp khách; **at the eleventh ~** mãi vào phút chót; **~ hand** kim chỉ giờ; **in an ~ or two** trong một hai giờ, độ một hai tiếng nữa; **by the ~** (lương) trả thêm giờ

hourly *adj.* từng giờ, theo giờ; mỗi giờ một lần

house **1** *n.* nhà, nhà ở, chỗ ở; nhà, trường; quán, tiệm; viện (trong quốc hội); rạp/ nhà hát; người xem, khán giả; hãng buôn; nhà ký túc; dòng họ, nhà, triều đại: **the ~ of representatives** hạ nghị viện; **the ~ of lords, the upper ~** thượng viện Anh; **to keep ~** trông nom việc tề gia nội trợ; **~warming** tiệc ăn mừng nhà mới, ăn tân gia **2** *v.* chứa, cho ở, cho trọ; cung cấp chỗ ở: **the government ~s homeless people** chính phủ cung cấp chỗ ở cho những người không nhà

household *n.* gia đình, hộ; tất cả người nhà: **~ appliances** đồ dùng, máy móc trong nhà

housekeeper *n.* người nội trợ; quản gia

housekeeping *n.* công việc nội trợ

housemaid *n.* chị giúp việc; cô hầu phòng

housewife *n.* bà nội trợ

housework *n.* công việc trong nhà (nấu nướng, dọn dẹp, giặt giũ)

housing *n.* nhà cửa chính phủ: **the ~ problem** vấn đề nhà ở của chính phủ; **~ shortage** khan hiếm nhà ở; **~ development** khu nhà ở tập thể mới xây và rẻ tiền

hovel *n.* túp lều, căn nhà tồi tàn lụp xụp

hover *v.* bay lượn, bay liệng; (mây) trôi lờ lững; (nụ cười) thoáng; lảng vảng, lởn vởn, quanh quẩn; do dự, phân vân: **~ing between life and death** ở trong tình trạng nửa sống nửa chết

how *adv.* (như) thế nào, (ra/làm) sao, cách nào; bao nhiêu; biết bao, sao mà ... thế: **I don't know ~ to ask** tôi không biết phải hỏi thế nào; **~ come?** tại sao lại thế?; **~ much?** bao nhiêu?; **~ often do you wash your hair?** bao lâu con mới gội đầu một lần?; **~ nice!** hay quá nhỉ! tuyệt!; **~ are you today?** hôm nay ông mạnh không?; **~ do you do?** hân hạnh được gặp/biết ông bà/cô

however **1** *adv.* dù thế nào, bất luận ra sao: **~ true that may be** dầu điều đó thật chăng nữa thì **2** *conj.* tuy nhiên, tuy vậy, có lẽ: **~ we would like to remind you that** tuy nhiên, chúng tôi xin nhắc ông rằng

howl **1** *n.* tiếng húgào/ú/rít/gầm **2** *v.* hú; rú; rít; gầm; gào thét, la hét; gào khóc

hub *n.* moay ơ, trục bánh xe; trung tâm, rốn

hubbub *n.* sự ồn ào, huyên náo, tiếng ồn ào

huddle **1** *n.* sự họp nhau để bày mưu tính kế; mớ lộn xộn **2** *v.* túm tụm với nhau; hội ý; bàn kế hoạch

hue *n.* màu sắc: *the ~s of the rainbow* màu sắc cầu vòng

hue and cry *n.* tiếng kêu la phản đối/rượt bắt

hug 1 *n.* sự ôm chặt 2 *v.* ôm chặt, ghì chặt; ôm ấp, bám chặt, không bỏ

huge *adj.* to lớn, khổng lồ, đồ sộ, to tướng

hulk *n.* tàu thủy cũ; người to lớn nặng nề

hull 1 *n.* vỏ đậu, vỏ trái cây 2 *v.* lột/bóc vỏ, giã (gạo), xay (lúa)

hullabaloo *n.* tiếng la ó, chuyện rùm beng

hum 1 *n.* tiếng o o/vo ve; tiếng rồ, tiếng kêu rền; tiếng hát nho nhỏ, ngân nga 2 *v.* kêu o o, kêu vo ve, kêu rền; ầm ừ, ầm ứ, ngân nga, hát nhỏ: *to ~ and haw* nói ầm ứ lúng túng

human 1 *n.* con người 2 *adj.* thuộc con/loài người, có tính chất người, có nhân tính: *~ being* con người (ta); *~ nature* bản chất con người

humane *adj.* nhân đạo, nhân đức, nhân từ, từ bi; nhân văn: *~ society* hội bảo vệ súc vật

humanism *n.* chủ nghĩa nhân đạo/nhân văn/ nhân bản

humanist *n.* người theo chủ nghĩa nhân văn; nhà nghiên cứu nhân văn/văn hóa hy la

humanitarian *n., adj.* (người) theo chủ nghĩa nhân đạo: *~ aid* viện trợ có tính cánh nhân đạo

humanity *n.* loài người, nhân loại; lòng nhân đạo: *the humanities* khoa học nhân văn

humankind *n.* loài người, nhân loại

humble 1 *adj.* nhún nhường, khiêm tốn; khúm núm; hèn mọn, thấp kém; tầm thường, xoàng xĩnh, nhỏ bé: *our ~ home* tệ xá 2 *v.* hạ thấp: *to ~ oneself* tự hạ mình

humbug *n.* trò bịp bợm, mánh khoé phỉnh gạt

humdrum *adj.* nhàm, buồn tẻ, chán, vô vị

humid *adj.* ẩm, ẩm ướt

humidity *n.* sự ẩm ướt; độ ẩm

humiliate *v.* làm nhục, sỉ nhục, lăng nhục, nhục mạ, làm bẽ mặt

humiliation *n.* sự làm nhục; điều nhục nhã/ xấu hổ

humility *n.* sự nhún nhường/khiêm tốn/khiêm nhường

humor *n.* sự hài hước, sự hóm hỉnh: *to have no sense of ~* không biết hài hước

humorist *n.* nhà khôi hài/hoạt kê; nhà văn/ diễn viên hài hước

humorous *adj.* buồn cười, khôi hài, hài hước; hóm hỉnh

hump *n.* bướu [lạc đà, người gù]; gò, mô: *over the ~* qua cơn/bước khó khăn

humpback *n.* lưng gù, lưng có bướu; người gù lưng

humus *n.* đất mùn, mùn

hunch *n.* cái bướu; linh cảm

hunchback *n.* (= **humpback**) lưng gù; người gù lưng

hundred 1 *n.* trăm; hàng trăm: *~s of books* hàng trăm cuốn sách 2 *adj.* trăm *eight ~ and twenty dollars* 820 đôla; *one ~ percent* 100 phần trăm, hoàn toàn

hundredfold *adj., adv.* gấp trăm lần

hundredth 1 *n.* một phần trăm; người/vật thứ 100 2 *adj.* thứ một trăm

hundredweight *n.* tạ = bằng 45,3 kg ở Mỹ, 50,8 kg ở Anh

hung quá khứ của **hang**

Hungarian *n., adj.* người/tiếng Hung gia lợi

Hungary *n.* nước Hung gia lợi

hunger 1 *n.* sự đói, nạn đói; sự ham muốn/ khát khao/ước mong tha thiết: *thousands of people in Africa are dying of ~ everyday* hàng ngàn người Phi câu đang chết đói hàng ngày; *~ strike* tuyệt thực 2 *v.* khát khao, ao ước: *to ~ for adventure* khao khát thám hiểm

hungry *adj.* đói (bụng); thèm khát, khao khát, ham muốn: *a ~ look* vẻ đói ăn; *to be ~* đói

hunk *n.* miếng/khúc/khoanh to

hunt 1 *n.* cuộc đi săn; sự tìm kiếm/lùng bắt: *they set off for a five-day deer ~ in the forest* ông ấy đi săn nai năm ngày trong rừng 2 *v.* săn bắt; lùng, tìm kiếm: *to ~ down* lùng/sục bắt; *the police have been ~ing the kidnap gang for several months* cảnh sát đang săn bắt đảng chuyển bắt cóc trẻ em trong mấy tháng rồi

hunter *n.* người đi săn: *book ~* người lùng sách

hunting *n.* việc đi săn; việc tìm kiếm: *job ~* sự tìm việc

huntress *n., f.* người đàn bà đi săn

huntsman *n.* người đi săn

hurdle 1 *n.* rào [phải vượt khi chạy]; vật chướng ngại 2 *v.* vượt qua, khắc phục [khó khăn]

hurl *v.* ném mạnh, phóng, lao; lật đổ, lật nhào

hurrah *intj.* hoan hô!

hurricane *n.* bão; cơn bão tố: *~ lamp* đèn bão

hurried *adj.* vội vàng, hấp tấp, làm/ăn vội

hurry 1 *n.* sự vội vàng/hấp tấp/hối hả/gấp rút; sự sốt/nóng ruột: *I am in a ~* tôi đang vội đây; *I am in a ~ for an answer* tôi sốt ruột mong được trả lời 2 *v.* [**hurried**] giục làm nhanh, bắt làm gấp, thúc giục; làm gấp, làm mau; đi gấp, hành động vội vàng hấp tấp: *~ up!* mau lên! lẹ lên!

hurt 1 *n.* chỗ đau 2 *v.* làm đau, làm bị thương; làm hại/hư, gây thiệt hại; chạm, xúc phạm, làm phật ý; đau: *does it ~?* có đau không?; *his pride was ~* anh ấy bị chạm tự ái; *he ~ himself falling down the* *steps* ông ấy ngã chỗ thềm bị thương

hurtle *n., v.* (sự) va mạnh; (tiếng) đổ sầm

husband 1 *n.* người chồng: *~ and wife* hai vợ chồng 2 *v.* dành dụm, tiết kiệm, dè sẻn: *to ~ one's resources* khéo sử dụng tài nguyên của mình

husbandry *n.* nghề nông; sự quản lý khéo: *animal ~* nghề chăn nuôi, nghề mục súc

hush 1 *n.* sự im lặng 2 *v.* dỗ [trẻ] cho nín, ỉm đi, bưng bít: *to ~ a baby to sleep* dỗ trẻ em ngủ

hush-hush *adj.* kín, bí mật, bật mí

husk 1 *n.* trấu; vỏ; vỏ khô; áo [ngô] 2 *v.* bóc vỏ, xay

husky *adj.* to, khỏe, vạm vỡ; [giọng] khan, khàn

hustle 1 *n.* sự xô đẩy; sự chạy đua bon chen 2 *v.* xô đẩy, chen lấn; ép buộc; hối hả, bon chen, xoay xở, tất bật, tất tả ngược xuôi

hut *n.* túp lều, chòi

hutch *n.* lều, chòi, quán; chuồng thỏ

hyacinth *n.* cây/hoa lan dạ hương

hybrid *n., adj.* (cây/vật/người) lai

hydrant *n.* vòi nước máy: *fire ~* vòi cứu hỏa

hydraulic *adj.* thuộc nước; chạy bằng sức nước

hydraulics *n.* thuỷ lực học

hydrocarbon *n.* hoá chất hydrocarbon

hydroelectric *adj.* thuỷ điện

hydrogen *n.* hyđro, khinh khí: *~ bomb* bom hyđro, bom h, bom khinh khí

hydrography *n.* thuỷ văn học

hydroplane *n.* thuỷ phi cơ

hyena *n.* con linh cẩu; người tàn bạo

hygiene *n.* phép vệ sinh

hygienic *adj.* hợp vệ sinh

hymen *n.* màng trinh

hymn *n.* bài thánh ca

hyperbola *n.* hypecbon

hyperbole *n.* phép/lời ngoa dụ/cường điệu/khoa trương

hyphen *n.* dấu nối, gạch nối

hypnosis *n.* sự thôi miên

hypnotic *adj.* thuộc thôi miên

hypnotize *v.* thôi miên

hypochondriac *n., adj.* (người) mắc chứng nghi bệnh

hypocrisy *n.* thái độ đạo đức giả

hypocrite *n.* người đạo đức giả

hypocritical *adj.* đạo đức giả, giả nhân giả nghĩa

hypodermic *n., adj.* (mũi tiêm) dưới da

hypotenuse *n.* cạnh huyền [của tam giác vuông]

hypothesis *n.* (*pl.* **hypotheses**) giả thuyết

hypothetical *adj.* có tính chất giả thuyết

hysteria *n.* chứng ictêri; sự cuồng loạn, sự

quá kích động: *war ~* tinh thần cuồng chiến

hysterical *adj.* cuồng loạn, quá kích động

hysterics *n.* cơn ictêri; cơn cuồng loạn

I

I *pron.* tôi; bố, mẹ, con, anh, chị, em, ông, bà, cháu, bác, chú, thím, cô, cậu, mợ, dì; ta, tao, tớ (dùng cho ngôi thứ nhất làm chủ ngữ)

ibid. *adv.* (*also* **ib.**) trong cung cuốn/chương/đoạn này

ice 1 *n.* nước đá, băng; kem; thái độ lạnh lùng: *to break the ~* phá bỏ không khí dè đặt lúc đầu; *~ Age* thời kỳ băng hà; *~ bag* túi nước đá để chườm; *~ cream* kem, cà rem; *~ cube* cục nước đá; *~ hockey* môn bóng gậy cong trên băng 2 *v.* ướp nước đá; phủ một lớp đường cô: *my mother has ~d and decorated my birthday cake* mẹ tôi phủ một lớp đường trang trí bánh sinh nhật của tôi

iceberg *n.* núi băng, băng sơn

icebox *n.* tủ lạnh, tủ đá

iced *adj.* ướp lạnh, có nước đá: *can I have an ~ tea please* làm ơn cho tôi nước trà đá

ice-rain *n.* mưa đá

ice-skate *n.* giầy trượt/đi trên băng đá

ice-skating *n.* môn đi/trượt trên băng đá: *I like to watch ~ competitions* tôi thích xem cuộc tranh tài môn trượt băng đá

icicle *n.* đũa băng, tuyết trợ

icing *n.* kem hay đường cô [phủ trên mặt bánh ngọt]

icon *n.* hình tượng, biểu tượng

icy *adj.* có/phủ băng; băng giá, lạnh lẽo; lãnh đạm

idea *n.* ý nghĩ, ý tưởng, ý kiến, quan niệm, ý niệm, khái niệm; điều tưởng tượng, sự hình dung; ý định, ý đồ: *to have a new ~* có tư tưởng mới

ideal 1 *n.* lý tưởng: *many people want to create a social ~ for young people* mọi người muốn xây dựng một lý tưởng xã hội cho giới trẻ 2 *adj.* có lý tưởng: *the firm are looking for an ~ person to take the job* công ty đang tìm người lý tưởng làm việc

idealism *n.* chủ nghĩa duy tâm/lý tưởng

idealist *n.* người duy tâm; người mơ mộng

identical *adj.* giống hệt (nhau); đồng nhất

identification *n.* sự nhận biết/nhận diện/nhận dạng; sự phát hiện/khám phá ra; sự gắn bó chặt chẽ

identify *v.* nhận biết; nhận diện, nhận dạng: *to ~ oneself with* gắn bó chặt chẽ với; *can you ~ who is Chinese and who is Vietnamese?* bạn có nhận diện được ai là người Tàu và ai là người Việt không?

identity *n.* sự đồng nhất, sự giống hệt nhau: *can I have your ~ card (= ID)?* cho tôi xem thẻ căn cước, thẻ tùy thân của bạn/chứng minh nhân dân; *that is a case of mistaken ~* đó là trường hợp nhầm lẫn hai người giống hệt nhau

ideological *adj.* thuộc tư tưởng, thuộc hệ ý thức

ideology *n.* (hệ) tư tưởng, hệ ý thức, ý thức hệ

idiom *n.* thành ngữ, quán ngữ, đặc ngữ: *he understands English ~s* Ông ta hiểu đặc ngữ tiếng Anh; *to understand Vietnamese you should learn proverbs and ~s* để hiểu người Việt bạn nên học tục ngữ và thành ngữ

idiot *n.* thằng ngốc: *a drunk driver is an ~* tài xế say rượu là một thằng ngốc

idiotic *adj.* ngu ngốc, ngu xuẩn, khờ dại

idle 1 *adj.* ngồi rồi, ngồi không, ở không; ăn không ngồi rồi; biếng nhác; [máy] không chạy; không đâu, vu vơ, vẩn vơ: *in an ~ hour* trong giờ nhàn rỗi; *don't involve in ~ talks* đừng tham dự vào những chuyện không đâu 2 *v.* ngồi không để lãng phí: *to ~ away one's time* ăn không ngồi rồi

idleness *n.* sự ăn không ngồi rồi; tình trạng thất nghiệp; sự vô hiệu quả, sự vô ích; sự không đâu

idol *n.* tượng thần, thần tượng, ngẫu tượng: *every year, America organized the American ~ competition* mọi năm, nước Mỹ đều tổ chức tuyển chọn thần tượng nước Mỹ

idolize *v.* thần tượng hóa

idyll, idyl *n.* thơ điền viên; cảnh đồng quê; nhạc đồng quê

idyllic *adj.* đồng quê, thôn dã, điền viên

i.e. *abbr.* (= **id est**) như là

if *conj.* nếu (như), giá, giả sử; có … không, có … chăng, không biết … có không; dù là, cho là … đi chăng nữa: *~ you want to* nếu anh muốn; *~ I were him* nếu tôi là ông ấy, nếu tôi ở vào địa vị ông ta; *I wonder ~ he has left* Tôi tự hỏi không biết hắn đã đi chưa; *Oh, ~ you could be here by my side* Ồ, giá mà anh có thể ở bên cạnh em; *as ~ he were a friend* khác nào gã ta là một người bạn; *even ~ it isn't true* dù điều ấy không đúng đi chăng nữa; *~ only you had told me that some time ago* nếu như bạn đã nói cho tôi trong thời gian qua

ignite *v.* nhóm lửa, đốt cháy; kích động/thích

ignition *n.* sự bốc cháy; sự đánh lửa, sự mồi lửa: *to turn on spark ~* bật lửa bằng cái mồi lửa; *~ key* chì khóa công tắc

ignoble *adj.* đê tiện, ti tiện; nhục nhã: *he does an ~ action* ông ấy làm một việc đê tiện

ignominious *adj.* xấu xa, đê tiện; ô nhục

ignominy *n.* tư cách/hành động đê tiện; sự nhục

ignorance *n.* sự ngu dốt; sự không biết/hay

ignorant *adj.* ngu dốt, dốt nát; không hay biết

ignore *v.* làm như không biết, lờ đi, phớt đi: *she said her friend ~d her advice* bà ấy nói bạn bà ta lờ đi lời khuyên của bà

ill 1 *n.* điều xấu, điều hại, việc ác, sự đau ốm: *we face the ~s of the modern world* chúng ta đối đầu với những tệ hại của thế giới hiện đại 2 *adj.* ốm, đau yếu; kém, xấu, tồi; ác; rủi, không may: *~ health* sức khoẻ kém; *~ fame* tiếng xấu; *~-acquired* [của] phi nghĩa; *~-advised* nhẹ dạ, khờ dại, quá tin người; *~-bred* mất dạy, vô giáo dục; *~-fated* bất hạnh, xấu số; *~-mannered* thiếu lịch sự, thô lỗ/tục 3 *adv.* khó chịu; khó mà: *he had brought ~ into her family* bà ấy mang lại khó chịu cho gia đình; *I could ~-afford a car* tôi khó mà có tiền tậu ôtô

illegal *adj.* bất hợp pháp, không hợp pháp, trái luật: *it is ~ if you drive a car without a license* bạn lái xe không có bằng là một điều bất hợp pháp

illegible *adj.* [chữ viết/ký] không đọc được

illegitimate *adj.* bất hợp pháp, không chính đáng; [con] đẻ hoang, tư sinh

illicit *adj.* lậu, bị cấm; trái luật/phép

illiteracy *n.* sự thất học, nạn mù chữ: *the ~ of the world population is still high* nạn mù chữ của người dân trên thế giới vẫn còn cao

illiterate *adj.* dốt nát, thất học, mù chữ: *he is politically ~* ông ta không hiểu gì về chính trị

illness *n.* sự ốm, sự đau yếu; bệnh

ill-treat *v.* hành hạ, ngược đãi, bạc đãi

illuminate *v.* chiếu/rọi sáng; chiếu đèn, treo đèn; làm sáng tỏ; làm rạng rỡ: *to ~ the city for the New Year festival* treo đèn chiếu sáng để mừng lễ hội năm mới

illumination *n.* sự chiếu/rọi sáng; sự treo đèn; sự làm sáng tỏ; sự làm vẻ vang

illusion *n.* ảo tưởng; ảo giác/ảnh: *optical ~* ảo thị

illustrate *v.* minh họa, làm rõ ý; thêm hình ảnh: *my friend ~s the weekly magazine* bạn tôi vẽ minh họa cho tuần báo

illustration *n.* sự minh hoạ; tranh minh hoạ

illustrative *adj.* [ví dụ] để minh hoạ

illustrator *n.* người vẽ tranh minh hoạ

illustrious *adj.* có tiếng, nổi tiếng; lừng lẫy

image 1 *n.* hình, ảnh, hình ảnh; hình tượng: *a good television set gives us sharp ~s* máy truyền hình tốt cho chúng ta hình ảnh thật **2** *n.* người giống hệt, vật giống hệt: *he is the ~ of his father* anh ấy là hình ảnh giống hệt ba anh ta **3** *n.* điển hình, hiện thân: *Today, the young generation is the ~ of the technological movement* ngày nay, thế hệ trẻ là hiện thân làn sóng kỹ thuật **4** *v.* vẽ hình, hình dung, tưởng tượng ra: *to ~ something to oneself* hình dung cái gì trong đầu óc mình

imagery *n.* hình ảnh, hình tượng nói chung

imaginable *adj.* có thể tưởng tượng được

imaginary *adj.* không có thật, tưởng tượng, ảo

imagination *n.* sức/óc/trí tưởng tượng; khả năng hư cấu; khả năng sáng tạo

imaginative *adj.* giàu tưởng tượng; sáng tạo

imagine *v.* tưởng tượng, hình dung; tưởng, nghĩ: *I can't ~ what my friend is doing* tôi không tưởng tượng được mẹ tôi đang làm gì

imbecile *n., adj.* (người) khờ dại, (người) đần

imbibe *v.* hút, hấp thụ; hít, uống, nốc

imbue *v.* thấm nhuần, nhiễm đầy

imitate *v.* bắt chước, mô phỏng; theo gương: *we should ~ the moral virtues of great men* chúng ta nên theo gương đạo đức của các bậc vĩ nhân

imitation *n.* sự bắt chước; đồ giả: *~ leather* da giả

imitator *n.* người hay bắt chước; kẻ làm đồ giả

immaculate *adj.* không vết, trong trắng, tinh khiết

immaterial *adj.* vô hình, phi vật chất; vụn vặt

immature *adj.* non nớt, chưa chín chắn/chín muồi

immeasurable *adj.* mênh mông, vô hạn, không đo được

immediate *adj.* trực tiếp; lập tức; sát cạnh/bên: *I need an ~ answer* tôi cần trả lời ngay

immemorial *adj.* [thời] thượng cổ, xa xưa

immense *adj.* rộng lớn, bao la, mênh mông

immensely *adv.* rất, hết sức, vô cùng ...

immensity *n.* sự rộng lớn, sự bao la/mênh mông

immerse *v.* nhúng, nhận chìm, ngâm; đắm chìm vào

immersion *n.* sự nhúng/ngâm; sự đắm chìm

immigrant *n.* dân nhập cư, dân di cư nhập cảnh: *to fill the form for ~s* điền đơn xin nhập cảnh

immigration *n.* sự nhập cư, sự di dân/di trú: *~ service* dịch vụ di trú; *to contact the department of ~* tiến xúc bộ di trú

imminence *n.* tình trạng sắp xảy ra

imminent *adj.* sắp xảy ra (đến nơi): *a storm is ~* bão sắp xảy đến

immoral *adj.* trái luân lý/đạo đức, đồi bại, xấu xa

immortal 1 *n.* cô/ông tiên; nhà văn/thơ bất tử **2** *adj.* bất tử, bất diệt, bất hủ

immortality *n.* tính bất tử/bất hủ; danh tiếng đời đời, danh thơm muôn thuở

immovable *adj.* không di chuyển được, bất động

immune *adj.* được miễn khỏi; miễn dịch

immunity *n.* sự miễn (dịch): *diplomatic ~* quyền miễn tố ngoại giao

imp *n.* tiểu yêu, tiểu quỷ; thằng ranh con

impact *n.* sức va chạm; tác động, ảnh hưởng

impair *v.* làm suy yếu; làm hư hại: *to ~ someone's health* làm suy yếu sức khỏe

impart *v.* truyền đạt, phổ biến, truyền thụ

impartial *adj.* vô tư, không thiên vị

impasse *n.* ngõ cụt; bước đường cùng, thế bế tắc

impassioned *adj.* say mê, say sưa; sôi nổi

impassive *adj.* trầm tĩnh, điềm tĩnh

impatience *n.* tính nôn nóng; sự thiếu kiên nhẫn

impatient *adj.* nôn nóng, nóng vội, sốt ruột; bồn chồn, thiếu kiên nhẫn/nhẫn nại: *to be ~ for something* nôn nóng một việc gì

impeach *v.* bắt lỗi, buộc tội, tố cáo

impeachment *n.* sự buộc tội [công chức cấp cao]

impeccable *adj.* không chê được, hoàn hảo/toàn

impede *v.* cản trở, ngăn cản, ngăn chặn

impediment *n.* sự cản trở, điều ngăn trở

impel *v.* bắt buộc, ép buộc, cưỡng bách

impend *v.* sắp xảy đến: *to ~ over* lơ lửng trên đầu

impending *adj.* sắp xảy đến; đang đe dọa

impenetrable *adj.* không thể xuyên/hiểu được

imperative 1 *n.* lối mệnh lệnh; nhu cầu **2** *adj.* cấp bách, khẩn thiết; có tính chất bắt buộc: *the police department has sent out an ~ order to local residents to stop smuggling* bộ cảnh sát vừa đưa ra những mệnh lệnh cho dân địa phương ngừng buôn lậu

imperceptible *adj.* tinh tế, không thể nhận thấy

imperfect 1 *n.* thời quá khứ chưa hoàn thành **2** *adj.* không hoàn toàn, chưa hoàn hảo; còn dở dang

imperfection *n.* sự không hoàn toàn; thiếu sót

imperial *adj.* thuộc hoàng đế; thuộc đế quốc

imperialism *n.* chủ nghĩa đế quốc

imperialist *n., adj.* (tên) đế quốc chủ nghĩa

imperil *v.* làm nguy hiểm

imperious *adj.* khẩn cấp, cấp bách, cấp thiết

hống hách, độc đoán, chuyên đoán: *to wear an ~ look* có vẻ hống hách

impersonal *adj.* khách quan, nói trống, không nói riêng đến ai, bâng quơ: *to keep an ~ attitude* giữ thái độ khách quan

impersonate *v.* mạo nhận là ...; nhại; là hiện thân của ...

impertinence *n.* sự xấc láo/láo xược

impertinent *adj.* xấc láo, láo xược; xen/chõ vào

impervious *adj.* trơ trơ, không chịu nghe: *he is ~ to their sufferings* ông ấy trơ trơ trước sự đau khổ của họ

impetuous *adj.* mãnh liệt, dữ dội, hăng say quá

impetus *n.* sức đẩy tới, đà

impinge *v.* chạm tới, vi phạm đến: *to ~ on/ upon something* đụng phải vật gì

impious *adj.* bất hiếu, bất kính; nghịch đạo

implacable *adj.* không thể làm nguôi dịu

implant 1 *n.* cấy mô: *eye ~* sửa mắt; *egg ~* cấy trứng 2 *v.* in sâu, khắc, ghi; cấy [dưới da]: *to ~ ideas in the mind* in sâu vào trí óc

implement 1 *n.* đồ dùng, dụng cụ, công vu: *the kitchen ~s are on sale* những đồ dùng nhà bếp đang bán hạ giá 2 *v.* thi hành, thực hiện: *the government promised to ~ their new policy on housing* chính phủ hứa thực hiện chính sách về nhà cửa

implementation *n.* sự thi hành/thực hiện/thực thi

implicate *v.* lôi vào, kéo vào, làm dính líu vào

implication *n.* ẩn ý, điều ngụ ý

implicit *adj.* ngầm, ngấm ngầm, ẩn tàng; ẩn

implore *v.* van xin, cầu khẩn, khẩn nài

imply *v.* ý nói, ngụ ý: *that statement implies that he was lying* câu đó có ý muốn nói rằng ông ấy khai láo

impolite *adj.* vô lễ

import 1 *n.* sự nhập cảng/khẩu; hàng nhập khẩu; ý nghĩa, nội dung; tầm quan trọng: *the local producers are protesting against cheap ~s* những nhà sản xuất địa phương đang chống đối hàng nhập khẩu rẻ 2 *v.* nhập khẩu: *for the last few years, Vietnam ~ed more than two million motorbikes* trong những năm vừa qua, Việt Nam nhập khẩu hơn hai triệu chiếc xe gắn máy

importance *n.* tính cách/tầm quan trọng: *Vietnam has always stressed the ~ of economic reform* người Việt luôn nhấn mạnh đến tầm quan trọng của sự đổi mới kinh tế

important *adj.* quan trọng, hệ trọng, trọng yếu: *it is ~ that he should do his job* điều quan trọng là anh ta phải làm việc của anh ta

importation *n.* sự/hàng nhập khẩu

importer *n.* nhà/hàng nhập khẩu/nhập cảng

importunate *adj.* quấy rầy, nhũng nhiễu

impose *v.* đánh [thuế]; bắt chịu; lợi dụng: *the government ~s heavy taxes on luxury goods* nhà nước đánh thuế nặng trên các mặt hàng xa xỉ

imposing *adj.* oai vệ, vệ vệ; hùng vĩ

imposition *n.* thuế; sự bắt chịu; đòi hỏi

impossibility *n.* việc không thể làm/có được

impossible *adj.* không thể làm được; không thể có được; quá quắt, quá quẩn, quá đáng: *it is ~ to finish this job today* không cách gì có thể làm xong việc nầy ngày hôm nay

impostor *n.* kẻ mạo danh; tên lừa đảo

imposture *n.* sự mạo danh; sự lừa gạt

impotence *n.* bệnh liệt dương; sự bất lực

impotent *adj.* liệt dương; bất lực, yếu đuối

impound *v.* nhốt, cất [xe trái luật]; sung công

impoverish *v.* làm cho nghèo túng, bần cùng hoá

impracticable *adj.* không thực hiện/dùng được

impractical *adj.* không thực tế

impregnable *adj.* vững vàng; không chiếm được

impregnate *v.* thấm đầu; làm thụ thai, cho thụ tinh

impress 1 *n.* sự đóng dấu, dấu ấn: *to recognize the ~ of government seals* nhận ra con dấu của chính phủ; *~ of design* dấu hiệu bản thiết kế/vẽ 2 *v.* gây ấn tượng, làm cảm kích; ghi sâu: *I am ~ed by the beauty of Hanoi* tôi rất cảm kích vẻ đẹp của Hà Nội

impression *n.* ấn tượng; cảm tưởng, cảm giác; dấu: *my first ~ of Vietnam is the people's hospitality* cảm tưởng đầu tiên của tôi ở Việt Nam là sự hiếu khách của người dân

impressive *adj.* gợi cảm, gây xúc động; hùng vĩ

imprint 1 *n.* dấu in, vết in, nét hằn; ảnh hưởng sâu sắc: *the city bears the ~ of Japanese tourists* thành phố mang hình ảnh du khách Nhật 2 *v.* đóng dấu, in dấu; khắc, ghi nhớ: *my mother's photo ~s on my mind* tấm jình mẹ tôi ghi khắc vào tâm trí của tôi

imprison *v.* bỏ tù, tống giam, giam cầm; giam hãm

imprisonment *n.* sự giam cầm; sự giam hãm

improbable *adj.* không chắc có thực

impromptu *adj.* [bài] ứng khẩu, không sửa soạn

improper *adj.* không thích đáng/thích hợp; không đúng, sai; không hoàn chỉnh, không phải lễ

improve *v.* (làm) tốt hơn, cải thiện/tiến/tạo; mở mang, trau dồi: *to ~ your English* hãy trau dồi thêm tiếng Anh

improvement *n.* sự cải thiện/cải tiến; sự sửa sang

improvise *v.* ứng khẩu, cương; ứng biến mà làm

imprudence *n.* sự hành động không thận trọng/khinh suất: *she had the ~ to wear someone's clothes* cô ấy có hành động không thận trọng là mặc áo quần người khác

imprudent *adj.* khinh xuất, thiếu thận trọng, dại: *don't participate in an ~ investment* đừng tham dự vào việc đầu tư thiếu thận trọng

impudent *adj.* hỗn láo; trơ tráo, trơ trẽn, mặt dày

impulse *n.* (= **impetus**) cơn bốc đồng; sức đẩy tới: *buying that an expensive bag was an ~* mua cái bao đắt giá đó là một việc bốc đồng

impulsive *adj.* bốc đồng, theo cảm xúc nhất thời

impunity *n.* sự không bị trừng phạt

impure *adj.* không trong sạch, dơ bẩn, ô uế

impurity *n.* sợ dơ bẩn; chất bẩn

imputation *n.* sự đổ tội, sự quy lỗi

impute *v.* đổ tội cho, quy lỗi cho

in **1** *n.* chi tiết, chỗ lồi ra lõm vào: *the ~s and outs*: đảng đang cầm quyền và đảng không cầm quyền **2** *prep.* trong, ở tại; về, vào lúc, trong lúc; ở vào, trong khi/lúc; vào, vào trong theo; thành; vằng; vì; để; về: *~ England* ở bên Anh; *~ the sky* trên trời, trong bầu trời; *~ the sun* ngoài nắng, dưới ánh mặy trời; *~ 1924* vào năm 1924; *~ an hour* trong một tiếng đồng hồ; một giờ nữa; *~ any case* trong bất cứ trường hợp nào; *~ debt* mắc nợ; *~ tears* đang khóc; *~ my opinion* theo ý tôi, theo thiển ý; *the gentleman ~ the gray suit* cái ông mặc bộ đồ xám **3** *adv.* vào, trong, ở trong, bên trong: *to look ~ the mirror* hãy soi gương xem; *to pack ~ tens* gói từng chục một; *to divide ~ two* chia đôi; *to cry ~ pain* kêu đau; *~ all* tổng cộng; *~ fact* thật ra; *he just walked ~* Ông ấy vừa mới bước vào đây; *my friend was ~ his car* bạn tôi đã ở trong xe

inability *n.* sự bất tài, sự bất lực

inaccessible *adj.* không tới gần được, không vào được; không kiếm ra được

inaccurate *adj.* không đúng, sai, trật: *his statement is ~* lời nói của ông ấy không đúng sự thật

inactive *adj.* không/thiếu hoạt động, ì: *your account is ~* trương mục của ông không còn nữa

inadequate *adj.* không thoả đáng; không đầy đủ, thiếu, kém, không đủ sức: *supplies of food and medicines are ~* cung cấp thuốc men và thực phẩm không đầy đủ

inadvertent *adj.* vô ý, sơ ý, vô tình

inalienable *adj.* không thể xâm phạm/chuyển nhượng

inanimate *adj.* vô tri giác, vô sinh

inappropriate *adj.* không thích đáng/thích hợp

inarticulate *adj.* không rõ ràng; ú ớ

inasmuch *adv.* bởi vì: *~ as that program has failed* nay chương trình đó đã thất bại thì

inaudible *adj.* không nghe thấy được

inaugural **1** *n.* lễ nhậm chức **2** *adj.* khai mạc, khai trương, khánh thành: *in his ~ address, the president appealed for unity* trong bài diễn văn khai mạc, tổng thống đã kêu gọi đoàn kết

inaugurate *v.* tấn phong [tổng thống]; mở đầu

inauguration *n.* lễ nhậm chức, lễ tấn phong; lễ khai mạc, cuộc khánh thành: *~ Day* ngày lễ nhậm chức của tổng thống Mỹ

in-between *adj., adv.* ở khoảng giữa, nửa nọ nửa kia

inborn *adj.* bẩm sinh

incalculable *adj.* không tính được, không kể xiết

incandescent *adj.* nóng sáng; sáng rực

incapable *adj.* không đủ khả năng, bất lực, bất tài: *that situation is ~ of improvements* tình trạng đó không thể nào tiến hơn

incapacitate *v.* làm mất khả năng/tư cách

incapacity *n.* sự bất lực; sự thiết tư cách

incarnation *n.* sự hiện thân, sự đầu thai

incendiary *adj.* [bom] cháy; gây bạo động, nẩy lửa

incense *n.* hương, nhang, trầm: *~ stick* nén hương; *~ burner* lư hương, đỉnh

incentive *n.* sự khuyến khích/khích lệ; động cơ

inception *n.* sự bắt đầu, sự khởi đầu

incessant *adj.* liên miên, không thôi/dứt/ngừng

incest *n.* tội loạn luân

inch *n.* insơ (= *2.54 cm*); một chút xíu; một tấc: *give him an ~ and he'll take an ell/a mile* Được đằng chân lân đằng đầu [*1 ell = 45 inches*]; *every ~ an artist* trong hệt như một nghệ sĩ; *within an ~ of his life* suýt nữa thì toi mạng

incident *n.* việc xảy ra, chuyện rắc rối; đoạn, tình tiết, vụ: *these ~s were the result of a series of disputes between the two parties* đây là một loạt tranh chấp giữa hai đảng

incidental *adj.* bất ngờ, tình cờ; [món tiêu] phụ

incidentally *adv.* à nhân tiện, à nhân đây

incipient *adj.* chớm, mới bắt đầu

incision *n.* vết rạch, đường rạch; vết khắc

incisor *n.* răng cửa

incite *v.* xúi giục, kích động

inclement *adj.* [trời] xấu, khắc nghiệt

inclination *n.* sở thích; khuynh hướng; độ dốc

incline 1 *n.* chỗ dốc; mặt nghiêng 2 *v.* có chiều hướng: *~d to* có ý (thiên) muốn ...

include *v.* gồm có, bao gồm; kể luôn cả: *up to and including the last invoice* tính đến và kể cả cái hóa đơn chót

inclusion *n.* sự kể gồm; sự tính gộp

inclusive *adj.* kể cả; tính tất cả, tính toàn bộ

incognito *adj.* cải trang; giấu tên

incoherent *adj.* thiếu mạch lạc, rời rạc

income *n.* thu nhập, lợi tức, doanh thu: *he lives within his ~* ông ta sống trong phạm vi lợi tức kiếm được; *~ tax* thuế lợi tức; *~ tax return* tờ khai thuế lợi tức

incoming *adj.* [thư từ *mail*] mới đến; vào; mới dọn vào; mới nhậm chức

incomparable *adj.* không thể so sánh được, vô song

incompatible *adj.* không hợp, xung khắc, kỵ nhau

incompetent *adj.* kém, bất tài, thiếu khả năng, không đủ sức, không đủ tư cách

incomplete *adj.* thiếu, không đủ, chưa đầy đủ; dở dang, chưa xong, chưa hoàn thành, chưa hoàn tất: *the removal of rubbish is still ~* việc dời rác đi chưa xong

incomprehensible *adj.* không thể hiểu được

inconceivable *adj.* không thể tưởng tượng được

incongruous *adj.* không hợp, không thích hợp

inconsiderate *adj.* không nghĩ đến người khác

inconsistent *adj.* bất nhất, thiếu nhất quán; trái với, mâu thuẫn với *['with']: their words are ~ with their deeds* lời nói của họ trái với việc làm

inconspicuous *adj.* kín đáo, không lộ liễu

inconvenience 1 *n.* sự bất tiện: *to cause ~ to someone* làm phiền lòng đến ai 2 *v.* làm phiền: *I promised to be quick so not to ~ the people any longer* tôi hứa sẽ nhanh để không làm phiền mọi người nữa

inconvenient *adj.* bất tiện; thiếu tiện nghi

incorporate *v.* sát nhập, hợp nhất, kết hợp

incorrect *adj.* sai, không đúng; không chỉnh, không đứng đắn

increase 1 *n.* sự tăng thêm; số lượng tăng thêm: *an ~ in the population of Vietnam is a serious problem* việc gia tăng dân số ở Việt Nam là một vấn đề nghiêm trọng 2 *v.* tăng lên, tăng thêm, tăng gia, gia tăng: *the company has ~d the price of its products* công ty vừa tăng giá sản phẩm

increasingly *adv.* càng ngày càng: *the tests are ~ difficult* bài thi càng ngày càng khó dần

incredible *adj.* khó tin, không thể tin được

incredulous *adj.* không tin, ngờ vực, hoài nghi

increment *n.* tiền lãi/lời; lượng/số gia; độ lớn

incriminate *v.* buộc tội, đổ tội/trách nhiệm cho

incubator *n.* lồng nuôi trẻ con; lò ấp trứng

incumbent *n., adj.* hiện giữ chức vụ, hiện nhiệm

incur *v.* mắc, bị, chịu, gánh [nợ, thiệt, phạt]

incurable *adj.* không chữa được, nan y

incursion *n.* sự xâm nhập; sự/cuộc tấn công

indebted *adj.* mắc nợ; mang/đội/chịu/hàm ơn

indecent *adj.* tục tĩu, nhảm; không đứng đắn

indecision *n.* sự do dự, sự thiếu quả quyết

indeed *adv.* thực vậy, quả thực, quả nhiên: *thank you ~ for your help* tôi thành thực rất cám ơn anh đã giúp tôi

indefatigable *adj.* không biết mệt

indefinite 1 *n.* từ phiếm chỉ 2 *adj.* không rõ ràng, không dứt khoát; [mạo từ *article*] bất định

indelible *adj.* không tẩy/rửa được, còn vết mãi

indemnify *v.* bồi thường, đền: *it doesn't have the money to ~ everybody* không có tiền đền cho mọi người

indemnity *n.* tiền bồi thường, bồi khoản

indent *n., v.* viết/in [chữ] thụt vào

independence *n.* sự độc lập; nền độc lập: *the ~ Palace* Dinh Độc lập; *the ~ Day* Ngày Độc lập [quốc khánh Mỹ, 4 tháng 7]

independent *adj.* độc lập, không lệ thuộc/tuỳ thuộc; [lợi tức] đủ sung túc: *your questions should be ~ of each other* các câu hỏi của bạn phải độc lập với nhau

indescribable *adj.* không sao tả xiết

indeterminate *adj.* mơ hồ, lờ mờ; vô định, vô hạn

index 1 *n.* bảng sách dẫn, mục lục cuối sách; bảng liệt kê; chỉ số: *~ finger* ngón tay trỏ 2 *v.* làm mục lục, lập bảng sách dẫn

India *n.* nước Ấn Độ

indicate *v.* chỉ, trỏ; tỏ ra, cho thấy, biểu thị

indication *n.* sự chỉ cho thấy; sự biểu lộ

indicative *n., adj.* tỏ ra, ngụ ý, lối trình bày

indicator *n.* kim chỉ, dụng cụ chỉ [độ cao, v.v.]

indices số nhiều của **index**

indict *v.* buộc tội, truy tố

indictment *n.* sự truy tố; bản cáo trạng

indifference *n.* sự lãnh đạm/thờ ơ; sự trung lập

indifferent *adj.* dửng dưng, lãnh đạm, thờ ơ, hững hờ, không quan tâm; không thiên vị, trung lập

indigenous *adj.* bản xứ, bản địa

indigent *adj.* nghèo khổ, bần cùng, nghèo khó

indigestible *adj.* khó tiêu; khó lĩnh hội

indigestion *n.* chứng khó tiêu, chứng đầy bụng

indignant *adj.* tức giận, căm phẫn, phẫn uất/nộ

indignation *n.* sự căm phẫn, lòng phẫn nộ

indignity *n.* sự sỉ nhục, sự xấu hổ

indigo *n.* cây/củ chàm; màu chàm: ~ *blue* màu xanh chàm

indirect *adj.* gián tiếp, không trực tiếp; quanh co: *your overtime work will be the* ~ *outcome of the firm's activities* việc làm thêm giờ của bạn sẽ cho công ty những kết quả gián tiếp

indiscreet *adj.* không thận trọng, thiếu ý tứ, vô ý, hở hênh, không kín đáo

indiscretion *n.* tính không kín đáo, sự hở hênh

indiscriminate *adj.* bừa bãi, không phân biệt

indispensable *adj.* rất cần thiết, không bỏ được, không thể thiếu được, tối cần

indisposed *adj.* khó ở, se mình; không sẵn lòng

indisposition *n.* sự khó ở; sự không sẵn lòng

indistinct *adj.* không rõ ràng, lờ mờ, mơ hồ

individual 1 *n.* cá nhân, người cá thể 2 *adj.* cá nhân, riêng (lẽ); đặc biệt, độc đáo

individualism *n.* chủ nghĩa cá nhân

individuality *n.* tính chất cá nhân; cá tính

indivisible *adj.* không thể phân chia ra được

indoctrinate *v.* truyền giá; truyền bá/thụ, nhồi sọ

indolence *n.* sự lười biếng

indolent *adj.* lười biếng, biếng nhác, làm biếng

indomitable *adj.* bất khuất, không chế ngự được

indoor *adj.* trong nhà: *you can play* ~ *tennis* bạn có thể chơi quần vợt trong nhà

induce *v.* xui, xui khiến; gây, làm cho, khiến

inducement *n.* sự xui khiến, điều xui khiến

induct *v.* tuyển vào quân đội

induction *n.* việc tuyển lính; phương pháp quy nạp; sự cảm ứng [điện]

inductive *adj.* quy nạp; cảm ứng

indulge *v.* nuông chiều, chiều theo: *to* ~ *one-self in* ham mê

indulgence *n.* sự chiều theo; sự ham mê thích thú

indulgent *adj.* hay nuông chiều, dễ tính, khoan dung

industrial *adj.* thuộc công nghiệp/kỹ nghệ

industrial arts *n.* kỹ thuật công nghiệp

industrialist *n.* nhà tư bản công nghiệp, nhà kỹ nghệ

industrialization *n.* sự công nghiệp hoá

industrialize *v.* công nghiệp hoá, kỹ nghệ hoá

industrious *adj.* siêng năng, cần mẫn, cần cù

industry *n.* công nghiệp, kỹ nghệ: *heavy* ~ kỹ nghệ nặng; *light* ~ kỹ nghệ nhẹ; tính cần cù siêng năng

inebriate *n., adj.* say rượu

inedible *adj.* không ăn được

ineffective *adj.* không có hiệu quả, vô tích sự: *the economic reform will continue to be* ~ *if they don't have the law reform* cải cách kinh tế sẽ tiếp tục vô hiệu quả nếu họ không có cải cách luật pháp

ineffectual *adj.* vô ích, không ăn thua gì

inefficiency *n.* sự thiếu khả năng/hiệu quả

inefficient *adj.* thiếu khả năng, bất tài; vô hiệu: *the communication systems are* ~ hệ thống truyền thông thiếu hiệu quả

ineligible *adj.* không đủ tư cách/tiêu chuẩn

inequality *n.* sự không đều nhau, bất bình đẳng

inequity *n.* sự không công bằng

inert *adj.* bất động, trơ, ì

inertia *n.* tính ì, quán tính; tính lười/chậm

inestimable *adj.* vô giá, rất quý

inevitable *adj.* không thể tránh được; quen thuộc

inexact *adj.* không đúng, không chính xác

inexhaustible *adj.* vô tận, không bao giờ hết

inexorable *adj.* không lay chuyển, vô tình, không động tâm

inexpensive *adj.* rẻ, hạ, không đắt

inexperienced *adj.* thiếu kinh nghiệm

inexplicable *adj.* không thể giải thích được

infallible *adj.* không thể sai/hỏng được

infamous *adj.* xấu xa, nhục nhã, ô nhục, bỉ ổi

infamy *n.* điều ô nhục

infancy *n.* tuổi thơ ấu, ấu thời, lúc còn ẳm ngửa; lúc còn trứng nước

infant *n.* đứa bé (còn ẳm ngửa), hài nhi

infantile *adj.* trẻ con: ~ *paralysis* bệnh bại liệt trẻ em, bệnh tê bại trẻ em

infantry *n.* bộ binh: *light* ~ khinh binh

infantryman *n.* lính bộ binh

infatuate *v.* làm say mê, làm mê đắm

infatuation *n.* sự say mê, sự say đắm

infect *v.* làm nhiễm trùng/độc; làm lây: *many people are ~ed with HIV* người ta bị nhiễm HIV

infection *n.* sự nhiễm độc; sự lây, sự truyền nhiễm

infectious *adj.* lây, nhiễm trùng; dễ lây

infer *v.* suy ra, luận ra, suy luận, kết luận

inference *n.* sự suy luận, kết luận

inferior *adj.* dưới; thấp, kém, tồi, xấu

inferiority *n.* vị trí thấp; sự kém/xấu: ~ *complex* phức cảm/mặc cảm tự ti

infernal *adj.* thuộc địa ngục/âm phủ; ghê gớm

infest *v.* tràn vào phá hoại, tàn phá

infidel *n.* (người) không theo đạo (Hồi/Do thái)

infidelity *v.* sự không trung thành, sự thiếu

thủy chung, sự thất tiết, sự bội tín, tội ngoại tình

infiltrate *v.* ngấm vào; xâm nhập, trà trộn vào

infinite *adj.* vô tận, không bờ bến, vô biên/hạn

infinitesimal *adj.* nhỏ vô cùng; vi phân

infinitive *n., adj.* (lối) vô định

infinity *n.* vô cực, vô tận

infirm *adj.* yếu đuối suy nhược; nhu nhược

infirmary *n.* bệnh xá, nhà thương, bệnh/y viện

infirmity *n.* tính chất yếu đuối, nhu nhược

infix 1 *n.* trung tố 2 *v.* gắn vào; in sâu

inflame *v.* châm lửa; kích thích; làm sưng tấy

inflammable *adj.* dễ cháy, nhạy lửa; dễ khích động

inflammation *n.* viêm, chứng sưng

inflammatory *adj.* có tính cách khích động

inflate *v.* bơm/thổi phồng; tăng [giá], lạm phát: *food prices have not ~d as much as motorcycles'* giá thực phẩm không lên giá bằng xe gắn máy

inflation *n.* sự thổi phồng; nạn lạm phát: *the government tries to control ~* chính phủ cố gắng kềm giữ sự lạm phát

inflect *v.* bẻ cong; biến cách [ngôn ngữ]

inflection *n.* góc cong; biến tố

inflexible *adj.* cứng; cứng rắn; không nhân nhượng; bất di bất dịch; thiếu mềm dẻo/ uyển chuyển

inflict *v.* nện [đòn]; giáng [trận, đòn]; gây; bắt phải chịu [hình phạt]

inflow *n.* sự chảy vào trong; dòng vào

influence 1 *n.* ảnh hưởng; thế lực, uy thế: *my mother has a good ~ on me* mẹ tôi đã có ảnh hưởng tốt đến tôi 2 *v.* có ảnh hưởng đến có tác dụng đối với: *their best friends can ~ my children* những người bạn tốt có thể ảnh hưởng đến con tôi

influential *adj.* có ảnh hưởng/tác dụng/thế lực

influenza *n.* bệnh cúm

influx *n.* sự chảy/tràn vào; dòng [người] đổ vào

inform *v.* báo tin, cho biết/hay, thông báo; cho tin tức, cung cấp tài liệu: *I would like to ~ you that ...* tôi xin báo tin bạn biết là ...

informal *adj.* không chính thức; tự nhiên, thân mật, không kiểu cách/khách sáo/nghi thức: *an ~ dinner* một bữa tiệc thân mật; *~ wear* quần áo mặc thường, không phải lễ phục

informality *n.* tính không chính thức; sự thân mật

informant *n.* người thông tin: *language ~* người nói tiếng bản ngữ và cho dữ kiện về một ngôn ngữ

information *n.* sự thông tin; tin tức, tài liệu; dữ kiện, kiến thức: *Ministry of Culture and ~* Bộ Văn hóa Thông tin; *~ desk* bàn giấy của người chỉ dẫn

informed *adj.* có nhiều tin tức: *well-~* thạo tin

informer *n.* chỉ điểm, mật thám

infrared *n., adj.* (tia) hồng ngoại

infrequent *adj.* hiếm, ít xảy ra

infringe *v.* phạm, xâm/vi phạm, bội, lấn

infuriate *v.* làm tức điên lên, làm phẫn nộ

infuse *v.* rót trút, đổ pha [trà]; truyền

infusion *n.* nước pha, nước sắc; sự truyền/tiêm

ingenious *adj.* khéo léo; tài tình, mưu trí

ingenuity *adj.* tài khéo léo; tài, trí khôn

ingenuous *adj.* ngây thơ, ngây thật

inglorious *adj.* nhục nhã, chẳng vinh quang gì

ingot *n.* thỏi, nén, khối [vàng, bạc, v.v.]

ingrate *n.* đồ vô ơn bạc nghĩa

ingratiate *v.* *to ~ oneself with* khéo léo để được lòng tin yêu của ...

ingratitude *n.* sự vô ơn bạc nghĩa, sự vong ân

ingredient *n.* món, vị; nguyên tố thành phần [của hợp chất]; vật liệu để nấu ăn

inhabit *v.* ở, sống ở, cư trú, cư ngụ

inhabitant *n.* người ở, dân cư, cư dân

inhale *v.* hít vào; nuốt [khói thuốc lá]

inherent *adj.* vốn có, cố hữu, tự nhiên

inherit *v.* hưởng [gia tài], thừa hưởng/kế

inheritance *n.* gia tài, di sản, tài sản kế thừa

inhibit *v.* ngăn chặn, ngăn cấm, cấm đoán; ức chế

inhibition *n.* sự ngăn chặn/kiềm chế; sự ức chế

inhospitable *adj.* không hiếu khách; không ở được

inhuman *adj.* vô nhân đạo, tàn ác, dã man

inhumanity *n.* hành động vô nhân đạo, tính dã man

inimical *adj.* thù địch, thù nghịch, không thân thiện

inimitable *adj.* không thể bắt chước/mô phỏng được

initial 1 *n.* chữ đầu trong một từ; tên họ viết tắt 2 *adj.* đầu, ban đầu; [âm, chữ] ở đầu: *the ~ reaction is excellent* phản ứng ban đầu thật tuyệt 3 *v.* ký tắt: *would you please ~ this check* bạn làm ơn ký tắt tấm ngân phiếu nầy

initiate *v.* bắt đầu, để khởi/xướng; làm lễ kết nạp

initiation *n.* sự khởi xướng, lễ kết nạp

initiative *n.* bước đầu; (óc) sáng kiến; thế chủ động

inject *v.* tiêm, chích, bơm, thụt, xen vào

injection *n.* sự tiêm; thuốc tiêm, mũi/phát tiêm

injunction *n.* lệnh tòa án

injure *v.* làm bị thương, làm hại, làm tổn thương

injurious *adj.* có hại, làm hại; lăng mạ

injury *n.* vết thương; mối hại; sự tổn hại/bất lợi

injustice *n.* sự bất công; chuyện không công bằng

ink **1** *n.* mực; dấu mực **2** *v.* bôi mực, đánh dấu bằng mực

inkling *n.* sự nghi hoặc; ý niệm lờ mờ, cảm giác

inky *adj.* có vết mực, vấy mực; đen như mực

inlaid quá khứ của **inlay**

inland **1** *n.* vùng nội địa **2** *adj.* ở sâu torng nước

in-law *n.* bố chồng/vợ; nhạc phụ, mẹ chồng/vợ, nhạc mẫu; ông nhạc, bà nhạc: *parent-~* bố mẹ chồng/vợ

inlay *n., v.* khảm, cẩn, dát

inlet *n.* vũng, vịnh nhỏ; lạch giữa đảo

inmate *n.* người bệnh [nhà thương điên]; người ở tù chung, bạn tù

inmost *adj.* ở tận đáy lòng sâu kín, thầm kín

inn *n.* quán trọ, lữ khách, khách sạn

innate *adj.* bẩm sinh, thiên phú, thiên bẩm

inner *adj.* ở trong: *~ life* cuộc sống nội tâm; *~ circle* nhóm thân cận tin nhau; *~ tube* săm, ruột

innermost *adj.* ở tận đáy lòng, thầm kín nhất

inning *n.* lượt chơi của cầu thủ bóng chày

innkeeper *n.* chủ quán, chủ quán trọ, chủ khách sạn

innocence *n.* tính ngây thơ/thật thà; sự vô tội: *he has evidence that could prove his ~* ông ấy có bằng cớ chứng tỏ ông ta vô tội

innocent *adj.* vô tội, không có tội; ngây thơ: *she seems young and ~* cô ấy trẻ và ngây thơ

innovation *n.* sự đổi mới, sự canh tân, sáng kiến

innuendo *n.* lời nói cạnh, lời nói bóng gió, ám chỉ

innumerable *adj.* không đếm được, rất nhiều, vô số

inoculate *v.* chủng, tiêm chủng, trích ngừa

inoculation *n.* sự tiêm chủng, sự chích ngừa

inorganic *adj.* vô cơ

in-patient *n.* người bệnh nội trú [*cf.* **out-patient**]

input **1** *n.* lối vào, đóng góp vào; khối vào, lực truyền vào, dòng điện truyền vào; tài liệu bằng ký hiệu: *we should recognize our employees' ~* chúng ta nên công nhận sự đóng góp của nhân viên chúng ta **2** *v.* cung cấp tài liệu [cho máy tính điện tử]: *this information must be ~ into our computers* những thông tin nầy cần phải đưa vào máy vi tính của chúng ta

inquest *n.* cuộc điều tra [về một nghi án]

inquire *v.* hỏi tin tức; hỏi thăm: *to ring to ~ about train times* gọi điện thoại giờ xe lửa; *to ~ after* điều tra, thẩm tra

inquiry *n.* sự hỏi thăm; câu hỏi; cuộc điều tra: *I have made some inquiries on employment* tôi vừa hỏi thăm về việc làm

inquisition *n.* cuộc điều tra

inquisitive *adj.* tò mò, hay hỏi, tọc mạch; tìm tòi

inroad *n.* cuộc xâm nhập; sự xâm lấn

insane *adj.* điên, mất trí khôn, điên cuồng

insanity *n.* bệnh điên; tính cách điên rồ

insatiable *adj.* không đã thèm, không thoả mãn được, tham lam vô độ

inscribe *v.* viết, khắc, ghi; đề tặng; ghi/khắc sâu; vẽ nội tiếp

inscription *n.* câu viết/khắc, lời để tặng

inscrutable *adj.* khó hiểu, bí hiểm, không dò được

insect *n.* sâu bọ, côn trùng

insecticide *n., adj.* (thuốc) trừ sâu/sát trùng

insecure *adj.* bấp bênh, không vững chắc; thiếu an toàn/an ninh, nguy hiểm

insemination *n.* sự thụ tinh: *artificial ~* sự thụ tinh nhân tạo

insensible *adj.* bất tỉnh nhân sự, ngất, mê

insensitive *adj.* không cảm giác; không nhạy (cảm)

inseparable *adj.* không thể chia lìa/tách rời được

insert **1** *n.* tờ thêm, đoạn thêm **2** *v.* thêm vào, gài vào; đăng vào (báo); cho/đặt/đút vào; xen vào

insertion *n.* sự thêm/gài vào; sự đút vào; sự đăng

in-service *adj.* tại chức: *~ training program* chương trình đào tạo tại chức, chương trình tu nghiệp

inset *n.* ảnh [hoặc bản đồ] nhỏ bên trong ảnh lớn

inside **1** *n.* bên/mặt/phía trong; lòng, ruột: *the ~ of their house* bên trong căn nhà của họ **2** *prep.* ở trong, từ trong: *~ the museum* ở trong bảo tàng **3** *adv.* ở trong, trong: *to move ~* tiến vào phía trong **4** *adj.* bean trong, nội bộ: *~ information* tin tức riêng trong nội bộ

insider *n.* người ở trong; người trong cuộc

insidious *adj.* gian trá, xảo quyệt, quỷ quyệt

insight *n.* sự hiểu biết sâu sắc, kiến giải

insignia *n.* huy hiệu, huy chương; dấu hiệu

insignificant *adj.* tầm thường, không quan trọng, không nghĩa lý gì

insincere *adj.* không thành thực, giả dối

insinuate *v.* nói ý, nói bóng gió, nói xa gần; ám chỉ; khéo luồn lọt vào

insinuation *n.* lời nói bóng gió, lời ám chỉ

insipid *adj.* vô vị, nhạt nhẽo, nhạt phèo, lạt lẽo

insist *v.* cố nài, năn nỉ, vật nài, cứ nhất định

insistent *adj.* tính/thái độ xấc láo

insolence *n.* xấc láo, vô lễ, láo xược

insoluble *adj.* không tan được; không giải quyết được

insomnia *n.* chứng mất ngủ

insomuch *adv.* đến mức mà, đến nỗi rằng: *he worked very fast, ~ that he finished in an hour* anh ấy làm nhanh đến nỗi anh ta xong việc trong vòng một giờ

inspect *v.* xem xét, kiểm tra, thanh tra; khám xét: *the police have ~ed the accident scene* cảnh sát vừa xem xét nơi xẩy ra tai nạn

inspection *n.* sự kiểm tra/thanh tra/khám xét: *he has completed his ~ of the house* ông ta vừa hoàn tất việc kiểm tra căn nhà

inspector *n.* (viên) thanh tra

inspiration *n.* sự thở/hít vào; sự cảm hứng, hứng, thi hứng; người truyền cảm hứng

inspire *v.* truyền cảm hứng cho; gạy ra, xui khiến

instability *n.* tính không ổn định/vững chắc

install *v.* lắp, đặt, thiết bị, trang bị; đặt vào: *they have ~ed a telephone line in my house* họ vừa gắn đường dây điện thoại cho nhà tôi

installation *n.* sự lắp/đặt; máy móc; cơ sở, đồn

installment *n.* số tiền trả góp mỗi lần; phần đăng báo dần: *to pay the bill in ~s* trả phiếu đòi tiền làm nhiều kỳ; *~ plan* lối mua chịu trả dần từng tháng

instance *n.* ví dụ, thí dụ; trường hợp cá biệt: *for ~* ví dụ, chẳng hạn; *in this ~* trong trường hợp cá biệt này

instant 1 *n.* lúc, chốc lác 2 *adj.* ngay lập tức, ngay tức khắc; pha/nấu ngay, ăn/uống ngay được: *~ coffee* cà phê pha nước sôi uống ngay; *~ replay* phim truyền hình (về thể thao) chiếu lại ngay tức khắc

instantaneous *adj.* tức thời, ngay lập tức

instead *adv.* để thay vào, đáng lẽ là, đáng lý ra, thay vì: *she watched television ~ of studying* đáng lẽ phải học, đằng này nó lại ngồi xem truyền hình

instep *n.* mu bàn chân

instigate *v.* xui, xúi giục, xúi bẩy; thủ mưu

instill *v.* truyền [ý nghĩ, tình cảm]

instinct *n.* bản năng, bản tính, thiên tính; năng khiếu, khiếu, thiên hướng, thiên bẩm

instinctive *adj.* thuộc/theo/do bản năng

institute 1 *n.* viện, học viện, hội, viện nghiên cứu: *every university has a research ~* đại học nào cũng có viện nghiên cứu 2 *v.* mở, lập nên, thành/thiết lập; tiến hành: *to ~ a course of English language* mở một lớp tiếng Anh

institution *n.* cơ chế, thể chế, định chế; cơ sở; tổ chức, hội, trường, viện: *~ of higher education* viện/trường đại học/cao đẳng

instruct *v.* chỉ dẫn, chỉ thị; dạy, đào tạo

instruction *n.* sự dạy; kiến thức; *~s* lời dặn, lời chỉ dẫn, chỉ thị: *medium of ~* học thừa, chuyển ngữ

instructor *n.* người dạy, thầy giáo; trợ giáo, phụ giảng, giảng viên: *to contact a driving ~ to learn driving* tiếp xúc với người dạy lái xe để học lái

instrument *n.* đồ dùng, dụng cụ; nhạc khí/cụ, đàn, sáo, kèn, v.v.; văn kiện; công cụ, phương tiện

instrumental *adj.* dùng làm phương tiện/lợi khí để; [nhạc] trình diễn cho nhạc khí

insubordinate *adj.* không vâng lời, không phục tùng

insufferable *adj.* không thể chịu đựng được

insufficient *adj.* không đủ, thiếu, kém, sút

insular *adj.* thuộc/ở đảo; hẹp hòi, thiển cận

insulate *v.* để tiếng; làm cách điện, cách ly

insulation *n.* sự cô lập; sự cách điện/cách ly

insulator *n.* cái cách điện, chất cách ly

insulin *n.* hoá chất insulin

insult 1 *n.* lời/điều chửi bới lăng mạ/sỉ nhục: *their behavior was an ~ to us* cách đối xử của họ là một sự sỉ nhục đối với chúng ta 2 *v.* sỉ nhục, làm nhục, lăng mạ, chửi bới, xúc phạm: *he ~ed me when he said something like that* ông ấy nói như thế là làm nhục tôi

insuperable *adj.* không thể vượt/khắc phục được

insurance *n.* sự bảo hiểm/bảo kê: *~ company* hãng bảo hiểm; *~ premium* tiền đóng bảo hiểm; *life ~* bảo hiểm nhân thọ

insure *v.* bảo hiểm; đảm bảo, cam đoan; đề phòng

insurgency *n.* cuộc nổi dậy, nổi loạn

insurgent *n.* người nổi loạn, người khởi nghĩa

insurrection *n.* cuộc nổi dậy/loạn, cuộc khởi nghĩa

intact *adj.* còn nguyên (vẹn), trọn vẹn, không bị sứt mẻ, nguyên si; không bị thay đổi/ảnh hưởng

intake *n.* điểm lấy nước; hầm thông hơi; đầu vào; lượng lấy vào; công suất tiêu thụ

intangible *adj.* không thể rờ đến; mơ hồ

integer *n.* số nguyên

integral 1 *n.* tích phân 2 *adj.* thuộc toàn bộ; toàn bộ, nguyên; tích phân

integrate *v.* hoà đồng, họp lại thành một hệ thống nhất mở rộng [trường học, v.v.] cho mọi chủng tộc

integration *n.* sự hòa đồng, sự hợp nhất [các trường da đen da trắng]: *school ~* sự mở rộng trường học cho mọi chủng tộc

integrity *n.* tính trong sạch, tính liêm khiết/

liêm chính: *moral* ~ sự vẹn toàn đạo đức; *territorial* ~ sự toàn vẹn lãnh thổ

intellect *n.* trí khôn, trí năng, trí tuệ

intellectual **1** *n.* người trí thức, nhà trí thức **2** *adj.* thuộc trí óc, thuộc lý trí/trí năng, tinh thần, tri thức

intelligence *n.* trí óc, trí thông minh; tin tức, tình báo: ~ *quotient [IQ]* hệ số thông minh

intelligent *adj.* thông minh, sáng dạ/trí, linh lợi

intelligentsia *n.* giới trí thức

intelligible *adj.* dễ hiểu, rõ ràng, minh bạch

intend *v.* định, tính, toan, có ý định; ý muốn nói: *she* ~*s to sue him* cô ấy định kiện hắn ta

intended *adj.* có dụng ý/chủ tâm, chờ đợi

intense *adj.* mạnh gắt, chói; dữ dội, mãnh/ kịch liệt; nồng nhiệt, nhiệt liệt

intensify *v.* làm mạnh/dữ thêm; tăng cường: *the conflict is almost bound to* ~ sự xung đột thường gắn liền việc làm dữ thêm

intensity *n.* độ/sức mạnh, cường độ: *the attack was anticipated but its* ~ *came as a shock* việc tấn công đã diễn ra nhưng cường độ thì ngao ngán

intensive *adj.* mạnh; [lớp học *course*] tập trung, ráo riết: ~ *farming* thâm canh

intent **1** *n.* ý muốn ý định, mục đích **2** *adj.* chăm chú, miệt mài, kiên quyết

intention *n.* ý, ý định, ý chí, chủ ý/tâm, mục đích

intentional *adj.* cố ý, chủ tâm

inter *v.* chôn, chôn cất, mai táng

interaction *n.* ảnh hưởng qua lại, tác động qua lại

intercede *v.* can thiệp, nói giùm, xin giùm

intercept *v.* chắn, chặn, chặn đứng; chặn đánh

intercession *n.* sự can thiệp

interchange **1** *n.* sự trao đổi; ngã tư xa lộ **2** *v.* trao đổi/thay thế lẫn nhau

intercollegiate *adj.* giữa các đại học

intercom *n., coll.* hệ thống thông tin nội bộ

intercontinental *adj.* xuyên lục địa/đại châu: ~ *ballistic missile [ICBM]* hỏa tiễn/tên lửa xuyên đại châu

intercourse *n.* sự giao thiệp/dịch/lưu; việc mậu dịch: *sexual* ~ việc giao cấu

interdependent *adj.* phụ thuộc lẫn nhau

interdict *v.* cấm, ngăn cấm, cấm chỉ; ngăn chặn

interdisciplinary *adj.* gồm nhiều ngành học thuật

interest **1** *n.* sự chú ý; điều thích thú; quyền lợi; lợi ích; tiền lãi/lời, lợi tức: *a matter of great* ~ một vấn đề quan trọng; *in the* ~ *of* vì lợi ích của ...; ~ *rate will be increased* lãi suất se tăng **2** *v.* làm chú ý, làm thích thú/

quan tâm; dính dáng/liên quan đến: *your talk* ~*ed me* bài nói chuyện của bạn làm tôi thích thú

interested *adj.* thích thú; chú ý; cầu lợi

interesting *adj.* hay, thú vị, làm chú ý

interfere *v.* can thiệp, xen/dính vào; gây trở ngại; giao thoa; nhiễu

interference *n.* sự can thiệp; sự gây trở ngại, sự quấy rầy; sự giao thoa; sự nhiễu (vô tuyến)

interim **1** *n.* thời gian chờ đợi **2** *adj.* tạm quyền, tạm thời, lâm thời: *we have just had an* ~ *director* chúng ta vừa mới có vị giám đốc tạm thời

interior **1** *n.* phía/bên trong; nội địa: *Ministry of the* ~ Bộ Nội vụ **2** *adj.* ở bên trong; ở nội địa: ~ *decoration* nghệ thuật trang trí trong nhà; ~ *decorator* nhà trang trí nhà cửa

interjection *n.* thán từ

interlace *v.* kết/bện chéo vào nhau; ràng buộc, xen kẽ, đan

interlibrary *adj.* giữa các thư viện: ~ *loan system* hệ thống mượn sách liên thư viện

interlock *v.* cài vào nhau, khớp với nhau

interlope *v.* xâm phạm vào chuyện người khác

interloper *n.* người xâm phạm vào quyền lợi của người khác, người dính mũi vào chuyện người khác: *she regarded me as an* ~ cô ấy xem tôi làm người dính vào chuyện người khác

interlude *n.* quãng giữa; lúc tạm nghỉ; màn chen

intermarry *v.* lấy nhau; lấy người cùng nhóm/ họ

intermediary **1** *n.* người, vật trung gian: *through the* ~ *of* qua sự môi giới của ... **2** *adj.* giữa, trung gian

intermediate *adj.* ở khoảng giữa; cấp trung

interminable *adj.* không bao giờ hết/kết thúc, vô tận; dài dòng, tràng giang đại hải

intermingle *v.* trộn lẫn; trà trộn

intermission *n.* thời gian ngừng; lúc tạm nghỉ

intermittent *adj.* lúc có lúc không; ~ *fever* cơn sốt từng cơn

intern **1** *n.* sinh viên y khoa nội trú, bác sĩ nội trú; giáo sinh, người thực tập/tập sự **2** *v.* làm nội trú

internal *adj.* ở trong, nội bộ; trong nước; nội tâm; nội tại; [thuốc] dùng trong: ~ *medicine* khoa nội, nội khoa; ~ *revenue service* sở thuế

international **1** *n.* quốc tế: *the First* ~ Quốc Tế Cộng sản I **2** *adj.* quốc tế: *to depart at the* ~ *airport* khởi hành ở sân bay quốc tế

internationalism *n.* chủ nghĩa quốc tế

internationalize *v.* quốc tế hoá

internecine *adj.* [chiến tranh] giết hại lẫn nhau, huynh đệ/cốt nhục tương tàn

internee *n.* người bị giam giữ, tù binh

internist *n.* bác sĩ nội khoa

internment *n.* sự giam giữ

internship *n.* cương vị sinh viên/bác sĩ nội trú; cương vị giáo sinh

interplanetary *adj.* giữa các hành tinh

interplay *n., v.* ảnh hưởng lẫn nhau

interpolate *v.* tự ý thêm từ/chữ vào; nội suy

interpose *v.* đặt vào giữa, xen

interpret *v.* giải thích; hiểu; diễn xuất; dịch, phiên dịch, làm thông ngôn, thông dịch

interpretation *n.* sự giải thích; cách hiểu; sự thể hiện/diễn xuất; sự thông dịch/phiên dịch: *simultaneous ~* việc dịch liền ngay; *consecutive ~* việc dịch từng câu từng đoạn của diễn giả

interpreter *n.* người giải thích; người diễn xuất; viên thông ngôn, người thông dịch, thông dịch viên

interrogate *v.* tra hỏi, chất vấn, thẩm vấn

interrogation *n.* sự/câu tra hỏi; cuộc thẩm vấn

interrogative 1 *n.* từ nghi vấn **2** *adj.* hỏi, nghi vấn

interrupt *v.* ngắt, làm đứt quãng, làm gián đoạn; ngắt lời; ngắt điện

interruption *n.* sự gián đoạn; sự ngắt lời: *without ~* không nghỉ, liên tiếp, liên miên

intersect *v.* cắt ngang/chéo; giao nhau

intersection *n.* sự cắt ngang; chỗ giao nhau, giao điểm; ngã ba, ngã tư

intersperse *v.* rắc, rải

interstate *adj.* giữa các nước, giữa các tiểu bang: *~ highway* xa lộ liên tiểu bang

interstellar *adj.* giữa các sao

interstice *n.* khe hở, kẽ hở

intertwine *v.* quấn/kết/bện vào nhau

interval *n.* khoảng (cách); cự ly; quãng: *at regular ~s* khoảng cách đều nhau

intervene *v.* can, xen vào, can thiệp; xảy ra

intervention *n.* sự can thiệp

interview 1 *n.* cuộc phỏng vấn, bài phỏng vấn; sự gặp mặt riêng để hỏi về người xin việc: *today we have an ~ of a job applicant by our director* hôm nay chúng ta có cuộc phỏng vấn giữa giám đốc và người xin việc **2** *v.* phỏng vấn; nói chuyện riêng với: *we have just ~ed two job applicants* chúng tôi vừa phỏng vấn hai người xin việc

interweave *v.* dệt lẫn; xen lẫn, trộn lẫn

intestate *n., adj.* (người) chết không để di chúc

intestinal *adj.* về ruột; thuộc ruột

intestine *n.* ruột: *small ~* ruột non; *large ~* ruột già

intimacy *n.* sự thân mật; sự thông dâm

intimate *n., adj.* người thân mật/thiết/tình; thông dâm

intimate *v.* cho biết, gợi ý

intimation *n.* sự cho biết; điều gợi cho biết

intimidate *v.* doạ nạt/dẫm, đe doạ, hăm doạ

intimidation *n.* sự hăm doạ/đe doạ, doạ dẫm

into *prep.* vào (trong); thành, ra, hoá ra; với: *to throw ~ the water* vứt xuống nước; *translate the following passage ~ Vietnamese* dịch đoạn sau đây ra tiếng Việt; *please divide these books ~ categories* anh làm ơn chia loại những cuốn sách này

intolerable *adj.* không chịu nổi, quá quắt

intolerant *adj.* không dung thứ/khoan dung

intonation *n.* ngữ điệu; âm điệu

intone *v.* ngâm, hát, đọc, tụng [kinh]

intoxicant *n.* chất làm say, đồ uống có rượu

intoxicate *v.* làm say; làm nhiễm độc

intoxicated *adj.* say; say sưa

intoxication *n.* sự say; sự say sưa; sự trúng độc

intransigent *adj.* không khoan nhượng

intransitive *adj.* nội động: *~ verb* động từ nội động

intrauterine device *n.* (*abbr.* **IUD**) vòng ngừa thai [đặt trong tử cung] viết tắt I U D

intravenous *adj.* tiêm vào trong tĩnh mạch

intrepid *adj.* gan, gan dạ, bạo dạn, dũng cảm

intricate *adj.* rắc rối, phức tạp khó hiểu

intrigue *n.* âm mưu, mưu mô/đồ, vận động ngầm; cốt truyện, tình tiết

intriguing *adj.* hấp dẫn, gợi tò mò; làm ngạc nhiên

intrinsic *adj.* bên trong, thực chất, về bản chất

introduce *v.* giới thiệu; đưa vào, dẫn nhập; đưa ra, đệ trình [cho nghị viện xét]; mở đầu: *may I ~ you to my friend* tôi xin giới thiệu ông/bà với bạn tôi

introduction *n.* sự giới thiệu/tiến dẫn; sự đưa vào; sự đệ trình; lời giới thiệu, lời tựa, lời mở đầu; đoạn đầu [trong sách]; khúc mở đầu

introductory *adj.* mở đầu, lời giới thiệu: *~ remarks* lời mở đầu, giới thiệu

introspection *n.* sự tự xét, sự nội quan/tự tỉnh

intrude *v.* vào bừa, xông bừa; xâm phạm: *to ~ one's opinion on somebody* bắt ai theo ý kiến của mình

intruder *n.* người lạ vào bừa; kẻ xâm phạm

intrusion *n.* sự xâm phạm/xâm nhập, sự vào bừa

intuition *n.* trực giác, trực quan

intuitive *adj.* thuộc trực giác

inundate *v.* tràn ngập; làm ngập lụt

inundation *n.* sự tràn ngập; sự/nạn lụt

invade *v.* xâm chiếm, xâm lấn, xâm lăng/lược; tỏa khắp, lan tràn

invader *n.* kẻ xâm lăng, tên xâm lược

invalid *n., adj.* (người) tàn tật/tàn phế; hết hiệu lực, vô giá trị

invalidate *v.* làm thanh vô hiệu, làm mất hiệu lực

invaluable *adj.* vô giá, quý giá, quý báu

invariable *adj.* bất biến, cố định, không thay đổi

invariant *adj.* bất biến, không thay đổi

invasion *n.* cuộc xâm lược, sự xâm lăng

invent *v.* sáng chế, phát minh; bày đặt, hư cấu

invention *n.* sự/vật phát minh; chuyện bịa đặt

inventive *adj.* có tài phát minh; có óc sáng tạo

inventor *n.* người sáng chế, nhà phát minh

inventory 1 *n.* (bảng kê) hàng hóa tồn kho; bảng tóm tắt 2 *v.* kiểm kê, làm bản kê

inverse *adj.* ngược, nghịch, nghịch đảo

inversion *n.* sự lộn/đảo ngược; phép đảo trật tự của từ; phép nghịch đảo; sự nghịch chuyển

invert *v.* lộn/đảo/xoay ngược, nghịch đảo/ chuyển

invertebrate *n., adj.* (loài) không xương sống

invest *v.* đầu tư, bỏ/xuất vốn; bổ nhiệm, uỷ thác: *to ~ capital into one's business* đầu tư tiền vào việc kinh doanh

investigate *v.* xem xét, nghiên cứu, điều tra

investigation *n.* sự dò xét/tìm tòi, sự điều tra nghiên cứu; *Federal Bureau of ~ [FBI]* Cục Điều tra Liêng bang

investment *n.* sự đầu tư; vốn đầu tư: *you can earn a rate of return of 5 percent on your ~s* bạn có thể có tiền lời 5% từ vốn đầu tư của bạn

investor *n.* người đầu tư

inveterate *adj.* ăn sâu, lâu năm, kinh niên, thành cố tật, thâm căn cố đế

invidious *adj.* gây ác cảm; bất công

invigorate *v.* làm mạnh thêm, làm hăng hái thêm

invincible *adj.* vô địch, vạn thắng, không ai đánh bại được, trăm trận đánh trăm trận được

inviolable *adj.* bất khả xâm phạm

invisible *adj.* không thể trông thấy, vô hình, tàng hình: *~ ink* mực hoá học

invitation *n.* sự/lời mời, giấy/thiếp mời: *I attend the meeting by ~ only* tôi dự buổi họp có giấy mời

invite *v.* mời; lôi cuốn, hấp dẫn; gây ra: *I have not been ~d* tôi chưa được mời; *I was not ~d* tôi không được mời; *she ~d my opinion of her book* bà ấy mời tôi cho ý kiến về cuốn sách của bà ấy; *you are kindly ~d to attend a dinner in honor of* trân trọng kính mời ông/bà/cô đến dự buổi tiệc khoản đãi

inviting *adj.* mời mọc; lôi cuốn, hấp dẫn

invocation *n.* sự cầu khấn/cầu đảo; thần chú

invoice 1 *n.* danh đơn hàng, hoá đơn: *please give the ~* làm ơn cho tôi hoá đơn 2 *v.* làm hoá đơn, ghi hoá đơn: *your company has ~d me for US$100* công ty của bạn vừa gởi hoá đơn 100 đô la Mỹ cho tôi

invoke *v.* cầu khấn, gọi hồn; viện, dẫn chứng

involuntary *adj.* không cố ý, vô tình

involve *v.* làm mắc míu; làm dính líu; đòi hỏi: *the person ~d* đương sự; *to ~ in black market activities* dính vào vụ chợ đen; *to ~ in deep thinking* để hết tâm trí suy nghĩ

involvement *n.* sự mắc míu/dính dáng; sự rắc rối

inward *adj.* bên trong, hướng vào trong; nội tâm

inwardly *adv.* ở phía trong; trong thâm tâm

iodine *n.* hoá chất i-ot

ion *n.* hoá chất ion

ionize *v.* i-on hoá

ionosphere *n.* tầng điện ly

iota *n.* chút xíu, mảy may, một tí

IOU *n., abbr.* (= **I owe you**) văn tự, giấy nợ

IPA *n., abbr.* (= **International Phonetic Alphabet**) bảng chữ cái ký hiệu phiên âm quốc tế

iPod *n.* (**Apple MP3**) máy vi tính/nghe nhạc loại bỏ túi

Iran *n.* nước I-ran

Iranian *n.* người/tiếng I-ran

Iraq *n.* nước I-rac

Iraqi *n.* người I-rac

Ireland *n.* nước I-rờ-lan

iridescent *adj.* óng ánh nhiều màu, ngũ sắc

iris *n.* mốmg mắt, tròng đen; hoa bướm tím, irit

Irish *n.* người/tiếng Ái Nhĩ Lan

irksome *adj.* chán ngắt/ngấy; làm khó chịu

iron 1 *n.* sắt; chất sắt; đồ sắt; bàn là/ủi: *~s* xiềng, cùm, còng; *the ~ Curtain* bức màn sắt; *~ Age* thời kỳ đồ sắt; *~ hand* bàn tay sắt 2 *v.* bọc/bịt sắt; là, ủi; còng, cùm xiền xích: *to ~ one's clothes* ủi áo quần

ironclad *adj.* bọc sắt; cứng rắn, chặt chẽ

ironic(al) *adj.* mỉa mai, châm biếm, trở trêu

ironworks *n.* xưởng đúc gang, xưởng làm đồ sắt

irony *n.* sự mỉa mai/châm biếm; điều trớ trêu, cắc cớ

irradiate *v.* soi sáng; cho ánh sáng rọi vào

irrational *adj.* không hợp lý; vô lý

irreconcilable *adj.* không thể xử hoà/hoà giải

irregular *adj.* không đều; [hàng hoá] không đúng quy cách; [quân đội] không phải chính quy; [động từ] theo quy tắc

irrelevant *adj.* không thích hợp, không ăn nhằm

irreparable *adj.* không thể đền bù được
irresistible *adj.* không cưỡng lại được, hấp dẫn
irresolute *adj.* không quả quyết, do dự
irrespective *adj.* bất kể, bất chấp, bất luận
irresponsible *adj.* vô trách nhiệm, thiếu tinh thần trách nhiệm, khinh suất, ẩu, lếu láo: *don't do any ~ behavior* không nên làm điều gì vô trách nhiệm
irreverent *adj.* bất kính, vô lễ, thiếu lễ độ
irrigate *v.* tưới [ruộng], dẫn thủy nhập điền, đem nước vào ruộng
irrigation *n.* sự tưới ruộng đất, công tác dẫn thủy nhập điền
irritable *adj.* dễ cáu, hay tức, cáu kỉnh
irritate *v.* làm phát cáu, chọc tức; kích thích
irritation *n.* sự chọc tức; sự làm tấy sưng
Islam *n.* đạo Hồi, Hồi giáo
island *n.* hòn đảo, cù lao; khoảng tách riêng
isle *n.* đảo nhỏ
islet *n.* đảo nhỏ
-ism *n.* là tiếp vĩ ngữ (*suffix*) dùng để chỉ hệ tư tưởng, hệ ý thức, chủ nghĩa
isobar *n.* đường đẳng áp
isolate *v.* cô lập, cách ly; cách điện, tách ra: *the foreign policy could ~ a country from the world* chính sách ngoại giao có thể cô lập đất nước với thế giới; *no one lives totally alone, ~d from the society* không ai sống đơn độc và biệt lập với xã hội
isolation *n.* sự cô lập; sự cách ly; sự cách/tách
isolationism *n.* chủ nghĩa biệt lập
isomer *n.* chất đồng phân
isometric(al) *adj.* cùng kích thước
isometrics *n.* môn tập làm tăng kích thước
isomorph *n.* thể đồng hình
isomorphic *adj.* đồng hình
isosceles *adj.* [tam giác] cân
isotherm *n.* đường đẳng nhiệt
isotope *n.* chất đồng vị
isotropic *adj.* đẳng hướng
I-spy *n.* điệp viên quốc tế
Israel *n.* nhân dân Do Thái
Israeli *n., adj.* người/tiếng Do Thái
issue 1 *n.* sự phát; sự phun; số báo; vấn đề; dòng dõi; lối ra/thoát: *the latest ~ of* **Linguistic magazine** số mới nhất của tạp chí Ngôn Ngữ; *to discuss some ~s* thảo luận một vài vấn đề 2 *v.* đưa ra, phát hành, in ra; chảy/bốc/toát ra; thuộc dòng dõi: *today he will ~ a statement denying the allegations* hôm nay, ông ta sẽ đưa ra thông báo từ chối những lời cáo giác
isthmus *n.* eo đất
IT *n., abbr.* (= **Information Technology**) tin học: *to study* ~ học môn tin học
it *pron.* cái đó, điều đó, con vật ấy; thời tiết,

trời: ~ *is snowing* trời đang tuyết; ~ *is not easy to cook rice* thổi cơm không phải dễ; *we would appreciate ~ very much if you could …* chúng tôi sẽ rất biết ơn nếu ông có thể …
itch 1 *n.* bệnh ngứa, sự ngứa 2 *v.* ngứa, rất muốn
item *n.* khoản, món; đoạn, mẩu, tiết mục: *how many ~s are there in the program?* có bao nhiêu tiết mục trong chương trình?
itemize *v.* ghi từng món/khoản
itinerary *n.* hành trình, lộ trình: *do you have your ~ for your trip?* bạn có chương trình cho chuyến đi của bạn chưa?
its *pron.* của nó [vật, động vật]; của cái đó: *the dog was wagging ~ tail* con chó vẫy đuôi
it's *abbr.* 1 (= **it is**) nó là 2 (= **it has**) nó có
itself *pron.* bản thân cái/điều/con đó: *I think life ~ is a learning process* tôi nghĩ đời là một sự học hỏi không ngừng
I've *abbr.* (= **I have**): ~ *no appointments today* hôm nay tôi không có hẹn ai cả
IVF *n., abbr.* (= **in vitro fertilization**) phương pháp thụ thai trong ống nghiệm
ivory *n., adj.* ngà; màu ngà; đồ ngà
ivy *n.* dây trường xuân [leo tường đại học]

J

jab 1 *n.* nhát đâm mạnh, cái thọc mạnh; trận đánh thọc sâu: *to rock someone with ~s* làm bật người ai bằng một cú đánh mạnh 2 *v.* đâm mạnh, thọc mạnh; đánh thọc: *a needle was ~bed into his hand* cái kim đâm sâu vào cánh tay anh ta
jack 1 *n.* lá cờ: *Union ~* quốc kỳ Anh 2 *n.* người con trai, gã, chàng; bồi, cây bài j; cái kích, đòn bẩy: *there is no ~ in my car's trunk* thùng xe tôi không có con đội 3 *v.* kích [xe ô tô]: *to ~ the car up and put on the spare tire* kích xe lên và bỏ bánh dự phòng vào
jackal *n.* chó rừng
jackaroo *n., colloq.* người mới vào nghề
jackass *n.* con lừa đực; thằng ngốc
jacket *n.* áo vét tông, áo vét; bìa bọc sách: *dinner ~* áo xì mốc kinh; *life ~* áo cứu đắm; phao cấp cứu
Jack-in-the-box *n.* hộp hình nộm bật lên
jackknife *n.* dao xếp
Jack of all trades người biết nhiều nghề nhưng chẳng giỏi nghề nào cả (cái gì cũng làm được)

Jack-o'-lantern *n.* đèn bằng quả bí khắc mặt người

jackpot *n.* số tiền lớn/độc đắc do xổ số hay đánh bạc (bằng máy) được: *to hit the ~* vớ được món bở, trúng số độc đắc

jacuzzi *n.* bồn tắm hình tròn

jade *n.* ngọc bích; màu ngọc bích: *~ pot* bình ngọc bích

jaded *adj.* mệt lử, mệt nhoài, mệt rã rời

jagged *adj.* lởm chởm

jaguar *n.* báo/beo đốm

jail 1 *n.* nhà tù, ngục thất, khám đường: *these prisoners escaped from ~* 2 *v.* bỏ tù, tống/ hạ ngục: *two persons were ~ed for two years each* hai người bị bỏ tù trong hai năm

jailer *n.* cai ngục/tù, người canh tù, giám ngục

jalopy *n.* ô tô cũ chạy cọc cạch

jam 1 *n.* mứt: *strawberry ~* mứt dâu tây 2 *n.* sự kẹp; sự ấn/tọng/nhét; vụ xe kẹt, vụ xe cộ tắc nghẽn: *traffic ~* 3 *v.* kẹp; ấn, nhét, tọng vào; làm kẹt xe, làm nghẽn đường; làm kẹt máy; phá, làm nhiễu [sóng điện]: *he ~med his hands into his pockets* anh ấy bỏ tay vào túi

jamb *n.* thanh dọc khung cửa, mặt bên lò sưởi

jamboree *n.* đại hội hướng đạo

jangle *n., v.* (tiếng) kêu chói tai, kêu om sòm

janitor *n.* người coi sóc lau chùi toà nhà lớn

January *n.* tháng giêng dương lịch

Japan *n.* nước Nhật

Japanese *n.* người/tiếng Nhật

jar 1 *n.* hũ, vại, lọ, bình 2 *n.* tiếng động chói tai; sự rung chuyển mạnh; sự choáng óc; sự va chạm 3 *v.* kêu chói tai; rung động mạnh; làm choáng óc; [quyền lợi] xung đột

jargon *n.* tiếng lóng nghề nghiệp; thuật ngữ, biệt ngữ

jasmine *n.* hoa nhài/lài

jasper *n.* jatpe, ngọc thạch anh, bích ngọc

jaundice *n.* bệnh hoàng đản, bệnh vàng da

jaundiced *adj.* ghen tức, hằn học

jaunt *n., v.* (cuộc) đi chơi/dạo

jaunty *adj.* vui vẻ, khoái chí

Java *n.* quần đảo Ja-va, Nam Dương

Javanese *n.* người/tiếng Ja-va

javelin *n.* cái lao: *~ throw* ném lao

jaw 1 *n.* hàm; mồm miệng; má kìm, hàm ê tô: *upper ~* hàm trên; *lower ~* hàm dưới 2 *v.* nói lải nhải dài dòng, rǎn dạy ai

jawbone *n.* xương hàm

jay *n.* chim giẻ cùi, chim cà cưỡng

jaywalker *n.* người bộ hành qua đường ẩu

jazz 1 *n.* nhạc ja; điệu nhảy ja: *~ band* ban nhạc ja; *the club has live ~ today* câu lạc bộ có ban nhạc sống ja ngày hôm nay 2 *v.* chơi theo điệu ja; làm vui nhộn thêm

jealous *adj.* ghen, ghen tuông/tị/ghét, đố kị, tật đố; hay ghen: *they are ~ of their free-*

dom họ thiết tha bảo vệ tự do của họ

jealousy *n.* lòng ghen; tính ghen, máu ghen

jeans *n.* quần bằng vải dày màu xanh thợ: *blue ~* quần bò màu xanh; *a pair of ~* một cái quần gin

jeep *n.* xe jíp

jeer *n., v.* (lời) chế nhạo, (lời) chế giễu

jelly *n.* nước quả nấu đông như thạch, mứt

jellyfish *n.* con sứa, thuỷ mẫu

jeopardize *v.* làm hại, làm nguy: *to ~ one's life* liều mạng

jeopardy *n.* sự nguy hiểm, tình trạng hiểm nghèo

jerk *n., v.* (sự) giật mạnh thình lình, (sự) xóc: *what a ~!* cái thằng mới ngu xuẩn làm sao!

jerky *n.* thịt khô: *beef ~* thịt bò khô

jerry-builder *n.* người xây nhà bằng vật liệu rẻ tiền

jerry-built *adj.* xây bằng vật liệu rẻ tiền

jerrycan, jerrican *n.* thùng đựng (năm ga lông) xăng

jersey *n.* áo len nịt sát mình

jest 1 *n.* lời nói đùa, lời bông đùa: *to make a ~ of* giễu cợt 2 *v.* nói đùa, bông đùa

jester *n.* người hay pha trò; anh hề

Jesuit *n.* linh mục dòng Tên

jet 1 *n.* chất huyền; màu đen hạt huyền 2 *n.* tia [nước, hơi, máu]; vòi [nước]; vòi phun: *~ plane* máy bay phản lực; *~ engine* động cơ phản lực; *~ fighter* phi cơ chiến đấu phản lực 3 *v.* đáp máy bay phản lực: *I will be ~ting off for one week's holiday* tôi sẽ đáp máy bay phản lực đi nghỉ lễ một tuần

jettison *v.* vứt bớt đồ ra khỏi máy bay cho nhẹ

jetty *n.* đê, đập chắn sóng, cầu lòi ra ngoài nước để tàu nghé

Jew *n.* người Do thái

jewel *n.* đồ nữ trang/châu báu; chân kính đồng hồ; vật quý/báu, người quý: *~ box* hộp nữ trang

jeweler *n.* thợ kim hoàn, người làm/bán nữ trang

jewelry *n.* đồ châu báu/nữ trang/kim hoàn: *costume ~* đồ nữ trang giả, đồ mỹ ký

Jewish *adj.* (thuộc) người Do thái

jib *n.* lá buồm tam giác

jibe *v.* đi đôi, phù hợp [với *with*]

jiffy *n.* chốc, lát: *in a ~* chỉ trong nháy mắt

jig 1 *n.* điệu khiêu vũ jic 2 *v.* nhảy tung tăng

jigsaw *n.* cưa xoi: *~ puzzle* trò chơi lắp hình

jihad *n.* chiến tranh Hồi giáo, chiến tranh giữa những người theo đại Hồi và những người không theo đạo Hồi

jilt *v., n.* bỏ rơi, tình phụ [người yêu]

jingle 1 *n.* tiếng kêu leng keng/loảng xoảng; câu thơ nhiều âm/vườn điệp 2 *v.* kêu leng keng

jinx *n.* người hãm tài, người mang lại điều rủi

jitters *n.* sự hoảng hốt bồn chồn, sự lo sợ

job *n.* việc, công việc, việc làm; công ăn việc làm, chức vụ, chức nghiệp: *out of ~* thất nghiệp; *on the ~* đang làm hăng, đang hoạt động bận rộn; *odd ~s* việc vặt

jobber *n.* người làm khoán; người bán buôn

jobless *adj.* không có công ăn việc làm

jockey **1** *n.* (*pl.* **jockeys**) dô kề, người cưỡi ngựa đua: *he is the best ~ of the year* anh ấy là tay cưỡi ngựa giỏi nhất trong năm **2** *v.* cưỡi ngựa đua; lừa bịp, dùng mẹo xoay xở: *to ~ someone into doing something* lừa ai làm việc gì

jocular *adj.* vui vẻ, vui đùa, hay khôi hài

jocund *adj.* vui vẻ, vui tính

jog **1** *n.* cái đẩy/thúc/hích; bước chạy chậm **2** *v.* đẩy, thúc, hích; xóc, lắc; chạy chầm chậm, chạy nước kiệu: *that ~ged my memory* điều đó nhắc cho tôi nhớ lại

jogging *n.* môn (thể thao) chạy chậm/đi rảo bước

join *v.* nối, chấp, ghép, buộc vào với nhau; nối liền, hợp sức/lực; vào, gia nhập [tổ chức]; đến với/gặp: *to ~ the army, to ~ up* đăng lính, nhập ngũ; *we will ~ you at the restaurant* chúng tôi sẽ đến tiệm ăn nhập bọn với các anh

joiner *n.* thợ mộc, thợ làm đồ gỗ; người có chân nhiều hội

joint **1** *n.* chỗ nối, chỗ tiếp hợp; khớp xương; mọng, mối hàn, khớp nối, bản lề; quán ăn hay họp đêm bất hảo: *out of ~* sai khớp, không ăn khớp, trật **2** *adj.* nối, cùng chung: *~ efforts*: cố gắng; *~ communiqué* thông báo chung; *~ Chief of Staff* Liên bộ Tổng tham mưu trưởng **3** *v.* nối lại bằng các đoạn nối, ghép lại từng đoạn nối

joke **1** *n.* câu nói đùa, lời nói rỡn; chuyện buồn cười; trò cười: *a practical ~* trò chơi khăm; *a dirty ~* câu chuyện tục; *to know how to take a ~* không quan tâm lời nói đùa **2** *v.* nói đùa; đùa bỡn, giễu cợt: *she likes to ~ about her appearance* bà ấy thích nói đùa về bề ngoài của bà ta

joker *n.* người hay đùa; quân/lá bài

jolly *adj.* vui vẻ, vui nhộn; thú vị, dễ chịu

jolt **1** *n.* sự lắc/xóc nảy lên; cú điếng người **2** *v.* [xe] chạy xóc nảy lên

jonquil *n.* cây trường thọ, hoa trường thọ (vàng)

jostle *n., v.* (sự) xô đẩy, (sự) chen lấn

jot **1** *n.* chút, tí, tẹo **2** *v.* ghi nhanh, ghi vội

journal *n.* tập san, tạp chí; nhật ký; nhật báo

journalism *n.* nghề làm báo; ngành/môn báo chí

journalist *n.* nhà báo, ký giả

journey **1** *n.* cuộc hành trình/du hành, chuyến đi: *I will have a five days' ~ to make* tôi sẽ có chuyến đi 5 ngày **2** *v.* đi chơi, du hành, đi một chuyến: *last year, my friend ~ed to Vietnam for the first time* năm rồi bạn tôi đi chơi Việt Nam lần đầu tiên

jovial *adj.* vui vẻ, vui tính, tươi tỉnh

jowl *n.* xương hàm, hàm; má, cằm xị, yếm bò

joy *n.* sự vui mừng, sự hân hoan; niềm vui

joyful *adj.* vui mừng, vui sướng, hân hoan, hồ hởi

joyless *adj.* buồn, không vui, chẳng hồ hởi gì

joyous *adj.* vui mừng, vui sướng

joystick *n.* cần điều khiển máy bay

JP *n., abbr.* (= **Justice of the Peace**) thẩm phán công chứng

jubilant *adj.* vui mừng, vui thích, mừng rỡ hớn hở

jubilee *n.* lễ kỉ niệm (50 năm); lễ đại xá

Judaism *n.* đạo Do thái

Judas *n.* kẻ phản bội; kẻ phản bội Chú Giê-Su

judge **1** *n.* quan tòa, thẩm phán; trọng tài: *a panel of ~s has sentenced a murderer to 20 years in prison* đoàn quan tòa vừa xử một tội phạm sát nhân 20 năm tu **2** *v.* xét xử, phân xử, xét đoán, phán đoán, xét, phán quyết: *don't ~ people by their appearances* đừng nên xét đoán người ta bằng bề ngoài

judgment *n.* [*Br.* **judgement**] việc xét xử, án, quyết định, sự phán quyết; ý kiến; óc suy xét, óc phán đoán: *in your ~, what have been the changes in the last two years?* theo sự phán đoán của bạn, trong hai năm qua có gì thay đổi?

judicial *adj.* thuộc về tòa an; luật pháp; tư pháp

judiciary *n.* ngành tư pháp; các quan toà

judicious *adj.* đúng, đúng đắn, sáng suốt, chí lý; khôn ngoan, thận trọng

judo *n.* nhu đạo

jug *n.* bình [có quai và vòi]; nhà tù

juggle *v.* tung hứng, múa rối; cạo tẩy, sửa [sổ sách, v.v.] để ăn gian

juggler *n.* nghệ sĩ xiếc tung hứng

jugular *adj., n.* giải tĩnh mạch cảnh

juice *n.* nước ép [quả, rau, thịt]; dịch; điện: *orange ~* nước cam (vắt); *gastric ~* dịch vị

juicy *adj.* [quả] nhiều nước; lý thú, gay cấn

jujube *n.* quả táo ta

jukebox *n.* máy hát tự động

July *n.* tháng bảy dương lịch

jumble **1** *n.* đống lộn xộn, mớ bòng bong; chảnh hỗn loạn **2** *v.* làm lẫn lộn lung tung

jumbo *n., adj.* (người/vật) rất lớn, quá khổ

jumbo jet *n.* máy bay phản lực khổng lồ

jump **1** *n.* sự/bước nhảy; sự tăng đột ngột, sự

ăn quân cờ: *checkers on the* ~ bận rộn hối hả; ~ *seat* ghế con trong xe; ~ *suit* quân phục áo liền quần của lính nhảy dù **2** *v.* nhảy; giật nảy người; tăng đột ngột, tăng vọt, nhảy vọt; vội đi đến; bỏ [cách quãng]; ăn, chặt [quân cờ]: *to* ~ *bail* được tại ngoại mà trốn không trình diện; *to* ~ *ship* nhảy tàu; *to* ~ *the gun* chạy trước; bắt đầu trước; *to* ~ *off* bắt đầu tấn công

jumper *n.* áo ngoài mặc chui đầu và không có tay

jumpy *adj.* hay giật mình, hay hốt hoảng sợ hãi

junction *n.* sự nối; chỗ nối; ga (xe lửa) đầu mối

juncture *n.* tình hình sự việc, thời cơ: *at this* ~ vào lúc này

June *n.* tháng sáu dương lịch

jungle *n.* rừng rậm, rừng nhiệt đới; khu đất hoang đầy bụi rậm; mớ hỗn độn/hỗn tạp; khu khó sống (vì bạo động hay cạnh tranh gắt): ~ *gym* khung xà thép cho trẻ con leo chơi; ~ *fever* sốt rét rừng

junior *n., adj.* (người) trẻ tuổi hơn, cấp dưới; sinh viên năm thứ 3 đại học, học sinh hai năm nữa mới xong bậc trung học: ~ *college* đại học cộng đồng (hai năm); ~ *high school* trường trung học, sơ cấp, sơ trung (gồm lớp 7, lớp 8 và có khi cả lớp 9)

juniper *n.* cây cối tùng

junk 1 *n.* thuyền/ghe mành **2** *n.* đồ đồng nát; đồ cũ, đồ vô dụng; đồ bỏ đi; ma túy, thuốc phiện trắng, bạch phiến: *what do you do with this* ~? bạn làm gì với đồ vô dụng nầy **3** *v.* vứt bỏ: *I have* ~*ed all my cassettes* tôi vừa vứt bỏ tất cả băng ca-xet của tôi

junket 1 *n.* sữa đông; bữa tiệc; cuộc đi chơi (nhà nước đài thọ): *almond* ~ hạnh nhân tàu hủ **2** *v.* đi ngao du chính phủ trả tiền

junkyard *n.* bãi để đồ đồng nát hoặc ô tô vứt đi

junta *n.* nhóm quân nhân cầm quyền sau đảo chính

jurisdiction *n.* hạt, quyền tài phán, thẩm quyền

jurisprudence *n.* khoa luật pháp, pháp/luật học

jurist *n.* nhà luật học, luật gia

juror *n.* viên bội thẩm/hội thẩm

jury *n.* ban bội thẩm/hội thẩm; ban giám khảo

just 1 *adj.* công bằng; xứng đáng, đích đáng; đúng, đúng đắn, đúng lý, phải lẽ, có căn cứ; chính đáng: *to be* ~ *to someone* công bằng với ai **2** *adv.* đúng, chính; vừa đúng, vừa vặn, vừa mới; chỉ, thật đúng là, hoàn toàn: ~ *now* vừa mới đây; ~ *as he said* đúng như lời ông ta nói; ~ *left* cô ấy vừa đi khỏi; ~ *in time for dinner* vừa đúng bữa

cơm; *I have* ~ *sent you an e-mail* tôi vừa mới gởi một điện thư cho anh; ~ *a moment, please!* khoan đã! xin đợi cho một lát!; *the concert was* ~ *marvelous!* buổi hoà nhạc thật là tuyệt!

justice *n.* sự công bằng; công lý, tư pháp; quan toà, thẩm phán (toà án tối cao): *to bring to* ~ đem ra toà, truy tố; *to do* ~ *to* đãi ngộ công bằng; biết thưởng thức; *Chief* ~ Chủ tịch Tối cao Pháp viện; *court of* ~ toà án

justifiable *adj.* có thể bào chữa/biện bạch được

justification *n.* sự chứng minh/biện minh

justify *v.* cãi, bào chữa, biện hộ, chứng minh là đúng: *the end justifies the means* cứu cách biện minh cho phương tiện

jut *v.* thò/lòi/nhô ra: *to* ~ *out* lòi ra

jute *n.* cây đay, sợi đay

juvenile *adj.* thuộc thanh/thiếu niên: ~ *books* sách thiếu niên; ~ *court* toà án thiếu nhi; ~ *delinquency* sự đập phá do đám thanh thiếu niên

juxtapose *v.* để cạnh/kề/sát nhau

juxtaposition *n.* sự đặt/để cạnh nhau

K

kabuki *n.* một loại rạp hát phổ thông ở Nhật

Kaffir *n.* người Ba-tu một chủng tộc ở Nam phi

kaftan *n.* (*also* **caftan**) áo dài thắt lưng của người Thổ Nhĩ kỳ

kale *n.* (*also* **kail**) cải xoăn

kaleidoscope *n.* kính vạn hoa

kamikaze *n., adj.* sự tấn công cảm tử: ~ *pilots are ready to bomb warships* đội phi công cảm tử sẵn sàng ném bom tàu chiến

kangaroo *n.* đại thử châu Úc, con can-gu-ru; ~ *court* toà án trò hề; phiên toà chiếu lệ

kaoliang *n.* cao lương

kaolin *n.* chất caolin

kapok *n.* bông gạo

karaoke *n.* hát nhạc bằng máy ở nhà/tiệm

karate *n.* món võ tự vệ của Nhật, ca-rat-tê

karma *n.* nghiệp [đạo Phật]

kayak *n.* xuồng bằng gỗ nhẹ (của người *Eskimo*)

kebab *n.* bánh cuộn thịt nướng

keel 1 *n.* sống thuyền, sống tàu thủy: *on an even* ~ không nghiên ngã, vững chắc **2** *v. to* ~ *over* lật

keen *adj.* sắc, bén, nhọn; buốt thấu xương; chói; [nỗi sầu] chua xót, thấm thía; sắc sảo; ham mê: ~ *intelligence* óc thông minh sắc sảo; ~ *eyes* mắt tinh; ~ *ears* tai thính; ~ *competition* cuộc cạnh tranh ráo riết; *to be ~ on* ham mê, ham thích ...

keep 1 *n.* sự nuôi; cái để nuôi nấng, sinh kế: *for ~s* mãi mãi, vĩnh viễn 2 *v.* [**kept**] giữ, canh phòng, bảo vệ; cất giữ, giữ gìn, giấu; nuôi, nuôi nấng, bao; chăm sóc, trông nom, quản lý; giữ lấy, giữ lại; tuân theo; giam giữ; có giữ để bán: *meat does not ~ in hot weather* trời nóng thịt không để lâu được; *please ~ quiet* xin giữ im lặng; *it kept raining for a week* trời mưa liền một tuần; *they kept him in custody* họ câu lưu hắn; *you must ~ your promise* bạn phải giữ lời hứa; *the snow ~s them from going out* trời tuyết nên chúng không đi ra ngoài được; ~ *your hands off!* đừng mó vào! đừng can thiệp!; *to ~ back* giữ lại; giấu; *to ~ up* tiếp tục; giữ cẩn thận; *to ~ on writing* tiếp tục viết; *he kept to his room* anh ấy cứ ở nguyên trong phòng, không ra ngoài; ~ *off the grass!* xin đừng giẫm lên cỏ!

keeper *n.* người giữ/gác; quản thủ, quản lý; chủ: *inn ~* chủ quán; *shop ~* chủ cửa hàng

keeping *n.* sự giữ gìn; sự coi giữ: *in ~ with* phù hợp/thích ứng/ăn khớp với ...

keepsake *n.* vật kỷ niệm/lưu niệm

keg *n.* thùng [chứa từ 20 đến 40 lít]

kelp *n.* tảo bẹ, tro tảo bẹ

kelvin *n.* ki-lô-wat giờ: ~ *scale* thang nhiệt *kelvin*

kemp *n.* lông len thô

ken *n., v.* tầm trí thức, phạm vi hiểu biết

kennel *n.* cũi chó; nhà nuôi/dạy chó

Kenya *n.* nước Ken-ni-a ở Phi châu

Kenyan *n.* người/tiếng Ken-ni-a

kept quá khứ của **keep**

kerb *n.* lề đường

kerchief *n.* khăn trùm đầu/quàng cổ; khăn mùi soa

kernel *n.* hột/hạt [ngô, lúa, thóc]; nhân, trọng điểm: *the ~ of our argument* trọng điểm của việc bàn cải của chúng ta

kerosene *n.* dầu lửa, dầu tây, dầu hôi

kersey *n.* vải len thô kẻ sọc

ketchup *n.* (*also* **catchup**) nước sốt cà chua

kettle *n.* ấm đun nước; *a pretty ~ of fish* tình thế khó xử

kettledrum *n.* trống định âm lớn (tang đồng)

key 1 *n.* hòn đảo nhỏ; đá ngầm 2 *n.* chìa khoá; khoá (vặn); khoá, điệu [nhạc]; phím đàn, nút máy chữ; chìa khoá, manh mối, bí quyết, giải pháp; lời giải đáp [bài tập]; lời chú thích [về ký hiệu, chữ viết tắt]; giọng nói, lối diễn tả: *the ~ of mayor* khóa đô trưởng; *minor ~* điệu thứ; ~ *position* vị trí then chốt; ~ *punch* máy đục lỗ tính hiệu

vào thẻ 3 *v.* lên dây: *to ~ up* làm căng thẳng; động viên

keyboard *n.* bàn phím piano; bảng chữ, bàn máy: *Vietnamese ~* bàn máy chữ Việt; *computer ~* bảng chữ máy vi tính

keyhole *n.* lỗ khóa

keynote *n.* âm chủ đạo, chủ âm; ý chủ đạo: *to give a ~ address/speech* trình bày bài diễn văn chính

keypad *n.* bàn số trên máy điện thoại

keystone *n.* đá đỉnh vòm tường; yếu tố cơ bản

keystroke *n.* một cái đánh nhẹ trên bàn số máy vi tính

keyword *n.* chữ chính ở trong từ điển

kg *n., abbr.* (= **kilogram**) đơn vị đo trọng lượng ki-lô

KGB *n.* cơ quan tình báo Nga

khaki *n., adj.* vải/quần áo màu ca ki; màu cứt ngựa

Khmer *n., adj.* (người/tiếng) Cam pu chia, Cămbốt, Khơ me

kick 1 *n.* cái đá, cái đạp; sự giật; cái khoái/ thú: *to have no ~ left* không còn hơi sức 2 *v.* đá; [súng] giật: *to ~ out* tống cổ; *to ~ the habit* cai [thuốc, rượu]; *to ~ up* gây nên [chuyện ầm]; *to ~ off* quả banh đá mở đầu; sự bắt đầu

kickback *n.* tiền được chia do việc bất lương; số tiền đút lót ông chủ để có việc

kid 1 *n.* dê non; da dê non; đứa bé, con: *to treat/handle with ~ gloves* đối xử nhẹ nhàng; *a family with nine ~s* một gia đình chín đứa con 2 *v.* nói đùa, nói bỡn, nói rỡn, nói chơi: *I was only ~ding* tôi nói đùa đấy mà

kidnap *v.* bắt cóc (để lấy tiền chuộc)

kidnaper *n.* tên bắt cóc: *the police caught the ~s and rescued the girl* cảnh sát bắt được mấy tên bắt cóc và cứu được cô ấy rồi

kidney *n.* thận; cật, bầu dục: ~ *bean* đậu tây, đậu ngự; ~ *stone* sỏi thận; *a ~-shaped swimming pool* bể bơi hình bầu dục; ~ *machine* thận nhân tạo

kill 1 *n.* sự giết; thú giết được: *after the ~, the man burnt the duck over fire* khi giết xong, người đàn ông đã nướng con vịt trên lửa 2 *v.* giết, giết chết, làm chết, hạ sát, ám sát; ngã, giết, chết, giết thịt, làm thịt; tắt [máy]; làm tiêu tan [hy vọng]; giết [thì giờ]; bác [đạo luật]; ngừng đăng [bài]: *to be ~ed on the spot* bị giết ngay tại chỗ; *to ~ off* giết sạch, tiêu diệt; *to ~ two birds with one stone* một công đôi ba việc

killer *n.* kẻ giết người, tên sát nhân; thuốc giết: *weed ~* thuốc trừ cỏ dại; ~ *whale* kẻ giết người hung bạo; ~ *instinct* người có quyết định quyết liệt để thành công

killing 1 *n.* sự giết chóc, món lãi bở: *that is a brutal* ~ đó là sự giết chóc tàn nhẫn **2** *adj.* làm chết, làm mệt lả người; thật buồn cười

killjoy *n.* người làm mất vui, người phá đám

kiln *n.* lò: *brick* ~ lò gạch; *lime* ~ lò vôi

kilocycle *n.* ki-lô-xic

kilogram *n.* (*abbr.* **kg**) ki-lo-gam

kilohertz *n.* (*abbr.* **kHz**) ki-lô-héc

kilometer *n.* (*abbr.* **km**) ki-lô-mét

kilowatt *n.* ki-lô-oat: *~-hour* ki-lô-oat giờ (kWh)

kilt *n.* váy của người Tô Cách Lan

kilter *n.* (*also* **kelter**) *out of* ~ mất thứ tự, hư, hỏng

kimono *n.* áo ki-mô-nô

kin *n.* dòng dõi, dòng họ, gia đình, huyết thống; bà con, họ hàng; *kith and* ~ người như trong gia đình

kind 1 *n.* loài, loại, chủng loại; thứ, hạng, loại; bản tính; tính chất; hiện vật: *books of all ~s* sách đủ mọi loại; *Vietnamese food of a* ~ cái tạm gọi là món ăn Việt Nam; *nothing of that* ~ nhất quyết không phải chuyện đó đâu **2** *adj.* tử tế, có lòng tốt, nhân từ, ân cần: *will you be* ~ *enough to take me there!* anh hãy làm ơn đưa tôi đến đấy nhé!; *it was very* ~ *of you to send the package for me* cô tử tế quá, gửi hộ tôi cái gói đó, xin cám ơn cô

kindergarten *n.* lớp mẫu giáo; vườn trẻ

kind-hearted *adj.* tốt bụng, có lòng tốt, có từ tâm

kindle *v.* đốt, nhen, nhóm; gợi, khơi, gây; làm sáng ngời lên

kindling *n.* củi đóm, mồi nhen

kindly *adv.* tử tế, tốt bụng, có hảo tâm; dễ chịu: *he acts very* ~ *toward the old man* ông ta là người rất tử tế với người lớn tuổi; ~ *sign this form to acknowledge receipt* xin vui lòng ký giấy tờ nầy để biết đã nhận được

kindness *n.* lòng tốt, sự tử tế, sự ân cần, hảo ý

kindred 1 *n.* họ hàng bà con, thân thích; quan hệ họ hàng **2** *adj.* họ hàng; cùng nguồn gốc, tương tự

kinematics *n.* động hình học

kinetic *adj.* thuộc động học, thuộc vận động học; ~ *energy* động năng

kinetics *n.* động học, vận động học

king *n.* vua, quốc vương; vua; chúa tể; quân chúa, quân tướng [cờ]; lá bài K; loại to/lớn: *steel* ~ vua thép; *the ~'s English* tiếng anh chuẩn; *who will be the* ~ *of England?* ai sẽ là vua nước Anh?; *~ship* địa vị nhà vua, ngôi vua, vương quyền

kingdom *n.* vương quốc; giới: *the animal* ~ giới động vật; *the United* ~ nước Anh

kingfisher *n.* chim bói cá

kink *n.* nút, chỗ thắt nút

kinky *adj.* [tóc] xoắn, quăn

kinship *n.* quan hệ bà con/thân tộc: ~ *term* từ chỉ người trong gia đình

kinsman *n.* người bà con [nam]

kinswoman *n.* người bà con [nữ]

kiosk *n.* quán, sạp [bán báo]; buồng điện thoại công cộng

kipper *n.* cá trích muối hun khói

kismet *n.* số phận, số mệnh

kiss 1 *n.* cái hôn: *to give someone a* ~ hôn ai **2** *v.* hôn, chạm nhẹ: *her parents ~ed her goodbye* ba mẹ cô ta hôn cô ta để chia tay

kit *n.* bộ đồ nghề; đồ nghề: *a plumber's* ~ bộ đồ thợ chữa ống nước; *admissions* ~ tất cả giấy tờ mẫu đơn xin học; *a first-aid* ~ tủ thuốc cấp cứu

kitchen *n.* nhà bếp, phòng bếp: ~ *cabinet* tủ bếp; *~maid* chị phụ bếp

kitchenette *n.* bếp nhỏ

kitchenware *n.* nồi niêu xoong chảo, đồ nhà bếp

kite *n., v.* cái diều; con diều hâu; hối phiếu giả, kẻ bịp bợm: *to fly a* ~ thả diều; *to* ~ *a loan* cho vay giả

kith *n.* bạn bè, người quen: ~ *and kin* bạn bè họ hàng

kitsch *n.* bức tranh hay đồ vật xấu

kitten *n.* mèo con

kittenish *adj.* như mèo con, đỏng đảnh, õng ẹo

kittle *adj.* khó khăn, khó tính

kitty *n.* mèo con; vốn góp chung

kiwi *n.* chim kiwi; người Tân Tây Lan

kleptomania *n.* thói ăn cắp vặt, táy máy, tắt mắt

kleptomaniac *n., adj.* người ăn cắp vặt, táy máy lấy của người khác

knack *n.* sự khéo tay, tài riêng, sở trường; mẹo

knapsack *n.* túi dết, ba lô

knave *n.* tên đểu giả, lừa đảo; quân J, bồi

knead *v.* nhào trộn [bột]; luyện [đất sét]; xoa bóp, đấm bóp, tẩm quất

knee *n.* đầu gối (quần); khuỷu, khớp xoay: *on hands and ~s* bò; *on his/her ~s* quỳ gối, van xin; *~-deep* sâu đến tận đầu gối; *~- high* cao đến đầu gối

kneecap *n.* xương bánh chè; miếng đệm đầu gối

kneel *v.* [**knelt/kneeled**] quỳ, quỳ xuống: *to* ~ *down*

knell *n., v.* hồi chuông báo tử, điểm tận số

knelt quá khứ của **kneel**

knew quá khứ của **know**

knickerbockers *n.* quần đùi chẽn gối

knickers *n.* quần lót đàn bà đến gối

knick-knack *n.* đồ lặt vặt, đồ tập tàng

knife 1 *n.* (*pl.* **knives**) con dao: *to play a good ~ and fork* ăn uống khoẻ 2 *v.* đâm/chém bằng dao; hại ngầm: *he takes revenge on the man by knifing him to death* ông ấy trả thù người đàn ông kia bằng cách đâm dao cho đến chết

knight 1 *n.* hiệp sĩ; kỵ sĩ; tước sĩ, người được Anh phong hầu; *~-errant* hiệp sĩ gian hồ, hiệp khách 2 *v.* phong tước hầu

knighthood *n.* tầng lớp/tinh thần hiệp sĩ; tước hầu

knit *n.,v.* [**knitted/knit**] đan bằng len/sợi; nối, hàn, gắn, kết chặt; cau, nhíu: *your closely-~ argument* bạn lý luận chặt chẽ, luận cứ nghiêm mật

knitting *n.* việc đan lát; đồ đan, hàng len đan

knitwear *n.* đồ đan, áo quần đan; hàng dệt *Kim: is there any ~ department near here?* có gian hàng đan dệt gần đây không?

knob *n.* quả nắm cửa: *to turn the door ~* quay quả nắm cửa

knock 1 *n.* cú đánh; tiếng gõ; lời chỉ trích gắt gao 2 *v.* gõ, đập, đánh, va, đụng; chỉ trích kịch liệt: *to ~ down* hạ, bắn rơi; dỡ/tháo ra; hạ [giá]; *to ~ off* nghỉ tay; làm mau; bớt đi; ăn cướp; giết chết; *to ~ out* hạ đo ván; *to ~ together* khép/ráp vội; *to ~ up* đánh bay lên; gõ cửa đánh thức ai dậy; *to ~ some-body's head off* thắng ai một cách dễ dàng

knocker *n.* người đánh/đập; người gõ cửa, cái gõ cửa; người chỉ trích phê bình

knockout *n.* cú nốc ao, cú đo ván; đàn bà đẹp chim sa cá lặn: *~ drops* thuốc mê (chỉ cần vài giọt)

knoll *n.* gò, đồi nhỏ

knot 1 *n.* nút, nơ; đầu mấu, mắt gỗ; mối ràng buộc; đầu mối, điểm nút [câu chuyện]; tốp, nhóm, cụm; hải lý: *to make a ~* thắt nơ 2 *v.* thắt nút/nơ; kết chặt; làm rối beng

knotty *adj.* có nhiều nút; [gỗ] có nhiều mắt; rắc rối; khúc mắc, nan giải

know 1 *v.* [**knew; known**] biết, hiểu biết, quen biết; nhận biết, phân biệt: *she doesn't ~ how to swim* cô ấy không biết bơi; *to ~ by name* biết tên/tiếng; *I ~ of a super Viet-namese restaurant near the university* tôi biết gần đại học có một tiệm ăn Việt Nam ngon tuyệt; *to get to ~ somebody* được làm quen với ai 2 *n.* biết rõ vấn đề, biết rõ việc: *to be in the ~* biết điều mà nhiều người chưa biết; *~-it-all* người cái gì cũng biết

know-how *n.* kiến thức/kỹ năng chuyên môn

knowing *n., adj.* hiểu biết, thạo: *to assume a ~ air* làm ra vẻ hiểu biết

knowingly *adv.* cố ý, có dụng ý, chủ tâm

knowledge *n.* sự biết, sự hiểu/nhận biết; tri thức, kiến thức: *to my ~* theo chỗ tôi biết;

not to my ~ (= *not that I know of*) theo tôi rõ thì không có thể; *~ Explosion* sự bộc phát kiến thức

known quá khứ của **know**: *I have ~ them for years* tôi quen biết ông bà ấy đã nhiều năm rồi; *very well ~* rất có tiếng

knuckle 1 *n.* khớp đốt ngón tay; đốt khuỷu chân giò: *brass ~s* quả đấm sắt 2 *v.* cốc, cúng: *to ~ down/under* khuất phục/đầu hành; *to ~ down to one's job* chăm chỉ bắt tay vào việc

koala *n.* gấu túi, con cù lần (Úc)

kohlrabi *n.* su hào: *~ leaves* lá su hào; *~ stem* củ su hào

kolkhoz *n.* nông trường tập thể

kook *n., adj., sl.* chàng gàn, anh chàng lập dị

Koran *n.* (*also* **Qur'an**) kinh Co-ran của đạo Hồi

Korea *n.* nước Triều Tiên/Đại Hàn

Korean *n.* người/tiếng Triều Tiên/Đại Hàn

kosher *adj.* [đồ ăn] nấu theo Do thái

kowtow *n., v.* quỳ lạy, cúi lạy, khấu đầu

Kration, K-ration *n.* khẩu phần hành quân (Mỹ)

Kremlin *n.* điện Cẩm linh

kulak *n.* phú nông (Nga)

kumquat *n.* quả quất; mứt quất

kungfu *n.* môn võ Tàu kung-fu

Kurd *n.* nước Kơ-đờ

Kurdish *n.* người Kơ-đờ

Kuwait *n.* nước Ku-wet ở Trung Đông

kwashiorkor *n.* bệnh suy dinh dưỡng ở châu Phi

kylie *n.* cây boomerang, cây gỗ hình lưỡi liềm khi ném nó sẽ quay ngược lại

kylin *n.* con kỳ lân

kymograph *n.* máy ghi sóng

L

lab *n., abbr.* (= **laboratory**) phòng thí nghiệm

label 1 *n.* nhãn, nhãn hiệu; chiêu bài: *you have to put a ~ on your products* bạn phải dán nhãn hiệu trên sản phẩm của bạn 2 *v.* dán/ghi nhãn; gán cho là, chụp mũ là: *everyone has to ~ his/her luggages* ai cũng phải dán nhãn hiệu trên hành lý của họ

labial *n., adj.* (âm) môi

labiodental *adj.* (âm) môi răng

labor 1 *n.* lao động; công việc nặng nhọc; đau đẻ: *manual ~* lao động chân tay; *pro-ductive ~* lao động sản xuất; *~ movement* phong trào công nhân; *~ hero* anh hùng lao động; *~ Day* Ngày Lễ Lao Động Mỹ [thứ hai trong tuần lễ đầu tháng 9]; *~ union* công đoàn, nghiệp đoàn; *~ pains* cơn đau đẻ **2** *v.* gắng sức/công, nỗ lực, dốc sức; bị giày vò: *to ~ for one's dreams* nỗ lực vì hạnh phúc cho ai

laboratory *n.* phòng thí nghiệm: *language ~* phòng nghe băng để học ngoại ngữ, phòng thính thị; *school ~* trưởng kiểu mẫu [cho giáo sinh thực tập]

laborer *n.* người lao động, lao công

laborious *adj.* chăm chỉ, siêng năng, cần cù

labyrinth *n.* cung mê, mê cung; đường rối

lace 1 *n.* dây, dải; đăng ten, ren: *a pair of shoe ~s* đôi dây giày **2** *v.* buộc, thắt; viền đăng ten: *to ~ (up) one's shoes* thắt dây giày

lacerate *v.* xé rách, làm tan nát: *to ~ one's heart* làm đau lòng ai

lacing *n.* viền bằng ren

lack 1 *n.* sự thiếu: *for ~ of resources* vì thiếu tài nguyên; *no ~ of water* thiếu gì nước **2** *v.* thiếu, không có: *I ~ the vocabulary to express my impression* tôi thiếu từ để diễn tả cảm tưởng của tôi

lackadaisical *adj.* đa sầu đa cảm, uỷ mị

lackey *n.* đầy tớ, tay sai

lacking *adj.* thiếu, không có: *why was the government intelligence so ~?* tại sao tình báo chính phủ thiếu đến thế

laconic *adj.* vắn tắt, gọn gàng, súc tích

lacquer 1 *n.* sơn, sơn mài: *~ painting* tranh sơn mài **2** *v.* quét sơn: *the artist ~ed cabinets* nghệ nhân đã quét sơn các tủ rồi

lacrosse *n.* trò đánh phết

lactose *n.* lac-tô, đường sữa

lacuna *n.* (*pl.* **lacunae, lacunas**) chỗ thiếu, chỗ sót, khuyết điểm

lacy *adj.* làm bằng vải thêu, bằng ren

lad *n.* anh chàng, chàng trai, người thanh niên

ladder *n.* thang: *I have bought a folding ~* tôi vừa mua một cái thang gập lại được

lade *v.* [**laded; laden**] chất nặng/đầy, nặng trĩu: *camels laden with bundles of rice* mấy con lạc đà chất đầy những bao gạo; *to be laden with sorrow* nặng trĩu đau buồn

ladies *n.* nhà vệ sinh nữ

lading *n.* sự chất hàng: *bill of ~* tải hoá đơn

ladle 1 *n.* cái môi, cái vá **2** *v.* múc bằng môi: *to ~ out soup* múc xúp bằng môi/vá

lady *n.* (*pl.* **ladies**) đàn bà, bà, phụ nữ; bà chủ; phu nhân; vợ: *ladies and gentlemen* thưa quý bà, thưa quý ông; *~'s watch* đồng hồ nữ; *~-killer* anh chàng đào hoa

ladybird *n.* chim chào mào

ladyfinger *n.* bánh quy sâm banh

ladylike *adj.* có dáng quý phái/mệnh phụ

lag 1 *n.* sự chậm/trễ: *price rises have matched increases in the money supply*

with a ~ of two or three months giá cả lên cho nên việc cung ứng tiền bạc chậm trễ mất hai ba tháng **2** *v.* tụt lại sau, chậm trễ: *to ~ behind* tụt lại đằng sau

lager *n.* rượu bia nhẹ

laggard *adj.* chậm chạp, lạc hậu

lagoon *n.* vũng nước mặn, hồ nước mặn (ở giữa đảo)

laid quá khứ của **lay**

lain quá khứ của **lie**

lair *n.* hang, ổ (thú dữ); sào huyệt

laissez-faire *n.* chính sách để tư nhân tự do kinh doanh

lake *n.* hồ

Lama *n.* thầy tu ở Tây Tạng, vị Lạt Ma; *Dalai ~* vị Đạt Lai Lạt Ma

lamb *n.* cừu non/con; thịt cừu non: *like a ~* hiền như cừu; *~ chop* sườn thịt cừu; *leg of ~* đùi thịt cừu

lambskin *n.* cừu/cừu non

lame *adj.* què, khập khiễng; không vững/chỉnh: *to be ~ in one leg* bị què một chân

lamé *n.* hàng kim tuyến: *she wears a silver ~ dress* bà ấy mặc áo dài hàng kim tuyến

lament 1 *n.* lời than van; ngâm khúc **2** *v.* than van, than khóc, rên rỉ, ta thán; thương tiếc

lamentable *adj.* đáng thương, ai oán; thảm hại

lamentation *n.* sự/lời than văn

laminate *v., n.* bọc nhựa, việc bao **plastic**

laminated *adj.* dát mỏng, cán mỏng, bọc bằng ni-long

lamp 1 *n.* đèn: *an oil ~* một ngọn đèn dầu; *table ~* đèn để bàn **2** *v.* chiếu sáng, rọi sáng, treo đèn

lampblack *n.* muội đèn

lamplight *n.* ánh đèn, ánh sáng nhân tạo

lampshade *n.* chao đèn, chụp đèn

LAN *n., abbr.* (= **Local Area Network**) một hệ thống vi tính nối mạng với nhau để liên lạc qua đường dây điện thoại

lance 1 *n.* giáo, thương **2** *v.* đâm; mổ, trích

land 1 *n.* đất liền, lục địa; đất, đất đai (để trồng trọt); vùng, xứ sở, địa phương, lãnh thổ; ruộng đất, điền sản: *~ breeze* gió từ đất liền thổi ra biển; *I have bought a block of ~* tôi mua được một miếng đất **2** *v.* đổ bộ; đưa đến, đẩy vào; được, bắt được; giáng (đòn); (máy bay) hạ cánh; cập bến: *the thief ~ed in jail* tên ăn cắp bị vào tù; *our car ~ed in a ditch* ô tô chúng tôi tụt xuống rãnh; *lucky guy! he ~ed a nice job* anh chàng may quá được cái việc thật tốt; *the plane is ~ing* máy bay đang hạ cánh

landed *adj.* có đất đai: *~ property* điền sản, tài sản đất đai

landfall *n.* sự trông thấy đất liền, việc cập bến: *to make a good ~* cập bến đúng dự định

landfill *n.* lỗ lớn để lấp rác
land grant *adj.* (đại học) được chính phủ cấp đất
landing *n.* sự hạ cánh, sự ghé bờ, vụ đổ bộ; bến chỗ đỗ; đầu cầu thang; *~ gear* bộ phận hạ cánh
landlady *n., f.* bà chủ nhà; bà chủ trọ
landlord *n.* ông chủ nhà; ông chủ trọ; chủ đất, địa chủ: *to sign an agreement with the ~* ký bản giao kèo với chủ nhà; *absentee ~* địa chủ vắng mặt
landmark *n.* mốc bờ; ranh giới, địa giới; cây, nhà, nơi đặc biệt; sự kiện đáng để ý
landowner *n.* địa chủ
landscape *n.* phong cảnh; *~ architecture* nghệ thuật thiết kế công viên và xa lộ; *~ gardening* nghệ thuật thiết kế vườn tược
landslide *n.* sự lở đất; sự thắng phiếu lớn
lane *n.* đường làng, đường nhỏ; (đường) hẻm, ngỏ hẻm; hàng, đường (vạch rõ cho xe hơi trên xa lộ): *this ~ is for left-turns only* hàng/lối này dành cho xe rẽ tay trái
language *n.* tiếng, ngôn ngữ; lời (ăn tiếng) nói: *native ~* tiếng bản ngữ; *foreign ~* tiếng nước ngoài, tiếng ngoại quốc, ngoại ngữ; *spoken ~* khẩu ngữ; *written ~* ngôn ngữ viết; *the Vietnamese ~* tiếng Việt, Việt ngữ; *the ~ of diplomacy* ngôn ngữ ngoại giao; *to watch your ~* nên cẩn thận cách ăn nói; *to speak the same ~* nói cùng một thứ tiếng; *to use the ~ of flowers* dùng ngôn ngữ bóng bẩy
languid *adj.* lừ đừ, uể oải, yếu đuối; chậm chạp
languish *v.* mỏi mòn chờ đợi, tiều tụy: *to ~ for news from someone* mỏi mòn mong tin ai
languishing *adj.* mòn mỏi đợi chờ
languor *n.* tình trạng suy nhược, thiếu sinh khí
lanky *adj.* gầy gò, cao lêu đêu
lantern *n.* đèn lồng: *mid-autumn festival's ~* đèn trung thu
lanthanum *n.* hoá chất lan-tan
Laos *n.* nước/người Lào
Laotian *n.. adj.* tiếng/thuộc Lào
lap **1** *n.* vạt áo; lòng: *a baby boy on his mother's ~* đứa hài nhi ngồi trog lòng mẹ **2** *n.* vòng chạy, vòng đua: *that is the last ~ of the race* đó là vòng đua cuối **3** *v.* phủ/chụp lên; bọc; mài: *the water ~ped against the boat* nước đã chụp lên thuyền
lapel *n.* ve áo
lapse **1** *n.* sự sai lầm; sự sa ngã; khoảng, quãng; sự mất quyền lợi: *a ~ of memory* sự nhớ lầm; *a ~ of a week* thiếu một tuần **2** *v.* sa ngã; mất hiệu lực: *to ~ into sin* sa vào tội lỗi

laptop *n.* (*computer*) máy vi tính xách tay: *do you have a ~?* bạn có máy vi tính xách tay không?
larceny *n.* tội ăn cắp: *petty ~* ăn cắp từ 25 đến 50 đô la; *grand ~* tội ăn cắp lớn
lard *n.* mỡ lợn/heo
larder *n.* chạn, tủ đựng thức ăn
large **1** *adj.* lớn, to, rộng; rộng rãi; rộng lượng: *a ~ bathroom* phòng tắm rộng; *a ~ sum* một món tiền lớn; *~ intestine* ruột già **2** *n.* sự rộng rãi, chung: *at ~* tự do; *the people at ~* nhân dân nói chung; *ambassador at ~* đặc sứ **3** *adv.* *by and ~* nói chung, đại để, đại khái
largely *adv.* phần lớn: *~ due to* phần lớn là do
largesse, largess *n.* của bố thí; sự hào phóng; món quà tặng lớn
lark *n.* chim chiền chiện
larva *n.* (*pl.* **larvae**) ấu trùng, giòi
laryngeal *n., adj.* (âm) thanh quản
laryngitis *n.* viêm thanh quản
larynx *n.* (*pl.* **larynges**) thanh quản
lasagne, lasagna *n.* món ăn lạc xá
lascivious *adj.* dâm đăng, dâm dục, đa dâm
laser *n.* tia hồng tuyến, tia la-ze: *the doctor used new ~ technology for his operations* bác sĩ đã dùng kĩ thuật tia la-ze để mổ
laserdisc *n.* đĩa nhựa la-de
lash **1** *n.* (dây đầu) roi; sự quất; lông mi: *eye ~es* **2** *v.* quất, đánh; đập vào; kích động; xỉ vả: *sea waves are ~ing against the shore* sóng biển đang đánh mạnh vào bờ
lashing *n.* sự đánh đập, sự quất bằng roi
lass *n.* cô gái, thiếu nữ, nàng
lasso *n.* dây thòng lọng
last **1** *n.* người sau cùng; (khúc cuối) cùng: *at ~, at long ~* sau cùng, rốt cuộc, mãi về sau; *to fight to the ~* chiến đấu đến hơi thở cuối cùng **2** *adj.* cuối cùng (sau) chót, sau rốt; trước, vừa qua: *the ~ page* trang cuối; *~ night* đêm qua; *~ week* tuần trước; *~ year* năm ngoái; *that's the ~ thing I would do* đó là điều cuối cùng tôi làm; *~ name* họ [như **Jones** trong **Robert Jones**, Nguyễn trong Nguyễn Mỹ Hường]; *~ resort* phương sách cuối cùng; *~ word* lời dứt khoát; *~-ditch efforts* nỗ lực cuối cùng **3** *adv.* lần cuối/ sau cùng: *when I ~ saw him* khi tôi gặp anh ấy lần sau cùng **4** *v.* kéo dài; bền, để được lâu: *this bag of rice would not ~ one week* bị gạo này chỉ chưa đầy một tuần là hết; *this pair of shoes will ~ forever* đôi giày này bền lắm, không bao giờ hỏng; *how long will the money ~?* số tiền này liệu đủ chi dùng trong bao lâu?
lasting *adj.* bền vững, lâu dài, trường/vĩnh cửu
lastly *adv.* sau cùng, cuối cùng, sau hết

latch 1 *n.* chốt/then cửa **2** *v.* khóa chốt, gài then; **to ~ on** muốn lưu giữ lại
latchkey *n.* chìa khóa rập ngoài
late 1 *adj.* muộn, chậm, trễ; vào khoản cuối; cố: *he was ~ for school* nó đến trường muộn; *in the ~ 13th century* cuối thế kỷ 13; *the ~ president* cố tổng thống **2** *adv.* muộn, chậm, trễ: *better ~ than never* muộn còn hơn chẳng bao giờ, còn hơn không
latecomer *n.* người đến trễ/muộn
lately *adv.* mới đây, gần đây, lúc sau này
latent *adj.* ngầm, âm ỉ, ẩn, tiềm tàng
lateral *n., adj.* (âm) bên; ở một bên
latex *n.* nhựa mủ
latest *adj.* muộn nhất; mới nhất, gần đây nhất
lathe *n.* máy tiện
lather 1 *n.* bọt xà phòng **2** *v.* xoa xà phòng; có bọt
latices *n.* (*sing.* **latex**) nhựa mủ
Latin *n., adj.* người/tiếng La Tinh; thuộc văn hóa La Tinh: *~ American* Châu Mỹ La Tinh
latitude *n.* độ vĩ, vĩ độ; đường vĩ, vĩ tuyến; bề rộng; quyền (hành động) rộng rãi
latrine *n.* nhà xí, chuồng xí, cầu tiêu [đằng sau]
latter *adj.* gần đây, mới đây; cái/người sau: *the ~ part of the week* phần sau tuần lễ; *X and Y are both my classmates; however, I like the former better than the ~* cả X lẫn Y đều là bạn cùng lớp với tôi, nhưng tôi thích anh trước hơn anh sau
lattice *n.* rèm/rào/lưới mắt cáo
laud *v., n.* khen ngợi, ca tụng, tán dương
laudable *adj.* đáng khen
laugh 1 *n.* tiếng/trận cười: *to burst into a ~* bật cười; *to force a ~* cười gượng **2** *v.* cười cười vui, cười cợt: *to ~ at* chê cười, coi thường; *to ~ off* cười xòa; *he ~s best who ~s last* cười người chớ khá cười lâu/cười người hôm trước hôm sau người cười
laughable *adj.* tức cười, nực cười
laughing *v., adj.* *~-stock* trò cười: *to become the ~-stock of the town* làm trò cười cho thiên hạ
laughter *n.* sự cười; tiếng cười
launch 1 *n.* sự hạ thủy; sự khởi đầu/khai trương: *Today's ~ of the space shuttle has been delayed* hôm nay việc phóng phi thuyền bị hoãn lại; launching pad bệ phóng (tên lửa, hoả tiễn) **2** *v.* hạ thuỷ [tàu]; ném, quăng, liệng, phóng [tên lửa, hoả tiễn]; mở [trận tấn công]; phát động [phong trào]: *to ~ the new project* giới thiệu một dự án mới; *to ~ a rocket* phóng hoả tiễn
launder *v.* giặt là, giặt ủi

laundromat *n.* máy giặt bỏ tiền; hiệu giặt máy
laundry *n.* hiệu/tiệm giặt; quần áo giặt; *~man* thợ giặt
laureate *n., adj.* người được giải thưởng
laurel *n.* cây nguyệt quế; vòng nguyệt quế
lava *n.* dung nham, phún thạch
lavatory *n.* phòng rửa mặt; nhà xí/tiêu
lavender *n.* cây/hoa oải hương; màu xanh pha đỏ
lavish 1 *adj.* phí, lãng phí, hoang tàn **2** *v.* tiêu hoang, lãng phí; cho nhiều
law *n.* phép, phép tắc, luật; điều lệ, định luật, quy luật; pháp luật, luật pháp; luật học/khoa, nghề luật sư; toà án, việc kiện tụng: *~ and order* trật tự và an ninh; *the ~ of supply and demand* luật cung cầu; *to break the ~* phạm luật; *international ~* luật quốc tế; *~ student* sinh viên luật; *doctor of ~s* tiến sĩ luật khoa; *court of ~* tòa án; *~-abiding* tuân theo luật pháp
lawful *adj.* hợp pháp
lawless *adj.* không có luật pháp; láo lếu, lộn xộn, vô trật tự, hỗn loạn
lawmaker *n.* nhà lập pháp, người soạn luật
lawn *n.* bãi cỏ, thảm cỏ, sân cỏ: *~ mower* máy cắt cỏ
lawsuit *n.* vụ kiện, vụ án, vụ tố tụng
lawyer *n.* luật sư, luật gia
lax *adj.* lỏng, không căng, chùng; lỏng lẻo, không nghiêm; sao lãng
laxative *n., adj.* (thuốc) nhuận tràng
laxity *n.* tình trạng không chặt chẽ; sự thiếu nghiêm khắc; sự bê trễ/lơ là
lay 1 *adj.* thế tục; không chuyên môn **2** *v.* [**laid**] để, đặt, xếp, để nằm; sắp đặt, bố trí; bày [bàn ăn]; trình bày, phơi bày; [gà] để; đổ, quy [lỗi]; trải, phủ lên; giao hợp với: *after jogging I ~ down for a rest* sau khi chạy, tôi nằm nghỉ một tí; *to ~ aside/away/ by* gạt sang một bên; bỏ đi; để dành; *to ~ off* đuổi, thải, giãn [công nhân]; *to ~ out* sắp đặt, bố trí; trình bày; *to ~ up* trữ; cho nằm liệt giường; *to ~ waste a country* tàn phá một nước **3** *n.* vị trí, phương hướng: *it doesn't belong to my ~* đó không phải việc của tôi; *the ~ of the land* dọc bờ biển lay quá khứ của lie
layer *n.* người đặt/gài; lớp, tầng, nền: *brick ~s* thợ nề; *a ~ of concrete* một nền bê tông; *a three-~ cake* chiếc bánh ngọt ba lớp
layman *n.* người thế tục; cư sĩ; người không phải chuyên môn
layoff *n.* sự tạm giãn thợ; thời kỳ ngồi không
layout *n.* sơ đồ bố trí/trình bày
layover *n.* chỗ/thời gian ngừng [máy bay, v.v.]
laze *n., v.* lúc vô công rỗi nghề, nhàn rỗi
lazy *adj.* lười biếng, làm biếng, biếng nhác

lazy-bones *n.* anh chàng lười ngay xương, đại lãn

lazy-susan *n.* khay tròn quay được [đựng kẹo mứt]

leach *v.* cho lọc qua, lọc lấy nước

lead **1** *n.* chì; than chì; dây dọi; đạn chì: ~ *pencil* bút chì; ~ *poisoning* sự nhiễm độc chì **2** *n.* sự lãnh đạo, sự hướng dẫn: *to take the* ~ giữ vai trò lãnh đạo; *to follow the* ~ theo sự hướng dẫn **3** *n.* đổ chì, bọc chì, lợp chì; cho chì vào: *un* ~*ed gasoline* xăng không pha chì **4** *v.* [**led**] dẫn, dắt, dẫn đường, dẫn đạo, chỉ dẫn; chỉ đạo, lãnh đạo, chỉ huy, điều khiển; đưa tới, dẫn đến: *to* ~ *the way* dẫn đường, mở đường; *to* ~ *a miserable life* sống một cuộc đời cực khổ điêu đứng; *that led me to quit working for them* việc ấy khiến tôi không làm việc cho họ nữa; *to* ~ *off* bắt đầu; *to* ~ *up to* chuẩn bị cho; nói rào đón trước để đi tới; *he was led astray* anh ta bị đưa vào con đường lầm lạc

leaden *adj.* bằng chì; xám/nặng như chì

leader *n.* người chỉ huy/lãnh đạo, lãnh tụ

leadership *n.* sự lãnh đạo; tài lãnh đạo: *collective* ~ lãnh đạo tập thể

leading *adj.* chính, quan trọng, chủ yếu, chủ đạo

leaf **1** *n.* (*pl.* **leaves**) lá cây; lá; tờ; tấm đôi [lắp vào cho bàn thêm dài] **2** *v.* ra lá, trổ lá: *to* ~ *through a book* dở đọc qua một quyển sách

leaflet *n.* lá chết, lá non; tờ cáo bạch/truyền đơn

leafy *adj.* rậm lá

league **1** *n.* dặm, hải lý [= *3 miles* tức 4 8 km] **2** *n.* đồng minh, liên minh; hội, liên đoàn: ~ *of nations* hội quốc liên; *in* ~ *with* liên kết với, câu kết với

leak **1** *n.* lỗ thủng/rò, khe hở, chỗ dột; sự tiết lộ: *to stop a* ~ bịt lỗ thủng lại **2** *v.* rỉ/rò ra; thoát ra, lọt ra; (để) lộ, tiết lộ: *the secret papers have been* ~*ed out* những bản văn bí mật đã bị tiết lộ ra ngoài

leakage *n.* sự lọt qua, sự thoát ra: *the* ~ *of military secrets* lọt những bí mật quân sự

leaky *adj.* có lỗ rò/thủng, có khe hở; bị dột

lean **1** *n.* thịt/chỗ nạc **2** *adj.* [thịt] nạc; gầy còm; đói kém, mất mùa; [than] gầy **3** *v.* nghiêng, xiên; cúi, ngã người; dựa, tựa: *to* ~ *against* chồng vào; *to* ~ *on* dựa vào; *to* ~ *backwards* ngả người ra đằng sau; *to* ~ *out of the window* nghiêng mình bên cửa sổ; *to* ~ *to* nhà chái; mái che; dựa vào tường

leaning *n.* khuynh hướng, thiên hướng

leap **1** *n.* sự nhảy vọt: *by* ~*s and bounds* tiến bộ nhanh; *the great* ~ *forward* bước nhảy vọt lớn **2** *v.* [**leaped/leapt**] nhảy qua, vượt qua; nhảy vọt; nhảy lên: *to* ~ *at* nắm ngay lấy

leapfrog *n.* trò nhảy cừu

leap year *n.* năm nhuận

learn *v.* [**learned/learnt**] học, học tập, nghiên cứu; được biết, nghe nói: *he* ~*ed how to drive a car* anh học lái xe hơi/ô tô; *to* ~ *by heart* học thuộc lòng; *we* ~*ed that he had failed the examination* chúng tôi được biết là cậu ta trượt rồi

learned *adj.* hay chữ, thông thái, uyên bác: ~ *journal* tập san bác học; ~ *society* học hội; ~ *profession* nghề tự do

learner *n.* người học, học trò; người mới học: ~*'s permit* bằng lái cấp tạm

learning *n.* sự học; học vấn, kiến thức: *the school library is a focal point of* ~ *on the campus* thư viện nhà trường là nơi tìm kiếm kiến thức

lease **1** *n.* giao kèo cho thuê: *to sign a* ~ *for the shop* ký giao kèo thuê tiệm **2** *v.* cho thuê, thuê: *my friend will* ~ *an apartment in the city* bạn tôi sẽ thuê một căn hộ ở trong thành phố

leasehold *n., adj.* (nhà/đất) thuê có giao kèo

leash **1** *n.* dây/xích chó **2** *v.* buộc/dắt bằng dây

least **1** *adj.* ít nhất, tối thiểu: *the* ~ *common denominator* mẫu số chung bé nhất **2** *adv.* tối thiểu, ít nhất: ~ *of all* ít hơn cả **3** *n.* cái nhỏ nhất, tối thiểu: *at the very* ~ ít nhất thì; *not in the* ~ không một ít/chút nào

leather *n.* da thuộc rồi: *genuine* ~ da thật; ~ *neck* lính thủy đánh bộ, thủy quân lục chiến xem *marine*

leathery *adj.* [thịt] dai nhách

leave **1** *n.* sự cho phép (nghỉ); sự cáo biệt/từ: *on* ~ đang nghỉ phép; *to take* ~ cáo biệt, cáo từ; ~ *of absence* thời gian nghỉ phép; ~ *without pay* nghỉ không lương; *sick* ~ nghỉ ốm; *annual* ~ nghỉ hàng năm **2** *v.* [**left**] để lại, bỏ lại/quên; bỏ đi, rời khỏi; lúc chết để lại, di tặng; bỏ mặc: *I left the safe open* tôi quên mất, để tủ két sắt mở; *there is very little rice left* còn rất ít gạo/cơm; ~ *it with me* để việc đó cho tôi; *he left home at 6 a.m.* ông ấy ở nhà ra đi lúc 6 giờ sáng; *she left her husband* bà ấy đã bỏ chồng rồi; *to* ~ *someone alone* để mặc kệ ai; *to* ~ *behind* để lại; bỏ quên; ~ *it up to me* cứ để tôi quyết định, cứ để tôi lo cho; *to* ~ *out* bỏ quên, để sót; xóa đi

leaven *n.* men (làm bánh)

leaves *n.* (*sing.* **leaf**) nhiều lá

lecher *n.* kẻ phóng đãng, kẻ dâm đãng

lecherous *adj.* phóng đãng, dâm đãng

lectern *n.* bục giảng kinh, bục diễn giảng

lecture **1** *n.* bài nói chuyện, bài thuyết trình/

diễn thuyết, diễn văn; lời quở trách: *to attend a ~* dự buổi nói chuyện; *to give a ~* trình bày bài giảng **2** *v.* giảng, giảng bài; diễn thuyết, thuyết trình: *he used to ~ on literature* ông ấy thường thuyết trình về văn học

lecturer *n.* người diễn thuyết, diễn giả; giảng viên đại học

led quá khứ của **lead**

ledge *n.* gờ, rìa, mép

ledger *n.* sổ cái

lee *n.* chỗ che; mạn khuất khó

leech *n.* con đỉa

leek *n.* tỏi tây

leer **1** *n.* cái liếc mắt **2** *v.* liếc nhìn

leery *adj.* ngờ vực

lees *n.* cặn rượu; cặn bã

leeward *n., adj., adv.* (phía) dưới gió

leeway *n.* sự trôi giạt; tiền hoặc thời gian trôi đi phòng hờ; phạm vi tự do hoạt động

left **1** *n.* phía/bên trái/tả; phái tả, tả phái: *on/ to the ~* bên trái **2** *adj.* bên trái: *~-hand drive* lái bên trái; *to make a ~ turn* rẽ bên trái **3** *adv.* bên tay trái, về phía tả, tả: *to turn ~* quẹo trái

left quá khứ của **leave**

left-handed *adj.* thuận tay trái, cầm tay trái

leftist *n., adj.* (phần tử) phái tả, thiên tả

leftover *n* còn thừa: *~ rice makes wonderful fried rice* cơm thừa làm cơm chiên thật tuyệt; *~s* đồ ăn thừa

leg *n.* chân, cẳng; chân [bàn]; ống [quần, giày]: *to give someone a ~ up* đỡ ai leo lên

legacy *n.* gia tài, di sản: *to come into a ~* được thừa hưởng một gia tài

legal *adj.* hợp pháp, theo pháp luật; do luật định: *to keep ~ documents* giữ tài liệu pháp qui; *~ tender* tiền tệ chính thức

legality *n.* tính cách hợp pháp

legalize *v.* hợp pháp hoá, hợp thức hoá: *to ~ de facto* hợp thức hoá việc sống chung như vợ chồng

legation *n.* việc cử phái viên; toà công sứ, toà đại sứ

legend *n.* truyền thuyết; truyện cổ tích, truyện hoang đường; lời chú giải

legendary *adj.* theo/thuộc truyền thuyết

legging *n.* xà cạp

leggy *adj.* có cẳng dài, trường túc; phô đùi

legible *adj.* (chữ viết/in/ký) dễ đọc, rõ ràng

legion *n.* đạo quân (La Mã); nhiều, vô số: *a ~ of difficulties* biết bao nhiêu là khó khăn; *foreign ~* đội lính Lê dương của Pháp

legislate *v.* làm/ra luật, lập pháp

legislation *n.* pháp luật, pháp chế: *everyone supports ~ to protect human rights* mọi người ủng hộ luật bảo vệ nhân quyền

legislative *n., adj.* (ngành) lập pháp

legislator *n.* nhà lập pháp

legislature *n.* nghị viện, cơ quan lập pháp, quốc hội

legitimacy *n.* tính hợp pháp; tính chính đáng

legitimate *adj.* hợp pháp, chính đáng, chính thống: *~ purpose* mục đích chính đáng; *~ theater/stage* môn kịch nói, thoại kịch

legitimize *v.* hợp pháp hoá, chính thống hoá

legume *n.* quả đậu; rau đậu

legwork *n.* công việc làm đi bộ

leisure *n.* lúc rỗi rãnh/thư nhàn: *at ~* lúc nhàn rỗi; nhàn nhạ, ung dung; *~ hours* thì giờ rỗi

leisurely *adj., adv.* rỗi rãnh, rải rang, nhàn nhã; thong thả, ung dung, thung dung

lemon *n.* quả chanh (màu vàng); vật vô dụng, đồ xấu: *~ drop* viên kẹo chanh; *~ grass* cây/lá sả; *~ tree* cây chanh; *~ yellow* màu vàng nhạt

lemonade *n.* nước chanh

lend *v.* [lent] cho vay, cho mượn; cho thêm [vẻ]: *to ~ a hand to, to ~ assistance to* giúp đỡ; *please ~ me ten bucks* cậu làm ơn cho tôi vay 10 tì

lender *n.* người cho vay/mượn

length *n.* bề/chiều dài; độ dài; mẩu [dây]; khúc: *at ~* đầy đủ chi tiết; trong thời gian dài; *to go to any ~ to* làm bất cứ cái gì có thể để

lengthen *v.* làm dài ra; kéo dài

lengthwise *adv.* theo chiều dài/dọc

lengthy *adj.* dài dòng, lòng thòng, đông dài

leniency *n.* sự dễ dãi, tính khoan dung/hiền hậu

lenient *adj.* dễ dãi, khoan dung, hiền hậu/lành

Leninism *n.* chủ nghĩa Lê Nin

Leninist *n.* người theo chủ nghĩa Lê Nin

lens *n.* thấu kính; ống kính máy ảnh; kính lúp

lent quá khứ của **lend**

lent *n.* tuần chay, mùa chay

lentil *n.* đậu lăng

leopard *n.* con báo, con gấu, con beo

leotard *n.* quần áo nịt của diễn viên múa ba-lê

leper *n.* người hủi/cùi: *~ house* trại hủi/cùi

leprosy *n.* bệnh hủi/cùi/phong

leprous *adj.* hủi, sần sùi lở như hủi

lesbian *n., adj.* (người) đồng dâm nữ; nữ đồng tính luyến ái

lesion *n.* thương tổn

less **1** *n.* số ít hơn **2** *adj.* ít hơn, kém hơn: *~ pay* ít lương hơn; *of ~ importance* không quan trọng bằng; *~ expensive* than rẻ hơn, không đắt bằng **3** *adv.* nhỏ hơn, bé hơn; ít hơn, kém, không bằng: *to speak ~ and listen more* hãy nói ít nghe nhiều; *in ~ than a* *week* chưa đầy một tuần; *~ than ten dollars* không tới 10 đô la; *~ and ~* càng ngày càng ít; *the total price ~ ten percent discount* giá tổng cộng trừ đi 10 phần trăm

lessee *n.* người thuê theo khế ước; người thầu [trạm xăng, quán ăn]; *~ship* tư cách/ điều kiện thuê/thầu

lessen *v.* làm nhỏ/kém đi, giảm bớt; nhỏ đi, bớt

lesser *adj.* ít hơn; nhỏ/bé hơn: *~ known* ít được ai biết đến, không có tiếng lắm

lesson *1 n.* bài học; lời dạy bảo: *no one learns his ~s by heart any more* không ai học thuộc lòng bài học nữa rồi *2 v.* dạy, mắng

lessor *n.* người cho thuê theo khế ước

lest *conj.* e rằng, sợ rằng; để khỏi: *I was afraid ~ he should arrive too late to save us* tôi sợ ông ta sẽ đến quá muộn thì làm sao cứu được chúng mình; *to be careful ~ you fall into the water* coi chừng kẻo ngã xuống nước, cẩn thận không có té xuống hồ bây giờ

let *v.* [let] để cho, cho phép; cho thuê: *I will ~ you use my new bike* tôi sẽ cho phép anh đi xe đạp mới của tôi; *~ us (= let's) start right now* chúng ta hãy bắt đầu ngay bây giờ; *to ~ down* hạ xuống' tháo [tóc] ra; xuống gấu; làm thất vọng, bỏ rơi; *to ~ off* làm bay mất; tha thứ; *to ~ out* thốt ra, kêu lên; nới rộng [quần áo]; để cho lọt; tiết lộ; *~ me see* để tôi xem nào; *"House to ~"* NHÀ CHO THUÊ

letdown *n.* sự giảm sút; sự thất vọng

lethal *adj.* [thuốc, vũ khí] giết người

lethargy *n.* trạng thái hôn mê; tính thờ ơ/ thẫn thờ

letter *1 n.* chữ cái; thư, thư tín, thư từ; huy hiệu: *to write a ~* viết một lá thư; *to send a ~ to someone* gởi một lá thư cho ai; *~s* văn chương, văn học; *~ box* hộp thư; *~ carrier* người đưa/phát thư; *~ drop* khe cửa để bỏ thư; *~ of credit* thư tín dụng; *~ opener* dao dọc giấy; *registered ~* thư bảo đảm *2 v.* viết chữ, kẻ chữ, in chữ, khắc chữ: *he ~ed in the soccer team of his university* anh ấy được mang tên đội bóng đá của viện đại học của anh ấy

lettered *adj.* hay chữ, có học, thông thái

letterhead *n.* giấy viết thư có in tên

lettuce *n.* rau diếp, xà lách

letup *n.* sự bớt/dịu đi: *without ~* không ngớt

leucocyte *n.* (*also* **leukocyte**) bạch cầu

leukemia *n.* [*Br.* **leukaemia**] bệnh bạch cầu

levee *n.* con đê, đê con trạch

level *1 n.* mặt (bằng), mực, mức; cấp, trình độ; ống thủy: *ministerial ~* cấp bậc bộ trưởng; *sea ~* mặt biển; *they are at the same ~* họ có cùng một trình độ; *on the phonetic ~* trên bình diện ngữ âm học *2 adj.* phẳng, bằng; ngang: *to have a ~ head* bình tĩnh, điềm đạm *3 v.* san bằng, san phẳng: *to ~ the ground* san bằng mặt đất

lever *n.* đòn bẩy

leverage *n.* lực/tác dụng của đòn bẩy; ảnh hưởng

levitate *v.* bay lên, làm bay lên

levity *n.* tính nhẹ dạ

levy *1 n.* tiền thuế; sự tuyển quân: *~ in mass* tuyển quân tập thể *2 v.* thu, đánh [thuế]; tuyển [quân]: *to ~ a tax on* đánh thuế vào

lewd *adj.* dâm dục/đãng, đa dâm, hiếu sắc

lexical *adj.* thuộc từ vựng/từ vựng học: *~ meaning* nghĩa từ vựng

lexicographer *n.* người soạn từ điển, nhà từ điển học

lexicography *n.* việc soạn từ điển; từ điển học

lexicologist *n.* nhà từ vựng học

lexicology *n.* từ vựng học

lexicon *n.* từ vựng; ngữ vựng (chuyên môn)

liability *n.* trách nhiệm/nghĩa vụ pháp lý: *~ to debts* có trách nhiệm trả nợ; *~ insurance* bảo hiểm phòng đủ mọi tai nạn

liable *adj.* có bổn phận: *to be ~ for a debt* có bổn phận phải trả nợ; *to be ~ to occur* có khả năng xảy ra

liaise *v.* giữ liên lạc, bắt liên lạc: *to ~ with the community* liên lạc với cộng đồng

liaison *adj.* liên lạc: *~ officer* sĩ quan liên lạc

liar *n.* người nói dối; kẻ (hay) nói láo/điêu/ dóc

libel *n., v.* tội phỉ báng; bài báo phỉ báng

liberal *adj., n.* tự do; rộng rãi, hào phóng; nhiều, rộng rãi, thịnh soạn: *~ party* đảng viên tự do; *~ arts* khoa học nhân văn xã hội

liberalism *n.* chủ nghĩa tự do

liberality *n.* tính rộng rãi; tư tưởng rộng rãi

liberate *v.* tha, thả, phóng thích, giải phóng

liberation *n.* sự giải phóng: *the national ~ movement* phong trào giải phóng dân tộc; *~ army* quân đội giải phóng; *women's ~* sự giải phóng phụ nữ

liberator *n.* người giải phóng/thoát

liberty *n.* tự do, quyền tự do: *to be at ~ to do something* tự do, rảnh rang làm việc gì; *to take the ~ to* xin tự tiện, xin mạn phép làm gì; *to set someone at ~* trả tự do cho ai

librarian *n.* quản thủ/cán bộ thư viện, thủ thư

library *n.* thư viện: *public ~* thư viện công cộng; *reference ~* thư viện tra cứu/tham khảo; *private ~* tủ sách riêng; *~ card* thẻ thư viện, thư viện học

lice *n.* (*sing.* **louse**) rận, chấy

license *1 n.* [*Br.* **licence**] giấy phép, giấy

đăng ký; chứng chỉ: *driver's ~* bằng lái xe; *~ number* số xe ô tô; *~ plate* bảng số xe hơi **2** *v.* cấp giấy phép, cấp môn bài: *the city council has ~d a company to do clean-up* hội đồng thành phố vừa cấp giấy phép cho một công ty dọn dẹp sạch sẽ

lichee xem **litchi**

lichen *n.* địa y

lick 1 *n.* cái liếm; cú đấm: *to put in one's best ~s* cố gắng hết mình **2** *v.* liếm; đánh, oánh; được, thắng: *to ~ someone's boots* liếm gót giày cho ai, bợ đỡ ai

licorice, liquorice *n.* cam thảo

lid *n.* nắp, vung: *eye ~* mi mắt

lie 1 *n.* lời nói dối/láo/điêu: *to tell ~s* nói dóc/dối; *to give the ~ to* chứng minh ... là sai; *a white ~* lời nói dối vô tội; *~ detector* máy chứng tỏ khai man **2** *v.* [lied] nói dối: *to ~ to someone* nói dối ai **3** *v.* [lay, lain] nằm, nằm nghỉ; ở, nằm ở: *to ~ down* nằm xuống, nằm nghỉ; *here ~s X* nơi đây an nghỉ ông X; *I was lying in bed resting* tôi đang nằm nghỉ trên giường

lien *n.* quyền giữ đồ thế nợ: *the bank has a ~ on my car until I pay the debt* ngân hàng còn cầm giữ ô tô của tôi cho đến khi tôi trả xong nợ

lieu *n.* thay cho: *in ~ of* thay cho, thay vì

lieutenant *n.* trung úy, đại úy hải quân; *~-general* trung tướng; *~-governor* phó thống đốc

life *n.* (*pl.* **lives**) đời sống, sự/cuộc sống, cuộc đời; mạng sống, sinh/tính mệnh; sinh khí, sinh lực; thân thể, tiểu sử; nhân sinh: *for ~* suốt đời, chung thân; *to come to ~* hồi tỉnh, hồi sinh; *to bring to ~* làm cho hồi tỉnh; *long ~* tuổi thọ, sự sống lâu; *a matter of ~ and death* vấn đề sống còn; *in the prime of ~* giữa tuổi thanh xuân; *he took his own ~* anh ta tự sát; *~ annuity* tiền trợ cấp suốt đời; *~ belt* đai cứu đắm; *~ buoy* phao cứu đắm; *~ expectation* tuổi thọ trung bình; *~ imprisonment* tù chung thân; *~ insurance* bảo hiểm nhân thọ; *~ line* đường dây điện thoại cấp cứu; dây cứu đắm; đường số mệnh; *~ sentence* án tù chung thân

lifeblood *n.* máu, huyết, huyết mạch; sức sống

lifeboat *n.* tàu/xuống cứu đắm

lifeguard *n.* người cứu đắm

lifeless *adj.* chết, không còn sinh khí; nhạt nhẽo

lifelike *adj.* rất giống, giống như thật

lifelong *adj.* suốt đời, cả đời

lifetime *n.* đời, cả cuộc đời: *in his ~* lúc còn sống, hồi sinh tiền

lift 1 *n.* sự nhấc lên; sự nhấc; thang máy; cuốc xe đi nhờ; sự nâng đỡ: *air ~* cầu hàng không, cầu không vận **2** *v.* nâng/nhấc/cất/đỡ lên; ăn trộm, ăn cấp [văn]; bãi bỏ [lệnh cấm]: *to ~ up* giơ [tay] lên; ngóc [đầu] dậy; cất [tiếng]; *the fog hasn't ~ed* sương mù chưa tan

ligament *n.* dây chằng

light 1 *n.* ánh sáng; đèn, đuốc, nến; lửa; sự hiểu biết: *traffic ~s* đèn xanh đèn đỏ, đèn giao thông; *do you have a ~?* anh có diêm/quẹt không?; *to bring to ~* đưa ra ánh sáng; *to come to ~* lộ ra **2** *adj.* sáng, sáng sủa; [màu] nhạt, lạt; *~ build* bóng đèn điện; *it is ~s (out)* trời sáng rồi **3** *adj.* nhẹ; nhẹ nhàng, thanh thoát, thư thái; nhẹ dạ, khinh suất, bộp chộp; lăng nhăng, lẳng lơ: *you can carry your luggage, it's ~* bạn có thể mang hành lý của bạn vì nó nhẹ; *~-headed* nông nổi, bộp chộp; *~-hearted* dễ tính, vui vẻ; vô tư lự **4** *v.* [lighted/lit] nhóm, thắp, châm đốt (làm) sáng ngời lên: *it's time to ~ up* đến giờ lên đèn

lighten 1 *v.* chiếu/soi/rọi sáng; sáng lên **2** *v.* (làm) nhẹ đi/bớt, giảm khinh; làm dịu

lighter *n.* cái bật lửa, cái quẹt máy

lighthouse *n.* đèn biển, đèn pha, hải đăng

lighting *n.* sự thắp sáng; cách bố trí ánh sáng

lightning *n.* (tia) chớp: *~ war* chiến tranh chớp nhoáng; *~ rod* cột thu lôi; *as quick as ~* nhanh như chớp

lightweight *n., adj.* (võ sĩ) hạng nhẹ, (người) không nặng ký

likable, likeable *adj.* dễ thương, đáng yêu

like 1 *n.* người/vật giống, người/vật thuộc loại như: *to return ~ for ~* lấy ơn trả ơn, lấy oán trả oán; *~ cures ~* lấy độc trị độc **2** *n.* cái thích, sở thích, thị hiếu: *my ~s and dislikes* những điều tôi thích và những điều tôi ghét **3** *adj.* giống, giống như, cùng loại, tương tự; đúng, đặc biệt; có vẻ như; sẵn sàng: *do ~ I do* cứ làm như tôi đây; *it looks ~ rain* trời như muốn mưa; *I don't feel ~ studying now* tôi cảm thấy không thích ngồi học bây giờ; *~ father ~ son* cha nào con nấy, rau nào sâu ấy **4** *prep.* như: *~ that* như thế/vậy; *~ mad* như điên; *it tastes good ~ chocolate* nó ăn ngon như một thỏi xô-cô-la **5** *v.* thích, ưa, chuộng, yêu, khoái; muốn, thích, ước mong: *do you ~ to fish?, so you ~ fishing?* anh có thích câu cá không?; *do you ~ fish?* anh có thích (ăn) cá không?; *I ~ to live in the country* sống ở miền quê tôi thích lắm; *I would ~ (to have) some black coffee, please* xin cho tôi một tách cà phê đen; *as you ~* tùy ý anh; *if you ~* nếu cô muốn

likelihood *n.* sự có thể đúng/thật: *in all ~* rất có thể, có nhiều hy vọng/khả năng

likely 1 *adj.* thích hợp; có thể; chắc đúng: *he is not ~ to come today* không chắc ông ta đến hôm nay 2 *adv.* chắc: *very ~ I will be working at home* rất có thể tôi sẽ làm việc ở nhà

liken *v.* so sánh; xem giống như là, đánh đồng

likeness *n.* sự giống; chân dung, ảnh: *to take someone's ~* vẽ chân dung ai

likewise *adv.* cũng thế/vậy, giống như vậy

liking *n.* sự thích, yêu mến: *to have a ~ for something* yêu mến gì

lilac *n.* tử đinh hương, đinh hương tím; màu hoa cà

lilt *n.* bài ca du dương; nhịp điệu nhịp nhàng

lily *n.* hoa huệ tây, hoa loa kèn: *~ white* trắng như hoa huệ tây; *water ~* hoa sen, hoa súng

limb *n.* chân, tay, chi; cành cây to: *out on a ~* chơ vơ, không bấu víu vào đâu

limber *n.,v.* đầu xe, buộc đầu xe vào để kéo

limbo *n.* chốn u minh; sự tù tội: *in ~* bị bỏ quên; bị tù

lime 1 *n.* quả chanh (vỏ xanh) [*lemon*]: *~ juice* nước chanh 2 *n.* vôi: *~ kiln* lò vôi

limelight *n.* đèn sân khấu: *in the ~* được chú ý

limerick *n.* bài thơ hài hước năm câu

limestone *n.* đá vôi

limit 1 *n.* giới hạn, hạn độ; địa giới, biên giới: *there is no ~ in age* không giới hạn tuổi 2 *v.* giới hạn, hạn chế: *the current economy would ~ unemployment to five percent* kinh tế hiện hành có thể hạn chế thất nghiệp đến 5 phần trăm

limitation *n.* sự hạn chế; mặt hạn chế, thiếu sót

limited *adj.* có hạn, hữu hạn, hạn chế, hạn định: *Books Pty ~ [Ltd]* công ty sách hữu hạn

limitless *adj.* vô hạn định, không bờ bến, vô hạn

limousine *n.* xe du lịch sang trọng; xe thuê riêng nhiều chỗ ngồi

limp 1 *n.* tập đi khập khiễng 2 *v.* đi khập khiễng; chạy ì ạch, bay rề rề: *to ~ along* đi cà nhắc, lê 3 *adj.* mềm rũ; yếu ớt, ẻo lả

limped *adj.* trong trẻo, trong suốt; sáng sủa

linden *n.* cây đoạn, cây bồ đề

line 1 *n.* đường, đường kẻ; tuyến; hàng, dòng, câu; dây, dây thép; hàng, dãy; ranh giới; dòng dõi; ngành chuyên môn; mặc hàng; vết nhăn: *to draw a straight ~* kẻ một đường thẳng; *curved ~* đường cong; *broken ~* đường gãy khúc; *dotted ~* đường chấm chấm; *just a few ~s to thank you again for your help* tôi viết vội vài hàng để một lần nữa cảm ơn anh đã giúp đỡ tôi; *hold the ~!* xin giữ máy!; *drop me a ~* nhớ biên thư cho tôi nhé 2 *v.* vạch, kẻ dòng; làm nhăn; dàn hàng, sắp thành hàng; sắp hàng để đợi, nối đuôi: *to ~ new streets* kẻ đường cho những con đường mới; *to ~ a sheet of paper* kẻ trên miếng giấy 3 *v.* nhồi nhét: *to ~ one's purse* nhét đầy túi

lineage *n.* dòng, nòi giống, dòng giống, dòng dõi

linear *adj.* thuộc đường kẻ; nét dài; tuyến, thẳng

linen *n.* vải lanh; đồ vải lanh [sơ mi, khăn bàn, khăn giường]

liner *n.* tàu chở khách, máy bay chở khách

linesman *n.* người lính của đơn vị chiến đấu; trọng tài biên

lineup, line-up *n.* đội hình, đội ngũ; sự sắp xếp [nhân viên]; sự sắp hành những người bị tình nghi (để người chứng nhận diện)

linger *v.* kéo dài, nấn ná, chần chừ, lần lữa; la cà: *to ~ at home after holidays* chần chừ ở nhà sau khi hết nghỉ lễ

lingerie *n.* quần áo lót đàn bà

lingua franca *n.* ngôn ngữ chung cho một số dân tộc

lingual *adj.* thuộc tiếng nói/ngôn ngữ; phát âm ở lưỡi

linguist *n.* nhà ngữ học, nhà ngôn ngữ học

linguistic *adj.* thuộc (ngôn) ngữ học

linguistics *n.* ngữ học, ngôn ngữ học

liniment *n.* thuốc xoa/thoa

lining *n.* lớp vải lót, cái lót

link 1 *n.* mắt xích, khâu xích; mắt lưới/dệt/đan; sự móc nối, mối liên lạc: *cuff ~* khuy cửa tây, khuy măng sét; *there is a ~ between smoking and lung cancer* có sự liên hệ giữa hút thuốc và bệnh ung thư 2 *v.* nối, liên kết, gắn: *the researchers have ~ed crimes to social circumstances* các nhà nghiên cứu liên kết tội phạm với hoàn cảnh xã hội

links *n.* sân gôn, bãi đánh gôn: *golf ~* sân đánh gôn

linoleum *n.* vải sơn [lót sàn nhà], tấm bần để lót

linseed *n.* hạt lanh: *~ oil* dầu lanh

lint *n.* xơ vải để buộcvết thương

lintel *n.* lanh tô, rầm đỡ cửa ra vào

lion *n.* sư tử: *~s Club (Rotary Club)* hội sư tử; *~'s share* phần lớn nhất

lioness *n.* sư tử cái

lip *n.* môi; miệng, mép, thành; sự hỗn láo: *upper ~* môi trên; *to lick one's ~s* liếm môi; *to smack one's ~* bĩu môi

lipstick *n.* son bôi môi, thỏi sáp môi

liquefy *v.* nấu chảy, cho hoá lỏng

liqueur *n.* rượu mùi [uống sau bữa ăn]

liquid 1 *n.* chất lỏng/nước: *to drink plenty of*

~ uống nhiều nước **2** *adj.* lỏng; trong sáng; dịu dàng: ~ *assets* vốn luân chuyển, có thể đổi ngay thành tiền mặt; ~ *opinions* ý kiến hay thay đổi

liquidate *v.* thanh toán; bán tống; thủ tiêu

liquidity *n.* trạng thái lỏng

liquor *n.* rượu: ~ *store* tiệm rượu

lisp *n., v.* (sự) nói nhịu, nói đớt, nói ngọng

lissome, lissom *adj.* mềm mại, uyển chuyển, thướt tha

list 1 *n.* bảng kê khai, sổ, danh sách/đơn/lục, biểu: *to draw up a ~ of* lập danh sách; *to strike off the ~* xoá tên trong danh sách **2** *v.* ghi, liệt kê, kê khai, kể ra: *to ~ items of your belongings* kê khai các thứ của bạn

listen *v.* nghe, lắng nghe; nghe theo: *to ~ to the radio* nghe đài phát thanh; ~ *to me* nghe đây

listener *n.* người nghe, thính giả

listening post *n.* địa điểm nghe ngóng

listing *n.* việc lập danh sách, việc cho vào danh sách

listless *adj.* thờ ơ, lơ đãng

lit quá khứ của **light**

litany *n.* kinh cầu nguyện

litchi *n.* (= **lychee, lichee**) quả/trái vải: *canned ~s* vải hộp; ~ *nut* vải khô

liter *n.* lít

literacy *n.* sự biết đọc biết viết, sự biết chữ: ~ *campaign* phong trào chống nạn mù chữ

literal *adj.* nghĩa đen; ~ *translation* dịch từng chữ; [nghĩa] đen

literally *adv.* theo từng chữ, theo nghĩa đen; quả là, đúng là

literary *adj.* (thuộc) văn học, văn chương: ~ *history* lịch sử văn học, văn học sử

literate *adj.* biết đọc biết viết; hay chữ, có học

literature *n.* (nền) văn học, văn chương; tài liệu

lithe *adj.* mềm mại; yếu điệu, uyển chuyển

lithography *n.* thuật in đá, thuật in thạch bản

litigate *v.* kiện, tranh chấp

litigation *n.* sự tranh chấp, vụ kiện tụng

litmus paper *n.* giấy quỳ

litter 1 *n.* rác rưởi bừa bãi; ổ rơm; kiệu, cán; lứa; *no ~ing!* xin đừng liệng rác **2** *v.* vứt bừa, làm bừa

litterbug *n.* người hay vứt rác ngoài phố

little 1 *n.* ít, một ít; thời gian ngắn: *he knows a ~ of everything* ông ấy cái gì cũng biết một chút **2** *adj.* nhỏ, bé; ngắn ngủi; ít ỏi; nhỏ nhen, nhỏ mọn, hẹp hòi, tầm thường: ~ *by ~* dần dần; *a ~ while* một lúc; ~ *money* ít tiền; *very ~ time* rất ít thì giờ **3** *adv.* một chút: ~ *known* ít ai biết đến; *I like her ~* tôi ít thích bà ta

liturgy *n.* nghi thức tế lễ, tế biện

live *adj.* (còn) sống, (có) thực; truyền thanh tại chỗ, trực tiếp; [vấn đề] nóng hổi: ~ *music* nhạc sống; ~ *coal* than còn đang cháy; ~ *wire* dây có điện chạy qua; tay năng động hăng hái

live *v.* sống; ở, cư trú, trú ngụ: *that writer is still living* nhà văn ấy còn sống; *I ~d on Silver Street* trước tôi ở phố hàng bạc; *they ~ at 1605 Taylor Drive* họ ở số nhà 1605 đường Taylor; *we ~ a quiet life* chúng tôi sống một cuộc đời bình thản; *to ~ from hand to mouth* sống lần hồi qua ngày

livelihood *n.* cách sinh nhai: *means of ~* sinh kế

livelong *adj.* suốt ngày: *the ~ day* suốt ngày, trọn ngày

lively *adj.* hăng hái, hoạt bát; sống, sinh động; linh hoạt, vui vẻ, hớn hở; [cuộc bàn cãi] sôi nổi

liver *n.* lá gan; gan [món ăn]

liver-colored *adj.* màu nâu đỏ thẫm

liverish *adj.* mắc bệnh gan, đau gan; cáu kỉnh

liverwurst *n.* xúc xích gan

livery *n.* đồng phục/chế phục của người hầu

lives *n.* (*sing.* **life**) đời sống, cuộc sống

livestock *n.* thú nuôi, trâu bò, lợn gà, súc vật

livid *adj.* tái mét, xanh mét; tím bầm

living 1 *n.* cuộc sống, sinh hoạt; cánh sinh nhai, sinh kế: *the ~ and the dead* kẻ mất người còn; *cost of ~* giá sinh hoạt; *standard of ~, ~ standard* mức sống, tiêu chuẩn sinh hoạt **2** *adj.* (còn) sống; sinh động, sống động; [tranh, hình ảnh] giống như hệt: ~ *languages* sinh ngữ; ~ *conditions* điều kiện sinh sống; ~ *room* phòng khách, buồng khách, xa lông

lizard *n.* con thằn lằn: *house ~* con mối

lo and behold! *intj.* trông lạ chưa kìa!

load 1 *n.* gánh nặng, vật chở; trách nhiệm (nặng nề); thuốc nạp, đạn nạp: *to carry a heavy ~* mang một gánh nặng; ~*s of money* hàng đống tiền, cơ man nào là tiền **2** *v.* chất, chở; nạp đạn; lắp phim: *to ~ goods onto a truck* chất hàng lên xe tải; *to ~ somebody with work* đổ dồn công việc cho ai

loaded *adj.* chở nặng; say bí tỉ; giàu lắm; [câu hỏi] đầy ngụ ý; [súc sắc] gian

loaf 1 *n.* (*pl.* **loaves**) ổ bánh mì: *a ~ of bread* một ổ bánh mì **2** *v.* đi vơ vẩn, đi tha thẩn, ở không, lười: *to ~ one's life away* đi lang thang phí cuộc đời

loafer *n.* người chơi rong, người chơi không

loam *n.* đất tốt, đất phì nhiêu

loan 1 *n.* sự (cho) vay/mượn; tiền cho vay, vật cho mượn: ~*words* những từ mượn; *to get a ~ from the bank* mượn tiền ở ngân hàng **2** *v.* cho vay, cho mượn: *he was kind* *enough to ~ me all the money I needed* ông ấy rất tốt cho tôi mượn tất cả số tiền tôi cần

loath *adj.* ghét, không thích, miễn cưỡng

loathe *v.* ghét, gớm, ghê tởm, kinh tởm, tởm

loathsome *adj.* đáng ghét, ghê tởm

lobby 1 *n.* hành lang; nhóm hoạt động ở hành lang quốc hội: *we need to talk with the ~ politician* chúng ta cần nói chuyện với chính trị gia ở hậu trường **2** *v.* vận động để ảnh hưởng đến nghị sĩ: *the local residents are ~ing hard for new housing laws* dân địa phương đang vận động cho luật mới

lobe *n.* thuỳ [lá, phổi, não]; dái [tai]

lobster *n.* tôm hùm

local 1 *n.* tàu vét, xe (lửa) chạy chậm lấy khách; dân địa phương; trụ sở chi hội, chi đoàn, hội quán **2** *adj.* địa phương; [đau] một chỗ thôi; [tàu xe] đỗ nhiều ga; bộ phận, cụcbộ

locale *n.* nơi xảy ra sự việc gì

localism *n.* tiếng địa phương, chủ nghĩa địa phương

locality *n.* nơi, chỗ, vùng, miền, địa phương

localize *v.* hạn chế vào một địa phương, không cho lan rộng

locate *v.* chỉ rõ vị trí, xác định đúng chỗ; ở, định cư; đặt vị trí

location *n.* vị trí; nơi, chỗ, chốn: *on ~* phim quay tại chỗ, quay ở hiện trường

lock 1 *n.* khoá; khoá nòng súng; cửa cống; miếng vỏ khoá tay: *to keep under ~ and key* khoá/nhốt kỹ; *this ~ can easily be picked* ổ khoá này, (kẻ gian) mở bằng móc dễ như chơi **2** *v.* khoá lại; nhốt: *to ~ up* giam

locker *n.* tủ có khoá: *~ room* phòng thay quần áo [cho lực sĩ]; phòng để tủ đông lạnh

locket *n.* mề đay, quả tim đeo cổ

lockjaw *n.* chứng kẹt khít hàm

lockout *n.* sự đóng cửa nhà máy (không cho thợ vào)

locksmith *n.* thợ khoá

lockup *n.* giờ đóng cửa; nhà giam, đồn cảnh sát; vốn chết

locomotion *n.* sự vận động/di động

locomotive *n.* đầu máy xe lửa

locust *n.* châu chấu: *~s fly in large groups to eat crops* châu chấu bay từng đoàn và ăn lúa

locution *n.* thành ngữ, đặc ngữ

lode *n.* mạch mỏ, rạch nhỏ

lodge 1 *n.* nhà nghỉ [ở rừng]; nhà người gác cổng; hang thú; chi nhánh hội kín: *the rich always have a ski ~* người giàu luôn có nhà ở trượt tuyết **2** *v.* ở, trọ, tạm trú; cho ở, cho trọ; trao, nộp đơn: *to ~ an application* nộp đơn

lodger *n.* người ở trọ; người thuê nhà

lodging *n.* chỗ trọ; *~s* phòng trọ

loft *n.* gác thấp để đồ; tầng trần (trên kho hàng)

lofty *adj.* cao ngất; cao thượng/quý; kiêu căng

log 1 *n.* khúc gỗ; nhật ký: *to fall like a ~* ngã vật xuống; *roll my ~ and I will roll yours* hãy giúp tôi, tôi sẽ giúp lại bạn; *to sleep like a ~* ngủ say như chết **2** *v.* chặt (thành từng) khúc; ghi sổ nhật ký; đi ngược [bao nhiêu cây số]: *details of crime are ~ged in computers* chi tiết tội phạm đã cho vào máy vi tính

logarithm *n.* loga

logbook *n.* sổ lộ trình xe/tàu/máy bay

loggerhead *n.* người ngu xuẩn, người ngu đần; dụng cụ làm chảy nhựa đường: *to be at ~s with* cãi nhau với ai, bất hòa với ai

logging *n.* việc đốn, đốn gỗ

logic *n.* tính ước lệ, logic luận lý học

logical *adj.* hợp với logic, hợp lý

logistics *n.* ngành hậu cần; việc ăn ở cho người đến dự hội

logo *n.* bảng/huy hiệu của công ty, trường học: *to design a ~ for your company* vẽ huy hiệu cho công ty bạn

loin *n.* miếng thịt lưng: *~s* chỗ thắt lưng; *~ cloth* khố

loiter *v.* đi la cà, đi chơi rong, đi cà rõng: *no ~ing* cấm người lạ lảng vảng nơi đây

loll *v.* ngồi uể oải, tựa uể oải, lè lưỡi ra

lollipop *n.* cái kẹo, que kẹo

lone *adj.* cô độc, cô đơn, lẻ loi, bơ vơ; hiu quạnh

lonely *adj.* lẻ loi, cô đơn/độc; vắng vẻ, hiu quạnh

lonesome *adj.* lẻ loi, trơ trọi, cô đơn

long 1 *n.* thời gian lâu: *before ~* chẳng bao lâu **2** *adj.* dài, xa, lâu; dài dòng, chán; chậm, lâu: *I won't be ~* tôi sẽ không đi lâu, quay về ngay; *how ~ may I stay?* tôi có thể ở bao lâu ạ?; *you may stay as ~ as you like* bạn có thể ở đó bao lâu tùy thích **3** *adv.* lâu, đã/từ lâu: *~ ago* đã từ lâu rồi; *~ before she met him* từ lâu trước khi hai cô cậu gặp nhau; *all day ~* suốt **4** *v.* ao ước, ước mong, khao khát, mong mỏi: *to ~ for someone* mong đợi một người nào

longan *n.* quả nhãn: *the best ~s come from Hung Yen* nhãn Hưng Yên ngon nhất

longevity *n.* sự sống lâu, thọ, trường thọ

longhand *n.* chữ viết thường [tắt, tốc kí]

longing *n., adj.* lòng ham muốn/khao khát; ước ao

longitude *n.* độ kinh, kinh độ; kinh tuyến

longitudinal *adj.* theo chiều dọc

long-playing *n.* đĩa hát lâu: *~ record* đĩa hát

dài lâu

long-range *adj.* có tầm xa; nhìn xa
longshoreman *n.* công nhân khuân vác bốc dỡ ở bến
long-sighted *adj.* viễn thị; nhìn xa thấy rộng
long-winded *adj.* dài hơi, dài dòng
loo *n.* bài lu; nơi vệ sinh
look 1 *n.* cái nhìn; vẻ: *good ~s* vẻ đẹp, sắc đẹp 2 *v.* nhìn, xem, coi, ngó; để ý, lưu ý; hướng về; có vẻ, hình như; tìm kiếm: *to ~ after* trông nom; *to ~ down on/upon* khinh, coi thường; *to ~ for* kiếm, tìm; *to ~ into* xem xét, nghiên cứu; *to ~ on* đứng bên cạnh nhìn; coi như là; *to ~ out* coi chừng, cẩn thận; *to ~ over* xem xét; *to ~ up to* tra, tìm; đến tìm thăm
looker *n.* người nhìn, người xem
looker-on *n.* khách bàng quang, người ngoài cuộc
looking-glass *n.* gương soi
lookout *n.* sự canh phòng; người/đội gác; chỗ đứng ngắm cảnh
loom 1 *n.* khung cửi, máy dệt 2 *v.* hiện ra lờ mờ; hiện ra
loony *adj.* điên, khùng, tàng tàng
loop 1 *n.* vòng, thòng lọng; móc, khuyết áo; đường vòng: *the train will pass the city ~* xe lửa sẽ đi qua đường vòng thành phố 2 *v.* thắt vòng; gài móc; làm thành vòng: *he ~ed the rope over the top of the tree* ông ta thắt vòng cuộn thừng trên đầu cây
loophole *n.* lỗ châu mai, khe tường; khe hở/hổng
loose 1 *adj.* lỏng, không chặt, long; chùng, không căng; [giấy] rời; [răng] lung lay; [đất] tơi; [tiền] lẻ; [lý luận] mơ hồ; phóng túng, hư: *to fold up ~ papers* gấp lại những tờ giấy rời 2 *v.* cởi/tháo ra, buông ra, thả ra; bắn, phóng [tên, đạn] 3 *n.* sự buông lỏng, buông thả: *to be on the ~* ăn chơi buông thả, rượu chè trai gái; *to give ~ to one's feelings* trút hết tình cảm
loosen *v.* nới lỏng; xới [đất] cho xốp lên
loot 1 *n.* của cướp được, của hôi, của thổ phỉ được; chiến lợi phẩm; tiền, xìn 2 *v.* cướp được; hôi, thổ phỉ được
lop 1 *n.* cành cây tỉa, cành cây cắt xuống 2 *v.* cắt cành, tỉa cành; vỗ bập bềnh; thòng xuống
lopsided *adj.* nghiêng sang một bên, không cân/đều
loquat *n.* cây sơn trà Nhật
lord *n.* chúa, chúa tể; vua: *~ Chua* Troi Thiên Chúa; *House of ~s* Thượng nghị viện của Anh; *~ Mayor* Thị trưởng thủ đô Luân Đôn
lordly *adj.* có tính chất quí tộc, cao thượng
lordship *n.* quyền thế, uy quyền; gia trang

lore *n.* tất cả kiến thức: *eagle ~* tất cả sự hiểu biết về chim đại bàng
lorry *n.* [*U.S.* **truck**] toa chở hàng không có thành; xe chở hàng
lose *v.* [**lost**] mất, không còn, thua, thua lỗ, thất bại; làm cho mất: *to ~ one's life* lạc đường; *I lost my wallet* tôi bị mất ví; *both sides lost heavily* cả hai bên đều bị tổn thất nặng nề; *to ~ a great opportunity* để lỡ cơ hội lớn; *try not to ~ patience* hãy cố đừng mất bình tĩnh
loser *n.* người thua, người thua cuộc chơi
loss *n.* sự mất; sự thua; sự thiệt hại/tổn thất/tổn hại; sự uổng phí: *a great ~ to us* một sự mất mát lớn đối với chúng ta; *at a ~* lúng túng, bối rối; *~es* số thương vong; tiền lỗ
lost quá khứ của **lose**; *"~ and Found Department"* chỗ hỏi về đồ đạc bị mất
lot *n.* mớ, lô [hàng]; lô, thửa, mảnh [đất]; số, số phận, số mệnh; sự rút thăm: *parking ~* bãi đỗ xe; *to draw ~s* rút thăm; *~s of mosquitoes!* những muỗi là muỗi!; *a ~ better* khá hơn nhiều; *a ~ saltier* mặn hơn nhiều; *a ~ of people* nhiều người; *she smiles a ~* cô ấy cười nhiều lắm
lotion *n.* nước thơm; thuốc bôi
lottery *n.* cuộc xổ số
lotus *n.* hoa sen: *~ seed* hột/hạt sen; *~ root* ngó sen
loud 1 *adj.* [tiếng] to, lớn, ồn, ầm; kịch liệt; loè loẹt, sặc sỡ: *to be ~ in praise of somebody* nhiệt liệt ca ngợi ai 2 *adv.* [nói, đọc] to, lớn: *he speaks out ~* ông ta nói lớn
loudspeaker *n.* loa phóng thanh
lounge 1 *n.* phòng ngồi chơi, buồng khách, buồng đợi; ghế tựa, đi văng: *I will meet you at the departure ~* tôi sẽ gặn bạn ở phòng khách khởi hành 2 *v.* đứng, ngồi, nằm một cách uể oải lười biếng; đi dạo, đi thơ thẩn: *we ate and ~d in the shade* chúng ta ăn và nằm dưới bóng mát
louse *n.* (*pl.* **lice**) rận; chấy: *head ~* chí
lousy *adj.* có rận/chấy; bẩn, ghê tởm; tồi, tệ
lout *n.* người vụng về, người thô lỗ
louver, louvre *n.* mái hắt, nón che ống khói
lovable, loveable *adj.* đáng yêu, dễ thương
love 1 *n.* tình yêu, ái tình, mối tình; lòng yêu, tình thương; người yêu, người tình, tình nhân: *first ~* mối tình đầu; *to fall in ~ with* phải lòng, bắt đầu yêu; *to be in ~ with* yêu; *~ affairs* chuyện yêu đương; *~ letter* thư tình 2 *v.* yêu, thương, yêu mến; thích, ưa thích, khoái: *to ~ one another* yêu nhau; *to ~ music* yêu thích nhạc
lovely *adj.* đẹp, xinh, đáng yêu, dễ thương, yêu kiều; hay, thú vị, tuyệt
lover *n.* người yêu, người tình, nhân tình,

nhân ngãi; người ham thích/hâm mộ ...

lovesick *adj.* ốm tương tư

lovey-dovey *adj.* nói lên nỗi thất vọng: *my friends were either ~ couples or wild, single girls* các bạn tôi đều hoặc là những cặp vợ chồng hoặc là nữ độc thân thất vọng

loving *adj.* thương yêu, âu yếm, mến thương, trìu mến

low 1 *n.* mức thấp, con số thấp; số thấp/chậm nhất [khi lái ô tô]: *the prices of houses have dropped to a new ~* giá nhà vừa giảm xuốngmức thấp; *to put a car in ~ gear* cho xe xuống số thấp 2 *adj.* thấp, bé, lùn; cạn, hạ, kém, chậm; nhỏ, khẽ; hèn, tầm thường, đê hèn; buồn: *I am waiting for ~er prices* tôi đợi giá hạ nữa; *a ~ whisper* tiếng nói thầm khe khẽ; *in ~ spirits* buồn rầu, chán nản 3 *adv.* thấp: *the man bowed very ~* ông ta cúi rạp xuống để chào; *to lie ~* nằm yên đợi thời 4 *v.* (tiếng) [trâu bò] rống

lowbrow *n., adj.* người ít học, ít học: *he is not a ~* anh ta không phải là người ít học

lower 1 *v.* hạ, kéo xuống; giảm, hạ [giá]; làm giảm đi: *to ~ oneself* tự hạ mình 2 *adj.* thấp, ở dưới, bậc thấp: *~ lips* môi dưới; *~ case* chữ thường; *~ class* giai cấp hạ lưu

lowland *n.* vùng đất thấp, hạ bản

lowly *adj.* hèn mọn; tầm thường; đê tiện, ti tiện

loyal *adj.* trung thành, trung nghĩa, trung kiên, tâm phúc

loyalty *n.* lòng trung thành/trung nghĩa

lozenge *n.* hình thoi, hình quả trám; viên kẹo

lubricant *n.* dầu mỡ, chất bôi trơn

lubricate *v.* cho/tra/vô dầu mỡ, bôi trơn

lucid *adj.* sáng sủa, minh bạch, rõ ràng, dễ hiểu; sáng suốt, minh mẫn, tỉnh táo; sáng trong

Lucifer *n.* Ma vương; thiên sao mai

luck *n.* sự/vận may rủi, sự hên xui; vận may/đỏ: *good ~!* chúc may mắn

luckily *adv.* may thay, may quá

luckless *adj.* không may, xui, đen đủi, rủi ro

lucky *adj.* đỏ, may mắn, gặp may: *~ dog!* thằng cha đỏ quá!; *~ money* tiền mừng tuổi

lucrative *adj.* sinh lợi, có lợi, có lời

ludicrous *adj.* buồn cười, tức cười, lố lăng/bịch

lug *v.* lôi, kéo lê

luggage *n.* hành lý, hành trang, va li

lukewarm *adj.* ấm, âm ấm; hờ hững, nhạt nhẽo, lãnh đạm, thờ ơ, thiếu sốt sắng

lull 1 *n.* lúc tạm lắng dịu; bài hát ru con 2 *v.* ru ngủ; tạm lắng

lullaby *n.* bài hát ru con

lumbago *n.* chứng đau lưng

lumber 1 *n.* gỗ xẻ, gỗ cất nhà; đồ tập tàng: *~*

mill nhà máy cưa 2 *v.* *the heavy trucks ~ed by the streets* những chiếc xe tải nặng nề đi qua đường phố

lumberjack *n.* thợ đốn gỗ, thợ rừng, tiều phu

lumberman *n.* thợ đốn gỗ; người buôn gỗ

luminous *adj.* sáng, sáng chói, chói lọi, sáng ngời

luminosity *n.* tính sáng, độ sáng

lump 1 *n.* cục, miếng, thỏi; chỗ sưng/u: *to receive a ~ sum* nhận được số tiền trả một lúc 2 *v.* xếp đống; gộp lại; chịu đựng: *if you don't like it you will have to ~ it* nếu bạn không thích thì bạn cũng phải chịu đựng

lumpy *adj.* có nhiều chỗ sưng lên, nhiều bướu; gợn sóng

lunacy *n.* sự điên, tình trạng mất trí

lunar *adj.* theo âm lịch: *~ New Year* Tết Âm lịch, Tết nguyên đán; *~ month* tháng ta

lunatic *n., adj.* (người) điên: *~ asylum* nhà thương điên, bệnh viện thần kinh

lunch 1 *n.* bữa ăn trưa: *to have ~* ăn trưa 2 *v.* ăn trưa, dọn bữa ăn trưa: *having not yet ~ed, we go to McDonald's* chưa ăn trưa thì chúng ta đến tiệm McDonald

luncheon *n.* tiệc trưa; bữa ăn trưa

lung *n.* phổi: *to have to check up one's ~* phải đi khám phổi

lunge *n., v.* (sự) nhào tới, lao tới, xông vào: *to ~ out at someone in anger* xông vào tấn công ai trong cơn giận giữ

lupus *n.* bệnh lu-put;

lurch *n.,v.* (sự) đi lảo đảo loạng choạng: *to leave someone in the ~* bỏ mặc ai trong cơn rối

lure 1 *n.* mồi; bẫy; sức cám dỗ: *the fishermen used tiny shrimps as a ~* những người đánh cá đã dùng những con tôm rhỏ làm mồi 2 *v.* nhử, quyến rũ: *the thieves were ~d to a meeting with promises of more stolen goods* bọn trộm cấp nhử lại với lời hứa lấy được nhiều đồ hơn

lurid *adj.* tái mét; khủng khiếp

lurk 1 *n.* sự rình mò: *on the ~* rình mò 2 *v.* ẩn núp, trốn

luscious *adj.* ngon ngọt, ngon lành; đẹp, du dương

lush *adj.* đầy nhựa, tươi tốt, sum sê

lust *n., v.* tính ham nhục dục, tính đa dâm; dục vọng, lòng tham muốn

luster *n.* [*Br.* **lustre**] nước bóng; sự vẻ vang

lustful *adj.* dâm dục/dật/đãng, đa dâm

lusty *adj.* khoẻ mạnh, mạnh mẽ, cường tráng

lute *n.* đàn luýt, đàn tì bà

luxuriant *adj.* [cây cối] um tùm sum sê

luxuriate *v.* sống sung sướng, sống xa hoa: *to ~ in dreams* chìm đắm trong mộng tưởng

luxurious *adj.* sang trọng; xa hoa, xa xỉ: *to have a ~ life* có một cuộc đời sang trọng
luxury *n.* sự xa xỉ/xa hoa: *~ items* đồ xa xỉ
lychee *n.* (= **lichee, litchi**) trái vải
lye *n.* thuốc giặt/tẩy quần áo
lying *n.* sự nói dối, thói nói dối; nơi nằm, chỗ nằm
lymph *n.* bạch huyết
lymphatic *adj.* thuộc về bạch huyết: *~ system* hệ bạch huyết
lynch *v.* linsơ, hành hình không cần xử ở tòa án
lynchpin *n.* (*also* **linchpin**) người hay việc quan trọng: *he's the ~ of my department* ông ấy rất quan trọng trong khoa của tôi
lynx *n.* mèo rừng, sơn miêu, linh miêu
lyre *n.* đàn lia bảy dây
lyric(al) *adj., n.* trữ tình: *~s* lời bài hát trữ tình
lyricism *n.* thể trữ tình; thơ trữ tình
lyricist *n.* nhà thơ trữ tình
lysine *n.* hoá chất ly-zin

M

MA *abbr., n.* (= **Master of Arts**) Phó Tiến sĩ Văn khoa: *my friend got an ~ from Hanoi University* bạn tôi có bằng Phó Tiến sĩ Văn Khoa ở Đại học Hà Nội
ma'am *abbr., n.* (= **madam**) phu nhân; thưa bà
macabre *adj.* rùng rợn, khủng khiếp
macadam *n.* đá giăm để đắp đường
macaroni *n.* mì ống
macaroon *n.* bánh dừa, bánh hạnh nhân
Macaw *n.* cây cọ
mace *n.* cái chuỳ; gậy quyền; gậy chơi bi-da
machete *n.* dao lớn của dân Nam Mỹ
Machiavellian *adj.* quỷ quyệt, xảo quyệt: *a ~ plot was suspected* âm mưu đã tình nghi
machination *n.* mưu kế, emưu đồ, gian kế: *the political ~s brought my friend to power* mưu kế chính trị đã đưa bạn tôi đến quyền lực
machine **1** *n.* máy, máy móc, cơ giới; bộ máy chỉ đạo: *sewing ~* máy khâu/may; *washing ~* máy giặt; *~ gun* súng máy, súng liên thanh; *~ shop* xưởng chế tạo máy; *~ tool* dụng cụ máy **2** *v.* làm bằng máy, dùng máy: *the products were ~d in a factory* sản phẩm đã được làm bằng máy ở nhà máy
machinery *n.* máy móc; cơ khí; bộ máy, cơ quan: *you can buy quality ~ at BBC shops* bạn có thể mua máy móc tốt ở tiệm BBC
machinist *n.* thợ máy, người dùng/kiểm tra máy

mackerel *n.* cá thu
macrame *n.* dây trang sức tạo bằng nút hình học
macrocosm *n.* thế giới vĩ mô
macroeconomics *n.* kinh tế vĩ mô
mad *adj.* điên, cuồng, mất trí; bực tức; tức giận, nổi giận, giận dữ; say mê: *to get ~* nổi điên lên; *like ~* như điên
madam *n.* bà, cô; phu nhân; mụ tú bà, mụ chủ chứa, mụ trùm nhà thổ: *try on this dress, ~!*; thưa bà! hãy thử chiếc áo dài nầy đi
madcap *adj.* lỗ mãng, liều lĩnh
madden *v.* (làm) phát điên lên, (làm) tức giận
made quá khứ của **make**; *adj.* thực hiện, hoàn thành: *~ to measure/order* may do; *~ in Vietnam* làm ở Việt Nam; *well-~ clothes* áo quần may sẵn
madhouse *n.* nhà thương điên
madman *n.* người điên, thằng khùng
madness *n.* sự điên rồ, chứng điên; sự giận dữ
maelstrom *n.* vũng nước xoáy
maestro *n.* nhạc trưởng đại tài; nhà soạn nhạc tài
Mafia *n.* tổ chức băng đẳng Ma-phi-a
magazine *n.* tạp chí; kho súng; ổ đạn: *do you read Time ~?* bạn có đọc báo Time không?
maggot *n.* con giòi; ý nghĩ ngông cuồng: *to have a ~ in one's head* có ý nghĩ điên cuồng trong đầu
magic **1** *n.* ma/ảo/yêu/pháp thuật; ma lực, sức lôi cuốn: *they believe in ~* họ tin vào ma thuật **2** *adj.* thuộc ma thuật, yêu thuật: *there is no ~ solution* không có kết luận ma thuật nào
magical *adj.* thuộc ma thuật, ảo thuật
magician *n.* nhà ảo thuật; thuật sĩ, pháp sư
magistrate *n.* quan toà, thẩm phán
magnanimity *n.* tính cao thượng, tính hào hiệp
magnanimous *adj.* cao thượng, đại lượng, hào hiệp
magnate *n.* trùm tư bản, người có quyền thế lớn
magnet *n.* nam châm, sức lôi cuốn, ma nhê
magnetic *adj.* từ, có từ tính: *~ force* lực từ; *~ pole* cực từ; *~ tape* băng ghi âm
magnetism *n.* từ tính, từ lực; sức quyến rũ
magnetize *v.* từ hoá; lôi cuốn, dụ hoặc
magneto *n.* ma nhê tô: *~-electricity* từ điện; *~meter* từ kế
magnification *n.* sự phóng đại, sự ca ngợi; sự tán dương: *mosquitoes are visible to the naked eye without ~* muỗi thấy được không cần phóng đại
magnificent *adj.* nguy nga tráng lệ, lộng lẫy: *you will have ~ views over Halong Bay* bạn sẽ thấy khung cảnh lộng lẫy ở vịnh Hạ Long

magnify *v.* làm to ra, phóng đại; thổi phồng: *a microscope magnifies small things* kính hiển vi làm những vật nhỏ to ra; *~ing glass* kính lúp

magnitude *n.* độ lớn, lượng; tầm quan trọng: *this event is of the first ~* biến cố nầy có tầm quan trọng hàng đầu

magnolia *n.* cây mộc lan

magpie *n.* chim ác là

maharaja *n.* vương công Ấn Độ

mah-jong *n.* mạt chược: *can you play ~?* bạn chơi mạt chược được không?

mahogany *n.* cây dái ngựa; gỗ dái ngựa, gỗ đào hoa tâm; màu nâu thẫm

maid *n.* con gái, thiếu nữ, gái đồng trinh: *~ of honor* cô phù dâu chính; *~-in-waiting* thị tỳ, thị nữ

maiden 1 *n.* thiếu nữ, trinh nữ 2 *adj.* thời con gái; đầu tiên: *~ name* tên con gái, nhũ danh; *a ship's ~ voyage* chuyến vượt biển đầu tiên của một chiếc tàu

maidenhead *n.* sự trinh trắng; màng trinh

maidenish *adj.* như con gái

maidservant *n.* đầy tớ gái

mail 1 *n.* thư từ, bưu phẩm; bưu điện, bưu chính: *~box* hòm/hộp thư; *~man* người phát thư, bưu tá; *~ order catalog* sách liệt kê hàng hoá bán qua bưu điện; *~ order house* cửa hàng bán qua bưu điện 2 *v.* gửi, bỏ [thư, gói]: *could you ~ me the contract* bạn làm ơn gởi cho tôi bản khế ước

maim *v.* làm tàn tật, đánh què

main 1 *n.* phần cốt yếu; ống dẫn nước chính, dây điện chính; cuộc chọi gà: *with might and ~* dốc hết sức; *in the ~* đại để, đại khái, nói chung; *~land* đất liền, lục địa, đại lục 2 *adj.* chính, lớn nhất, chủ yếu, quan trọng nhất: *there is a supermarket on the ~ street of the city* có một siêu thị trên con đường chính thành phố; *~ clause* mệnh đề chính; *~ line* đường sắt chính, mạch máu chính; *~ mast* cột buồm chính

mainly *adv.* phần lớn, nhất là

mainstay *n.* trụ cột, rường cột

mainstream *n.; adj.* dòng chính, mạch chính

maintain *v.* giữ, giữ vững, duy trì; nuôi, cưu mang; bảo quản, bảo trì: *we always ~ friendly relationships* chúng tôi luôn duy trì tình hữu nghị thân thiện

maintenance *n.* sự duy trì; sự cưu mang; sự bảo trì, tu bổ, sửa sang [xe cộ, máy móc, đường xá]: *to work for the ~ of one's family* làm việc để nuôi gia đình

maitre d'hotel *n.* quản gia, người trông coi nhân viên phục vụ khách sạn

maize *n.* ngô, bắp (= [Indian] *corn*)

majestic *adj.* oai vệ, oai nghiêm, uy nghi

majesty *n.* vẻ oai nghiêm/uy nghi: *Your [His/Her] ~* muôn tâu Bệ hạ/thánh thượng, Nữ hoàng

major 1 *n.* thiếu tá (lục quân); con trai thành niên; chuyên đề, môn học chính: *~ general* trung tướng 2 *adj.* lớn hơn, quan trọng, trọng đại; thuộc chuyên đề: *a ~ problem* một vấn đề quan trọng 3 *v.* chuyên về: *he decided to ~ in English with a minor in Vietnamese* anh ta quyết định chọn chuyên đề về tiếng Anh, môn phụ là tiếng Việt

majority *n.* phần lớn, đa số, phần đông: *great ~, overwhelming ~* tuyệt đại đa số

make 1 *n.* cách cấu tạo, kiểu, hiệu (xe); dáng, tầm vóc: *what is the ~ of your car?* xe anh hiệu gì?; *~peace* người hoà giải, người dàn xếp hoà bình 2 *v.* [made] làm, chế tạo, may [áo]; làm thành, gây nên; khiến, bắt; trở nên; dọn, sửa soạn; thu được, kiếm; cộng thành; tới nơi; đi; lập, phong, tôn, bổ nhiệm; nghĩ, hiểu: *made in Vietnam* chế tạo ở Việt Nam; *please ~ some coffee* em làm ơn pha ít cà phê đi; *he's making a lot of money* anh ấy làm khối tiền; *they decided to ~ him president of the company* họ quyết định cử ông ấy làm chủ tịch hãng; *can you ~ it to the shore?* em bơi nổi vào bờ không?; *5 and 6 ~ 11* 5 cộng với 6 là 11; *he will ~ a good lawyer* anh ấy sẽ trở nên một luật sư giỏi; *what do you ~ of his suggestion?* anh nghĩ sao về đề nghị của ông ta?; *to ~ believe* giả vờ/tảng/làm bộ; *to ~ out* viết ra; chứng minh; hiểu; nhận ra/biết; làm được, lo được; *to ~ over* sửa lại; *to ~ up* làm thành; bịa ra; bù vào; làm lành; đánh phấn, hoá trang; *made of* làm bằng

make-or-break *adj.* một mất một còn

maker *n.* người làm ra, người chế tạo

makeshift *n., adj.* (cái) để dùng tạm thời

maladjusted *adj.* không thích ứng/nghi được

malady *n.* bệnh tật; bệnh hoạn, tệ nạn, tệ đoan

malaise *n.* tình trạng khó chịu, nỗi phiền muộn

malaria *n.* bệnh sốt rét

Malay *n., adj.* tiếng/người Mã Lai

Malaysia *n.* nước Mã Lai

male 1 *n.* con trai, đàn ông; con đực/trống: *this is for ~s* đây dành cho đàn ông 2 *adj.* giống đực, trai, nam, trống: *a ~ friend* bạn trai

malediction *n.* lời nguyền rủa; lời chửi rủa

malefactor *n.* kẻ làm điều ác; kẻ gian/bất lương

malevolent *adj.* xấu bụng, ác, hiểm, có ác tâm/ý

malformation *n.* cơ thể bị tật, có tật

malfunction *n.* sự trục trặc, sự sai chức năng

malice *n.* ác tâm, ác ý

malicious *adj.* hiểm độc, có ác tâm/ác ý

malign *adj., v.* nói xấu, vu khống, phỉ báng

malignant *adj.* ác tính, độc, nguy

malinger *v.* giả vờ ốm để trốn việc

mall *n.* lối đi có bóng cây (ở trung tâm buôn bán): *to go to the city ~ for shopping* hãy đến khu trung tâm buôn bán thành phố mà mua sắm

mallard *n.* vịt trời

malleable *adj.* dễ dát mỏng, dễ uốn nắn, dễ bảo

mallet *n.* cái vồ

malnournished *adj.* thiếu dinh dưỡng: *thirty percent of the children in Africa are ~* ba mươi phần trăm trẻ con ở Châu Phi thiếu dinh dưỡng

malnutrition *n.* sự thiếu ăn, thiếu dinh dưỡng

malpractice *n.* sự sơ xuất, cho thuốc sai

malt 1 *n.* mạch nha 2 *v.* gây mạch nha, ủ mạch nha

maltose *n.* hoá chất man-to-zờ

maltreat *v.* hành hạ, ngược đãi

mamma, mama *n.* mẹ, má

mammal *n.* động vật có vú

mammary *adj.* thuộc vú

mammoth 1 *n.* voi ma mút/lớn 2 *adj.* lớn, khổng lồ

mammy *n.* mẹ, má

man 1 *n.* (*pl.* **men**) người, con người ta; đàn ông; nam nhi; chồng, người, lính, người hầu: *to behave like a ~* cư xử như đàn ông; *hurry up, ~* nhanh lên chứ, cậu cả!; *a ~ in a thousand* người hiếm có; ngàn người mới có một người; *to be one's own ~* tự mình làm chủ, không lệ thuộc ai; *~ of war* tàu chiến, chiến thuyền/hạm 2 *v.* cung cấp người/nhân viên; lo, phụ trách: *to ~ a train* cung cấp người cho xe lửa

manacle *n., v.* khoá tay, xiềng, còng tay

manage *v.* trông nom, quản lý/trị; dạy, trị, chế ngự; xoay xở: *she ~s well* bà ấy đảm đang lắm; *to ~ a bank* quản lý một ngân hàng

management *n.* sự/tài quản lý; ban quản lý/trị: *the company needs good ~* công ty cần sự quản trị giỏi

manager *n.* quản lý, quản đốc, giám đốc

managerial *adj.* thuộc ngành/ban quản lý

managing *adj.* trông nom, điều hành, quản lý giỏi: *~ director* giám đốc điều hành

mandarin 1 *n.* quan, quan lại; tiếng phổ thông, tiếng Quan thoại của người Trung quốc: *can you speak ~?* bạn nói được tiếng Quan thoại không? 2 *n.* quả quýt, rượu quýt: *I have bought very sweet ~s* tôi vừa mua quýt ngọt lắm

mandatary *n.* người được uỷ nhiệm/uỷ thác

mandate *n.* sự uỷ nhiệm/thác; chế độ uỷ trị

mandatory *adj.* uỷ thác, uỷ nhiệm

mandolin *n.* đàn măng đô lin

mane *n.* bờm [ngựa, sư tử]

maneuver *n.* [*Br.* **manoeuvre**] cuộc thao diễn; thủ đoạn, mưu mẹo

manful *adj.* gan, bạo, can đảm, dũng mãnh

manganese *n.* hoá chất mang-gan

mange *n.* bệnh lở ghẻ

manger *n.* máng ăn, máng cỏ

mangle *n., v.* xé, cắt; làm thương tật; làm hỏng cả

mango *n.* quả xoài; cây xoài

mangosteen *n.* quả măng cụt; cây măng cụt

mangrove *n.* cây đước

manhandle *v.* xô đẩy, nắm, túm

manhole *n.* lỗ chui: *sewer ~* miệng cống

manhood *n.* nhân tính, nhân cách; tuổi trưởng thành: *to reach ~* đến tuổi trưởng thành

manhunt *n.* sự săn lùng kẻ phạm tội

mania *n.* chứng điên/cuồng; tính gàn/nghiện/ham

maniac *n., adj.* (người) điên, khùng

manicure *n., v.* (sự) cắt sửa móng tay

manicurist *n.* thợ cắt sửa móng tay

manifest 1 *n.* bảng kê khai hành khách hay hàng hoá 2 *adj.* rõ ràng, hiển nhiên: *every one knows the ~ failure of the government's policies* ai cũng biết sự thất bại hiển nhiên của chính sách chính phủ 3 *v.* bày tỏ, biểu lộ: *his frustration and anger will ~ in crying* sực bực nhọc và giận giữ của ông ấy biểu lộ qua khóc than

manifesto *n.* bản tuyên ngôn: *to issue a ~* ra bản tuyên ngôn

manifold *adj.* nhiều phần; nhiều vẻ, đa dạng

manioc *n.* cây sắn, củ sắn

manipulate *v.* vận dụng bằng tay, thao tác; lái, lôi kéo

manipulation *n.* sự vận dụng bằng tay, sự lôi kéo

mankind *n.* loài người, nhân loại; nam giới

manlike *adj.* có tính chất nam nhi, đàn ông; thích hợp với đàn ông

manly *adj.* hợp với đàn ông; có đức tính/tính chất đàn ông; mạnh mẽ, hùng dũng, can đảm

manna *n.* lương thực trời cho; lợi lộc có được ngoài ý muốn: *her inheritance came as ~ from heaven* việc thừa kế gia tài của cô ấy như là của trời cho

mannequin *n.* người giả để trưng bày quần áo; cô gái mặc áo mẫu

manner *n.* cách, lối, kiểu, thói; thái độ, cử chỉ; *~s* cách xử sự/cư xử; phong tục tập quán: *he has no ~s* tên đó thật là thô lỗ, bất nhã; *by all ~ of means* bằng mọi cách

mannerism *n.* thói kiểu cách/cầu kỳ, không tự nhiên

mannerless *adj.* thiếu lịch sự, khiếm nhã

manometer *n.* áp kế

manor *n.* thái ấp, trang viên, lãnh địa

manpower *n.* sức người, nhân lực, người giúp việc

manservant *n.* người giúp việc là đàn ông, đầy tớ trai

mansion *n.* nhà lớn, lâu đài, dinh thự

manslaughter *n.* tội ngộ-sát

mantel *n.* kệ/bệ trên lò sưởi, mặt lò sưởi

mantle 1 *n.* áo khoác/choàng; cái măng sông đèn, vật để che phủ 2 *v.* khoác áo ngoài; che phủ

manual 1 *n.* sách học, sổ tay: *to read the ~ before using the machine* đọc sổ tay chỉ dẫn trước khi dùng máy 2 *adj.* chân tay: *~ labor* lao động chân tay

manufacture 1 *n.* sự chế tạo/sản xuất: *clothing ~ in Vietnam has improved greatly* ngành sản xuất áo quần ở Việt Nam được cải thiện rất nhanh chóng 2 *v.* chế tạo, sản xuất; bịa đặt, ngụy tạo: *this car was ~d in Australia* xe nầy sản xuất ở Úc

manufacturer *n.* nhà chế tạo; chủ xí nghiệp

manure 1 *n.* phân bón: *green ~* phân xanh 2 *v.* bón

manuscript *n., adj.* bản viết tay, thủ bản; bản thảo

many 1 *n.* nhiều (cái/người): *~ have to work for a living* nhiều người phải làm việc để sống 2 *adj.* nhiều, lắm: *~ people came* nhiều người đến lắm; *~ times* nhiều lần; *~-sided* nhiều mặt, nhiều phía; *~ a time* thời gian dài

Maori *n.* người/tiếng Mao-ri (thổ dân ở Tân Tây Lan)

map 1 *n.* bản đồ: *to draw a ~ of the world* vẽ bản đồ thế giới; *do you have a Vietnam ~?* bạn có bản đồ Việt Nam không? 2 *v.* vẽ bản đồ; vạch ra, sắp xếp: *to ~ out one's time* sắp xếp thời gian

maple *n.* cây phong, cây thích

mar *v.* làm hư/hỏng/hại

marathon *n.* cuộc chạy đua đường trường

marathoner *n.* người chạy đua đường trường

marauder *n.* kẻ cướp

marble *n., v.* đá hoa, cẩm thạch; hòn bi: *to line a table with ~* làm bàn cẩm thạch; *to shoot ~s* bắn/chơi bi

marcel *n., v.* làn sóng tóc, uốn làn sóng tóc

March *n.* tháng Ba Dương lịch: *I will travel around the world in ~* tôi sẽ đi du lịch vòng quanh thế giới trong tháng Ba

march 1 *n.* hành khúc; bước đi (hành quân);

cuộc diễn/diễu hành: *to be on the ~* đang diễn hành; *the ~ of events* sự tiến triển của thời cuộc 2 *v.* đi, bước đều, diễu hành đưa đi, bắt đi: *the army are ~ing down the streets* quân đội đang diễn hành qua các đường phố

mare *n.* ngựa cái

margarine *n.* mác-gơ-rin, bơ thực vật

margin *n.* lề, bờ, mép, bìa, rìa; số dư để phòng: *in the ~ of the book* ở lề cuốn sách; *to escape death by a narrow ~* suýt chết, thoát chết trong tấc gang

marginal *adj.* thuộc lề/mép; không quan trọng; nghèo khổ: *~ notes* ghi chú ngoài lề

marginalize *v.* làm cho ai cảm thấy không quan trọng: *~d people* dân ở biên giới

marigold *n.* cúc vàng, cúc vạn thọ

marijuana *n.* cây/thuốc cần sa

marina *n.* bến cho thuyền đậu

marinade *n., v.* nước ướp thịt, thịt cá ướp

marinate *v.* ngâm, giầm: *to ~ meat at least two hours before cooking* ngâm thịt ít nhất 2 giờ trước khi nấu

marine 1 *n.* đội tàu buôn; lính thuỷ đánh bộ, thuỷ quân lục chiến: *the ~ corps* đội thuỷ quân lục chiến 2 *adj.* thuộc về biển; thuộc ngành hàng hải, thuộc hải quân

mariner *n.* lính thuỷ, thuỷ thủ

marital *adj.* thuộc hôn nhân, thuộc người chồng: *~ status* tình trạng hôn nhân, có vợ/ chồng

maritime *adj.* thuộc biển, thuộc ngành hàng hải ở gần biển, ở miền duyên hải

mark 1 *n.* dấu, nhãn hiệu; chứng cớ; mục đích: *he shows a ~ of esteem to his friend* ông ấy bày tỏ sự quí trọng đối với bạn ông ấy; *to make a ~ here* đánh dấu vào đây; *trade ~* nhãn hiệu thương mại 2 *n.* điểm, điểm số: *to get a good ~* được điểm tốt 3 *v.* đánh dấu, ghi, cho điểm, đáng giá; biểu lộ/thị, để ý, chú ý đến: *to ~ a passage in pencil* đánh dấu đoạn văn bằng bút chì; *~ down the price* ghi giá thấp xuống; *to ~ time* giậm chân tại chỗ, không tiến được

marked *adj.* rõ ràng, rõ rệt: *there has been a ~ increase in crimes in our city* có dấu hiệu gia tăng rõ rệt tội phạm trong thành phố chúng ta

markedly *adv.* một cách rõ ràng: *he has improved ~* anh ấy đã khá nhiều (sau trận ốm)

marker *n.* người ghi, người cho điểm

market 1 *n.* chợ, thị trường: *to go to the ~* đi chợ; *common ~* thị trường chung; *stock ~* thị trường chứng khoán; *~ value* giá thị trường; *to make a ~ of one's honor* bán rẻ danh dự; *~-day* ngày họp chợ; *~place* nơi họp chợ 2 *v.* mua bán ở chợ; bán ở chợ, đem ra chợ bán, tung ra thị trường: *we are going to ~ our products* chúng tôi sắp tung ra thị trường sản phẩm của chúng tôi

marketable *adj.* có thể bán được, có thể tiêu thụ được

marketing *n.* môn học về thị trường; việc kiếm thị trường: *the company has a group of experts to advise on production and ~* công ty có một nhóm chuyên viên cố vấn về sản phẩm và thị trường

marking *n.* sự ghi dấu, đánh dấu; sự cho điểm

marksman *n.* người bắn giỏi, tay thiện xạ

marmalade *n.* mứt cam (để phết vào bánh mì nướng)

maroon 1 *n.* màu nâu sẫm, màu hạt dẻ 2 *n.* người bị bỏ mặc trên hoang đảo 3 *adj.* nâu sẫm, màu hạt dẻ 4 *v.* bỏ mặc ai trên hoang đảo, lởn vởn, tha thẩn

marquee *n.* mái hiên rạp hát hay rạp chiếu bóng

marquis *n.* hầu tước

marriage *n.* sự cưới vợ, sự lấy chồng; sự kết hôn, việc hôn nhân, lễ cưới, hôn lễ: *to sign the certificate of ~* ký giấy giấy giá thú; *~ portion* của hồi môn; *~ bureau* văn phòng giới thiệu hôn nhân; *~ lines* giấy hôn thú; *~ settlement* ngày làm lễ thành hôn

marriageable *adj.* có thể lấy nhau, đến tuổi kết hôn

married *n., adj.* có vợ có chồng, đã lập gia đình: *~ life* đời sống vợ chồng; *newly ~* mới lập gia đình

marrow *n.* tủy, phần chính, phần cốt tủy: *to be frozen to the ~* rét/lạnh thấu xương

marry *v.* cưới (vợ), lấy (chồng); lấy vợ cho, gả chồng cho; lấy vợ/chồng, kết hôn, thành gia thất: *to ~ one's daughter to somebody* gả con gái cho ai

marrying *n.* sự kết hôn

Mars *n.* sao hoả, hoả tinh; thần chiến tranh

marsh *n.* đầm lầy, bãi sình lầy

marshal *n., v.* thống chế, nguyên soái; nhân vật hoặc giáo giáo sư phụ trách nghi lễ; cảnh sát trưởng

marshland *n.* vùng đầm lầy

marshmallow *n.* kẹo trắng mềm (làm bằng mật ngô, tinh bột và gelatin)

marsupial *n., adj.* động vật có túi

mart *n.* chợ, thị trường, trung tâm thương mại

martial *adj.* thuộc chiến tranh; võ dũng/biền, hùng dũng, thượng võ: *~ arts* nghề võ, võ nghệ; *~ law* quân luật

Martian *adj.* thuộc Hoả tinh

Martini *n.* rượu Mar-ti-ni

martyr *n.* kẻ tử đạo, kẻ chết vì nghĩa lớn, liệt sĩ

martyrdom *n.* sự tử đạo; nỗi đau đớn/thống khổ

marvel 1 *n.* chuyện kỳ diệu/tuyệt diệu, kỳ công 2 *v.* lấy làm lạ, ngạc nhiên, kinh nghạc, trầm trồ: *he ~ed that a man in pain could be so coherent* ông ấy ngạc nhiên là một người đau đớn như vậy mà có thể cộng tác được

marvelous *adj.* kỳ lạ tuyệt diệu, tuyệt/hiền diệu: *she looked ~* cô ấy trông thật tuyệt vời

Marxism *n.* chủ nghĩa Mác: *~ Leninism* chủ nghĩa Mác Lê nin, chủ nghĩa Mác Lê

Marxist *n., adj.* (người) Mác– xít

mascara *n.* thuốc bôi lông mi cho dài

mascot *n.* vật lấy khước, vật/bùa hộ mạng

masculine *n., adj.* (thuộc) giống đực; có vẻ đàn ông(có) nam/hùng tính

mash 1 *n.* lúa trộn cám cho súc vật ăn; chất trộn với nước; mớ hỗn độn 2 *v.* nghiền, tán, bóp nát: *to ~ potatoes* tán khoai tây

mask 1 *n.* mặt nạ: *to throw off the ~* lột mặt nạ, lột chân tướng; *you must wear the ~ to protect you from dust* bạn phải đeo mặt nạ để bảo vệ bạn khỏi bụi 2 *v.* đeo mặt nạ cho; che giấu: *too much decoration ~s the true flavor of the cake* trang trí nhiều quá làm mất hương vị chiếc bánh

masked *adj.* mang mặt nạ, che đậy giấu diếm

masochism *n.* sự thống dâm

mason *n.* thợ nề

masonry *n.* công trình gạch xây; nghề thợ nề

masquerade 1 *n.* dạ hội giả trang; trò giả dối, trò lừa bịp 2 *v.* giả trang, giả dạng: *he ~d as a king and fooled everyone* anh ấy giả dạng ông vua và đánh lừa mọi người

mass 1 *n.* khối, đống, cục; số đông, khối lớn, đa số, số lớn/nhiều; khối lượng: *~ media* truyền thông đại chúng; *~ production* sự sản xuất hàng loạt; *in a ~* cả đống/bọn/lũ 2 *n.* lễ mi sa 3 *v.* hợp lại, tập hợp/trung

massacre 1 *n.* sự chết chóc, cuộc tàn sát 2 *v.* giết chóc, tàn sát (những người yếu thế)

massage *n., v.* (sự) xoa bóp, tẩm quất

masseur *n., m.* tẩm quất, đàn ông làm nghề xoa bóp

masseuse *n., f.* đàn bà làm nghề tẩm quất/ xoa bóp

massive *adj.* to lớn, đồ sộ; ồ ạt: *there was evidence of ~ fraud* có chứng cớ gian dối lớn

mast *n.* cột buồm

master 1 *n.* chủ, chủ nhân; chủ gia đình; thuyền trưởng; thầy, thầy giáo; người giỏi thạo, nghệ sĩ bậc thầy; bức tranh của bậc danh hoạ: *I have met my English ~* tôi vừa gặp thầy giáo tiếng Anh của tôi; *to be the*

~ of one's fate tự mình làm chủ vận mệnh của mình; **~ of ceremonies (MC)** người điều khiển chương trình; **~-key** chìa khoá chính mở được tất cả các cửa **2** *v.* làm chủ, cai quản, chỉ huy, điều khiển; nén, kiềm/khống chế, khắc phục; nắm vững, thạo về: **to ~ one's difficulties** khắc phục được những khó khăn

masterful *adj.* hống hách, hách dịch; bậc thầy

masterly *adj.* bậc thầy, giỏi, khéo, thạo

mastermind *n., v.* bày vẽ, làm quân sư/cố vấn cho

masterpiece *n.* tác phẩm lớn, kiệt tác: **Kieu Tale is a ~ of Vietnamese literature** truyện Kiều là một kiệt tác của văn học Việt Nam

masterwork *n.* kiệt tác, tác phẩm nổi tiếng

mastery *n.* sự nắm vững, sự thành thạo; thắng thế, ưu thế, quyền làm chủ

masthead **1** *n.* đỉnh cột buồm; nhan đề bài báo ở đầu trang **2** *v.* để đăng ở đầu trang báo

masticate *v.* nhai

masturbate *v.* thủ dâm

masturbation *n.* sự thủ dâm

mat **1** *n.* chiếu, nệm: **sleeping ~** chiếu để ngủ; **door ~** thảm chùi chân **2** *n.* tấm lót bát đĩa (ở bàn ăn): **the hot food must be put on the ~s** **3** *v.* làm bết nhàu, làm mờ đi

match **1** *n.* que diêm: **do you have ~es?** bạn có diêm không? **2** *n.* cuộc thi đấu, trận đấu; đối/địch thủ; người/cái xứng đôi; việc hôn nhân: **a soccer ~** một trận bóng đá; **your shirt and skirt are a good ~** áo và váy của bạn hợp nhau lắm **3** *v.* bằng, có/sức tài ngang; xứng, hợp; làm cho phù hợp; đối chọi, đối/sánh được; sắp thành cặp/đôi/bộ: **they are well ~ed** họ thật xứng đôi; **to ~ words with deeds** lời nói phải đi đôi với việc làm

matchbox *n.* hộp diêm, hộp quẹt

matchless *adj.* vô địch, vô song

matchmaker *n.* bà mối/mai, người làm mối, ông mai

matchstick *n.* que diêm

mate **1** *n.* vợ, chồng; con đực, con cái; phó thuyền trưởng; người phụ; bạn: **class ~** bạn học cùng lớp; **room ~** bạn chung phòng trọ; **school ~** bạn học một trường; **he is chatting with his ~** anh ấy đang chuyện trò thân mật với bạn anh ta **2** *v.* lấy nhau, kết đôi, kết bạn; phủ, rập: **it's easy to tell when a male duck is ready to ~ with a female one** dễ nói khi con vịt đực muốn rập vịt cái

material **1** *n.* vật liệu, chất liệu, tài liệu; vải, đồ dùng: **building ~s** vật liệu xây dựng; **dress ~** hàng may áo dài; **raw ~s** nguyên liệu **2** *adj.* vật chất; thuộc xác thịt; thuộc

thân thể; cần thiết, quan trọng, trọng yếu: **we are living in the ~ world** chúng ta đang sống trong thế giới vật chất

materialism *n.* chủ nghĩa duy vật: **dialectical ~** duy vật biện chứng; **historical ~** duy vật lịch sử

materialist *n.* người duy vật, người thích vật chất

materialistic *adj.* duy vật, quá thiên về vật chất

materialize *v.* vật chất hoá, thành sự thật, thực hiện được:

matériel *n.* trang bị vật chất, cơ sở vật chất

maternal *adj.* thuộc về mẹ, của mẹ; bên ngoại: **~ love** tình mẹ, tình mẫu tử; **~ uncle** cậu

maternity *n.* tính chất/tư cách người mẹ: **~ clothes** quần áo đàn bà có mang; **~ hospital** nhà hộ/bảo sinh; **~ leave** nghỉ hộ sản, phép nghỉ đẻ

math, maths *n., abbr.* xem (= **mathematics**) toán, toán học

mathematical *adj.* thuộc toán, toán học; chính xác

mathematician *n.* nhà toán học, toán học gia

mathematics *n.* toán học, môn toán: **pure ~** toán học thuần tuý; **applied ~** toán học ứng dụng

matinée *n.* buổi diễn ban chiều, xuất chiều

matriarch *n.* nữ tộc trưởng, nữ gia trưởng, bà chúa

matriarchal *adj.* thuộc quyền mẹ, thuộc mẫu hệ

matriarchy *n.* chế độ quyền mẹ, chế độ mẫu hệ

matriculate *v.* tuyển làm sinh viên; ghi tên học

matriculation *n.* cuộc thi tuyển vào đại học

matrimony *n.* hôn nhân, đời sống vợ chồng

matrix *n.* tử cung, dạ con; ma trận

matron *n.* đàn bà lớn tuổi (có chồng); bà quản lý, quản gia [nhà thương]; nữ cảnh sát [nhà tù]

matronly *adj.* thuộc người đàn bà có chồng; đứng đắn

matt *adj.* không bóng, xỉn mặt: **to paint a ~ white** sơn màu trắng không bóng

matter **1** *n.* chất, vật chất, thể; đề, chủ đề; vật, phẩm; chuyện, việc, điều, vụ; cớ, lý do: **printed ~** ấn phẩm; **what's the ~ with him?** ông ấy làm sao thế?; **no ~ what happens** bất luận chuyện gì xảy ra; **it is a ~ of course** đó là chuyện tất nhiên; **as a ~ of fact** thật ra, thực tế; **this is a very important ~** đây là một vấn đề rất quan trọng **2** *v.* quan trọng: **it doesn't ~** không sao

mattock *n.* cái cuốc chim

mattress *n.* nệm, đệm: **spring ~** đệm lò xo

maturation *n.* sự trưởng thành, sự chín cây

mature 1 *adj.* chín, chín chắn, thành thục; kỹ càng, cẩn thận, đắn đo; đến kỳ hạn phải trả, đáo hạn: *the plan is not ~ yet* kế hoạch chưa kỹ càng; *~ age student* sinh viên lớn tuổi 2 *v.* chín, trở nên chín chắn; đến kỳ hạn phải trả: *when does this bill ~?* đến khi nào cái hoá đơn nầy phải trả?

maturity *n.* sự già dặn, sự thành thục; tính chính chắn; kỳ hạn phải trả; kỳ hạn rút tiền gửi băng

maudlin *adj.* uỷ mị, hay khóc lóc sướt mướt

maul *v.* đánh, cấu xé, phá phách; hành hạ; phê bình tơi bời

maunder *v.* nói năng lung tung, nói không đâu vào đâu

mausoleum *n.* lăng, lăng tẩm

mauve *adj.* màu hoa cà

maverick *n.* con bê chưa đánh dấu; người không theo khuôn phép; người hoạt động chính trị độc lập

maw *n.* dạ dày; bụng; diều; miệng: *to fill one's ~* nhét đầy bụng

mawkish *adj.* nhạt nhẽo, sướt mướt

maxim *n.* cách ngôn, châm ngôn

maximize *v.* làm tăng lên đến tột độ

maximum *n., adj.* (số) tối đa, tối cao, cực độ

may *aux., v.* có thể, có lẽ; được phép, có thể; cầu chúc, cầu mong; có thể: *you ~ enter now* bây giờ con vào được rồi; *~ you be very happy* tôi cầu chúc cho anh chị được nhiều hạnh phúc; *you ~ know about our plans, I think* tôi hy vọng anh có thể biết rõ chương trình của chúng tôi; *she ~ have forgotten* có thể cô ấy quên

May *n.* tháng Năm dương lịch: *~ Day* Ngày Quốc tế Lao động (mồng một tháng 5) [**Labor Day**]

maybe *adv.* có lẽ, có thể: *~ we can go to the movies* có lẽ chúng ta đi xem chiếu bóng/ xi-nê

May Day *n.* ngày mồng 1 tháng 5, ngày lễ Quốc tế lao động

mayonnaise *n.* nước sốt may-on-ne

mayor *n.* thị trưởng

maypole *n.* cây nêu ngày 1 tháng năm

maze *n.* đường rối, mê lộ, cung mê, mê đồ: *to be in a ~* trong trạng thái rối răm

MBA *n., abbr.* (= **Master of Business Administration**) phó tiến sĩ quản trị thương mãi

MC *n., abbr.* (= **master of ceremonies**) người điều khiển chương trình trong các buổi lễ

MD *n., abbr.* (= **Doctor of Medicine**) bác sĩ y khoa

me *pron.* tôi, tao, tớ: *the dog bit ~* chó cắn tôi; *as for ~* còn (về phần) tôi thì; *please help ~*

làm ơn giúp tôi; *listen to ~* hãy nghe tôi

meadow *n.* cánh đồng cỏ

meager *adj.* gầy, còm; [tiền] ít; [bữa ăn] sơ sài: *we have a ~ meal* chúng ta ăn một bữa cơm đạm bạc

meal 1 *n.* bữa ăn, bữa cơm: *evening ~* bữa tối; *~ time* giờ ăn 2 *n.* bột [lúa, ngô, v.v.]: *corn ~* bột ngô; *~ on wheels* cơm do thành phố địa phương mang đến nhà cho những người già cả hoặc đau ốm không nấu ăn được

mean 1 *v.* [**meant**] có nghĩa là; muốn/định nói; có ý: *what does this word ~?* từ/chữ này có nghĩa là gì?; *I ~ now, not tomorrow* tôi muốn nói ngay bây giờ, chứ không chờ đến mai; *he didn't ~ to hurt you* ông ấy không định tâm làm anh đau/giận 2 *adj.* thấp kẻ, tầm thường; tồi, tồi tàn, tiểu tụy; hèn, bần tiện; nhỏ nhen, tiểu nhân, ác: *the ~ annual temperature* nhiệt độ trung bình hằng năm 3 *n.* khoảng giữa; số trung bình; cách, kế phương tiện; của, của cải, phương tiện tài chính: *by ~s of* bằng cách; *by no ~s* chắc không, hẳn không; *a man of ~s* người có của; *to improve the ~s of communication* cải tiến phương tiện truyền thông

meander *v.* uốn khúc, quanh co, ngoằn nghoèo, khúc khuỷu

meaning *n.* nghĩa, ý nghĩa: *what is the ~ of this word?* nghĩa của chữ nầy là gì?

meaningful *adj.* có/đầy ý nghĩa

meaningless *adj.* vô nghĩa

means *n.* phương tiện, cách kế: *by all ~* bằng mọi cách; *by manner of ~* chẳng chút nào, tuyệt nhiên không

meant quá khứ của **mean**

meantime *n., adv.* trong khi ấy, trong lúc ấy: *my mother is doing cooking; in the ~ I am studying* mẹ tôi đang nấu ăn trong khi tôi đang học

meanwhile *n., adv.* trong khi ấy: *I will be ready to meet them; ~ I am off to talk to my friend* tôi sẽ sẵn sàng gặp họ trong khi tôi phải nói chuyện với bạn tôi

measles *n.* bệnh sởi: *to have the ~* lên sởi

measly *adj.* lên sởi, vô giá trị

measurable *adj.* đo được, vừa phải, phải chăng

measure 1 *n.* sự đo (lường); đơn vị đo (lường); giới hạn, chừng mực; biện pháp; nhịp (điệu): *~ for ~* ăn miếng trả miếng; *beyond ~* quá độ, quá chừng, quá đỗi; *to set ~s to* đặt giới hạn 2 *v.* đo, đo lường; đo được; so/đo [with với]: *to ~ someone for new clothes* đo kích thước để may quần áo; *to ~ someone with one's eye* nhìn ai từ đầu đến chân

measured *adj.* cân nhắc, đắn đo, thận trọng; đều

measureless *adj.* không đo được, không lường được, vô chừng

measurement *n.* sự/phép đo; kích thước, khuôn khổ

meat *n.* thịt; thịt, cơm [trái cây]; đồ ăn: *~balls* thịt viên, viên thịt; *fresh ~* thịt tươi; *lean ~* thịt nạc; *to be ~ and drink to someone* làm cho ai vui thích

meaty *adj.* có thịt, nhiều thịt

mechanic *n.* thợ máy

mechanical *adj.* thuộc cơ khí; máy móc quá

mechanics *n.* cơ học

mechanism *n.* máy móc, cơ cấu, cơ quan, cơ chế

mechanize *v.* cơ khí hoá; cơ giới hoá

mechantronics *n.* điện cơ

medal *n.* mề đay, huy chương: *gold ~* huy chương vàng

medallion *n.* huy chương; quả tim đeo cổ

medal(l)ist *n.* người được tặng huy chương

meddle *v.* xem/dính/xía vào: *to ~ in someone's affairs* xía vào chuyện của ai

meddlesome *adj.* thích xen vào chuyện người khác

media *n.* (xem **medium**) các phương tiện truyền thông

medial *adj.* ở giữa, trung bình

median *adj.* ở giữa

mediate *v.* làm trung gian, hoá giải

mediator *n.* người trung gian, hoá giải viên

medic *n.* anh cứu thương; bác sĩ; sinh viên y khoa

medical *adj.* y, y học, y khoa; *~ officer* nhân viên y tế; *~ school* trường y, trường thuốc

medicate *v.* bóc thuốc, cho thuốc

medication *n.* sự cho thuốc; thuốc men

medicinal *adj.* dùng làm thuốc: *~ herbs* dược thảo

medicine *n.* thuốc; y học, y khoa: *to take ~* dùng thuốc, uống thuốc; *~ chest* tủ thuốc gia đình; *to give someone a dose of his/her own ~* lấy gậy ông đập lưng ông

medieval *adj.* [*Br.* **mediaeval**] thuộc thời trung cổ

mediocre *adj.* thường, xoàng, vừa, tồi, tầm thường

mediocrity *n.* tính chất xoàng, người tầm thường

meditate *v.* suy nghĩ, ngẫm nghĩ, trầm ngâm

meditation *n.* sự trầm ngâm, sự trầm tư mặc tưởng, sự phản tỉnh; thiền: *my mother is practicing ~* mẹ tôi đang thực hành thiền

meditator *n.* người trầm tư, người ngồi thiền

Mediterranean *adj.* thuộc Địa Trung Hải

medium **1** *n.* vật môi giới; trung dung; bà đồng, môi trường; phương tiện [**media**]: *through the ~ of* qua sự trung gian của **2** *adj.* trung bình, trung, vừa: *~ size* cỡ trung bình; *~ wave* (làn) sóng trung (bình)

medley *n., adj.* mớ hỗn tạp; bản nhạc hỗn hợp; sặc sỡ nhiều màu

meek *adj.* ngoan, hiền lành, dễ bảo, nhu mì: *as ~ as a lamb* hiền lành như cừu

meet **1** *n.* cuộc gặp gỡ để tranh tài: *at a ~ in Hanoi, he won 200m-free style* anh ấy đã thắng 200 mét bơi tự do trong cuộc tranh tài ở Hà Nội **2** *v.* [**met**] gặp (mặt), gặp gỡ; đón, rước; được làm quen với; đáp ứng [nhu cầu], trả, thanh toán; gặp nhau, hội họp: *pleased to ~ you* hân hạnh được gặp ông; *that society ~s every year right after Christmas* hội ấy năm nào cũng họp ngay sau kỳ lễ Giáng sinh; *to ~ someone at the airport* gặp ai ở sân bay; *to ~ a demand* thỏa mãn yêu cầu

meeting *n.* cuộc gặp gỡ/hội ngộ; phiên họp, khoá họp, hội nghị: *~ ground* chỗ gặp gỡ; *~ room* phòng họp; *to open the ~* khai mạc buổi họp; *to have a ~* có buổi họp

megabuck *n.* triệu đồng: *he can earn the sort of ~s he has always dreamed about* ông ấy có thể kiếm cả triệu đồng mà ông ta từng mơ ước

megabyte *n.* một triệu bit

megalomania *n.* chứng vĩ cuồng: *early success may lead to ~* sự thành công sớm sẽ dẫn đến chứng vĩ cuồng

megalopolis *n.* thành phố thật lớn

megaphone *n.* cái loa

megastar *n.* triệu sao

melancholia *n.* bệnh u sầu, bệnh buồn nản

melancholy *n., adj.* (sự/nỗi) ưu sầu, sầu muộn

meld **1** *n.* sự hợp nhất, sự kết hợp: *a ~ of traditional techniques with radical conceptions* sự kết hợp kỹ thuật truyền thống với những quan niệm tuyệt đối **2** *v.* kết hợp, hợp nhất: *to ~ four departments into two* kết hợp 4 ngành thành 2

melee *n.* cuộc loạn đả

mellow **1** *adj.* ngọt dịu/lịm; dịu dàng, êm dịu; rượu ngọt giọng **2** *v.* trở nên già giặn/chín chắn hơn

melodious *adj.* êm tai, du dương, thánh thót

melodrama *n.* kịch tình tiết (quá thống thiết); lời nói cường điệu

melody *n.* điệu hát/ca; âm điệu/nhạc khúc du dương

melon *n.* dưa (tây): *bitter ~* mướp đắng, hủ qua; *water ~* dưa hấu; *winter ~* bí, đông qua

melt *v.* tan/chảy ra; làm tan ra; động/mủi lòng; làm động/mủi lòng: *~ing pot* nồi đúc, nồi hỗn hợp; *the fog ~ed away* sương mù tan rồi; *my heart ~s with pity* trái tim tôi đau xót vì xúc động; *to ~ away* tan biến đi; *to ~ into tears* khóc sướt mướt

meltdown *n.* quá trình nấu chảy, nung chảy

member *n.* hội/thành/đảng/đoàn viên; chân, tay, bộ phận: *I am a ~ of the club* tôi có chân trong câu lạc bộ đó; *~ state* nước hội viên/thành viên

membership *n.* hội viên, tư cách/số hội viên

membrane *n.* màng

memento *n.* vật kỷ niệm

memo xem **memorandum**

memoir *n.* hồi ký; tiểu luận: *~s* hồi ký, tập kỷ yếu

memorable *adj.* đáng ghi nhớ; không quên được

memorandum *n.* bản ghi nhớ; thư ngắn (cho khỏi quên); giác thư: *~ of understanding (MOU)* thoả ước thư

memorial 1 *n.* sớ, kiến nghị; đài kỷ niệm: *war ~* đài liệt sĩ 2 *adj.* để kỷ niệm: *~ service* lễ truy điệu

memorize *v.* nhớ, thuộc, (học) thuộc lòng

memory *n.* trí nhớ, ký ức; kỷ niệm, sự tưởng nhớ: *to have a good ~* có trí nhớ tốt

men *n.* số nhiều của (*sing.* **man**) *"~'s Room"* phòng vệ sinh nam

menace *n.* mối đe dọa

menagerie *n.* nơi giữ và huấn luyện động vật để làm xiếc; một lô: *they asked me a ~ of questions* họ hỏi tôi một lô câu hỏi

mend 1 *n.* chỗ vá, chỗ sửa chữa; sự phục hồi sức khỏe: *to be on the ~* phục hồi sức khỏe 2 *v.* vá, chữa, mạng, sửa chữa, sửa sang, tu bổ; sửa đổi: *to ~ one's ways* sửa đổi tính nết; *to ~ one's pace* rảo bước, bước nhanh 3 *v.* bình phục, hồi phục: *the patient is ~ing nicely* bệnh nhân đang bình phục

mendicant *n., adj.* người ăn mày, kẻ hành khất

menfolk *n.* (cánh) đàn ông

menial *n., adj.* [công việc] của đầy tớ

meningitis *n.* bệnh sưng màng óc, viêm màng não

meniscus *n.* mặt khum, mặt kính lồi: *convex ~* mặt khum lồi; *diverging ~* thấu kính phân kỳ

menopause *n.* sự mãn/tắt kinh

menses *n.* kinh nguyệt

menstrual *adj.* thuộc kinh nguyệt, hàng tháng

menstruate *v.* thấy tháng, thấy kinh, bẩn mình

menstruation *n.* kinh nguyệt

menswear *n.* áo quần đàn ông, y phục nam giới: *if you want to buy a jacket, go to a ~ store* bạn muốn mua áo khoác phải không? hay đến tiệm áo quần đàn ông

mental *adj.* thuộc trí tuệ; thuộc tâm thần,

tinh thần: *~ hospital* nhà thương điên, dưỡng trí viện; *~ illness* bệnh tâm thần

mentality *n.* trạng thái tâm lý, tâm lý

menthol *n.* hoá chất men-tol, tinh bạc hà

mention 1 *n.* sự nói đến, sự đề cập: *to make ~ of a fact* đề cập đến một sự kiện 2 *v.* kể ra/đến, nói đến: *don't ~ it* không dám, không có chi; *your opinions haven't been ~ed in this letter* ý kiến của bạn chưa đề cập đến trong lá thư nầy

mentor *n.* ông thầy dìu dắt, người cố vấn

menu *n.* thực đơn

mercantile *adj.* buôn bán; vụ lợi, duy tiền, bái kim, trọng thương

mercenary 1 *n.* lính đánh thuê; tay sai 2 *adj.* làm thuê, làm công; hám/vụ lợi

merchandise *n.* hàng hoá, hoá phẩm, hoá vật

merchant *n.* nhà buôn, lái buôn, buôn: *~ service* hãng tàu buôn

merciful *adj.* có lòng thương, từ bi; khoan hồng

merciless *adj.* vô tình, nhẫn tâm, tàn nhẫn

mercurial *adj.* thuộc thuỷ ngân, có thuỷ ngân

mercury *n.* thuỷ ngân: *Mercury* sao Thuỷ, Thuỷ tinh; *~ barometer* máy đo khí áp thuỷ ngân

mercy *n.* lòng thương, từ bi, lòng trắc ẩn: *at the ~ of* trong tay, dưới quyền của; *for ~'s sake* vì lòng thương; *~ killing* sự giết người bị bệnh nan y [cho đỡ đau đớn]

mere *adj.* chỉ là: *at the ~ thought of it* chỉ mới nghĩ đến điều đó

merely *adv.* chỉ là, đơn thuần

merge *v.* lẫn vào, hợp vào; hợp nhất, kết hợp

merger *n.* sự hợp nhất, sự kết hợp

meridian *n.* kinh tuyến, đường kính

merit 1 *n.* giá trị, tài cán; công, công lao/ trạng: *to decide a case on its ~s* dựa trên lẽ phải trái mà quyết định sự việc 2 *v.* đáng (được), xứng đáng: *to ~ reward* đáng được tưởng thưởng

meritocracy *n.* chế độ cai trị do nhân tài

meritorious *adj.* xứng đáng, đáng khen/ thưởng

mermaid *n.* mỹ nhân ngư; kiện tướng bơi lội [nữ]

merriment *n.* sự vui chơi; sự vui vẻ/hoan hỉ

merry *adj.* vui, vui vẻ, hớn hở: *to wish someone a ~ Christmas* chúc ai một Giáng sinh vui vẻ; *~ maker* người tham dự cuộc vui;

merry-go-round *n.* vòng quay ngựa gỗ [trẻ con]

merrymaking *n.* sự nô đùa, trò vui; hội hè

mesh 1 *n.* mắt lưới: *the ~es of a spider's web* lưới mạng nhện; *in ~* [bánh xe] ăn khớp nhau 2 *v.* bắt vào lưới; ăn khớp nhau: *their senses of humor ~ed perfectly* tính tình trào phúng của họ ăn khớp nhau tuyệt vời

mesmerism *n.* thuật tôi miên

mesmerist *n.* nhà thôi miên

mesmerize *v.* thôi miên; mê hoặc, quyến rũ

mess 1 *n.* tình trạng hỗn độn/bừa bãi bẩn thỉu; bữa ăn chung, tốp người ăn chung: *the whole room was in a ~* cả gian phòng đều bừa bãi; *to go to ~* đi ăn; *~ of pottage* miếng đỉnh chung, bả vật chất; *~ hall* nhà ăn tập thể **2** *v.* làm lộn xộn/lung tung, làm bẩn/hỏng: *to ~ up a plan* làm hỏng kế hoạch

message *n.* thư, thư tín, lời nhắn, điện, điện văn, thông điệp/báo; lời truyền: *to leave a ~ for someone* để lại lời nhắn cho ai; *a ~ of greeting* điện chào mừng

messenger *n.* người đưa/truyền tin; sứ giả

Messiah *n.* Chúa cứu thế, vị cứu tinh dân tộc

Messrs *n., abbr.* (= **messieurs**) quý ông: *~ Viet and Nam* Gởi quí ông Việt và Nam

messy *adj.* lung tung, hỗn độn, bừa bãi, bẩn thỉu: *that is ~ work* đó là công việc bẩn thỉu

met quá khứ của *meet*: *we ~ him in the city last night* chúng tôi gặp anh ấy ở phố tối hôm qua

metabolism *n.* sự trao đổi chất; (tân trần) đại tạ

metal *n.* loài kim, kim loại/khí

metallic *adj.* bằng/thuộc/như kim loại

metalloid *n.* á kim; tựa kim loại

metallurgy *n.* nghề/thuật/môn luyện kim

metalwork *n.* công việc luyện kim: *he is a craftsman in ~ from Vietnam* anh ta là một công nhân trong ngành luyện kim ở Việt Nam

metamorphosis *n.* sự biến hình/hoá, hoá thân

metaphor *n.* phép ẩn dụ

metaphrase *n., v.* bản dịch/dịch từng chữ, nguyên văn

metaphysics *n.* siêu hình học, hình như thượng học

mete 1 *n.* biên giới, giới hạn, bờ cõi **2** *v.* cho, chia, phân phát [sự thưởng phạt]

meteor *n.* sao sa/băng, lưu tinh; người/vật nổi tiếng như cồn

meteoric *adj.* vụt sáng trong chốc lát

meteorite *n.* đá trời, thiên thạch, vẫn thạch

meteorology *n.* khí tượng học

meter 1 *n.* mét; vận luật: *square ~* mét vuông **2** *n.* cái đo, đồng hồ đo: *to read the water ~* đọc đồng hồ nước

method *n.* cách thức, phương pháp; thứ tự, ngăn nắp

methodical *adj.* có phương pháp/hệ thống/ qui mô

Methodist *n.* người theo giáo phái Giám lý

methodology *n.* phương pháp học/luận

meticulous *adj.* kỹ, quá kỹ càng, tỉ mỉ

metre *n.* xem chữ **meter**

metric *adj.* thuộc mét: *~ system* hệ thống mét

metrics *n.* môn vận luật, thi luật

metro *n.* xe điện ngầm: *to take a ~ to the city* lấy xe điện ngần lên phố

metronome *n.* máy đánh nhịp

metropolis *n.* thủ đô/phủ, thành phố lớn; trung tâm

metropolitan *adj.* thuộc thủ đô; thuộc mẫu quốc

mettle *n.* khí khái/phách; nhuệ khí, nhiệt tình: *to put somebody on his/her ~* thúc đẩy ai làm hết sức mình

mew 1 *n.* tiếng mèo kêu **2** *v.* [mèo, mãn] kêu meo meo

mews *n.* phố/ngõ trước kia có chuồng ngựa bên cạnh

Mexican *adj.* thuộc người/tiếng Mễ Tây Cơ

Mexico *n.* nước Mễ Tây Cơ

mezzanine *n.* gác lửng, tầng gác lửng

mica *n.* mi ca

mice số nhiều của **mouse**

microbe *n.* vật vi sinh, vi trùng, vi khuẩn

microbiology *n.* vi trùng học

microchip *n.* chip nhỏ nhất

microcomputer *n.* máy vi tính nhỏ nhất

microcopy *n.* bản sao micro-phim

microcosm *n.* thế giới vi mô

microeconomics *n.* kinh tế vĩ mô

microelectronics *n.* điện tử vi phân

microfiche *n.* vi phim, phim nhỏ chứa nhiều tài liệu

microfilm *n.* micrôfim, vi phim

micrometer *n.* trắc vi kế, máy dùng để đo những vật nhỏ

microminiaturization *n.* sự ứng dụng hoá điện tử vi phân

micron *n.* micro-mê

micro-organism *n.* vi sinh vật, cơ quan nhỏ nhất trong cơ thể con người

microphone *n.* micrô, máy ghi âm

microprocessor *n.* phần chính nhỏ nhất dùng lưu trữ giữ liệu trong máy vi tính

microscope *n.* kính hiển vi

microscopic *adj.* rất nhỏ, li ti

microstructure *n.* cấu trúc vi mô, tổ chức tế vi

microsurgery *n.* cuộc giải phẫu tế vi, giải phẫu bộ phận rất nhỏ trong cơ thể

microwave *n.* lò nấu bằng sóng điện cực ngắn, lò nấu vi ba

mid *adj.* giữa: *~ January* giữa tháng giêng Tây

midday *n.* trưa, buổi trưa, chính ngọ

middle 1 *n.* (khoảng) giữa; chỗ thắt lưng: *in the ~ of the house* ở giữa nhà **2** *adj.* giữa, trung: *the ~ Ages* Thời Trung cổ; *~ class* giai cấp trung lưu; *the ~ East* Trung Đông;

~-aged trung niên

middleman *n.* người môi giới

midfield *n.* cầu thủ ở hàng giữa, cầu thủ trung phong

midget *n.* người rất nhỏ; con vật nhỏ; vật nhỏ

midland *n., adj.* vùng trung du

midlife *n.* tuổi trung niên

midnight *n.* nửa đêm, 12 giờ đêm

midriff *n.* cơ hoành

midshipman *n.* sinh viên trường hải quân

midst *n., prep.* ở giữa: *in the ~ of* giữa lúc; giữa bọn

midsummer *n.* giữa mùa hè; hạ chí

midterm *n.* giữa khoá (học); giữa nhiệm kỳ; bài thi giữa khoá

midway *adv.* nửa đường, giữa đường, nửa chừng

midweek *n.* giữa tuần

midwife *n.* bà/cô đỡ, bà mụ

midwinter *n.* giữa mùa đông; đông chí

mien *n.* dáng, vẻ, dáng điệu, phong cách

miff *n., v.* sự/làm mất lòng, phật ý

might quá khứ của **may:** *if you had looked there, you ~ have found it* bạn tìm ở đó, bạn sẽ kiếm thấy: *she ~ have forgotten* có thể cô ta quên chăng

might *n.* sức mạnh, lực, vũ lực, cường quyền

mighty *adj.* mạnh, hùng cường; to lớn; phi thường: *a ~ nation* một quốc gia hùng cường

migraine *n.* chứng nhức một bên đầu

migrant *n., adj.* (người) di trú; di dân

migrate *v.* [chim, người] di trú; ra ngoại quốc

migration *n.* sự/cuộc di trú, di cư

migratory *adj.* di trú, di động, nay đây mai đó

mike xem **microphone**

milch *adj.* thuộc bò sữa: *~ cow* bò sữa

mild *adj.* êm dịu, ôn hoà; dịu dàng, hoà nhã; nhẹ, dịu, không cay, không nặng, nhẹ: *~ temper* tính tình ôn hoà; *~ tobacco* thuốc lá nhẹ

mildew 1 *n.* bệnh mốc; nấm mốc 2 *v.* làm cho mốc

mildly *adv.* hơi nhẹ một chút

mile *n.* dặm, lý [= *1,609 m*]

mileage, milage *n.* khoảng đường tính bằng dặm; cước phí đi đường

milestone *n.* cột cây số, cột ki lô mét, cọc, mốc

milieu *n.* những người quen thuộc: *I stayed happily within my own social ~* tôi ở rất hạnh phúc với những người quen thuộc của tôi

militant *n., adj.* (người) chiến đấu

militarism *n.* chủ nghĩa quân phiệt

militarist *n.* người theo chủ nghĩa quân phiệt

military 1 *n.* quân sự, quân đội, nhà binh:

the ~ have admitted that there will be more bombing quân đội xác nhận là sẽ dội bom nhiều hơn nữa 2 *adj.* thuộc quân đội, thuộc quân sự/nhà binh: *~ base* căn cứ quân sự; *~ intelligence* tình báo quân đội; *~ police* quân cảnh

militia *n.* dân quân

militiaman *n.* anh dân quân

milk 1 *n.* sữa [người, bò, dê, v.v.]; nước, sữa: *condensed ~* sữa đặc có đường; *~ bar* tiệm bán sữa và các thứ hàng thông dụng; *~maid* cô/chị vắt sữa ở trại; *~man* người giao sữa; người bán sữa; *~ powder* sữa bột; *~ shake* sữa trộn đánh với kem 2 *v.* vắt sữa; bóc lột, bòn rút vắt sữa ở trại: *the cows are ~ing well this year* năm nay bò cho nhiều sữa

milky *adj.* (trắng đục) như sữa; *~ Way* Ngân hà

mill 1 *n.* cối xay; (nhà) máy xay; máy nghiền/cán; xưởng: *cotton ~* nhà máy dệt; *coffee ~* cối xay cà phê 2 *v.* xay, nghiền, cán, tán, giã: *to ~ flour* xay bột

millennium *n.* nghìn năm, thiên niên kỷ

miller *n.* chủ cối xay

millet *n.* hạt kê; cây kê

milligram *n.* mi li gam

milliliter *n.* mi-li lít, bằng 0,001 lít

millimeter *n.* mi li mét, bằng 0,001 mét

milliner *n.* người làm/bán mũ đàn bà

million *n.* một triệu

millionaire *n.* nhà triệu phú

millipede *n.* động vật nhiều chân

mime 1 *n.* kịch/tuồng câm; anh hề 2 *v.* bắt chước

mimeograph *n., v.* (in bằng) máy rô nê ô

mimic *v.* bắt chước, nhại

mimicry *n.* sự bắt chước, tài bắt chước

mimosa *n.* cây xấu hổ, cây trinh nữ

mince 1 *n.* thịt vụn: *the ~ of beef* thịt bò vụn 2 *v.* băm vụn, thái nhỏ/vụn; nói õng ẹo: *~d pork* thịt heo xay

mincemeat *n.* thịt xay nhỏ: *to use ~ for making spring-rolls* dùng thịt xay làm chả giò

mind 1 *n.* tâm, tâm trí, tinh thần; đầu óc, trí óc, trí tuệ; ý kiến, ý nghĩ, ý định; sự chú ý/tâm; trí nhớ, kí ức: *to have in ~* ghi, nhớ; định, tính; *I made up my ~ to* tôi đã quyết định; *later he changed his ~* về sau anh ấy đổi ý kiến 2 *v.* để ý, lưu/chú ý; trông nom, chăm sóc; phiền lòng, bận tâm, quan tâm: *do you ~ answering the phone* anh làm ơn trả lời điện thoại hộ tôi; *never ~* không hề gì, đừng bận tâm, kệ nó; *never ~ her crying* mặc nó, cho nó khóc

minded *adj.* có đầu óc: *absent-~* đãng trí; *narrow-~* đầu óc chật hẹp

minder *n.* người giữ, người trông coi trẻ

mindful *adj.* nhớ tới, lo lắng tới, lưu tâm

mine *pron.* (những) cái của tôi: *this book is ~* quyển sách này là của tôi; *your shoes are brown; ~ are black* giày anh màu nâu, giày tôi màu đen

mine 1 *n.* mỏ; nguồn, kho; mìn, địa/thuỷ lôi 2 *v.* đào, khai [mỏ]; đặt mìn, đặt địa lôi/thuỷ lôi; giật mìn

minefield *n.* bãi mìn

miner *n.* công nhân mỏ, thợ/khu mỏ

mineral 1 *n.* khoáng chất/sản 2 *adj.* khoáng, vô cơ: *~ water* nước khoáng

mineralogy *n.* khoáng vật học

minestrone *n.* xúp rau và miến

mingle *v.* trộn lẫn, lẫn vào: *to ~ with the crowd* lẫn vào trong đám đông

miniature *n., adj.* tiểu họa, hình nhỏ: *in ~* thu nhỏ lại

minibus *n.* xe buýt nhỏ

minicomputer *n.* máy vi tính nhỏ

minimal *adj.* rất nhỏ, tối thiểu

minimize *v.* giảm đến mức tối thiểu

minimum *n.* số lượng tối thiểu, mức tối thiểu: *~ wages* lương tối thiểu

minion *n.* con cưng, người được chiều chuộng

miniskirt *n.* váy ngắn

minister 1 *n.* bộ trưởng, tổng trưởng; công sứ, sứ thần; mục sư: *the ~ of defense* bộ trưởng quốc phòng; *prime ~* thủ tướng; *the ~ of our church* ông mục sư của hội thánh chúng tôi 2 *v.* chăm sóc (chu đáo) [*to* cho]

ministerial *adj.* thuộc bộ trưởng, thuộc quốc vụ khanh

ministry *n.* bộ; chức vụ/nhiệm kỳ bộ trưởng; đoàn mục sư: *~ of foreign affairs* bộ ngoại giao

mink *n.* chồn vi zon [lông mượt làm áo đắt tiền]

minnow *n.* cá tuế

minor 1 *n.* người vị thành niên; điệu thứ: *he is still a ~* cậu ấy vẫn còn vị thành niên 2 *adj.* nhỏ hơn, thứ yếu, không quan trọng; [quản nhạc] thứ: *a ~ mistake* lỗi nhỏ; *to take a ~ part of* tham dự một phần nhỏ

minority *n.* số ít, thiểu số (thiếu): *national ~, ~ people* dân tộc ít người, dân tộc thiểu số

minstrel *n.* người hát rong, nghệ sĩ hát sẩm

mint 1 *n.* cây bạc hà: *~ leaves* lá bạc hà 2 *n.* nhà, sở đúc tiền, món tiền lớn: *a ~ of money* một món tiền lớn 3 *adj.* mới, chưa dùng: *in ~ condition* còn mới toanh 4 *v.* đúc [tiền]; đặt ra [từ/chữ mới]

minus 1 *n.* số âm; dấu trừ 2 *adj.* dưới, trừ: *the temperature is -5 degrees* nhiệt độ ở dưới 5 độ 3 *prep.* trừ: *7 - 2 is 5* 7 trừ 2 còn 5

minute 1 *n.* phút; một lúc/lát: *please wait a ~* làm ơn đợi một phút 2 *n.* biên bản: *the ~s*

of a meeting biên bản buổi họp 3 *adj.* rất nhỏ, vụn vặt, tinh tế; tỉ mỉ, kỹ lưỡng, cặn kẽ: *they have carried out a ~ investigation* họ vừa thực hiện cuộc điều tra kỹ lưỡng; *~ hand* kim phút; *~ book* sổ biên bản

minutia *n.* (*pl.* **minutiae**) những chi tiết nhỏ nhặt; những chi tiết chính xác

minx *n.* người đàn bà lăng loàn, người đàn bà lẳng lơ

miracle *n.* phép màu, phép thần diệu; kỳ công: *the opera-house is a ~ of architecture* nhà hát con sò là một kỳ công của ngành kiến trúc; *~ drug* thuốc tiên, tiên dược, thần dược

miraculous *adj.* kỳ/thần/huyền diệu, phi thường

mirage *n.* ảo ảnh/tượng; ảo vọng

mire *n., v.* vũng/vấy bùn, bãi lầy

mirror 1 *n.* gương soi: *~ image* hình phản chiếu 2 *v.* phản chiếu, phản ánh

mirth *n.* sự vui vẻ, sự cười đùa

misaddress *v.* gọi sai, xưng hô không đúng, viết sai địa chỉ

misadventure *n.* sự rủi ro, sự bất hạnh

misadvise *v.* khuyên khai, cố vấn sai

misalign *v.* chỉnh đường sai

misalliance *n.* sự kết hôn không tương xứng

misanthrope *n.* kẻ ghét người/đời; kẻ chán đời

misapprehension *n.* sự hiểu sai/lầm

misappropriate *v.* lạm tiêu, biển thủ, thục két

misbehave *v.* ăn ở cư xử không đứng đắn, bậy bạ

misbehavior *n.* hạnh kiểm xấu, cách cư xử không tốt

misbelief *n.* sự tin tưởng sai, tín ngưỡng sai lầm

miscalculate *v.* tính sai, tính lầm

miscarriage *n.* sự sẩy thai: *~ of justice* vụ xử án sai, vụ xử án oan

miscarry *v.* sẩy thai; sai lầm; thất bại

miscast *v.* chọn các vai đóng không hợp cho một vở kịch, phân công đóng vai không hợp

miscellaneous *adj.* linh tinh, hỗn/pha tạp: *to sell ~ goods* bán tạp hoá; *~ expenditure* những chi tiêu lặt vặt

miscellany *n.* tạp lục/biên; hợp tuyển

mischief *n.* trò tinh nghịch; sự ranh mãnh, sự hóm hỉnh; điều ác, sự nguy hại: *to play the ~ with* gieo tai hoạ; *~-maker* người gieo bất hoà

mischievous *adj.* tinh nghịch/quái; có hại: *a ~ child* đứa trẻ tinh quái

misconception *n.* sự quan niệm/sự nhận thức sai

misconduct 1 *n.* hạnh kiểm xấu, phẩm hạnh bất chính 2 *v.* cư xử xấu, ngoại tình với, quản lý kém: *to ~ one's business* quản lý kém công việc

misconstrue *v.* hiểu sai; giải thích sai

miscount *n., v.* việc/đếm sai

miscreant *adj.* vô lại, ti tiện

misdeal *n., v.* việc/chia bài sai

misdeed *n.* hành động xấu

misdemeanor *n.* hạnh kiểm xấu, cách cư xử không tốt; hành động phi pháp

miser *n.* người hà tiện/bủn xỉn/keo kiệt

miserable *adj.* khốn khổ, khổ sở, điêu đứng, cùng khổ, cực khổ; nghèo nàn, tồi tàn: *to have a ~ meal* ăn một bữa ăn nghèo

misery *n.* cảnh nghèo khổ; sự đau đớn khổ sở: *to suffer from ~* khổ sở vì nhức đầu

misfire *v.* bắn súng không nổ

misfit *n.* (người) không xứng; (áo) không vừa

misfortune *n.* điều không may; sự rủi ro/bất hạnh

misgiving *n.* mối nghi ngờ/nghi ngại; nỗi lo âu

misguide *v.* hướng dẫn sai; xui làm bậy: *to ~ a child* hướng dẫn đứa trẻ sai

mishap *n.* tai nạn, việc rủi ro

misinformation *n.* sự thông tin sai

misinterpret *v.* giải thích sai, dịch sai: *he ~ed the message* anh ấy giải thích sai bản văn rồi

misjudge *v.* xét đoán sai

mislay *v.* để lẫn đâu mất, để thất lạc

mislead *v.* làm cho lạc đường; đánh lạc hướng: *the director ~s the members of the managing committee* ông giám đốc đã đánh lạc hướng các thành viên trong hội đồng quản trị

mismanagement *n.* sự quản lý tồi

mismatch *n., v.* sự/không xứng đáng, không hợp

misname *v.* đặt tên sai, gọi tên sai

misnomer *n.* sự nhầm tên; tên dùng sai

misplace *v.* để không đúng chỗ/lúc

misprint *n.* lỗi in, chữ in lầm

mispronounce *v.* đọc sai, phát âm sai

misquote *v.* trích dẫn sai

misrepresent *v.* trình bày sai, xuyên tạc

misrule **1** *n.* bạo chính **2** *v.* cai trị tồi

miss **1** *n.* cô; cô gái, thiếu nữ; hoa khôi, hoa hậu: *Ms Lan* cô Lan; *Miss Universe* hoa hậu thế giới **2** *n.* sự trượt, cú đánh trận; sự thất bại: *nine hits and one ~* 9 được 1 hỏng; *to give something a ~* tránh cái gì, bỏ qua cái gì **3** *v.* không trúng, trượt, trệch, trật, hỏng; lỡ/nhỡ [xe, tàu, máy bay]; bỏ lỡ; bỏ sót/quên; nhớ (nhung); không gặp được; không hiểu được: *to ~ an opportunity* bỏ lỡ cơ hội; *I ~ my brothers and sisters* tôi nhớ các anh các chị tôi; *he ~ed the last bus* ông ấy lỡ chuyến xe cuối

misshapen *adj.* méo mó, xấu xí, dị hình

missile *n.* vật phóng ra; tên lửa, hoả tiễn: *guided ~* tên lửa điều khiển; *to conduct guided ~ tests* thực hiện thử vũ khí điều khiển hoả tiễn hạt nhân

missing *adj.* thiếu, khuyết, vắng: *~ in action* lính bị mất tích

mission *n.* sứ mệnh, nhiệm vụ; công cán, công tác; phái đoàn, sứ đoàn; toà đại sứ, nhiệm sở [ngoại giao]; hội truyền giáo: *chief of ~s* trưởng nhiệm sở; *to go on a ~* được phái đi công tác

missionary *n.* nhà truyền giáo, giáo sĩ

misspell *v.* viết sai chính tả

missy *n.* cô

mist *n.* sương mù

mistake **1** *n.* lỗi, lỗi lầm, sai lầm: *to make a ~* phạm lỗi; *by ~* vì lầm, do sự sơ xuất **2** *v.* [mistook; mistaken] lầm lẫn: *I mistook him for my friend* tôi lầm ông ấy là bạn tôi

mistaken *adj.* lầm, sai lầm

mister *n.* (*abbr.* **Mr.**) ông, thưa ông: *~ Nam* ông Nam; *here! ~, is this yours?* thưa ông, đây có phải của ông không?

mistletoe *n.* cây tầm gửi

mistranslate *v.* dịch sai

mistreat *v.* ngược đãi

mistress *n.* bà chủ (nhà); cô/bà giáo; tình nhân, nhân tình, mèo

mistrial *n.* vụ xử án sai

mistrust *n., v.* sự/nghi ngờ/ngờ vực

misty *adj.* phủ/đầy sương mù

misunderstand *v.* sự hiểu lầm

misuse *n., v.* (sự) dùng sai, (sự) lạm dụng

mite *n.* con bét, con ve, con bọ; phần nhỏ; vật nhỏ bé

mitigate *v.* giảm nhẹ, giảm khinh, làm dịu bớt: *to ~ one's anger* bớt giận

mitt *n.* găng tay ngón cái riêng; găng tay để bắt bóng trong môn bóng chày

mitten *n.* găng tay ngón cái: *to get the ~* đuổi ra khỏi chỗ làm; *to give somebody the ~* bỏ rơi ai

mix **1** *v.* trộn, pha trộn; hoà với nhau; giao thiệp: *to ~ red and blue together* trộn pha trộn màu đỏ với màu xanh; *he doesn't ~ well* ông ấy không khéo hoà đồng; *to ~ up* trộn đều, hoà đều **2** *n.* sự pha trộn, sự hoà chung: *a ~ of water and oil* hoà nước với dầu

mixed *adj.* lẫn lộn, ô hợp, hỗn hợp, cả nam lẫn nữ; bối rối, lúng túng: *I have ~ feelings* tôi có cảm giác buồn vui lẫn lộn; *to get ~* bối rối, lúng túng; *~ doubles* trận đấu đôi nam và nữ; *~ marriage* sự kết hôn khác chủng tộc

mixer *n.* người/may trộn; người giao thiệp

mixture *n.* sự/thứ pha trộn; thuốc pha, hỗn dược

mnemonic *adj.* thuộc trí nhớ, giúp trí nhớ
moan *n., v.* tiếng/kêu van, than van, rền rĩ
moat *n.* hào [quanh thành]
mob 1 *n.* đám đông (hỗn tạp); quần chúng; bọn du côn du lại: ~ *psychology* tâm lý quần chúng 2 *v.* kéo ồ đến, bao vây; tấn công
mobile 1 *n.* tác phẩm điêu khắc treo dây và chuyển động được 2 *adj.* chuyển/lưu/ di động: ~ *home* nhà móoc, nhà di động; ~ *library* thư viện lưu động; ~ *phone* điện thoại di động
mobility *n.* tính di động/lưu động
mobilization *n.* sự động viên: *general* ~ tổng động viên; ~ *orders* lệnh động viên
mobilize *v.* huy động, điều động, động viên
mock 1 *n.* sự chế nhạo, khinh, coi thường 2 *adj.* giả, bắt chước: *to join a ~ battle* tham dự một trận giả 3 *v.* chế nhạo, chế giễu, nhạo báng
mocker *n.* người hay chế nhạo, người hay nhạo báng
mockery *n.* lời/điều chế nhạo; trò đùa, trò hề: *to make a ~ of someone* chế nhạo ai
modal *adj.* cách thức, phương thức; (từ) chỉ lối, (từ) tình thái
mode *n.* kiểu, mẫu, kiểu mẫu, mô hình; mẫu vật; người gương mẫu; đàn bà mặc kiểu áo mẫu; người mẫu để vẽ hay chụp ảnh: *she wears an elegant formal ~ of dress* bà ta mặc kiểu áo rất trang nhã
model 1 *n.* kiểu mẫu, mô hình: *car* ~ kiểu xe; ~ *of production* kiểu mẫu sản xuất 2 *n.* người mẫu: *she is a* ~ cô ấy là người mẫu 3 *adj.* gương mẫu, kiểu mẫu *my father is a ~ employee* ba tôi là một người ba mẫu mực 4 *v.* làm mẫu, làm mô hình: *to ~ one-self after someone* làm theo ai, bắt chước ai
modeling *n.* nghệ thuật làm mẫu, làm mô hình; nghề mặc quần áo mẫu
modem *n.* bộ phận hay máy phụ gắn vào đường dây điện thoại
moderate 1 *adj.* phải chăng, vừa phải; điều độ, tiết độ; ôn hoà, không dữ dội/quá khích 2 *v.* làm bớt đi, tiết chế; điều hợp/hoà giải [cuộc bàn cãi]
moderation *n.* sự điều độ/tiết chế; sự hoà đồng
moderator *n.* người điều hợp/hoà giải
modern *adj.* hiện đại, mới, tân thời; cận đại
modernism *n.* quan điểm mới, quan điển hiện đại
modernize *v.* đổi mới, hiện đại hoà, canh tân
modest *adj.* nhún nhường, nhũn nhặn, khiêm nhượng/tốn; [đàn bà] thùy mị, nhu mì, e lệ, nết na; có mức độ, vừa phải, phải chăng, không thái quá

modesty *n.* tính nhũn nhặn/thùy mị/e lệ/nết na
modicum *n.* chút, ít, số lượng nhỏ
modification *n.* sự thay đổi, sự cải biến
modifier *n.* từ bổ nghĩa
modify *v.* làm giảm, làm khác đi, làm thay đổi: *the new technology revolution modi-fied the whole society* cuộc cách mạng kỹ thuật mới đã thay đổi toàn xã hội
modulate *v.* sửa lại cho đúng, điều chỉnh
module *n.* đơn vị, một loạt bài học có chủ đề
modus operandi *n.* cách làm việc, cách làm việc gì
mogul *n.* người có vai vế, người có thế lực
moist *adj.* ẩm, ẩm ướt
moisten *v.* làm ẩm/ướt, dấp nước, liếm [môi]
moisture *n.* hơi ẩm, hơi nước
moisturizer *n.* thứ làm cho ẩm ướt
molar *n., adj.* (răng) hàm
molasses *n.* mật mía, nước đường
mold, mould 1 *n.* khuôn, mẫu; hình dáng, tính tình: *cast in the same* ~ cùng một loại, giống nhau như đúc 2 *n.* mốc, meo 3 *v.* đúc khuông, đúc, nặn
molder 1 *n.* thợ đúc 2 *v.* vỡ tan, bị nát vụn
molding *n.* đường viền, đường chỉ
mole 1 *n.* nốt ruồi 2 *n.* phân tử gam 3 *n.* chuột chũi: *~-catcher* người chuyên bắt chuột chũi
molecular *adj.* thuộc phân tử
molecule *n.* phân tử
molehill *n.* đất chuột chũi đùn thành đống nhỏ: *to make a mountain out of a* ~ chuyện bé xé ra to
molest *v.* quấy nhiễu, phá phách; gạ gẫm chuyện dâm dục
mollify *v.* làm nhẹ/nguôi, làm dịu đi, xoa dịu
mollusk, mollusc *n.* động vật thân mềm, loài nhuyễn thể
mollycoddle 1 *n.* người đàn ông ẻo lả yếu đuối 2 *v.* chiều chuộng, nâng niu
molt, moult *v.* rụng lông, thay lông
molten *adj.* [xem **melt**] [kim loại] nấu chảy
mom *n.* mẹ, má: *my ~ and dad* ba má tôi
moment *n.* lúc, chốc, lát; tầm quan trọng: *at the* ~ lúc này, bây giờ; *please wait for me a* ~ làm ơn đợi tôi một chốc lát
momentarily *adv.* trong chốc lát, tạm thời: *he ~ recovered* ông ấy tỉnh lại ngay tức thì
momentary *adj.* chốc lát, nhất thời, tạm thời, chỉ trong khoảng khắc
momentous *adj.* quan trọng, trọng yếu, khẩn yếu
momentum *n.* đà; xung lượng, động lượng: *to grow in* ~ được tăng cường
monarch *n.* vua, quốc vương
monarchy *n.* nước/chế độ quân chủ: *consti-tutional* ~ chế độ quân chủ lập hiến

monastery *n.* tu viện, tự viện, tịnh xá
monastic *n.* cuộc đời tu hành, cuộc sống tu viện
Monday *n.* thứ hai: *on ~* vào ngày Thứ hai
monetary *adj.* thuộc tiền tệ: *~ unit* đơn vị tiền tệ
money *n.* tiền bạc; tiền của, của cải, tài sản; những món tiền, tiền nong: *counterfeit ~* tiền/bạc giả; *~ order* phiếu gửi tiền, ngân phiếu; *paper ~* tiền giấy; *to make ~* kiếm tiền; *~ makes the world go round* có tiền mua tiên cũng được; *~ bag* túi đựng tiền; *~ box* hộp đựng tiền tiết kiệm hay quyên góp; *~ changer* người đổi tiền; *~ lender* người cho vay lãi; *~ maker* người lo kiếm tiền, người làm ra tiền; *~ market* thị trường chứng khoán; *~ taker* người thu tiền, thủ quĩ
moneyed *adj.* giàu có; nguồn tài chánh: *a ~ man* người giàu có; *the ~ resources of the nation* nguồn tài chánh quốc gia
monger *n., adj.* (chó/người/vật/cây) lai
Mongolia *n.* nước Mông cổ
Mongolian *n.* người/tiếng Mông cổ
Mongolism xem **Down's syndrome**
mongoose *n.* chó Mông Cổ
mongrel *n.* chó thường, chó không lai
monitor 1 *n.* người nghe, hiệu thính viên; người theo dõi [công việc, thí nghiệm]; cố vấn, người răn bảo 2 *v.* nghe [chương trình phát thanh], theo dõi
monk *n.* thầy chùa, thầy tu, nhà sư: *Buddhist ~* tu sĩ Phật giáo; *superior ~* thượng tọa
monkey 1 *n.* con khỉ 2 *v.* làm trò khỉ/nỡm
monochrome *n.* bức hoạ một màu
monocle *n.* kính một mắt
monoculture *n.* sự độc canh; văn hoá độc quyền
monogamy *n.* chế độ một vợ một chồng, độc thê/phu
monogram *n.* chữ viết lồng nhau
monograph *n.* chuyên khảo, chuyên luận
monolingual *n.* ngôn ngữ độc quyền sử dụng: *Great Britain is a ~ country* nước Anh là nước có ngôn ngữ độc quyền
monolithic *adj.* độc thạch, như đá nguyên khối
monologue *n.* kịch một vai, độc thoại, độc bạch
monomer *n.* chất trùng hợp, chất hỗn hợp
monopolize *v.* chiếm/giữ độc quyền, độc chiếm
monopoly *n.* độc quyền: *to make ~ of* giữ độc quyền về
monorail *n.* xe lửa/điện chạy trên đường sắt nhỏ
monosyllabic *adj.* một âm tiết, đơn âm:

Vietnamese is a ~ language tiếng Việt là tiếng đơn âm
monosyllable *n.* từ đơn tiết
monotheism *n.* thuyết một thần, đạo một thần
monotone *n., v.* giọng/đọc đều đều
monotonous *adj.* đều đều, đơn điệu; buồn tẻ: *~ voice* giọng đều đều
monotony *n.* trạng thái đều đều, trạng thái đơn điệu
monoxide *n.* hoá chất mô-nô-xýt
monsoon *n.* gió mùa; mùa mưa
monster *n.* quái vật; người khổng lồ; người tàn ác; quái thai
monstrosity *n.* vật/sự quái dị
monstrous *adj.* kỳ quái, quái dị; to lớn lạ thường, khổng lồ; ghê tởm, tàn ác; vô lý, hoàn toàn láo
montage *n.* sự dựng phim
month *n.* tháng: *every two ~s* cứ cách một tháng một lần; *last ~* tháng trước, tháng rồi; *next ~* tháng sau, tháng tới
monthly 1 *n.* nguyệt san, tạp chí ra hằng tháng 2 *adj.* hàng tháng: *many people have trouble trying to meet their ~ payments* người ta gặp khó khăn để cố gắng trả hàng tháng 3 *adv.* ra mỗi tháng một lần; hằng tháng: *in some areas, the price of houses can rise ~* nhiều khu vực giá nhà lên hàng tháng
monument *n.* bia/đài kỷ niệm, tượng đài; vật kỷ niệm; công trình lớn
monumental *adj.* to lớn, vĩ đại, đồ sộ; kỳ lạ
moo *n., v.* (tiếng bò) rống
mood 1 *n.* tâm trạng; tính khí/tình, khí sắc: *to be in a merry ~* trong tâm trạng vui vẻ 2 *n.* lối, thức: *imperative ~* mệnh lệnh cách
moody *adj.* buồn rầu, ủ rũ; [tính] hay thay đổi
moon *n.* mặt trăng; nguyệt cầu; ông trăng: *in the ~light* ánh trăng; *crescent-shaped ~* trăng lưỡi liềm; *full ~* trăng rằm
moonbeam *n.* tia sáng trăng
moonlit *adj.* [đêm *night*] sáng trăng, có trăng
moonshine *n.* ánh trăng; chuyện tưởng tượng; rượu lậu
moonstruck *adj.* gàn, bướng bỉnh
moor 1 *n.* đồng/bãi hoang, truông 2 *v.* buộc, cột [thuyền, tàu]; bỏ neo
mooring *n.* neo cố định, nơi buộc thuyền thả neo
moose *n.* hươu lớn, nai sừng tấm
moot *adj.* có thể bàn/thảo luận: *~ points* những điểm thảo luận
mop 1 *n.* vải lau sàn có cán 2 *v.* lau, chùi [sàn nhà]: *to ~ the floor* lau sàn nhà; *to ~ up* dọn sạch; càn quét, tảo thanh
mope *v.* rầu rĩ, ủ rũ: *please get on with life and don't sit back and ~* hãy tiến vào cuộc

đời đừng ngồi đó mà rầu rĩ

moped *n.* xe gắn máy nhỏ, khi cần chỉ đạp cũng được

moral 1 *n.* bài học, lời căn dạy, luân lý; đức/ phẩm hạnh, nhân cách: *his ~s are excellent* đạo đức ông ấy thật tuyệt vời **2** *adj.* thuộc đạo đức/luân lý/đạo lý; có/hợp đạo đức; tinh thần: *~ principles* nguyên lý đạo đức; *to live a ~ life* sống một đời đạo đức; *~ support* ủng hộ tinh thần

morale *n.* tinh thần, nhuệ khí: *low ~* tinh thần thấp

morality *n.* đạo đức; đức/phẩm hạnh; bài học

moralize *v.* răn dạy; giảng đạo đức

morass *n.* đầm/vũng lầy

moratorium *n.* lệnh hoãn nợ; sự tạm ngừng

morbid *adj.* ốm yếu, bệnh hoạn, không lành mạnh: *he has a ~ imagination* anh ta có trí tưởng tượng không lành mạnh

more 1 *adj.* nhiều hơn, đông hơn; hơn nữa, thêm nữa: *there are ~ books now* bây giờ có nhiều sách hơn trước; *one ~ beer* một cốc bia nữa; *two ~ bowls of rice* thêm hai bát cơm nữa; *I need ~ time* tôi cần thêm thời gian **2** *adv.* hơn, nhiều hơn: *please give me some ~* xin cho tôi thêm một ít nữa; *the ~ the better* càng nhiều càng tốt; *the ~ I read the ~ I am tired* càng đọc sách tôi càng mệt; *once ~* một lần nữa; *I can't wait any~* tôi không đợi được nữa

moreover *adv.* hơn nữa, vả lại/chăng, ngoài ra

mores *n.* nơi/người đặc biệt có phong tục riêng của họ: *the accepted ~ of Singapore society* một số người đặc biệt đã được chấp nhận trong xã hội Tân Gia Ba

morgue *n.* nhà xác

moribund *adj.* sắp chết, gần tàn; sắp ngoẻo

morning *n.* buổi sáng; buổi bình minh: *good ~!* lời chào buổi sáng; *in the ~ of life* vào lúc bình minh cuộc đời, ở tuổi thanh xuân; *~ coat* áo đuôi tôm; *~ star* sao mai; *~ sickness* ốm nghén

moron *n.* người trẻ nít; người khờ khạo

morpheme *n.* hình (thái) vị, ngữ vị, từ tố

morphine *n.* chất moc-fin; chất làm giảm đau

morphology *n.* hình thái học; ngữ thái học; khoa mổ xẻ

Morse *n.* mật mã dùng để thông tin: *~ code* mật mã

morsel *n.* miếng, mẩu

mortal 1 *n.* con người; vật chết **2** *adj.* phải chết, không bất tử; làm cho chết; lớn; trọng đại: *all men are ~* người ta ai cũng phải chết; *~ enemy* tử thù; *~ sin* tội lớn, đại tội; *for seven ~ hours* trong bảy tiếng đồng hồ dài

mortality *n.* tính phải chết; số người chết, tỷ lệ người chết: *~ rate* tử suất; *the bills of ~* bảng thống kê số người chết

mortar *n.* vữa, hồ; cối giã; súng cối, súng moóc chia

mortarboard *n.* khay đựng vữa; mũ ghế đấu

mortgage 1 *n.* sự cầm cố; văn tự vay tiền để mua nhà [bao giờ trả góp hết nợ thì nhà mới về tay mình]: *my house is still on ~* nhà tôi vẫn còn phải trả góp **2** *v.* đem cầm cố [nhà đất]: *to ~ a house* cầm căn nhà

mortician *n.* người thầu xe đòn đám ma

mortify *v.* hành xác; làm nhục, làm mất thể diện

mortise *n., v.* lỗ mộng, đục lỗ mộng

mortuary 1 *n.* nhà xác **2** *adj.* thuộc viện tang

mosaic *n.* đồ khảm/cẩn (đá, thuỷ tinh, v.v.); bức hoạ ghép; hợp tuyển, hợp thái

Moslem *n., adj.* xem **Muslim**

mosque *n.* nhà thờ Hồi giáo

mosquito *n.* (*pl.* **mosquitoes**) con muỗi: *full of ~es* đầy những muỗi; *~ net* màn, mùng muỗi

moss *n.* rêu: *~grown* phủ đầy rêu; *~ back* người lạc hậu, quê mùa

mossy *adj.* có rêu, phủ đầy rều

most 1 *n.* phần nhiều/lớn, đa số: *at (the very) ~* nhiều nhất, tối đa; *to make the ~ of* tận dụng; *he did ~ of the work* anh ấy làm phần lớn công việc đó **2** *adj.* nhiều nhất; hầu hết: *the winner gets the ~ money* người thắng được nhiều tiền nhất; *~ children like candy* đa số trẻ em đều thích; *in ~ cases* trong các trường hợp **3** *adv.* hơn cả/hết, nhất; lắm, vô cùng: *she is one of the ~ well-known singers in Vietnam* cô ấy là một trong những ca sĩ nổi tiếng ở Việt Nam; *~ likely to succeed* chắc chắn làm sẽ thành công; *what surprises me ~ is that* điều làm tôi ngạc nhiên hơn cả là

mostly *adv.* hầu hết, phần lớn; chủ yếu là: *I am working ~ with highly-motivated workers* tôi đang làm việc với những công nhân mà hầu hết rất nhiệt tình

mote *n.* hạt (bụi)

motel *n.* quán trọ, khách sạn bên đường cho khách có xe hơi

moth *n.* con nhậy; sâu bướm: *~ ball* (viên) băng phiến; *~-eaten* bị nhậy cắn

mother *n.* mẹ, mẹ đẻ, má; mẹ, nguồn gốc: *step~* mẹ/dì ghẻ; *~ country* tổ quốc; nước mẹ, mẫu quốc; *~hood* chức năng/đạo làm mẹ; *~-in-law* mẹ vợ/chồng, nhạc mẫu, bà nhạc; *~land* tổ quốc, quê hương; *~'s Day* ngày của mẹ; *~ tongue* tiếng mẹ **2** *v.* sinh ra: *she is happy to ~ her child* bà ta sung sướng sinh con

motherless *adj.* mồ côi mẹ

motherly *adj.* có đức tốt hay tình cảm của người mẹ
mother-of-pearl *n.* xà cừ
mothproof *adj.* chống nhậy
motif *n.* kiểu trang trí; chủ đề, nhạc tố
motion 1 *n.* sự chuyển/vận động; cử động/chỉ, dáng; đề nghị, kiến nghị: *after discussion, all participants have passed a* ~ sau khi thảo luận, tất cả người tham dự đã biểu quyết một kiến nghị; ~ *picture* phim điện ảnh 2 *v.* ra hiệu: *to ~ somebody to go out* ra dấu cho ai đi ra ngoài
motionless *adj.* đứng im, không chuyển động
motivate *v.* thúc đẩy: *highly ~d* hăng say, được thúc đẩy
motivation *n.* động lực, sự thúc đẩy
motive 1 *n.* cớ, lý do 2 *adj.* vận động, vận chuyển
motley *n., adj.* (mớ) hỗn tạp, sặc sỡ
motor *n.* máy; mô tơ, động cơ: ~*bike* xe mô tô, xe máy; ~*boat* xuồng máy; ~*car* xe ô tô, xe hơi; ~*cycle* xe mô tô, xa máy
motorcade *n.* đoàn xe
motorist *n.* người lái xe hơi
mottled *adj.* vằn, lốm đốm, lấm chấm
motto *n.* khẩu hiệu, châm ngôn
mound *n.* mô, ụ, gò, đống; đồi nhỏ
mount 1 *n.* (*abbr.* **Mt.**) núi: *Mt. Truong Son* núi Trường Sơn 2 *n.* bìa để bồi tranh; gọng, khung, giá; ngựa cưỡi 3 *v.* lên, trèo, leo; đóng khung, gắn, lắp; dựng [vở]; tăng lên: *the prices ~ up every day* giá cả tăng hàng ngày
mountain *n.* núi: ~*s of debt* đống nợ; ~ *people* dân miền núi/thượng, dân tộc miền núi, đồng bào Thượng; ~ *range* dãy núi, rặng núi; *a ~ of rubbish* một đống rác lớn
mountaineer *n.* người leo núi; người miền núi
mountainous *adj.* có núi, lắm núi, sơn cước
mourn *v.* khóc, thương tiếc; than khóc, để tang: *to ~ the death of* thương tiếc người đã chết
mourner *n.* người đi đưa ma; tang chủ
mournful *adj.* buồn rầu, sầu thảm, tang tóc, ảm đảm, thê lương
mourning *n.* tang, cái tang; sự đau buồn; sự để tang, đổ tang, tang phục: *to be in* ~ có tang, để tang, đang có/để trở
mouse *n.* (*pl.* **mice**) chuột nhắt: *house* ~
mousetrap *n., v.* cái bẫy chuột, bẫy
mouth 1 *n.* mồm, miệng; mõm; miệng ăn; cửa [sông, hang, lò]: *to keep one's ~ shut* giữ mồm giữ miệng; *shut your ~!* im đi!; *to put words into someone's ~* bảo cho ai cách ăn nói 2 *v.* ăn, đớp; nói trịnh trọng, thốt ra: *I ~ed a goodbye and followed my mother*

tôi thốt ra lời tạm biệt và theo mẹ tôi
mouthful *n.* một miếng; một ngụm; một chút/ít
mouthpiece *n.* miệng (kèn); người/báo phát ngôn
movable, moveable *adj.* có thể di chuyển
move 1 *n.* sự di chuyển; nước cờ; bước, biện pháp: *to make a* ~ di chuyển; *on the* ~ đang diễn tiến 2 *v.* cử động, nhắc [tay], mấp máy [môi]; kích động; làm cảm động/xúc động; chuyển, di chuyển [quân]; đề nghị; động đậy, cựa quậy; xê dịch; hành động: *he can't ~ his arm* anh ta không di chuyển cánh tay được; *I have to ~ into my new house* tôi vừa dọn vô nhà mới
movement *n.* cử động, động tác; sự di chuyển; hoạt động; phong trào, cuộc vận động; phần [bản nhạc]: *to lie without* ~ nằm bất động; *to watch someone's ~s* theo dõi hoạt động của ai; *the national liberation* ~ phong trào giải phóng dân tộc; *bowel* ~ sự đi ngoài/tiêu, đại tiện
movie *n.* phim xi nê; phim ảnh, ngành điện ảnh: ~ *camera* máy quay phim; ~ *house* rạp xi nê; ~ *star* ngôi sao điện ảnh, minh tinh màn bạc; *to go to the ~s* đi xem phim/xi-nê
moving *adj.* đang chạy; làm cảm động/xúc động
mow 1 *n.* đống, đụn [cỏ khô] 2 *v.* cắt, gặt [cỏ, lúa]
MP *n., abbr.* (= **Member of Parliament**) dân biểu, đại biểu quốc hội
MP3 *n.* máy nghe được nhiều nhạc loại nhỏ
m.p.h. *n., abbr.* (= **miles per hour**) bao nhiêu dặm một giờ: *the traffic speed is restricted to 20* ~ tốc đo xe giới hạn 20 dặm một giờ
Mr. *n., abbr.* (= **mister**) ông: ~ *and Mrs. Nam* Ông Bà Nam
Mrs. *n., abbr.* (= **mistress**) bà: ~ *Hai* Bà Hai
Ms *n.* cô, bà [tránh không phân biệt **Miss/Mrs.**]
much 1 *n.* nhiều, lắm, phần lớn: ~ *of what you said is true* những gì anh nói là sự thật; *I have done that ~ so far* tôi vừa làm được chừng ấy 2 *pron.* nhiều: *don't drink too* ~ đừng uống nhiều quá; *that* ~? chừng/ngần ấy? 3 *adj.* nhiều: *I spent ~ time on writing* tôi dùng nhiều thì giờ cho việc viết lách 4 *adv.* nhiều: *thank you very* ~ cảm ơn bạn rất nhiều; *how* ~? bao nhiêu?; ~ *better* khá hơn nhiều
muck 1 *n.* phân chuồng; rác rưởi, đồ bẩn thỉu: *to make a* ~ *of* làm bẩn 2 *v.* làm bẩn, làm dơ: *to* ~ *one's hands* làm dơ tay
mucous *adj.* nhầy: ~ *membrane* màng nhầy
mucus *n.* nước nhầy; mũi
mud 1 *n.* bùn, lầy: *to fling* ~ *at somebody* bôi nhọ ai; *a stick in the* ~ bảo thủ, chậm tiến;

~ *bath* tắm bùn **2** *v.* vấy bùn, trát bùn lên
muddle **1** *n.* tình trạng lộn xộn/rối reng: ***to be in a ~*** trong tình trạng lộn xộn **2** *v.* làm lộn xộn/lung tung; lúng túng: ***to ~ up a job*** làm hỏng việc
muddy *adj.* lấm/vấy bùn; bùn lầy, lầy lội
mudfish *n.* cá ở đầm, cá sông
mudguard *n.* cái chắn bùn
mudslinger *n.* kẻ bôi xấu, vu oan giá hoạ
muff *n.* bao tay đàn bà
muffin *n.* bánh xốp, bánh mấp phin
muffle *v.* làm cho bớt kêu, bóp nghẹt; bọc, ủ
muffler *n.* cái giảm âm, bô/ống khói xe; khăn choàng cổ
mufti *n.* quần áo thường; giáo sĩ Hồi giáo
mug **1** *n.* chén vại, cốc vại, cốc: ***beer ~*** cốc/ly uông bia **2** *v.* chẹt cổ hay, khoá tay đằng sau
mulatto *n.* người da trắng lai đen
mulberry *n.* dâu ta, dâu tằm
mulch *n., v.* vỏ cây xắt nhỏ dùng để phủ giữ nước
mule **1** *n.* con la **2** *n.* người bướng, người ương bướng **3** *n.* dép đế mỏng
mull *v.* làm cẩu thả, làm ẩu; nghĩ đi nghĩ lại, nghiền ngẫm
multi-access *n.* nhiều lối ra vào
multichannel *n.* nhiều hệ, nhiều đài
multicolor *n.* nhiều màu, sặc sỡ
multicultural *adj.* đa văn hóa: ***Australia is a ~ society*** nước Úc là một xã hội đa văn hoá
multidimensional *adj.* đa chiều, nhiều cỡ
multiform *adj.* nhiều dạng, đa dạng
multilateral *adj.* nhiều phía, đa phương
multilingual *adj.* nói nhiều thứ tiếng
multimillionaire *n.* nhà triệu phú
multiple **1** *n.* bội số: ***least common ~*** bội số chung nhỏ nhất **2** *adj.* nhiều, nhiều mối: **~ *department stores*** tiệm có nhiều chi nhánh
multiplex *n.* khu chiếu bóng có nhiều rạp
multiplicand *n.* số bị nhân (toán)
multiplication *n.* sự/tính nhân: **~ *table*** bảng cửu chương
multiplier *n.* số nhân
multiply *v.* nhân lên; tăng, sinh sôi nảy nở
multi-purpose *adj.* dùng cho nhiều mục đích, vạn năng
multiracial *adj.* đa chủng tộc: ***we live in a ~ society*** chúng ta sống trong xã hội đa chủng tộc
multistory *n.* cao ốc nhiều tầng
multitude *n.* đám đông; vô số
multitudinous *adj.* đông vô kể, vô số
mum **1** *n.* (= **mother**) mẹ **2** *adj.* lặng thinh: ***to be ~*** im lặng, không nói gì
mumble *v.* nói lầm bầm, lẩm bẩm
mumbo-jumbo *n.* vật thờ của người miền núi;

lễ bái lố lăng
mummify *v.* ướp, làm cho khô
mummy **1** *n.* mẹ, má: ***a baby wants his ~*** đứa bé muốn mẹ **2** *n.* xác ướp lâu đời ở Ả–rập: ***an Egyptian ~***
mumps *n.* bệnh quai bị: ***to have the ~*** lên quai bị
munch *v.* nhai tóp tép
mundane *adj.* trần tục, thế tục
municipal *adj.* thuộc thành phố/thị xã
muncipality *n.* thành phố/đô thị tự trị
munificence *n.* tính hào phóng
munificent *adj.* rộng rãi, hào phóng
munition *n., v.* đạn dược, cung cấp đạn dược
mural *n.* bức tranh tường, bích họa
murder **1** *n.* vụ/tội giết người, vụ ám sát, vụ sát nhân **2** *v.* giết, ám sát, hãm hại; nói sai
murderer *n.* kẻ giết người, tên sát nhân, hung thủ
murderous *adj.* giết người, tàn sát, sát hại: **~ *action*** hành động giết người
murky *adj.* tối tăm, âm u
murmur *n., v.* (tiếng) rì rầm, rì rào, róc rách; (tiếng) thì thầm
Murphy's Law *n.* cái gì đã sai thì ở hoàn cảnh nào cũng sai
muscle *n.* bắp thịt, cơ; sức mạnh, sức lực
muscular *adj.* vạm vỡ, có bắp thịt nở nang
muse *v.* nghĩ ngợi, suy nghĩ: ***to ~ over/upon a beautiful scene*** nghĩ tới một cảnh đẹp
museum *n.* viện/nhà bảo tànng, bảo tàng viện: ***the national ~*** viện bảo tàng quốc gia
mush *n.* cháo ngô; chất đặc sền
mushroom **1** *n.* nấm: ***to grow ~ in the green houses*** gieo nấm ở trong nhà kiếng **2** *v.* mọc nhanh như nấm: ***information technology has ~ed over the past decade*** ngành vi tính phát triển nhanh như nấm trong những năm qua
music *n.* nhạc, âm nhạc; tiếng nhạc, khúc nhạc: **~ *hall*** rạp hát lớn (ca vũ nhạc); ***to set a poem to ~*** phổ nhạc một bài thơ; **~ *paper*** giấy viết nhạc; **~ *stand*** giá nhạc
musical **1** *n.* nhạc kịch **2** *adj.* thuộc về âm nhạc, du dương
musician *n.* nhạc sĩ; nhạc công; nhà soạn nhạc
musicology *n.* âm nhạc học, nhạc học
musk *n.* xạ hương: **~ *deer*** hươu xạ
musket *n.* súng hoả mai, súng trường
musketeer *n.* lính ngự lâm
Muslim *n., adj.* người/thuộc Hồi giáo
muslin *n.* vải mỏng muxơlin
muss *n., v.* tình trạng hỗn độn, bừa bộn
mussel *n.* con sò/trai
must **1** *n.* sự cần thiết, chuyện bắt buộc: ***the study of a foreign language is a ~ in our***

world today học một ngoại ngữ là điều cần thiết trong thế giới chúng ta ngày nay **2** *aux. v.* phải, cần phải, nên; chắc hẳn là: *you ~ obey your parents* anh phải vâng lời cha mẹ; *he ~ work hard if he wants to succeed* anh ta phải làm việc chăm chỉ nếu anh ta muốn thành công

mustache *n.* [*Br.* **moustache**] râu mép, ria mép

mustang *n.* ngựa thảo nguyên

mustard *n.* cây/tương mù tạc: *~ greens* rau cải xanh

muster *n., v.* (sự) tập hợp, tập trung, thu hết

musty *adj.* mốc meo, ẩm; cũ kỹ, lỗi thời

mutate *v.* làm cho thay đổi, biến đổi

mutation *n.* sự biến đổi; đột biến

mute 1 *n.* người câm **2** *adj.* câm, ngầm, lặng thinh

mutilate *v.* cắt, xẻo; cắt bớt, cắt xém

mutineer *n.* người nổi loạn/dậy chống đối

mutinous *adj.* nổi loạn, nổi dậy, chống đối

mutiny *n., v.* (cuộc) nổi loạn, nổi dậy, binh biến

mutter *n., v.* (tiếng) lẩm bẩm, càu nhàu, cằn nhằn

mutton *n.* thịt cừu/trừu

mutual *adj.* lẫn nhau, qua lại, hỗ tương; chung

muzzle 1 *n.* mõm [chó]; miệng, họng [súng]; rọ bịt mõm [chó, ngựa] **2** *v.* bịt/khoá mõm; bịt miệng

my *adj.* của tôi: *~ father and mother* cha mẹ tôi

my! *intj.* úi chà! chao ôi!

myocardium *n.* cơ tim

myopia *n.* tật cận thị

myopic *adj.* cận thị

myriad *n., adj.* số lớn, vô số

myrrh *n.* tiết dịch từ loại cây

myrtle *n.* cây sim

myself *pron.* tự tôi; chính tôi: *I cook for ~* tôi nấu ăn lấy; *I ~ handed the check to him* chính tôi đưa tấm ngân phiếu tận tay cho anh ấy; *I can do it by ~* tôi có thể tự làm lấy

mysterious *adj.* bí mật/ẩn, huyền/thần bí: *a ~ story* tiểu thuyết trinh thám

mystery *n.* điều huyền bí, điều bí mật: *we can't understand the ~ of nature* chúng ta không hiểu nổi điều huyền bí của tạo vật

mystic *n., adj.* (người) thần bí, huyền bí

mysticism *n.* đạo/thuyết/chủ nghĩa thần bí

mystify *v.* làm ra vẻ bí mật; đánh lừa; làm hoang mang

myth *n.* thần thoại; chuyện hoang đường

mythical *adj.* thuộc thần thoại/huyền thoại; hoang đường, tưởng tượng, hư cấu

mythology *n.* thần thoại; khoa thần thoại

N

nab *v.* tóm, bắt được quả tang: *every one knows he is a shoplifter but the police couldn't ~ him* ai cũng biết nó là thằng ăn cắp hàng ở tiệm nhưng cảnh sát không thể bắt quả tang được nó

nacho *n.* món thịt gà Mễ Tây Cơ với đậu và phô-mát

nadir *n.* thiên để; điểm thấp nhất

nag 1 *v.* mè nheo, nói mãi làm khó chịu: *to be always ~ging at somebody* lúc nào cũng mè nheo ai **2** *n.* người mè nheo, hay nói khó chịu: *she is a ~ about regular meals* bà ấy là người hay nói khó chịu về các bữa ăn

nail 1 *n.* móng, móng tay: *finger ~; toe ~* móng chân; *~ clippers* cái cắt móng tay; *~ file* cái giũa móng tay; *~ polish* thuốc đánh móng tay **2** *n.* cái đinh: *to drive a ~* đóng đinh; *hard as ~s* rắn rỏi, sung sức: *he is hard as ~s* ông ấy rắn rỏi quá; *~-biting* sự cắn móng tay, sự bồn chồn, bực dọc; *~-head* đầu đinh: *don't put your fingers on a ~-head* đừng để ngón tay trên đầu đinh; *a ~ in a person's coffin* cái làm cho người ta mau chết **3** *v.* đóng đinh: *to ~ up a window* đóng đinh chặt cửa sổ lại; *to ~ someone down to his promise* bắt ai phải giữ lời hứa

naive *adj.* ngây thơ, chất phác; ngờ nghệch: *it is ~ to think that the shop-owners are generous by nature* người ta ngây thơ mới nghĩ rằng các chủ tiệm đều rộng lượng tự nhiên

naivety *n.* tính ngây thơ, tính chất phác, lời nói ngây thơ

naked *adj.* trần, trần truồng, lõa lồ, khoả thân, loã thể; trụi, rỗng không; hiển nhiên: *stark ~* trần như nhộng; *half ~* cởi trần; *the ~ truth* sự thật hiển nhiên; *~ eye* mắt thường

name 1 *n.* tên, danh, danh xưng/hiệu; tiếng (tăm), danh tiếng: *I know her by ~* tôi chỉ biết tên bà ta mà thôi; *in the ~ of the law* nhân danh luật pháp; to *have a good ~* có tiếng tốt; *to give it a ~* muốn gì thì nói ra; *what's your ~ please?* xin ông/bà/cô cho biết quý danh; *family ~, last ~* họ; *first ~* tên; *~ caller* người hay chửi rủa; *~-plate* bảng tên để trên bàn hay trước cửa nhà; *in ~ only* chỉ có tên mà thôi, chỉ có danh nghĩa mà thôi chứ khôngcó thực chất; *~ after* đặt tên theo người nào; *~-dropping* bỏ tên đi; *~-label/tape* bảng tên may/đeo trên áo; *~ of the game* điều quan trọng nhất của một hoạt động; *to have to one's* ~ có, có được cái gì; *to put one's* ~ *down* ghi tên học/tranh tài **2** *v.* đặt tên, gọi tên; định rõ; chỉ định, bổ nhiệm; gọi đích danh: *can you* ~ *all the flowers in this garden?* bạn gọi tên tất cả loại hoa trong vườn nầy được không?; *to* ~ *the day* định rõ ngày tháng; *to be* ~*d for* được bổ nhiệm làm chức vụ gì

nameless *adj.* vô danh; không tên tuổi; gớm guốc: *a* ~ *grave* nấm mồ vô danh; *a* ~ *longing* niềm ao ước không tả hết được; *a* ~ *official warned me that I would be in for trouble* một giới chức dấu tên cảnh cáo tôi rằng tôi sẽ gặp rắc rối

namely *adv.* tức/ấy/nghĩa là: *one of our friends seems to be forgotten,* ~ *Ms Lan* một người bạn của tôi dường như bị bỏ quên ấy là cô Lan

namesake *n.* vật/người trùng tên: *Notre-Dame Cathedral in Saigon is less famous than its* ~ *in Paris* Nhà thờ Đức Bà ở Sài Gòn không được nổi tiếng bằng nhà thờ cùng tên ở Ba-Lê

nan *n.* bà nội hay ngoại: *my son was brought up by my* ~ bà tôi đã nuôi lớn con trai tôi

nanny *n.* u già, vú, bõ

nanometer *n.* một phần triệu mét

nanosecond *n.* một phần ngàn triệu giây

nap **1** *n.* giấc ngủ ngắn/trưa: *to take a* ~ đánh một giấc ngủ trưa **2** *v.* ngủ chợp/trưa: *to catch someone* ~*ping* bắt chợt ai đang ngủ trưa, bắt được ai đang làm gì

napalm *n.* bom na-pan

nape *n.* gáy, ót

napkin *n.* khăn ăn; tả lót: *paper* ~ khăn ăn bằng giấy; *table-*~ khăn trải bàn ăn; ~*-ring* vòng buộc khăn ăn; *sanitary* ~ băng/khố kinh nguyệt

nappy *n.* tả làm sẵn bằng bông vải mềm cho trẻ con: ~ *rash* da ở dưới tả bị đỏ và ngứa

narcissism *n.* tính tự yêu mình, tính thích tự ngắm vuốt mình

narcissus *n.* (*pl.* **narcissi**) hoa thuỷ tiên

narcolepsy *n.* chứng ngủ rũ

narcotic *n., adj.* (thuốc) gây mê, gây ngủ; chất ma túy: *he was indicted for dealing in* ~*s* anh ấy bị tội buôn bán ma túy; ~ *squad* biệt đội cảnh sát chống ma tuý

nard *n.* cây cam tùng, chất thơm từ cây cam tùng

narrate *v.* kể lại, thuật lại, tường thuật

narration *n.* sự kể/bài tường thuật

narrative **1** *n.* bài tường thuật, chuyện kể: *he begins his* ~ *with a joke* anh ta bắt đầu chuyện kể bằng một chuyện cười **2** *adj.* có tính chất tường thuật: *the* ~ *sequence of the*

kidnapping took a while kết quả tường thuật việc bắt cóc đã mất khá nhiều thời gian

narrator *n.* người kể chuyện, tường thuật/ thuyết minh

narrow **1** *n.* hẻm núi; khúc sông hẹp; cửa bể hẹp: *the big ship couldn't get through the* ~*ness of the river mouth* chiếc tàu lớn không thể đi qua cửa sông hẹp được **2** *adj.* hẹp, chật hẹp; hẹp hòi, nhỏ nhen: ~*-minded* hẹp hòi; *in* ~ *circumstances* trong hoàn cảnh eo hẹp; *to have a* ~ *escape* thoát được; *to have a* ~ *squeak* may mà thoát được, may mà tránh được; ~*-fisted* hà tiện, keo kiệt chi li; ~ *gauge* đường xe lửa hẹp **3** *v.* thu hẹp lại, rút lại: *the gap between the two political parties has* ~*ed in the last two months* trong hai tháng qua sự cách biệt giữa hai đảng chính trị đã thu hẹp lại

NASA *n., abbr.* (= **National Aeronautics and Space Administration**) cơ quan không gian Hoa Kỳ

nasal **1** *n.* âm mũi **2** *adj.* thuộc mũi: ~ *accent* giọng mũi; ~ *sprays* thuốc xịt mũi

nasalize *v.* phát âm theo giọng mũi, nói giọng mũi

nascent *adj.* mới sinh, mới mọc, mới chớm

nasty *adj.* bẩn thỉu, dơ dáy, kinh tởm; [thời tiết] khó chịu; [tính] xấu, cáu kỉnh; ác, hiểm: *a* ~ *smell* mùi kinh tởm; *a* ~ *story* chuyện khiêu dâm; *to play a* ~ *trick* chơi trò độc ác

natal *adj.* thuộc nơi/ngày sinh

nation *n.* dân tộc; nước, quốc gia: *The United* ~*s* Liên Hiệp Quốc; *Law of* ~*s* luật quốc tế; ~*hood* tình trạng một dân tộc, tính chất một dân tộc

national **1** *n.* kiều dân, công dân: *he is Vietnamese-born but becomes an Australian* ~ ông ấy sinh ở Việt Nam nhưng là công dân Úc **2** *adj.* dân tộc; quốc gia: ~ *anthem* quốc ca, quốc thiều; ~ *assembly* quốc hội; ~ *bank* ngân hàng quốc gia; ~ *flag* quốc kỳ; ~ *guards* đội quân an ninh quốc gia; ~ *Health Scheme* hệ thống y-tế toàn quốc; ~ *holidays* những ngày nghỉ lễ toàn quốc; ~ *Insurance Board* Hội đồng Bảo hiểm quốc gia; ~ *park* công viên quốc gia; ~ *service* dịch vụ toàn quốc; *the* ~ *liberation movement* phong trào giải phóng dân tộc

nationalism *n.* chủ nghĩa dân tộc/quốc gia

nationalist **1** *n.* người theo chủ nghĩa dân tộc/ quốc gia: *my father is a* ~ ba tôi là người theo chủ nghĩa dân tộc **2** *adj.* dân tộc chủ nghĩa, quốc gia (chủ nghĩa): *the Chinese* ~ *Party* quốc dân đảng Trung quốc

nationality *n.* quốc tịch; dân tộc, quốc gia: *what is your* ~*?* quốc tịch bạn là nước nào?

nationalization *n.* sự quốc hữu hoá

nationalize 1 *v.* quốc hữu hoá: *in the 1980's, the Vietnamese government ~d all private properties* vào những năm 80 nhà nước Việt Nam đã quốc hữu hoá tất cả các sở hữu tư nhân 2 *v.* cho nhập tịch, nhập tịch: *the government has ~d a group of migrants* một nhóm di dân vừa được chính phủ cho nhập tịch

nationwide *adj.* toàn quốc: *a ~ election* một cuộc tuyển cử toàn quốc

native 1 *n.* người sinh ở, người địa phương, thổ dân: *a ~ of Hanoi* người quê ở Hà Nội 2 *adj.* thuộc nơi sinh: *~ gold* vàng tự nhiên; *~ language* tiếng mẹ đẻ; *~ country* sinh quán; *~ quarters* khu người bản xứ; *a ~ speaker* người nói tiếng bản ngữ

nativity *n.* sự sinh đẻ; lễ Thánh đản/Giáng sinh

NATO *n., abbr.* (= **North Atlantic Treaty Organization**) tổ chức hiệp ước Bắc Đại Tây Dương

natter *v.* nói ba hoa, nói lia lịa

natty *adj.* đẹp, chải chuốt; đỏm dáng, duyên dáng

natural 1 *adj.* tự nhiên, thuộc thiên nhiên; thuộc thiên tính; tất nhiên, dĩ nhiên; tự nhiên, không màu mè: *Vietnam is a country rich in ~ resources* Việt Nam là nước giàu tài nguyên thiên nhiên; *~-born* năng khiếu bẩm sinh, năng khiếu trời cho; *~ childbirth* sinh con theo phương pháp tự nhiên, không dùng thuốc; *~ death* chết tự nhiên; *~ gas* khí đốt thiên nhiên; *~ history* sự nghiên cứu thực vật và động vật; *~ life* tuổi thọ đời sống con người; *~ region* khu vực cảnh vật tự nhiên; *~ sciences* khoa học tự nhiên như hoá, lý; *~ selection* sự lựa chọn tự nhiên 2 *n.* người có năng khiếu tự nhiên, người có kỹ năng bẩm; điều tự nhiên, điều chắc chắn

naturalist *n.* người theo chủ nghĩa tự nhiên; nhà tự nhiên học/vạn vật học

naturalization *n.* sự nhập quốc tịch: *the immigration and ~ service* sở Di trú và Nhập tịch

naturalize *v., adj.* nhập quốc tịch: *she is a ~d US citizen, but her older sister is a native-born American* cô ta mới vào dân Mỹ sau, chứ cô chị thì đẻ ở Mỹ

naturally *adv.* tất/cố/đương/tự nhiên

nature *n.* tính, bản chất, bản tính; thứ, loại; thiên nhiên, tự nhiên, tạo hoá, tạo vật, vạn vật: *to struggle with ~* đấu tranh với thiên nhiên; *she has a good ~* cô ấy có bản tính tốt; *human ~* bản chất con người; *law of ~* qui luật tự nhiên; *~ reserve* khu vực cây và loài vật được bảo vệ; *~ study* khoa nghiên

cứu thiên nhiên; *contrary to ~* siêu phàm, kỳ diệu; *back to ~* trở về đời sống thiên nhiên; *to ease ~* thỏa mãn nhu cầu tự nhiên (như đại tiện, tiểu tiện ...); *in the ~ of ...* có phẩm chất ...

natured *adj.* có tính chất: *good~* bản tính tốt

naturopathy *n.* phương cách điều trị bệnh bằng vật liệu thiên nhiên như dùng lá cây, thức ăn thiên nhiên, tập thể dục

naught *n.* số không

naughty *adj.* hư, đốn, láo; nhảm nhí, tục tĩu: *he is a ~ boy* cậu ấy là một đứa bé hư

nausea *n.* sự buồn nôn, sự lộn mửa; sự say sóng; sự kinh tởm: *on the flight to Saigon, my mother was overcome by a feeling of ~* trên chuyến bay đến Sài Gòn, mẹ tôi đã qua khỏi sự ói mửa

nauseate *v.* (làm) buồn nôn; (làm) kinh tởm

nauseous *adj.* tanh tưởi, làm nôn mửa, ghê tởm

nautical *adj.* thuộc biển; hàng hải

naval *adj.* thuộc hải quân/thuỷ quân: *~ academy* trường hải quân; *~ architect* kiến trúc theo lối hàng hải; *~ battle* trận thuỷ chiến; *~ exercises* thao dượt hải quân; *~ stores* kho/bến tàu hải quân

nave *n.* gian giữa giáo đường

navel *n.* rốn; trung tâm: *~ orange* cam rốn

navigable *adj.* [sông, biển] tàu bè đi được; [tàu bè] có thể vượt biển được; [khí cầu] điều khiển: *this part of the river is ~* khúc sông nầy tàu có thể đi được

navigate *v.* lái [tàu, máy bay]; đi biển; bay

navigation *n.* nghề hàng hà/hải/không; *~ channels* những đường đi của ngành hàng hải; *inland ~* sự đi lại trên sông rạch; *~ light* đèn hướng dẫn tàu bè, hải đăng

navigator *n.* hoa tiêu; nhà hàng hải

navvy *n.* thợ làm đất, máy nạo vét sông: *a mere ~'s work* công việc đòi hỏi sức khỏe không cần kỹ thuật; *to work like a ~* làm việc vất vả cực nhọc

navy *n.* hải quân: *the secretary of the ~* Bộ trưởng Bộ Hải quân; *~ blue* màu tím than, xanh nước biển

nay 1 *n.* sự từ chối, sự cự tuyệt: *to say someone ~* từ chối ai; *the ~s have it* đa số không tán thành 2 *adv.* hơn thế nữa, không những thế: *~, I won't do it* không, tôi không làm đâu nhé

Nazi *n., adj.* (đảng viên) Quốc xã Đức

NE *n., abbr.* (= **north-east**) Tây Bắc

Neanderthal *adj.* có tính bảo thủ, lỗi thời

neap 1 *n.* tuần nước xuống, tuần triều xuống 2 *adj.* (nước triều) xuống thấp 3 *v.* mắc cạn, xuống thấp

near 1 *adj.* gần, cận; thân; giống, sát: *the*

school is quite ~ trường học rất gần; *in the ~ future* trong tương lai gần đây; *~ miss* gần trúng đích; *~ sight* thiển cận 2 *adv.* gần, ở gần: *~ by* ở gần, ngay gần bên; *~ at hand* gần ngay bên; *far and ~* khắp xa gần; *to come/go ~* đến/đi gần 3 *prep.* gần: *don't come ~ him* đừng đến gần hắn; *~ the equator* ở gần xích đạo 4 *v.* tới gần, xích lại gần: *the project is taking a long time but is now ~ing completion* dự án mất nhiều thì giờ lắm nhưng bây giờ thì gần hoàn tất

nearby *adj., adv.* gần bên, ngay bên cạnh: *there are less expensive hotels ~* có khách sạn ít đắt hơn ở gần đó

nearly *adv.* gần, hầu, sắp, suýt; mật thiết: *the shops are ~ empty* các tiệm gần như trống trơn

near-sighted *adj.* (= **short-sighted**) cận thị

neat *adj.* gọn, ngăn nắp, thứ tự; rõ ràng; khéo

neaten *v.* dọn dẹp gọn gàng, làm cho ngăn nắp

nebula *n.* tinh vân

nebulous *adj.* mơ hồ, không rõ; u ám

necessarily *adv.* nhất thiết: *not ~* chưa hẳn đã là, chưa chắc, không nhất thiết

necessary 1 *n.* những thứ cần thiết: *the necessaries of life* những thứ cần dùng cho đời sống 2 *adj.* cần, cần thiết, thiết yếu; tất nhiên: *it is ~ for you to stay* anh cần phải ở lại

necessitate *v.* đòi hỏi phải có, bắt buộc phải có

necessity *n.* sự cần thiết; điều cần thiết: *in case of ~* trong trường hợp cần thiết; *to bow to ~* phải chịu theo hoàn cảnh bắt buộc

neck *n.* cổ; cổ áo; chỗ thắt lại, chỗ hẹp lại: *to break the ~ of* khắc phục được những khó khăn; *to risk one's ~* liều mạng; *to save one's ~* thoát chết; *~ and ~* ngang nhau; *up to one's ~* ốn đến tận cổ

neckcloth *n.* cà vạt, nơ, khăn quàng cổ

neckerchief *n.* khăn quàng cổ

necking *n.* cổ của cây cột; sự ôm ấp

necklace *n.* chuỗi hạt, dây chuyền đeo cổ

neckline *n.* đường viền ở cổ áo

necktie *n.* cà vạt

necrosis *n.* sự chết hoại

nectar *n.* mật hoa; rượu thần/tiên; rượu ngon

nectarine *n.* quả xuân đào

nee *adj.* tên con gái là, tên khai sinh là

need 1 *n.* sự cần; cảnh túng bấn; nhu cầu: *no ~ to worry* không cần phải lo; *a friend in ~* người bạn lúc hoạn nạn; *to fulfill a ~* thoả mãn một nhu cầu; *in ~ of* nhu cầu đang cần; *to have ~* có nhu cầu 2 *v.* cần, đòi hỏi; cần phải: *he ~s money* anh ấy cần tiền; *they ~ to borrow money* họ cần vay tiền;

~ not have không cần có; *you ~ not go* cô không cần phải đi; *do you ~ any help?* bạn cần giúp gì không

needful *adj.* cần, cần thiết: *to do what is ~* làm những gì cần thiết

needle 1 *n.* kim; lá kim [thông, tùng]; tháp nhọn; kim tiêm: *to thread a ~* xâu kim 2 *v.* lách qua; thúc đẩy, thôi thúc, hối thúc, nói mãi: *to ~ one's way through a crowd* lách qua đám đông

needlecraft *n.* việc thêu đan, may vá

needless *adj.* không cần thiết, thừa, vô ích: *~ to say* khỏi cần nói

needlewoman *n.* người đàn bà làm nghề vá may

needlework *n.* việc vá may

needs *adv.* cần thiết, tất yếu: *he ~ to go away just when I want him* đến lúc tôi cần thì anh ấy phai đi; *~ must when the devil drives* túng thì phải tính

needy *adj.* nghèo túng, túng thiếu

nefarious *adj.* hung ác, bất chính

negate *v.* phủ định, phủ nhận

negation *n.* sự phủ định, sự cự tuyệt, sự từ chối

negative 1 *n.* lời từ chối; từ/thể phủ định; bản âm, phim/kính (ảnh); cực âm, âm cực; số âm: *do you have ~s to print photographs?* bạn có phim để in hình không? 2 *adj.* không, phủ định, phủ nhận, từ chối; tiêu cực: *to give a ~ answer* trả lời từ chối; *~ feedback* ý kiến đóng góp không thuận lợi; *~ quantity* con số yếu quá, tệ quá; *~ pole* cực âm điện; *~ sentence* câu phủ định; *~ sign* dấu hiện không tốt, không hay

neglect 1 *n.* sự sao nhãng/chểnh mảng;sự thờ ơ, sự hờ hững: *the children are suffering because of his ~* con cái phải chịu đựng vì thờ ơ của ông ấy; *to be in a state of ~* trong tình trạng bị bỏ quên 2 *v.* sao nhãng, bỏ mặc, bỏ dễ, không nhìn ngó đến; bỏ quên: *to ~ one's duty* sao lãng bổn phận; *he ~s his friends* anh ấy sao lãng bạn bè

neglectful *adj.* sao nhãng, cẩu thả, khinh suất

negligee *n.* áo ngủ của phụ nữ

negligence *n.* tính cẩu thả/lơ đễnh, tính lơ là

negligent *adj.* ẩu, cẩu thả, lơ đễnh, sao nhãng

negligible *adj.* không đáng kể, có thể bỏ qua

negotiable *adj.* có thể thương lượng được, có thể lấy tiền ra được, có thể trả tiền: *this check is not ~* ngân phiếu nầy không thể lấy tiền ra ngay được

negotiate *v.* điều đình, đàm phán, thương lượng, thương thuyết, dàn xếp; đổi thành tiền; vượt qua: *to ~ a treaty* đàm phán một hiệp ước; *I have to ~ with my director for my salary* tôi phải thương lượng với giám đốc của tôi về tiền lương negotiation *n.* sự điều đình, cuộc đàm phán: *to enter into a ~ with* tham dự vào cuộc thương thảo; *peace ~s* cuộc hoà đàm

negotiator *n.* người điều đình, nhà đàm phán

Negro *n., adj.* (thuộc) người da đen

neigh *n., v.* (tiếng) hí: *the ~s of a horse woke the household* tiếng ngựa hí đánh thức cả nhà

neighbor 1 *n.* người láng giềng/hàng xóm, bà con lối xóm: *our next door ~s* ông bà láng giềng ở sát vách chúng tôi; *~ watch* hàng xóm canh chừng lẫn nhau 2 *v.* ở ngay cạnh: *the river ~s upon the city* con sông ở cạnh thành phố

neighborhood *n.* tình hàng xóm, tình láng giềng

neighboring *adj.* bên cạnh, láng giềng, kế cận: *~ country* nước láng giềng, lân bang lân quốc

neighborly *adv.* hoà thuận với xóm giềng

neither 1 *pron.* (trong hai cái/người) không cái/người nào: *~ is a rich man* trong hai anh, chả anh nào giàu cả 2 *adj.* không cái/người nẩy mà cũng không cái/người kia: *~ statement is true* không câu nào đúng cả 3 *adv.* không ... mà cũng không: *~ you nor I will fail* cả anh lẫn tôi đều sẽ không thất bại; *~ easy nor difficult* không dễ mà cũng không khó; 4 *conj.* *my wife cannot speak Lao, ~ can I* nhà tôi không biết nói tiếng Lào; mà tôi cũng không; *he does not like American bread, ~ does his wife* ông ta không thích bánh mì Mỹ; mà vợ ông ta cũng chẳng ưa

nemesis *n.* nữ thần báo ứng; sự báo ứng

neoclassical *adj.* thuộc về cổ điển: *~ music* nhạc cổ điển

neolithic *adj.* thuộc thời kỳ đồ đá mới [tân thạch khí]

neologism *n.* từ mới, tiếng mới đặt

neon *n.* đèn nê ông: *~ tube* đèn ống nê ông

neophyte *n.* người mới bước vào nghề; người mới vào đạo

neoplasm *n.* khối u, ung thư

neotropical *adj.* thuộc về trung và nam Mỹ

Nepal *n.* nước Nê-pan

Nepalese *n., adj.* người/tiếng Nê-pan

Nepali *adj.* thuộc về Nê-pan

nephew *n.* cháu trai [con của anh, chị, em mình]

nepotism *n.* thói kéo người nhà vào làm, thói bao che họ hàng, gia đình trị

nerd *n.* người ngu đần ăn mặc luộm thuộm; người say mê vi tính quá độ

nervate *adj.* (lá) có gân

nerve *n.* dây thần kinh; khí lực, khí phách, can đảm, nghị lực; gan, sự táo tợn, sự trơ tráo; gân [lá cây, cánh côn trùng]: *~ centre* trung khu thần kinh; *~ gas* khí độc như vũ khí dùng trong chiến tranh; *~ system* hệ thần kinh; *a man with ~s of iron/steel* con người có khí phách; *to get on one's ~s* chọc tức ai, làm cho ai phát cáu; *to give someone the ~s* chọc tức ai; *to have the ~ to do something* có gan làm gì; *to lose one's ~* mất tinh thần

nerveless *adj.* không có dây thần kinh; điềm tĩnh; không có khí lực, nhu nhược

nervous *adj.* thuộc thần kinh; lo, cuống, lo lắng, bồn chồn, hoảng sợ, nôn nóng, nóng nảy, bực dọc: *a ~ breakdown* sự suy nhược thần kinh; *to feel ~ about something* cảm thấy hồi hộp về việc gì; *~ system* hệ thống thần kinh; *~ wreck* người hồi hộp tột độ, người lo lắng hết sức: *she is a ~ wreck* cô ấy là người hồi hộp tột độ

nervy *adj.* nóng nảy, dễ cáu; bồn chồn, trơ tráo

nest 1 *n.* tổ [chim, ong], ổ; chỗ ẩn náu, sào huyệt; bộ [bàn con; hộp] lồng vào nhau: *bird's ~* tổ chim yến; *bird's ~ soup* món xúp yến; *~ egg* trứng lót ổ, số tiền để gây vốn; *it's an ill bird that fouls its own ~* chẳng hay ho gì kẻ vạch áo cho người xem lưng 2 *v.* làm tổ; bắt tổ chim: *to go ~ing* đi bắt tổ chim

nestle *v.* làm tổ; nằm nép mình, nằm co, rúc

nestling *n.* chim non

net 1 *n.* lưới, mạng; cạm, bẫy; mạng lưới: *to fall into a ~* rơi vào cạm bẫy; *mosquito ~* màn, mùng muỗi 2 *v.* đánh lưới, bẫy bằng lưới: *to ~ fish* đánh cá bằng lưới 3 *adj.* thực: *~ price* thực giá; *~ profit* tiền lãi thực [sau khi trừ phí tổn]; *~ weight* trọng lượng thực [trừ bì]

netball *n.* môn chơi bóng thảy vào lưới, nét-bon

nether *adj.* dưới(cổ), ở dưới: *the ~ lip* môi dưới

Netherlander *n.* người Hà Lan

Netherlands *n.* nước Hà Lan

netting *n.* lưới, mạng lưới; sự giăng lưới

nettle *n.* cây tầm ma; *~-rash* chứng mày đay; *to be on ~s* như ngồi phải gai; *to grasp the ~* dũng cảm đương đầu với khó khăn

network *n.* lưới; mạng lưới, hệ thống: *a ~ of railways* mạng lưới đường xe lửa; *communication ~* mạng lưới truyền thông

neural *adj.* thuộc về thần kinh

neuralgia *n.* chứng đau dây thần kinh, nhức gân

neurasthenia *n.* chứng suy nhược thần kinh

neurology *n.* khoa thần kinh, thần kinh học

neuromuscular *adj.* liên hệ cả thần kinh và bắp thịt

neuron *n.* tế bào của hệ thần kinh

neurosis *n.* chứng loạn thần kinh chức năng

neurosurgeon *n.* nhà giải phẫu thần kinh

neurosurgery *n.* khoa giải phẫu thần kinh

neurotic *n., adj.* (người) loạn thần kinh chức-năng

neuter **1** *adj.* trung tính, ở giữa: ~ *gender* giống trung; vô tính; thiến **2** *n.* từ trung tính, hoa/động vật vô tính; người trung lập **3** *v.* thiến, cắt bộ phận sinh dục: *my dog has been ~ed* chó tôi vừa thiến xong

neutral **1** *adj.* trung lập, trung tính; vô tính; [màu] không rõ rệt: ~ *nations* những nước trung lập **2** *n.* số không [máy ô tô]: *to put back the* ~ trở về số không

neutrality *n.* tính chất/thái độ trung lập

neutralize *v.* trung lập hoá; trung hoá [axít]; làm thành vô hiệu/vô dụng, trừ khử

neutron *n.* chất nơ-tron; ~ *bomb* bom nguyên tử

never *adv.* không/chẳng bao giờ: ~ *mind!* không sao! không hề chi!; ~ *tell a lie!* không bao giờ nói dối; *better late than* ~ muộn còn tốt hơn chẳng bao giờ có; ~*-ending* bất tận, không bao giờ hết; ~~ *land* vùng đất bất tử, hạnh phúc, thiên đàng; ~ *say die* không bao giờ được thất vọng

nevermore *adv.* không bao giờ nữa

nevertheless *adv.* tuy nhiên, tuy thế/vậy

new *adj.* mới, mới mẻ, mới lạ; khác hẳn, tối tân: *what's* ~? có gì mới lạ không?; ~*born* mới đẻ/sinh; đổi mới; ~*comer* người mới đến; ~ *Year* năm mới, Tết (Nguyên đán): ~ *Year's Eve* 30 Tết, giao thừa; ~ *Year's Day* mồng một Tết; *lunar/Chinese* ~ *Year* Tết ta, Tết âm lịch; *Happy* ~ *Year* Chúc mừng năm mới, Cung chúc tân xuân; ~ *Year's card* thiếp chúc Tết; *as good as* ~ gần như mới; ~ *look* kiểu mới, mốt mới

Newfoundland *n.* giống chó niu-fao-land

newly *adv.* mới: ~ *arrived* mới đến/tới; ~ *built* mới xây; ~*wed* người mới cưới, (cặp) tân hôn

news *n.* tin, tin tức, tiêu tức: *a piece of* ~ một tin; *no* ~ *is good* ~ không có tin gì tức là bình yên cả; ~ *agency* hãng thông tấn; ~*boy* em bé bán/đưa báo; ~ *bulletin* bản tin; ~ *conference* cuộc họp báo; ~*letter* thư cho tin tức, thông thư; ~*man* nhà báo, ký giả, phóng viên, thông tín viên; người bán báo

newscast *n.* bản tin ở đài (truyền hình)

newsflash *n.* tin ngắn/vắn, tin tóm tắt

newsmonger *n.* người hay phao tin

newspaper *n.* báo: *daily* ~ báo hằng ngày

newspaperman *n.* nhà báo, chủ báo; người bán báo

newsprint *n.* giấy báo

newsreader *n.* thính giả nghe tin, đọc giả tin tức

newsreel *n.* phim thời sự

news-room *n.* phòng tin tức [ở toà báo; đài]

news-stand *n.* quán/sạp báo

newsworthy *adj.* đáng đưa lên báo, quan trọng

next **1** *adj.* sát, gần, ngay bên cạnh; sau: *the* ~ *room* phòng bên; ~ *week* tuần sau; ~ *year* sang năm; *the girl from* ~ *door* cô gái nhà bên cạnh, cô hàng xóm **2** *adv.* ngay sau; lần sau: *his name comes* ~ sau đây đến tên anh ta; *what comes* ~? bây giờ còn cái/món gì tiếp theo nữa?; ~ *we go to the bank* sau đó chúng tôi đi ra nhà băng; *when you* ~ *come, bring your passport* lần sau cô đến, xin cô mang theo hộ chiếu/thông hành **3** *prep.* bên cạnh, sát nách: *the house* ~ *(to) the church* ngôi nhà ngay bên cạnh nhà thờ **4** *n.* người tiếp sau, cái tiếp theo sau: *the* ~ *to see the doctor will be Ms Phan* người tiếp theo gặp bác sĩ là cô Phan; *her* ~ *will be a girl* đứa con tiếp của bà ta là con gái; ~ *of kin* anh em bà con gần

NGO *n., abbr.* (= **non-governmental organization**) tổ chức phi chính phủ

nib *n.* ngòi bút sắt; mũi nhọn

nibble *n., v.* (sự) gặm, nhấm; (sự) rỉa, đớp

nice *adj.* tử tế, dễ thương, đáng yêu; ngoan, tốt; dễ chịu, thú vị; [trời] đẹp; tinh vi, tinh tế, tế nhị, sành sỏi; khó tính, cầu kỳ: *it was* ~ *of you to call me* cám ơn ông đã gọi tôi; *a* ~ *height for music* tai sành âm nhạc; *a* ~ *distinction* sự phân biệt tinh tế; *she is* ~ *looking* cô ấy trông dễ thương

nicety *n.* sự chính xác; sự tế nhị; chi tiết nhỏ

niche *n.* hốc tường để đặt tượng hoặc bày lọ

nick **1** *n.* nấc, khía, khắc: *in the* ~ *of time* đúng lúc **2** *v.* khía, làm mẻ; chộp

nickel *n.* kền; đồng năm xu Mỹ: ~ *plated* mạ kền; ~ *silver* mạ bạc; ~*-steel* mạ thiếc

nickelodeon *n.* trung tâm giải trí phim ảnh rẻ tiền

nickname *n., v.* (đặt) tên hiệu/riêng, biệt hiệu

nicotine *n.* nhựa thuốc lá, ni-cô-tin

niece *n.* cháu gái [con của anh, chị, em mình]

niff *n.* mùi thối

nifty *adj.* đúng mốt, diện đẹp đúng thời trang

niggard *n.* người hà tiện/keo kiệt

nigger *n., offen.* người da đen: *to work like a* ~ làm việc vất vã cực nhọc

night *n.* đêm, tối; cảnh tối tăm: *last* ~ chiều tối hôm qua, đêm hôm qua; ~ *before last* tối/đêm hôm kia; *the whole* ~ cả/suốt đêm; *at* ~ ban đêm; *by* ~ về đêm; ~ *and day* suốt ngày đêm; *tomorrow* ~ đêm mai; *all* ~ *long* suốt/thâu đêm; *good* ~ chúc ông/bà/cô/anh ngủ ngon; **~-blindness** chứng quáng gà; **~fall** lúc chập tối, hoàng hôn; **~gown** áo ngủ của phụ nữ; **~ lamp** đèn ngủ; **~ shift** ca đêm; **~-school** trường học ban đêm, lớp học ban đêm; **~ watchman** người gác đêm

night-blooming cereus *n.* (cây) hoa quỳnh

nightcap *n.* mũ ngủ, rượu uống trước khi đi ngủ; trận đấu chung kết

nightclub *n.* hộp đêm, nơi giải trí ban đêm

night-life *n.* cuộc sống giải trí về đêm

night-time *n.* ban đêm

nightingale *n.* chim hoạ mi, chim sơn ca

nightly *adj., adv.* về đêm, đêm đêm, mỗi tối

nightmare *n.* mộng dữ, cơn ác mộng: **all the victims still suffered ~s** tất cả nạn nhân vẫn còn chịu đựng cơn ác mộng

nightspot *n.* (= **night club**) nơi giải trí ban đêm

nihilism *n.* thuyết hư vô; chủ nghĩa vô chính phủ

nil *n.* không, số không, hư không

nimble *adj.* nhanh nhẹn, nhanh nhẩu, lanh lẹ; linh lợi, nhanh trí, minh mẫn

nimbus *n.* mây mưa, mây dông

nincompoop *n.* người ngốc nghếch, người khờ dại

nine *n., adj.* (số) chín: **~ times out of ten** cứ 10 trường hợp thì có đến 9 trường hợp; **to be dressed up to the ~s** ăn mặc chải chuốt; **~ days' wonder** cái kỳ lạ nhất thời; **~ to five job** công việc làm việc từ 9 đến 5 giờ

ninefold *adj., adv.* gấp chín lần

nineteen *adj.* mười chín; **talking ~ to a dozen** nói rất nhanh; **~th** (người/vật) thứ 19; ngày 19; một phần 19

ninetieth *n., adj.* (người/vật) thứ 90; một phần 90

ninety *n., adj.* (số) 90: **the nineties** những năm 90; những năm tuổi trên 90

ninny *n.* người ngờ ngạch, người khờ dại

ninth *n., adj.* (người/vật) thứ 9; ngày mồng 9; một phần 9

nip **1** *n.* cái cấu/véo/kẹp; sự tê cóng: **to give somebody a ~** cấu véo ai **2** *v.* cấu/véo/bấm, kẹp, cắn; ngắt: **to ~ off the flower bud** ngắt nụ hoa; làm tê buốt, cắt da cắt thịt; làm thui chột; **to ~ in the bud** bóp chết ngay từ trong trứng; **to ~ on ahead** chạy lên trước

nipple *n.* núm vú; đầu vú; mô, chỏm

nippy **1** *adj.* lạnh, tê buốt; lanh lẹ, hoạt bát **2** *n.* cô phục vụ, người hầu bàn

nirvana *n.* niết bàn

nit *n.* (= **a stupid person**) trứng chấy, trứng rận; người ngu: **~-pick** bới lông tìm vết

nitrate *n.* hoá chất ni-trat

nitric *adj.* thuộc chất ni-tric: **~ acid** a-xit ni-tric

nitrogen *n.* chất ni-tơ, đạm tố

nitty-gritty *n.* vấn đề hay hoạt động quan trọng

nitwit *n.* người ngu đần, thằng ngu

no **1** *n.* lời từ chối/từ khước; phiếu chống/ nghịch: **we can't take ~ for an answer** chúng tôi chấp nhận sự trả lời từ chối **2** *adj.* không (hề), không chút nào: **~ admittance except on business** không có việc xin miễn vào; **this is ~ easy job** đây không phải là chuyện dễ; **there is ~ denying that** ta không thể phủ nhận được là; **by ~ means** không có cách gì hơn; **"~ Smoking"** CẤM HÚT THUỐC; **"~ Littering"** CẤM XÃ RÁC; **~ claim** không có khiếu nại; **~ doubt** không nghi ngờ gì cả; **~-frills** không nếp gấp; **~ go** không đi; **~ good** không tốt; **~ kidding** thật à? thật mà! (tôi không nói đùa); **~ man's land** vùng trung lập, vùng đất không người, vùng đất không ông dùng được; **~ use** vô ích **3** *adv.* không: **they ~ longer live here** họ không còn ở đây nữa

nob *n., v.* cái đầu, người quyền thế; đánh vào đầu

Nobelist *n.* người được giải thưởng Nô-ben

Nobel prize *n.* giải thưởng No-ben

nobility *n.* tính cao thượng/cao quý; quý tộc

noble *n., adj.* (người) quý tộc, quý phái; cao quý, cao thượng, cao nhã: **~ man** người quý tộc/quý phái; **~ woman** người đàn bà quí phái; **~ mindedness** tâm hồn cao thượng, tính tình hào hiệp

nobody **1** *n.* người tầm thường (vô dụng), kẻ bất tài: **I knew him when he was a ~** tôi đã biết ông ấy từ khi ông ta còn là một con số không **2** *pron.* không ai, không người nào: **~ else** chẳng có ai khác; **~ knows about it** không ai biết điều đó; **everybody's business is ~'s business** cha chung không ai khóc

nocturnal *adj.* thuộc đêm, về đêm: **a bat is a ~ animal** con dơi là loài vật về đêm

nod **1** *n.* sự cúi đầu; cái gật đầu; sự ra hiệu: **to give a ~** gật đầu; **to be dependent on somebody's ~** tuỳ thuộc vào ai; **to get something on the ~** mua chịu **2** *v.* cúi đầu (chào); gật đầu, ra hiệu; gật gà gật gù: **to ~ approval** gật đầu đồng ý; **Homer sometimes ~s** thánh nhân còn có khi nhầm

node *n.* mấu, đốt, mắt; nút; cục, u

nodule *n.* cục u nhỏ, bướu nhỏ; mấu/mắt/ hòn nhỏ

noise *n.* tiếng động, tiếng ầm ĩ/ồn ào/om sòm

noiseless *adj.* im lặng, không ồn ào: **his footsteps are so light, they are ~** bước chân ông ấy quá êm nên không nghe tiếng ồn

noisy *adj.* ầm ĩ, ồn ào, om sòm, huyên náo

nomad *n., adj.* (dân) du cư, nay đây mai đó

nomadic *adj.* du cư, nay đây mai đó, du mục

nomenclature *n.* danh pháp; thuật ngữ

nominal *adj.* danh nghĩa; thuộc về tên/danh từ; hư, chỉ có tên, hữu danh vô thực; [số tiền, giá tiền] không đáng kể, tượng trưng: *~ head of state* quốc trưởng hữu danh vô thực; *~ authority* hư quyền

nominalize *v.* thêm vào một chữ/tiếng để tạo nên danh từ

nominate *v.* giới thiệu, đề cử, tiến cử; bổ nhiệm: *to ~ someone to a post* chỉ định ai giữ một chức vụ

nomination *n.* sự/quyền đề cử

nominative 1 *n.* danh cách, chủ ngữ 2 *adj.* (thuộc) danh sách, chủ cách, được chỉ định

nominee *n.* người được đề cử/tiến cử

non-acceptance *n.* sự không chấp thuận

non-access *n.* tình trạng không thể ăn nằm với nhau được; không dùng được

non-addictive *adj.* không nghiện ngập

non-affiliated *adj.* không sáp nhập được

non-aggression pact *n.* hiệp ước bất xâm phạm

non-alcoholic *adj.* [đồ uống] không có rượu

non-aligned *adj.* [nước] không liên kết

non-appearance *n.* không xuất hiện, vắng mặt ở toà án

non-attendance *n.* không tham dự họp hay hội nghị, vắng mặt

non-availability *n.* không rỗi, không thuận tiện hay thích hợp

non-believer *n.* người không theo đạo nào cả, người vô tín ngưỡng

non-breakable *adj.* không gãy/bể được

nonce *n.* trong dịp: *for the ~* vào lúc nầy, trong thời gian nầy; *~ word* từ/tiếng đặc biệt dùng cho một dịp

nonchalant *adj.* lãnh đạm, thờ ơ, vô tình, hờ hững, không sốt sắng; sơ suất, trễ nải

non-classified *adj.* không xếp loại, không quảng cáo

non-clerical *adj.* không có giáo chủ

non-com *n.* hạ sĩ quan

non-combatant *n.* quân nhân không trực tiếp chiến đấu

noncommittal *n., adj.* không hứa hẹn/cam kết, lơ lửng, chưa nhận lời hẳn

non-compliance *n.* sự từ chối, sự khước từ: *~ with an order* sự từ chối không tuân theo mệnh lệnh

non-conductor *n.* vật/chất không dẫn nhiệt/điện

nonconformist *n.* người không theo lề thói, người lập dị [trong cách ăn mặc, trong lối sống]

non-contagious *adj.* không lây

non-degradeable *adj.* không thể cho xuống

cấp được, không hạ cấp xuống được

nondescript *adj.* khó tả, khó xếp lại

none 1 *pron.* không một ai, không người/cái nào: *~ of them* chẳng người nào trong bọn họ; *~ have arrived* chưa ai tới cả; *~ of us was there* không ai trong chúng tôi có mặt ở đó; *~ other than* không ai khác, chính là; *the new arrival was ~ other than the director* người mới đến chính là ông giám đốc 2 *adv.* chẳng một chút nào: *the supply of competent teachers is ~ too great* đào đâu ra nhiều giáo viên có khả năng bây giờ!; *he is ~ the wiser* thế mà anh ta cũng chả ngoan hơn chút nào

non-effective *adj.* không hiệu nghiệm

nonentity *n.* người/vật vô giá trị, con số không

non-essential *adj.* không bản chất, không cần thiết

nonetheless *adv.* tuy nhiên, tuy thế mà

non-event *n.* không có sự gì xẩy ra, không biến cố

non-existent *adj.* không có, không tồn tại

non-explosive *adj.* không nổ được

non-ferrous *adj.* [kim loại] màu

non-fiction *n.* bài/sách biên khảo [khác với tiểu thuyết, truyện ngắn (hư cấu)]

non-flammable *adj.* không cháy, không bắt lửa

non-governmental *adj.* không thuộc chính phủ

non-human *adj.* không nhân tính, không thuộc về con người

non-infectious *adj.* không bị lây nhiễm

non-intervention *n.* sự không/bất can thiệp

non-metal *n.* á kim

non-negotiable *adj.* không thương lượng được, không thể trả tiền ngay cho ngân phiếu được: *you have to deposit this ~ check to your account* bạn phải bỏ ngân phiếu không thương lượng nầy vào trương mục của bạn

non-partisan *adj.* không đảng phái/thiên vị, vô tư

non-person *n.* không người nào cả

nonplus *v.* làm bối rối/lúng túng/sững sốt

non-productive *adj.* không hiệu năng, không kết quả

non-professional *adj.* không chuyên môn, không chuyên nghiệp

non-profit *adj.* không mưu lợi, bất vụ lợi: *the Smith charity is a ~making organization* tổ chức Smith là một tổ chức bất vụ lợi

nonsense *n.* lời/chuyện láo/vô lý/bậy bạ: *to talk ~* nói chuyện vô lý; *this passage makes ~* đoạn nầy không thể hiểu được

nonsensical *adj.* vô lý, láo, (tầm) bậy (tầm)

bạ: *don't be* ~ không nên nói bậy bạ như vậy

non-sensitive *adj.* không nhạy cảm, không bén nhạy, khô khan

non-smoker *n.* người không hút thuốc, nơi dành cho người không hút thuốc

non-standard *adj.* không tiêu chuẩn

non-stop 1 *adj.* không ngừng, không dừng lại: *to take a* ~ *train to Hanoi* đi chuyển xe lửa thẳng đến Hà Nội 2 *adv.* chạy suốt/ thẳng một mạch: *this airplane will fly* ~ *from Saigon to Singapore* máy bay nầy bay thẳng từ Sai Gòn đến Tân Gia Ba

nonsuch *n.* người có một không hai, người không ai sánh kịp

non-synchronous *adj.* không đồng bộ, không phối hợp

non-toxic *adj.* không độc

non-transferable *adj.* không chuyển nhượng được, không thể dời đi được

non-uniform *n.* không đồng phục

non-union *adj.* [công nhân] không vào nghiệp đoàn: *the government discourages all employers from* ~ *negotiations* chính phủ không khuyến khích chủ về những thương lượng của công nhân không phải thành viên nghiệp đoàn

non-verbal *adj.* thuộc lời nói thông thường không nhất thiết theo đúng cấu trúc ngữ pháp: ~ *communication* giao tiếp thông thường

non-violence *n.* sự bất bạo động

nonviolent *adj.* không bạo động, không dùng bạo lực, bất bạo động

noodle *n.* mì dẹt, mì sợi, bún, miến, bánh phở: *mung bean* ~*s, glass* ~*s* miến, bún tàu; *fried* ~*s* mì chiên dòn; ~ *soup* phở, canh, canh miến; *stir-fried* ~*s* mì xào, phở xào, miến xào

nook *n.* xó, góc, xó xỉnh; chỗ hẻo lánh

noon *n.* (buổi) trưa, (giờ) ngọ, 12 giờ trưa: *Good after*~! lời chào buổi chiều (sau trưa); *the long meeting started at* ~ cuộc họp kéo dài lâu bắt đầu từ trưa; ~*time* ban/buổi/lúc trưa

no one *pron.* (= **none**) không một ai, không ai

noose *n.* thòng lọng; dây treo cổ; sự ràng buộc: *to put one's neck into the* ~ đưa cổ vào tròng

nope *adv.* không

nor *conj.* mà ... cũng không: *neither fish* ~ *fowl* chẳng ra môn ra khoai gì; dơi không ra dơi, chuột không ra chuột; *he can neither read* ~ *write Vietnamese* anh ta không biết đọc mà cũng không biết viết tiếng Việt; *she can't do it,* ~ *can I* chị ấy không thể làm thế được, mà tôi cũng không

norm *n.* tiêu chuẩn, chuẩn, qui tắc; chỉ tiêu

normal 1 *n.* mức bình thường: *the situation returns to* ~ tình hình trở lại bình thường 2 *adj.* (thông) thường, bình thường: ~ *distribution* sự phân phối bình thường; ~ *temperature* nhiệt độ bình thường; ~ *relationship* quan hệ bình thường

normalize *v.* bình thường hoá: *Vietnam* ~*d trade with America five years ago* Việt Nam đã bình thường hoá với Mỹ 5 năm rồi

normally *adv.* thường thường, như thường lệ

normative *adj.* tiêu chuẩn, vạch ra tiêu chuẩn

Norseman *n.* người Na-uy

north 1 *n.* hướng/phương/phía Bắc; miền Bắc: *to move to the* ~ đi/tiến về phía bắc, lên miền bắc, ra bắc; *in the* ~ *of Vietnam* miền Bắc Việt Nam 2 *adj.* hướng bắc, phương bắc: ~ *Korea* Bắc Triều Tiên; ~ *wind* gió bắc; *the* ~ *Pole* Bắc cực; *the* ~ *Star* sao Bắc đẩu; ~*east* đông bắc; ~*west* (về) phía tây bắc; ~ *Sea* Bắc hải

northbound *adj.* đi lên hướng bắc

northerly *adj., adv.* (về/từ) hướng bắc

northern *adj.* phương bắc: ~ *hemisphere* bắc bán cầu'; *the* ~ *dialect* phương ngữ Bắc, giọng/tiếng Bắc

northerner *n.* người/miền Bắc

northernmost *adj.* cực bắc

northward *adj., adv., n.* về phía bắc

Norway *n.* nước Na-uy

Norwegian *n.* người/tiếng Na Uy

nose 1 *n.* mũi; mõm; đầu, mũi; sự đánh hơi, khứu giác: *the bridge of the* ~ sống mũi; *to bleed at the* ~ chảy máu mũi, chảy máu cam; *to bite someone's* ~ *off* trả lời ai một cách sỗ sàng; *to push one's* ~ *into other people's affairs* chúi mũi vào việc người khác; *to count* ~*s* điểm diện, kiểm phiếu; *to cut off one's* ~ *to spite one's face* trong cơn bực tức mình tự làm hại mình; *to keep one's* ~ *clean* tránh làm điều gì sai, phi pháp; *to keep one's* ~ *to the grindstone* làm việc liên tục không nghỉ; *to put someone's* ~ *out of joint* choán chỗ ai, hất cẳng ai 2 *v.* ngửi, đánh hơi; chõ/xen/dính/xía vào: *to* ~ *into other people's business* chõ mũi vào công việc người khác; *to* ~ *one's way* lần đường

nosebleed *n.* sự chảy máu cam

nosedive *v.* đâm bổ xuống, bổ nhào xuống

nosegay *n.* bó hoa

nostalgia *n.* nỗi nhớ nhà, lòng nhớ quê hương, nỗi hoài hương; nỗi luyến tiếc dĩ vãng/quá khứ: *watching that old movie brought back a lot of* ~ xem phim xưa mà luyến tiếc thời dĩ vãng

nostalgic *adj.* nhớ nhà, nhớ quê hương, luyến tiếc quá khứ

nostril *n.* lỗ mũi

nosy, nosey *adj.* tò mò, tọc mạch, thóc mách, sục sạo

not *adv.* không, chẳng, chả: *I do ~ think so* tôi không nghĩ thế; *they are ~ here* họ không có đây; *whether you like it or ~* dù anh có thích hay không; *I am ~ rich at all* tôi chẳng giàu có gì; *~ one penny* không có lấy một xu dính túi; *~ that I don't like him* không phải là tôi không thích ông ta; *I think ~* tôi cho là không; *~ only … but also …* không những/chỉ … mà còn …; *~ more than one week* nhiều nhất là một tuần lễ (chứ không hơn); *~ at all* không có chi, không sao; *~ least* không phải hết; *~ much* không nhiều lắm; *~ a thing* không có một mảy may, không có gì cả; *he is ~ nice; his wife is ~ either* ông ấy không tử tế, mà bà ấy cũng chẳng tử tế nốt

notable 1 *n.* người có danh vọng, nhân sĩ, thân hào, thân sĩ 2 *adj.* có tiếng, danh tiếng, trứ danh; đáng chú ý

notarize *v.* do công chứng viên thị thực

notary *n.* công chứng viên, chưởng khế: *~ public* công chứng viên

notation *n.* lời chú thích/chú giải; ký hiệu

notch *v.* khía hình, đánh dấu để ghi nhớ

note 1 *n.* thư ngắn, công hàm; lời ghi chép; lời chú giải, lời dặn; tiền giấy, phiếu; sự lưu ý/chú ý; điệu, vẻ; nốt nhạc: *a ~ of bitterness* giọng chua chát; *diplomatic ~s* công hàm ngoại giao; *lecture ~s* lời ghi chép bài giảng; *to compare ~s* so sánh những nhận định của nhau; *to take ~s* ghi chép; *worthy of ~* đáng lưu ý 2 *v.* ghi chép, ghi nhớ: *please ~ my words* hãy ghi nhớ lời của tôi

notebook *n.* sổ tay, sổ ghi chép, quyển vở; máy vi tính xách tay

noted *adj.* có tiếng, danh tiếng, hữu danh

notepaper *n.* tập giấy dùng ghi chép

noteworthy *adj.* đáng chú ý; đáng ghi nhớ/nhận

nothing 1 *n.* sự không có, cái không có, chuyện lặt vặt, chuyện tầm thường: *the painting costs five dollars, it is ~* bức tranh giá 5 đô la, không đáng gì cả; *~ new* không có gì mới cả; *to have ~ to do with* không có quan hệ gì với 2 *pron.* không (cái gì): *there is ~ wrong with the car* xe không hư gì cả; *I have done ~ much since coffee break* tôi không làm được gì nhiều từ khi nghỉ giải lao; *there is ~ else/more to be said* không còn chuyện chi đáng nói nữa; *~ at all* chẳng có gì cả; *to come to ~* không đi đến đâu; *I have ~ to do with it* tôi không

dính dáng gì đến chuyện ấy; *~ but trouble* chỉ toàn chuyện lôi thôi; *say ~* đừng nói gì cả 3 *adv.* tuyệt không: *it is ~ less than madness* đúng là điên rồ không còn gì khác được nữa; *~ like so good* không thể nào tốt được như thế

nothingness *n.* hư vô, hư không; tính nhỏ mọn, tính tầm thường

notice 1 *n.* thông cáo, yết thị, cáo thị; sự chú ý; lời báo trước: *you will have to give your landlord a month's ~* muốn dọn nhà, anh phải báo cho chủ nhà một tháng trước; *at a moment's ~* ngay lập tức; *until further ~* cho đến khi có lệnh mới; *public ~* thông báo công cộng; *to put a ~ in the newspapers* đăng thông báo trên báo; *~board* bảng yết thị, bảng dán thông báo 2 *v.* để ý, nhận thấy: *I cannot help noticing that* tôi không khỏi nhận thấy rằng; *to ~ someone in the crowd* nhận ra ai trong đám đông

noticeable *adj.* đáng chú ý; có thể thấy rõ

notifiable *adj.* có thể khai báo, phải khai báo

notification *n.* sự thông báo

notify *v.* cho hay, báo, thông báo; khai báo: *to ~ someone of something* báo cho ai biết việc gì; *I will ~ my friends of my new address* tôi sẽ cho bạn tôi biết địa chỉ mới của tôi

notion *n.* ý niệm, khái niệm; ý định: *to have no ~ of* chẳng có ý niệm gì về; *that is the common ~* đó là ý kiến chung, đó là quan điểm chung

notional *adj.* thuộc ý niệm, thuộc khái niệm; hay mơ tưởng hão huyền

notoriety *n.* trạng thái rõ ràng, trạng thái hiển nhiên; sự/người nổi tiếng (xấu)

notorious *adj.* ai cũng biết, nổi/khét tiếng (xấu): *he is ~ for telling unbelievable stories* Ông ấy nổi tiếng về kể chuyện không tin được

notwithstanding 1 *prep.* bất kể, mặc dầu: *~ the rain I will go shopping* mặc dù trời mưa tôi vẫn đi phố; *~ any other agreements* bất kể hiệp định nào trước đây 2 *adv.* tuy thế mà, tuy nhiên, ấy thế mà, cũng vẫn cứ: *the parents tried to prevent the marriage, but it took place ~* hai ông bà ấy cố ngăn cản đám cưới, nhưng tụi nó vẫn cứ lấy nhau 3 *conj.* *~ his handicap, he finished the race* mặc dầu bị thương ông ta vẫn hoàn tất cuộc đua

nougat *n.* kẹo nu-ga

nought *n.* số không: *to bring to ~* làm thất bại, làm tiêu tan; *~s and crosses* trò chơi cờ-roa zê-ro, trò chơi ô chữ

noun *n.* danh từ: *common ~* danh từ chung; *proper ~* danh từ riêng

nourish *v.* nuôi, nuôi nấng, nuôi dưỡng; nuôi, ôm, ấp ủ, hoài bão [mộng, hy vọng, hoài bão]

nourishing *adj.* bổ

nourishment *n.* sự nuôi (dưỡng); đồ ăn, thức phẩm: *under~* sự thiếu ăn, sự thiếu dinh dưỡng

nouveau riche *n.* kẻ mới phất, người mới nổi

novel **1** *n.* tiểu thuyết, truyện **2** *adj.* mới, mới lạ, độc đáo, tân kỳ

novelette *n.* truyện ngắn, tiểu thuyết ngắn; tiểu phẩm

novelist *n.* nhà tiểu thuyết, tiểu thuyết gia

novelty *n.* sự/tính mới lạ: *novelties* hàng mới, đồ nữ trang, mùi soa ca vát, đồ trang trí/ kỷ niệm

November *n.* tháng mười một dương lịch

novena *n.* người/sự cầu nguyện liên tục chín ngày (theo Thiên Chúa giáo)

novice *n.* chú tiểu, sa di (nữ); người học việc

now **1** *n.* hiện tại, bây giờ, lúc này, nay: *up to/until* ~ cho tới nay, cho đến bây giờ; *from* ~ *on* từ nay trở đi, từ rày về sau **2** *adv.* bây giờ, lúc này, (hiện) nay, ngày nay, giờ đây: *just* ~ lúc nãy, vừa mới đây; *with prices* ~ *rising,* ~ *falling* trong khi giá cả lúc lên lúc xuống; *(every)* ~ *and then* thỉnh thoảng, năm thì mười hoạ; ~ *and then* thỉnh thoảng, đôi lúc; ~ *or never* bây giờ hoặc không bao giờ nữa **3** *conj.* khi mà, một khi mà: ~ *you mention it, I do remember* bây giờ bạn nhắc lại, tôi nhớ ra rồi

nowadays *adv.* ngày nay, đời nay, thời buổi này

nowhere *adv.* không đâu, chẳng nơi nào: ~ *else* không có chỗ nào khác; *it was* ~ *to be found* không tìm thấy cái đó ở đâu cả

noxious *adj.* độc, hại: ~ *gas* khí độc

nozzle *n.* miệng, vòi [ống nước, bể]; mũi, mõm

nuance *n.* sắc thái: ~ *of emotion* sắc thái cảm xúc

nuclear *adj.* hạt nhân: ~ *bomb* bom nguyên tử; ~ *disarmament* giải giới vũ khí nguyên tử; ~ *energy* năng lượng; ~ *family* tiểu gia đình; ~ *fission,* ~ *fuel* nhiên liệu nguyên tử; ~ *test ban* sự cấm thử nguyên tử; ~ *physics* môn vật lý hạt nhân; ~ *power* một lượng quốc nguyên tử; ~ *reactivity* lò phản ứng hạt nhân; ~ *weapons* vũ khí hạt nhân, vũ khí nguyên tử

nucleus *n.* (*pl.* **nucleii**) nhân; hạch; hạt nhân; (trung) tâm

nude **1** *n.* người khoả thân; sự trần truồng; tranh/tượng khoả thân: *in the* ~ ở truồng **2** *adj.* trần, trần truồng, khoả thân, lõa thể; trụi lông/lá

nudge **1** *n.* cú hích/thúc bằng khuỷu tay: *to give a* ~ lấy khuỷu tay húc một cái **2** *v.* đánh bằng khuỷu tay, húc bằng khuỷu tay: *to* ~ *someone to do something* xúi dục ai làm việc gì

nudist *n.* người theo chủ nghĩa khoả thân

nugget *n.* cục vàng, quặng vàng

nuisance *n.* sự phiền phức/rầy rà; người khó chịu: *he is a* ~ ông ấy là một tay gây phiền hà; *what a* ~! thật là khó chịu, thật phiền hà!

nuke *n., v.* vũ khí nguyên tử, tấn công bằng nguyên tử

null *adj.* không; không có hiệu lực, vô hiệu: ~ *and void* hết giá trị, mất hết hiệu lực; ~ *character* không có đặc tính, không có nhân vật; ~ *hypothesis* không dự tính trước được, không dự đoán trước được

nullify *v.* huỷ bỏ, thủ tiêu, triệt tiêu

numb *adj.* tê, tê cóng: *to grow* ~ bị tê cóng

number **1** *n.* số, con số: *even* ~ số chẵn; *odd* ~ số lẻ; *plural* ~ số nhiều; *singular* ~ số ít **2** *v.* đánh số, ghi số; kể vào, tính vào, liệt vào; lên tới, gồm có: *to* ~ *these limbs* ghi số những cuốn sách nầy

numbering *n.* sự đánh số

numberless *adj.* vô số, nhiều vô kể

numeral **1** *n.* số, chữ số; số từ: *Roman* ~*s* chữ số La Mã **2** *adj.* thuộc về số

numerate *adj.* có thể tính toán được, có thể đếm số được: *my children should be literate and* ~ con tôi phải biết đọc biết viết và biết tính toán

numeration *n.* phép đếm, phép đọc số; sự đánh số, sự ghi số

numerator *n.* tử số [trong phân số]

numerical *adj.* thuộc số; bằng số: ~ *analysis* phân tích số lượng

numerous *adj.* đông, đông đảo, nhiều

numismatics *n.* sự sưu tầm các đồng tiền cổ

numskull *n.* người đần độn, người ngốc nghếch

nun *n.* ni cô, sư cô; nữ tu (sĩ), bà xơ/phước

nunnery *n.* nữ tu viện, chùa sư nữ

nuptial *adj.* thuộc lễ cưới, thuộc hôn nhân

nuptials *n.* lễ cưới, hôn lễ

nurse **1** *n.* y tá, khán hộ, điều dưỡng; u/vú em, cô giữ trẻ, bảo mẫu **2** *v.* cho bú, nuôi, trông nom săn sóc, nuôi, chữa; chăm chút, nâng niu; ấp ủ: *to* ~ *a grudge* nuôi dưỡng mối hận thù

nursemaid *n.* cô giữ trẻ, người trông trẻ con nhà trẻ

nursery **1** *n.* nhà trẻ: ~ *nurse* người trông coi trẻ con nhà tre; ~ *school* vườn trẻ; ~ *rhyme* bài thơ lớp mẫu giáo **2** *n.* vườn ương; ao nuôi cá; nơi nuôi dưỡng/đào tạo: ~ *garden* vườn ương cây; **~man** người trông coi vườn ương; ~ **pond** ao nuôi cá

nursing *n.* sự nuôi con (bằng sữa mẹ); sự săn sóc (người ốm); nghề y tá; ngành/khoa điều dưỡng: ~ **bottle** bình sữa cho trẻ em; ~ **home** nơi an dưỡng, viện dưỡng lão; bệnh xá

nurture *n., v.* nuôi nấng, dưỡng dục; dạy dỗ, giáo dục

nut *n.* quả hạch; hạt, hột; đai ốc; người ham thích [món gì, cái gì]; anh điên, anh chàng gàn: **he's ~s about tennis** anh ta mê quần vợt lắm; **areca ~** quả cau; **cashew ~** hạt điều; **chest~** hạt dẻ tàu; **hazel~** hạt dẻ; **ground~, pea~** lạc, đậu phộng; **to be off one's ~s** gàn dở, mất trí; **~s and bolts** chi tiết cụ thể; **~house** nhà thương điên, bệnh viện tâm thần

nutcase *n.* người ngu đần, người đần độn

nutcracker *n.* cái kẹp quả hạch, cái kẹp hạt dẻ

nutmeg *n.* nhục đậu khấu

nutrient *n., adj.* (chất) bổ, dinh dưỡng

nutrition *n.* sự nuôi dưỡng; khoa dinh dưỡng

nutritionist *n.* chuyên gia về dinh dưỡng: **~s said that only 33 percent of our calories intake should come from fat** các chuyên gia về dinh dưỡng nói rằng chỉ 33 phần trăm nhiệt lượng trong cơ thể có từ chất béo

nutritious *adj.* bổ, có nhiều chất bổ, dinh dưỡng

nutshell *n.* vỏ quả hạch, vỏ hạt dẻ: **the whole thing in a ~** tất cả sự việc được tóm tắt lại

nutty *adj.* lẩn thẩn; gàn dở; quẩn, mất trí; say mê say đắm

nuzzle *v.* hít, ngửi; đánh hơi, dúi mõm vào

nylon *n.* ni lông, nhựa

nymph *n.* nữ thần [núi, sông], nàng tiên, tiên nữ

nymphomania *n.* chứng cuồng dâm [của đàn bà]

nymphomaniac *n., adj.* (đàn bà) cuồng dâm

O

O *intj.* (= **oh**) chà, chao, ôi chao, ối, ồ, à: ~ **how happy I am!** ồ! tôi vui sướng làm sao!

o' *prep., abbr.* (= **of**) của: **9 ~clock** chín giờ

oaf *n.* đứ bé sài đẹn, đứ bé bụng to đít nhỏ

oak *n.* cây sồi; gỗ sồi: ~ **tree** cây sồi; **the table was made of ~** cái bàn làm bằng gỗ sồi

oar *n.* mái chèo; tay chèo: **to be chained to the ~** bị bắt làm việc nặng và lâu; **~-lock** cọc chèo

oarsman *n.* tay chèo, người bơi thuyền

oasis *n.* (*pl.* **oases**) ốc đảo, chỗ có cây có nước giữa sa mạc

oat *n.* lúa mạch [kiều mạch, yến mạch]: **to sow one's wild ~s** chơi bời trác táng

oatcake *n.* bánh yến mạch

oath *n.* (*pl.* **oaths**) lời thề, lời tuyên thệ; lời rủa: ~ **of allegiance** lời thề trung thành; ~ **of office** lễ tuyên thệ nhậm chức; **to take an ~** tuyên thệ; **to put someone on ~** bắt ai thề; ~ **breaker** người không giữ lời thề

oatmeal *n.* bột lúa mạch; cháo lúa mạch [có sữa, đường, ăn nóng]

OBE *n., abbr.* (= **Officer of the Order of the British Empire**) huy chương cao quý của nước Anh trao cho ai đã có những thành công đặc biệt

obedience *n.* sự vâng lời; sự tuân lệnh; sự cúi đầu chào, sự cúc cung, cung kính, tôn sùng: ~ **of law** tuân theo pháp luật; **in ~ to** theo lệnh, vâng lệnh; ~ **is a virtue worth cultivating** sự vâng lời là một đức tính đáng được phát huy

obedient *adj.* biết nghe lời, vâng lời, dễ bảo, ngoan ngoãn: **he is ~ to his parents** anh ấy biết vâng lời ba mẹ

obeisance *n.* sự cúi đầu để tỏ lòng tôn kính, lòng tôn kính: **to do (make, pay) ~** tôn kính

obelisk *n.* đài kỷ niệm, tháp; cây hình tháp

obese *adj.* béo, mập, phị, trệ

obesity *n.* sự béo phệ

obey *v.* vâng lời, nghe lời, tuân theo: **most people ~ the law** người ta tuân theo pháp luật; **we ~ our parents** chúng tôi vâng lời ba mẹ chúng tôi

obituary *n.* lời cáo phó, ai tín; tiểu sử người chết: **have you read my friend's ~ in the newspaper?** bạn đã đọc lời cáo phó bạn tôi trên báo chưa?

object 1 *n.* đồ vật, vật, vật thể; đối tượng; mục đích/tiêu; bổ ngữ: **direct ~** bổ ngữ trực tiếp; **indirect ~** bổ ngữ gián tiếp; **~-ball** quả bóng đích; **~-finder** kính ngắm; ~ **lesson** bài học có đồ dạy trực quan, bài học trong môi trường thực tế **2** *v.* phản đối, chống đối; ghét, không thích: **I ~ to being treated like this** tôi không thích bị đối xử như thế nầy

objection *n.* sự phản đối/chống đối; sự bất bình, sự không thích: **no ~** không có sự phản đối; **to take ~** phản đối

objectionable *adj.* đáng chê trách; khó chịu; có thể bị phản đối, không ai ưa thích, chướng tai gai mắt, không chấp nhận được: **I don't like drinking drivers, it is ~** tôi không thích những người uống rượu lái xe, khó cấp nhận được

objective 1 *n.* mục tiêu, mục đích; tân cách, cách mục đích: *our ~ is the recovery of the lost* mục tiêu của chúng ta là phục hồi sự lỗ lã **2** *adj.* khách quan; thuộc mục đích; thuộc tân cách; thuộc cách mục đích: *I believe that a judge should be completely ~* tôi tin rằng quan toà phải tuyệt đối khách quan

obligate *v.* bắt buộc, ép buộc: *the airport authority ~s airlines to release their flight information* giới chức sân bay bắt buộc các hãng máy bay phải phổ biến thông tin các chuyến bay

obligation *n.* nghĩa vụ, bổn phận; ơn, sự hàm ơn: *to be under ~* mang/chịu ơn

obligatory *adj.* bắt buộc, cưỡng bách

oblige *v.* bắt buộc; làm ơn, giúp đỡ, gia ơn: *I am much ~d to you* tôi hết lòng biết ơn ông bà

obliging *adj.* sốt sắng giúp người khác

oblique *adj.* chéo, xiên, chếch, tà; quanh co, cạnh khoé, bất chính; [thanh điệu, vần] trắc: *~ means* thủ đoạn quanh co

obliterate *v.* bôi, xoá, cạo, tẩy; đóng dấu [tem]

oblivion *n.* sự lãng quên, không nhớ: *to fall into ~* bị lãng quên, bị bỏ quên

oblong *adj.* hình thuôn, hình chữ nhật

obloquy *n.* lời lăng nhục, tình trạng nói xấu

obnoxious *adj.* khó chịu, đáng ghét, khả ố: *an ~ person* người có mùi khó chịu

oboe *n.* kèn ô-boa

obscene *adj.* tục tĩu, bẩn thỉu, tà dâm: *~ pictures* tranh khiêu dâm; *don't use ~ language* không nên dùng ngôn ngữ tục tĩu

obscenity *n.* sự tục tĩu; lời lẽ tục tĩu/dâm ô

obscure 1 *adj.* tối tăm, mờ mịt; tối nghĩa; không có tiếng tăm gì, ít người biết đến: *the contracts are written in an ~ language* các khế ước viết không rõ ràng **2** *v.* làm tối, làm mờ; làm không rõ: *these issues have been ~d by recent events* những vấn đề nẩy bị các biến cố vừa qua làm mờ đi

obscurity *n.* bóng tối, sự tối tăm; sự khó hiểu; sự không tên tuổi: *that famous person had faded into ~* nhân vật nổi tiếng kia đã lùi vào bóng tối

obsequies *n.* đám ma, lễ tang, tang lễ

obsequious *adj.* khúm núm, quá lễ phép: *Mr. Nam is very ~ towards his boss* ông Nam quá lễ phép với ông chủ của ông ta

observance *n.* sự làm lễ; lễ kỉ niệm; sự tuân thủ

observant *adj.* tinh mắt, tinh ý, hay quan sát

observation *n.* sự quan sát; sự theo dõi; lời phê bình/bình phẩm, nhận định: *to keep someone under ~* theo dõi ai; *to my ~* theo sự quan sát của tôi; *~ post* đài quan sát

observatory *n.* đài thiên văn; đài khí tượng

observe *v.* quan sát, nhận xét, theo dõi; cử hành, làm [lễ]; giữ, tuân theo, tuân thủ, tôn trọng: *all motorists must ~ speed limit signs on the roads* tất cả người lái xe phải tuân theo các bảng chỉ giới hạn tốc độ trên đường

observer *n.* quan sát viên: *to be an ~ at the United Nations* làm quan sát viên tại Liên Hiệp Quốc

observing *adj.* có khả năng quan sát, có khả năng nhận xét

obsess *v.* ám ảnh: *to be ~ed by an idea* bị một ý nghĩ ám ảnh

obsession *n.* sự ám ảnh; điều ám ảnh

obsolescent *adj.* cũ, xưa, lỗi thời, nay ít dùng

obsolescence *n.* sự không còn dùng nữa; sự teo dần

obsolete *adj.* cũ, cổ, xưa, không dùng nữa, lỗi thời: *~ textbooks* sách giáo khoa cũ; *no one uses a telex machine nowadays; this has become ~* ngày nay không ai còn dùng máy gởi điện thư nữa, nó đã lỗi thời

obstacle *n.* vật chướng ngại, trở lực, trở ngại: *to succeed, you must learn to overcome ~s* để được thành công bạn phải học vượt khỏi chướng ngại vật

obstetrician *n.* bác sĩ khoa sản/sản khoa

obstetrics *n.* khoa sản, sản khoa

obstinacy *n.* tính bướng, tính ngoan cố

obstinate *adj.* bướng bỉnh, khó bảo, cứng đầu, đầu cứng cổ; ngoan cố, ương ngạnh

obstruct *v.* làm (bế) tắc, làm nghẽn; che khuất: *to ~ traffic* làm nghẽn giao thông; *to ~ someone's activity* gây bế tắc hoạt động của ai

obstruction *n.* sự bế tắc; sự cản trở; trở lực

obstructive *adj.* làm tắc nghẽn, gây cản trở, gây trở ngại

obtain *v.* thu/đạt/giành được; đang tồn tại: *to ~ experience* tiếp thu kinh nghiệm

obtainable *adj.* có thể đạt/thu được: *medicinal herbs are ~ from Chinese medicine shops* những cây lá thuốc có thể kiếm được các tiệm thuốc Bắc

obtrude *v.* ép buộc, bắt phải theo: *to ~ one's opinions on somebody* bắt ai phải theo ý kiến của mình

obtrusion *n.* sự ép buộc, sự bắt phải chịu, sự bắt phải theo

obtrusive *adj.* để ép buộc; làm phiền, quấy rầy

obtuse *adj.* [góc] tù; cùn, nhụt; chậm hiểu, đần: *an ~ knife* dao cùn; *I am very ~ and stupid* tôi rất ngu và chậm hiểu

obviate *v.* phòng ngừa; tránh, dự phòng: *having lots of sunshine ~s the need to hand-*

dry the wet clothes by a hair dryer có nhiều ánh nắng mặt trời dự phòng cho nhu cầu phơi quần áo khác máy xấy

obvious *adj.* rõ ràng, hiển nhiên, dễ thấy: *he told an ~ truth* ông ấy nói lên sự thật hiển nhiên

occasion 1 *n.* dịp, cơ hội: *on the ~ of* nhân dịp; *to profit by the ~* nắm lấy cơ hội; *to take an ~ to do something* nhân cơ hội làm một việc gì; *to rise to the ~* tỏ ra có khả năng đối ứng với tình hình; *on ~* nhân dịp, nhân cơ hội 2 *n.* duyên cớ, lý do: *they have no ~ to be angry* họ chẳng có lý do gì để giận cả 3 *v.* gây nên/ra, sinh ra; xui khiến: *this event ~s my friend to do this* biến cố nầy xui khiến bạn tôi làm việc nầy

occasional *adj.* thỉnh thoảng, có đôi khi

occasionally *adv.* thỉnh thoảng, lâu lâu, năm thì mười hoạ, thẳng hoặc

Occident *n.* phương Tây, Tây phương; Âu Tây

Occidental *n., adj.* (người) phương Tây, thuộc phương Tây

occidentalism *n.* văn minh phương Tây, đặc tính phương Tây

occlude *v.* đút nút, bít lỗ hổng

occlusion *n.* sự đút nút, tình trạng bị bít

occult *adj.* sâu kín, bí ẩn, huyền bí

occulting-light *n.* đèn lấp lánh, lúc bật lúc tắt

occupancy *n.* sự chiếm giữ; thời gian chiếm giữ, không còn chỗ trống: *the ~ of the hotels hits a high during the summer holidays* trong thời gian nghỉ lễ các khách sạn không còn chỗ trống

occupant *n.* người chiếm giữ, người ở (nhà), người ngồi (xe): *most of the ~s left before the fire broke out* hầu hết những người ở đó đã rời khỏi nhà trước khi hoả hoạn xảy ra

occupation 1 *n.* sự chiếm đóng; sự ở: *many people died during the Japanese ~ era* nhiều người chết trong thời gian người Nhật chiếm đóng 2 *n.* công việc làm, nghề, nghề nghiệp: *what is your ~?* nghề nghiệp bạn là gì?, chức vụ bạn là gì?

occupational *adj.* thuộc nghề nghiệp: *~ hazard* sự nguy hiểm nghề nghiệp; *~ therapy* phép chữa bệnh bằng xoa bóp

occupy *v.* chiếm, chiếm giữ, chiếm đóng; giữ (địa vị, chức vụ); ở; choán, chiếm cứ; làm bận rộn: *to ~ an important position in the company* giữ chức vụ quan trọng trong công ty; *to ~ an apartment* ở một căn hộ; *men still ~ more executive positions of power than women* đàn ông vẫn còn chiếm giữ nhiều chức vụ điều hành quan trọng hơn phụ nữ

occur *v.* xảy ra/đến: *it ~s to me that* tôi bỗng chợt nghĩ rằng; *a few misprints ~ on the front page* nhiều lỗi in sai tìm thấy ở trang đầu

occurrence *n.* việc xảy ra; sự xảy ra; lần xảy ra

ocean *n.* đại dương: *~ liner* tàu chở khách; *~ lane* đường tàu biển

Oceania *n.* châu Đại dương

oceanic *adj.* thuộc đại dương, thuộc về biển, như đại dương

oceanography *n.* hải dương học, hải học

ocher *n.* (màu) đất son

o'clock *adv.* (= **of clock**) giờ: *it's one ~* một giờ rồi

OCR *n., abbr.* (= **optical character recognition**) sự nhận ra chữ của máy vi tính

octagon *n.* hình tám cạnh, hình bát giác

octahedron *n.* hình tám mặt (toán)

octane *n.* hoá chất oc-tan

octave *n.* quãng tám; tổ quãng tám (âm giai); đoạn thơ tám câu

October *n.* tháng Mười dương lịch

octogenarian *n.* ông lão trên 80 tuổi, người thọ trên 80: *Mr. Smith is an ~, he was born more than eighty years ago* ông Smith là một người sống thọ, ông ấy đã sinh ra cách đây hơn tám mươi năm rồi

octopus *n.* con bạch tuộc, con mực ma/phủ

ocular *adj.* thuộc về mắt

ocularist *n.* người làm mắt giả

oculist *n.* thầy thuốc khoa mắt, bác sĩ nhãn khoa

OD *v.* (= **overdose**; **overdraft**) quá liều lượng: *he died because he ~'d on drugs* ông ấy chết rồi vì dùng quá độ ma tuý

odd *adj.* [số] lẻ; cọc cạch; thừa, trên; lặt vặt; kỳ cục, kỳ quặc: *3 is an ~ number* số 3 là số lẻ; *~ jobs* những việc lặt vặt; *the ~ man out* người có lá phiếu quyết định trong cuộc bầu phiếu ngang ngửa; *~-come-short* mảnh vụn, mảnhthừa; *~-come-shortly* ngày gần đây nhất; *~-looking* trông kỳ cục

oddball *n.* ngườ cư xử lạ lùng không bình thường

oddity *n.* sự kỳ quặc, sự kỳ dị; người kỳ dị, vật kỳ dị; trường hợp kỳ quặc

odds *n., pl.* sự chênh lệch/so le; sự bất hoà; sự lợi thế; sự chấp (trong ván cờ): *to make ~ even* làm cho hết so le, làm cho đều nhau; *to be at ~ with somebody* bất hoà với ai; *what's the ~?* thế thì sao?; *~ and ends* đầu thừa đuôi theo, những thứ linh tinh lặt vặt

ode *n.* bài thơ ca ngợi, tụng ca

odeum *n.* (*pl.* **odeums, odea**) nhà hát, phòng hoà nhạc

odious *adj.* ghê tởm

odograph *n.* (= **odometer**) máy ghi cây số

đã đi của xe hơi

odometer *n.* máy ghi cây số đã đi của xe

odontology *n.* khoa răng, nha khoa

odor *n.* mùi, hơi, hương; mùi/hương thơm

odorous *adj.* có mùi thơm, toả hương thơm

odyssey *n.* tác phẩm Ô-di-xe, cuộc phiêu lưu

of *prep.* của, thuộc: *to think ~ ...* nghĩ đến ...; *doctor ~ medicine* tiến sĩ khoa y, y khoa bác sĩ; *a quarter ~ three* 3 giờ kém15; *two ~ them* hai người trong bọn họ; *made ~ wood* làm bằng gỗ; *the seventeenth day ~ January* ngày 17 tháng 1; *to die ~ old age* chết già; *a family ~ ten* gia đình có 10 người; *within twenty miles ~ Hanoi* cách Hà Nội trong vòng 20 dặm; *it was nice ~ you to telephone me* cám ơn ông đã tử tế gọi điện thoại cho tôi; *a cup ~ coffee* một tách cà phê; *to smell ~ urine* khai nước tiểu

off **1** *adj.* [ngày] nghỉ, nhàn rỗi; [tính] sai, không đúng; [thịt] ôi, ươn; [điện, đèn, vòi nước] tắt; [phố] hẻm, phụ; xa, ngoài: *to be on the ~ side of the wall* ở phía bên kia tường; *he is rather ~ today* ông ta nên nghỉ ngày hôm nay; *~-cast* bị vứt đi, bị bỏ rơi **2** *adv.* xa; đi rồi; bỏ ra, cởi ra, buông ra; hẳn, hết: *they are ~* họ đi rồi; *~ with you!* cút đi!; *they cut ~ his hand* họ chặt đứt bàn tay của hắn; *please take ~ your coat* xin anh bỏ áo ngoài ra; *not far ~* gần đến nơi rồi; *to set ~* làm nổi bật; *to show ~* khoe ...; *well~* khá giả, phong lưu; *on and ~* lúc có lúc không; *to be well ~* sung túc, phong lưu **3** *prep.* xa, cách, khỏi: *the island is ~ the coast* đảo cách xa bờ biển; *~-peak* thời gian ít dùng, ít bận rộn: *the price of ~-peak electricity is cheaper* giá điện trong thời gian ít người dùng thì rẻ hơn; *to be ~ liquor* nhịn rượu, bỏ rượu; *to play ~ 5* chơi chấp năm; *~-season* *n.* mùa ít người đi du lịch; ngoài mùa nghỉ lễ: *if you travel during the ~ season, hotels are less expensive* nếu đi du lịch vào ngoài mùa nghỉ lễ thì giá khách sạn ít đắt hơn; *~stage* đằng sau sân khấu, hậu trường; *~form* đường viền trang trí chung quanh; *~ guard* không còn canh giữ nữa; *~-side* vi phạm giới hạn khung thành bóng đá; *~-spring* con cháu, đời sau, hậu thế; *~ time* thời gian giữa hai chu kỳ, thời gian máy chạy không; *~-white* trắng đục

offal *n.* đồ bỏ đi; phần hàng thịt loại bỏ; rác rưởi

offbeat *adj.* khác thường, kỳ cục

offend *v.* làm mếch lòng, chạm tự ái, xúc phạm; vi phạm, xúc phạm: *to ~ someone* xúc phạm đến ai; *to ~ against the law* vi phạm pháp luật

offender *n.* người phạm tội/lỗi, thủ phạm:

people know that sex ~s may attack again after they are released from prison người ta biết rằng những tội phạm tình dục sẽ tấn công người khác lần nữa khi chúng được thả ra khỏi nhà tù

offense *n.* [*Br.* **offence**] sự xúc phạm, sự phạm tội, tội, lỗi: *it is a criminal ~ to sell goods which are unsafe for consumption* sẽ là tội phạm nếu bán hàng hoá không an toàn cho khách hàng; *to take ~* bị mất lòng, chạm tự ái; *to give ~ to somebody* làm mếch lòng ai

offensive **1** *n.* sự/cuộc tấn công; thế công: *to take ~* tấn công **2** *adj.* làm mếch lòng, sỉ nhục; hôi hám, khó chịu, chướng, tấn công: *an ~ campaign* chiến dịch tấn công

offer **1** *n.* lời đề nghị, sự dạm hỏi; sự ngỏ ý; sự chào hàng; sự trả giá: *I will take up an ~ from your department store* tôi sẽ nhận lời đề nghị của cửa hàng bạn; *Today's special ~ gives you a choice of three shirts* đặc biệt chào hàng hôm nay là chi bạn chọn 3 áo sơ-mi **2** *v.* biếu, tặng, cúng; dạm hỏi, ướm, tỏ ý muốn; giơ/chìa ra, đưa ra, mời; đưa ra, nêu (đề nghị, ý kiến); dâng, cúng hiến: *he ~ed me a job* ông ấy cho tôi việc làm; *she ~ed me a nice lunch* bà ấy cho tôi một bữa ăn trưa thật ngon

offering *n.* sự biếu/tặng; đồ cúng, lễ vật

offhand **1** *adj.* ứng khẩu, không sửa soạn, tự nhiên: *his manners are ~, and make his visitors uneasy* tính nết ông ấy tự nhiên quá làm khách khó chịu **2** *adv.* không nghĩ trước, không chuẩn bị; ngay lập tức: *if you ask me, I can't say ~* nếu bạn hỏi tôi, tôi không thể trả lời ngay lập tức; *his English is very good, he can do an instant translation ~* tiếng Anh ông ấy giỏi lắm, ông ta có thể dịch ngay lập tức

office *n.* chức vụ, sở văn phòng, phòng giấy/văn; cơ quan, chi nhánh, nha, vụ, bộ; phòng mạch; sự giúp đỡ: *by the good ~s of* nhờ sự giúp đỡ của; *to take ~* nhận chức, nhậm chức; *to run for ~* ra ứng cử; *the foreign ~* bộ ngoại giao Anh; *~ boy* em bé chạy giấy; *~-holder* công chức, viên chức; *~ hours* giờ làm việc, giờ mở cửa, giờ khám bệnh, giờ tiếp sinh viên; *~ supplies* dụng cụ văn phòng, văn phòng phẩm; *~ work* công việc bàn giấy

officer *n.* sĩ quan, cảnh sát, nhân viên, nhân viên chấp hành một hội, một hãng: *staff ~* sĩ quan tham mưu; *~ candidate* nhân viên sĩ quan; *commanding ~* sĩ quan tham mưu; *~ of the day* sĩ quan trực nhật; *~ in-charge* nhân viên phụ trách; *returning ~* sĩ quan tuyển quân

official 1 *n.* viên chức, công chức, nhân viên: *high-ranking UN ~* viên chức cao cấp của liên hợp quốc 2 *adj.* chính thức: *an ~ statement* lời tuyên bố chính thức; *an ~ visit* cuộc thăm viếng chính thức; *according to the ~ figures, Vietnam's population is now 82 million* theo con số chính thức, dân số Việ Nam bây giờ là 82 triệu người; *~ holidays* những ngày nghỉ lễ chính thức; *~ secrets* những bí mật nhà nước

officialdom *n.* chế độ quan liêu hành chính; nghiệp công chức

officialese *n., derog.* văn/thuật ngữ hành chính/công văn

officiate *v.* làm nhiệm vụ/bổn phận; hành/cử lễ: *to ~ as host at a dinner party* làm nhiệm vụ người chủ bữa tiệc

officious *adj.* quá sốt sắng, lăng xăng, hiếu sự

offing *n.* ở ngoài khơi, sắp bùng nổ: *in the ~* ngoài khơi; sắp nổ ra

off limits *adj.* cấm: *~ limits* cấm vào

offline *adj.* làm việc độc lập/ở nhà ngoài máy vi tính chính

offprint *n.* bản in thêm riêng

offset *n., v.* (sự) bù đắp, đền bù, bản/thuật in màu ôp-xét: *~ printing* in màu bóng ôp-xét

offshoot *n.* cành, nhánh; chi nhánh; chi họ

offshore *adj., adv.* ở ngoài khơi, xa bờ; ngoài nước: *~ campus* học khu của đại học ở nước ngoài

offspring *n.* con, con cái, con cháu

off-the-cuff *adj.* ứng khẩu, không chuẩn bị trước

off-year *n.* năm mất mùa, năm buôn bán ế ẩm

often *adv.* hay, thường, năng, luôn: *how ~?* mấy lần? bao lâu lại một lần?; *he ~ goes to the movies* anh ta thường đi xi nê luôn

ogle *n., v.* liếc mắt đưa tình

ogre *n.* quỷ, yêu tinh, ông kẹ, bà chằng

oh *intj.* ô, ôi chao, ồ, chà, này: *~! you look very happy* ô! trông bạn hạnh phúc quá!; *~ it's beautiful* ô! đẹp quá

ohm *n.* đơn vị đo điện ôm

OHMS *n., abbr.* (= **On Her/His Majesty's Service**) chữ viết tắt dùng trên đầu đề giấy viết thư của chính phủ Anh

oil 1 *n.* dầu, tranh sơn dầu: *~ burner* bếp dầu; *~ company* công ty dầu hỏa; *~case* bánh khô dầu; *~cloth* vải dầu; *~ drum* thùng dầu; *~ field* mỏ dầu; *~ lamp* đèn dầu; *~ paint* tranh sơn dầu; *~ painting* sơn dầu; *~-paper* giấy dầu; *~ rig* giàn khoan dầu; *~ tanker* tàu chở dầu, bình chứa dầu; *vegetable ~* dầu ăn thực vật; *to pour ~ on the flames* đổ thêm dầu vào lửa 2 *v.* lau/bôi/ tra dầu; đút lót, hối lộ: *to ~ one's palm* mua chuộc ai, hối lộ ai; *to ~ one's tongue* nịnh

hót, tán khéo; *to ~ the wheels* cho dầu vào bánh xe; *well-~ed* lỗ khoan dầu

oily *adj.* trơn/nhờn như dầu; giây dầu mỡ, đầy dầu

ointment *n.* thuốc mỡ

ok *abbr.* (= **okay**) 1 *adj.* được, tốt lắm: *the price is ~* giá vậy là được rồi; *will it be ~ if I come by myself?* nếu tôi đến một mình tôi được chứ? 2 *n.* sự đồng ý, sự tán thành: *he gave the ~ to issue an official statement* ông ấy cho sự đồng ý phổ biến bản tuyên bố chính thức 3 *adv.* tốt lắm, được đấy, cũng khá: *you seemed to manage ~ for the first few months* bạn quản trị tốt trong mấy tháng qua 4 *v.* bằng lòng, chấp thuận, tán thành, đồng ý: *the manager wouldn't ~ your leave* giám đốc không đồng ý cho bạn nghỉ

okra *n.* đậu bắp, cây mướp tây

old 1 *adj.* già; cũ, cổ, xưa; lão luyện già giặn, có kinh nghiệm: *an ~ hand* tay lão luyện/từng trải; *a nine-year-~ child* một đứa trẻ lên 9 tuổi; *how ~ is he?* năm nay ông ta bao nhiêu tuổi?; *~-fashioned* không hợp thời trang; cổ hủ; *~ maid* gái già; *~ people's home* nhà dưỡng lão; *the ~ man of the sea* người bám như đỉa 2 *n.* xưa, ngày xưa: *the ~* những người già, các cụ có tuổi; *of ~* ngày/thuở/thời xa; *~ age* tuổi già; *~ bird* gái già; *~ boy network* mạng lưới quen biết giúp đỡ của những người cùng học một lớp trước đây; *~ English* tiếng Anh cổ; *~ girl* người đàn bà cùng học một trường từ trước đây, phụ nữ lớn tuổi; *~ guard* cựu quân nhân; *~ school* người lỗi thời; *~ Testament* cựu ước; *~ wives' tales* ý kiến cũ rích, ý kiến không có khoa học gì cả; *~ world* thuộc thời xa xưa, thuộc thế giới xưa; *~ year* năm cũ

oldie *n.* người già, đồ vật cũ

oleander *n.* cây trúc đào

olfactory *adj.* thuộc khứu giác

oligarchy *n.* chế độ/quốc gia chính trị đầu sỏ, chính trị thiểu số; tập đoàn đầu sỏ chính trị

oligopoly *n.* tình trạng ít người bán ở thị trường chứng khoán

olive 1 *n.* cây/quả ô-liu: *~ branch* cành ô-liu (tượng trưng cho hoà bình): *to hold out the ~ branch* để nghị hoà bình; *~ crown* vòng hoa chiến thắng; *~ oil* dầu ô-liu 2 *adj.* màu ô-liu: *he is handsome with ~ skin and brown eyes* ông ấy đẹp trai có da màu ô-liu và mắt nâu

Olympic Games *n.* thế vận hội, đại hội thể thao toàn thế giới: *the London ~ will be held in 2012* thế vận hội Luân-Đôn là năm 2012

ombudsman *n.* nhân viên kiểm tra, nhân viên kiểm chứng các khiếu nại: *to lodge your complaints to the police* ~ nộp đơn khiếu nại của bạn với nhân viên kiểm chứng cảnh sát

omelette, omelet *n.* trứng tráng/chiên: *I have ~ and a bread roll for breakfast* tôi ăn sáng với trứng chiên và bánh mì

omen *n.* điềm, triệu chứng

ominous *adj.* báo điềm xấu, gở, bất thường: *her silence at that time seemed so ~* sự im hơi lặng tiếng của bà ấy vào thời điểm đó là một điều bất thường

omission *n.* sự bỏ sót/quên; điều/chữ bỏ sót

omit *v.* bỏ sót, quên; quên không: *you should apologize to your friend for ~ting his name on the guest list* bạn nên xin lỗi bạn của mình vì đã bỏ sót tên trong danh sách quan khách

omnibus 1 *n.* xe buýt; chương trình truyền thanh truyền hình bao gồm những chương trình cũ; tuyển tập: *~-train* xe lửa chợ, xe lửa dừng lại nhiều trạm 2 *adj.* bao gồm nhiều thứ; nhiều mục đích: *~ bills* bản dự luật gồm nhiều mục

omnipotent *adj.* có quyền vô hạn, có quyền tuyệt đối

omnipresent *adj.* chỗ nào cũng có mặt: *Christians believe God is ~* những người Thiên Chúa giáo tin rằng Chúa ở mọi nơi

omniscient *adj.* thông hiểu mọi sự, toàn trí toàn năng

omnium gatherum *n., coll.* sự tập hợp linh tinh; buổi liên hoan rộng rãi

omnivorous *adj.* ăn tạp; đọc đủ thứ sách

omnivore *n.* động vật ăn tạp

on 1 *adj.* [đèn, đài, vòi nước] mở, vặn lên; [động cơ]đang chạy, cắm rồi; [phanh] bóp, kéo; [thịt] đang nấu/rán; [trò chơi, chương trình] bắt đầu: *the engine is ~* máy đã mở; *there is a marvelous match ~ at the national stadium* có một trận đấu xuất sắc ở sân vận động quốc gia 2 *adv.* tiếp tục, tiếp diễn: *and so ~* và vân vân; *come ~!* bắt đầu đi!; *further ~* xa hơn nữa; *from this day ~, from now ~* từ nay trở đi; *later ~* về sau; sau này; *to stay ~* ở lại; *to go ~ talking* cứ nói tiếp; *put your cap ~* đội mũ vào; *his light was ~* đèn anh ta còn sáng; *I have a lot ~ in the next week* tôi có nhiều việc tuần sau 3 *prep.* trên, vào: *~ the wall* trên tường; *~ Sunday* vào hôm chủ nhật; *~ returning home, ~ my return home* khi tôi về đến nhà; *~ my left* đứng/ngồi bên trái tôi; *a book ~ orchids* quyển sách nói về hoa lan; *based ~ facts* căn cứ vào sự thật; *~ fire* đang bị cháy; *~ strike* đang đình công;

~ foot đi bộ; *~ page 35* ở trang 35; *~ the first floor* ở tầng lầu 1; *~ a trip* đang đi du lịch; *~ sale* đang bán hạ giá; *~ examination* sau khi xem xét kỹ; *~ or before May 29* trước hay sau ngày 29 tháng 5; *~ the spot* ngay tại chỗ; *~ and ~* liên miên

once 1 *n.* một lần: *~ is enough for me* đối với tôi, một lần là đủ 2 *adv.* một lần: *~ more* một lần nữa; *~ or twice* một hai lần; *~ upon a time, there lived/was...* ngày xửa ngày xưa có...; *all at ~* tất cả cùng một lúc; *at ~* ngay lập tức; cùng một lúc; *~ for all* một lần cho nó rồi, dứt khoát; *~ in a while* thỉnh thoảng, lâu lâu, năm thì mười hoạ 3 *conj.* một khi, khi mà, ngay khi: *~ you have signed the contract* một khi anh đã ký vào giao kèo

oncoming *adj.* sắp/gần đến; đang đến

one 1 *adj.* một; một tuổi: *only ~ son* chỉ có mỗi một cậu con trai; *on ~ page* trong trang 1; *volume ~* tập 1; *with ~ voice* đồng thanh, nhất trí; *~ by ~* từng người/cái một; *~ o'clock* 1 giờ; *not ~ penny* không có lấy một xu; *my ~ and only raincoat* cái áo mưa duy nhất của tôi; *~ track* cứ một đường, thiển cận; *~-way street* đường một chiều: *this is a ~-way street, please turn back* đây là đường một chiều hãy quay trở lại; *~-way ticket* vé một lượt: *do you want to buy a ~-way or return ticket?* bạn muốn mua vé một lượt hay ve khứ hồi? 2 *pron.* cái, người/ông/bà: *the blue pencil and the red ~* cái bút chì xanh và cái bút chì đỏ: *the taller ~* cái ông cao cao; *to help ~ another* giúp đỡ lẫn nhau; *that ~* cái đó, người đó; *the ~ that you sold last year* cái mà chị mới bán năm ngoái ấy mà; *this ~* cái này, người này; *~-man show* màn độc diễn 3 *n.* one số một: *to come by ~s and twos* đến từng một hay hai người; *these goods are sold in ~s* những hàng nẩy bán từng cái một; *for ~ thing* người thích hay làm việc gì giỏi; *~-armed bandit* máy trái cây; *~ by ~* lần lượt từng người một; *~-night stand* cuộc giao hoan qua một đêm mà thôi; cuộc biểu diễn một tối duy nhất; *~-pieced* chia thành từng miếng; *one-sided* có một bên, về một bên

oneness *n.* tình trạng đồng nhất với ai hay việc gì

onerous *adj.* khó nhọc, nặng nề

oneself *pron.* tự/chính mình, bản thân mình: *to speak of ~* tự nói về bản thân mình; *to come to ~* tỉnh lại, hồi tỉnh

ongoing *adj.* đang diễn tiến, liên tục: *that job is ~* công việc đó là việc liên tục

onion *n.* củ/cây hành tây: *green ~* hành ta/lá;

~-skin giấy vỏ hành, giấy mỏng để đánh máy; *to know one's ~s* thông thạo công việc của mình

onlooker *n.* người xem

only 1 *adj.* chỉ có một, duy nhất, độc nhất: *that is my one and ~ dream* đó là giấc mộng duy nhất của tôi; *the ~ child* con một **2** *adv.* chỉ, mới: *I have ~ two* tôi chỉ có 2 cái; *~ the teacher knows* chỉ có cô giáo biết thôi; *if ~ I had known* giá mà tôi biết thế; *not ~ … but also …* không những/chẳ … mà cũng còn; *staff ~* dành riêng cho nhân viên **3** *conj.* nhưng: *you may go, ~ come home early* con đi học, tuy nhiên phải nhớ về sớm; *I want to go, ~ my daddy said I can't* tôi muốn đi lắm, chỉ phải cái bố tôi bảo không được đi

onomatopoeia *n.* từ tượng thanh, sự dùng từ tượng thanh

onrush *n.* sự ùa/xông/lao tới

onscreen *adj.* xuất hiện trên màn hình; đóng vai trên màn hình

onset *n.* sự tấn công, sự công kích: *at the first ~* từ lúc bắt đầu

onshore *adj.* ở trên bờ, ở trong nước

onslaught *n.* sự tấn công dữ dội/kịch liệt

onto *pre.* về phía trên, lên trên: *to get ~ a horse* nhảy lên mình ngựa

onus *n.* nhiệm vụ, trách nhiệm: *the ~ is on the restaurateur to provide good food* trách nhiệm chủ nhà hàng là cung cấp thức ăn ngon

onward 1 *adj.* về phía trước; tiến lên: *an ~ movement* sự di chuyển về phía trước **2** *adv.* về phía trước, phía trước: *to move ~* tiến về phía trước

ooh *intj.* Ô! tiếng nói ngạc nhiên: *~! how nice it is* Ô! nó dễ thương quá

oolong *n.* chè/trà ô-long

oops *intj.* rất tiếc! tiếc quá!

ooze 1 *n.* bùn sông, bùn cửa biển; sự rỉ nước **2** *v.* (nước) rỉ ra: *to ~ out* tiêu tan mất; *his courage is oozing away* lòng can đảm của ông ấy mất hết

opacity *n.* tính không rõ ràng, độ chắn sáng; sự tối nghĩa

opal *n.* đá mắt mèo, đá o-pan, ngọc miêu

opaque *adj.* mờ đục; chắn sáng; [văn] tối nghĩa

OPEC *n., abbr.* (= **Organization of Petroleum-Exporting Countries**) tổ chức các nước xuất khẩu xăng dầu

open 1 *n.* chỗ ngoài trời, chỗ lộ thiên; biển khơi, mở rộng: *in the ~* ngoài trời; *Australian ~* giải quần vợt Úc mở rộng **2** *adj.* mở; [cửa] ngỏ; [thư] ngỏ; [tính] cởi mở, thật thà; [việc, chức vụ] còn trống; [ô tô] trần; [thị

trường, phiên xử] công khai; [vấn đề] chưa dứt khoát; [vết thương] hoác, toác ra; [đầu óc] rộng rãi: *an ~ letter* thư ngỏ; *to leave the door ~* để cửa mở; *in the ~ air* ngoài trời, lộ thiên; *~ questions* những vấn đề còn chưa giải quyết; *to have an ~ hand* rộng rãi, rộng lượng; *to keep ~ house* ai đến cũng tiếp đãi, hiếu khách; *~ armed* niềm nở, ân cần; *~ book* được mở sách khi thi; cái bộc lộ rõ ràng; *~ door* mở cửa, bỏ ngỏ ra vào tự do **3** *v.* mở, mở cửa; bắt đầu, khai mạc: *to ~ a business* bắt đầu kinh doanh, khai trương cửa hàng; *to ~ fire* bắt đầu bắn, nổ súng, khai hoả; *the shop ~s from 8.00 a.m. to 5.00 p.m.* cửa tiệm mở từ 8 giờ sáng đến 5 giờ chiều; *she ~ed her heart to …* chị ấy thổ lộ tâm tình với …; *to ~ one's eyes* mở to mắt ra, thấy rõ; *~ market* chợ trời; *~ university* đại học mở rộng dạy bằng phương tiện truyền thông truyền thanh truyền hình và mạng vi tính

opener *n.* người mở; cái mở hộp, đồ mở chai

opening 1 *n.* khe hở, lỗ; cửa, sự khai mạc; chức vụ còn khuyết; rừng thưa: *the Prime Minister will attend the ~ of the talks* Thủ tướng sẽ dự lễ khai mạc đàm phán **2** *adj.* mở đầu: *~ remarks/speech* diễn từ khai mạc; *~ ceremony* lễ khai mạc

openly *adv.* công khai, thẳng thắn

opera *n.* sự hát giọng mũi cao, hát ô-pê-ra, tuồng, ca kịch: *~ house* nhà hát lớn, hí viện; *~ glasses* ống nhòm để xem kịch

operable *adj.* có thể thực hiện được, có thể làm được

operate *v.* (cho) chạy, điều khiển, quản lý; hoạt động; có hiệu quả/tác dụng; mổ, giải phẫu: *these regulations will ~ from next month* những qui chế nầy sẽ áp dụng từ tháng sau; *to ~ on a patient* mổ một bệnh nhân; *operating room* phòng mổ; *operating system* hệ thống điều hành; *operating room/theater* phòng mổ

operation 1 *n.* sự điều khiển/điều động/ hoạt động; sự quản lý; thao tác; hiệu quả; tác dụng; dịch vụ tài chính: *to come into ~* bắt đầu vào hoạt động **2** *n.* sự mổ xẻ, giải phẫu, ca mổ; cuộc hành quân: *he has had a minor ~* ông ấy vừa qua một cuộc giải phẫu nhẹ

operative 1 *n.* thợ máy, công nhân; thám tử, đặc viên, gián điệp **2** *adj.* có hiệu lực/ tác dụng; thực hành; thuộc phẫu thuật: *the telephone service in this area is no longer ~* dịch vụ điện thoại trong vùng nầy không còn hiệu lực nữa

operator *n.* người sử dụng/điều khiển (máy móc); cô điện thoại viên, người phụ trách tổng đài: *telephone* ~ điện thoại viên tổng đài; *he dialed the* ~ *and put in a call for Vietnam* ông ấy gọi đến tổng đài và xin gọi Việt Nam

operculum *n.* nắp mang cá, vảy ốc

ophthalmic *n.* thuốc chữa mắt

ophthalmology *n.* khoa mắt, nhãn khoa

ophthalmologist *n.* bác sĩ chữa mắt

opinion *n.* ý kiến, quan điểm; dư luận: *in my* ~ theo ý tôi, theo thiển ý; *in my humble* ~ theo ngu ý, nếu tôi được phép trình bày ý kiến thô thiển; *public* ~ công luận; *a matter of* ~ một vấn đề có thể tranh cãi; *to be of the* ~ *that* tin chắc rằng, có ý kiến la; ~ *poll* cuộc thăm dò ý kiến

opinionated *adj.* ngoan cố, giáo điều, cứng đầu: *he is so* ~ *that he doesn't accept other views* ông ấy ngoan cố đến độ ông ta không chấp nhận ý kiến người khác

opium *n.* thuốc phiện, nha phiến: ~ *addict* người nghiện thuốc phiện; ~ *den* tiệm thuốc phiện, tiệm hút; ~*-eater* người hút thuốc phiện

opponent *n.* đối thủ, địch thủ, người chống đối

opportune *adj.* đúng lúc, thích hợp

opportunist *n.* người cơ hội chủ nghĩa

opportunity *n.* dịp, cơ hội, thời cơ: *to seize an* ~ *to do something* nắm lấy cơ hội để làm việc gì; *to miss an* ~ bỏ lỡ cơ hội; ~ *shop* tiệm bán đồ cũ do các cơ quan từ thiện điều hành; ~ *cost* giá nhất thời

oppose *v.* chống lại, chống đối, phản đối; đối lại, đối kháng/chọi/lập: *many parents* ~ *sex education in schools* nhiều bậc phụ huynh chống đối việc giáo dục tình dục ở trường học

opposite **1** *n.* điều ngược lại; điều trái lại: *that man is a very complex man but my friend is the* ~, *a simple worker* ông ấy là người rất phức tạp, nhưng bạn tôi là người trái lại, một công nhân đơn giản **2** *adj.* [chiều hướng] ngược nhau: *to go in* ~ *directions* đi theo những hướng ngược nhau **3** *adv.* trước mặt, đối diện: *the house* ~ *is for sale* căn nhà đối diện để bằng bán **4** *prep.* trước mặt: ~ *number* số người/vật tương ứng; *you can park your car* ~ *the station* bạn có thể đậu xe trước mặt nhà ga

opposition *n.* sự đối lập; sự chống cự/phản đối; đảng đối lập; phe đối lập: *he is an* ~ *leader* ông ấy là lãnh tụ đối lập

oppress *v.* đàn áp, áp bức, áp chế; đè ép, đè nén: *to* ~ *freedom of human rights is to retard the advancement of society* đàn áp tự do nhân quyền là đi ngược lại trào lưu xã hội tân tiến

oppression *n.* sự đàn áp, sự áp bức

oppressive *adj.* đàn áp, áp bức, ngột ngạt

oppressor *n.* kẻ đàn áp

opt *v.* chọn, chọn lựa

optic *adj.* thuộc mắt; thuộc thị giác

optical *adj.* thuộc thị giác, thuộc quang học

optician *n.* người chế tạo/bán đồ quang học, người bán kính

optics *n.* quang học

optimism *n.* tính lạc quan; chủ nghĩa lạc quan

optimist *n.* người lạc quan: *the minister of foreign trade is an* ~ *who said that his government will control well the economic situation* ông bộ trưởng ngoại thương là người lạc quan đã nói rằng chính phủ sẽ làm chủ tình hình kinh tế về tình hình kinh tế

optimistic *adj.* lạc quan (chủ nghĩa): *the manager is* ~ *that the agreement will be signed soon* quản đốc lạc quan cho rằng bản thoả thuận sẽ được ký trong nay mai

optimize *v.* lạc quan, theo chủ nghĩa lạc quan, nhìn bằng con mắt lạc quan

optimum *n.* điều kiện tốt nhất, điều kiện thuận lợi: ~ *temperature* nhiệt độ rất thuận lợi

option *n.* sự/quyền lựa chọn; điều được chọn giữa hai giải pháp; quyền mua bán: *to make something your* ~ chọn lựa; *what other* ~*s do you have?* bạn có sự lựa chọn nào khác hơn không?; *to have no* ~ *but to keep one's* ~ *open* để dành cho ai quyền chọn lựa

optional *adj.* không bắt buộc, tuỳ ý, nhiệm ý: *English is my major subject and Vietnamese is* ~ tiếng Anh là môn chính và tiếng Việt là môn nhiệm ý

optometrist *n.* người đo mắt, người đo thị lực

opulence *n.* sự giàu có; sự phong phú

opulent *adj.* giàu có, phong phú: *the rich man lives in* ~ *surroundings; his house has ten bedrooms in a lushful environment* người giàu sống trong khung cảnh sang trọng; nhà ông ta có 10 phòng ở giữa một môi trường đầy dục vọng

opus *n.* tác phẩm nhạc, nhạc phẩm

or *conj.* hoặc, hay, hay là; tức là; nếu không: *either success* ~ *failure* thành công hay thất bại; *hurry up,* ~ *(else) you will miss the train* nhanh lên nếu không sẽ bị nhỡ tàu bây giờ; ~ *rather* hoặc hơn thế; ~ *so* khoảng chừng, hoặc như thế: *it will cost US$100* ~ *so* cái đó giá 100 đô la Mỹ hay khoảng đó

oracle *n.* lời sấm, lời tiên tri; người chỉ đường vạch lối, người có uy tín

oral **1** *n.* thi vấn đáp: *he is happy after the* ~ anh ấy rất sung sướng khi thi vấn đáp

2 *adj.* nói miệng, bằng lời nói: *students are having their ~ examination* sinh viên đang dự kỳ thi vấn đáp; *~ history* khẩu ký sử; *~ sex* giao hợp bằng miệng

orally *adv.* nói miệng, truyền miệng/khẩu

orange 1 *n.* quả/cây cam; màu cam: *to squeeze the ~* vắt hết nước; *mandarin ~* quýt; *navel ~* cam rốn **2** *adj.* da cam: *~ grove* vườn cam, trại cam; *~ juice* nước cam vắt, nước cam tươi; *~ peel* vỏ cam, trần bì

orangeade *n.* nước cam chai [không phải mới vắt]

orang utan *n.* con đười ươi

oration *n.* bài diễn văn, bài diễn thuyết: *funeral ~* điếu văn, văn tế

orator *n.* diễn giả, nhà hùng biện: *public ~* diễn giả quần chúng

oratory *n.* nghệ thuật diễn thuyết, tài hùng biện

orb *n.* quả cầu, bầu tròn; cầu (mắt); thiên thể

orbicular *adj.* hình cầu, tròn; theo đường tròn

orbit 1 *n.* quỹ đạo, ổ mắt **2** *v.* đi/đưa vào quỹ đạo

orchard *n.* vườn cây ăn quả, nông trại trồng cây ăn quả: *apple ~* vườn trồng táo

orchardman *n.* người trồng cây ăn quả

orchestra *n.* ban nhạc, dàn nhạc; khoang nhạc; khu ghế ngồi ngay trước sân khấu: *symphony ~* ban nhạc hoà tấu

orchestrate *v.* phối trí cho dàn nhạc, soạn cho dàn nhạc

orchid *n.* hoa lan, phong lan: *spring ~* xuân lan: *my employer is a collector of ~s* ông chủ tôi là người sưu tầm hoa lan

ordain *v.* phong chức; sắp xếp: *he was ~ed a minister last week* ông ấy đã chịu chức mục sư tuần rồi

ordeal *n.* sự thử thách (gay go): *the escape from the kidnapers was such an ~ that her hair turned white* trốn thoát khỏi bọn bắt cóc là một thử thách gay go đến nỗi tóc bà ta trở nên bạc phơ

order 1 *n.* ngôi, thứ, bậc, cấp; thứ tự: *alphabetical ~* theo thứ tự abc; *in ~ of appearance* theo thứ tự ra sân khấu **2** *n.* trật tự, sự ngăn nắp/gọn gàng: *to restore law and ~* tái lập an ninh trật tự; *to be in good ~* trật tự, ngăn nắp; *not in ~* không theo thứ tự gì cả **3** *n.* mệnh lệnh; nghị định; huân chương: *to give an ~ to someone* ra lệnh cho ai; *to be in holy ~s* trở thành linh mục, *~ of the day* nhật lệnh **4** *n.* sự/đơn đặt hàng: *I have sent an ~ to your department store* tôi vừa gởi phiếu đặt hàng đến tiệm của bạn; *on ~* đã đặt mua; *~ book* sổ đặt hàng; *~ form* mẫu đặt hàng; *purchase ~* phiếu đặt hàng; *money/postal ~* phiếu chuyển tiền ngân

phiếu; *pay to the ~ of somebody* xin trả cho ai; *in ~ to understand* cốt để tìm hiểu **5** *v.* ra lệnh, hạ lệnh; gọi, kêu (món ăn): *they ~ the boy around/about* họ sai thằng bé chạy tới cả lên; *I had to ~ this special filing cabinet* tôi phải đặt tủ hồ sơ đặc biệt này; *what do you like to ~?* bạn thích gọi món gì?; *made to ~* làm theo đơn đặt hàng; *in ~ that you may understand the situation* để cho ông có thể thông cảm

orderly 1 *n.* người gác, người phục vụ; lính chạy giấy; lính tải thương, y tá **2** *adj.* thứ tự, ngăn nắp

ordinal *n., adj.* (số) chỉ thứ tự

ordinance *n.* lệnh, sắc lệnh, quy định

ordinary *n., adj.* (điều/chuyện) thông thường, tầm thường, bình thường: *most ~ people are happy with their lives* phần lớn người dân bình thường đều vui sướng với đời sống của họ; *out of the ~* khác thường

ordinate *n.* tung độ, đường tung độ (toán)

ordination *n.* sự xếp loại, sự sắt đặt; sự định đoạt; lễ thụ chức

ordnance *n.* súng ống đạn dược; súng lớn, pháo

ore *n.* quặng; kim loại

organ 1 *n.* đàn ống (ở nhà thờ); đàn hộp **2** *n.* cơ quan; cơ quan ngôn luận; tạp chí; tập san: *the doctors are carrying out ~ transplants* các bác sĩ đang thực hiện cuộc giải phẫu thay các bộ phận trong cơ thể con người

organic *adj.* hữu cơ: *~ chemistry* hoá học hữu cơ; *~ fruits* trái cây không bón hoá chất

organism *n.* cơ thể; sinh vật; tổ chức, cơ quan

organist *n.* người đánh đàn ống (tức đại phong cầm)

organization *n.* sự tổ chức/cấu tạo; tổ chức: *this project has been delayed by poor ~* dự án nầy chậm trễ là do yếu kém tổ chức; *WHO is the abbreviation for World Health Organization* WHO là chữ viết tắt của tổ chức y-tế thế giới

organize *v.* tổ chức, đưa vào tập đoàn: *to ~ a wedding ceremony* tổ chứ lễ cưới

organizer *n.* người tổ chức

orgasm *n.* điểm/lúc cực khoái (khi giao hợp)

orgy *n.* cuộc truy hoan/cuồng loạn; sự lu bu chè chén

orient 1 *n.* phương Đông, Đông phương; Á đông **2** *v.* định hướng, định vị trí; quay về phương Đông: *the principal helps students ~ themselves in the working environment* ông hiệu trưởng giúp học sinh thích nghi với môi trường làm việc

oriental *n., adj.* (người) phương Đông, Á đông

orientalist *n.* nhà đông phương học

orientate *v.* xây quay về hướng đông, định hướng, định vị trí: *to ~ oneself* định hướng cho mình

orientation *n.* sự định hướng; sự chỉ dẫn (học sinh mới cần học đường đi nước bước): *all new students have to participate in the ~ week* tất cả học sinh mới đầu phải tham gia tuần lễ hướng dẫn

orifice *n.* lỗ; miệng [bình, lọ]

origami *n.* giấy gấp thủ công hình vật hay người

origin *n.* gốc, nguồn gốc, cội rễ, căn nguyên, khởi nguyên; dòng dõi, gốc, gốc gác; xuất xứ: *Vietnamese Americans return to visit their country of ~* người Mỹ gốc Việt trở lại thăm quê hương nguyên quán của họ

original 1 *n.* nguyên bản/tác: *that Rembrant is an ~ and not a copy* tác phẩm Rembrant là nguyên bản chứ không phải bản sao 2 *adj.* nguyên, đầu tiên, khởi đầu, chính, gốc, nguyên thuỷ; độc đáo

originality *n.* tính chất độc đáo/sáng tạo

originally *adj.* thoạt tiên, kỳ thuỷ, ban đầu

originate *v.* bắt đầu; bắt nguồn, gốc ở, phát sinh: *to ~ from* bắt nguồn từ

oriole *n.* chim vàng anh

ornament *n.* đồ trang hoàng; nét nhạc hoa mỹ

ornamental *adj.* để trang hoàng/trang trí

ornate *adj.* trang trí công phu; [văn] hoa mỹ, bay bướm

ornithology *n.* khoa nghiên cứu chim

orphan 1 *n.* đứa trẻ mồ côi, cô nhi: *after the war, many American families adopted Vietnamese ~s* sau chiến tranh, nhiều gia đình người Mỹ đã nhận nhiều trẻ em mồ côi Việt Nam 2 *adj.* mồ côi: *thousands of children left ~ed by the recent war* hàng ngàn trẻ em mồ côi sau cuộc chiến vừa rồi

orphanage *n.* trại/viện/trường mồ côi, cô nhi viện

orthodox *adj.* thuộc chính thống: *the ~ Church* Chánh thống giáo

orthogonal *adj.* trực giao (toán)

orthography *n.* chính tả, chữ viết, văn tự

orthopedics *n.* [*Br.* orthopaedics] thuật chỉnh hình, khoa chỉnh hình

oryx *n.* linh dương sừng kiếm ở Phi châu

Oscar *n.* giải thưởng điện ảnh, phim ảnh

oscillate *v.* lung lay, lúc lắc, đu đưa, dao động

oscilloscope *n.* cái nghiệm dao động (điện)

osmosis *n.* sự thẩm thấu, sự thấm lọc

osseous *adj.* có xương, thuộc hoá xương

ossify *v.* hoá xương

ostensible *adj.* bề ngoài là, ra vẻ là, lấy cớ là

ostentatious *adj.* khoe khoang, phô trương, làm cho người ta để ý

osteoarthritis *n.* viêm xương khớp

osteoporosis *n.* chứng loãng xương

ostracism *n.* sự đày, sự phát vãng, sự tẩy chay

ostracize *v.* đày, phát vãng; tẩy chay, khai trừ: *this club tends to ~ those who are not the super rich* câu lạc bộ nầy có khuynh hướng tẩy chay những ai không thật giàu có

ostrich *n.* đà điểu

other 1 *n.* người/vật/khác: *what about the ~s?* thế còn những người kia thì sao? 2 *adj.* khác; kia: *use ~ pens* hãy dùng một cái bút khác; *the ~ four* bốn cái khác, bốn người kia; *not this bowl of rice, use the ~* không phải bát cơm nầy, hãy dùng một bát khác; *two ~ weeks* thêm hai tuần nữa; *to raise the ~ arm* giơ tay kia lên; *every ~ week* cách một tuần một lần; *the ~ day* hôm nọ, bữa nọ; *on the ~ hand* mặt khác; *~ world* thế giới bên kia; *he gave no ~ details* ông ta không cho những chi tiết khác

otherwise 1 *adv.* cách khác: *I could not have done ~* anh không thể làm khác được 2 *conj.* nếu không, bằng không thì: *please come right away, ~ it will be too late* xin anh đến ngay, chứ không thì muộn quá; *thanks, ~ I've forgotten* cám ơn anh nhiều, nếu anh không nhắc thì tôi đã quên

otter *n.* con rái cá

ottoman *n.* ghế dài có đệm

ouch *intj.* úi chào (đau quá)! đau!

ought *aux v.* phải: *I ~ to go and apologize to her* tôi phải đi xin lỗi cô ta; *he ~ to have gone away* đáng lẽ anh ấy phải bỏ đi từ lâu rồi

ounce *n.* đơn vị đo trọng lượng ao-xơ [= 28.35g]

our *pron.* của chúng ta/mình; của chúng tôi; của trẫm: *~ country* quê hương chúng tôi; *in ~ opinions* theo ý kiến chúng tôi; *~ Father* thượng đế; *~ Lord* Chúa tôi; *~ Savior* Đứng cứu thế chúng ta

ours *pron.* cái của chúng ta/mình; cái của chúng tôi: *your house is much larger than ~* nhà anh chị lớn hơn chúng tôi nhiều

ourselves *pron.* bản thân chúng ta/mình; bản thân chúng tôi: *we built the house ~* chúng tôi tự xây nhà lấy

oust *v.* đuổi, trục xuất, hất cẳng, tống khứ

ouster *n.* sự đuổi, sự trục xuất, sự hất cẳng

out 1 *adj.* đi vắng, không có nhà; [lửa] tắt; [bí mật] tiết lộ; [thuỷ triều] xuống; [hoa] nở; [báo] ra rồi; [giao kèo] hết hạn; [người] bất tỉnh; [võ sĩ] bị đo ván: *my father is not home, he is ~* ba tôi không có nhà, ông ta đi vắng; *an ~ and ~ lie* lời nói dối hoàn toàn; *~ of date* không đúng mốt, lỗi thời: *all fashions go ~ of date quickly* các mốt thời trang lỗi thời nhanh quá; ~ *of doors* ngoài trời; *~-of-pocket* túng tiền, thiếu tiền: *after many months out of work, he is ~-of-pocket* sau nhiều tháng thất nghiệp, ông ấy túng thiếu tiền lắm; *~-of-print* không xuất bản nữa, hết in rồi: *all our old dictionaries are ~-of-print* tất cả từ điển cũ của chúng tôi không còn xuất bản nữa; ~ *of work* không có việc làm, thất nghiệp: *in the recession, many people are ~ of work* trong thời gian kinh tế suy thoái nhiều người thất nghiệp 2 *adv.* ngoài, ở ngoài, ra ngoài: *he is ~ for lunch* đi ra ngoài ăn trưa; ~ *of cash* hết tiền mặt; ~ *of print/stock* bán hết không còn; *to speak ~* nói thẳng ra; *to drink ~ of a glass* uống bằng cốc; *to cry ~ of joy* mừng phát khóc; *made ~ of rubber* làm bằng cao su; *nine times ~ of ten* cứ mười lần thì 9 lần; *to be ~ and about* đã ra ngoài được sau khi khỏi bệnh 3 *prep.* ngoài, ở ngoài, hết: *to look ~ the window* nhìn ra ngoài cửa sổ; *to play ~ the game* chơi xong trò chơi; ~ *of bounds* ngoài giới hạn qui định, vượt quá giới hạn; ~ *of the question* ngoài vấn đề; ~ *of this world* ngoài tầm tay, ngoài thế gian nầy

outage *n.* sự thiếu điện, sự cúp điện

outboard motor *n.* động cơ gắn ngoài (thuyền)

outbound *adj.* đi đến một hải cảng nước ngoài, đi nước ngoài

outbreak *n.* cơn/sự bùng nổ, sự bột phát; sự nổi dậy, sự bạo động

outbuilding *n.* nhà phụ, nhà ngoài

outburst *n.* sự bùng nổ, sự bột phát; cơn giận

outcast *n., adj.* (người) bị ruồng bỏ

outcaste *n., v.* (người) bị khai trừ ra khỏi đẳng cấp, bị mất địa vị giai cấp của mình

outcome *n.* kết quả, hậu quả, hệ quả: *many people are very pleased with the ~s* nhiều người rất hài lòng với kết quả có được

outcrop *n., v.* (sự) trồi lên, nhô lên

outcry *n.* sự la ó, sự phản đối ầm ĩ

outdated *adj.* cổ, lỗi thời, xưa

outdo *v.* làm giỏi hơn, vượt hơn hẳn, trội hơn

outdoor *adj.* ngoài trời: ~ *grill* bếp ngoài trời; ~ *tennis* quần vợt ngoài trời; *an ~ class* lớp học ngoài trời

outdoors *n., adv.* ngoài trời: *the picnic is held ~ so that all can enjoy the nice weather* cuộc đi chơi ngoài trời vì vậy mọi người đều vui hưởng thời tiết tốt

outer *adj.* (ở phía) ngoài; ở ngoài xa hơn: ~ *space* ngoài vũ trụ; ~ *garments* áo khoác ngoài; ~ *limits* ngoài giới hạn qui định; ~ *world* thế giới vật chất bên ngoài, xã hội bên ngoài

outermost *adj.* ở phía ngoài cùng, ở ngoài xa nhất

outfit 1 *n.* đồ trang bị; quần áo, trang phục; bộ đồ nghề; tổ, đội, đơn vị; hãng: *camping ~* đồ trang bị để đi cắm trại 2 *v.* trang bị, cung cấp: *the hospital ~ted him with artificial legs* bệnh viện cung cấp chân giả cho ông ấy

outflank *v.* đánh vào sườn quân địch

outflow *n.* sự chảy mạnh ra, sự thoát ra; lượng chảy ra

outgoing *adj.* (công văn) đi; [viên chức] sắp thôi việc; thân thiện, cởi mở, dễ chịu: *he is the ~ director* ông ấy là giám đốc sắp mãn hạn

outgrow *v.* lớn/mọc mau hơn; bỏ được [tật xấu]

outgrowth *n.* sự mọc quá nhanh; kết quả

outhouse *n.* nhà phụ, nhà ở ngoài nhà chính; cầu tiêu ngoài nhà

outing *n.* cuộc đi chơi xa, cuộc đi nghỉ hè xa nhà

outjump *v.* nhảy xa hơn, nhảy quá

outlander *n.* người nước ngoài

outlandish *adj.* lạ lùng, kỳ cục

outlast *v.* dùng lâu hơn; sống lâu hơn: *he will not ~ more than one year* ông ấy sống không quá một năm

outlaw 1 *n.* kẻ cướp, gian phi 2 *v.* đặt ra ngoài vòng pháp luật; cấm, cấm chỉ

outlay *n., v.* (tiền) bỏ ra, (tiền) phải xuất ra

outlet *n.* lối ra, chỗ thoát; chỗ tiêu thụ: *factory ~* nơi bán hàng từ hãng sản xuất

outline 1 *n.* nét ngoài, ngoại diện; hình bóng; đề cương, dàn bài: *history ~* sử cương, sử lược; *the course ~* đề cương khoá học 2 *v.* vẽ phác, phác thảo, thảo những nét chính: *the mountain is clearly ~d against the morning sky* rặng núi in hình rõ lên nền trời buổi sáng

outlive *v.* sống lâu hơn; vượt qua được

outlook *n.* cách nhìn, quan điểm, quang cảnh, viễn cảnh, triển vọng: *I have a positive ~ on life* tôi có cái nhìn lạc quan về cuộc đời; *world ~* thế giới quan

outlying *adj.* ở ngoài rìa, xa trung tâm, xa xôi

outmaneuver *v.* xuất sắc về chiến thuật, giỏi chiến thuật hơn, khôn hơn

outmatch *v.* tiến quân nhanh hơn, vượt xa; giỏi hẳn lên, áp đảo hẳn

outmoded *adj.* không đúng mốt, lỗi thời, cổ lỗ sĩ

outname *v.* nổi tiếng hơn, lừng lẫy hơn

outnumber *v.* đông hơn: *in one of the villages in Vietnam, women ~ men three to one* một trongnhững ngôi làng ở Việt Nam phụ nữ đông hơn đàn ông gấp ba lần

outpatient *n.* bệnh nhân ngoại trú, khu bệnh nhân ngoại trú: *if you need a minor treatment, you should go to the ~ department* nếu bạn chữa trị nhẹ thôi bạn nên đến khoa ngoại trú

outplay *v.* chơi giỏi hơn, chơi hay hơn

outpost *n.* đồn tiền tuyến, tiền đồn

outpouring *n.* sự đổ ra, sự chảy ràn ra; sự thổ lộ tâm tình

output *n., v.* sự sản xuất, sản phẩm; sản lượng; hiệu suất, kết quả, thành quả: *you run the software, you look at the ~ and you make modifications* bạn sử dụng phần mềm, nhìn kết quả và bạn thay đổi nó

outrage **1** *n.* sự vi phạm trắng trợn; sự xúc phạm **2** *v.* vi phạm; xúc phạm; sĩ nhục; cưỡng hiếp

outrageous *adj.* tàn bạo, vô nhân đạo; láo/ tệ quá

outreach *v., n.* vượt hơn, với xa hơn

outrelief *n.* tiền trợ cấp cho người không ở trại tế bần

outright *adj., adv.* hoàn toàn; thẳng; toạc móng heo; ngay, liền, lập tức

outroot *v.* nhổ cả gốc, làm bật gốc; trừ tận gốc

outrun *v.* chạy nhanh hơn, vượt, vượt quá

outsell *v.* bán được nhiều hơn, bán chạy hơn; được giá hơn

outset *n.* sự bắt đầu: *from the ~* ngay lúc đầu

outshine *v.* chiếu sáng, sáng hơn, lộng lẫy hơn, rạng rỡ hơn

outside **1** *n.* bề ngoài, bên ngoài: *to open the door from the ~* mở cửa từ bên ngoài; *at the ~* nhiều nhất là, tối đa là **2** *adj.* ở ngoài; của bên ngoài; của người ngoài: *~ opinion* ý kiến của người ngoài; *I don't want to take ~ seats* tôi không muốn lấy hàng ghế ngoài **3** *adv.* ra ngoài: *please put these chairs ~* làm ơn để những chiếc ghế nầy ra ngoài; *to come ~* đi ra ngoài **4** *prep.* ngoài, ra ngoài, trừ: *we cannot go ~ the evidence* chúng ta không thể đi ra ngoài bằng chứng được

outsider *n.* người ngoại cuộc; người không chuyên môn; người không cùng nghề, cùng nhóm

outsit *v.* ngồi quá lâu, ngồi quá thời hạn

outsized *adj., n.* quá khổ, cỡ quá lớn

outskirts *v.* ngoại ô, vùng ngoại thành, mép, rìa

outsmart *v.* khôn hơn, giỏi hơn: *to ~ oneself* trội hẳn lên

outspend *v.* tiêu nhiều quá, ăn tiêu quá mức

outspoken *adj.* nói thẳng, trực tính, bộc trực

outspread **1** *adj.* căng rộng ra, trải rộng ra **2** *n.* sự căng rộng ra, sự trải rộng ra,sự lan tràn, sự phổ biến rộng rãi **3** *v.* căng rộng

ra, phổ biến rộng rãi, làm lan tràn

outstanding **1** *adj.* nổi bật, kiệt xuất, xuất chúng, siêu quần: *he is one of the hundred ~ intellectuals in the 21st century* ông ấy là một trong số một trăm nhà trí thức nổi bật trong thế kỷ 21 **2** *adj.* (món nợ) chưa trả: *you have to pay your ~ bill before they can give you credit* bạn phải trả món nợ còn thiếu trước khi họ cho bạn mua chịu

outstay *v.* ở lâu hơn, ở quá hạn

outstep *v.* vượt quá. đi quá: *to ~ the truth* vượt quá sự thật

outstretched *adj.* duỗi ra, căng ra, mở rộng ra, kéo dài ra

outstrip *v.* chạy vượt, bỏ xa, giỏi hơn

out-think *v.* suy nghĩ sâu sắc hơn, suy nghĩ nhanh hơn; suy nghĩ chính xác hơn

outward **1** *adj.* bề ngoài, bên ngoài: *in spite of my ~ calm, I am still very nervous inside* mặc dầu bề ngoài bình tỉnh nhưng tôi vẫn còn hồi hộp **2** *adv.* ra phía ngoài, hướng ra ngoài (= *outwards*): *for my next journey ~, I have to buy a return ticket now* trong chuyến đi xa ngoài sắp tới tôi phải mua vé khứ hồi ngay bây giờ **3** *n.* bề ngoài, thế giới bên ngoài

outwear *v.* bền hơn, dùng được lâu hơn; làm cho không chịu được nữa

outweigh *v.* nặng (ký) hơn, có nhiều ảnh hưởng hơn

outwit *v.* khôn/láu hơn, mưu mẹo hơn; đánh lừa

outwork **1** *n.* công việc phụ, công việc làm ngoài nhà máy **2** *v.* làm việc nhiều hơn, làm việc cần cù hơn

outworker *n.* công nhân làm việc ngoài nhà máy, công nhân làm việc ngoài trời

oval *n., adj.* (có) hình trái xoan

ovary *n.* buồng trứng, bầu nhuy hoa

ovation *n.* sự reo mừng, sự hoan hô/tung hô: *standing ~* sự đứng dậy vỗ tay hoan hô

oven *n.* lò bếp, lò nướng

over **1** *adj.* hết, xong, qua; nhiều hơn, quá: *~ activity* sự quá tích cực **2** *adv.* bên trên; qua (sang bên kia); lại, lần nữa; bên trang sau; xong, hoàn tất: *the class is ~* lớp học tan rồi; *to think it ~* anh hãy nghĩ kỹ đi; *to stay ~ until Monday* ở lại đến thứ hai; *it's all ~* khắp mọi nơi; xong hết rồi; *please turn ~* xin xem trang sau; *~ again* một lần nữa; *~ and ~ again* nhiều lần, mãi, lập đi lập lại; *~ here* ở đây, bên này; *~ there* ở đó, bên ấy; *to hand ~* giao/ trao lại cho **3** *prep.* ở trên, qua (rãnh, rào, v.v.); trong [một thời gian]; hơn, hơn nhiều nữa; vì về: *~ the phone* trong dây nói, qua điện thoại; *~ the radio* trên đài phát thanh; *~ a cup of* *coffee* trong khi dùng cà phê, lúc trà dư tửu hậu; *all ~ the world* khắp thế giới; *~ the hill* trên đỉnh đồi; *~ one's head* trên đầu người nào; *~ the moon* trên cung trăng, quá mơ hồ

overabundant *adj.* thừa mứa, thừa thải, quá dư thừa

overachiever *n.* người quá thành đạt

over-active *adj.* quá nhanh nhảu, quá tích cực

over-age *adj.* quá tuổi

overage *n.* hàng hoá cung cấp thừa, số hàng dư

overall *adj.* toàn bộ; đại để, đại khái: *to see an ~ view* xem quang cảnh toàn bộ; *an ~ solution* giải pháp toàn bộ

overalls *n.* quần yếm: *the workers wear ~ to protect their coats from the grease* công nhân mang quần yếm để bảo vệ áo khoác của họ khỏi bị dầu mỡ

overambitious *adj.* quá nhiều tham vọng, ước muốn quá mức

over-anxious *adj.* quá lo lắng, lo lắng quá độ

overawe *v.* quá sợ, quá kính nể

overbearing *adj.* hách dịch, hống hách

overblown *v.* thổi quá mạnh, quan trọng hóa quá đáng; thổi phồng quá mức

overboard *adv.* qua mạn tàu (xuống biển)

overbook *v.* giữ chỗ hết rồi, hết vé rồi, không còn chỗ trống nữa: *sorry! the train is ~ed* xin lỗi, xe lửa đã hết chỗ rồi

overburden *v.* chất quá nặng, bắt làm quá sức

overcast *adj.* có mây che, u ám: *today's weather is ~* thời tiết hôm nay u ám

overcharge *n., v.* (sự) tính trội nhiều quá; bán quá giá: *make sure the taxi driver doesn't ~ you* phải chắc là tài xế tắc xi không tính trội tiền cho bạn

overcoat *n.* áo khoác ngoài, ba đờ xuy

overcome *v.* thắng, vượt qua, khắc phục [trở ngại]: *two parties have ~ their differences over the prices* hai đối tác đã vừa khắc phục sự khác biệt giá cả

overcook *v.* nấu chín quá, nấu quá lâu

overcrowded *adj.* đông quá, chật quá: *Saigon now is an ~ city* Sài Gòn là thành phố quá đông người

overdo *v.* làm quá trớn; nấu như quá

overdose *n., v.* liều quá mức; sự quá liều lượng

overdraft *n.* số tiền tiêu quá nhiều hơn có trong trương mục ngân hàng: *to pay off an ~* trả xong tiền nợ trong trương mục

overdraw *v.* rút tiền ra hay tiêu tiền nhiều hơn tiền có trong ngân hàng

overdress *v.* mặc nhiều quần áo quá, ăn mặc diện quá đáng

overdrive *n.* số xe để lái tốc độ nhanh: *to go*

into ~ cho số tốc độ nhanh

overdue *adj.* [tàu, xe] quá chậm; [nợ] quá hạn: *your rent was ~ since yesterday* tiền thuê của bạn vừa quá hạn ngày hôm qua

overemphasis *n.* chú trọng quá đáng, quan trọng hoá quá đáng: *there is an ~ on curing illnesses rather than preventing them* đó là điều chú trọng quá đáng về bệnh tật hơn là để phòng nó

overestimate *v.* đánh giá quá cao: *the director ~d her when he decided to promote her* ông giám đốc đã đánh giá quá cao bà ấy khi quyết định thăng chức cho bà ta

overexert *v.* bắt cố gắng quá sức

overflow *n., v.* (sự/phần) tràn ra, tràn đầy: *~ meeting* quá nhiều hội họp

overfulfill *v.* hoàn toàn vượt mức

overgrown *adj.* lớn mau quá, mọc đầy

overhang *v.* nhô ra, treo lơ lửng

overhaul *n., v.* (sự) kiểm tra, đại tu (máy móc)

overhead *n., adj., adv.* tổng phí; ở trên đầu: *a plane is flying ~* chiếc máy bay đang bay trên đầu chúng ta; *~ costs* tổng phí tổn; *~ projector* máy đèn chiếu các phim ảnh dùng dạy học hay hội nghị

overhear *v.* chợt nghe, nghe lỏm/trộm

overjoyed *adj.* vui mừng khôn xiết

overladen *adj.* chất quá nặng

overland *adj., adv.* qua đất liền, bằng đường bộ

overlap *n., v.* (sự/phần) trùng, đè/gối/lấn/lên: *his job ~ped yours* công việc của ông ấy đã trùng lập với bạn rồi

overlay *n., v.* (vật) che, phủ, trải

overload **1** *n.* lượng quá nặng: *we all have information ~ from the internet* tất cả chúng ta có quá nhiều thông tin trên mạng vi tính toàn cầu **2** *v.* chất nặng thêm: *don't ~ your car* đừng chất quá nặng lên xe bạn

overlook *v.* nhìn từ trên cao, giám sát; không chú ý đến; bỏ qua, tha thứ, lờ đi; coi nhẹ

overnight *adj., adv.* qua đêm, ở lại một mình, ngủ đêm; ngày một ngày hai, một sớm một chiều

overpass **1** *n.* cầu bắc qua đường **2** *v.* vượt qua

overpay *v.* trả quá nhiều, trả quá cao: *the scheme will ~ some workers but underpay others* chương trình sẽ trả quá cao đối với một số công nhân nhưng đồng thời trả quá thấp với một số khác

overpayment *n.* sự/món trả nhiều quá

overpopulation *n.* nạn nhân mãn, nạn đông dân quá

overpower *v.* chế ngự, khuất phục

overprice *n.* giá quá cao, giá quá đắt

overproduction *n.* sự sản xuất thừa/quá nhiều

overprotective *adj.* che chở quá đáng, che chở không hợp lý

overrate *v.* đánh giá quá cao

overreach *v.* vượt qua; với quá cao/xa; đánh lừa

override *v., n.* chà đạp, giày xéo; không đếm xỉa đến: *to ~ someone's pleas* không chịu nghe lời biện hộ của ai; *to ~ one's commission* lạm quyền của mình

overrule *v.* cai trị, thống trị, gạt bỏ, bác bỏ

overrun *v., n.* chạy vượt quá, lan tràn, tràn ngập

overseas *adj., adv.* hải ngoại: *~ Chinese* hoa kiều hải ngoại; *to go ~* ra nước ngoài; *~ students* sinh viên nước ngoài; *every year, millions of ~ visitors come to Vietnam* hàng năm có hơn triệu du khách nước ngoài đến Việt Nam

oversee *v.* trông nom, coi sóc, giám thị

overseer *n.* giám thị, đốc công

oversensitive *adj.* quá nhạy cảm, quá bén nhạy

overshadow *v.* che bóng; che lấp, làm lưu mờ

overshoe *n.* giày bao (ngoài giày thường, để đi mưa)

oversight *n.* sự quên sót, lầm lỗi; sự giám thị

oversize *n.* cỡ lớn quá, quá cỡ

oversleep *v.* ngủ quá giấc, ngủ quên

overstaff *n.* quá nhiều nhân viên, nhiều nhân viên thừa

overstate *v.* nói quá, cường điệu quá

overstep *v.* đi quá, vượt mức

overstretch *v.* kéo quá căng, dương quá mức

oversubscribe *v.* mua quá mức, đóng góp trên mức

oversupply *n., v.* (sự) cung cấp quá nhiều/ quá mức

overt *adj.* công khai, không úp mở

overtake *v.* bắt kịp, vượt; xảy đến cho: *no overtaking* cấm qua mặt, cấm vượt

overthrow *v.* phá/đạp đổ, lật đổ [chính phủ]

overtime *1 n.* giờ làm thêm, thêm giờ: *team A won team B by 2-1 in ~* đội A thắng đội B 2-1 trong giờ đấu thêm *2 adj.* ngoài giờ, làm thêm: *~ payment* tiền trả làm thêm ngoài giờ *3 adv.* làm thêm, phụ trội: *to work ~* làm thêm ngoài giờ, làm giờ phụ trội

overtone *n.* âm bội, bội âm; ngụ ý

overture *n.* sự đàm phán, sự thương lượng; khúc mở màn; lời đề nghị: *to make ~s to someone* đề nghị với ai; *~ of friendship* sự tạo thân hữu

overturn *v., n.* (làm) lật đổ, lật nhào; đảo lộn

overuse *n.* sự dùng quá nhiều, sự quá lạm dụng, sự dùng quá lâu

overvalue *v.* đánh giá quá cao, đề cao quá đáng

overweight *n., adj.* trọng lượng trội, số cân thừa; béo, mập quá

overwhelm *v.* áp đảo, lấn át; tràn ngập, chôn lấp; *~ing majority* đa số trội hẳn; *she was ~ed by a longing for times past* cô ấy bị tràn ngập lòng mong đợi thời gian trôi qua nhanh

overwork *n., v.* (sự) làm việc quá sức: *you ~ but underpay that man* ông ấy làm việc quá sức nhưng lại trả lương thấp

ow *intj.* ối, đau: *~! don't do that* ồ! đừng làm như thế

owe *v.* nợ, thiếu; mang/hàm ơn: *he ~s me $60* anh ấy nợ tôi 60 đô la

owing *adj.* nợ, còn phải trả nợ: *to pay all that is ~* trả hết nợ còn thiếu; *~ to* vì, do, nhờ có

owl *n.* con cú

own *1 adj.* riêng, của riêng mình: *my ~ brothers and sisters* các anh chị ruột của tôi; *a home of my ~* một căn nhà riêng của tôi; *he did it on his ~* anh ấy tự ý làm như thế; *I saw it with my ~ eyes* chính mắt tôi thấy việc ấy; *on one's ~* độc lập, tự mình chịu trách nhiệm; *to hold one's ~* giữ vững vị trí, giữ vững lập trường *2 v.* có, là chủ của; thú nhận, thừa nhận: *to ~ something* có cái gì; *I ~ a new house* tôi có nhà mới; *to ~ up* thú nhận

owner *n.* người chủ, chủ nhân, sở hữu chủ: *home ~* chủ nhà; *land~* chủ đất; *I am the ~ of this property* tôi là chủ cơ sở nầy; *~-occupier* chủ nhà đang ở nhà của mình

ownership *n.* quyền sở hữu, quyền làm chủ: *the Vietnamese government has announced the law of foreign ~ on houses* chính phủ Việt Nam vừa ban hành luật quyền sở hữu nhà đất của người nước ngoài

ox *n.* (*pl.* **oxen**) con bò; con bò đực thiến

oxbow *n.* vòng cổ ở ách trâu bò

oxcart *n.* xe bò

oxidant *n.* chất ô-xi hoá

oxidation *n.* sự ô xy hoá

oxide *n.* hoá chất oxyt

oxidize *v.* làm gỉ; ô-xy hoá

oxtail *n.* đuôi bò: *~ soup* xúp đuôi bò

oxygen *n.* khí o-xy, dưỡng khí: *~ mask* dụng cụ úp vào mũi để thở dưỡng khí

oxygenate *v.* thấm ô-xy, ô-xy hoá; cung cấp ô-xy

oyster *n.* con sò: *~ bar* quầy bán sò; *~ bed* bãi nuôi sò; *~ sauce* dầu hào; *~ shell* vỏ sò

oz *n., abbr.* (= **ounce**) đơn vị đo trọng lượng oăn-xờ (*1 oz = 25 g*)

ozone *n.* khí o-zon; không khí trong mát

P

pa *n.* ba, bố: ~ *is not at home* ba không có ở nhà

p.a. *abbr.* (= per annum) hàng năm: *the average income of medical doctors is about US$5000 ~ in Vietnam* ở Việt Nam lợi tức trung bình của các bác sĩ y-khoa khoảng 5000 đô la Mỹ một năm

pace **1** *n.* bước đi; dáng/cách đi; tốc độ, nhịp độ: *to keep ~ with* theo/sánh kịp; *to set the ~* nêu gương; *to go at a foot's ~* đi từng bước; *to go the ~* đi nhanh; ăn chơi phóng đãng; *to put someone through his/her ~s* thử tài ai, thử sức ai; cho ai thi thố tài năng **2** *v.* đi từng bước, bước từng bước: *to ~ up and down the corridors* đi đi lại lại dọc theo hành lang

pacemaker *n.* người dẫn tốc độ trong cuộc đua; máy trợ tim đặt trong lòng ngực: *my friend was fitted with a ~ after he was found to have a serious heart disease* bạn tôi đã gắn máy trợ tim sau khi tìm thấy bị bệnh tim nặng

pachinko *n.* môn chơi bi bàn của người Nhật

pachyderm *n.* loài động vật da dày; con voi; người mặt dày mày dạn, người không biết nhục

pacific *adj.* hoà bình, thái bình, hiếu hoà: *the ~ Ocean* Thái Bình dương

pacification *n.* sự bình định, sự làm hoà dịu

pacifier *n.* núm vú giả của trẻ con; người dẹp yên tranh chấp hay chiến tranh

pacifism *n.* chủ nghĩa hoà bình

pacifist *n.* người theo chủ nghĩa hoà bình

pacify *v.* dẹp yên; bình định; phủ dụ; làm nguôi: *to ~ the rebels* dẹp yên bọn nổi loạn

pack **1** *n.* bó, gói; ba lô; cỗ (bài); bó (len); đàn, bầy, lũ, lô; gói (thuốc lá); kiện/gói hàng: *a ~ of troubles* một lô rắc rối; *a ~ of fools* một lũ ngu ngốc; *~ animal* súc vật dùng chuyên chở **2** *v.* gói, bọc/buộc lại; đóng gói; xếp vào va li; lèn chặt, ních; chở hàng lên (ngựa); cho vào va li: *I ~ed my bag and went to the airport* tôi bỏ vào túi xách của tôi rồi đi ra phi trường; *we sent him ~ing* chúng tôi tống cổ ông ấy đi; *the car was ~ed with passengers* xe chật ních hành khách; *~ed lunch* cơm trưa gói sẵn để mang đi; *to ~ it in* làm xong, hoàn thành; *to ~ it up* thôi, ngừng; *to ~ off* tống tiễn ai, khăn gói ra đi

package **1** *n.* gói đồ, gói hàng, kiện hàng; trọn bộ, trọn gói, bao gồm tất cả: *he accepted a retirement ~* ông ấy chấp nhận trọn bộ hưu bổng; *I have received a ~ from my father* tôi vừa nhận được một kiện hàng ba tôi gởi; *~ deal* sự bán mở (phải thoả thuận tất cả các điều kiện); *~ holiday* một kỳ nghỉ lễ trọn gói/bao cả ăn ở di chuyển **2** *v.* đóng gói, vào bao bì: *these products are ~d for sale* những sản phẩm nầy được đóng gói để bán

packaging *n.* sự/vật đã được đóng gói, việc bao bì: *Vietnamese teas are selling well because the ~ is so attractive* trà Việt Nam bán chạy lắm vì bao bì rất là hấp dẫn

packer *n.* công nhân đóng bao bì, người cho vào thùng/hộp: *she works as a flower ~ during the holidays* cô ấy làm người bó hoa trong thời gian nghỉ lễ

packet *n.* gói nhỏ: *a ~ of cigarettes* một gói thuốc; *~ boat* tàu chở thư; *~ horse* ngựa thồ; *small ~* gói nhỏ gởi qua bưu điện

packing *n.* sự đóng hàng vào thùng, sự đóng bao bì, sự gói đồ; vật liệu để gắn kín: *~ case* thùng đóng hàng; *~ paper* giấy gói hàng; *~ sheet* vải gói hàng

pact *n.* hiệp ước, công ước

pad **1** *n.* đệm, lót, cái độn; tập giấy viết; lõi mực hộp mực đóng dấu; bệ phóng: *shoulders ~* đệm lót ở vai áo; *students use a ~ of paper to write their lecture notes* sinh viên dùng tập giấy để ghi bài giảng; *launch ~* bệ phóng hoả tiển **2** *v.* đệm, lót, độn; đi chân, cuốc bộ: *she always ~s her bras* cô ấy luôn lót nịt vú

paddle **1** *n.* mái guồng, vợt (bóng bàn); cánh (guồng nước): *~ board* ván lướt sóng; *~ wheel* guồng tàu thuỷ **2** *v.* chèo/bơi xuồng; bơi chèo thuyền nhỏ bằng giầm: *to ~ one's own canoe* đi bằng tàu nhỏ/ca-nô

paddock *n.* bãi để nuôi ngựa; bãi cỏ

paddy *n.* thóc, lúa; ruộng lúa

padlock **1** *n.* cái khoá móc **2** *v.* khoá móc

padre *n.* cha, thầy cả trong quân đội

paella *n.* món cơm thập cẩm gồm rau thịt cá của người Tây Ban Nha

pagan **1** *n.* người tà giáo **2** *adj.* thuộc tà giáo

page **1** *n.* trang sách, trang báo: *look at the front ~ of your dictionary to know the abbreviations used* hãy xem trang đầu từ điển của bạn để biết những chữ viết tắt đã được dùng **2** *n.* tiểu đồng; thiếu niên phục vụ [ở quốc hội, khách sạn] **3** *v.* gọi tìm (bằng loa ở chỗ đông): *we are paging Mr. Viet* chúng tôi cần kiếm ông Việt

pageant *n.* đám rước lộng lẫy; cuộc thi sắc đẹp: *a beauty ~* cuộc thi hoa hậu

pageantry *n.* cảnh lộng lẫy

pageboy *n.* (*also* **flower-boy**) đứa bé cầm hoa cho cô dâu trong đám cưới

pager *n.* máy nhỏ đeo theo người để nhận tin

paginate *v.* đánh số trang

pagoda *n.* tháp; chùa: *Buddhist* ~ chùa Phật giáo

pagoda-tree *n.* cây đa; cây để ra tiền vàng: *to shake the* ~ làm giàu nhanh chóng

paid *adj.* đã trả tiền: ~ *in full* đã trả đủ; ~ *holidays* nghỉ lễ được trả lương; ~-*up member* hội viên đã đóng đủ niên liểm

pail *n.* cái thùng, cái xô: *a* ~ *of hot water* một thùng nước nóng

pain 1 *n.* sự đau đớn; công sức khó nhọc; hình phạt: *to have a* ~ *in the head* đau đầu nhức óc; *to take* ~*s* bỏ công sức; *to take*~*s at doing something* chịu khó làm việc gì; *to be a* ~ *in the neck* quấy rầy ai, chọc tức ai 2 *v.* làm đau đớn, làm đau khổ: *it* ~*s me to think of you suffering all the time* điều làm tôi đau khổ khi nghĩ đến bạn đang luôn chịu đựng

painful *adj.* (làm) đau đớn; đau khổ; khó nhọc: *it is* ~ *to walk with a swollen ankle* thật khó nhọc khi đi bộ mà mắt cá bị sưng

painkiller *n.* thuốc giảm đau

painless *adj.* không đau đớn

painstaking *adj.* chịu khó, cần cù, cần mẫn

paint 1 *n.* sơn; thuốc màu: *as pretty as* ~ đẹp như vẽ; ~ *box* hộp thuốc vẽ, hộp màu; ~*brush* cọ sơn, bút vẽ; ~*shop* tiệm bán sơn; *two coats of* ~ hai lớp sơn; *wet* ~ sơn còn ướt 2 *v.* sơn, quét sơn; vẽ (tranh), tô vẽ, mô tả, miêu tả: *can you* ~ *the door red?* ông có thể sơn cánh cửa màu đỏ không?; *to* ~ *the town red* uống rượu và vui đùa ầm ỹ ở ngoài phố, quấy phá ở tiệm rượu để ăn mừng; *to* ~ *in bright colors* vẽ màu tươi, sơn màu sáng; *to* ~ *someone black* bôi nhọ ai

painter *n.* thợ sơn; hoạ sĩ

painting *n.* bức vẽ, bức tranh; ngành hội hoạ: *lacquer* ~ (bức) tranh sơn mài

pair 1 *n.* đôi, cặp; cặp vợ chồng, đôi trống mái: *a* ~ *of blue jeans* một cái quần gin; *a* ~ *of carriages* xe hai ngtựa; *a* ~ *of chopsticks* một đôi đũa; *a* ~ *of oars* thuyền hai mái chèo; *a* ~ *of pajamas* một bộ áo ngủ; *a* ~ *of stairs* cầu thang; *a* ~ *of scissors* một cái kéo; *a safe* ~ *of hands* người đáng tin cậy và giỏi; *in* ~*s* từng đôi từng cặp; *two* ~*s of trousers* một đôi quần 2 *v.* kết đôi, ghép đôi: *to* ~ *off* ghép từng đôi một; *all trainees will be* ~*ed with experienced workers* những người học việc sẽ được ghép với những công nhân lành nghề

pajamas *n.* [*Br.* **pyjamas**] quần áo ngủ, pi-ja-ma

Pakistan *n.* nước Pa-kis-tan

Pakistani *adj.* thuộc Pa-kis-tan

pal *n.* bạn: *pen* ~ bạn qua thư từ

palace *n.* lâu đài, cung, điện, dinh thự: *Can we visit the old* ~? chúng ta có thể đi xem cung điện nhà vua cũ được không?

palanquin *n.* (*also* **palankeen**) kiệu, cáng dùng để khiêng

palatable *adj.* ngon miệng; chấp nhận được

palatal *n., adj.* (âm)vòm, (âm) khẩu cái

palate *n.* vòm miệng, khẩu cái; khẩu vị: *to have a delicate* ~ rất sành ăn

palatial *adj.* như lâu đài cung điện, nguy nga

palaver *n., v.* lời nói ba hoa/phỉnh gạt; lời tán tỉnh

pale *n.* cọc rào; giới hạn

pale *adj., v.* xanh, tái, tái mét, xanh xám: *to look* ~ trông xanh nhợt nhạt; *to turn* ~ tái người đi; *to be* ~ *with fear* sợ tái xanh mặt

Palestine *n.* nước Pa-les-tin

Palestinian *adj., n.* người/thuộc Pa-les-tin

palette *n.* bảng màu: ~-*knife* dao trộn màu

palimony *n.* tiền trả cho người hôn phối cũ

palindrome *n.* từ hay câu thơ đọc xuôi đọc ngược đều giống nhau

palisade *n.* hàng rào cọc; vách đá dốc đứng

pall *n.* vải phủ quan tài; màn phủ

palladium *n.* tượng thần Pa-lat; sự bảo hộ, sự che chở

pallbearer *n.* người hộ tang bên linh cữu

pallet *n.* ổ rơm; cái giường gỗ nhỏ; khung gỗ để chất hàng: *this warehouse stores more than 2,000* ~*s* nhà kho nầy chứa hơn hai ngàn khung gỗ chất hàng

palliate *v.* làm giảm bớt, làm dịu

palliative *n.* thuốc hay cách làm giảm đau, cách làm giảm nhẹ: *methadone is only a* ~; *it does not cure drug addicts of their addiction* thuốc me-tha-don chỉ là cách giảm nhẹ chứ không phải chữa khỏi người ghiền xi-ke ma tuý

pallid *adj.* tái mét, xanh xao vàng vọt

pallor *n.* vẻ xanh xao

palm 1 *n.* cây cọ, cây cau; chiến thắng: ~ *tree;* ~ *sugar* đường thốt nốt; ~ *Sunday* ngày Chủ nhật trước lễ Phục sinh 2 *n.* gan/lòng bàn tay; sự đút lót: *they had to grease his* ~*s* họ phải hối lộ ông ấy; ~-*grease* sự đút lót, hối lộ; *to read* ~*s* xem chỉ tay; ~*ful* đầy lòng bàn tay 3 *v.* giấu trong bàn tay, hối lộ, đút lót; đánh lừa: *to* ~ *off something upon somebody* đánh lừa cho ai cái gì

palmist *n.* người xem chỉ tay

palmistry *n.* thuật xem tướng tay

palpable *adj.* sờ mó được; rõ ràng

palpate *v.* sờ nắn (khi khám bệnh)

palpitate *v.* [tim, mạch] đập mau; hồi hộp, run sợ: *to* ~ *with fear* run sợ

palsy *n.* bệnh tê liệt; sự tê liệt

paltry *adj.* nhỏ mọn, tầm thường, không đáng kể; đáng khinh: *a ~ excuse* lý do vớ vẩn; *a ~ sum* món tiền nhỏ

paludal *adj.* đầm lầy; thuộc bệnh sốt rét: *~ fever* sốt rét

paludism *n.* bệnh sốt rét

pampas *n.* đồng cỏ hoang ở Nam Mỹ

pamper *v.* nuông chiều, cưng (đến nỗi làm hư)

pamphlet *n.* sách nhỏ bìa mềm

pan 1 *n.* xoong, chảo; đất lòng chảo: *bed ~* bô đái; *dust ~* cái hốt rác; *trying ~* chảo; *she cooks beef in a large sauce~* bà ấy nấu thịt bò trong cái chảo lớn **2** *v.* đãi (vàng); chỉ trích nghiêm khắc: *every year, they come here to ~ about a ton of gold* hàng năm họ đến đây để đãi vàng lên đến cả tấn

panacea *n.* thuốc trị bách bệnh

panache *n.* chùm lông ở trên mũ; sự phô trương, sự huyênh hoang

Panama *n.* nước Pa-na-ma: *~ hat* mũ pa-na-ma

pancake 1 *n.* bánh kếp (làm bằng bột mì, sữa, trứng, và ăn với nước đường lấy ở cây phong): *flat as a ~* xẹp lép như bánh kếp **2** *v.* [máy bay] xuống thẳng đánh bẹp một cái; *~ landing* máy bay đáp khẩn cấp

pancreas *n.* tụy, tuyến tụy, tụy tạng, lá lách

panda *n.* con gấu trúc ở trong rừng trúc/tre bên Trung hoa

pandemonium *n.* địa ngục, xứ quỷ; nơi hỗn loạn

pander *n., v.* ma cô, kẻ dắt gái, kẻ làm mai mối cho những mối tình bất chính

Pandora's box *n.* cách thức tạo khó khăn không giải quyết được

pane *n.* ô cửa kính, ô vuông

panegyric *n.* bài văn tán tụng: *a ~ upon someone's success* bài tán tụng thắng lợi của ai

panel *n., v.* ván ô; uỷ ban; nhóm hội thảo; bảng: *he is a member of the examiners ~* ông ấy là thành viên của ban chấm thi; *~ beater* người sửa thân xe hơi bị hư; *control ~* bảng điều khiển; *distribution ~* bảng phân phối; *~game* trò chơi đố vui gồm nhiều người; *~ truck* (= *~van*) xe buýt loại nhỏ chỉ có một cửa bên hông

paneling *n.* miếng gỗ hình vuông hay hình chữ nhật dùng trang trí trên tường hoặc trần nhà

panelist *n.* thành viên trong một uỷ ban, người tham dự hội thảo

pang *n.* sự đau nhói; sự day dứt: *birth ~s* cơn đau đẻ

panhandle 1 *n.* cán xoong; vùng cán xoang **2** *v.* ăn xin, ăn mày: *some street kids ~ tourists* một số trẻ em vỉa hè ăn xin du khách

panic 1 *n.* sự hoảng hốt, hoảng sợ, hoang mang: *the tsunami earthquake caused ~ all over the world* trận động đất sunamie đã gây hoảng sợ cho cả thế giới; *~-monger* kẻ gieo hoang mang sợ hãi **2** *v.* hoảng sợ, hoang mang lo lắng: *don't ~, there is no bomb explosion* đừng hoảng sợ, không có bom nổ đâu

panicky *adj.* hay hoảng sợ, yếu bóng vía, hay hoang mang sợ hãi: *there was ~ chaos when the stock market crashed* nhiều sự rối loạn hoang mang khi thị trường chứng khoán bị mất giá

panorama *n.* toàn cảnh; cảnh quay lia; bức tranh cuộn tròn mở dần dần

panpipes *n.* cái khèn, cái ống tiêu

pansy *n.* hoa bướm, hoa păng xê

pant *n., v.* (sự) thở hổn hển, nói hổn hển

pantalets, pantelettes *n.* quần đàn bà; quần đùi để đi xe đạp

pantaloons *n.* quần bó ống

pantheism *n.* thuyết phiếm thần

panther *n.* con báo

panties *n.* xì líp đàn bà

pantomime *n.* kịch câm

pantry *n.* chạn bát đĩa; tủ đựng thức ăn

pants *n.* quần lót dài, quần: *a pair of ~* một cái quần; *I have tried on this ~* tôi vừa thử quần nầy rồi; *the ~ off* người làm buồn chán ai; *with one's ~ down* trong tình trạng khó chịu không ngờ

pap *n.* thức ăn lỏng cho trẻ em hay người già; đầu vú, những quả đồi tròn nằm gần nhau

papa *n.* ba, bố, cha

papacy *n.* chức vị giáo hoàng

papal *adj.* thuộc giáo hoàng

paparazzo *n.* (*pl.* **paparazzi**) những người chụp hình chuyên theo những nhân vật nổi tiếng để chụp hình bán cho báo chí

paper 1 *n.* giấy; báo; giấy tờ, giấy má; bài luận văn/thuyết trình: *a piece of ~* một mẩu/mảnh giấy con; *a sheet of ~* một tờ giấy; *here's the evening ~* đây báo buổi tối đây ạ; *news~* nhật báo; *on ~* trên giấy tờ; *~ boy* trẻ bán báo; *~chase* chạy đuổi theo người xé vứt giấy; *~ clip* cái kẹp giấy; *~ cutter* dao cắt giấy, máy cắt giấy; *~-hangings* giấy dán tường; *~-knife* dao rọc giấy; *~-mill* nhà máy giấy; *~ money* tiền giấy; *~ profits* tiền lời trên giấy tờ; *~stainer* người làm giấy dán tường; *~ tiger* cọp giấy, không có thực chất; *wall~* giấy dán tường; *writing ~* giấy viết thư; *to deliver/read a ~* trình bày bài tham luận; *to put pen to ~* bắt đầu viết; *to show one's ~s* trình giấy tờ **2** *v.* dán giấy (hoa) lên tường; bọc giấy: *I have to employ a ~-hanger to ~ my room* tôi phải thuê thợ dán giấy để dán giấy lên tường phòng của tôi

paperback *n., adj.* sách bìa mỏng/thường: *the ~ edition of the latest bestseller is cheaper* ấn phẩm bìa mỏng mới bán chạy nhất thì rẻ lắm

paperweight *n.* cái chặn giấy

paperwork *n.* công việc giấy tờ: *everyday I have to do a lot of ~* hàng ngày tôi phải làm nhiều công việc giấy tờ lắm

papier maché *n.* giấy bồi

papoose *n.* trẻ con người da đỏ

paprika *n.* ớt cựa gà, ớt hiểm

pap test *n.* việc thử nghiệm ung thư vú: *all women should do a ~ once a year* tất cả phụ nữ nên đi thử nghiệm ung thư vú một năm một lần

papula *n.* nốt nhú lên

papyrus *n.* cây cỏ chỉ, cây thuỷ trúc

par *n.* sự ngang hàng; giá/mức trung bình: *~ of exchange* tỷ giá hối đoái; *above/below ~* trên/dưới mức trung bình, trên/dưới mức qui định; *at ~* giá hiện thời

parable *n.* truyện ngụ ngôn; lời nói bí ẩn: *this ~ was recorded in the Bible* lời nói nầy đã được ghi chép trong kinh thánh

parabola *n.* pa-ra-bôn (toán)

paracetamol *n.* thuốc trị đau nhức cảm cúm, thuốc pa-ra-cê-ta-môn

parachute 1 *n.* cái dù: *~ troops* quân nhảy dù; *~ flare* pháo sáng đeo dù; *~ jump* sự nhảy dù 2 *v.* nhảy dù, thả bằng dù: *all weapons and food were ~d into the mountains for their troops* tất cả vũ khí và thực phẩm được thả bằng dù xuống núi cho đoàn quân của họ

parachutist *n.* người nhảy dù

parade 1 *n.* cuộc diễn hành; cuộc duyệt binh/ diễn binh; sự phô trương: *~ ground* nơi duyệt binh; *military ~* cuộc diễn hành quân lực 2 *v.* diễn hành, tuần hành, phô trương: *during the war, hundreds of fighter pilots were captured and ~d along the streets of Hanoi* trong thời chiến tranh, hàng trăm phi công chiến đấu cơ bị bắt và bị đưa tuần hành dọc theo đường phố Hà Nội

paradigm *n.* mẫu, căn bản; hệ biến hóa: *~ shift* sự thay đổi căn bản

paradise *n.* thiên đường, nơi cực lạc, lạc viên: *Shangri-la was the fictional ~ in one well-known novel* Shangri-la là một thiên đường tiểu thuyết rất nổi tiếng

paradox *n.* ý kiến ngược đời; nghịch biện/lý

paraffin *n.* chất pa-ra-fin: *~ oil* dầu pa-ra-fin; *~ wax* phấn có chất pa-ra-fin

paragon *n.* mẫu mực, kiểu mẫu: *most Vietnamese follow ~s of virtues* phần lớn người

Việt theo các mẫu mực đạo đức; *Mother Teresa is considered a ~ of charity* mẹ Teresa được xem như là một người làm việc thiện mẫu mực

paragraph *n., v.* đoạn, tiết, phần [văn]: *to write a ~ on your experience* viết một đoạn nói về kinh nghiệm của bạn; *there are three ~s in this text* có 3 đoạn trong bài nầy

parakeet *n.* vẹt đuôi dài

paralegal *n.* người phụ giúp luật sư

parallel 1 *n.* vĩ tuyến, đường vĩ; người/vật tương đương; sự so sánh: *the 16th ~* vĩ tuyến 16; *without ~* không ai bì/sánh kịp, vô song 2 *adj.* song song, song hành; tương đương, tương tự: *~ bar* xà kép; *this is a ~ case* đây là một trường hợp tương tự 3 *v.* (đặt) song song với: *this road ~s the Red River* con đường nầy song song với sông Hồng

parallelogram *n.* hình bình hành

paralysis *n.* (= **paralyses**) chứng tê liệt, tình trạng tê liệt

paralyze *v.* làm liệt; làm tê liệt: *to be ~d by panic* đờ người vì hoảng sợ

paramedical *n.* nhân viên phục vụ y-tế: *~ staff* nhân viên phụ giúp y-tế

parameter *n.* thông số, tham số

paramilitary *adj.* bán quân sự, nửa quân sự

paramount *adj.* tối cao, tối thượng, tột bậc: *~ lady* nữ chúa; *~ importance* hết sức quan trọng

paramour *n.* nhân tình, nhân ngãi của người đã có gia đình

parang *n.* dao quắm của người Mã Lai

paranoid *adj.* mắc chứng hoang tưởng bộ phận

paranormal *adj.* thần quyền, thần bí không giải thích được

parapet *n.* lan can; tường phòng hộ

paraphernalia *n.* đồ dùng linh tinh cá nhân, phụ tùng linh tinh riêng của ai

paraphrase *n., v.* ngữ giải thích *v.* chú giải, nói/viết lại một cách khác (dài dòng hơn): *I ~ what he said* tôi viết lại những gì ông ấy đã nói

paraplegia *n.* chứng liệt tay chân

parasite *n.* vật ký sinh; kẻ ăn bám: *this plant is a ~, it takes its nutrients from the other plant* loại cây nầy là cây ký sinh, sống nhờ chất bổ dưỡng của cây khác

parasol *n.* cái lọng, cái dù che nắng

paratrooper *n.* lính nhảy dù

paratroops *n.* quân nhảy dù, binh chủng dù

paratyphoid *n.* bệnh thương hàn

par avion *adv.* bằng máy bay: *these letters will be sent ~* những lá thư nầy sẽ gởi bằng máy bay

parboil *v.* đun sôi nửa chừng, luộc qua

parcel 1 *n.* gói, bưu kiện; phần, mảnh: *~ bomb* bom gởi trong gói; *part and ~ of* bộ phận khắng khít của; *postal ~* bưu kiện 2 *v.* chia ra thành từng phần: *to ~ out* chia thành từng phần: *they ~ out the free food to each waiting family* họ chia thành từng phần thực phẩm phát không cho mỗi gia đình đang đợi

parch *v.* làm khô nẻ; rang: *~ed peas* đậu rang; *my lips are ~ed from a lack of water* môi tôi khô vì thiếu nước

parchment *n.* giấy da

pardon 1 *n.* sự tha lỗi; sự ân xá: *I beg your ~* xin lỗi ông, tôi chưa nghe rõ ông nói gì 2 *v.* tha thứ, xá lỗi: *~ me! Can I say something?* xin lỗi! cho tôi nói đôi điều?

pare *v.* gọt vỏ, cắt, đẽo; cắt xén, giảm bớt: *to ~ a fruit* gọt vỏ trái cây; *to ~ away* cắt đi, xén đi; *to ~ to the quick* gọt đến tận chỗ đau

parent *n.* cha, mẹ; nguồn gốc; tổ tiên: *~ tree* cây gốc; *ignorance is the ~ of many evils* dốt nát là nguồn gốc của nhiều tội lỗi; *~-Teacher Association* Hội Phụ Huynh Học sinh; *~hood* tư cách làm cha mẹ

parentage *n.* dòng dõi; quan hệ cha mẹ: *no one knows his ~* không ai biết dòng dõi cha mẹ của ông ấy

parental *adj.* thuộc cha mẹ: *children are in debt of their ~ love* con cái mang nợ tình thương yêu của ba mẹ; *~ leave* cha mẹ nghỉ để chăm sóc con cái

parentheses *n.* dấu ngoặc đơn: *to put this word in ~* để trong dấu ngoặc đơn

parenthesize *v.* đặt trong ngoặc đơn

parenting *n.* phận làm cha mẹ: *~ is highly valued by Vietnamese society* phận làm cha mẹ được đánh giá cao trong xã hội Việt Nam

par excellence *adj., adv.* thượng hạng, đặc biệt, hạng nhất: *he has been a capable director, a director ~* ông ấy là một giám đốc có khả năng, một giám đốc đặc biệt

parfait *n.* bánh ga-tô nhiều kem

pariah *n.* người bần cùng khổ sở; người cầu bơ cầu bất

paring *n.* việc cắt, gọt, xén; đẽo bớt: *potato ~s* vỏ khoai cắt ra

parish *n.* xứ đạo, giáo khu, giáo xứ; *~ clerk* nhiệm vụ thuộc giáo xứ; *~ council* hội đồng giáo phẩm; *~ register* sổ đăng ký kết hôn, tử tuất ở nhà thờ

parishioner *n.* người dân trong giáo khu, người dân trong làng công giáo

Parisian *n.* người ở thành phố Ba-lê

parity *n.* sự ngang giá; sự tương đương

park 1 *n.* vườn hoa, công viên: *car ~* bãi đậu xe; *industrial park* khu công nghiệp; *national ~* lâm viên quốc gia; *wildlife ~* công viên bách thảo 2 *v.* đỗ xe, đậu xe: *I have found a place to ~ my car* tôi vừa tìm được một chỗ đậu xe tôi; *to ~ oneself* ngồi xuống

parka *n.* áo khoác da có mũ trùm đầu

parking *n.* sự đỗ xe: *~ lot* bãi đậu xe; *~ meter* đồng hồ đỗ xe; *~ ticket* vé cho đỗ xe; *no parking* cấm đỗ xe

Parkinson's disease *n.* bệnh mất trí nhớ

Parkinson's law *n.* sự gia hạn thêm để có đủ thời gian hoàn tất công việc

parkland *n.* khu đất hoang rộng

parkway *n.* đại lộ; xa lộ có cây cối bên đường

parlay *v.* đánh cá, đánh cuộc

parley *n., v.* cuộc đàm phán/thương nghị: *to hold a ~ with* thương lượng với

parliament *n.* nghị viện, nghị trường, quốc hội: *to summon ~* triệu tập quốc hội; *member of ~ (MP)* đại biểu quốc hội, dân biểu quốc hội

parliamentary *adj.* thuộc nghị viện/nghị trường

parlor *n.* phòng khách (riêng); hiệu, tiệm, viện: *beauty ~* mỹ viện, hiệu uốn tóc đàn bà; *ice cream ~* tiệm kem; *massage ~* tiệm đấm bóp; nhà thổ; *~ car* toa xe lửa sang (có ghế bành cá nhân); *~-maid* cô hầu bàn

Parmesan *n.* phó mát pac-ma

parochial *adj.* thuộc giáo khu; có tính chất địa phương hẹp hòi: *~ school* trường đạo

parody 1 *n.* văn/thơ nhại lại, đạo văn 2 *v.* nhại lại: *to ~ an author* nhại lại một tác giả; *to ~ a poem* nhại lại một bài thơ

parole 1 *n.* lời hứa danh dự: *to be on ~* được tha vì đã hứa; *to break one's ~* nuốt lời hứa danh dự 2 *v.* tha theo lời hứa danh dự, tha tạm (theo lời hứa danh dự); tha có điều kiện; cho vào nước với quy chế tạm dung, cho nhập tạm: *he is sentenced to six years of prison but he could be ~d after four years* ông ấy ở tù 6 năm nhưng ông ta có thể tạm tha sau 4 năm

parolee *n.* người được tha tạm; ngoại kiều tạm dung

parotitis *n.* bệnh quai bị, viêm tuyến mang tai

paroxysm *n.* cực điểm, cơn kịch phát của bệnh: *on hearing the news, she burst into a ~ of shrill laughter* khi nghe tin, bà ấy nổi lên cười sặc sụa

parquet *n.* sàn gỗ: *the whole house has ~ flooring* cả nhà lót sàn gỗ

parricide *n.* tội giết cha/mẹ; tên sát phụ, tội/ tên sát mẫu; tội phản quốc

parrot 1 *n.* con vẹt 2 *v.* nhắc lại như vẹt: *this man has no originality; he likes to ~ oth-*

ers' words người nầy chẳng có gốc gác gì cả, chỉ thích nhắc lại như vẹt từng lời của người khác

parry *v.* đỡ, gạt (cú đánh); lẩn tránh

parse *v.* phân tích ngữ pháp, phân tích từ, câu

parsimonious *adj.* hà tiện, bủn xỉn, keo bẩn

parsimony *n.* sự tiết kiệm, tính hà tiện: *law of* ~ sự khẳng định có lợi cho sự kiện

parsing *n.* sự phân tích ngữ pháp

parsley *n.* rau mùi tây: *Chinese* ~ rau mùi, ngò

parsnip *n.* cây củ cần

parson *n.* cha xứ, thầy tu; mục sư

parsonage *n.* nhà của cha xứ; nhà của mục sư

part **1** *n.* phần, bộ phận; tập sách; phần việc; vai trò, vai tuồng; bè (nhạc): *for my* ~ về phần tôi; *for the most* ~ phần lớn/nhiều; *in* ~ một phần nào; *on the* ~ *of* về phía; *to be/ form* ~ *of* thuộc phần; *to do one's* ~ làm đủ bổn phận của mình; *to take* ~ *in* tham gia vào; ~*s of speech* loại từ, từ loại; *spare* ~ *of a car* phụ tùng xe hơi; ~*-time* một phần thời gian, nửa ngày/buổi, bán thời gian: ~*-time job* công việc bán thời gian; ~*-time worker* công nhân làm bán thời gian; *to play a* ~ đóng vai trò, giữ vị trí **2** *adv.* một phần: *it is made* ~ *of timber and* ~ *of iron* cái đó làm một phần bằng gỗ và một phần bằng sắt **3** *v.* chia từng phần, chia ra; rẽ ra, tách ra, chia tay: *to* ~ *the hair* rẽ đường ngôi; *to* ~ *the crowd* rẽ đám đông; *to* ~ *with one's property* bỏ của cải đi; *to* ~ *from somebody* chia tay ai

partake *v.* [**partook**; **partaken**] tham dự, tham gia; chia sẻ, cùng hưởng: *to* ~ *in something* cùng có phần cái gì, cùng hưởng cái gì

partial *adj.* một phần, cục bộ; thiên vị, tư vị, không công bằng; mê thích: *to be* ~ *to sports* mê thích thể thao; ~ *eclipse* nhật/ nguyệt thực một phần; ~ *verdict* sự tuyên án có tội một phần

partiality *n.* tính thiên vị, sự không công bằng; sự mê say

participant *n.* người tham dự, tham gia, tham dự viên: *all* ~*s must fill in the registration forms* tất cả tham dự viên phải điền vào phiếu ghi danh

participate *v.* tham dự, tham gia, dự vào: *to* ~ *in something* tham gia vào việc gì

participle *n.* động tính từ, phân từ: *present* ~ hiện tại phân từ; *past* ~ quá khứ phân từ

particle *n.* tí chút, tiểu từ: *final* ~ tiểu từ cuối câu [như nhỉ, ạ v.v.], hậu trí từ; *polite* ~ từ lễ phép

particular **1** *n.* chi tiết, tiểu tiết, đặc biệt, cá biệt, riêng biệt: *to go into* ~*s* đi vào chi tiết

đặc biệt **2** *adj.* cá biệt, riêng biệt, đặc biệt; tỉ mỉ, chi tiết; kỹ lưỡng, căn kẽ; khó tính: *for no* ~ *reason* không vì lý do đặc biệt nào; *I have read a full and* ~ *report* tôi vừa đọc một bản tường trình chi tiết và đặc biệt

particularly *adv.* đặc biệt, cá biệt: *generally and* ~ nói chung và nói riêng; *my friend is* ~ *good* bạn tôi là một người tốt đặc biệt

parting *n.* sự chia tay; sự biệt ly; đường ngôi; chỗ rẽ: *she couldn't say anything on* ~ cô ấy không nói được điều gì lúc chia tay; ~ *shot* lời nói lúc chia tay, một cái nhìn lưu luyến lúc chia tay

partisan *n.* người ủng hộ, người theo [đảng, phái]: *in a* ~ *spirit* với óc đảng phái, với tính bè phái

partite *adj.* chia ra từng phần

partition **1** *n.* vách, liếp, tường ngăn; sự chia cắt: *the new large meeting room was divided by* ~*s* phòng họp mới rộng được chia cách bằng những tấm ngăn **2** *v.* chia cắt, ngăn cách: *Vietnam was* ~*ed off into two states in 1954, and reunited in 1976* Việt Nam bị chia cắt thành hai nước năm 1954 và thống nhất năm 1976

partly *adv.* một phần, phần nào, từng phần

partner *n.* người chung vốn, người công ty; hội viên; bạn cùng phe; bạn khiêu vũ; vợ, chồng, người phối ngẫu: *they are business* ~*s* họ buôn chung với nhau; *I would like to invite you and your* ~ *to the dinner* tôi mời bạn và người phối ngẫu của bạn dùng cơm tối với tôi **2** *v.* chung phần với, kết ai với ai thành một phe, cho ai nhập hội: *I will be* ~*ed by my friend in the final competition* tôi sẽ hợp chung với bạn tôi trong cuộc tranh tài chung kết

partnership *n.* sự hùn vốn, sự chung phần; công ty, cổ phần: *to take into* ~ *with* cùng chung phần với ai; *the firm has at least nine* ~*s* công ty có ít nhất 9 cổ phần

partridge *n.* gà gô

party **1** *n.* tiệc, bữa liên hoan: *to go to the dinner* ~ đi dự tiệc tối, dạ tiệc; *New Year's* ~ tiệc Tết, hội Tết; *Christmas* ~ tiệc Giáng sinh; ~ *girl* cô gái đẹp chuyên tiếp khách thuê; cô gái chỉ thích ăn chơi; ~ *wall* bức tường ngăn giữa phòng/nhà **2** *n.* toán, tốp, đội, đoàn, nhóm; đảng, phái; bên, phía, phe; người tham gia: *the Communist* ~ đảng Cộng sản; ~ *organization* tổ chức đảng; *to join a political* ~ tham gia một đảng phái chính trị; ~ *line* đường lối của đảng **3** *v.* vui chơi nhảy nhót tiệc tùng với người khác: *he comes to eat and to* ~ ông ấy đến ăn và vui chơi

pass **1** *n.* sự thi đỗ, sự trúng tuyển; xếp hạng

kết quả trong các kỳ thi: *50 percent of students have a ~ grade* 50 phần trăm sinh viên đậu **2** *n.* vé vào cửa không mất tiền; giấy phép; sự đưa/giao banh; tình trạng: *do you have a free ~?* bạn có vé vào không mất tiền không?; *to bring to ~* thực hiện; *to come to ~* xảy ra **3** *n.* đèo: *the Hai Van ~ is an unsafe way from Danang to Hue but it is very beautiful* đèo Hải Vân thì không an toàn lắm đi từ Đà Nẵng ra Huế nhưng nó rất là đẹp **4** *v.* qua, đi (ngang) qua, vượt; vượt quá: *to ~ a road* đi ngang qua đường; *to ~ over a bridge* đi qua cầu **5** *v.* chạy ẩu qua; trải qua; [tin tức] truyền: *to ~ a red light* vượt qua đèn đỏ; *to ~ from mouth to mouth* truyền từ miệng người nầy qua người khác; *to ~ around* phát, luân chuyển **6** *v.* [**passed**] trôi qua, qua đi; mất đi, chết; thi đỗ; được thông qua: *she has ~ed the final examination* cô ấy vừa đậu xong kỳ thi cuối năm; *time ~es quickly* thời gian trôi nhanh; *the bill on superannuation will be ~ed soon* luật hưu bổng sẽ thông qua sớm; *to ~ away* qua đời, chết; *to ~ over* đưa, chuyển; lờ đi; băng qua; *in ~ing* trong thời gian trôi qua, trong lúc đi qua; *to ~ by* đi ngang qua; *to ~ on* chuyển tiếp; *to ~ out* trở nên bất tỉnh, qua đời; *to ~ over someone's mistakes* bỏ qua lỗi của ai; *to ~ round* phân phối; *to ~ the time of day* trao đổi chào hỏi

passable *adj.* có thể qua lại được; tàm tạm, kha khá

passage *n.* lối đi, hành lang; sự trôi qua; chuyến đi; sự thông qua; đoạn văn: *she has stepped into the ~ and greeted me* cô ấy vừa bước vào hành lang và chào tôi; *I have read the ~ from Nhat Linh* tôi vừa đọc một đoạn văn của Nhất Linh

passageway *n.* hành lang, đường phố nhỏ

passbook *n.* sổ băng, sổ gởi tiền ngân hàng

passé *adj.* lỗi thời, quá thời

passenger *n.* hành khách: *all ~s on this bus are tourists* tất cả hành khách trên xe buýt nầy đều là du khách; *~pigeon* hành khách qua đường

passer-by *n.* khách qua đường

passing 1 *n.* sự đi qua; sự trôi qua; sự chấm dỗ; sự thông qua; cái chết: *no ~* cấm vượt; *the ~ of time brought a sense of emptiness* thời gian trôi qua mang đến cảm giác trống rỗng **2** *adj.* thoáng qua, nhất thời; trôi qua: *the ~ crowds were gone in a minute* đám đông đã tan trong một phút

passion *n.* sự say mê; tình yêu, tình dục; tình cảm nồng nàn tha thiết; cơn giận; cơn phẫn nộ: *his ~ is for soccer; he would skip*

his meals to watch all the games ông ấy say mê bóng đá đến nỗi ông ta bỏ quên ăn cơm để xem suốt trận đấu; *~ fruit* trái bình bát; *~ Week* tuần lễ thánh

passionate *adj.* say đắm, nồng nàn, tha thiết, sôi nổi, say sưa, nóng bỏng, nồng nhiệt

passive *n., adj.* (dạng) bị động; thụ động; tiêu cực: *the ~ voice* dạng bị động; *he always has a ~ attitude* ông ấy luôn có thái độ thụ động; *~ resistance* phản ứng thụ động; *~ smoker* người bỏ hút thuốc tự nguyện

passkey *n.* chìa khoá vạn năng

passmark *n.* điểm tối thiểu để đậu trong các kỳ thi

Passover *n.* lễ Quá hải (của người Do Thái): *the ~ is an important festival observed by the Jews* đây là một lễ hội quan trọng của người Do Thái

passport *n.* thông hành, hộ chiếu: *you should take your ~ with you when you go to the bank* bạn phải mang theo hộ chiếu khi đi ngân hàng; *the ~ to a better life for many lies in a good education* sự giáo dục tốt là hộ chiếu cho đời sống tốt đẹp của nhiều người

password *n.* khẩu lệnh; khẩu hiệu; ám hiệu, ám số: *you have to enter your ~ to get into the computer files* bạn phải cho ám hiệu vào máy vi tính mới mở được các thông tin; *do you remember your ~?* bạn có nhớ ám số của bạn không?

past 1 *n.* dĩ vãng, quá khứ, thời quá khứ **2** *adj.* thuộc dĩ vãng/quá khứ; đã qua: *~ chairperson* cựu chủ tịch, chủ tịch khoá trước **3** *prep.* quá, vượt quá, hơn; *during the ~ few weeks* mấy tuần qua; *the ~ five days* năm hôm nay **4** *prep.* ngoài, hơn: *~ forty (of age)* ngoài 40, hơn bốn chục tuổi, ngoài tứ tuần; *fifteen ~ five* năm giờ 15; *it's ~ four o'clock* bốn giờ hơn rồi; *~ all understanding* không thể chịu nổi **5** *adv.* qua, trôi qua: *to walk ~* đi qua

pasta *n.* món mì ống hay sợi với đủ loại rau thịt của Ý

paste 1 *n.* bột nhồi; hồ, keo **2** *v.* dán hồ: *to ~ up* niêm yết

pasteboard *n.* bìa cứng, giấy bồi

pastel *n.* màu phấn; tranh màu phấn; màu nhạt

pasteurize *n.* hấp (sữa) để diệt vi khuẩn

pastille *n.* hương thổi; kẹo viên thơm, thuốc viên thơm

pastime *n.* trò chơi, trò tiêu khiển; sự giải trí

pastor *n.* mục sư

pastoral *adj.* đồng quê; thuộc mục đồng/mục sư

pastrami *n.* thịt bò muối

pastry *n.* bánh ngọt: ~ *cook* thợ bánh ngọt; ~ *shop* tiệm bánh ngọt

pasture 1 *n.* bãi/đồng cỏ 2 *v.* chăn thả; ăn cỏ

pasty *adj.* nhão, sền sệt; xanh xao, nhợt nhạt

pat 1 *n.* cái vỗ nhẹ; cục bơ nhỏ 2 *v.* vỗ nhẹ, vỗ về: *to ~ someone on the back* vỗ nhẹ vào lưng ai, khen, khuyến khích 3 *adj.* [câu nói] đúng lúc: *the answer came ~* câu trả lời đến đúng lúc

patch 1 *n.* miếng vá; miếng bông/băng; nốt ruồi giả; mảnh đất/vườn: *a ~ of sweet potatoes* một mảnh khoai lang; *to strike a bad ~* gặp lúc không may, gặp rủi ro 2 *v.* vá; ráp nối: *to ~ up* vá víu, chắp nối; *to ~ a tire* vá cái lốp

patchwork *n.* miếng vải chắp vá, công việc chắp vá

patchy *adj.* chắp vá, vá víu; không hệ thống: *his knowledge is ~* sự hiểu biết của ông ấy không được hệ thống

patent 1 *adj.* có bằng sáng chế, có bằng công nhận được quyền chế tạo; rõ ràng rành mạch: *the statement is ~ nonsense* câu nói rõ ràng vô nghĩa; *a ~ fact* sự việc quá rõ ràng 2 *n.* giấy môn bài, giấy đăng ký; bằng sáng chế: *~ leather* da láng; *letters ~* tài liệu thông báo công khai việc cấp bằng sáng chế; *~ medicine* thuốc đặc biệt; *~ office* cơ quan cấp bằng sáng chế hay môn bài 3 *v.* lấy bằng sáng chế, được cấp bằng sáng chế: *to ~ the new invention* được nhận bằng phát minh mới

patentee *n.* người được cấp bằng sáng chế

paternal *adj.* của/thuộc người cha; về đằng nội: *~ grandmother* bà nội; *~ love* tình cha con

paternity *n.* tư cách/địa vị làm cha

path *n.* đường nhỏ/mòn; lối đi; đường (đạn) đi: *a village ~* một con đường làng; *on the ~ of honor* trên con đường danh vọng

pathetic *adj.* cảm động, động tâm, lâm ly, thống thiết

pathfinder *n.* người thám hiểm; người chỉ điểm, máy bay chỉ điểm

pathology *n.* bệnh học, bệnh lý: *~ is an important branch of medical sciences* bệnh lý học là một ngành quan trọng trong y khoa

pathos *n.* tính chất cảm động

pathway *n.* đường mòn, đường nhỏ

patience *n.* sự kiên nhẫn, tính nhẫn nại, sự bền tâm bền chí: *to be out of ~* thiếu kiên nhẫn, không còn nhẫn nại được nữa; *to have no ~ with* không thể rộng lượng được, không thể chịu đựng được

patient 1 *n.* người bệnh, bệnh nhân: *this toi-* *let is for ~s only* nhà vệ sinh nầy chỉ dành cho bệnh nhân mà thôi; *the new treatments give new hope for cancer ~s* phương pháp chữa trị mới cho bệnh nhân ung thư có nhiều hy vọng 2 *adj.* bền chí, kiên nhẫn, nhẫn nại, kiên tâm: *be ~, you will get it very soon* bạn hãy kiên nhẫn, bạn sẽ đạt được sớm

patio *n.* sân trong, sân giữa

patriarch *n.* tộc trưởng, gia trưởng; giáo trưởng: *in many societies, the male is the ~ of the family* trong nhiều xã hội, người đàn ông là gia trưởng

patriarchy *n.* chế độ gia trưởng, địa vị gia trưởng

patricide *n.* kẻ giết cha mẹ, kẻ mang tội phản quốc

patrimony *n.* gia sản, tài sản, di sản

patriot *n.* người yêu nước, nhà ái quốc

patriotic *adj.* yêu nước, ái quốc: *they are singing ~ songs* họ đang hát những bài ca yêu nước

patriotism *n.* lòng/tinh thần yêu nước/ái quốc: *every Vietnamese has ~* mọi người Việt Nam đều có lòng yêu nước

patrol 1 *n.* đội tuần tra; việc tuần tra: *to go on ~* đi tuần tra; *~ boat* tàu tuần tra; *~man* cảnh sát; *~ wagon* xe chở tù nhân, xe nhà tù 2 *v.* đi tuần tra: *police officers always ~ along streets* cảnh sát luôn đi tuần tra đường phố

patron *n.* người bảo trợ; sự chiếu cố

patronage *n.* sự bảo trợ, sự chiếu cố; sự quen lui tới của khách hàng quen

patronize *v.* bảo trợ, chiếu cố; đối xử [với vẻ kẻ cả]

patter *n., v.* (tiếng) lộp độp, lộp cộp: *the ~ of raindrops can be heard clearly on the window panes* tiếng mưa rơi lộp cộp trên kính cửa sổ nghe rất rõ

pattern 1 *n.* khuôn, mẫu, mô hình, kiểu, khuôn mẫu, mô thức: *to follow ~s of virtues* theo khuôn mẫu đạo đức; *~-maker* thợ làm mẫu, thợ làm mô hình; *~-shop* tiệm làm hàng mẫu 2 *v.* rập khuôn, rập kiểu, làm theo kiểu: *to ~ after* làm theo kiểu

patty *n.* miếng chả, miếng thịt viên

paucity *n.* sự ít ỏi, sự khan hiếm; sự thiếu thốn

paunch *n.* dạ dày, bụng; bụng phệ

pauper *n.* người nghèo

pause 1 *n.* sự tạm nghỉ; chỗ ngắt; sự ngập ngừng: *after a short ~, he resumed his lecture* sau khi ngừng một chốc, ông ấy tiếp tục bài giảng của ông 2 *v.* tạm ngừng: *he ~d halfway through the text* ông ấy ngừng tạm ở giữa bài

pave 1 *v.* lát [đường, sàn]: *I have ~d my*

drive way tôi vừa lát lối xe đi vào nhà xe; *to ~ the way for* dọn đường cho **2** *v.* việc lát đường, việc lót xi-măng đường: *a paved street, road, path* đường, lối đi đã được lót gạch hay xi măng

pavement *n.* mặt lát; hè, đường, vỉa hè

pavilion *n.* đình, tạ; lều, rạp: *the ~ acts as a meeting place for family get-togethers* đình là nơi họp mặt của các thành viên trong gia đình

Pavlovian *n.* sự phản xạ có điều kiện

paw *n.* chân có vuốt; bàn tay; nét chữ

pawn **1** *n.* đồ cầm, vật đem cầm; sự cầm đồ; con tốt [trong ván cờ]; tốt đen, đồ chơi, con rối: *~broker* chủ hiệu cầm đồ; *~-shop* hiệu cầm đồ, nhà vạn bảo; *to take something out of ~* chuộc lại vật đã cầm; *to put something in ~* đem cầm vật gì **2** *v.* cầm, đem cầm (lấy tiền): *to ~ one's honor* đem danh dự ra bảo đảm; *to ~ one's life* lấy tính mệnh ra bảo đảm

pax *n.* tượng thánh giá để hôn khi làm lễ; hoà bình kiểu Mỹ

pay **1** *n.* tiền lương; sự trả tiền: *in the ~ of* ăn lương của, nhận tiền của; *every one gets low ~* ai cũng nhận tiền công ít; *minimum ~* lương tối thiểu; *~-day* ngày trả lương; *~-desk* nơi trả lương; *~ee* người được trả tiền; *~er* người trả tiền; *~ master* người trả lương; *~ phone/station* điện thoại công cộng; *~ office* phòng trả lương; *~-roll, ~ sheet* bảng trả tiền lương **2** *v.* [**paid**] trả, nộp, thanh toán; thưởng, đền đáp; cho [lãi]: *to ~ a visit to* đến thăm; *to ~ one's respects to* đến chào ai; *to ~ attention to* chú ý tới; *to ~ back* trả lại; *to ~ down* trả ngay (bằng tiền mặt); *to ~ off* trả hết, thanh toán; *we ~ the boy to mow our lawn* chúng tôi thuê thằng bé cắt cỏ; *he who ~s the piper calls the tune* ai trả tiền thì người ấy có quyền; *~ing guest* khách trọ phải trả tiền; *to ~ one's debts* trả nợ, thanh toán nợ; *to ~ through the nose* trả nhiều hơn giá chính thức

payable *adj.* có thể trả, phải trả

payback *v.* trả lùi lại, trả lại còn thiếu: *~ period* thời gian trả lương lùi lại

payload *n.* trọng tải; lượng chất nổ [hoả tiễn]

payment *n.* sự trả tiền; số trả tiền (góp); số cần nộp

PE *n., abbr.* (= **physical education**) môn giáo dục thể thao

pea *n.* đậu hột: *snow ~* đậu Hà Lan, *green ~s* đậu còn non; *as like as two ~s* giống nhau như đúc; *~-brain* người ngu

peace **1** *n.* hoà bình; sự thái bình; sự yên tĩnh; trật tự an ninh: *world ~* hoà bình thế giới; *the Nobel ~ Prize* giải thưởng hoà bình Nô-ben; *~ with honor* hoà bình trong danh dự **2** *n.* sự an tâm, sự hoà dịu: *~ Corps* phái bộ hoà bình, đội quân canh giữ hoà bình; *~keeper* lực lượng gìn giữ hoà bình; *~ lover* người yêu chuộng hoà bình; *~maker* nhà hoà giải; *~ of mind* sự an tâm, sự yên trí; *~-pipe* ống điếu hoà bình của người Mỹ da đỏ; *~ time* thời hoà bình; *to make ~ with* làm lành với, xử hoà với

peaceful *adj.* hoà bình, thái bình; yên ổn, thanh bình; yên lặng, yên tĩnh

peach *n.* quả đào; cây đào: *~ blossom* hoa đào; *~es and cream* má da đỏ hồng; *~ tree* cây đào

peacock *n.* con công; *~ blue* màu xanh biếc như cổ công

peak **1** *n.* chỏm, đỉnh (núi); tột đỉnh, cao điểm; đầu nhọn; lưỡi trai (mũ); ngọn núi đứng một mình: *the ~ of the load* trọng tải nhiều nhất; *the explosion was happening at the ~ of the morning rush hour* vụ nổ xảy ra trong giờ cao điểm buổi sáng; *~ hours* giờ cao điểm; *~ load* trọng tải tối đa **2** *v.* đạt tới đỉnh cao nhất; dựng đứng, dựng ngược: *yesterday temperatures had ~ed at 35 degrees Celsius* ngày hôm qua nhiệt độ lên đến 35 độ bách phân

peal *n., v.* hồi chuông; chuỗi (cười), tràng (sấm)

peanut *n.* cây lạc, củ lạc, hột lạc; hột đậu phộng: *~ butter* bơ lạc; *~ oil* dầu lạc, dầu đậu phộng; *what I spent was ~s compared to the total budget* so với tất cả ngân sách thì số tiền tôi tiêu có là bao nhiêu!

pear *n.* quả lê; cây lê: *~ tree* cây lê

pearl *n.* hạt trai, ngọc trai; ngọc quý, hạt/viên ngọc; giọt sương/lệ long lanh: *~ barley* lúa mạch xay thành hạt nhỏ; *~ buttons* khuy áo bằng ngọc trai; *~ diver* người mò ngọc trai; *~-fishery* nghề mò ngọc trai, nơi mò ngọc trai; *~ millet* thức ăn sáng khô lớn; *~ oyster* trai ngọc; *~-shell* vỏ ngọc trai, vỏ xà cừ; *to cast ~s before swine* đem đàn gảy tai trâu, đem hồng ngâm cho chuột vọc

pearly *adj.* long lanh như ngọc trai

peasant *n.* người nhà quê, nông dân: *many ~s work on the farm all their lives* nhiều nông gia làm việc suốt đời trên đồng ruộng

peasantry *n.* giới nhà nông, giai cấp nông dân

peat *n.* than bùn: *~ moss* rêu than bùn [để vườn]

pebble *n.* sỏi, đá cuội

pecan *n.* quả hồ đào pi-can; hột pi-can

peck **1** *n.* đấu, thùng [hoa quả]; vô khối: *a ~ of troubles* vô khối sự phiền toái **2** *n.* cái/củ mổ; cái hôn vội **3** *v.* [chim] mổ; khoét, đục; hôn vội, ăn ít, ăn thanh thản: *chickens ~ed the dust* gà mổ trong đống rác; *to ~ at* mổ vào, ăn không nghỉ; *~ing order* giai cấp xã hội

peculiar *adj.* riêng biệt, đặc biệt; kỳ cục, khác thường

peculiarity *n.* nét/điểm đặc biệt; tính đặc biệt, tính kỳ dị/khác thường

pedagogue *n.* nhà sư phạm; nhà mô phạm

pedagogy *n.* khoa sư phạm, giáo dục học

pedal 1 *n.* bàn đạp 2 *v.* đạp (xe đạp); *~ cycle* xe đạp

pedant *n.* nhà thông thái rởm; ra vẻ mô phạm

pedantic *adj.* thông thái rởm, ra vẻ mô phạm

pedantry *n.* vẻ thông thái rởm, vẻ mô phạm

peddle *v.* bán rong, bán rao, bán dạo

peddler *n.* người bán hàng rong

pedestal *n., v.* bệ, đôn: *to put on a ~* rất kính phục, rất quan trọng

pedestrian 1 *n.* người đi bộ, khách bộ hành 2 *adj.* thuộc đi bộ, bằng chân; nôm na, tẻ ngắt; *~ crossing* lối qua đường dành cho người đi bộ; *~ precinct* khu vực hạn chế người đi bộ

pediatrician *n.* [*Br.* **paediatrician**] bác sĩ nhi khoa, bác sĩ trẻ em

pediatrics *n.* [*Br.* **paediatrics**] khoa trẻ em, khoa nhi, nhi khoa

pedicab *n.* xe xích lô

pedicure *n.* thuật chữa bệnh chân

pedigree *n.* nòi giống, giòng dõi, huyết thống phả hệ; gốc, từ nguyên

peek *v., n.* nhìn trộm, nhìn lén, lé/hé nhìn

peek-a-boo *n., adj.* (trò chơi) ú tim òa

peel 1 *n.* vỏ [cam, v.v.] 2 *v.* bóc vỏ; gọt vỏ; lột (da); tróc (vỏ); tróc từng mảnh: *I like to ~ oranges rather than to cut them* tôi thích bóc cam hơn là cắt

peeling *n.* vỏ bóc/gọt ra: *potatoe ~s* vỏ khoai gọt ra

peep 1 *n.* cái nhìn trộm, sự hé rạng: *~-hole* lỗ nhỏ ở cửa để nhìn ra ngoài; *~-show* trò xem hình, ảnh qua lỗ nhòm; *~ing Tom* anh chàng tò mò tọc mạch (nhìn khe cửa) 2 *n.* tiếng kêu chiêm chiếp, chít chít: *I have heard of a ~ing Tom somewhere* tôi vừa nghe tiếng kêu chít chít đâu đó 3 *v.* liếc, nhìn trộm/lén; hé rạng, ló ra, hiện ra: *now and then she ~ed to see if he was noticing her* thỉnh thoảng cô ấy nhìn lén xem anh ấy có để ý đến cô ta không 4 *v.* kêu chiêm chiếp, chít chít

peer 1 *n.* người ngang hàng, người cùng địa vị xã hội, người cùng nhóm; người quý tộc, huân tước: *I can't find your ~s* tôi không thể tìm người tương đương với bạn được; *~ group* nhóm người tương đương 2 *v.* nhìn kỹ, nhòm, ngó, nhìn chăm chú

peerage *n.* hàng quý tộc/khanh tướng

peerless *adj.* vô song, độc nhất vô nhị, có một không hai: *~ beauty* sắc đẹp có một không hai; *~ courage* lòng can đảm vô song

peeve *v., n.* cáu kỉnh, phát cáu; hay cầu nhàu

peevish *adj.* cáu kỉnh, gắt gỏng, cầu nhàu

peg 1 *n.* cái móc/mắc; cái cọc; núm vặn dây đàn: *I build furniture using wooden ~s instead of nails* tôi làm bàn ghế bằng móc gỗ thay vì dùng đinh; *a ~ to hang on* cớ để vin vào, cơ hội để bám vào; *a round ~ in a square hole* không vừa, không hợp; *off the ~* rời khỏi móc; *to take someone down a ~ or two* làm nhục ai, làm cho ai hết hách dịch 2 *v.* móc; gài chốt, đóng cọc (để đánh dấu): *they ~ it to the price of gold* họ tính theo giá vàng; *to ~ away at* kiên trì làm việc gì; *to ~ out* chết

pegboard *n.* tấm ván có lỗ để móc vật gì

peignoir *n.* áo choàng tắm phụ nữ

pejorative *adj., n.* [từ] có nghĩa xấu

Peking *n.* (*also* **Beijing**) thành phố Bắc kinh; *~ duck* vịt Bắc kinh

Pekingese *n.* người Bắc kinh

pelican *n.* con bồ nông

pellet *n., v.* viên nhỏ, viên thuốc; đạn bắn chim

pell mell *adj., adv.* hỗn loạn, lung tung, lộn xộn

pelmet *n.* đường viền

pelt 1 *n.* tấm da sống 2 *n.* sự ném loạn xạ, sự bắn lung tung: *at full ~* vắt chân lên cổ mà chạy 3 *v.* ném/bắn loạn xạ; đập mạnh: *to ~ someone with stones* ném đá như mưa vào người nào; *rain is ~ing down* mưa trút xuống như thác

pelvic *adj.* chậu, khung chậu: *~ girdle* xương chậu

pelvis *n.* chậu; khung chậu

pen 1 *n.* bút, ngòi bút; nghề cầm bút: *ball-point ~* bút bi, bút nguyên tử; *fountain ~* bút máy; *~ and ink* bút mực; *~ light* đèn pin nhỏ bằng cây viết; *~ name* bút danh; *~ pal* bạn trao đổi thư từ; *~ pusher* người làm việc văn phòng 2 *n.* chuồng, bãi rào; nhà tù: *a holding ~ for sheep* bãi rào dành để giữ cừu 3 *v.* viết, sáng tác: *I have ~ned a long memo to my colleague* tôi vừa viết một bản ghi nhớ dài cho bạn tôi 4 *v.* nhốt lại: *the cattle could be ~ned in a shed for a while* súc vật có thể nhốt lại trong nhà kho trong một thời gian ngắn

penal *adj.* thuộc hình phạt, thuộc hình sự: *~ offense* tội hình sự; *~ servitude for life* tội khổ sai chung thân

penalize *v.* trừng phạt, trừng trị, phạt (cầu thủ): *to ~ someone* trừng phạt ai

penalty *n.* hình phạt, tiền phạt, quả bóng phạt đền: *~ box* nhà tù; *death ~* án tử hình; *~ kick* cú đá phạt đền; *to pay the ~ of* gánh lấy hậu quả tai hại về, chịu mọi thiệt thòi về

penance *n.* sự ăn năn, sự hối cải: *to do ~* bày tỏ sự ăn năn hối cải

penchant *n.* thiên hướng

pencil 1 *n.* bút chì; hình chùm nhọn: *~ box* hộp đựng bút chì; *~ sharpener* cái gọt bút chì,

pendant *n.* hoa tai; tua, hình dây chuyền; đèn treo; dây móc thòng lọng: *she wears a long shiny ~ on her neck* cô ấy đeo một sợi dây chuyền lóng lánh ở cổ

pending 1 *prep.* còn để treo đó, còn để chờ; chưa giải quyết, chưa ngã ngũ; chưa xử: *~ notification of the next of kin* còn đợi thông báo cho gia đình 2 *adj. a ~ case* một vụ chưa xử; *~ questions* những vấn đề chưa giải quyết

pendulum *n.* quả/con lắc

penelope *n.* người vợ chung thuỷ

penetrate *v.* thấm vào/qua; lọt vào; xuyên qua; nhìn thấu, hiểu thấu, thấu suốt; thâm nhập: *to ~ someone with an idea* làm cho ai thấm nhuần tư tưởng; *to ~ the truth* hiểu thấu sự thật

penetrating *adj.* (rét) thấu xương; (lời) sâu sắc

penetration *n.* sự thâm nhập; tầm/sự xuyên qua; sự sâu sắc, sự sắc sảo, sự thấu suốt

penguin *n.* chim cụt dưới biển

penholder *n.* quản bút; giá bút

penicillin *n.* thuốc kháng sinh pê-ni-xi-lin

peninsula *n.* bán đảo: *Indo-China ~* bán đảo Đông Dương

peninsular *adj.* thuộc bán đảo; giống bán đảo

penis *n.* dương vật, ngọc hành

penitent *adj., n.* hối hận; ăn năn; sám hối

penitentiary *n., adj.* nhà lao, nhà tù, ngục thất, khám đường, trại cải tạo gái điếm, trung tâm phục hồi nhân phẩm

penknife *n.* (*pl.* **penknives**) dao nhíp, dao nhỏ

penmanship *n.* lối/cách viết, thuật viết, nét chữ

pennant *n.* cờ hiệu, cờ đuôi nheo [trên tàu]; cờ tặng người/đội thắng

penniless *adj.* không một xu dính túi, nghèo xơ

penny 1 *n.* (*pl.* **pennies**, **pence**) đồng xu, đồng pen-ni: *I have three pennies; I need two more to change for a nickle* tôi có ba đồng xu, tôi cần hai đồng nữa để tôi đổi lấy đồng năm xu; *that used to cost just three*

pence cái đó trước chỉ có ba xu nhỏ; *a ~ for your thoughts* lời yêu cầu bày tỏ suy nghĩ của mình; *a ~ saved is a ~ gained* tiết kiệm được đồng nào hay đồng nấy; *in for a ~, in for a pound* việc đã làm thì làm cho đến nơi đến chốn; *like a bad ~* như người không tốt, không ai muốn; *to turn an honest ~* làm ăn lương thiện; *~-in-the-slot* máy bán hàng tự động; *~worth* đáng giá một xu 2 *adj.* hà tiện: *~ pinching* tiêu hà tiện; *~ wise but pound foolish* khôn từng xu nhưng ngu bạc vạn; *two a ~* không đáng một đồng xu

pension 1 *n.* lương hưu, hưu bổng/liễm; tiền trợ cấp; nhà trọ: *old-age ~* tiền trợ cấp cho người già; *to live on ~ at* ăn ở trọ tại; *~ concession* tiền giảm cho người hưởng tiền trợ cấp xã hội 2 *v.* trả lương hưu, trợ cấp hưu: *to ~ someone off* cho ai về hưu, cho về vườn

pensionable *adj.* được quyền hưởng lương hưu, có chế độ hưu liễm

pensioner *n.* người lĩnh lương hưu/tiền trợ cấp xã hội

pensive *adj.* suy nghĩ, trầm ngâm, trầm tư mặc tưởng: *that man was in a ~ mood when I last spoke with him* người đàn ông đó ở trong thái độ trầm tư khi tôi nói chuyện với ông ấy

penstock *n.* cửa cống, đường ống dẫn nước có áp suất

pent *adj.* bị nhốt, bị đè nén

pentagon *n.* hình năm cạnh/góc: *the ~* lầu năm góc, ngũ giác đài, nơi làm việc của bộ quốc phòng Mỹ

pentatonic *adj.* có năm nguyên tử

Pentecost *n.* lễ hạ trần, lễ giáng trần; lễ gặt

Pentecostal *adj.* thuộc về lễ giáng trần

penthouse *n.* căn phòng sang trọng trên sân thượng của một toà nhà lớn

pent-roof *n.* mái nhà xuôi một chiều

penultimate *adj.* áp chót, giáp cuối

penumbra *n.* vùng tranh tối tranh sáng

penurious *adj.* thiếu thốn, túng thiếu

penury *n.* cảnh thiếu thốn; sự túng thiếu

peony *n.* hoa mẫu đơn

people 1 *n.* người; người ta, thiên hạ; gia đình, bà con, họ hàng; người làm, đoàn tùy tùng; dân tộc; dân chúng, quần chúng, nhân dân: *the ~s of Asia* các dân tộc Á châu; *the common ~* người dân bình thường; *there are many ~ here* có nhiều người ở đây; *a government of the ~, by the ~ and for the ~* một chính phủ của dân, do dân và vì dân, một chính phủ dân hữu, dân trị và dân hưởng 2 *v.* di dân; ở cư trú: *to ~ a country* di dân đến một nước khác

pep 1 *n.* sự hăng hái, khí lực, sự kích thích: *full of* ~ đầy hăng hái, đầy dũng khí; ~ *pill* thuốc kích thích làm cho hăng lên; ~ *talk* lời động viên, lời cổ vũ **2** *v.* làm cho hăng hái, kích thích, cổ vũ, động viên

pepper 1 *n.* hạt tiêu, hồ tiêu: *black* ~ tiêu đen; *chili* ~, *red* ~ ớt; *green* ~, *sweet* ~ ớt tây; ~ *and salt* lấm chấm đen trắng; (tóc) muối tiêu, hoa râm; ~ *mill* cối xay tiêu; ~-*pot/box* lọ/hộp đựng tiêu; ~*corn* hạt tiêu **2** *v.* cho hạt tiêu, rắc tiêu; rắc/rãi lên; hỏi dồn: *to* ~ *someone with questions* hỏi dồn dập ai

peppermint *n.* cây bạc hà cay; kẹo bạc hà

peppery hot *adj.* cay

peptic *adj.* (tuyến) tiêu hóa; ~ *glands* tuyến nước bọt; ~ *ulcer* bệnh lở loát đường tiêu hóa

per *prep.* từng, mỗi: *I paid rent US$20,000* ~ *year* tôi trả tiền thuê 20.000 đô la Mỹ mỗi năm; ~ *annum* mỗi năm; ~ *capita* mỗi đầu người; ~ *diem* (day) mỗi ngày,phụ cấp ăn ở mỗi ngày; ~ *hour* mỗi giờ: *55 miles* ~ *hour* 55 dặm một giờ; ~ *person* mỗi người

perambulate *v.* đi dạo trong vườn, đi thanh tra một vùng; đi vòng để qui định ranh giới

perambulator *n.* (*abbr.* **pram**) xe đẩy trẻ con

percale *n.* một loại vải mịn pê-can

perceive *adj.* cảm giác, cảm thấy; trông/ nghe/ngửi thấy; hiểu, nhận thức, lĩnh hội

percent, per cent *n.* phần trăm: *30* ~ ba mươi phần trăm

percentage *n.* tỉ lệ (phần trăm): *only a small* ~ *of the population smokes* chỉ còn số ít người hút thuốc

percentile *n.* tỷ lệ thống kê chấp nhận được

percept *n.* đối tượng của tri giác, quan niệm tri giác

perceptible *adj.* có thể cảm giác được

perception *n.* tri giác, sự nhận thức: *our* ~*s of life affect the way we live* sự nhận thức đời sống của chúng ảnh hưởng đến lối sống của chúng ta

perceptive *adj.* cảm thụ/nhận thức được

perch 1 *n.* cành/sào cho chim đậu: *a bird takes its* ~ con chim đậu xuống; *to knock someone off his* ~ đánh gục ai, tiêu diệt người nào **2** *v.* [chim] đậu; ngồi trên cao; xây/đặt trên cao: *the city* ~*ed on the hill* thành phố xây ở trên đồi

percolate *v.* pha [cà phê]; lọc qua; thấm qua

percolator *n.* bình lọc, bình cà phê fin

percussion *n.* sự đánh/gõ: ~ *cap* kíp mổ, ngòi nổ; ~ *instrument* nhạc khí gõ

perdition *n.* sự diệt vong, cái chết vĩnh viễn; kiếp trầm luân

peremptory *adj.* quả quyết, kiên quyết, dứt khoát; tối cần; tuyệt đối: ~ *challenge* sự phủ nhận của người bị buộc tội; ~ *command* mệnh lệnh kiên quyết, mệnh lệnh dứt khoát; ~ *statement* lời tuyên bố quả quyết

perennial 1 *n.* cây sống lâu năm **2** *adj.* sống lâu năm; có quanh năm; mãi mãi, vĩnh viễn: *a* ~ *plant* cây sống lâu năm

perfect 1 *n.* thời hoàn thành **2** *adj.* hoàn toàn/hảo/bị: *a* ~ *stranger* một kẻ hoàn toàn xa lạ; ~ *binding* đóng sách bằng keo hoặc chỉ; ~ *nonsense* hoàn toàn vô lý; ~ *pitch* độ cao tối đa, ~ *tense* thì hoàn thành; *to be* ~ *in one's service* giỏi công việc, thạo việc; ~ *weather* trời tuyệt đẹp **3** *v.* hoàn thành, hoàn tất; làm cho hoàn hảo: *to* ~ *oneself in English* tự trau dồi thật giỏi tiếng Anh

perfection *n.* sự tuyệt mỹ/tuyệt hảo, sự hoàn hảo: *to succeed to* ~ thành công hoàn toàn

perfectionist *n.* người cầu toàn, người theo thuyết hoàn hảo

perfectly *adv.* một cách hoàn hảo, hoàn toàn

perfidious *adj.* xảo trá, gian trá; phản trắc

perfidy *n.* tính xảo trá; tính phản bội

perforate *v.* đục thủng, khoan, khoét, xoi

perforation *n.* sự đục thủng, sự đục/khoan; chỗ thủng

perform *v.* làm; hoàn thành [nhiệm vụ]; thi hành [lệnh]; cử hành [lễ]; đóng, biểu diễn, diễn xuất, trình diễn; [máy] chạy: *in working, he* ~*s very well* trong việc làm, ông ấy thi hành rất tốt; *to* ~ *a part in a play* đóng một vai trong một vở kịch

performance *n.* sự làm, sự hoàn thành; sự thi hành; sự cử hành; cuộc biểu diễn; thành tích (thể thao); hiệu suất: *an evening* ~ xuất hát tối; *the* ~ *of one's duties* sự thi hành nhiệm vụ

performer *n.* người biểu diễn

perfume 1 *n.* hương/mùi thơm; nước hoa, dầu thơm **2** *v.* xức nước hoa; vẩy nước hoa; ướp (trà)

perfumer *n.* người làm nước hoa, người bán nước hoa

perfunctory *adj.* chiếu lệ, đại khái, qua loa: *a* ~ *inquiry* cuộc điều tra đại khái; *in a* ~ *manner* qua loa đại khái

perfuse *v.* vẩy lên, rắc lên; làm tràn ngập

perhaps *adv.* có lẽ, có thể

peril *n.* sự nguy hiểm, hiểm họa, nguy cơ: *at the* ~ *of one's life* nguy hiểm đến tính mạng; *at one's* ~ liều mạng; *in* ~ *of* trong tình trạng đầy nguy hiểm

perilous *adj.* nguy hiểm, hiểm nghèo, đầy hiểm họa: *the seamen underwent a* ~ *journey before reaching their destination* thuỷ thủ thực hiện một cuộc hành trình đầy nguy hiểm trước khi cập bến

perimeter *n.* chu vi; vòng xoay

perinatal *adj.* thuộc thời gian trước hay sau khi sinh

period 1 *n.* kỳ, thời kỳ, thời gian, giai đoạn; thời nay, thời đại; kỳ hành kinh, kinh nguyệt; dấu chấm câu; tiết (học); chu kỳ: *of the ~* thuộc về lịch sử; *the ~s of history* những giai đoạn lịch sử; *I have two ~s of mathematics today* tôi có hai tiết học toán ngày hôm nay 2 *adj.* thuộc thời đại, mang tính chất thời kỳ: *~ costume* phong tục theo thời *~ piece* tác phẩm mang tính lịch sử

periodic *adj.* chu kỳ; định/thường kỳ; tuần hoàn: *~ table* bảng liệt kê các yếu tố hóa chất

periodical *n., adj.* tạp chí xuất bản định kỳ

peripheral *adj.* chu vi; thuộc ngoại vi/ngoại biên

periphery *n.* chu vi, ngoại vi

periscope *n.* kính tiềm vọng

perish *v.* chết, bỏ mình, diệt vong; hư/hỏng đi: *~ the thought* sự bày tỏ ngạc nhiên không đồng ý kiến; *the hot weather has ~ed all flowers* khí hậu nóng làm chết rụi hoa cả; *to ~ from cold* chết rét đi được

perishable *adj.* dễ thối, dễ hư; có thể chết; có thể bị tiêu diệt: *all ~ food items should be used as soon as possible* thực phẩm dễ hư nên ăn đi càng sớm càng tốt

periwinkle *n.* cây dừa cạn

perjurer *n.* người khai man trước toà án, người thề ẩu; kẻ phản bội lời thề

perjury *n.* lời thề ẩu; lời khai man, tội nguỵ chứng; tội phản bội lời thề trước toà án: *~ is a punishable offense* lời man khai là một tội có thể bị trừng phạt

perk *v.* làm phấn khởi; vênh mặt lên: *to ~ up* phấn khởi, vênh lên, vểnh lên

perky *adj.* tự đắc, ngạo mạn, vênh váo

perm *n., v., abbr.* (= **permutation**) tóc làn sóng, tóc quăn; uốn tóc làn sóng, uốn tóc quăn

permanence *n.* sự lâu bền, sự cố định, sự thường xuyên, sự cố định

permanent *adj.* lâu dài, lâu bền, vĩnh cửu, cố định; thường trực, thường xuyên: *~ address* địa chỉ vĩnh viễn; *~ job* công việc vững bền mãi; *~ observer* quan sát viên thường trực; *~ resident* ngoại kiều thường trú; *~set* sự không thay đổi được; *~ visa* giấy phép cư trú vĩnh viễn; *~ wave* làn tóc giả, làn tóc tạm thời

permeate *v.* thấm vào/qua; toả ra, lan khắp

permissible *adj.* cho phép được, chấp nhận được

permission *n.* sự cho phép, sự chấp thuận;

phép, giấy phép: *I will do it with your kind ~* tôi sẽ làm điều đó với sự chấp thuận của bạn

permissive *adj.* [cha mẹ] dễ dãi/buông thả quá

permit 1 *n.* giấy phép, sự cho phép: *learner's ~* giấy phép tập lái xe; *to grant a ~* cấp giấy phép 2 *v.* cho phép: *please ~ me to say that* làm ơn cho tôi được nói rằng; *the situation ~s no delay* tình hình không cho phép được trì hoãn

permutate *v.* đổi trật tự, hoán vị

permutation *n.* sự/phép hoán vị

pernicious *adj.* độc, hại, nguy hiểm, tai hại

peroxide *n.* hoá chất oxyt già, chất pe-ro-xyt

perpendicular *n., adj.* (đường) thẳng đứng, vuông góc, trực giao, thẳng góc: *the cliff is so steep that it looks ~* sườn đá sâu đến nỗi trông như thẳng đứng

perpetrate *v.* phạm, gây, làm [tội, lỗi]: *to ~ hostility between two countries* gây ra sự thù địch giữa hai nước

perpetual *adj.* mãi mãi, vô cùng, bất diệt; vĩnh cửu/viễn; đời đời, suốt đời, chung thân; không ngừng: *~ complaint* phàn nàn kỳ kèo mãi; *~ punishment* hình phạt chung thân

perpetuate *v.* làm sống mãi; ghi nhớ mãi: *to ~ the memory of ancestors* ghi nhớ mãi vong linh/hương hồn của tổ tiên

perpetuity *n.* tính chất vĩnh cửu, địa vị vĩnh cửu

perplex *v.* làm bối rối/lúng túng; làm rắc rối: *to ~ someone with questions* làm cho ai lúng túng bằng cách đưa ra nhiều câu hỏi

perplexity *n.* sự lúng túng, sự bối rối; tình trạng rắc rối, tình trạng phức tạp

perquisite *n.* bổng lộc, tiền bổng, tiền hưởng thêm: *a free company car is a ~ of my employment* một chiếc xe hãng miễn phí là món bổng lộc cho công việc của tôi

per se *adj., n.* xanh xám, màu xanh xám

persecute *v.* làm khổ, hành, hành hạ, khủng bố, ngược đãi

persecution *n.* sự ngược đãi/hành hạ/khủng bố

persecutor *n.* người buộc tội; người khủng bố, kẻ ngược đãi, kẻ hành hạ

perseverance *n.* tính kiên nhẫn/nhẫn nại, tính bền gan, bền chí

persevere *v.* bền gan/chí; kiên nhẫn/trì, nhẫn nại: *to ~ in doing something* kiên trì làm việc gì; *to ~ in one's work* kiên nhẫn trong công việc

Persian *adj.* thuộc Ba Tư: *~ carpet* thảm Ba Tư; *~ cat* mèo Ba Tư

persimmon *n.* quả hồng(đỏ): *dried ~* mứt hồng

persist v. dai, dai dẳng; cố chấp, khăng khăng; bền gan, kiên nhẫn: *to ~ in one's opinion* khăng khăng giữ ý kiến của mình

persistent adj. dai, bền chí; dai dẳng; không rụng: *a ~ cough* cơn ho dai dẳng

person n. người, con người; gã, anh chàng, thằng cha, cô ả, mụ; bản thân; ngôi: *who is that ~?* người đó là ai?; *first ~* ngôi thứ nhất; *in ~* bản thân, đích thân; *to be delivered to the addressee in ~* đưa tận tay cho người nhận, trao tận tay cho người trên địa chỉ; *per ~* mỗi người, từng người; *~ to ~* giữa từng cá nhân với nhau, cú điện thoại gọi đích danh người nào ra máy nói chuyện

personable adj. vẻ người hoặc tính nết dễ chịu

personal adj. riêng, tư, cá nhân; nói đến cá nhân; đích thân; bản thân; [đại từ] chỉ ngôi: *in my ~ opinion* theo thiển ý, theo ý kiến cá nhân tôi; *~ affairs* chuyện riêng; *~ computer* máy vi tính cá nhân; *~ identification card* thẻ chứng minh nhân dân, thẻ căn cước; *~ interview* cuộc phỏng vấn trực tiếp; *~ property* tài sản cá nhân; *~ question* câu hỏi về đời tư; *~ service* ban nhân viên, ban nhân lực

personality n. cá tính, nhân cách, nhân phẩm; cá nhân, người, nhân vật: *pleasant ~* tính nết dễ chịu; *the boy has a lot of ~* cậu bé có nhiều bản lĩnh; *a television ~* nhân vật có tiếng trong giới truyền hình; *~ cult* sự sùng bái cá nhân; *to indulge in ~* hay chỉ trích cá nhân

personally adv. bản thân, đích thân: *I went ~* chính tôi đi đến đó mà!; *don't take it ~* đừng coi là họ nói đến cá nhân cô; *~, I couldn't care less* riêng tôi, tôi chả cần

personify v. nhân cách hóa; là hiện thân của

personnel n. nhân viên, nhân sự, cán bộ: *~ department* phòng tổ chức cán bộ, phòng nhân viên

perspective n., adj. (sự)viễn cảnh, phối cảnh; triển vọng, tiền đồ, tương lai: *a fresh ~ on an old issue* triển vọng mới về một vấn đề đã cũ

perspicuous adj. dễ hiểu, rõ ràng; ăn nói dễ hiểu

perspiration n. sự đổ mồ hôi, mồ hôi: *to break into ~* toát mồ hôi; *to be bathed in ~* mồ hôi ướt như tắm

perspire v. ra/đổ mồ hôi, toát mồ hôi

persuade v. làm cho tin, thuyết, thuyết phục: *to ~ someone to do something* thuyết phục ai làm việc gì

persuasion n. sự thuyết phục, sự tin chắc, tín ngưỡng: *it is my ~ that* tôi tin chắc rằng

persuasive adj. có sức thuyết phục, nói khéo

pert adj. sổ sàng, thiếu lịch sự: *a ~ answer* câu trả lời thiếu lịch sự

pertain v. thuộc về, gắn liền với: *~ing to this matter, I have no knowledge* về vấn đề nầy, tôi không biết gì cả

pertinacious adj. ngoan cố, cố chấp, ương ngạnh, cứng đầu cứng cổ

pertinent adj. đúng chỗ, thích hợp, thích đáng

perturb v. gây xáo trộn/lộn xộn; làm lo lắng

peruse v. chăm chú đọc, đọc kỹ; nghiên cứu kỹ: *to ~ someone's face* nhìn kỹ nét mặt ai; *to ~ a matter until satisfactory answers are found* nghiên cứu vấn đề cho đến khi tìm được giải đáp thoả đáng

pervade v. tràn ngập, thâm nhập, lan tràn khắp: *the perfume of flowers ~s the garden* ngôi vườn tràn ngập hương hoa

pervasive adj. xâm nhập, thâm nhập, toả khắp

perverse adj. hư, hư thân mất nết, hư hỏng; đồi bại, đồi trụy; bướng, ngoan cố, ngang ngạnh

perversion n. sự xuyên tạc, sự hư hỏng, sự hư đốn; tính cách đồi bại/đồi trụy

pervert 1 n. người hư hỏng, kẻ lầm đường, kẻ trái thói về tình dục 2 v. làm hư hỏng; dùng sai, xuyên tạc: *to ~ the law by doing something illegal* xuyên tạc luật pháp bằng những hành động phi pháp

pervious adj. để lọt qua, dễ bị thấm qua; dễ tiếp thu

pesky adj. phiền phức, làm khó chịu

peso n. đồng pe-so, đồng tiền của xứ Nam Mỹ

pessimism n. chủ nghĩa bi quan; tính bi quan

pessimist n. người bi quan/yếm thế

pessimistic adj. bi quan, yếm thế

pest n. vật làm hại, sâu chuột; người quấy rầy: *~ control* trừ diệt sâu bọ; *~-house* nhà nuôi súc vật

pester v. quấy rầy, làm phiền, làm khó chịu

pesticide n. thuốc trừ sâu chuột gián

pestilence n. bệnh dịch, bệnh dịch hạch

pestle 1 n. cái chày 2 v. giã bằng chày

pet 1 n. vật cưng, chó/mèo cưng: *to keep a ~ dog/cat* nuôi chó/mèo; *my ~ project* chương trình tôi thích nhất 2 v. [trai gái] ôm, hôn hít, sờ mó, mùi mẫn

petal n. cánh hoa

Peter Pan n. người hữu ích

petite adj. nhỏ con, trẻ con

petition 1 n. đơn xin, đơn thỉnh nguyện, kiến nghị: *200 residents have signed a ~ and sent it to the local government for roadside improvements* hai trăm dân địa phương vừa ký bản thỉnh nguyện và gởi lên chính quyền địa phương yêu cầu cải thiện lề đường 2 v. làm đơn xin, thỉnh cầu/nguyện, kiến nghị: *to ~ for something* kiến nghị việc gì, thỉnh cầu điều gì

petrify *v.* biến thành đá, làm chết điếng/sững sờ

petrochemical *n., adj.* nhiên liệu hoá chất từ dầu

petrodollar *n.* đơn vị tiền tệ của các nước xuất nhập khẩu xăng dầu

petrol *n.* xăng, dầu: *~ bomb* bom xăng; *~ station* trạm xăng dầu; *~ tank* xe chở xăng dầu

petroleum *n.* dầu lửa, dầu hoả, dầu mỏ

petticoat *n.* váy lót; đàn bà con gái, phái nữ

petty *adj.* vặt vãnh, lặt vặt, nhỏ mọn, tầm thường; nhỏ, hạ, tiểu, nhỏ nhen, đê tiện, vụn vặt: *~ bourgeois* tiểu tư sản; *~ cash* tiền lẻ có thể ứng ngay; *~ expenses* những món chi tiêu lặt vặt; *~ larceny* tội ăn cắp vặt; *~ thief* kẻ ăn cắp vặt

petulance *n.* tính nóng nảy

petulant *adj.* nóng nảy, hay hờn, hay giận

pew *n.* ghế dài trong nhà thờ, chỗ ngồi

pewter *n.* (hợp kim) thiếc; cốc thiếc, thùng thiếc

pH *n.* hoá chất phân tử hy-dro đặc

phallus *n.* tượng dương vật để thờ

phantom **1** *n.* ma, bóng ma; ảo ảnh, ảo tưởng/tượng: *"The ~ of the Opera" is a well-known musical* The Phantom of Opera là một vở nhạc kịch nổi tiếng **2** *adj.* không có thực, có tính ảo tưởng: *~ circuit* sự sắp xếp giây điện giống như làm trò ảo thuật; *~ limb* chân giả giống như thật; *~ pregnancy* có triệu chứng giống như mang thai

Pharaoh *n.* vua xứ Ai-cập

Pharisee *n.* thành viên của môn phái đạo Do Thái; người tự chế

pharmaceutics *n.* dược khoa

pharmacist *n.* dược sĩ, dược sư

pharmacology *n.* dược lý

pharmacy *n.* dược khoa; khoa bào chế; hiệu/ nhà/trạm thuốc, phòng bào chế, dược phòng

pharynx *n.* (*pl.* **pharynges**) yết hầu, họng

phase **1** *n.* giai đoạn, thời kỳ, cục diện; vị tướng, pha; tuần (trăng): *we are working on ~ one of the project* chúng tôi đang làm ở giai đoạn một của dự án **2** *v.* giảm/thôi dần dần: *to ~ out something* thôi dần dần không thực hiện nữa; *to ~ out* giảm dần từng giai đoạn

Ph.D. *n., abbr.* (= **Doctor of Philosophy**) bằng tiến sĩ: *he has completed a ~ in English* ông ấy vừa lấy xong bằng tiến sĩ tiếng Anh

pheasant *n.* chim trĩ

phenol *n.* hoá chất fe-no-la

phenomenal *adj.* kỳ lạ, kỳ dị, phi thường

phenomenon *n.* (*pl.* **phenomena**) hiện tượng; người kỳ lạ/phi thường, vật/việc phi thường

phew *intj.* chao ôi! kinh quá!

philander *v.* tán gái, tán tỉnh, dê gái: *to ~ with a girl* tán tỉnh một cô gái

philanthropist *n.* nhà từ thiện, người nhân đức, kẻ thương người: *Mr. Nam, a ~, donates a lot of money every year to the children's charities* ông Nam, một nhà từ thiện đã ủng hộ nhiều tiền hàng năm cho quỹ từ thiện trẻ em

philanthropy *n.* lòng thương người, lòng nhân đức/từ thiện; tổ chức từ thiện/phúc thiện

philatelist *n.* người chơi tem, người sưu tầm tem

philately *n.* thú chơi tem, sự sưu tập bưu hoa

philharmonic *adj.* yêu nhạc, thích nhạc, mê nhạc

philology *n.* ngành triết học, khoa ngữ văn

philosopher *n.* nhà triết học, triết gia/nhân: *Socrates was a well-known Greek ~* Socrates là một triết gia nổi tiếng người Hy Lạp

philosophical *adj.* thuộc triết học, bình thản, điểm tĩnh

philosophy *n.* triết học, triết lý (sống)

philter *n.* bùa yêu, bùa mê, ngải

phlegm *n.* đờm dãi, tính phớt tỉnh, tính lạnh lùng

phlegmatic *adj.* phớt tỉnh, phớt ăng lê, lạnh lùng

phobia *n.* ám ảnh sợ: *he has a ~ of height* ông ấy có ảm ảnh về chiều cao

phoenix *n.* chim phượng hoàng

phone **1** *n.* dây nói, điện thoại; âm, âm tố: *on the ~* đang gọi dây nói; *over the ~* qua dây nói; *~ book* niêm giám điện thoại; *~ booth* máy điện thoại công cộng; *~ call* một cú điện thoại; *~ card* thẻ gọi điện thoại **2** *v.* gọi dây nói, kêu điện thoại: *please ~ me after 5 p.m.* vui lòng gọi điện thoại cho tôi sau 5 giờ chiều; *to ~ in* gọi vào đài phát thanh hay truyền hình để cho ý kiến;

phoneme *n.* âm vị

phonemics *n.* âm vị học

phonetic *adj.* thuộc ngữ âm, thuộc ngữ âm học

phonetician *n.* nhà ngữ âm học

phonetics *n.* ngữ âm học

phonograph *n.* máy hát, máy nghe đĩa hát

phonography *n.* ký âm vị; phương pháp ghi âm vị; âm vị học

phonology *n.* ngữ âm học

phony, phoney **1** *n.* tên bịp bợm giả mạo **2** *adj.* giả, giả dối

phosphate *n.* chất phot-phat
phosphorescent *adj.* phát lân quang
phosphoric *adj.* thuộc chất phot-pho
phosphorous *adj.* có phot-pho
phosphorus *n.* chất lân phot-pho, lân
photo *n.* xem **photograph** hình, ảnh; ~ *call* các diễn viên ngừng lại để chụp hình; ~ *finish* chụp hình khi về đích
photochemistry *n.* quang hoá học
photocopier *n.* máy chụp bản sao, máy phóng ảnh
photocopy *n., v.* (chụp) phóng ảnh, bản chụp lại
photofit *n.* hình người được vẽ lại
photogenic *adj.* ăn ảnh; tạo ánh sáng
photograph 1 *n.* ảnh, hình 2 *v.* chụp ảnh: *I always ~ nicely* tôi chụp hình bao giờ cũng đẹp
photographer *n.* nhà nhiếp ảnh, thuật nhiếp ảnh
photojournalism *n.* nghệ thuật tạo hình cho báo chí
photon *n.* chất điện quang
photosynthesis *n.* sự quang hợp
phrase 1 *n.* nhóm/cụm từ; thành ngữ; tiết nhạc: ~ *book* từ điển câu và thành ngữ; *adverbial* ~ trạng ngữ; *noun* ~ cụm danh từ, danh ngữ; *prepositional* ~ giới ngữ; *verb* ~ cụm động từ, ngữ động từ, động ngữ 2 *v.* diễn đạt/tả
phraseology *n.* cách nói/viết, cách diễn đạt/ tả
physical 1 *adj.* thuộc cơ thể/thân thể; thuộc vật lý; thuộc vật chất: ~ *education* giáo dục thể dục 2 *n.* thể chất, tự nhiên, vật chất: ~ *chemistry* hoá học ứng dụng vật lý; ~ *examination* cuộc khám nghiệm thể chất; ~ *geography* địa lý tự nhiên; ~ *sciences* khoa học thể dục; ~ *training* huấn luyện thể thao
physician *n.* thầy thuốc, y sĩ, y sư, ông lang
physicist *n.* nhà vật lý học
physics *n.* vật lý học
physiognomist *n.* thầy xem tướng
physiognomy *n.* thuật xem tướng; diện mạo, gương mặt, nét mặt
physiological *adj.* thuộc sinh lý học
physiology *n.* sinh lý học
physiotherapy *n.* phép chữa vật lý, vật lý trị liệu
physique *n.* cơ thể, vóc người, thân thể
phytogenesis *n.* sự phát sinh thực vật, lịch sử thực vật
phytotoxin *n.* độc tố thực vật, tô-xin thực vật
pi *n.* ám số pi (= 3.14159), ám hiệu chỉ độ bách phân của vòng tròn
pianist *n.* người chơi pianô, nhạc sĩ dương cầm
piano *n.* đàn pianô, đàn dương cầm

piaster *n.* đồng bạc Đông Dương/Việt Nam
piazza *n.* quãng trường; mái hiên, hiên
picador *n.* người đấu bò
picayune *n.* đồng tiền lẻ; người tầm thường, người nhỏ mọn, kẻ hèn; vật tầm thường, vật không đáng kể
pick 1 *n.* sự chọn lọc; phần chọn lọc/tinh hoa: *to take your* ~ đấy, tha hồ cho anh chọn đi; *the ~ of this basket* những quả ngon nhất trong rỗ này 2 *n.* cái cuốc chim; dụng cụ nhọn: *ear* ~ cái để ngoáy tai; *ice* ~ cái đập nước đá; *tooth* ~ cái tăm 3 *v.* chọn, chọn lọc, chọn lựa kỹ càng: *to ~ out* lựa chọn; nhận ra được; hiểu ra; đánh thử (một điệu nhạc) 4 *v.* cuốc (đất); xỉa (răng); ngoáy (mũi, tai); hái (hoa, lá, quả); mổ, nhặt (thóc, gạo); ăn nhỏ nhẻ; móc (túi); cạy (khóa); nhổ lông (gà, vịt); gảy, búng (đàn); gây, kiếm chuyện: *to ~ a lock* mở ổ khóa bằng giây kẽm; *to ~ one's way* đi rón rén từng bước, đi nhẹ nhàng từng bước; *to ~ a quarrel with somebody* gây cãi nhau với người nào; *to ~ at* la rầy, mắng mỏ; *to ~ off* tước đi, nhổ đi; *to ~ someone's brains* tiếp thu ý kiến của ai; *to ~ someone's pocket* móc túi ai, ăn cắp của ai; *to ~ something to pieces* xé vật gì ra thành miếng nhỏ; *to ~ up* nhặt lên; nhặt được; mua được, kiếm được; làm tăng (tăng tốc); nhặt, lấy (khách *passengers*); nhặt/vớ được (đàn bà, ở quán rượu, v.v.); bắt/nghe được (tin tức ở đài)
pick-a-back *adv.* [cõng, vác, kiệu] trên vai/ lưng: *to carry a child* ~ cõng một đứa bé trên lưng, mang một đứa bé sau lưng
pickax *n.* cái cuốc chim
picker *n.* người hái trái cây, người đi nhặt một vật gì
picket 1 *n.* cọc, hàng rào; người biểu tình ủng hộ cuộc bãi công: ~ *line* hàng rào ngăn không cho ai vào làm việc trong giờ đình công; *fire* ~ đội thường trực cứu hỏa 2 *v.* rào bằng cọc; đứng gác không cho ai vào làm trong khi đình công: *to ~ men during a strike* đặt người đứng gác không cho ai vào làm việc trong lúc đình công
pickings *n.* sự thừa hưởng, bổng lộc
pickle 1 *n.* nước giầm, giấm, nước mắm; dưa/ rau muối, hoa quả giầm; dưa chuột ngâm giấm: *chili* ~s ớt ngâm dấm; *onion* ~s hành ngâm dấm; *to have a rod in* ~ *for somebody* để sẵn cây roi để đánh cho ai một trận 2 *v.* giầm, muối: *my mother* ~*d green cabbages in a small pot* mẹ tôi muối cải xanh trong cái hủ nhỏ
pickpocket *n.* tên móc túi: *beware of* ~*s* coi chừng móc túi

pickup *n.* bỏ lạc, đàn bà ngẫu nhiên gặp; sự tăng tốc độ; sự buôn bán khá hơn; cái pic-cợp; xe cam nhông nhỏ, xe chở hàng, xe vận tải hạng nhẹ

picnic *n.* cuộc đi chơi và ăn ngoài trời: *to go on a ~* đi chơi đi ăn ngoài trời; *that is no ~* việc đó không phải là chuyện ngon xơi

pictograph *n.* hình tượng để diễn ý

pictorial 1 *n.* báo ảnh, hoạ báo: *the city council has published a ~* hội đồng thành phố vừa xuất bản một tờ báo bằng tranh 2 *adj.* bằng tranh ảnh, dùng tranh ảnh, có nhiều hình ảnh: *a ~ magazine* báo ảnh, tờ báo bằng tranh

picture 1 *n.* bức tranh, bức ảnh, bức vẽ; chân dung; người giống hệt; hiện thân, điển hình: *motion ~s, moving ~s* phim xi-nê; *I can't get a clear ~ on this TV set* cái máy tivi này của tôi hình chẳng rõ gì cả; *a good ~ of life in traditional Vietnam* một hình ảnh chính xác về đời sống ở Việt Nam thời xưa; *the present political ~* cục diện chính trị hiện thời; *~ book* sách tranh ảnh; *~ gallery* phòng trưng bày tranh, phòng triển lãm tranh ảnh; *~ palace* rạp chiếu phim, rạp chiếu bóng, rạp xi-nê; *~ postcard* bưu thiếp, bưu ảnh; *~ window* xem hình qua cửa sổ; *to get the ~* nắm lấy cơ hội 2 *v.* vẽ người, vật; mô tả, miêu tả; hình dung, tưởng tượng được: *to ~ something to oneself* hình dung một việc gì, tưởng tượng ra một việc gì; *I cannot quite ~ myself as a grandfather* thật lòng tôi không thể tưởng tượng được là tôi đã có cháu gọi bằng ông

picturesque *adj.* đẹp (như tranh); nhiều hình tượng: *his powerful description gives a ~ image of the place* sự mô tả tài tình của ông ấy đã cho nơi đó hình ảnh đẹp

picul *n.* tạ Trung quốc

pidgin *n.* tiếng "bồi": *~ English* tiếng Anh bồi, tiếng Anh không ra câu

pie *n.* bánh nướng nhân thịt; bánh pa tê: *apple ~* bánh nướng nhân táo; *meat ~* bánh nướng nhân thịt xay; *as easy as ~* rất dễ dàng; *to have a finger in the ~* có dính dáng, có chấm mút; *~-chart* bản vẽ chia nhiều phần; *~ in the sky* lời hứa cuội, một viễn ảnh hạnh phúc không thực tế

piece 1 *n.* mẫu, mảnh, khúc, viên, cục, miếng; mảnh rời, bộ phận; đơn vị, một-cái/ chiếc/tấm/bản, v.v.; việc chuyện, sự, đồng tiền; nhạc khí: *a ~ of advice* một lời khuyên; *a ~ of cake* một miếng bánh; *a ~ of furniture* một món bàn ghế; *a ~ of land* một thuở đất; *a ~ of news* một tin; *a ~ of one's mind* một bài giảng sắc bén; *to break into ~s* bể ra thành từng miếng nhỏ; *to go* *to ~s* bị ngã quy vì xúc động; *to smash to ~s* đập thành miếng nhỏ, đập cho nát; *one ~ is missing* còn thiếu một bộ phận; *in one ~* nguyên vẹn, không sứt mẻ; *to tear into ~s* xé ra từng mảnh, xé vụn; *~-work* công việc trả theo sản phẩm; *~-worker* người làm việc ăn lương theo sản phẩm 2 *v.* chắp lại, ráp nối: *to ~ on* chắp vào, ráp vào; *to ~ together* ghép lại với nhau, chắp nối từng miếng lại với nhau

piecemeal *adj., adv.* từng mảnh/phần, dần dần

pier *n.* bến tàu, cầu tàu

pierce *v.* đâm/xuyên/chọc thủng; xỏ lỗ [tai]

piety *n.* lòng mộ đạo; lòng hiếu thảo: *filial ~* đạo hiếu: *Asian society values filial ~ greatly* xã hội Á châu đánh giá rất cao lòng hiếu thảo

pig 1 *n.* lợn, heo; thịt lợn/heo; người phàm ăn; kẻ ở bẩn; cảnh sát, cớm: *roast ~* thịt heo quay; *to raise ~s* nuôi lợn; *the year of the ~* năm Hợi; *to be born under the sign of the ~* tuổi con lợn/heo; *~ in the middle* người ở trong tình trạng khó xử; *~-iron* gang; *~s might fly* sự bày tỏ không tin tưởng; *to bleed like a ~* chảy máu liên tục; *to bring one's ~s to a fine market* làm ăn thất bại; *to buy a ~ in a poke* mua vật gì mà không trông thấy; *to make a ~ of oneself* tham ăn tham uống, ăn uống thô tục như heo; *to make a ~'s ear* làm lộn xộn bừa bãi 2 *v.* đẻ con, ở bẩn như heo: *to ~ out* ăn ngốn nghiến như heo

pigeon *n.* chim bồ câu: *~ house* chuồng bồ câu; *~ fancier* người nuôi chim bồ câu; *~-hearted* nhút nhát sợ sệt; *~ pair* cặp trai gái sinh đôi

pigeonhole *n., v.* (xếp/để vào) ngăn kéo, học tủ

piggy *n.* con heo con, con lợn con

piggyback *n., adv.* (= **pick-a-back**) cởi lên vai lên lưng ai, trên lưng trên vai ai

piggybank *n.* con lợn, ống tiền để dành

pigheaded *adj.* nhút nhát sợ sệt

pigment *n., v.* chất màu; chất sắc, sắc tố

pigmentation *n.* màu da

pigpen *n.* chuồng lợn, chuồng heo; chỗ dơ bẩn

pigtail *n.* đuôi sam, bím tóc

pike 1 *n.* giáo, mác; mỏm đồi 2 *n.* chỗ chắn để thu thuế đường, nơi nộp thuế đường

pikestaff *n.* cán giáo, cán mác: *as plain as a ~* hoàn toàn rõ ràng

pilch *n.* tả chéo bằng nỉ lót ngoài tả trẻ em

pile 1 *n.* tấm xi-măng hay nhựa dùng chắn; đường cống chắn để thu thuế xa lộ: *to set up a ~ for roadwork* để bục chắn cho công tác làm đường 2 *n.* cọc, cừ; cột nhà sàn: *~-driver* máy khoan để đặt cọc; *~ dwelling* nhà xây trên cột, nhà sàn **3** *n.* đống, chồng; lò phản ứng (nguyên tử): *a ~ of books* một chồng sách, một đống sách; *to make a ~* hốt của, làm giàu; *nuclear ~* lò phản ứng nguyên tử **4** *v.* chồng chất, chất đống, tích lũy; để đầy: *to ~ a table with dishes* chất đầy dĩa trên bàn; *to ~ it on* cường điệu, làm quá đáng; *to ~ on the agony* làm ra vẻ đau đớn bi thảm; *to ~ up* chất đống, xếp thành đống

piles *n.* (= **hemorrhoids**) bệnh trĩ

pilfer *v.* ăn cắp vặt

pilgrim *n.* người hành hương, khách hành hương, người đi viếng các chùa, nhà thờ: *the ~s journeyed many days to reach the Holy Land* cuộc hành hương nhiều ngày đã đến được đất thánh

pilgrimage *n.* cuộc hành hương: *to go on a ~* đi hành hương

pill *n.* viên thuốc; thuốc chống thụ thai; điều cay đắng, điều sĩ nhục: *a bitter ~* thuốc đắng; điều cay đắng; *a ~ to cure an earth-quake* biện pháp không đi đến đâu vào đâu, nửa vời; *to sweeten the ~* làm thuốc độc bọc đường, chấp nhận việc làm không thích

pillage *n., v.* (sự) cướp bóc, (sự) cướp phá: *the pirates ~d the cargoes when they raided the ship* bọn hải tặc cướp bóc tàu chở hàng khi chúng lục soát tàu

pillar *n.* cột, trụ; cột trụ, rường cột, lương đồng: *~s of the state/court* cột trụ của triều đình/quốc gia; *~ box* cột thùng thư; *to be driven from ~ to post* bị đẩy từ khó khăn nầy đến khó khăn khác; *the ~ of Hercules* hai hòn đá ở hai phía Gibraltar, hạn chế

pillbox *n.* hộp nhỏ đựng thuốc viên, căn nhà nhỏ

pillion *n.* nệm lót sau yên ngựa, nệm lót yên xe: *to ride ~* đèo ở phía sau xe

pillory **1** *n.* giàn cùm/gông **2** *v.* cùm, gông lại; bêu riếu

pillow *n.* gối; đệm, tấm lót: *~ case* áo gối; *~ fight* cuộc ném nhau bằng gối; *~ sham* mặt gối rời, khăn phủ gối; *~ talk* nói chuyện lãng mạn ở trên giường; *to take counsel of one's ~* nằm vắt tay lên trán mà suy nghĩ

pilot **1** *n.* phi công, người lái máy bay; hoa tiêu; cái đầu mỗi ở bếp ga hay điện: *inshore ~* hoa tiêu ven biển; *~ balloon* khí cầu chỉ hướng gió; *~-boat* tàu dẫn đường; *~ chute* cái dù nhảy nhỏ; *~ house* phòng hoa tiêu; *~ jacket* áo khoác của phi công; *~ light* ngọn lửa chong; đèn điều khiển; *~ project* chương trình thí nghiệm; *to drop a ~* bỏ rơi một vị cố vấn **2** *v.* lái, kéo (máy bay); dẫn (tàu); dìu dắt: *to ~ an aircraft out of the gate* kéo máy bay ra khỏi cổng đậu

pimento *n.* ớt; ớt quả, ớt bột

pimp **1** *n.* kẻ mối lái, người dẫn gái làng chơi, ma cô **2** *v.* làm ma cô, làm mối lái

pimple *n.* mụn nhọt (ở mặt): *to come out in ~s* nổi đầy mụn nhọt

pin **1** *n.* ghim, đanh ghim; cái cặp/kẹp; chốt, trục: *clothes ~* cặp quần áo phơi; *to be on ~s and needles* bứt rứt khó chịu như ngồi trên gai; *~ money* tiền cho phụ nữ may quần áo; *safety ~* kim băng; *~ table* bàn chơi banh nhỏ; *~-up* hình tài tử treo tường; *~-wheel* bánh xe nhỏ **2** *v.* ghim, găm, cặp, kẹp; buộc chặt, ghì chặt: *to ~ up one's hair* kẹp tóc lại; *to ~ sheets of paper together* ghim những tờ giấy rời lại với nhau; *to ~ down to* buộc người nào phải giữ lời hứa; *to ~ one's hopes on* tin tưởng vào ai

PIN *n., abbr.* (= **personal identification number**) ẩn số cá nhân dùng vào việc ngân hàng hay vi tính

pinafore *n.* tạp đề, áo ngoài; *~ dress* áo mặc ngoài trẻ con

pinball *n.* trò chơi bóng nhỏ khi đánh trái banh vào lỗ thì đèn bật sáng lên: *~ machine* máy chơi banh nhỏ

pince-nez *n.* kính đeo ở mũi không có gọng

pincers *n.* cài kìm; càng cua, càng tôm

pinch **1** *n.* cái cấu/véo; một nhúm (muối, đường, v.v.): *in a ~* vào lúc khó khăn/gay go; *to come to a ~* đến lúc gay go, đến lúc khó khăn; *to feel the ~* hiểu thấu sự đói khổ: *the cost of living is so high I feel the ~ on my pocket* giá sinh hoạt quá cao tôi cảm thấy sự thiếu hụt trong túi tiền của tôi; *to give someone a ~* cấu, véo ai một cái **2** *v.* cấu,véo; bó chặt, làm tức (chân): *the new shoes ~ me* đôi giày mới bó chặt chân tôi; *to be ~ed with cold* rét tê cổng, rét lạnh thấu xương

pinchpenny *n.* người đau khổ, người bạc số

pincushion *n.* cái gối nhỏ để cắm kim

pine **1** *n.* cây thông; gỗ thông: *~ needle* lá thông; *~ nut* quả thông; *~-tree* cây thông; *~ wood* gỗ thông **2** *v.* gầy mòn, tiều tụy, héo hon: *to ~ away* mòn mỏi trông chờ; *to ~ for* mong muốn thiết tha, mòn mỏi mong chờ

pineapple *n.* quả dứa, quả thơm, quả khóm

pinfold *n., v.* bãi nhốt súc vật, nhốt súc vật vào trong bãi

pinger *n.* phương cách để chuyển tuyến kiểm soát hay đo lường; cách rung chuông

ping-pong *n.* (= **table tennis**) môn chơi bóng bàn

pinhead *n.* đầu đinh ghim; vật rất nhỏ

pinheaded *adj.* ngu si, dốt nát

pinion **1** *n.* đầu cánh **2** *v.* chặt cánh; trói cánh tay

pink 1 *n.* màu hồng; hoa cẩm chướng: *in the ~ of health* tình trạng sung sức nhất **2** *adj.* hồng, thân cộng: *~ collar* giới hồng lâu; *~ elephants* bị quáng loạn vì rượu; *~ gin* rượu gin có mùi đắng **3** *v.* đâm nhẹ, trang trí đồ da dệt: *~ing shears* việc cắt viền của người may áo quần

pinkie *adj.* hơi hồng, hồng nhạt

pinnacle *n., v.* tháp nhọn; đỉnh núi; đỉnh cao nhất

pinpoint 1 *n.* đầu đinh ghim, vật nhỏ xíu **2** *v.* xác định (vị trí) một cách chính xác

pinprick *n.* việc châm bằng kim ghim; điều bực bội qua loa

pinstripe *n.* đường viền nhỏ trên quần áo

pint *n.* đơn vị đo lường panh ở Mỹ (= 0,47 lít)

pinup *n.* bức ảnh người đẹp treo trên tường

Pinyin *n.* hệ thống chữ viết dùng mẫu tự La Tinh của người Trung Hoa

pioneer 1 *n.* người đi đầu, tiên phong: *young ~* thiếu niên tiền phong **2** *v.* đi đầu, mở đường

pious *adj.* ngoan đạo, mộ đạo; có hiếu, hiếu thảo

pip 1 *n.* hột táo, hột cam, hột lê **2** *n.* bệnh ứ đờm; cơn buồn rầu **3** *n.* tiếng kêu pip pip báo hiệu ở đài phát thanh

pipe 1 *n.* ống dẫn (nước, dầu); điều, tẩu thuốc lá; ống sáo/tiêu; ống, quần: *tobacco-~* ống điếu hút thuốc; *to hit the ~* hút thuốc phiện; *put that in your ~ and smoke it* bạn hãy nhớ mãi điều đó; *to smoke the ~ of peace* giao hảo thân thiện với nhau, sống hoà bình với nhau; *~-fitter* người đặt ống dẫn dầu; *~-laying* việc đặt ống dẫn dầu **2** *v.* đặt ống, dẫn bằng ống; thổi sáo/tiêu; thổi còi; (chim) hót: *to ~ all hands on deck* thổi còi tập hợp các thuỷ thủ lên boong tàu; *to ~ away* thổi còi cho tàu rời bến; *to ~ down* thổi còi ra lệnh nghỉ, làm bớt ồn ào; *to ~ up* bắt đầu hát, nói to lên

pipedream *n.* ý nghĩ viễn vong, chương trình không thực tế

pipeline *n.* ống dẫn dầu; *in the ~* đang chờ hoàn thành

piper *n.* người thổi sáo, người thổi kèn: *to pay the ~* chi tiền, đứng ra chịu mọi phí tổn

pipette *n.* ống hút có chia độ dùng trong phòng thí nghiệm

piping *n.* sự đặt đường ống, hệ thống đường ống; sự thổi sáo, tiếng sáo: *~ hot* sôi sùng sục

piquant *adj.* cay, hà khắc; thú vị, hấp dẫn: *a ~ gossip* việc đồn đãi thú vị

pique *n., v.* sự giận dỗi, sự hờn giận, sự chạm tự ái: *to take a ~ against someone* oán giận ai

piracy *n.* nghề/vụ cướp biển; sự vi phạm tác quyền, sự in sách/băng/dĩa trái phép: *a group of fishermen was charged with ~* một nhóm ngư dân vừa bị kết án về tội cướp biển

piranha *n.* các loại cá sông

pirate 1 *n.* kẻ cướp, hải tặc; người vi phạm tác quyền, người in lại sách/băng/dĩa mà không xin phép tác giả: *the publishers sent copyright ~s to the court* những nhà xuất bản đã đưa những người vi phạm tác quyền ra toà án **2** *v.* in lại sách bất hợp pháp, sang lại băng dĩa không có giấp phép của tác giả: *some students ~d a whole set of music DVDs* một số học sinh đã sao chép lại bất hợp pháp toàn bộ những dĩa nhạc DVD

pirouette *n., v.* thế/điệu xoay tròn trên đầu ngón chân

piss 1 *n., sl.* nước đái/tiểu **2** *v.* đái, tè; đái ra

pistachio *n.* hột hồ trăn (vị bùi, màu lục)

pistil *n.* nhụy hoa

pistol *n.* súng lục, súng sáu, súng ngắn

piston *n.* bộ phận đẩy khí nén trong máy, cái pit-tông: *~ rod* cái pittông

pit 1 *n.* hố, hầm; hố/hầm bẫy; hột quả: *arm~* nách; *coal ~* mỏ than; *orchestra ~* chỗ ban nhạc ngồi; *~ of the stomach* lõm thượng vị; phần trên dạ dày; *to dig a ~ for someone* đưa ai vào bẫy, đặt bẫy ai; *a ~ of hell* địa ngục; *in the ~s* trong tình trạng sa lầy **2** *v.* bỏ hột (anh đào *cherries*); làm lỗ rỗ; thả (gà) cho chọi nhau; đưa (hai lực lượng *forces*) chống chọi nhau: *to ~ someone against another* đưa ai ra đọ sức với nhau

pita *n.* (*also* **pitta**) miếng cắt ở bánh mì để nhét rau thịt vào: *bread ~* miếng cắt bánh mì

pitch 1 *n.* hắc ín, nhựa trải đường **2** *n.* sự ném/tung/liệng; độ cao; sự chòng chành: *to come to such a ~* đến mức độ là; *my anger is at its highest ~* cơn giận của tôi đến cực độ; *~-and-toss* trò chơi bài bạc bằng cách thảy đồng tiền; *~ed battle* tranh cải kịch liệt; *~ed roof* mái xuôi **3** *v.* ném, tung, liệng; cắm, dựng (lều, trại); lao xuống; chòng chành, chồm lên chồm xuống: *to ~ tents* cắm trại, cắm lều; *to ~ one's voice higher* cất giọng cao hơn; *to ~ on one's head* lao đầu xuống; *to ~ in* hăng hái bắt tay vào việc

pitch-black *adj.* tối như mực, tối như hũ nút

pitch dark *adj.* tối đen như mực

pitcher 1 *n.* bình lớn [đựng nước cam, sữa, v.v.]: *little ~s have long ears* trẻ con hay nghe lỏm **2** *n.* cầu thủ giao bóng [bóng chày]; người bán quán ở vỉa hè

pitchfork *n.* cái chĩa cán dài dùng để hất rơm, cỏ; âm thoa

pitchy *adj.* thuộc hắc ín, đen như hắc ín

piteous *adj.* đáng thương hại, thảm hại: *the ~ cries of a kitten caught in the rain* tiếng kêu thảm hại của con mèo con trong mưa

pitfall *n.* hầm; cạm bẫy: *the road strewn with ~s* con đường đầy chông gai cạm bẫy

pith *n., v.* cùi [bưởi/cam]; ruột/bấc cây; tuỷ sống; sức mạnh, khí lực, nghị lực; phần cốt yếu: *to lack of ~* thiếu nghị lực

pithy *adj.* thuộc ruột cây, nhiều ruột/cùi; mạnh mẽ đầy sức sống; [văn] súc tích,rắn rỏi

pitiable *adj.* đáng thương hại, đáng thương xót

pitiful *adj.* đáng thương; ít, nhỏ mọn, tồi, kém

pitiless *adj.* tàn nhẫn, nhẫn tâm, vô tình

pittance *n.* lương rẻ mạt; trợ cấp ít quá: *he was paid a mere ~ for his contribution to the article* ông ấy được trả lương rẻ mạt cho sự đóng góp vào bài báo

pity 1 *n.* lòng thương hại, lòng từ bi/trắc ẩn: *what a ~!* thật đáng tiếc!; *to feel ~ for someone* thương xót ai, thương hại ai; *for ~'s sake* vì lòng thương hại; *more's the ~* tồi tệ xấu xa lắm; *the ~ is that* điều đáng tiếc là 2 *v.* thương hại, thương xót: *my friend is much to be pitied* bạn tôi thật đáng thương; *to take ~ on* cảm thấy thương tâm về việc gì

pivot 1 *n.* trục, chốt, trụ, ngõng; điểm mấu chốt 2 *v.* xoay quanh trụ, đặt lên trụ, đóng trụ vào, đóng chốt vào

pivotal *adj.* [vấn đề] then chốt, chủ chốt

pixel *n.* (điện tử) thời gian hình ảnh hiện lên màn hình của máy chụp hình

pixie *n.* tiên

pizza *n.* bánh nướng với phô mát và các loại thịt đồ biển của Ý, bánh pi-za của Ý

pizzeria *n.* tiệm bán bánh nướng pi-za của Ý

placable *adj.* dễ làm cho nguôi, dễ tha thứ

placard *n.* biển, bảng, áp phích, cáo thị

placate *v.* xoa dịu, làm dịu/nguôi

place 1 *n.* chỗ, nơi, chốn, địa điểm, địa phương, vùng; nhà, chỗ ở; chỗ làm, địa vị; vị trí, cương vị, nhiệm vụ; hạng, cấp bậc, thứ bậc, thứ tự: *~ card* thiệp ghi chỗ ngồi; *~ in the sun* trong hoàn cảnh thuận lợi; *can you come to my ~?* bạn đến nhà tôi chơi được không?; *if I were in your ~* nếu tôi ở địa vị anh; *in all ~s* ở khắp nơi; *in ~ of* thay vì/cho; *in the first ~* trước hết; *not quite in ~* không đúng chỗ, không đúng lúc; *there is no ~ like home* chả ở đâu bằng nhà mình (với bố mẹ); *to give ~ to someone* nhường chỗ cho ai; *to put someone in her/his ~* làm nhục ai; *to take ~* xảy ra/đến; [lễ] được tổ chức/cử hành 2 *v.* để, đặt, sắp, xếp; đặt vào [chức vụ]; đầu tư [vốn]; đưa/giao cho, đặt hàng; xếp hạng: *I have ~d an order for dictionaries* tôi đã đặt mua từ điển đó rồi; *to ~ something in good order* để theo thứ tự, để cho gọn gàng; *to ~ confidence in a leader* đặt tin tưởng vào vị lãnh đạo; *to ~ a matter in someone's hands* trao việc cho ai giải quyết

placebo *n.* thuốc trấn an người bệnh

placement *n.* sự đặt/để; sự đặt vị trí; sự đặt mua hàng hoá [*an order*]; sự tìm/kiếm việc [cho sinh viên, v.v.): *my children are waiting for ~ in a private school* con tôi đang đợi chỗ trong một trường tư; *~ office* phòng tìm việc

placenta *n.* nhau [trẻ sơ sinh]

placid *adj.* yên lặng, trầm lặng; êm đềm, tĩnh

plafond *n.* trần nhà, trần nhà có trang trí hình ảnh

plagiarism *n.* sự ăn cắp văn, sự đạo văn

plagiarize *v.* ăn cắp văn, đạo văn, thuổng: *it is unethical to ~ someone's work* không có công bằng khi ăn cắp văn của người khác

plague 1 *n.* bệnh dịch: *bubonic ~* bệnh dịch hạch; *~ spot* vùng bị bệnh dịch 2 *n.* người/ vật gây tai nạn: *what a ~ this man is!* cái ông nẫy thật tai hại! 3 *v.* gây tệ hại; làm khổ, quấy rầy: *to ~ someone with questions* cứ hỏi quấy rầy người ta

plaid *n., adj.* (vải) sọc vuông

plain 1 *n.* đồng bằng 2 *adj.* rõ ràng, rõ rệt; dễ hiểu, đơn giản; giản dị, đơn sơ, không rườm rà/phiền phức; chất phác, thẳng thắn; [vải] trơn, không kẻ, không có hoa, [đàn bà] xấu, thô: *as ~ as daylight* rõ ràng như ban ngày; *~ living but high thinking* cuộc sống thanh bạch nhưng cao thượng; *to be ~ in one's criticism* thẳng thắn phê bình; *~ answer* câu trả lời thẳng thắn; *~ clothes* quần áo dân sự; *~clothesman* công an chìm [mặc quần áo thường]; *~ dealing* sự chân thật, sự thẳng thắn; *~ sailing* sự thuận buồm xuôi gió; *~ spoken* nói thẳng thắn không úp mở, không quanh co; *~ suit* bộ đồ vét thường 3 *adv.* rõ ràng: *to talk ~* nói rõ ràng; *to make something ~ to someone* làm cho ai hiểu rõ việc gì

plaintiff *n.* người đứng kiện, nguyên đơn/cáo

plaintive *adj.* than văn; rên rỉ, não nùng

plait 1 *n.* đường xếp, đường gấp, bím tóc, đuôi sam 2 *v.* cột tóc đuôi sam, bận

plan 1 *n.* sơ đồ, đồ án; bản kế hoạch, dự định, dự kiến: *to formulate a ~* phác thảo kế hoạch; *the ~ of a building* hoạ đồ căn nhà; *floor ~* sơ đồ căn nhà [cho thấy kích thước, đồ đạc kê ra sao]; *we don't have any*

~s for this weekend cuối tuần này chúng ta không định làm gì đặc biệt cả **2** *v.* vẽ sơ đồ; làm dàn bài, soạn khung bài; đặt kế hoạch, trù tính/hoạch/liệu, trù định, tính: *he ~s a big wedding* anh ta định làm đám cưới thật lớn; *to ~ ahead* định từ lâu/trước; *we didn't ~ on going to the movies tonight* chúng tôi không tính đi xi nê tối nay; *I ~ to retire early* tôi tính về hưu non; *to ~ for the future* đặt kế hoạch cho tương lai; *planned* có kế hoạch: *planned production* sản xuất có kế hoạch; *planned parenthood* sự sinh đẻ có kế hoạch

planar *adj.* liên quan đến máy bay

plane 1 *n.* mặt bằng, mặt phẳng, mặt; bình diện, mức, trình độ; máy bay: *air~* máy bay; *inclined ~* mặt nghiêng; *moral ~* bình diện đạo đức; *to take a ~* đáp máy bay, đi phi cơ; *~ chart* bản vẽ đường kinh tuyến và vĩ tuyến; *~ geometry* hình học phẳng; *~ table* dụng cụ đo đạc **2** *n.* cây ngô đồng: *~ tree* cây ngô đồng **3** *n.* cái bào: *~ iron* lưỡi bào **4** *v.* bào nhẵn: *to ~ down* bào nhẵn; *to ~ the way* san bằng lối đi

planet *n.* hành tinh

planetarium *n.* cung/nhà thiên văn: *the ~ in London is visited by many people every year* hàng năm nhiều người đến thăm nhà thiên văn ở Luân Đôn

planetary *adj.* thuộc hành tinh

plank 1 *n.* tấm ván; điều, mục [trong cương lĩnh của chính đảng]; *walk the ~* đi dọc theo tấm ván trên tàu **2** *v.* lát ván

plankton *n.* sinh vật trôi nổi, phiêu sinh vật

planning *n.* sự thiết kế, sự kế hoạch hoá: *family ~* kế hoạch hoá gia đình, hạn chế sinh đẻ; *city ~* thiết kế đô thị

plant 1 *n.* cây (nhỏ), thực vật; người được gài vào làm nội ứng: *flowering ~* cây có hoa, cây cho hoa; *indoor ~* cây trồng trong nhà **2** *n.* nhà máy, máy móc, thiết bị: *chemical ~* nhà máy hoá chất; *power ~* nhà máy điện **3** *v.* trồng, gieo cắm, đóng [cọc]; gieo [ý nghĩa idea]; gài [người] làm nội công: *to ~ seeds* gieo hạt giống; *to ~ an idea in someone's mind* gieo ý nghĩ vào đầu ai; *to ~ out* cấy hay chuyển cây từ chậu xuống đất

plantain *n.* cây/quả chuối lá để nấu bung

plantation *n.* đồn điền, vườn ươm: *rubber ~* đồn điền cao su; *~ song* bài hát của người da đen trong đồn điền của họ

planter *n.* người trồng; máy trồng; chủ đồn điền

plaque *n.* tấm bảng đồng; tấm thẻ bài; bựa răng

plasma *n.* huyết tương: *blood ~* máu nhân tạo; *~ TV* máy truyền hình Plas-ma, máy truyền hình có màn ảnh dùng chất lân tinh

plaster 1 *n.* vữa; vôi cao/dán; thạch cao: *~ of Paris* thạch cao; *~board* tấm thạch cao dùng để che tường; *~ cast* băng bột; *~ saint* người không phạm tội đạo đức **2** *v.* trát vữa; phết/dán đầy, đóng thạch: *to ~ all the walls of a house* đóng thạch cao tất cả tường của căn nhà; *to ~ up* trát kín

plasterer *n.* thợ trát vữa, thợ đóng thạch cao trong nhà

plastic 1 *n.* chất dẻo, chất nhựa plat-tic **2** *adj.* dẻo, dễ nặn; [nghệ thuật] tạo hình: *~ art* nghệ thuật tạo hình bằng thạch cao; *~ bomb* bom plat-tic; *~ explosive* chất nổ làm bằng tay; *~ surgery* giải phẫu thẩm mỹ, phẫu thuật tạo hình

plasticine *n.* chất dẻo thạch cao

plat *n.* mảnh/thửa đất; sơ đồ, bản đồ [nhà đất]

plate 1 *n.* đĩa [đựng thức ăn]; đĩa thức ăn; bản, tấm, lá, phiến; biển, bảng; bản kẽm, bản/khuôn in; kính ảnh: *dental ~* lợi giả [để căm răng giả]; *dinner ~* đĩa ăn cơm; *door ~* bảng tên treo ở cửa; *name ~* bảng tên; *on one's ~* đối với người đang thương thảo; *paper ~* đĩa giấy; *~ basket* giỏ đựng chén bát; *~-rack* tủ bát đĩa; *~ tectonics* khoa nghiên cứu mặt đất; *registration ~* bảng số xe hơi; *soup ~* đĩa (sâu) ăn súp; *two ~s/ platefuls of fried rice* hai đĩa cơm rang đầy ắp **2** *v.* mạ (vàng/bạc); bọc sắt: *to ~ something with gold* mạ vàng

plateau *n., v.* (*pl.* **plateaux**) cao nguyên; giai đoạn đứng nguyên sau khi tăng gia

platelet *n.* phân tử nhỏ không màu trong máu

platform *n.* bục, bệ, nền; sân ga, ke; cương lĩnh [của một chính đảng]: *he steps up to the ~ to give his lecture* ông ấy bước lên bục giảng để trình bày bài giảng; *the train is about to leave on ~ number 2* xe lửa sắp rời ở sân ga số 2; *~ ticket* vé dành cho người không đi tàu vào sân ga

platinum *n.* bạch kim, chất pla-tin; *~ black* chất bạch kim bột đen; *~ blonde* người có tóc bạch kim

platitude *n.* lời nói nhàm, lời nói vô vị

platonic *adj.* thuộc triết học Pla-ton; lý tưởng thuần khiết: *~ love* tình yêu lý tưởng thuần khiết

Platonism *n.* học thuyết Pla-ton

platoon *n.* trung đội: *~ leader* trung g đội trưởng

platter *n.* đĩa lớn [để mời thức ăn]; đĩa hát

platypus *n.* thú vật mỏ vịt

plausible *adj.* có vẻ hợp lý; có vẻ tin được

play 1 *n.* sự chơi đùa, sự nô đùa, sự vui chơi; trò chơi/đùa; trận đấu; cách chơi, lối chơi; vở kịch, vở tuồng; sự hoạt động; chỗ xộc xệch: *a ~ on words* cách chơi chữ; *fair ~* lối chơi thẳng thắn; cách đối xử công bằng; *in full ~* hoạt động tối đa; *it's your ~* đến lượt anh giao banh; *~ God* xem tối thượng, quan trọng; *~ the field* không để độc quyền về ai; *~ the market* kiểm tra tồn kho; *the ~ of sunshine among the trees* ánh nắng lung linh lấp lánh giữa đám cây; *to be at ~* đang nô đùa, đang chơi; *to bring into ~* phát huy; *to go to the ~* đi xem kịch; *to present a ~* trình bày một vở kịch **2** *v.* chơi, đánh, đá, đấu; chơi/đánh (đàn), kéo (viôlông), thổi (sáo, kèn); đóng, đóng vai, giả làm; chơi, chơi xỏ; nô đùa; đánh bạc; đóng kịch/ tuồng/phim: *to ~ basketball* chơi bóng rổ; *to ~ with children* chơi đùa với trẻ con; *I have ~ed Chinese chess with my friend* tôi đã từng chơi cờ tướng với bạn tôi; *play us something happy* đánh cho chúng tôi nghe điệu gì vui vui ấy nhé; *their radio was ~ing too loudly* đài của họ vặn to quá; *to ~ a trick on somebody* chơi xỏ ai một vố; *to ~ along* dự tính hợp tác; *to ~ by ear* trình tấu nhạc không cần điểm tựa; *to ~ for time* làm kế hoãn binh; *to ~ into the hands of somebody* làm lợi ho ai, làm cho ai hưởng; *to ~ on* lợi dụng; *to ~ one's cards right* nắm lấy cơ hội; *to ~ one's hand for all it is worth* triệt để lợi dụng cơ hội; *to ~ the game* chơi đúng thể lệ qui định; *to ~ up* cư xử có hại cho ai; *to ~ with fire* lao vào nguy hiểm

playback *n.* đĩa/băng phát lại hoặc chơi lại

playboy *n.* gã ăn chơi, tay chơi

player *n.* cầu thủ, đấu thủ, máy hát: *there are twelve ~s in a soccer team* có 12 cầu thủ trong một đội banh; *cassette ~* máy ca-set; *DVD ~* máy nghe nhạc DVD

playful *adj.* vui đùa hay nghịch; khôi hài

playground *n.* sân chơi, sân thể thao, [ở trường]

playgroup *n.* nhóm trẻ mẫu giáo chơi với nhau

playhouse *n.* nhà/rạp hát; nhà chơi của trẻ em

playing card *n.* bộ bài chơi, con bài

playmate *n.* bạn cùng chơi; bạn đồng đội

playpen *n.* cũi trẻ con chơi

playschool *n.* vườn trẻ, nhà trẻ

plaything *n.* đồ chơi: *to be treated as a ~* bị coi như một đồ chơi

playtime *n.* giờ ra chơi ở trường học

playwright *n.* nhà soạn kịch

plaza *n.* quảng trường; nơi phố chợ, trung tâm thương mại

plea *n.* lời tự bào chữa; sự cầu xin; cớ: *to submit the ~* đưa ra lời bào chữa; *a ~ for mercy* sự xin khoan hồng; *on the ~ of* lấy cớ là; *~ bargaining* sự thương lượng giữa nguyên cáo và bị cáo

plead *v.* [pleaded/pled] cãi, bào chữa, biện hộ; cầu xin, nài xin; bênh vực, lấy cớ: *to ~ guilty* thú nhận là có tội; *to ~ for help* cầu xin người ta giúp đỡ; *to ~ ignorance* lấy cớ là không biết; *to ~ not guilty* không nhận là mình có tội; *to ~ for somebody* biện hộ cho ai

pleasant *adj.* dễ chịu; thú vị; đẹp, hay, vui, dịu dàng, êm ái; [người] vui vẻ, vui tính, dễ thương

pleasantry *n.* lời đùa cợt, lời pha trò

please *v.* làm vui/vừa lòng, làm vừa ý, làm thích; thích, muốn: *I want to ~ my parents* tôi muốn làm đẹp lòng cha mẹ tôi; *take as much rice as you ~* con muốn lấy bao nhiêu cơm thì cứ lấy, tùy thích nhé; *she did as she ~d* bà ta mặc sức muốn làm gì thì làm; *to be ~d to do something* vui lòng làm việc gì; *come in, ~* xin mời ông/bà vào; *if you ~* xin vui lòng; *~d as Punch* bày tỏ nỗi sung sướng

pleasing *adj.* dễ chịu, thú vị, làm vui lòng

pleasure *n.* niềm vui thích, điều thú vị/thích thú, sự khoái lạc/hoan lạc, sự ăn chơi trụy lạc; ý muốn, ý thích: *with ~* rất vui lòng, hân hạnh; *it's my ~* không dám có gì đâu! [để trả lời câu cám ơn]; *to take ~* lấy làm hài lòng

pleat 1 *n.* nếp gấp **2** *v.* xếp nếp, khâu gấp

plebiscite *n.* cuộc trưng cầu dân ý

pledge 1 *n.* của tin, vật thế nợ, vật cầm cố; vật bảo đảm; lời hứa, lời cam kết, lời thề: *deposited as a ~* để làm của tin; *the hairpin was the ~ of their love* chiếc trâm cài tóc đó là vật đảm bảo cho tình yêu giữa hai người; *to put something in ~* đem cầm cái gì **2** *v.* cầm cố, đợ, thế; hứa, cam kết, thề, nguyện: he *~d $200 to the scholarship fund* ông ta hứa cúng 200 đôla vào quỹ học bổng; *I ~ allegiance to the flag* tôi xin thề trung thành với lá quốc kỳ; *to ~ one's honor* hứa danh dự; *to ~ to remain faithful all one's life to* hứa suốt đời trung thành với

plenary *adj.* [phiên họp] toàn thể; đầy đủ: *~ session* phiên họp khoáng đại

plenipotentiary *n., adj.* toàn quyền: *ambassador extraordinary and ~* đại sứ đặc mệnh toàn quyền

plentiful *adj.* nhiều, sung túc, phong phú, dồi dào

plenty *n., adj., adv.* sự dồi dào/sung túc/ phong phú: *they have ~ of food* họ có nhiều thức ăn lắm; *we are in ~ of time* chúng ta còn có nhiều thì giờ lắm; *in time of ~* thời kỳ thừa mứa/sung túc

plenum *n.* đại hội, phiên họp toàn thể

plethora *n.* tình trạng quá thừa thãi

pliable *adj.* mềm, dễ uốn; dễ bảo, dễ uốn nắn

pliers *n., pl.* cái kìm: *pair of ~*

plight 1 *n.* tình cảnh, hoàn cảnh, cảnh ngộ; lời hứa, lời cam kết: *to be in a sad ~* ở trong hoàn cảnh đáng buồn 2 *v.* hứa hẹn, cam kết, thề nguyền: *to ~ one's faith* hứa hẹn trung thành

plimsoll line *n.* đường vạch plim-so; đường vạch chỉ mức hạn chế trọng tải trên tàu

plod *v., n.* đi nặng nề, lê bước; làm việc cần mẫn

plonk *v.* ném, vứt, quẳng

plop *n., v.* tiếng/rơi tỏm xuống nước, làm rơi xuống nước

plot 1 *n.* miếng đất, mảnh đất nhỏ: *a ~ of flowers* một mảnh đất nhỏ trồng hoa 2 *n.* tình tiết, cốt truyện [tiểu thuyết, kịch]; âm mưu, bày mưu, mưu toan; vẽ đồ án/sơ đồ: *to hatch a ~* âm thầm bày mưu lập kế 3 *v.* vẽ sơ đồ, vẽ biểu đồ; âm mưu tính toán, bày mưu: *to ~ against someone* âm mưu ám hại ai; *to ~ out* chia thành mảnh nhỏ

plow 1 *n.* [*Br.* **plough**] cái cày; đất đã cày: *snow ~* xe ủi tuyết; *a two wheeled two shared ~* cày hai bánh hai lưỡi; *~man* thợ cày; *~share* lưỡi cày; *~-land* đất cày được; *~-tail* cán cày; *to put one's hand to the ~* bắt tay vào việc 2 *v.* cày; xới; rẽ, vạch [sóng]; cày, lặn lội: *to ~ back* cày lấp, tái đầu tư; *to ~ the sand* phí công, lấy gậy đập nước

ploy *n.* chuyến đi; trò giải trí; mánh khóe, thủ đoạn: *propaganda ~* mánh khóe tuyên truyền

pluck 1 *n.* sự nhổ; sự hái; sự búng/gẩy; can đảm: *to have plenty of ~* rất gan dạ, rất can trường 2 *v.* nhổ [lông, tóc, râu]; hái, bứt [hoa, quả]; gẩy[đàn]; kéo, giật: *to ~ weeds* nhổ cỏ dại; *to ~ up one's courage* lấy hết can đảm

plug 1 *n.* nút (chậu, bể nước); phít điện; bu-ji xe hơi; vòi máy nước: *fire ~* vòi nước chứa lửa 2 *v.* bít lại; cắm vào: *to ~ in* cắm phít điện; quảng cáo [món hàng]; *to ~ a hole* bít cái lỗ lại; *it is possible to ~ into remote databases to pick up information* có thể nối vào mạng vi tính để lấy thông tin từ các kho dữ liệu

plug-and-play *adj.* dùng được ngay khi cắm vào máy vi tính

plum *n.* quả mận; cây mận: *~ cake* bánh quả mận; *~ tree* cây mận

plumage *n.* bộ lông (vũ) [chim, công, v.v.]

plumb 1 *n.* quả dọi; dây dọi; độ ngay: *out of ~* không thẳng đứng, xiên; *~ line* dây dọi 2 *adj.* thẳng đứng, ngay; hoàn toàn: *a ~ wall* bức tường thẳng đứng; *he said "~*

nonsense" ông ấy nói điều hoàn toàn vô lý 3 *adv.* hoàn toàn, đúng là: *to be ~ crazy* thật đúng là điên 4 *v.* đo/dò bằng dây dò; thăm dò, dò xét: *to ~ a mystery* dò xét một điều bí ẩn

plumber *n.* thợ làm/sửa ống nước

plumbing *n.* nghề sửa ống nước; hệ thống ống nước: *he studied ~ at a technical college* ông ấy học nghề sửa ống nước ở trường cao đẳng kỹ thuật

plume *n., v.* lông chim, lông vũ; chùm lông

plummet 1 *n.* quả dọi; hòn chì dây câu; sức nặng 2 *v.* lao thẳng xuống, rơi thẳng xuống

plump 1 *adj.* mũm mĩm, tròn trĩnh, phúng phính: *~ cheeks* đôi má phúng phính 2 *n.* ngồi/rơi phịch một cái, cái ngã ùm xuống: *to fall with a ~ into the water* ngã ùm xuống nước 3 *v.* làm tròn trĩnh, làm phúng phính ra; rơi phịch xuống, ngồi phịch xuống: *to ~ down on the bench* ngồi phịch xuống ghế; *to ~ one's bag upon the table* vứt phịch cái túi xuống bàn

plunder 1 *n.* sự cướp bóc; của ăn cắp, của phi nghĩa 2 *v.* cướp bóc, cưỡng đoạt, tước đoạt; ăn cắp

plunge 1 *n.* sự lao mình; bước liều lĩnh: *to take the ~* liều mạng 2 *v.* thọc, nhúng; đâm [dao] ngập vào; xô đẩy: *to ~ into chaos* lao vào cảnh hỗn loạn; *to ~ one's hand into one's pocket* thọc tay vào túi; *to ~ a country into war* đưa đất nước vào hoạ chiến tranh

plunger *n.* người nhào lặn, thợ lặn; con bạc máu mê; kẻ đầu cơ

plunk *v.* ném phịch xuống, rơi phịch xuống, ngã phịch xuống

plural 1 *n.* số nhiều, dạng số nhiều: *the word information does not have the ~ form* từ "thông tin" thì ở dạng số nhiều 2 *adj.* ở/ thuộc số nhiều: *~ noun* danh từ số nhiều; *~ society* xã hội đa dạng; *~ vote* sự bỏ phiếu nhiều ở một đơn vị bầu cử

pluralism *n.* sự kiêm nhiệm nhiều chức vụ; sự có nhiều lộc thánh; thuyết đa nguyên

plurality *n.* số lớn, đa số, phần đông

plus 1 *n.* dấu cộng (+), số dương, số thêm vào; điểm son 2 *adj.* dương: *on the ~ side of the account* ở phía có tài khoản 3 *prep.* cộng với 3 *~* 3 ba cộng với ba; *~ the fact that* đó là chưa kể; *A~* [A+] điểm cao nhất trong hệ thống thang điểm từ A+ đến E 4 *conj.* cũng, hơn thế nữa: *he teaches well, ~ he is able to swim too* ông ấy dạy giỏi, hơn nữa ông ta cũng bơi giỏi

plush *adj.* sang trọng, lộng lẫy, xa hoa

plutocracy *n.* chế độ tài phiệt/phú hào

plutonium *n.* hoá chất plu-to-ni

ply 1 *n.* lớp [vải, ván ép]; sợi, tao [thừng, len]: *to take a ~* tạo thành nề nếp, tạo thành thói quen **2** *v.* ra sức làm, miệt mài: *to ~ one's needle* miệt mài may vá, kim chỉ; *to ~ one's oars* ra sức chèo; *to ~ someone with questions* hỏi người nào dồn dập; *to ~ someone with food* tiếp thức ăn cho ai

plywood *n.* ván ép, gỗ dán

PM *n., abbr.* (= **Prime Minister**) thủ tướng chính phủ

p.m. *adv., abbr.* (= **post meridiem**) thời gian từ 12 giờ trưa đến 12 giờ đêm: *I have an appointment at 2.00 ~* tôi có hẹn lúc 2 giờ chiều

pneumatic *adj.* thuộc hơi/khí; chạy bằng hơi: *~ drill* khoan hơi; *~ trough* thùng nhỏ chứa ga trong phòng thí nghiệm

pneumonia *n.* viêm phổi, phế viêm

poach 1 *v.* chần nước sôi quả trứng đã bóc vỏ, luộc trứng đã bóc vỏ: *to ~ chicken eggs* chần nước sôi trứng gà đã bóc vỏ **2** *v.* săn trộm, câu trộm; thọc, đâm gậy vào: *to ~ goat* săn trộm nai; *to ~ on the neighbor's land* xâm phạm đất người bên cạnh

poacher *n.* người săn trộm, người câu trộm

pock *n.* nốt đậu mùa: *~-marked* [mặt] rỗ, rỗ hoa

pocket 1 *n.* túi; bao; túi tiền, tiền; lỗ hổng không khí; ổ kháng chiến: *an empty ~* không một đồng xu dín túi; *hip ~* túi quần sau; *~ book* sổ tay, ví, bóp; *~camera* máy hình bỏ túi; *~ dictionary* từ điển bỏ túi; *~-flap* nắp túi; *~ knife* dao nhíp bỏ túi; *~ money* tiền túi, tiền tiêu vặt; *~ size* cỡ nhỏ bỏ túi; *~s of resistance* ổ chiến đấu; *~ watch* đồng hồ bỏ túi; *vest ~* túi áo gi lê; *to burn a hole in one's ~* ăn tiêu hoang phí; *to have someone in one's ~* khống chế ai, dắt mũi ai; *to line one's ~* lo vơ vét cho đầy túi tham; *to pay out of one's ~* phải lấy tiền túi (tiền riêng của mình) ra mà trả **2** *v.* bỏ túi; đút túi, ăn cắp, xoáy nén/nuốt/[giận]: *to ~ one's anger* nuốt giận; *to ~ one's pride* đẹp tự ái

pod *n.* vỏ quả đậu: *pea ~* vỏ đậu Hà-lan

podium *n.* bục nhạc trưởng, bục diễn giả

poem *n.* bài thơ, thi phẩm: *to compose a ~* sáng tác thơ; *prose ~* bài phú

poet *n.* nhà thơ, thi sĩ, thi nhân, thi hào: *Nguyen Du is the most well-known ~ in Vietnam* Nguyễn Du là nhà thơ nổi tiếng nhất ở Việt Nam; *~ Laureate* thi sĩ danh dự

poetess *n., f.* nữ thi sĩ

poetic *adj.* thuộc thơ (ca); nên thơ, có chất thơ, đầy thi vị: *~ license* sự phóng túng niêm luật; *~ justice* sự khen thưởng việc tốt và trừng phạt việc xấu

poetry *n.* thơ, nghệ thuật thơ, thi ca; thi vị

pogrom *n.* cuộc tàn sát người Do Thái dưới thời Nga hoàng; cuộc tàn sát

poignant *adj.* sâu sắc, thấm thía; thương tâm; chua cay: *~ sarcasm* lời châm chọc chua cay; *~ regret* mối ân hận thấm thía

poinsettia *n.* hoa trạng nguyên

point 1 *n.* chấm, dấu chấm; điểm, điểm số; mũi (kim), đầu nhọn; điểm, mặt, phương diện, vấn đề; hướng, phương, địa điểm, chỗ: *a case in ~* trường hợp đúng như thế; *a tiny ~* dấu chấm nhỏ tí; *beside the ~* ra ngoài vấn đề, lạc đề; *decimal ~* dấu thập phân; *he lost five ~s* anh ấy bị mất 5 điểm; *in ~ of fact* thực ra là; *on the ~ of dying* sắp chết; *~ of honor* hành động ảnh hưởng thanh danh của người khác; *~ of land* mũi đất; *~ of no return* điểm trong một cuộc hành trình; *~ of sale* điểm bán hàng; *~ of view, view~* quan điểm; *to come to the ~* đi vào vấn đề chứ không lan man; *to make a ~* nêu rõ một điểm/vấn đề; *to make a ~ of* coi là cần phải, thấy có bổn phận phải; *to score ~s off* trở nên tốt hơn trong một cuộc tranh luận; *to the ~* đúng vào vấn đề **2** *v.* chỉ, trỏ, nhắm, chĩa; hướng về: *to ~ to(ward)* hướng về, chỉ cho thấy; *to ~ off* tách ra bằng dấu phẩy; *to ~ out* vạch ra, chỉ ra

point-blank *adj., adv.* bắn thẳng; nói thẳng thừng: *he asked me ~ why I did not like him* ông ấy hỏi tôi một cách thẳng thắn là tại sao tôi không thích ông ta

pointed *adj.* nhọn, có đầu nhọn; châm chọc

pointer *n.* kim/que chỉ; lời mách bảo, mách nước

pointless *adj.* cùn, không nhọn; vô vị, vô nghĩa

poise 1 *n.* thế cân bằng; tư thế đĩnh đạc: *to hang at ~* chưa ngã ngũ, chưa quyết định **2** *v.* làm thăng bằng, làm cân bằng; treo lơ lửng

poised *adj.* được sáng chế; sẵn sàng hành động

poison 1 *n.* thuốc độc, chất độc, độc dược: *don't touch! it is ~* đừng có sờ vào! chất độc đấy; *to hate each other like ~* ghét nhau như chó với mèo; *~ gas* hơi độc; *~ ivy* cây sơn độc; *~ pen* người viết thư nặc danh **2** *v.* bỏ thuốc độc, tẩm/đánh thuốc độc, giết chết bằng đầu độc: *toxic waste could ~ fish* chất độc phế thải có thể giết chết cá

poisonous *adj.* [cây, rắn] độc, có chất độc

poke 1 *n.* cú hích/thúc/chọc; *to buy a pig in a ~* mua hay chấp nhận vật gì mà không cần biết giá trị trước **2** *v.* hích, thúc, chọc, ấn, ẩy; gạt, cời [lửa, than]; chõ mũi vào: *to ~ one's nose into other people's affairs* chõ mũi vào việc của người khác; *to ~ fun at somebody* chế giễu người nào

poker *n.* que cời; bài pôke, bài xì: *~ face* mặt lạnh như tiền, mặt phớt tỉnh; *~-work* sự khắc nung trên gỗ

poky *adj.* nhỏ hẹp, tồi tàn, chật chội; tầm thường

Poland *n.* nước Ba-Lan

polar *adj.* thuộc địa cực; cực: *~ bear* gấu trắng; *~ circle* vòng cực; *~ coordinates* hệ thống giao điểm cho cả hai góc cạnh; *~-star* sao Bắc đẩu

polarity *n.* chiều phân cực; tính hoàn toàn đối nghịch nhau

polarize *v.* phân cực; chia làm hai phe đối nhau

Polaroid *n.* máy chụp hình có hình liền

Pole *n.* người Ba Lan

pole 1 *n.* cực, cực điểm: *North ~* Bắc cực; *negative ~* cực âm; *to be as wide as the ~s* hoàn toàn đối lập nhau 2 *n.* cây sào, cây cọc, gậy: *~ jump* nhảy sào; *to be ~s apart* hoàn toàn khác nhau; *under bare ~s* không dương buồm

polemic *n., adj.* cuộc luận chiến, cuộc bút chiến

police 1 *n.* cảnh sát, công an: *~ court* toà án vi cảnh; *~man* cảnh sát, cảnh binh, công an; *~-officer* nhân viên cảnh sát; *~ precinct* quận cảnh sát; *~ station* bóp cảnh sát; *~ state* quốc gia cai trị bằng cảnh sát, công an; *~ woman* nữ cảnh sát, cảnh sát đàn bà 2 *v.* kiểm soát; giữ trật tự; khống chế bằng cảnh sát

policy *n.* chính sách; giao kèo, khế ước, hợp đồng [bảo hiểm]: *foreign ~* chính sách đối ngoại, ngoại giao; *insurance ~* hợp đồng bảo hiểm; *~ holder* người đã mua hợp đồng bảo hiểm

polio(myelitis) *n.* bệnh tê bại ở trẻ con

Polish *n.* tiếng/người Ba-Lan

polish 1 *n.* nước bóng/láng; xi: *shoes ~* kem đánh giầy 2 *v.* đánh bóng; làm cho tao nhã, lịch sự: *to ~ up* làm bóng bảy, chuốt lại; *to ~ off* làm xong gấp [việc]; ăn vội [bữa cơm]

politburo *n.* (*also* **politbureau**) bộ chính trị của đảng Cộng sản

polite *adj.* lễ phép, có lễ độ, lịch sự nhã nhặn

political *adj.* chính trị; thuộc chính quyền: *a ~ organization* một tổ chức chính trị; *a ~ party* một đảng phái chính trị; *a ~ prisoner* một tù nhân chính trị; *~ asylum* tỵ nạn chính trị; *~ economy* kinh tế học chính trị; *~ geography* môn địa lý hành chính; *~ scientist* chuyên gia chính trị

politician *n.* nhà chính trị, chính khách; con buôn chính trị

politics *n., pl.* chính trị, hoạt động chính trị; quan điểm chính trị, chính kiến; chính trường: *to talk ~* nói chuyện chính trị

poll 1 *n.* cuộc thăm dò ý kiến; sự bầu cử, phòng bỏ phiếu: *to go to the ~s* đi bầu cử; *~ tax* thuế thân, thuế nhân khẩu người lớn 2 *v.* thăm dò, ý kiến; [ứng cử viên] thu được [phiếu]: *to ~ a large majority* thu được đại đa số phiếu

pollen *n.* phấn hoa: *flower ~* phấn ở nhuỵ hoa

pollinate *v.* rắc phấn hoa, cho thụ phấn hoa

polling *n.* sự bỏ phiếu, cuộc bầu cử: *people start ~ in today's local election* người ta bắt đầu bầu cử địa phương ngày hôm nay; *~ booth* phòng bỏ phiếu; *~ day* ngày bầu cử; *~ station* trạm bầu cử

pollute *v.* làm bẩn, làm ô nhiễm; làm ô uế

pollution *n.* ô nhiễm, sự làm ô uế: *in big city, air ~ is a big problem* trong thành phố lớn, ô nhiễm không khí là một vấn đề lớn

polo *n.* trò chơi cầu cỡi ngựa

polonium *n.* hoá chất po-lo-ni

polo-shirt *n.* áo thun ngắn tay

polyandry *n.* chế độ đa phu [nhiều chồng]

polyclinic *n.* phòng mạch bác sĩ đa khoa

polyester *n.* vải po-ly-este, loại vải bằng chất po-ly-este

polygamy *n.* chế độ đa thê/phu

polygeny *n.* một chất độc lập

polyglot *n., adj.* (người) biết nhiều thứ tiếng

polygon *n.* hình nhiều cạnh, đa giác

polygyny *n.* chế độ đa thê[nhiều vợ]

polymer *n.* chất trùng hợp, hoá chất po-lime

Polynesian *n., adj.* thuộc quần đảo Pô-li-nê-di

polyp *n.* động vật nhỏ

polysaccharide *n.* nhóm hydro-carbon

polysyllabic *adj.* từ nhiều âm tiết

polytechnic *n., adj.* trường bách khoa

polytheism *n.* thuyết đa thần; đạo nhiều thần

polyunsaturated *adj.* làm giảm chất mỡ

pomade *n.* chất po-mat: *hair ~* sáp bôi tóc

pome *n.* quả táo; hòn kim loại

pomegranate *n.* quả lựu: *~ tree* cây lựu

pomelo *n.* quả bưởi

pomp *n.* vẻ long trọng; vẻ lộng lẫy/hoa lệ/tráng lệ

pompous *adj.* hoa lệ, hoa mỹ; phô trương, rực rỡ, làm long trọng, vênh vang

poncho *n.* áo mưa choàng của quân đội

pond *n.* ao, vũng nước

ponder *v.* cân nhắc, suy nghĩ: *to ~ over a question* suy nghĩ về một vấn đề

pontiff *n.* giáo hoàng; giáo chủ, giám mục

pontoon *n.* phà, cầu phao; trò chơi bài 21: *~ bridge* cầu phao

pony *n.* ngựa con, ngựa nhỏ, cốc nhỏ: ~ *tail* tóc đuôi ngựa; ~ *trekker* trò chơi giải trí

poodle *n.* chó xù

pooh pooh *v.* coi thường, coi rẻ, gạt đi

pool 1 *n.* vũng (*of blood* máu); bể bơi: *swimming* ~ hồ bơi 2 *n.* tiền góp; vốn chung/góp; tổ hợp: *car* ~ nhóm người đi xe chung; ~ *table* trò pun, trò chơi bi a, bàn bi-da 3 *v.* góp vốn chung, hùn vốn

poop *n.* phần đuôi tàu, phần cao nhất ở đuôi tàu

poor *n,. adj.* nghèo, bần cùng; tồi, kém, yếu, xấu, dở; đáng thương, tội nghiệp: ~ *health* sức khỏe kém; ~ *boy!* tội nghiệp cho thằng bé; ~ *house* nhà tế bần; ~ *man's* nghèo nàn; ~ *rate* thuế đánh để cứu trợ người nghèo; ~ *relation* quan hệ không tốt; ~*-spirited* nhút nhát, hèn; *to be* ~ *in mathematics* kém toán; *to take a* ~ *view of* xem như bi quan

poorly *adj., adv.* nghèo nàn, thiếu thốn; không khoẻ, khó ở: *to look very* ~ trông có vẻ không được khoẻ

pop 1 *n.* ba, bố 2 *n.* tiếng nổ bốp; tiếng lốp bốp; nước ngọt 3 *n.* nhạc bình dân; bài/đĩa hát bình dân 4 *v.* nổ bốp; tạt/ghé vào thình lình: *to* ~ *in* thụt vào, ghé vào; *to* ~ *one's head in* ghé đầu vào thình lình; *to* ~ *off* bổ đi bất thình lình; *to* ~ *the question* dạm hỏi, gạ hỏi

popcorn *n.* ngô rang, bắp rang

pope *n.* đức giáo hoàng

pop-eyed *adj.* mắt mở tròn xoe; trợn tròn mắt

popgun *n.* súng nút chai trẻ con chơi

poplar *n.* cây bạch dương

poplin *n.* vải pô-pơ-lin

poppet *n.* người nhỏ bé: *my* ~ em bé thân yêu

poppy *n.* cây thuốc phiện

poppycock *n.* chuyện nhảm, chuyện vớ vẩn

popsicle *n.* kem que

populace *n.* dân chúng, quần chúng

popular *adj.* được lòng dân; được nhiều người ưa thích, nổi tiếng, phổ biến; bình dân; nhân dân: *he is a* ~ *politician* ông ấy là một chính trị gia nổi tiếng; *Vietnamese springroll is a* ~ *dish* chả giò Việt Nam là một món ăn nổi tiếng; ~ *music* nhạc bình dân

popularity *n.* sự ưa thích của toàn dân; tính phổ biến; sự nổi tiếng; tính đại chúng

popularize *v.* đại chúng hoá, truyền bá rộng rãi; đưa dân đến ở, cư trú: *Vietnamese have* ~*d beef noodle soup in other countries* người Việt đã truyền bá rộng rãi món phở bò ở các nước khác

population *n.* số dân, dân số; toàn dân: *the* ~ *of Vietnam now is over 80 million* dân số

Việt Nam bây giờ trên 80 triệu người

populous *adj.* đông dân, dân cư đông đúc

porcelain *n.* đồ sứ, gạch bằng sứ

porch *n.* hiên trước/sau nhà hình vòng cung; cổng (vòm)

porcine *adj.* như heo, thuộc về heo/lợn

porcupine *n.* con nhím

pore 1 *n.* lỗ chân lông 2 *v.* đọc kỹ, mãi mê, nghiền ngẫm: *to* ~ *over a problem* nghiền ngẫm một vấn đề; *to* ~ *one's eyes out* cúi nhìn sát làm mỏi mắt

pork *n.* thịt lợn/heo: ~ *chop* miếng sườn lợn; ~*-butcher* chủ tiệm bán thịt heo; ~*-barrel* tài khoản trợ cấp cho bầu cử

porky *adj.* như heo; nhiều thịt

pornography *n.* sách báo khiêu dâm, dâm thư: *the internet has made* ~ *accessible to more people* mạng vi tính toàn cầu đã cho người ta nhiều sách ảnh khiêu dâm

porous *adj.* có lỗ, rỗ; xốp

porpoise *n.* cá heo

porridge *n.* cháo kiều mạch bổ sữa

port 1 *n.* cảng, bến, hải cảng: *sea*~ bến tàu; *air*~ sân bay, phi trường 2 *n.* lỗ cửa sổ tàu; mạn trái tàu: ~ *hole* cửa tàu; ~ *of call* bến cho tàu dừng tạm 3 *n.* rượu vang đỏ ngọt, rượu poc-tô

portable *adj.* xách tay; đem đi được; di động

portage *n.* tiền chuyên chở/vận tải; sự chuyển tải

portal *n.* cửa/cổng chính

portend *v.* báo trước, báo điểm/triệu chứng

portent *n.* điểm (xấu/gở); triệu chứng bất thường

porter *n.* công nhân khuân vác, người hầu trên xe lửa; người gác cửa

portfolio *n.* (*pl.* **portfolios**) cặp hồ sơ; hồ sơ đầu tư; bộ trong chính phủ: *minister without* ~ bộ trưởng không bộ

portico *n.* (*pl.* **porticos, porticoes**) cổng lớn có hàng cột

portion 1 *n.* phần, đoạn, khúc; phần thức ăn; của hồi môn 2 *v.* chia ra: *to* ~ *out* chia thành từng phần; *to* ~ *something to somebody* chia phần vật gì cho ai

portly *adj.* béo tốt, đẫy đà; bệ vệ, oai vệ

portmanteau word *n.* từ kết hợp: [**moto** + **hotel**] *motel* khách sạn có nơi để xe

portrait *n.* ảnh, chân dung, hình chụp/vẽ

portraitist *n.* hoạ sĩ vẽ chân dung

portray *v.* vẽ chân dung; miêu tả khéo; đóng vai

portrayal *n.* bức vẽ chân dung/truyền thần; sự mô tả/miêu tả sinh động

Portugal *n.* nước Bồ-Đào Nha

Portuguese *n., adj.* (người/tiếng) Bồ Đào Nha; ~ *man-of-war* tàu ngầm nguy hiểm

pose 1 *n.* kiểu, tư thế [chụp ảnh]; bộ tịch, điệu bộ 2 *v.* đứng, ngồi [cho người ta vẽ hay chụp ảnh]; làm điệu bộ, màu mè; tự cho mình là; đặt [câu hỏi, vấn đề]: *he ~s as a wealthy bachelor* ông ta mạo nhận là một tay có tiền và chưa vợ, ông ấy giả vờ làm như mình là đàn ông độc thân có máu mặt

poser *n.* câu hỏi hắc búa, vấn đề rất khó khăn: *this is the ~: who actually discovered America first?* đây là câu hỏi hắc búa: ai đã thực sự khám phá ra nước Mỹ đầu tiên?

poseur *n.* người điệu bộ, người hay màu mè

posh *adj.* diện, sang trọng; cừ, chiến

position 1 *n.* chỗ, vị trí; thế, tư thế; địa vị, chức vụ; lập trường, thái độ, quan điểm; luận điểm: *he lost his ~* anh ta mất việc làm rồi; *in your ~* ở vào vị trí anh; *to be in an awkward ~* ở vào vị thế khó xử; *to take a ~ as manager* nhận chức quản đốc 2 *v.* để vào chỗ, đặt vào vị trí: *to ~ something somewhere* để một vật gì ở đâu

positive 1 *n.* điều có thực, điều xác thực; bản dương, dương bản; tích cực; (tính từ/phó từ) ở cấp nguyên: *the pregnancy test shows a ~* việc thử nghiệm cho biết đã có thai 2 *adj.* rõ ràng, xác thực; chắc chắn, quả quyết, khẳng định; tích cực; [cực] dương; tuyệt đối, hết sức: *work on the ~ loving and fulfilling relationships* hãy làm việc tích cực, yêu thương và quan hệ đầy đủ; *a ~ evidence* chứng cớ rõ ràng; *to be ~ about something* xác quyết về một điều gì; *your blood test is ~* kết quả thử máu của bạn thì rất tốt; *~ discrimination* sự phân biệt không tốt; *~ feedback* phản ánh không tốt; *~ pole* cực dương; *~ sign* dấu dươngcực

posse *n.* đội cảnh sát [đi lùng bắt tội phạm]

possess *v.* có, được, sở hữu, chiếm hữu, giữ, chứa; [ma, quỷ] ám ảnh: *to ~ good qualities* có những đức tình tốt; *to ~ oneself of* chiếm, đoạt, chiếm đoạt; *to ~ one's soul* tự chủ được; *what ~ed you?* cái gì đã ám ảnh bạn?

possession *n.* quyền sở hữu, sự chiếm hữu, vật sở hữu, của cải, tài sản; thuộc địa: *to be in ~ of* có quyền sở hữu, có; *to take ~ of* chiếm lấy, chiếm hữu; *it is my personal ~* đó là của riêng tôi

possessive *adj.* sở hữu, chiếm hữu; khư khư giữ (của cải, con cái): *~ pronoun* sở hữu đại từ

possessor *n.* người có của, người sở hữu, sở hữu chủ

possibility *n.* khả năng, tình trạng có thể, sự có thể xảy đến

possible *adj.* có thể có được, có thể làm được, có thể xảy ra: *is it ~?* có thể xảy ra

không?; *as early/soon as ~* sớm chừng nào hay chừng ấy; *it is very ~ that* rất có thể là

possibly *adv.* có lẽ, có thể lắm: *he will ~ come, I am not sure* ông ấy có thể đến, tôi không chắc mấy; *he may ~ recover* ông ấy có thể khỏi bệnh

possum *n., v.* con pos-sum, ăn mặc diêm dúa: *to play ~* giả vờ nằm im, giả chết

post 1 *n.* cột, trụ: *light ~* cột đèn; *as deaf as a ~* điếc như gì 2 *n.* chức vụ, nhiệm vụ; đồn, bóp, bốt, vị trí; trạm, chuyến công văn, chuyến thư; bưu điện: *~card* bưu thiếp; *~man* người đưa thư; *~ mark* dấu bưu điện; *~master* giám đốc sở bưu điện; *~mistress* bà giám đốc sở bưu điện; *~-office* nhà bưu điện; *~ room* phòng phát/nhận thư; *to send by ~* gởi qua bưu điện; *to take a letter to the ~* đem thư ra bưu điện 3 *v.* dán (yết thị); niêm yết, công bố tên: *~ no bills* cấm dán giấy 4 *v.* bổ nhiệm; đặt, bố trí; gửi [thư], bỏ [thư]: *please ~ these letters today* làm ơn gởi những thư nầy ngay ngày hôm nay; *~ exchange* cửa hàng trong quân đội; *~-haste* hoả tốc, cấp tốc; *~-paid* đã trả cước phí/bưu phí

postage *n.* tiền tem/cò, bưu phí: *~ due* tiền tem còn thiếu; *~ machine* máy đóng tem; *~ meter* máy đóng tem; *~ stamp* tem thư, cò

postal *adj.* thuộc bưu chính/bưu điện: *~ card* bưu thiếp; *~ clerk* thư ký nhà dây thép; *~ code* bưu số gởi thư; *~ money order* ngân phiếu qua bưu điện

postcode *n.* bưu số địa phương

postdate *v.* để [tháng ngày] lùi lại

poster *n.* áp phích, bích chương; quảng cáo; *~ paint* tranh quảng cáo

posterior *adj.* sau, ở sau, đến sau: *events ~ to the year 1975* các biến cố xảy ra sau năm 1975

posterity *n.* con cháu, đời sau, hậu thế: *to look back at ~* nhìn trở lại thế hệ con cháu đời sau

postgraduate *n., adj.* hậu đại học, thuộc các khoá học sau đại học: *a ~ student* sinh viên hậu đại học; *~ diploma* chứng chỉ cao học

posthumous *adj.* xuất bản sau khi chết; truy tặng: *~ works* tác phẩm xuất bản sau khi chết

postmark *n.* con dấu bưu điện

post mortem *n., adj.* (sự khám nghiệm) sau khi chết: *~ review*

post-natal *adj.* sau khi sinh

post-nuptial *adj.* sau khi cưới

postpone *v.* hoãn lại, đình lại, dời lại: *to ~ the meeting* hoãn cuộc họp lại

postponement *n.* sự hoãn, sự đình hoãn

postscript *n.* (*abbr.* **ps**) tái bút

postulate *n., v.* (đặt thành) định đề, định lý
posture *n.* dáng điệu, tư thế
postwar *adj.* sau chiến tranh, hậu chiến
posy *n.* bó hoa, chữ khắc vào nhẫn
pot 1 *n.* ấm, bình, lọ, hũ, vại; nồi; chậu hoa; cần xa: *tea ~* ấm/bình trà; *a ~ of tea* một ấm trà (đầy); *~ of gold at the end of a rainbow* sự tưởng tượng xa vời; *~s and pans* nồi niêu xoong chảo; *~ shot* cú bắn gần, cú bắn bừa *to go to ~* hỏng bét, tiêu ma cả; *the ~ calls the kettle black* chó chê mèo lắm lông; lươn ngắn lại chê trạch dài; *to keep the ~ boiling* làm ăn khấm khá trong nhà lúc nào cũng có thức ăn; *a watched ~ never boils* cứ mong lại càng lâu, cứ để ý lại càng sốt ruột **2** *v.* bỏ vào hũ; trồng cây vào chậu; nắm giữ, chiếm lấy: *my mother ~ted meat for tomorrow* mẹ tôi đã ướp thịt vào hũ cho ngày mai; *~-bellied* phệ (bụng)
potable *adj.* [nước] uống được
potash *n.* bồ tạt, ka-li cac-bo-nat
potassium *n.* hoá chất ka-li
potato *n.* khoai tây: *sweet ~es* khoai lang; *~ chips* khoai tây chiên
potency *n.* lực lượng, quyền thế; hiệu lực
potent *adj.* mạnh; có quyền thế; hiệu nghiệm
potentate *n.* kẻ thống trị, tay bự
potential 1 *n.* tiềm lực, khả năng; điện thế, thế: *nuclear ~* tiềm năng hạt nhân **2** *adj.* ngấm ngầm, ẩn, tiềm tàng/phục; điện thế: *a report indicated that foreign companies have a high ~ investment in Vietnam* một bản tường trình cho thấy rằng các công ty nước ngoài có tiềm năng đầu tư cao ở Việt Nam
potentiality *n.* khả năng, tiềm lực: *to have enormous ~* có tiềm lực lớn lao
pothole *n.* ổ gà
potion *n.* liều thuốc nước: *love ~* bùa mê
pot luck *n.* bữa ăn (tập thể) có gì ăn nấy [mỗi gia đình dự đem theo một món]: *please, come and take ~ with me* vui lòng đến ăn cơm với tôi, có gì ăn nấy
potpourri *n.* cánh hoa khô ướp với hương liệu; câu chuyện tạp nhạp
potter 1 *n.* thợ đồ gốm: *~'s clay* đất sét làm đồ gốm; *~'s field* nghĩa trang chôn người lạ; *~'s kiln* lò gốm; *~'s lathe* bàn quay thợ gốm; *~'s wheel* bánh xe quay làm đồ gốm **2** *v.* làm chiếu lệ, làm qua loa; lãng phí: *to ~ in* làm qua loa chiếu lệ; *to ~ away one's time* lãng phí thì giờ
pottery *n.* đồ gốm; nghề gốm; xưởng đồ gồm
potting soil *n.* đất để trồng chậu cây
pouch *n.* túi nhỏ; túi căn-gu-ru/đại thử: *diplomatic ~* tín hàm ngoại giao; *tobacco ~* túi đựng thuốc lào/lá

poultice *n., v.* thuốc đắp, đắp thuốc vào chỗ đau
poultry *n.* gà vịt, gia cầm; thịt gà, thịt vịt: *~ farm* trại nuôi gà vịt; *~ yard* sân nuôi gà vịt
pounce *v., n.* vồ, chụp lấy; chộp lấy; xông/đâm bổ vào
pound 1 *n.* đơn vị đo trọng lượng Anh, pao, [= *450 g*]; đồng bảng Anh: *~ sterling* đồng bạc Anh; *I weigh 150 ~s (lbs)* tôi nặng 150 pao; *~ of flesh* giảm bớt; *~cake* bánh lớn nhiều vật liệu **2** *n.* phú de, bãi rào nhốt súc vật, bãi giữ xe ô tô bị phạt **3** *v.* nhốt lại, giữ/giam lại: *to ~ the field* làm chướng ngại vật không thể vượt qua được **4** *v.* nghiền, tán, giã, đâm; đánh, đập, thoi, thụi; đập thình thình: *to ~ something to pieces* đập tan vật gì thành từng mảnh nhỏ; *to ~ someone into jelly* đánh cho ai nhừ tử
pounder *n.* vật cân nặng bao nhiêu pao; cái chày; máy nghiền, máy giã
pour *v.* rót, đổ, trút, giội; thổ lộ [tâm tình]: *to ~ coffee into cups* đổ cà phê vào tách; *it was ~ing down* mưa như trút, trời mưa như đổ nước; *students ~ed into streets* sinh viên kéo nhau xuống đường; *mail ~ed in from all over the world* thư từ dồn về tới tấp từ khắp mọi nơi trên thế giới; *to ~ cold water on* làm cho nguội; *to ~ oil on the waters* làm nguôi cơn giận; *to ~ one's sorrows into somebody's heart* thổ lộ hết nỗi buồn cùng ai; *it never rains but it ~s* phúc bất trùng lai, hoạ vô đơn chí
pout *n., v.* cái bĩu môi, trề môi; *to be in the ~s* hờn dỗi, nhăn nhó khó chịu
poverty 1 *n.* sự nghèo, cái nghèo, cảnh nghèo nàn, tình trạng nghèo nàn thiếu thốn: *millions of people are living in ~* hàng triệu người đang sống trong cảnh nghèo đói **2** *adj.* nghèo nàn, túng bần, cùng túng: *~ line* mức lợi tức tối thiểu để sống; *~ stricken* nghèo nàn khốn khổ; *~ trap* trong tình trạng làm tăng lợi tức
powder 1 *n.* bột, bụi; thuốc bột, phấn: *face ~* phấn đánh mặt; *gun ~* thuốc súng; *~ room* nhà vệ sinh phụ nữ; *~-flash* hộp thuốc súng; *~-mill* kho thuốc súng; *~ puff* miếng xốp dùng bôi phấn; *to put more ~ into it* hãy hăng hái lên một chút nào; *~ compact* hộp phấn hồng; *~ keg* thùng đựng thuốc súng **2** *v.* rắc lên; đánh/thoa phấn; *to ~ one's nose* tán/nghiền thành bột
power 1 *n.* khả năng, năng lực; sức, sức mạnh; lực, năng lượng; quyền, chính quyền; quyền lực/thế, thế lực, quyền hạn, uy quyền; cường quốc; lũy thừa: *it is beyond my ~* việc đó vượt ngoài khả năng của tôi; *legislative ~* quyền lập pháp; *in*

~ đang cầm quyền; ~ *behind the throne* người có quyền nhưng không có chức tước; ~ *block* khu vực phát điện; ~ *of attorney* quyền ủy nhiệm, giấy ủy quyền; *a new atomic* ~ một cường quốc nguyên tử mới; *electric* ~ điện năng; *horse*~ mã lực; ~-*boat* xuồng máy; ~ *house* nhà máy điện; ~*play* chiến thuật của các cầu thủ hay các chính trị gia; ~ *politics* quyền lực chính trị; ~-*sharing* phân chia quyền lực; ~*station* nhà máy phát điện; *to seize* ~ cướp chính quyền; *wind* ~ sức gió; *man*~ sức người, nhân lực, nhân công; *a remarkable* ~ *of speech* tài ăn nói đặc biệt; *to come into* ~ nắm chính quyền 2 *v.* cung cấp năng lực cho máy, cho sức

powerful *adj.* mạnh, có sức/thế mạnh; công hiệu; có ảnh hưởng, có thế lực, có quyền thế

powerless *adj.* yếu, bất lực; không có thế lực; không có khả năng, chịu chết

powwow *n., v.* làm/thầy lang, thầy phù thuỷ; buổi hội họp tế lễ

pox *n.* bệnh giang mai; khiếp! gớm!: ~ *on his drinking!* phát khiếp cái thói uống của hắn!

practicable *adj.* làm được, thực hành được; dùng được

practical *adj., n.* thực hành; thực tế, thực tiễn, thực dụng; thiết thực: *a* ~ *joke* trò đùa ác ý; *a* ~ *mind* một đầu óc thực tế; *a* ~ *proposal* một đề nghị thiết thực; *in* ~ *control over the factory* trên thực tế nắm quyền lực kiểm soát nhà máy

practically *adv.* trên thực tế; hầu như, gần như: *there is* ~ *nothing left* hầu như không còn lại gì; ~ *unchanged* hầu như chẳng thay đổi gì

practice 1 *n.* sự thực hành/thực tập; sự tập làm; sự luyện tập/rèn luyện; thực tiễn; lệ thường, thói quen, tục, lối; công việc, nghề nghiệp, sự hành nghề; khách hàng (của bác sĩ, nha sĩ, v.v.): *in* ~ trong thực tiễn; *out of* ~ bỏ tập, lâu không tập luyện; ~ *teaching, teaching* ~ giáo sinh tập dạy, thực tập: *Dr. Nam sold his* ~ *last month* tháng trước bác sĩ Nam đã sang phòng mạch rồi; ~ *makes perfect* luyện tập nhiều thành giỏi; *to put in* ~ đem ra áp dụng 2 *v.* [*Br.* **practise**] thực hành; làm nghề, hành nghề; tập, tập luyện, rèn luyện: *to* ~ *medicine* hành nghề y khoa; *to* ~ *on the piano* tập chơi dương cầm

practitioner *n.* người thực hành/hành nghề: *general* ~ *(GP)* bác sĩ toàn khoa, bác sĩ gia đình

pragmatic *adj.* thuộc ngữ dụng học; hay dính vào chuyện người khác

pragmatism *n.* chủ nghĩa thực dụng

prairie *n.* đồng cỏ lớn; ~ *wolf* chó sói đồng hoang

praise 1 *n.* lời khen, sự khen ngợi, sự ca tụng: *to win* ~s được ca ngợi; *to sing someone's* ~s ca ngợi ai, tán dương ai 2 *v.* khen ngợi, ca tụng, tán dương, ca ngợi: *he* ~*d you for your excellent work* ông ấy khen ngợi bạn về công trình tuyệt vời của bạn

praiseworthy *adj.* đáng khen, đáng ca tụng

pram *n., abbr.* (= **perambulator**) xe đẩy trẻ con

prance *v.* (ngựa) nhảy dựng lên; đi nghênh ngang

prank *n.* trò chơi ác/khăm, trò đùa nhả: *to play a* ~ *on somebody* chơi ác ai

prankster *n.* người thích làm trò cười

prate *v.* nói huyên thuyên, nói ba láp

prattle *v.* nói vớ vẩn (như trẻ con)

prawn *n., v.* tôm

pray *v.* cầu, cầu nguyện; cầu xin, khẩn cầu: *to* ~ *to God* cầu trời; *to* ~ *to somebody for something* cầu xin ai cái gì

prayer *n.* lời/kinh cầu nguyện; lễ cầu kinh; lời cầu xin, lời khẩn cầu: ~ *book* sách kinh

praying mantis *n.* con bọ ngựa

preach *v.* thuyết pháp/giáo; giảng, thuyết, răn: *he does not practice what he* ~*es* ông ấy không thực hành những điều khuyên người khác

preacher *n.* mục sư thuyết pháp; người dạy đời

preamble *n.* lời nói đầu

preannounce *v.* tuyên bố trước, báo cho biết trước

pre-appoint *v.* bổ nhiệm trước, chỉ định trước ai làm việc gì

pre-arrange *v.* sắp xếp trước, tính toán trước, bố trí trước, thu xếp trước

precarious *adj.* tạm, không chắc chắn/ổn định, bấp bênh, mong manh: *a* ~ *living* cuộc sống bấp bênh

precaution *n.* sự đề phòng/dự phòng/phòng ngừa; sự giữ gìn/thận trọng: *to take* ~s *against* phòng ngừa

precede *v.* có trước, đứng/đi/đến trước: *this duty* ~s *all others* nhiệm vụ nầy có trước nhiệm vụ khác

precedence *n.* quyền đứng/đi trước; địa vị trên

precedent *adj.* tiền lệ, (câu, đoạn) trên, trước: *this case sets a* ~ *for future cases* trường hợp nầy tạo tiền lệ cho các trường hợp khác trong tương lai

precept *n.* lời dạy, châm ngôn; giới luật

prerceptive *adj.* để răn dạy, để giáo huấn

preceptor *n.* thầy dạy ở nhà, gia sư

precinct *n.* khoảng đất có tường bao quanh;

quận cảnh sát; khu vực tuyển cử

precious 1 *adj.* quý, quý báu, quý giá; tuyệt đẹp: ~ *metals* quý kim; ~ *stones* đá quý 2 *adv.* hết sức, lắm, vô cùng: *to take ~ good care of* chăm sóc hết sức chu đáo

precipice *n.* vách đứng (của núi đá)

precipitate 1 *n.* chất lắng, chất kết tủa: *after cooling this solution, there is a ~* sau khi làm nguội hợp chất nầy, sẽ có chất kết tủa 2 *adj.* vội vàng, hấp tấp 3 *v.* lao xuống, ném xuống; làm cho mau đến; làm lắng, làm kết tủa: *to ~ oneself* lao đầu xuống; *to ~ into a war* lao vào cuộc chiến

precipitation *n.* mưa; sự vội vã; sự kết tủa

precipitous *adj.* vội vã, đâm sấp giập ngửa

précis *n.* bản toát yếu, bản tóm tắt

precise *adj.* đúng, chính xác; tỉ mỉ, kỹ tính: *at the ~ moment I receive his letter* vừa đúng lúc tôi nhận được thư ông ấy; ~ *explanation* sự giải thích chính xác, tỉ mỹ

precision *n.* tính/độ chính xác: ~ *tools* dụng cụ chính xác; ~ *bombing* sự ném bom chính xác

preclude *v.* ngăn ngừa, loại trừ: *to ~ all objections* ngăn ngừ mọi sự chống đối

precocious *adj.* ra hoa sớm, có quả sớm; khôn sớm: *a ~ child* một đứa trẻ khôn sớm

preconceive *v.* nhận thức trước, tưởng tượng trước

pre-condition *n.* điều kiện trước tiên

precursor *n.* người đến báo trước; điểm báo trước; người đảm nhiệm trước

predate *v.* đề lùi ngày tháng lại

predator *n.* thú ăn thịt

predatory *adj.* (thú) ăn thịt, ăn mồi sống; ăn trộm, ăn cướp

predecessor *n.* người phụ trách trước, người tiền nhiệm; ông cha, tổ tiên, bậc tiền bối

predestination *n.* sự tiền định, số phận định trước, số phận, vận mệnh

predeterminate *adj.* được định trước, đã định trước

predetermine *v.* định trước, quyết định trước, giải quyết trước

predicable *adj.* có thể dẫn chứng được, có thể xác nhận được

predicament *n.* điều đã được xác nhận, điều đã được công nhận

predicate 1 *n.* vị ngữ, phần thêm nghĩa cho chủ ngữ: *subject-~ construction* kết cấu chủ vị [chủ ngữ + vị ngữ] 2 *v.* xác nhận; dựa vào: *to ~ upon* dựa vào, căn cứ vào

predicative *adj.* vị ngữ: ~ *adjective* tính từ vị ngữ, ngữ tính từ

predict *v.* nói trước, đoán trước, dự/tiên đoán

prediction *n.* lời đoán trước, lời tiên tri

predispose *v.* đưa đến, dẫn đến, khiến cho:

bad hygiene condition ~s one to all kinds of diseases tình trạng vệ sinh tồi tàn sẽ gây ra nhiều loại bệnh tật

predisposition *n.* khuynh hướng thiên về; tố bẩm dễ mắc (bệnh gì)

predominant *adj.* trội hẳn hơn, chiếm ưu thế

predominate *v.* hơn, thắng thế, trội hơn hẳn

pre-eminent *adj.* hơn hẳn/hết, ưu tú, ưu việt

pre-empt *n.* được ưu tiên mua cái gì; được chiếm hữu đất đai nhờ quyền ưu tiên

preen *v.* rỉa lông: *to ~ oneself* sửa sang, tô điểm

prefabricated *adj.* làm/đúc sẵn, tiền chế: ~ *houses* nhà làm sẵn

preface 1 *n.* lời tựa, lời nói đầu, tự ngôn 2 *v.* viết tựa, tựa đề; mở đầu

prefect *n.* quận trưởng; đô trưởng

prefecture *n.* chức quận trưởng, nhiệm kỳ quận trưởng

prefer *v.* thích/ưa hơn: *to ~ somebody to others* thích người nầy hơn người khác; *I ~ to go by car* tôi thích đi bằng ô tô hơn

preferable *adj.* đáng thích/ưa hơn

preference *n.* sự thích/ưa hơn; vật/cái được thích hơn; quyền ưu tiên; sự ưu đãi: ~ *share* cổ phần ưu tiên

preferential *adj.* ưu đãi, dành ưu tiên cho: ~ *right* quyền ưu tiên

prefix *n.* tiền tố, đầu tố, tiếp đầu ngữ

preflight *adj.* cung cấp trước chuyến bay

pregnancy *n.* sự có thai/mang/chửa

pregnant *adj.* thai/mang/chửa; đầy, dồi dào: *she is five months ~* bà ấy có thai năm tháng rồi

preheat *v.* đung nóng trước

prehistoric *adj.* thuộc tiền sử

prehistory *n.* thời tiền sử

prejudice 1 *n.* thành kiến, định kiến, thiên kiến; mối hại, sự thiệt hại, sự bất lợi cho ai: *to have a ~ against someone* có thành kiến đối với ai; *without ~ to* không thiệt hại cho ai 2 *v.* làm cho có định kiến; làm hại/thiệt cho: *to ~ someone in favor of someone else* làm cho ai có thiên kiến về ai

prejudicial *adj.* làm thiệt, gây tổn hại

preliminary 1 *n.* công việc mở đầu, sự sắp xếp bước đầu; điều khoản sơ bộ, cuộc đàm phán sơ bộ 2 *adj.* mở đầu, sơ bộ, dự bị, trừ bị

prelude *n.* khúc dạo; đoạn mở đầu; màn giáo đầu

premarital *adj.* sống chung với nhau trước khi cưới hỏi

premature *adj.* sớm, yểu, non; đẻ non; hấp tấp: *a ~ baby* trẻ con đẻ non, hài nhi sinh thiếu tháng; ~ *death* sự chết yểu, chết còn trẻ

premeditated *adj.* có mưu tính/suy tính trước:

~ *murder* tội cố sát, giết người có suy tính trước

premier *n., adj.* thủ hiến: *vice~ of state* phó thủ hiến tiểu bang

première 1 *n.* buổi diễn đầu tiên, buổi trình diễn ra mắt: *the ~ for that new movie was well attended* đã có nhiều người tham dự buổi trình diễn đầu tiên bộ phim mới 2 *v.* cho ra mắt; diễn/chiếu lần đầu

premise *n.* tiền đề; nhà cửa, dinh cơ vườn tược: *to be consumed on the ~s* ăn/uống ngay tại chỗ; *to see somebody off the ~s* tống tiễn ai đi

premium *n.* tiền thưởng; tiền đóng bảo hiểm: *insurance ~* bảo hiểm phí; *at a ~* cao hơn giá qui định; *to put a ~ on* cung cấp tiền thưởng cho việc gì

premonition *n.* sự cảm thấy trước, linh cảm

prenatal *adj.* trước khi đẻ, trước khi sinh

preoccupation *n.* mối bận tâm/ưu tư, sự lo lắng

preoccupied *adj.* bận tâm, lo lắng, thắc mắc

prep *n.* trường dự bị, trường mẫu giáo

prepaid quá khứ phân từ của **prepay;** *adj.* đã trả (cước phí) trước

preparation *n.* sự sửa soạn/chuẩn bị; chất pha, thuốc pha chế, món ăn được nấu nướng

preparatory *adj.* để sửa soạn, dự bị, chuẩn bị: *~ school* trường mẫu giáo

prepare *v.* sửa soạn, sắm sửa, chuẩn bị, dự bị; pha chế, nấu nướng: *to ~ for an examination* chuẩn bị thi; *to ~ meals* nấu ăn; *to be ~d to* sẵn sàng

preparedness *n.* sự chuẩn bị, sẵn sàng chiến đấu

prepay *v.* trả trước

preplan *v.* sắp đặt trước, hoạch định trước

preponderant *adj.* trội hơn, có ưu thế, có quyền thế/ảnh hưởng hơn

preposition *n.* giới từ

prepossessing *adj.* dễ thương, dễ gây cảm tình: *to have ~ manners* có tác phong dễ gây cảm tình

preposterous *adj.* vô lý, phi lý, trái; ngớ ngẩn, lố bịch

preprint *n.* tài liệu in trước, tài liệu in sẵn

prequel *n.* phim hay truyện có những biến cố trước đó ảnh hưởng đến

prerequisite *n., adj.* (điều) phải có trước đã, điều kiện tiên quyết: *chemistry is a ~ of the medicine course* hoá học là môn học tiên quyết để vào học ngành y khoa

prerogative *n.* đặc quyền: *it is her ~ to sit next to the king* đó là việc đặc quyền dành cho bà ấy ngồi cạnh nhà vua

presage 1 *n.* điềm, triệu chứng 2 *v.* báo trước, linh cảm

Presbyterian *n., adj.* thuộc giáo hội trưởng lão

preschool *n.* nhà trẻ, mẫu giáo

prescribe *v.* cho, kê[đơn/toa]; ra lệnh, bắt phải: *to ~ to someone what to do* ra lệnh cho ai phải làm gì; *~d books* sách bắt buộc phải đọc

prescription *n.* đơn thuốc, toa thuốc; thời hiệu; sự ra/truyền lệnh

presence *n.* sự có mặt, sự hiện diện: *in her ~* trước mặt bà ta; *~ of mind* sự nhanh trí; *to be admitted to someone's ~* được đưa vào gặp mặt ai, được đưa vào tiếp kiến người nào; *your ~ is requested* rất mong sự hiện diện của bạn

present 1 *n.* hiện tại, hiện thời; thời hiện đại; văn kiện này: *at ~* hiện giờ, lúc nầy; *for the ~* trong lúc nầy, trong hiện thời 2 *n.* quà, quà biếu, đồ tặng, tặng phẩm: *birthday ~* quà sinh nhật; *wedding ~* quà cưới 3 *adj.* có mặt, hiện diện; nay, này, hiện có, hiện hữu: *to be ~ at* có mặt ở; *~ tense* thì hiện tại; *at ~* lúc này, bây giờ; *at the ~ time* hiện nay/thời; *~ company excepted* công ty hiện thời chấp nhận được; *~-day* ngày nay, hiện thời 4 *v.* biểu, tặng; đưa ra, bày/lộ ra; nộp, trình, xuất trình, đệ trình; bày tỏ, trình bày; trình diễn (kịch); giới thiệu; tiến cử, bồng súng chào: *to ~ a petition* đưa một bản kiến nghị; *to ~ a matter very clearly* trình bày một vấn đề rất rõ ràng; *to ~ oneself* trình diện

presentable *adj.* coi được, chỉnh tề, đàng hoàng

presentation *n.* sự biếu tặng; quà/đồ tặng; sự đưa ra; sự trình diễn; sự giới thiệu/tiến cử

presentiment *n.* linh cảm

presently *adv.* bây giờ, hiện giờ; sắp: *he is ~ writing a book* ông ấy đang viết một quyển sách; *the doctor will be here ~* bác sĩ sắp đến bây giờ

preservation *n.* sự giữ gìn/bảo tồn/bảo quản

preservative *n., adj.* để phòng giữ, để phòng bệnh, để bảo quản: *~ drug* thuốc phòng bệnh

preserve 1 *n.* mứt; khu vực cấm săn bắn hoặc câu cá 2 *v.* giữ, giữ gìn, bảo tồn, duy trì, duy hộ, bảo quản; giữ để lâu; giữ cho khỏi phân huỷ; *well-~d* bảo quản tốt

preset *v., n.* lấy lại, làm lại

preside *v.* chủ trì, làm chủ tịch, chủ tọa: *to ~ over* chủ tọa

presidency *n.* chức vụ chủ tịch/tổng thống; nhiệm kỳ chủ tịch/tổng thống

president *n.* chủ tịch; tổng thống; viện trưởng, hiệu trưởng đại học: *~-elect* chủ tịch đắc cử, tổng thống đắc cử

presidential *adj.* thuộc chủ tịch/tổng thống:

~ palace dinh tổng thống, dinh chủ tịch; *~ elections* cuộc tuyển cử tổng thống

presidium *n.* đoàn chủ tịch, chủ tịch đoàn

press 1 *n.* sự ép/ấn/bóp; máy ép, máy nén; máy in; báo chí: *printing ~* máy in; *in ~* đang in; *freedom of the ~* quyền tự do báo chí; *~ agency* hãng thông tấn, thông tấn xã; *~ agent* người lo quảng cáo; *~ box* chỗ dành riêng cho phóng viên báo chí; *~ conference* cuộc họp báo; *~ gallery* phòng thông tin dành cho báo chí; *~ release* thông cáo phát cho báo chí; *~ stud* nút bấm gồm hai cái; *~-up* trồng người ngược đầu 2 *v.* ép, ấn, bóp: *to ~ a button* ấn nút, bấm nút; *to ~ grapes* ép nho; *to ~ someone's hands* xiết chặt tay ai; *to ~ upon someone's mind* đè nặng lên tâm trí người nào; *to be ~ed for time* thiếu thì giờ; *to ~ forward* vội vàng hối hả

pressing *adj., n.* (sự) gấp, khẩn, cấp bách, cấp thiết: *~ of a record* ghi âm

pressure 1 *n.* sức ép, áp lực, áp suất; sự thúc bách; sự cấp bách/khẩn cấp; ứng suất [điện]: *under the ~ of public opinions* dưới áp lực của công luận; *to put ~ on/upon someone* dùng áp lực đối với ai; *atmospheric ~* áp suất khí quyển; *blood ~* áp huyết, huyết áp; *high ~* áp suất cao; *~ cooker* nồi nấu cao áp; *~ gauge* máy đo áp suất; *~ group* nhóm người tạo ảnh hưởng đến những công ích; *~ point* điểm huyết; *under ~* vì bị ép buộc 2 *v.* tạo áp lực, gây áp lực: *to ~ someone* gây áp lực đối với ai

pressurize *v.* điều hoà áp suất, điều áp

prestige *n.* uy tín, uy danh, uy thế, uy quyền

prestigious *adj.* gây uy tính, có thanh thế, có quyền thế

prestressed *adj.* có ứng suất trước, có áp lực trước

presume *v.* cho là, coi như là; đoán chừng: *I ~ that he will apply* tôi cho là anh ấy sẽ nộp đơn xin việc; *I ~ your decision to be final* tôi cho rằng quyết định của bạn là sau cùng; *to ~ upon someone's acquaintance* lợi dụng sự quen biết với ai

presumption *n.* sự/điều đoán chừng; tính tự phụ

presumptuous *adj.* tự phụ, quá tự tin, kiêu căng

presuppose *v.* giả định/phỏng đoán trước, tiền giả định; bao hàm

presupposition *n.* sự/điều giả định trước

pre-tax *adj.* trước khi tính thuế

pretend *v.* giả vờ, giả đò, làm bộ: *to ~ to have an illness* giả vờ ốm, làm ra vẻ ốm; *to ~ to be asleep* giả vờ đang ngủ

pretender *n.* người đòi hỏi không chính

đáng, người yêu sách không chính đáng, người giả bộ, người giả đò

pretense *n.* [*Br.* **pretence**] sự giả vờ; điều đòi hỏi/kì vọng: *to make ~ of doing something* giả bộ làm điều gì; *under false ~s* bằng cách lừa dối, dùng ngón lừa đảo

pretension *n.* ý muốn; tính tự phụ; điều đòi hỏi chính đáng, quyền đòi hỏi chính đáng

pretentious *adj.* tự phụ, tự thị, kiêu căng

preterit *n.* [*Br.* **preterite**] thời quá khứ

pretext *n.* cớ, lý do, lời nói thoái thác, cớ thoái thác: *under the ~* theo lý do

pretty 1 *adj.* đẹp, xinh đẹp, xinh xắn; đẹp mắt, êm tai; hay hay, thú vị: *a ~ boy* cậu bé xinh xắn; *a ~ story* câu chuyện thú vị; *a ~ scenery* cảnh đẹp mắt; *that is a ~ business!* việc hay ho ghê! 2 *adv.* Khá, kha khá: *her hair looks ~* tóc cô ấy trông đẹp quá nhỉ; *~ good* khá tốt; *~ hot* khá nóng; *~ much* hầu/ gần như

pretzel *n.* bánh hình que mặn dùng với bia

prevail *v.* thịnh hành, phổ biến; chiếm ưu thế, thắng thế; thuyết phục: *to ~ over the enemy* chiếm ưu thế đối với kẻ địch; *to ~ upon somebody to do something* thuyết phục ai làm việc gì; *~ing wind* cơn gió thường xẩy ra

prevalence *n.* sự thường xẩy ra, lưu hành/ phổ biến

prevalent *adj.* đang thịnh hành/lưu hành

prevaricate *v.* nói dối/láo, nói thoái thác; nói quanh co

prevent *v.* ngăn cản, ngăn trở/ngừa, cản trở, phòng ngừa, dự phòng: *to ~ an accident* ngăn ngừa tai nạn; *to ~ somebody from doing something* ngăn cản ai làm điều gì

prevention *n.* sự ngăn cản/ngăn ngừa/phòng ngừa: *~ is better than cure* phòng bệnh hơn chữa bệnh

preview *n., v.* (sự) xem trước, duyệt trước

previous 1 *adj.* trước: *the ~ day* ngày hôm trước; *without ~ notice* không có thông báo trước 2 *adv.* trước đây/đó: *~ to his marriage* trước khi anh ta lấy vợ; *had finished a meal ~ to his accident* ông ấy đã ăn cơm xong trước khi tai nạn xẩy ra

prevision *n.* sự thấy trước, sự đoán trước: *a ~ of danger* sự thấy trước mối nguy hiểm

pre-war *adj.* trước chiến tranh, hồi tiền chiến

prey 1 *n.* mồi: *to become a ~* làm mồi cho; *bird of ~* chim săn mồi 2 *v.* rình/tìm bắt mồi; giày vò, day dứt: *to ~ upon* tìm mồi, bắt mồi

price 1 *n.* giá, giá hàng: *cost ~* giá vốn; *fixed ~* giá nhất định; *retail ~* giá bán lẻ; *~ tag* bảng giá; *wholesale ~* giá bán buôn; *at any ~* bằng bất cứ giá nào; *to set a ~ on* *someone's head* treo giải thưởng lấy đầu ai; *~-boom* mức giá cả tăng vọt, sự tăng vọt giá cả; *~ current, ~ list* bảng giá hiện hành; *~-cutting* sự sụt giá, sự giảm giá; *~ fixing* sự định giá; *~ war* sự cạnh tranh giá cả; *~ wave* sự giao động giá cả **2** *v.* định giá, đặt giá; khảo giá: *to ~ oneself out of the market* lấy giá cắt cổ

priceless *adj.* vô giá, không định giá trước

pricey, pricy *adj.* đắt

prick 1 *n.* sự châm, vết châm; mũi nhọn, gai, giùi; sự đau nhói, sự cắn rứt: *to have got a ~ in one's finger* bị một cái gai đâm vào ngón tay; *to kick against the ~s* chống đối kịch liệt; *the ~s of conscience* sự cắn rứt của lương tâm **2** *v.* châm, chích, chọc: *to ~ holes in the ground* chọc lỗ trên mặt đất; *to ~ in* trồng lại, cấy lại; *to ~ off* đánh dấu chấm vẽ, châm kim vẽ; *to ~ up one's ears* làm tai vểnh lên mà nghe

prickle 1 *n.* gai **2** *v.* châm, chích, chọc

prickly heat *n.* chứng nổi rôm sẩy

pride 1 *n.* niềm hãnh diên; sự kiêu hãnh; tính/lòng tự ái: *false ~* tính tự ái, tính kiêu căng ngạo mạn; *he is his father's ~ and joy* anh ấy là niềm hãnh diện của ông bố; *~ of place* địa vị quan trọng; *to take ~ in one's work* tự hào về công việc của mình; *~ of the morning* sương lúc mặt trời mọc; *to swallow one's ~* nén tự ái, dẹp lòng tự ái **2** *v.* lấy làm tự hào/kiêu hãnh: *he ~s himself on being able to organize his own life* anh ta tự hào là có thể lo liệu được cuộc đời của anh ta

priest *n.* thầy tu; linh mục: *Buddhist ~* nhà sư, thầy tăng; *Catholic ~* linh mục Thiên chúa giao; *Taoist ~* đạo sĩ

priesthood *n.* giáo sĩ, tăng lữ, hàng giáo phẩm

prig *n.* người làm bộ giỏi; người lên mặt đạo đức, người lên mặt ta đây

priggish *adj.* lên mặt ta đây [giỏi, đạo đức]; làm bộ, hợm mình

prim *adj., v.* làm ra vẻ nghiêm nghị, đoan trang: *to ~ one's face* lấy vẻ mặt nghiêm trang

prima donna *n.* vai nữ chính trong nhạc kịch; người hay tự ái

prima facie *adj.* thoạt nhìn qua: *to see a ~ reason for it* thoạt nhìn qua cũng thấy lý do rồi

primary 1 *adj.* đầu, đầu tiên, nguyên thuỷ; gốc, căn bản; [giáo dục, trường] sơ đẳng, sơ cấp, tiểu học; chính cốt yếu, chủ yếu: *the ~ meaning of a word* nghĩa gốc của một từ; *~ meeting* hội nghị tuyển chọn ứng cử viên; *~ school* trường sơ cấp, trường tiểu học; *~ stress* dấu nhấn trọng âm chính **2** *n.* điều đầu tiên, điều căn bản, sơ cấp: *~ elections*

tuyển cử sơ bộ

primate *n.* bộ động vật có tay, động vật linh trưởng

prime 1 *n.* buổi sơ khai, thời kì đầu tiên; thời kì đẹp đẽ/rực rỡ nhất: *in the ~ of life* trong tuổi thanh xuân; *~ meridien* đường kính chính; *~ rate* tiền lời thấp nhất; *~ time* thời gian cao điểm của phát thanh và truyền hình **2** *adj.* đầu tiên; hàng đầu, chủ yếu; tốt/ngon nhất; [số] nguyên tố: *~ cause* nguyên nhân đầu tiên; *~ cost* vốn gốc; *~ Minister* thủ tướng **3** *v.* sơn lót; bơm xăng vào cacbuaratơ; mồi nước vào máy/bơm; mồi mực/dầu trước; cho ăn uống thoả thích: *to be ~d with beer* cho uống bia thoả thích

primer *n.* sách vỡ lòng; nước sơn lót

primeval *adj.* [Br. **primaeval**] ban sơ, nguyên thuỷ

primitive *adj.* đầu tiên, ban sơ, nguyên thuỷ; cổ xưa, thô sơ: *~ function* nguyên hàm

primp *v.* trang điểm, tô điểm: *to ~ oneself up* trang điểm cho mình

primrose *n.* hoa/cây anh thảo, ngọc trâm

prince *n.* ông hoàng, hoàng tử, hoàng thân, tay cử: *~ consort* chồng chúa vợ tôi; *~ of darkness* quỷ sứ; *~ regent* hoàng tử hành sử quyền vua

princely *adj.* như ông hoàng; sang trọng, lộng lẫy

princess *n.* bà chúa, bà hoàng, công chúa

principal 1 *n.* hiệu trưởng; tiền vốn: *assistant ~* phó hiệu trưởng/giám đốc **2** *adj.* chính, chủ yếu: *~ clause* mệnh đề chính; *~ rules* những luật lệ chính

principality *n.* vương địa, lãnh địa của ông hoàng

principle *n.* nguyên tắc, nguyên lý; nguyên tắc đạo đức/xử thế: *in ~* về nguyên tắc, trên nguyên tắc; *a man of ~s* người theo đạo đức; *to do something on ~* làm việc gì theo nguyên tắc; *to lay down as a ~* đặt thành nguyên tắc

print 1 *n.* chữ in; sự in; dấu in, vết; vải hoa in; tài liệu in, ấn phẩm: *to appear in ~* tác phẩm được xuất bản; *in large ~* in chữ lớn; *out of ~* bán hết và chưa in lại; *finger ~* dấu lăn tay; *news~* giấy (in) báo; *~ed circuit* đường vòng dây điện như in sẵn; *matter* đồ in, sách báo, ấn phẩm; *small ~* cỡ chữ nhỏ **2** *v.* in, đăng, xuất bản, đăng tải; in dấu/vết, in; rửa, in [ảnh]; viết kiểu chữ in; khắc, ghi sâu

printer *n.* thợ in, chủ nhà in

printing *n.* sự in; nghề in; nghề ấn loát: *~ house* nhà in, ấn quán; *~-ink* mực in; *~ Office* Nhà in Chính phủ; *~ machine/press* máy in; *sixth ~* in lần thứ 6

prior *adv.* trước, trước khi: *~ to my arrival* trước khi tôi tới nơi

priority *n.* quyền hưởng trước, quyền ưu tiên, ưu tiên: *to give ~* cho quyền ưu tiên

prism *n.* lăng trụ; lăng kính: *regular ~* lăng trụ đều

prison *n.* nhà tù, nhà lao, đề lao: *~ house* nhà tù, nhà lao; *to sent someone to ~* bị bỏ tù; *~ camp* trại tù; *~ breaker* người tù vượt ngục

prisoner *n.* tù, người tù, tù nhân, tù phạm *taken ~* bị bắt bỏ tù, bị bắt làm tù binh; *political ~* tù chính trị; *~-of-war* tù binh chiến tranh

pristine *adj.* ban sơ, cổ xưa

privacy *n.* sự riêng tư; sự xa lánh; sự kín đáo: *to live in ~* sống cách biệt

private 1 *n.* lính trơn, binh nhì; chỗ kín: *in ~* kín đáo, bí mật, riêng tư; *~ First Class (Pfc)* binh nhất; *~ soldier* lính trơn, binh nhì 2 *adj.* riêng tư, cá nhân, riêng, kín, mật; hẻo lánh, khuất nẻo: *~ citizen* công dân thường; *~ detective* thám tử tư; *~enterprise* công ty tư; *~ house* nhà riêng; *~ life* đời tư; *~ means; ~ property* của riêng, tài sản cá nhân; *~ school* trường tư, trường tư thục; *~ talks* mật đàm; *~ view* quan điểm riêng; *~ war* sự tranh tụng giữa cá nhân

privation *n.* sự/cảnh thiếu thốn: *to live in ~* sống trong cảnh thiếu thốn

privatize *n.* tư nhân hoá các công ty, xí nghiệp nhà nước

privilege *n.* đặc quyền, đặc ân: *the Vietnamese government has issued a decree giving special ~s to foreign investment companies* chính phủ Việt Nam ban hành quyết định cho những công ty đầu tư nước ngoài những đặc quyền đặc biệt

privileged *adj.* [giai cấp] hưởng đặc quyền, được ưu đãi: *they live a ~ life, away from the sufferings of the common man* họ sống một cuộc sống đặc quyền đặc lợi xa rời cuộc sống đau khổ của thường dân

privy 1 *n.* chỗ, nhà tiêu, nhà xí; đương sự 2 *adj.* riêng, tư, kín, bí mật được biết riêng [bí mật]: *~ Council* Viện cơ mật; *~ parts* chỗ kín; *to be ~ to something* được biết riêng việc gì

prize 1 *n.* giải thưởng, phần thưởng; chiến lợi phẩm, của trời cho: *first ~* giải nhất; *Nobel Peace ~* giải thưởng hoà bình Nô-ben; *~ fellow* người được giải; *~ fellowship* giải xuất sắc; *~-giving* trao giải thưởng; *~ money* tiền thưởng; *~ rose* bông hoa hồng được giải; *~-winner* người thắng giải, người đoạt giải 2 *v.* quý, đánh giá cao; nạy, bẩy lên: *to ~ moral values more than money*

đánh giá cao giá trị đạo đức hơn đồng tiền; *he ~s his possessions* ông ấy quý đồ vật của ông ta có

prizefight *n.* trận đấu quyền Anh lấy giải bằng tiền

pro 1 *n.* đấu thủ nhà nghề 2 *n.* lý thuận, đồng ý, hưởng ứng: *the ~s and cons* lý thuận và lý nghịch, thuận và chống, lý do/ phiếu tán thành và lý do/phiếu phản đối

proactive *adj.* thúc đẩy sự thay đổi: *the company should be ~, not reactive* công ty nên thúc đẩy sự thay đổi hơn là tạo hoạt động

probability *n.* điều có thể xảy ra; sự có khả năng xảy ra, sự có lẽ đúng: *it is in all ~* điều đó có thể xảy ra, rất có thể đúng

probable *adj.* có thể xảy ra, có thể có, chắc hẳn, có lẽ đúng, có lẽ thật

probably *adv.* chắc: *he will ~ come after dinner* chắc là ăn cơm tối xong anh ấy mới đến

probate *n.* sự chứng thực di chúc

probation *n.* thời gian tập sự; thời gian thử thách; sự tha tạm [tù]; sự cho học tạm [nếu điểm vẫn xấu thì mới đuổi]: *to be on ~* trong thời gian tập sự; *~ license* bằng tạm trong thời gian thử thách; *~ officer* nhân viên tạm thời tuyển dụng

probe 1 *n.* máy dò, cực dò, cái dò, điều tra: *space ~* thám hiểm không gian 2 *v.* thăm dò, điều tra

problem *n.* vấn đề; bài toán, điều khó hiểu: *there is no ~* không có vấn đề gì, không có chi; *to solve a ~* giải quyết một vấn đề, giải một bài toán

problematic *adj.* mơ hồ, không chắc, còn hồ nghi

proboscis *n.* vòi voi

procedure *n.* thủ tục; nghi thức: *what are the ~s of the meeting?* những thủ tục buổi họp là những gì?

proceed 1 *n.* số tiền thu nhập: *~s* tiền thu được 2 *v.* tiến lên, đi tới; tiếp tục, tiếp diễn, diễn tiến; hành động, làm; xuất phát: *the story ~s as follows* câu chuyện diễn biến như sau; *~ with your work* tiếp tục làm việc của bạn

proceeding *n.* kỉ yếu, biên bản; việc kiện tụng: *to publish ~s* ấn hành kỉ yếu hội nghị; *to take legal ~s against someone* đi kiện ai

process 1 *n.* quá trình, tiến trình; phương pháp, cách thức; trát đòi: *in the ~ of moving to a new site* hiện đang dọn đến một địa điểm mới; *the ~ of economic rehabilitation is in progress* tiến trình khôi phục kinh tế đang diễn tiến 2 *v.* chế biến, gia công: *foods are ~ed by freezing and canning* thực phẩm được chế biến bằng cách cho đông lạnh and đóng hộp

procession *n.* cuộc diễu hành, đám rước: *funeral* ~ đám ma, đám tang; *to go in* ~ đi diễn hành

proclaim *v.* công bố, tuyên bố, làm bài báo cáo; xưng; để lộ ra: *to* ~ *peace* tuyên bố hoà bình; *your accent* ~*s you a Northerner* giọng nói bạn chứng tỏ bạn là người miền Bắc

proclamation *n.* tuyên ngôn, tuyên cáo, bài cáo

procrastinate *v.* chần chừ, trì hoãn

procreate *v.* sinh đẻ

proctor **1** *n.* giám thị [ở trường]; người coi thi **2** *v.* coi thi: *to* ~ *the final examination* coi kỳ thi tốt nghiệp

procurator *n.* người uỷ quyền, giấy uỷ quyền

procuratorial *adj.* theo giấy uỷ quyền, thuộc giấy uỷ nhiệm

procure *v.* kiếm được, mua/thu được; tìm [phụ nữ] cho nghề mại dâm, dắt gái, làm trùm gái điếm: *my friend has* ~*d employment* bạn tôi vừa kiếm được việc làm

procurer *n.* ma-cô, trùm nhà thổ, chủ nhà chứa

prod **1** *n.* gậy nhọn **2** *v.* đâm, thúc; thúc giục: *to* ~ *the cows on with a stick* cầm roi thúc bò đi

prodigal *adj.* hoang phí, phá của, hoang tàn: *the* ~ *son* đứa con hoang tàn

prodigious *adj.* kỳ lạ, kỳ diệu, phi thường; lớn lao: *a* ~ *sum of money* một số tiền lớn

prodigy *n.* người/vật kỳ diệu; thần kỳ: *an infant* ~ thần đồng; *a* ~ *violinist* một nhạc sĩ thiên tài vĩ cầm

produce **1** *n.* sản xuất, sản vật; kết quả, hậu quả: *farm/agricultural* ~ nông sản; ~ *of labor* kết quả lao động **2** *v.* sản xuất, chế tạo; sinh, đẻ, đem lại; gây ra/nên; viết ra, xuất bản, đưa ra, giơ ra, (xuất) trình; trình diễn, đạo diễn: *to* ~ *goods* sản xuất hàng hoá; *to* ~ *a play* trình diễn một vở kịch; *to* ~ *fruit* ra quả

producer *n.* nhà sản xuất; nhà xuất bản; đạo diễn

product *n.* sản phẩm, vật phẩm; kết quả; tích (toán): *the best* ~*s of Vietnam are lowest priced* sản phẩm tốt nhất của Việt Nam lại là giá thấp nhất

production *n.* sự sản xuất/chế tạo; sự sinh/đẻ; sản phẩm, tác phẩm; sự đưa ra, sự xuất trình: *the present economic policy encourages domestic* ~ *of food* chính sách kinh tế hiện hành khuyến khích sản phẩm thực phẩm nội địa; *the party is free to members on* ~ *of membership cards* buổi tiệc miễn

phí dành cho hội viên xuất trình thẻ hội viên

productive *adj.* sản xuất; sinh sản, sinh sôi; sinh lợi, màu mỡ, phì nhiêu, phong phú; [tác giả] viết lách nhiều, sáng tác nhiều: ~ *forces* lực lượng sản xuất; *your work is very* ~ công việc của bạn rất là phong phú

productivity *n.* sức sản xuất, năng/hiệu suất

profane *adj., v.* báng bổ, xúc phạm thần thánh, vô lễ

profanity *n.* tính/lời báng bổ; lời nói tục tĩu

profess *v.* tuyên bố; theo [đạo]; tự cho/xưng là: *he* ~*es to be a scholar*: hắn tự xưng là một học giả; *my friend* ~*es Buddhism* bạn tôi theo đạo Phật; *to* ~ *oneself satisfied with* tuyên bố hài lòng với

profession *n.* nghề, nghề nghiệp; nghề tự do; lời tuyên bố, lời công bố: *liberal* ~*s* những nghề tự do; *women are still holding fewer number of jobs in many* ~*s* phụ nữ vẫn còn chiếm ít công việc trong những chuyên môn; *the oldest* ~ nghề mãi dâm

professional *n., adj.* (người) chuyên nghiệp, (đấu thủ) nhà nghề: *they are* ~ *players* họ là những cầu thủ chuyên nghiệp

professor *n.* giáo sư đại học: *assistant* ~ giảng sư; *associate* ~ phó giáo sư; *emeritus* ~ giáo sư hồi hưu; *history* ~, ~ *of history* giáo sư sử (học); *tenured* ~ giáo sư chánh ngạch; *visiting* ~ giáo sư thỉnh giảng

professorship *n.* chức giáo sư đại học

proffer *v., n.* biếu, dâng, hiến, mời

proficiency *n.* khả năng, năng lực, tài năng: *I have to sit for an English* ~ *test* tôi phải thi lấy bằng khả năng tiếng Anh

proficient *adj.* giỏi, thạo, tài giỏi, giỏi giang, thành thạo, thành thục: *Ms Nam is* ~ *in three languages: Vietnamese, English and Chinese* cô Nam thông thạo ba thứ tiếng: Việt, Anh và Tàu

profile **1** *n.* mặt (nhìn) nghiêng, trắc diện, trắc đồ; vị trí; sơ lược tiểu sử: *this picture shows you in* ~ bức hình nầy chỉ thấy bạn một bên mà thôi; *he has a high* ~ *in the firm* ông ấy nổi bật trong công ty; *to keep a low* ~ giữ một vai trò thấp **2** *v.* vẽ mặt nghiêng, chụp mặt nghiêng

profit **1** *n.* lợi, lợi ích, bổ ích; lãi, lợi nhuận, tiền lời: *to do something to one's* ~ làm gì có lợi cho ai; *the annual* ~ *of the company is two million dollars* tiền lời hàng năm của công ty lên đến hai triệu đô-la; *to make a good* ~ kiếm được nhiều lợi nhuận; *a* ~ *and loss account* bản tính toán lời lỗ; ~ *margin* tiền lời còn lại sau khi đã trừ chi phí; ~*-sharing* việc chia tiền lời giữa chủ và nhân công; ~*-taking* tiền lời có được sau khi bán cổ phiếu **2** *v.* có lời/lợi, làm lợi, mang lợi; kiếm lợi; lợi dụng: *to ~ from something* lợi dụng cái gì; *it ~ed me nothing* việc đó không có lợi gì cho tôi

profitable *adj.* có lợi, có ích; sinh lợi/lãi: *~ advice* lời khuyên hữu ích

profiteer *n., v.* (người) đầu cơ trục lợi

proforma *adj., adv.* theo thể thức, theo nghi lễ

profound *adj.* sâu sắc, thâm thúy, uyên thâm, sâu xa; [giấc ngủ] say; [sự ngu dốt] hoàn toàn: *to take a ~ interest* hết sức quan tâm

profuse *adj.* có nhiều, dồi dào, vô khối, thừa; hào phóng: *he is ~ in his praises of his employees* ông ấy hết lời ca ngợi nhân viên

profusion *n.* sự dồi dào, sự thừa thãi

progenitor *n.* ông cha, tổ tiên; bậc tiền bối

progeny *n.* con cái, con cháu, dòng dõi, hậu duệ

prognosis *n.* dự đoán, tiên liệu [về bệnh tình]

program(me) **1** *n.* chương trình; cương lĩnh: *what is on the ~ today?* hôm nay có những tiết mục gì trong chương trình? **2** *v.* đặt chương trình, lập chương trình, thảo chương

programmer *n.* người thảo chương cho máy vi tính/điện toán

progress **1** *n.* sự tiến tới, sự tiến bộ, tiến triển; sự tiến hành: *work is now in ~* công việc đang tiến hành; *~ report* bản tường trình sự tiến bộ **2** *v.* tiến tới, tiến bộ, tiến triển, phát triển; tiến hành, xúc tiến: *to ~ much in studies* tiến bộ nhiều trong việc học tập; *the industry sector is ~ing* công nghiệp đang phát triển

progression *n.* sự phát triển, sự tiến hành; cấp số: *arithmetic ~* cấp số cộng; *geometric ~* cấp số nhân

progressive *adj.* tiến lên/tới; tiến bộ; tăng dần, lũy tiến; [thể] tiến hành; [đảng] cấp tiến

prohibit *v.* cấm, cấm chỉ, ngăn cấm: *smoking is ~ed* cấm (không được) hút thuốc

prohibition *n.* sự cấm, sự ngăn cấm; sự cấm rượu

prohibitive *adj.* [thuê, giá] đắt quá không mua nổi: *~ prices* giá cả rất đắt để ngăn cấm việc gì

project **1** *n.* dự án, đề án, kế hoạch; công trình; công cuộc: *the city council has implemented a new ~ for road improvements* hội đồng thành phố vừa cho thi công dự án cải thiện đường phố **2** *v.* phóng, chiếu ra; chiếu; thảo/đặt kế hoạch; tính trước, dự tính; nhô ra, thò ra, lời ra: *to ~ a beam of light* chiếu ra một chùm tia sáng; *to ~ oneself into somebody's feelings* đặt mình vào tâm trạng người nào

projectile *n., adj.* đạn bắn/phóng ra

projection *n.* sự phóng/bắn ra; sự/phép chiếu, hình chiếu; sự chiếu phim; sự đặt kế hoạch; sự trù liệu; sự nhô ra, chỗ nhô ra, phần thò ra: *to undertake the ~ of a new enterprise* đặt kế hoạch cho một cơ sở kinh doanh mới

projector *n.* máy chiếu/rọi: *movie ~* máy chiếu phim; *slide ~* máy chiếu dương bản

prolapse *n., v.* (sự)sa xuống

proletarian *n., adj.* (người) vô sản, lao động

proletariat *n.* giai cấp vô sản

pro-life *adj.* chống đối phá thai hay làm cho người khác chết

proliferation *n.* sự tăng nhanh/mau, sự nảy nở

prolific *adj.* đẻ nhiều, mắn đẻ, sai quả, sinh sản nhiều; [nhà văn] sáng tác nhiều: *the trees they grow are ~* họ đã trồng nhiều cây sai quả

prologue *n., v.* đoạn mở đầu; lời mở đầu, tự ngôn

prolong *v.* kéo dài, gia hạn: *to ~ a visit* kéo dài cuộc thăm viếng

promenade **1** *n.* cuộc đi dạo chơi; chỗ dạo mát: *the high school students hold a ~* học sinh trung học tổ chức một cuộc đi dạo chơi; *~ concert* buổi hoà nhạc ngoài trời **2** *v.* đi dạo; dạo bước: *to ~ on the hill* đi dạo chơi trên đồi

prominence *n.* chỗ lồi lên; sự nổi bật, sự lỗi lạc, kiệt xuất, xuất chúng, siêu quần

prominent *adj.* kiệt xuất, xuất chúng, siêu quần xuất chúng

promiscuity *adj.* trạng thái hỗn tạp; tính lang chạ, tạp hôn

promiscuous *adj.* lang chạ, tạp hôn, ngủ bậy; hỗn tạp, lẫn lộn, bừa bãi: *a ~ crowd* đám đông hỗn tạp; *~ hospitality* sự tiếp đãi bừa bãi

promise **1** *n.* lời hứa, lời hẹn ước: *to keep a ~* giữ lời hứa; *to break a ~* không giữ, nuốt lời hứa; *an empty ~* lời hứa suông/hão; *a young scholar of ~* một học giả trẻ có nhiều triển vọng; *land of ~* đất hứa, chốn thiên thai **2** *v.* hứa, hứa hẹn, hẹn ước; báo trước: *he ~d to come* ông ấy hứa đến; *this year ~s good crops* năm nay hứa hẹn được mùa; *to ~ oneself something* tự dành cho mình cái gì trong tương lai; *to ~ well* có triển vọng tốt đẹp

promising *adj.* đầy hứa hẹn, đầy triển vọng: *a ~ start to life* việc khởi đầu đầy hứa hẹn đối với cuộc đời

promissory *adj.* hứa hẹn, hẹn trả tiền: *~ note* giấy hẹn trả tiền

promontory *n.* mũi đất

promote *v.* thăng chức, thăng cấp/trật; đẩy

mạnh, xúc tiến; đề xướng; ủng hộ; quảng cáo [hàng hóa]: *he has been ~d to manager* ông ấy vừa được thăng chức quản đốc; *to ~ trade between two countries* đẩy mạnh thương mãi giữa hai nước

promoter *n.* người khởi xướng, người đề xướng; người sáng lập

promotion *n.* sự thăng thưởng/thăng chức, sự vinh thăng; sự cho lên lớp trên; sự xúc tiến; sự khởi xướng; sự quảng cáo [món hàng]: *on your ~ to major* nhân dịp được thăng thiếu tá; *the ~ of this new toothbrush* việc quảng cáo cái bàn chải đánh răng mới chế tạo này

prompt 1 *adj.* đúng giờ; mau lẹ, nhanh chóng, ngay 2 *v.* nhắc [diễn viên]; gợi ý; xúi giục, thúc đẩy 3 *adv.* nhanh chóng, tức thời, ngay: *at ten o'clock ~* vào lúc mười giờ đúng 4 *n.* sự nhắc, lời nhắc; kỳ hạn trả tiền, kỳ hạn trả nợ: *to give the actor a ~* nhắc cho diễn viên

promptness *n.* sự mau lẹ, nhanh chóng, ngay

promulgate *v.* công bố, ban bố/hành; đồn, truyền: *to ~ a set of civil laws* công bố bộ dân luật

prone *adj.* úp, sấp, nằm sấp; ngả/thiên về, dễ: *to be ~ to colds* dễ bị cảm lạnh; *to be ~ to anger* dễ giận, dễ cáu

prong *n.* răng, ngạnh, nhánh, chĩa: *the ~ of a fork* răng nĩa

pronoun *n.* đại từ: *personal ~s* nhân xưng đại từ; *possessive ~s* sở hữu đại từ

pronounce *v.* tuyên bố; phát âm: *to ~ a life sentence* tuyên án tù chung thân; *to ~ a word* phát âm một từ; *to ~ someone as husband and wife* tuyên bố người nào là vợ chồng

pronounced *adj.* rõ rệt, rõ ràng: *~ opinions* ý kiến rõ ràng

pronunciation *n.* cách phát âm, cách đọc

proof 1 *n.* chứng, chứng cớ; sự thử thách; bản in thử, bản vỗ: *above ~* chứng cớ vừa nêu trên; *to read/correct ~s* sửa bản in; *this requires a ~* việc nẩy cần bằng chứng; *~ reader* người đọc và sửa bản in thử, *~ reading* việc đọc và sửa bản in thử; *to put somebody to the ~* thử thách ai; *the ~ of the pudding is in the eating* có qua thử thách mới biết dở hay 2 *adj.* chịu/chống được: *water~* không thấm nước; *fire~* không cháy được 3 *v.* làm cho không xuyên qua, làm cho không thấm nước: *to ~ out something on glossy paper* làm cho vật gì không thấm qua giấy láng

prop 1 *n.* cái chống, nạng chống; cột trụ 2 *v.* đỡ, dựng, chống, chống đỡ, dựa

propaganda *n.* tuyên truyền

propagandist *n.* cán bộ/nhân viên tuyên truyền

propagate *v.* truyền (giống), nhân giống; truyền bá, lan truyền; sinh sôi nảy nở

propane *n.* khí đốt hydro-carbon

propel *adj.* đẩy đi, đẩy tới

propeller *n.* chân vịt (tàu), cánh quạt (máy bay): *airplane's ~* cánh quạt máy bay

propensity *n.* thiên hướng

proper 1 *adj.* (danh từ) riêng; đúng, thích đáng, thích hợp; hợp thức, đúng đắn, phải lẽ: *~ noun* danh từ riêng; *in the ~ time* đúng lúc, phải lúc; *~ behavior* thái độ cư xử đúng đắn 2 *adv.* thích đáng, thích hợp, đúng đắn: *to talk ~* nói một cách đúng đắn

properly *adv.* đúng, đúng đắn, thích hợp, chỉnh: *~ structured* cơ cấu thích hợp

property *n.* của cải, vật sở hữu, tài sản; tính chất, đặc tính; đồ dùng sân khấu: *common ~* của cải chung; *~ tax* thuế nhà đất, thuế thổ trạch; *public ~* tài sản công cộng; *to respect the intellectual ~* tôn trọng tài sản trí tuệ; *~-man* người phụ trách đồ dùng sân khấu; *~-room* phòng chứa đồ dùng sân khấu

prophecy *n.* lời đoán trước, lời tiên tri/sấm

prophesy *v.* đoán trước, tiên đoán, tiên tri

prophet *n.* nhà tiên tri; giáo đồ

prophylactic 1 *n.* ca-pốt, bao cao su chống thụ thai; thuốc phòng bệnh 2 *adj.* phòng bệnh

propitiate *v.* làm dịu/lành, làm nguôi: *to ~ an angry person* làm nguôi người nổi cơn thịnh nộ

propitious *adj.* tốt, lành; thuận lợi

proponent *adj., n.* (người) đề xuất, đề xướng

proportion 1 *n.* tỷ lệ; phần; sự cân đối/cân xứng: *in ~ to* cân xứng với; *out of ~ to* không cân xứng với; *the ~ of five to one* tỷ lệ năm một 2 *v.* làm cân xứng, làm cân đối: *must ~ the reward in terms of the work done* phần thưởng phải cân xứng với việc đã làm, *to ~ one's expenses to one's income* làm cho chi tiêu cân xứng với lợi tức

proportional *adj.* theo tỷ lệ; cân xứng, cân đối

proposal *n.* sự đề nghị, điều đề nghị, sự đề xuất; sự cầu hôn: *send your ~ to me* gởi đề nghị của bạn cho tôi; *we have received their ~s* chúng tôi vừa nhận những đề nghị của họ

propose *v.* đề nghị, kế hoạch đề xuất; đề cử, tiến cử; dự định, có ý định; cầu hôn: *to ~ a course of action* đề nghị một đường lối hành động; *I ~ to analyze the problem of* tôi định sẽ phân tích vấn đề; *may I ~ a toast to our friend* tôi xin đề nghị nâng cốc chúc mừng bạn chúng ta; *he ~d to me on my birthday* đúng sinh nhật của tôi thì anh ấy ngỏ lời xin cưới tôi

proposition 1 *n.* lời đề nghị, kế hoạch đề ra; lời tuyên bố; việc, chuyện, vấn đề: *we need not argue this plain* ~ chúng ta không cần bàn thảo về đề nghị quá rõ ràng nầy; *a tough* ~ việc làm gay go, chuyện khó thành 2 *v.* đề nghị, tuyên bố, gạ ăn nằm với ai: *the man ~ed the waitress* người đàn ông đã gạ ăn nằm với cô tiếp viên

proprietor *n.* chủ, người sở hữu, sở hữu chủ

propriety *n.* sự thích đáng; sự đúng mực, sự hợp thức, sự phải phép; phép lịch sự, khuôn phép: *everyone must observe the proprieties* mọi người phải theo phép tắc

props *n.* đồ dùng trên sân khấu

propulsion *n.* sự đẩy tới; sự thúc đẩy

pro rata *adv.* theo tỷ lệ

prorate *v.* chia theo tỷ lệ

prosaic *adj.* như văn xuôi, nôm na; thiếu chất thơ, không thơ mộng gì cả; buồn, chán ngắt: *a ~ speaker* diễn giả chán ngắt

proscribe *v.* trục xuất, đẩy ai ra ngoài vòng pháp luật

prose 1 *n.* văn xuôi, tản văn: *rhyme* ~ bài phú, thể phú; ~ *poetry* thơ xuôi, thơ tự do; ~ *writer* nhà viết văn xuôi 2 *v.* chuyển sang thể văn xuôi; nói chán lắm

prosecute *v.* kiện, truy tố, khởi tố: *to ~ the law-breaker and make a claim for damages* truy tố kẻ phạm pháp và đòi bồi thường thiệt hại

prosecution *n.* sự khởi tố; bên nguyên đơn, nguyên cáo

prosecutor *n.* công tố viên; bên nguyên cáo

proselytize *v.* cho quy y, cho nhập đạo; kết nạp vào đảng

prosody *n.* phép làm thơ; thi pháp

prospect 1 *n.* cảnh, toàn/viễn cảnh; viễn tượng, triển vọng, tương lai, tiền đồ: *to have something in* ~ đang hy vọng cái gì, đang trông mong việc gì 2 *v.* thăm dò (quặng mỏ), điều tra; tìm kiếm: *to ~ for gold* thăm dò tìm vàng

prospective *adj.* thuộc tương lai, sắp tới, về sau: *we will have the ~ profit* chúng ta sẽ có món tiền lời về sau

prospector *n.* người đi tìm mỏ/vàng

prospectus *n.* giấy cáo bạch; dự án, tiểu luận: *the well-designed ~ catches my eyes* tiểu luận khéo trình bày đã hấp dẫn tôi

prosper *v.* thịnh vượng, phát đạt, phồn vinh

prosperity *n.* sự thịnh vượng/phát đạt/phồn vinh

prosperous *adj.* thịnh vượng, phát đạt, phồn vinh

prostate *n.* tuyến tiền liệt: ~ *gland* tuyến tiền liệt ở đàn ông

prosthetics *n.* khoa lắp bộ phận giả

prostitute 1 *n.* đĩ, gái điếm, gái mại dâm, ả giang hồ 2 *v. to ~ oneself* làm đĩ, bán rẻ (nhân phẩm)

prostitution *n.* nạn mại dâm: *house of* ~ nhà thổ, ổ điếm, lầu xanh, thanh lâu, nhà chứa

prostrate 1 *adj.* nằm sấp; phủ phục; bị đánh gục; kiệt sức: ~ *with grief* nằm gục xuống vì kiệt sức 2 *v.* đặt, nằm sấp úp; làm mệt lử: *to ~ oneself before the king* phủ phục trước nhà vua

prostration *n.* tình trạng kiệt sức; sự phủ phục

protagonist *n.* người tán thành; vai chính trong một vở kịch; người chủ đạo

protect *v.* che chở, bao che, bảo hộ/vệ, phòng: *to ~ someone from danger* che chở ai khỏi bị nguy hiểm; *to ~ against pornography* bảo vệ chống lại sách báo khiêu dâm

protection *n.* sự bảo vệ; chế độ bảo vệ mậu dịch: *under someone's* ~ dưới sự che chở của ai; *to live under someone's* ~ được ai bao (đàn bà)

protective *adj.* che chở, bảo vệ (về kinh tế): ~ *clothing* quần áo bảo vệ; ~ *custody* sự giam giữ phòng ngừa; ~ *tariff* hàng rào thuế quan bảo vệ

protectorate *n.* chế độ bảo hộ; xứ bảo hộ

protégé *n.* người được bảo hộ, người được che chở

protein *n.* chất pro-te-in, chất đạm

protest 1 *n.* sự phản kháng; lời kháng nghị; lời phản đối; lời xác nhận long trọng; lời cam đoan; lời quả quyết: *under* ~ phản đối lại, một cách miễn cưỡng, vùng vằng 2 *v.* phản kháng, phản đối; long trọng xác nhận: *to ~ one's innocence* cam đoan là vô tội

protestant *n.* người phản đối, người phản kháng

Protestant *n.* người theo đạo Tin Lành

protocol *n., v.* nghi lễ, lễ tân; nghị định thư: ~ *officer* giám đốc nghi lễ, vụ trưởng vụ lễ tân

proton *n.* pro-ton

protoplasm *n.* chất nguyên sinh

prototype *n.* nguyên mẫu, mẫu đầu tiên

protozoa *n.* động vật nguyên sinh

protract *v.* kéo dài; vẽ theo tỷ lệ: *to ~ the visit for some days* kéo dài cuộc đi thăm thêm vài ngày

protractor *n.* rắp-poóc-tơ, thước đo góc [hình bán nguyệt]

protrude *v.* thò ra, nhô/lồi ra

protruding *adj.* [mắt] lồi; [trán] nhô

protuberant *adj.* lồi lên, nhô lên

proud *adj.* hãnh diện, tự hào [*of* về]; tự đắc, kiêu căng/ngạo/hãnh; đẹp lộng lẫy, hùng vĩ: *to be ~ of one's rank* kiêu ngạo về địa vị của mình; *to be ~ of one's achievements* hãnh diện về sự thành đạt của ai; **~-hearted** kiêu ngạo, kiêu căng, kiêu hãnh

prove *v.* chứng tỏ, chứng minh, tỏ ra: *to ~ the truth* chứng tỏ sự thật; *to ~ one's goodwill* chứng tỏ thiện chí của mình; *proving ground* chỗ thử [xe mới, vũ khí mới]

proven quá khứ của **prove**

proverb *n.* tục ngữ, cách ngôn; điều ai cũng biết, người ai cũng biết: *he is a ~ for ignorance* ông ấy dốt nổi tiếng; *Book of ~s* sách tục ngữ, danh ngôn

proverbial *adj.* thuộc tục ngữ, đã trở thành tục ngữ, danh ngôn: *~ kindness* lòng tử tế ai cũng biết

provide *v.* cung cấp, chu cấp; dự phòng, chuẩn bị: *to ~ for/against an entertainment* chuẩn bị đầy đủ cho một cuộc tiếp đãi; *to be well ~d for* được cấp dưỡng đầy đủ; *the law ~s that* Luật pháp qui định rằng; *to ~ someone with something* cung cấp ai cái gì

provided *conj.* miễn là, với điều kiện là: *~ that* với điều kiện là

providence *n.* sự lo xa, dự phòng; Thượng đế; ý trời, mệnh trời: *special ~* sự dự phòng đặc biệt

providential *adj.* may mắn, có phúc; do ý trời

provider *n.* người cung cấp

province *n.* tỉnh, tỉnh bang; phạm vi, lĩnh vực: *Vietnam has sixty two ~s* Việtt Nam có 62 tỉnh; *it is out of my ~* việc đó ngoài phạm vi của tôi

provincial *adj.* hàng tỉnh, thuộc tỉnh; hẹp hòi: *~ capital* tỉnh lỵ

provincialism *n.* tác phong tỉnh lẻ, địa phương

provision *n.* sự dự phòng; điều khoản [khế ước]: *~s* thực phẩm dự trữ, đồ ăn đồ uống

provisional *adj.* tạm thời, lâm thời: *~ government* chính phủ lâm thời

proviso *n.* điều kiện, điều khoản

provocation *n.* sự khiêu khích; sự xúi giục

provocative *adj.* kích thích; khiêu khích; xúi giục

provoke *v.* khêu gợi, kích thích; chọc tức, trêu chọc, khiêu khích; xúi giục, khích: *the film has ~d our curiosity* cuốn phim đã kích thích sự tò mò của chúng ta

provoking *adj.* chọc tức, làm cáu, trêu tức

provost *n.* viện trưởng, khoa trưởng, hiệu trưởng: *~ marshal* tư lệnh hiến binh

prow *n.* mũi thuyền, mũi tàu

prowess *n.* lòng can đảm; năng lực đặc biệt

prowl 1 *n.* sự rình mò; sự đi lảng vảng, đi quanh vẩn vơ: *to take a ~ around the shopping complex* đi vớ vẩn quanh khu phố; *~ car* xe đi tuần [của cảnh sát] 2 *v.* đi lảng vảng kiếm mồi, đi loanh quanh

proximity *n.* sự gần gũi; vùng lân cận

proxy *n.* giấy/sự uỷ quyền; người thay mặt: *by ~* do uỷ nhiệm, *to be ~ for somebody* đại diện cho người nào

prude *n.* phụ nữ làm bộ đứng đắn kiểu cách

prudent *adj.* dè dặt, cẩn thận, thận trọng, khôn ngoan

prune 1 *n.* mận khô, mứt mận 2 *v.* tỉa, xén cành cây; lược bớt [cho đỡ rườm]: *to ~ down a tree* cắt cây, chặt cây bớt, tỉa cây; *to ~ off branches* tỉa bớt cành, chặt bớt cành

Prussian *n., adj.* (người) Phổ

pry 1 *v.* nạy ra; nhìn tò mò, nhìn xoi mói; dính mũi vào: *to ~ into someone's affairs* xía vào việc gì của ai 2 *v.* trao giải thưởng, ca ngợi ai

psalm *n.* bài thánh ca/thánh thi: *~-book* kinh thánh

pseudonym *n.* tên riêng, bút danh, biệt hiệu

pseudo-science *n.* tính khoa học

psoriasis *n.* bệnh vảy nến

psyche *n.* linh hồn, tinh thần

psychedelic *adj., n.* trạng thái lâng lâng, trạng thái phiêu diêu,[nhạc, màu, ánh sáng] làm đầu óc chấn động (như đang dùng ma túy)

psychiatrist *n.* bác sĩ tâm thần

psychiatry *n.* bệnh học tinh thần/tâm thần

psychic *n.* ông đồng, bà đồng bóng

psychoanalysis *n.* sự phân tích tâm lý

psychological *adj.* tâm lý; *~ warfare* chiến tranh tâm lý, tâm lý chiến; *at the ~ moment* vào lúc thích hợp về tâm lý

psychologist *n.* nhà tâm lý học

psychology *n.* tâm lý học; môn học tâm lý

psychopath *n.* người bị bệnh thái nhân cách

psychosis *n.* chứng loạn tinh thần

psychometrics *n.* khoa đo nghiệm tinh thần

psychotherapy *n.* khoa chữa bệnh bằng tâm lý

PTA *abbr.* (= **parent-teacher association**) hội phụ huynh học sinh

pub *n.* quán rượu, tửu quán, quán ăn

puberty *n.* tuổi dậy thì: *age of ~* tuổi thanh xuân, tuổi dậy thì

pubescence *n.* sự đến tuổi dậy thì

public 1 *n.* công chúng, quần chúng; dân chúng, nhân dân; giới: *in ~* giữa công chúng, công khai; *in ~ eyes* nổi tiếng; *to appeal to the ~* kêu gọi công chúng; *~ bill* luật ảnh hưởng đến công chúng; *~ life* đời sống có liên hệ với công chúng, đời sống hoạt động cho xã hội; *~ address [PA] system* hệ thống truyền thanh chỗ đông 2 *adj.* chung, công, công cộng: *~ figure* con số chung; *~ health* y tế công cộng; *~ holidays* những ngày nghỉ lễ chung; *~ library* thư viện công cộng; ~ *prosecutor* nhân viên luật lo kết tội tội phạm; ~ *relations* quan hệ/giao tế với quần chúng; ~ *servant* công nhân viên, công chức

publication *n.* sự xuất bản; sách báo xuất bản, công trình viết lách; sự công bố, sự đăng (tải)

publicity *n.* sự quảng cáo, sự rao hàng

publicize *v.* quảng cao, quảng bá, phổ biến; công khai hoá, đưa ra công khai

publish *v.* xuất bản, phát hành; công bố, ban bố

publisher *n.* nhà xuất bản; chủ (nhiệm) tờ báo

publishing house/company *n.* nhà/công ty xuất bản

pucker 1 *n.* nếp nhăn 2 *v.* làm nhăn; cau [mày]

pudding *n.* bánh pud-ding, bánh kem/sữa: ~-*face* mặt ngang, mặt phèn phẹt; ~-*head* người đần độn; ~-*heart* người hèn nhất; *more praise than* ~ có tiếng mà không có miếng; *in the* ~ *club* có thai

puddle 1 *n.* vũng nước; việc rắc rối 2 *v.* lội/ vấy bùn; làm hỏng

pudgy *adj.* mập lùn, béo lùn

puerile *adj.* trẻ con, có tính trẻ con; tầm thường, không đáng kể

puff 1 *n.* hơi thở, luồng gió/hơi; hơi thuốc lá; chỗ phồng lên; bánh su, bánh xốp: *I took a* ~ tôi hút một hơi thuốc lá; *cream* ~ bánh su nhồi kem; ~ *paste* bột nở dùng làm bánh; ~ *pastry* bột nhồi nở 2 *v.* thở phù phù, thở hổn hển; phụt ra; hút/rít hơi thuốc; làm bông lên, làm phồng lên; vênh váo, tự đắc: *to* ~ *and blow* thở hổn hển, thở ì ạch; *to be rather* ~*ed* gần như mệt hết hơi, *to* ~ *up with pride* vênh váo tự đắc

puffy *adj.* thổi phù phù; thở hổn hển

pug *n.* mũi thấp: ~-*nosed* mũi tẹt và hếch

pugilism *n.* quyền thuật, môn đánh quyền

pugilist *n.* võ sĩ quyền Anh

pugnacious *adj.* hay gây gổ, thích đánh nhau

pull 1 *n.* sự lôi/kéo/giật; núm, quả đấm; sức kéo, sức hút; thế lực; thần thế: *please give a* ~ làm ơn kéo giúp; *he has* ~ *in high places* ông ấy cậy thần thế các ông lớn; ~-*back* sự kéo lùi lại, hoàn cảnh làm chậm tiến; ~-*out* sự rút lui, sự ra đi khỏi; ~-*over* áo len chui đầu 2 *v.* lôi, kéo, giật; bứt [tóc]; bẹo [tai]; nhổ răng; nhổ cỏ dại: *to* ~ *a fast one* cố lừa dối; *to* ~ *one's punches* không đấm hết sức; ~ *strings* giật dây; ~ *someone's leg* kéo chân; *to* ~ *one's weight* chia sẻ công việc; *to* ~ *apart* xé toạc; *to* ~ *in your stomach* hãy thót bụng lại; *to* ~ *in a suspect* bắt một kẻ tình nghi; *the train just* ~*ed in* xe lửa vừa tới nơi, vừa vào ga; *to* ~ *out* kéo

ra; nhổ ra; [quân đội] rút ra; rút ra khỏi [nhóm]; *to* ~ *through* qua khỏi được, thoát; *to* ~ *together* hoà hợp với nhau, ăn ý với nhau; *to* ~ *oneself together* lấy lại can đảm, lấy lại bình tĩnh; *to* ~ *a face* nhăn mặt; *to* ~ *someone by the nose* chửi xỏ ai, làm mất thể diện ai

pulley *n., v.* cái ròng rọc

pullover *n.* áo len chui đầu

pulmonary *adj.* thuộc phổi, có liên quan đến phổi: ~ *disease* bệnh phổi; ~ *tuberculosis* bệnh lao phổi

pulp 1 *n.* cơm, thịt [trái cây]; lõi cây; tuỷ [răng]; bột giấy; cục bột nhão: *to reduce to* ~ nghiền nhão ra 2 *v.* nghiền nhão; xay

pulpit *n.* bục giảng kinh, giảng đàn

pulsate *v.* (tim) đập, rung động

pulsation *n.* tiếng/nhịp (tim) đập; sự rung động, sự rộn ràng

pulse *n., v.* mạch; nhịp đập, cảm xúc rộn ràng: *to feel the* ~ bắt mạch; *to stir one's* ~*s* gây xúc động rộn ràng cho ai

pulverize *v.* nghiền vụn, tán thành bột, đập tan

puma *n.* báo, sư tử

pumice stone *n.* đá bọt

pummel *v.* đấm liên hồi, đấm thùm thụp

pump 1 *n.* cái bơm, máy bơm: *bicycle* ~ bơm xe đạp; *hydraulic* ~ bơm thuỷ lực; ~-*box* ống bơm; ~ *iron* tập thể dục với sức nặng; ~ *room* phòng bơm dầu; 2 *v.* bơm, moi tin tức: *to* ~ *up a tire* bơm lốp xe; *to* ~ *a secret out of someone* moi bí mật ở ai ra

pumpkin *n.* quả bí ngô

pun *n., v.* (sự) chơi chữ

punch 1 *n.* cú đấm: *a* ~ *on the head* cú đấm vào đầu; ~*ed tape* băng quấn vào để đánh; ~-*drunk* làm cho u-mê đần độn; ~*ing bag* túi da dùng tập đánh; 2 *n.* máy giùi; máy khoan; kìm bấm; máy rập 3 *v.* đấm, thụi, thoi 4 *v.* giùi lỗ; khoan; bấm [vé]: *the train conductor has* ~*ed my ticket* người kiểm soát vé tàu vừa bấm vé tôi; *to* ~ *in* đóng đinh vào

punctual *adj.* đúng giờ

punctuality *n.* tính đúng giờ

punctuate *v.* đánh dấu chấm câu; nhấn mạnh; lúc lúc lại ngắt quãng: *the audience* ~*d the speech with outbursts of applause* thính giả ngắt quảng bài nói chuyện bằng những tràng vỗ tay hoan nghênh

punctuation *n.* dấu ngắt câu, dấu chấm câu: ~ *mark* dấu chấm câu

puncture 1 *n.* lỗ thủng 2 *v.* đâm thủng, chọc thủng

pungent *adj.* cay, hăng; cay độc, chua chát

punish *v.* phạt, trừng phạt, trừng trị; hành

(hạ): **to ~ someone for doing wrong** trừng phạt ai vì làm một việc gì sai

punishment *n.* sự trừng phạt/trừng trị, hình phạt; sự hành hạ/ngược đãi

punitive *adj.* phạt, trừng phạt, để trừng trị

punk *n., adj.* gỗ mục; thằng láo, phường đểu cáng, tên (oắt con) lưu manh; **~ music** nhạc kích động; **~ rock** nhạc róc

punnet *n.* giỏ đựng rau quả

punt *n., v.* thuyền thúng, thuyền nhỏ đáy bằng; cú đá bóng ném ở tay; tiền cá độ

punter *n.* người đánh cá độ đua ngựa

puny *adj.* nhỏ bé, bé bỏng, ẻo lả

pup *n.* chó con: **a conceited ~** chàng thanh niên tự cao tự đại, đứa bé kiêu ngạo; **to sell somebody a ~** lừa bịp ai, lừa đảo ai

pupa *n.* (*pl.* **pupae**) con nhộng

pupil **1** *n.* học trò, học sinh **2** *n.* con ngươi, đồng tử

puppet *n.* con rối; bù nhìn: **~ government** chính phủ bù nhìn, chính quyền ngụy; **water ~ show** múa rối dưới nước

puppy *n.* chó con: **~ love** mối tình con nít; **~-fat** đứa bé mập

purchase **1** *n.* sự mua/tậu; vật mua/tậu được; thu hoạch hàng năm: **~ order** phiếu đặt mua hàng; **~ price** giá mua; **~ tax** thuế mua bán **2** *v.* mua, tậu, sắm; giành được: **I have ~d a new house near the beach** tôi vừa mua một ngôi nhà gần bờ biển

purchasing power *n.* sức mua, mãi lực

pure *adj.* trong, trong sạch, nguyên chất, tinh khiết, trong lành; thuần chủng, không lai; trong sáng; trong trắng, trinh bạch; [toán học] thuần túy; hoàn toàn: **~ fabrication** chuyện bịa đặt hoàn toàn; **~ gold** vàng nguyên chất; **~ in heart** tấm lòng trong trắng; **~ mind** tâm hồn trong sạch; **~ science** khoa học thuần tuý; **~ water** nước trong

purebred *n., adj.* (vật, cây, ngựa) thuần chủng

puree *n.* món xúp đặc nghiền như

purely *adv.* hoàn toàn: **it was ~ accidental** đó chỉ là chuyện hoàn toàn ngẫu nhiên

purgative *n., adj.* [thuốc] tẩy, xổ

purgatory *n., adj.* sự chuộc tội, sự ăn năn hối lỗi; nơi chuộc tội

purge **1** *n.* sự làm sạch, sự thanh lọc; cuộc thanh trừng **2** *v.* làm sạch, gột rửa, lọc, thanh lọc; thanh trừng; cho uống thuốc tẩy/ xổ; tẩy, xổ: **to be ~d of sin** rửa sạch tội lỗi; **to ~ oneself of suspicion** giải hết mọi nghi ngờ cho mình; minh oan cho mình

purification *n.* sự lọc trong, sự làm sạch

purify *v.* lọc trong, làm sạch, tinh chế

puritan *n., adj.* (người) theo Thanh giáo

purity *n.* sự trong sạch, trong trắng, tinh

khiết; sự nguyên chất/thuần khiết; tính trong sáng

purloin *v.* ăn cắp, ăn trộm, xoáy

purple *n., adj.* (màu) đỏ tía; **born in the ~** được sinh ra trong một gia đình quyền quý; **~ heart** biểu tượng cho ai bị thương trong chiến tranh

purport **1** *n.* ý nghĩa, hàm ý, nội dung **2** *v.* có ý nghĩa là, có nội dung là: **to ~ that to be signed by you** [tài liệu] có vẻ như do chính bạn ký tên; **this letter is ~ing to express his real feelings** lá thư nầy có ý bày tỏ cảm nghĩ thật của ông ấy

purpose **1** *n.* mục đích, ý định; chủ định, chủ tâm, chủ ý, dự định; sự quả quyết, quyết tâm: **for the ~ of** nhằm mục đích; **on ~** cố ý, cố tình, có chủ tâm; **~-built** xây dựng có mục đích; **to no ~** vô ích, không được kết quả gì; **to serve the ~ of** thay thế cho, được dùng làm **2** *v.* có ý định, có chủ ý: **he ~d to come** ông ấy có ý định đến

purposely *adv.* cố ý, cố tình, có chủ tâm

purr **1** *n.* tiếng mèo khò khò/rừ rừ **2** *v.* [mèo] kêu rừ rừ, kêu khò khò

purse **1** *n.* túi tiền, hầu bao; tiền, vốn; túi; ví tay của phụ nữ: **to have a common ~** có tiền chung vốn; **hold the ~ string** nắm mọi chi tiêu, nắm dây thắt ví tiền; **~ snatcher** thằng giựt ví; **public ~** gây quỹ bằng cách đánh thuế; **~-bearer** người giữ tiền, thủ quỹ **2** *v.* nắm, mím [môi]; bỏ vào túi

purser *n.* quản lý, người giữ kho, thủ quỹ

pursue *v.* đuổi theo, rượt bắt, truy nã/kích; theo đuổi, đeo đuổi, tiếp tục; mưu cầu [hạnh phúc]: **to ~ the enemy** đuổi bắt kẻ địch; **diseases ~ him until death** ông ấy bệnh tật dai dẳng mãi cho đến chết; **to ~ the policy of peace** theo đuổi chính sách hoà bình; **to ~ happiness** mưu cầu hạnh phúc

pursuit *n.* sự truy nã; sự đeo đuổi, sự mưu cầu; chuyện/việc đeo đuổi: **to abandon that ~ for another** bỏ công việc đang theo đuổi để đi tìm việc khác; **~ plane** máy bay oanh kích; **in ~ of** đuổi bắt ai, đuổi theo ai

purvey *v.* cung cấp (lương thực)

purveyor *n.* nhà thầu cung cấp thực phẩm cho quân đội

pus *n.* mủ

push **1** *n.* sự xô, sự đẩy (một cái); sự thúc đẩy; sự hăng hái dám làm: **to get the ~** bị sa thải; **to give the door a hard ~** đẩy mạnh cửa một cái; **to give someone a ~** thúc đẩy ai; **~-bike** xe đạp thường; **~-button** nút bấm; **~-cart** xe đẩy; **~-cart man** người bán hàng rong **2** *v.* đẩy, xô; xô lấn, chen lấn; thúc đẩy, thúc giục; đẩy mạnh, mở rộng, xúc tiến; ép, thúc bách; tung ra, quảng cáo [món hàng]: *to ~ a button* bấm cái nút; *to ~ drugs* bán chất ma tuý; *to ~ around* chèn, lấn, coi thường; *to ~ aside* đẩy sang một bên; *to ~ one's luck* không sợ rủi ro; *to ~ off* thuyền ra đi, khởi hành; chuồn, tẩu; *to ~ on* đi tiếp, tiếp tục; *to ~ through* xô lấn qua, chen qua; làm cho xong; *to ~ the trade* thúc đẩy việc mua bán, mở rộng mậu dịch

push-button war *n.* chiến tranh bấm nút

pushchair *n.* ghế đẩy của trẻ con

pushover *n.* việc dễ làm; người bảo sao nghe vậy

pushup *n.* động tác nằm sấp chống tay lên xuống

pushy *adj.* tự chế; làm gì không thoải mái

pussy *n.* con mèo, con mãn: *~ cat* con mèo

pussyfoot *n.* người đi len lén; người hành động thận trọng

pussy willow *n.* cây liễu tơ

put *v.* [put] để, đặt, bỏ, cho vào, đút vào; sắp đặt, sắp xếp; đưa/đem ra; dùng, sử dụng; nói ra, dịch ra diễn đạt, diễn tải; ước lượng, đánh giá, lượng định; cắm/đâm vào, vào, buộc vào, lắp/tra vào: *to ~ a heavy tax on* đánh thuế nặng; *to ~ a person in mind* lưu ý người nào; *to ~ a stop to* chấm dứt; *to ~ butter on a piece of toast* phết bơ lên một miếng bánh mì nướng; *to ~ one's money into property* đầu tư tiền vào nhà đất; *to ~ salt on everything* món gì cũng rắc muối lên; *to ~ sugar in the coffee* cho đường vào cà phê; *to ~ across* thực hiện thành công, làm cho được tán thưởng; *to ~ aside* dành dụm, để dành; bỏ đi, để sang một bên; *to ~ away* để dành; bỏ tù; ăn, uống, nốc; *to ~ back* để vào chỗ cũ; vặn [đồng hồ] lùi lại; *to ~ down* để/đặt xuống; ghi, biên; đàn áp [cuộc nổi dậy]; làm nhục, hạ nhục; [máy bay] hạ cánh; *to ~ in order* xếp dọn, xếp thứ tự; *to ~ in writing* viết xuống; *to ~ it to someone* nói với ai rằng; *to ~ money to* đầu tư vốn vào; *to ~ off* hoãn lại; *to ~ on* mặc/đội/thắt/đi vào; dựng, đem trình diễn [kịch]; bóp, đạp [phanh]; bật lên; làm ra vẻ; lên [cân *weight*]; *to ~ out* chìa ra; tắt [lửa, đèn]; móc [mắt]; xuất bản, phát hành; tống cổ; làm phát cáu; *to ~ through* giúp để [dự luật] được thông qua; *to ~ to a vote* đem ra biểu quyết; *to ~ to death* đem giết; *to ~ to flight* biến đi; *to ~ to work* bắt làm việc, cắt việc cho làm; *to ~ up* đặt lên, giơ lên; xây cất; lật [cổ áo] lên, búi [tóc] lên; dán lên, treo lên; dựng lên; giương [ô]; tăng lên; trả [tiền], đặt [vốn]; (cho) trọ lại; xúi giục

putrefaction *n.* sự thối rữa, vật thối rữa; sự sa đoạ

putrefy *v.* thối rữa, đồi bại, sa đoạ

putrescent *adj.* đang thối rữa, liên quan đến thối rữa

putrid *adj.* thối tha, độc hại; tồi tệ, khó chịu

putt *v., n.* (cú) đánh nhẹ vào banh

puttee *n.* xà cạp

putty *n.* bột đánh bóng, chất mát-tít để gắn kính; *~ in a person's hands* người dễ bị ảnh hưởng

puzzle **1** *n.* vấn đề khó xử; câu đố: *crossword ~* trò chơi ô chữ; *~dom* tình trạng bối rối, tình trạng khó xử **2** *v.* làm bối rối, làm khó xử: *to ~ about a problem* bối rối trước một vấn đề, khó xử về một vấn đề; *to ~ out* giải đáp được câu đố

pygmy *n.* người lùn tịt; người tầm thường dốt nát, yêu tinh

pylon *n.* cửa tháp; cột tháp

pyramid *n.* hình chóp; tháp chóp, kim tự tháp; *~ selling* hệ thống báo hàng tăng số lượng cho người phân phối

pyre *n.* giàn hoả thiêu

pyrometer *n.* dụng cụ do nhiệt độ cao

pyrotechnics *n.* thuật/nghề làm pháo hoa

pyrotechnist *n.* thợ làm pháo hoa

pyrrhic *adj.* phải trả giá đắt cho chiến thắng

Pythagorean theorem *n.* lý thuyết của Py-ta-gore

python *n.* con trăn lớn, mãng xà

Q

Q&A *abbr.* (= **Question and Answer**) hỏi và trả lời

QC *n., abbr.* (= **Queen's Counsel**) luật sư cao cấp ở Anh hay ở Úc

quack **1** *n.* tiếng kêu cạc cạc **2** *n.* lang băm, lang vườn; kẻ bất tài nhưng làm ra vẻ giỏi: *~ doctor* ông thầy thuốc ở làng **3** *v.* [vịt] kêu cạc cạc **4** *v.* chữa kiểu lang băm; huênh hoang khoác lác

quackery *n.* thủ đoạn lang băm; thủ đoạn của anh bất tài nhưng làm bộ giỏi

quadrangle *n.* hình bốn cạnh; sân trong bốn cạnh là nhà của đại học

quadrant *n.* góc phần tư; cung phần tư

quadrature *n.* phép cầu phương

quadrilateral *n., adj.* (hình) bốn cạnh; bốn bên

quadruped *n., adj.* (thú) bốn chân: *the lion is a ~* sư tử là một con thú bốn chân

quadruple **1** *adj.* to gấp bốn, bốn bên, tay tư: *~ alliance* đồng minh bốn nước; *~ rhythm* nhịp bốn **2** *n.* to gấp bốn lần, tăng lên gấp bốn: *he could sell his shop for ~ the asking price* ông ấy có thể bán tiệm của ông ta gấp bốn lần hơn là giá đang trả **3** *v.* nhân bốn, tăng lên bốn lần: *Vietnam has ~d its exports to the US* Việt Nam xuất khẩu qua Mỹ gấp bốn lần

quadruplets *n.* trẻ con sinh tư

quaff 1 *n.* sự uống một hơi rượu **2** *v.* nốc một hơi dài: *to ~ off a glass of beer* uống một hơi cạn ly bia

quagmire *n.* bãi lầy; tình trạng sa lầy

quail 1 *n.* chim cun cút: *~'s eggs* trứng chim cút; *~ net* lưới bẫy chim cút **2** *v.* mất tinh thần, run sợ: *not to ~ before someone's threats* không run sợ trước sự đe doạ của ai

quaint *adj.* lạ lạ, hay hay; kỳ quặc, kỳ cục

quake 1 *n.* sự rung/run: *earth~* trận động đất **2** *v.* rung; run, run rẩy: *to ~ with cold* run lên vì lạnh

Quaker *n.* tín đồ phái quây cơ/bằng hữu: *~s' meeting* buổi họp (quây cơ) trầm lặng

qualification *n.* điều kiện, tư cách, tiêu chuẩn; khả năng, trình độ chuyên môn; sự hạn chế, sự dè dặt: *educational ~* trình độ học vấn, bằng cấp; *his statement could be accepted with ~s* lời tuyên bố của ông ấy có thể chấp nhận được với sự dè dặt

qualified *adj.* có đủ tư cách/khả năng/điều kiện; dè dặt, thận trọng: *we are short of ~ teachers* chúng ta thiếu giáo viên đủ khả năng

qualifier *n.* người có đủ tư cách, người có đủ khả năng, người có đủ tiêu chuẩn: *he is a ~ for the Olympic Games* ông ấy là người có đủ tiêu chuẩn đi thi Thế vận hội

qualify *v.* gọi là, cho là; làm cho có đủ điều kiện; có đủ tư cách, có đủ khả năng, có đủ tiêu chuẩn: *to be qualified for a position* có đủ tư cách đảm nhiệm chức vụ; *I qualified as an English teacher for many years* tôi có đủ điều kiện là một giáo viên tiếng Anh trong nhiều năm qua

qualitative *adj.* về chất, về phẩm chất; định tính

quality *n.* chất, phẩm chất; chất lượng; tính chất ưu tú; năng lực, tài năng, đức tính; loại, hạng: *~ is more important than quantity* phẩm chất quan trọng hơn là số lượng; *to have many good qualities* có nhiều đức tính tốt; *~ control* kiểm soát chất lượng

qualm *n.* nỗi băn khoăn day dứt; mối e sợ, mối lo ngại; sự buồn nôn, cảm giác nôn nao: *~s of conscience* nỗi day dứt của lương tâm

quandary *n.* tình trạng bối rối, tình trạng khó xử: *to be in a ~* ở trong tình trạng khó xử

quantify *v.* xác định số lượng

quantitative *adj.* về lượng, về số lượng; định lượng: *~ analysis* bản phân tích định lượng

quantity *n.* lượng, số lượng, khối lượng; chi tiết thiết kế thi công: *electric ~* điện lượng; *quantities of books* rất nhiều sách; *to buy in quantities* mua một số lượng lớn; *~ production* sản xuất hàng loạt; *~ surveyor* người viết bản thiết kế thi công; *~ theory* lý thuyết định lượng

quantum *n.* phần, mức; lượng tử: *~ theory* thuyết lượng tử: *to fix the ~ of damages* định mức bồi thường thiệt hại; *to have one's ~ of* đã được dự phần; *~ jump* sự tăng trưởng đột xuất lớn

quarantine 1 *n.* sự kiểm dịch; sự cách ly: *to clear one's ~* ở trong thời gian kiểm dịch **2** *v.* giữ kiểm dịch: *all pets have to be ~d for three months* tất cả các súc vật chó mèo phải giữ kiểm dịch trong 3 tháng

quarrel 1 *n.* vụ cãi nhau; mối tranh chấp/bất hoà: *to pick ~* gây cãi với ai, *I have no ~ with anyone* tôi không tranh cãi gì với ai cả **2** *v.* cãi nhau, cãi lộn: *to ~ with somebody about something* cãi nhau với ai về việc gì; *to ~ over việc gì*; *a bad workman ~s with his tools* vụng múa chê đất lệch

quarrelsome *adj.* thích cãi nhau, hay sinh sự

quarry 1 *n.* con mồi, thú bị săn; kẻ bị truy lùng **2** *n.* mỏ/hầm đá, nơi lấy đá **3** *v.* khai thác mỏ đá; moi, tìm tòi: *to ~ marble* khai thác đá hoa; *to ~ in old manuscripts* tìm tòi trong những bản thảo cũ

quart *n.* lít Anh, một phần tư galông [=1,135 lít]; *a ~ into a pint pot* số lượng lớn bỏ vào bình nhỏ, không thích hợp

quarter 1 *n.* một phần tư; một khắc, 15 phút; một quý ba tháng; khu phố, xóm phường; tuần trăng: *~ hour to two, ~ to two* 2 giờ thiếu 15; *a ~ past two, a ~ after two* 2 giờ 15; *at close ~s* (đánh) giáp lá cà; *within three ~s of an hour* trong vòng 45 phút đồng hồ; *~-day* ngày trả lương hàng quý; *~-final* tứ kết; *~-mile* cuộc chạy đua một phần tư dặm; *~ sessions* phiên toà họp hàng quý; *Latin ~* khu Latinh; *a bad ~ of an hour* một vài giây phút khó chịu; *to beat up the ~s of somebody* đến thăm ai; *~-tone* một phần tư tấn **2** *v.* chia tư; cắt làm bốn; phanh thây; đóng [quân]: *to be condemned to be ~ed* phải chịu tội phanh thây

quarterback *n.* tiền vệ [bóng đá]

quarterly 1 *n.* quý ba tháng, tạp chí xuất bản ba tháng một kỳ **2** *adj.* ba tháng một lần **3** *adv.* cứ hàng ba tháng một lần

quartermaster *n.* sĩ quan hậu cần: *~ general* cục trưởng quân khu

quartet *n.* bộ tứ; bản nhạc cho bộ tư

quartile *n., adj.* liên hệ đến thiên thể; một phần ba giá trị thống kê

quartz *n.* thạch anh

quash *v.* huỷ bỏ, bác bỏ; dập tắt, dẹp yên: *to ~ the verdict* hỷ bỏ bản án

quasi *adv.* hầu như là, y như thể

quaternary *n.* kỷ thứ tư; hệ thứ tư

quatrain *n.* thơ bốn câu, bài thơ tứ tuyệt

quaver 1 *n.* sự rung tiếng; sự láy rền; nốt móc 2 *v.* rung tiếng, nói rung tiếng; láy nốt nhạc rền

quavery *adj.* rung rung

quay *n.* ke, bến cảng, bến tàu

quayside *n.* đất cạnh bến tàu

queasy *adj.* làm buồn nôn, cảm thấy lộn mửa

queen 1 *n.* bà vua, nữ hoàng, bà hoàng/chúa; vợ vua, hoàng hậu; quân Q; quân đầm: *the ~ of England* Nữ Hoàng Anh; *~ mother* hoàng thái hậu; *~ bee* con ong chúa; *the rose is the ~ of flowers* hoa hồng là nữ hoàng của các loài hoa; *~'s Counsel* người đại diện nữ hoàng; *~'s English* Nữ hoàng Anh; *~-size* cỡ lớn nhất 2 *v.* chọn làm nữ hoàng, chọn làm hoàng hậu

queenly *adj.* đường bệ, như bà hoàng, xứng đáng với một bà hoàng

queer 1 *n.* người tình dục đồng giới 2 *adj.* lạ, lạ lùng, kỳ quặc, kỳ cục; đáng ngờ, khả nghi; tình dục đồng giới: *there's something ~ about him* ông ấy có vẻ khả nghi lắm; *to feel ~* cảm thấy khó chịu 3 *v.* làm hại, làm hỏng; làm cho cảm thấy khó chịu: *to ~ someone's plan* làm hỏng kế hoạch của ai

queerish *adj.* hơi lạ lùng, hơi kỳ quặc, hơi khó chịu

quell *v.* dẹp đàn áp, dập tắt [cuộc nổi loạn]: *to ~ a mutiny* dẹp tan cuộc nổi loạn

quench *v.* làm hết [khát]; dập tắt [lửa, loạn]: *to ~ one's thirst* làm ai hết khát; *to ~ someone's enthusiasm* làm nhụt nhiệt tình của ai

querulous *adj.* hay than phiền, hay càu nhàu

query 1 *n.* câu hỏi, điểm thắc mắc, câu chất vấn 2 *v.* hỏi, hỏi xem, chất vấn; đặt câu hỏi, vặn: *to ~ someone on the accounts' discrepancy* chất vấn ai về trương mục không rõ ràng

quest *n., v.* sự tìm kiếm, sự đi lùng: *in ~ of* đang tìm kiếm

question 1 *n.* câu hỏi; vấn đề; sự nghi ngờ: *to put a ~* đặt câu hỏi; *to answer a ~* trả lời một câu hỏi; *that is not the ~* đó phỏng phải là vấn đề; *~-mark* dấu hỏi; *~ time* thời gian đặt câu hỏi ở quốc hội; *to be a ~ of time* không sớm thì muộn, chỉ là vấn đề thời gian; *beyond all ~* đáng nghi ngờ; *to come into ~* cần thảo luận; *in ~* đang còn nghi vấn; *out of the ~* không thực tế; *to put*

the ~ đặt vấn đề lấy phiếu người ủng hộ và người chống 2 *v.* hỏi, vặn hỏi, hỏi cung; nghi ngờ: *to ~ the honesty of somebody* nghi ngờ lòng chân thật của ai

questionable *adj.* đáng ngờ, đáng nghi ngờ

questionnaire *n.* bản câu hỏi, bản lục vấn: *to write a ~ for an interview* viết một bản câu hỏi để phỏng vấn

queue 1 *n.* hàng xếp nối đuôi; đuôi sam: *to stand in a ~* đứng xếp thành hàng 2 *v.* xếp hàng: *to ~ up for tickets* xếp hàng mua vé

quibble 1 *n.* lối chơi chữ, cách nói nước đôi; lý sự cùn, cách nói nguỵ biện 2 *v.* nguỵ biện, lý sự cùn: *let's not ~ over the unimportant issues* chúng ta không nên nguỵ biện về những vấn đề không quan trọng

quiche *n.* bánh trứng, bánh kít

quick 1 *n.* tâm can, ruột gan; chỗ nhạy cảm nhất; người còn sống: *to be a radical to the ~* là người cấp tiến hoàn toàn; *the ~ and the dead* kẻ còn người mất; *to cut to the ~* chạm nọc, chạm vào chỗ nhạy cảm nhất 2 *adj.* nhanh, mau, lẹ; tinh, thính; nhanh trí, linh lợi; nhạy cảm: *~ bread* bánh mì nướng ngay; *~-change* thay đổi nhanh; *a ~ eye* mắt tinh nhanh; *~ fire* bắn nhanh; *a ~ mind* đầu óc bén nhạy; *a ~ train* chuyến tàu nhanh; *to be ~ to sympathize* dễ thông cảm; *let's have a ~ one* chúng ta uống nhanh một ly đi

quicken *v.* (làm) tăng tốc độ, (làm) nhanh hơn, gia tốc; (làm) sống/tươi lại, (làm) sôi nổi lên

quicklime *n.* vôi sống

quicksand *n.* cát lầy, cát lún

quicksilver *n.* thuỷ ngân

quick-tempered *adj.* nóng tính, dễ cáu, nóng nảy

quick-witted *adj.* nhanh trí, ứng trí nhanh

quid *n.* miếng thuốc lá; miếng: *a ~ of betel* miếng trầu

quid pro quo *n.* vật bồi thường, vật trả lại

quiet 1 *n.* sự yên tĩnh, sự êm ả, sự yên ổn; sự thanh bình: *a few hours of ~* một vài giờ êm ả; *to live in ~* sống trong cảnh thanh bình; *on the ~* hết sức bí mật 2 *adj.* yên tĩnh, yên lặng; trầm lặng; yên ổn, thanh bình, thái bình; khiêm tốn, kín đáo: *Be ~!* Im! câm mồm!; *please keep ~* vui lòng ngồi im; kín tiếng, không nói năng gì, nín thinh; *they want a ~ wedding* hai người muốn có một đám cưới đơn giản không ầm ĩ phô trương 3 *v.* dỗ [trẻ] cho nín; làm dịu; [tình hình] dịu xuống, lắng xuống, bớt căng thẳng: *to ~ a fretful child* dỗ một em bé đang quấy; *the city ~ed down* thành phố đã trở nên yên lặng

quiff *n.* mái tóc uốn hết lên đầu

quill *n.* ống lông; lông; (bút) lông ngỗng: *~ feathers* lông ngỗng; *~ pen* bút lông

quilt 1 *n.* mền bông, chăn bông: *~ cover* bao bọc chăn bông 2 *v.* may vào hai làn áo, chần

quince *n.* quả/cây mộc qua

quinine *n.* thuốc qui-nine, thuốc ký ninh

quintessence *n.* tinh tuý, tinh hoa, tinh chất

quintet *n.* bộ năm; bản nhạc cho bộ năm

quintuple 1 *n.* số to gấp năm 2 *adj.* gấp năm lần 3 *v.* tăng lên gấp năm, nhân năm

quintuplets *n.* trẻ con sinh năm

quip *v.* nói đùa, nói giỡn, châm biếm

quire *n.* thếp giấy 24 tờ

quirk *n.* lời thoái thác

quisling *n.* tên phản quốc, người làm tay sai cho địch

quit 1 *v.* thôi, bỏ, nghỉ, ngừng, ngưng; thôi việc: *to ~ a job* bỏ việc làm; *to ~ work* nghỉ việc; *to ~ hate with love* lấy ơn trả oán; *to ~ hold of* mất cái gì 2 *adj.* thoát khỏi: *to get ~ of one's debt* thoát khỏi nợ

quite *adv.* hoàn toàn, hẳn, hết sức, rất là, rất mực; khá: *he is ~ a scholar* ông ấy đúng là một vị học giả; *not ~ finished (yet)* chưa xong hẳn; *~ a few* một số khá nhiều; *that was ~ a wedding* đám cưới thật là to; *~ something* điều đáng ghi nhớ; *you are ~ right* đúng lắm, đồng ý

quits *adj.* trả xong, thanh toán xong: *we are ~ now* bây giờ chúng ta chẳng còn nợ nần gì cả; *to call it ~* đồng ý hoà, không cãi cọ nữa

quiver 1 *n.* ống đựng tên bắn: *a ~ full of children* gia đình đông con 2 *n.* giọng run run 3 *v.* nói run run: *his voice ~s* giọng nói ông ta run run

quixotic *adj.* hào hiệp viễn vông, giống như Đông-ky-sốt

quiz 1 *n.* câu hỏi thi, bài thi ngắn; người hay trêu ghẹo chế nhạo; *~-master* người điều khiển chương trình đố vui; *~ show* chương trình truyền hình đố vui 2 *v.* kiểm tra (nói miệng), quay thi (vấn đáp); trêu ghẹo, chế nhạo: *the police ~zed the man for many hours before he was set free* cảnh sát đã thẩm vấn người đàn ông đó nhiều giờ trước khi trả tự do

quizzical *adj.* buồn cười, kỳ quặc, lố bịch; hay chế giễu/chế nhạo

quoit *n., v.* cái vòng ném vào đầu vịt; trò chơi ném vòng: *to play ~s* chơi trò chơi ném vòng

Quonset hut *n.* nhà tôn mái vòm

quorum *n.* túc số, đủ số đại biểu cần thiết để bầu hay thông qua một quyết định: *enough members present to make a ~* đủ số thành viên có mặt để có túc số

quota *n.* số, phần; số định trước; chỉ tiêu: *the government has set a ~ for the import of motorbikes* chính phủ vừa qui định chỉ tiêu nhập khẩu xe gắn máy

quotation *n.* lời/đoạn trích dẫn; bản khai giá, bản dự kê giá: *end of ~* hết đoạn trích dẫn, *a ~ for fixing the car* bản khảo giá sửa xe; *to get two ~s for building a house* lấy bản giá xây một căn nhà; *a famous ~ by Mark Twain* lời trích dẫn nổi tiếng của Mark Twain

quotation mark *n.* dấu ngoặc kép [để trích dẫn]

quote 1 *n.* lời/đoạn trích dẫn; bản khảo giá; dấu ngoặc kép: *the article starts with a ~ from the Prime Minister's speech* bài báo bắt đầu bằng lời trích dẫn bài diễn văn của Thủ tướng 2 *v.* trích dẫn; định giá: *he ~d from my letter* ông ấy trích dẫn thư của tôi; *and I ~* và tôi xin trích dẫn nguyên văn

quotient *n.* số thương, thương số

Qur'an *n.* (= **Koran**) kinh Coran

R

rabbi *n.* giáo sĩ/mục sư Do Thái

rabbit *n.* con thỏ: *~ hole* hang thỏ; *~ hutch* chuồng thỏ; *to breed like ~s* đẻ như thỏ; *~-warren* vùng có nhiều thỏ hoang

rabble *n.* đám đông; lớp tiện dân: *~ rouser* kẻ khích động/xách động quần chúng

rabid *adj.* [chó] dại; điên dại; dữ dội, ghê gớm: *a ~ dog* chó dại

rabies *n.* bệnh chó dại

raccoon *n.* gấu trúc Mỹ

race 1 *n.* cuộc (chạy) đua; cuộc đua ngựa; sông đào, con kênh; cuộc đời, đời người: *marathon ~* cuộc chạy đua đường dài, chạy đua Ma-ra-tong; *horse ~* cuộc đua ngựa; *~ course* trường đua ngựa; *~ meeting* ngày đua ngựa; *arms ~* cuộc chạy đua vũ trang 2 *n.* nòi, giống, loài, chủng tộc: *the human ~* loài người, nhân chủng; *~ riot* cuộc xung đột chủng tộc 3 *v.* chạy đua/thi với; phóng nhanh, cho [ngựa] phi, cho [máy] chạy hết tốc độ; cho thong qua một cách vội vàng: *to ~ the engine without a load* cho máy chạy không nhanh quá; *to ~ someone along* lôi người nào chạy; *to ~ away* thua cá ngựa hết sạch

racial *adj.* về dòng giống, về chủng tộc

racing car *n.* ô tô thi, xe đua/thi

racism *n.* chủ nghĩa phân biệt chủng tộc, chủ nghĩa kỳ thị chủng tộc: *most Asian people feel that the level of ~ in Western societies is a problem* phần lớn người Á châu cảm thấy rằng mức độ kỳ thị chủng tộc là một vấn đề trong các xã hội Tây phương

racist *n., adj.* người kỳ thị chủng tộc, người phân biệt chủng tộc: *no one supports a ~ society* không ai ủng hộ cho một xã hội phân biệt chủng tộc

rack 1 *n.* những đám mây trôi dạt: *to go to ~ and ruin* tiêu tan thành mây khói, tiêu tan sự nghiệp 2 *n.* giá, giá để hành lý; cái mắc áo; máng ăn; giá bom; thanh răng: *a luggage ~* giá để hành lý; *~ of bones* người gầy chỉ có da bọc xương 3 *n.* cái trăn để tra tấn; sự tra tấn, sự hành hạ: *to be on the ~* bị hành hạ 4 *v.* đóng trăn, tra tấn; hành, hành hạ, làm khổ; nặn óc; đổ đầy cỏ vào máng: *to ~ up a horse* đổ cỏ vào máng cho ngựa ăn; *to ~ plates* xếp bát đĩa lên giá

racket 1 *n.* (*also* **racquet**) vợt: *tennis ~* vợt tenis, vợt đánh quần vợt; *~-press* cái ép vợt 2 *n.* tiếng ồn ào, tiếng om sòm; mánh lới, mưu mô thủ đoạn làm tiền; cảnh ăn chơi nhộn nhịp: *to kick up a ~* làm ồn ào; *to go on the ~* thích ăn chơi phóng túng

racketeer *n.* tên làm tiền bằng trò gian lận

racquet xem **racket**

racy *adj.* hấp dẫn; hăng hái, sốt sắng; đặc biệt: *a ~ flavor* hương vị đặc biệt

radar *n.* (= **radio detecting and ranging**) máy ra-da; hệ thống phát tuyến ra-đa: *~ station* đài ra-đa, đài kiểm soát không gian hoặc biển cả

radial *adj., n.* thuộc tia sáng; toả tròn; xuyên tâm

radiant *adj.* sáng chói/rực; toả sáng/nhiệt; phát xạ, bức xạ, phát sáng, phóng quang; sáng ngời: *face ~ with smiles* nét mặt tươi cười rạng rỡ; *~ heat* nhiệt bức xạ

radiate *v.* phát/chiếu/toả ra; bức xạ, phát xạ; lộ ra [vẻ vui mừng], hớn hở: *the sun ~s light and heat* mặt trời toả ra ánh sáng và hơi nóng

radiation *n.* ánh sáng phát ra; sự bức xạ, sự phóng xạ: *~ sickness* bệnh vì bị nhiễm phóng xạ; *~ therapy* trị liệu bằng sự bức xạ

radiator *n.* lò sưởi; bộ tản nhiệt [ở máy xe hơi]: *to fill up a ~ with cooling water* đổ nước vào máy giảm nhiệt của xe

radical 1 *n.* gốc; gốc từ; căn thức: *~ of mathematics* căn bản của toán học 2 *n.* đảng viên đảng cấp tiến, tay cấp tiến: *the ~ Party* đảng cấp tiến 3 *adj.* căn bản; cấp tiến; căn; thuộc rễ; thuộc gốc từ: *~ change*

sự thay đổi căn bản; *~ sign* dấu căn bản

radicle *n.* nguyên lý cơ bản, gốc; dấu căn; người theo đảng cấp tiến

radio 1 *n.* ra-đi-ô, máy thu thanh, đài: *~ aerial* dây ăng-ten; *~ amplifier* máy khuyếch đại ra-đi-ô; *~cab* xe tắc xi có trang bị vô tuyến; *~-frequency* tần số ra-đi-ô; *~ ham* điều hành đài phát thanh tài tử; *~ network* mạng lưới ra-đi-ô; *~ station* đài phát thanh; *transistor ~* đài bán dẫn, máy thu thanh 2 *v.* truyền đi bằng vô tuyến

radioactive *adj.* phóng xạ: *~ fallout* bụi phóng xạ

radioactivity *n.* năng lực phóng xạ, tính phóng xạ

radiochemistry *n.* hoá học phóng xạ

radiogram *n.* điện báo ra-đi-ô, vô tuyến điện báo

radiograph *n.* máy tia x, ảnh quang tuyến x

radioisotope *n.* chất đồng vị phóng xạ

radiologist *n.* bác sĩ chuyên về khoa phóng xạ

radiology *n.* khoa tia x, khoa quang tuyến x

radioscopy *n.* sự chiếu/soi tia/quang tuyến x

radiotherapy *n.* phương pháp chữa trị ung thư bằng tia phóng xạ quang tuyến

radiotherapist *n.* người chữa trị bệnh nhân bằng tia phóng xạ

radish *n.* củ cải đỏ

radium *n.* hoá chất ra-đi-um

radius *n.* (*pl.* **radii**) bán kính; vòng, phạm vi; xương quay: *within a ~ of 10 kilometers from Saigon* trong phạm vi cách Sài Gòn 10 cây số

raffia *n.* sợi cọ dùng làm mũ, cây cọ sợi

raffish *adj.* hư hỏng, phóng đãng, hèn hạ

raffle *n.* cuộc sổ số: *are there any more ~ tickets?* còn có vé xổ số nữa không?

raft *n.* bè, mảng

rafter *n.* rui mái nhà: *from cellar to ~* từ nền đến nóc nhà

rag *n.* giẻ rách, giẻ; một tí, mảnh vụn: *to be in ~s* ăn mặc quần áo rách tả tơi; *~-bag* bao đựng giẻ rách; *~ doll* búp bê giẻ rách; *meat cooked to ~s* thịt nấu nhừ tơi; *~ and bones man* người mua bán áo quần cũ, người mua bán đồ đồng, nhôm vụn; *~s to riches* từ tay không trở nên giàu có; *to tear to ~s* xé rách tả tơi; *~-trade* việc buôn bán áo quần phụ nữ

ragamuffin *n.* người ăn mặc rách rưới bẩn thỉu; người đầu đường xó chợ

rage 1 *n.* cơn thịnh nộ, cơn giận dữ; sự cuồng bạo, sự ác liệt; tính ham mê, sự say mê; mốt thịnh hành, mốt phổ biến: *to fly into a ~* nổi cơn thịnh nộ; *to be in a ~ with someone* nổi xung với người nào; *the ~ of wind* cơn gió dữ dội; *it is now all the ~* cái đó là mốt thịnh hành bây giờ **2** *v.* nổi cơn thịnh nộ, giận điên lên: *to ~ against someone* nổi cơn thịnh nộ lên với ai; *the cholera is raging* bệnh dịch tả đang hoành hành

ragged *adj.* rách rưới, rách bươm, tả tơi; lởm chởm, gồ ghề: *he wears ~ clothes* ông ấy mặc quần áo tả tơi; *~ ground* đất gồ ghề, lởm chởm

raging *adj.* giận dữ, giữ dội, mãnh liệt: *to be in ~ temper* nổi cơn giận dữ; *~ headache* đau đầu giữ dội

raglan *n.* áo dài kiểu ra-lan, áo dài có hai tay áo may từ cổ áo

ragtime *n.* nhạc rac-tim [của người Mỹ da đen vào những năm 1920]

raid *n., v.* (trận) tấn công bất ngờ, (trận) đột kích; (cuộc) vây bắt, bố ráp; (vụ) cướp bóc: *a police ~ on the drugs trade* cuộc bố ráp cảnh sát vào việc buôn bán ma tuý; *a ~ on a bank* một cuộc cướp ngân hàng

raider *n.* người đi bố ráp, máy bay đi oanh tạc; kẻ cướp

rail 1 *n.* đường rầy, đường xe lửa, đường sắt: *~way, ~road* đường sắt, đường xe lửa; *~way station* ga xe lửa; *~card* vé đi xe lửa giảm giá; *~head* đoạn cuối của đường xe lửa; *~ roader, ~way-man* nhân viên hoả xa, nhân viên đường sắt; *to go by ~* đi bằng xe lửa; *to run off the ~s* trật đường rầy **2** *n.* tay vịn, hàng rào, lan can: *I have put a hand ~ in a lift* tôi vừa gắn tay vịn trong thang máy

railing *n.* tay vịn, bao lơn; hàng rào chấn song

raiment *n.* quần áo, y phục

rain 1 *n.* mưa, mùa mưa: *to be caught in the ~* bị mưa; *~ or shine* dù mưa hay nắng; *~ of tears* khóc như mưa; *~coat* áo mưa; *~-check* vé để xem lại trận đấu sau khi hết mưa; *~drop* giọt mưa; *~fall* lượng mưa, vũ lượng; trận mưa rào; *~proof* không thấm nước mưa; *~storm* mưa dông; *~ water* nước mưa; *~wear* áo mưa; *to get out of the ~* tránh những điều bực mình khó chịu **2** *v.* mưa, đổ xuống như mưa: *it ~s cats and dogs* trời mưa như trút, trời mưa tầm tã; *it is ~ing hard* trời mưa to; *to ~ blows on someone* đấm ai túi bụi; *to come in when it ~s* tránh những điều bực mình khó chịu; *not to know enough to go in when it ~s* không biết tính toán, không biết cách làm ăn

rainbow *n.* cầu vồng, mống

rainy *adj.* có mưa, nhiều mưa, hay mưa: *a ~ day* một ngày mưa; *to put away for a ~ day* để dành phòng khi túng thiếu, tích cốc phòng cơ

raise 1 *n.* sự tăng lương; sự nâng lên, sự tăng lên **2** *v.* nâng lên, đỡ dậy; đưa lên, giơ/kéo lên; ngẩng [đầu] lên; ngước [mắt] lên; cất

[tiếng]; nuôi [trẻ con, súc vật]; nêu lên, đưa ra, đề xuất; gây nên; thu [thuế, tiền]; mộ [quân]; nhổ [trại camp]; xúi giục [cuộc nổi loạn]; làm nở [một bánh mì]: *to ~ one's glass to someone* nâng ly chúc mừng ai; *to ~ one's head* ngẩng đầu lên; *to ~ suspicion* gây nghi ngờ; *to ~ someone's salary* tăng lương cho ai; *to ~ children* nuôi con; *to ~ hell/devil* la lối om sòm, gây rối loạn; *to ~ someone from the dead* cứu ai sống

raisin *n.* nho khô, mứt nho

raja(h) *n.* vương công Ấn Độ, ra-ja

rake 1 *n.* cái cào **2** *n.* người chơi bời trác táng **3** *v.* cào, cời; lục soát: *to ~ clean* cào sạch; *to ~ one's memory* tìm trong trí nhớ; *to ~ away* cào sạch đi; *to ~ over a flower-bed* cào xới một luống hoa; *to ~ up* cào gọn lại, khơi lại quá khứ

rally 1 *n.* cuộc mit-ting lớn; sự tập hợp lại **2** *v.* tập hợp lại; lấy lại sức; tấp nập lại: *to ~ someone's spirit* củng cố lại tinh thần; *to ~ from an illness* bình phục sau một cơn bệnh

ram 1 *n.* cừu đực; tàu mũi nhọn; búa thuỷ động **2** *v.* đóng [cọc]; nện [đất]; nhét/nhồi/ấn vào; đâm: *to ~ one's clothes into a bag* nhét quần áo vào một cái túi; *to ~ an argument home* cãi lý đến cùng, cố gắng thuyết phục

Ramadan *n.* tháng nhịn ăn ban ngày của người Hồi giáo

ramble 1 *n.* cuộc dạo chơi, cuộc du ngoạn/ ngao du: *to go for a ~* đi dạo chơi **2** *v.* đi dạo chơi, ngao du; nói huyên thiên, nói dông dài

rambling *adj.* lang thang, ngao du, dong dài, không mạch lạc: *he gave a ~ speech* ông ta nói chuyện không mạch lạc tí nào

rambutan *n.* quả chôm chôm

ramification *n.* sự phân chia nhánh, nhánh, chi nhánh: *the ~s of a river* các nhánh sông; *the ~s of a company* các chi nhánh của một công ty

ramp *n.* bờ dốc, dốc; thang lên máy bay; bệ phóng: *the approach ~ of a bridge* dốc lên cầu

rampage *n., v.* (sự) giận giữ, (cơn) điên lên: *to be on the ~* nổi cơn giận lên

rampant *adj.* [tệ đoan] lan tràn; hung hăng, không kiềm chế được: *the ~ violence caused by the terrorists was unforgettable* bọn khủng bố gây nên những bạo hành khắp nơi không thể nào quên được

rampart *n., v.* bờ lũy, thành lũy

ramshackle *adj.* [nhà] xiêu vẹo, đổ nát: *he lives in a ~ house* ông ấy sống trong một ngôi nhà xiêu vẹo đổ nát

ran quá khứ của **run**

ranch *n.* trại nuôi súc vật: *cattle ~* trại chăn nuôi súc vật lớn

rancher *n.* chủ trại chăn nuôi súc vật, người làm ở trại chăn nuôi súc vật

rancid *adj.* [bơ, mỡ] trở mùi, có mùi, ôi: *to smell ~* đã có mùi

rancor *n.* sự thù oán, oán thù, mối hiềm thù

R&D *n., abbr.* (= **Research and Development**) sưu tầm nghiên cứu và phát triển: *the government should incease funds for ~* chính phủ nên tăng thêm trợ cấp cho nghiên cứu và phát triển

random **1** *n.* càn, bừa (bãi), ẩu, bậy: *to speak at ~* ăn nói bậy bạ **2** *adj.* ẩu, bừa: *my friend has just given a ~ remark* bạn tôi vừa đưa ra một nhận xét bừa bãi; *~ access* có thể có được các trữ liệu trong máy vi tính

rang quá khứ của **ring**

range **1** *n.* hàng, dãy; phạm vi, tầm hoạt động, lĩnh vực, trình độ; loại, khoảng; vùng; bãi cỏ rộng lớn; lò bếp: *a ~ of mountains* một dãy núi; *in ~ with my house* cùng dãy nhà với tôi; *a wide ~ of prices* đủ loại giá **2** *v.* chạy dài; xếp hàng; đi khắp; lên xuống trong một khoảng giữa hai mức; được xếp vào loại: *to ~ oneself with someone* đứng về phía ai; *that island ~s along the mainland* quần đảo đó nằm dọc theo đất liền

ranger *n.* người bảo vệ rừng, nhân viên kiểm lâm; người hay đi lang thang; người gác công viên nhà vua

rank **1** *n.* hàng, dãy; hàng ngũ, đội ngũ; hạng loại, cấp, bậc; đẳng cấp, giai cấp, địa vị xã hội: *first ~* hàng đầu; *to close the ~s* siết chặt hàng ngũ; *the ~ and file* lính thường; dân thường; *an official of high ~s* một viên chức cấp cao; *to be promoted to the ~ of professor* được lên chức giáo sư đại học **2** *v.* xếp loại/hạng, xếp theo thứ tự trên dưới; đứng vào hàng: *to ~ with* đứng ngang hàng với; *to ~ above someone* có địa vị đứng trên ai; *to ~ someone among the great heroes* xếp ngang hàng với những bậc anh hùng **3** *adj.* oi, trở mùi; [cây cối] rậm rạp, sum sê; trắng trợn, rõ rành rành, quá quắt: *we couldn't grow corn on ~ land* chúng ta không thể trồng bắp trên đất đầy cỏ dại; *a ~ lie* lời nói dối trắng trợn

rankle *v.* [vết thương] làm mủ, thành độc; làm đau khổ, day dứt, giày vò: *it ~d me when my best friend did not support me for the club chairperson's post* điều làm tôi đau khổ là bạn tôi không ủng hộ tôi trong vài trò chủ tịch câu lạc bộ

ransack *v.* lục lọi, lục soát; cướp bóc, cướp phá: *to ~ one's brains* nặn óc suy nghĩ

ransom **1** *n.* tiền chuộc: *to hold something*

to ~ giữ lại vật gì để đòi tiền chuộc **2** *v.* đòi nộp tiền chuộc: *to ~ someone for something* đòi ai tiền chuộc cái gì

rant *v., n.* nói huyên hoang, khoa trương

rap **1** *n.* cú đánh nhẹ, gõ; tiếng gõ; sự buộc tội: *to take the ~* bị phạt oan **2** *n.* một tí, một chút, mảy may: *I don't give/care a ~* tôi chẳng cần; *it's not worth a ~* không đáng một xu, không có giá trị gì **3** *v.* đánh nhẹ, gõ, cốp; gõ cửa: *to ~ out a reply* đáp lại một cách cộc cằn; *to ~ someone on the knuckles* đánh vào đốt ngón tay

rapacious *adj.* tham lam, tham tàn; tham ăn

rape *n., v.* (sự/vụ) cưỡng dâm, hiếp dâm, hãm hiếp

rapid **1** *n.* thác, ghềnh **2** *adj.* nhanh, mau: *a ~ decline in health* sự giảm sút sức khỏe nhanh chóng

rapidity *n.* sự nhanh chóng, sự mau lẹ

rapport *n.* quan hệ; sự hiểu nhau, sự thông cảm: *to be in good ~ with someone* có quan hệ tốt với ai

rapt *adj.* say mê, chăm chú; sung sướng vô cùng: *to be ~ in movies* say mê xem xi-nê

rapture *n.* sự sung sướng/say mê, mê ly: *to go into ~s* sung sướng vô cùng

rare **1** *adj.* ít có, hiếm (có), hy hữu, hạn hữu; [không khí] loãng; ít khi xảy ra: *I have a ~ opportunity to see him* tôi có cơ hội hy hữu gặp ông ấy **2** *adj.* [thịt] tái, còn hơi sống, lòng đào: *my father likes to eat ~ beefsteak* ba tôi thích thịt bò nướng còn hơi sống

rarely *adv.* ít khi, hiếm có; đặc biệt: *very ~* rất ít khi

raring *adj.* có cảm tình, mong muốn: *~ to go* mong muốn đi

rarity *n.* của hiếm, vật hiếm có, chuyện ít có

rascal *n.* tên lưu manh, thằng đểu, tên vô lại; thằng ranh con: *that little ~ is my neighbor's son* thằng ranh con đó là con trai người hàng xóm với tôi

rash **1** *n.* chứng phát ban: *heat ~* chứng rôm **2** *adj.* liều, ẩu, bừa bãi; cẩu thả, khinh suất: *that is a ~ promise* đó là lời hứa ẩu

rasher *n.* miếng mỡ mỏng, khoanh giăm bông mỏng

rasp **1** *n.* cái giũa gỗ; tiếng kèn kẹt **2** *v.* giũa, cạo, nạo; làm sướt da; làm phật ý; kêu cọt kẹt, cò cử

raspberry *n.* quả dâu rừng, quả mâm xôi

rat **1** *n.* con chuột, kẻ phản bội, người bỏ đảng; tên mách lẻo; thằng chó: *~ catcher* người bắt chuột; *~-poison* thuốc diệt chuột; *~ race* đua chuột; *~ trap* cái bẫy chuột; *to give somebody ~s* la mắng ai **2** *v.* bắt chuột; giết chuột; bỏ đảng, phản bội: *to ~ on someone* phản bội ai

ratchet *n.* bộ bánh cóc: ~ *wheel* bánh cóc

rate 1 *n.* tỷ lệ; tốc độ; giá, suất, mức; hạng, loại; thuế nhà đất: *at the ~ of* với tốc độ; *at this ~* cứ điệu này, cứ đà này; *at any ~* dù sao chăng nữa; *~ of exchange, exchange ~* (tỷ) giá hối đoái, hối suất; *first ~* hạng nhất, số dách; *at an easy ~* với giá phải chăng; *~payer* người đóng thuế nhà đất 2 *v.* đánh/lượng giá, ước lượng/tính; coi, xem như; xếp hạng/loại: *to ~ somebody too high* đánh giá ai quá cao

rather *adv.* thà... hơn; hơi thể: *you would ~ stay than leave here* bạn thà ở lại đây còn hơn là đi; *he is ~ tired* ông ấy hơi mệt; *~ too large* hơi to quá; *we arrived at eleven, or ~ at a quarter before eleven* chúng tôi đến nơi lúc 11 giờ, hay đúng hơn là 11giờ kém 15 phút

ratify *v.* phê chuẩn, thông qua: *we have ratified a contract* chúng ta vừa thông qua một hợp đồng

rating *n.* việc xếp loại; điểm số, thứ bậc; công suất, hiệu suất

ratio *n.* (*pl.* **ratios**) tỷ lệ, tỷ số; số truyền: *it is in the ~ of 2 to 4* theo tỷ lệ 2 trên 4

ration 1 *n.* khẩu phần, phần ăn: *~ book* tập phiếu khẩu phần; *~ card* thẻ lĩnh gạo 2 *v.* hạn chế; chia khẩu phần; (bắt) bán theo ~ phiếu/bông: *petrol is ~ed in war times* xăng dầu bị hạn chế trong chiến tranh

rational *adj.* có lý, hợp lý; vừa phải, chừng mực; có lý trí; phân thức hữu tỷ: *to be quite ~* hoàn toàn có lý

rationale *n.* lý do, cơ sở hợp lý

rationalism *n.* chủ nghĩa duy lý

rationality *n.* sự hợp lý, sự hợp lẽ phải

rationalize *v.* hợp lý hoá, tìm cớ để thoái thác hoặc để biện minh cho hành động của mình: *it is easy to ~ one's actions in hindsight* dễ biện minh cho hành động của ai khi chưa rõ

rattan *n.* mây, song: *~ chair* ghế mây

rattle 1 *n.* tiếng lách cách/lạch cạch; trống lắc, trống bổi; chuyện ba hoa: *~ box* cái lúc lắc; *~-brain* người ngốc nghếch, người khờ dại 2 *v.* kêu lách cách, kêu lạch cạch, kêu lốp cốp; nói/đọc liến thoắng: *the tram ~d through the city streets* xe điện chạy rầm rầm qua đường phố; *to ~ off* đọc thẳng một mạch; *don't get ~d over it* đừng có việc gì phải cuống lên; *to ~ up* làm vui lên, làm phấn khởi lên

rattlesnake *n.* rắn chuông

raucous *adj.* khàn khàn: *he has a ~ voice* ông ấy có giọng khàn khàn

raunchy *adj.* thô lỗ, dâm dục

ravage 1 *n.* sự tàn phá; cảnh tàn phá: *Vietnam has suffered the ~s of the war* Việt Nam phải chịu đựng sự tàn phá của chiến tranh 2 *v.* tàn phá, cướp phá, cướp bóc: *for 20 years, Vietnam has been ~d by war* trong hai mươi năm, Việt Nam bị tàn phá bởi chiến tranh

rave *v.* mê sảng, nói sảng; nói một cách say sưa: *to ~ one's grief* kể lể như điên như dại nỗi khổ của mình; *to ~ about/over something* nói một cách say sưa về cái gì

ravel 1 *n.* mối rối, mối thắt; sự rắc rối, sự phức tạp: *threads in a ~* chỉ bị rối 2 *v.* làm rối, làm rắc rối: *to ~ out* gỡ rối

raven *n.* con quạ

ravenous *adj.* đói lắm, đói cồn cào, đói meo: *to be ~* đói cồn cào

ravine *n.* khe núi, khe suối

raving 1 *n.* tiếng gầm của biển, tiếng rít của gió; sự say mê, sự đắm đuối 2 *adj.* dữ dội, mãnh liệt; nói năng lung tung

ravish *v.* cướp đi mất; cưỡng dâm; làm mê thích

ravishing *adj.* mê ly, mê hồn, làm say đắm: *~ beauty* sắc đẹp mê hồn

raw 1 *adj.* [thịt, rau] sống; [tơ] sống; [đường, dầu] thô; [vết thương] đau buốt; [thời tiết] ẩm, lạnh; [gió] rét căm căm; non nớt, thiếu kinh nghiệm: *~ deal* cách đối xử không công bằng hoặc tàn nhẫn; *~ materials* nguyên liệu; *~ recruit* tân binh 2 *n.* cái còn nguyên chất, cái chưa được biến chế: *life in the ~* đời sống thiếu văn minh; *swimming in the ~* bơi truồng; *to touch somebody on the ~* chạm tự ái ai, làm động lòng ai

ray 1 *n.* tia [ánh sáng, hy vọng]: *the ~s of the sun* tia ánh sáng mặt trời; *~ of hope* tia hy vọng 2 *n.* cá đuối

rayon *n.* tơ nhân tạo

raze *v.* san bằng, phá trụi; phá bỏ: *to ~ out* phá bằng, phá bỏ; *to ~ someone's name from remembrance* xoá nhoà tên ai trong trí nhớ

razor *n.* dao cạo: *safety ~* dao bào; *~ blade* lưỡi dao cạo, *~ strap* da liếc dao cạo

reach 1 *n.* sự với tay; tầm với, sự trải ra: *within ~ of* trong tầm tay với, ở gần; *out of ~, beyond ~* ngoài tầm với 2 *v.* chìa, đưa [tay] ra; với lấy, với tới; (đi) đến, tới: *to ~ out for an eraser* với lấy cục tẩy; *upon ~ing Hanoi* lúc tới Hà Nội; *they ~ed an agreement* họ đi tới một sự thoả thuận; *when you ~ the age of 70* khi nào cụ đến tuổi 70; *to ~ out one's hand* chìa tay ra

react *v.* tác động/ảnh hưởng trở lại, phản ứng; phản động; đánh lại, phản công

reaction *n.* phản tác dụng; phản ứng; sự phản động; sự phản công: *chain ~* phản ứng dây chuyền

reactionary *n., adj.* (tên/kẻ) phản động

reactor *n.* lò phản ứng: *nuclear* ~ lò phản ứng hạt nhân/nguyên tử

read 1 *v.* [read] đọc; học; xem, đoán [chỉ tay]; ghi, chỉ; viết/ghi; đọc nghe như: *to* ~ *aloud* đọc lớn; *ask him to* ~ *your hand* chị nhờ ông ấy xem chỉ tay cho chị đi; *the thermometer* ~*s 68* nhiệt biểu chỉ 68 độ; *the law* ~*s as follows* đạo luật ấy ghi như sau; *to* ~ *between the lines* đoán/hiểu được ẩn ý; *to* ~ *on* đọc tiếp; *to* ~ *over* đọc qua; đọc hết; đọc lại; *to* ~ *through* đọc từ đầu đến cuối; *please* ~ *me a story* mẹ đọc truyện cho con; *to* ~ *off* biểu lộ, để lộ ra; *to* ~ *someone like a book* biết rõ ai, đi guốc trong bụng 2 *adj.* đọc nhiều, có học thức, thông thái: *well* ~, *widely* ~ *in literature* hiểu sâu về văn học 3 *n.* việc đọc sách báo, thời gian đọc: *to have a quiet* ~ có thời gian yên tỉnh đọc sách; *a good* ~ việc đọc giỏi

readable *adj.* dễ đọc, đáng đọc, nên đọc: *his handwriting is* ~ chữ viết của ông ấy dễ đọc

reader *n.* độc giả, bạn đọc, người đọc; sách tập đọc, độc bản, tập văn tuyển; người đánh giá bản thảo: *proof* ~ người đọc bản vẽ (in thử)

readership *n.* chức giáo sư đại học; tập thể đọc giả

readily *adv.* sẵn sàng; dễ dàng

readiness *n.* sụ sẵn sàng; sự sẵn lòng

reading *n.* sự đọc, sự xem; buổi đọc truyện; cách giải thích, ý kiến; số ghi ở đồng hồ]: ~ *book* sách tập đọc; ~ *glasses* kính đọc sách; ~ *lamp* đèn đọc sách; ~ *room* phòng đọc sách

readjust *v.* điều chỉnh lạ, sửa lại; thích nghi lại, thích ứng lại

ready 1 *adj.* sẵn sàng, chuẩn bị; sẵn lòng; để sẵn; [tiền] có sẵn, mặt: *I am* ~ tôi sẵn sàng; *are you* ~ *to go?* bạn sẵn sàng đi chưa?; *to be* ~ *to hand,* ~ *at hand* vừa đúng tầm tay; ~ *cash* tiền mặt; ~ *made* (= ~*-to-wear*) làm sẵn, may sẵn, đóng sẵn; ~ *meal* thức ăn nấu sẵn; ~ *mix* xi-măng, sơn pha trộn sẵn 2 *v.* sửa soạn, chuẩn bị sẵn sàng đâu vào đấy: *they are* ~*ing themselves for action* họ sẵn sàng hành động 3 *adv.* sẵn, sẵn sàng: *to pack everything* ~ xếp mọi thứ vào va li 4 *n.* tư thế sẵn sàng: *to come to the* ~ chuẩn bị sẵn sàng bắn; *at the* ~ sẵn sàng hành động

reaffirm *v.* xác nhận một lần nữa, tái xác nhận

reaffirmation *n.* sự tái xác nhận, lời xác nhận một lần nữa

reagent *n.* thuốc thử, chất phản ứng

real 1 *adj.* thực, có thực, thực tế; thật, không giả; chân chính, chính cống: ~ *gold* vàng thật; ~ *estate,* ~ *property* bất động sản; ~ *ale* bia làm theo truyền thống; ~ *life* đời sống thực; ~ *money* tiền mặt; ~*-time* thời gian có trữ liệu nhanh nhất trong máy vi tính 2 *adv.* thật ra, rất thực: *to get* ~ tự đánh thức mình 3 *n.* đơn vị tiền tệ của Tây Ban Nha; thực tế: *the* ~ *and the ideal* thực tế và lý tưởng

realia *n.* vật liệu hay dụng cụ thật dùng để dạy học

realign *v.* làm cho ngay thẳng lại; hợp lại một nhóm chính trị

realism *n.* chủ nghĩa hiện thực; thuyết duy thực

realist *n.* nhà văn hiện thực, nghệ sĩ hiện thực; người theo thuyết duy thực; người có óc thực tế

realistic *adj.* hiện thực; duy thực; có óc thực tế

reality *n.* sự thực, thực tế, thực tại, hiện thực: *in* ~ thật ra, kỳ thực, trên thực tế; ~ *television* chương trình truyền hình người thật việc thật

realize *v.* thực hiện, thực hành; nhận rõ, thấy rõ: *people don't* ~ *how serious the inflation has actually been* người ta không nhận ra tầm quan trọng mức lạm phát như thế nào

reallocate *v.* sắp xếp lại chỗ ở, đặt để lại

really *adv.* thực, thật, thực ra: *not* ~ không hẳn đúng thế: ~? thật à?

realm *n.* lĩnh vực, địa hạt; vương quốc

realtor *n.* người môi giới mua bán nhà đất, giám đốc văn phòng địa ốc

realty *n.* bất động sản

ream 1 *n.* ram giấy [500] 2 *v.* khoét rộng thêm, khoan rộng ra; đục rộng

reap *v.* gặt, gặt hái; thu về, thu hoạch, hưởng: *to* ~ *profits* thu lợi; *to* ~ *where one has not sown* không làm mà hưởng, ngồi mát ăn bát vàng; *we* ~ *as we sow* gieo gì gặt nấy, ở hiền gặp lành; ~*ing-hook* cái liềm, cái hái; ~*ing-machine* máy gặt

reaper *n.* thợ gặt; máy gặt: *grim* ~ cá tính đã mất

reappear *v.* lại hiện ra, lại xuất hiện, tái xuất hiện

reapply *v.* nộp đơn lại, làm đơn xin lại

reappoint *v.* tái bổ nhiệm, phục hồi chức vụ

rear 1 *adj.* ở phía sau, ở đằng sau; hậu phương; hậu quân; ở đoạn cuối/đuôi; mông đít: ~ *view mirror* gương nhìn sau, gương/kính chiếu hậu; ~ *wheel* bánh sau; ~ *window* kính sau (ô tô) 2 *n.* phía sau, đằng sau, đoạn cuối: *to bring up the* ~ đến sau; *in the* ~ phía sau; *to take in the* ~ tấn công đằng sau 3 *v.* nuôi, nuôi nắng, nuôi dạy, giáo dục; chăn nuôi; trồng: *to ~ children* nuôi dạy con **4** *v.* ngẩng, đưa lên; xây dựng; [ngựa] chồm lên, lồng lên: *to ~ one's head* ngẩng đầu lên

rear admiral *n.* thiếu tướng hải quân

rearguard *n.* đạo quân hậu tập

rearm *v.* vũ trang lại, tái vũ trang, hiện đại hoá vũ khí

rearrange *v.* sắp xếp/sắp đặt lại

reason 1 *n.* lẽ, lý lẽ, lý do; lý trí, lý tính; lý, lẽ phải: *by ~ of* do bởi, *for the same ~* cùng lý do đó; *to listen to ~* nghe theo lẽ phải; *it stands to ~ that* có bằng chứng là; *within ~* trong vòng lẽ phải **2** *v.* lý luận, suy luận; cãi lý/lẽ, biện luận, tranh luận; trình bày; suy/nghĩ/luận ra: *I ~ed that changing my career would affect my family life* tôi suy luận rằng sự thay đổi nghề nghiệp của tôi ảnh hưởng đến đời sống gia đình tôi

reasonable *adj.* có lý, hợp lý; phải chăng: *he is very ~, isn't he?* anh chàng rất biết điều đấy chứ

reassemble *v.* lắp ráp lại; nhóm họp lại

reassert *v.* lấy lại quyền hạn: *the government continues efforts to ~ its control in rural areas* chính phủ tiếp tục nỗ lực lấy lại quyền kiểm soát các vùng miền quê

reassure *v.* làm yên lòng, làm vững dạ; cam đoan một lần nữa

rebate *n., v.* số tiền được giảm bớt, giảm bớt, hoàn lại

rebel 1 *n.* người nổi loạn, quân phiến loạn: *there is a fighting between the ~s and government forces* đang có đánh nhau giữa quân phiến loạn và quân chính phủ **2** *v.* nổi loạn, dấy loạn; chống đối: *a group of MP reformers ~led against the government on the proposed bill of abortion* nhóm dân biểu cấp tiến chống đối chính phủ về dự luật phá thai **3** *adj.* hết sức nổi loạn, chống đối nhiều: *~ army* đạo quân nổi loạn

rebellion *n.* cuộc nổi loạn; sự chống đối

rebellious *adj.* chống đối; cứng đầu, bất trị, khó trị

rebirth *n.* sự sống lại, sự tái sinh

rebound 1 *n.* sự nảy/bật lại: *to hit a ball on the ~* đánh quả banh đang lúc bật lên; *on the ~* sự đổ vỡ quan hệ trai gái **2** *v.* [bóng] nảy, bật lên; có ảnh hưởng ngược lại

rebuff *n., v.* (sự) khước từ, (sự) cự tuyệt

rebuild *v.* xây lại, xây dựng lại, tái thiết

rebuke *n., v.* (lời) khiển trách, quở trách

rebut *v.* bác bỏ, từ chối

rebuttal *n.* sự bác bỏ [lời tố cáo, lời nói sai]

rec *n., abbr.* (= **recreation**) *n.* nghỉ thường niên: *~ leave* nghỉ hàng năm sau một thời gian làm việc

recalcitrant *adj.* hay cãi lại, hay chống lại, cứng đầu cứng cổ

recall 1 *n.* sự gọi về, sự triệu hồi; sự nhớ lại, sự hồi tưởng; sự huỷ bỏ/thủ tiêu: *letters of ~* thư triệu hồi; *lost without ~* mất hẳn không lấy lại được **2** *v.* gọi/đòi về, triệu hồi; nhớ lại, hồi tưởng, huỷ bỏ: *to ~ someone to one's duty* nhắc nhở ai về nhiệm vụ của họ; *to ~ someone's name* nhớ lại tên ai

recant *v.* công khai rút ý kiến; chối bỏ

recap *v., n., colloq.* đắp lại [lốp/vỏ xe]; tóm tắt lại

recapitulate *v.* tóm tắt lại

recapture *v., n.* bắt lại, việc bắt lại

recast *v., n.* đúc lại; viết lại [sách, kịch]; diễn lại kịch

recce *n., v., colloq.* (sự) trinh sát, do thám

recede *v.* lùi lại; [nước] rút xuống; [trán] hói

receipt *n.* giấy biên nhận, biên lai; sự nhận: *in ~ of* đã nhận được; *~s* sổ thu vào [sổ chi ra *expenses*]; *we acknowledge ~ of your letter of January 17* chúng tôi đã nhận được thư của ông đề ngày 17 tháng 1

receive *v.* nhận, lĩnh, thu, tiếp; tiếp [khách], tiếp đón, tiếp đãi; chứa chấp [đồ ăn cắp]; thu được, thâu được: *to ~ payment* nhận tiền; *your proposal was warmly ~d* đề nghị của anh được hoan nghênh nhiệt liệt; *to be at the receiving end* mang cái gì không thích

receiver *n.* người nhận/lĩnh; người chứa chấp đồ ăn cắp; [điện thoại] ống nghe; máy thu thanh: *to lift the ~* nhấc ống nghe lên; *Official ~* người chính thức quản lý tài sản

recent *adj.* mới đây, gần đây, vừa mới xảy ra: *~ news* tin tức vừa rồi

recently *adv.* mới đây, gần đây

receptacle *n.* đồ đựng, chai, lọ, ...; đế hoa

reception *n.* sự tiếp đón; tiếp tân, chiêu đãi: *to give someone a warm ~* tiếp đón ai niềm nở; *~ room* phòng tiếp tân, phòng chiêu đãi; *to attend a ~* tham dự một buổi tiếp tân/chiêu đãi

receptionist *n.* người tiếp khách, tiếp viên ở khách sạn, thư ký phòng tiếp khách

receptive *adj.* dễ tiếp thu, dễ thụ cảm, dễ nghe

recess 1 *n.* giờ ra chơi; giờ nghỉ; kỳ nghỉ [của quốc hội, toà án]; chỗ thụt vào, hốc tường: *we will meet the pricipal during the ~* chúng ta sẽ gặp ông hiệu trưởng vào giờ ra chơi **2** *v.* ngừng họp, nghỉ họp

recession *n.* tình trạng kinh tế sút giảm, sự lùi lại; tình trạng buôn bán ế ẩm

recessive *adj.* lùi lại, thụt lùi lại

recharge *v., n.* nạp điện lại [bình điện, dao cạo điện]; đóng tiền lại vào điện thoại di động

rechargeable *adj.* có thể nạp điện lại vào pin hay vào máy
recharger *n.* máy dùng để nạp lại điện
recheck *n.,v.* kiểm soát lại lần nữa
recipe *n.* công thức nấu ăn, công thức pha thuốc
recipient *n., adj.* người nhận [thư, tiền, học bổng]; người được hưởng [bằng, danh dự]; người được tiếp máu: *award ~, prize ~* người được tặng giải thưởng
reciprocal *adj.* lẫn nhau, qua lại,hỗ tương: *~ protection* sự bảo vệ lẫn nhau; *~ equation* phương trình thuận nghịch
reciprocate *v.* đáp lại, đền đáp lại; chúc lại: *to ~ a favor* trả ơn ai
reciprocity *n.* tính hỗ tương, trao đổi qua lại; nhân nhượng lẫn nhau; dành cho nhau những đặc quyền
recital *n.* cuộc biểu diễn nhạc; buổi bình thơ; thuật chuyện lại
recitation *n.* sự đọc bài thuộc lòng, sự kể lại; việc ngâm thơ, kể chuyện: *the ~ of one's woes* việc kể lể nỗi khổ
recite *v.* đọc thuộc lòng; thuật/kể lại, kể lể
reck *v.* (trong thơ văn) ngại, băn khoăn, lo lắng: *to ~ not of danger* không ngại nguy hiểm
reckless *adj.* liều (lĩnh), táo bạo, khinh suất
reckon *v.* tính, đếm; đoán, cho là, nghĩ, tưởng: *to ~ with* tính toán đến; thanh toán; *to ~ on* trông cậy vào; *to ~ up* tìm ra tổng số; *to be ~ed with* được xem là quan trọng
reckoning *n.* sự tính toán, việc đếm: *to be good at ~* tính đúng; *day of ~* ngày thanh toán, ngày đền tội; *to make no ~ of something* không đếm xỉa đến cái gì
reclaim *v.* làm khô, cải tạo, khai/vỡ hoang; lấy lại, đòi lại; cải tạo, giác ngộ [người hư]; thuần hoà [thú rừng]: *to ~ swampland* làm khô bãi sình lầy; *to ~ someone from a vice* cải tạo ai cho bỏ một tật xấu
recline *v.* nằm nghiêng, dựa, ngồi tựa; tựa đầu
recluse *n., adj.* (người) sống ẩn dật; ẩn sĩ
recognition *n.* sự công nhận/thừa nhận; ghi nhận: *beyond ~* không còn nhận ra được nữa; *in ~ of his contributions to Vietnamese education* để ghi nhận những sự đóng góp của ông ấy cho nền giáo dục Việt Nam; *to win ~ from the public* được mọi người thừa nhận, được công chúng công nhận
recognize *v.* công nhận, thừa nhận; nhìn nhận; nhận ra, nhận được; [chủ tịch] cho phép phát biểu: *to ~ the members of a new government* thừa nhận thành phần chính phủ mới
recoil 1 *n.* sự giật, sự bật/nảy lên; sự chùn lại 2 *v.* giật, bật, nảy; lùi lại, chùn bước: *to*

~ from doing something chùn bước không dám làm việc gì
recollect *v.* thu lại, nhớ lại, hồi tưởng; lấy hết can đảm: *to ~ oneself* tỉnh trí lại
recollection *n.* ký ức, hồi ức; sự nhớ lại: *~s* kỷ niệm, hồi ký: *to have a dim ~ of* nhớ không rõ, nhớ lờ mờ; *to the best of my ~* tôi nhớ không sai
recolor *v.* tô màu lại
recombine *v.* kết hợp lại một lần nữa, gom lại một lần nữa
recommence *v.* bắt đầu lại, khởi sự lại
recommend *v.* gửi gấm, giới thiệu, tiến cử, đề bạt; khuyên bảo, dặn bảo; đề nghị, khuyến nghị: *could you ~ me a good English dictionary?* bạn giới thiệu cho tôi cuốn từ điển tiếng Anh hay được không?; *he ~ed me to do as he said* ông ấy khuyên tôi làm theo những gì ông ấy nói
recommendation *n.* sự giới thiệu/đề bạt/tiến cử: *letter of ~* thư giới thiệu cho ai/một việc gì; *to write in ~ of someone* viết thư giới thiệu cho ai
recompense *n., v.* phần thưởng; sự đền bù; sự đền tội
reconcile *v.* giảng hoà, giải hoà; hoà giải; điều hoà: *to ~ oneself to* đành cam chịu; *to ~ one person with another* giải hoà hai người với nhau
reconciliation *n.* sự hoà giải, sự làm hoà
recondition *v.* làm mới lại, tu bổ lại, phục hồi máy móc: *I have ~ed the engine of my car* tôi vừa làm máy lại xe tôi
reconfirm *v.* tái xác nhận: *to ~ the date of an appointment* tái xác nhận buổi hẹn
reconnaissance *n.* sự do thám/trinh sát/tuần tiểu: *to make a ~* đi do thám, đi thám sát
reconnect *v.* nối lại, kết hợp lại
reconnoiter *v., n.* (sự) do thám, trinh sát, thăm dò
reconsider *v.* xem xét lại vấn đề, cứu xét việc gì: *I'd appreciate it very much if you could ~ my application* tôi rất lấy làm cảm kích nếu ông có thể cứu xét lại đơn của tôi
reconsideration *n.* việc cứu xét lại, việc xem xét lại vấn đề
reconsolidate *v.* củng cố lại
reconstruct *v.* xây dựng lại, tái thiết, kiến thiết lại; diễn lại [thảm kịch]; khôi phục lại
reconstruction *n.* sự kiến thiết lại; khôi phục
record 1 *n.* đĩa hát; kỷ lục; hồ sơ; sổ sách; sự ghi chép, biên bản: *gramophone ~* đĩa/ đĩa hát; *criminal ~* bản ghi tội phạm; *world ~* kỷ lục thế giới; *to break a ~* phá kỷ lục; *a clean ~* lý lịch trong sạch, không có án; *~s* văn thư, văn khố; *to go on ~* dẫn chứng ý kiến người nào một cách công khai; *off*

the ~ không chính thức; nói riêng với nhau, đừng ghi xuống nhé; ~ *player* máy quay đĩa, máy ghi âm; máy nghe nhạc; *put (set) the* ~ *straight* sửa lại điều hiểu lầm; ~ *holder* người giữ kỷ lục; *a matter of* ~ sự thật đã được ghi nhận; *to bear* ~ *to something* xác nhận việc gì 2 *v.* ghi, ghi chép; thu, ghi [tiếng/âm]; [nhiệt kế] chỉ [nhiệt độ]: *to* ~ *the proceedings of a conference* ghi biên bản hội nghị

recorder *n.* máy ghi âm, máy thu băng; bộ phận/dụng cụ ghi; lục sự; sáo dọc: *tape* ~ máy thu băng

recording *n.* sự ghi lại; một lần ghi

recount *v.* kể lại, thuật lại

re-count *n., v.* (sự) đếm phiếu lại

recoup *v.* đền, bồi thường: *to* ~ *someone for his losses* bồi thường thiệt hại cho ai

recourse *n.* sự nhờ/cầu đến: *to have* ~ *to something* cầu đến cái gì

re-cover *v.* bọc lại, bao lại

recover *v.* lấy lại, tìm lại được; thu lại, bù lại; khỏi bệnh, lại sức, bình phục; tỉnh trí lại: *to* ~ *what was lost* lấy lại những gì đã mất; *to* ~ *one's health* lấy lại sức khoẻ; *to* ~ *damages* được bồi thường; *to* ~ *from a long illness* bình phục sau một thời gian dài đau ốm

recovery *n.* sự lấy lại, sự tìm thấy; sự đòi lại; sự khỏi bệnh, sự bình phục

recreant *n., adj.* (kẻ) hèn nhát; (kẻ) phản bội

recreate *v.* giải trí, làm giải khuây

recreation *n.* sự nghỉ, sự giải trí/tiêu khiển: *I will have four weeks of* ~ *leave* tôi sẽ được nghỉ thường niên bốn tuần

recruit 1 *n.* lính mới, tân binh; thành viên mới 2 *v.* lấy, mộ, tuyển mộ [lính, hội viên/ đảng viên]

rectangle *n.* hình chữ nhật

rectangular *adj.* hình chữ nhật; [toạ độ] vuông góc

rectify *v.* sửa cho đúng, sửa chữa; chỉnh lưu: *to* ~ *mistakes* sửa lỗi lầm

rectilinear *adj.* thẳng: ~ *coordinates* toạ độ thẳng

rectitude *n.* tính ngay thẳng/chính trực

rector *n.* mục sư, viện trưởng, hiệu trưởng trường đại học

rectum *n.* ruột thẳng, trực tràng

recumbent *adj.* nằm, ngả người

recuperate *v.* lấy lại; thu về/hồi; phục hồi

recur *v.* lại diễn ra, tái diễn; phát lại, tái phát: *to* ~ *to past memories* trở lại trong trí nhớ

recurrent *adj.* trở lại, thường tái diễn: ~ *fever* sốt đi sốt lại

recycle *v.* tái chế biến: *to* ~ *all old newspapers* tái chế biến những báo cũ

red 1 *n.* màu đỏ; quần áo màu đỏ; người cộng sản; bị hụt tiền; mắc/thiếu nợ: *to be in the* ~ bị thiếu nợ, bị hụt tiền; *to be dressed in* ~ mặc quần áo đỏ 2 *adj.* đỏ; đỏ hoe, hung hung đỏ; đẫm máu; cộng sản, hồng: ~ *army* hồng quân; ~ *admiral* bướm có cánh đỏ; ~ *card* thẻ báo hiệu đuổi cầu thủ ra khỏi sân; ~ *carpet* thảm đỏ dành cho thượng khách; ~-*cooked* thịt nấu vừa chín; ~ *Cross* hội chữ thập đỏ, hội hồng thập tự; ~-*eye* đèn ở máy chụp hình để khỏi bị nhắm mắt; ~ *handed* trước mắt, quả tang: *to be caught* ~-*handed* bị bắt quả tang; ~-*hot favorite* người/ngựa/đội banh được cho là chắc thắng; ~ *Indian* người da đỏ; ~ *light* đèn đỏ; ~-*light camera* máy chụp hình xe hơi chạy quá tốc độ; ~-*light district* khu nhiều nhà chứa/nhà thổ; ~ *tape* nạn giấy tờ, tệ quan liêu; ~ *wine* rượu đỏ

redbird *n.* chim áo đỏ, chim hồng y

redbreast *n.* chim cổ đỏ

redcap *n.* công nhân khuân vác [ở ga]; hiến binh

redden *v.* làm đỏ; ửng đỏ, trở thành đỏ

reddish *adj.* hơi đỏ, (hơi) đo đỏ

redeem *v.* chuộc về [đồ cầm]; chuộc lỗi; cứu nguy; trả hết nợ: *to* ~ *a fault* chuộc lỗi

redefine *v.* định nghĩa lại, xác định lại

redeliver *v.* giao lại một lần nữa

redemption *n.* sự chuộc về; sự trả hết nợ; sự chuộc lỗi; sự cứu thế

redeploy *v.* chuyển quân đến một nơi mới, đưa qua ra chiến trường

rediscover *v.* phát hiện lại, tái phát hiện

redo *n.* làm lại; tu sửa, tô điểm lại

redouble *v.* tăng thêm gấp đôi, tăng cường thêm

redoubtable *adj.* đáng sợ, đáng ngán

redraw *v.* vẽ lại

redress *v., n.* sửa lại; đền bù; bồi thường

redskin *n., colloq., off.* người da đỏ

reduce *v.* giảm, giảm bớt, hạ; tự làm cho gầy đi, xuống cân, xuống ký: *to* ~ *to poverty* bị sa sút, thành ra nghèo túng; ~*d circumstances* thay đổi hoàn cảnh từ giàu đến nghèo; *to* ~ *to the ranks* giáng cấp; *reducing exercises* thể dục tập cho gầy người; *reducing agent* chất khử

reduction *n.* sự giảm bớt, sự thu nhỏ; sự giảm/hạ giá; bản thu nhỏ [ảnh, bản in]

redundancy *n.* sự thừa dư, sự giảm bớt: *thousands of government employees are facing* ~ *in their jobs* hàng ngàn công nhân viên chính phủ đối đầu với việc cắt giảm nhân số

redundant *adj.* thừa, dư; rườm rà

reduplicate *v.* lập lại, nhắc lại, làm gấp đôi

reed *n., v.* lau, sậy; lưỡi gà, lợp tranh: *a broken* ~ người không thể tin cậy được, người không thể nhờ cậy được; *to lean on a* ~ dựa vào một cái gì không vững chắc; ~ *bed* giường bằng sậy; ~ *mace* cây lau; ~ *organ* đàn khẩu cầm

reeded *adj.* đầy lau sậy, thuộc nhạc cụ có lưỡi gà

re-edit *v.* biên soạn lại, đọc và sửa lại; tái bản

re-educate *v.* cải tạo, cải huấn, giáo dục một lần nữa

re-education *n.* sự cải tạo, việc cải huấn: *a ~ camp* trại cải tạo, trại cải huấn

reef *n.* đá ngầm, san hô: *barrier* ~ bờ biển san hô

reek **1** *n.* mùi hăng/thối: *I feel uncomfortable with the ~ of tobacco* tôi cảm thấy khó chịu với mùi nồng nặc thuốc lá **2** *v.* nồng nặc, sặc mùi thối: *to ~ of alcohol* nồng nặc mùi rượu

reel **1** *n.* ống, cuộn: *a ~ of cotton thread* một cuộn chỉ sợi; *off the* ~ không ngừng, liên tục **2** *v.* quấn, cuốn; kéo [tơ]: *to ~ off* tháo chỉ ra khỏi ống; ~ *to* ~ chuyển từ băng ghi âm nầy sang băng ghi âm khác **3** *v.* đi lảo đảo, loạng choạng; quay cuồng nhảy nhót: *my head ~s* đầu tôi choáng váng

re-elect *v.* bầu lại, được chọn lại: *we ~ed him chairman* chúng tôi bầu lại ông ấy làm chủ tịch/khoa trưởng

re-election *n.* sự bầu lại, sự tái cử

re-embark *v.* cho lên tàu lại, cho tàu đậu lại

re-emphasize *v.* nhấn mạnh lại một lần nữa

re-employ *v.* tái tuyển dụng, tuyển dụng lại

re-enter *v.* vào lại, trở vào lại

re-entry *n.* sự trở vào, sự vào lại; sự trở về khí quyển trái đất: ~ *permit* giấy phép quay trở lại

re-establish *v.* thiết lập lại, tái thiết lại

re-evaluate *v.* thẩm định lại, đánh giá lại, định giá lá lại: *the real estate agent has ~d my house* công ty nhà đất vừa định giá lại ngôi nhà của tôi

reeve **1** *n.* thị trưởng, quận trưởng, chủ tịch hội đồng thành phố **2** *v.* luồn, xỏ dây; buộc chặt dây: *to ~ a rope* luồn dây qua ròng rọc

re-examination *n.* việc thi lại, việc xem xét lại, việc kiểm soát lại

re-examine *v.* thi lại, kiểm tra lại, xem xét lại, kiểm soát lại

refection *n.* bữa ăn nhẹ, ăn giải lao

refectory *n.* nhà ăn chung, nhà ăn công cộng

refer *v.* chuyển đến, giao cho; nói đến, nhắc đến, tìm đến, nhờ cậy: *I was ~red to the lab* người ta chỉ tôi đến hỏi ở phòng thí nghiệm; *I have to ~ to his report* tôi phải xem báo cáo của ông ta; *the matter must be ~red to a tribunal* vấn đề phải được giao cho toà hoà giải

referee *n., v.* (làm) trọng tài

reference *n.* (*abbr. ref.*) sự chuyển đến, sự giao cho; sự hỏi ý kiến; sự tham khảo/tham chiếu; sự nói/nhắc đến, sự ám chỉ; người/giấy giới thiệu: *in/with ~ to your application* theo lá đơn của ông; *books of ~,* ~ *books* sách tham khảo

referendum *n.* cuộc trưng cầu dân ý

referral *n.* sự gởi người hay bệnh nhân đến các bác sĩ chuyên khoa

refill **1** *n.* lõi bút mực dự trữ, lõi chì **2** *v.* đổ đầy lại, làm cho đầy lại

refinance *v.* vay lại tiền, chuyển tiền vay qua một chủ khác: *to ~ one's mortgage* vay lại tiền mua nhà, chuyển tiền mua nha qua một chủ khác

refine *v.* lọc, luyện tinh, tinh chế; làm cho tao nhã/tinh tế/lịch sự hơn: *to ~ gold* luyện vàng; *to ~ upon words* tế nhị trong lời nói

refined *adj.* nguyên chất; đã lọc, đã tinh chế

refinement *n.* sự lọc, sự tinh chế; tính tinh mỹ/tao nhã/văn nhã/lịch sự; sự tế nhị; tinh tuý

refinery *n.* nhà máy lọc, nhà máy tinh chế [dầu]

refit *v.* sửa chữa lại, trang bị lại

reflect *v.* phản xạ, phản chiếu, dội lại; phản ánh: *to ~ light* phản chiếu ánh sáng; *to ~ on/upon* suy nghĩ, ngẫm nghĩ; *his behavior ~s his thoughts* cách đối xử của ông ấy phản ánh suy nghĩ của ông ta

reflection *n.* sự phản xạ/phản chiếu; ánh (phản chiếu); sự suy nghĩ/ngẫm nghĩ; sự phản ánh: *to cast ~s on someone* chỉ trích ai, khiển trách ai; *angle of* ~ góc phản xạ, ảnh phản chiếu

reflector *n.* gương phản xạ; đèn sau [xe đạp]

reflex *n., adj.* phản xạ: *conditioned* ~ phản xạ có điều kiện

reflexive *adj.* [đại từ, động từ] phản thân

reflexology *n.* khoa bấm huyệt cho thư giãn

reflux *n., v.* (sự) chảy ngược, thuỷ triều lên xuống

reforest *v.* trồng cây gây rừng lại

reform **1** *n.* cải cách, sự cải thiện/cải lương/cải tạo, sự cải tổ, sự sửa đổi: *constitutional* ~ việc sửa đổi hiến pháp; *land* ~ cải cách ruộng đất; *~ed Church* đạo chấp nhận sự cải cách; ~ *school* trường dành cho tội phạm vị thành niên, trường cải tạo **2** *v.* cải cách; cải thiện/lương/tạo, cải tổ, sửa đổi; sửa mình: *to ~ an administrative system* cải cách hệ thống hành chánh

reformat *v.* sửa đổi lại, hoàn chỉnh lại

reformation *n.* sự cải cách/cải lương/cải tổ

reformatory *n.* trại cải tạo, nhà trừng giới

reformer *n.* nhà cải cách/cải lương, người cấp tiến

reformism *n.* chủ nghĩa cải lương

refract *v.* khúc xạ ánh sáng

refraction *n.* sự khúc xạ; độ khúc xạ

refrain 1 *n.* đoạn điệp, điệp khúc, điệp cú 2 *v.* cầm, nhịn, kiềm chế: *to ~ oneself* tự kiềm chế; *to ~ one's tears* cố cầm nước mắt, cố giữ không khóc

refresh *v.* làm cho tỉnh lại, làm cho khoan khoái; làm nhớ lại; giải khát, giải lao: *to ~ oneself with a cup of coffee* uống một ly cà phê cho tỉnh người lại

refresher *n.* đồ uống, đồ giải khát;sự bồi dưỡng: *~ course* lớp bồi dưỡng, lớp tu nghiệp, lớp ôn luyện lại

refreshing *adj.* làm/ướp lạnh, bỏ tủ ướp lạnh, làm tỉnh lại, làm khoẻ lại: *a ~ sleep* một giấc ngủ khoan khoái

refreshment *n.* sự tỉnh dưỡng, tinh thần khoẻ khoắn; các món ăn uống giải lao: *~s* đồ uống, đồ giải khát, đồ giải lao, trà bánh, quà bánh; *~ bar/room* quầy bán nước giải khát, phòng ăn uống giải lao

refrigerate *v.* làm/ướp lạnh, bỏ tủ ướp lạnh

refrigerator *n.* tủ (ướp) lạnh, tủ đá: *~ car* toa xe lửa/xe ướp lạnh

refuel *v.* đổ xăng/dầu lần nữa

refuge *n.* nơi ẩn náu, nơi trốn tránh; chỗ nương náu: *to take ~* ẩn náu

refugee *n.* người lánh nạn, dân tị nạn; người tránh ra ngoại quốc [để tránh sự khủng bố chính trị hoặc tôn giáo]: *political ~* dân tỵ nạn chính trị; *the United Nations High Commission for ~s* Uỷ hội đặc trách tỵ nạn Liên Hiệp Quốc

refund 1 *v.* trả lại, hoàn lại; bồi hoàn: *they guarantee to ~ my money if I am not happy with their service* họ bảo đảm trả lại tiền cho tôi nếu tôi không hài lòng việc phục vụ của họ 2 *n.* sự trả lại, sự hoàn lại, món tiền trả lại: *I was given a ~ when my new kettle did not work* tôi được trả lại tiền khi ấm đun nước mới mua không dùng được

refundable *adj.* có thể trả lại, trả lại được: *a ~ deposit is payable on check-out date* tiền đặt cọc sẽ trả lại vào ngày trả phòng, *non-~* không được trả lại tiền

refurnish *v.* trang trí lại bàn tủ trong nhà

refusal *n.* sự từ chối/khước từ; sự cự tuyệt

refuse 1 *n.* rác rưởi; đồ thừa, đồ (phế) thải 2 *n.* sự từ chối, việc khước từ 3 *v.* từ chối, khước từ; cự tuyệt: *to ~ to do something* từ chối làm việc gì

refute *v.* bẻ lại, bác, bác bỏ: *to ~ someone's*

argument bác bỏ lý lẽ của ai

regain *v.* lấy lại, thu hồi, chiếm lại: *to ~ consciousness* tỉnh lại [sau khi ngất đi]

regal *adj.* thuộc/như vua chúa, vương giả

regale *v.* thiết đãi nồng hậu, đãi tiệc sang trọng; làm thích thú, khoái trá

regard 1 *n.* sự chú ý; lòng kính mến; những lời chúc tụng: *in/with ~ to* về vấn đề, đối với vấn đề,về phần; *as ~s* còn về, liên quan đến; *please give my best ~s to your parents* xin cho tôi gửi lời kính thăm hai bác 2 *v.* chú ý, để ý, lưu tâm; coi như, xem như; có liên quan đến, có quan hệ tới: *to ~ someone's advice* để ý đến lời khuyên của ai; *this issue doesn't ~ me at all* vấn đề nầy chẳng liên quan gì đến tôi

regarding *prep.* còn về, về phần, đối với...: *the policy ~ various nationalities is acceptable* chính sách đối với các dân tộc có thể chấp nhận được

regardless *adj.* không đếm xỉa tới, bất chấp: *~ of consequences* bất chấp hậu quả (ra sao)

regency *n.* chế độ/thời kỳ nhiếp chính

regenerate *v.* cải tạo, đổi mới; tái sinh

regent *n.* quan nhiếp chính; nhân viên hội đồng quản trị viện đại học: *board of ~s* hội đồng quản trị viện đại học; *~ bowerbird* loại chim ở rừng rậm; *~ parrot* con vẹt có lông màu vàng và xanh đậm

regicide *n.* tội thí quân, tội giết vua; người giết vua

regime *n.* chế độ, chính thể: *democratic ~* chế độ dân chủ

regiment 1 *n.* trung đoàn; đoàn, bầy, lũ 2 *v.* tổ chức thành đoàn đội, kiểm soát chặt chẽ

regimentation *n.* sự tổ chức thành đoàn việc kiểm soát chặt chẽ

region *n.* vùng, miền, khu vực; khoảng: *a mountainous ~* khu vực miền núi; *Southeast Asian ~* vùng Đông Nam Á; *in the ~ of* khoảng chừng

regional *adj.* (thuộc) vùng, miền, địa phương

register 1 *n.* sổ, sổ sách; máy ghi, đồng hồ, công-tơ; khoảng âm, âm vực: *cash ~* máy tính tiền; *land ~* địa bạ, sổ sở hữu đất; *~ of births* sổ khai sinh; *~ office* văn phòng đăng ký, văn phòng trước bạ, phòng ghi danh 2 *v.* ghi sổ, vào sổ; ghi tên, ghi danh, đăng ký; [máy, công-tơ] chỉ, ghi; gửi bảo đảm [thư]: *to ~ a name* ghi tên vào sổ; *to ~ a letter* gởi bảo đảm một lá thư

registered *adj.* đã trình tòa, đã đăng ký; [thư] bảo đảm; [y tá] có văn bằng tốt nghiệp: *~ nurse* y tá có bằng hành nghề; *~ post* thư bảo đảm

registrar *n.* viên thủ bạ, người giữ sổ; viên

chức giữ hồ sơ sinh viên [ở đại học]; hộ tịch viên, viên chức hộ tịch

registration *n.* sự ghi danh/tên, sự đăng ký; sự vào sổ; sự gửi bảo đảm: *~ fee* lệ phí ghi tên; *~ number* số đăng bộ, số đăng ký; *~ plate* bảng số xe

registry *n.* cơ quan đăng ký; sự vào sổ: *~ office* văn phòng đăng ký hộ tịch/cưới hỏi/ tử tuất

regress *n., v.* (sự) giật lùi, (sự) thoái bộ

regression *n.* sự thụt hậu, sự thoái bộ, việc đi ngược trở lại

regret 1 *n.* sự tiếc, lòng thương tiếc, sự hối tiếc: *with our ~s* chúng tôi xin lỗi phải từ chối; *to express ~ for* xin lỗi; *to my deep ~ I cannot accept your invitation* tôi rất lấy làm tiếc là không nhận lời mời của bạn; *to give one's ~s* từ chối lời mời 2 *v.* hối tiếc; thương tiếc: *I ~ to inform you that ...* tôi lấy làm tiếc phải thông báo để ông biết rằng

regretful *adj.* thương tiếc; hối tiếc, ân hận

regrettable *adj.* đáng tiếc, đáng ân hận

regroup *v.* họp nhóm trở lại, tạo thành nhóm

regular 1 *adj.* đều đều, thường lệ, có quy luật, có định kỳ, đều đặn, thẳng, cân đối; chính thức, [nhân viên] trong biên chế; [bộ đội] chính quy; [động từ] quy tắc; đúng giờ giấc, quy củ; hoàn toàn, triệt để: *~ army* quân chính quy; *~ customer* khách quen; *~ pulse* mạch đập đều đặn; *to keep ~ hours* làm mọi việc như thường lệ 2 *n.* khách thường xuyên; nhân viên biên chế; bộ đội chính quy: *he is a ~ at these tea dances* ông ấy là khách thường xuyên trong những tiệc nhảy nầy; *my friend is a ~ in the army* bạn tôi là lính chính quy trong quân đội

regularity *n.* sự đều đặn; sự cân đối/quy củ

regulate *v.* sắp đặt, quy định (luật lệ); điều chỉnh, điều tiết: *to ~ a watch* điều chỉnh đồng hồ; *to ~ one's expenditures* điều chỉnh mọi chi tiêu

regulation *n.* luật lệ, điều lệ, quy tắc; sự quy định/chỉnh lý; sự điều chỉnh/điều tiết

regurgitate *v.* ựa ra, nôn thức ăn ra

rehabilitate *v.* phục hồi [quyền chức, danh dự]; khôi phục lại; tập luyện lại, chỉnh hình

rehabilitation *n.* sự phục hồi [quyền, danh dự, nhân phẩm]; sự khôi phục [đất nước]; sự tập luyện lại, chỉnh hình; sự giáo dục lại, cải tạo: *ex-drug addicts were sent for ~ so that they can re-enter society eventually* những người nghiện xì ke ma tuý được gởi đi cải tạo để họ có thể trở lại bình thường trong xã hội

rehash *n., v.* (sự) làm mới lại cái gì nhưng không thay đổi nhiều

rehearsal *n.* sự diễn thử, sự diễn tập: *dress ~* buổi diễn tập cuối cùng

rehearse *v.* diễn thử, diễn tập, tập dượt trước

reheat *v.* hâm nóng lại, đun nóng lại

Reich *n.* nước Đức ngày xưa

reign 1 *n.* triều, triều đại; sự ngự trị/chế ngự 2 *v.* trị vì, thống trị; thịnh hành, chiếm ưu thế, ngự trị, bao trùm

reimburse *v.* hoàn lại, trả lại

reimbursement *n.* việc hoàn trả lại tiền

rein 1 *n.* dây cương: *to assume the ~s of government* nắm chính quyền; *to draw ~* giữ ngựa lại; *to give free ~ to* thả lỏng cho ai tha hồ hành động; *to hold the ~s* nắm lấy dây cương; *to keep a tight ~ on* hạn chế tự do 2 *v.* gò cương, kiềm chế vào khuôn phép: *to ~ in one's temper* kiềm chế tính tình của mình

reincarnation *n.* sự đầu thai, sự hiện thân, sự luân hồi

reindeer *n.* mai tuần lộc (kéo xe ông già noen)

reinforce *v.* củng cố, tăng cường, tăng viện: *~d concrete* bê tông cốt sắt

reinforcement *n.* sự tăng cường: *~s* quân tiếp viện, viện binh

reinstate *v.* phục hồi, phục nguyên [chức vụ]

reissue *n., v.* (sự) tái bản, phát hành lại

reiterate *v.* nhắc lại, nói lại, lặp lại

reject 1 *n.* vật/hàng bị loại; người bị loại, thí sinh bị đánh hỏng; phế phẩm 2 *v.* loại/bỏ ra; bác bỏ, không chấp thuận; cự tuyệt: *to ~ someone's demand* bác bỏ lời yêu cầu của ai

rejection *n.* sự bác bỏ/cự tuyệt; sự loại bỏ

rejoice *v.* (làm cho) vui mừng, hoan hỉ

rejoicing *n.* nỗi hân hoan; hội hè, liên hoan

rejoin *v.* nối lại, chắp lại; tham gia lại; cãi lại

rejoinder *n.* lời cãi lại; lời kháng/đáp biện

rejuvenate *v.* làm trẻ lại, cải lão hoàn đồng

rekindle *v.* đốt/thắp lại, nhen/nhóm lại; cổ vũ, kích thích

relabel *v.* dán nhãn lại, ghi lại nhãn hiệu

relapse 1 *n.* sự rơi lại vào; sự phải lại bệnh: *relapsing fever* bệnh sốt vì nhiễm trùng 2 *v.* rơi lại vào; phải lại [bệnh]; phạm lại [tội]: *to ~ into poverty* lại rơi vào tình trạng nghèo khổ

relate *v.* thuật/kể lại; có liên quan [to đến]; có họ với, có quan hệ họ hàng với, bà con với: *they are ~d by blood* hai người có họ với nhau; *I fail to ~ these two facts* tôi chịu không liên hệ được hai việc này với nhau

related *adj.* liên hệ với nhau

relation *n.* sự liên lạc, mối quan hệ/liên hệ; sự tương quan; sự giao thiệp: *diplomatic ~s* quan hệ ngoại giao; *public ~s* giao tiếp công chúng; *a ~ between cause and effect* mối quan hệ nhân quả; *in/with ~ to* còn đối với

relationship *n.* mối quan hệ/liên hệ; tình họ hàng, tình thân thuộc, quan hệ thân thuộc

relative 1 *n.* bà con, người có họ: *a ~ of mine* một người bà con của tôi; *distant ~* người có họ xa, bà con xa 2 *adj.* tương đối; có liên quan đến, cân xứng với, tùy theo; [đại từ] quan hệ: *supply is ~ to demand* số cung tùy thuộc vào số cầu; *~ density* số lượng trong một hoá chất so với tiêu chuẩn; *~ humidity* số hơi nước có trong không khí, độ oi bức; *~ molecular mass* số lượng phân tử trong một hợp chất

relativity *n.* tính tương đối: *a special theory of ~* thuyết tương đối đặc biệt

relax *v.* buông/nới lỏng; làm chùng, làm bớt căng thẳng; làm giãn, giải trí; thư giãn; nghỉ ngơi: *to ~ tensions* làm dịu bớt mối căng thẳng; *to ~ one's mind* giải trí

relaxation *n.* sự nới lỏng; sự bớt căng thẳng; sự nghỉ ngơi, sự giải trí/tiêu khiển

relaxing *adj.* làm đỡ mệt, làm an thần, làm thư thái

relay 1 *n.* cuộc chạy tiếp sức; rơ-le điện; chương trình tiếp âm/tiếp vận: *~ race* chạy tiếp sức, *~ station* đài tiếp vận/tiếp âm 2 *v.* chuyển đi; xếp đặt theo kíp; chiếu lại, cho quay lại, tiếp vận/âm: *to ~ a message* cho nghe lại bài diễn văn

release 1 *n.* sự giải thoát; sự thả; sự phát hành [sách, phim]; sự thả [bom]; sự giải ngũ; sự cho phép, sự miễn: *press ~* thông cáo cho nhà báo; *~ of energy* sự giải phóng năng lượng 2 *v.* làm thoát khỏi [buồn, bệnh tật, mối lo]; tha, thả, phóng thích; phát hành, cho đăng; nhả [phanh]; thả [bom]; cho giải ngũ/phục viên; miễn: *to ~ prisoners-of-war* thả những người tù chiến tranh

relegate *v.* loại bỏ, bỏ riêng ra; giao cho ai; đổi người nào đi xa: *to ~ an old book to the wastepaper basket* vứt bỏ cuốn sách vào sọt giấy rác; *to ~ matter to someone* giao vấn đề cho ai để giải quyết

relent *v.* dịu xuống; mủi lòng, động lòng thương; bớt nghiêm khắc

relentless *adj.* tàn nhẫn, vô tình; không nao núng: *to be ~ in the pursuit of one's dreams* theo đuổi giấc mộng của mình không hề nao núng

re-let *v.* cho thuê lại, cho thuê thêm nữa

relevant *adj.* thích hợp/đáng, ăn nhằm với: *to be ~ to the times* thích hợp với thời đại

reliable *adj.* đáng tin cậy; chắc chắn, xác thực

reliance *n.* sự tin cậy, sự tín nhiệm

relic *n.* thánh tích, thánh cốt; dấu vết, di tích

relief 1 *n.* sự giảm/bớt; việc cứu tế; sự thay phiên đổi gác; trợ cấp xã hội; sự giải vây, sự cứu viện: *~ country* miền quê bị hạn hán cần cứu trợ; *~ teacher* giáo viên dạy tạm thay thế giáo viên khác; *to provide ~ for the earthquake victims* cứu trợ nạn nhân động đất 2 *n.* sự nổi bật lên; sự đắp/chạm nổi: *~ map* bản đồ [địa hình] nổi; *high ~* khắc chạm nổi

relieve *v.* làm giảm bớt, làm nhẹ bớt; giúp đỡ, cứu trợ; đổi [gác]; giải vây; làm yên lòng: *we feel ~d* chúng tôi thấy nhẹ hẳn người, không lo nữa; *to ~ one's feelings* nói hết cho hả dạ, nói hết cho người nhẹ nhõm; *to ~ oneself* đi tiểu tiện; *to ~ a person of a burden/responsibility* làm nhẹ bớt gánh nặng/trách nhiệm cho ai; *he was ~d of his command* ông ấy bị mất chức tư lệnh

religion *n.* đạo, tôn giáo, đạo giáo; tín ngưỡng: *everyone supports freedom of ~* mọi người đều ủng hộ sự tự do tín ngưỡng

religious *adj.* tôn giáo, tín ngưỡng; ngoan đạo, mộ/sùng đạo

relinquish *v.* từ bỏ [quyền lợi, hy vọng, tật]

relish *n., v.* mùi vị, hương/phong vị; sự thích thú, khoái; nếm, hưởng, thưởng thức

relive *v.* sống lại, hồi sinh

relocate *v.* dời đến một địa điểm khác

reluctance *n.* sự miễn cưỡng, sự bất đắc dĩ

reluctant *adj.* miễn cưỡng, bất đắc dĩ, không sẵn lòng: *to be ~ to do something* miễn cưỡng/đắc dĩ làm việc gì

rely *v.* tin, tin cậy, dựa vào, trông/ỷ vào: *to ~ upon someone* tin cậy ai; *I ~ on your judgment* tôi tin vào nhận định của bạn

remain *v.* còn lại; ở/lưu lại; vẫn còn (là) *much ~s to be done* còn nhiều việc phải làm; *his position ~s unchanged* lập trường của anh ta vẫn không hề thay đổi; *I ~ed in Rome ten days* tôi lưu lại Rôma mười ngày

remainder *n., v.* (phần) còn lại; số dư/thừa; bán đi phần còn lại: *the ~ of his life* quãng đời còn lại của ông ta

remains *n., pl.* đồ thừa; tàn tích, di tích; di hài

remake *v.* làm lại

remand *n., v.* (sự) giam tạm trong lúc điều tra: *~ center* trung tâm giữ tạm thời tội phạm vị thành niên; *on ~* tạm giam đợi ra toà

remark 1 *n.* sự lưu ý; lời phê bình/bình luận; sự nhận xét/nhận định: *to make no ~ on something* có ý nhận xét về việc gì 2 *v.* phê bình, bình luận, nhận xét; thấy, lưu ý, chú ý: *to ~ on* nhận xét, phê bình

remarkable *adj.* đáng chú ý; xuất sắc, phi thường

remarry *v.* cưới lại, tái giá, cải giá, đi bước nữa, tục huyền, lấy vợ khác, [quả phụ] lấy chồng

remedial *adj.* để chữa bệnh, để điều trị, để sửa chữa

remedy 1 *n.* (phương) thuốc; cách chữa; sự đền bù 2 *v.* sửa chữa; đền bù, bù đắp

remember *v.* nhớ(lại), ghi nhớ: *please ~ to mail those cards* nhớ gửi những tấm thiệp đó nhé; *I ~ seeing you at your home* tôi nhớ đã gặp bạn ở nhà bạn; *~ me to your fifth uncle* cho tôi gởi lời kính thăm chú năm nhé!; *to ~ oneself* trấn tĩnh lại, sực nhớ lại

remembrance *n.* sự hồi tưởng/tưởng nhớ; kỷ niệm, món quà lưu niệm, kỷ vật; lời thăm hỏi: *in ~ of someone* để tưởng nhớ đến ai; *~ Day* ngày tưởng niệm những người đã chết trong thế chiến thứ nhất và thứ hai; *please give my ~s to her* làm ơn cho tôi gởi lời thăm bà ta

remind *v.* nhắc; làm nhớ lại: *that ~s me of our childhood in Hanoi* điều đó làm tôi nhớ lại thời thơ ấu của chúng mình ở Hà Nội

reminder *n.* sự nhắc nhở, thư nhắc: *to send somebody a ~* viết thư nhắc nhở ai; *gentle ~* lời nhắc khéo

remindful *adj.* nhắc lại, làm nhớ lại, đáng ghi nhớ

reminisce *v.* nhớ lại, hồi tưởng lại

reminiscence *n.* sự nhớ lại, hồi ức; kỷ niệm, hồi ký: *this situation awakens ~s of my country* trong tình huống nầy làm cho tôi hồi tưởng lại quê hương của tôi

reminiscent *adj.* làm nhớ lại, gợi lại [*of*]

remiss *adj.* chểnh mảng, cẩu thả, sơ ý: *to be ~ in one's duties* chểnh mảng nhiệm vụ

remission *n.* sự miễn; sự tha thứ/xá miễn

remit *v., n.* (sự) trả, gửi tiền; tha, xá, miễn; giảm: *to ~ money home* gởi tiền về nhà

remittal *n.* sự miễn giảm

remittance *n.* sự gửi tiền/hàng; phiếu tiền/ hàng gửi: *please send your check with this ~* làm ơn gởi trả tiền với phiếu tính tiền nầy

remnant *n.* đồ thừa; dấu vết, tàn dư, tàn tích; đầu thừa đuôi thẹo, vải vụn

remodel *v.* sửa đổi, tu sửa, đại tu bổ

remonstrance *n.* sự khuyên can/can gián; trách móc

remonstrate *v.* khuyên can; khiển trách; phản đối: *to ~ with someone* khiển trách ai; *to ~ against something* phản đối việc gì

remorse *n.* sự ăn năn, hối hận

remorseful *adj.* ăn năn, hối hận

remote *adj.* xa xôi, xa xăm, hẻo lánh: *~ causes* nguyên nhân xa xôi; *the ~ past* quá khứ xa xưa; *~ control* điều khiển từ xa; *~ sensing* chụp hình trái đất qua vệ tinh; *they live in ~ villages* họ sống trong những làng mạc xa xôi hẻo lánh

removable *adj.* có thể dời/chuyển đi, có thể bứng đi

removal *n.* việc di chuyển; sự dọn nhà; sự xoá bỏ; sự cắt bỏ; sự giết, sự thủ tiêu; sự cách chức: *~ service* dịch vụ chuyên chở đồ đạc hàng hoá; *three ~s are as bad as a fire* ba lần dọn nhà bằng một lần cháy nhà

remove *v., n.* dời đi, di chuyển; bỏ [mũ] ra; tẩy trừ, xoá bỏ loại bỏ; cắt bỏ; giết, thủ tiêu; cách chức: *I have ~d the dead leaves from the tree* tôi vừa cắt bỏ những lá vàng khỏi cây; *to ~ someone's name from a list* xoá tên ai trong danh sách

remuneration *n.* sự trả công, sự đền đáp; tiền thù lao, tiền thưởng, tiền lương

renaissance *n.* thời kỳ phục hưng

renal *adj.* thuộc về thận

rename *v.* đổi tên, thay tên, đặt tên lại

rend *v.* [rent] xé nát; xé [không khí]; giày vò, làm đau: *to ~ something apart* xé tan vật gì; *to ~ someone's heart* làm đau lòng người nào

render *v.* làm cho; diễn tả, biểu hiện; trình diễn; dịch; trát vữa tường nhà: *to ~ thanks* đền ơn đáp nghĩa; *the author thinks his message is ~ed in his works* tác giả nghĩ rằng điều ông ta muốn nói đã thể hiện trong tác phẩm của ông ta rồi; *to ~ into English* dịch sang tiếng anh

rendezvous *n., v.* (gặp nhau) ở chỗ hẹn

rendition *n.* sự biểu diễn/diễn xuất; bản dịch

renegade *n.* kẻ phản bội

renege *v.* nuốt lời, không giữ lời hứa, bội ước

renew *v.* thay đổi mới; gia hạn, thêm; nối tiếp, [giấy phép, học bổng] ký lại, cấp thêm/tái cấp: *to ~ a contract* ký lại hợp đồng; *to ~ a membership card* tái cấp thẻ hội viên

renewable *adj.* có thể cho gia hạn, tái cấp; đổi mới, thay mới; có thể nối lại; có thể tiếp tục

renewal *n.* sự tiếp tục/gia hạn (mua năm, giao ước); sự phục hồi; sự đổi mới

renounce *v.* bỏ, từ bỏ, không thừa nhận: *to ~ the world* từ bỏ thế giới

renovate *v.* sửa chữa, đổi mới, cải tiến, tân trang, làm mới lại: *he has ~d his bathroom* ông ấy vừa làm mới lại phòng tắm

renovation *n.* sự sửa chữa lại, việc làm mới lại, việc tân trang

renown *n.* danh tiếng, tiếng tăm, danh vọng

renowned *adj.* có tiếng, nổi tiếng, trứ danh: *the ~ author has many faithful readers* tác giả nổi tiếng có rất nhiều đọc giả trung thành

rent 1 *n.* tiền thuê nhà/đất, địa tô; sự thuê, sự cho thuê: *house for ~* nhà cho thuê; *~-col-*

lector người đi thu tiền thuê; *~-free* không mất tiền thuê **2** *v.* cho thuê (nhà, đất); cho cấy rẽ; cấy rẽ, cấy nộp tô; thuê [nhà, đất, phòng, xe]: *to ~ a house to someone* cho ai thuê nhà

rent quá khứ của **rend**

rental *n.* tiền (cho) thuê: *~ agency* hãng cho thuê (nhà, xe); *~ library* thư viện cho thuê sách

renunciation *n.* sự từ bỏ, sự không nhận

reoccupy *v.* chiếm lại, giữ lại địa điểm

reopen *v.* mở lại, khai giảng lại, bắt đầu lại: *the shops ~ after a long holiday* tiệm đã mở cửa lại say thời gian nghỉ lễ

reorder *v.* đặt mua lại

reorganization *n.* sự cải tổ, sự tổ chức lại, chỉnh đốn lại, việc tái tổ chức

reorganize *v.* cải tổ, tổ chức lại, sắp xếp lại, chỉnh đốn lại

reorient *v.* hướng dẫn ai về việc gì, cho ý kiến mới

rep *n., abbr.* (= **representative**) người đại diện, công ty đại diện, người thay mặt

repackage *v.* đóng gói lại lần nữa

repaid *v.* quá khứ của repay trả rồi, trả trước

repaint *n., v.* (sự) sơn lại, tô màu lại

repair 1 *n.* sự sửa chữa, sự tu sửa; tình trạng còn tốt (sử dụng được): *to be under ~* đang được sửa chữa; *to be beyond ~* không thể sửa chữa được; *in good ~* giữ gìn tốt; *~man* thợ sửa chữa **2** *n.* sự năng lui tới, sự vãng lai: *to have ~s done to a place* năng lui tới một nơi nào **3** *v.* sửa chữa; vá [quần áo]; tu sửa, tu bổ, trùng tu [nhà cửa]; sửa sai: *to ~ an error* sửa sai lầm; *to ~ one's house* tu sửa nhà cửa; *to ~ one's health* hồi phục sức khoẻ **4** *v.* đi đến, hay lui tới

repairable *adj.* có thể sửa chữa được, có thể tu bổ; có thể chuộc được

reparation *n.* sự tu sửa, sự chuộc; sự/tiền bồi thường, bồi khoản: *war ~s mission* phái đoàn bồi thường chiến tranh

repartee *n.* lời ứng đối; sự đối đáp

repast *n.* bữa ăn, bữa tiệc, bữa cơm (thịnh soạn)

repatriate *v.* (cho) hồi hương/trở về nước

repay *v.* [**repaid**] trả lại, đáp lại; đền đáp: *to ~ a visit* đi thăm đáp lễ; *to ~ money* trả tiền đã vay mượn

repayment *n.* sự trả lại; sự đền đáp/báo đáp

repeal *n., v.* (sự) bãi bỏ, huỷ bỏ, triệt tiêu

repeat 1 *n.* sự nhắc/lặp lại; chương trình/tiết mục được chơi lại: *there is a ~ of yesterday's soccer match on television* chương trình truyền hình chiếu lại trận bóng đá ngày hôm qua; *~ performance* trình diễn lại **2** *v.* nhắc lại, lặp lại; chơi lại, phát

thanh lại, truyền hình lại; phải ở lại chứ không được lên lớp trên: *please ~ after me* xin nhắc lại theo tôi; *to ~ oneself* nhắc đi nhắc lại; *to ~ itself* lập lại như cũ

repeatedly *adv.* làm đi làm lại nhiều lần

repel *v.* đẩy lùi/lùi; khước từ, cự tuyệt; trừ: *to ~ a proposal* từ chối một đề nghị

repellent 1 *n.* thuốc trừ; vải không thấm nước: *water ~* không thấm nước; *mosquito ~* thuốc trừ muỗi **2** *adj.* có ý từ khước, có ý cự tuyệt

repent *v.* ăn năn hối hận, hối cải: *I have nothing to ~ of* tôi không có gì phải hối hận cả

repentance *n.* sự ăn năn hối hận, sự ân hận

repentant *adj.* hối hận, ân hận, ăn năn, hối tiếc

repercussion *n.* tiếng vọng, âm vang; ảnh hưởng

repertoire *n.* các tiết mục biểu diễn, toàn bộ kịch mục, tất cả các tuồng tích

repertory *n.* kho tàng [văn liệu/tài liệu/tư liệu]; xem **repertoire**: *~ company* công ty diễn kịch, kịch đoàn; *~ theater* kịch nói mỗi mùa diễn những vở tủ

repetition *n.* sự nhắc/lặp lại; sự bắt chước

repetitive *adj.* lặp lại, động tác lập đi lập lại

rephrase *v.* viết lại, sửa câu/đoạn văn lại

repine *v.* than phiền, phàn nàn

replace *v.* thay thế; để vào chỗ cũ: *the management committee has ~d the human resources director* uỷ ban quản trị vừa thay vị giám đốc nhân viên

replacement *n.* sự thay thế; người/vật thay thế

replay *n., v.* (sự) đấu lại/chơi lại một trận đấu

replenish *v.* đổ cho đầy lại; bổ sung

replete *adj.* đầy ứ, tràn đầy; sung mãn; no ứ: *to be ~ with much food* tràn đầy thức ăn

replica *n.* bản sao [tranh/tượng]; mô hình, mẫu

replicate 1 *v.* lập lại, làm lại cái khác **2** *adj.* cuộn trở lại, gấp lại **3** *n.* (âm nhạc) cách một giọng

reply 1 *n.* câu/thư trả lời: *in ~ to your letter* để trả lời thư của bạn; *~ coupon* phiếu dùng để trả lời thư không mất tiền; *~ paid* người nhận sẽ trả tiền cước phí **2** *v.* trả lời, đáp lại: *to ~ someone on something* trả lời ai về việc gì

report 1 *n.* báo cáo; biên bản; bản tin: *progress ~* bản tường trình diễn tiến công việc; *school ~* phiếu điểm, học bạ; *weather ~* bản dự báo thời tiết **2** *v.* báo cáo, tường trình; kể/thuật lại; trình báo, tố cáo, tố giác; đồn: *to ~ at a meeting* tường trình trong buổi họp; *to ~ for a newspaper* viết phóng sự cho một tờ báo; *it is ~ed that* có tin đồn rằng...; *they never ~ed the burglary* họ chẳng bao giờ trình báo nhà chức trách về vụ trộm đó cả; *to ~ oneself* trình diện; *to ~ back* tường trình lại cho ai; *~ed speech* thể tường thuật

reporter *n.* phóng viên, nhà báo, ký giả

repose 1 *n.* sự nghỉ ngơi; dáng khoan thai: *to work without ~* làm việc không ngừng nghỉ 2 *v.* nghỉ ngơi; nằm, yên nghỉ; đặt để [hy vọng]: *I ~ my hope on my children* tôi đặt hy vọng vào các con của tôi

repository *n.* kho, chỗ chứa, nơi chôn cất

repossess *v.* chiếm hữu lại, chiếm giữ lại

reprehend *v.* trách mắng, quở trách

represent *v.* thay mặt, đại diện; tiêu biểu/ tượng trưng cho; đóng, diễn; miêu tả: *he ~s a conservative class* ông ấy tiêu biểu cho giai cấp bảo thủ

representation *n.* sự thay mặt, sự đại diện; sự tượng trưng/tiêu biểu; sự đóng/diễn kịch; lời phản kháng/phản đối; sự miêu tả

representative 1 *n.* đại biểu, đại diện; nghị viên, dân biểu hạ viện: *House of ~s* hạ viện 2 *adj.* tiêu biểu, tượng trưng; đại nghị: *~ of the general population* đại biểu cho quần chúng

repress *v.* dẹp, đàn áp; nén, cầm lại, kiềm chế

repression *n.* sự đàn áp; sự đè nén/kiềm chế

reprieve *n., v.* (sự) hoãn thi hành án tử hình; (sự) tạm thời giảm bớt [đau khổ]

reprimand *n., v.* (lời) quở trách, khiển trách

reprint 1 *n.* sự in lại; bài in riêng 2 *v.* in lại: *this dictionary is ~ed many times* cuốn từ điển nầy đã in lại nhiều lần

reprisal *n.* sự trả/báo thù, hành động trả đũa: *to make ~s on someone* trả thù ai

repro *n., abbr.* (= **reproduction**) sản xuất lại

reproach 1 *n.* sự trách mắng; điều sỉ nhục 2 *v.* quở trách, trách mắng [*for* về tội]

reproachful *adj.* trách mắng, mắng mỏ

reprobate 1 *n.* người tội lỗi, người ăn chơi phóng đãng 2 *adj.* đầy tội lỗi, phóng đãng truy lạc 3 *v.* chê bai ai, bài xích người khác

reproduce *v.* sao lại [tranh ảnh]; mọc lại; tái sinh, sinh sôi nảy nở, sinh sản, sản xuất lại

reproduction *n.* sự sao chép; bản sao chép, bản mô phỏng; sự sinh sản, sự sinh sôi nảy nở, việc sản xuất lại

reproductive *adj.* [cơ quan *organs*] sinh sản

reproof *n.* sự/lời mắng mỏ/quở trách

reprove *v.* mắng mỏ, quở trách, khiển trách

reptile *n.* loài bò sát; người hèn hạ, kẻ bợ đỡ, kẻ luồn cúi

republic *n.* nước/nền cộng hoà: *People's Democratic ~* nước cộng hoà dân chủ nhân dân

republican *n., adj.* (đảng viên) cộng hoà

repudiate *v.* bỏ/để [vợ]; không nhận, từ chối,

cự tuyệt; không công nhận/thừa nhận: *to ~ a gift* không nhận quà

repugnant *adj.* gớm ghiếc, ghê tởm, đáng ghét; gớm, ghét, không ưa; mâu thuẫn, trái, không hợp: *to be ~ to someone* ghét người nào

repulse 1 *n.* sự đẩy lùi; sự từ chối/cự tuyệt 2 *v.* đánh lui, đẩy lùi; từ chối, cự tuyệt

repulsion *n.* sự ghét, sự ghê tởm; lực đẩy

repulsive *adj.* ghê tởm, gớm ghiếc; [lực] đẩy

reputable *adj.* đáng kính trọng, danh giá

reputation *n.* danh tiếng [tốt hoặc xấu]; tai tiếng; tiếng tốt, nổi tiếng, thanh danh, phương danh, tiếng tăm

repute 1 *n.* tiếng tốt; tiếng (tăm), lời đồn: *good ~* tiếng tốt; *bad/ill ~* tiếng xấu 2 *v.* cho là, đồn rằng

reputed *adj.* ~ được coi/cho là: *~ wealthy* có tiếng là giàu; *the ~ father of that boy* người mà thiên hạ bảo là bố thằng bé đó

reputedly *adv.* được cho là, được coi là, theo chỗ người ta đồn

request 1 *n.* lời xin, lời yêu cầu/thỉnh cầu: *on ~* được yêu cầu; *~ stop* trạm ngừng theo yêu cầu của hành khách 2 *v.* xin, yêu cầu, đề nghị: *Mr. & Mrs. Nguyen Viet have the pleasure to ~ your presence at ...* ông bà Nguyễn Việt trân trọng kính mời ông/ bà quá bộ đến dự...; *visitors are ~ed not to touch the exhibits* yêu cầu quý khách không được sờ vào vật trưng bày

requiem *n.* lễ cầu siêu, lễ cầu hồn

require *v.* cần phải có, cần đến; đòi hỏi

requirement *n.* điều kiện bắt buộc, điều kiện cần thiết/tất yếu; sự đòi hỏi, nhu cầu

requisite *n., adj.* (vật) cần thiết; điều kiện cần thiết/tất yếu

requisition 1 *n.* sự yêu cầu; lệnh; lệnh sung công trưng dụng/trưng thu/trưng tập: *under ~* theo lệnh của ai; *to put in a ~ for* trưng dụng 2 *v.* trưng dụng, trưng thu

requite *v.* đáp lại, đền đáp; báo/trả thù; thưởng

reread *v.* đọc lại

re-release *v., n.* cho phát hành lại, cho phổ biến một lần nữa

rerun *n., v.* cho chiếu lại, cho chạy lại

resale *n.* bán lại, bán lần nữa

rescind *v.* huỷ bỏ, thủ tiêu [giao kèo, luật]: *to ~ a contract* huỷ bỏ hợp đồng

rescue 1 *n.* sự cứu, sự giải thoát: *to run to the ~ of* chạy đến cứu ...; *~ party* đoàn đi cứu 2 *v.* cứu, cứu thoát, cứu nguy, giải cứu/ thoát: *to ~ someone from death* cứu ai khỏi chết

research *n., v.* (sự) nghiên cứu, (sự) khảo cứu: *~ assistant* nghiên cứu sinh, phụ khảo; *~ project* dự án nghiên cứu; *~ worker* nhân viên nghiên cứu; *to ~ into the causes of cancer* nghiên cứu nguyên nhân gây ra bệnh ung thư

researcher *n.* nhà nghiên cứu

resell *v.* bán lại

resemblance *n.* sự giống nhau

resemble *v.* giống với [người nào, vật gì]: *he ~s his father* ông ấy giống ba ông ta

resent *v.* không bằng lòng, phật ý; oán (giận): *to ~ a bit of fun* không bằng lòng về câu nói đùa

resentful *adj.* phật ý; oán giận; oán (giận)

resentment *n.* sự oán giận, mối căm hờn/ căm thù

reservation *n.* sự giữ trước [phòng trọ, vé, chỗ ngồi ở rạp]; khu dành riêng; sự hạn chế, sự dè dặt: *without ~* không có đặt trước, không có giữ trước

reserve 1 *n.* sự/vật dự trữ; quân trừ bị/dự bị; cầu thủ dự bị, cầu thủ phòng hờ; tính dè dặt/e lệ, sự ý tứ, sự giữ gìn: *the gold ~* trữ kim; *federal ~ bank* ngân hàng dự trữ quốc gia; *in ~* để dành đấy, để dự trữ; *~ price* giá thấp nhất chủ nhà muốn; *with all proper ~s* với tất cả sự dè dặt 2 *v.* để dành, dự trữ; dành/giữ trước; dành riêng: *to ~ a seat on the train* dành một chỗ trên xe lửa; *we ~ the right to change the program* chúng tôi dành quyền thay đổi chương trình

reserved *adj.* dành riêng, dành trước; kín đáo, ý tứ, e lệ, dè dặt, giữ gìn; dự bị, trừ bị: *~ seats* ghế dành riêng; *a ~ personality* cá tính dè dặt; *~ forces* quân trừ bị

reservoir *n.* lính trừ bị, lính dự bị/hậu bị

reservoir *n.* hồ/bể chứa nước; kho, nguồn

reset *v.* đặt lại, vặn lại, lắp lại; nhận lại [kim cương]; căng lại [lò xo]; bó lại [xương gãy]: *to ~ your clock* lấy giờ lại

resettle *v.* tái định cư

reshuffle *v.* trang [bài]; cải tổ: *to ~ the cabinet* cải tổ nội các; *to ~ playing cards* làm bài lại, xóc bài lại

reside *v.* ở, trú ngụ, cư ngụ, cư trú

residence *n.* nhà ở, chỗ ở, nơi cư trú/cư ngụ; sự/thời gian cư trú

resident 1 *n.* người cư ngụ, cư dân: *permanent ~* người (ngoại kiều) thường trú 2 *adj.* cư trú; thường trú: *~ doctor* bác sĩ nội trú

residential *adj.* thuộc nhà ở: *~ district/area* khu vực nhà ở [xa khu buôn bán và công sở]

residual *n., adj.* còn dư, còn thừa; thặng dư, dư

residue *n.* bã; phần còn lại (sau khi trả nợ xong)

resign *v.* xin thôi việc, từ chức; bỏ, từ bỏ: *to ~ oneself to* đành cam chịu, đành phận...; *to ~ from one's job* từ chức

resignation *n.* sự từ chức; đơn xin từ chức, sự

từ bỏ; sự cam chịu, sự nhẫn nhục: *to send in, to tender one's ~* nộp/đưa dơn từ chức/ từ nhiệm; *to accept one's fate with ~* cam chịu số phận

resigned *adj.* cam chịu, nhẫn nhục

resilient *adj.* bật nẩy, đàn hồi; bền bỉ

resin *n.* nhựa (thông)

resist *v.* chống lại, chống cự, kháng cự; chịu được; cưỡng lại được; nhịn được

resistance *n.* sự chống cự/kháng cự/đề kháng; điện trở: *war of ~* cuộc kháng chiến; *to take the line of least ~* chọn con đường dễ nhất, chọn phương pháp dễ nhất

resit *n., v.* (sự) thi lại

resold quá khứ của **resell**

resolute *adj.* cương quyết, kiên quyết

resolution *n.* sự quyết tâm/cương quyết/kiên quyết; bản nghị quyết; sự/cách giải quyết [vấn đề]; sự/cách giải: *to pass/adopt a~* thông qua bản nghị quyết; *to carry out a ~* thực hiện một quyết định; *~ of vectors* sự giải vec-tơ

resolve 1 *n.* quyết tâm, kiên quyết: *to take a great ~ to* quyết tâm đối với việc gì 2 *v.* kiên quyết; quyết tâm; giải quyết [vấn đề]; giải [bài toán]; phân tích: *to ~ into* phân tích thành; *resolving power* dụng cụ phân biệt vật nhỏ hay gần giống nhau; *considering... be it ~d that...* xét vì... quyết định rằng...

resonance *n.* tính âm vang; cộng hưởng

resonant *adj.* vang âm, dội tiếng lại; cộng hưởng

resort 1 *n.* nơi nghỉ mát; phương kế, phương sách; *mountain ~s* nơi nghỉ mát trên núi; *seaside ~* khu nghỉ mát ở bờ biển; *as a last ~* cùng kế mới phải 2 *v.* dùng đến; đi đến, lui tới: *to ~ to violence* dùng đến võ lực

resound *v.* vang dội; vang lên, dội lại

resource *n.* tài nguyên; cách xoay sở, phương kế, phương sách, thủ đoạn; tài xoay sở/tháo vát: *human ~s* nhân lực; *material ~* vật lực, tài lực; *natural ~s* tài nguyên thiên nhiên

resourceful *adj.* có tài xoay sở, tháo vát

respect 1 *n.* sự kính trọng/tôn trọng; lời kính thăm; mặt, phương diện; mối liên quan: *to pay one's last ~s to* đến phúng viếng; *in every ~* về mọi phương diện; *in many ~s* về nhiều mặt; *with ~ to the scholarship* đối với vấn đề học bổng 2 *v.* kính trọng, tôn trọng: *to ~ the law* tôn trọng pháp luật; *to ~ oneself* tự trọng

respectable *adj.* đáng kính trọng, khả kính; đứng đắn, đàng hoàng; [số lượng] kha khá, khá lớn

respectful *adj.* có/tỏ vẻ tôn kính

respectfully *adv.* với vẻ tôn kính, kính cẩn: ~ *yours* kính thư

respective *adj.* riêng từng người/cái, tương ứng: *they returned to their ~ rooms* người nào người nấy trở về phòng riêng

respectively *adv.* riêng từng người/cái: *I taught in Seattle and in Honolulu, in 1995 and 1996* ~ tôi dạy học ở Seattle năm 1995 và ở Honolulu năm 1996

respiration *n.* sự thở, sự hô hấp; hơi thở

respirator *n.* máy hô hấp; mặt nạ phòng hơi độc; cái che miệng

respiratory *adj.* [bộ máy] hô hấp

respire *v.* thở, hô hấp, lấy lại hơi

respite *n., v.* (sự) hoãn, (sự) nghỉ ngơi

resplendent *adj.* chói lọi, rực rỡ, lộng lẫy

respond *v.* đáp lại, hưởng ứng; phản ứng lại: *to ~ to the appeal* hưởng ứng lời kêu gọi; *to ~ to one's question* trả lời thắc mắc của ai

respondent *adj.* chói lọi, lộng lẫy

response *n.* sự đáp lại, sự hưởng ứng; sự phản ứng, vận động phản ứng lại; sự trả lời, thư trả lời

responsibility *n.* trách nhiệm: *to bear ~* chịu trách nhiệm; *to take the ~* nhận lấy trách nhiệm; *to decline the ~* từ chối trách nhiệm; *on one's own ~* không được trao trách nhiệm

responsible *adj.* chịu trách nhiệm; có (tinh thần) trách nhiệm; đáng tin cậy, đứng đắn; chức vụ quan trọng, tin cẩn: *to be ~ for* chịu trách nhiệm về; *to be ~ to* trực thuộc, có trách nhiệm đối với

responsive *adj.* dễ cảm, (sẵn sàng) đáp lại

rest 1 *n.* lúc nghỉ ngơi; sự yên nghỉ (ngàn thu); sự ngừng lại; sự yên tâm/vững dạ; cái giá/tựa; dấu lặng: *to take a ~* đi nghỉ ngơi; *at ~* lúc nghỉ ngơi; *to be at ~* yên tâm, đang nghỉ tay; *to set a question at ~* giải quyết một vấn đề; ~ *area* nơi dừng xe nghỉ; ~ *day* ngày nghỉ; ~ *house* nhà nghỉ, quán trọ; ~ *room* nhà vệ sinh; ~*ing place* nơi nghỉ ngơi; nơi yên nghỉ cuối cùng 2 *n.* phần còn lại; những người khác, những cái khác: *for the ~* những phần/người còn lại, *all the ~* tất cả còn lại 3 *v.* nghỉ, nghỉ tay, nghỉ ngơi; yên nghỉ, chết; ngừng lại; dựa/tựa trên: *to ~ on/upon one's promise* tin vào lời hứa của ai; *to ~ on one's laurels* thoả mãn những gì đã làm được; *to ~ one's case* đi đến kết luận 4 *v.* vẫn còn, vẫn cứ; tuỳ ở: *you may ~ assured that* bạn tin chắc rằng; *the final decision now ~s with him* quyết định sau cùng tuỳ thuộc vào ông ấy

restart *v.* bắt đầu lại, lại bắt đầu

restaurant *n.* quán ăn, tiệm ăn, nhà hàng, quán cơm

restaurateur *n.* chủ nhà hàng, chủ tiệm ăn

restful *adj.* yên tĩnh, dễ nghỉ ngơi thư thái

restitution *n.* sự hoàn/trả lại; sự bồi thường: *to make ~ for one's debts* trả nợ cho ai

restive *adj.* [ngựa] bất kham; ngang bướng

restless *adj.* đứng ngồi không yên, bồn chồn, áy náy, thao thức (không ngủ được); hiếu động

restoration *n.* sự khôi phục/phục hồi; sự tu bổ; sự hoàn/trả lại

restore *v.* khôi phục lại, hồi phục; lập lại; tu bổ, sửa chữa lại; hoàn lại: *to ~ order* tái lập trật tự; *the city council has ~d the old temple* hội đồng thành phố vừa cho tu sửa lại ngôi chùa cổ

restrain *v.* kìm lại, ngăn giữ; nén, dằn, kiềm chế: ~*ing order* lệnh toà án hạn chế hoạt động của ai

restraint *n.* sự ngăn giữ, sự kiềm chế; sự giam giữ; sự giữ gìn, sự dè dặt; sự hạn chế/câu thúc: *to speak without ~* ăn nói không giữ mồm giữ miệng, ăn nói bừa bãi; *in ~ of* nhằm hạn chế; ~ *of trade* hạn chế việc mua bán

restrict *v.* thu hẹp, hạn chế, giới hạn: *to ~ the use of drugs* hạn chế dùng thuốc; ~*ed area* khu vực hạn chế người qua lại

restriction *n.* sự thu hẹp, sự hạn chế/giới hạn

result 1 *n.* kết quả, hậu quả; đáp số: *without ~* không có kết quả; *as a ~ of* vì lý do 2 *v.* là kết quả của, do ... mà ra: *to ~ from* đưa đến kết quả là; *his carelessness ~ed in his failure* việc bất cẩn của ông ta đã đưa đến thất bại

resume *v.* lại bắt đầu, lại tiếp tục; lấy lại, chiếm lại: *my friend ~d his journey* bạn tôi lại tiếp tục chuyến du hành; *his wife ~d teaching* vợ ông ấy lại tiếp tục đi dạy học lại

résumé *n.* bản tóm tắt/tóm lược; bản kê khai lý lịch, bản lý lịch học vấn và làm việc: *to send a ~ along with the job application form* gởi bản sơ yếu lý lịch kèm với đơn xin việc

resumption *n.* sự tiếp tục, sự tiếp nối

resurface *v.* rải nhựa lại [con đường]; [tàu ngầm] lại nổi lên trên mặt nước; [nhân vật ẩn mình] ra khỏi bóng tối, lại thò đầu ra, lại xuất hiện

resurgence *n.* sự lại nổi lên, sự lại mọc lên, sự tái sinh/tái xuất hiện

resurrect *v.* làm sống lại, phục hồi lại

resurrection *n.* sự làm sống lại, sự phục hưng: ~ *plant* các loại cây được làm sống lại

resuscitate *v.* làm sống lại, làm tỉnh lại

resuscitation *n.* sự (làm) sống lại

retail 1 *n.* sự bán lẻ: ~ *price* giá bán lẻ; ~

dealer người buôn bán lẻ; *~ price index* bản mục lục giá bán lẻ **2** *adv*. bán lẻ: *to sell both wholesale and ~* vừa bán buôn vừa bán lẻ **3** *v*. bán lẻ: *these shirts ~ five dollars each* áo sơ-mi nầy bán lẻ 5 đô-la một cái

retailer *n*. người bán lẻ

retain *v*. giữ, cầm lại; giữ nguyên, duy trì; ghi nhớ; thuê, mướn [luật sư]: *to ~ control of* vẫn nắm giữ quyền kiểm soát; *~ing fee* tiền trả trước cho luật sư; *~ing wall* tường xây để chặn đất lở

retainer *n*. tiền trả trước cho luật sư; cái giữ lại, phần giữ lại

retake **1** *n*. sự/cảnh quay lại [phim] **2** *v*. quay lại; lấy lại, chiếm lại [đồn, tỉnh, mục tiêu]

retaliate *v*. trả thù, trả đũa, trả miếng

retaliation *n*. sự trả thù, hành động trả đũa

retard *v*. làm chậm, làm trễ: *the rain ~ed my departure* trời mưa làm trễ việc khởi hành của tôi

retarded *adj*. trì độn

retch *v*., *n*. nôn, oẹ

retell *v*. kể lại, thuật lại

retention *n*. sự giữ lại; sự duy trì; sự ghi nhớ, trí nhớ; sự bí tiểu tiện

retentive *adj*. giữ lại, cầm lại, dai, lâu

rethink *n*., *v*. (sự) suy nghĩ lại

reticence *n*. tính ít nói, tính trầm lặng

reticent *adj*. ít nói, trầm lặng, dè dặt

retina *n*. võng mạc, màng lưới [mắt]

retinue *n*. đoàn tuỳ tùng, đoàn hộ tống

retire *v*. rút/lui về, đi ra khỏi, rời bỏ; về hưu, hồi hưu, thôi việc; cho về hưu, bắt về hưu: *to ~ from the room* rời khỏi phòng; *to ~ on pension* về hưu; *retiring pension* lương hưu; *to ~ from the world* sống ẩn dật; *to ~ into oneself* sống thu mình, không tiếp xúc nhiều với ai

retired *adj*. đã về hưu (trí), hồi hưu, đã thôi (việc, buôn bán); ẩn dật

retirement *n*. sự về hưu, sự thôi (việc, buôn bán): *~ pay/pension* lương hưu trí, hưu bổng/liễm; *~ home* nhà dành cho người đã về hưu; *~ village* khu nhà dành cho người đã về hưu ở

retiring *adj*. khiêm tốn, kín đáo, không thích xuất đầu lộ diện; sắp thôi, xuất nhiệm, mãn nhiệm

retort *n*., *v*. (lời) cãi lại, đáp lại, bẻ lại

retort *n*. bình cổ cong (trong phòng thí nghiệm)

retouch *n*., *v*. (sự, nét) sửa lại trên bức ảnh

retrace *v*. truy tìm gốc tích, truy/tầm nguyên

retract *v*. rút/co vào; rút [lời hứa, ý kiến]; nuốt lời; phản cung

retranslate *v*. dịch lại

retread **1** *n*. lốp xe đắp lại **2** *v*. đắp lại [lốp xe]: *these tires can't be ~ed any more* những lốp xe nầy không thể đắp lại được nữa

retreat **1** *n*. sự rút lui; sự rút quân; lệnh rút binh; sự ẩn dật; nơi ẩn dật, chốn im thanh cảnh vắng **2** *v*. rút lui, ẩn dật

retrench *v*. bớt, cắt, giảm, hạn chế; tiết kiệm: *my company starts to ~ its employees* công ty tôi bắt đầu cắt giảm nhân công

retrenchment *n*. sự giảm bớt chi tiêu, tiết giảm nhân lực

retrial *n*. sự xử lại, sự ra toà lại

retribution *n*. sự báo thù; sự trừng phạt

retrieval *n*. sự lấy lại, sự thu về, sự thu hồi; sự khôi phục, sự xây dựng lại: *the ~ of one's fortunes* sự xây dựng lại cơ nghiệp

retrieve *v*. lấy lại, tìm lại được; thu về/hồi; khôi phục/phục hồi được, xây dựng lại được

retroactive *adj*. có hiệu lực về trước, hồi tố

retrofit *v*. sửa đổi lại cho hợp

retroflex *n*. âm uốn cong lưỡi

retrograde **1** *n*. người thoái hóa, người suy đồi, người lạc hậu **2** *adj*. lùi lại, lạc hậu, suy đồi **3** *v*. lùi lại, đi giật lùi; thoái hóa, suy đồi

retro-rocket *n*. hoả tiễn đẩy lùi, tên lửa đẩy lùi

retrospect *n*. sự nhìn lại quá khứ/dĩ vãng

retrospective *adj*. nhìn lại việc trước, nhìn lại quá khứ/dĩ vãng

return **1** *n*. sự trở lại/về, sự quay trở lại; tiền lời/lãi; sự trả lại, món hàng trả lại; quả banh đánh trả lại; kết quả bầu cử; tờ khai thuế: *income tax ~* tờ khai thuế lợi tức; *upon my ~ from abroad* khi tôi ở nước ngoài trở về; *I get a good ~ on my investment* tôi đầu tư được lãi khá lắm; *by ~ mail* qua chuyến thư về; *in ~ for* để đền đáp lại; *~ ticket* vé khứ hồi; *~ trip* chuyến về; *Many Happy ~s of the Day* Chúc Ông/Bà/Cô Tăng Phúc Tăng Thọ [lời chúc ngày sinh nhật] **2** *v*. trở lại, trở về; về (nhà); để (trả) lại; trả lại, hoàn lại [tiền mình vay, vật mình mượn], gửi trả; đáp lễ; tuyên án: *to ~ home* trở về nhà; *to ~ a borrowed book* trả lại sách đã mượn; *to ~ to sender* gởi trả lại địa chỉ người gửi; *to ~ fire* bắn trả lại; *to ~ thanks to someone* đáp lời cảm ơn; *~ed and Service League (RSL)* Hội cựu quân nhân Úc; *~ing officer* nhân viên phụ trách bầu cử

returnee *n*. người (đi xa hoặc bị bắt) trở về; bộ đội trở về (sau khi phục vụ ở nước ngoài); cán bộ hồi chánh

reunification *n*. sự thống nhất lại, tái thống nhất: *~ train (train between Saigon and Hanoi)* tàu thống nhất (tàu đi về Sài Gòn và Hà Nội)

reunify *v.* thống nhất/hợp nhất lại: *North and South Vietnam reunified in 1976* miền Bắc và miền Nam Việt Nam thống nhất năm 1976

reunion *n.* sự sum họp/đoàn tụ; sự họp lại; cuộc họp mặt [trong gia đình, sinh viên cùng khoá trở về trường]

reunite *v.* hợp nhất lại; ghép lại; nhóm/họp lại

reuse *n.,v.* (sự) dùng lại, dùng lại một lần nữa

rev *v., n.* (cho) quay nhanh; [máy] rú, quay, xoay

revamp *v.* sửa đổi, sửa chữa, chắp vá lại

reveal *v.* để lộ, bộc lộ, tiết lộ; phát/tố giác

reveille *n.* hiệu kèn đánh thức, kèn la vầy

revel **1** *n.* cuộc liên hoan; cuộc ăn chơi chè chén, cuộc truy hoan **2** *v.* chè chén ồn ào; ham thích, miệt mài: *to ~ in doing something* ham thích làm việc gì; *to ~ away money* lãng phí tiền bạc vào các cuộc ăn chơi

revelation *n.* sự tiết lộ/phát giác; thiên khải

revelry *n.* cuộc chè chén, cuộc truy hoan

revenge **1** *n.* mối thù; sự trả thù: *to take ~ on somebody for ...* trả thù ai về ...; *in ~, out of ~* để trả thù **2** *v.* trả/báo thù, báo phục, rửa hận: *to ~ oneself on someone* trả thù ai; *to ~ an insult* rửa nhục

revengeful *adj.* hay trả thù

revenue *n.* thu nhập (quốc gia), lợi tức; hải quan, quan thuế: *~ officer* nhân viên hải quan; *~ tax* thuế lợi tức

reverberate *v.* phản chiếu, phản xạ; dội/vang lại

revere *v.* kính trọng, tôn/sùng kính

reverence *n.* sự/lòng tôn kính

reverend *n., adj.* Cha, Mục sư; đáng tôn kính: *the ~ John Jones* Đức cha John Jones

reverent *adj.* tôn kính, cung kính

reverie *n.* sự mơ mộng/mơ tưởng; sự mơ màng

reversal *n.* sự đảo ngược; sự đảo lộn hẳn lại

reverse **1** *n.* bề trái, mặt trái; điều trái ngược; sự chạy lùi; sự thất bại, vận bĩ **2** *adj.* ngược, nghịch, đảo, trái lại: *~ gear* số lui xe **3** *v.* đảo ngược, lộn ngược; đảo lộn; cho chạy lùi; thay đổi hoàn toàn; huỷ: *to ~ arms* cầm súng ngược lại; *to ~ the charge* tính tiền người nhận điện thoại; *reversing light* đèn dùng lui xe

reversible *adj.* lộn trái được, dùng cả hai mặt; thuận nghịch

revert *v.* [quyền, tài sản] trở lại nguyên chủ

review **1** *n.* sự xem/xét lại; sự xem xét lại, duyệt lại; sự ôn lại [bài]; cuộc duyệt binh; bài điểm sách: *book ~* bài phê bình sách; *court of ~* toà xét lại; *grammar ~* ngữ pháp ôn tập; *lesson ~* bài học ôn **2** *v.* xem lại, xét lại; duyệt xét lại; ôn lại [bài học]; duyệt (khán) [binh]; hồi tưởng; phê bình

[sách]: *I have ~ed all my conference papers for publication* tôi vừa xem lại các báo cáo hội nghị của tôi để cho in

revile *v.* chửi rủa, mắng chửi, xỉ vả

revise *v.* sửa đổi, tu chính, hiệu chính, xem lại: *~d edition* tái bản có sửa chữa

revision *n.* sự sửa đổi/tu chính; sự xem lại

revival *n.* sự làm sống lại; sự phục sinh/phục hồi; sự thức tỉnh lại; sự phục hưng

revive *v.* làm sống lại, làm tỉnh lại; làm hào hứng lại; đem diễn lại [kịch cũ]; khơi lại [kỷ niệm]

revoke *v.* huỷ bỏ, thủ tiêu; rút, thu hồi

revolt **1** *n.* cuộc nổi loạn, cuộc nổi dậy **2** *v.* nổi loạn, làm loạn, nổi dậy, khởi nghĩa; làm ghê tởm

revolting *adj.* ghê tởm

revolution *n.* cuộc cách mạng; vòng quay, tua *cultural ~* cuộc cách mạng văn hóa; *~ counter* bảng chỉ số trong máy; *45 ~s per minute* 45 vòng quay mỗi phút

revolutionary *adj., n.* (cuộc) cách mạng: *~ movement* phong trào cách mạng; *~ ideas* tư tưởng cách mạng

revolutionist *n.* nhà cách mạng

revolutionize *v.* cách mạng hoá

revolve *v.* (làm cho) quay tròn, xoay quanh

revolver *n.* súng lục, súng sáu (ổ quay)

revolving *adj.* quay được, luân chuyển: *~ chair* ghế quay; *~ credit* nợ luân lưu; *~ door* cửa quay; *~ fund* quỹ luân chuyển

revue *n.* kịch tạp diễn [gồm nhiều tiết mục nhạo báng thời sự/nhân vật]

revulsion *n.* sự (bỗng nhiên) ghê tởm; sự thay đổi đột ngột

reward **1** *n.* sự thưởng; tiền/vật thưởng **2** *v.* thưởng, báo ơn

rewarding *adj.* bổ ích, bổ công, đáng làm

rewind *v.* văn lại [lò xo], lên dây lại; cuộn lại

rewire *v.* chạy dây lại mới

reword *v.* sửa lại, viết lại [lời văn]: *I have to ~ this sentence* tôi phải viết lại câu nầy

rework *v.* làm lại, xem lại

rewrite **1** *n.* bản viết lại **2** *v.* viết lại, chép lại; sửa lại [bản văn]: *he has to ~ his essay* anh ấy phải viết lại bài luận văn

rhapsody *n.* bài tán, bài ngâm; bài vè lịch sử của Hy lạp; bản rap-xô-đi; niềm hân hoan

rheostat *n.* cái biến trở

rhetoric *n.* tu từ học

rhetorical *adj.* thuộc tu từ học; thuộc khoa hùng biện; hoa mỹ, bay bướm, cường điệu: *~ question* câu hỏi đặt vấn đề

rheumatic *adj.* thuộc/mắc bệnh thấp khớp: *~ fever* chứng sốt thấp khớp

rheumatism *n.* bệnh thấp khớp, bệnh phong thấp

rhinestone *n.* kim cương giả, hột xoàn giả
rhinoceros *n.* con tê (giác)
rhizome *n.* thân rễ
rhododendron *n.* giống cây đỗ uyên lớn
rhomb *n.* hình thoi; tinh thể hình thoi
rhubarb *n.* rau đại hoàng
rhyme **1** *n.* vần; bài thơ: *without ~ or reason* không đủ lý do, thiếu lý do; **2** *v.* (ăn) vần: *to ~ with* ăn vần với
rhythm *n.* nhịp điệu [trong ngôn ngữ, thơ, nhạc]; sự nhịp nhàng
rhythmic(al) *adj.* có nhịp điệu; nhịp nhàng
rib **1** *n.* xương sườn; gân [lá]; gọng [ô]; đường kẻ, đường rạch **2** *v.* thêm đường kẻ vào; trêu ghẹo
ribald *adj.* thô tục, tục tĩu
ribaldry *n.* tính tục tĩu; lời/truyện tục tĩu
ribbon *n.* ruy băng, băng, dải; dây/dải [phù hiệu, huy chương]: *typewriter ~* ruy băng máy chữ
rice *n.* lúa gạo; lúa: *broken ~* tấm; *cooked ~* cơm; *~ bowl* vùng cấy nhiều lúa; *~ flour* bột gạo; *~field* ruộng lúa, gạo; *husked ~ (still uncooked)* gạo; *~ plant* cây lúa; *steamed glutinous ~* xôi; *Vietnam is a largest ~-exporting country* Việt Nam là một nước thường xuất khẩu gạo nhiều nhất; *a good ~ harvest* một mùa lúa tốt; *two cups of ~* hai chén gạo; *~ paper* giấy bản; bánh tráng, bánh đa để cuốn chả giò; *~ mill* nhà máy xay gạo; cối xay gạo/thóc; *~ seed* hạt giống lúa; *~ seedling* cây mạ; *~ wine* rượu trắng; *rough/unhusked ~* thóc; *summer ~* lúa chiêm; *winter ~* lúa mùa; *to harvest ~* gặt lúa; *to transplant ~* cấy lúa
rich *adj.* giàu, giàu có, có của; dồi dào, phong phú, sum suê; đẹp lộng lẫy, đắt tiền, sang; [đồ ăn] bổ béo; [rượu] đậm, nồng; [màu sắc] thắm; [giọng] vang: *to get ~* làm giàu, trở nên giàu có; *this soil is ~* đất này phì nhiêu lắm; *to strike it ~* tìm được của/ vàng/dầu; thành công bất ngờ
riches *n.* của cải, tiền của, bạc tiền, tài sản; sự giàu có/phong phú: *from rags to ~* từ chỗ khố rách áo ôm mà trở nên giàu
richly *adv.* giàu có, phong phú, đầy đủ, dồi dào; hoàn toàn: *the young man ~ deserves his bride* chàng thanh niên đó hoàn toàn xứng đáng được lấy cô ấy làm vợ
richness *n.* sự dồi dào/phong phú; sự lộng lẫy, sự sang trọng; sự màu mỡ; tính chất béo bổ; sự tươi thắm; tính chất đậm đà; sự thơm ngát
rick *n.* cây, đụn, đống [rơm, cỏ khô]
rickets *n.* bệnh còi xương
rickety *adj.* ọp ẹp, khập khiễng, lung lay; còi cọc

rickshaw *n.* xe kéo, xe tay
rid *v.* [rid] giải thoát, thoát, giũ sạch: *to ~ oneself of all debts* giũ sạch hết nợ nần; *she wants to get ~ of her mother-in-law* cô ấy muốn tống khứ bà mẹ chồng
riddance *n.* sự giải thoát; sự tống khứ: *good ~!* thật là thoát nợ nhé!
ridden quá khứ của **ride**
riddle **1** *n.* câu đố; điều khó hiểu, người khó hiểu **2** *v.* làm thủng lỗ chỗ, bắn thủng; sàng
ride **1** *n.* sự đi chơi; cuốc xe; cuộc đi [ngựa, xe]: *to take a ~* đi chơi trên lưng ngựa/xe đạp/xe hơi; *a bus ~, a ~ on the bus* một cuốc xe buýt; *to give somebody a ~* cho ai đi nhờ xe; *a long bumpy ~ on the bus* chuyến đi xe buýt bị xóc và ngồi lâu quá; *to take somebody for a ~* lừa bịp; đem đi giết, hạ, khử đi; giễu cợt, chế nhạo ai **2** *v.* [rode; ridden] cưỡi ngựa, đi ngựa; cưỡi lên [ngựa, xe đạp, voi]; đi xe đạp, đi xe; lướt trên [sóng]: *to ~ out* vượt qua được; *to ~ at anchor* thả neo; *let the matter ~ until the next meeting* chuyện ấy cứ để đó, đến phiên họp sau hãy hay
rider *n.* người cưỡi ngựa, người kỵ mã; người đi xe đạp, hành khách đi xe (hơi/buýt/điện/ lửa); phụ lục, điều khoản thêm sau
ridge *n.* dãy đồi; ngọn, đỉnh, chỏm, chóp; nóc; sống [mũi]; lằn, gợn, mặt [hàng vải]
ridgepole *n.* xà nóc
ridicule **1** *n.* sự chế nhạo **2** *v.* chế giễu, chế nhạo, nhạo báng; giễu cợt
ridiculous *adj.* buồn cười, tức cười, lố bịch
riding academy *n.* trường dạy cưỡi ngựa
riding boots *n.* giầy ống đi ngựa, ủng đi ngựa
riding habit *n.* y phục đi ngựa (của phụ nữ)
rife *adj.* có nhiều, đầy dẫy; lan tràn
riff-raff *n.* tầng lớp hạ lưu
rifle **1** *n.* súng trường (nòng có đường rãnh xoắn); đường rãnh xoắn: *~man* lính mang súng trường **2** *v.* vơ vét, lục lọi lấy hết
rift *n., v.* kẽ nứt/hở, chỗ nứt rạn; sự bất hoà
rig **1** *n.* thiết bị, máy móc; cách sắp đặt buồm ở tàu thuyền; cách ăn mặc: *oil ~* thiết bị đào giếng dầu **2** *v.* trang bị cho tàu thuyền; lắp ráp; ăn mặc; dựng lên chiếu lệ **3** *v.* lừa đảo, gian lận [cuộc đua, cuộc bầu cử]
right **1** *n.* điều phải/hay, điều tốt; điều thiện; bên (tay) phải, bên phía tay mặt; quyền, quyền lợi; phe hữu, phái hữu, cú đấm bên phải: *~ and wrong* trái phải, thiện ác; *~ to self determination* quyền tự quyết; *~s and privileges* mọi thứ quyền lợi và đặc quyền; *~s and responsibilities* quyền lợi và trách nhiệm; *"Keep to the ~"* XIN ĐI BÊN PHẢI; *"All ~s Reserved"* TÁC GIẢ GIỮ BẢN QUYỀN; *on the ~* ở bên tay phải; *to*

turn to the ~ rẽ tay phải, ngoẹo tay mặt
2 *adj.* phải, đúng, tốt, có lý; (tay) phải/mặt;
cần phải có, đúng, thích hợp, xứng đáng;
ở vào tình trạng tốt; [đường] thẳng, [góc]
vuông: *the* ~ *time* giờ đúng; lúc đúng; *the*
~ *answer* câu trả lời đúng; *the* ~ *change*
tiền lẻ thối lại đúng; *the* ~ *eye* con mắt bên
phải; *the* ~ *size* cỡ đúng, số (sơ mi, giày)
đúng; *this is not the* ~ *street* không phải
phố này rồi; *I am quite* ~ tôi hoàn toàn
đúng; *to feel all* ~ cảm thấy khỏe mạnh; *all*
~*!* được! tốt! được rồi (nếu anh/chị muốn
thế)!; *in one's* ~ *mind* nghĩ và hành động
đúng; *~-to-lifer* người chống đối phá thai;
as ~ *as rain* hoàn toàn khoẻ mạnh; *at* ~
angles để vào đúng khớp; *on the* ~ *side of*
ủng hộ một bên; ~ *about face* sự quay nửa
vòng bên phải, sự trở mặt **3** *adv.* thẳng;
ngay, chính; phải, đúng; tốt, đúng ý; đáng,
xứng đáng; hoàn toàn: ~ *ahead* về bên
phải, thẳng đây; ~ *away* liền, tức thì; ngay
bây giờ; ~ *in the center* ở chính giữa; ~
here ngay tại đây; ~ *now* hiện lúc này
4 *v.* lấy lại cho ngay, làm lại cho đúng: *to*
~ *oneself* lấy lại thăng bằng; *to* ~ *a mistake*
sử lại lỗi lầm

righteous *adj.* ngay thẳng, đạo đức, chính
đáng, công bằng

rightful *adj.* ngay thẳng, công bằng, đúng
đắn; chính đáng, hợp pháp

right-hand drive *n.* lái xe bên tay phải

right-hand man *n.* cánh tay phải [của thủ
tướng]

right-handed *adj.* thuận tay phải; bên phải

rightist 1 *n.* người thuộc phe hữu, người
hữu phái **2** *adj.* thuộc phe hữu, thiên hữu,
khuynh hữu

rightly *adv.* phải, đúng, công bằng, có lý: ~
or wrongly dù đúng hay sai đi chăng nữa

right-wing *adj.* thuộc cánh/phe hữu

rigid *adj.* cứng, cứng rắn, khắt khe, không
co giãn

rigidity *n.* sự cứng rắn/nhắc; sự khắt khe

rigmarole *n.* câu chuyện không ra đâu vào
đâu

rigor *n.* tính khắc nghiệt, tính khắt khe; sự
run rét: ~ *mortis* xác chết cứng đơ

rigorous *adj.* chính xác, nghiêm túc; khắc
nghiệt

rile *v.* chọc tức, trêu chọc

rill *n.* dòng suối nhỏ

rim *n.* vành, bờ, mép; miệng [chén, bát,
chum]; gọng [kính] *~s of glasses* gọng kính

rime *n.* xem **rhyme**

rind *n.* vỏ (cây, dưa hấu); cùi [phó mát]; bì lợn

ring 1 *n.* cái vòng; cái đai; cái nhẫn; vòng
tròn; vũ đài; đấu trường [bò tót]; nhóm,

bọn, ổ; quầng [mắt]: *boxing* ~ vũ đài quyền
Anh; *engagement* ~ nhẫn đính hôn; *gradu-
ation* ~ nhẫn nhà trường mình tốt nghiệp;
~ *circuit* tấm bản để cắm nhiều chốt điện;
~ *fence* hàng rào bao quanh miếng đất; ~
finger ngón đeo nhẫn; *~-necked* vòng dây
đeo cổ cho súc vật; ~ *road* đường vòng
quanh thành phố; *spy* ~ ổ gián điệp; *wed-
ding* ~ nhẫn cưới, nhẫn ma dê **2** *n.* bộ
chuông; tiếng chuông (điện thoại); tiếng
kêu leng keng; vẻ; cú điện thoại: *could
you give me a ~?* làm ơn gọi điện thoại cho
tôi **3** *v.* [rang; rung] reo, rung, lắc, giật
[chuông bell]; kêu, rung/ngân vang; văng
vẳng, nghe có vẻ; rung chuông báo hiệu:
to ~ *back* gọi điện thoại lại; *to* ~ *the bell in
the New Year of the Pig* rung chuông đón
mừng Năm Hợi mới; *to* ~ *off* ngưng gọi
điện thoại; *to* ~ *round* gọi điện thoại cho
nhiều người; *to* ~ *up* gọi điện thoại; *to* ~ *in
one's ears* gợi lại trí nhớ; *to* ~ *down/up the
curtain* kéo màn lên hay hạ màn xuống; *to*
~ *false* gọi sai

ringleader *n.* tên đầu sỏ của một băng đảng

ringmaster *n.* đạo diễn rạp xiếc

ringworm *n.* bệnh mảng tròn (ngoài da)

rink *n.* sân băng: *skating* ~ sân trượt băng

rinse *n., v.* (sự) súc [miệng, chai, ấm], (sự)
giũ/vắt quần áo, (sự) tráng [bát đĩa]

riot 1 *n.* sự náo loạn; cuộc nổi loạn; sự bừa
bãi lộn xộn: *to run* ~ tha hồ hoành hành;
bừa bãi; ~ *police* cảnh sát dã chiến **2** *v.*
nổi/dấy loạn

riotous *adj.* om sòm, ầm ĩ, ồn ào, huyên náo;
hỗn loạn; bừa bãi, phóng đãng

RIP *n., abbr.* (= **Rest In Peace**) nơi an nghỉ
cuối cùng

rip 1 *n.* sự xé; vết rách, chỗ xé **2** *v.* xé toạc
ra: *to* ~ *out, to* ~ *open the package* xé cái
gói ra; *to* ~ *off* lợi dụng bóp chẹt; ăn cắp

ripcord *n.* dây dù

ripe *adj.* chín; chín muồi; chín chắn; ăn được

ripen *v.* chín, chín muồi; trở nên chín chắn

ripper *n.* kẻ giết người xé xác ra: *Jack the* ~
kẻ giết người

ripple 1 *n.* sóng gợn lăn tăn; tiếng róc rách;
tiếng rì rầm **2** *v.* (làm cho) gợn sóng lăn
tăn; róc rách rì rầm; làm cho rì rào

rise 1 *n.* sự tăng lên, sự tăng gia; chỗ đường
gốc; sự cất tiếng; sự mọc lên mặt trời]; sự
thăng cấp, thăng tiến; nguồn [sông]; nguồn
gốc, căn nguyên: *to give* ~ *to* gây ra/nên;
prices are on the ~ giá cả đang tăng lên;
the ~ *and fall of the British Empire* nổi
thăng trầm đế quốc Anh; *to take a* ~ *out
of somebody* làm cho ai phát khùng lên,
phỉnh gạt ai **2** *v.* [rose; risen] tăng lên;

dâng/nổi lên, lên cao, bốc lên; trèo/leo lên; dậy, trở dậy, đứng dậy/lên; [mặt trời, mặt trăng] mọc; tiến lên, thẳng tiến, thành đạt; nổi dậy, khởi nghĩa; [sông] bắt nguồn: *to ~ above* vượt lên trên; *to ~ up early (to ~ with the sun)* dậy sớm; *to ~ in the world* thành đạt; *to ~ up in applause* đứng dậy vỗ tay hoan hô; *I have to wait for the dough to ~* tôi phải đợi cho bột dậy lên

risen quá khứ của **rise**

riser *n.* ván đứng [giữa hai bậc cầu thang trong nhà]; ống [nước/khí] đứng; người dậy: *early ~* người tính hay dậy sớm

rising *adj., n.* đang lên: *the ~ generation* thế hệ đang lên; *the ~ of the rebellion army* sự nổi dậy của đạo quân phản loạn; *the ~ sun* mặt trời mọc

risk 1 *n.* sự liều, sự mạo hiểm; sự rủi ro nguy hiểm: *at the ~ of her life* liều mạng, liều chết; *at one's own ~* tự mình gánh chịu mọi rủi ro nguy hiểm; *to put at ~* đưa vào nguy hiểm; *to take ~s* liều, lao vào nguy hiểm; *~ capital* tiền bỏ vào đầu tư; *no ~!* không nguy hiểm đâu! **2** *v.* liều; có thể phải chịu rủi ro: *to ~ one's life/neck* liều mạng; *he ~ed losing his job* anh ta làm thế có thể bị mất việc

risky *adj.* liều, mạo hiểm; đầy rủi ro nguy hiểm

risqué *adj.* suồng sã, khiếm nhã, bất nhã

rite *n.* lễ, lễ nghi, nghi thức: *Ministry of ~s* Bộ Lễ nghi; *funeral ~s* lễ tang, tang lễ; *~ of passage* biến cố quan trọng trong đời người

ritual *n., adj.* (thuộc/theo) lễ nghi, nghi thức

ritzy *adj.* cao cấp, xa hoa

rival 1 *n.* người kình địch/cạnh tranh: *a ~ store* một cửa hàng cạnh tranh **2** *v.* sánh với; cạnh tranh

rivalry *n.* sự kình địch/cạnh tranh; sự ganh đua

river *n.* con sông; dòng sông; dòng máu: *~ basin* lưu vực sông; *~ bank* bờ sông; *~bed* lòng sông; *~ blackfish* cá sông; *~ capture* nguồn nước suối chảy mạnh; *~front* ven bờ sông; *~ of blood* máu chảy lênh láng; *~ port* cảng sông, bến đò; *~ side* bờ sông; *sailing down the ~* đi thuyền xuôi dòng sông; *to sell down the ~* phản bội; *up the ~* ngược dòng sông

rivet 1 *n.* đinh tán **2** *v.* tán đầu; ghép/thật chặt: *to ~ one's eyes on something* nhìn chòng chọc vào cái gì

rivulet *n.* dòng suối nhỏ, lạch, ngòi

roach *n.* con gián: *cock~ killer* thuốc trừ gián

road *n.* con đường; đường đi; đường phố; con đường [dẫn tới ...], cách, phương pháp: *"~ under Construction"* ĐƯỜNG ĐANG SỬA; *one for the ~* uống một ly cuối trước khi đi; *to get out of the ~* đừng cản trở; *~bed* nền đường; *~ block* vật chướng ngại chặn đường, chỗ cảnh sát chặn đường hỏi giấy; *~ board* ban bảo quản đường; *~ bully* đường đáng sợ; *~ courtesy* đường cho đi tạm; *~ hump (= speed hump)* ụ nhô lên nhằm giảm bớt tốc độ; *~ manager* người tổ chức các buổi trình diễn ca nhạc; *~ map* bản đồ chỉ đường; *~ rag* việc hành hung giữa các tài xế trên đường; *~ reserve* khu dành để làm xế đường; *~ sense* khả năng xử trí an toàn trên đường; *~side* bên đường, lề đường; *~ sign* dấu hiệu đi đường; *~ test* kiểm tra an toàn xe; *~way* lòng đường; *~worthy certificate* giấy chứng nhận an toàn cho xe chạy

roadstead *n.* vũng tàu đậu

roadwork *n.* công tác làm đường

roam *v.* đi lang thang, đi lung tung

roar *n., v.* (tiếng) gầm, rống; (tiếng) nổ ầm ầm; (tiếng) la thét om sòm, (tiếng) cười phá lên: *the ~ of the waves on the rocks* tiếng sóng vỗ ầm ầm vào vách đá; *to ~ with pain* la lên vì đau

roast 1 *n.* thịt quay, thịt nướng: *~ chicken* gà quay; *~ duck* thịt vịt quay; *~ pig* thịt lợn quay; *~ pork* thịt heo quay, xá xíu **2** *v.* nướng, quay [thịt]; rang: *to ~ coffee beans* rang cà phê

rob *v.* cướp, ăn cướp, lấy trộm: *he ~bed me of my watch* nó lấy đồng hồ của tôi; *to ~ Peter to pay Paul* lấy của người nầy đem cho người khác

robber *n.* kẻ trộm, kẻ cướp, quân đạo tặc

robbery *n.* vụ trộm, vụ cướp: *daylight ~* vụ cướp của ban ngày; *highway ~* vụ cướp đường

robe 1 *n.* áo choàng mặc trong nhà; áo thụng [giáo sư, quan toà]: *bath~* áo choàng mặc sau khi tắm **2** *v.* mặc/khoác áo choàng

robin *n.* chim cổ đỏ

robot *n.* người máy: *~ plane* máy bay không người lái

robotics *n.* khoa nghiên cứu người máy

robust *adj.* khoẻ mạnh, tráng kiện, cường tráng

rock 1 *n.* đá, tảng đá; hòn đá; mỏm đá ngầm; [rượu] chỉ bỏ nước đá, chứ không pha xô đa hay nước lã: *as hard as a ~* cứng như đá; *to be on the ~s* hết sạch tiền, nhẵn túi; *~-bed* nền đá; *~ bottom* [giá] thấp nhất, hạ nhất; *~-breaker* người hiềm đá; *~ drill* máy khoan đá; *~ garden* vườn non bộ; *~ climbing* môn thể thao leo núi; *between a ~ and a hard place* tình trạng không ai thắng; *to get one's ~s off* giao hợp **2** *v.* đu đưa, lúc lắc; làm rung chuyển: *to ~ a baby to sleep* ru em bé ngủ; *to be ~ed in hopes* sống trong hy vọng; *to be ~ed in security* sống trong yên ổn không lo nghĩ gì cả; *to ~ the boat* làm cho con tàu lúc lắc

rocker *n.* (= **rocking chair**) ghế xích đu, cái đầu: *he is off his ~* anh ta dở hơi đấy mà

rockery *n.* núi giả, hòn non bộ

rocket *n.* tên lửa, hoả tiễn, rôcket; pháo thăng thiên; hoả pháo; *~ bomb* bom bay; *~ launcher* súng phóng tên lửa; *~ ship* phi thuyền vũ trụ

rocking chair *n.* ghế xích đu

rock n' roll *n., adj.* (thuộc) điệu nhạc dân ca Mỹ hai nhịp có thể nhảy nhót

rocky *adj.* cứng/vững như đá

rod *n.* cái que, cái gậy; cái roi, roi vọt; cần câu; sào Anh [gần bằng 5m]; vi khuẩn que: *fishing ~* cần câu cá; *curtain ~* thanh ngang màn cửa; *spare the ~ and spoil the child* yêu cho vọt, ghét cho chơi; *to make a ~ for one's own back* tự mang lấy phiền toái vào người

rode quá khứ của **ride**

rodent *n., adj.* (thuộc) loài gậm nhấm; chuột

rodeo *n.* (*pl.* **rodeos**) cuộc đua cưỡi ngựa quăng dây bắt bò, cuộc thi cưỡi ngựa vượt qua những rào cản

roe *n.* con hoẵng; trứng cá

roger *interj., v.* được rồi; nghe rõ rồi; giao hợp

rogue *n.* tên lừa đảo; thằng đểu; đứa tinh nghịch: *~s' gallery* hồ sơ ảnh các tội phạm

roguish *adj.* đểu, xỏ lá (ba que); tinh nghịch

role *n.* vai trò, vai tuồng, vai: *the leading ~* vai chính, vai trò lãnh đạo; *~ model* đóng vai người mẫu; *~-playing* đóng vai người trong vở tuồng

roll **1** *n.* cuốn, cuộn, súc, ổ; bánh mì nhỏ; tập giấy bạc; tiếng vang rền [của sấm, trống]: *I took five ~s of color film* tôi chụp năm cuộn phim màu; *a ~ of toilet paper* cuộn giấy vệ sinh; *bread ~* ổ bánh mì **2** *n.* danh sách, danh mục; sự điểm danh: *a ~ of honor* bảng ghi vinh danh ai; *to be on the ~s* có tên trong danh sách; *~-call* sự điểm danh; *to strike off the ~s* loại bỏ khỏi danh sách hành nghề **3** *n.* sự lăn tròn; sự lắc lư tròng trành: *~-top desk* bàn có mặt xoay tròn được **4** *v.* cuốn, cuộn, quấn; lăn, vần; [xe cộ] chạy, lăn; [người] đi xe; [năm tháng] trôi qua; [tàu thuyền] tròng trành, lắc lư; (địa hình) lên xuống thoai thoải; lăn [bột]; vang rền, đổ hồi; đọc rung, uốn lưỡi [những chữ r]: *to ~ back* giảm giá; *to ~ over* lăn mình; *to ~ up* cuốn thuốc, cuộn mình lại; *to ~ up one's sleeves* xắn tay áo lên mà làm việc; *to ~ away* lăn đi; *to ~ by* trôi qua

roller *n.* trục lăn, ống lăn; trục cán; xe lăn đường; đợt sóng lớn; cái cuộn tóc: *~ bearing* ổ đũa; *~ coaster* xe lửa lên núi xuống núi ở giải trí trường; *~ skates* đôi pa-tanh; *~ skating rink* sân đi pa-tanh; *~ towel* khăn lau tay cuộn

rolling **1** *n.* sự lăn; sự cán; sự tròng trành; sự lắc lư; tiếng vang rền **2** *adj.* lăn (long lóc); cuồn cuộn; trôi qua: *~ drunk* say tuý luý; *~ mill* xưởng cán kim loại; *~ pin* chày lăn bột; *~ stock* các toa xe lửa; *~ stone* người không muốn ở một chỗ lâu dài

rollover *n.* sự chuyển tiền từ trương mục này sang trương mục khác: *~ fund* quỹ hưu liễm đầu tư; *~ provision* sự thoả thuận việc đầu tư

roly-poly *n., adj.* bụ bẫm

romaji *n.* hệ thống La tinh hoá chữ Nhật

Roman *n., adj.* thuộc La Mã: *~ candle* pháo bông nhiều hình; *~ Catholic* đạo Thiên Chúa (theo giáo hội La Mã); *~ Empire* Đế quốc La Mã; *~ holiday* sự thưởng ngoại trong kỳ nghỉ; *~ numeral* số La Mã

romance *n.* câu chuyện tình lãng mạn; mối tình lãng mạn, truyện thơ về anh hùng hiệp sĩ; truyện phiêu lưu mạo hiểm; chuyện bịa đặt

romantic *adj., n.* lãng mạn, mơ mộng, mộng mơ, xa thực tế; viễn vông, ảo tưởng, hão huyền

romanticism *n.* chủ nghĩa lãng mạn; sự lãng mạn

Rome *n.* thành La Mã; nhà thờ La Mã: *~ was not built in a day* việc lớn không thể làm trong một ngày; *when in ~, do as the Romans do* nhập gia tuỳ tục

Romeo *n.* cuộc tình lãng mạn Rô-mê-ô

romp *v., n.* nô đùa ầm ĩ; thắng một cách dễ dàng: *to ~ home* thắng một cách dễ dàng; *to ~ through an examination* thi đỗ một cách dễ dàng

roof **1** *n.* mái nhà, nóc; vòm [trời, cây, miệng]; nóc, mui [xe]; trần [máy bay]: *tiled ~* mái (lợp) ngói; *to go through the ~* đạt đến tột đỉnh; *to hit the ~* nổi cơn giận dữ; *~-garden* vườn trên mái nhà của những toà nhà cao; *a ~ over one's head* có nơi ăn ở; *under one ~* ở nhà của mình **2** *v.* lợp, che mái; làm mái che cho

roofing *n.* vật liệu lợp mái; sự lợp mái; mái

rook **1** *n.* con quạ; tay cờ bạc bịp **2** *v.* bịp

rookie *n.* lính mới, tân binh

room **1** *n.* buồng, phòng; cả (những người trong phòng) phòng; chỗ; cơ hội, duyên cớ: *I would rather have his ~ than his company* tôi muốn ông ấy đi cho khuất mắt; *the whole ~ laughed* cả phòng cười ồ; *you forgot to do your* ~ bạn quên dọn phòng đấy nhé; ~ *and board* ăn ở, tiền phòng và tiền ăn, tiền ăn trọ; ~ *clerk* thư ký khách sạn; ~ *divider* vách ngăn; ~ *mate* người ở cùng phòng; ~ *service* công việc dọn phòng; ~ *temperature* nhiệt độ trong phòng; *"~ for Rent"* PHÒNG CHO THUÊ; *a ~ to ~ search* sự khám xét từng phòng; *in the ~ of* thay thế vào; *no ~ to turn in (= no ~ to swing a cat)* không có chỗ xoay trở; *not enough ~ for another desk* không đủ chỗ cho một cái bàn nữa; ~ *for improvement* khả năng cải thiện; *to make ~ for* dọn/ nhường chỗ cho; *to take up too much* ~ choán nhiều chỗ quá **2** *v.* có phòng, ở phòng cho thuê, ở chung phòng: *to ~ with someone* ở chung phòng với ai

roomette *n.* phòng ngủ [trên xe lửa, máy bay]

rooming-house *n.* nhà trọ, nhà có từng phòng cho (sinh viên) thuê

roomy *adj.* rộng rãi

roost **1** *n.* chỗ [chim] đậu; chuồng gà; chỗ ngủ: *to rule the* ~ làm như mình là chủ, hách dịch **2** *v.* [chim] đậu; ngủ: *come home to* ~ trở lại gốc không mấy thích

rooster *n.* gà trống

root **1** *n.* rễ cây, rễ; chân [răng]; các cây có rễ củ; căn nguyên, gốc rễ, nguồn gốc; căn; từ gốc: ~ *and branch* hoàn toàn; *to lay the ax to the* ~ *of* đào tận gốc, trừ tận gốc; *to get to the* ~ *of the matter* nắm được thực chất vấn đề; *to take/strike* ~ bén rễ; *square* ~ căn bậc hai **2** *v.* làm ăn sâu, làm cắm chặt; nhổ bật rễ; lấy mõm ủi moi; lục lọi; reo hò cổ vũ: *to* ~ *up/out* nhổ rễ lên; *strength ~ed in unity* sức mạnh xây dựng trên sự đoàn kết; *to* ~ *in old documents* lục lọi trong đống hồ sơ cũ

rooted *adj.* đã bén rễ: *deeply* ~ đã ăn sâu; thâm căn cố đế

rope **1** *n.* dây thừng, dây chão; chuỗi, xâu; dây thòng lọng [quăng vào cổ ngựa, cổ bò]; treo cổ tử tù]: *to jump* ~ nhảy dây; *to know the ~s* biết hết mọi cách thức; *~-ladder* thang dây; *~-walker* người làm xiếc đi trên dây; *~-yarn* sợi để bện dây thừng; *to be on the* ~ buộc lại với nhau; *on the high ~s* lên mặt quan trọng, làm ra vẻ ta đây; *to fight back to the ~s* chiến đấu đến cùng; *to give somebody plenty of* ~ để cho ai tự do muốn làm gì thì làm **2** *v.* trói/buộc bằng thừng; quăng thừng bắt [ngựa, bò]; chăng dây thừng làm giới hạn: *to* ~ *in/into* chăng dây để giới hạn

rosary *n.* chuỗi tràng hạt

rose **1** *n.* hoa hồng; cây hoa hồng; màu hồng: *a bed of ~s* một luống hồng; *climbing*

~ cây hồng leo; *~bud* nụ hoa hồng; ~ *bush* cây hồng, khóm hồng, bụi hồng; ~ *garden* vườn hồng; *to gather ~s* tìm thú hưởng lạc; *there is no ~ without a thorn* hồng nào mà hồng chẳng gai, không có gì sung sướng mà không có đau khổ kèm theo; *Wars of the ~s* sự tranh đua của phái đẹp, chiến tranh hoa hồng **2** *adj.* màu hồng: ~ *window* cửa sổ hình hoa hồng; *~-colored* màu hồng; tươi vui, lạc quan: *she sees things through ~-colored glasses* nàng nhìn đời một cách lạc quan

rose quá khứ của **rise**

rosemary *n.* cây hương thảo

rosewood *n.* gỗ hồng mộc

rosin *n.* cô-lô-fan

roster *n., v.* danh sách; (bảng) phân công

rostrum *n.* diễn đàn, bục diễn giả

rosy *adj.* [má, da] hồng hào, hồng; lạc quan

rot **1** *n.* sự thối rữa/mục nát; chuyện dại dột: *don't talk ~!* đừng nói chuyện vớ vẩn! **2** *v.* thối, rữa, mục: *to ~ away* chết dần chết mòn; *to ~ off* tàn tạ, tàn úa

rotary **1** *n.* máy quay: ~ *press* máy in quay; *the ~ Club* Hội Phù luân **2** *adj.* chuyển động, quay: *the ~ motion of the earth* chuyển động quay tròn của trái đất; ~ *furnace* lò quay

rotate *v.* quay, xoay quanh; luân phiên nhau: *to ~ crops* trồng luân phiên, luân canh

rotation *n.* sự quay, sự xoay vòng; sự luân phiên: *in* ~ luân phiên nhau, lần lượt; *crop* ~ luân canh

rote *n.* sự nhớ thuộc lòng, sự học vẹt: ~ *learning, learn by* ~ học thuộc lòng như con vẹt

rotor *n.* cánh quạt [máy bay trực thăng/lên thẳng]

rotten *adj.* mục (nát), thối (rữa), [trứng ung; xấu, tồi, khó chịu, đáng ghét; đồi bại, sa đọa

rotund *adj.* giọng oang oang, mập mạp

rotunda *n.* nhà/phòng hình tròn

rouge **1** *n.* phấn hồng; sáp môi **2** *v.* đánh phấn hồng

rough **1** *n.* trạng thái chưa gọt giũa; người cục mịch hoặc du côn: ~ *diamond* kim cương còn nguyên; *to take the ~ with the smooth* kiên nhẫn chịu đựng gian khổ; *a bit ~* không công bằng; ~ *and ready* qua loa đại khái nhưng dùng được; ~ *justice* đối xử công bằng **2** *adj.* xù xì, ráp, nhám; gồ ghề, lởm chởm; dữ dội, mạnh, hung dữ, hung bạo; [biển] có sóng lớn, động; thô, chưa gọt giũa, chưa mài giũa, chưa trau chuốt; thô lỗ, cục cằn, lỗ mãng; [bản] nháp, phác qua, dịch phỏng; [tiếng] chói tai; nặng nhọc, nặng nề, gay go, khó khăn *a ~ copy* bàn thảo đầu tiên; *a ~ guess* sự đoán phỏng chừng; *a ~ sketch* vẽ nháp; *~ coat* lớp sơn đầu; *~ road* con đường gồ ghề; *~ sea* biển động; *~ words* lời nói thô lỗ; *to give someone a lick with the ~ side of one's tongue* nói gay gắt với ai; *to have a ~ time* bị ngược đãi; *~-and-tumble* không thường, không thứ tự **3** *adv.* dữ, thô bạo: *to treat someone ~* đối xử thô lỗ với ai **4** *v.* làm dựng ngược, vuốt ngược; phác thảo: *to ~ it out* đi cắm trại, ngủ ngoài trời; *to ~ up* đánh đập, ngược đãi

roughage *n.* thức ăn thô; chất xơ

roughly *adv.* dữ dội, thô bạo; đại thể, phỏng độ; *~ speaking* nói đại khái

roughshod *adj.* [ngựa] mang móng đinh: *to ride ~ over somebody* ăn hiếp ai, chà đạp lên ai

roulette *n.* bàn đánh bạc ru-lét; cái kẹp uốn tóc

round 1 *n.* vật hình tròn; khoanh [thịt bò]; vòng tròn; sự quay vòng, sự tuần hoàn, chu kỳ; sự đi vòng/tua, sự kinh lý; hiệp, vòng đấu; loạt [súng], tràng [pháo tay *applause*], chầu rượu: *to dance in a ~* nhảy vòng tròn; *to show something in the ~* nêu rõ đầy đủ vấn đề; *the watchman made his ~s* người gác đi tuần quanh toà nhà; *to go the ~* chuyền người nầy qua người khác; *to make the ~ of* đi vòng quanh **2** *adj.* tròn; (béo) tròn tròn; chẵn, tính chẵn; khứ hồi; [gọng] sang sảng; thẳng thắn; *~ table* bàn tròn; *~ figure* (= *number*) số nguyên, số chẵn; *a ~ trip* cuộc hành trình khứ hồi; *~ peg in a square hole* không thích hợp, nồi tròn nắp vuông; *Knights of the ~ Table* hội nghị bàn tròn **3** *adv.* quanh, vòng quanh; chung/xung quanh; quay trở lại: *to go ~* đi vòng quanh; *~ and ~* loanh quanh; *all the year ~* quanh năm suốt tháng **4** *prep.* quanh, vòng quanh, chung/xung quanh: *to sit ~ the table* ngồi vòng quanh bàn; *to travel ~ the world* đi du lịch vòng quanh thế giới; *~ the clock* suốt ngày đêm, suốt 24 tiếng **5** *v.* làm/cắt tròn, xén tròn; đi vòng quanh; đọc [nguyên âm vowel chúm/tròn môi]: *to ~ off* làm cho trọn vẹn; *to ~ up* chạy quanh dồn súc vật; vây bắt; *to ~ on a person* mắng nhiếc một người nào bất ngờ

roundabout 1 *n.* chỗ đường vòng, bùng binh **2** *adj.* theo đường vòng; [lời nói] quanh co, gián tiếp

rounder *n.* môn khúc cầu, môn thể thao chơi bằng thanh cây dẹp và trái banh nhỏ cứng

roundly *adv.* hoàn toàn; thẳng, không úp mở

roundup *n.* sự dồn súc vật; cuộc vây bắt, bố ráp; sự tóm tắt: *press ~* bài điểm báo

rouse *v.* khua, khuấy động; đánh thức, làm thức tỉnh; khích động, khêu lại, gợi lại; chọc tức

rout 1 *n.* sự tháo chạy, sự tán loạn lúc rút lui; sự thảm bại **2** *v.* đánh cho tan tác; đánh tơi bời

route 1 *n.* đường đi; tuyến đường; đường của người phát thư **2** *v.* gửi [thư, gói hàng] theo một tuyến đường nào đó

routine *n.* công việc hằng ngày, thói quen mỗi ngày; thủ tục, thường lệ

rove *v.* đi lang thang

rover *n.* người đi lang thang, lãng tử

roving *adj.* đi khắp nơi; [đại sứ] lưu động: *~ Commission* giới thẩm quyền lưu động; *~ eyes* cặp mắt láo liêng

row 1 *n.* [rəv] hàng, dãy; dãy nhà; hàng ghế; hàng cây; cuộc đi chèo thuyền: *to sit in a ~* ngồi thành hàng **2** *n.* [rau] sự om sòm, sự huyên náo: *to kick up a ~* làm om sòm lên; *what is the ~?* cái gì mà huyên náo thế? **3** *v.* chèo thuyền, chèo: *to ~ somebody across the river* chèo thuyền cho ai sang sông

rowboat *n.* thuyền có mái chèo

rowdy 1 *n.* tên du côn **2** *adj.* hay làm om sòm

royal *adj., n.* thuộc nhà vua; hoàng gia; sang trọng, huy hoàng, trọng thể: *the ~ family* hoàng gia, hoàng tộc; *~ power* vương quyền; *~ Air Force* không quân Hoàng gia (Anh), không lực Anh; *a ~ welcome* cuộc đón tiếp như đế vương

royalist *n.* người theo chủ nghĩa bảo hoàng

royalty *n.* địa vị nhà vua, vương vị; quyền hành nhà vua, vương quyền: *royalties* tiền bản quyền tác giả/phát minh, tiền tác quyền

rub 1 *n.* sự cọ xát/chà xát; sự lau chùi, cọ chải; nỗi khó khăn, sự cản trở **2** *v.* cọ xát, chà xát; xoa, thoa, xoa bóp; lau/đánh bóng; xát mạnh để làm bản rập: *to ~ along* len lỏi qua được, xoay xở được; *to ~ down* xoa bóp, chà xát; *to ~ in* xoa dầu cho thấm; nhắc đi nhắc lại; *to ~ off* lau/xóa sạch; làm xước; *to ~ out* lau/chùi sạch; giết, thủ tiêu; *to ~ noses* lau mũi phản đối người khác; *to ~ shoulders with* liên lạc, tiếp xúc với người nào; *to ~ (up) the wrong way* làm trái ý ai, chọc tức ai

rubber 1 *n.* cao su: *~ band* dây cao su; *~ plant* cây cao su; *~ stamp* con dấu cao su; nhân vật/nghị hội bù nhìn; *~ tree* cây cao su; *~ plantation* đồn điền cao su **2** *n.* cái tẩy, cục gôm; giầy cao su, ủng cao su; khăn lau, giẻ lau

rubberneck *n.* người (du khách) tò mò

rubbing *n.* bản rập, bản xát, thác bản

rubbish *n.* rác rưởi, rác rến, vật bỏ đi; vật vô giá trị; chuyện bậy/láo/nhảm, chuyện vô lý

rubble *n.* gạch vụn, đá vụn

rubella *n.* bệnh nhiễm trùng dễ gây sẩy thai

rubric *n.* đề mục (in chữ đỏ), mục lớn

ruby *n.* ngọc đỏ, hồng ngọc, ru bi

rucksack *n.* ba lô

ruckus *n.* một hàng, một dãy

rudder *n.* bánh lái

ruddy *adj.* hồng hào khoẻ mạnh; hung hung đỏ

rude *adj.* láo xược, vô lễ, bất lịch sự, khiếm nhã, thô lỗ, dã man; thô sơ, không tinh vi; mạnh mẽ (đột ngột), dữ dội: *to be ~ to somebody* không lịch sự đối với ai

rudimentary *adj.* bước đầu, sơ bộ, sơ đẳng; thô sơ

rudiments *n.* khái niệm bước đầu, kiến thức cơ sở

rue *v.* ăn năn, hối hận, ân hận, hối tiếc

rueful *adj.* buồn bã, rầu rĩ; thảm hại

ruffian *n.* tên côn đồ/côn quang, tên lưu manh, tên vô lại, thằng du côn

ruffle 1 *n.* diềm đăng ten tổ ong; sóng gợn; khoang cổ; hồi trống rền 2 *v.* làm xù/rối lên; (làm) sóng gợn lăn tăn; làm mếch lòng, làm trái ý: *to ~ someone's hair* làm rối tóc ai

rug *n.* tấm thảm; chăn, mền: *this is a hand-made ~* đây là tấm thảm làm bằng tay; *as snug as a bug in a ~* ấm như nằm trong chăn; *to pull the ~ from under* không được hỗ trợ, không ổn định

rugby *n.* môn bóng bầu dục

rugged *adj.* lởm chởm, gồ ghề, xù xì; khó nhọc, vất vả, gian truân; khoẻ mạnh, vạm vỡ

ruin 1 *n.* sự đổ nát, sự suy đổi; sự tiêu tan; sự thất bại/phá sản; *ruins* di tích, tàn tích: *the ~s of Angkor Wat* sự đổ nát của điện Đế thiên Đế thích 2 *v.* làm đổ nát, làm hỏng, làm tan nát, làm hư nát, tàn phá; làm phá sản; làm hư hỏng, dụ dỗ [con gái]: *he ~ed himself (by) gambling* vì máu mê cờ bạc mà anh ta bị khuynh gia bại sản

ruinous *adj.* đổ nát; tài hại, gây tai hại

rule 1 *n.* lệ thường, thói quen; phép tắc, quy tắc, quy củ; luật lệ, điều lệ, quy luật; quyền thống trị: *as a ~* theo thường lệ; *French ~* thời Pháp thuộc; *~ of thumb* theo kinh nghiệm; *the ~ of the road* luật đi đường; *under Chinese ~* dưới thời Bắc thuộc; *to ignore all the ~s and regulations* bất chấp cả bao nhiêu luật lệ; *to run the ~* thi hành luật lệ 2 *v.* trị vì, cai trị, thống trị; quản trị, chi phối, chỉ huy, điều khiển; chế ngự, kiềm chế, đè nén; [toà] ra lệnh, quyết định, phán quyết; kẻ [giấy]: *to ~ out* bác bỏ, loại

trừ; *to ~ over* thống trị; *to ~ with iron fists* thống trị độc tài

ruler 1 *n.* nhà cầm quyền; vua, chúa: *they fought against the miliatry ~s* họ chiến đấu chống lại nhà cầm quyền quân phiệt 2 *n.* cái thước kẻ: *we need a longer ~* chúng ta cần cái thước dài hơn

ruling 1 *n.* sự quyết định/phán quyết; sự thống trị 2 *adj.* cầm quyền, chỉ huy: *~ circles* giới cầm quyền, giới lãnh đạo; *~ passion* sự say mê mãnh liệt

rum *n.* rượu rum

rumble *n., v.* (tiếng) ầm ầm (tiếng) đùng đùng; (tiếng) sôi bụng ùng ục

ruminant *n.* động vật nhai lại

ruminate *v.* nhai lại; ngẫm nghĩ, suy đi tính lại

rummage 1 *n.* sự/đồ lục lọi: *~ sale* cuộc bán đồ cũ linh tinh/tập tàng 2 *v.* lục lọi, lục soát; lục bừa, lục bừa bãi, lục lung tung

rumor 1 *n.* tin đồn, lời/tiếng đồn: *~ monger* người phao tin đồn 2 *v.* đồn (đại): *it is ~ed that* người ta đồn rằng

rump *n.* mông đít [của loài vật]; phao câu [của chim]: *~steak* thịt mông bò

rumple *v.* làm rối [tóc]; làm nhăn/nhàu, vò nhàu

run 1 *n.* sự chạy; cuộc đi chơi/dạo, chuyến đi: *on the ~ all day long* suốt ngày chạy ngược chạy xuôi; *in the long ~* tính đường dài 2 *n.* sự hạ nhanh, sự giảm mau; cơn, hồi, loạt; *the play 'Gengis Khan' had a ~ of six nights* vở Thành Cát Tư Hãn diễn sáu đêm liền; *a ~ for one's money* được thoả đáng với đồng tiền bỏ ra; *a ~ of bad luck* hồi bị đen; *a ~ of the banks* đổ xô đến nhà băng rút tiền 3 *v.* [ran; run] chạy, cho chạy, cho chảy; trông nom, điều khiển, quản lý; luồn [dây]; đưa lướt; [máu] chảy; [tin] lan mau/nhanh; [ngón tay] lướt: *to ~ about/around ~* chạy quanh/chạy loăng quăng; *to ~ across* chạy ngang qua/tình cờ gặp; *to ~ after* chạy theo, đuổi theo/theo đuổi [đích]; *to ~ off* cho chạy/quay thành nhiều bản/chạy trốn; chảy; *to ~ through* chạy qua/đâm xuyên qua/đọc lướt qua; *to ~ up* chạy lên/kéo [cờ]/để tích lũy; *~ along!* cút đi chỗ khác!; *to ~ at* nhảy/xông vào; *to ~ away* bỏ chạy, chạy đi; *to ~ down* chạy xuống/[đồng hồ] hết dây cót/[bình điện] hết điện; *to ~ for President* ra tranh cử Tổng thống; *to ~ foul of* trở nên đại dột, đi ngược lại với; *to ~ into* chạy vào trong, mắc/rơi vào; tình cờ gặp; *to ~ out* chạy/chảy ra; hết, cạn, kiệt; hết hiệu lực; *to ~ out of* hết (thì giờ/tiền); *to ~ the gauntlet* bị chỉ trích kịch liệt; *to ~ over* tràn/trào ra/đọc lướt qua/chạy đè lên, chẹt phải; *to ~*

for one's life chạy bán sống bán chết; *her letter ~s as follows* lá thư của cô ta viết như sau; *to ~ errands* chạy việc vặt; *to ~ in the blood* di truyền; *to hit and ~* đâm người ta rồi lái xe bỏ chạy; *to eat and ~* ăn cơm thết xong bỏ đi liền

runaway *n., adj.* (người) bỏ trốn; (ngựa) lồng lên

rundown *n.* bản tóm tắt

run down *adj.* ọp ẹp, long đai gãy ngổng; kiệt sức, cạn; hết dây cót, chết

rung *n.* thanh ngang, bậc [thang]; nan hoa

rung quá khứ của **ring**

runner *n.* người chạy, lực sĩ chạy; tuỳ phái, ông chạy giấy; công nhân đầu máy xe lửa; thân cây bò lan; đường rãnh; dây cáp kéo đồ; con lăn; *~up* người về nhì trong trận chung kết; người đứng thứ nhì; á hậu [trong cuộc thi hoa khôi]

running 1 *n.* cuộc chạy thi/đua; sự chạy; sự chạy máy, sự vận hành; sự chảy; sự điều khiển/quản lý; *in the ~* có cơ thắng trong cuộc chạy đua; *to make/take up the ~* dẫn đầu cuộc đua 2 *adj.* đang chạy; đang chảy: *~ sore* đang rỉ mủ; *~ board* bậc lên xe; *~ commentary* bài tường thuật tại chỗ; *~ knot* nút dây thòng lọng; *~ mate* ứng cử viên Phó tổng thống; *~ rope* dây thừng kéo ra được; *~ stitch* cuộn chỉ để kéo ra

runny *adj.* chảy ra nhiều, dễ chảy (nước mắt)

runproof *adj.* [bít tất dài đàn bà] không tuột sợi

runt *n.* giống bò nhỏ; người bị cọc, anh lùn

runway *n.* đường băng, phi đạo; cầu tàu

rupee *n.* đồng tiền ru-pi (Ấn độ, Pakistan, Sri Lanka)

rupture 1 *n.* sự cắt đứt, sự đoạn tuyệt/tuyệt giao; sự đứt [mạch máu]; sự thoát vị: *the ~ of diplomatic relations between two countries* sự đoạn giao quan hệ ngoại giao giữa hai nước 2 *v.* (bị) cắt đứt, (bị) đoạn tuyệt; (làm) vỡ, đứt, gãy, thủng, rách; (làm) thoát vị, thoát trường

rural *adj.* thuộc miền nhà quê, đồng quê, thôn dã, thôn ổ, nông thôn: *~ areas* những vùng thôn quê; *both in ~ and urban areas* cả ở quê lẫn ở tỉnh; *~ Free Delivery, ~ Route* Đường phát thư [viết tắt *R F D*]

ruse *n.* mưu mẹo, mưu kế, mưu chước

rush 1 *n.* sự xông lên, sự xô đẩy; sự đổ xô tới, sự lao/dồn tới, sự cuốn đi; sự vội vàng, sự gấp gáp: *to be in a ~ to* vội vàng làm gì; *a ~ job* công việc cần làm gấp; *the gold ~* cuộc đổ xô đi tìm vàng; *No ~* Không vội gì; *~ hours* giờ cao điểm, giờ tan sở (đông xe), giờ đi làm (kẹt xe) 2 *v.* xông lên, xô, đổ xô tới; lao, dồn tới; chảy mạnh, dồn lên;

đi gấp; làm/gửi gấp: *they ~ed the girl to the hospital* họ chở vội cô bé vào bệnh viện; *reinforcements were ~ed to the battlefield* viện binh được gửi gấp ra bãi chiến trường; *the bill was ~ed through Congress* dự luật được Quốc hội thông qua một cách vội vàng; *to ~ into* xông thẳng vào; nhảy vội vào việc gì

russet *n., adj.* (màu) nâu đỏ

Russia *n.* nước Nga

Russian *n., adj.* (người) Nga; tiếng Nga, Nga ngữ: *~ roulette* việc làm nguy hiểm, hành động của người chống lại cách mạng

rust 1 *n.* gỉ, sét; sự cùn trí nhớ; bệnh gỉ sắt [của cây lúa]: *~ belt* khu vực công nghiệp có lợi; *~ bucket* xe tàu gỉ sét 2 *v.* gỉ; làm gỉ; *~free* không gỉ

rustic *adj., n.* quê mùa, mộc mạc; chất phác; thô kệch

rustle *n., v.* (tiếng) sột soạt, (tiếng) xào xạc; ăn trộm [bò, ngựa]

rustproof *adj.* không gỉ

rusty *adj.* gỉ, han, sét; [ngoại ngữ] cùn; lỗi thời, lạc hậu; cau có bực tức: *his English is a little ~* tiếng Anh của ông ấy xưa rồi

rut 1 *n.* vết bánh xe; vết đường mòn; *in a ~* theo lối mòn, theo lối cũ 2 *n.* sự động đực 3 *v.* động đực

ruthless *adj.* tàn nhẫn, nhẫn tâm

rye *n.* lúa mạch đen: *~ bread* bánh mì mạch đen; *~peck* cọc sắt buộc thuyền; *~ whisky* rượu uýt-ky mạch đen

ryokan *n.* quán trọ truyền thống của Nhật

ryot *n.* người nông dân Ấ Độ

S

S *n.* chữ thứ 19 trong bảng chữ cái abc, vật có hình chữ S

's 1 *v., abbr.* (= **is, has**) chữ viết tắt của is hay has: *it~ raining* trời đang mưa; *he~ arrived* ông ấy vừa đến 2 *poss., pron.* (*of*) đứng sau tiếng danh từ số ít chỉ quyền sở hữu: *my father~ car* xe của ba tôi

SA *n., abbr.* (= **South Australia, Salvation Army, South Africa**) chữ viết tắt tên Nam Úc, Giáo hội Cứu thế từ thiện, Nam Phi: *I live in ~* tôi sống ở Nam Úc

sabbath *n.* ngày xa-ba của dân Do Thái; ngày Chủ nhật của đạo Tin Lành; thời kỳ nghỉ: *~ day* ngày nghỉ tôn giáo như Thiên Chúa giáo là ngày Chủ nhật, Do Thái giáo là ngày Thứ bảy và Hồi giáo là ngày Thứ sáu; *~day's journey* quãng đường người Do Thái đi qua trong ngày xa-ba; *witches' ~* cuộc họp của các phù thuỷ với ma vương

sabbatical *n., adj.* việc nghỉ phép của giáo sư đại học để nghiên cứu: *~ year* năm nghỉ phép của giáo sư đại học để nghiên cứu, năm xa-ba cứ bảy năm một lần

saber *n.* gươm, kiếm lưỡi cong của kỵ binh

sable *n.* da lông chồn zi-be-lin; *~s* tang phục

sabotage *n., v.* (sự) phá hoại; làm hỏng: *we don't support acts of ~* chúng ta không hỗ trợ cho hành động phá hoại; *to ~ a plan* phá hoại một kế hoạch

sac *n.* túi, bao

saccate *adj.* có túi, phồng ra thành túi

saccharin *n.* hoá chất rất ngọt như đường, hoá chất sa-ca-rin

saccharine *adj.* có nhiều chất đường, rất ngọt

sack **1** *n.* bao tải, túi, bị; cái giường: *a ~ of sweet potatoes* một túi khoai lang; *to get the ~* bị đuổi/thải; *to hit the ~* đi ngủ; *~ race* cuộc đua của những người cho chân vào túi **2** *n.* sự cướp phá, sự cướp bóc **3** *v.* đóng bao; sa thải; đánh bại: *I don't think he was ~ed* tôi không nghĩ là ông ấy bị sa thải **4** *v.* cướp phá, cướp bóc: *they ~ed money from a bank* họ cướp tiền nhà băng

sackcloth *n.* vải bao tải; quần áo tang: *~ and ashes* mặc áo tang và rắc tro lên đầu

sacrament *n.* phép bí tích, lễ ban phước: lời thề

sacred *adj.* thiêng liêng, bất khả xâm phạm; thánh, thần thánh: *a ~ book* sách thánh; *a ~ duty* nhiệm vụ thiêng liêng; *~ cow* người, vật hoặc cái gì không thể chê được; *~ Heart* trái tim của Chúa; *~ number* con số có tính tôn giáo

sacredness *n.* tính thần thánh, sự linh thiêng; tính bất khả xâm phạm

sacrifice **1** *n.* sự hy sinh; sự cúng thần, vật tế thần; sự bán lỗ: *to make ~s for the father-land* hy sinh vì tổ quốc; *at a ~* (bán) lỗ **2** *v.* hy sinh; cúng tế; bán lỗ: *children have to ~ themselves for their family* con cái hy sinh cho gia đình

sacrilege *n.* tội báng bổ/xúc phạm thần thánh

sacrilegious *adj.* báng bổ, xúc phạm thần thánh

sad *adj.* buồn, buồn bã, buồn rầu, âu sầu; đìu hiu, cô quạnh, quạnh quẽ; kém, tồi, hèn: *it's very ~ to hear that news* rất buồn khi nghe tin đó; *~ sack* người bất hạnh; *~ iron* tấm sắt phẳng

sadden *v.* làm buồn bã/buồn rầu/phiền muộn

saddle **1** *n.* yên ngựa, yên xe đạp; phần thịt nối giữa hai lỗi; phần giữ dây cáp trên các cầu: *in the ~* móc lên, trong văn phòng; *~*

bag túi yên; *~ bow* vòng cung yên ngựa; *~cloth* vải lót yên ngựa; *~-horse* ngựa để cưỡi; *~ stitch* chỉ đóng giữa sách; *~ tree* khung yên **2** *v.* thắng yên; dồn, chất [gánh nặng, trách nhiệm]: *~ my nag* trò chơi trẻ con; *let's ~ a couple of horses and go for a ride* chúng ta hãy bỏ yên lên ngựa và cưỡi một vòng

sadism *n.* tính ác dâm, tính bạo dâm; tính thích chơi ác

sadist *n.* người ác dâm/bạo dâm; người có tính thích chơi ác, người thích hành hạ kẻ khác

sadness *n.* sự buồn bã/buồn rầu, nỗi u buồn

safari *n.* cuộc đi săn ở Nam Phi, cuộc đi thăm các thú vật Nam Phi: *~ park* công viên có nhiều thú vật Nam Phi; *~ suit* áo quần có nhiều túi, bộ áo quần ký giả

safe **1** *n.* tủ sắt, két sắt; chạn, tủ thịt: *to keep money in the ~* để tiền trong tủ sắt **2** *adj.* chắc chắn, an toàn, vô sự; không nguy hiểm; dè dặt, thận trọng: *to play it ~* chơi ăn chắc; *to be on the ~ side* cho nó chắc, muốn cẩn thận; *~ and sound* an toàn; *~ conduct* giấy thông hành an toàn; *~ deposit box* hộp (giấy tờ quan trọng) gửi nhà băng; *~ keeping* sự che chở bảo vệ khỏi mất mát; *~ seat* nơi ghế an toàn dành cho dân biểu của một đảng phái chính trị; *~ sex* sự giao hợp/làm tình an toàn

safeguard *n., v.* (cái) để che chở/bảo vệ: *to ~ peace* gìn giữ hoà bình

safety *n.* sự chắc chắn, sự an toàn; tính chất an toàn không nguy hiểm: *~ belt* dây an toàn; *~ catch* cò an toàn; *~ curtain* màn trước sân khấu; *~ first* bảng cảnh giác an toàn; *~ helmet* nón an toàn đội khi đi xe đạp hay xe gắn máy; *~ house* nhà an toàn dành cho trẻ con; *~ lamp* đèn an toàn dành cho giới đào mỏ; *~ measures* biện pháp an toàn; *~ match* diêm an toàn; *~ net* lưới an toàn của người làm xiếc; *~ pin* kim băng; *~ razor* dao bào; *~ valve* van an toàn; cái xả hơi, chỗ xả hơi; *~ zone* khu vực an toàn

saffron **1** *n.* (củ) nghệ **2** *adj.* màu vàng nghệ

sag **1** *n.* sự lún/cong; sự chùng; sự hạ giá; sự sút kém **2** *v.* lún/cong/oằn/võng xuống; chùng; nghiêng một bên; hạ giá, sụt giá; sút kém: *this necktie won't ~ after washing* chiếc cà-vạt nầy không bị nhăn sau khi giặt

saga *n.* chuyện chiến công các bậc anh hùng, chuyện dân gian về một dòng tộc

sagacious *adj.* khôn ngoan sắc sảo, thông minh

sagacity *n.* sự thông minh linh lợi, sự sắc sảo

sage *n., adj.* nhà hiền triết, hiền nhân, bậc thánh hiền; khôn ngoan già dặn

sago *n.* bột cọ/sồi: ~ *palm* bột cây sồi/chàm/cau

said quá khứ của **say**

sail 1 *n.* cánh buồm; thuyền, tàu: *to set ~* giương buồm; ~ *arm* cánh cối xay gió; ~*boat* thuyền buồm; ~*cloth* vải buồm; ~*ing master* thuyền trưởng; ~*ing orders* lệnh đi tàu, lệnh điều khiển tàu **2** *v.* đi/chạy (trên mặt biển); lái, điều khiển; đi thuyền, đi tàu thuỷ; nhổ neo; bay lượn: *to ~ close to the wind* cho chạy tránh gió; *to ~ into* lao vào công việc, tấn công/chỉ trích dữ dội

sailor *n.* lính thuỷ, thuỷ thủ

saint *n., v. (abbr.* **St.**) thánh; ông thánh, phong thánh: *All ~s' Day* Lễ Các Thánh, Lễ Chư Thánh; ~ *Andrew's cross* hình chữ X

saintly *adj.* thánh thiện

sake *n.* lợi ích: *for God's ~* vì chúa; *for your* ~ để có lợi cho anh; *art for art's ~* nghệ thuật vì nghệ thuật

sake *n.* rượu sa-ke của Nhật

salad *n.* rau xà lách: ~ *cream* giấm pha có kem trộn xà lạch; ~ *dressing* dầu giấm hoặc nước pha để trộn xà lách; ~ *oil* dầu trộn xà lách

salamander *n.* con rồng lửa, con kỳ nhông

salami *n.* xúc xích Ý

salary *n.* tiền lương, tiền công: *his starting ~ was $30,000 per annum* lương khởi đầu ông ấy là 30 nghìn đôla một năm

sale *n.* sự bán; số hàng hoá bán được; cuộc bán xon, cuộc bán hạ giá, bán khuyến mãi: *for ~* để bán, đem ra bán; *on ~* bán xon, bán giá hạ, bán khuyến mãi; *sidewalk ~* bán ngay trên bờ hè; *garage ~, yard ~* bán xon đồ thừa bày ở trong nhà để xe hoặc ở ngoài sân cỏ; ~ *or return* trao đổi hàng đã mua; ~ *of work* cuộc bán hàng của các nhà thờ cho từ thiện; ~ *ring* nhóm người mua ở buổi đấu giá; ~*s clerk* người bán hàng; ~*s department* bộ phận đóng gói bán; ~*s engineer* chuyên viên kỹ thuật mua bán; ~*smanship* nghề/tài bán hàng; ~*s talk* chào hàng khách; ~*s tax* thuế bán hàng hoá (gián thu)

saleable, salable *adj.* có thể bán được, dễ bán: ~ *price* giá có thể bán được

salient *adj.* nổi bật, dễ thấy; nhô/lồi ra

saline *adj., n.* (có) nước muối, (nước) mặn như muối

saliva *n.* nước bọt, nước dãi

sallow *adj.* [da] tái xám

sally *n., v.* (sự) xông ra; (cuộc) đi chơi/dạo

salmon *n., adj.* cá hồi, có màu cá hồi

salmonella *n.* vi khuẩn gây độc hại cho thức ăn

salon *n.* phòng tiếp khách; cửa tiệm sang trọng; phòng/cuộc triển lãm tranh/xe: *beauty ~* tiệm uốn tóc; *shoe ~* tiệm bán giày phụ nữ; *The ~* phòng/cuộc triển lãm tranh/xe

saloon *n.* quán rượu, tửu quán; phòng khách lớn, hội trường; ~*-bar* quầy rượu hạng sang; ~*car/carriage* toa xe lửa bán hàng; ~ *deck* hành lang cho khách quán rượu dùng; ~*-keeper* chủ tiệm rượu; ~ *pistol* súng ngắn dùng trong sân bắn

salt 1 *n.* muối, muối ăn; sự châm chọc, sự tế nhị: *table ~* muối bột dùng để ăn; *to eat ~ with somebody* là khách của ai, phải sống nhờ vào ai; *to take something with a pinch of ~* nửa ngờ nửa tin điều gì; *the ~ of the earth* tinh hoa của xã hội; ~ *and pepper* muối tiêu, đen trắng lẫn lộn; *to rub ~ into the wound* làm cho ai đau đớn thêm, xát muối vào vết thương; ~ *lake* hồ nước mặn; ~ *shaker* lọ đựng muối ở bàn ăn; ~ *spoon* muỗng xúc muối **2** *adj.* ướp muối, tẩm muối; đau đớn, thương tâm: *to weep ~ tears* khóc sướt mướt, khóc như mưa **3** *v.* muối, rắc muối; thêm mắm thêm muối: *to ~ down money* để dành tiền; *to ~ fish* ướp cá; *to ~ the books* gian lận; *to ~ an account* tính giá cao nhất trong các món hàng

saltish *adj.* hơi mặn, mằn mặn

salty *adj.* mặn; chua chát, sắc sảo

salutary *adj.* tốt lành; bổ ích, có ích

salutation *n.* lời/câu chào

salute 1 *n.* sự chào; cách chào, lời chào: *a twenty one gun ~* 21 phát súng chào; *to take the ~* ghi nhận sự chào hỏi bằng điệu bộ **2** *v.* chào: *to ~ someone with a smile* chào ai bằng nụ cười; *to ~ the judge* thắng cuộc đua ngựa

salvage 1 *n.* sự cứu tàu [khỏi đắm/cháy]; đồ đạc cứu được, của cải vớt được **2** *v.* cứu khỏi đắm/cháy

salvation *n.* sự cứu rỗi, sự cứu vớt linh hồn: ~ *Army* Đội quân Cứu tế Từ thiện; *national ~* cứu nước, cứu quốc

salve 1 *n.* thuốc mỡ, thuốc xoa **2** *v.* xoa dịu, an ủi

salver *n.* khay bằng nhom hay đồng dùng để thức ăn thức uống

salvo *n.* loạt súng/đạn; tràng [vỗ tay *applause*]

Samaritan *n., adj.* người Xa-ma-ria: *good ~* người hay làm phúc

same 1 *n.* vật đó, điều như thế, người đó: *just the ~* vẫn như thế, *all the ~* vẫn cứ thế, tất cả đều giống nhau; *the ~ to you* đối với bạn cũng thế thôi **2** *adj.* như nhau, giống nhau: *in the ~ boat* cùng một chuyến tàu; cùng hội cùng thuyền; *at the ~ time* đồng thời, cùng một lúc; *the ~ attitude* vẫn thái độ đó

samfu *n.* áo quần đồng phục phụ nữ Tàu

samosa *n.* bánh nướng thịt hình tam giác

sampan *n.* thuyền tam bản

sample 1 *n.* mẫu, mẫu hàng: *to give something as a ~* trao một cái gì làm mẫu 2 *v.* thử, ăn thử: *we have ~d a selection of different wines* chúng tôi vừa thử một số rượu nho chọn lọc

sampler *n.* vãi thêu mẫu, người may mẫu

samurai *n.* sĩ quan Nhật

sanatorium *n.* nhà điều dưỡng, nơi an dưỡng

sanctify *v.* thánh hoá, làm hợp đạo thánh; biện bạch

sanction 1 *n.* sự đồng ý/tán thành; hình phạt: *with the ~ of the author* với sự đồng ý của tác giả; *the American government lifted ~ to Vietnam in 1995* chính phủ Mỹ đã bỏ lệnh trừng phạt Việt Nam năm 1995 2 *v.* đồng ý, phê chuẩn; quy định việc thưởng phạt: *he may now be ready to ~ the use of forces* ông ấy bây giờ có thể phê chuẩn việc dùng võ lực

sanctity *n.* tính thiêng liêng, sự ràng buộc thiêng liêng; sự bất khả xâm phạm

sanctuary *n.* chỗ tôn nghiêm, nơi thờ phụng, chùa chiền, nhà thờ; chỗ ẩn náu, nơi trốn tránh; nơi bí ẩn: *to take ~ in* tìm nơi ẩn trốn

sand 1 *n.* cát, bãi cát: *numerous as the ~* vô số; *~ bank* bãi cát; *~ blast* luồng cát phun; *~ cloud* đám cát bốc lên; *~ crab* con cồng ở bãi cát; *~ dune* đụn cát; *~ glass* đồng hồ cát; *~ hill* đồi cát; *~ hog* người làm cát, người lấy cát; *~ shoes* giầy đi cát 2 *v.* đổ/rải cát: *to ~ a road* trải cát lên đường đi

sandal *n.* dép, săn-đan: *a pair of ~s* một đôi dép

sandalwood *n.* gỗ dàn hương

sandbag 1 *n.* túi cát, bao cát 2 *v.* ngăn chặn bằng bao cát

sandcastle *n.* dinh thự xây bằng cát trên biển

sandpaper *n.* giấy nhám, giấy dùng đánh bóng

sandstone *n.* đá cát, sa thạch

sandstorm *n.* bão cát

sandwich 1 *n.* bánh xăng uých, bánh mì (kẹp) thịt: *hero ~* bánh mì ba tê kiểu Pháp/Ý; *~ board* bảng quảng cáo cho người đeo trước ngực và sau lưng; *~ course* lớp huấn luyện xen kẽ; *~ man* người đeo bảng quảng cáo 2 *v.* để vào giữ, kẹp vào giữa, xen vào giữa

sandy *adj.* có nhiều cát; [tóc] màu hung hung

sane *adj.* lành mạnh, đầu óc vững vàng, không điên cuồng; phải chăng, ôn hoà, đúng mực

sanforized *adj.* [vải] đã xử lý cho khỏi bị co

sang quá khứ của **sing**

sanguinary *adj.* khát máu, tàn bạo; đẫm máu, lưu huyết

sanguine *adj.* tin tưởng, lạc quan, đầy hy vọng; đỏ, hồng hào; đỏ như máu; thuộc máu

sanify *v.* cải thiện điều kiện vệ sinh, làm sạch sẽ, làm vệ sinh

sanitarium *n.* viện điều dưỡng (bệnh lao)

sanitary *adj.* vệ sinh: *~ cart* xe đi thu dọn vệ sinh; *~ engineer* kỹ thuật vệ sinh; *~ napkin* khố/băng kinh nguyệt; *~ ware* đồ sứ dùng trong bồn rửa mặt

sanitation *n.* sự cải thiện điều kiện ăn ở vệ sinh

sanity *n.* sự lành mạnh, sức khỏe tâm trí; sự đúng mực, sự ôn hoà, sự khôn ngoan

sank quá khứ của **sink**

Sanskrit *n.* tiếng Phạn, Phạn ngữ

Santa Claus *n.* ông già Nô-en

sap 1 *n.* nhựa cây; nhựa sống 2 *v.* làm kiệt sức; làm nhụt chí 3 *v.* đào hầm hào; phá hoại, phá ngầm

sapling *n.* cây nhỏ; chó săn con

sapodilla *n.* cây/quả hồng Xiêm, quả/cây Xa-pô-chê

sapphire *n.* ngọc xa-fia; màu trong xanh: *~ blue* màu xanh trong như ngọc; *~ wedding* kỷ niệm đám cưới đã 45 năm, kỷ niệm 45 năm lấy nhau

sarcasm *n.* lời mỉa mai châm biến

sarcastic *adj.* mỉa mai, châm biến, chế nhạo

sardine *n.* cá xác-đin, cá hộp, cá mòi

sardonic *adj.* mỉa mai, chậm biếm; nhạo báng

sari *n.* váy/quần phụ nữ Ấn Độ

sarong *n.* váy quấn của người Thái, Lào, Mã Lai ...

SARS *n., abbr.* (= **Severe Acute Respiratory Syndrome**) bệnh nhiễm vi khuẩn cấp tính màng óc phát khởi ở Trung quốc năm 2002

sarsaparilla *n.* cây/rễ thổ phục linh

sash 1 *n.* khăn thắt lưng, thắt lưng bao 2 *n.* khung cửa kính trượt kéo lên kéo xuống: *~ window* cửa sổ kéo lên kéo xuống

sashay *v.* đi đứng khó khăn

sashimi *n.* món ăn cá sống của Nhật

sass *n., v.* (lời) nói hỗn xược

Sat. *n., abbr.* (= **Saturday**) ngày Thứ Bảy

sat quá khứ của **sit**

Satan *n.* quỷ Xa tăng, Ma vương

satay *n.* món thịt nướng của Thái, Nam Dương hay Mã Lai: *~ sauce* nước chấm sa-tay

satchel *n.* cặp da, túi da

sate *v.* làm thỏa mãn; làm cho ngấy chán

satellite *n.* vệ tinh; vệ tinh nhân tạo; nước chư hầu, người hầu: *~ state* nước chư hầu; *~*

town thành phố vệ tinh

satiate *adj., v.* (làm) no, chán, ngấy, thoả mãn

satiety *n.* sự no, sự ngấy, sự chán ứ

satin *n.* xa tanh: ~ *cloth* vải len láng; ~ *paper* giấy láng

satire *n.* lời châm biếm, văn thơ trào phúng

satirical *adj.* châm biếm, trào phúng

satirize *v.* chế nhạo, châm biếm

satisfaction *n.* sự vừa/bằng lòng, sự toại/mãn ý: *to give someone* ~ làm cho ai vừa lòng

satisfactory *adj.* làm vừa lòng, làm vừa ý, làm thoả mãn; tốt đẹp, đầy đủ

satisfy *v.* làm vừa lòng, làm thoả mãn; đáp ứng, hội đủ [điều kiện]: *to* ~ *the examiners* đáp ứng yêu cầu của giám khảo; *to* ~ *oneself* tự mãn nguyện

saturate *v.* no, bão hoà; thấm đẫm, ngâm

saturation *n.* sự no, độ bão hoà; sự thấm đẫm: ~ *bombing* sự ném bom tập trung

Saturday *n.* ngày thứ bảy

Saturn *n.* sao Thổ, Thổ tinh

sauce **1** *n.* nước xốt; sự vô lễ, sự hỗn xược: *fish* ~ *is a very special Vietnamese spice* nước mắm là gia vị đặc biệt của người Việt; ~ *boat* hủ đựng nước xốt; ~ *for the goose* cái gì áp dụng cho chung được; *none of your* ~*!* không được hỗn! **2** *v.* cho nước xốt, thêm nước xốt; vô lễ, hỗn láo

saucepan *n.* cái xoong, cái chảo

saucer *n.* đĩa để ly, tách; đĩa để hứng nước dưới chậu hoa: *flying* ~ đĩa bay

saucy *adj.* hỗn xược, láo xược

sauerkraut *n.* dưa chua [làm bằng cải bắp, của Đức]

sauna *n.* sự tắm hơi; nhà tắm hơi

saunter *n., v.* (sự) đi thơ thẩn, đi tản bộ

sausage *n.* xúc xích, dồi, lạp xưởng: *blood* ~ dồi; *Chinese* ~ lạp xưởng; ~ *meat* thịt xay làm lạp xưởng; *not a* ~ không có gì cả; ~ *machine* máy làm xúc xích; ~ *roll* xúc xích nướng; ~ *sizzle* tổ chức ăn xúc xích để gây quỹ từ thiện

sauté *v.* xào, áp chảo

sauvignon *n.* (*also* **sauvignon blanc**) nho trắng Pháp, rượu nho trắng: *cabernet* ~ nho đỏ Pháp, rượu nho đỏ

savage **1** *n.* người man rợ; người tàn bạo **2** *adj.* dã man, man rợ, không văn minh; hoang vu/dại; dữ tợn: ~ *scene* cảnh hoang vu

savannah *n.* mảnh đất nhiều cỏ ít cây vùng nhiệt đới

save **1** *v.* cứu nguy, cứu vãn; cứu vớt; để dành, tiết kiệm; tránh cho ai khỏi phải [mất công/của]: *to* ~ *money* để dành tiền; *to* ~ *time* tiết kiệm thì giờ; *to* ~ *one's face* để khỏi mất mặt, để giữ sĩ diện; *you* ~*d me a trip to the post office* thế là nhờ anh mà tôi

đỡ mất công ra bưu điện; *to* ~ *one's skin/ neck* cứu lấy mình; *to* ~ *one's breath* làm thinh; *to* ~ *the trouble* không vướng bận vào việc gì; *to* ~ *the situation* cứu vãn tình thế; *to* ~ *all* không bỏ phí, không phí phạm; *to* ~ *appearances* cho thấy vẻ giàu có **2** *prep., conj.* trừ ra, ngoài ra, không kể: *the parking lot was empty* ~ *for a few cars clustered to one side* chỗ đậu xe trống trừ một số xe đậu bên cạnh

saving *n., adj., prep.* tiền để dành, để dành, tiết kiệm; cứu giúp: ~ *account* trương mục tiết kiệm; ~ *and loan association* hiệp hội tiết kiệm và cho vay [để tậu nhà, mua xe, v.v.]; ~*s bank* ngân hàng tiết kiệm, quỹ tiết kiệm; ~*s book* sổ băng có trương mục tiết kiệm; ~ *clause* điều luật ghi đặc miễn

savior *n.* vị cứu tinh; *the* ~ Đức Chúa Giê-su

savoir faire *n.* khả năng thích ứng mọi hoàn cảnh; sự khôn khéo

savor **1** *n.* vị, mùi vị, hương vị; nét, vẻ, hơi hướng: *a* ~ *of arrogance* có vẻ kiêu ngạo **2** *v.* nếm, nhấm, thưởng thức; thoáng có về/ mùi: *this dish* ~*s of fish sauce* món ăn nầy có mùi vị nước mắm

savory **1** *n.* rau húng/thơm; món khai vị **2** *adj.* thơm ngon, mặn

savvy *n., v.* (sự) hiểu biết; khôn ngoan

saw quá khứ của **see**

saw **1** *n.* cái cưa: *power* ~ cưa điện, cưa máy; ~ *doctor* máy làm răng cưa; ~ *gate* (= ~*frame*) khung cưa; ~ *set* dụng cụ chỉnh răng cưa **2** *v.* cưa, xẻ [gỗ]; cứa, đưa đi đưa lại

sawbench *n.* ghế dùng để cưa

sawdust *n.* mạt cưa, mùn cưa

sawhorse *n.* giá cưa

sawmill *n.* xưởng cưa, nhà máy cưa

sawyer *n.* thợ cưa, thợ xẻ

sax *n., abbr.* (= **saxophone**) kèn xa-xô-phôn; búa đóng đinh lợp ngói

Saxon *n., adj.* (người/tiếng) Xắc-xông

saxophone *n.* kèn xắc-xô

say **1** *n.* lời nói; dịp nói, quyền ăn nói: *let her have her* ~ cứ để cho bà ấy nói **2** *v.* [**said**] nói; tuyên bố, hứa; đồn, nói; diễn tả, diễn đạt: *the contract* ~*s that ...* giao kèo nói rằng ...; *how* ~ *you?* quý vị thấy thế nào? (câu hỏi ở toà án dành cho bồi thẩm đoàn); *I cannot* ~ tôi không biết; *I should* ~ *not!* không ạ, thôi đi!; *I'll* ~ thật đúng như vậy; *I* ~ chỉ sự ngạc nhiên hoặc tạo chú ý; *it goes without* ~*ing* khỏi cần nói; *let's* ~ chúng ta hãy nói; *no sooner said than done* nói là làm liền; *people* ~ *that ..., it is said that ...* người ta đồn/nói rằng ...; ~*s you!* tôi không đồng ý; *to* ~ *much (something) for ...* nói về chất lượng cao của ...; *that is to*

~ nghĩa là, tức là, nói một cách khác; *to ~ nothing of* không đề cập đến; *to ~ something* phát biểu ý kiến; *to ~ the word* bày tỏ sự đồng ý hay cho phép; *well said* đúng, hay lắm; *when all is said and done* hết tất cả, về lâu về dài

saying *n.* tục ngữ, châm ngôn: *as the ~ goes, ...* tục ngữ có câu ...; *proverbs and ~s* tục ngữ; *to go without ~* quá nổi tiếng; *there is no ~* khó biết được

scab **1** *n.* vẩy [ở vết thương], bệnh nấm vẩy; người bần tiện; kẻ phá hoại cuộc đình công: *~ duty* hình phạt đi nhặt rác ở trường học **2** *v.* đóng vẩy; phá hoại cuộc đình công

scabbard *n.* vỏ, bao kiếm/gươm

scabies *n.* bệnh ghẻ

scabrous *adj.* xù xì, ráp

scads *n.* vô số, cả đống, nhiều lắm: *~ of money* cả đống tiền

scaffold *n.* đoạn đầu đài; giàn thang để xây nhà

scaffolding *n.* giàn thang cho thợ nề

scalable *adj.* có thể trèo được; có thể dùng trong các loại (vi tính)

scald **1** *n.* chỗ bỏng nước sôi **2** *v.* làm bỏng, đun sôi

scale **1** *n.* vẩy [cá, rắn]; cáu bựa: *~ board* tấm ván mỏng lót sau gương; *~ insect* những côn trùng khác nhau; *~ leaf* lá đã chỉnh lại làm thành vẩy; *~ winged* cánh có vẩy; *~ work* hình xếp như vẩy cá **2** *n.* đĩa cân: *scales* cái cân; *a pair of ~* đĩa cân; *~ pan* quả cân; *to tip the ~s* làm nghiêng cán cân; *to throw into the ~* lấy vũ khí làm áp lực; *to turn the ~s* cân **3** *n.* gam, thang âm [*major* trưởng, *minor* thứ]; sự chia độ; tỷ lệ thuộc tỷ lệ; quy mô, phạm vi: *on a large ~* trên quy mô lớn, đại quy mô; *~ of notation* tỷ lệ giữa các đơn vị trong hệ thống số đếm; *economies of ~* phần để dành được sau khi dùng một số lượng lớn; *in ~* tỷ lệ chung quanh hình vẽ **4** *v.* leo, trèo; vẽ theo tỷ lệ: *to ~ down* vẽ nhỏ đi; giảm xuống; *~ing ladder* thang leo tường pháo đài **5** *v.* đánh/làm vẩy [cá]; cạo cáu; tróc vẩy

scallion *n.* hành ta, hành hoa

scallop **1** *n.* con sò, con điệp; lát thịt mỏng **2** *v.* cắt kiểu vỏ sò [ở đường viền]; nấu [khoai tây] với xốt kem

scalp **1** *n.* da đầu; mảnh da đầu kẻ thù bị giết **2** *v.* [người da đỏ] lột da đầu [kẻ thù]; lừa bịp, lừa đảo; buôn đi bán lại, đầu cơ, phe phẩy

scalpel *n.* dao mổ

scaly *adj.* có vẩy

scam *n.,v.* (việc) làm gian dối, bất hợp pháp

scamp **1** *n.* kẻ đểu cáng, người xỏ lá **2** *v.* làm bôi bác, làm tắc trách

scamper *v., n.* chạy vụt; đọc lướt, cưỡi ngựa xem hoa: *to ~ away* chạy trốn, chạy vắt chân lên cổ; *to ~ through* đi lướt qua

scan *v., n.* ngâm thơ, bình thơ; xem kỹ, nhìn kỹ; đọc lướt, quét máy [rađa, truyền hình], chụp hình/tài liệu qua máy vi tính

scandal *n.* chuyện xấu xa nhơ nhuốc; sự gièm pha, sự bêu xấu: *it is a ~ that* đó là chuyện gièm pha; *~ monger* kẻ gièm pha, người nói xấu sau lưng; *~ sheet* một bài báo bêu xấu

scandalize *v.* làm xấu, bêu xấu, làm nhục, bêu diếu

scandalous *adj.* xấu xa, nhục nhã, bêu diếu; xúc phạm đến thuần phong mỹ tục, gây phẫn nộ

Scandinavian *n., adj.* (người/tiếng) Xcăng-đi-na-vi, bắc Âu [Na uy, Thụy điển, Đan mạch]

scanner *n.* máy phân hình, máy chụp lại tài liệu/hình ảnh

scanning *n.* sự phân hình [truyền hình]; sự chụp lại tài liệu/hình ảnh

scant *adj.* ít, hiếm, không đủ

scanty *adj.* ít, hiếm, không đủ; nhỏ hẹp

-scape *n.* cán hoa, quang cảnh: *to design land~* vẽ mẫu vườn hay quang cảnh

scapegoat *n.* cái bung xung, người giơ đầu chịu báng

scar **1** *n.* sẹo, vết sẹo; tì vết, vết nhơ **2** *v.* để sẹo

scarce *adj.* ít có, hiếm có, khan hiếm, khó tìm: *to make oneself ~* tách ra khỏi lối đi; *~ as hen's teeth* rất hiếm hoi

scarcely *adv.* vừa mới; không hề: *I have ~ arrived* tôi vừa mới tới tức thì; *I could ~ speak a word of English* lúc đó tôi chẳng nói được một chữ tiếng Anh

scarcity *n.* sự khan hiếm, sự thiếu thốn

scare **1** *n.* sự sợ hãi, sự lo sợ hoang mang; sự cuống quít hốt hoảng: *~dy-cat* người nhút nhát; *~ heading* đầu đề giật gân; *~monger* kẻ phao tin làm cho người ta sợ **2** *v.* làm sợ hãi, làm hoảng sợ, dọa: *to ~ away/off* xua đuổi; *to ~ up* làm cho sợ; *to ~ the living daylights out of* rất sợ chết

scarecrow *n.* bù nhìn [ở vườn ruộng] để đuổi chim

scarf **1** *n.* (*pl.* **scarfs, scarves**) khăn quàng cổ, khăn trùm đầu: *~pin/ring* vòng cột khăn; *~-skin* vòng da ngoài ở đầu móng tay **2** *n.* đường ghép, khúc gỗ nối **3** *v.* ghép đồ gỗ

scarification *n.* sự vạch da nông, việc xới đất mằng máy xới

scarifier *n.* máy xới đất

scarify *v.* rạch nông da, xới đất bằng máy xới

scarlet *n., adj.* màu đỏ tươi: ~ *cushion* gối nhỏ; ~ *diagram* đồ hình thống kê chỉ sự khác biệt giữa quá khứ và hiện tại; ~ *fever* bệnh tinh hồng nhiệt; ~ *hat* mũ giáo chủ, chức giáo chủ; ~ *letter* chữ A màu đỏ chị đàn bà phạm tội ngoại tình; ~ *rash* ban đào; ~ *runner* cây đậu lửa; ~ *woman* con đĩ áo đỏ

scary *adj.* làm khiếp sợ; dễ bị sợ, nhát

scathing *adj.* [lời phê bình] gay gắt, cay độc

scatter *v., n.* gieo, rắc, rải, tung; làm chạy tán loạn; làm tan [mây], làm tiêu tan [hy vọng]: ~ *brain* người không ý tứ, người đoảng; *to* ~ *seeds* gieo hạt giống

scavenger *n.* người quét bùn rác; thú vật ăn xác

scenario *n.* truyện phim, vở tuồng/kịch, kịch bản, quang cảnh, tình huống

scene *n.* nơi xảy ra, địa điểm; màn, lớp; cảnh, cảnh tượng, quang cảnh; trận cãi cọ, vụ ghen: *behind the* ~*s* ở hậu trường, kín, đằng sau; *a* ~ *of destruction* cảnh tàn phá; *to quit the* ~ qua đời, chết; *to come on the* ~ đến nơi

scenery *n.* phong cảnh, cảnh vật; phông cảnh

scenic *adj.* đẹp, ngoạn mục: ~ *spot* chỗ phong cảnh đẹp

scent 1 *n.* mùi, mùi thơm, hương thơm; nước hoa, dầu thơm; hơi [thú vật]; tài đánh hơi: *to put off the* ~ đánh lạc hướng, làm mất dấu; ~ *gland* túi xạ, tuyến thơm 2 *v.* toả mùi thơm; ngửi, hít; đánh hơi, phát hiện: *to* ~ *out* đánh hơi biết

scepter *n.* gậy quyền, quyền trượng; quyền vua, ngôi vua, vương quyền, quân quyền

schedule 1 *n.* chương trình, bảng giờ giấc, biểu thời gian, thời (khắc) biểu, bản kê giờ xe/tàu/máy bay; bảng liệt kê, danh mục [giá cả, lương]; thời hạn: *ahead of* ~ trước thời hạn; *behind* ~ chậm; *on* ~ đúng ngày giờ đã định 2 *v.* ghi vào bảng giờ giấc, ghi vào chương trình, dự định: *I have* ~*d to speak at the rally* tôi đã ghi trong chương trình là sẽ đọc diễn văn trong cuộc mít tinh; *a non-*~*d flight* chuyến bay không định trước

schema *n.* sơ đồ, lược đồ

scheme 1 *n.* sự sắp đặt, kế hoạch, chương trình; âm mưu, gian kế, mưu đồ, ý đồ 2 *v.* âm mưu, mưu mô

scheming *adj., n.* (có) kế hoạch, mưu đồ

schism *n.* sự ly gián; sự phân ly/ly khai

schizophrenia *n.* bệnh tâm thần

scholar *n.* ông đồ; nhà thông thái, học giả; môn sinh, học trò; người được học bổng

scholarly *adj.* uyên bác/thâm, thông thái, bác học

scholarship *n.* học bổng; sự thông thái/ uyên bác: *he was awarded a* ~ *to study in America* anh ấy được học bổng đi học Mỹ

scholastic *adj.* thuộc nhà trường; kinh viện: ~ *achievements* thành tích ở trường học, học lực

school 1 *n.* trường học, nhà trường, học đường/hiệu; sự đi học, buổi/giờ học, lớp; trường phái: *elementary/primary* ~ trường tiểu học; *normal* ~ trường sư phạm; *private* ~ trường tư; *public* ~ trường công; *secondary* ~ trường trung học; *to go to* ~ đi học; *at* ~ đang dự lớp; *to leave* ~ thôi học; ~ *age* tuổi đi học; ~ *board/council* hội đồng nhà trường; ~*book* sách học, sách giáo khoa; ~*boy* học sinh con trai, nam sinh; ~ *camp* cuộc cắm trại của trường; ~*girl* học sinh con gái, nữ sinh; ~*house* nhà trường, ngôi trường, trường sở; ~*-ma'm* cô giáo; ~ *master* ông hiệu trưởng; ~*mate* bạn học, bạn cùng trường; ~*mistress* cô giáo, bà giáo; ~*room* phòng học; ~*teacher* thầy giáo, cô giáo; nhà giáo; ~ *time* giờ học, những năm còn đi học; ~ *year* năm học, niên học; ~*yard* sân trường; "~ *Zone*" TRƯỜNG HỌC XIN ĐI CHẬM; ~*ing* sự ăn học, sự dạy dỗ, sự giáo dục 2 *v.* cho đi học, cho ăn học, dạy dỗ, giáo dục; rèn luyện: *to* ~ *one's temper* rèn luyện tính tình

schooner *n.* thuyền buồm; xe ngựa

science *n.* khoa học: ~ *fiction* tiểu thuyết khoa học không tưởng

scientific *adj.* khoa học; có hệ thống; có kỹ thuật: ~ *terminology* thuật ngữ khoa học

scientist *n.* nhà khoa học, khoa học gia

scimitar *n.* kiếm hình cong, thanh mã tấu

scintillate *v.* ăn nói sắc sảo; lấp lánh; rạng lên: *to* ~ *delight* rạng lên vì sung sướng

scion *n.* chồi, mầm non; con cháu, hậu duệ

scissors *n.* cái kéo: *a pair of* ~ một cái kéo

scoff 1 *n.* lời chế giễu 2 *v.* chế giễu, phỉ báng

scold *v.* mắng, mắng mỏ, rầy la, trách; gắt gỏng

scoliosis *n.* chứng vẹo xương sống

scone *n.* bánh nướng: *to do one's* ~ trở nên tức giận

scoop 1 *n.* cái môi/thìa/xẻng; cái gàu; cái nạo; tin giật gân; món bở 2 *v.* xúc, xới, múc; nạo; thu được, vớ được, hốt được, nhặt được lượm được

scooter *n.* xe đẩy của trẻ con; xe gắn máy: *motor* ~ xe mô-tô, xe gắn máy

scope *n.* tầm, phạm vi; trình độ, năng lực

scorch *n., v.* (sự) thiêu đốt: ~*ed earth policy* chính sách tiêu thổ kháng chiến

score 1 *n.* số điểm, số bàn thắng; vết/đường gạch; hai chục, hai mươi; lý do; bản đàn bè [nhạc]: *to keep ~* ghi điểm trong ván bài, trận đấu; *on that ~* về phương diện ấy; *~s of bicycles* hàng chục chiếc xe đạp **2** *v.* ghi điểm đã thắng; đạt/giành được; gạch, khắc, khía; đả kích; phối dàn nhạc: *to ~ success* đạt được thắng lợi; *to ~ off* chơi trội, áp đảo

scorn 1 *n.* sự khinh bỉ: *to think ~ of somebody* kinh bỉ ai, coi khinh người nào **2** *v.* khinh bỉ/rẻ/miệt: *to ~ lying* không thèm nói dối

scornful *adj.* đầy khinh bỉ/khinh miệt, khinh khỉnh

scorpion *n.* con bọ cạp

Scot *n.* người Ê-cốt

Scotch 1 *n.* người/tiếng Ê-cốt; rượu uýt-ky Ê-cốt **2** *adj.* Ê cốt; hà tiện, keo bẩn: *~ tape* băng dính

scotch 1 *n.* đường kẻ, đường gạch **2** *n.* cái chèn bánh xe **3** *v.* khắc, vạch **4** *v.* chèn bánh xe lại

Scotland *n.* Tơ-ếch-lan

scoundrel *n.* tên vô lại, thằng đểu/chó

scour 1 *v.* chùi, cọ [xoong nồi]: *~ing pad* miếng sắt chùi xoong nồi **2** *v.* sục sạo, sục tìm, tìm kiếm **3** *n.* sự lau chùi, thuốc tẩy vải; bệnh ỉa chảy súc vật

scourge *n.* thiên tai, tai hoạ, tai ương

scout 1 *n.* trinh sát viên; hướng đạo sinh: *boy ~* hướng đạo sinh; *cub ~* sói con; *girl ~* nữ hướng đạo; *talent ~* người đi tìm tài năng mới chớm nở; *a good ~* anh chàng tử tế đàng hoàng **2** *v.* đi trinh sát, đi do thám; tìm kiếm, lùng kiếm

scowl *n., v.* (sự/cái) quắc mắt

scrabble 1 *n.* sự quờ quạng, viết nguệch ngoạc; trò chơi tìm từ ngữ **2** *v.* viết ngoáy, quờ quạng

scraggy *adj.* gầy giơ xương, khẳng khiu

scram *interj.* Cút đi! Xéo đi!

scramble *n., v.* (sự) bò toài; (sự) tranh giành; [máy bay] cất cánh vội để nghênh địch; bác [trứng]: *to ~ for a living* tranh dành để kiếm sống; *~d eggs* trứng bác

scrap 1 *n.* mảnh nhỏ; sắt vụn; ảnh cắt; đồ đồng nát, phế liệu; cuộc ẩu đả **2** *v.* đập vụn ra, thải ra, loại/bỏ đi; ẩu đả

scrapbook *n.* an-bum dán bài báo và tranh ảnh

scrape 1 *n.* tiếng sột soạt, tiếng cạo kèn kẹt; cảnh bối rối khó khăn **2** *v.* cạo, nạo, vét, gạt; quét, quẹt vào

scraper *n.* cái cạo chất dơ

scratch 1 *n.* tiếng sột soạt [ngòi bút]; vết xây xát nhẹ; sự gãi/cào: *to start from ~* bắt đầu từ con số không; *he got off without a*

~ anh ta thoát chết, mình mẩy chẳng xây xát gì cả **2** *v.* cạo, làm xước da; quẹt, nạo; viết nguệch ngoạc; gãi: *to ~ along* kiếm sống khó khăn; *to ~ gravel* vội vàng, hấp tấp; *to ~ out* gạch, xoá đi; *he ~ed his head, speechless* Nó đứng im, gãi đầu gãi tai; *you ~ my back and I will ~ yours* gãi lưng tôi rồi tôi gãi lại, có qua có lại

scratchy *adj.* cẩu thả, làm xước da, gãi ngứa

scrawl *n., v.* (chữ) viết nguệch ngoạc

scrawny *adj.* gầy gò, khẳng khiu

scream *n., v.* (tiếng) la hét, kêu thất thanh

screech *n., v.* (tiếng) kêu thét, kêu rít: *~ owl* cú mèo

screen 1 *n.* màn che, bình phong; màn, tấm chắn; màn ảnh, màn bạc; sự đóng phim thử: *~ door* cửa chắn ruồi muỗi; *~ saver* tiết kiệm điện dùng màn hình vi tính; *~ writer* người viết kịch bản phim; *to act as a ~ for a criminal* che chở một người phạm tội; *to put on a ~ of indifference* làm ra bộ thờ ơ, làm ra vẻ thờ ơ **2** *v.* che chở, che giấu; chắn; chuyển thành phim, quay thành phim, chiếu lên màn ảnh; sàng, lọc; sưu tra, thẩm tra

screenplay *n.* kịch bản phim

screw 1 *n.* đinh ốc, đinh vít; chân vịt, cánh quạt: *to put the ~ on* gây áp lực; *to have a ~ loose* gàn dở; *~driver* cái tua vít, chìa vít **2** *v.* bắt vít, vặn vít; áp bức, đè nén

screwball *n.* anh gàn; quả bóng xoáy

screwy *adj.* dở hơi, gàn, bát sách

scribble *n., v.* (chữ) viết nguệch ngoạc

scribe *n.* người viết thuê; người sao chép

scrimmage *n.* sự cãi lộn; cuộc ẩu đả; màn tập bóng bầu dục

scrimp *v.* ăn ở keo kiệt/bủn xỉn; làm cho nhỏ lại

scrip *n.* cái túi, cái bị người ăn mày, chứng khoán tạm, đô la đỏ

script *n.* chữ viết tay; chữ viết, văn tự; kịch bản; bài phát thanh; bản chính

scripture *n.* kinh thánh; lời trích trong kinh thánh: *Buddhist ~s* kinh Phật; *a ~ lesson* bài học kinh thánh; *~ reader* người đọc kinh thánh

scriptwriter *n.* người viết bài [phát thanh]

scrofula *n.* tràng nhạc

scroll *n., v.* cuộn giấy, cuộn sách, cuộn câu đối: *~work* hình trang trí có đường cuộn

Scrooge *n.* người khốn khổ (tên nhân vật trong *"A Christmas Carol"* của Dickens)

scrotum *n.* bìu dái

scrounge *v.* ăn xin, ăn mày

scrub 1 *n.* bụi cây/rậm; cây còi, người còi: *~ bash* đi qua bụi rậm, đi du lịch khắp xứ; *~ block* khu đất đầy cây rậm; *~ bull* trâu hoang; ~ *cutter* người cắt cây; ~ *fire* nạn cháy rừng **2** *n.* sự lau chùi: ~ *brush* bàn chải cứng dùng để cọ **3** *v.* lau, chùi, cọ, kỳ cọ; huỷ bỏ, bỏ đi

scruff *n.,v.* tóm cổ, bắt sau gáy

scrumptious *adj.* ngon, tuyệt vời

scruple *n., v.* tính quá thận trọng, tính ngại ngùng: *to have ~s about doing something* ngại ngùng không muốn làm việc gì

scrupulous *adj.* ngại ngùng, quá cẩn thận, quá thận trọng, quá tỉ mỉ, đúng nguyên tắc

scrutinize *v.* xem xét/nghiên cứu kỹ lưỡng, nhìn chăm chú

scrutiny *n.* sự xem xét kỹ lưỡng; sự nhìn kỹ

scuba-diving *n.* lội dưới nước dùng ống thở dưỡng khí

scud *v., n.* chạy thẳng, bay thẳng

scuffle *n., v.* (cuộc) ẩu đả, xô đẩy, giằng co

sculptor *n.* nhà điêu khắc; thợ chạm

sculpture **1** *n.* thuật điêu khắc/chạm trổ; pho tượng, công trình điêu khắc **2** *v.* chạm trổ, điêu khắc

scum *n., v.* bọt, váng; cặn bã

scurf *n.* vảy mốc, thẹo, gàu ở đầu

scurry *n., v.* chạy lon ton, chạy gấp

scurvy **1** *adj.* đê tiện, hèn hạ, đáng khinh: *a ~ trick* một thủ đoạn hèn hạ **2** *n.* bệnh hoại huyết, bệnh xi-cô-but

scuttle **1** *n.* xô, thùng [đựng than] **2** *v.* chạy trốn, chạy gấp

scythe *n.* lưỡi hái, cái phổ

sea *n.* bể, biển; đại dương: *at ~* ở trên biển; *by the ~* bên bờ biển; *to escape by ~* trốn bằng đường biển; *to go to ~* trở thành thuỷ thủ; *to put to ~* ra khơi; *human ~* biển người; ~ *anchor* neo tàu; ~*board* bờ biển, miền duyên hải; ~ *breeze* gio biển; ~ *coast* bờ biển, miền duyên hải; ~*farer* người đi biển; thuỷ thủ; ~*faring* (sự) đi biển, hàng hải; ~*food* đồ biển, tôm cá, tôm cua, hải sản, ~*going* đi biển; ~ *horse* con ngựa biển; ~ *level* mặt biển; ~ *mile* hải lý; ~ *power* sức mạnh hải quân; cường quốc hải quân

seagull *n.* mòng biển, hải âu

seal **1** *n.* con dấu, ấn, triện; xi, chì, dấu niêm phong: *to set one's ~ to* cho phép ai; *under the ~ of secrecy* điều kiện phải giữ bí mật **2** *n.* chó biển, hải cẩu **3** *v.* đóng dấu, áp triện; đóng/bịt kín, gắn xi; quyết định: *to sign and ~* ký tên và đóng dấu; *his fate is ~ed* Số mệnh của ông ấy đã được quyết đoạt; *to ~ off* đóng, vây chặn; ~*ing wax* xi gắn, khằn; *one's lips are ~ed* giữ bí mật; ~*ed orders* lệnh được phép mở vào ngày giờ nhất định; ~*ed road* đường tráng nhựa

sealant *n.* keo dán, hồ dán

seam *n., v.* đường may nối, thẹo, chỗ nối;

chỗ nứt; lớp than/đá: *to burst at the ~s* chật quá, đông quá

seamanship *n.* tài đi biển, tài hàng hải

seamless *adj.* liền, không có đường nối/hàn

seamstress *n.* cô thợ may

seaplane *n.* thuỷ phi cơ

seaport *n.* cảng, hải cảng, thành phố cảng

sear **1** *adj.* khô, héo; [hoa, lá] tàn **2** *v.* làm khô héo; đốt [vết thương]; đóng dấu bằng sắt nung; làm thành chai đá

search **1** *n.* sự tìm kiếm; sự khám xét/lục soát: *to be in ~ of something* đi tìm cái gì; *in ~ of buried gold* đi tìm xem có vàng chôn không; *to make a ~ for someone* tìm ai; ~ *warrant* giấy phép khám nhà **2** *v.* tìm kiếm; mò, sờ; khám xét, lục soát; dò, thăm dò; điều tra: *to ~ out* tìm tòi, tìm ra cái gì

searchlight *n.* đèn pha, đèn chiếu/rọi

seashore *n.* bờ biển; bãi biển

seasick *adj.* say sóng

seasickness *n.* chứng say sóng

seaside *n.* bờ biển: *Sam Son is a ~ resort* Sầm sơn là một nơi nghỉ mát ở bờ biển

season **1** *n.* mùa: *the four ~s* bốn mùa; *the rainy ~* mùa mưa; *mangoes are in ~ now* bây giờ đang mùa xoài; *out of ~* hết mùa; ~*'s greetings* Chúc Mừng Giáng sinh/Năm Mới **2** *v.* cho gia vị, cho mắm muối; luyện cho quen, làm dày dạn: ~*ed troops* bộ đội thiện chiến; ~*ed wood* gỗ đã khô; *highly* ~*ed food* đồ ăn có nhiều gia vị

seasonable *adj.* đúng mùa, hợp thời vụ; đúng lúc

seasonal *adj.* từng mùa/vụ/thời

seasoning *n.* đồ gia vị, mắm muối, giấm ớt

seat *n.* ghế, chỗ ngồi, yên xe đạp; mặt ghế; mông; đũng quần; chỗ, nơi: ~ *belt* dây lưng an toàn; ~ *cover* bọc nệm ghế; ~ *of government* thủ phủ; ~ *of learning* trung tâm học thuật, văn hoá

seaward *adj., adv.* hướng về phía biển

seaway *n.* đường thuỷ ra biển, hải đạo; biển động

seaweed *n.* rong biển, tảo biển

seaworthy *adj.* [tàu thuyền] có thể đi biển được

sebaceous *adj.* làm cho nhờn, nhiều dầu

sebum *n.* chất làm cho nhờn, chất nhiều dầu

secede *v.* ly khai, rút ra [*from* khỏi]

secession *n.* sự ly khai, sự rút ra [liên bang]

seclude *v.* tách xa ra, tách biệt: ~*d* hẻo lánh

seclusion *n.* sự tách biệt; sự ẩn dật; sự hẻo lánh

second **1** *n.* người/vật thứ hai; người về nhì; hàng thứ phẩm: ~ *in command* người đứng thứ hai trong tổ chức, chỉ huy phó; *the ~ of April* mồng 2 tháng 4; *she finished ~* cô ấy về thứ hai, cô ấy chiếm giải nhì **2** *n.* giây đồng hồ; giây lát, một chốc: ~ *hand* kim chỉ giây **3** *adj.* thứ hai/nhì; phụ, thứ yếu: *the* ~ *ballot* vòng phiếu thứ nhì; *to be* ~ *to none* không chịu kém ai; *~hand* [sách, quần áo] cũ, mua lại; [tin] nghe qua người khác, được biết gián tiếp **4** *v.* giúp đỡ, phụ lực; ủng hộ, tán thành: *I* ~ *the motion* tôi xin ủng hộ đề nghị vừa rồi; *anyone ~s this nomination?* Có vị nào ủng hộ việc đề cử này không?

secondary **1** *n.* người giữ chức phó; địa tầng thuộc đại trung sinh **2** *adj.* thứ hai/nhì, phụ, thứ, không quan trọng; [trường] trung học; thuộc đại trung sinh

second lieutenant *n.* thiếu úy

secondly *adv.* thứ hai là ...

second rate *adj.* hạng nhì, hạng thường

secrecy *n.* sự (giữ) bí mật: *to swear to* ~ hứa giữ bí mật

secret **1** *n.* điều bí mật; sự huyền bí; bí quyết, bí truyền: *in* ~ tuyệt đối bí mật; *in the* ~ chỉ có một số người biết mà thôi; *to keep a* ~ giữ bí mật **2** *adj.* bí mật, kín đáo, thầm kín, riêng tư; khuất nẻo, cách biệt: ~ *agent* cơ quan tình báo; ~ *ballot* phiếu kín; ~ *society* hội kín; *the* ~ *parts* chỗ kín; ~ *police* cảnh sát chìm, công an mật

secretariat *n.* phòng bí thư; ban/chức bí thư

secretary *n.* thư ký, bí thư; tham vụ, bộ trưởng, tổng trưởng: ~ *of embassy* bí thư toà đại sứ; ~ *of Defense* Bộ trưởng Quốc phòng; ~ *of State* Bộ trưởng Ngoại giao; Quốc vụ khanh; *private* ~ thư ký riêng

secretary general *n.* tổng thư ký, tổng bí thư: *he is a* ~ *of the United Nations* ông ấy là Tổng thư ký Liên Hiệp Quốc

secrete *v.* tiết ra; cất, giấu

secretion *n.* sự tiết; nước tiết ra; sự lưu trữ

secretive *adj.* hay giấu giếm

sect *n.* phái, môn phái, giáo phái: *religious* ~ giáo phái

sectarian *n., adj.* (người) có óc bè phái

sectarianism *n.* chủ nghĩa bè phái

section **1** *n.* sự/chỗ cắt; đoạn cắt ra; mặt cắt, tiết diện; đoạn, tiết [sách]; phần, khu vực; tầng lớp **2** *v.* chia cắt [thành từng phần/nhóm/khu vực]

sector *n.* hình quạt; quân khu; ngành, khu vực: *the Vietnamese government planned to privatize the state ~s of the economy* chính phủ Việt Nam đã có kế hoạch giải tư khu vực kinh tế nhà nước

secular *adj.* thế tục; trăm năm một lần; trường kỳ; già cổ: ~ *change* thay đổi trường kỳ

secure **1** *adj.* chắc, vững chắc, kiên cố, an toàn; buộc/gói chặt, thắt chặt; chắc chắn,

bảo đảm: *to have a* ~ *future* có một tương lai bảo đảm; *to be* ~ *against attack* chắc chắn không sợ bị tấn công **2** *v.* buộc chặt, gói chặt, đóng chặt; củng cố, làm cho kiên cố; đạt/chiếm được, kiếm được; bảo đảm: *a bank loan ~d on land property* tiền ngân hàng cho vay có sản nghiệp đất đai bảo đảm; *to* ~ *one's ends* đạt được mục đích

security *n.* sự yên ổn/an ninh/an toàn; sự/ tiền bảo đảm; chứng khoán: *the* ~ *Council of the United Nations* Hội đồng Bảo an Liên hợp quốc; ~ *blanket* sự hạn chế thông tin để bảo mật; ~ *check* cuộc thanh tra/sưu tra lý lịch; *on* ~ *of* dùng làm bảo đảm; ~ *guard* nhân viên bảo vệ an ninh; *a* ~ *risk* người không bảo đảm về mặt an ninh

sedan *n.* kiểu ô-tô/xe hơi nhỏ mui kín; ghế kiệu: ~ *chair* kiệu

sedate *adj.* bình tĩnh, trầm tĩnh, khoan thai, điềm tĩnh

sedative *n., adj.* (thuốc) giảm đau

sedentary *adj.* ở nguyên một chỗ, không di động

sedge *n.* cây lau, cây sậy, cây lách

sediment *n.* cáu, cặn; trầm tích

sedition *n.* sự xúi giục nổi loạn; sự nổi loạn

seditious *adj.* nổi loạn, dấy loạn

seduce *v.* rủ rê, cám dỗ, dụ dỗ, quyến rũ: *to* ~ *a woman* quyến rũ một người đàn bà

seduction *n.* sự/sức quyến rũ, sự dụ dỗ

seductive *adj.* có sức quyến rũ, làm say đắm

see **1** *n.* toà Giám mục: *the Holy* ~ Toà Thánh; ~ *of Rome* Toà thánh La-Mã **2** *v.* [**saw; seen**] trông, trông thấy, nhìn thấy, xem, coi; hiểu rõ, nhận ra; đã sống/trải qua; đi gặp, gặp, thăm; tiếp; lo liệu, chăm lo: *let me* ~! để tôi xem nào!; *please* ~ *my friend to the gate* bạn làm ơn tiễn ông bạn tôi ra tận cổng; *you* ~? anh thấy không?; *I* ~ tôi hiểu rồi, tôi biết rồi; *as far as I can* ~ theo như tôi hiểu; *you'd better* ~ *a doctor* anh nên đi khám bác sĩ; *to* ~ *somebody off* tiễn người nào; *I will be ~ing you* sẽ gặp lại bạn; *to* ~ *about* tìm kiếm, xem xét; *to* ~ *into* điều tra, nghiên cứu; *to* ~ *a person damned first* từ chối ai muốn làm gì; *to* ~ *a person through* giúp ai vượt khó khăn; *to* ~ *eye to eye with somebody* nhìn chòng chọc vào ai; *to* ~ *one's way clear to* cảm thấy có khả năng

seed **1** *n.* hạt, hạt giống, lúa giống; mầm mống: ~ *bed* luống gieo hạt, ruộng mạ; *rice* ~ cây mạ; *to raise up* ~s sinh con; ~ *cake* bánh ngọt nhiều hạt thơm; ~ *coat* vỏ hạt; ~ *corn* hạt giống bắp tốt; ~ *eater* loài chim ăn hạt; ~ *head* đầu hoa trong hạt; *~-lip* rá cầm tay gieo hạt; ~ *money* tiền sơ khởi cho dự án; **~-time** mùa gieo giống **2** *v.* rắc hạt, gieo giống; sinh hạt, xếp hạng trong các môn thể thao: *they cultivated their land and ~ed them* không cho ra hoa để cho ra trái; *the top four ~ed players are through to the semi-finals* bốn đấu thủ hàng đầu đều được vào bán kết

seedling *n.* cây giống

seedy *adj.* nhiều hột/hạt; xơ xác

seek *v.* [**sought**] tìm, kiếm, tìm kiếm, tìm cách, cố gắng: *I sought his advice* tôi nhờ ông ta khuyên bảo; *to ~ after* tìm kiếm; *to ~ out* cố tìm ra, tìm thấy; *to ~ through* lục soát, *to hide and ~* chơi trò ú tìm; *to be to ~ (much to ~)* còn thiếu, còn cần

seem *v.* hình/dường như, có vẻ như, coi bộ: *he ~s to be tired* ông ấy có vẻ mệt; *it ~s that he used the wrong form* hình như ông ấy không dùng đúng mẫu đơn; *there ~s to be some misunderstanding* hình như có chuyện hiểu lầm; *I do not ~ to like him* vì lý do nào đó tôi không thích ông ấy

seemingly *adv.* bề ngoài có vẻ, tưởng chừng như

seemly *adv.* nghiêm chỉnh, đoan trang, tề chỉnh

seen quá khứ của **see**

seep *v.* rỉ, thấm qua

seepage *n.* sự rỉ, sự thấm qua

seer *n.* nhà tiên tri

seersucker *n.* vải sọc

see-saw 1 *n.* cái đu bập bênh, chuyện đẩy tới đẩy lui, sự cò cưa: *to play on the ~* chơi trò đẩy tới đẩy lui **2** *adj.* đẩy tới kéo lui, cò cưa: *~ motion* chuyển động cò cưa; *~ policy* chính sách không cố định **3** *v.* chơi cò cưa, đẩy tới đẩy lui

seethe *v.* sôi sục, sôi nổi, náo động, lao xao

segment 1 *n.* đoạn, miếng, khúc; tiết, đốt: *~ of an orange* miếng/múi cam; *~ of a circle* hình viên phân; *~ of a sphere* hình cầu phân **2** *v.* cắt khúc; phân đoạn: *that company ~s the international markets* công ty phân chia khu vực thị trường thế giới

segregate *v., adj.* tách riêng, phân biệt; phân ly

segregation *n.* sự tách riêng; sự phân biệt/ phân ly

segregationist *n.* người chủ trương phân chủng

seismic *adj.* thuộc địa chấn, thuộc động đất

seismograph *n.* máy ghi động đất, địa chấn kế

seismology *n.* địa chấn học

seize *v.* cướp, chiếm đoạt; nắm lấy; bắt; hiểu, nắm vững; tịch thu, tịch biên: *to ~ an opportunity* nắm lấy cơ hội; *to ~ the*

essence of the matter hiểu rõ thực chất của vấn đề; *to be ~d by panic* hoảng sợ thất kinh

seizure *n.* sự cướp, sự chiếm, sự nắm lấy; sự bắt; sự tịch thu; sự lên cơn, sự ngập máu

seldom *adv., adj.* ít khi, hiếm có

select *adj., v.* kén chọn; chọn lọc, tuyển lựa, lựa chọn: *we ~ what we want* chúng ta chọn những gì chúng ta thích; *~ committee* uỷ ban tuyển chọn

selection *n.* sự lựa chọn, chọn lọc, tuyển lựa; người/vật được lựa chọn; sự đào thải: *I like this ~ of popular songs* tôi thích việc tuyển chọn những bài hát thịnh hành nầy

selective *adj.* có tuyển lựa: *~ service* sự tuyển binh

selector *n.* người lựa chọn, người chọn lọc

self 1 *n.* bản thân mình, cái tôi, bản ngã, tự ngã, tự kỷ: *the consciousness of ~* lương tâm mình; *one's second ~* người bạn thân thiết của mình, cánh tay phải của mình; *~ is a bad guide to happiness* tự kỷ thì không thể có hạnh phúc **2** *adj.* đồng màu, cùng màu, cùng loại: *wooden tool with ~ handle* dụng cụ bằng gỗ có cán cũng bằng gỗ **3** *v.* tự dưỡng, tự mình tu dưỡng, mình làm tốt cho mình

self-abandonment *n.* sự miệt mài, sự phóng túng, sự tự buông thả

self-abasemant *n.* sự tự hạ mình

self-accusation *n.* sự tự lên án, sự tự buộc tội

self-addressed *adj.* đã có địa chỉ sẵn

self-adhesive *adj.* đã có hồ/keo sẵn

self-adjusting *adj.* (máy) tự điều chỉnh

self-aggrandisement *n.* sự tự đề cao

self-analysis *n.* tự kiểm, tự xét

self-appointed *adj.* việc tự chỉ định, sự tự bổ nhiệm

self-assurance *n.* sự tự tin, lòng tự tin

self-betrayal *n.* sự tự phản mình

self-catering *adj., n.* tự mình lo liệu lấy việc ăn ở

self-censorship *n.* việc tự mình kiểm duyệt mình

self-centred *adj.* tự cho mình là trung tâm

self-confidence *n.* sự/lòng tự tin

self-confident *adj.* tự tin

self-conscious *adj.* e thẹn, ngượng ngùng

self-contempt *n.* tự coi thường mình

self-control *n.* sự bình tĩnh/tự chủ

self-criticism *n.* sự/lời tự phê bình

self-deception *n.* sự tự dối mình

self-defense *n.* sự tự vệ: *in ~* để tự vệ

self-denial *n.* sự hy sinh cho người khác

self-dependence *n.* sự tự chủ, sự tự lực cánh sinh

self-determination *n.* sự/quyền tự quyết

self-discipline *n.* kỷ luật tự giác
self-employed *adj.* làm việc cho mình, tự mình làm cho mình
self-esteem *n.* sự tự trọng
self-evident *adj.* rõ ràng, hiển nhiên
self-explanatory *adj.* tự mình giải thích, tự mình hiểu được
self-government *n.* chế độ tự trị
self-help *n.* tự lực cánh sinh, tự cứu
self-important *adj.* lên mặt ta đây, tự phụ
self-imposed *adj.* tự đặt cho mình
self-indulgence *n.* sự đam mê, sự bê tha
self-interest *n.* quyền lợi bản thân, tự lợi
selfish *adj.* ích kỷ
selfless *adj.* không ích kỷ, vị tha, quên mình
self-love *n.* lòng tự ái; tính ích kỷ
self-made *adj.* tự lập, bạch thủ thành gia, tay trắng làm nên cơ đồ
self-possessed *adj.* bình tĩnh, không cuống
self-reliant *adj.* tự lực (cánh sinh)
self-respect *n.* lòng/thái độ tự trọng
self-righteous *adj.* tự cho là đúng
self-sacrifice *n.* sự hy sinh, sự quên mình
selfsame *adj.* y như vậy, giống hệt như vậy
self-seeking *adj.* tự tư tự lợi
self-service *n.* [quán ăn] tự phục vụ, tự dụng
self-serving *adj.* [trạm xăng] tự phục vụ, đổ lấy
self-styled *adj.* tự xưng, tự cho là
self-sufficient *adj.* tự túc; tự phụ, tự mãn
self-taught *adj.* tự học
self-timer *n.* bộ phận chụp chậm [ở máy ảnh]
self-willed *adj.* bướng bỉnh, ngoan cố
self-winding *adj.* [đồng hồ] tự lên dây
sell **1** *v.* [**sold**] bán; bán rẻ, phản bội [danh dự, nước, lương tâm]: *to ~ out* bán hết, bán đổ bán tháo; *this ~s for ten bucks* cái này bán 10 đô la; *that book ~s like hot cakes* sách đó bán chạy như tôm tươi; *that idea will not ~* ý kiến đó sẽ chẳng ai chấp nhận; *to ~ off* bán cho hết; *to ~ down the river* phản bội, phản dân hại nước **2** *n.* đặc tính của việc mua bán, sự giảm giá, sự thải đi: *could you give a soft ~?* Bạn có bán giảm giá không?; *~-by date* hạn ngày phải bán hết
seller *n.* người bán; hàng bán được; *best ~* sách bán chạy
semantic *adj.* thuộc ngữ nghĩa học
semantics *n.* ngữ nghĩa học, ý nghĩa học
semblance *n.* vẻ ngoài, bề ngoài: *he bears the ~ of an angel but the heart of a devil* bề ngoài ông ra vẻ thiên thần nhưng bên trong lòng là quỷ dữ
semen *n.* tinh dịch
semester *n.* khoá học 6 tháng, học kỳ 6 tháng, lục cá nguyệt: *fall ~* khoá (sáu tháng) mùa thu; *students start the first ~* học sinh bắt đầu học kỳ một
semi *n.* một nửa, bán kết: *a ~-detached house* nhà một nửa dính liền nhau; *a ~ final* trận đấu bán kết
semi-annual *adj.* nửa năm một lần, sáu tháng một lần
semi-automatic *adj.* nửa tự động, bán tự động
semicircle *n.* hình bán nguyệt, nửa vòng tròn
semicolon *n.* dấu chấm phẩy
semiconductor *n.* chất bán dẫn
semi-conscious *adj.* nửa tỉnh nửa mê
semi-monthly **1** *n.* bán nguyệt san, tạp chí nửa tháng ra một kỳ **2** *adj.* nửa tháng một lần
seminar *n.* xê-mi-na, hội nghị chuyên đề, khoá hội thảo, lớp chuyên đề [cho sinh viên cao học]
seminary *n.* trường nhà dòng, trường đạo, chủng viện
semi-official *adj.* bán chính thức
semiotics *n.* triệu chứng học
semi-skilled *adj.* bán chuyên nghiệp, nghiệp dư
Semitic *adj.* [người, tiếng] Xê-mít
semi-trailer *n.* xe tải nhỏ
semi-vowel *n.* bán nguyên âm
senate *n.* thượng (nghị) viện; ban đại diện, ban giám đốc, hội đồng đại học
senator *n.* thượng nghị sĩ
send *v.* [**sent**] gửi, sai, phái, điều, cho đi; bắn ra, toả ra, đẩy đi; phát [tín hiệu]: *I have sent my son to school* tôi vừa cho con tôi đi học; *to ~ a person to Coventry* phớt lờ đi, không hợp tác với ai; *to ~ a person packing* tống cổ ai đi, đuổi ai đi; *to ~ away* gởi đi, đuổi đi; *to ~ back* gửi trả lại; *to ~ down* cho xuống bậc, đuổi khỏi; *to ~ in* nộp, giao cho ai; *to ~ for* gửi đặt mua; cho mời đến; *to ~ for a heart specialist* kiếm bác sĩ chuyên về bệnh tim; *to ~ off* gửi đi; tiễn đưa, hoan tống; đuổi đi, tống khứ; *to ~ out* gửi ra; toả ra
sender *n.* người gửi; máy điện báo
send-off *n.* cuộc/lễ tiễn đưa, lễ hoan tống
senile *adj.* già yếu, suy yếu, lão suy
senior **1** *n.* học sinh/sinh viên năm chót [năm thứ tư]; người nhiều tuổi hơn; người nhiều thâm niên hơn, người chức cao hơn: *he is three years my ~* ông ấy hơn tôi ba tuổi/năm; *he is Mr. Nam ~* ông ấy là ba của ông Nam **2** *adj.* nhiều tuổi hơn, lâu năm hơn, thâm niên hơn: *~ citizen* người cao niên; *~ college* trường cao đẳng cao cấp; *~ high school* trường phổ thông trung học, trường cấp 3; *~ management* việc quản trị cao cấp; *~ nursing officer* nhân viên điều

dưỡng thâm niên; ~ *officer* việc chức thâm niên, viên chức cao cấp

seniority *n.* sự thâm niên

sensation *n.* cảm giác; sự xúc động/náo động

sensational *adj.* gây xúc động/náo động, giật gân

sense *n.* giác quan; tri giác, cảm giác; ý thức; sự khôn ngoan/thông minh, ý nghĩa, tình cảm chung: *this sentence doesn't make ~* câu này không có nghĩa gì cả; *good/common ~* lẽ phải, lương tri; *~ of humor* có hài tính; *~ of responsibility* ý thức trách nhiệm; *the five ~s* ngũ quan; *to be in one ~s* đầu óc sáng suốt; *to bring a person to his/her ~s* chữa trị ai; *to come to one's ~s* phục hồi lương tri, lấy lại tình cảm; *to make ~ out of* hiểu nổi việc gì; *to take leave of one's ~s* điên lên, nổi khùng; *to talk ~* nói có lý, nói khôn

senseless *adj.* vô nghĩa; ngu, điên rồ; bất tỉnh

sensibility *n.* tính dễ/đa/nhạy cảm; cảm/tri giác

sensible *adj.* có cảm giác, cảm thấy, có ý thức; hợp lý, khôn ngoan, biết điều, biết phải trái

sensitive *adj.* dễ cảm, dễ cảm động/cảm xúc, nhạy cảm; [tai] thính, [cân] nhạy; hay tủi thân, dễ giận: *to be ~ to the cold* yếu chịu lạnh

sensitivity *n.* tính nhạy cảm, tính dễ cảm xúc; tính/độ nhạy

sensitize *v.* làm cho [phim/giấy ảnh] nhạy

sensor *n.* sự bén nhạy, sự phản ứng qua điều khiển từ xa

sensory *adj.* thuộc cảm giác, thuộc giác quan

sensual *adj.* xác thịt, nhục dục; dâm dục; theo thuyết duy cảm

sensuous *adj.* thuộc giác quan; dâm dục, dâm đãng

sent quá khứ của **send**

sentence 1 *n.* câu, cú; án của tòa: *compound ~* câu kép; *death ~* án tử hình; *~ analysis* phân tích câu, cú pháp; *simple ~* câu đơn; *suspended ~* án treo 2 *v.* kêu án, tuyên án, kết án: *he was ~d to five years of prison* ông ấy bị kết án năm năm tù (ở)

sententious *adj.* trang trọng giả tạo, có tính châm ngôn

sentiment *n.* tình, tình cảm; ý kiến; cảm tính; sự thương cảm/đa cảm

sentimental *adj.* dễ cảm, (đa sầu) đa cảm; cảm tính

sentinel *n.* lính gác, lính canh

sentry *n.* lính gác; sự canh gác: *~ box* chòi/bốt gác

sepal *n.* lá đài

separable *adj.* có thể tách/phân ra

separate 1 *n.* vật rời; bản in rời; quần rời, áo tách rời riêng 2 *adj.* rời, riêng rẽ, không liền nhau, riêng biệt: *these two questions are essentially ~* hai vấn đề nầy không liên quan gì với nhau 3 *v.* làm rời ra, phân/chia ra; tách ra; chia đôi; can ra; chia tay, rời, phân tán; làm xa cách, chia (uyên) rẽ (thúy): *to ~ from somebody* chia tay ai

separation *n.* sự chia rẽ, sự chia cắt, sự phân ly; sự chia tay, sự biệt ly; sự biệt cư/ly thân

sepia *n., adj.* chất mực, màu nậu đậm

sepsis *n.* sự nhiễm trùng máu

September *n.* tháng chín dương lịch

septic *adj.* nhiễm trùng; gây thối: *~ tank* hố rác tự hoại, hố phân tự hoại

septuagenarian *n., adj.* (người) thọ bảy mươi

sepulcher *n.* mộ cổ, mộ bằng đá

sequel *n.* cuốn/đoạn tiếp theo; kết quả, hậu quả

sequence *n.* sự nối tiếp/liên tục; cảnh (phim); sự phối hợp [thời]; dãy: *the ~ of events led to the revolution* một chuỗi biến cố đã dẫn đến cách mạng; *~ of functions* dãy hàm số; *~ of numbers* dãy số

sequential *adj.* liên tiếp, theo sau

sequester *v.* để riêng ra, cô lập, biệt lập: *to ~ oneself from the world* sống ẩn dật/cô lập

sequin *n.* đồ trang sức trên áo quần

seraph *dt.* thiên thần tối cao

Serb *n., adj.* người/nước Serb

serenade 1 *n.* khúc nhạc chiều, dạ khúc 2 *v.* hát khúc nhạc chiều, dạo khúc nhạc chiều

serendipity *n.* khả năng cầu may

serene *adj.* trong, sáng sủa; [biển] lặng; êm đềm, thanh bình, trầm lặng

serenity *n.* cảnh trời quang mây tạnh; cảnh sóng yên biển lặng; sự êm đềm/thanh bình/ thanh thản

serf *n.* nông nô, người nô lệ, người bị áp bức

serfdom *n.* thân phận nông nô; giai cấp nông nô

sergeant *n.* đội, trung sĩ: *master ~* trung sĩ nhất; *~ at arms* trung sĩ trật tự [toà án, quốc hội]

serial 1 *n.* tạp chí 2 *adj.* theo thứ tự từng hàng/dãy/lớp; [tạp chí] ra từng kỳ: *~ numbers* số thứ tự

serialize *v.* đăng dần, đăng làm nhiều kỳ [trong từng số báo]; xếp theo thứ tự

series *n.* loạt, dãy, hàng, dây, tràng, đợt; hệ thống; [hoá] nhóm cùng gốc; [toán] chuỗi, cấp số: *in ~* theo từng loại, theo từng đợt; *arithmetical ~* cấp số cộng

serious *adj.* đứng đắn, nghiêm trang, nghiêm chỉnh; nặng, trầm trọng; nghiêm trọng, quan trọng, hệ trọng: *are you ~?* bạn không đùa chứ? thật chứ?; *this is a ~ matter* đây là một vấn đề nghiêm trọng; *he has a ~ ill-ness* ông ấy bị bệnh nặng

sermon *n.* bài giảng đạo, bài thuyết giáo/pháp

serpent *n.* con rắn

serrate *adj., v.* có răng cưa, như răng cưa

serum *n.* huyết thanh

servant *n.* đầy tớ, tôi tớ, người ở, người làm; bầy tôi [của Chúa]: *civil ~* công chức, viên chức nhà nước; *public ~* công bộc/chức; *a good ~ but a bad master* phương tiện là tốt chứ không phải là cứu cánh

serve **1** *n.* cú/lượt giao bóng/banh: *your ~* đến lượt anh giao banh **2** *v.* phục vụ, phụng sự; hầu hạ; dọn ăn; cung cấp, tiếp tế, phân phát; đáp ứng, thỏa mãn, có lợi cho; [quần vợt] giao ban; dùng làm: *to ~ one's country* phục vụ tổ quốc; *to ~ in the Air Force* phục vụ trong không lực; *to ~ at tables* hầu bàn; *dinner is ~d* Cơm dọn rồi ạ; *may I ~ you some more soup?* tôi tiếp bạn chút canh nữa nhé?; *this sofa ~s as a bed* cái đi-văng này dùng làm giường ngủ được; *he ~d as director of culture* ông ấy đã giữ chức giám đốc văn hoá; *it will ~* đầy đủ; *to ~ one's needs* đáp ứng đầy đủ; *to ~ one's time* giữ chức vụ hết nhiệm kỳ; *to ~ somebody out* trả thù ai; *to ~ up dinner* dọn cơm ăn

service **1** *n.* sự phục vụ/hầu hạ; việc/chỗ làm, công việc, công tác; sự giúp đỡ, sự giúp ích; sở, ty ban, nha, vụ, cục, ngành; bộ ấm chén, bộ đĩa ăn; cách/lượt giao ban; binh chủng, quân chủng: *~ is very slow in this restaurant* quán ăn này hầu dọn chậm lắm; *there is no bus ~ in that city* thành phố ấy không có xe buýt công cộng; *we are at your ~* chúng tôi sẵn sàng phục vụ quý khách; *health ~* dịch vụ y tế, sở y tế; *postal ~* dịch vụ bưu tín; *religious ~* buổi lễ tôn giáo; *~ charge* phụ phí; *~ station* trạm xăng có sửa chữa ô tô; *tea ~* bán trà; *at a person's ~* sẵn sàng phục vụ; *to be of ~* có thể phục vụ; *out of ~* hư, hỏng, không dùng được **2** *v.* sửa chữa, bảo trì [xe cộ, máy]: *I have had my car ~d at the service station* tôi vừa để xe tôi bảo trì ở trạm xăng

serviceable *adj.* dùng được, có ích, tiện lợi; bền

servile *adj.* hèn hạ, đê tiện

servility *n.* sự hèn hạ/đê tiện; tinh thần nô lệ

servitude *n.* tình trạng nô lệ; tội khổ sai

sesame *n.* cây vừng/mè, hạt vừng/mè: *~ seed* hạt mè

session *n.* khoá họp; kỳ/phiên/buổi họp; học kỳ, khoá học; phiên toà: *the court is in ~* toà đang họp

set **1** *n.* bộ [bát đĩa, khăn, đồ dùng, sách, đĩa hát]; [toán] tập hợp; ván, xét [quần vợt];

giới, đoàn; hình thế; phông cảnh dựng lên: *radio ~* máy thu thanh; *television ~ (TV ~)* máy truyền hình, máy TV; *to win the first ~* thắng ván đầu **2** *adj.* đã định, nhất định, cố ý; đã có sẵn, đã soạn trước; chằm chằm, cố định; nghiêm trang: *a ~ look* trông vẻ nghiêm trang; *a ~ speech* bài diễn văn đã soạn trước; *~ eyes* mắt nhìn không chớp; *~ menu* thực đơn định sẵn **3** *v.* [set] đặt, để; để [đồng hồ báo thức]; nạm, dát, gắn [ngọc]; cài [bẫy]; làm [đầu, tóc *hair*]; nắn [xương]: *the sun ~s* mặt trời lặn; *to ~ a table* bày bàn ăn; *to ~ an example* nêu lên ví dụ, làm gương mẫu; *to ~ the date* ấn định ngày; *to ~ prices* định giá; *to ~ the alarm* để đồng hồ báo thức; *to ~ to music* soạn lời cho bản nhạc; *to type-~* sắp chữ, đánh máy chữ; *to ~ about* bắt đầu; *to ~ a person against another* so sánh, đối chiếu người nầy với người khác; *to ~ aside* để dành, dành riêng, huỷ bỏ; *to ~ back* vặn kim đồng hồ lại; *to ~ by* để dành; *to ~ down* đặt xuống; *to ~ foot on* phát động việc gì; *to ~ forth* nêu ra, đề ra, đưa ra; *to ~ free* trả tự do; *to ~ much by* đánh giá cao; *to ~ off* lên đường; *to ~ one's hand to a document* ký một văn kiện; *to ~ right* để lại cho ngăn nắp

setback *n.* sự giật lùi; sự thất bại

settee *n.* ghế trường kỷ, ghế xô-fa

setting *n.* khung cảnh; sự đặt để, sự bố trí, sự quyết định: *type~* sự sắp chữ; *bone ~* sự nắn/bó xương; *~ board* bảng để gắn mẫu các loại sâu bọ; *~ lotion* keo để làm cho tóc cứng

settle *v.* giải quyết, hoà giải, điều đình; thanh toán [đơn hàng]; ngồi, đậu; (làm) lắng xuống; định cư: *to ~ down* ổn định cuộc sống, an cư lạc nghiệp, sống cuộc đời ổn định; *to ~ a dispute* giàn xếp mối bất hoà; *I will ~ up with you next week* tuần sau tôi sẽ trả hết nợ cho bạn; *to ~ someone's hash* trị cho ai một trận; *to ~ one's affairs* giàn xếp công việc

settlement *n.* sự dàn xếp/giải quyết/hoà giải; sự thanh toán; sự định cư; khu định cư; thuộc địa

settler *n.* người định cư; người thực dân

setup *n.* dáng người thẳng; cách bố trí; cơ cấu

seven **1** *n.* số bảy; nhóm 7 người: *it is ~ o'clock* bảy giờ rồi **2** *adj.* bảy: *she is ~* cô bé ấy bảy tuổi; *the ~ seas* bảy đại dương; *the ~ wonders of the world* bảy kỳ quan thế giới; *the ~ deadly sins* các tội của cô dâu

seventeen **1** *n.* số mười bảy **2** *adj.* mười bảy

seventeenth **1** *n.* một phần 17; người/vật thứ 17, ngày 17 **2** *adj.* thứ mười bảy

seventh 1 *n.* một phần 7; người/vật thứ 7; mồng 7: *~-Day Adventist* một môn phái Tin Lành 2 *adj.* thứ bảy

seventieth 1 *n.* một phần 70; người/vật thứ 70 2 *adj.* thứ bảy mươi

seventy 1 *n.* số bảy mươi: *the seventies* những năm 70; những năm tuổi thọ trên 70 2 *adj.* bảy mươi

sever *v.* cắt đứt, đoạn tuyệt [quan hệ *relations*]

several *adj., pron.* vài, nhiều: *~ weeks* vài tuần; *~ of them* vài người trong bọn họ

severance *n.* sự cắt đứt: *~ pay* phụ cấp thôi việc

severe *adj.* nghiêm khắc, khắc nghiệt, nặng; [thời tiết] khắc nghiệt, rét lắm; [cơn đau] dữ dội; [bệnh] nặng: *we have to follow ~ discipline* chúng ta phải theo những kỷ luật nghiêm khắc; *to be ~ upon somebody* nghiêm khắc với ai; *it is a ~ competition* đó là việc cạnh tranh gay go

severity *n.* tính nghiêm khắc/nghiêm nghị; tính dữ dội/gay go/ác liệt; sự nghiêm phạt

sew *v.* [**sewed**; **sewn**] khâu, may; khâu, đóng [sách]: *to ~ a button* khâu khuy áo; *to ~ in a patch* khâu một miếng vá, vá áo; *to ~ up* khâu lại, nắm quyền tuyệt đối

sewage *n.* nước cống, rác cống

sewer 1 *n.* người khâu, người may; máy đóng sách 2 *n.* cống, rãnh: *~ gas* hơi cống; *~ rat* chuột cống

sewerage *n.* hệ thống cống rãnh

sewing *n.* sự may vá, sự khâu vá: *~ box* hộp đựng đồ may vá; *~ machine* máy khâu, máy may

sewn quá khứ của **sew**

sex 1 *n.* giới tính, phái tính; giới [đàn ông, phụ nữ]; vấn đề sinh lý/dục tình; giao cấu, giao hợp: *"~: Male/Female"* NAM HAY NỮ [trên những tờ khai]; *without distinction of age or ~* không phân biệt già trẻ trai gái; *the fair/weaker/gentle ~* giới phụ nữ, phái nữ lưu, nữ giới; *the sterner ~* giới đàn ông, nam giới, giới mày râu; *to have ~ with* ăn nằm với; *~ appeal* sự hấp dẫn giới tính; *nothing but ~ and violence in TV films* phim truyền hình toàn những chuyện trai gái và bạo động giết chóc; *the ~ act* sự giao hợp; *~ change* thay đổi giới tính; *~ drive* sự đòi hỏi thoả mãn sinh lý; *~ life* đời sống tình dục; *~ shop (= adult shop)* tiệm bán đồ về tình dục; *~ tour* cuộc đi du lịch nhằm mục đích chơi gái; *~ worker* gái mại dâm, gái điếm 2 *adj.* liên hệ đến dục tính, do tình dục mà ra: *this high school is teaching ~ education* trường nầy có dạy môn giáo dục sinh lý 3 *v.* xác định phái tính, khêu

gợi dục tính, làm cho thêm hấp dẫn: *to ~ it up* ôm ấp hôn hít

sexagenarian *adj., n.* người thọ trên sáu mươi tuổi

sexist *adj., n.* sự phân biệt phái tính, sự khiêu dâm

sexless *adj.* không có giới tính, không thích dục tình

sextant *n.* kính lục phân

sexton *n.* người gác nhà thờ và nghĩa địa

sexual *adj.* giới tính; sinh dục: *~ appetite* tình dục; *~ harassment* xúc phạm tình dục; *~ intercourse* sự giao hợp/giao cấu; *~ organs* cơ quan sinh dục; *~ relations* giao du thân mật; *~ly transmitted disease* bệnh truyền nhiễm qua giao hợp

sexy *adj.* khêu gợi, gợi tình, khiêu dâm: *she is the well-known ~ girl* cô ấy nổi tiếng khiêu dâm

shabby *adj.* [quần áo, nhà cửa] tồi tàn, sờn, mòn, hư, nát, tiều tụy; hèn, đáng khinh, đê tiện: *they live in ~ houses* họ sống trong những căn nhà tồi tàn

shack 1 *n.* lều, lán, chòi; quả rơi rụng; kẻ lêu lổng 2 *v.* rụng, rơi; lang bang: *to ~ up* ăn ở cùng với ai như người yêu

shackle 1 *n.* cái còng/cùm; sự trói buộc: *the ~s of law* sự trói buộc của luật pháp; *~-bolt* cái khoá cùm 2 *v.* cùm lại, xích lại; ngăn cản, cản trở

shaddock *n.* quả/cây bưởi

shade 1 *n.* bóng (tối); chỗ có bóng râm/máy; chụp đèn; mành mành cửa sổ; sắc thái; một chút/ít: *be sure to play in the ~* nhớ chơi trong bóng râm, đừng chơi ngoài nắng; *I see two different ~s of blue* tôi nhìn thấy hai sắc thái khác nhau của màu xanh; *a ~ brighter* tươi hơn một tí; *in the ~ of tree* dưới bóng cây; *~tree* cây cho bóng mát 2 *v.* che bóng mát, che; đánh bóng; (tô) đậm/ nhạt dần: *to ~ one's eye with one's hand* lấy tay che mắt; *to ~ the light* che ánh sáng

shading *n.* sự che bóng mặt trời; sự hơi khác nhau

shadow 1 *n.* bóng, bóng tối/râm/mát; chỗ tối; hình bóng; cảnh tối tăm; sự che chở: *beyond the ~ of a doubt* không một chút nghi ngờ; *~ boxing* đánh bóng khi tập quyền Anh; *~ government* chính phủ đối lập; *~ price* giá cơ tính không có trong thị trường 2 *v.* đánh bóng, theo dõi; che, làm tối lại: *to ~ a suspicious person* theo dõi một người khả nghi

shadowy *adj.* tối, có bóng tối; mờ mờ; mờ ảo

shady *adj.* có bóng râm/mát; mờ ám, ám muội

shaft *n., v.* hầm, lò [mỏ, thang máy]; cuống,

cọng, thân; mũi tên; cột cờ; càng xe; trục máy; tia sáng

shaggy *adj.* bờm xờm; xồm xoàm; rậm rạp: *a ~ dog story* chuyện dây cà ra dây muống

shake 1 *n.* sự rung/lắc; sự giũ [khăn, áo]; sự run: *a head ~* một cái lắc đầu; *milk~* sữa trộn kem khuấy đều; *to give something a ~* giũ cái gì; *with a ~ in one's voice* với giọng run run; *to be no great ~s* không tốt lắm, không có tác dụng **2** *v.* [**shook; shaken**] rung, lắc; lung lay, lúc lắc; giũ; run lên; làm bàng hoàng/sửng sốt; làm lung lay/lay chuyển; làm mất bình tĩnh: *he shook his head* anh ta lắc đầu; *to ~ hands with someone* bắt tay ai; *to ~ down* rung cây cho quả rụng; lắc, vẩy; tống tiền; *to ~ in one's shoes* run sợ; *to ~ off* phủi, giũ; tống đi; *to ~ one's head* lắc đầu từ chối; *to ~ up* lắc để trộn; làm thức tỉnh; *to ~ a leg* bắt đầu nhảy

shaken quá khứ của **shake**

shaker *n.* người rung, người lắc; bình lắc rượu cốc-tai

Shakespeare *n.* tên nhà văn hào nổi tiếng người Anh

shakeup *n.* sự lắc trộn; sự cải tổ (chính phủ)

shaky *adj.* [tay, chân, giọng] run; lung lay

shale *n.* đá phiến sét

shall *aux., v.* [**should**] *we ~ see* chúng tôi sẽ chờ xem; *he ~ be punished* hắn nhất định sẽ bị phạt; *what ~ she do?* cô ta phải làm gì?

shallot *n.* hẹ tây

shallow 1 *adj.* nông, không sâu; nông cạn, hời hợt: *this is ~ water* ở đây nước cạn **2** *n.* chỗ nông/cạn

sham 1 *n.* sự giả mạo; người giả mạo **2** *adj.* giả, giả bộ, giả vờ, giả mạo **3** *v.* giả bộ, giả vờ/tảng

shambles *n.* (lo) sát sinh; (cảnh) chém giết/hỗn loạn

shame 1 *n.* sự hổ thẹn; sự xấu hổ; sự sỉ nhục, sự nhục nhã: *to put someone to ~* làm cho ai xấu hổ; *~ on you!* đã thấy xấu hổ chưa?; *what a ~!* đáng tiếc!; *to be lost to ~* không còn biết xấu hổ, trơ trẽn **2** *v.* làm xấu hổ, làm nhục, sỉ nhục: *to be ~d into confessing* xấu hổ mà thú nhận

shamefaced *adj.* thẹn, thẹn thùng, xấu hổ

shameful *adj.* làm xấu hổ/hổ thẹn, ô nhục

shameless *adj.* không biết xấu hổ, vô liêm sỉ, trơ trẽn, vô sỉ

shampoo 1 *n.* thuốc/sự gội đầu: *I need a ~* tôi phải gội đầu một cái **2** *v.* gội đầu (cho): *~ your hair and dry it* bạn gội đầu và xấy khô đi

shamrock *n.* cỏ là chụm ba, cỏ trục xe [áo len]

shanghai *v.* bắt cóc; bắt ép

Shangri-la *n.* thiên đàng trên trái đất

shank *n.* (xương) ống chân; cán/chuôi; thân [cột]

shanty *n.* lều, lán, chòi, túp nhà lụp xụp

shantytown *n.* khu nhà lụp xụp tồi tàn, khu nhà lá

shape 1 *n.* hình, hình dạng/thù; hình thức, loại, kiểu, thử; dáng người; bóng người; khuôn, mẫu: *to take ~* thành hình; *in good ~* sung sức; *in bad ~* yếu, kém, bị khó khăn; *out of ~* méo mó **2** *v.* nặn/đẽo/gọt/gõ/tạo thành hình; uốn nắn; bày ra, đặt, thảo [kế hoạch, chính sách]; thành hình: *to ~ clay into a pot* nặn đất sét thành cái bình; *to ~ someone's character* uốn nắn tính nết ai

shapeless *adj.* chẳng ra hình thù gì; dị hình/dạng

shapely *adj.* [thân hình phụ nữ] đẹp, cân đối

shard *n.* mảnh vỡ đồ gốm

share 1 *n.* lưỡi cày: *plough ~* lưỡi cày **2** *n.* phần; phần đóng góp; cổ phần: *~holder* người có cổ phần, cổ đông; *~ in profits* phần chia lời; *to go ~s* chia đều **3** *v.* chia, chia sẻ; cùng tham gia, cùng chịu; đồng ý: *to ~ something with somebody* chia vật gì với ai; *to ~ one's opinion* đồng ý kiến với ai; *to ~ and ~ alike* chia đều

sharecropper *n.* người lĩnh canh, người cấy rẽ

shark 1 *n.* cá mập; tên lừa đảo; tay cừ: *loan ~* kẻ cho vay nặng lãi; *~ net* lưới chắn cá mập dọc theo bãi biển; *~ patrol* đội tuần phòng cá mập; *~ spotter* người canh chừng cá mập trên bờ biển **2** *v.* lừa gạt, làm ăn bất chính: *to ~ for a living* lừa đảo để sinh sống

sharp 1 *n.* [nhạc] nốt thăng, dấu thăng; kim khâu mũi thật nhọn; người lừa đảo **2** *adj.* sắc bén, nhọn; [ảnh] rõ nét; [sự phân biệt] rõ ràng; thông minh, [mắt] tinh; [tai, mũi] thính; [bước] nhanh, rảo; [gió] lạnh buốt; [đau] dữ dội; [lời] gay gắt, cay nghiệt; [chỗ ngoặt] đột ngột; diện, bảnh, đẹp: *a ~ knife* một con dao sắc; *a ~ turn* chỗ cua ngặt; *~ eyes* đôi mắt tinh; *as ~ as a bowling ball* ngu si đần độn; *as ~ as a tack* thông minh lanh lợi; *~-tongued* ăn nói sắc sảo **3** *adv.* đúng: *one o'clock ~* đúng 1 giờ

sharpen *v.* mài [dao]; gọt, vót [bút chì]; làm tăng thêm

sharpener *n.* đồ dùng để mài/gọt: *pencil ~* cái gọt bút chì

sharpshooter *n.* tay thiện xạ

sharp-witted *adj.* thông minh, lanh lợi

shatter *v.* làm vỡ; làm tan vỡ, làm tiêu tan

shatterproof *adj.* không vỡ được

shave 1 *n.* sự cạo râu/mặt; sự suýt bị nguy: *to get a ~* cạo râu một cái, *to have a close ~* suýt nữa thì chết **2** *v.* [**shaved**; **shaven**] cạo râu, cạo mặt; cạo [râu, mặt]; cạo mặt cho ai; bào sơ qua: *he took a bath and ~d in the early morning* ông ấy tắm và cạo mặt lúc sáng sớm

shaver *n.* dao cạo: *electric ~* dao cạo điện

shaving *adj.* sự cạo; sự bào: *~ brush* chổi xoa xà phòng cạo râu; *~ cream* kem cạo râu; *~ soap* xà phòng cạo râu

shawl *n.* khăn san, khăn choàng

she 1 *n.* con gái, con cái, con mái: *it is a ~* đó là con gái; *~ goat* dê cái; *is the child a he or ~?* đứa bé là con trai hay con gái? **2** *pron.* nó, bà ấy, chị ấy, cô ấy; cái xe ấy, chiếc tàu ấy: *~ will be right* bà ấy bình thường; *~ is the most well-known model* cô ấy là một người mẫu rất nổi tiếng

sheaf *n.* (*pl.* **sheaves**) bó, lượm; thếp [giấy bạc]

shear 1 *n.* kéo lớn, lông cừu xén ra; sự cắt xén: *a pair of ~s* cái kéo lớn để xén lông cừu, tỉa cây; *shorn of ...* bị tước mất hết ... **2** *v.* [**sheared**; **shorn**] xén, cắt, hớt; cắt, chặt: *to ~ sheep* xén lông cừu; *to ~ through something* cắt đứt vật gì

shearer *n.* người cắt lông cừu

sheath *n.* (*pl.* **sheaths**) bao/vỏ kiếm; ống; màng, áo, vỏ, bao; áo đầm thật chật; bao dương vật

sheathe *v.* tra vào vỏ, bỏ vào bao; gói, bọc

shed 1 *n.* lán, lều, nhà nhỏ [chứa hàng, đồ làm vườn]; chuồng [trâu, bò, ngựa]: *~ hand (= ~ worker)* người làm việc ở lò xén lông cừu **2** *v.* [**shed**] rụng [lá]; [rắn] lột [da]; rơi/nhỏ [lệ]; đổ [máu] tỏa [ánh sáng]; [lá, sừng] rụng; [rắn, cua, ve] lột: *trees ~ leaves* cây rụng lá; *to ~ tears* rơi lệ

she'd = she had, she would

sheen *n.* nước bóng; sự lộng lẫy

sheep *n.* (*pl.* **sheep**) con cừu: *~dog* chó chăn cừu; *~fold* bãi nhốt cừu; *~skin* da cừu; áo da cừu; văn bằng, bằng; *on the ~'s back* sự giàu có nhờ cừu; *to separate the ~ from the goats* phân chia giai cấp quý tộc với thường dân; *~ farmer* người nuôi cừu; *~ station* trại nuôi cừu lớn

sheepish *adj.* bối rối, lúng túng, ngượng ngập

sheer 1 *n.* vải mỏng trông thấy da **2** *adj.* chỉ là, hoàn toàn; dốc thẳng đứng; [vải] mỏng dính; trong: *~ waste of time* chỉ phí thì giờ; *by ~ force* dùng sức mạnh

sheet 1 *n.* khăn trải giường; tờ [giấy]; tấm/miếng [tôn]; lá, phiến; dải [băng]: *a ~ of newspaper* tờ giấy báo/nhật trình; *white as a ~* sợ xám mặt; *~ metal* tôn lá; *~ music*

bản nhạc in rời **2** *v.* đậy, phủ, kết lại thành tấm: *to ~ over a car* phủ kín xe hơi; *the city was ~ed over with snow* thành phố phủ đầy tuyết

shelf *n.* (*pl.* **shelves**) ngăn sách; giá, kệ; thềm lục địa: *on the ~* xếp xó; ế chồng, không ai rước

shell 1 *n.* vỏ [ốc, hến, cua, tôm; dừa]; bao; mai, mu [rùa]; vỏ [đậu, lạc]; vỏ tàu, tường nhà; đạn; vỏ về ngoài: *coconut ~* sọ dừa; *egg~* vỏ trứng; *to come out of one's ~* ra khỏi vỏ **2** *v.* lột vỏ, bóc vỏ, tỉa [ngô]; bắn, nã pháo, pháo kích: *to ~ corn* bóc vỏ ngô/bắp; *to ~ off* tróc ra; *to ~ out* trả tiền

she'll = she shall, she will

shellac 1 *n.* sơn quang dầu **2** *v.* quét sơn quang dầu

shellfish *n.* tôm cua, sò hến

shelter 1 *n.* chỗ ẩn/núp/che, chỗ nương náu/nương tựa; hầm trú ẩn: *air raid ~* hầm tránh bom; *to give ~ to somebody* cho ai ẩn núp, che chở cho ai **2** *v.* che, che chở, bảo vệ; ẩn, nấp, núp, trốn: *I ~ my friend from the rain* tôi che cho bạn tôi khỏi bị mưa

shelve *v.* đóng ngăn/kệ; xếp lên kệ/giá; bỏ xó

shepherd 1 *n.* người chăn cừu/dê, mục đồng; mục sư, linh mục: *The Good ~* Chúa trời; *~ dog* chó chăn cừu; *~'s pie* món thịt băm nấu với khoai tây **2** *v.* chăn [cừu] trông nom săn sóc, hướng dẫn [đám đông]

sherbet *n.* nước quả ướp đá

sheriff *n.* cảnh sát trưởng, quận trưởng

Sherpa *n.* người dân Hy Mã Lạp Sơn

shield 1 *n.* cái mộc, cái khiên, cái thuẫn; lá chắn; huy hiệu **2** *v.* che chở; chắn, che; che đậy

shift 1 *n.* sự sang số [ô tô]; sự thay đổi; ca, kíp; mưu mẹo, phương kế: *stick ~* sự sang số bằng cần; *~ key* nút chữ hoa [ở máy chữ]; *to work night ~* làm việc ca đêm; *to make ~* tìm phương kế để làm gì; *~ allowance* tiền trợ cấp làm ca; *~ work* công việc theo ca **2** *v.* thay đổi, đổi chỗ, chuyển hướng; xoay xở: *to ~ the gears* sang số ô tô; *to ~ for oneself* tự xoay xở lấy

shifty *adj.* tài xoay xở; gian giảo, quỷ quyệt

Shiite *n., adj.* người/thuộc Shi-ite một môn phái Hồi giáo ở I-Rắc

shilling *n.* đồng si-ling, đồng tiền Anh

shimmer 1 *n.* ánh sáng lờ mờ/lung linh **2** *v.* chiếu sáng (lờ mờ): *the moon ~s on the river* ánh trăng chiếu lờ mờ trên sông

shin *n.* cẳng chân; xương ống quyển, xương chày

shinbone *n.* xương chày, xương ống quyển

shine 1 *n.* ánh sáng/nắng; nước bóng/láng: *rain or ~* dù mưa hay nắng; *her face ~s* *with joy* mặt bà ấy hớn hở vui mừng; *to take a ~ to something* thích mê cái gì; *to take the ~ out of* làm lu mờ cái gì, làm mất bóng cái gì 2 *v.* [**shined**] đánh bóng; [**shone**] chiếu sáng, soi sáng; sáng, bóng; trội: *the sun ~s bright on the house* ánh nắng mặt trời chiếu sáng trên mái nhà

shiner *n., colloq.* vật sáng chói, mắt huyền

shingle *n., v.* ván lợp mái nhà; biển hàng [bác sĩ, luật sư]; tóc tỉa đuôi

shingles *n.* bệnh zo-na, bệnh rộp da

shining *adj.* sáng ngời, chói lọi, lỗi lạc

shinny *v.* trèo cây: *to ~ up/down* trèo lên/ xuống cây

ship 1 *n.* tàu, tàu thuỷ; máy bay, phi cơ: *to go by ~* đi bằng tàu thuỷ; *to take a ~* lên tàu; *~board* mạn tàu/thuyền; *~building* nghề đóng tàu; *~load* hàng hoá trên tàu; *~mate* bạn thuỷ thủ; *~owner* chủ tàu; *~wreck* vụ đắm/chìm tàu; *~wright* thợ đóng tàu; *~yard* xưởng đóng tàu 2 *v.* gửi chở [bằng tàu thuỷ, xe lửa, máy bay]; đi tàu, xuống tàu

shipment *n.* việc gởi hàng hoá bằng tàu, sắp xếp hàng hoá xuống tàu

shipper *n.* thương gia buôn bán bằng đường tàu thuỷ/bay

shipping *n.* sự chở hàng bằng tàu, sự vận tải tàu biển; thương thuyền, hàng hải: *~-agent* đại lý tàu biển; *~-articles* hợp đồng trên tàu giữa thuyền trưởng và thuỷ thủ; *~-bill* giấy biên nhận chở hàng; *~-office* văn phòng đại lý tàu

shipshape *adj., adv.* thứ tự, ngăn nắp

shipyard *n.* khu đóng tàu, khu sửa chữa tàu

shire *n.* quận, huyện nước Anh

shirk *v.* trốn, trốn tránh, lẩn tránh: *to ~ school* trốn học; *to ~ work* trốn việc

shirt *n.* áo sơ mi: *short sleeved ~* sơ mi cộc tay; *to lose one's ~* mất sạch cơ nghiệp; *~ front* thân trước áo sơ mi; *~ sleeve* tay áo sơ mi; *in ~ sleeves* mặc sơ mi trần; *to keep one's ~ on* bình tĩnh

shit 1 *n.* cứt, phân: *to get the ~s with* trở nên tức giận; *to get one's ~ together* tự mình lo liệu việc; *to have ~ on one's liver* có tính xấu; *in the ~* có vấn đề, gặp khó khăn; *not give a ~* không cần gì cả 2 *v.* ỉa, bĩnh, bậy

shiver *n., v.* (sự) run, (sự) rùng mình

shoal 1 *n.* chỗ nông, chỗ cạn 2 *n.* đám đông, số đông; đàn cá 3 *v.* làm cho cạn; hợp thành đàn

shock 1 *n.* sự đụng chạm; sự đột xuất; sự sửng sốt, cảm giác bất ngờ; sự động đất; sốc: *the news was a great ~* tin tức đó làm mọi người sửng sốt vô cùng; *to die of ~* chết vì sốc; *~ absorber* lò xo chống sốc; *~ troops* đội quân xung kích 2 *n.* mớ tóc bù

xù: *~ head* đầu tóc bù xù 3 *n.* đống lúa 4 *v.* làm chướng tai gai mắt [vì xấu xa hay lố bịch]; làm đau buồn; làm điện giật; gây sốc: *he was ~ed by the woman's attitude* ông ấy căm phẫn vì thái độ của người đàn bà đó 5 *v.* xếp thành đống

shocker *n.* người chướng tai gai mắt, vật khó chịu

shocking *adj.* chướng, khó coi; làm sửng sốt

shoddy *adj.* tồi, xấu

shoe 1 *n.* giày; vành (sắt bịt) móng ngựa: *the left ~* chiếc giày bên trái; *a pair of ~s* một đôi giày; *dress ~s* giày diện; *tennis ~s* giày chơi quần vợt; *~black* em bé đánh giày; người đánh giày; *~horn* cái bót đi giày; *~lace* dây giày; *~maker* thợ đóng giày; *~shine* sự đánh giày; *~string* dây giày; *~tree* cốt giày, cái nong giày; *to be in a person's ~* vào trong hoàn cảnh của người nào; *dead men's ~s* có người ngắm nghé tài sản/địa vị 2 *v.* [**shod**] đi/mang giày cho, đóng móng [ngựa]; bịt đầu [gậy]

shofar *n.* kèn bằng sừng của người Do Thái

shogun *n.* tướng quân Nhật

shone quá khứ của **shine**

shoo *v., intj.* xua đuổi, tiếng shoo!

shook quá khứ của **shake**

shoot 1 *n.* cành non, chồi măng; cuộc tập bắn; cuộc săn bắn; cú sút bóng: *bamboo ~* măng tre 2 *v.* [**shot**] đâm ra, trồi ra; bắn, phóng, ném liệng, quăng; bắn [tên, súng]; sút, đá [bóng]; chụp ảnh, quay phim: *to be shot in the chest* bị trúng đạn ở ngực; *she shot the burglar* bà ta bắn chết tên trộm; *they shot the two spies* họ xử tử hai tên gián điệp; *to ~ ahead* bay đến trước; *to ~ down* bắn rơi, hạ [máy bay]; *to ~ up* bắn trúng nhiều phát; lớn mau/vọt; [lửa] phun lên; [giá] tăng vọt; *to ~ one's mouth off* nói ba hoa, nói không giữ ý giữ tứ

shooting *n.* sự bắn; sự phóng đi; cơn đau nhói; sự chụp ảnh, sự quay phim: *~ boots* giày ống đi săn; *~-box* lều đi săn; *~ coat* áo đi săn; *~ gallery* phòng tập bắn; *~-range* trường bắn; *~ star* sao băng, sao sa, sao đổi ngôi; *~ war* chiến tranh nóng/thật sự

shop 1 *n.* cửa hàng, cửa hiệu, tiệm; xưởng: *to talk ~* nói chuyện buôn bán/làm ăn; *~-assistant* người bán hàng; *~keeper* chủ hiệu, chủ tiệm; *~lifter* kẻ cắp trong cửa hàng; *~lifting* sự/tội ăn cắp trong cửa hàng; *~per* người mua hàng, khách mua hàng; *all over the ~* lung tung, lộn xộn; *to set up ~* bắt đầu kinh doanh 2 *v.* đi mua hàng, đi chợ, đi sắm đồ: *to ~ for* tìm mua; *to ~ around* khảo giá, lùng đồ rẻ

shopping *n.* sự đi mua hàng; các món hàng

mua: *to go* ~ mua/sắm đồ, đi mua bán; ~ *bag* túi đi chợ; ~ *center* trung tâm thương mại

shopwindow *n.* tủ hàng, tủ kính bày hàng

shore *n.* bờ [biển, hồ]: *lake* ~ bờ hồ; *~line* đường bờ biển/hồ

shorn quá khứ của **shear**

short 1 *n.* phim ngắn; quần sóoc; mạch ngắn 2 *adj.* ngắn, cụt; thấp, lùn; thiếu, hụt, không đủ; gọn, tắt: *a ~ memory* trí nhớ kém; *in ~* nói tóm lại; *to be ~ of help* thiếu người làm; *for ~* gọi tắt; ~ *change* lừa bịp, đổi tiền thiếu; ~ *circuit* mạch điện ngắn; ~ *cut* đường tắt, cách làm giảm bớt thời gian/công sức; ~ *dated* ngắn hạn; ~ *hair* tóc ngắn; ~ *hand* tốc ký; ~ *sighted* cận thị, thiển cận; ~ *temper* tính hay cáu kỉnh; ~ *term* ngắn hạn; ~ *time* trong thời gian ngắn; ~ *wave* làn sóng ngắn; ~ *list* danh sách ứng viên đã được chọn 3 *adv.* bất thình lình, bất chợt: *to stop* ~ bất thình lình ngừng lại, chặn đứng, tự nhiên chấm dứt; *to sell* ~ bán non; *to cut somebody* ~ ngắt lời ai; *to bring up* ~ ngừng lại bất thình lình

shortage *n.* sự thiếu, sự khan: *housing* ~ nạn khan nhà

shortcake *n.* bánh ngọt trên bày quả (dâu) tươi

shorten *v.* thu/rút ngắn lại; cho mỡ vào bánh

shortening *n.* sự rút ngắn; mỡ pha vào bánh

shortfall *n.* sự thiếu hụt

shorthanded *adj.* thiếu người làm, thiếu nhân công, neo người

shortlived *adj.* ngắn ngủi, chết yểu

shortly *adv.* không lâu: ~ *afterward* ít lâu sau

shot 1 *n.* phát súng, phát đạn; đạn, viên đạn; người bắn, xạ thủ; sự làm thử, sự đoán cầu may; ảnh, phim, cảnh; quả tạ [to put ném]; cú sút; trái ban; mũi tiêm, liều [ma túy], ngụm [rượu]: *a ~ in the arm* liều thuốc bổ, sự khích lệ; *to call the ~s* chỉ huy, điều khiển; *to have a ~ at* thử làm cái gì; *to make a bad* ~ đoán lầm 2 *adj.* hư nát; bị thất bại; có tia, có vạch

shotgun *n.* súng ngắn, súng lục

shotput *n.* môn ném tạ; cú ném tạ

should *aux., v. I ~ be finishing my work very soon* tôi phải xong việc sớm; *you ~ go at once* anh nên đi ngay lập tức; *I ~ like to order ten more copies of the book* tôi xin đặt mua thêm 10 cuốn sách nữa

shoulder 1 *n.* vai; lề xa lộ: ~ *to* ~ vai kề vai; *~-belt* quai đeo vai; ~ *blade* xương vai; ~ *mark* phù hiệu đeo vai; ~ *strap* cầu vai 2 *v.* vác lên vai; gánh [trách nhiệm]; lách, len lỏi

shout *n., v.* (tiếng) kêu la, hò hét, reo hò: *to*

~ *down* kêu la phản đối diễn giả

shove 1 *n.* sự xô đẩy 2 *v.* xô đẩy, xô lấn; nhét: *to ~ off* đẩy thuyền ra đi; ra đi, chuồn, cuốn gói

shovel *n., v.* cái xẻng, xúc bằng xẻng

show 1 *n.* cuộc trưng bày, cuộc triển lãm; bề ngoài, hình thức; sự phô trương/khoe khoang; sự tỏ bày; cuộc biểu diễn, tuồng, màn phim: *by a ~ of hands* (biểu quyết) bằng cách giơ tay; ~ *of force* sự phô trương lực lượng/thanh thế; *talent* ~ biểu diễn văn nghệ; *variety* ~ tạp diễn văn nghệ; *he runs the* ~ ông ta lo hết buổi diễn/lễ này; ~ *bag* túi đựng đồ quảng cáo phát không trong các ngày lễ hội; ~ *bill* bích chương quảng cáo vở hát/phim ảnh; ~ *business* ngành kịch hát điện ảnh, văn nghệ sân khấu; ~ *cause* trường hợp cần giải thích tại sao thất bại thi hành lệnh tòa án/thi rớt; *~-and-tell* phương pháp khuyến khích học sinh chỉ vào đồ vật và nói; *~room* phòng triển lãm, phòng trưng bày sản phẩm; *~piece* vật/đồ triển lãm 2 *v.* [showed; shown] cho thấy, đưa cho xem/coi; trưng bày; tỏ ra; chứng minh/tỏ; chỉ, bảo, vạch; dẫn, dắt; chiếu [phim]; hiện ra, ló mặt, thò ra: *to ~ off* khoe khoang; *to ~ up* lột mặt nạ; xuất hiện; *to ~ one's color* để lộ chân tướng; *to ~ one's hands* để lộ ý đồ của mình; *to ~ a person the door* từ chối người nào; *to ~ the way* chỉ việc cần phải làm

showboat *n.* du thuyền trên sông có văn nghệ

showcase *n.* tủ bày hàng, tủ kính

showdown *n.* sự đặt bài xuống; giờ phút quyết liệt, sự thử thách cuối cùng: *they are heading towards a* ~ hai bên sắp ăn thua quyết liệt đến nơi rồi

shower 1 *n.* trận mưa rào; sự tắm vòi sen; trận mưa [cú đánh, đá, đạn, hôn]; sự dồn dập tới tấp: *a ~ of arrows* tên bắn như mưa; *e-mails and presents came in* ~*s* điện thư và quà mừng gửi đến tới tấp; *to take a* ~ tắm một cái; *the radio said there will be* ~*s today* đài dự báo hôm nay sẽ có mưa rào; *we are planning a* ~ *for her* chúng tôi định tổ chức một tiệc riêng cho cô ấy 2 *v.* đổ mưa, mưa như trút; bắn/rơi xuống như mưa; (gửi) đến tới tấp

showgirl *n.* nữ diễn viên, tài tử, đào hát, vũ nữ

showman *n.* ông bầu

shown quá khứ của **show**

showplace *n.* nơi tham quan, nơi danh lam thắng cảnh

showy *adj.* phô trương; loè loẹt

shrank quá khứ của **shrink**

shrapnel *n.* mảnh đạn, mảnh bom; đạn chì

shred 1 *n.* mảnh vụn, miếng nhỏ; một tí/

chút: *to tear to ~s* xé ra từng mảnh; *not a ~ of evidence* không một tí chứng cớ nào **2** *v.* [**shredded/shred**] cắt nhỏ, thái nhỏ, xé [thịt gà]

shrew *n.* mụ đàn bà đanh đá; chuột chù

shrewd *adj.* khôn, khôn ngoan sắc sảo, láu cá

shriek *n., v.* (tiếng) kêu thét, (tiếng) la thét

shrill *adj.* the thé, lanh lảnh, điếc/inh tai

shrimp 1 *n.* con tôm, con tép **2** *v.* câu/bắt/đánh tôm

shrine *n.* điện/miếu thờ; lăng, mộ; chỗ linh thiêng

shrink *v.* [**shrank/shrunk; shrunk/shrunken**] co lại, teo; [vải] co vào; chùn bước, lùi bước: *to ~ away/back* lùi bước; *this cloth ~s in the wash* vải nầy giặt sẽ co

shrinkage *n.* sự co lại; sự thiếu cân

shrivel *v.* teo lại, quăn/quắt lại; héo hon

shroud 1 *n.* vải liệm; màn [bí mật]: *the story was wrapped in a ~ of mystery* câu chuyện còn trong vòng bí mật **2** *v.* liệm; che giấu, che đậy

shrub *n.* cây nhỏ, cây bụi nhỏ

shrubbery *n.* bụi cây

shrug *n., v.* (cái) nhún vai: *to ~ off* nhún vai coi thường; giũ sạch

shucks *intj.* tiếc quá! ghê quá! chà!

shudder *n., v.* (sự) rùng mình: *I ~ to think of your story* tôi rùng mình khi nghĩ đến chuyện của bạn

shuffle 1 *n.* sự trang bài; sự xáo trộn; sự lê chân **2** *v.* trang [bài]; trang bài; xáo trộn; lê [chân]; đi lê chân; trút bỏ: *to ~ off responsibility upon others* trú bỏ trách nhiệm cho người khác; *to ~ the cards* thay đổi bài

shun *v.* tránh, xa lánh, lảng xa [ai; trách nhiệm]

shunt *v.* chuyển hướng; xếp lại kế hoạch

shut *v.* [**shut**] đóng/khép/đậy lại; nhắm [mắt]; gập [sách]: *to ~ in* giam, nhốt; *to ~ off* cắt, ngắt, cúp, tắt, khoá [điện, nước]; *to ~ up* giam, nhốt; bắt câm miệng; [tiệm] đóng cửa; *~ up!* im đi!; *to ~ down* đóng cửa, dẹp hãng/tiệm; *to ~ the door on* từ chối, không xem xét đến; *to ~ one's eye (ears/heart/mind)* nhắm mắt (bịt tai) làm ngơ; *~ your face (head/mouth)!* câm miệng lại!

shutdown *n.* sự đóng cửa, sự dẹp tiệm

shutter *n.* lá chắn sáng [trong máy ảnh]

shutters *n.* cánh cửa chớp

shuttle 1 *n.* con thoi: *~ bus* xe buýt con thoi [giữa hai địa điểm gần]; *~ diplomacy* thương thảo ngoại giao quốc tế; *~ service* dịch vụ chuyên chở đi về khoảng đường ngắn; *the New York-Washington ~ plane* máy bay giữa New York và Washington; *~ train* tàu con thoi; *space ~* phi thuyền con

thoi không gian **2** *v.* đi đi lại lại: *to ~ back and forth* đi đi lại lại

shuttlecock *n.* quả cầu, quả cầu lông [vũ cầu]

shy 1 *adj.* nhút nhát, rụt rè, bẽn lẽn: *to be ~ of doing something* rụt rè làm việc gì **2** *n.* sự tránh né, lách qua một bên **3** *v.* [ngựa] nhảy sang một bên: *to ~ away from* tránh né

Shylock *n.* người khó cho mượn tiền (tên nhân vật trong tác phẩm *Merchant of Venice* của *Shakespears*)

Siam *n.* nước Si-am

Siamese *n., adj.* (người/tiếng) Thái lan, Xiêm

Siberia *n.* nước Tây Bá lợi Á

Siberian *n., adj.* (người) Xi-bia, Xi-bê-ri, Tây bá lợi á

sibilant *n., adj.* (âm) xuýt, (âm) xì

sibling *n.* anh/chị/em ruột

sic *adv.* dẫn đúng nguyên văn

sick 1 *adj.* ốm, đau, có bệnh; muốn/buồn nôn: *I feel ~* tôi cảm thấy buồn nôn; *to be ~* bị bệnh; *to be ~ and tired of* chán ngấy; *love~* tương tư; *sea~* say sóng; *~ bay* bệnh xá trên tàu; *~ bed* giường bệnh; *~ benefit* tiền trợ cấp đau ốm; *~ leave* phép nghỉ ốm, thời gian nghỉ ốm **2** *n.* bệnh, sự đau ốm: *the sick* người bệnh; *~ call* việc đi khám bệnh của bác sĩ; *~ flag* cờ báo hiệu nơi có bệnh tật trầm trọng **3** *v.* nôn mửa, nôn: *to ~ to one's stomach* lợm giọng, buồn nôn/mửa; *to ~ up* nôn mửa.

sicken *v.* làm ốm/đau; bị ốm; tởm, kinh tởm

sickening *adj.* kinh tởm, ghê tởm; làm chán nản

sickle *n.* lưỡi liềm: *hammer and ~* búa liềm

sickly *adj.* hay ốm, đau yếu, quặt quẹo, bệnh hoạn

sickness *n.* bệnh; sự đau yếu, bệnh tật, bệnh hoạn

side 1 *n.* mặt, bên; hông, bề, cạnh; sườn/triền núi, bìa rừng; sườn, lườn [thịt]; bên, phía, phe, phái; khía cạnh: *on both ~s of the sheet* cả hai mặt tờ giấy; *opposite ~s* hai cạnh/bên đối nhau; *~ by ~* sát cánh; *on the maternal ~* bên ngoại; *on this ~ of the grave* còn sống; *the winning ~* phe thắng; *this ~ up* mặt này ở trên; *~ arms* vũ khí đeo cạnh người; *~ dish* món gọi thêm; *~ door* cửa bên; *~ effect* ảnh hưởng phụ; *~ glance* cái liếc; *~ show* trò phụ; việc phụ, việc thứ yếu **2** *v.* đứng về phía/phe: *to ~ with* đứng về phía, ủng hộ

sideboard *n.* tủ bát đĩa; ván bên

sideburns *n.* tóc mai để dài

sideline *n.* đường biên; nghề phụ, nghề tay trái: *on the ~s* ngồi bên xem, bàng quan, không dự vào

sidelong 1 *adj.* ở bên; [lời] bóng gió, nói cạnh 2 *adv.* xiên về phía bên, nghiêng một bên

sidesplitting *adj.* làm cười vỡ bụng

sidestep *n.,v.* tránh sang một bên, né

sidestroke *n.* kiểu bơi nghiêng

sidetrack 1 *n.* đường tàu tránh 2 *v.* tránh; làm sai, đánh lạc hướng: *to ~ attention* đánh lạc hướng sự chú ý

sideview *n.* hình trông nghiêng

sidewalk *n.* vỉa hè, bờ hè: ~ *café* quán ăn, quán giải khát hoặc cà phê ngoài vỉa hè; ~ *sale* bán son ngoài vỉa hè trước cửa tiệm

sideways *adv.* qua một bên, về một bên

siding *n.* đường tàu tránh; lớp ván/nhôm bao ngoài tường

siege *n.* sự vây hãm, công hãm, sự bao vây: *to lay ~ to* bao vây; *to raise a ~* giải vây, phá vòng vây

siesta *n.* giấc ngủ trưa

sieve 1 *n.* cái rây/sàng/giần 2 *v.* rây, sàng, giần

sift *v.* rây, sàng, giần; chọn lọc, phân tích

sigh *n., v.* (tiếng) thở dài *to heave a ~ of relief* thở dài một tiếng nhẹ nhõm

sight 1 *n.* sức nhìn, thị lực; sự nhìn/trông; cách nhìn, tầm; cảnh, cảnh đẹp, cảnh tượng: *out of my ~!* hãy đi khuất mắt tôi!; *sad ~* cảnh tượng buồn thảm; *at first ~* thoạt nhìn; *in ~* trông/nhìn thấy rồi; *out of ~, out of mind* khuất mặt xa lòng; *to catch ~ of* nhìn thấy; *to get a ~ of* cố gắng thấy; *to have lost ~ of* không còn biết gì nữa 2 *v.* (nhìn/trông) thấy; ngắm

sighted *adj.* có khả năng thấy được, đã xem rồi: *long-~* viễn thị

sightless *adj.* đui, mù, loà

sightseeing *n.* sự đi xem phong cảnh, sự tham quan

sightseer *n.* người tham quan, du khách

sign 1 *n.* dấu (hiệu), ký hiệu; mật hiệu; biểu hiện, điềm, tượng trưng; dấu vết; triệu chứng; biển để trước cửa hàng/công ốc: ~ *language* ngôn ngữ ra dấu tay; *to make no ~* dường như bất tỉnh, không phản ứng 2 *v.* làm dấu; ký tên; ra hiệu: *to ~ away* ký giấy nhường tài sản cho ai; *to ~ off* ngừng phát thanh, ngừng nói; *to ~ on* ký giao kèo làm gì; *to ~ out* ký tên rời khỏi khách sạn/văn phòng; *to ~ up* mướn [nhân viên] bằng giao kèo; đăng lính; ghi tên

signal 1 *n.* dấu hiệu; tín hiệu; hiệu lệnh: ~ *book* cẩm nang tín hiệu; ~ *box* hộp đèn tín hiệu dọc đường xe lửa; ~ *man* người đánh tín hiệu; ~ *station* đài tín hiệu; ~ *tower* đài tín hiệu; ~ *of distress* tín hiệu lâm nguy 2 *v.* ra hiệu, báo hiệu: *to ~ to someone to start* ra tín hiệu cho ai bắt đầu 3 *adj.* nổi

tiếng, lớn lao, đáng kể, gương mẫu, oanh liệt: ~ *corps* binh chủng truyền tin; *a ~ victory* chiến thắng oanh liệt

signatory *n., adj.* (người/nước) ký kết

signature *n.* chữ ký; ký hiệu; chữ in [nhà in]

signboard *n.* biển quảng cáo; biển hàng

signer *n.* người ký kết, bên ký kết

signet *n.* ấn, dấu

significance *n.* ý nghĩa; tầm quan trọng; sự nổi bật: *a look of deep ~* cái nhìn đầy ý nghĩa

significant *adj.* đầy ý nghĩa; quan trọng

signify *v.* có nghĩa là; biểu hiện, tỏ cho biết; tuyên bố: *a yawn signifies boredom* cái ngáp biểu hiện sự buồn chán

signpost *n.* biển chỉ đường

silence 1 *n.* sự làm thinh, sự lặng thinh, sự nín lặng/thinh; sự im hơi lặng tiếng; sự lãng quên; sự yên lặng/yên tĩnh/tĩnh mịch: ~ *gives consent* làm thinh là tình đã thuận; *to suffer in ~* âm thầm chịu đựng 2 *v.* bắt phải im, cấm không nói

silencer *n.* vật làm giảm thanh, bộ giảm âm

silent *adj.* ít nói, làm thinh; yên lặng, yên tĩnh, tĩnh mịch, thanh vắng, im lặng; [chữ, phim] câm: *he is a ~ man* ông ấy là người ít nói

silhouette *n., v.* (in) bóng, hình bóng, hình dáng

silica *n.* hoá chất si-lic đy-o-xit

silicon *n.* chất si-lic

silicone *n.* chất si-li-con, chất nhựa mềm

silk *n.* lụa; tơ; tơ nhện; hàng lụa, đồ lụa: *artificial ~, man-made ~* tơ nhân tạo; ~ *hat* mũ đại lễ

silken *adj.* mượt, óng ánh; ngọt xớt; bằng lụa/tơ

silkscreen printing *n.* thuật in giấy nến

silkworm *n.* con tằm

silky *adj.* mượt, óng ánh; ngọt xớt

sill *n.* ngưỡng cửa: *door ~* bậc cửa chính; *window ~* khung cửa sổ

silly *adj.* ngớ ngẩn, ngờ nghệch, khờ dại; khùng, điên; [chuyện] vớ vẩn, ngu

silo *n.* xilô [ủ cỏ/ngô cho trâu bò]

silt *n.* bùn, phù sa

silver 1 *n.* bạc; đồng tiền; đồ đạc; màu bạc: ~ *foil* giấy bọc bạc; *every cloud has a ~ lining* trong cái rủi vẫn có cái may; ~ *medal* huy chương bạc; ~ *screen* màn bạc; ~ *spoon* thìa bạc; ~ *wedding* kỷ niệm 25 năm ngày cưới 2 *v.* mạ bạc, bịt bạc; tráng thuỷ [vào gương]

silverfish *n.* cá bạc má

silverside *n.* phần thịt bò tròn ở chân

silversmith *n.* thợ bạc

silverware *n.* bộ dao dĩa bằng bạc

silvery *adj.* bạc, trông như bạc, óng ánh như bạc

similar *adj.* giống/như nhau, tương tự; đồng dạng

similarity *n.* sự giống nhau, điểm/nét tương tự

simile *n.* lối so sánh, lối ví von, tỉ

simmer *n., v.* (sự) đun nhỏ lửa cho sủi; (sự) cố nén

simple *adj.* đơn, đơn giản; giản dị, mộc mạc, hồn nhiên; xuềnh xoàng; dễ hiểu, dễ làm; nhỏ mọn, tầm thường; ngu dại: *I enjoy a ~ life* tôi thích đời sống đơn giản; *~-minded* chân thật, chất phác, chân chất, hồn nhiên; ngây thơ, ngớ ngẩn, ngù ngờ, khờ khạo

simpleton *n.* chàng ngốc, anh quỳnh, chàng khờ

simplicity *n.* tính đơn giản; tính mộc mạc, tính hồn nhiên/xuềnh xoàng; tính dễ hiểu; sự ngu dại

simplify *v.* làm đơn giản, đơn giản hoá

simply *adv.* chỉ là ...; đơn giản; mộc mạc: *~ dressed* ăn mặc xuềnh xoàng

simulate *v.* giả vờ, giả cách; bắt chước

simulation *n.* sự giả vờ; hình giả tạo, bắt chước

simultaneous *adj.* cùng một lúc, đồng/cộng thời: *~ interpretation* sự thông dịch cùng một lúc với người nói

sin 1 *n.* tội lỗi, tội ác: *like ~* kịch liệt, mãnh liệt; *to live in ~* trai gái sống chung với nhau mà không cưới hỏi 2 *v.* phạm/mắc tội, gây tội

since 1 *adv.* từ đó; từ lâu: *we parted in 1948 and I have not seen him ~* chúng tôi chia tay hồi 48 và từ đó tôi chưa gặp anh ta 2 *prep.* từ (khi): *we have been in Vietnam ~ 1999* chúng tôi sống ở Việt Nam từ 1999 (tới nay) 3 *conj.* từ khi; vì lẽ, bởi chung: *~ leaving Hanoi* từ lúc rời Hà Nội; *~ it's too late now* vì bây giờ đã quá khuya

sincere *adj.* thành thật, thật thà, ngay thật, chân thật, chân thành, thật tình, thành khẩn

sincerely *adv.* một cách thành thật/chân thành; *~ yours, yours ~* kính thư

sincerity *n.* tính thành thật/thật thà, lòng chân thành

sinecure *n.* chức ngồi không, chức ngồi chơi xơi nước

sinew *n.* gân; bắp thịt, sức khỏe; tài nguyên

sinewy *adj.* gân guốc, mạnh mẽ

sinful *adj.* mắc/phạm tội, tội lỗi

sing *v.* [**sang; sung**] hát, ca, ca hát; ca ngợi; [chim] hót; [nước sôi] reo: *to ~ a song* hát một bài hát; *to ~ along* hát theo điệu nhạc; *to ~ out* gọi lớn, kêu to; *to ~ the praises of* ca ngợi, tán dương ai

Singapore *n.* nước Sing-ga-pore, nước Tân Gia Ba

Singaporean *adj., n.* thuộc/người Sing-ga-pore/Tân Gia Ba

singe *v.* đốt sém; thui [gà, lợn]

singer *n.* người hát, ca sĩ

single 1 *n.* người độc thân; trận đánh đơn; vé một lượt (đi): *to play ~* đánh đơn; *~-acting* (máy) một chiều; *~-entry* kế toán chỉ vào một chương mục 2 *adj.* đơn, đơn độc, một mình; đơn độc, cô đơn, không vợ/chồng: *~ bed* giường một; *~ file* hàng một; *~ life* cuộc sống đơn độc; *~ mother* một mình mẹ nuôi con; *~ room* phòng đơn 3 *v.* chọn ra, lựa ra: *to ~ out* tách ra

single-breasted *adj.* [áo] một hàng khuy

single-handed *adj.* một mình, đơn thương độc mã

single-minded *adj.* chỉ có một mục đích

singlet *n.* áo mặc trong, áo lót mình

singly *adv.* một mình, đơn độc; từng người/ cái một

singsong *n., adj.* (giọng) đều đều, ê a

singular *n., adj.* số ít; phi thường

sinister *adj.* gở, hung; ác, độc ác, nham hiểm

sink *n.* chậu rửa bát: *kitchen ~* bồn rửa ở nhà bếp

sink *v.* [**sank; sunk**] làm chìm, đánh đắm; đào, khoan [giếng]; để kẹt [vốn]; [tàu] chìm; xuống thấp, lắng, lún xuống; hõm vào; ngập/khắc sâu vào: *that boat ~s* thuyền chìm; *to ~ one's own interests* quên mình; *to ~ money* mắc kẹt vốn trong kinh doanh; *to ~ or swim* một mất một còn; *~ing fund* vốn để dành trả nợ, quỹ thanh toán nợ

sinless *adj.* vô tội

sinner *n.* người có/phạm tội

sinologist *n.* nhà Hán học

sinology *n.* khoa Hán học

sinuous *adj.* quanh co, khúc khuỷu, uốn khúc

sinus *n.* xoang (mũi)

sip 1 *n.* hớp, nhấp: *I have had a ~ of whiskey* tôi vừa nhấp một chút rượu whisky 2 *v.* nhấp, uống hớp (rượu)

siphon 1 *n.* ống xi-phông, ống truyền nước 2 *v.* hút bằng xi-phông

sir 1 *n.* thưa ngài, thưa ông, thưa tiên sinh, thưa thủ trưởng/đại uý, đại tá, đại tướng v.v.; ngài, đức: *Dear ~s* Thưa Quý ông 2 *v.* gọi bằng ngài: *don't ~ me* đừng gọi tôi bằng ngài

sire 1 *n.* Hoàng thượng, Bệ hạ, Thánh thượng; cha 2 *v.* để ra, là bố của ...

siren *n.* còi hụ/tầm, còi báo động; người đàn bà quyến rũ; tiên chim [Hy lạp]

sirloin *n.* thịt thăn bò

sissy *n.* (*pl.* **sissies**) người ẻo lả yếu đuối

sister *n.* chị, em gái; nữ tu (sĩ), ni cô, bà xơ, bà phước: *~hood* tình chị em; *~-in-law* chị dâu, em dâu, chị chồng/vợ; *~ of Mercy* bà phước, nữ tu sĩ; *~ city* thành phố kết nghĩa
sisterly *adj.* (thân thiết) như chị em, ruột thịt
sit *v.* [**sat**] ngồi; [gà mái] ấp trứng; ngồi cho người ta vẽ hoặc chụp ảnh; [quốc hội] nhóm họp: *to make a person ~ up* bắt ai làm việc vất vả, làm cho ai ngạc nhiên; *to ~ at a person's feet* làm đệ tử ai; *to ~ at home* ngồi nhà không làm gì, ăn không ngồi rồi; *to ~ back* ngồi thoải mái; *to ~ down* ngồi xuống; *to ~ in* dự, bàng thính [lớp học]; *to ~ still* ngồi yên; *to ~ tight* ngồi lỳ; *to ~ up* ngồi dậy
sitar *n.* cây đàn cần dài của người Ấn Độ
sitcom *n.* một cảnh trong kịch
sit-down strike *n.* cuộc đình công ngồi; sự ngồi ăn vạ
site *n.* nơi, chỗ, vị trí, địa điểm: *construction ~* công trường xây dựng
sit-in *n.* cuộc biểu tình ngồi
sitter *n.* người ngồi; người chăm sóc: *baby ~* người trông trẻ; *house ~* người trông nhà
sitting 1 *n.* buổi họp; lần/lượt ngồi; buổi ngồi 2 *adj.* đang ngồi, đang đậu: *~ duck* mục tiêu dễ trúng; *~ room* phòng ngồi chơi, phòng khách; *~ tenant* người đã ở sẵn trong nhà
situated *adj.* ở, toạ lạc; ở vào một tình thế nào đó: *it is ~ at the foot of the hill* toạ lạc ở chân đồi
situation *n.* tình hình/thế/cảnh, hoàn cảnh, cục diện, trạng thái; địa thế, vị trí; việc làm: *I can't do anything in this ~* tôi không thể làm gì được trong hoàn cảnh nầy
six 1 *n.* số sáu; con sáu [bài, súc sắc]: *at ~es and sevens* lung tung; bất hoà 2 *adj.* sáu: *the boy is ~ (years old)* cậu bé lên sáu
sixteen *n., adj.* (số) mười sáu
sixteenth 1 *n.* một phần 6; người/vật thứ 6; ngày mồng 6 2 *adj.* thứ 16
sixth 1 *n.* một phần 6; người/vật thứ 6; ngày mồng 6 2 *adj.* thứ 6
sixtieth 1 *n.* một phần 60; người/vật thứ 60 2 *adj.* thứ 60
sixty 1 *n.* số sáu mươi: *the sixties [60's]* những năm 60 2 *adj.* sáu mươi, 60
size *n.* độ lớn, kích thước; bề cao; số, cỡ, khổ: *the ~ of an orange* to bằng quả cam; *what ~ hat do you wear?* ông đội mũ số mấy?; *what ~ shoes do you wear?* chân bạn đi giày số mấy?; *that's about the ~ of it* đầu đuôi câu chuyện là như thế 2 *v.* sắp xếp theo cỡ to nhỏ; đánh giá; phết hồ: *to ~ up* ước lượng cỡ
sizeable, sizable *adj.* khá to, khá lớn, có cỡ lớn

sizzle *n., v.* (tiếng) xèo xèo
skate 1 *n.* giày trượt: *roller ~; ice ~* giày trượt băng 2 *v.* trượt băng; đi pa-tanh
skateboard *n.* tấm trượt tuyết, tấm ván đi pa-tanh
skating rink *n.* sân băng để trượt chơi
skein *n.* con chỉ, cuộn chỉ, cuộn len
skeleton *n.* bộ xương; khung, sườn, nòng cốt
skeptic *n.* [*Br.* **sceptic**] người hay hoài nghi
skeptical *adj.* hoài nghi, đa nghi, có tư tưởng hoặc theo chủ nghĩa hoài nghi
skepticism *n.* chủ nghĩa hoài nghi
sketch 1 *n.* bức vẽ phác thảo; bản tóm tắt; dự thảo, bản phác thảo; vở kịch ngắn 2 *v.* vẽ phác, phác hoạ, phác thảo
sketchy *adj.* sơ sài, phác thảo, đại cương
skew *n., adj.* (mặt/phần) nghiêng
skewer *n., v.* (cái) xiên [thịt nướng, chả]
ski 1 *n.* xki, ván trượt tuyết 2 *v.* đi xki, trượt tuyết: *~ boots* giày xki; *to go ~ing* đi chơi xki
skid *n.* (sự) trượt bánh, làm cho trượt
skid row *n.* khu lưu manh tụ tập
skill *n.* sự khéo léo, sự khéo tay, kỹ xảo/năng
skilled *adj.* khéo léo, lành nghề: *~ worker* công nhân lành nghề
skillet *n.* chảo rán (nhỏ); xoong nhỏ có cán
skillful *adj.* khéo (léo), khéo tay, tinh xảo; tài, tài tình, thành thạo
skim *v.* hớt [bọt, váng, kem, mỡ]; đọc lướt: *to ~ over* đọc qua; *to ~ the fat off the soup* hớt bớt mỡ nước dùng; *~ milk* sữa đã lấy kem
skimp *adj.* bủn xỉn [on về]
skin 1 *n.* da [người, thú]; bì; vỏ [cam, chuối]; vỏ tàu: *outer ~* biểu bì; *soaked to the ~* bị ướt sũng; *to be no ~ off one's nose* không dính dáng đến ai, không đụng chạm đến ai; *to be ~ and bone* rất gầy, da bọc xương; *to escape by the ~ of one's teeth* may mà thoát chết, suýt nữa thì nguy; *to get under a person's ~* nắm được ai, làm cho người nào phải chú ý; *to strip to the ~* cởi truồng; *~ cancer* ung thư da; *~ diver* thợ lặn trần; *grafting* sự ghép/vá da 2 *v.* lột da; bóc/gọt vỏ; lừa đảo: *a chef ~ned a chicken* đầu bếp đã lấy da con gà rồi
skin-deep *adj.* không sâu, nhẹ; hời hợt, bề ngoài
skinny *adj.* gầy [trơ xương], gầy nhom
skip 1 *n.* sự nhảy 2 *v.* nhảy, nhảy nhót, nhảy cẫng; nhảy dây; nhảy, bỏ quãng; nhảy lớp; chuồn, lỉnh: *to ~ from one subject to another* đang chuyện nọ nhảy sang chuyện kia
skipper *n.* thuyền trưởng; hoa tiêu trưởng; người nhảy dây; cá thu đao
skirmish *n., v.* (cuộc) giao tranh, đụng độ
skirt 1 *n.* váy, xiêm; vạt áo, bờ, mép, rìa:

that is a beautiful ~ đó là một chiếc váy đẹp; *the ~s of the bush* ở bìa rừng **2** *v.* đi dọc theo, đi vòng quanh: *to ~ the coastline* đi dọc theo bờ biển

skit *n.* nhóm, đám đông; vở kịch ngắn trào phúng, bài văn châm biếm

skittish *adj.* sợ bóng sợ vía, nhát gan, ỏng ẹo, lẳng lơ

skive *n., v.* (sự) làm mỏng, mài

skulduggery *n.* sự lừa bịp, hành động xấu xa

skulk *n., v.* (người) trốn tránh việc, lỉnh lút

skull *n.* sọ, đầu lâu

skullcap *n.* mũ chỏm [Do thái]

skunk *n.* chồn hôi; người bẩn thỉu hôi hám

sky **1** *n.* trời, bầu trời; khí hậu: *under the open* ~ ngoài trời; *to praise someone to the skies* tâng bốc ai lên tận mây xanh; *~ blue* màu xanh da trời; *~ high* cao tận trời xanh; *the ~ is the limit* không giới hạn; *~light* cửa ở trên trần nhà để có ánh sáng; *to look for warmer skies* kiếm nơi khí hậu ấm áp hơn **2** *v.* đánh vọt lên cao, treo tranh quá cao

skydiver *n.* người nhảy dù

skylark *n.* chim chiền chiện

skyline *n.* đường chân trời; hình [thành phố, nhà cửa] in lên chân trời

skyrocket *n.* pháo thăng thiên; [giá] tăng vọt

skyscraper *n.* toà nhà chọc trời, cao ốc

slab **1** *n.* thanh, tấm; tấm bia; phiến đá **2** *v.* bóc bìa, xẻ bìa; lát từng tấm

slack **1** *n.* phần dây chùng; sự buôn bán ế ẩm; cái quần; sự nghỉ ngơi: *to have a good* ~ nghỉ ngơi thoải mái **2** *adj.* chùng, lỏng; ế ẩm; chểnh mảng, bê trễ: *to be ~ doing something* chểnh mảng làm việc gì; *~ trade* buôn bán ế ẩm **3** *v.* nới, làm chùng; chểnh mảng; tôi vôi: *to ~ off* giảm bớt nhiệt tình; *to ~ up* giảm bớt tốc độ, đi chậm lại

slacken *v.* nới, làm chùng; thả/buông lỏng; làm giảm bớt; [buôn bán] đình trệ

slain quá khứ của **slay**

slake *v.* làm nhẹ/dịu/nguôi; tôi [vôi]: *to ~ one's thirst* làm cho đỡ khát; *to ~ a revenge* trả thù

slam **1** *n.* tiếng cửa đóng sầm; lời phê bình gay gắt **2** *v.* đóng sầm, rập mạnh; ném phịch; phê bình gay gắt

slander *n., v.* (lời) nói xấu, (lời) phỉ báng, vu oan, vu cáo, vu khống

slanderous *adj.* (có tính cách) vu khống, phỉ báng

slang **1** *n.* tiếng lóng: *streetkids'* ~ tiếng lóng của trẻ vỉa hè **2** *v.* mắng chửi, rủa

slant **1** *n.* đường nghiêng; quan điểm, thái độ, cách nhìn **2** *v.* dốc nghiêng; làm nghiêng; trình bày theo một quan điểm nào đó

slap **1** *n.* cái vỗ/đập; cái vả/tát; chuyện sỉ nhục: *he puts a ~ on my shoulder* ông ấy vỗ lên vai tôi; *a ~ in the face* cái đánh vào mặt, sự lăng mạ sỉ nhục **2** *v.* vỗ, đánh, tạt tai, bạt tai, vả, tát

slapdash *adj.* ẩu, bừa, liều lĩnh

slapstick *n.* trò cười nhộn, trò tếu rẻ tiền

slash **1** *n.* vết chém/rạch/cắt **2** *v.* chém, rạch, cắt; cắt bớt; quất, quật[roi]; đả kích, đập: *to ~ and burn* làm rẫy bằng cách cắt cây để khô rồi đốt sau đó mới gieo trồng

slat *n.* thanh gỗ mỏng, thanh tre [ở mành mành]

slate **1** *n.* đá đen, đá bảng; bảng đá; liên doanh [ứng cử viên] **2** *adj.* bằng phiến đá, bằng đá ac-đoa **3** *v.* lợp bằng ngói ac-đoa, lót bằng đá đen; chửi rủa thậm tệ

slaughter *n., v.* (sự) giết thịt, mổ thịt; (cuộc) chém giết, tàn sát

slaughterhouse *n.* lò lợn/heo, lò sát sinh, lò mổ

Slav *adj., n.* (người) nước Sla-vơ

slave **1** *n.* người nô lệ, người làm việc cực nhọc đầu tắt mặt tối: *~ driver* cai nô; chủ nô; *~ labor* việc làm nô dịch; *~ trade* buôn bán nô lệ **2** *v.* làm việc đầu tắt mặt tối; chăm học

slavery *n.* cảnh/tình trạng nô lệ; chế độ (chiếm hữu) nô lệ

Slavic *n., adj.* (*also* **Slavonic**) (thuộc) ngôn ngữ Xia-vơ

slavish *adj.* nô lệ, khúm núm; [bắt chước] mù quáng

slay *v.* [**slew; slain**] giết

sleaze *n., v.* (người) lôi thôi lếch thếch

sleazy *adj.* vải mỏng, nhếch nhác lôi thôi

sled *n., v.* (đi bằng) xe trượt tuyết

sledge hammer *n.* búa lớn, búa tạ

sleek **1** *adj.* bóng, láng, mượt; khéo, ngọt xớt **2** *v.* đánh bóng, làm cho bóng mượt

sleep **1** *n.* giấc ngủ; sự ngủ: *to go to* ~ đi ngủ; *to put to* ~ ru ngủ; *~ing bag* túi ngủ; *~ing car* toa xe lửa có giường ngủ **2** *v.* [**slept**] ngủ; ngủ trọ/đỗ; ăn nằm: *to ~ like a log* ngủ say, ngủ như chết; *to ~ on (it)* gác đến ngày mai; *to ~ off a headache* ngủ cho hết nhức đầu; *to ~ late, to ~ in* ngủ trưa, dậy muộn; *to ~ around* ăn nằm lang chạ lung tung; *to ~ over* ngủ nhà ai qua đêm

sleeper *n.* người ngủ; giường ngủ, toa xe ngủ; xà nhà; tà vạt [đường xe lửa]

sleeping pill *n.* viên thuốc ngủ

sleepless *adj.* không ngủ, thức

sleepwalker *n.* người ngủ mê đi rong, miên hành

sleepy *adj.* buồn ngủ, ngái ngủ; uể oải

sleet *n., v.* mưa tuyết

sleeve *n.* tay áo; ống bọc ngoài, măng sông:

to roll up one's ~s xắn tay áo; *short ~ shirt* sơ mi cộc tay; *to have a plan up one's ~* chuẩn bị sẵn một kế hoạch; *~-coupling* ống măng-sông; *~ link* khuy cửa tay áo; *~-valve* van ống

sleigh *n.* xe trượt tuyết (của ông già Nô-en)

sleight of hand *n.* trò quỷ thuật, trò ảo thuật

slender *adj.* thon, mảnh khảnh, mảnh dẻ; ít ổi

slept quá khứ của **sleep**

sleuth *n.* mật thám, trinh thám

slew quá khứ của **slay**

slice 1 *n.* miếng mỏng, lát mỏng; phần chi: *please pass me a ~ of bread* làm ơn đưa cho tôi một lát bánh mì 2 *v.* thái mỏng, láng mỏng, cắt mỏng: *she has ~d the orange into pieces* cô ấy vừa thái mỏng quả cam thành miếng

slick 1 *n.* vết loang: *oil ~* vết dầu loang 2 *adj.* bóng, mượt, trơn; đẹp, sang, bảnh bao; quá khéo nói 3 *v.* làm cho bóng/mượt; xếp gọn: *to ~ up* làm cho ngăn nắp gọn gàng

slid quá khứ của **slide**

slide 1 *n.* sự trượt; đường trượt; bộ phận trượt; dương bản (ảnh màu); bản kính [để soi kính hiển vi]; cầu tuột [trẻ con chơi]: *~ fastener* phéc-mơ-tuya, khoá rút; *~ rule* thước loga; *~ valve* van tự động 2 *v.* [slid] tuột, trượt; lướt qua; đi qua, trôi qua; rơi vào: *to ~ a drawer* into place đẩy ngăn kéo vào

sliding door *n.* cửa kéo

sliding scale *n.* thang đối chiếu

slight 1 *n.* sự coi thường/khinh 2 *adj.* mỏng (mảnh) thon, yếu ớt; nhẹ, không đáng kể: *to take offense at the ~est thing* mếch lòng về chuyện không ra gì 3 *v.* không để ý đến, coi thường, coi nhẹ, xem khinh

slighty *adv.* nhẹ, yếu, mỏng mảnh; hơi, qua, sơ

slim 1 *adj.* thon, mảnh khảnh, mảnh dẻ; ít ổi, nghèo nàn 2 *v.* (làm) thon nhỏ đi

slime *n.* bùn; nhớt cá, chất nhớt bẩn

slimy *adj.* có bùn; nhầy, nhớt bẩn, lầy nhầy

sling 1 *n.* súng cao su; băng đeo [tay gẫy]; dây đeo 2 *v.* [slung] bắn, quăng, ném, liệng, đeo, treo, móc

slingshot *n.* súng cao su

slip 1 *n.* sự trượt chân; sự lỡ lời, sự sơ xuất; mẩu giấy, phiếu; cành giâm/ghép; váy trong: *a ~ of the tongue* lỡ lời; *to give someone the ~* lẩn trốn ai 2 *v.* nhét, đút, giúi; thuột, thoát, sổng; tuột; trôi qua; lẻn, lẩn; mắc lỗi vì sơ ý: *to ~ on* mặc vội vào; *to let ~* để sống/mất; *to ~ away* chuồn, lẩn trốn; *to ~ by* [thời gian] trôi qua, lẩn trốn; *to ~ off* cởi vội; *to ~ up* lầm, lỡ lầm

slipcover *n.* khăn phủ, vải phủ, áo đệm ghế

slipper *n.* dép đi trong nhà: *a pair of ~s* một đôi dép; *lady's ~* tiên hài

slippery *adj.* trơn; khó nắm, khó xử, tế nhị; láu cá, ranh không: *"~ When Wet"* ĐƯỜNG TRƠN KHI MƯA

slipshod *adj.* cẩu thả, không cẩn thận

slit 1 *n.* khe hở, đường rạch: *to have ~s of eyes* có mắt ti hí 2 *v.* [slit] rọc, xé, rạch, chẻ, cắt

slither *n., v.* (sự) trượt, bị kéo đi

sliver *n., v.* miếng, mảnh gỗ; cắt ra từng miếng, xe thành sợi

slob *n., v.* (người) bất cẩn, vụng về

slogan *n.* khẩu hiệu

slop 1 *n.* bùn; thức ăn lõng bõng; người nhếch nhác 2 *v.* (làm) đổ, (làm) tràn

slope 1 *n.* dốc, chỗ dốc, đường dốc, độ dốc: *to walk up the mountain ~* đi bộ lên sườn núi 2 *v.* dốc, nghiêng: *the road ~s down* đường đổ dốc xuống

sloppy *adj.* lõng bõng, ướt át; ướt bẩn; bẩn, bừa, luộm thuộm, cẩu thả, không kỹ

slosh *n.,v.* đánh đập; rót vào

slot *n.* khe [bỏ tiền, bỏ thư]: *~ machine* máy đánh bạc tiền các

sloth *n.* người lười; sự lười biếng

slouch 1 *n.* dáng đi vai thõng 2 *v.* đi nặng nề (vai thõng xuống); bẻ cong vành mũ

slough 1 *n.* vũng bùn, bãi lầy; sự sa đoạ: *~ snake* xác rắn lột; vảy kết 2 *v.* lột da/xác; tróc [vảy]; bỏ: *to ~ off* vứt bỏ

slovenly *adj.* lôi thôi lếch thếch, nhếch nhác, xốc xếch, nhớp nhúa; luộm thuộm, cẩu thả

slow 1 *adj.* chậm, chậm chạp; không nhanh trí khôn, trì độn; chậm rãi, thong thả: *in ~ motion* phim quay chậm; *~ moving* tiến triển chậm, hàng bán chậm; *~ and sure* chậm mà chắc 2 *adv.* chậm: *how ~ he runs* sao ông ấy chạy chậm thế 3 *v.* làm cho chậm lại; đi/chạy chậm lại: *to ~ down* đi chậm lại

slowcoach *n.* người chậm chạp lười biếng

sludge *n.* bùn đặc; tảng băng; cặn dầu

slug 1 *n.* viên đạn nhỏ; con ốc sên; cú đánh 2 *v.* đấm vong mạng, đi nặng nề

sluggish *adj.* chậm chạp, lười biếng, uể oải, lờ đờ

sluice 1 *n.* kênh đào; cửa cống; sự dội nước ra: *~ gate* 2 *v.* đặt cửa cống, tháo nước ra cửa cống: *water ~s out* nước cống chảy ào ào

slum *n.* khu nhà ổ chuột, xóm nghèo

slumber 1 *n.* giấc ngủ 2 *v.* (thiu thiu) ngủ

slump 1 *n.* sự sụt giá; sự đình trệ/khủng hoảng 2 *v.* [giá] sụt mau; [hàng] ế ẩm, trầm trệ

slung quá khứ của **sling**

slur 1 *n.* sự phát âm không rõ; sự nói xấu;

luyến âm: *to put a ~ on someone* nói xấu ai **2** *v.* đọc không rõ, nói líu nhíu; nói xấu, gièm pha; hát luyến: *to ~ over* bỏ qua

slurp *n.,v.* (người) ăn uống ồn ào

slush *n.* bùn loãng; tuyết tan

slut *n.* đàn bà nhếch nhác bẩn thỉu đĩ thỏa

sly *adj.* ranh mãnh, nghịch ngợm; mánh lới, gian xảo, xảo trá/quyệt, giảo quyệt, quỷ quyệt

smack **1** *n.* mùi/vị thoang thoảng; vẻ, một chút/tí **2** *n.* tiếng bốp/chát; tiếng chép môi; cái tát; cái hôn **3** *v.* tát; vỗ, đập; chép môi **4** *v.* thoáng có mùi/vị; có vẻ

small *adj.* nhỏ, bé; [áo quần, giày] chật; ít; nhỏ mọn, không quan trọng; nghèo hèn; nhỏ nhen, bần tiện: *~ arms* vũ khí nhỏ; *~ change* tiền lẻ; *~ fry* tụi tiểu yêu; *~ intestine* ruột non; *~ letter* chữ thường; *~ potato* người tầm thường; *~ print* chữ in nhỏ; *~ talk* chuyện phiếm; *to feel ~* cảm thấy tủi hổ, cảm thấy nhục nhã

small-minded *adj.* đầu óc hẹp hòi, tính nhỏ mọn

smallpox *n.* bệnh đậu mùa

smart **1** *n.* sự đau đớn nhức nhối **2** *adj.* nhanh trí, thông minh, láu; nbhanh, mau; diện, sang, lịch sự; [đau] nhức, nhói: *he wears ~ clothes* ông ấy ăn mặc áo quần lịch sự; *to look quite ~* trông vẻ sang trọng; *~ money* tiền do người chuyên môn đầu tư **3** *v.* đau đớn, nhức nhối, đau: *cigarette smoke makes eyes ~* khói thuốc làm nhức mắt; *to ~ in* phá mà vào, đột nhập vào; *to ~ up* đập tan ra từng mảnh

smash **1** *n.* sự đập tan; sự va mạnh; thành công lớn: *~ repair shop* tiệm làm đồng xe **2** *v.* đập tan; đập mạnh [ban]; đâm mạnh; phá kỷ lục: *the play ~es a record* vở tuồng/ kịch thành công **3** *adv.* đụng mạnh một cái: *the car ran ~ into the train* chiếc xe hơi đâm sầm vào xe lửa

smashing *adj.* tuyệt vời, ác liệt, quá trời

smash up *n.* sự tiêu diệt; sự phá sản/tan vỡ

smattering *n.* sự biết lõm bõm [ngoại ngữ]; kiến thức nông cạn

smear **1** *n.* vết bẩn; chất bôi lênh bản kính; sự bôi nhọ **2** *v.* làm dơ bẩn; bôi, phết, trét; bôi nhọ

smell **1** *n.* khứu giác; mùi (thối); tài đánh hơi **2** *v.* ngửi, hửi; ngửi thấy, thấy mùi; đánh hơi tìm ra, đánh hơi thấy, khám phá; cảm thấy, nghi: *this ~s of garlic* cái này có mùi tỏi; *to ~ about* đánh hơi; *to ~ a rat* nghi ngờ có sự dối trá

smelly *adj.* thối, hôi, nặng mùi

smelt *v.* nấu chảy [quặng]

smile **1** *n.* nụ cười (tủm tỉm); vẻ mặt tươi cười

2 *v.* mỉm cười, cười tủm tỉm

smirk *n., v.* (nụ) cười điệu

smite *v.* [smote; smitten] đập, vỗ; đánh; đập mạnh vào trí óc, làm say mê: *to be smitten with* bị hoành hành/ám ảnh; *to ~ someone with one's charms* làm ai say mê vì nhan sắc của mình

smith *n.* thợ rèn

smithereens *n.* mảnh vụn: *to smash to ~* đập tan ra từng mảnh

smithy *n.* lò rèn, phân xưởng rèn

smitten quá khứ của **smite**

smock *n.* áo choàng, áo khoác, áo bờ lu

smog *n.* khói lẫn sương, hơi than bụi

smoke **1** *n.* khói; hơi thuốc (lá): *~-filled room* phòng đầy khói thuốc; *~ alarm* máy báo động cháy; *~ bomb* bom khói; *~ screen* màn hoả mù, màn khói; bình phong; *no ~ without fire* không có lửa sao lại có khói; *to go up in ~* bị cháy tiêu huỷ tất cả **2** *v.* bốc/ toả khói; hút thuốc; hun, xông [thịt, cá]: *to ~ cigarette* hút thuốc lá

smoker *n.* người hút thuốc; người nghiện thuốc; phòng hút: *opium ~* dân nghiện thuốc phiện

smokestack *n.* ống khói [nhà máy, tầu thuỷ]

smoking *n.* sự hút thuốc: *"No ~"* CẤM HÚT THUỐC; *~ car* toa xe lửa cho hút thuốc

smoky *adj.* đầy khói, toả khói; ám khói

smolder, smoulder *v.* cháy âm ỉ; âm ỉ, nung nấu

smooch *n., v.* nhảy chậm và sát vào nhau

smooth **1** *adj.* nhẵn, trơn, mượt; lặng; êm, dịu dàng; hoà nhã; ngọt xớt; [công việc] trôi chảy **2** *v.* làm cho nhẵn; san bằng; dàn xếp ổn thoả, giải quyết; gọt giũa

smote quá khứ của **smite**

smother *v.* làm ngạt thở, bóp chết; để cháy âm ỉ; bao phủ, phủ kín; bưng bít

smudge **1** *n.* vết bẩn/dơ, vết nhoè **2** *v.* làm bẩn/dơ, làm nhoè

smug *adj.* tự mãn (tuy thiển cận)

smuggle *v.* buôn lậu; đưa lén, mang lén

smuggler *n.* người/tay buôn lậu

smut *n.* vết nhọ nồi; bệnh than; lời/chuyện tục tĩu dâm ô

snack *n.* quà, bữa quà, bữa ăn qua loa/chơi: *~ bar* quán bán quà, xở nách ba

snafu *n.* sự hỗn loạn nhầm lẫn lung tung

snag **1** *n.* chân răng gẫy; gốc cây gẫy **2** *v.* nhổ hết gốc cây, cắt hết cành cây

snail *n.* con ốc (sên): *to go at a ~'s pace* đi chậm như sên

snake *n.* con rắn: *~ in the grass* kẻ thù bí mật; *to warm a ~ in one's bosom* nuôi ong tay áo

snap **1** *n.* sự cắn/đớp; tiếng tách tách/răng

rắc; bánh quy ròn; ảnh chụp nhanh; khuy bấm; trò trẻ: *cold ~* đợt rét đột ngột; *it's a ~* việc này dễ ợt, chuyện ngon ơ; *not a ~* không một tí nào **2** *v.* cắn, đớp; bật ngón tay, quất roi; bẻ gãy; chụp mau [ảnh]; chộp/nắm lấy; nói như cắn, nói cáu kỉnh; nổ đốp: *to ~ a stick* bẻ gãy cái cây một cái; *to ~ out of it* bỏ thói xấu, thôi, chừa; *to ~ up* bắt lấy, chộp lấy; *to ~ one's fingers at* thách thức, bất chấp

snapdragon *n.* hoa mõm chó
snappish *adj.* gắt gỏng, cáu kỉnh
snapshot *n.* ảnh chụp nhanh
snare **1** *n.* bẫy, lưới; cạm bẫy, sự cám dỗ; mưu **2** *v.* đánh/gài/đặt bẫy; bẫy
snarl **1** *n.* tiếng gầm gừ; tiếng càu nhàu, (tiếng) cằn nhằn **2** *n.* chỗ/sự rối reng, bế tắc **3** *v.* gầm gừ, càu nhàu **4** *v.* làm rối reng, làm xoắn chỉ
snatch **1** *n.* sự nắm/vồ lấy; khúc, đoạn; một lúc/lát **2** *v.* nắm, vồ, chụp lẹ, giật lấy, chộp, giành
sneak **1** *n.* người hay lén lút; kẻ hèn hạ **2** *v.* trốn, lén, ăn vụng: *to ~ in* lẻn vào; *to ~ off* trốn đi, lén đi; *to ~ out of* lẻn tránh công việc
sneaker *n.* giày đi êm để đánh quần vợt; người đi trốn
sneer *n., v.* (nụ) cười nhạo: *to ~ at* chế nhạo
sneeze *n., v.* (cái) hắt hơi, nhảy mũi: *that's not to be ~d at* đó là điều không thể khinh thường được
snide *adj., n.* đồ nữ trang giả; giả mạo, láu cá
sniff *n., v.* (sự/tiếng) hít vào, ngửi, khụt khịt: *we ~ up fresh air* chúng ta hít thở không khí trong lành
snigger *n., v.* (nụ) cười khẩy, cười thầm
snip **1** *n.* sự cắt, vết cắt bằng kéo **2** *v.* cắt bằng kéo: *to ~ off* cắt bớt
snipe **1** *n.* chim dẽ giun; sự bắn tỉa **2** *v.* bắn tỉa
sniper *n.* người bắn tỉa
snippet *n.* miếng cắt nhỏ, miếng vụn; kiến thức thấp; người tầm thường
snitch *n., v.* (người) ăn cắp vặt
snob *n.* người đua đòi; kẻ hợm mình
snobbery *n.* tính đua đòi, tính trưởng giả học làm sang
snobbish *adj.* đua đòi, trưởng giả học làm sang
snooker *n., v.* (trò) chơi bi-da 15 trái trắng đỏ
snoopy *adj.* tò mò, hay rình mò
snooze *n., v.* (giấc) ngủ trưa/ngắn
snore *n., v.* (tiếng) ngáy
snorkel *n., v.* (sự) lặn dưới nước với ống thở trên mặt nước
snort *n., v.* (sự/tiếng) khịt mũi

snout *n.* mũi, mõm; vòi ống
snow **1** *n.* tuyết, đống tuyết rơi, tóc bạc như tuyết: *to shovel ~* cào tuyết; *~boot* giày đi tuyết; *~chain* dây xích quấn bánh xe đi tuyết; *~fall* mưa tuyết; cảnh tuyết rơi; *~flake* bông tuyết; *~man* người tuyết; *~storm* bão tuyết **2** *v.* tuyết rơi/mưa tuyết: *it is ~ing* trời tuyết; *to be ~ed under* bị tràn ngập công việc
snowball **1** *n.* nắm tuyết, hòn tuyết **2** *v.* ném tuyết
snowy *adj.* đầy tuyết, nhiều tuyết, phủ tuyết
snub *n., v.* (sự) chỉnh, làm mất mặt, làm nhục: *to suffer a ~* bị chỉnh, bị mất mặt
snub-nosed *adj.* mũi tẹt, tẹt mũi
snuff **1** *n.* hoa đèn, tàn **2** *v.* cắt hoa đèn: *to ~ out* làm tắt, thổi tắt; làm tiêu tan
snuffle *n.,v.* (sự) khụt khịt, nói giọng mũi
snug **1** *n.* thuốc lá hít; mùi **2** *v.* hít thuốc (lá)
snuggle *v.* đến gần, xích gần: *to ~ up to someone* xích lại gần ai
so **1** *adv.* như thế, như vậy: *if ~* nếu thế; *is that ~?* thế à?; *I like Vietnamese food, and ~ does my wife* tôi thích cơm Việt Nam, và nhà tôi cũng thế; *~ far* cho tới nay, tính đến bây giờ; *a day or ~* độ một ngày; *~ much money* bao nhiêu là tiền!; *~ many books* bao nhiêu là sách!; *~ as, ~ that* để (cho), đặng, ngõ hầu; *~ to speak* đó là nói vậy; *~ what?* thế thì đã sao?; *I hope ~* tôi hy vọng như thế; *I think ~* tôi nghĩ vậy; *I told you ~!* tôi đã bảo anh mà! **2** *conj.* vì thế, vì vậy, cho nên: *~...* that đến nỗi/dỗi; *the dorm was ~ noisy that I couldn't study* nhà ngủ ồn ào đến nỗi tôi không thể nào học được; *and ~ on/forth* và vân vân
soak **1** *n.* sự ngâm/nhúng **2** *v.* ngâm, nhúng; làm ướt đẫm; cưa/giá nặng, chém
so-and-so *n.* cái này cái nọ, chuyện nọ chuyện kia: *Mr. ~* ông gì đó; *he told me to do ~* ông ấy bảo tôi làm chuyện nầy chuyện nọ
soap *n.* xà phòng, xà bông: *~ berry* quả bồ hòn; *~ bubble* bong bóng xà phòng; *~-box* hộp đựng xà phòng; *~ opera* kịch rẻ tiền [quảng cáo]; *~ powder* xà phòng bột; *~-suds* nước xà phòng; *a cake of ~* bánh xà phòng
soar *v.* bay vút lên cao; bay liệng
s-o-b *n., abbr.* (= **son of a bitch**) đồ chó đẻ
sob *n., v.* (sự/tiếng) thổn thức: *~ story* truyện thương cảm; *~-stuff* bản nhạc uỷ mị, bài văn tình cảm sướt mướt
sober **1** *adj.* không say; hết say, tỉnh tồi; điều độ; điềm đạm, điềm tĩnh; đúng mức, vừa phải; không loè loẹt: *as ~ as a judge* tỉnh táo, không thiên vị **2** *v.* tỉnh rượu, làm

hết say, làm bớt loè loẹt: *to ~ down* làm hết say

sobriety *n.* sự điều độ/tiết độ; sự đúng mức

so-called *adj.* cái gọi là: *the ~ "Vietnam scholars"* những tay gọi là "các nhà Việt học"

soccer *n.* môn bóng đá, môn túc cầu, bóng tròn

sociable *adj.* thích xã giao, thích kết bạn

social *adj.* (có tính chất) xã hội, (thuộc) xã hội: *~ climber* kẻ thấy người sang bắt quàng làm họ/quen; *~ conscience* lương tâm xã hội; *~ contract* quy ước xã hội; *~ evil* tệ nạn xã hội; *~ science* khoa học xã hội; *~ security* an sinh xã hội; *~ services* công tác/dịch vụ xã hội; *~ worker* nhân viên xã hội

socialism *n.* chủ nghĩa xã hội

socialist 1 *adj.* xã hội chủ nghĩa: *the ~ man* con người xã hội chủ nghĩa; *the ~ Party* đảng Xã hội 2 *n.* người theo chủ nghĩa xã hội; đảng viên Xã hội: *they are not ~s* họ không phải là người theo chủ nghĩa xã hội

socialistic *adj.* thuộc xã hội chủ nghĩa

socialite *n.* người giao thiệp rộng, người nổi tiếng trong xã hội

socialization *n.* sự xã hội hoá

socialize *v.* giao tế xã hội, xã hội hoá

society *n.* xã hội; hội, đoàn thể, hội đoàn

socio-cultural *adj.* thuộc về văn hoá xã hội

socio-economic *adj.* thuộc về kinh tế xã hội

sociologist *n.* nhà xã hội học

sociology *n.* xã hội học

sock 1 *n.* chiếc bít tất, vớ: *a pair of ~s* một đôi bít tất 2 *n.* quả đấm, cái ném: *give him ~s* đấm cho nó một trận 3 *v.* đấm, thụi, thoi

socket 1 *n.* lỗ, hốc, hố; đế nến; đui đèn 2 *v.* lắp vào đế, gắn đui đèn

Socrates *n.* triết gia So-crat, người theo trường phái So-crat

sod 1 *n.* đám cỏ 2 *v.* trồng cỏ xanh, ném đất vào ai

soda *n.* nước xô-đa; natri cac-bo-nat: *~ fountain* quầy hàng bán nước ngọt; *~ water* nước xô-đa

sodden *adj.* đẫm nước; [bánh mì] ỉu; đần độn

sodium *n.* natri, xút

sodomy *n.* sự giao hợp cùng phái; sự giao hợp với thú vật

sofa *n.* trường kỷ, ghế xô-fa: *~ bed* vừa là trường kỷ cũng vừa là giường

soft 1 *adj.* mềm, dẻo; mịn; dịu, ôn hoà, dịu dàng, êm dịu; dễ dàng; yếu mềm: *~ drink* nước ngọt; *~-boiled* trứng luộc lòng đào; *~-headed* khờ khạo, ngờ nghệch; *~-hearted* đa cảm, có lòng từ tâm; *~ landing* phi cơ đáp nhẹ nhàng; *~ light* ánh sáng dịu; *~*

pedal bàn đạp đàn pianô; *~ spoken* ăn nói nhẹ nhàng; *~ voice* giọng nói dịu dàng 2 *adv.* nhẹ nhàng, mềm mỏng, yếu ớt 3 *n.* chỗ mềm, vật mềm, người nhu nhược

soften *v.* làm mềm/dẻo; làm dịu; làm yếu đi, nhụt

software *n.* phần mềm trong máy vi tính

soggy *adj.* sũng nước, đẫm nước

soil 1 *n.* đất: *native ~* đất tổ; *Vietnamese ~* lãnh thổ Việt Nam; *~ science* khoa địa chất 2 *n.* vết bẩn; vết nhơ: *~ pipe* ống dẫn nước thải 3 *v.* làm bẩn/dơ; dễ bẩn: *I don't want to ~ my hands with it* tôi không muốn nhúng tay vào việc đó

soirée *n.* buổi dạ tiệc

sojourn *n., v.* (sự) ở lại ít lâu

solace 1 *n.* niềm an ủi: *to find ~ in doing something* làm việc gì tìm an ủi 2 *v.* an ủi, uỷ lạo

solar *adj.* thuộc mặt trời: *~ calendar* dương lịch; *~ eclipse* nhật thực; *~ energy* điện năng mặt trời; *~ heating* sưởi bằng ánh mặt trời; *~ system* hệ mặt trời, thái dương hệ

sold quá khứ của *sell adj.* bán: *sold out* bán hết rồi; *~ on* mê/thích

solder 1 *n.* sự hàn, hợp kim hàn, chất hàn: *~ing iron* mỏ hàn 2 *v.* hàn, hàn gắn

soldier 1 *n.* lính, binh lính, quân lính, binh sĩ *tomb of the unknown ~* mồ chiến sĩ vô danh; *a great ~* một nhà quân sự đại tài; *~ ant* kiến không cánh; *common ~* binh nhì; *~ of fortune* lính đánh thuê; *~ship* nghề lính 2 *v.* đi lính: *to go ~ing* đi lính

sole 1 *n.* cá bơn 2 *n.* đế giày 3 *v.* đóng đế giày 4 *adj.* độc nhất, duy nhất: *~ parent* cha mẹ đơn chiếc

solely *adv.* duy nhất, độc nhất, chỉ có

solemn *adj.* long trọng, trọng thể, trang nghiêm; nghiêm trang, nghiêm nghị: *on a ~ occasion* vào một dịp long trọng

solemnity *n.* sự long trọng/trang nghiêm; nghi lễ

solemnize *v.* cử hành nghi lễ trang trọng, làm cho long trọng

solicit *v.* nài xin, van nài; gạ gẫm, níu kéo: *don't ~ favors* đừng có van xin ân huệ

solicitation *n.* sự van nài/khẩn khoản; sự gạ gẫm

solicitor *n.* cố vấn pháp luật, luật sư; người chào hàng

solicitous *adj.* ước ao; lo lắng, lo ngại

solicitude *n.* sự lo lắng/lo ngại/lo âu

solid 1 *n.* chất đặc; chất/thể rắn, có thể; khối lập thể 2 *adj.* đặc, rắn, [mây] dày đặc, rắn chắc, vững chắc; đồng nhất; [ý kiến] nhất trí; khối, lập thể: *~ argument* luận cứ đanh thép; *~ green* toàn một màu xanh lá cây [không kể, không hoa]; ~ *geometry* hình học lập thể/không gian; ~ *gold* bằng vàng khối, toàn bằng vàng

solidarity *n.* sự/tình đoàn kết

solidify *v.* làm cho đông đặc; củng cố, làm vững

solidity *n.* sự rắn chắc/vững chắc, sự kiên cố

soliloquy *n.* sự nói một mình

solitaire *n.* hoa tai một hột, nữ trang một hột; trò chơi một người

solitary *adj.* một mình, cô độc/đơn/quạnh, đơn chiếc, đơn độc; (chỗ) khuất nẻo, vắng vẻ

solitude *n.* cảnh cô đơn; nơi tĩnh mịch/hiu quạnh

solo 1 *n.* bài/bản đơn ca, màn độc diễn 2 *adv.* một mình; (hát) đơn ca; (bay) một mình: *she sings* ~ cô ấy đơn ca

soloist *n.* ca sĩ đơn ca, nhạc sĩ độc tấu

Solomon *n.* người khôn ngoan

solstice *n.* điểm chí: *summer* ~ hạ chí; *winter* ~ đông chí

soluble *adj.* hoà tan được; giải quyết được

solute *n.* vật hoà tan

solution *n.* sự hoà tan, dung dịch; cách giải quyết, giải pháp; lời/phép giải; đáp án; thuốc nước: *no one can give a perfect* ~ không ai có thể đưa ra lời giải đáp hoàn hảo

solve *v.* giải quyết (vấn đề); (toán) giải (phương trình)

solvent 1 *adj.* có thể hoà tan; có tiền trả nợ 2 *n.* dung môi, yếu tố hoà tan

somber *adj.* [*Br.* **sombre**] tối, mờ, mờ tối, tối tăm, tối mò, mờ mịt, ảm đạm; rầu rĩ, ủ rũ, buồn rầu

some 1 *adj.* một ít, một vài, nào đó: ~ *bananas* vài quả chuối; ~ *experienced workers* một vài công nhân kinh nghiệm nào đó; ~ *rice* một chút cơm; ~ *way or other* cách này hay cách khác 2 *pron.* một vài người/cái, một ít: ~ *hate her, others like her* có người ghét cô ta, có người lại thích cô ta; ~ *of those demonstrators got arrested* một vài người trong số những người biểu tình đó đã bị bắt 3 *adv.* khoảng chừng: ~ *two hundred students* độ 200 học sinh; *I waited* ~ *minutes* tôi đã đợi khoảng vài phút

somebody *pron.* (= **someone**) một người nào đó; ông này ông nọ: ~ *must have tipped them off* chắc có người nào đã máy trước cho họ biết; ~ *else* người nào khác; ~ *told me so* người ta đã nói với tôi như vậy

someday *adv.* vài ngày tới

somehow *adv.* bằng cách này cách nọ; thế/bề nào cũng

someone *see* **somebody**

somersault *n., v.* (sự) nhảy lộn nhào

something *n., pron.* cái/việc/điều/vật/chuyện gì: *I have* ~ *to show you* tôi có cái này muốn khoe với bạn; *I have* ~ *to tell you* tôi có chuyện này muốn nói với bạn; ~ *else* cái khác, chuyện khác, đôi khi, thỉnh thoảng

sometime *adv.* thỉnh thoảng, lâu lâu, một đôi khi: ~ *nice* ~ *nasty* lúc thì dễ thương, lúc thì khó chịu

sometimes *adv.* thỉnh thoảng, đôi khi

somewhat *adv.* hơi, gọi là, một chút: *it's* ~ *difficult* hơi khó

somewhere *adv.* ở một nơi nào đó: ~ *else* chỗ (nào) khác; *my friend lives* ~ *near you* bạn tôi ở đâu đó gần bạn

somnolent *adj.* ngủ gà ngủ gật; ngái ngủ, mơ màng

son *n.* con trai; con dân [một nước]: *he is their only* ~ cậu ấy là con trai độc nhất của họ; ~*-in-law* con rể

song *n.* bài hát, điệu hát; tiếng hát; tiếng hót: ~*ster* ca sĩ; chim hay hót; ~*stress* nữ ca sĩ; ~ *and dance* múa hát, câu nói đánh trống lảng

sonic *adj.* thuộc âm thanh

sonnet *n.* bài thơ xo-nê (14 câu)

sonorous *adj.* [âm, văn] kêu; nghe kêu

soon *adv.* chẳng bao lâu (nữa), chẳng mấy chốc, sắp, một ngày gần đây: *as* ~ *as* ngay khi; *as* ~ *as possible* càng sớm càng tốt; *how* ~ bao giờ; *too* ~ sớm quá; ~ *after my mother's death* ít lâu sau ngày mẹ tôi mất; ~*er* sớm hơn; ~*er or later* sớm hay muộn, chẳng chóng thì chầy; *no* ~*er said than done* nói xong là làm liền; *had* ~*er* thà ... hơn

soot *n.* bồ hóng, nhọ nồi

soothe *v.* làm dịu, làm đỡ đau; xoa dịu, dỗ dành

soothsayer *n.* thầy bói

sop 1 *n.* mẩu bánh mì thả vào xúp; quà biếu 2 *v.* thả vào nước, nhúng vào nước; ướt sũng

sophisticated *adj.* khôn, hiểu đời; tinh vi

sophistry *n.* phép ngụy biện

sophomore *n.* sinh viên/học sinh năm thứ hai

soprano *n.* giọng nữ cao; người hát giọng nữ cao

sorbet *n.* món tráng miệng trái cây pha rượu và đá

sorcerer *n.* thầy phù thuỷ, thầy pháp

sorceress *n.* mụ phù thuỷ

sorcery *n.* phép phù thuỷ, yêu thuật, ma pháp

sordid *adj.* bẩn thỉu; hèn hạ, đê tiện, đê hèn

sore 1 *n.* chỗ lở, chỗ đau, bết thương; nỗi đau lòng 2 *adj.* đau, đau đớn, nhức: ~ *eyes* đau mắt; ~ *throat* khản cổ, đau họng; ~ *at heart* giận, tức; buồn phiền 3 *adv.* đau, ác nghiệt, nghiêm trọng: *they were beaten ~* họ bị thua đau

sorely *adv.* hết sức, vô cùng: *~ needed* aid sự viện trợ hết sức cần thiết

sorghum *n.* bo bo, lúa miến, cao lương

sorority *n.* hữu xã, câu lạc bộ nữ sinh viên

sorrow *n., v.* (sự) buồn rầu, nỗi buồn, nỗi ưu sầu: *he always ~s for his misfortune* ông ấy luôn buồn rầu về sự bất hạnh

sorrowful *adj.* buồn rầu, buồn phiền; đau đớn

sorry *adj.* làm tiếc/buồn: *to be/feel ~ for someone* tội nghiệp cho ai, thương hại cho ai; *we are ~ to let you know that* chúng tôi lấy làm tiếc phải báo ông rằng; *a ~ plight* tình cảnh đáng buồn

sort 1 *n.* thứ, hạng, loại: *of every ~ and kind* thuộc đủ hạng/loại; *I felt ~ of angry* tôi thấy phần nào tức giận; *out of ~s* khó chịu, bực tức 2 *v.* xếp hạng, phân loại, lựa chọn; phù hợp, thích hợp: *to ~ out* lựa chọn

sortie *n.* chuyến bay, phi vụ, xuất kích

SOS *n., abbr.* (= **save our souls**) hiệu báo nguy, cứu chúng tôi với

so so *adj., adv.* vừa vừa, tạm tạm, đại khái thế thôi

souffle *n.* tiếng khò khè, tiếng thổi

sough *n., v.* (tiếng) rì rào, xào xạc

soul *n.* linh hồn; tâm hồn, tâm trí; hồn; người dân: *not a ~* chẳng có ma nào; *~ mate* người rất dễ hoà đồng

sound 1 *n.* âm, âm thanh, tiếng, tiếng động; giọng: *~ card* thẻ tạo âm; *~ centre* dàn máy nghe nhạc; *~ mixer* máy lọc âm 2 *n.* eo biển 3 *adj.* khoẻ mạnh, lành mạnh, tráng kiện; hợp lý, vững, có cơ sở; [giấc ngủ] ngon; vững về tài chính; [trận đòn] nên thân: *a ~ mind* trí óc lành mạnh; *a ~ trade company* công ty thương mãi làm ăn khá 4 *v.* kêu, kêu vang, vang dội, vang lừng; nghe như; thổi [kèn]; gõ [nghe bệnh]; báo hiệu: *to ~ a horn* thổi còi 5 *v.* dò; thăm dò: *to ~ out* thăm dò

soundproof *adj., v.* (làm) cách âm

soundtrack *n.* phần ghi âm trong băng/phim

soup *n.* xúp, canh; cháo: *~ kitchen* nơi phát cháo thí; *~ spoon* thìa xúp; *to be in the ~* trong tình trạng khó khăn

sour 1 *adj.* chua; hay cáu 2 *v.* làm chua

source *n., v.* nguồn (suối, sông); nguồn, nguồn gốc, căn nguyên

sourpuss *n.* người bẳn tính, người hay cáu

soursop *n.* mãng cầu Xiêm

souse *n., v.* (món) giầm muối; đẫm nước; say luý tuý

south 1 *n.* hướng/phương/phía nam; miền nam: *~ wind* gió nam/nồm; *the ~ pole* Nam cực 2 *adv.* về hướng nam, ở phía nam:

moving ~ đi/tiến về phía nam, xuống miền nam, vào nam; *my house faces ~* nhà tôi quay về hướng nam

southeast *n., adj., adv.* (về) phía/hướng đông nam

southerly *adj., adv.* (về hướng) nam

southern *adj.* nam: *~ hemisphere* nam bán cầu; *the ~ dialect* phương ngữ nam, giọng/tiếng nam

southerner *n.* người miền nam

southernmost *adj.* cực nam

southward *n., adj., adv.* (về) phía/hướng nam

southwards *adv.* về phía nam

southwest *n., adj., adv.* (phía/miền) tây nam

souvenir *n., v.* vật kỷ niệm, làm kỷ niệm

sovereign 1 *n.* vua, quốc vương 2 *adj.* có chủ quyền

sovereignty *n.* chủ quyền

Soviet *n., adj.* Xô Viết, thuộc về Xô Viết

sow 1 *n.* lợn cái, lợn mái 2 *v.* [sowed; sown/ sowed] gieo: *to ~ the wind and reap the whirlwind* gieo gió thì gặt bão

sown quá khứ của **sow**

soy *n.* đậu tương, đậu nành: *~ bean* đậu tương, đậu nành; *~ sauce* xì dầu

soya *n.* (also **soybean**) đậu nành, đậu tương

spa *n.* suối khoáng, bồn tắm có vòi tắm quất: *~ bath* bồn tắm có vòi phun

space 1 *n.* không gian, không trung; khoảng, chỗ; khoảng cách: *~ age* thời đại du hành vũ trụ; *~craft* tàu vũ trụ, phi thuyền không gian; *~man* nhà du hành vũ trụ, phi hành gia không gian; *~ship* tàu vũ trụ; *~ shuttle* phi thuyền không gian 2 *v.* để cách, đặt cách nhau: *to ~ out* để cách rộng hơn

spacious *adj.* rộng rãi

spade 1 *n.* con bích [bài tây]; cái mai, cái thuổng 2 *v.* đào bằng mai

spaghetti *n.* mì nấu với thịt băm và xốt cà chua của người Ý

spam *n., v.* điện thư vô dụng, gởi điện thư vô tích sự

span 1 *n.* gang tay; dịp cầu; khoảng cách; chiều dài; sải cánh 2 *v.* bắc (cầu) qua; nối; đo sải, đo bằng gang tay

spangle *v., n.* trang sức bằng trang kim/bạc dát, vàng dát: *the Star ~d Banner* Lá Cờ Hoa

Spaniard *n.* người Tây Ban Nha

Spanish *n., adj.* (tiếng/dân) Tay Ban Nha

spank *n., v.* (cái) phát vào đít, đánh đòn

spanner *n.* chìa vặn đai ốc: *to throw a ~ into the works* cản trở công việc, thọc gậy bánh xe

spar 2 *v.* đánh nhau; tập đấu võ/quyền

spare 1 *adj.* thừa, dư, sẵn có, để dành đấy; để thay đổi/thay thế; thanh đạm, đạm bạc, sơ sài; gầy gò: ~ *parts* đồ phụ tùng; ~ *room* buồng ngủ dành cho khách; ~ *time* thì giờ rảnh; ~ *tire* lốp phòng hờ **2** *v.* để dành, tiết kiệm; tiếc [công sức]; tha, miễn cho: *we should ~ no efforts* chúng ta không nên tiếc sức (và phải cố gắng); *our store can't ~ him just now* cửa hàng chúng tôi hiện rất cần đến nó; *can you ~ me a buck?* anh có thể cho tôi vay tạm một tì không?; *the king ~d her life* nhà vua tha mạng cho nàng; ~ *the rod and spoil the child* yêu cho vọt, ghét cho chơi

spare-rib *n.* sườn lợn (nướng)
sparing *adj.* thanh đạm, đạm bạc, sơ sài; dè xẻn
spark *n.* tia lửa/sáng; tàn lửa: ~ *coil* cuộn cảm ứng; ~ *plug* bu-ji
sparkle *n., v.* (sự/ánh) lấp lánh, lóng lánh; ánh, nước [kim cương]
sparkler *n.* kim cương lấp lánh, mắt lấp lánh sáng ngời, pháo bông lấp lánh
sparkling *adj.* lấp lánh, lóng sánh; sủi tăm
sparrow *n.* chim sẻ
sparse *adj.* lơ thơ, thưa; thưa thớt, rải rác
Spartan *adj.* giản dị, khắc khổ, xuềnh xoàng
spasm *n.* sự co thắt; cơn [ho, giận]: *a ~ of cough* cơn ho đau thắt
spasmodic *adj.* co thắt; không đều đặn, lúc có lúc không, bữa đực bữa cái, lác đác: *he makes ~ efforts* anh ấy có những nỗ lực không đều
spastic *adj., n.* (chứng) liệt co cứng
spat quá khứ của **spit**
spat **1** *n.* ghệt ngắn đến mắt cá chân; cuộc cãi vã **2** *v.* cãi vã, đấu khẩu
spathe *n.* mo [cau, dừa]
spatial *adj.* thuộc không gian
spatter *n., v.* (sự) làm bắn tung tóe
spatula *n.* cái cây dùng đè lưỡi; thìa gỗ để xới cơm
spawn **1** *n.* trứng cá/tôm/sò/ếch **2** *v.* để trứng
spay *v.* hoạn, cắt buồng trứng [mèo cái, v.v.]
speak *v.* [**spoke**; **spoken**] nói [vài lời; một thứ tiếng]; nói lên [ý kiến của mình, sự thật]; phát biểu, diễn thuyết, đọc diễn văn: *to ~ of* nói đến, bàn tới, đề cập đến; *to ~ out/up* nói to (lên); nói thẳng, nói toạc ra; *I am ~ing* tôi nghe đây [ở điện thoại], chính tôi đây; *nothing to ~ of* không có gì phải nói; *to ~ for itself* tự nó đã đủ rồi, không cần phải trưng bằng cớ
speakeasy *n.* quán bán rượu lậu
speaker *n.* người nói, diễn giả; loa, máy phóng thanh: *loud~* chủ tịch Hạ nghị viện
speaking *n., adj.* sự nói, lời nói, sự phát biểu: *public ~* tài nói trước công chúng; *not on ~ terms with someone* không nói chuyện

với ai [vì giận nhau]; *generally ~* nói chung
spear **1** *n.* giáo, mác, thương; cái xiên **2** *v.* đâm, xiên thịt/cá
spearhead **1** *n.* mũi giáo/mác **2** *v.* cầm/dẫn đầu
spearmint *n.* bạc hà lục
special **1** *n.* chuyến xe [lửa] đặc biệt, chuyến máy bay đặc biệt; số báo đặc biệt; cuộc thi đặc biệt **2** *adj.* đặc biệt, riêng biệt: ~ *agent* đặc phái viên; ~ *case* trường hợp đặc biệt; ~ *delivery* [thư] phát riêng; ~ *edition* bản đặc biệt; đặc san; ~ *envoy* đặc sứ
specialist *n.* nhà chuyên môn/khoa, chuyên viên, chuyên gia: *ear-nose-throat* ~ bác sĩ chuyên về tai, mũi, họng
specialization *n.* sự chuyên môn hoá/chuyên khoa
specialize *v.* chuyên môn về, chuyên môn hoá
specialty *n.* ngành chuyên môn, chuyên khoa; món ăn đặc biệt; sản phẩm đặc biệt, đặc sản
specie *n.* tiền đồng, tiền thật trái với tiền giấy
species *n.* loài; loại, hạng, thứ
specific *adj.* nói rõ, rõ ràng, dứt khoát; xác định (thuộc loài nào); đặc thù, đặc trưng, riêng: ~ *gravity* trọng lượng riêng, tỷ trọng; *a ~ statement* lời tuyên bố dứt khoát
specifically *adv.* nói rõ, nói đích danh
specification *n.* sự chỉ/ghi rõ; chi tiết/đặc điểm kỹ thuật [kích thước, trọng lượng, v.v.]
specify *v.* nói rõ, chỉ/ghi rõ (chi tiết), dặn kỹ
specimen *n.* mẫu, vật mẫu; hạng/thứ người, ngữ
specious *adj.* chỉ có bề ngoài, chỉ tốt mã
speck **1** *n.* dấu, vết, đốm; hạt [bụi] **2** *v.* làm lốm đốm
speckle **1** *n.* vết lốm đốm **2** *v.* làm lốm đốm
spectacle *n.* quang cảnh ngoạn mục, sự trình diễn cho công chúng
spectacles *n.* kính đeo mắt: *to put on one's* ~ đeo kính
spectacular *adj.* quang cảnh, cảnh tượng; màn hát múa, màn ca vũ: ~s kính đeo mắt
spectator *n.* đẹp mắt, ngoạn mục; làm chú ý
spectrograph *n.* bóng ma; điều (lo sợ) ám ảnh
spectrometer *n.* cái đo phổ quang, quang phổ kế
spectroscopy *n.* kính quang phổ
spectrum *n.* (*pl.* **spectra**) quang phổ, hình ảnh: *prismatic* ~ quang phổ lăng kính; *solar* ~ quang phổ mặt trời
speculate *v.* suy xét, suy cứu, nghiên cứu; suy đoán, ức đoán, đoán phỏng; đầu cơ, tích trữ
speculation *n.* sự suy xét; sự phỏng đoán; sự đầu cơ tích trữ

speculative *adj.* thuộc lý thuyết; có tính chất phỏng đoán; đầu cơ tích trữ

speculator *n.* tay đầu cơ tích trữ, người hay suy đoán

sped quá khứ của **speed**

speech *n.* lời nói, cách nói, bài nói, diễn văn/từ; ngôn ngữ: *power/faculty of* ~ khả năng/năng lực nói; ~ *clinic* bệnh viện chữa các tật về ngôn ngữ; ~ *community* cộng đồng ngôn ngữ; ~ *disorder* tật về nói; ~ *therapy* cách chữa các tật bằng lời nói, khẩu ký trị liệu

speechless *adj.* không nói được nữa, mất tiếng; lặng đi [vì tức giận, cảm động, v.v.]

speed 1 *n.* tốc độ, tốc lực: *at full* ~ nhanh hết sức, mở hết tốc lực; ~ *boat* tàu chạy tốc độ nhanh; ~ *camera* máy chụp xe chạy quá tốc độ; ~ *hump* lằn ụ giảm tốc độ; ~ *limit* tốc độ tối đa [cấm vượt]; ~ *record* kỷ lục chạy nhanh; ~ *zone* khu phải chạy xe chậm 2 *v.* [sped] làm tăng tốc độ, gia tốc, đẩy mạnh, xúc tiến; đi nhanh, phóng mau; phóng quá tốc độ cho phép: *God* ~ *you!* cầu trời phật phù hộ cho anh thành công!; *to* ~ *up* gia tốc, đẩy nhanh; đi nhanh hơn, tăng tốc đo

speeding *n.* sự/tội lái xe quá tốc độ cho phép

speedometer *n.* đồng hồ chỉ tốc độ

speedup *n.* sự tăng tốc độ, sự gia tốc

speedway *n.* trường đua (ô tô, mô tô); xa lộ

speedy *adj.* nhanh chóng, mau lẹ

spell 1 *n.* câu thần chú; bùa mê; sự mê say, sức quyến rũ: *to cast a* ~ *on someone* làm ai say mê 2 *n.* thời gian ngắn; cơn ngắn; đợt, phiên: *a cold* ~ một cơn rét ngắn; *to work by* ~*s* thay phiên nhau làm việc 3 *v.* [spelt/spelled] đánh vần, viết từng chữ (theo đúng chính tả); có nghĩa, báo hiệu: *to* ~ *out* giải thích rõ; *to* ~ *out one's name* đánh vần tên 4 *v.* thay phiên, cho nghỉ một lát

spellbound *adj.* mê, say mê, mê tít, như bị bùa

spelling *n.* sự đánh vần; cách viết (chính tả): ~ *bee* cuộc thi chính tả, cuộc thi đánh vần

spend *v.* [spent] tiêu, tiêu pha; dùng, tốn [thì giờ]; qua, sống qua; làm hao phí, làm kiệt, tiêu phí: *my boss* ~*s too much money on liquor* ông chủ tôi xài nhiều tiền về rượu quá; *I* ~ *one hour memorizing my lesson every morning* sáng nào tôi cũng để ra một tiếng đồng hồ để học bài cho thuộc; *he spent his boyhood in Hanoi* ông ấy sống buổi thiếu thời ở Hà Nội; *the storm finally* ~*s itself* mãi về sau trận bão mới dịu đi

spendthrift *n., adj.* người hoang phí, tay tiêu hoang, tay xài hoang

spent quá khứ của **spend**

sperm *n.* tinh dịch

spermatozoan *n.* tinh trùng

spew *v.* nôn/mửa ra; phun ra; thổ ra

sphere *n.* hình cầu, khối cầu, quả cầu; thiên thể; khu vực, phạm vi

spherical *adj.* (có) hình cầu

sphinx *n.* x-phanh, quái vật đầu đàn bà, mình sư tử

spice 1 *n.* đồ gia vị, hương liệu; cách làm [chuyện] thêm đậm đà 2 *v.* bỏ/thêm gia vị; làm cho đậm đà

spick and span *adj.* sáng loáng, mới toanh; bảnh

spicy *adj.* có đồ gia vị, cay [tiêu, ớt]; [chuyện] hóm hỉnh, tục, tiếu lâm

spider *n.* con nhện: ~ *crab* con rạm; ~ *web* mạng nhện

spike 1 *n.* đầu nhọn, gai; đinh đế giày; đinh đường ray 2 *v.* cắm que nhọn; đóng bằng đinh; làm hỏng; pha rượu mạnh vào

spiky *adj.* có mũi nhọn, như mũi nhọn; có bông

spill 1 *n.* sự té lộn nhào 2 *v.* [spilt/spilled] làm tràn/đổ [nước]; làm văng, làm ngã; tràn/đổ/chảy ra: *to* ~ *over* tràn ra, đổ ra; *to* ~ *blood* làm đổ máu; *it's no use crying over spilt milk* chuyện đã rồi, đừng tiếc rẽ nữa

spillway *n.* đập tràn

spin 1 *n.* sự quay/xoay tròn; cuộc đi dạo; sự đâm xoáy [máy bay]: *to go for a* ~ đi dạo chơi; ~*-drier* máy xấy khô quần áo 2 *v.* [spun] quay [tơ]; chăng [tơ nhện]; kéo kén; (làm xoay tròn), lảo đảo; kể chuyện: *to* ~ *out* kể chuyện, kéo dài

spinach *n.* rau ê-bi-na

spinal *adj.* thuộc xương sống: ~ *column* cột xương sống; ~ *cord* tuỷ sống

spindle 1 *n.* con suốt, con quay; trục; người mảnh khảnh 2 *v.* mọc thẳng, mọc vút, lắp con suốt

spin-dry *v.* quay khô quần áo giặt máy

spine *n.* xương sống; gai [quả, trái]; gai, ngạnh; cạnh sắc; gáy sách; lông nhím; lòng can đảm

spineless *adj.* không xương (sống); ẻo lả, nhu nhược

spinner *n.* người quay tơ; guồng quay tơ

spinning wheel *n.* guồng/xe quay tơ; guồng xe chỉ

spinster *n.* gái già, bà cô

spiny *adj.* có nhiều gai; khó, hắc búa

spiral 1 *n.* đường xoắn/trôn ốc; sự lên/xuống từ từ 2 *v.* chuyển động theo hình trôn ốc; [giá cả] tăng dần dần: *to* ~ *up* tăng dần; *to* ~ *down* giảm dần dần

spire 1 *n.* tháp hình chóp [trên nóc nhà thờ],

đường xoắn ốc **2** *v.* mọc thẳng lên, đâm vút lên cao

spirit 1 *n.* tinh thần; sự hăng hái, nhiệt tình; lòng can đảm, nghị lực; linh hồn; quỷ thần, thần thánh, thần linh: *~s* rượu mạnh; *to be in high ~s* vui vẻ phấn khởi; *to be in low ~s* chán nản buồn rầu; *evil ~* ma quỷ; *both the letter and the ~ of the law* cả chữ lẫn ý, cả ngôn từ lẫn tinh thần của đạo luật **2** *v.* cổ vũ; đem đi nhanh, bốc đi: *to ~ away* đưa biến đi

spirited *adj.* hăng hái, hăng say, bồng bột; sinh động, linh hoạt

spiritless *adj.* không có tinh thần, mất tinh thần, nhút nhát, ỉu, yếu đuối

spiritual 1 *n.* bài hát (tôn giáo) của người Mỹ da đen **2** *adj.* tinh thần; thuộc linh hồn/tâm hồn; tâm linh; thần thánh, tôn giáo

spit 1 *n.* cái xiên [nướng thịt] **2** *n.* nước bọt/dãi/miếng; sự khạc nhổ **3** *v.* [**spat/spit**] nhổ [nước bọt/miếng], khạc: *to ~ at someone* phỉ nhổ ai, coi ai như rác, nhổ vào mặt ai; *to ~ out* khạc, phun ra; *to ~ it out* nói nhanh lên; *to ~ the dummy* rất tức giận

spite 1 *n.* sự giận; sự thù hằn, mối thù oán: *in ~ of* mặc dầu; *in ~ of difficulties* tuy bị khó khăn **2** *v.* làm trái ý, làm phiền, làm khó chịu, trêu tức

spiteful *adj.* hằn học, đầy thù hằn, hận thù

spitting image *n.* người/vật giống hệt/như đúc

spittoon *n.* ống nhổ, ống phóng

splash 1 *n.* sự bắn toá/vung; tiếng (sóng) vỗ: *to make a ~* làm mọi người chú ý **2** *v.* té (nước) vào; làm bắn vung lên; lội lõm bõm; tiêu hoang, lãng phí: *to ~ one's money* lãng phí tiền bạc

splashdown *n.* sự hạ xuống biển [của tàu vũ trụ]

splay 1 *adj.* rộng, loe: *~ mouth* miệng rộng **2** *n.* mở rộng, sự lan rộng **3** *v.* mở rộng, lan rộng, nghiêng đi

spleen *n.* lá lách, (con) tỳ; sự u uất; sự hằn học: *to vent one's ~ on somebody* trút sự hằn học lên/vào ai

splendid *adj.* rực rỡ, đẹp đẽ, lộng lẫy, tráng lệ, huy hoàng; đẹp, tốt, hay lắm, tuyệt: *they have built a ~ palace* họ vừa xây xong một lâu đài tráng lệ

splendor *n.* sự rực rỡ/lộng lẫy/huy hoàng

splice *n., v.* (chỗ) nối, ghép [dây, ván, băng nhạc]

splint 1 *n.* thanh nẹp **2** *v.* bó [xương] bằng nẹp

splinter 1 *n.* mảnh vỡ, mảnh vụn; cái dằm [đâm vào da]: *~ group* nhóm tách ra, phe/đảng phân lập **2** *v.* (làm) vỡ/tách ra từng mảnh

split 1 *n.* sự nứt/rạn; kẽ hở, đường nứt; phần

chia nhau: *~ ring* vòng đeo chìa khoá **2** *adj.* nứt nẻ, chia ra, tách ra **3** *v.* [**split**] chẻ, bổ, bửa, tách; chia ra; chia nhau; chia rẽ, phân hoá; tách [phân tử], làm vỡ [hạt nhân]; nứt ra, vỡ, nẻ: *to ~ hairs* bới móc, đi quá sâu vào chi tiết; *to ~ one's sides laughing* cười vỡ bụng; *to ~ the difference* lấy đều cả hai, lấy trung bình

splurge *n., v.* sự phô trương rầm rộ, sự loè bịp

spoil 1 *n.* đồ cướp được; chiến lợi phẩm; lợi lộc, quyền lợi, bổng lộc **2** *v.* [**spoilt/ spoiled**] cướp đoạt, tước đoạt; làm hỏng/hại; làm hư, chiều [trẻ con]; [hoa quả, cá] hư, thối, ươn: *he ~ed his son* ông ấy làm hư con trai ông ta; *to spare the rod and ~ the child* thương con cho roi cho vọt

spoilage *n.* sự làm hư, giấy in hỏng

spoke quá khứ của **speak**

spoke *n.* cán nan hoa; bậc/nấc thang; gậy chèn

spoken quá khứ của **speak**

spokesman *n.* người phát ngôn, phát ngôn viên

sponge 1 *n.* bọt biển; người ăn bám: *~ cake* bánh xốp; *~ rubber* cao su xốp **2** *v.* ăn bám/chực; bòn mót

spongy *adj.* mềm, xốp, hút nước (như bọt biển)

sponsor 1 *n.* cha/mẹ đỡ đầu; người đỡ đầu/ bảo đảm/bảo trợ; công ty thuê quảng cáo [phát thanh hoặc truyền hình] **2** *v.* đỡ đầu; đứng bảo đảm, bảo trợ

sponsorship *n.* sự đỡ đầu, sự bảo trợ/bảo lãnh

spontaneous *adj.* tự động, tự ý; tự phát, tự sinh; tự nhiên, không ai bắt buộc, không gò bó

spoof *n., v.* (sự) lừa gạt, lừa phỉnh

spook *n.* ma quỷ

spool *n.* cuộn chỉ, cuộn phim; vòng [câu quăng]

spoon 1 *n.* cái thìa, cái muỗng: *coffee ~* thìa cà phê; *to be born with a silver ~ in one's mouth* sinh trưởng trong một gia đình giàu có **2** *v.* múc bằng thìa, hớt bằng thìa: *to ~ off coffee* múc cà-phê bằng thìa

spoonerism *n.* sự nói lái vô tình, sự nói ngọng [ví dụ định nói *dear old queen* lại nói *queen old dear*]

spoonful *n.* thìa đầy, muỗng đầy

sporadic *adj.* rải rác, rời rạc, không đều đặn

spore *n.* bào tử; mầm móng

sport 1 *n.* thể thao; sự chơi đùa; trò đùa; biến dị; người đàng hoàng trung thực: *in ~* để đùa chơi; *to make ~ of* trêu chọc; *~ clothes* quần áo thể thao; *~s car* xe thể thao; *~s fan* người hâm mộ thể thao; *~s jacket* áo vét thể thao; *athletic ~s* các môn điền kinh;

a good ~ một người tốt **2** *v.* chưng, diện; chơi đùa: *to* ~ *away* tiêu thì giờ các trò chơi thể thao

sporting *adj.* thích thể thao, thuộc về thể thao: ~ *chance* cơ hội có thể thắng có thể bại

sportsman *n.* nhà thể thao, người thích thể thao

sportsmanship *n.* tinh thần thể thao; tinh thần thượng võ

spot 1 *n.* dấu, vết; vết nhơ, tì vết; chỗ, nơi, chốn: *on the* ~ tại chỗ; *to hit the* ~ thoả mã gì đang cần **2** *v.* làm đốm; làm bẩn; nhận ra, phát hiện: *to* ~ *somebody in the crowd* nhận ra người nào trong đám đông

spotcheck *v.* soát thử

spotless *adj.* sạch sẽ, không có vết; trong trắng

spotlight *n.* đèn rọi (sân khấu)

spotted *adj.* lốm đốm, bị làm bẩn

spouse *n.* chồng, vợ, người phối ngẫu

spout 1 *n.* vòi ấm; ống máng; vòi nước, cây nước **2** *v.* (làm) phun ra; phun nước; ngâm thơ

sprain 1 *n.* sự bong gân **2** *v.* làm bong gân

sprang quá khứ của **spring**

sprawl *n., v.* (sự) nằm dài/ườn ra

spray 1 *n.* bụi nước; chất bơm, thuốc xịt; bình xịt, lọ bơm nước hoa: ~*-gun* bình xịt thuốc **2** *n.* cành cây nhỏ có hoa **3** *v.* bơm, xịt, phun [thuốc]

spread 1 *n.* sự trải/giăng ra; sự truyền bá/ quảng bá; khoảng rộng; khăn trải giường; ảnh in suốt trang báo; bữa tiệc linh đình; bơ/mứt để phết lên bánh mì **2** *v.* [spread] trải, căng, giăng/bày ra, trương ra; rải [cát, phân bón, truyền đơn]; truyền bá; bày bàn ăn, bày thức ăn; phết; [tin] truyền đi, lan đi/ra; tản ra: *to* ~ *a cloth over a table* trải khăn lên bàn; *to* ~ *oneself* thích ôm đồm quá, ba hoa; *the news* ~ *everywhere* tin truyền đi khắp nơi

spreadsheet *n.* chương trình vi tính cho phép lấy lại trử liệu

spree *n.* cuộc vui chơi miệt mài; sự tiệc tùng ăn uống lu bù: *buying* ~ sự mua sắm lu bù; *to go on a* ~ cuộc vui chè chén lu bù

sprig *n.* cành cây nhỏ

sprightly *adj.* vui vẻ, nhanh nhẩu, hoạt bát, linh lợi

spring 1 *n.* suối nước; mùa xuân; sự nhảy; sự bật lại, tính đàn hồi; lò xo, nhíp [xe]: ~ *chicken* gà giò, người non nớt; ~ *mattress* nệm lò xo; ~ *roll* chả giò; *the* ~ *of one's life* mùa xuân cuộc đời **2** *v.* [sprang; sprung] nhảy; bật mạnh; nảy ra, hiện ra; xuất phát; đưa ra bất ngờ: *to* ~ *out of bed*

nhảy ra khỏi giường; *to* ~ *to one's feet* đứng phắt dậy

springboard *n.* ván nhún, ván dận

springlike *n.* như mùa xuân

springtime *n.* mùa xuân, tiết xuân

springy *adj.* co dãn, đàn hồi

sprinkle 1 *n.* một tí/chút; mưa phùn, mưa lún phún **2** *v.* tưới, rải, rắc, rưới; mưa lún phún

sprinkler *n.* bình tưới nước; hệ thống ống phun nước [tưới cây hoặc để chữa cháy]: ~ *system* hệ thống phun nước

sprinkling *n.* sự rải thưa, sự lác đác; một ít; sự rắc/vảy nước

sprint 1 *n.* nước rút **2** *v.* chạy nước rút

sprite *n.* yêu tinh, ma quỷ

sprocket *n.* răng đĩa xích, răng bánh xích: ~ *wheel* đĩa/bánh xích

sprout 1 *n.* mầm non, chồi; giá (đậu tương): *bean*~ giá đậu; *Brussels* ~*s* cải Bru-xen **2** *v.* mục nhú lên; đâm chồi, nảy mầm, mọc mầm, đâm mộng

spruce 1 *n.* cây vân sam **2** *adj.* chải chuốt, diêm dúa **3** *v.* làm bảnh, ăn mặc chải thuốt: *to* ~ *oneself up* ăn mặc chải chuốt

sprung quá khứ của **spring**

spry *adj.* nhanh nhẹn, hoạt bát

spun quá khứ của **spin**

spunky *adj.* gan dạ, can đảm

spur 1 *n.* cựa [gà]; đinh thúc ngựa; sự kích thích/khích lệ; đường (xe lửa) nhánh **2** *v.* thúc ngựa; khích lệ, khuyến khích

spurious *adj.* giả, giả mạo, không thật

spurn *n., v.* (sự) bác bỏ, hắt hủi, chê, khinh

spurt *n., v.* (sự) bắn/phọt ra; (sự) gắng sức

sputnik *n.* vệ tinh nhân tạo

sputter *v.* nói lắp bắp; [lửa] nổ lách tách

sputum *n.* nước bọt/miếng, nước dãi; đờm

spy 1 *n.* gián điệp, điệp viên: ~ *ring* hệ thống do thám/gián điệp **2** *v.* làm gián điệp; do thám, theo dõi: *to* ~ *on* theo dõi; *to* ~ *out* dùng mưu mẹo mà khám phá ra

spyglass *n.* kính thiên văn nhỏ

squab *n.* bồ câu non, bồ câu chưa ra ràng

squabble *n., v.* (sự) cãi nhau ầm ĩ

squad *n.* tiểu đội, tổ, đội; kíp thợ; đội thể thao: ~ *car* xe đi tuần của cảnh sát

squadron *n.* đội binh, tiểu đoàn; đội tàu, hạm đội; đội máy bay, phi đội

squalid *adj.* nghèo khổ; dơ dáy, bẩn thỉu

squall *n., v.* cơn gió/mưa; sự rối loạn/náo loạn, gió thổi mạnh

squalor *n.* sự nghèo khổ; sự dơ dáy/bẩn thỉu

squander *v.* hoang phí, phung phí, lãng phí, phá của, xài phí

square 1 *n.* hình vuông; ô vuông; khu nhà giữa bốn phố; quảng trường; thước thợ, thước vuông góc, ê ke; bình phương: *on the*

~ thành thật, công bằng **2** *adj.* vuông; thật thà, sòng phẳng; [bữa ăn] đẫy, đầy đủ; cổ (lỗ sĩ), bảo thủ: *a ~ meter* một mét vuông; *~ bracket* dấu móc/ngoặc vuông; *~ dance* nhảy phương bộ; *~ mile* dặm vuông **3** *adv.* thật thà, thẳng thắn: *to play ~* chơi thật thà **4** *v.* làm cho vuông, đẽo cho vuông; bình phương; trả, thanh toán; phù hợp: *to ~ up to* xông tới, cương quyết đương đầu; *to ~ with* đi đôi với

squash 1 *n.* quá bí, quả mướp **2** *n.* sự ép/ nén; bóng quần: *orange ~* nước cam **3** *v.* ép, nén; đè bẹp, đàn áp; chen

squat 1 *adj.* ngồi xổm; béo lùn **2** *n.* thế ngồi xổm; thế ngồi chồm chỗm **3** *v.* ngồi, ngồi xổm, ngồi chồm chỗm; chiếm đất công ở ì

squatter *n.* người chiếm đất công ở ì

squaw *n.* đàn bà da đỏ

squawk *n., v.* (tiếng) kêu quác quác; (lời) than văn phản đối

squeak *n., v.* (tiếng) cót két; (tiếng) rúc rích, (tiếng) chít chí

squeal 1 *n.* tiếng eng éc **2** *v.* [lợn] kêu eng éc; mách lẻo, hớt, chỉ điểm

squeamish *adj.* hay buồn nôn; khó tính, quá câu nệ

squeeze 1 *n.* sự ép/vắt; sự siết chặt; sự ôm chặt; sự ăn bớt/chặn **2** *v.* ép [cam, chanh]; siết chặt [tay]; chen, ấn; bóp nặn, bòn mót, bòn rút

squelch *n., v.* (sự) giẫm nát, giẫm bẹp; lõm bõm, lép bép

squid *n.* con mực

squiggle *n., v.* (sự) viết cong queo

squint 1 *n.* tật lác mắt; cái liếc mắt: *let me have a ~ at it* cho tôi xem một tí nào **2** *v.* lác, lé: *to ~ at* liếc nhìn một tí

squire 1 *n.* người hầu của hiệp sĩ; người hộ vệ; tên nịnh đầm; địa chủ, điền chủ **2** *v.* đi hộ vệ

squirm *n., v.* (sự) ngoằn nghèo, vặn vẹo

squirrel *n.* con sóc

squirt *v.* làm bắn/vọt ra, tia ra

stab 1 *n.* sự đâm, vết/nhát đâm; sự làm thử: *a ~ in the back* sự nói xấu sau lưng; đòn ngầm; *to make a ~ at* thử làm **2** *v.* đâm bằng dao; nhằm đánh vào

stability *n.* sự vững chắc/vàng, sự ổn định; độ ổn định; độ bền

stabilization *n.* sự làm cho ổn định, ổn định hoá

stabilize *v.* làm ổn định, ổn định hoá

stable *adj.* vững chắc, vững vàng, chắc chắn, kiên cố, ổn định, cương quyết, kiên quyết/ định; bền

stable 1 *n.* chuồng ngựa/bò/trâu: *~-boy/girl* con trai/con gái giữ ngựa **2** *v.* nhốt vào tàu, cho vào chuồng; nằm, ở

stack 1 *n.* cây/đụn rơm; đống; cụm súng; ống khói [nhà máy, xe lửa, tàu thuỷ]; giá/kệ sách ở thư viện hay đụn cỏ khô: *smoke ~* ống khói; *to give someone access to the ~s* cấp cho ai quyền vào kho sách thư viện **2** *v.* đánh thành đống, chất đống; xếp [bài] gian

stadium *n.* sân vận động, vận động trường

staff 1 *n.* (toàn thể) nhân viên, biên chế, bộ phận; bộ tham mưu; ban, bộ; gậy, batoong; gậy quyền; cán, cột; khuông nhạc; chỗ nương tựa: *~ headquarters* tổng hành dinh bộ tham mưu; *~ officer* sĩ quan tham mưu; *~ nurse* y tá trưởng; *~ sergeant* trung sĩ nhất **2** *v.* bố trí cán bộ cho, cung cấp/bổ nhiệm nhân viên cho [cơ quan]

stag *n., v.* hươu/nai đực; bò thiến; đàn ông: *~ party* tiệc cho đàn ông

stage 1 *n.* đoạn đường, quãng, trạm; giai đoạn; cấp, tầng [tên lửa]; phạm vi hoạt động, vũ đài; giàn, giáo; bục, bệ, đài; bàn soi [kính hiển vi]; sân khấu, nghề kịch, kịch nghệ: *by easy ~s* từng chặng nhỏ; *by successive ~s* từng đợt/cấp; *to go on the ~* trở thành tài tử/diễn viên, đóng tuồng/kịch; *~ coach* xe ngựa chở khách; *~ door* cửa dành cho diễn viên; *~ effect* tác dụng sân khấu; *~ fright* sự run khi bước ra sân khấu; *~ manager* đạo diễn **2** *v.* dựng [vở hát]; tổ chức, sắp xếp, mở

stagger *v., n.* làm choáng người; làm dao động; xếp chữ chi; bố trí, trải ra [giờ làm, giờ xe chạy]

stagnant *adj.* tù, đọng, ứ; tù hãm; đình đốn/trệ

stagnate *v.* [nước] đọng, ứ; tù hãm; đình trệ

stagnation *n.* sự ứ đọng; sự đình trệ

staid *adj.* chắc chắn, điềm đạm, trầm tĩnh; nghiêm

stain 1 *n.* vết bẩn/đen; vết nhơ, ô nhục; thuốc màu **2** *v.* làm bẩn, làm dơ; làm nhơ nhuốc; đánh màu: *~ed glass* kính màu

stainless *adj.* [thép] không gỉ

stair *n.* bậc thang; cầu thang: *~ banister* lan can cầu thang; *~case, ~way* bậc thang, thang lầu; *flight of ~s, up the ~s* trên gác, trên lầu

stake 1 *n.* cọc, cột; cọc trói người bị thiêu sống; tiền đánh cược/cá: *at ~* đang bị đe dọa, đang nguy; *to pull up ~s* dọn (nhà) đi nơi khác **2** *v.* đóng cọc; khoanh cọc; buộc vào cọc; đặt cược; góp vốn: *to ~ all* đánh hết [được ăn cả, ngã về không]

stalactite *n.* thạch nhủ xuống

stalagmite *n.* thạch nhủ mọc lên

stale *adj.* cũ, đã lâu; [thịt] ôi; [câu nói đùa] nhạt nhẽo; [tin] cũ rích: *~ bread* bánh mì cũ; *smell ~* hấp hơi

stalemate 1 *n.* thế cờ bí; sự bế tắc: *the trade negotiations came to a ~* sự thương lượng buôn bán đã bị bế tắc 2 *v.* dồn vào thế bí; làm bế tắc

stalk 1 *n.* thân cây; cuống; thân [lông chim]; chân cốc uống rượu 2 *n.* dáng đi oai vệ 3 *v.* đi hiên ngang, đi một cách oai vệ; đi lên theo, đuổi theo: *the infatuated fan ~ed the pop singer for many days* người hâm mộ đã theo gót ca sĩ nhiều ngày

stall 1 *n.* quầy bán hàng; chuồng ngựa; chỗ ngồi trước sân khấu 2 *n.* tên cò mồi ăn cắp; đòn phép đánh lừa 3 *v.* ngăn nhiều ngăn; nhốt vào chuồng 4 *v.* tránh né, ngăn cản

stallion *n.* ngựa giống, ngựa nòi

stalwart 1 *n.* đảng viên tích cực; người vạm vỡ, người lực lưỡng 2 *adj.* vạm vỡ, lực lưỡng; tích cực, can đảm, kiên quyết, quả quyết

stamen *n.* nhị hoa, nhị đực

stamina *n.* sức chịu đựng

stammer 1 *n.* sự/tật nói lắp 2 *v.* nói lắp, cà lăm

stamp 1 *n.* tem, cò; dấu, con dấu; dấu chứng nhận/bảo đảm, nhãn hiệu; dấu hiệu; sự giậm chân: *postage ~* tem gởi thư; *~ collector* người chơi tem, nhà sưu tầm bưu hoa; *~ duty* thuế con niêm khi mua bán; *~ machine* máy đóng tem; *~ pad* lõi hộp mực đóng dấu 2 *v.* dán tem vào; đóng dấu lên; in dấu lên; in sâu; đóng dấu kiểm nhận/ chiếu khán vào [thông hành/hộ chiếu]; giậm chân: *to ~ out* dập tắt, dẹp; *to ~ one's foot* giậm chân

stampede 1 *n.* sự chạy tán loạn; sự chạy trốn; phong trào đổ dồn vào chuyện gì 2 *v.* (làm cho) chạy tán loạn

stance *n.* thế đứng; thái độ, lập trường

stanch *v.* cầm máu lại: *to ~ a wound* cầm máu vết thương

stand 1 *n.* chỗ đứng, vị trí; lập trường, quan điểm; giá [ô], mắc [áo]; gian hàng; đế, chân, bệ, đài; diễn đài, khán đài; sự đứng/ dừng lại; sự chống cự: *to come to a ~* dừng lại, đứng lại: *to take a ~* giữ vị trí 2 *v.* [**stood**] đứng; đứng, ở, có; bắt đứng, đặt để, dựng; giữ vững; đứng vững, bền; chịu đựng: *to ~ aside* đứng tránh ra một bên; *to ~ by* sẵn sàng, chuẩn bị, cứ đợi đấy; bênh, ủng hộ; thi hành [hứa hẹn]; *to ~ fast* kiên trì; *to ~ for* có nghĩa là; thay cho; bênh vực, ủng hộ; chịu đựng, chấp nhận, dung thứ; *to ~ in for* đại diện cho; *to ~ in line* xếp hàng (đợi lượt mình); *to ~ off* đẩy lui; *to ~ out* nổi vật lên; *to ~ up* đứng dậy, đứng lên; *to ~ up against/to* đương đầu với; *to ~ up for* về phe nào

standard 1 *n.* tiêu chuẩn, chuẩn, mẫu; chuẩn mực, mức, trình độ; bản vị [tiền tệ]; cờ, cờ hiệu; chân, cột [đèn]: *living ~, ~ of living* mức/mực sống, tiêu chuẩn sinh hoạt; *up to ~* đúng tiêu chuẩn; *~ product* sản phẩm loại thường; *~ gauge* đường sắt bề ngang tiêu chuẩn; *~ English* tiếng Anh tiêu chuẩn/phổ thông; *~ time* giờ tiêu chuẩn 2 *adj.* chuẩn, mẫu: *a ~ size* cỡ chuẩn; *~ spoken Mandarin* tiếng nói Quan Thoại chuẩn

standard-bearer *n.* người cầm cờ; lá cờ đầu

standardize *v.* tiêu chuẩn hoá, chuẩn hoá

standee *n.* khán giả phải đứng, người đứng xem

stand-in *n.* người thay, vai phụ phòng hờ

standing 1 *n.* thế đứng; sự dừng xe; địa vị; sự lâu dài: *"No ~"* CẤM DỪNG XE; *in good ~* có thế, được quí chuộng; *a friend of long ~* một người bạn lâu năm; *of high ~* có địa vị cao 2 *adj.* [ủy ban, quân] thường trực; [nước] tù; [điều lệ] hiện hành: *~ ovation* khán giả đứng dậy hoan hô; *~ room only* hết ghế: chỉ có chỗ đứng thôi

standpoint *n.* quan điểm, lập trường

standstill *n.* sự đứng/ngừng lại; sự bế tắc: *to come to a ~* bị ngừng, đi đến chỗ bế tắc

stanza *n.* đoạn/tiết thơ, khổ thơ, bài thơ (tứ tuyệt)

staple 1 *n.* đinh kẹp, dây thép rập giấy: *~ remover* cái tháo đinh kẹp 2 *n.* nguyên vật liệu, sản phẩm chính: *~ food* món ăn chính 3 *v.* đóng bằng đinh kẹp 4 *adj.* chủ yếu: *~ industries* những ngành công nghiệp/kỹ nghệ chủ yếu

stapler *n.* máy rập giấy, máy đóng/rập sách

star 1 *n.* sao, ngôi/vì sao, tinh tú, tinh thể; vật hình sao; dấu sao, dấu hoa thị; nhân vật nổi danh, nghệ sĩ nổi tiếng, ngôi sao, minh tinh; sao chiếu mệnh: *a former Hollywood ~* trước kia là một ngôi sao sáng ở Hồ ly vọng/Hoa lệ ước; *cross-~* số phận chẳng may; *fixed ~* định tinh; *lucky ~* số may; *movie ~* đào/kép xi nê, tài tử xi nê, minh tinh màn bạc; *rising ~* (người) đang lên; *shooting/falling ~* sao sa, sao băng; *~ gazer* nhà thiên văn học; *to see ~s* nổ đom đóm mắt 2 *v.* đánh dấu sao, đánh dấu hoa thị [một câu sai ngữ pháp hoặc một thể giả thiết]; [tài tử] đóng vai chính; [phim] có đóng vai chính

starboard *n.* mạn thuyền/tàu bên phải

starch 1 *n.* bột/tinh bột; hồ bột 2 *v.* hồ cứng

starchy *adj.* cứng nhắc, có hồ bột

stardom *n.* cương vị minh tinh (sân khấu, màn bạc); các ngôi sao, những minh tinh (nói chung)

stare 1 *n.* sự/cái nhìn chòng chọc 2 *v.* nhìn chòng chọc/chằm rằm; rành rành, lồ lộ: *to*

~ *at someone* nhìn ai chằm chằm

starfish *n.* sao biển

stark 1 *adj.* cứng đờ; lộ rõ; hoang vu **2** *adv.* hoàn toàn: **~** *naked* trần như nhộng

starlet *n.* ngôi sao trẻ (có nhiều triển vọng)

starlight *n.* ánh (sáng) sao

starling *n.* chim sáo sậu, chim sáo đá

starlit *adj.* có sao

starry *adj.* nhiều sao, đầy sao; như sao: **~** *eyes* mơ mộng hão huyền

Stars and Stripes *n.* lá cờ sao sọc của Mỹ

start 1 *n.* lúc bắt đầu, lúc khởi thuỷ, ban đầu; sự/chỗ khởi hành; điểm/giờ xuất phát; sự giật mình: *everything is difficult at the ~* vạn sự khởi đầu nan; *from ~ to finish* từ bắt đầu đến/chí cuối; *we had an early ~* chúng tôi lên đường sớm **2** *v.* bắt đầu [một việc gì]; bắt đầu [đi, làm]; mở [máy]; gây, nêu: *I ~ work, I ~ working next week* tuần sau tôi bắt đầu làm việc; *to ~ off* nghỉ, không làm nữa; *to ~ out* khởi hành; khởi công; *to ~ something new* bắt đầu cái gì mới; *to ~ with* bắt đầu có/với; *~ing point* khởi điểm, điểm xuất phát

starter *n.* bộ khởi động; người ra lệnh xuất phát, món ăn đầu tiên

startle *v.* (làm) giật nảy mình

startling *adj.* làm giật mình, làm sững sốt

starvation *n.* sự thiếu ăn, sự đói; sự chết đói: *to die of ~* chết đói; *~ diet* kiêng ăn mọi thứ; *~ wages* đồng lương chết đói

starve *v.* bắt nhịn đói, bỏ đói; (làm) chết đói: *to ~ to death* đói đến chết, chết đói

stash *n., v.* (sự) cất giấu

state 1 *n.* tình trạng, trạng thái; quốc gia, bang; nhà nước, chính quyền/phủ; sự trọng thể/huy hoàng: *Department of ~, ~ Department* Bộ Ngoại giao Mỹ; Quốc vụ khanh; *police ~* quốc gia cảnh chế; *~ governor* toàn quyền tiểu bang; *~ Secretary* Bộ trưởng ngoại giao; *~ school* trường công lập; *~ university* trường đại học thuộc tiểu bang; *~ of health* tình trạng sức khoẻ; *the ~ of the art* tình trạng một ngành học thuật; *the ~s of the Union's address* diễn văn về tình trạng quốc gia; *the original thirteen ~s* 13 tiểu bang thời Hoa Kỳ mới lập quốc; *to lie in ~* được quàn theo quốc táng **2** *v.* nói rõ, bày tỏ, tuyên bố, phát biểu; định rõ [ngày giờ]: *to ~ one's opinion* phát biểu ý kiến của mình

statecraft *n.* nghệ thuật quản lý nhà nước

statehood *n.* qui chế tiểu bang; vị thế quốc gia

stateless *adj.* thất sở, không có quốc gia

stately *adj.* oai vệ, oai nghiêm; nghiêm trang

statement *n.* lời/bản tuyên bố; bản tường trình

stateroom *n.* phòng ngủ riêng [xe lửa tàu thuỷ]; phòng khánh tiết

Stateside *adj.* ở bên Mỹ

statesman *n.* chính khách (có tài)

static 1 *n.* âm nhiễu: *~s* tĩnh học **2** *adj.* [áp lực, điện] tĩnh

station 1 *n.* nhà ga, xe buýt, bến đò; trạm, đồn, điểm, ty; đài (phát thanh, truyền hình): *bus ~* bến xe đò; *police ~* đồn cảnh; *railroad ~* nhà ga xe lửa; *~ agent* trưởng ga, xếp ga; *~ break* phút ngưng (chương trình phát thanh/truyền hình); *~ house* đồn cảnh sát, trạm công an; *~ identification* sự nói rõ tên đài; *~ of the Cross* một lô gồm 14 hình ảnh trình bày trong nhà thờ; *service ~, gas ~* trạm xăng, cột/cây xăng; *~ wagon* xe kiểu gia đình **2** *v.* [quân đội] đóng, đồn trú; đặt/để vào vị trí

stationary *adj.* đứng nguyên một chỗ

stationer *n.* người bán dụng cụ học sinh/văn phòng

stationery *n.* giấy viết thư; đồ dùng văn phòng

statistical *adj.* thống kê

statistician *n.* nhà thống kê

statistics *n., pl.* thống kê, những con số thống kê; khoa học thống kê, thống kê học

statue *n.* (pho/bức) tượng: *the ~ of Liberty* tượng Nữ thần Tự do (ở *New York*)

statuesque *adj.* đẹp như tượng

stature *n.* vóc người; tầm vóc

status *n.* thân phận, thân thể, địa vị; tình trạng: *~ seeker* người bị ám ảnh bởi chức vị; *~ symbol* vật tượng trưng cho địa vị xã hội; *official ~* địa vị chính thức

status quo *n.* hiện trạng, nguyên trạng

statute *n.* quy điều, điều lệ; quy chế, chế độ; luật lệ: *~ book* sách luật; *~ law* luật thành văn

statutory *adj.* do luật pháp quy định

staunch *adj.* trung thành, đáng tin cậy

stave 1 *n.* ván cong để đóng thùng rượu; bậc thang; gậy; đoạn thơ, tiết nhạc; khuông nhạc **2** *v.* đục thủng; làm bẹp: *to ~ in* đục thủng, làm bẹp; *to ~ off* ngăn chặn, tránh

stay 1 *n.* sự ở/lưu lại; sự hoãn/đình lại; trở ngại; sức chịu đựng; chỗ nương tựa **2** *n.* dây néo/chằng cột buồm: *in ~s* đang trở buồm; *to miss ~s* không lợi dụng được chiều gió **3** *v.* ở lại, lưu lại; đình lại, hoãn lại; chặn, ngăn chặn; chống đỡ: *to ~ at home* ở nhà; *to ~ away* không đến (gặp/dự), vắng mặt; *to ~ out* ì ra, không đụng đậy; *to ~ the course* theo đuổi một việc làm cho đến cùng; *to ~ one's hand* giữ nguyên tư thế hành động; *to ~ up (late)* thức khuya **4** *v.* néo/chằng cột buồm

stay-at-home *n., adj.* (người) ru rú xó nhà

stead *n.* thay mặt cho ai, có lợi cho ai: *to act*

in one's ~ hành động thay mặt cho ai; *to stand someone in good* ~ giúp ích cho ai
steadfast *adj.* kiên định, không lay chuyển
steady 1 *adj.* vững chắc, vững vàng; đều, đều đặn; kiên định, không thay đổi: *to require a* ~ *light* cần ánh sáng đều; *a* ~ *rise in prices* giá cứ tăng lên đều đều; ~ *state* tình trạng không thay đổi 2 *v.* (làm cho) trở nên vững vàng: *to* ~ *a table* chêm bàn cho vững 3 *n., colloq.* người yêu chính thức
steak *n.* thịt bít tết; miếng cá/thịt nướng: ~*house* tiệm ăn bán thịt bít tết
steal 1 *n.* món hời, món hàng mua được rẻ; đồ ăn cắp 2 *v.* [**stole**; **stolen**] ăn cắp, ăn trộm, xoáy: *he stole firewood from the cooperative* hắn ăn cắp củi của hợp tác xã; *the boy stole my transistor radio* thằng bé đó ăn cắp của tôi cái máy ra- đi-ô; *to* ~ *a kiss* hôn trộm một cái; *to* ~ *away* lẻn/lén đi; khéo léo mà chiếm được; *to* ~ *in* lẻn vào; *to* ~ *a person's thunder* dùng ý kiến người khác; *to* ~ *the show* bắt chước diễn viên
stealth *n.* dấu diếm, lén lút: *by* ~ một cách lén lút, vụng, trộm
stealthy *adj.* lén lút, vụng trộm, giấu giếm
steam 1 *n.* hơi nước; hơi, sức, sức lực, nghị lực: *to get up* ~ đem hết nghị lực; *to let off* ~ xả hơi; *under one's own* ~ không có sự trợ giúp 2 *v.* hấp, đồ, hấp cách thuỷ; bốc hơi, lên hơi: *to* ~ *ahead* làm việc hăng say tích cực
steamboat *n.* tàu (chạy bằng) hơi (nước)
steamer *n.* nồi đun hơi; tàu chạy bằng hơi nước
steamship *n.* tàu chạy bằng hơi nước
steamy *adj.* nhiều hơi nước
steed *n.* ngựa hay, tuấn mã, chiến mã
steel 1 *n.* thép; que thép mài dao: *cold* ~ gươm, kiếm; ~ *wool* bùi nhùi thép [để cọ nồi, đánh nhẵn bàn]; ~*works* xưởng luyện thép, nhà máy thép 2 *v.* luyện thép vào; bọc thép; tôi luyện 3 *adj.* bằng thép: ~ *engraving* khắc bằng thép
steely *adj.* rắn như thép; nghiêm khắc, sắt đá
steelyard *n.* cái cân dọc [cân vàng, v.v.]
steep 1 *adj.* dốc; [sự đòi hỏi] quá đáng 2 *v.* ngâm; ngấm, thấm: *to* ~ *in* miệt mài, mải miết, mê mệt
steeple *n.* tháp chuông, gác chuông (nhà thờ)
steeplechase *n.* cuộc đua ngựa nhảy rào; cuộc thi chạy việt dã
steer 1 *n.* bò/trâu đực; bò non thiến 2 *v.* lái, cầm lái [xe, tàu]: *to* ~ *clear of* lánh xa, tránh
steering committee *n.* uỷ ban chỉ đạo/lãnh đạo
steering wheel *n.* tay lái, vô lăng
stele *n.* tấm bia

stellar *adj.* thuộc sao, thuộc tinh tú
stem 1 *n.* thân [cây]; cuống, cọng [hoa, lá]; ống [tẩu thuốc]; chân [cốc rượu]; thân từ; mũi tàu: *from* ~ *to stern* từ đầu (tàu) đến cuối (tàu) 2 *v.* xuất phát [from từ] 3 *v.* đắp đập ngăn; ngăn cản/chặn, đẩy lui
stench *n.* mùi hôi thối, mùi xú uế: ~ *trap*
stencil 1 *n.* khuôn tô; hình tô; giấy nền, giấ in rô-nê-ô 2 *v.* quay/in xtăng-xin, in rô-nê-c
stenographer *n.* (cô) thư ký tốc ký
stenography *n.* phép tốc ký
step 1 *n.* bước, bước đi, bước chân; cấp bậc; biện pháp: ~ *by* ~ từng bước một; *in* ~ *with* đi đều bước với; *in someone's* ~ theo bước ai, làm theo ai; *watch your* ~*!* coi chừng (không ngã), anh phải thận trọng! 2 *v.* bước, bước đi: *to* ~ *aside* bước sang một bên; *to* ~ *back* lùi lại; *to* ~ *down* từ chức; *to* ~ *in* bước vào, can thiệp vào; *to* ~ *into* bước vào; *to* ~ *on* giẫm lên, dận; ~ *on it!* dận ga đi, mau lên!
stepbrother *n.* anh/em cùng cha khác mẹ, anh/em dị bào; anh/em cùng mẹ khác cha
stepchild *n.* con riêng [của vợ/chồng mình]
stepdaughter *n.* con gái riêng [của vợ/chồng mình]
stepfather *n.* bố dượng
stepladder *n.* thang đứng, thang đôi
stepmother *n.* dì ghẻ, mẹ ghẻ
stepping-stone *n.* tảng đá để bước qua chỗ lội; bàn đạp
stepsister *n.* chị/em cùng cha khác mẹ, chị/ em dị bào; chị/em cùng mẹ khác cha
stepson *n.* con trai riêng [của vợ/chồng mình]
stereo *n., adj.* (máy hát) âm thanh nổi; âm thanh lập thể
stereophonic *adj.* có âm thanh nổi
stereoscope *n.* kính nhìn nổi, thể thị kính
stereoscopic *adj.* nhìn nổi, lập thể
stereotype *n., v.* đúc theo khuôn mẫu, rập khuôn; chế tạo bản đúc in
stereotyped *adj.* được mô tả theo một mẫu sẵn có
sterile *adj.* [người] không sinh đẻ, hiếm hoi; [đất] khô cằn, cằn cỗi; vô ích; vô trùng; vô khuẩn
sterility *n.* sự không đẻ; sự khô cằn; sự vô ích
sterilization *n.* sự khử trùng; sự làm mất khả năng sinh đẻ
sterilize *v.* khử trùng, diệt khuẩn; làm mất khả năng sinh đẻ; nấu nước sôi [bầu sữa trẻ em]
sterling 1 *n.* đồng bảng Anh: *pound* ~ đồng bảng Anh 2 *adj.* thật đúng tuổi: ~ *gold* vàng mười; ~ *silver* bạc thật; *a man of* ~ *worth* người có chân giá trị
stern 1 *n.* phía đuôi tàu, phía sau tàu 2 *adj.* nghiêm nghị, nghiêm khắc

sternum *n.* xương ức, xương mỏ ác

steroid *n.* hợp chất gồm 4 loại hoá chất dùng thuốc cho các nhà thể thao

stethoscope *n.* ống nghe của bác sĩ

stevedore *n., v.* (công nhân) bốc dỡ ở cảng

stew 1 *n.* món thịt hầm, món ra gu; sự lố lăng: *beef* ~ thịt bò ra gu 2 *v.* hầm, ninh, nấu ra gu; nấu nhừ [quả mận, cà chua]: *to ~ in one's own juice* bị bỏ rơi chịu đựng bởi việc làm của ai

steward *n., v.* quản gia; chiêu đãi viên, tiếp viên, người phục vụ [tàu thuỷ, máy bay]

stewardess *n.* cô chiêu đãi viên [tàu thuỷ/ phi cơ]

stick 1 *n.* que, gậy; roi; cán [ô, chổi]; thỏi [kẹo cao su, cốt mìn]; đũa nhạc trưởng; cột buồm: *drum*~ dùi trống; *walking ~* gậy, bat-oong, can 2 *v.* [stuck] đâm, chọc, thọc; cắm, cài; dán, dính; ló, thò [đầu], ưỡn [ngực], phình [bụng]; làm sa lầy; làm luống cuống; ~ *'em up!* giơ tay lên!; *to be stuck* bị sa lầy; bị kẹt, bị vướng, tắc tị; *to ~ it out* chịu đựng đến kỳ cùng; *to ~ out* nhô ra, chìa ra, ưỡn ra; rõ quá, lộ liễu; *to ~ one's neck out* nói lên một cách mạnh bạo; *to ~ out like a sore thumb* hiển nhiên; *to ~ up* ăn cướp bằng súng; *to ~ up for someone* bênh vực ai [người vắng mặt]

sticker *n.* nhãn (dán đằng sau xe); vấn đề nan giải, vấn đề hắc búa

stick-up *n.* vụ cướp (ngân hàng)

sticky *adj.* dính; nhớp nháp; [trời] nóng ẩm, nồm; [vấn đề] khó khăn: ~ *rice* gạo nếp; cơm nếp, xôi

stiff 1 *n.* xác chết, người không thể sửa đổi được 2 *adj.* cứng đờ/đơ, ngay đơ; cứng nhắc, thiếu tự nhiên; khó, khó nhọc, vất vả; nghiệt ngã; [giá] cao quá; kiên quyết: *a ~ collar* cổ áo hồ cứng; ~ *neck* trẹo/sái cổ; *a ~-necked boy* thằng bé cứng đầu; *bored ~* chán ngấy; *scared ~* sợ chết cứng; ~ *upper lip* môi trên bị cứng

stiffen *v.* làm cứng (thêm); làm lạnh thêm, củng cố; làm đặc/quánh; trở nên cứng [rắn]; trở nên khó khăn hơn; thành đặc, đặc lại, quánh lại

stifle *v., n.* làm nghẹt thở, bóp chết; chết ngộp

stifling *adj.* khó thở, ngộp ngạt

stigma *n.* vết nhơ, điều ô danh/sỉ nhục; đầu nhuỵ

stigmatize *v.* bêu xấu, làm ô danh

stile *n.* bậc trèo, thang trèo

stiletto *n.* dao găm nhỏ

still 1 *n.* nồi nấu cơm (lậu); máy cất rượu 2 *n.* sự yên tĩnh/tĩnh mịch; bức ảnh chụp 3 *adj.* yên, im, không động đậy, không nhúc nhích; yên lặng, tĩnh mịch; nín lặng: ~ *waters run deep* nước cất chảy hết 4 *v.* làm cho yên lặng; làm cho yên lòng, làm cho vững dạ/làm yên tâm, làm bớt [sợ], làm khỏi [lo] 5 *adv.* vẫn còn: *the taxi is ~ waiting* xe tắc xi vẫn còn đợi đó; *we ~ owe the bank a lot* chúng tôi vẫn còn sợ nhà băng nhiều tiền lắm; *it's a very awkward situation, I know, ~ our family cannot change it* tôi biết, tình hình rất khó xử tuy nhiên, gia đình ta không làm gì để thay đổi nó được

stillborn *adj.* chết lúc đẻ, chết trong bụng mẹ

still-life *n.* (bức tranh) tĩnh vật

stilt *n.* cà kheo; cột nhà sàn: *to walk on* ~s đi cà kheo; *house on* ~s nhà sàn

stilted *adj.* [lối viết văn] không tự nhiên

stimulant 1 *n.* chất khích thích, rượu; tác nhân kích thích 2 *adj.* kích thích

stimulate *v.* kích thích, khuyến khích, khích lệ

stimulus *n.* (*pl.* **stimuli**) tác nhân/tác dụng kích thích

sting 1 *n.* nốt (ong/muỗi) đốt; nọc; ngòi, vòi [để đốt]; sự đau nhói; sự day dứt: ~ *in the tail* 2 *v.* [stung] đốt, chích, châm; làm cay (mắt); cắn rứt, day dứt; đau nhói, đau nhức/ buốt; [ong, muỗi] đốt

stingray *n.* cá đuối gai

stingy *adj.* hà tiện, keo kiệt, bủn xỉn

stink 1 *n.* mùi hôi thối: *to raise a ~* bới thối ra 2 *v.* [stank; stunk] thối um; tởm quá; tồi quá; làm thối um lên: *to ~ of money* giàu lắm, giàu sụ

stint 1 *n.* phần việc; sự hạn chế (cố gắng): *without ~* không hạn chế, hết sức mình; *he did a three-year ~ in the army* ông ấy có đi lính ba năm rồi 2 *v.* hạn chế; hà tiện, tiếc

stipend *n.* lương, tiền thù lao, tiền học bổng

stipulate *v.* nói rõ, quy định

stipulation *n.* điều khoản; điều kiện

stir 1 *n.* sự quấy/khuấy; sự cời/khêu; sự chuyển/náo động: *to create a ~* gây náo động; *no ~ in the air* không một làn gió 2 *v.* quấy, khuấy [cà phê, sữa]; cời, khêu [củi lửa]; làm lay động; khích động, khêu gợi; nhúc nhích, cựa quậy, động đậy: *not ~ a finger* không có nỗ lực giúp đỡ; *to ~ coffee* khuấy cà phê; *to ~ up curiosity* khêu gợi tính tò mò; *to ~ one's stumps* ba chân bốn cẳng, vội vàng

stir-fry *v.* chiên xào nhanh

stirring *adj.* gây xúc động; sôi nổi: *to lead a ~ life* sống một cuộc đời sôi nổi

stirrup *n.* bàn đạp [ở yên ngựa]

stitch 1 *n.* mũi khâu/đan/thêu; mũi khâu vết mổ; một mảnh, một tí: *a ~ in time saves nine* cách điều trị đúng cứu được nhiều người; *in* ~es không nín được cười 2 *v.*

khâu; khâu [vết thương, sách]: *to ~ some-one up* giữ ai lại, níu kéo ai lại

stock 1 *n.* kho, kho dự trữ; hàng tồn kho, vốn liếng, cổ phần; nước thịt, nước dùng; thân cây; để đe; báng súng; gốc rễ, dòng dõi: *live ~* trâu bò; *in ~* tồn kho; *out of ~* hiện bán hết; *to take ~ of* kiểm kê hàng hoá; đánh giá, lượng giá; *lock, ~ and barrel* tất cả, cả chì lẫn chài; *~ car* toa chở trâu bò; *~ company* gánh hát tài tử/nghiệp dư; *~ exchange* thị trường chứng khoán; *~ market* thị trường chứng khoán; *~ raising* nghề chăn nuôi 2 *v.* tích trữ (trong kho); nuôi thêm [trâu bò]; thả (cá) xuống [ao hồ]: *I have ~ed my car up with food* tôi vừa chất thêm thức ăn lên xe 3 *adj.* giữ tồn kho: *~ sizes* hàng tồn kho; *a ~ answer* nhàm chán

stockade *n., v.* trại giam; hàng rào phòng thủ

stockbreeding *n.* nghề chăn nuôi

stockbroker *n.* người đại diện mua bán chứng khoán

stockfarm *n.* trại nuôi súc vật

stockholder *n.* cổ đông, người có cổ phần

stocking *n.* bít tất dài (đàn bà): *a pair of nylon ~s* một đôi bít tất dài bằng ni lông; *in one's ~ed feet* chân không giày; *~ filler* món quà nhỏ vừa bít tất trong dịp Giáng sinh

stockpile *n., v.* (kho) dự trữ

stockroom *n.* buồng kho, nhà kho, kho hàng

stocktaking *n.* kiểm điểm hàng tồn kho

stocky *adj.* lùn nhưng chắc nịch

stockyard *n.* bãi rào để giữ súc vật [gần chợ, ga, lò sát sinh]

stoic *n., adj.* (người) theo phái xtô-ic tức chủ nghĩa chịu đựng/khắc kỷ

stoicism *n.* triết lý/chủ nghĩa cấm dục, đạm bạc, chịu đựng

stoke *v.* đốt [lò], chụm [lò]

stoker *n.* người đốt lò; máy đổ than vào lò

stole *n.* khăn choàng cổ; khăn choàng vai

stole quá khứ của **steal**

stolen quá khứ phân từ của **steal**

stolid *adj.* thản nhiên, điềm tĩnh, phớt tỉnh, tỉnh bơ

stomach 1 *n.* dạ dày, bao tử; bụng: *to stay one's ~* làm cho đỡ đói; *to be of a proud ~* tự cao tự đại; *on an empty/full ~* no bụng/trống bụng; *~ache* sự/cơn đau bụng, đau dạ dày; *~-pump* ống chích vào ruột 2 *v.* chịu đựng, cam chịu, nuốt [nhục, hận]: *to ~ an insult* nuốt nhục

stomp *n., v.* (sự) dậm chân nhảy mạnh

stone 1 *n.* đá, hòn đá; đá cuội; sỏi, sạn [thận, bọng đái]; hột, hạch [đào, mơ, mận]: *precious ~* đá quý, ngọc; *~ Age* thời kỳ đồ đá, thời đại thạch khí; *~ broke* kiết lỗ đít;

~-deaf điếc đặc; *~ quarry* hầm đá, mỏ đá; *within a ~'s throw* gần lắm, chỉ cách đây một quãng ngắn 2 *v.* ném đá vào ai; bỏ hột [quả]

stoned *adj.* bị choáng váng bởi rượu hoặc ma tuý

stonemason *n.* thợ xây đá

stonewashed *adj.* mài áo quần cho mòn đi

stonework *n.* nghề thợ nề xây đá; tường (xây) đá

stony *adj.* nhiều/đầy đá; cứng như đá; sắt đá, chai đá, sắt đá, lạnh lùng, vô tình

stood quá khứ của **stand**

stooge 1 *n.* hề phụ; vai phụ; bù nhìn, người rơm 2 *v.* đóng vai phụ, đóng vai bù nhìn

stool *n., v.* ghế đẩu; phân, cứt; cò mồi: *~ pigeon* chim bồ câu mồi; cò mồi, chỉ điểm; *fall between two ~s* bị kẹt giữa hai bên

stoop 1 *n.* sự cúi nghiêng mình; dáng gù; sự hạ mình: *~-shouldered* gù lưng tôm 2 *v.* cúi mình, khom người; cúi rạp xuống; hạ mình; [diều hâu] sà xuống: *to ~ to conquer* hạ mình để chinh phục

stop 1 *n.* sự dừng/ngừng lại, sự đỗ lại; chỗ đỗ xe [lấy khách]; dấu chấm câu; phụ âm tắt, tắt âm: *full ~* dấu chấm; *to put a ~ to* ngừng, ngưng, đình chỉ; *~ sign* bản ngừng; *~ light* đèn đỏ, đèn báo hiệu ngừng lại 2 *v.* ngừng, nghỉ, thôi; chặn, ngăn chặn, can, ngăn cản; dừng/dừng lại, ngừng lại, ở lại, lưu lại: *~ thief!* bắt lấy thằng kẻ cắp; *to ~ smoking* thôi không hút nữa, cai thuốc lá; *to ~ at nothing* vô tích sự; *to ~ dead* ngừng ngay lại; *to ~ off* đỗ lại, nghỉ lại; *to ~ off at* ghé vào một chút, tạt vào; *to ~ up to* bịt lại

stopgap 1 *n.* sự lấp chỗ trống 2 *adj.* tạm thời

stopover *n.* sự dừng lại; trạm dừng/ghé lại

stoppage *n.* sự tạm ngừng, sự đình chỉ; sự tắt

stopper *n., v.* người chặn lại; nút, nút chai: *put a ~ on* đậy nút chai lại

stopwatch *n.* đồng hồ bấm giờ

storage *n.* sự cất vào kho; kho hàng; thuế (tồn) kho; sự tích lũy: *to put in ~* gửi người ta cất đồ đạc bàn ghế vào kho; *~ battery* ắc quy, pin, bình điện

store 1 *n.* cửa hàng, cửa hiệu, hiệu, tiệm; kho hàng; hàng/đồ dự trữ: *in ~* có sẵn, chứa sẵn; *to set great ~ by* đánh giá cao 2 *v.* cất giữ, để vào kho, để dành, tính trữ, chứa, đựng, tích: *to ~ one's mind* trau dồi trí tuệ

storehouse *n.* kho, vựa; kho [tài liệu]

storekeeper *n.* chủ hiệu, chủ tiệm; viên thủ kho

storeroom *n.* buồng kho, nhà kho

stork *n.* con cò

storm 1 *n.* cơn bão, dông tố; cơn sóng gió; trận; trận tấn công ác liệt: *a ~ in a teacup* vấn đề hết sức thích thú; *to take by* ~ đột chiếm; *a ~ of abuse* một trận xỉ vả tàn tệ; *sand ~* bão cát; *snow ~* bão tuyết; *~ signal* dấu hiệu có bão; *~ troops* bộ đội xung kích; *~ window/door* cửa kính phòng bão 2 *v.* đột kích, đột chiếm; tấn công: *to ~ into* xông vào; *to ~ somebody with questions* chất vấn ai dồn dập

stormy *adj.* có bão; như vũ bão; sôi nổi

story *n.* chuyện, câu chuyện; truyện; cốt truyện, tình tiết; tiểu sử, tiểu truyện; lời nói láo: *~ book* sách truyện; *~ teller* người kể chuyện; *they all tell the same ~* họ đều kể một câu chuyện giống nhau; *to cut a long ~ short* rút ngắn câu chuyện, nói tóm lược lại

story *n.* [*Br.* **storey**] tầng, tầng gác, tầng lầu: *a three-storied building* toà nhà ba tầng

stout 1 *n.* thứ bia nặng, màu nâu 2 *adj.* chắc mập, mập mạp; dũng cảm, kiên cường: *~-hearted* dũng cảm, gan dạ

stove 1 *n.* lò [sưởi nhà]; bếp lò [khí, điện, than] 2 *v.* trồng cây trong nhà kiếng

stow *v.* xếp gọn; chất, chứa, xếp [hàng hoá ở tàu]: *to ~ away* đi tàu thuỷ lậu vé

stowaway *n.* hành khách lậu vé tàu thuỷ

straddle *v., n.* ngồi giạng chân hai bên, cưỡi [ngựa]

strafe *v., n.* bắn quét, bắn phá, oanh tạc; quở trách

straggle *v., n.* đi rời rạc; tụt lại đằng sau

straggler *n.* người không theo hàng lối, tụt hậu

straight 1 *adj.* thẳng; thẳng thắng, chân thật, không úp mở; ngay ngắn, đều, ngăn nắp, thứ tự; [rượu] không pha: *a ~ line* một đường thẳng; *~-faced* đối mặt, nhìn thẳng; *the ~ and the narrow* thẳng và hẹp; *~ speaking* nói thẳng 2 *adv.* thẳng, suốt; đúng, chính xác; ngay lập tức: *to go ~* đi thẳng; *he came ~ from home* ông ấy đi thẳng từ nhà đến đây; *~ away* ngay lập tức 3 *n.* sự thẳng, đoạn thẳng: *to be out of the ~* không thẳng

straighten *v.* làm cho thẳng, sửa cho ngay; xếp dọn cho ngăn nắp; thẳng ra, thẳng lên

straightforward *adj.* thẳng thắn, thành/chân thật

strain 1 *n.* sự căng thẳng; dòng dõi, giống; khuynh hướng, chiều hướng; giọng, điệu; khúc/điệu nhạc: *mental ~* sự căng thẳng tinh thần; *to suffer from ~* mệt mỏi vì làm việc căng thẳng 2 *v.* làm căng; làm căng thẳng, làm mỏi [mắt]; làm cong/méo; lọc, rây [cho hết nước]; hết sức cố gắng: *please take care not to ~ your eyes* cẩn thận đừng để mắt làm việc căng thẳng quá; *to~ every nerve* căng thẳng thần kinh; *to ~ oneself* tự gắng sức

strained *adj.* căng thẳng; [nụ cười] gượng gạo

strainer *n.* rây lọc [cho hết nước], bát xoa

strait *n., adj.* eo biển: *in dire ~s* trong cơn túng quẫn; *the ~s* eo biển ma lắc ca; *the ~s of Dover* eo biển ca-le; *~ jacket* áo mặc trói người điên; *~-laced* quá khắc khe/câu nệ về đạo đức

straiten *v.* làm chật/hẹp lại; làm cho túng bần

strand 1 *n.* tao [dây]; chuỗi hạt đeo cổ; sợi [tóc] 2 *n.* bờ biển, bờ sông/hồ 3 *v.* mắc cạn

stranded *adj.* mắc cạn; bị bỏ rơi, lỡ độ đường

strange *adj.* lạ, xa lạ, không quen; lạ lùng, kỳ lạ, kỳ dị, kỳ hoặc, kỳ cục, kỳ quái; *to feel ~* cảm giác lạ; *~ to say* không quen nói

stranger *n.* người lạ mặt, người xa lạ: *he is no ~ to us* ông ấy chẳng xa lạ gì với chúng tôi, chúng tôi biết ông ấy

strangle *v.* bóp cổ/họng; thắt cổ; làm nghẹt cổ, bóp nghẹt; nén [cười]; đàn áp [phong trào]

stranglehold *n.* sự siết chặt/làm chủ hoàn toàn; thòng lọng

strangulation *n.* sự kẹp lại, sự bóp nghẹt

strap 1 *n.* dây, đai để chằng [bằng da, vải, cao su] 2 *v.* buộc bằng dây da, đánh đai; liếc dao cạo

straphanger *n.* hành khách đứng trong xe buýt (tay nắm chặt vào dây da cho khỏi ngã)

strapless *adj.* [nịt vú/xú chiêng] không có dây, [áo] không có cầu vai

strapping *adj.* to lớn, vạm vỡ: *a ~ lad*

strata xem **stratum**

stratagem *n.* mưu kết, mưu mẹo, mánh lới

strategic *adj.* [vị trí, vũ khí] chiến lược: *Vietnam occupies a ~ position in Southeast Asia* Việt Nam là một vị trí chiến lược trong vùng Đông Nam Á

strategist *n.* nhà chiến lược, chiến lược gia

strategy *n.* chiến lược

stratify *v.* xếp thành tầng/lớp

stratosphere *n.* tầng bình lưu

stratum *n.* (*pl.* **stratums, strata**) địa tầng, lớp, vỉa; tầng lớp xã hội

straw 1 *n.* rơm; ống rơm, ống hút [để uống nước]: *not worth a ~* không có giá trị gì; *to catch/grasp a ~* dùng phương cách trong tình trạng tuyệt vọng 2 *adj.* bằng rơm; nhỏ nhặt, tầm thường; *~ hat* mũ rơm; *~ man* người rơm, bù nhìn; *~ mattress* đệm rơm; *~ vote* cuộc bỏ phiếu thử; *~ in the wind* cái chỉ hướng gió thổi, cái chỉ hướng tương lai

strawberry *n.* quả dâu tây; bụi dâu tây

strawboard *n.* tấm bảng làm bằng rơm

stray 1 *n.* súc vật bị lạc, trẻ con bị lạc 2 *adj.* [người, đạn] lạc; rải rác, lác đác 3 *v.* lạc, đi lạc, lạc đường; lầm đường lạc lối, lầm lạc

streak 1 *n.* đường sọc/rạch, vệt, tia [*lightning*

chớp]; nét, một chút; hồi, cơn: *like a ~* nhanh như chớp; *~ of lightning* tia chớp **2** *v.* làm cho có vệt; thành sọc/vệt; chạy vụt; cởi truồng chạy nhanh qua chỗ đông

streaker *n.* thanh niên (nam/nữ) trần như nhộng chạy nhảy cỡn ở chỗ đông

streaky *adj.* có đường sọc, có vệt

stream 1 *n.* dòng/ngọn/con suối, dòng sông nhỏ; dòng nước, luồng nước: *a ~ of applicants* dòng người đến nộp đơn; *a ~ of light* một luồng ánh sáng; *the ~ of time* dòng thời gian; *to go against the ~* ngược dòng **2** *v.* chảy như suối, chảy ròng ròng; trào ra, tuôn/ùa ra; [lá cờ] tung bay phấp phới

streamer *n.* cờ đuôi nheo; tít chạy suốt trang báo

streamlet *n.* suối nhỏ, ngòi

streamlined *adj.* [kiểu xe hơi, xe lửa] có dáng thuôn, có dáng khí động; ngắn gọn, cô đọng; được cải tổ cho thêm hợp lý và hữu hiệu

street *n.* phố, đường, đường phố; hàng phố; lòng đường: *we live on Taylor ~* chúng tôi ở đường Taylor; *up one's ~* trong tầm hiểu biết, hợp với quyền lợi của mình; *~s ahead* đắng tối cao; *~ cleaner* người quét đường, xe quét đường; *~ clothes* quần áo thường; *~ floor* tầng dưới cùng; *~ sprinkler* xe tưới nước; *~ urinal* cầu tiểu tiện ngoài đường

streetcar *n.* xe điện

streetlight *n.* đèn điện ngoài phố

streetwalker *n.* gái điếm, gái ăn sương

streetwise *adj.* quen thuộc với lối sống thành phố

strength *n.* sức mạnh/khoẻ, sức lực; cường độ [của điện]; nồng độ [của rượu]; sức/độ bền [vải, vật liệu]; quân số hiện có: *on the ~ of* vì tin vào

strengthen *v.* làm cho mạnh (thêm); củng cố, tăng cường; trở nên hùng mạnh, thành mạnh thêm: *to ~ one's hands* khuyến khích ai thẳng tay hơn nữa

strenuous *adj.* hoạt động tích cực, hăm hở, hăng say; [công việc] nặng nhọc; [cố gắng] mãnh liệt

stress 1 *n.* sự cố gắng; sự bắt buộc; ứng suất; sự nhấn mạnh; trọng âm: *~ disease* bệnh do áp lực tinh thần; *to lay ~ on* nhấn mạnh vào [một điểm]; *times of ~* những lúc khẩn trương **2** *v.* nhấn mạnh [một âm tiết, một điểm]; cho tác dụng ứng suất: *please ~ on the first syllable* làm ơn nhấn mạnh vần thứ nhất

stretch 1 *n.* sự kéo dài ra; sự duỗi [tay] ra; nghĩa rộng; quãng đường, khoảng đất; dải: *at a ~* một hơi, một mạch; *in one ~* làm một hơi/mạch, liền; *~ of land* dãi đất **2** *v.*

kéo ra, căng/giăng ra; duỗi [tay, chân]; lạm dụng; *to ~ oneself* vươn vai (nông) rộng ra; giãn ra; nằm sóng soài; [cánh đồng] trải dài ra, chạy: *to ~ one's wings* vươn vai; *to ~ one's legs* duỗi chân đứng lên đi

stretcher *n.* cái cán; cái để nông, khung để căng: *~ bearer* người khiêng cáng; *~-party* nhóm tải thương

strew *v.* [strewed; strewed/strewn] rắc, vãi, rải

strewn quá khứ của **strew**

stricken *adj.* bị ảnh hưởng, bất hạnh; làm ngang bằng que gạt: *a family ~ by genetically inherited cancer* gia đình bị ảnh hưởng di truyền ung thư

strict *adj.* nghiêm ngặt, nghiêm khắc; chính xác: *in ~ confidence* triệt để kín đáo, bí mật; *~ discipline* kỷ luật nghiêm ngặt; *~ observance* theo đúng

stricture *n.* sự chỉ trích/phê bình

stride 1 *n.* bước dài: *to take in one's ~* ổn định công việc của mình; *~s* sự tiến bộ **2** *v.* [strode; stridden] đi dài bước; đứng giạng chân; bước qua: *to ~ across/over* bước qua; *to ~ along* đi những bước dài

strident *adj.* the thé, in tai, inh ỏi

strife *n.* sự cãi cọ, sự xung đột: *to be at ~ with someone* có xung đột với ai

strike 1 *n.* cuộc đình công/bãi công; sự tìm được [dầu, quặng mỏ]; cú vụt bóng trúng [bóng chày]: *to go on ~* đình công; *hunger ~* tuyệt thực; *~ pay* trợ cấp đình công **2** *v.* [struck; struck/stricken] đánh, đập; đánh [match diêm]; đúc [tiền]; [đồng hồ] điểm giờ; làm cho chú ý; đâm rễ; tấn công; bãi công, đình công; đào trúng, tìm được [dầu, mỏ]: *to ~ it rich* đào trúng mỏ; phất to; *the hour has struck* giờ đã điểm; *to ~ up an acquaintance* làm quen; *to ~ up a tune* cất tiếng hát một điệu; *a ship ~s the rocks* tàu đụng vào đá; *the clock ~s five* đồng hồ điểm năm giờ; *to ~ home* đánh trúng đích, đánh trúng chỗ yếu; *to ~ at the root* triệt hạ đến tận gốc; *to ~ back* đánh trả lại; *to ~ down* đánh ngã; *~ while the iron is hot* không để lỡ mất cơ hội

strikebreaker *n.* người phá cuộc đình công

striker *n.* người đình công

striking *adj.* [thợ] đang đình công; nổi bật; đánh, đả kích, xung kích: *~ power* sức xung kích; *within ~ distance* trong khoảng cách gần để đánh

string 1 *n.* dây, băng, dải; chuỗi, chùm, đoàn; xơ, thớ; dây đàn: *shoe ~* dây giày; *a ~ of pearls* một chuỗi hạt ngọc; *a 16-~s instrument* một thứ đàn có 16 dây, đàn tranh; *the ~s* đàn nhị, nhạc khí có dây; *on a*

~ dưới sự điều khiển của ai; *to pull ~s* giật dây; *with no ~s attached* không có điều kiện gì ràng buộc cả **2** *v.* [**strung**] buộc bằng dây; treo bằng dây; mắc dây vào đàn; căng dây [vợt ten nít]; xâu, xỏ [thành chuỗi]: *to ~ along* đi theo ai; *to ~ out* tháo dây ra; *to ~ up* treo cổ ai

string bean *n.* đậu tây, đậu đũa

stringent *adj.* [luật lệ] nghiêm ngặt, chặt chẽ

stringy *adj.* có sợi, có thớ; chảy thành dây

strip **1** *n.* mảnh, dải, miếng [hẹp và dài]: *comic ~* cột hí hoạ; *air ~* đường bay; *landing ~* đường máy bay hạ cánh; *~club* câu lạc bộ có vũ/thoát y cởi truồng; *~ mine* mỏ lộ thiên; *~ mining* việc khai mỏ lộ thiên; *to tear a person off a ~* khiển trách ai thậm tệ, quở mắng ai một cách giận dữ **2** *v.* lột [trần], cởi áo quần; tước đoạt; làm trượt răng [đinh vít]; lột [vỏ]: *to ~ off, to ~ down* tháo tung

stripe *n.* sọc, vằn; lon, quân hàm: *to win one's ~s* được lên lon; *Stars and ~s* cờ sao sọc, cờ Mỹ

striped *adj.* có sọc, có vằn

stripper *n.* người vũ khoả thân, người tước vật gì

striptease *n.* vũ cởi truồng, vũ thoát y

strive *v.* [**strove**; **striven**] cố gắng, phấn đấu: *to ~ against* đấu tranh chống

striven quá khứ của **strive**

strode quá khứ của **stride**

stroke **1** *n.* cú đánh đòn, roi; đột quỵ; kiểu bơi, nét bút; cái vuốt ve: *~ of the pen* nét bút; *he received ten ~s* cậu ấy bị phạt 10 roi; *my friend had a ~ last night* tối qua bạn tôi bị ngập máu đột quỵ; *I get up at the ~ of five everyday* hôm nào cũng vậy, đồng hồ đánh năm giờ là tôi dậy rồi; *at a ~* đánh một cái; *off one's ~* không hay như thường lệ; *~ of genius* một ý kiến độc đáo; *~ of luck* dịp may bất ngờ **2** *v.* vuốt ve: *to ~ someone down* làm ai nguôi giận; *to ~ someone the wrong way* làm ai nổi giận, làm ai phát cáu; *to ~ a person's hair the wrong way* chọc ai phát cáu

stroll *n., v.* (sự/cuộc) đi dạo, đi tản bộ

stroller *n.* người đi dạo; xe đẩy trẻ con

strong **1** *adj.* khoẻ mạnh, tráng kiện; bền, kiên cố, chắc chắn; giỏi, cứng, có khả năng; đặc, mạnh; [mùi] nặng, hôi, thối; mãnh liệt, kịch liệt; [động từ] không theo quy tắc: *a ~ memory* trí nhớ dai; *as ~ as a horse* khoẻ như trâu/voi; *~-arm* bằng vũ lực; *~ language* lời nói nặng; *~ market* thị trường mạnh, thị trường giá cả lên nhanh; *~ measure* biện pháp cứng rắn; *~-minded* cứng rắn, kiên quyết; *~ point* trọng điểm; *~*

stomach bao tử khoẻ không bị nôn; *to be ~ in math* giỏi toán **2** *adv.* rất mạnh: *the tide is running ~* thuỷ triều lên rất mạnh; *come it ~* làm việc gì đến nơi đến chốn

stronghold *n.* đồn, đồn lũy, thành lũy, thành trì

strontium *n.* hoá chất stron-ti

strop *n., v.* miếng da để liếc dao cạo, liếc dao cạo

strove quá khứ của **strive**

struck quá khứ của **strike**

structural *adj.* kết cấu, cơ cấu, cấu trúc; (để) xây dựng: *a or the is a ~ word* "a" hay "the" là từ cấu trúc (hư từ)

structure **1** *n.* kết cấu, cơ cấu, cấu thức, cấu trúc; công trình kiến trúc/xây dựng: *a sentence ~* cấu trúc câu; *I like the ~ of your house* tôi thích cấu trúc ngôi nhà của bạn **2** *v.* kết cấu, cấu trúc, sắp xếp: *to ~ the essay in a certain way* kết cấu bài luận văn một cách vững chắc

struggle **1** *n.* cuộc đấu tranh/chiến đấu, sự tranh đấu: *class ~* cuộc đấu tranh giai cấp; *the ~ for national independence* cuộc đấu tranh giành độc lập quốc gia; *the ~ for existence* cuộc đấu tranh để tồn tại **2** *v.* vùng vẫy, vật lộn; cố gắng; tranh đấu: *to ~ against* đấu tranh chống lại ...

strum *v., n.* gảy, gãi, búng [ghi ta]

strumpet *n.* gái điếm, đĩ

strung quá khứ của **string**

strut **1** *v.* đi khệnh khạng, đi vênh vang: *to ~ like a peacock* đi khệnh khạng như con công **2** *n.* thanh chống, giàn chống

stub **1** *n.* gốc cây; mẩu [bút chì, thuốc lá, xì gà]; cuống [chi phiếu, vé] **2** *v.* đánh gốc, dụi tắt tàn thuốc, vấp [ngón chân]

stubble *n.* gốc rạ; râu mọc lổm chổm

stubborn *adj.* bướng, bướng bỉnh, ngoan cố; ngoan cường; [vết] không sạch

stubby **1** *adj.* ngắn và dày **2** *n.* bia chai nhỏ

stucco *n.* vữa xi măng trát tường

stuck quá khứ của **stick**

stuck-up *adj.* học đòi làm sang; ngông nghênh, ngạo mạn

stud **1** *n.* ngựa giống, trại nuôi ngựa giống, trại nuôi ngựa nòi: *~-book* sổ ghi lý lịch ngựa; *~-farm* trại nuôi ngựa; *~-horse* ngựa giống **2** *n.* đinh đầu lớn; núm trang trí; khuy rời đinh tác, ri-vê **3** *v.* đóng đinh; rải đầy/khắp: *to ~ with* rải rác đầy, lốm đốm những ...

student *n.* học sinh (trung học), sinh viên; người nghiên cứu: *a ~ of history* một người nghiên cứu lịch sử; *college/university ~* sinh viên đại học; *~ body* toàn thể học sinh/sinh viên; *~ center* trung tâm sinh hoạt của sinh viên; *fellow* ~ bạn học; *former* ~ học trò cũ; cựu sinh viên; *graduate* ~ sinh viên cao học; *high school* ~ học sinh trung học; *history* ~ sinh viên theo học khoa sử

studied quá khứ phân từ của **study**

studied *adj.* cố tình, cố ý, tính trước; cẩn trọng

studio *n.* xưởng vẽ, xưởng điêu khắc, hoạ thất; xưởng phim, phim trường, phòng ghi âm: ~ *flat* phòng ghi âm, xưởng vẽ

studious *adj.* chăm/siêng học, cần học, chăm chỉ, chuyên cần; chăm lo, sốt sắng

study **1** *n.* sự học tập, sự nghiên cứu; đối tượng học tập/nghiên cứu; phòng học, phòng làm việc' bài tập nhạc: *center for Vietnamese Studies* Trung tâm Việt học, Trung tâm Nghiên cứu Việt Nam; *to give one's hours for* ~ để dành thì giờ vào việc học; ~ *leave* được nghỉ để đi học/nghiên cứu; ~ *room* phòng học **2** *v.* [**studied**] học, nghiên cứu: *to* ~ *English* học tiếng Anh; *to* ~ *out* nghiên cứu tìm ra vấn đề gì; *to* ~ *up* học để đi thi

stuff **1** *n.* chất; thứ, món vật liệu, chất liệu: *the* ~ tiền nong; *to know one's* ~ nắm vững môn của mình; *he has good* ~ *in him* ông ấy có bản chất tốt; ~ *and nonsense!* đồ không ra gì cả! **2** *v.* nhồi, nhét, dồn, lèn; bịt [tai]; đút phiếu lậu [vào thùng phiếu bầu]; ngốn, tọng: *to* ~ *one's ears with cotton* bịt tai lại bằng bông; ~ *it* không thích, không ưa

stuffed shirt *n.* người kiêu căng huênh hoang

stuffing *n.* chất nhồi, thịt nhồi

stuffy *adj.* thiếu không khí, hấp hơi, khó thở, ngột ngạt; có mùi mốc; buồn tẻ, chán; bảo thủ quá

stumble *v., n.* vấp, sẩy/trượt chân; nói/đọc vấp váp sai lầm; tình cờ: *to* ~ *upon/across* tình cờ gặp lại

stumbling block *n.* vật chướng ngại, trở ngại

stump **1** *n.* gốc cây (còn lại); mẩu tay/chân cụt; chân răng; mẩu [bút chì, thuốc lá, xì gà]: ~ *speaker* diễn giả ở chỗ công cộng; *to be on the* ~ đi diễn thuyết về chính trị, đi cổ động chính trị **2** *v.* đánh bóng [hình vẽ]; quay, truy [thí sinh]; làm cho ai bí; đi vận động tuyển cử ở [một vùng]; đi khập khiễng/cà nhắc: *I am ~ed for an answer* tôi bí không biết trả lời thế nào

stumpy *adj.* ngắn và dày; lùn và mập

stun *v.* làm choáng váng; làm sửng sốt/kinh ngạc

stung quá khứ của **sting**

stunk quá khứ của **stink**

stunning *adj.* làm choáng váng; [hay, đẹp] tuyệt

stunt **1** *n.* người/vật còi cọc **2** *n.* trò biểu

diễn phô trương táo bạo: ~ *man* người đóng những vai nguy hiểm **3** *v.* biểu diễn nhào lộn, biểu diễn trò nguy hiểm: *to* ~ *flying* lái may bay nhào lộn **4** *v.* làm còi cọc

stupefy *v.* làm cho u mê đần độn, làm ngây dại; làm sững sờ/sửng sốt/kinh ngạc

stupendous *adj.* (to lớn) lạ thường, kỳ dị/diệu

stupid *adj.* ngu ngốc/dại/đần, đần độn, ngớ ngẩn

stupidity *n.* sự ngu đần, sự ngu xuẩn

stupor *n.* trạng thái sững sờ

sturdy *adj.* khoẻ mạnh, mạnh mẽ, cứng cáp, cường tráng; mãnh kiệt, kịch liệt, kiên quyết

stutter **1** *n.* sự/tật nói lắp **2** *v.* nói lắp, cà lăm

sty **1** *n.* chuồng lợn/heo: *pig*~ chuồng heo **2** *n.* cái chắp, cái nhài quạt ở mắt **3** *v.* nhốt vào chuồng, ăn ở bẩn thỉu như chuồng lợn

style **1** *n.* cách, lối; phong cách, văn phong, văn, lối hành văn; kiểu, dáng, loại; mốt, thời trang; vẻ sang trọng lịch sự; biệt hiệu, tên tự: *to live in great* ~ sống rất đế vương; ~ *of work* phong cách làm việc **2** *v.* gọi tên là: *to* ~ *oneself a doctor* tự xưng là bác sĩ

stylish *adj.* diện, đúng mốt, hợp thời trang, bảnh, bảnh bao, sang, sang trọng

stylist *n.* nhà văn trau chuốt; người lo kiểu áo kiểu tóc: *hair* ~ thợ cắt tóc kiểu sang đẹp

stylistics *n.* phong cách học; tu từ học

stylize *v.* làm đúng kiểu, cách điệu hoá

stylus *n.* bút nhọn, bút trâm; kim máy hát

stymie *n., v.* hoàn cảnh khó khăn; bị ngăn trở khó khăn

suave *adj.* lịch sự, lễ phép, ngọt ngào

sub **1** *n.* tàu ngầm; tiềm thuỷ đĩnh; người cấp dưới **2** *v.* đại diện cho ai, thay thế cho ai

subcategory *n.* danh sách phụ, loại phụ

subclause *n.* mệnh đề phu, vế phụ

subcommittee *n.* tiểu ban, phân ban

subconscious *adj.* tiềm thức

subcontinent *n.* lục địa nhỏ, tiểu lục địa

subcontract *v., n.* (cho) thầu lại, hợp đồng phụ

subdivide *v.* chia nhỏ nữa ra

subdivision *n.* chi nhánh, phân hiệu, phân bộ/cục

subdue *v.* chinh phục, khuất phục, nén; đè nén; làm dịu/bớt đi

subgroup *n.* từng nhóm nhỏ, phân nhóm

subhead *n.* đầu đề nhỏ, tiểu đề, đề (mục) phụ

subject **1** *n.* dân, thần dân, bề tôi; công dân; đề tài, đầu đề, chủ đề; chủ ngữ (trong câu); chủ thể; đối tượng nghiên cứu; môn học, môn, món: *to propose a* ~ *for discussion* đề nghị một đề tài thảo luận; *on the* ~ *of* về vấn đề, liên quan đến; ~ *catalog* danh sách đề mục; ~ *matter* vấn đề chính **2** *adj.* phụ thuộc, phụ dung, lệ thuộc, phải chịu, dễ bị: *to be ~ to damage* dễ bị hư hại; *~ to Senate ratification* còn tùy Thượng viện có phê chuẩn hay không **3** *v.* chinh phục [một nước]; bắt phải chịu: *all erroneous ideas must be ~ed to criticism* tất cả những tư tưởng sai lầm đều phải đưa ra phê bình chỉ trích

subjection *n.* sự chinh phục/khuất phục

subjective *adj.* chủ quan; thuộc chủ cách

subjectivism *n.* chủ nghĩa chủ quan

subjugate *v.* chinh phục, khuất phục; chế ngự

subjunctive *n., adj.* (thuộc) lối cầu khẩn: *~ mood* thể cầu khiến

sublease *v., n.* cho thuê lại; thuê lại

sublet *v.* cho thuê lại

sublimate *v., n.* (làm) thăng hoa

sublime *adj.* cao cả, cao siêu, cao nhã; siêu phàm, tuyệt vời, tuyệt luân, trác tuyệt

sub-machine gun *n.* súng tiểu liên

submarine **1** *n.* tàu ngầm, tiềm thuỷ đĩnh **2** *adj.* ở dưới biển, ngầm

submerge *v.* dìm/nhận xuống nước; làm ngập nước; [tàu ngầm] lặn

submission *n.* sự phục tùng/quy phục; sự đệ trình, sự nộp vào: *the ~ of a plan* sự trình nộp một kế hoạch

submissive *adj.* dễ bảo, ngoan, dễ phục tùng

submit *v.* chịu phục tùng, cam chịu, quy phục; trình bày, đệ trình, nộp đơn

subordinate **1** *n.* người cấp dưới, thuộc viên **2** *adj.* phụ thuộc, lệ thuộc; [mệnh đề] phụ **3** *v.* đặt vào phía dưới, đặt xuống bậc dưới

sub-plot *n.* một cảnh phụ, một màn phụ trong vở kịch

subpoena *n., v.* (trát) đòi ra hầu/trình toà

subscribe *v.* quyên góp; mua [báo chí] dài hạn; tán thành, đồng ý: *to ~ to a daily newspaper* mua dài hạn báo hàng ngày

subscriber *n.* người quyên góp; người mua báo dài hạn

subscription *n.* sự mua báo chí dài hạn, sự mua năm

subsequent *adj.* đến sau, xảy ra sau, theo sau

subsequently *adv.* về sau, rồi sau đó

subservient *adj.* khép nép, khúm núm, quy luỵ, quá lễ phép

subset *n.* bộ phận thứ nhì, bộ phụ

subside *v.* [nước] rút xuống; [trận bão, tiếng ồn] bớt, ngớt, giảm cường độ, lắng dịu

subsidiary **1** *n.* công ty phụ, người phụ, vật bổ sung **2** *adj.* phụ, trợ, nhỏ

subsidize *v.* trợ cấp cho, phụ cấp thêm: *the company will ~ travel allowance* công ty sẽ phụ cấp thêm tiền đi lại

subsidy *n.* tiền trợ cấp

subsist *v.* sống, sinh sống, sinh nhai; tồn tại

subsistence *n.* sự sinh nhai, sinh kế; sự tồn

tại: *~ allowance* tiền tạm ứng trước, trợ cấp sinh nhai tạm; *~ farming* nông phẩm phụ hỗ trợ cho nông gia khi không bán được sản phẩm; *~ level* mức lương căn bản, tiền lương đủ sống

substance *n.* chất, vật chất; thực chất, căn bản; đại ý, nội dung; của cải; thực thể: *I agree with you in ~* tôi đồng ý với bạn về căn bản

substandard *adj.* thiếu tiêu chuẩn, tiêu chuẩn thứ yếu

substantial *adj.* có thật; có thực chất, thực tế; to tát, lớn lao, quan trọng

substantiate *v.* chứng minh, minh chứng

substantive **1** *n.* thể từ, danh từ **2** *adj.* lớn lao, quan trọng; thuộc/như thể từ, thuộc/ như danh từ

substation *n.* ga xép, bóp nhánh, phân cục

substitute **1** *n.* người thay thế/điền khuyết, giáo viên phụ khuyết ngắn hạn; vật thay thế, món hàng thay thế **2** *v.* thay, đổi, thay thế; thay chân tạm thời cho: *I had to ~ for her* tôi phải dạy thay chị ấy

substitution *n.* sự thế, sự thay thế; sự đổi

substratum *n.* lớp dưới; thể nền; cơ sở: *it has a ~ of truth* điều đó có cơ sở sự thật

subterfuge *n.* mưu kế để lẩn tránh/thoái thác

subterranean *adj.* ở dưới mặt đất; ngầm, kín

subtitle *n., v.* tiểu đề; phụ đề

subtle *adj.* tế nhị, tinh tế; khôn khéo, khéo léo; [mùi vị] phẳng phất; huyền ảo

subtlety *n.* sự tế nhị/tinh tế; sự ý tứ/khéo léo

subtotal *n.* tổng số phụ

subtract *v.* trừ, bớt đi

subtraction *n.* tính/phép trừ; sự trừ đi

subtropical *adj.* cận nhiệt đới

suburb *n.* ngoại ô, ngoại thành: *the ~s of Hanoi* vùng ngoại ô/ngoại thành Hà Nội

suburban *adj.* thuộc/ở ngoại ô

suburbanite *n.* dân ngoại ô

subvention *n.* tiền trợ cấp, khoản trợ cấp

subversion *n.* sự lật đổ, sự đánh đổ

subversive *adj.* có tính chất phản loạn đả phá

subvert *v.* lật đổ; phá vỡ, đả phá

subway *n., v.* (đường) xe điện ngầm; hầm cho khách bộ hành qua phố: *~ station* ga xe điện ngầm

subzero *adj.* dưới số không, thời tiết dưới không độ

succeed *v.* tiếp theo, đến tiếp, kế tiếp; nối ngôi vua, kế vị, kế nghiệp; thành công: *to ~ one another* nối đuôi nhau, kế tiếp nhau; *to ~ to the throne* nối ngôi; *they ~ed in raising a large sum of money to build a small library* họ thành công trong việc quyên món tiền to để xây một cái thư viện nho nhỏ: *nothing ~s like success* thành công nầy dẫn đến thành công khác

success *n.* thành công, thắng lợi; người thành công: ~ *story* gương thành công

successful *adj.* thành công, thắng lợt, thành đạt, làm nên; trúng tuyển, đỗ; trúng cử, đắc cử

succession *n.* sự kế tiếp/nối tiếp; sự thừa kế, sự ăn thừa tự; sự nối ngôi, sự/quyền kế vị; chuỗi/tràng: *in* ~ liền nhau, liên tiếp; liền tù tì

successive *adj.* lần lượt; kế tiếp, liên tiếp/tục

successor *n.* người nối nghiệp/ngôi; con thừa tự

succinct *adj.* ngắn gọn, cô đọng

succor *n.* sự giúp đỡ/cứu giúp; viện trợ, chi viện

succotash *n.* món rau gồm có ngô hột và đậu hột

succulent *adj.* ngon, bổ; [cây] có lá mọng nước

succumb *v.* thua, không chịu nổi, quy; chết: *to* ~ *to temptation* không chống nổi sự cám dỗ

such **1** *adj.* như thế/vậy, thế đó; thật là, quả là; đến nỗi/đỗi: ~ *difficulties as this* những sự khó khăn như thế này; ~ *a leader* một lãnh tụ cỡ đó; ~ *a lousy leader* một lãnh tụ như thế; ~ *a lovely morning* một buổi sáng thật là đẹp; *he writes in* ~ *a way that nobody can understand him* ông ấy viết như thế không ai có thể hiểu được ông ấy viết gì; *countries* ~ *as,* ~ *countries as* những nước như là; *don't be in* ~ *a hurry* không phải vội vàng như thế; ~ *father* ~ *son* cha nào con nấy **2** *pron.* ~ *was not my intent at all* điều đó không phải là chủ ý của tôi; *as* ~ (cứ nguyên) như thế/vậy, với tư cách đó; ~ *and* ~ *a policy* một chính sách nào đó; ~ *and* ~ *consequences* những hậu quả như thế như thế

suck **1** *n.* sự bú/mút, sự hút **2** *v.* bú, mút; hút; hấp thụ, tiếp thu [kiến thức]: *to* ~ *in* hút, tiếp thu; *to* ~ *up* hút; *to* ~ *ice-cream* mút kem; *the baby* ~*s the breast of its mother* em bé bú mẹ; *to* ~ *dry* hút khô chai

sucker *n.* người nhẹ dạ dễ bịp

suckle *v.* cho bú, nuôi sữa; bú

suckling pig *n.* lợn sữa, heo sữa

suction *n.* sự hút, sự mút: ~ *cup* ống giác; ~ *pump* bơm hút

sudden *adj.* thình lình, đột ngột, đột nhiên: *a* ~ *change* sự thay đổi thình lình; ~ *infant death syndrome* triệu chứng đứa bé chết đột ngột

suddenly *adv.* (bất) thình lình, đùng một cái

suds *n.* bọt xà phòng, nước xà phòng: *to be in the* ~ trong cảnh khó khăn lúng túng

sue *v.* kiện, thưa; đi kiện; yêu cầu, cầu khẩn, thỉnh cầu: *I* ~*d him for damages* tôi đã kiện ông ấy để đòi bồi thường; *when did they* ~? họ khởi tố bao giờ?; *to* ~ *for peace* cầu hoà

suede *n.* da đanh, da hoẵng

suet *n.* mỡ thận, mỡ cật [bò, cừu]

suffer *v.* chịu, bị, chịu đựng, dung thứ; đau, đau đớn, đau khổ; bị thiệt hại, bị tổn hại: *to* ~ *a pain* chịu đau đớn; *in that battle the enemy* ~*ed many casualties* trận đó, địch bị tổn thất nặng nề

sufferance *n.* sự (mặc nhiên) dung thứ

sufferer *n.* người chịu đựng; người bị thiệt hại, khổ chủ, nạn nhân

suffering *n.* sự đau đớn/đau khổ, sự điêu đứng

suffice *v.* đủ, đủ để/cho: ~ *it to say that* chỉ cần nói rằng

sufficiency *n.* sự đầy đủ: *self-*~ sự tự túc

sufficient *adj.* đủ, vừa đủ, đầy đủ

suffix *n.* hậu tố, vĩ tố, tiếp vĩ ngữ

suffocate *v.* (làm) nghẹt thở; nghẹn ngào, chết ngạt

suffrage *n.* sự/quyền bỏ phiếu, quyền đi bầu: *universal* ~ sự phổ thông đầu phiếu

suffuse *v.* lan ra, tràn ra, làm ướt đẫm: *tears* ~ *the cheeks* nước mắt làm ướt đẫm hai má

sugar **1** *n.* đường, lời đường mật: *two lumps of* ~ hai cục đường; *beet* ~ đường củ cải; *cane* ~ đường mía; ~ *beet* củ cải đường; ~ *cane* mía, cây mía; ~ *Daddy* mỏ tiền, ông già dại gái; ~ *mill* nhà máy đường; ~ *refinery* nhà máy tinh chế đường **2** *v.* cho/bỏ đường, rắc đường, bọc đường: *to* ~ *the pill* làm êm dịu, bọc đường thuốc

suggest *v.* gợi ý, dẫn ý; đề nghị, đề xướng

suggestion *n.* ý kiến gợi ý; sự đề nghị; sự ám thị

suggestive *adj.* gợi ý, làm nhớ đến; khêu gợi

suicidal *adj.* tự tử, tự vẫn, tự sát

suicide *n., v.* (vụ/sự) tự tử, tự sát, tự vẫn: *to commit* ~ tự tử, tự sát, quyên sinh

suit **1** *n.* bộ com lê, bộ vét: ~ *of clothes* bộ quần áo; *law* ~ vụ kiện; *to follow* ~ cũng làm theo như thế **2** *v.* thích hợp, thích ứng; hợp với, thích hợp với; phù hợp với: *to* ~ *the action to the word* lời nói đi đôi việc làm; *to* ~ *oneself* tuỳ bạn muốn gì thì làm

suitable *adj.* hợp, phù hợp, thích hợp/đáng/ nghi

suitcase *n.* va li, cái cặp

suite *n.* dãy phòng (giấy), phòng đầy đủ tiện nghi; tổ khúc; đoàn tuỳ tùng

suiting *n.* vải may com lê, vải may quần áo

suitor *n.* người cầu hôn, đơn đương, đương sự

sulfa *n.* [*Br.* **sulpha**] sun-fa-mit

sulfate *n.* sun-fat

sulfur *n., v.* [*Br.* **sulphur**] (rắc) chất lưu huỳnh làm diêm hay thuốc súng

sulk *v., n.* hờn, hờn dỗi, người hay hờn dỗi
sulky *adj.* hay hờn dỗi; sưng sỉa
sullen *adj.* cau có, nhăn nhó, sưng sỉa
sully *v.* làm dơ, làm bẩn; làm xấu xa nhơ nhuốc
sultan *adj.* vua (nước Hồi giáo)
sultana *n.* nho khô không hột
sultry *adj.* oi bức, ngột ngạt
sum 1 *n.* tổng, tổng số; số tiền: ~ *of money* tổng số tiền; *in* ~ nói tóm lại, nói tóm tắt; ~ *total* 2 *v.* cộng lại, tóm tắt, tổng kết, đúc kết; kết luận: *to* ~ *up* tổng lết lại
summarize *v.* tóm tắt, đúc kết, tổng kết
summary *n., adj.* (bài/bản) tóm tắt, tóm lược, sơ lược, khái lược, giản lược, giản yếu
summer *n.* mùa hè, mùa hạ: ~ *holidays/ vacation* kỳ nghỉ hè; ~ *resort* thành phố nghỉ hè, chỗ nghỉ mát; ~ *school* lớp hè, khoá hè
summit *n.* đỉnh, chóp, chỏm; đỉnh cao: ~ *conference* hội nghị thượng đỉnh/tột đỉnh
summon *v.* gọi đến, mời đến, triệu/vời đến: *to* ~ *up* tập trung hết [can đảm]
summons *n.* trát đòi hầu tòa
sumo *n.* dân vật lộn su-mô Nhật
sumptuous *adj.* lộng lẫy, huy hoàng, xa hoa
sun 1 *n.* mặt trời, ánh nắng, ánh sáng mặt trời: *the* ~ *rises* mặt trời mọc; *the* ~ *sets* mặt trời lặn; *to rise with the* ~ dậy sớm; *in the* ~ ở chỗ nắng, ngoài nắng; ~ *bath* sự tắm nắng; ~ *lamp* đèn phơi nắng [trong buồng tắm], đèn tia cực tím, đèn tia tử ngoại; ~-*dress* áo quần chống nắng; ~ *deck* ban công lộ thiên; *under the* ~ dưới ánh nắng mặt trời, ở khắp nơi trên trái đất 2 *v.* phơi, phơi nắng; tắm nắng
sunbathe *v.* tắm nắng
sunbeam *n.* tia nắng
sunblock *n.* (*also* **sunscreen**) kính chống nắng
sunburn 1 *n.* sự sạm/rám nắng 2 *v.* sạm/rám nắng
sundae *n.* kem bày thêm trái cây, sô-cô-la và lạc
Sunday *n.* ngày chủ nhật: ~ *best* quần áo diện; ~ *school* lớp đạo pháp (dạy hôm chủ nhật)
sundial *n.* đồng hồ mặt trời, nhật quỹ
sundown *n.* lúc mặt trời lặn
sundries *n.* đồ lặt vặt, đồ linh tinh
sundry *adj.* lặt vặt
sunflower *n.* hoa hướng dương
sung quá khứ của **sing**
sunglasses *n.* kính râm, kính đen, kính thầy bói
sunk quá khứ của **sink**
sunken *adj.* bị chìm; [mắt] sâu, trũng, [má] hóp

sunlight *n.* ánh sáng mặt trời
sunlit *adj.* nắng chan hoà, ngập nắng
sunny *adj.* nắng, có nắng; vui tươi, hớn hở: ~ *side* phía có nắng; khía cạnh vui tươi, phía thuận lợi
sunrise *n.* lúc mặt trời mọc, bình minh: ~ *industry* kỹ nghệ đang lên
sunset *n.* lúc mặt trời lặn, hoàng hôn
sunshine *n.* ánh nắng, ánh sáng mặt trời; sự vui tươi hớn hở
sunstroke *n.* sự say nắng, sự trúng nắng, chứng cảm thử
suntan *n.* màu sạm/rám nắng, nước da bánh mật: ~ *oil* dầu bôi khi phơi nắng
sunup *n.* lúc mặt trời mọc
sup *v., n.* ăn cơm tối, uống từng hớp, ngụm, hớp
super 1 *n.* vai phụ; người gác cổng 2 *adj.* tuyệt, cừ, chiến, số dách, hết sảy, hết ý
superannuation *n.* tiền hưu bổng, tiền hưu trí
superb *adj.* tuyệt giỏi/hay, tuyệt trần/vời; cao cả, nguy nga tráng lệ, hùng vĩ: *a* ~ *view* một cảnh nguy nga
supercilious *adj.* kiêu ngạo/căng/kỳ, hợm hĩnh
superclass *n.* giới thượng lưu
superficial *adj.* nông cạn, thiển cận, sơ thiển; hời hợt, chỉ có bề ngoài
superfluous *adj.* thừa, dư, không cần, vô ích
superglue *n.* keo dán siêu đẳng
superhighway *n.* xa lộ
superhuman *adj.* siêu phàm/nhân, phi thường
superimpose *v.* đặt lên trên, chồng lên, thêm vào
superintendent *n.* giám đốc, hiệu trưởng, người quản lý
superior 1 *n.* người bề trên; Cha Bề Trên; thượng cấp 2 *adj.* ở trên, cao cấp; khá hơn, tốt (hơn), giỏi (hơn); thượng hạng, hảo hạng; trịch thượng, hợm: ~ *officer* sĩ quan cao cấp; *he is a* ~ *person* ông ấy là người tài giỏi
superiority *n.* sự cao hơn; chỗ trên; tính hơn hẳn, tính ưu việt: *air of* ~ có vẻ hách dịch ta đây; ~ *complex* phức cảm/mặc cảm tự tôn
superlative *n., adj.* (thể) tuyệt đối; (sự) tột bực; (cấp so sánh) cao nhất: ~ *adjectives* tính từ so sánh cao nhất
superman *n.* siêu nhân
supermarket *n.* siêu thị, chợ lớn
supernatural *adj.* (siêu) tự nhiên, linh thiêng
superpower *n.* siêu cường (quốc)
supersede *v.* [luật lệ] thay thế [luật lệ cũ]
supersonic *adj.* siêu âm (thanh)
superstar *n.* ngôi sao điện ảnh, tài tử nổi tiếng

superstition *n.* điều mê tín/dị đoan, sự tin nhảm

superstitious *adj.* tin nhảm, mê tín, dị đoan

superstore *n.* cửa hàng lớn bán đủ loại hàng

superstructure *n.* kiến trúc thượng tầng, cơ sở thượng tầng

supervise *v.* trông nom, giám sát/thị, quản đốc

supervision *n.* sự trông nom, sự giám sát

supervisor *n.* viên giám sát/giám thị, thanh tra

supine 1 *adj.* lật ngửa, uể oải 2 *n.* động danh từ

supper *n.* bữa cơm tối: *to sing for one's ~* làm việc gì để có lợi nhuận

supplant *v.* thay thế; giành chỗ, hất cẳng

supple *adj., v.* dễ uốn, mềm; mềm mỏng

supplement 1 *n.* phần phụ thêm, phần bổ sung; phụ trương 2 *v.* phụ thêm vào, bổ túc/sung/khuyết

supplementary *adj.* thêm, phụ, bổ sung

suppliant *n., adj.* (người) van xin, năn nỉ

supplication *n.* sự năn nỉ; đơn thỉnh cầu

supplier *n.* người tiếp tế, nhà thầu, nhà cung cấp

supply 1 *n.* sự cung cấp/tiếp tế; đồ tiếp tế/dự trữ: *supplies* quân nhu, thực phẩm; *in short ~* khan hiếm; *~ and demand* cung (và) cầu 2 *v.* cung cấp, cung ứng, tiếp tế; dẫn, đưa [chứng cớ]

support 1 *n.* cái chống, cột chống; sự ủng hộ, sự cấp dưỡng: *financial ~* sự cấp dưỡng tài chính; *moral ~* sự ủng hộ tinh thần; *to give ~ to someone* ủng hộ người nào; *in ~ of* 2 *v.* chống, đỡ (cho khỏi đổ); ủng hộ; nuôi nấng, cấp dưỡng: *to ~ one's family* cấp dưỡng cho gia đình

supporter *n.* người ủng hộ, người hổ trợ

suppose *v.* giả thiết, giả định, giả sử: *I ~ that he refuses to go along* tôi giả sử rằng hắn từ chối không theo mình; *I ~ so* Tôi tưởng/nghĩ được; *he was ~d to come* ông ấy đáng lẽ phải đến (như đã định, như đã thỏa thuận)

supposedly *adv.* cho là: *~ to study for his examination* nói là phải học thi [nhưng chưa chắc đã đúng]

supposition *n.* sự giả thiết; giả thuyết, ức thuyết

suppress *v.* đàn áp; cấm; nín, nén, cầm; giữ kín, ỉm đi

supremacy *n.* quyền tối cao; ưu thế

supreme *adj.* tối cao, tối thượng/đại, chí cao, chí tôn: *~ Being* đấng tối cao, đấng chí tôn; *~ Court* toà án tối cao, tối cao pháp viện; *the ~ Pontiff* Đức Giáo Hoàng

surcharge *n., v.* (phần) chở thêm; (tiền)

phạt/thu thêm; (sự) nạp nhiều điện quá; phụ thu

sure 1 *adj.* chắc, chắc chắn, cẩn thận; vững: *for ~* chắc chắn; *be ~ to say hello to your uncle* nhớ nói tôi gửi lời chào chú bạn nhé; *~ enough* đúng/chắc mà!; *to make ~* chắc chắn; *to make ~ one doesn't forget* để chắc chắn rằng mình không quên 2 *adv.* chắc chắn: *as ~ as eggs are eggs* chắc như đinh đóng cột; *it ~ is cold* gớm, lạnh thật!; *~ enough* không còn nghi ngờ gì nữa

surely *adv.* chắc chắn; rõ ràng; nhất định là thế

surety *n.* người bảo đảm, sự bảo đảm

surf 1 *n.* sóng vỗ vào bờ: *~ beach* bờ biển để lướt sóng; *~ club* câu lạc bộ của người chơi lướt sóng; *~ ski* tấm ván lướt sóng 2 *v.* lướt sóng: *I am going to buy a surfboard and learn to ~* tôi sẽ mua tấm ván lướt sóng và tập lướt sóng

surface 1 *n.* bề mặt, mặt ngoài; mặt; bề ngoài; ở mặt biển: *on the ~* trong bề ngoài *~ mail* thư từ gửi đường thuỷ, thư thường (không phải gửi máy bay); *to come to the ~* ra mặt sau khi lãnh tránh 2 *v.* đánh bóng bề mặt; [tàu ngầm] nổi lên mặt nước, [công an chìm, gián điệp] ra mặt

surface-colour *n.* màu in nổi

surface-printing *n.* sự in nổi

surface-to-air *adj.* [hoả tiễn] đất đối không

surface-to-surface *adj.* [hoả tiễn] đất đối đất

surfboard *n.* ván lướt sóng

surfeit *n., v.* (sự) ăn nhiều quá phát ngấy

surge 1 *n.* sự dâng/trào lên; sóng cồn 2 *v.* dấy lên, dâng lên: *to ~ forward* lao lên/tới; *to ~ up* dâng lên

surgeon *n.* nhà giải phẫu, bác sĩ phẫu thuật: *he is the best ~ in Vietnam* ông ấy mổ giỏi nhất Việt Nam; *~-general* tổng giám đốc y tế

surgery *n.* khoa mổ xẻ, khoa giải phẫu/phẫu thuật: *plastic ~* giải phẫu thẩm mỹ, phẫu thuật tạo hình; *open heart ~* vụ mổ tim

surgical *adj.* thuộc phẫu thuật/giải phẫu: *~ instruments* dụng cụ mổ

surly *adj.* cáu kỉnh, cau có, quạu, gắt gỏng

surmise *n., v.* (sự) đoán chừng, (sự) phỏng đoán, (sự) ức đoán

surmount *v.* vượt qua, khắc phục [khó khăn]

surname 1 *n.* họ: *what is your ~?* họ bạn là gì? 2 *v.* đặt tên họ cho; đặt tên hiệu: *he is ~d Nguyen* ông ấy đặt tên họ là Nguyễn

surpass *v.* hơn, quá, vượt, trội hơn

surplus *n., adj.* số thừa, số dư, số thặng dư: *budget ~* ngân sách thặng dư

surprise 1 *n.* sự ngạc nhiên; sự bất ngờ; thú vị bất ngờ: *pleasant ~! to my great ~* lạ thay!; ~ *attack* trận đột kích; ~ *party* tiệc bất ngờ; *I have a ~ for you* tôi dành cho bạn sự bất ngờ; *to take someone by ~* làm cho ai ngạc nhiên **2** *v.* làm ngạc nhiên; đánh úp, đột kích; chộp bắt, bắt quả tang: *I am ~d at her attitude* tôi lấy làm lạ tại sao cô ấy lại có thái độ đó

surprising *adj.* làm (mọi người phải) ngạc nhiên

surrender 1 *n.* sự đầu hàng; sự giao lại cho; từ bỏ: *unconditional ~* sự đầu hàng không điều kiện **2** *v.* từ bỏ; giao lại, nộp, dâng; đầu hàng, đầu thú: *to ~ to temptation* bị cám dỗ mà không cưỡng được

surreptitious *adj.* lén lút, gian lận, vụng trộm

surrogate *n.* người thay thế, người đại diện: ~ *mother* người mang thai thế cho mẹ

surround *v.* bọc, bao/vây quanh; bao vây, bổ vây: *my house is ~ed by trees* nhà tôi có cây bao quanh

surrounding *adj.* xung quanh, phụ cận

surroundings *n.* vùng xung quanh, vùng phụ cận, khu lân cận; môi trường, hoàn cảnh

surtax *n., v.* thuế phụ, thuế đánh thêm, thuế phụ thu

surveillance *n.* sự giám sát: *to be under ~* bị theo dõi

survey 1 *n.* cái nhìn tổng quát; sự kiểm điểm/tra; sự xem xét, nghiên cứu; sự đo đạc; bản đồ trắc địa: *to make a ~* lập bản đồ địa hình; làm một cuộc thăm dò (ý kiến) **2** *v.* nhìn chung, quan sát toàn diện; xem xét, nghiên cứu; lập/vẽ bản đồ [đất đai]

surveying *n.* khoa đạc điền, khoa trắc địa

surveyor *v.* thanh tra; trắc địa viên

survival *n.* sự sống sót; sự tồn tại; tàn tích: ~*kit* dụng cụ cấp cứu; ~ *of the fittest* phương thức tuyển chọn tự nhiên

survive *v.* sống lâu hơn; sống sót, còn lại, tồn tại: *these drugs that dissolve blood clots can help people ~ heart attacks* những thuốc nầy làm loãng máu có thể cứu sống người bị bệnh động tim

survivor *n.* người sống sót

susceptible *adj.* dễ bị, dễ mắc; dễ xúc cảm, dễ giận

sushi *n.* cơm gói bánh rong biển của Nhật

suspect 1 *n.* người bị tình nghi **2** *v.* ngờ, nghi (ngờ): *to ~ somebody of a crime* nghi ngờ người nào phạm tội

suspend *v.* treo lơ lửng/lủng lẳng; hoãn lại, đình chỉ; đóng cửa, đình bản [báo]; ngưng chức: *to ~ a person from work* đình chỉ công việc của ai; ~*ed sentence* án treo; *to ~ payment* hoãn trả tiền

suspenders *n.* dây đeo quần; dây đeo bít tất

suspense *n.* sự chờ đợi hồi hộp: *keep in ~* hoãn thông báo tin gấp cho ai; ~ *account* trương mục/tài khoản tạm

suspension *n.* sự treo; sự đình chỉ/đình bản/ ngưng chức; sự treo giò; sự tạm đuổi [học sinh]; thể vần: ~ *bridge* cầu treo; *the ~ of someone's driving license* việc rút bằng lái xe của ai

suspicion *n.* sự nghi ngờ/ngờ vực; một tí, một chút: *under ~* bị nghi ngờ

suspicious *adj.* đa nghi, nghi ngờ; đáng ngờ, khả nghi; không minh bạch, mập mờ, áp muội

sustain *v.* chống đỡ; chịu đựng; chịu, bị [thua, thiệt]; kéo dài: *not enough to ~ life* không đủ sống; *in order to ~ the readers' interest* để giữ sự chú ý của độc giả

sustenance *n.* chất bổ; thức/đồ ăn; kế sinh nhai

suture *n., v.* đường khâu vết thương, đường nối, đường ráp; khâu, ráp nối

swab 1 *n.* giẻ lau sàn nhà; miếng gạt **2** *v.* lau bằng giẻ; chùi, thấm [vết thương] bằng gạc

swaddle *v.* bọc/quấn [trẻ con] bằng tã

swaddling clothes *n.* tã, lót; thời kỳ còn bế ẵm

swag *n.* của ăn cắp, của ăn cướp

swagger *v., n.* (vẻ/dáng) vênh váo, nghênh ngang; (lời) khoác lác

swain *n.* thanh niên nông thôn; người cầu hôn

swallow 1 *n.* sự nuốt; miếng, ngụm **2** *n.* chim én, chim nhạn: *one ~ does not make a summer* một con én không làm nên mùa xuân; ~*-tailed coat* áo đuôi tôm **3** *v.* nuốt đồ ăn, nuốt lời/giận, chịu [nhục]; dễ tin: *to ~ one's words* nuốt lời; *to ~ one's anger* nuốt giận

swam quá khứ của **swim**

swamp 1 *n.* đầm lầy, bãi sình lầy **2** *v.* làm ngập; tràn ngập: *to be ~ed with requests* bị thư yêu cầu gửi đến tới tấp

swampy *adj.* lầy, sình lầy, có nhiều vũng lầy

swan *n.* chim thiên nga: ~*song* tiếng hót vĩnh biệt (của thiên nga); tác phẩm cuối cùng

swanky *adj.* đẹp, lịch sự, trang nhã

swap 1 *n.* sự đổi chác, sự đánh tráo **2** *v.* đổi, đổi chác; đánh tráo

swarm 1 *n.* đàn, bầy, đám, bọn đông, đám đông, lũ: ~ *of bees* đàn ong **2** *v.* họp/tụ lại thành đàn; [chỗ] đầy nhung nhúc

swarthy *adj.* [nước da] ngăm đen, sạm

swash *n.* tiếng sóng vỗ; sự huênh hoang khoác lác

swashbuckler *n.* du côn, côn đồ, ác ôn

swastika *n.* hình chữ vạn; hình chữ thập ngoặc

swat 1 *n.* cú đập mạnh **2** *v.* đập [ruồi]

swatch *n.* mẫu vải [ở cửa hàng thợ may]

swathe *n., v.* (vải) băng, quấn băng

sway 1 *n.* sự lắc lư/lúc lắc/đu đưa; sự cai/ thống trị 2 *v.* (làm) lắc lư, lắc, (làm) đu đưa; thống trị, cai trị

swear 1 *n.* lời thề; câu chửi rủa: *~words* câu chửi thề, lời nguyền rủa 2 *v.* [**swore**; **sworn**] thề; bắt thề; chửi, nguyền rủa: *to ~ by* tin, tỏ ra rất tin vào; viện [trời, phật] mà thề; *to ~ in* làm lễ tuyên thệ nhậm chức; *to ~ off* thề chừa/bỏ/cai [rượu, thuốc phiện, v.v.]; *he swore to revenge his father* anh ấy thề sẽ báo thù cho cha

sweat 1 *n.* mồ hôi; sự mồ hôi; công việc vất vả: *nightly ~s* sự ra mồ hôi trộm; *~ shirt* áo nịt vải bông [mặc khi tập thể thao]: *by the ~ of one's brow* bằng mồ hôi nước mắt của mình, bằng công sức của mình; *no ~* không có gì phải lo; *~ gland* tuyến mồ hôi 2 *v.* ra mồ hôi, đổ/toát mồ hôi, xuất hãn, toát dương: *to ~ it out* lo sợ áy náy, nóng ruột chờ đợi; *to ~ blood* làm đổ mồ hôi nước mắt

sweater *n.* áo len (dài tay)

sweatshop *n.* xí nghiệp bóc lột công nhân

sweaty *adj.* đầy mồ hôi, đẫm mồ hôi

Swedish *n., adj.* (người/tiếng) Thụy Điển

sweep 1 *n.* sự quét dọn; sự đảo mắt, sự nhìn quanh; khúc/đường cong; dải; tầm súng: *to make a clean ~ of* san bằng, được hết, vét hết; *a ~ of the eye* đảo mắt nhìn 2 *v.* [**swept**] quét; vét [mìn]; bay vút; trải ra: *to ~ one's hand over one's hair* vuốt tóc; *to ~ away* quét sạch đi; *to ~ under the carpet* che dấu việc gì để sẽ quên đi

sweeper *n.* người quét; máy quét, máy vét

sweeping 1 *n.* sự quét: *~s* rác rưởi quét đi 2 *adj.* [lời nói] chung chung, bao quát, vơ đũa cả nắm: *a ~ statement* lời nói chung chung, lời nói vơ đũa cả năm

sweepstake *n.* sổ xố (lấy quà); lối đánh cá ngược được vơ hết

sweet 1 *n.* kẹo mứt, đồ ngọt, của ngọt: *~s* kẹo ngọt; *~ and sour* chua ngọt 2 *adj.* ngọt; thơm; êm ái, êm đềm, du dương; xinh xắn, đáng yêu, dễ thương: *~ potato* khoai lang; *~ rice* gạo nếp, cơm nếp, xôi; *~ talk* ăn nói dịu dàng; *~ temper* tính tình dễ thương/dễ chịu; *~ tooth* thích ăn ngọt; *too ~* ngọt quá, ngọt lợ

sweetbread *n.* lá lách con bê

sweetbrier *n.* cây tầm xuân

sweeten *v.* làm cho ngọt, làm thêm đường; làm cho bớt đắng/chua; làm cho thơm; làm trong/dịu: *~ed condensed milk* sữa đặc có đường; *to ~ the pill* làm thuốc đắng bọc đường

sweetheart 1 *n.* người yêu/tình 2 *pron.* anh, em, mình, cưng

sweetmeats *n.* kẹo mứt, của ngọt

sweetness *n.* tính chất ngọt (ngào); tính chất tươi mát; tính dịu dàng; tính dễ thương

swell 1 *n.* chỗ sưng; chỗ cao/gồ lên; sóng cồn 2 *v.* [**swelled**; **swelled/swollen**] sưng lên; phồng lên, to lên, căng ra; làm phình/ phồng lên; làm tăng lên: *this kind of rain will cause the river to ~* mưa thế này thì nước sông sẽ lên to 3 *adj.* rất tốt, tốt lắm, (thế thì) tuyệt: *~-headed* bị sưng đầu, bị u đầu

swelling *n.* chỗ sưng, sưng phồng lên, sự căng ra

swelter *v., n.* nóng oi ả; mồ hôi mồ kê nhễ nhại; tình trạng oi ả, trời oi ả

swept quá khứ của **sweep**

swerve *n., v.* (sự) chênh lệch, (sự) đi lệch hướng

swift 1 *n.* chim én 2 *adv.* nhanh, mau, lẹ: *a ~ response* sự trả lời nhanh; *he has a ~ wit* anh ấy nhanh trí 3 *adv.* nhanh, mau: *to run ~* chạy nhanh

swiftness *n.* sự nhanh, sự mau lẹ

swig *n.,v.* hớp rượu, uống một hớp lớn

swim 1 *n.* sự bơi lội: *to be in the ~* nắm được tình hình chung 2 *v.* [**swam**; **swum**] bơi; [đầu] choáng váng, nổi; lướt nhanh: *to ~ across the river* bơi qua sông; *my head ~s* đầu tôi choáng váng

swimmer *n.* người bơi; tuyển thủ bơi lội

swimming *n.* sự bơi; môn bơi lội: *~ pool* bể bơi, hồ bơi

swimming suit *n.* áo tắm đàn bà;

swimming trunks *n.* quần bơi đàn ông

swindle *n., v.* (sự/vụ) lừa đảo, bịp bợm, gạt, lường gạt

swine 1 *n.* (*pl.* **swine**) lợn, heo 2 *n.* người bị khinh rẻ

swineherd *n.* người nuôi heo/lợn

swing 1 *n.* sự đu đưa/lúc lắc; cái đu; chuyển đi; cú xuynh; nhạc xuynh, dáng đi nhún nhảy: *in full ~* đang lúc hoạt động/sôi nổi nhất; *to walk with a ~* đi nhún nhảy; *~ bridge* cầu quay; *~ door* cửa hai chiều và tự động đóng lại 2 *v.* [**swung**] đu đưa, lúc lắc, đánh đu; treo lủng lẳng/tòng teng; vung [tay; gậy]; quay ngoắt; đi nhún nhảy

swipe 1 *n.* cú đánh mạnh 2 *v.* đánh mạnh; xoáy, ăn cắp

swirl 1 *n.* chỗ nước xoáy 2 *v.* cuộn, xoáy, cuốn đi

swish *n., v., adj.* (tiếng) chảy ào ào, chảy rào rào; (tiếng roi) vun vút; (tiếng áo quần) sột soạt

Swiss *n., adj.* (người) Thụy sĩ

switch 1 *n.* cành cây, roi gậy mềm; sự đổi, sự tráo; cái độn tóc; cái ngắt điện; ghi đường xe lửa: **~-blade** dao bấm **2** v. quật, vụt, đổi, đánh tráo; bẻ ghi [xe lửa]: **to ~ on** cắm [điện, dây nói]; bật [đèn]; **to ~ off** cắt, cúp; tắt; **to ~ over** đổi sang cái khác, chuyển sang cái khác

switchboard n. tổng đài: **~ operator** điện thoại viên

swivel chair n. ghế quay

swollen quá khứ của **swell**

swoon n., v. (sự) ngất đi, xỉu, bất tỉnh

swoop 1 n. trận đột kích; sự bổ nhào xuống: **at one fell ~** chỉ một trận, trong một mẻ **2** v. tấn công, đột kích; sà xuống: **to ~ down** nhào xuống

sword n. (thanh) gươm, kiếm: **double-edged ~** gươm hai lưỡi; **to put to the ~** giết; **to cross ~s** đọ kiếm, đọ gươm; đấu trí; **~ dance** múa kiếm; **~ of Damocles** sự nguy hiểm; **~ of justice** thần công lý

swordfish n. cá mũi kiếm, cá đao

swordplay n. thuật đánh kiếm; cuộc đấu khẩu

swordsman n. kiếm sĩ, nhà kiếm thuật, võ sĩ đánh gươm

swore quá khứ của **swear**

sworn quá khứ của **swear**: **subscribed to and ~ before me this seventeenth day of January 1924** đã ký và tuyên thệ trước mặt tôi ngày 17 1 1924; **~ in** [thông dịch viên] có tuyên thệ, hữu thệ

swum quá khứ của **swim**

swung quá khứ của **swing**: **~ dash** dấu

sybarite adj., n. (người) xa hoa uỷ mị

sycamore n. cây sung

sycophant n. tên nịnh hót/bợ đỡ hạ tiện, tên nịnh thần ti tiện; kẻ ăn bám

syllable n. âm tiết, vần: **two-~ word** từ hai âm tiết; **you have to stress the first ~, not the second ~** từ này phải nhấn âm tiết thứ nhất, chứ đừng đặt trọng âm vào âm tiết thứ nhì

syllabus n. (pl. **syllabuses, syllabi**) đề cương khoá học, đề cương luận văn, chương trình, giáo trình

symbiosis n. sự cộng sinh

symbol n. vật tượng trưng; tiêu biểu, biểu tượng, biểu hiệu, biểu hiện; ký hiệu [hoá học, ngữ âm]

symbolic adj. tượng trưng

symbolize v. tượng trưng cho

symmetric(al) adj. đối xứng, cân đối, cân xứng

symmetry n. sự/tính đều nhau, sự/tính đối xứng

sympathetic 1 n. hệ giao cảm **2** adj. đồng tình; đầy cảm tình, thân ái; dễ thương: **he conveyed ~ words** ông ấy bày tỏ những lời đầy tình cảm

sympathize v. biểu đồng tình, đồng ý, thông cảm, có thiện cảm

sympathy n. lời chia buồn, lời phân ưu; sự đồng tình/đồng ý; sự thương cảm: **in ~**

symphony n. nhạc giao hưởng, nhạc hoà tấu; buổi hoà nhạc giao hưởng; dàn nhạc giao hưởng: **~ orchestra** dàn nhạc giao hưởng

symposium n. hội nghị thảo luận, hội thảo, cuộc toạ đàm

symptom n. triệu chứng

synagogue n. nhà thờ Do Thái, giáo đường Do Thái

synchronize v. đồng bộ hoá, căn giờ cho khớp

syncope n. nhấn lệch [nốt nhạc]; sự ngất

syndicate 1 n. tổ chức cung cấp bài báo và phim ảnh; nghiệp đoàn, nhóm người cùng chơi chung xổ số, đẳng [chuyên nghề cờ bạc, mại dâm và bán ma túy]: **crime ~** băng đẳng tội phạm **2** v. cung cấp [bài báo, phim ảnh] qua tổ chức

syndrome n. hội chứng

synergy n. sự hợp tác giữa các công ty để có hiệu quả hơn

synonym n. từ đồng nghĩa

synonymous adj. đồng nghĩa [**with** với]

synopsis n. bản tóm tắt, toát yếu, khái yếu

syntax n. cú pháp, cấu trúc câu

synthesis n. sự tổng hợp

synthesize v. tổng hợp, thống hợp

synthesizer n. đàn điện đa năng

synthetic adj. tổng hợp; nhân tạo

syphilis n. bệnh giang mai, bệnh tiêm la

syringe n. ống tiêm, ống thụt nước

syrinx n. (pl. **syrinxes, syringes**) cái khèn, đường hầm trong các lăng

syrup n. nước đường, xi-rô

system n. hệ thống; chế độ; hệ thống phân loại; cơ thể; phương pháp: **the brain is the center of the nervous ~** não là trung tâm hệ thành kinh

systematic adj. có hệ thống, có phương pháp

systematize v. hệ thống hoá, xếp thành hệ thống

T

ta intj. cảm ơn

TAB abbr. (= **Totalizator Agency Board**) công ty bán vé cá các cuộc đua hay tranh tài thể thao: **the local ~** tiệm bán vé cá đua ngựa địa phương; **~ dividend** tiền chia trúng giải đua

tab n., v. đầu, dải, vạt; nhãn: **to keep ~s on**

theo dõi, canh chừng, kiểm soát; *to pick up the ~* trả tiền cho mọi người [sau bữa ăn cơm, bữa rượu]

tabernacle *n.* ngai thờ; nhà thờ, nơi thờ cúng

table 1 *n.* cái bàn; bàn ăn, mâm cỗ, cỗ bàn, tiệc; bảng, biểu; cao nguyên: *alphabetical ~* bảng chữ cái; *~ cloth* khăn bàn và khăn ăn; *~ knife* dao bàn ăn; *~ lamp* đèn để bàn; *~ manners* phép lịch sự ở bàn ăn; *~ mat* tấm trải ở bàn bàn; *~ of contents* mục lục; *~ talk* câu chuyện lúc đang ăn cơm; *~ tennis* bóng bàn; *~ wine* rượu vang thường; *to clear the ~* dọn bàn; *to lay on the ~* đưa ra thảo luận, hoãn vô thời hạn; *to set the ~* bày bàn ăn; *to turn the ~* trở mặt với người khác **2** *v.* hoãn lại chưa bàn vội; đặt lên bàn, đưa vào chương trình họp: *to ~ a motion* đưa ra một đề nghị

tableau *n.* hoạt cảnh

tableland *n.* cao nguyên

tablemate *n.* người ăn cùng bàn/mâm

tablespoon *n.* thìa xúp, muỗng xúp

tablet *n.* viên (thuốc), thanh, thỏi [sô-cô-la]; xếp giấy viết; tấm, thẻ, bản; bảng kỷ niệm; bài vị: *it is not a good idea to take sleeping ~s regularly* điều không tốt là uống thuốc ngủ thường xuyên

tabletop *n.* mặt bàn

tableware *n.* đĩa bát dao dĩa nói chung

tabloid *n., adj.* báo khổ nhỏ đăng tin giật gân, tin tức ngắn: *~ newspaper* báo khổ nhỏ

taboo 1 *n.* điều kiêng kỵ, điều cấm kỵ: *discussing sex relationships is still something of a ~* thảo luận quan hệ tình dục vẫn còn là điều cấm kỵ **2** *adj.* bị cấm đoán, cấm kỵ: *cancer is not a ~ subject to talk openly about* bệnh ung thư không còn là đề tài cấm kỵ nói công khai nữa **3** *v.* cấm, cấm đoán, bắt kiêng kỵ

tabular *adj.* xếp thành bảng, xếp thành cột: *a report in ~ form* bản báo cáo ghi thành bảng

tabulate *v.* xếp thành cột, sắp xếp thành bảng

tabulator *n.* bộ phận máy chữ đánh bảng/cột

tacit *adj.* [đồng ý, thoả thuận] ngầm, không nói ra: *a ~ consent* sự đồng ý ngầm

taciturn *adj.* ít nói, trầm mặc, lầm lì

tack 1 *n.* đinh đầu bẹt, đinh rệp, đường khâu lược; đường lối, chính sách **2** *v.* đóng xuống; khâu lược: *I have ~ed down the tear in my dress* nước mắt tôi vừa rơi xuống áo của tôi dán tấm ghi nhớ vào cửa phòng của bạn

tackle 1 *n.* đồ dùng, dụng cụ; sự cản cầu thủ bên kia [bóng bầu dục]: *fishing ~* đồ câu cá **2** *v.* túm lấy, nắm lấy, ôm ghì; cản, chặn [cầu thủ đối phương]; tìm cách giải quyết

tacky *adj.* dính, chưa khô; xác xơ, tồi tàn

tact *n.* sự khéo léo, tài xử trí, cách xử sự lịch thiệp: *he has great ~* ông ấy rất khéo xử

tactful *adj.* khôn khéo, khéo xử, lịch thiệp, ý tứ

tactical *adj.* (thuộc) chiến thuật

tactics *n.* chiến thuật; sách lược, binh pháp

tactile *adj.* sờ mó được, thuộc về xúc giác; đích xác

tactless *adj.* vụng về, không khéo xử, thiếu lịch thiệp, thiếu xã giao, thiếu ý tứ

tadpole *n.* con nòng nọc

tael *n.* lạng, lượng: *a ~ of gold* một lượng vàng

TAFE *n., abbr.* (= **Technical And Further Education**) trường cao đẳng

taffeta *n.* vải mỏng

tag 1 *n.* nhãn, thẻ [ghi tên, địa chỉ, giá tiền]; trò chơi đuổi nhau: *price ~* bảng giá; *name ~* bảng tên; *question ~* câu hỏi "phải không" [*aren't you? does she? did they?*] **2** *v.* buộc/gắn nhãn; bắt được; bám sát: *to ~ along behind someone* theo đuôi, bám sát ai

Tagalog *n., adj.* người/tiếng dân đảo Phi-luật-tân

tail 1 *n.* đuôi [thú, chim, cá; áo, sao chổi, đám rước]; *tails* mặt sấp đồng tiền: *~ assembly* bộ đuôi [máy bay]; *~ end* đuôi, đoạn cuối chót; *a ~ of coat* đuôi áo; *to have one's ~ between one's legs* sợ cụp đuôi; *on someone's ~* theo đuôi ai; *to turn ~* chuồn mất, lỉnh mất **2** *v.* theo sát để rình; theo đuôi: *to ~ after* theo đuôi ai; *to ~ away* thụt lại đằng sau; *to ~ up* nối đuôi nhau đi vào

tailgate 1 *n.* tấm vải che xe tải, cửa sau xe chở hàng **2** *v.* lái xe quá gần xe khác, theo sát xe khác

tail-light *n.* đèn sau [xe hơi]

tailor 1 *n.* thợ may: *~-made suit* bộ com lê may đo; *~ shop* cửa hàng thợ may; *the ~ makes the man* người tốt vì lụa **2** *v.* may (quần áo); làm nghề thợ may; làm riêng, soạn riêng [cho một nhu cầu]

tailoring *n.* nghề may, đồ may

tailwind *n.* gió xuôi

taint 1 *n.* vết bẩn/nhơ **2** *v.* làm bẩn, làm nhơ nhuốc; làm hoen ố; [thức ăn] thối, ôi, ươn

take 1 *n.* mẻ (bắt được, săn được); tiền thu vào; cảnh [quay phim]: *~-away* thức ăn mang đi về **2** *v.* [**took; taken**] cầm, nắm, giữ; lấy (đi/ra); mang (theo), đem (theo); theo [lời khuyên; đường lối *course*]; dự, thi [kỳ thi]; nhận, thừa [dịp, cơ hội *opportunity*]; chụp [ảnh]; mua năm [báo, chí]; tốn, mất [nửa giờ, 3 tháng] chịu đựng; dùng, chiếm, ngồi [chỗ, ghế]: *it took me a half hour to walk to the library* tôi đi bộ đến thư viện phải mất nửa giờ; *this seat is taken* ghế này có người ngồi; ~ *it easy!* cứ từ từ, đừng cuống quít, xin cứ bình tĩnh, đừng nóng; tà tà thôi, chớ làm việc quá sức; *to be taken ill* bị ốm, lâm bệnh; *to ~ one's chance* nắm lấy cơ hội; *to ~ after* giống như, đuổi theo; *to ~ away* lấy đi, đem đi, trừ đi; *to ~ down* bỏ xuống, hạ xuống; phá [nhà]; biên/viết xuống; *to ~ in* cho [khách] ở trọ; thu hoạch [mùa màng]; làm hẹp [quần áo] lại; bao gồm; đánh lừa; *to ~ off* cởi ra, bỏ ra; trừ bớt; bắt chước, nhạo; bỏ đi; [máy bay] cất cánh; *to ~ on* lấy, nhận [hành khách]; nhận lãnh [trách nhiệm]; mượn, tuyển, lấy [nhân viên]; *to ~ out* lấy ra, moi ra, đem ra, gấp ra, rút ra; *"~-away"* MÓN ĂN ĐEM VỀ NHÀ: *to ~ place* xảy ra, xảy đến; *to ~ from someone* lấy của ai; *to ~ up* mang lên, đưa lên; lên gấu [áo, quần]; chấp nhận, áp dụng; chọn, làm [nghề]; bàn đến, đề cập đến [vấn đề]; *to ~ to the woods* trốn vào rừng; *to ~ up with* làm bạn với, kết giao với, thân mật với; *to ~ over* tiếp nhận/quản; *to ~ into account* để ý tới, ghi nhận công lao; *to ~ apart* tháo gỡ đi, bỏ đi; *to ~ into one's head* có ý định, có ý nghĩ; *to ~ it out of* làm cho ai mệt, trả thù; được cấp phát; *to ~ one's leave* chia tay với ai; *to ~ someone's name in vain* ít dùng đến; *to ~ to heart* ảnh hưởng quá nhiều, xúc động mạnh

take-off *n.* sự cất cánh; sự nhại, sự bắt chước; tranh biếm họa

taking *n., adj.* tiền thu, sự/hấp dẫn, quyến rũ; hay lấy, dễ quen

talcum powder *n.* bột tan, phấn xoa rôm

tale *n.* truyện, truyện ngắn; truyện bịa (đặt): *old ~s* truyện cổ tích; *fairy ~s* truyện thần tiên

tale-bearer *n.* người mách lẻo, người hớt lẻo

talent *n.* tài, tài ba, tài năng, tài cán, người tài; thiên tài, nhân tài; khiếu, năng khiếu: *~ scout* người tìm kiếm nhân tài nghệ thuật hay thể thao; *~ show* chương trình văn nghệ (không chuyên)

talented *adj.* có tài

Taliban *n.* môn phái đạo Hồi chiếm cứ nước A-Phú-Hãn từ năm 1995 đến năm 2002

talisman *n.* lá bùa, phù

talk 1 *n.* lời nói; lời xì xào; tin đồn; bài/ buổi nói chuyện; cuộc đàm phán/điều đình: *peace ~s* cuộc hoà đàm, hoà hội; *the ~ of the town* chuyện cả tỉnh đang bàn ra tán vào 2 *v.* nói, nói chuyện, chuyện trò; bàn tán; nói chuyện; bép xép; kể: *to ~ at* nói ám chỉ; nói bóng nói gió; *to ~ away* nói chuyện cho hết thì giờ; *to ~ back* nói lại; cãi lại, hỏi trở lại đài phát thanh; *to ~*

for the sake of talking nói để mà nói, nói chẳng có mục đích gì; *to ~ of* nói về/đến; *to ~ over* bàn kỹ; *to ~ round* thuyết phục, dỗ dành; *to ~ someone into getting married* dỗ dành cho ai lập gia đình; *to ~ to/with* nói chuyện với ai

talkative *adj.* nói chuyện, hay nói, thích nói, lắm đều, lắm lời, ba hoa

talkie *n.* phim nói

talking *n., adj.* câu chuyện, nói được, biết nói: *~ book* sách biết nói; *~ point* đề tài thảo luận

tall *adj.* cao, cao lớn; phóng đại; khoác lác

tallow 1 *n.* mỡ [làm xà phòng hoặc nến] 2 *v.* bôi mỡ

tally 1 *n.* sự kiểm điểm; sổ tính toán, biên khắc tên: *~ sheet* bản đối chiếu 2 *v.* đếm, kiểm; ăn khớp: *to ~ with* phù hợp với

talon *n.* móng, vuốt; gốc biên lai

tamarind *n.* quả me, trái me, cây me

tambourine *n.* trống Pro-văng

tame 1 *adj.* đã thuần; thuần hoá rồi, lành; buồn tẻ, nhạt nhẽo: *we can see a ~ tiger in the zoo* chúng ta có thể thấy con cọp đã thuần ở trong sở thú 2 *v.* nuôi, dạy cho quen/thuần, thuần hoá; chế ngự, đè nén, làm nhụt

tamper *v.* làm xáo trộn, lục lọi, làm giả [khoá], chữa, sửa [giấy tờ, tài liệu]; mua chuộc [người làm chứng]: *to ~ with the cash* lục lọi tiền

tampon *n.* nút gạc; bông kinh nguyệt

tan 1 *n.* màu da rám nắng, màu da ngăm ngăm 2 *adj.* màu vỏ đà, màu vàng nhạt 3 *v.* làm sạm/rám [nước da]; [da] sạm lại, rám nắng; thuộc [da]

tandem *n., adj.* xe đạp hai người: *in ~* người nầy sau người khác, đi cạnh nhau

tandoori *n.* thức ăn nấu trên lò than của người Ấn độ: *~ chicken* gà nướng tan-do-ri

tang *n., v.* vị, mùi vị, hương vị; giọng, vẻ, ý

tangent *n.* đường tiếp tuyến; tang: *to fly off at/on a ~* đi chệch ra ngoài đề, lạc đề

tangerine *n.* quả quít

tangible *adj.* có thể sờ mó được, hữu hình; rõ ràng; hiển nhiên, xác thực

tangle 1 *n.* mớ bòng bong; tình trạng lộn xộn 2 *v.* làm rối [tung/beng]; rối, vướng; rối trí

tango 1 *n.* (*pl.* **tangos**) điệu nhảy tăng-gô 2 *v.* nhảy tăng-gô

tank *n.* thùng, bể [nước, dầu, xăng]; xe tăng, chiến xa, tàu bò: *~ engine* toa xe lửa chở dầu hoặc nước; *~top* áo không tay; *~ truck* xe chở sữa/dầu

tankard *n.* ly có nắp để uống bia, vại

tanker *n.* tàu chở dầu; xe chở sữa/dầu

tanner *n.* thợ thuộc da

tannery *n.* xưởng thuộc da, nhà máy thuộc da

tannin *n.* chất ta-nin

tantalize *v.* như trêu ngươi, chọc tức, làm khổ

tantamount *adj.* ngang với, tương đương với, chẳng khác gì: *their request is ~ to a surrender* đòi hỏi của họ không khác gì đòi đầu hàng

tantrum *n.* cơn thịnh nộ, cơn tam bành: *to fly into a ~* nổi cơn thịnh nộ

Taoism *n.* đạo Lão, Lão giáo

Taoist *n., adj.* (người) theo đạo Lão: *a ~ priest* một vị đạo sĩ, đạo gia

tap 1 *n.* vòi nước; vòi thùng rượu; đường dây phụ: *beer on ~* bia ở thùng ra; *to turn the ~ on* mở vòi; *~water* nước vòi 2 *n.* cái đập/vỗ nhẹ; tiếng gõ nhẹ; kèn báo hiệu tắt đèn; kèn trong buổi lễ quân táng: *I have heard a ~ at the window* tôi vừa nghe tiếng gõ nhẹ ở cửa sổ; *~ dancing* điệu nhảy với gót giày có gắn thép 3 *v.* giùi lỗ [thùng rượu]; rạch [cây] lấy mủ; (mắc dây) nghe trộm [điện thoại]; rút, khai khác [nhân lực, tài tư]: *to ~ someone for money* đòi tiền ai 4 *v.* đập/vỗ nhẹ, gõ nhẹ

tape 1 *n.* dây, băng, dải; băng điện tín, băng ghi âm, băng máy đánh chữ điện tử: *cassette ~* băng cát xét; *~ measure* thước dây; *~ noodles* bánh phở; *~ recorder* máy ghi âm; *~ recording* sự ghi âm vào máy; *video ~* băng vi-di-ô; *on ~* đã được ghi băng 2 *v.* viền, buộc, đo bằng thước dây: *to ~ a parcel* buộc một gói hàng; *to have something ~d* hiểu rõ việc gì

taper 1 *n.* cây nến nhỏ, đèn cầy 2 *v.* thon, nhọn, hình búp măng: *~ fingers* ngón tay búp măng

tapestry *n., v.* tấm thảm, trang trí bằng thảm: *~ making* thuật làm thảm; *~ weaver* thợ dệt thảm

tapeworm *n.* sán dây, sán sơ mít

tapioca *n.* bột sắn hột, bột báng, ta-pi-ô-ca

tapir *n.* heo vòi ở Nam Mỹ hay Mã lai

taproom *n.* tiệm rượu, quán rượu

tar 1 *n.* nhựa đường, hắc ín 2 *v.* rải nhựa; bôi hắc ín: *~ and feather* bôi hắc ín rồi trét lông vào [tội nhân]; *~red with the same brush* có những khuyết điểm giống nhau

tarantula *n.* nhện lông ở vùng nhiệt đới

tardy *adj.* trễ, muộn; chậm chạp

target *n., v.* bia (bắn tên/súng); đích, mục tiêu; chỉ tiêu cần đạt được: *~ area* vùng mục tiêu; *~ language* ngôn ngữ mục tiêu; *~ practice* tập bắn bia

tariff *n., v.* giá, thuế quan, thuế xuất nhập cảng, thuế xuất nhập khẩu; biểu thuế quan

tarnish 1 *n.* sự mờ/xỉn; vết nhơ 2 *v.* làm mờ, làm xỉn; mờ đi, xỉn đi; làm nhơ nhuốc: *to*

~ one's reputation làm lu mờ thanh danh của ai

taro *n.* khoai sọ, khoai môn, khoai nước

tarpaulin *n.* vải dầu, vải nhựa không thấm nước

tarry 1 *adj.* giống nhựa, dính nhựa 2 *v.* ở/lưu lại, nán lại; chậm, trễ

tart 1 *n.* bánh nhân hoa quả, bánh nhân mứt; người con gái hư 2 *adj.* chua; chua chát, chua cay

tartan *n.* vải len kẻ ô vuông của người Tô-cách-lan

tartar *n.* cao răng, cáu rượu: *~sauce* xốt may-on-ne để chấm cá

tarty *adj.* thường tình, thô tục

task 1 *n.* nhiệm vụ; công việc, công tác, bài làm: *~ force* đơn vị (tác chiến) đặc biệt, nhóm đặc nhiệm; *to bring/take to ~* phê bình, trách mắng 2 *v.* trao trách nhiệm, giao việc, bắt gánh vác: *he ~ed me to do this* ông ấy giao cho tôi làm việc nầy

taskmaster *dt.* người phân công, người giao việc

tassel 1 *n.* tua, núm tua; râu ngô, cờ ngô 2 *v.* trang sức bằng núm tua, bẻ cờ cây bắp

taste 1 *n.* vị, mùi, mùi vị, hương vị; khẩu vị; sự nếm mùi, sự trải qua; sở thích, thị hiếu; khiếu thẩm mỹ; một chút: *everyone to his ~* nhân tâm tuỳ thích; *to have no ~* không có mùi vị gì; *a man of (good) ~* người có óc thẩm mỹ; *~ bud* dây thần kinh ở đầu lưỡi 2 *v.* nếm; được nếm mùi, hưởng, thưởng thức; có vị: *to ~ of garlic* có mùi tỏi, có vị tỏi; *to ~ bitter* có vị đắng; *to ~ blood* khích lệ bằng những thành công sớm; *to ~ like mint* có vị bạc hà

tasteful *adj.* nhã, trang nhã, đứng đắn; có gu

tasteless *adj.* nhạt, vô vị; không nhã, lố lăng, bất nhã, khiếm nhã

tasty *adj.* [món ăn] ngon

tat *n., v.* miếng, đồ vất đi: *tit for ~* ăn miếng trả miếng

ta-ta *intj.* tạm biệt!

tatter *n.* miếng, mảnh; quần áo rách rưới: *in ~s* bị xé tan tành

tattered *adj.* ăn mặc rách rưới; rách tả tơi

tattle *n., v.* lời nói/ba hoa, chuyện tầm phào

tattoo 1 *n.* hình xăm trên da 2 *v.* vẽ/xăm mình

taught quá khứ của **teach**

taunt 1 *n.* lời mắng nhiếc, lời chế nhạo 2 *v.* nhiếc, chế nhạo 3 *adj.* [dây] căng, kéo căng; [thần kinh, tình hình] căng thẳng

taut *adj.* căng, căng thẳng

tavern *n.* quán rượu, hàng ăn, tiệm ăn

tawdry *adj.* loè loẹt, hào nhoáng

tawny *adj.* ngăm ngăm đen; hung hung

tax 1 *n.* thuế, tiền cước: *income ~* thuế lợi

tức thuế thu nhập; ~ *avoidance* sự tránh thuế; ~ *collector* người thu thuế; ~ *cut* sự giảm thuế; ~ *deductible* có thể khai để trừ thuế; ~ *evasion* sự trốn thuế; ~ *file number* số bộ thuế; ~*-free*, ~*-exempt* miễn thuế, được trừ thuế; ~ *haven* nơi đánh thuế thấp; ~ *rate* thuế suất; ~ *return* tờ khai thuế **2** *v.* đánh thuế; thử thách, đòi hỏi: *to ~ someone with* chê ai, la ai; *to ~ someone's patience* đòi hỏi ai phải kiên nhẫn

taxable *adj.* có thể đánh thuế, bị đánh thuế

taxation *n.* sự đánh thuế; hệ thống thuế má

taxi **1** *n.* xe tắc- xi: ~ *stand/rank* chỗ đậu xe tắc xi; ~ *driver* tài xế tắc-xi **2** *v.* đi/ngồi tắc xi; kéo máy bay chạy trên mặt đất [lúc sắp cất cánh, sau khi hạ]

taxicab *n.* xe tắc xi

taxidermy *n.* khoa nhồi xác động vật

taxpayer *n.* người đóng thuế, người dân

TB *n., abbr.* (= **tuberculosis**) bệnh lao phổi

T-bar *n.* trục hình chữ T dùng để câu xe, cần số xe hình chữ T

T-bone *n.* xương hình chữ T, thịt steak có xương

tea *n.* (nước) chè, (nước) trà; tiệc trà: *a cup of* ~ một chén trà, một tách trà; *5 o'clock* ~ bữa trà lúc năm giờ; ~ *break* giờ nghỉ uống trà, giờ giải lao; ~ *ceremony* trà đạo; ~ *cosy* ấm giỏ; ~*cup* chén/tách uống trà; ~ *dance* trà vũ; ~ *drinker* người ghiền trà; ~ *house* quán trà, tiệm ăn nhỏ; *iced* ~ chè đá; ~ *kettle* ấm nấu nước pha tra; ~ *lady* nữ tiếp trà; ~*pot* ấm trà, bình trà

teach *v.* [**taught**] dạy, dạy học; dạy bảo, dạy dỗ, giáo dục: *she ~es Vietnamese* bà ấy dạy tiếng Việt; *he ~es judo* ông ấy dạy nhu đạo; *she taught me (how) to play the piano* bà ấy dạy tôi cách đánh dương cầm; *to ~ someone a lesson* dạy cho ai một bài học

teacher *n.* thầy giáo, cô giáo, giáo viên, giáo sư: *secondary school* ~ giáo sư trung học

teaching *n.* sự giảng dạy; nghề dạy học, nghề giáo; lời dạy, lời giáo huấn: *practice* ~ tập dạy; thực tập giáo khoa; ~ *aid* đồ dùng dạy học, đồ trợ huấn cụ; ~ *staff* các cán bộ giảng dạy, ban giảng huấn

teak *n.* gỗ tếch

team **1** *n.* đội, tổ, nhóm; cỗ [ngựa, bò]: *basketball* ~ đội bóng rổ; ~ *mate* bạn đồng đội; ~*spirit* tinh thần đồng đội; ~*work* việc làm đồng đội **2** *v.* hợp thành đội, vào cùng nhóm: *to ~ up with* hợp sức với ai

teamster *n.* tài xế xe vận tải, người lái xe tải

tear **1** *n.* nước mắt, giọt lệ: ~ *bomb* lựu đạn cay; ~*drop* giọt nước mắt, giọt lệ, lụy; ~ *gas* hơi ga làm chảy nước mắt; *wet with* ~*s* đẫm lệ; *to burst into* ~*s* khóc oà lên; *to move someone to* ~*s* làm cho ai ứa nước mắt; *to shed* ~*s* rơi/nhỏ lệ; *to weep* ~*s of joy* mừng chảy nước mắt **2** *n.* chỗ rách, vết rách; cách đi mau: *to go full* ~*s* đi rất nhanh **3** *v.* [**tore**; **torn**] xé rách, xé, làm rách; kéo, giật, bứt [tóc]: *to ~ along* chạy vụt đi; *to ~ away* xé rời ra; *to ~ off/out* giật ra, giật xuống; *to ~ one's hair out* hành xử một cách giận dữ; *to ~ someone to pieces* xé xác người nào, đánh cho ai tơi bời; *to ~ up* xé nát, xé vụn; cày lên; *to be torn between* khó lựa chọn

tearful *adj.* khóc lóc, nước mắt chan hoà, đẫm lệ

tearoom *n.* phòng uống trà, phòng giải lao

tease *v., n.* chọc/trêu ghẹo, trêu chọc

teaspoon *n.* thìa uống trà, thìa/muỗng cà phê: ~*ful* một thìa cà phê đầy

teat *n.* đầu vú, núm vú; núm vú cao su

technical *adj.* chuyên môn, kỹ thuật: ~ *education/training* giáo dục chuyên nghiệp/huấn nghệ; ~ *hitch* trở ngại máy móc/kỹ thuật; ~ *school* trường kỹ thuật; ~ *terms* danh từ chuyên môn, thuật ngữ kỹ thuật

technicality *n.* chi tiết, chuyên môn/kỹ thuật

technician *n.* nhà chuyên môn/kỹ thuật, chuyên viên, thợ chuyên ngành

technique *n.* kỹ thuật, kỹ xảo

technological *adj.* kỹ thuật, thuộc về công nghệ: *the scientific and* ~ *revolution* cuộc cách mạng khoa học kỹ thuật/công nghệ

technology *n.* kỹ thuật, kỹ thuật học, công nghệ

teddy bear *n.* con gấu bông [trẻ con chơi]

tedious *adj.* chán ngắt, buồn tẻ, nhạt, buồn ngủ

tee **1** *n.* phát âm của chữ T **2** *n., v.* điểm phát banh, đặt ở điểm phát banh

teem *v.* (có) nhiều, đầy, đông: *to ~ with* đông nhung nhúc

teenage *adj.* thuộc lứa tuổi mười mấy

teenager *n.* thiếu niên, thiếu nữ

teens *n.* tuổi mười mấy, tuổi thanh thiếu niên, tuổi thanh xuân: *in her late* ~ [cô gái] gần 20

teeter *n.* ván đu bấp bênh cho trẻ con chơi

teeth số nhiều của **tooth**

teethe *v.* mọc răng

teething *n.* sự mọc răng

teetotaler *n.* người kiêng rượu

teetotum *n.* con thò lò, con quay, con cù

telecast **1** *n.* chương trình truyền hình **2** *v.* phát đi, truyền đi [chương trình truyền hình]

telecommunication *n.* viễn thông: ~ *satellite* vệ tinh viễn thông

teleconference *n.* hội nghị bằng truyền hình trực tiếp

telegram *n.* bức điện, điện tín
telegraph 1 *n.* máy điện báo 2 *v.* đánh/gửi điện: ~ *pole* cột dây thép
telegraphic *adj.* [địa chỉ] điện báo; vắn tắt: ~ *transfer* chuyển tiền bằng điện báo
telegraphy *n.* thuật điện báo
telekinesis *n.* cử động vật thể từ xa có ảnh hưởng tâm lý
telemarketing *n.* nghiên cứu thị trường sản phẩm bằng điện thoại
telepathy *n.* cách cảm, viễn cảm
telephone 1 *n.* dây nối, điện thoại: ~ *booth* phòng điện thoại; ~ *call* cú điện thoại, cú tê lê phôn; ~ *directory* sổ điện thoại, niên giám điện thoại; ~ *operator* điện thoại viên; *he is on the* ~ ông ấy đang nói điện thoại 2 *v.* gọi/kêu điện thoại cho, điện thoại cho: *please* ~ *me any time* vui lòng gọi điện thoại cho tôi bất cứ lúc nào
telephoto lens *n.* ống kính chụp xa
telescope 1 *n.* kính viễn vọng/thiên văn, kính nhìn xa 2 *v.* [hai ống kính, hai bộ phận] lồng nhau; đâm vào nhau: *the two tubes* ~ hai ống lồng vào nhau
teletext *n.* dịch vụ cung cấp tin tức bằng văn bản
Teletype *n.* máy viễn ấn, máy điện báo đánh chữ
televise *v.* truyền hình trực tiếp [trận đấu, buổi lễ]
television *n.* vô tuyến truyền hình, máy ti-vi máy truyền hình, ~ *set* máy truyền hình, tivi
telex *n.* máy điện báo, máy tê-lách
tell *v.* [told] nói, nói lên, nói ra, nói với, bảo; chỉ; tỏ, biểu lộ, biểu thị; kể/thuật lại; phân biệt, đếm: *to* ~ *someone off* nói thẳng vào mặt ai; *we have been told that* người ta bảo chúng tôi rằng; *I cannot* ~ *the difference* tôi chịu không phân biệt được; *who can* ~? ai mà biết được?; *as far as one can* ~ những gì có được; *to* ~ *the tale* bịa ra câu chuyện động lòng; *to* ~ *the time* nói giờ; *to* ~ *tales* bịa chuyện ra kể
teller *n.* người kể chuyện, thủ quỹ ngân hàng, người thâu phát tiền ở ngân hàng
tell-tale *n., adj.* người mách lẻo, làm lộ chân tướng, cái làm lộ tẩy
temerity *n.* sự cả gan, sự liều lĩnh
temp 1 *n., v., abbr.* (= **temporary**) làm việc tạm thời, tuyển dụng tạm thời 2 *n., abbr.* (= **temperature**) nhiệt độ
temper 1 *n.* tính, tâm tính, tính tình/khí; cơn giận, sự cáu giận; sự bình tĩnh: *to keep one's* ~ giữ bình tỉnh, không nóng nảy; *he lost his* ~ ông ấy mất bình tỉnh, cáu quá, nổi nóng/hung; *in bad/good* ~ tâm tính tốt/

xấu; *out of* ~ không giữ được bình tĩnh, nổi giận 2 *v.* hoà vôi, tôi thép; tôi luyện, kiềm chế, ngăn lại
temperament *n.* tính, tính khí, khí chất
temperamental *adj.* tính khí hay thay đổi, bất thường
temperance *n.* sự chừng mực/sự điều độ/tiết độ
temperate *adj.* [khí hậu] ôn hoà; giữ gìn, đắn đo
temperature *n.* độ nhiệt, nhiệt độ, ôn độ, sốt: *to take one's* ~ đo độ nhiệt cho ai, cặp nhiệt kế cho ai
tempest *n., v.* trận bão, dông tố, bão tố
tempestuous *adj.* như bão tố, huyên náo, dữ dội
template *n.* mẫu bằng gỗ, thép dùng để cắt hay làm theo
temple 1 *n.* đền (thờ), điện, miếu, chùa, nhà thờ, giáo đường, thánh đường, thánh thất: *Buddhist* ~ chùa Phật giáo 2 *n.* thái dương, màng tang
tempo *n.* độ nhanh; nhịp, nhịp độ
temporal *adj.* thế tục, thế gian, trần tục
temporary *adj.* tạm thời, lâm thời, nhất thời, chốc lát
temporize *v.* kéo dài, trì hoãn, kiên trì, chờ
tempt *v.* xúi, xúi giục; nhử, cám dỗ, dụ dỗ
temptation *n.* sự xúi giục; sự cám dỗ/quyến rũ
tempting *adj.* cám dỗ, lôi cuốn, khêu gợi, gây/gợi thèm, hấp dẫn
ten *n., adj.* (số) mười; bộ mười; tờ giấy mười đôla: *about* ~ *students* độ 10 cậu học sinh; ~ *o'clock* 10 giờ; ~ *a.m.* 10 giờ sáng; ~ *hours* 10 tiếng đồng hồ; ~*s of thousands* hàng chục ngàn; *the* ~ *Commandments* mười điều răn của Chúa
tenable *adj.* giữ được, thường xuyên, bảo vệ được: ~ *position* công việc thường xuyên (biên chế)
tenacious *adj.* dai, bền, bám chặt; kiên trì: *he has a* ~ *memory* ông ấy có trí nhớ dai
tenancy *n.* sự thuê nhà/đất; sự lĩnh canh
tenant *n., v.* người/thuê nhà/đất: ~ *farmer* tá điền
tend 1 *v.* chăm nom, chăm sóc; giữ gìn: *to* ~ *to a patient* chăm sóc người bệnh 2 *v.* hướng/nhắm tới; có khuynh hướng, quay về: *all his contributions* ~ *to the same object* tất cả đóng góp của ông ấy nhằm đến cùng một mục đích
tendency *n.* xu hướng, khuynh hướng, thiên hướng
tender 1 *n.* người trông/chăn/giữ; toa 2 *n.* đề nghị (mời); sự bỏ thầu 3 *v.* mời, xin, yêu cầu, đề nghị; nộp [đơn từ chức]; bỏ thầu than/nước: *to* ~ *one's resignation* đưa đơn

xin từ chức; *to ~ one's service* đấu thầu việc làm **4** *adj.* [thịt] mềm; [cổ] non; [cây] yếu ớt; âu yếm; dịu dàng, nhẹ nhàng; nhạy cảm, dễ xúc động: *~ grass* cỏ non; *~-hearted* tấm lòng nhạy cảm, trái tim yếu mềm; *~ meat* thịt mềm

tenderfoot *n.* người mới đến[chưa quen khổ]; lính mới "tò te," người mới vào hội/đảng

tenderloin *n.* thịt thăn, thịt phi lê

tendon *n.* gân

tendril *n.* tua, râu [cây nho, các cây leo]

tenement *n.* nhà ở; nhà nhiều buồng: *~ house* nhà tập thể [không được sạch sẽ sang trọng]

tenet *n.* giáo lý, giáo điều chủ nghĩa

tennis *n.* quần vợt, ten-nít: *~ ball* banh quần vợt; *~ court* sân quần vượt; *~ elbow* sưng khuỷu tay do đánh quần vợt; *~ racket* vợt ten-nít; *~ shoes* giày ten-nít

tenor *n.* phương hướng/khuynh hướng chung; ý nghĩa chung, nội dung chính; giọng nam cao; bè tê-no

tense **1** *n.* thời của động từ trong các ngôn ngữ: *the past ~* thời quá khứ; *the present ~* thời hiện đại **2** *adj.* [dây] căng [tình hình] găng, căng thẳng: *a ~ wire* sợi dây căng thẳng; *a ~ situation* tình hình căng thẳng

tension *n., v.* sự căng thẳng; sự căng thẳng; áp lực, sức ép, điện áp; tình trạng khẩn trương: *the ~ between two countries is likely to ease* sự căng thẳng giữa hai nước hình như đã hết

tent **1** *n.* lều, tăng, rạp: *to pitch ~s* cắm, dựng lều; *~-fly* vạt cửa lều; *~ peg* cọc cắm lều **2** *v.* che lều, cắm lều, cắm trại

tentacle *n.* tua cảm, vòi, xúc tu

tentative *adj., n.* [chương trình] thử, ướm, chưa chắc

tenterhook *n.* móc căng vải

tenth **1** *n.* một phần mười; người/vật thứ mười; hôm/ngày mồng 10 **2** *adj.* thứ mười: *~-rate* phẩm chất xấu nhất

tenuous *adj.* nhỏ, mảnh; ít, loãng, không đặc; tế nhị, tinh tế, vi tế: *~ connection* sự kết nối mỏng manh

tenure *n.* thời gian chiếm hữu/hưởng dụng; nhiệm kỳ; quy chế không đổi được [của giáo sư đại học]: *~ position* việc làm lâu dài, *~ of office* nhiệm kỳ công việc

tenured *adj.* (công việc) thường xuyên, vĩnh viễn, trong biên chế

tepee *n.* (*also* **teepee**) lều của người da đỏ

tepid *adj.* êm ấm; nhạt nhẽo, hững hờ, lạnh nhạt

term **1** *n.* danh từ/thuật ngữ chuyên môn; thời hạn, thời kỳ, hạn, hạn kỳ, nhiệm kỳ; kỳ/khoá học, học kỳ, quý; điều kiện/khoản, giá; lời lẽ, sự giao thiệp, giao hảo, quan hệ:

~s of payment điều kiện trả tiền; *~ paper* luận văn cuối khoá; *the beginning of the first ~* bắt đầu học kỳ một; *to be on good ~s with someone* có quan hệ tốt với ai; *to bring to ~* đưa đến sự chấp thuận điều kiện; *to make ~s with* thoả thuận với; *to come to ~s* nhượng cho; *~s of reference* điều tham khảo, từ cần được tham chiếu **2** *v.* gọi, kêu, đặt tên là: *he ~s himself a doctor* ông ấy tự xưng là bác sĩ

terminal **1** *n.* ga cuối cùng, ga chót, sân bay; cực, đầu dây; máy điện toán ở đầu cuối: *international ~* sân bay quốc tế **2** *adj.* cuối (cùng), tận cùng, chót: *~ cancer* bệnh ung thư nan y

terminate *v.* (làm) xong, chấm dứt, kết thúc, hoàn thành, kết kiểu; định giới hạn; giới hạn: *your contract will be ~d next month* khế ước của bạn sẽ kết thúc vào tháng sau

termination *n.* sự kết thúc/hoàn thành/hoàn tất

terminology *n.* thuật ngữ, danh từ chuyên môn: *it's hard to remember chemical ~* thật khó nhớ thuật ngữ hoá chất

terminus *n.* ga/bến cuối cùng; điểm chót

termite *n.* con mối [đục tường gỗ]

terrace **1** *n.* nền đất đắp cao; sân thượng: *~ rice fields* ruộng bậc thang **2** *v.* đắp cao

terracotta *n.* đồ bằng đất nung, đồ sành

terra firma *n.* đất liền, đất chắc

terrain *n.* địa thế, địa hình

terrapin *n.* rùa nước ngọt ở bắc Mỹ

terrestrial *adj.* thuộc (trái) đất; ở trên cạn

terrible *adj.* dễ sợ, ghê gớm, kinh khủng, khủng khiếp; xấu/dở kinh khủng, tồi, tệ hại, thậm tệ: *a ~ death* cái chết kinh hoàng; *the accident was ~* tai nạn thật là khủng khiếp

terrier *n.* chó dùng để lục lọi; lính địa phương

terrific *adj.* kinh khủng; hay lắm, hết ý/sảy, tốt hết sức, tuyệt, ngon vô tả

terrify *v.* làm kinh hãi, làm khiếp sợ

territorial *adj.* thuộc khu vực/địa hạt, lãnh thổ: *~ integrity* sự toàn vẹn lãnh thổ; *~ waters* vùng biển, lãnh hải [của một nước], hải phận

territory *n.* đất đai, địa hạt, lãnh thổ; khu vực, vùng, miền; thuộc địa; vùng đất chưa thành tiểu bang: *that is not in my ~* chuyện ấy không thuộc phạm vi của tôi

terror *n.* sự khiếp sợ; người/vật làm khiếp sợ; sự khủng bố: *to be in ~* trong tình trạng bị khủng bố; *reign of ~* thời khủng hoảng, thời đẫm máu

terrorism *n.* sự khủng bố, chính sách khủng bố: *we call for a stop to ~* chúng ta kêu gọi đình chỉ sự khủng bố

terrorist *n.* tên/quân khủng bố

terrorize *v.* khủng bố
terry cloth *n.* vải khăn mặt
terse *adj.* [lời] ngắn gọn; [văn] súc tích
tertiary *adj.* thứ ba; thuộc kỷ thứ ba: ~ *education* giáo dục đại học
TESL *n. abbr.* (= Teaching of English as a Second Language) dạy tiếng Anh như một ngôn ngữ thứ hai: *if you want to teach English in Vietnam, you should have a* ~ *qualification/certificate* bạn muốn dạy tiếng Anh ở Việt Nam bạn nên có bằng dạy tiếng Anh như một ngôn ngữ thứ hai
test 1 *n.* bài thi, bài kiểm tra; sự sát hạch, trắc nghiệm; vật để thử, đá thử vàng, sự thử, sự làm thử: *blood* ~ sự thử máu; *English proficiency* ~ thi trắc nghiệm năng lực tiếng Anh; *road* ~ thi lái xe [để lấy bằng]; ~ *ban* cấm thử vũ khí hạt nhân; ~ *drive* lái thử; ~ *flight* chuyến bay thử; ~ *paper* bài trắc nghiệm; ~ *pilot* phi công lái máy bay thử; ~ *tube* ống thử; ~*-tube baby* hài nhi thụ tinh nhân tạo; *to put to the* ~ phải cho thi; *written* ~ bài thi viết 2 *v.* thử, kiểm tra, trắc nghiệm; thử thách; phân tích, thí nghiệm: *to* ~ *one's eyes* thử mắt; *to* ~ *out* áp dụng thử
testament *n.* di chú, chúc thư/ngôn; kinh thánh: *the New* ~ tân ước; *the Old* ~ kinh cựu ước
testate *adj.* có để di chúc, có làm chúc thư
testator *n.* người làm di chúc, người để di chúc/chúc thư lại
testicle *n.* hòn dái, ngoại thận, cao hoàn
testify *v.* khai, làm chứng, chứng/xác nhận
testimonial *n.* giấy chứng nhận; quà/vật tặng
testimony *n.* bằng chứng; sự nhận thức; sự chứng nhận; lời khai; lời cung khai
testy *adj.* dễ bị động lòng hay giận dỗi
tetanus *n.* bệnh (sài) uốn ván, chứng phong đòn gánh
tete-a-tete 1 *n.* cuộc nói chuyện tay đôi 2 *adj.* mặt đối mặt, giữa hai người: ~ *interview* hội đàm đạo tay đôi
tether *n., v.* (dây) buộc [bò, ngựa]: *at the end of one's* ~ hết hơi, kiệt sức, vô phương kế
text *n.* bản văn, văn bản; nguyên văn/bản; đoạn ngắn [trích từ kinh thánh]; đề, đề mục, chủ đề, sách giáo khoa: ~*book* sách giáo khoa; ~ *editor* phần mềm trong máy vi tính cho người dùng sửa chữa văn bản; ~ *processing* phương thức cho người dùng máy vi tính chuyển đổi văn bản; ~ *service* sở tu thư; *to send a* ~ gởi một bản văn
textile *n.* hàng dệt, vải, tơ lụa; nguyên liệu dệt, sợi, bông, gai, đay: ~ *mill* nhà máy dệt
textual *adj.* thuộc nguyên văn; theo nguyên bản

texture *n.* lối dệt; mặt vải; cơ/kết cấu tạo, tổ chức
Thai *n., adj.* (người/tiếng) Thái Lan
Thailand *n.* nước Thái Lan
than 1 *conj.* hơn: *more* ~ *ten people* nhiều hơn 10 người; *I will get there earlier* ~ *you (will)* tôi sẽ đến sớm hơn anh; *they'd rather die* ~ *surrender* họ thà chết còn hơn đầu hàng 2 *prep.* hơn: *she talked on the phone for more* ~ *an hour* cô ấy nói chuyện điện thoại hơn cả giờ đồng hồ
thank 1 *n.* lời cảm ơn 2 *v.* cám ơn, cảm ơn, cảm tạ: ~*s a lot, many* ~*s;* ~*s very much* xin cảm ơn nhiều; *no,* ~*s!* thôi, cám ơn ông/bà/anh (tôi đủ rồi) việc đó không cần thiết; ~*s to your help last year* cảm ơn ông bà về sự giúp đỡ của ông bà năm ngoái 3 *v.* cám ơn, cảm ơn, cảm tạ: ~ *you very much for your hospitality* xin đa tạ ông/bà/cô đã tiếp đãi tôi; ~ *goodness/God* cảm ơn trời; *I will* ~ *you to shut the door* xin ông vui lòng đóng giúp tôi cái cửa
thankful *adj.* biết ơn, tri ân
thankless *adj.* vô ơn, vong ơn/ân bạc nghĩa; [công việc] bạc bẽo, chẳng lợi lộc gì
thanksgiving *n.* sự tạ ơn: ~ *Day* lễ tạ ơn [ngày thứ năm tuần lễ chót trong tháng 11]
that 1 *adj.* ấy/đó: *I know* ~ *boy* tôi biết cậu bé ấy 2 *pron.* đó, đấy, cái ấy/đó: *you should buy this pen instead of* ~ *one* bạn nên mua cái bút này thay vì cái bút kia; *this tie is prettier but* ~ *one costs less* cái ca-vát này đẹp hơn thật, nhưng cái kia rẻ hơn; ~ *is the right way* cách đó là đúng; ~*'s all* tất cả có thế thôi 3 *conj.* cái/người mà: *I know* ~ *he will succeed* tôi biết rằng anh ta sẽ thành công; *in order* ~ *we won't miss the plane* để cho chúng ta không lỡ chuyến máy bay; *the year* ~ *my wife and I went abroad* năm mà nhà tôi và tôi đi ngoại quốc 4 *adv.* thế/vậy: ~ *much money* nhiều tiền thế; ~ *many books* nhiều sách thế; ~ *far* xa thế; *you cannot stay up* ~ *late* bạn không được thức khuya thế; *I have done only* ~ *much* tôi chỉ làm được thế thôi
thatch 1 *n.* rơm, rạ, tranh, lá 2 *v.* lợp rơm, lợp rạ, lợp tranh, lợp lá: *to* ~ *a roof* lợp mái nhà bằng tranh
thaw 1 *n.* sự tan tuyết/giá/nước đá 2 *v.* làm tan; [tuyết, băng] tan; [trời] đỡ giá rét, ấm hơn; bớt đè dặt, bớt lạnh lùng, vồn vã hơn, cởi mở hơn: *to* ~ *the thick layer of snow* làm tan lớp tuyết dày
the 1 *art.* cái, con, người: ~ *white house* cái nhà sơn trắng; ~ *tale of* kiểu truyện kiều; ~ *place to eat Chinese food* chỗ (nên đi) ăn cơm tàu; ~ *Red River* sông Hồng; ~ *Pacific*

Ocean thái bình dương; *~ Swiss* người Thụy
Sĩ; *he is ~ translator around here* quanh
đây chỉ có ông ấy là thông dịch viên **2** *adv.*
càng: *so much ~ better* càng tốt càng hay;
~ longer you wait ~ more money you spend
anh mà càng đợi lâu thì càng tiêu nhiều
tiền; *~ sooner ~ better* càng sớm càng tốt;
~ more ~ merrier càng đông càng vui; *so*
much ~ worse for him nhiều điều xấu cho
ông ấy

theater *n.* [*Br.* **theatre**] rạp hát, nhà hát;
nghề ca kịch, sân khấu, kịch nghệ; chỗ,
nơi; hý viện, hý trường, phòng giải phẫu ở
bệnh viện: *movie ~* rạp chiếu bóng; *lecture*
~ giảng đường; *operation ~* phòng mổ; *~*
sister rạp hát bên cạnh; *the ~ of war* chiến
trường

theatergoer *n.* người đi xem hát/kịch, người
hâm mộ kịch trường

theatrical *adj.* thuộc về sân khấu, kịch hát/
trường; có vẻ đóng kịch, không thật, không
tự nhiên

thee *pron.* ngươi, con, anh [ngôi thứ hai, đối
cách] [tôn giáo]: *may the Lord bless ~* xin
Chúa ban phúc lành cho bạn [ngôi thứ hai,
danh cách] [người theo đạo quakers]; *~*
speak harshly anh nói dữ quá

theft *n.* sự/tội trộm cắp: *petty ~* sự ăn cắp vặt

their *poss., adj.* của họ, của chúng nó: *they*
do ~ jobs họ làm việc của họ

theirs *poss., pron.* của họ, của chúng nó:
this is yours and those are ~ cái nẩy của
bạn còn những cái kia của họ; *our house*
is smaller than ~ nhà chúng tôi bé hơn nhà
của họ

them *pron., adj.* họ, chúng (nó); những cái
ấy: *the boys are my friends, please look*
after ~ những cậu này là bạn tôi cả, xin
ông trông nom họ nhé; *the books are new,*
take good care of ~ những quyển sách đó
là sách mới, anh hãy giữ gìn cẩn thận nhé;
both of ~ cả hai người, cả hai ông bà, cả
hai cái/chiếc/con

theme *n.* chủ đề, đề tài, đại ý; bài luận, luận
văn; nhạc chủ đề, nhạc hiệu: *~ song* bài hát
chủ đề; *to develop a ~* triển khai một đề tài;
~ park công viên giải trí

themselves *pron.* chính họ, bản thân họ, tự
họ, tự chúng: *they did it ~* họ tự làm lấy

then **1** *n.* lúc ấy/đó, khi ấy, hồi đó: *by ~ we*
will know the result lúc đó chắc chúng ta
sẽ biết kết quả rồi; *every now and ~* thỉnh
thoảng, năm thì mười hoạ; *from ~ on* từ đó
trở đi; *until ~* cho đến lúc ấy **2** *adv.* lúc ấy/
đó, sau đó, rồi thì, rồi, vả lại: *prices were*
much lower ~ hồi ấy, vật giá rẻ hơn nhiều;
first comes fall, ~ winter thoạt tiên là mùa

thu, rồi đến mùa đông; *the noise stopped,*
and ~ started again tiếng ầm ngừng lại, rồi
liền sau đó lại bắt đầu oang oang lên; *this*
dress seems too good to throw away, and ~
it's too becoming on you chiếc áo dài còn
tốt lắm, sao lại vứt đi, vả lại, chị mặc đẹp
lắm mà; *~ and there* ngay lúc ấy và ngay
tại chỗ **3** *conj.* thế thì, vậy thì, trong trường
hợp đó: *if you don't like it, ~ you should*
have said so nếu bạn không thích thì đáng
lẽ bạn phải nói cho họ biết chứ! **4** *adj.* thời
ấy, lúc ấy: *the ~ minister of education* bộ
trưởng bộ giáo dục lúc ấy; *what ~?* rồi sau
đó thì sao?; *~ why did you do it?* vậy thì
sao bạn lại làm điều đó?

thence *adv.* từ đó; do đó, vì lý do ấy, vì cớ ấy

thenceforth *adv.* từ đó, từ dạo ấy, từ bấy về
sau

theologian *n.* nhà thần học, giáo sư thần học

theology *n.* khoa thần học

theorem *n.* định lý

theoretical *adj.* thuộc lý thuyết, về lý thuyết,
có tính cách lý thuyết

theory *n.* lý thuyết, lý luận, nguyên lý,
thuyết, học thuyết: *in ~* về lý thuyết, theo
lý thuyết; *good in ~ but inapplicable in*
practice hay về lý thuyết nhưng không áp
dụng được trong thực tế

theosophy *n.* thuyết thần trí

therapeutic *adj.* thuộc phép chữa bệnh, trị
liệu

therapeutics *n.* phép chữa bệnh, phép trị liệu

therapy *n.* phép chữa bệnh, (trị) liệu pháp:
oral ~ khẩu lý trị liệu; *physio~* vật lý trị
liệu

Theravada *n.* Phật giáo tiểu thừa

there **1** *adv.* chỗ ấy/đó, đấy, ở đó, tại đó,
đằng ấy: *sit ~* ngồi đấy đi; *you should go ~*
at once anh phải đi liền tới đó đi; *you are*
mistaken ~ điểm ấy thì anh ta lầm rồi **2** *n.*
chỗ đó, ở đó: *~ is a mailbox near here* gần
đây có thùng thư; *~ are two Vietnamese*
restaurants near the campus gần khu đại
học có hai tiệm ăn Việt Nam; *wasn't ~ any*
policeman by the station? gần nhà ga lúc
ấy không có viên cảnh sát nào à?; *~ goes*
the bell đấy, chuông reo rồi; *from ~ take*
the bus home từ chỗ ấy anh đi xe buýt về
nhà được rồi; *down ~* dưới đó; *in ~* trong
đó; *out ~* ngoài đó/ấy, ở ngoài; *over ~* ở đó,
ở bên ấy; *up ~* trên ấy/đó; *~ you are!* được
rồi, đấy, xong rồi!

thereabout(s) *adv.* quanh đó, gần chỗ ấy,
khoảng ước chừng, độ chừng, chừng, xấp
xỉ, lối: *you can find accommodation in*
Saigon or ~ bạn có thể kiếm chỗ ở ngay
Sài Gòn hay quanh đó

thereafter *adv.* về sau, sau đó

thereby *adv.* theo/bằng cách ấy; có liên quan tới cái đó, có dính dáng đến chuyện ấy, có liên quan tới cái đó

therefore *adv.* thế thì, vậy thì, bởi vậy cho nên: *he went to the movies and ~ did not study* anh ấy đi xi nê nên không học bài

therein *adv.* Ở đấy, tại đó, trong đó

thereof *adv.* của nó, của việc ấy, từ đó: *three witnesses ~* ba người làm chứng về chuyện đó

thereto *adv.* thêm vào đó; ngoài ra, hơn nữa

thereupon *adv.* ngay sau đó, liền sau đó; do đó, vì vậy; trên ấy, trên đó

thermal *adj.* nóng, nhiệt: *~ springs* suối nước nóng; *~ capacity* nhiệt dung; *~ underwear* quần áo lót, quần áo ếch

thermocouple *n.* cặp nhiệt điện

thermodynamic *adj.* nhiệt động lực

thermodynamics *n.* nhiệt động lực học

thermometer *n.* cái đo nhiệt, nhiệt kế, nhiệt biểu, hàn thử biểu, cái cặp sốt

thermonuclear *adj.* [bom, vũ khí, phản ứng, chiến tranh] hạt nhân nóng, nhiệt hạch

thermos flask/bottle *n.* phích, tec-mốt, bình thuỷ

thermostat *n.* máy điều nhiệt

thesaurus *n.* (*pl.* **thesauri**) từ điển từ ngữ [xếp theo mục loại, chứ không theo thứ tự a-b-c; thường kê những từ đồng nghĩa hoặc cùng họ]; toàn thư từ điển

these *adj., pron.* những cái/người nầy; *~ days are cool* những ngày rày trời lạnh; *~ are not your shoes* đôi giày này đâu phải của anh

thesis *n.* (*pl.* **theses**) luận văn, luận án, luận đề/điểm, thuyết; chính đề: *to defend one's ~* bảo vệ luận án; *to submit one's ~* đệ trình luận án

they *pron.* họ, chúng nó, chúng, bọn chúng, các ông/bà/cô ấy: *~ say that* người ta nói là, họ bảo rằng, thiên hạ đồn rằng; *~ will come here* họ sẽ đến đây

thick 1 *n.* chỗ dày nhất, chỗ mập, chỗ tập trung: *in the ~ of the forest* chính giữa rừng; *the ~ of the fight* giai đoạn ác liệt nhất của trận đánh ấy; *the ~ of the leg* bắp chân; *in the ~ of it* chính đang lúc bận rộn nhất **2** *adj.* [tường, giấy, môi] dày, không mỏng; to, mập; [tóc, rừng] rậm; [cây, cối] rậm rạp; [sương mù] dày đặc; [đạn] nhiều và khít, như mưa; đặc, quánh, sền sệt, không loãng; [giọng] lè nhè; tối dạ, ngu đần, đần độn; ăn ý, ăn cánh, thân: *a ~ crowd* đám đông dày đặc; *she has ~ hair* cô ấy có tóc dày; *to be ~ together* thân với nhau; *through ~ and thin* bất chấp sóng

gió bão bùng; *~-head* người ngu si đần độn **3** *adv.* dày, dày đặc, cứng, khó khăn: *the snow was falling ~* tuyết rơi dày đặc; *he speaks ~* ông ấy nói năng khó khăn

thicken *v.* làm cho dày thêm; trở nên dày; rậm rạp hơn; thành đặc, đặc lại: *the plot ~s* câu chuyện trở nên ly kỳ hơn; *dangers ~* nguy hiểm nhiều

thicket *n.* bụi cây, lùm cây

thickness *n.* độ dày, bề dày; tính ngu đần

thickset *adj.* mập, chắc nịch; vạm vỡ

thief *n.* (*pl.* **thieves**) kẻ trộm, kẻ cắp, thằng ăn cắp: *to cry out "~"* hô hoán kẻ trộm

thieve *v.* ăn trộm, ăn cắp, lấy trộm, đánh cắp

thievery *n.* sự/tội ăn cắp ăn trộm

thigh *n.* bắp đùi, bắp về

thighbone *n.* xương đùi

thimble *n.* cái đê, cái bao tay [dùng lúc khâu]

thin 1 *adj.* mỏng, không dày; [dây] mảnh; gầy, mảnh dẻ, mảnh khảnh; [tóc] thưa, lơ thơ; [người ở, dân] thưa thớt; [cháo, súp, không khí] loãng; [giọng] yếu ớt, nhỏ nhẹ; [lý do, cớ] không vững: *a ~ sheet of paper* một tờ giấy mỏng; *~ air* không khí loãng; *to have a ~ time* buồn bực, chán nản; *~-skinned* lột mỏng da **2** *adv.* rất mỏng, rất yếu ớt: *she cuts bread very ~* cô ấy cắt bánh mì rất mỏng **3** *v.* làm mỏng, mỏng ra, mảnh đi; gầy đi; pha loãng, loãng ra; làm thưa, làm bớt, thưa đi: *they ~ out the leaves* họ tỉa bớt lá đi

thing *n.* vật, đồ, đồ vật, thứ, thức, cái; điều, sự, việc, chuyện; đồ đạc quần áo, đồ tế nhuyễn của riêng tây; công việc, sự việc; người: *what are those ~s in the fields?* những cái gì ngoài đồng kia?; *how are ~s going?* thế nào, dạo này công việc anh ra sao?; *the best ~ to do now* điều tốt nhất phải làm ngay bây giờ; *I felt sorry for the poor ~* tôi thấy tội nghiệp thằng bé quá; *please gather your ~s: we are leaving in an hour* xếp dọn quần áo đồ lại đi,1 giờ nữa là ta khởi hàng rồi; *I have a lot of ~s to do* tôi có nhiều công việc phải làm; *to do one's own ~* theo đuổi sở thích riêng của mình

think *v.* [**thought**] nghĩ, suy nghĩ, nghĩ ngợi, ngẫm nghĩ; tưởng, tưởng tượng, nghĩ rằng/ là, cho là; nghĩ kỹ, suy tư, suy tưởng: *I ~ so* tôi cho là thế; *I don't ~ so* tôi không cho là thế; *I thought so* tôi tưởng thế; *to ~ about* suy nghĩ về; *to ~ again* suy nghĩ lại; *to ~ of* nghĩ đến/về, nhớ đến, nghĩ ra được, có ý kiến về; *to ~ over* suy nghĩ kỹ về; *to ~ up* nghĩ ra; *he doesn't say much but he ~s a lot* ông ấy suy nghĩ nhiều nhưng nói ít; *to ~ much of someone* nghĩ nhiều về ai; *to ~ twice* suy nghĩ lại, suy nghĩ cẩn thận

thinker *n.* nhà tư tưởng

thinking 1 *n.* sự suy nghĩ; ý kiến, tư tưởng: *to my* ~ theo ý tôi, theo thiển ý **2** *adj.* suy xét, suy nghĩ, nghĩ ngợi: *to put on one's* ~ *cap* hoà giải một vấn đề

think-tank *n.* người có đầu óc lớn giỏi về nhiều vấn đề

third 1 *n.* một phần ba; người/vật thứ ba; ngày mồng ba **2** *adj.* thứ ba: *fifty* ~ *street* phố 53; *the twenty* ~ *of April* ngày 23 tháng 4; ~ *age* tuổi già; ~ *country* đệ tam quốc gia, nước thứ ba; ~ *degree* sự cảnh sát tra tấn bắt cung khai; ~ *degree burn* vết bỏng nặng; ~ *party* người thứ ba, đệ tam nhân; ~ *person* ngôi thứ ba; ~ *rate* loại ba, kém, tồi; ~ *world* thế giới thứ ba

thirst 1 *n.* sự khát nước; sự thèm khát, sự khao khát: *to quench one's* ~ làm cho hết khát **2** *v.* khát nước; thèm khát, khao khát, thèm thuồng: *to* ~ *for/after something* thèm khát cái gì

thirsty *adj.* khát (nước): *blood*~ khát máu

thirteen *n., adj.* mười ba

thirteenth 1 *n.* một phần 13; người/vật thứ 13; ngày mười ba **2** *adj.* thứ mười ba

thirtieth 1 *n.* một phần 30; người/vật thứ 30; ngày ba mươi **2** *adj.* thứ ba mươi

thirty *n., adj.* ba mươi: *the thirties [30's]* những năm 30; những năm tuổi trên 30

this 1 *adj.* (*pl.* **these**) này: ~ *minute* phút này; *by* ~ *time* bây giờ, lúc nầy **2** *pron.* (*pl.* **these**) cái/điều/chuyện/việc này: *he doesn't like* ~ anh ấy không thích cái này; *you wind it like* ~ bạn quấn nó như thế này này **3** *adv.* như thế này: ~ *much* nhiều như thế này, bây nhiêu; ~ *thick* dày như thế này

thistle *n.* cây kế, cây thảo nhi

thong 1 *n.* dây da, roi da; dép nhựa **2** *v.* buộc bằng dây da, đánh bằng roi da

thorax *n.* (*pl.* **thoraxes**, **thoraces**) ngực

thorn *n.* gai; cây/bụi gai: *a* ~ *in one's side/ flesh* cái gai trước mắt; chuyện bực mình

thorny *adj.* có/nhiều gai; gai góc, khó khăn, hắc búa

thorough *adj.* hoàn toàn; kỹ, kỹ lưỡng, cẩn thận, tỉ mỉ: *to take a* ~ *rest* hoàn toàn nghỉ ngơi

thoroughbred *n., adj.* ngựa, thuần chủng, nòi

thoroughfare *n.* đường (giao thông) lớn, đường phố lớn; *"No* ~*"* ĐƯỜNG CẤM

those *adj., pron.* xem **that**: ~ *books are mine* những cuốn sách đó là của tôi; *you may take these pens but not* ~ anh có thể lấy những cái bút này chứ đừng lấy những cái đó

thou *pron.* ngươi, con, anh [ngôi thứ hai, danh cách] [tôn giáo]: ~ *shall not kill* con chớ sát sinh

though 1 *conj.* dù (cho), dẫu cho, mặc dù/ dẫu, tuy: ~ *it was pouring, they went out* tuy trời mưa như trút họ vẫn đi (ra ngoài) chơi; *even* ~ *you fail, you should try again* dù có thất bại chăng nữa, bạn cũng vẫn phải cố gắng một lần nữa; *as* ~ dường như, như thể là, khác nào như **2** *adv.* tuy vậy, tuy thế, thế nhưng, tuy nhiên: *I am sorry about the quarrel, you started it,* ~ tôi rất tiếc về việc chúng mình cãi nhau, tuy nhiên, chính anh bắt đầu trước; *I believe him* ~ tuy vậy tôi vẫn tin ông ấy

thought 1 *v.* quá khứ của **think**: *I* ~ *it would not rain today* tôi tưởng hôm nay không mưa chứ **2** *n.* ý nghĩ, ý tưởng, tư tưởng; ý, ý định/muốn, ý kiến; sự nghĩ ngợi/suy nghĩ/ suy tư; sự lo lắng, sự để ý, sự quan tâm [đến người khác]: ~ *control* kiểm soát tư tưởng; *to be lost in* ~*s* suy nghĩ miên man; *to read someone's* ~ đoán được suy nghĩ của ai; *to give* ~ *to* cho ý kiến

thoughtful *adj.* ngẫm nghĩ, tư lự, trầm tư mặc tưởng; có suy nghĩ, chín chắn, thận trọng; quan tâm, ân cần, lo lắng, chu đáo

thoughtless *adj.* không suy nghĩ, vô tâm; thiếu suy nghĩ, không chín chắn, khinh suất; không ý tứ, không ân cần, không quan tâm [đến ai cả]

thousand *n., adj.* (số) một nghìn, một ngàn: ~*s of people* hàng nghìn/hàng người; *the year one* ~ *nine hundred and eighty four* năm 1984

thousandth *n., adj.* một phần nghìn; (người/ vật) thứ một nghìn

thrall *n., v.* người nô lệ; cảnh nô lệ, cảnh tôi đòi; bắt làm nô lệ, bắt phải phục tùng, áp chế

thrash *v.* đánh, đánh đòn, đập; đập [lúa]; đánh bại; quẫy, vỗ, đập; bàn kỹ, thảo luận: *to* ~ *out* rất công phu mới đạt được, tranh luận sôi nổi mới đi đến kết luận

thread 1 *n.* chỉ, dây; dòng, mạch; đường ren: *to hang by a* ~ như treo đầu sợi tóc; *to lose the* ~ *of* mất mạch lạc **2** *v.* xâu, xỏ [kim]; lách qua, len: *to* ~ *one's way through the crowd* lách qua đám đông

threadbare *adj.* [quần áo, lốp xe] mòn xơ, sờn, xơ xác; [lời nói, truyện cười] cũ rích

threat *n.* lời doạ nạt/đe doạ/hăm doạ; sự đe doạ: *empty* ~*s* lời đe doạ suông

threaten *v.* doạ, hăm, đe doạ, hăm doạ, doạ nạt, nạt nộ: *it* ~*s to rain* trời hăm mưa

three *n., adj.* (số) ba, con ba; quân ba/tam: ~ *o'clock* ba giờ; *the baby is* ~ *now* em bé lên ba rồi; *the* ~ *R's [reading, writing and arithmetic]* ba điều sơ đẳng: đọc, viết và làm tính; ~*-legged run* cuộc thi chạy từng cặp; **~-dimensional work** công việc đủ ba chiều: cao, rộng và dài

threefold *adj., adv.* gấp ba, ba lần

threescore *n.* sáu mươi

threesome *n., adj.* (nhóm) ba người

thresh *v.* đập [lúa]; đập lung tung, quẫy: **~ing floor** sân đập lúa (phơi thóc); **~ing machine** máy đập lúa

threshold *n.* ngưỡng cửa, bậu cửa; bước đầu; lợi tức mức căn bản: **to stand on the ~ of life** đứng trước ngưỡng cửa cuộc đời

threw quá khứ của **throw**

thrice *adv.* ba lần, bằng ba: **~ as much** bằng ba lần ấy

thrift *n.* sự/tính tần tiện, tiết kiệm

thrifty *adj.* tần tiện, tiết kiệm, kiệm ước, tiện tặn; thịnh vượng, phồn vinh

thrill **1** *n.* sự sướng rộn lên, sự rộn ràng; sự rùng mình: **a ~ of joy** sự vui sướng rộn ràng **2** *v.* làm rộn ràng/hồi hộp; làm run lên, làm rùng mình; rộn ràng, hồi hộp, rùng mình, run lên [vì sướng, vì sợ]; [giọng] rung/ngân lên: **to ~ with delight** sướng run lên; **the match ~s us** trận đấu làm chúng tôi hồi hộp

thriller *n.* truyện/tuồng/phim trinh thám giật gân, truyện ly kỳ rùng rợn

thrive *v.* [**throve/thrived; thrived/thriven**] phát đạt, thịnh vượng; chóng lớn, phát triển mạnh: **a company can't ~ without good management** quản lý không giỏi thì công ty không thể phát đạt được

throat *n.* họng, cổ họng, cuống họng: **to clear one's ~** đằng hắng; **to have a sore ~** đau cổ; **to ram something down someone's ~** bắt ai phải thừa nhận cái gì, bắt ai phải nghe cái gì; **to be at each other's ~s** cãi nhau giữ dội

throb **1** *n.* sự/tiếng đập nạnh; tiếng vù vù: **I can hear the ~s of my heart** tôi có thể nghe tiếng tim tôi đập mạnh **2** *v.* đập, nhảy mạnh, đập rộn lên; [động cơ] kêu vù vù

throe *n.* cơn đau: **~s of childbirth** cơn đau đẻ; **~s of death** lúc rãy chết; **in the ~s of** đang khi vật lộn với

thrombosis *n.* chứng nghẽn mạch/tim [vì máu đông]

throne *n., v.* ngôi (vua), ngôi báu; ngai (vàng), đế vị, vương vị, vương quyền: **to come to the ~** lên ngôi vua; **to succeed to the ~** nối ngôi

throng **1** *n.* van bướm, van tiết lưu, van ga cánh bướm [trong động cơ] **2** *v.* điều tiết lưu lượng, tiết lưu; bóp cổ; bóp nghẹt

throttle *n.* cuống hầu, họng

through **1** *adj.* [tàu, vé] suốt, thẳng, làm xong việc: **~ traffic** xe cộ đi thẳng [suốt qua thành phố]; **I am almost ~** tôi gần xong rồi; **no ~ road** đường cùng, đường không có

lối ra **2** *prep.* xuyên qua, qua, suốt; vì, do, nhờ, tại: **~ a window** đi qua cửa sổ; **to travel ~ that state** đi du lịch qua (tiểu bang) đó; **he ran ~ fear** ông ấy sợ quá nên chạy; **we found her ~ my friend** chúng tôi tìm ra bà ấy nhờ bạn tôi **3** *adv.* từ đầu đến cuối, suốt, đến cùng: **to go ~ with a plan** thực hiện chương trình

throughout *prep., adv.* khắp, suốt, từ đầu đến cuối: **~ the country** khắp trong nước; **~ my dad's life** suốt đời cha tôi; **air-conditioned ~** khắp nhà có máy lạnh

throve quá khứ của **thrive**

throw **1** *n.* sự ném/quăng/thảy/liệng; khoảng ném xa **2** *v.* [**threw; thrown**] ném, quăng, thảy, liệng, vứt, quẳng, lao; vật ngã, hất ngã; bỏ/ném/vứt vào; cố tình thua [cuộc đấu]: **to ~ away** vứt đi, bỏ lỡ; **to ~ back** đẩy lui; phản chiếu; **to ~ in** cho thêm; **to ~ in the towel** thú nhận thất bại, chịu thua; **to ~ out** đuổi ra, trục xuất; phóng ra, văng [tục]; ưỡn [ngực]; **to ~ over** bỏ, rời bỏ; **to ~ up** nôn ra, mửa ra; giơ [tay] lên; vứt lên; từ bỏ; **to ~ stones at** nói xấu ai, ném đá dấu tay; **to ~ one's weight around** hành động không mấy tự tin

throwback *n.* sự giật lùi, sự thất bại

thrown quá khứ của **throw**

thru xem **through**

thrush *n.* chim hét, chim hoạ mi

thrust **1** *n.* sự đẩy mạnh; nhát đâm [dao, kiếm/gươm]; sức đẩy/đè/ép **2** *v.* đẩy, ấn, thọc; đâm (mạnh): **~ and parry** đâm và né, đấu trí

thud **1** *n.* tiếng thịch/uỵch **2** *v.* đánh uỵch một cái, ngã uỵch một cái

thug *n.* du côn, côn đồ, côn quang; tên sát nhân

thumb **1** *n.* ngón tay cái: **all ~s** vụng về; **to be under someone's ~** bị ai chi phối **2** *v.* lật dở [trang sách]: **to ~ a ride** đứng bên xa lộ ra hiệu tay xin đi nhờ xe; **to ~ down an invitation** từ chối lời mời

thumbtack *n.* đinh rệp

thump **1** *n.* quả đấm/thụi, cú đánh mạnh **2** *v.* đập, đập mạnh, đấm (thình thình), đập (thình thình)

thunder **1** *n.* sấm sét, tiếng vang như sấm: **~ of applause** tiếng vỗ tay hoan hô như sấm; **to steal someone's ~** dùng ý kiến người khác **2** *v.* có sấm, nổi sấm, sấm động; ầm ầm như sấm; la lối, quát tháo ầm ĩ

thunderbolt *n.* tiếng sét; tin như sét đánh

thunderclap *n.* tiếng sấm sét, việc bất ngờ

thunderous *adj.* dông tố, bão tố; vang như sấm

thundershower *n.* mưa rào có sấm chớp

thunderstorm *n.* bão lớn có sấm chớp
thunderstruck *adj.* bị sét đánh; sửng sốt
Thursday *n.* ngày Thứ năm
thus *adv.* như thế, như vậy; vì thế/vậy, vậy thì; đến như thế: *she spoke ~* cô ấy nói như vậy; *he studied hard, ~ he got high marks* anh ấy học chăm nên được điểm cao; *~ far* đến đó, cho đến bây giờ
thwack *n., v.* (cái) vụt mạnh
thwart *v., n.* cản trở, ngăn trở, làm trở ngại, phá
thy *adj.* [tôn giáo] của ngài, của người/mày/anh
thyme *n.* bách lý hương, xạ hương, húng tây
thyroid *n., adj.* (thuộc) tuyến giáp (trạng)
thyself *pron.* [Tôn giáo] tự/chính ngươi
tiara *n.* mũ miện tia-ra của vua Ba Tư, Giáo Hoàng
Tibet *n.* nước Tây Tạng
tic *n.* tật giật tay, tật co giật
tick 1 *n.* tiếng tích tắc (như đồng hồ); dấu nháy, dấu kiểm: *in a ~* trong khoảnh khắc, trong giây lát 2 *n.* con bét, con ve, con bọ chó 3 *n.* vải bọc [nệm, gối] 4 *v.* kêu tích tắc; đánh dấu nháy: *to ~ off* đánh dấu kiểm điểm; *to ~ off a name on the list* đánh dấu tên trong danh sách 5 *v.* mua chịu, cho ai mua chịu
ticker *n.* máy điện báo; đồng hồ; giấy dán, quả tim
ticket 1 *n.* vé; phiếu, bông; nhãn ghi giá hàng; danh sách ứng cử viên, liên danh; vé phạt ô tô: *~ agent* người bán vé; *~ office* phòng bán vé; *return ~* vé khứ hồi; *one way ~* vé đi một lượt 2 *v.* dán nhãn; phát vé; biên giấy phạt
tickle 1 *n.* sự cù (lét); cảm giác buồn buồn: *to give someone a ~* cù người nào 2 *v.* cù, cù lét, thọc cù; thọc cù lét; làm cho khoái, mơn trớn; buồn buồn, ngứa ngứa: *the story ~s me* câu chuyện làm tôi buồn cười
ticklish *adj.* có máu buồn, hay nhột; [vấn đề] tế nhị, [tình hình] khó xử
tick-tack-toe *n.* trò chơi cờ ca rô
tidal *adj.* thuộc con nước, thuộc thuỷ triều, sóng thần; cao trào tư trào: *~ wave* sóng triều; *~ river* sông chịu ảnh hưởng của thuỷ triều
tidbit *n.* miếng ngon, cao lương mỹ vị
tide 1 *n.* triều, thuỷ triều, con nước; dòng (nước), dòng; chiều hướng, trào lưu: *the ~ of the time* xu hướng thời đại; *to swim with the ~* gió chiều nào theo chiều đó, thức thời; *the ~ is out* ly đã cạn 2 *v.* giúp đỡ tạm; vượt, khắc phục[khó khăn]: *to ~ over difficulties* vượt qua những khó khăn
tidewater *n.* nước triều, bờ biển

tidings *n.* tin, tin tức
tidy 1 *adj.* sạch sẽ, gọn gàng, ngăn nắp, có thứ tự; [món tiền] khá lớn: *a ~ room* căn phòng ngăn nắp gọn gàng 2 *v.* xếp dọn, dọn dẹp, làm cho gọn gàng; sửa sang trang điểm một tí: *to ~ up* làm cho sạch sẽ gọn gàng
tie 1 *n.* dây [để buộc/trói];sự ràng buộc, liên hệ, quan hệ; nơ, nút; cà vát; sự ngang điểm/phiếu, sự hoà/huề; dấu nối [nhạc]; tà vẹt đường ray xe lửa: *neck~* cà vạt; *the game ended in a ~* trận đấu kết thúc huề nhau 2 *v.* buộc, cột, trói; thắt [nuts, ca vát]; ràng buộc, trói buộc; hoà với ...; hoà nhau vì ngang điểm/phiếu: *to ~ down* cột, ràng buộc; *to ~ up* bận, kẹt; *to be ~ed up* buộc; trói lại; buộc, băng [vết thương]; giữ nằm im [ngân khoản]; [xe cộ, đường điện thoại] bận quá, bị kẹt; *~break* đánh để phân thắng bại ai được 7 quả sẽ thắng; *fit to be ~d* rất tức giận
tier 1 *n.* tầng, lớp, bậc,bậc thang: *to place in ~s one above another* xếp thành tầng 2 *n.* người buộc, người trói
tiff *n.* sự xích mích, sự bất hoà/huých tưởng
tiffin *n., v.* bữa ăn trưa, ăn trưa của người Anh-Ấn
tiger *n.* con hổ, con cọp: *~ cat* mèo rừng; *~'s eye* ngọc mắt mèo; *~ prawn* tôm càng lớn; *a ~ for punishment* người làm việc quá sức
tight 1 *adj.* chặt, khít, căng, căng thẳng; chật, bó sát; kín, kín mít, không thấm nước; [tiền] khó kiếm, eo hẹp; chặt chẽ, hà tiện; say bí tỉ: *the cork is too ~* nút chai chặt quá; *she wears ~ shoes* cô ấy đi giày chật quá 2 *adv.* chặt, kín, khít: *to hold ~* giữ chặt, ôm chặt; *to shut ~* đóng kín mít; *to sit ~* ngồi im, án binh bất động
tighten *v.* buộc/thắt/siết chặt; kéo cho căng, vặn chặt; chặt hơn, khích lại; căng (thẳng) ra
tight-fisted *adj.* chặt chẽ, keo cứ, hà tiện
tight-fitting *adj.* chật, bó sát, khít
tightrope *n.* dây kéo căng [ở rạp xiếc]
tigress *n.* hổ cái, cọp cái; sư tử cái, đàn bà dữ
tile *n., v.* (lợp) ngói, (lót) gạch hoa, gạch vuông, ca rô, đá lát: *~ roof* mái ngói
tiler *n.* thợ lợp ngói, thợ lót gạch
till *n.* ngăn kéo tiền
till *v.* trồng trọt, cày cấy
till 1 *prep.* đến, tới: *~ now* cho đến nay; *~ then* đến lúc đó 2 *conj.* cho tới khi, trước khi: *please wait ~ I come* vui lòng chờ đến khi tôi tới
tillage *n.* việc trồng trọt cày cấy
tiller *n.* người trồng trọt; dân cày, nhà nông, người làm ruộng: *land to the ~* người cày có đất

tilt 1 *n.* độ nghiêng; cuộc (cưỡi ngựa) đấu thương 2 *v.* (làm)nghiêng đi: *to ~ back* kéo nghiêng về phía sau, ngã ra đằng sau; *to ~ up* dựng đứng/ngược lên

timber 1 *n.* gỗ làm nhà; cây gỗ; xà nhà, kèo: *~ yard* bãi gỗ; *rough ~* gỗ mới đốn 2 *v.* trồng rừng, cung cấp gỗ: *~ed house* nhà bằng gỗ

timberland *n.* đất trồng rừng lấy gỗ

timbre *n.* âm sắc

time 1 *n.* thì giờ, thời gian; giờ; lần, phen; thời hạn, kỳ hạn; thời buổi; dịp, lúc, cơ hội; nhịp: *do you have the ~?* anh có biết mấy giờ rồi không?; *six ~s in all* sáu lần tất cả; *five ~s two is ten* năm lần hai là mười; *at that ~* lúc đó; *at the present ~* hiện nay, lúc này; *at the same ~* đồng thời; *at ~s* một đôi khi, có khi; *behind the ~s* lạc hậu; *full ~* toàn thời gian; *in due ~* đúng lúc, đúng ngày đúng tháng; *in no ~* chỉ trong chốc lát; *on ~* đúng giờ; *several ~s* nhiều lần; *~ and ~* nhiều lần; *to have a good ~* vui thích, nô đùa thoả thích; *to waste ~* phí phạm thời giờ; *~ bomb* bom nổ chậm; *~ clock* đồng hồ xưởng máy [ghi giờ đến giờ về]; *~ sheet* tờ giấy ghi giờ; *~-honored* được tôn trọng vì đã quen làm thế 2 *v.* bấm giờ, đo thì giờ; điều chỉnh cho đúng/đều; chọn đúng lúc: *he ~s two minutes* ông ấy tính toán thì giờ trong hai phút

timekeeper *n.* người ghi giờ; đồng hồ (bấm giờ)

timeless *adj.* vô tận, vĩnh viễn

timely *adj.* đúng lúc, hợp thời, thích đáng

timepiece *n.* đồng hồ

timetable *n.* biểu thời gian, thời khắc biểu, thời dụng biểu; giờ xe/tàu chạy

timid *adj.* nhút nhát, e lệ, rụt rè

timidity *n.* tính nhút nhát rụt rè

timing *n.* sự bấm giờ; sự căn giờ, sự phối hợp thời gian; sự đo giờ; sự chọn đúng lúc

timorous *adj.* rụt rè nhút nhát, e sợ

tin 1 *n.* thiếc, sắt tây; hộp thiếc, hộp sắt tây: *~ foil* giấy thiếc; *~ hat* nón sắt; *~ opener* cái mở hộp; *~ soldier* người lính làm bằng thiếc cho trẻ con chơi 2 *v.* tráng thiếc

tincture 1 *n.* cồn thuốc; nét thoáng; chút ít, màu nhẹ 2 *v.* bôi màu, tô màu, làm cho có vẻ

tinder *n.* bùi nhùi, vật nhóm lửa: *~ box* hộp bật lửa

tine *n.* răng nĩa, nhánh gạc nai

tinge 1 *n.* màu nhẹ; nét thoáng 2 *v.* pha màu nhẹ

tingle *n., v.* (sự) ngứa ran; (sự) náo nức

tinker 1 *n.* thợ hàn nồi 2 *v.* hàn; chắp vá, vá víu

tinkle 1 *n.* tiếng leng keng 2 *v.* (làm cho) kêu leng keng, rung [chuông]: *to ~ the bell* rung chuông leng keng

tinsel 1 *n.* kim tuyến; vật hào nhoáng: *~ town* 2 *v.* trang sức bằng kim tuyến, trang điểm bằng vật hào nhoáng, làm cho hào nhoáng

tint 1 *n.* màu nhẹ 2 *v.* nhuốm màu, tô màu: *to ~ a car* nhuốm màu cửa xe

tiny *n.* bé tí, nhỏ xíu

tip 1 *n.* đầu, chóp, đỉnh, ngọn, đầu bịt: *on the ~ of one's tongue* điều cần được nói; *the ~ of the iceberg* một bằng chứng nhỏ nổi bật; *the ~s of the fingers* đầu ngón tay 2 *n.* tiền diêm thuốc, tiền trà nước; lời mách, tuy ô; lời chỉ điểm, lời báo cáo mật (cảnh sát): *to give him a ~* cho anh ấy tiền trà nước 3 *v.* bịt: *to ~ with gold* bịt bằng vàng 4 *v.* thưởng, cho tiền diêm thuốc, cho puốc boa; mách, báo cáo mật cho: *to ~ off* mách cho ai biết điều bí mật 5 *v.* lật/làm nghiên [cán cân the scales]: *to ~ over* lật ngược

tip-off *n.* tin tức bí mật; lời mách/cảnh báo

tipsy *adj.* chếnh choáng (hơi men), ngà ngà say: *to get ~* say ngà ngà

tiptoe 1 *n.* đầu ngón tay, đi nhón nhén; thấp thỏm; kín đáo bí mật: *to be on ~* đi nhón chân 2 *v.* đi nhón chân, đi nhón nhén

tiptop *adj., adv., n.* hảo hạng, hạng nhất, tuyệt hảo: *~ performance* buổi trình diễn tuyệt vời

tirade *n.* diễn văn đài; diễn văn đã kích, tràng/chuỗi những lời chửi rủa công kích

tire *n.* lốp/vỏ bánh xe: *rubber ~* lốp cao su; *~ chain* xích lốp xe [dùng khi có tuyết]; *~ gauge* cái thử lốp; *~ iron* cái tháo lốp xe; *~ pump* bơm; *tubeless ~* lốp xe không có ruột

tire *v.* (làm) mệt, (làm) mệt mỏi, (làm) chán

tired *adj.* mệt (mỏi), mệt nhọc; chán: *to be ~ of* chán ngấy vì; *to grow ~ of* phát chán, phát ngấy vì

tireless *adj.* không (biết) mệt; không ngừng, bền bỉ, kiên nhẫn

tiresome *adj.* làm mệt, mệt nhọc; chán ngắt, làm chán làm khó chịu

tissue *n.* mô; vải mỏng; giấy lụa; giấy vệ sinh, giấy đi cầu, giấy chùi đít; mùi soa giấy: *~ paper* giấy đi cầu

tit *n.* miếng: *~ for tat* ăn miếng trả miếng

Titan *n.* người khổng lồ, người có sức mạnh phi thường

titanic *adj.* to lớn, khổng lồ

tithe *n., v.* (đóng) thuế thập phân đóng cho nhà thờ

titillate *v.* làm cho buồn cười, thọc lét, cù cho cười

title 1 *n.* tên, nhan [sách]; đầu đề[bài hát/thơ];

tước, tước vị hiệu, danh hiệu; tư cách, cương vị, danh nghĩa; bằng khoán, chứng thư, văn tự; tuổi, chuẩn độ [vàng]: *~ deed* văn tự nhà đất; *~ holder* người chủ văn tự nhà đất; *~ page* trang tít; *~ role* vai chính 2 *v.* gọi là

titled *adj.* có tước vị, có được chức vị

titter *v.* cười khúc khích

titular *adj.* giữ chức, danh nghĩa

tizzy 1 *n.* tình trạng run sợ 2 *v.* cố gắng thay đổi bề ngoài

T-junction *n.* ngã ba, chỗ giao thông hình chữ T

to 1 *prep.* đến, sang, về phía; mãi đến; để, với mục đích; đến một vị trí/tình trạng nào đó; đến nỗi gây nên; thành; theo, cùng với; so với; của; để mừng; vào; về: *to go ~ the left* đi về phía tay trái; *faithful ~ the end* trung thành đến cùng; *he ran ~ her rescue* anh chạy đi cứu cô ta; *~ my horror the beast approached* con ác thú đi gần lại làm tôi kinh hãi biết bao; *the letter was torn ~ pieces* bức thư bị xé tan ra thành từng mảnh; *we danced ~ the lovely tune* chúng tôi nhảy múa theo điệu nhạc du dương ấy; *the score was 10 ~ 6* kết quả trận đấu là 10 với 6; *the key ~ my room* chìa khoá vào buồng tôi; *the key ~ this puzzle* cái khoá để giải vấn đề này; *let us drink ~ our teacher* chúng ta hãy nâng cốc để chúc mừng thầy/ cô giáo chúng ta; *tie it ~ the desk* trói nó vào cái bàn đi; *what did she say ~ that?* thế cô ấy nói gì về ý kiến đó?; *not even four bananas ~ the pound* mỗi nửa ki lô chưa được đến bốn quả chuối 2 *adv.* đến: *to go ~ and fro* đi đi lại lại; *when he came ~* khi ông ấy tỉnh lại; *~ this day* cho đến ngày nay; *a quarter ~ eight* tám giờ kém/thiếu 15 phút; *~ a certain extent* đến/tới một chừng mực nào đó

toad *n.* con cóc

toadstool *n.* nấm mũ [độc]

toady *n., v.* (kẻ)nịnh hót, xu nịnh, bợ đỡ

toast 1 *n.* bánh mì nướng 2 *n.* chén/ly rượu mừng; người được bàn tiệc nâng cốc chúc mừng: *I propose a ~ to him* tôi xin mời các bạn nâng cốc chúc mừng ông ấy; *~ of the town* thành phố reo mừng; *to have a person on ~* trong vai trò đối đáp với người chúc mừng mình 3 *v.* nướng (bánh mì) 4 *v.* nâng cốc chúc mừng

toaster *n.* máy nướng bánh mì

toastmaster *n.* người chủ toạ tiệc mừng [thường giới thiệu các diễn giả và tuyên bố nâng cốc]

tobacco *n.* thuốc lá; cây thuốc lá: *~-box* hộp đựng thuốc lá; *~-pipe* ống điếu hút thuốc; *~ pouch* túi đựng thuốc lá [để hút tẩu/pip]

tobacconist *n.* người bán thuốc lá

toboggan *n., v.* (đi) xe trượt băng

today *n., adv.* hôm nay, ngày nay: *~'s newspaper* báo ngày hôm nay; *from ~* kể từ ngày nay hôm nay; *shall we go ~?* chúng ta đi ngày hôm nay không?

toddle *n., v.* (sự) đi chập chững không vững

toddler *n.* đứa trẻ mới biết đi (chập chững)

to-do *n.* sự ầm ĩ, sự om sòm, sự làm to chuyện; *a ~ list* danh sách việc cần làm

toe 1 *n.* ngón chân; mũi [giày]: *the big ~* ngón chân cái; *from top to ~* từ đầu đến chân; *to turn up one's ~s* chết, bỏ đời 2 *v. to ~ the line/mark* tuân theo mệnh lệnh

toenail *n.* móng chân

toffee *n.* kẹo bơ cứng: *not for ~* không một tí nào

tofu *n.* đậu hủ (của người Tàu và Nhật)

together *adj., adv.* cùng (với), cùng nhau; cùng một lúc, đồng thời: *to get oneself ~* giữ bình tỉnh; *to walk ~* cùng nhau đi bộ; *call your friends ~* hãy hợp các bạn của anh lại

toggle *n.,v.* cái chốt néo dây, cột chốt dây vào

toil 1 *n.* công việc khó nhọc 2 *v.* làm việc khó nhọc/vất vả; đi một cách khó khăn mệt nhọc

toilet *n.* phòng rửa tay, nhà tắm, nhà vệ sinh, cầu tiêu; cách ăn mặc, phục sức; sự trang điểm: *~ bowl* cầu tiêu; *~ paper* giấy vệ sinh, giấy đi cầu/chùi đít; *~ seat* ghế ngồi cầu tiêu; *~ soap* xà phòng thơm/tắm/rửa mặt; *~-training* việc tập cho trẻ con đi nhà cầu

toiletry *n.* xà phòng nước hoa, phấn sáp

toilsome *adj.* vất vả khó nhọc

token *n.* dấu hiệu, biểu hiện; vật kỷ niệm; đồng giơ tông [để trả tiền xe, gọi dây nói]; thẻ: *in ~ of* để làm dấu hiệu cho; *by the same ~* cũng là, để theo vào đó, vả lại

told quá khứ của **tell**

tolerable *adj.* có thể chịu đựng/tha thứ được; tàm tạm, kha khá

tolerance *n.* lòng khoan dung/khoan thứ; sự/ sức chịu đựng; sự chịu thuốc

tolerant *adj.* khoan dung, khoan thứ, tha thứ

tolerate *v.* tha thứ, khoan thứ; chịu đựng; chịu

toll 1 *n.* thuế qua đường/cầu, tiền mãi lộ; số nạn nhân, số người tử nạn; lệ phí gọi dây nói liên tỉnh: *the storm took a heavy ~* trận bão làm vô số người thiệt mạng; *~-bridge* cầu phải trả tiền; *~ call* cú dây nói liên tỉnh; *~-free* [cú điện thoại liên tỉnh] miễn phí; *~-gate* cổng thu thuế [trên xa lộ]; *~-keeper* nhân viên thu thuế đường 2 *n.* tiếng chuông 3 *v.* nộp thuế cầu đường 4 *v.* rung, đánh [chuông]; rung/điểm chuông (báo tử): *the clock ~ed midnight* đồng hồ điểm giữa đêm

tollbooth *n.* chỗ thâu tiền qua đường; nhà tù(cũ)

tomahawk *n.* rìu nhỏ [của người da đỏ]

tomato *n.* (*pl.* **tomatoes**) quả cà chua: *cherry ~* cà chua nhỏ [cỡ quả anh đào]; *~ juice* nước cà chua; *~ sauce* xốt cà chua

tomb *n.* mả, mồ, mộ, phần mộ: *~ of the unknown soldier* mồ chiến sĩ vô danh

tomboy *n.* con gái nghịch và đi đứng như con trai

tombstone *n.* bia, mộ chí, mộ thạch

Tom, Dick and Harry *n.* bất cứ người nào

tome *n.* tập, quyển: *a dictionary in two ~s* bộ từ điển gồm hai tập

tomfoolery *n.* hành động dại dột, việc làm ngớ ngẩn

tommy-gun *n.* súng tiểu liên

tomorrow *n., adv.* mai, ngày mai: *~ morning* sáng mai, *the ~ after* ngày kia, mốt

tomtom *n.* trống cơm

ton *n.* tấn [= *short ton* ở Mỹ và Canada bằng 2000 bòong; = *long ton* ở Anh bằng 2240 bòong]; *ton* [đơn vị dung tích tàu biển]; số lớn, rất nhiều: *freight ~* đơn vị trọng tải tàu biển, *I have asked him ~s of times* tôi đã hỏi ông ấy rất nhiều lần

tonal *adj.* thuộc về phát âm

tone **1** *n.* tiếng; âm; thanh điệu; giọng; sắc; vẻ, phong thái; sức, cường lực; *Vietnamese has six ~s* tiếng Việt có 6 thanh điệu **2** *v.* so dây đàn; hoà hợp, ăn nhịp; (làm) dịu đi: *to ~ down* làm bớt gay gắt

tong *n.* tông phái của người Tàu

tongs *n.* cái kẹp, cái cặp

tongue *n.* cái lưỡi; miệng lưỡi, cách ăn nói, mồm mép; tiếng, ngôn ngữ; vật hình lưỡi: *to hold one's ~* không nói gì, nín lặng; *to keep a civil ~* giữ lời giữ miệng tránh dùng tiếng thô tục; *mother ~* tiếng mẹ đẻ; *native ~* tiếng bản ngữ; *on everyone's ~* được thiên hạ bàn tán xôn xao; *~ in cheek* khôi hài; *~ twister* từ ngữ khổ độc; *~-tied* líu lưỡi [vì sợ, thẹn, v.v.]

tonic **1** *n.* thuốc bổ; âm chủ, chủ âm **2** *adj.* bổ, tẩm bổ, bổ âm, bổ dương, bổ tì; thuộc chủ âm

tonight *n., adv.* tối nay, đêm nay: *I will listen to ~'s radio news* tôi sẽ nghe tin tức phát thanh tối nay; *~ it will rain* tối nay trời sẽ mưa

tonnage *n.* trọng tải [của tàu thuyền]

tonsil *n.* ami-đan, hạch hạnh nhân

tonsillectomy *n.* thuật cắt ami-đan

tonsillitis *n.* viêm ami-đan, viêm hạch hạnh nhân

tonsure *n.* sự cạo đầu; lễ thí phát

too *adv.* quá, quá đáng; rất, cũng, nữa: *~ long* dài quá; *~ much/many* nhiều quá; *it's ~ bad she cannot come* tiếc quá, cô ấy không đến được; *I am only ~ glad to help* tôi rất vui mừng có thể giúp được một tay; *he is intelligent, young, and rich ~* ông ấy thông minh, trẻ và còn giàu nữa; *you like tea; I do ~* bạn thích nước trà tôi cũng thế

took quá khứ của **take**

tool *n., v.* đồ dùng, dụng cụ; công cụ, lợi khí, tay sai: *he is only a ~ of the party boss* ông ấy chỉ là tay sai của tên đảng trưởng; *farm ~s* nông cụ, điền khí; *garden ~s* đồ làm vườn; *research ~* công cụ khảo cứu; *~ box* hộp đồ nghề; *~ shed* nhà nhỏ để đồ làm vườn

toot **1** *n.* tiếng còi/kèn **2** *v.* bóp còi, bóp kèn, rút còi, nhận kèn

tooth *n.* (*pl.* **teeth**) răng [người, vật]; răng [lược, bừa, cào, cưa, bánh xe]: *armed to the teeth* được trang bị đầy đủ; *to fight ~ and nail* đánh nhau dữ dội, cắn xé nhau; *to cut teeth* mọc răng; *to get one's teeth into* cống hiến sức mình vào việc gì; *a decayed ~* răng sâu; *a front ~* răng cửa; *~ache* đau răng; *~brush* bàn chải răng; *~paste* thuốc đánh răng; *~pick* tăm xỉa răng; *wisdom ~* răng khôn

toothless *adj.* sún (răng), không có răng, móm

top **1** *n.* chóp, chỏm, đầu, ngọn, đỉnh, mặt [bàn]; nắp, vung, mui xe: *at the ~ of* ở/ đứng đầu; *at the ~ of one's voice* (nói/kêu) lớn, ầm; *from ~ to bottom* từ đầu đến chân/cuối; *on ~ of that* thêm vào đó, hơn nữa; *on ~ of the world* đứng đầu thế giới; *top* đứng hàng đầu **2** *n.* con quay, con cù, bông vụ: *to sleep like a ~* ngủ say, ngủ như chết **3** *adj.* trên hết, đứng đầu: *at ~ speed* với tốc độ cao nhất; *~-drawer* hàng đầu, quan trọng nhất, nặng ký; *~ floor* tầng cao nhất, tầng thượng; *~ level* hạng cao nhất; *~ secret* tối mật; *~ ten* mười bản nhạc hay nhất, mười quyển sách bán chạy nhất **4** *v.* ở trên đỉnh/ngọn; leo tới đỉnh, trèo lên ngọn; cao hơn; vượt hẳn, hay hơn: *to ~ a class* đứng đầu lớp; *to ~ off* hoàn thành, làm xong

top-heavy *adj.* nặng đầu, nhiều người quá ở cấp trên

topic *n.* vấn đề; đề tài, chủ đề: *I have chosen a ~ to write an essay* tôi chọn một đề tài để viết luận văn của tôi

topless *adj.* mất ngọn không có phần trên; không mặc yếm: *~ dancer* vũ nữ ở trần

topmost *adj.* cao nhất

topnotch *adj., n.* bậc nhất, ưu tú, xuất sắc, số dách

topography *n.* địa hình; phép vẽ địa hình

topple *v.* (làm) ngã, (lật) đổ, đổ nhào

topsoil *n.* lớp đất ở trên cùng

topsy-turvy *adj., adv.* lộn bậy, lộn xộn, đảo lộn, lung tung, hỗn loạn; lộn nhào

torch 1 *n.* đuốc, ngọn đuốc, đèn: ~ *of liberty* ngọn đuốc tự do; *electric* ~ đèn pin; *to carry a* ~ *for someone* chịu sự bất công trong tình yêu; *to put to the* ~ đốt huỷ đi 2 *v.* đốt đuốc

torchbearer *n.* người cầm đuốc; người bênh vực

torchlight *n.* ánh đuốc: ~ *procession* rước đuốc

tore quá khứ của **tear**

torment 1 *n.* sự giày vò/day dứt/giằn vặt,sự đau khổ: *to suffer* ~ chịu đau khổ 2 *v.* làm đau khổ, dày vò, day dứt: *to be ~ed with remorse* đau khổ day dứt vì hối hận

torn quá khứ của **tear**: ~ *to pieces* xé rách tan

tornado *n.* (*pl.* **tornadoes, tornados**) bão táp, bão lốc, bão xoáy: ~ *watch* báo động có bão xoáy; ~ *of cheers* tiếng hoan hô như sấm dậy

torpedo 1 *n.* (*pl.* **torpedoes**) ngư lôi: ~ *boat* tàu chiến nhanh loại nhỏ; ~ *net* dây quấn quanh ngư lôi 2 *v.* phóng ngư lôi để đánh đắm tàu; phá hoại, phá huỷ

torpid *adj.* mụ, mụ óc, mê mụ, trì độn, bơ thờ

torque *n.* vòng cổ

torrent *n.* dòng nước lũ; tràng chửi rủa

torrid *adj.* nóng như thiêu

torso *n.* tượng bán thân; thân trên

tortoise *n.* rùa: ~ *shell* mu rùa; đồi mồi

tortuous *adj.* quanh co, khúc khuỷu; xảo trá

torture 1 *n.* sự tra tấn; nỗi giày vò 2 *v.* tra tấn, tra khảo; làm khổ sở điêu đứng, hành hạ

toss 1 *n.* sự ném/tung; cái hất[đầu]: *a* ~ *of the head* cái hất đầu 2 *v.* tung, ném lên, quẳng lên; hất[đầu]; tung [đồng tiền xem sấp hay ngửa]; lúc lắc tròng trành; trở mình trằn trọc: *to* ~ *money about* ăn tiêu hoang phí; *to* ~ *off* uống một hơi; *to* ~ *up* đôi đồng xu lên để chọn phía

toss-up *n.* trò chơi sấp ngửa; vấn đề không chắc

tot *n.* trẻ nhỏ, đứa bé con; một chút xíu

total 1 *n.* tổng số: *to reach a* ~ *of* đạt đến tổng số 2 *adj.* tổng cộng, toàn thể/bộ, hoàn toàn: *the* ~ *number of guests* tổng số quan khách; ~ *abstinence* kiêng rượu; ~ *eclipse* nhật thực/nguyệt thực bị che hoàn toàn; ~ *recall* khả năng nhớ lại đầy đủ chi tiết 3 *v.* cộng lại; lên tới: *the money spent each year*

on defense ~*s millions of dollars* số tiền tiêu hàng năm cho quốc phòng lên tới hàng triệu đô la

totalitarian *adj.* chuyên chế, độc đoán, cực quyền

totality *n.* toàn bộ, toàn thể, tổng số, toàn phần

totalize *v.* cộng tổng số, tổng cộng

tote *v.* khuân, mang, vác vai: ~ *bag* túi đeo vai

totem *n.* vật tổ, tô tem

totter *v., n.* đi lẫy bẩy; lung lay, sắp đổ, sắp sụp

touch 1 *n.* sự sờ/mó/rờ; xúc giác; sự tiếp xúc/ giao thiệp; lối đánh đàn, kiểu đánh máy; một chút/tí; nét vẽ: *a* ~ *of garlic* một chút tỏi; *a* ~ *of fever* hơi sốt một tí; *finishing* ~ giai đoạn cuối đã xong; *to be in/out of* ~ *with* không liên hệ với, mất liên lạc với; *to get in* ~ *with* liên lạc với; *to lose one's* ~ không còn liên lạc nữa; *personal* ~ phương cách cá nhân đối với tình huống; ~ *and go* kết quả không chắc 2 *v.* sờ, mó; đụng, chạm; vuốt, bấm [dây đàn]; dính dáng, đụng tới; đạt tới; làm cảm động/xúc động: *to* ~ *base* dựa trên căn bản; *to* ~ *on* nói đến; *to* ~ *off* phát động, gây nên; *to* ~ *up* tô, sửa [bức vẽ, tấm ảnh]; ~ *wood* đụng tay vào vật bằng gỗ để cầu may, bùi nhùi

touchdown *n.* máy bay hạ cánh chạm mặt đất; điểm ghi 6 khi chạm mặt đất của môn túc cầu Mỹ

touché *intj.* sự ghi nhận việc đổ lỗi/chỉ trích phê bình

touching 1 *adj.* cảm động: *a* ~ *story* câu chuyện cảm động 2 *n.* sự sờ mó 3 *prep.* nói về, đối với: *a few words* ~ *that business* một vài lời về công việc đó

touchy *adj.* dễ động lòng; hay giận dỗi

tough 1 *adj.* bền, dai sức, khoẻ, mạnh; khó, gay go, bướng, ương, ngoan cố; [khu] dữ, du côn: ~ *meat* thịt dai; *he is a* ~ *person* ông ấy là người khó tính; *a* ~ *nut to crack* người cứng đầu, chốt cứng khó bể 2 *v.* làm cho mạnh, nghiêm khắc: *to* ~ *it out* chịu đựng

toupee *n.* bím tóc giả, chùm tóc giả

tour 1 *n.* cuộc du lịch; cuộc đi thăm; cuộc kinh lý: *on* ~ đang đi lưu diễn; *study* ~ cuộc đi du khảo; ~ *operator* công ty tổ chức du lịch 2 *v.* đi du lịch; lưu diễn

tourism *n.* sự du lịch: *Vietnam* ~ ngành du lịch Việt Nam

tourist *n.* nhà du lịch, khách du lịch, du khách

tournament *n.* cuộc đấu, cuộc tranh tài

tourniquet *n.* cái quay cầm máu

tousle *v.* làm bù/rối [tóc]; làm nhàu

tout *n. v.* người chào hàng, người mách nước đánh cá

tow *n., v.* (sự) dắt đi, kéo đi: *they may ~ your car away* coi chừng, họ có thể kéo xe của bạn đi; *~ bar* thanh sắt để kéo xe; *~ line* dây để kéo; *~ truck* xe lớn dùng để kéo xe

toward(s) *prep.* về phía; đối với: *my attitude ~ war* thái độ của tôi đối với chiến tranh; *~ the end of the year* vào quãng cuối năm; *to save money ~ my son's education* để dành tiền cho con trai tôi đi học sau này

towboat *n.* tàu kéo

towel *n., v.* khăn lau; khăn mặt: *bath ~* khăn tắm; *dish ~* khăn lau bát; *paper ~* khăn giấy; *~ rack* giá khăn mặt

tower 1 *n.* tháp, lầu, đài; pháo đài: *control ~* đài kiểm soát không lưu; *ivory ~* tháp ngà; *watch ~* chòi canh 2 *v.* đứng cao hơn, vượt hẳn lên

towering *adj.* cao ngất

town *n.* thị xã, thành phố nhỏ, tỉnh nhỏ; bà con hàng phố: *~ clerk* thư ký thị sảnh; *~ council* hội đồng thành phố; *~ councilor* nghị viên thành phố; *~ hall* toà thị chính, thị sảnh; *~ planning* quy hoạch/thiết kế thành phố

township *n.* quận, huyện, xã, khu, hạt

townspeople *n.* dân thành thị/thành phố

toxic *adj.* độc: *~ chemicals* chất độc hoá chất

toxicology *n.* khoa chất độc, độc chất học

toxin *n.* độc tố, toc-xin

toy 1 *n.* đồ chơi, đồ vô giá trị: *~ car* ô tô đồ chơi; *~ soldier* lính chì 2 *v.* chơi với, đùa với, giỡn, thử với [ý tưởng]: *to ~ with one's work* đùa với công việc

trace 1 *n.* vết (chân), dấu, vết tích; một chút/ tí: *~s of rabbits on the snow* vết chân thỏ trên mặt tuyết; *a ~ of gray in her hair* vài sợi tóc bạc trên đầu bà ta; *~ element* chi tiết dấu tích 2 *v.* đi theo vết chân; vạch, kẻ, vẽ; chép, đồ lại, can: *to ~ back* truy nguyên đến; *to ~ out a plan* vạch ra một kế hoạch; *to ~ over* đồ lại

trachea *n.* (*pl.* **tracheas**) khí quản

track 1 *n.* vết dấu chân; dấu, vết; đường/ lối đi; đường rầy xe lửa; trường đua; bánh xích; môn điền kinh, chạy nhảy: *race ~* trường đua; *to be on the right ~* đi đúng đường; *to keep ~ of* theo dõi; *to lose ~ of* mất dấu vết, mất hút; *~ record* thành tích tranh tài của một người; *~ shoes* giày thể thao; *~ suit* áo quần thể thao 2 *v.* để vết; theo vết/dõi, nã bắt, lùng bắt: *to ~ down* tìm thấy/ra, theo bắt; *to ~ dirt on the floor* để lại dấu vết trên sàn nhà

tract 1 *n.* dài, khoảng, vùng, miền: *digestive ~* bộ máy tiêu hoá; *respiratory ~* bộ máy hô hấp 2 *n.* sách nhỏ (về tôn giáo, chính trị)

tractable *adj.* dễ bảo, dễ vận dụng

tractor *n.* sự kéo, sức kéo; máy kéo

trade 1 *n.* sự buôn bán, thương mại, thương nghiệp, mậu dịch, nghề, nghề nghiệp, những người cùng ngành nghề: *foreign ~* ngoại thương; *~ deficit* cán cân mậu dịch bất xứng nhập khẩu nhiều hơn xuất khẩu; *~ name* tên thương nghiệp, tên hãng; *~ school* trường học nghề; *~ secret* bí quyết thương mại; *~ union* nghiệp đoàn, công đoàn 2 *v.* buôn bán, trao đổi mậu dịch: *they ~ in cement* họ buôn bán xi măng; *he was accused of trading with the enemy* ông ấy bị buộc tội buôn bán với địch; *I ~d in my old car for a new Ford* tôi đổi xe cũ lấy xe Ford mới; *to ~ on* lợi dụng

trade-in *n.* sự đổi đồ/xe cũ các tiền lấy đồ/ xe mới

trademark *n.* nhãn hiệu

trader *n.* nhà buôn, thương gia/nhân; tàu buôn

tradesman *n.* nhà buôn, chủ tiệm; người giao hàng

tradition *n.* truyền thống; truyền thuyết/thoại sự truyền miệng

traditional *adj.* theo/thuộc truyền thống; (theo) cổ truyền, theo lối cổ, theo cổ lệ

traffic 1 *n.* sự đi lại, sự lưu thông/giao thông; xe cộ; sự buôn bán/thương mại/đổi chác; sự vận tải, sự chuyên chở: *~ circle* đường vòng, bùng binh; *~ cop* cảnh sát giao thông/ công lộ; *~ jam* kẹt xe; *~ light* đèn xanh đèn đỏ; *~ sign* bảng hiệu; *~ ticket* vé phạt 2 *v.* buôn bán, mua bán: *to ~ with somebody* buôn bán giao dịch với ai

trafficker *n.* người buôn: *a drug ~* người buôn bán ma tuý

tragedian *n.* tác giả/diễn viên bi kịch

tragedy *n.* bi kịch; thảm trạng, tấn thảm kịch

tragic *adj.* thuộc bi kịch; bi thảm, thảm thương

trail 1 *n.* vệt dài, vạch, vết, dấu vết, hơi; đường mòn: *a ~ of light* một vệt sáng; *Ho Chi Minh ~* đường mòn Hồ Chí Minh; *hot on the ~* theo riết/sát; *~-blazing* tiên phong 2 *v.* kéo lê, quét; theo dấu vết, truy lùng; bò, leo: *her skirt ~ed along the ground* váy cô ấy quét đất; *to ~ one's coat* gây sự, gây chiến

trailer *n.* xe rơ-móoc; xe kéo: *~ home* nhà nhỏ kéo theo xe khi đi du lịch cắm trại; *~ court* bãi cho xe rơ móoc và nhà rơ móoc cắm trại; *~ movie* xe chiếu phim

train 1 *n.* xe lửa; chuỗi, loạt; đuôi áo dài lê thê; đoàn tuỳ tùng: *to go by ~* đi xe lửa; *express/fast ~* xe/tàu tốc hành; *local ~* tàu chợ; *night ~* chuyến tàu đêm; *my ~ of thought* dòng tư tưởng của tôi 2 *v.* dạy, dạy dỗ, tập; huấn luyện, rèn luyện, đào luyện, tập luyện, đào tạo, tập dượt, uốn [cây cảnh], chĩa [súng]: *to ~ children to be good citizens* dạy dỗ trẻ con thành công dân tốt; *to ~ a teacher* rèn luyện một nhà giáo

trainee *n.* người được huấn luyện, dự tập viên, thực tập sinh

trainer *n.* huấn luyện viên, người dạy/luyện

training *n.* sự huấn luyện/đào tạo; sự tập dượt: *~ college* trường sư phạm; *~ school* trường chuyên nghiệp; *to go into ~* bắt đầu huấn luyện thể chất

trait *n.* nét, điểm, sắc thái

traitor *n.* kẻ phản bội/phản nghịch, tên phản quốc

traitorous *adj.* phản bội

trajectory *n.* đường đạn, đạn đạo; quỹ đạo

tram *n.* xe điện: *~ car* toa xe điện; *~ line* đường xe điện

trammel *n., v.* lướt ba lớp để đánh cá; đánh cá bằng lưới; làm trở ngại

tramp 1 *n.* người đi lang thang; cuộc đi bộ dài; tiếng chân bước nặng nề; tàu hàng không có lộ trình nhất định: *to be on the ~* đi lang thang 2 *v.* đi lang thang; cuốc bộ; bước nặng nề: *to ~ the streets* đi lang thang khắp phố

trample *n., v.* (sự) giẫm lên, giẫm nát; (sự) chà đạp, (sự) giày xéo: *~ on* dẫm mạnh lên

trampoline *n.* đệm nhún để nhảy

trance *n., v.* (sự) xuất thần lên đồng; (sự) hôn mê

tranquil *adj.* lặng, lặng yên, lặng lẽ; yên tĩnh, yên ổn, thanh bình

tranquility *n.* sự yên tĩnh; sự thanh bình

tranquilize *v.* làm cho yên tâm/vững dạ

tranquilizer *n.* thuốc giảm đau/thống, thuốc chỉ thống, thuốc làm cho đỡ đau

transact *v.* thương lượng giải quyết [công việc]; buôn bán, kinh doanh, giao dịch

transaction *n.* công việc kinh doanh giao dịch; sự thương lượng điều đình để giải quyết; văn kiện hội nghị, biên bản hội nghị

transatlantic *adj.* bên kia/vượt qua Đại tây dương

transcend *v.* vượt qua/quá, hơn

transcendent *adj.* siêu việt, vượt lên hẳn

transcribe *v.* sao/chép lại, chuyển tả; ghi lại; chuyển dịch [tốc ký]; chuyển biên, phiên âm

transcript *n.* bản sao lại (học bạ); bản dịch

transcription *n.* sự/bản sao lại; chương trình ghi âm; sự chuyển dịch; sự chuyển biên; phiên âm

transfer 1 *n.* sự chuyển nhượng, sự nhượng lại; sự dời chỗ, sự di chuyển; sự truyền [nhiệt]; sự chuyển giao [quyền hành]; sự thuyên chuyển; sự chuyển ngân/chuyển khoản; bản đồ/in lại; vé đổi xe, vé chuyển

xe tàu: *~ card* thẻ chuyển chuyến bay; *~ fee* lệ phí chuyển tiền; *~ paper* giấy in bản chiếu, giấy chuyển nhượng; *to arrange for the ~ of medical records to a new doctor* sắp xếp chuyển hồ sơ bệnh lý cho một bác sĩ mới 2 *v.* nhường, nhượng, chuyển nhượng; dọn, dời, chuyển, di chuyển; chuyển giao; thuyên chuyển, đổi [nhân viên]; chuyển [tiền, đô la]; đổi lại, in lại; đổi lại, chuyển xe: *to ~ land* chuyển nhượng đất; *he ~red $2,000 from his saving account to his check account* ông ấy đã chuyển 2000 đồng từ trương mục tiết kiệm qua trương mục ngân phiếu

transferable *adj.* có thể chuyển nhượng được, có thể sang lại được

transfiguration *n.* sự biến hình/biến dạng

transfix *v.* làm sững sờ; đâm xuyên qua

transform *v., n.* (làm) thay đổi, (làm) biến đổi; biến hình, biến dạng, biến chất, biến tính; biến hoá; biến cải, cải biến, biến tạo

transformation *n.* sự thay đổi/biến đổi; sự biến chất/biến tính; phép biến đổi/cải biến [toán học, ngữ pháp]

transformer *n.* máy biến thế

transfusion *n.* sự rót/đổ sang; sự truyền [máu]: *blood ~* sự truyền/sang/tiếp máu

transgress *v.* phạm, vi phạm: *to ~ the bounds* vượt quá giới hạn

transgression *n.* sự vi phạm; sự phạm pháp

transient 1 *n.* khách trọ ngắn ngày 2 *adj.* [khách trọ] chỉ ở thời gian ngắn, không thuê lâu; chóng tàn, nhất thời, ngắn ngủi; tạm thời, thoáng qua: *~ guest* khách ở thời gian ngắn; *~ sorrow* nỗi buồn thoáng qua

transistor *n.* bóng bán dẫn, tran-zito: *~ radio* đài bán dẫn, máy thu thanh

transit *n.* dự đi/vượt qua; sự chuyên chở qua, sự quá cảnh; đường đi: *in ~* dọc đường; *~ camp* trại chuyển tiếp trong khi chờ đợi đi nơi khác; *~ lane* đường dành cho xe chuyên chở công cộng; *~ lounge* phòng đợi dành cho hành khách chuyển tiếp; *~ visa* chiếu khán chuyển tiếp

transition *n.* sự chuyển tiếp/quá độ; chuyển giọng: *to be in ~* trong thời kỳ chuyển tiếp

transitive *adj.* [động từ] ngoại động: *~ verb* động từ ngoại động

transitory *adj.* không bền, nhất thời, tạm thời

translate *v.* dịch, thông dịch, phiên dịch; chuyển, biến [into thành]; [toán] cho tịnh tiến: *I have ~d this text from English into Vietnamese* tôi vừa dịch bản văn nầy từ tiếng Anh sang tiếng Việt

translation *n.* sự dịch, bản/bài dịch; sự chuyển/biến (thành); sự tịnh tiến

translator *n.* người dịch, thông dịch viên, phiên dịch viên

transliterate *v.* chuyển chữ, phiên âm

transliteration *n.* sự chuyển chữ, sự phiên âm

translucent *adj.* trong mờ

transmission *n.* sự truyền [tin,điện, lệnh, bệnh]; sự sang số; hộp số [ô tô]: *~ of diseases* sự truyền bệnh

transmit *v.* truyền, chuyển giao, tống đạt; truyền [tin, điện, lệnh, bệnh]; truyền thanh, phát thanh: *to ~ news* truyền tin tức

transmitter *n.* máy phát thanh; máy điện báo

transmutation *n.* sự biến đổi/hoá; sự biến tố

transom *n.* cửa sổ con[ở phía trên cửa lớn]

transparence *n.* tính trong suốt

transparency *n.* dương bản, giấy bóng trong dùng cho đèn chiếu, ảnh phim đèn chiếu: *overhead ~* ảnh phim dùng cho đèn chiếu

transparent *adj.* trong suốt, rõ ràng

transpire *v.* ra/toát mồ hôi; tiết lộ; xảy ra: *the secret has ~d* điều bí mật đã bị tiết lộ

transplant 1 *n.* bộ phận cấy/ghép; sự cấy/ghép [thận, mô]: *my friend was recovering from a heart ~ operation* bạn tôi đang bình phục sau cuộc giải phẫu thay tim 2 *v.* cấy [lúa]; cấy, ghép [thận, mô]; đưa đi chỗ khác, di thực, bắt di cư: *to ~ rice seedlings* cấy những cây mạ

transport 1 *n.* sự chuyên chở/vận tải; phương tiện chuyển vận; tàu chở lính/quân: *public ~* chuyên chở công cộng; *~ worker* công nhân vận tải 2 *v.* chuyên chở, vận tải; gây xúc cảm mạnh: *to be ~ed with joy* mừng quýnh lên, mừng rối lên

transportation *n.* sự chuyên chở/vận tải; phiếu chuyên chở/vận tải, vé

transpose *v.* đổi chỗ, đảo; chuyển vị, hoán vị; dịch giọng, đổi giọng

trans-ship *v.* chuyển/sang tàu, tăng-bo

transversal *n., adj.* (đường) ngang

trap 1 *n.* bẫy; cạm bẫy; cửa sập, cửa lật, ống chữ U: *~ door* cửa sập, cửa lật; *to set/lay a ~* đặt, gài bẫy; *to fall into, to be caught in a ~* rơi vào, mắc vào bẫy 2 *v.* bẫy, đặt bẫy, cài bẫy

trapeze *n.* đu lộn, xà treo; hình thang: *flying ~* đu bay; *~ performers* diễn viên nhào lộn

trapezium *n.* đôi vòng dùng nhào lộn

trapper *n.* người đánh bẫy [loài thú để lấy lông]

trappings *n.* đồ trang sức/trang điểm; mũ áo, cân đai bố tử; yên cương [thắng vào ngựa]

trash *n., v.* bã (mía); rác rưởi; đồ vô giá trị; sách nhảm nhí láo lếu; đồ cặn bã, quân vô lại; cành cây tỉa bớt: *~ can* thùng rác; *to talk ~* nói nhăng nhít

trauma *n.* chấn thương

traumatic *adj.* [kinh nghiệm] thuộc chấn thương

travail *n., v.* sự đau đẻ; công việc khó nhọc vất vả

travel 1 *n.* cuộc du lịch/du hành; sự/đường chạy: *air ~* du lịch bằng máy bay; *~ bureau* hãng du lịch; *~ sickness* tình trạng đau ốm khi du lịch 2 *v.* đi xa, đi chơi, (đi) du lịch, ngao du, du hành, di chuyển; đi, chạy, chuyển động; [tin] lan truyền đi, đồn đi: *to ~ by car* đi du lịch bằng xe hơi

traveler *n.* người du lịch, khách du lịch/du hành: *~'s check* séc du lịch, chi phiếu du khách; *~'s tales* chuyện không có thật

traveling *n., adj.* sự du lịch, việc đi đây đi đó: *~ expenses* tiền ăn đường, phí tổn đi đường, lộ phí; *~ salesman* người đi chào hàng [từ tỉnh này sang tỉnh khác]

traverse 1 *n.* đường ngang, đường tắt; sự phản đối, sự chống đối, điều làm trở ngại 2 *v.* đi ngang qua, đi qua, nằm vắt ngang; nghiên cứu kỹ lưỡng: *the railway ~s the country* đường xe lửa đi ngang qua miền quê

travesty *n., v.* (sự) bắt chước, đùa, nhại/nhái

trawl 1 *n.* lưới rà, cần câu giăng: *~ net* lưới rà 2 *v.* giăng, thả lưới rà

trawler *n.* tàu đánh cá bằng lưới rà

tray *n.* khay, mâm; ngăn, chậu

treacherous *adj.* phản phúc, phản bội, phụ bạc, phản trắc, bội bạc; dối trá, xảo trá: *a ~ man* con người phản bội

treachery *n.* sự phản bội, hành động phản trắc

treacle *n.* nước mật đường

tread 1 *n.* bước đi, dáng đi; tiếng chân bước; mặt bậc cầu thang; đế giày; gai, talông lốp xe 2 *v.* [trod; trodden] đặt chân lên, bước/giẫm lên; [chim] đạp mái: *to ~ the boards* đóng tuồng/kịch, làm diễn viên sân khấu; *to ~ on someone's toes* kết tội ai về những ưu quyền; *to ~ water* giữ người đưa hai chân thẳng lên mặt nước

treadle *n., v.* bàn đạp [máy khâu]

treadmill *n.* cối xay hành tội nhân; công việc buồn tẻ

treason *n.* sự làm/mưu phản: *high ~* tội phản quốc

treasure 1 *n.* tiền bạc, châu báu, của cải, kho của quí, kho tàng; vật quý, người yêu quí: *~ house* kho báu, kho tàng; *~ hunt* sự đi tìm châu báu; *~ trove* của báu tìm được 2 *v.* quý trọng, trân trọng giữ gìn

treasurer *n.* thủ quỹ; giám đốc ngân khố, chánh kho bạc; Bộ trưởng Ngân khố

treasury *n.* kho bạc, ngân khố; (ngân) quỹ; kho; bộ ngân khố/tài chính

treat 1 *n.* sự thết đãi; bữa tiệc (lớn), yến tiệc; điều vui thích: *it's my ~ today* hôm nay đến lượt tôi thết (ăn, uống) **2** *v.* đối đãi, đối xử, cư xử, ăn ở; thết, thết đãi, bao; bàn xét, nói đến, nghiên cứu; xem như, coi như; chữa, điều trị: *to ~ someone well* đối xử tốt với ai; *the book ~s modern languages* cuốn sách bàn về ngôn ngữ hiện đại

treatise *n.* luận án, luận thuyết

treatment *n.* sự đối đãi, cách đối xử; sự/cách chữa bệnh, sự điều trị; sự xử lý/chế hoá (theo hoá học); sự nghiên cứu/luận bàn: *to be under medical ~* đang điều trị y khoa

treaty *n.* điều ước, hiệp ước: *peace ~* hòa ước

treble 1 *n.* giọng trẻ cao **2** *adj.* gấp ba; [giọng] cao, kim **3** *v.* nhân ba, tăng gấp ba

tree 1 *n.* cây; cái nong giày, cái cốt yên: *shoe~* cái nòng giày; *family ~* cây gia phả; *~ farm* khu trồng cây gây rừng; *~ house* nhà trồng cây cho trẻ con chơi; *~ surgery* thuật tu bổ cắt xén cây; *a ~-lined street* phố có trồng cây hai bên đường; *~top* ngọn cây **2** *v.* bắt phải trốn trên cây, cho nòng vào: *to be ~d* gặp lúc khó khăn

trek 1 *n.* cuộc đi (xe bò); cuộc di cư **2** *v.* đi bằng xe bò; di cư

trellis *n., v.* hàng rào mắt cáo; giàn cây, giàn hoa

tremble *n., v.* (sự) run, run sợ, lo sợ; (sự) run lập cập; (sự) rung

tremendous *adj.* ghê gớm, kinh khủng, khủng khiếp; to lớn, lớn lao (kinh khủng); kỳ lạ, kỳ dị: *a ~ shock* sự chấn động khủng khiếp

tremor *n.* sự rung rinh; sự rung động/chuyển; sự chắc động: *earth ~s* vụ động đất (nhỏ)

tremulous *adj.* run, ngập ngừng: *a ~ voice* giọng nói run run

trench *n.* hào, hầm; rãnh, mương: *~ coat* áo tăng quát, áo choàng đi mưa; *~ mortar* súng cối tầm ngắn

trenchant *adj.* [lý luận] sắc bén, đanh thép

trend 1 *n.* chiều hướng, khuynh hướng, xu hướng, thiên hướng; phương hướng; *fashion ~s* khuynh hướng thời trang; *~-setter* người dẫn đầu thời trang **2** *v.* đi về phía, hướng về: *the road ~s to the north* con đường đi về phía bắc

trendy *n., adj.* theo khuynh hướng thời trang

trepidation *n.* sự rung động; sự náo động/ bối rối

trespass 1 *n.* sự xâm nhập, sự xâm phạm/vi phạm **2** *v.* xâm phạm, xâm lấn, xúc phạm: *to ~ against* vi phạm; *to ~ on* xâm phạm, lạm dụng; *"No ~ing"* CẤM VÀO

trespasser *n.* người vào đất tư, người vào chỗ cấm; kẻ vi phạm

tress *n.* bím tóc, bộ tóc

trestle *n.* mễ, giá [để kê phản/bàn]; trụ cầu

triad *n.* bộ ba; nguyện trị hoá bộ ba

trial *n.* sự thử, sự thí nghiệm; sự thử thách, nỗi gian nan, sự khổ tâm; vụ xử án: *on ~* để/làm thử; bị đem ra xử; *to bring to ~* đưa ra tòa (xử); *by ~ and error* bằng cách mò mẫm; *~ by jury* xử án bằng đoàn bồi thẩm/ phụ thẩm; *~ balance* sự so sánh hai tổng số trong sổ chi thu; *~ balloon* bóng thăm dò; *~ order* đặt mua thử; *~ run* sự chạy thử

triangle *n.* hình tam giác: *right-angled ~* tam giác vuông; *equilateral ~* tam giác đều

triangular *adj.* ba gác, tam giác, ba phe/bên

triathlon *n.* việc tranh tài thể thao ba bộ môn: chạy, bơi lội và đua xe đạp

tribal *adj.* thuộc bộ lạc/bộ tộc

tribe *n.* bộ lạc, bộ tộc, đám, bọn, lũ, tụi

tribesman *n.* người thuộc bộ lạc

tribulation *n.* nỗi đau khổ, sự khổ cực

tribunal *n.* toà án, pháp đình

tribune *n.* diễn đàn, công đàn

tributary 1 *n.* sông nhánh, phụ lưu **2** *adj.* [nước] phải triều cống, phụ dung, chư hầu, phụ thuộc

tribute *n.* đồ cống, cống vật, cống lễ; vật tặng, tặng vật; lời khen, lời mừng, lời chúc tụng: *paid ~ to their achievements* chúc mừng về những thành công của họ

trice *n.* trong nháy mắt: *in a ~* chỉ trong nháy mắt

trick 1 *n.* trò khéo, trò ảo thuật; trò tinh nghịch, trò chơi xỏ/khăm; trò gian trá, thủ đoạn, mưu mẹo, ngón, mánh lới, mánh khoé, đòn phép; nước bài; tật, thói: *~s of the trade* mánh lới nhà nghề; *to do the ~* cứ thế là ăn tiền; *to play a dirty ~ on someone* chơi trò dơ bẩn đối với ai; *~ or Treat* tập tục trẻ con gọi ở nhà; *up to one's ~s* cư xử không tốt; *~ cyclist* người đi xe đạp ảo thuật, thầy phù thuỷ **2** *v.* lừa, đánh lừa, lừa gạt, lường gạt: *to ~ someone into doing something* đánh lừa ai làm việc gì

trickery *n.* ngón/trò bịp (bợm), thủ đoạn gian trá

trickle 1 *n.* dòng nước/máu nhỏ **2** *v.* chảy nhỏ giọt

trickster *n.* tên bịp, quân lường đảo

tricky *adj.* mánh lới, láu cá (láu tôm), mưu mẹo, xỏ lá, xảo quyệt, (nhiều) thủ đoạn; rắc rối, phức tạp, khúc mắc, khó giải quyết

tricolor *n., adj.* (cờ) tam tài/tam sắc, ba màu

tricycle *n.* xe đạp ba bánh

tried *adj.* đã được thử thách, đáng tin cậy, trung thành

triennial *n., adj.* ba năm một lần, đệ tam chu niên

trifle 1 *n.* chuyện nhỏ mọn, chuyện vặt; món tiền nhỏ: *a ~ short* hơi ngắn một tí; *to waste one's time on ~s* mất thì giờ cho những chuyệt lặt vặt **2** *v.* đùa cợt, đùa giỡn, lãng phí, coi thường, xem nhẹ: *he is not a man to ~ with* ông ấy không phải là người để đùa được

trifling *adj.* vặt (vãnh) không đáng kể, nhỏ mọn

trigger 1 *n.* cò súng, nút bấm: *to pull the ~* bóp cò; *to be ~ happy* bắn súng bừa bãi; *to be quick on the ~* trả lời nhanh chóng **2** *v.* gây nên/ra

trigonometry *n.* lượng giác học

trill 1 *n.* âm rung **2** *v.* đọc rung chữ "r"; láy rền

trillion *n.* một nghìn tỷ [Mỹ, Pháp]; một tỷ tỷ

trilogy *n.* tác phẩm bộ ba

trim 1 *n.* thứ tự, sự sắp đặt (gọn gàng, sẵn sàng); cách phục sức; sự xoay buồm: *everything is in perfect ~* mọi việc đều đâu vào đó **2** *adj.* gọn gàng, ngăn nắp: *she is a ~ girl* cô ấy ăn mặc rất gọn gàng **3** *v.* tỉa, xén, hớt [tóc]; bầy biện, trang hoàng [cây Nô en]; gạt [bấc đèn]; xén bớt, tỉa [cành lá]; xén [lề sách]; xoay [buồm]: *to ~ down* cắt bớt, giảm bớt; *to ~ away* cắt xén, gọt bớt

trimester *n.* quí ba tháng

trimming *n.* việc cắt xén, việc cắt tỉa cây, sự sắp xếp gọn gàng

trinity *n.* nhóm ba: *the ~* ba ngôi một thể

trinket *n.* đồ nữ trang rẻ tiền

trio *n.* bộ ba

trip 1 *n.* cuộc đi, chuyến đi, cuộc hành trình; bước trật/hụt, sự vấp, sự vấp váp/sai lầm; sự ngáng: *have a good ~* chúc một chuyến đi an lành **2** *v.* ngáng làm cho ngã; vấp, bước hụt, hụt chân; nói lỡ lời, lầm lỗi: *to ~ over a stone* vấp phải một hòn đá

tripartite *adj.* tay ba, giữa ba bên/phía: *a ~ treaty* hiệp ước ba bên

tripe *n.* cỗ lòng, dạ dày bò, sách; cuốn truyện/ sách tồi

triple 1 *n.* bộ ba, sinh ba con **2** *adj.* gấp ba, ba lần; gồm ba phần/cái: *~ time* nhịp ba, ba lần **3** *v.* nhân ba, (tăng) gấp ba: *to ~ the income* tăng gấp ba lợi tức

triplet *n.* đứa trẻ sinh ba; đoạn thơ ba câu; bộ ba: *~s* con sinh ba

triplicate 1 *n.* bản thứ ba: *in ~* viết/đánh ba bản **2** *adj.* thành ba bản; ba lần **3** *v.* nhân ba, tăng lên ba lần, làm thành ba bản: *please ~ this contract* làm ơn làm thành ba bản khế ước nầy

tripod *n.* kiềng ba chân, giá ba chân [máy ảnh]

trite *adj.* sáo, nhàm, lặp đi lặp lại

triumph 1 *n.* chiến thắng/thắng lợi lớn; đại thắng; cuộc lễ khải hoàn; sự hân hoan **2** *v.* thắng, chiến thắng, đánh bại: *to ~ over the enemy* chiến thắng kẻ thù

triumphal arch *n.* cổng khải hoàn, khải hoàn môn

triumphant *adj.* chiến thắng, khải hoàn, đắc thắng

trivial *adj.* tầm thường, không đáng kể, không lấy gì làm quan trọng, vặt vãnh

triviality *n.* tính tầm thường, điều vô giá trị, chuyện tầm thường: *he wrote ~* ông ấy viết chuyện tầm thường

trod quá khứ của **tread**

trodden quá khứ phân từ của **tread**

troll 1 *n.* quỷ khổng lồ **2** *n., v.* hát tiếp nhau; câu cá kéo mồi trên nước

trolley *n.* xe đẩy tay, xe đẩy để mua hàng: *~ car* xe điện

trombone *n.* kèn trom-bon

troop 1 *n.* bọn, lũ, đám, toán, đoàn; đội hướng đạo: *~s* quân, lính, bộ đội **2** *v.* xúm đông lại, đi từng đoàn, lũ lượt kéo đến: *to ~ off* lũ lượt kéo đi; *to ~ together* tập trung đông lại với nhau

trooper *n.* kỵ binh, công an (cưỡi ngựa): *state ~* kỵ binh quốc gia; *to swear like a ~* chửi rủa luôn miệng

trophy *n.* chiến tích, vật kỷ niệm, chiến thắng, chiến lợi phẩm; cúp, giải thưởng (thể thao)

tropic *n.* chí tuyến: *~ of Cancer* hạ chí chuyến; *~ of Capricorn* đông chí tuyến; *the ~s* (vùng) nhiệt đới

tropical *adj.* (thuộc) nhiệt đới: *~ fruits* trái cây vùng nhiệt đới; *~ weather* khí hậu nhiệt đới

trot 1 *n.* nước kiệu, đua ngựa có kéo xe: *to put a horse to the ~* cho ngựa đua có xe léo; *to be on the ~* bận rộn tíu tít **2** *v.* đi/ chạy nước kiệu; chạy lon ton: *to ~ out* khoe, phô trương

troth *n.* sự thật, lòng thành thật: *in ~* quả thật; *by my ~* với sự chân thành của tôi, với danh dự của tôi

trouble 1 *n.* điều lo lắng; chuyện phiền nhiễu/hà; sự khó nhọc; tình trạng lộn xộn; bệnh; sự trục trặc: *that's not worth the ~* làm thế không bõ công; *the ~ is that* điều khó khăn là; *to ask for ~* tạo thêm khó khăn; *to be in ~* có chuyện phiền muộn; [đàn bà] có chửa/mang; *to get into ~* làm cho ai bị rắc rối lôi thôi; [gái chưa chồng] có chửa; *to take the ~ to* chịu khó mất công (làm việc gì); *~ spot* nơi hay xảy ra vấn đề/ khó khăn **2** *v.* làm phiền, quấy rầy; làm cho băn khoăn lo lắng; làm khổ sở; làm đục lên; lo lắng, bận tâm: *don't ~ about* *me* đừng lo lắng gì cho tôi; ***don't ~ your-self about that*** đừng băn khoăn lo lắng về chuyện

troubled *adj.* không yên, lo lắng; rối loạn

troublemaker *n.* kẻ phá rối, kẻ gây rối loạn, kẻ gây phiền hà

troubleshooter *n.* thợ chữa máy; người hoà giải, người làm trung gian để dàn xếp

troublesome *adj.* lôi thôi, rắc rối, phiền phức, rầy rà; làm phiền, làm khó chịu, quấy rầy

trough *n.* máng ăn [cho súc vật], máng nhào bột

trounce *v.* đánh bại, đánh thua, thắng

troupe *n.* gánh hát, đoàn kịch, đoàn văn công

trousers *n.* quần: ***a pair of ~*** một chiếc/cái quần; ***two pairs of ~*** một đôi quần; ***to wear the ~*** mặc quần

trousseau *n.* quần áo chăn màn của cô dâu

trout *n.* cá hồi, cá hương

trowel **1** *n.* cái bay thợ nề, cái bứng cỏ **2** *v.* trát bằng tay, bứng bằng xẻng

troy *n.* hệ thống trọng lượng dùng để cân vàng bạc ở Anh

truant *n., adj.* (học sinh) trốn học: ***to play ~*** trốn học

truce *n.* sự ngừng bắn, đình chiến, hữu chiến: ***to ask for a ~*** yêu cầu đình chiến

truck **1** *n.* xe tải, xe vận tải, xe cam nhông; xe dỡ hành lý, xe đẩy của công nhân khuân vác: ***~ farming*** nghề trồng rau; ***~ garden*** vườn rau **2** *v.* chở cam nhông, chở bằng xe tải; buôn bán đổi chác: ***to ~ with someone*** buôn bán với ai

truckdriver *n.* tài xế xe tải

trucking *n.* sự chuyên chở bằng xe tải

truckle bed *n.* giường đẩy ở dưới cái khác

truculent *adj.* hung hăng, hùng hổ, hung dữ

trudge *v.* đi mệt nhọc, lê bước

true **1** *adj.* thật, thực, có thật, đúng sự thật, xác thực; trung thành; chân thành; chính xác: ***a ~ copy of the original*** bản sao y chính bản; ***to come ~*** trở thành sự thật; ***~-bred*** người tài giỏi; ***~-hearted*** chân thành, thành thực; ***~ love*** tình yêu chân thật; ***~ to life*** cuộc đời đúng đắn **2** *adv.* thật, thực: ***tell me ~*** hãy nói thật với tôi; ***to aim ~*** nhắm đúng **3** *v.* điều chỉnh cho đúng chỗ: ***to ~ up a wheel*** điều chỉnh bánh xe cho đúng

truffle *n.* nấm cục, nấm tru-yp

truism *n.* sự thật hiển nhiên (mà ai cũng biết)

truly *adv.* thật, thật sự, thành thật, chân thành; thật vậy: ***Yours ~*** Kính thư

trump **1** *n.* lá bài chủ; người tốt, người đàng hoàng: ***to play a ~ card*** chơi lá bài chủ; ***to put someone to his ~s*** làm cho ai bí, dồn ai đến bước đường cùng **2** *v.* cắt bằng quân bài chủ; bịa đặt: ***to ~ up*** bịa ra để đánh lừa

trumpet *n., v.* kèn trom-pet: ***~ call*** lời kêu gọi hành động khẩn cấp; ***to blow one's ~*** gọi lớn ai như là thổi kèn trom-pet

truncate *v.* cắt cụt; cắt xén, bỏ bớt [đoạn văn]

truncheon *n.,v.* (đánh) dùi cui, ma trắc

trundle **1** *n.* xe lăn nhỏ, bánh thấp **2** *v.* lăn, đẩy xe: ***to ~ a wheelbarrow*** đẩy xe cút kít

trunk *n.* thân người; thân [cây]; hòm, rương vòi [voi]; thùng xe ôtô; quần cộc (để bơi): ***~-call*** việc gọi điện thoại đường dài, gọi điện thoại liên tỉnh; ***~-line*** đường xe lửa chính, đường dây điện thoại đường dài; ***~-road*** đường chánh

truss **1** *n.* giàn nhà, khung nhà, vì kèo; băng giữ: ***to make a ~ for one's house*** làm khung nhà cho ai **2** *v.* đỡ bằng giàn; buộc [gà] lại (trước khi quay): ***to ~ a chicken before roasting*** buộc gà lại trước khi quay

trust **1** *n.* sự tin cậy/tín nhiệm, lòng tin; sự hy/kỳ vọng; sự giao phó/uỷ thác; trách nhiệm: ***breach of ~*** tội bội tín; ***~ com-pany*** công ty quản lý tài sản; ***to have ~ in someone*** tin cậy người nào; ***to take on ~*** chấp nhận bằng sự tin cậy không cần bằng chứng **2** *v.* tin, tin cậy, tín nhiệm, giao phó, phó thác, bán chịu, cho chịu; hy vọng: ***to ~ to someone a matter*** tin cậy ai một việc gì; ***to ~ to luck*** trông cậy vào sự may mắn

trustee *n.* người được uỷ thác quản trị tài sản, nhân viên ban quản trị (trường đại học)

trusteeship *n.* chức vụ quản trị/uỷ trị/quản thác: ***~ council*** hội đồng Uỷ trị/Quản thác Liên hợp quốc

trustful *adj.* hay tin người, dễ tin người

trustworthy *adj.* đáng tin cậy

truth *n.* sự thật, chân lý; sự đúng, sự có thật: ***to tell the ~*** nói thật; ***in ~*** thật sự, đúng ra

truthful *adj.* thật, thực, đúng sự thật/thực; [bức vẽ] trung thành, chính xác; trung thực

try **1** *n.* sự thử, lần thử: ***to have a ~ at*** thử một lần xem **2** *v.* [tried] thử, làm thử, dùng thử, ăn thử; thử thách; xử, xét xử; cố gắng: ***to ~ one's luck*** thử thời vận; ***he was tried and found guilty*** ông ấy bị toà xử là có tội; ***please ~ to help them*** xin anh cố giúp họ nhé; ***to ~ after*** tìm cách để đạt được; ***to ~ on*** mặc thử

trying *adj.* [tình hình] khó khăn, gay go, cam go

tryst *n., v.* (chỗ) hẹn hò

tsar *n.* Nga hoàng

T-shirt *n.* áo lót ngắn tay, may ô có tay

T-square *n.* thước hình chữ T

tsunami *n.* cơn sóng thần tsunami xảy ra ở Nam Dương và Ấn Độ dương

tub **1** *n.* bồn tắm, chậu tắm, chậu gỗ; sự tắm: ***bath ~*** bồn tắm; ***~ chair*** **2** *v.* tắm trong chậu, cho vào chậu, tắm chậu

tuba *n.* kèn tu-ba; người chơi kèn tu-ba

tubby *adj.* to béo, đục, không vang

tube **1** *n.* ống; săm, ruột (xe đạp, ô tô): *inner* ~ tàu điện ngầm; ống điện tử, đèn **2** *v.* đặt ống, gắn ống, làm thành hình ống

tuber *n.* thân củ, củ

tuberculosis *n.* bệnh lao

tuck **1** *n.* nếp gấp **2** *v.* gấp lên; giắt [chăn, màn] cho trẻ con ngủ: *to ~ in* nhét,giắt; *to ~ away* giấu kỹ, cất kín; *to ~ up* vén lên, xắn lên

Tuesday *n.* (ngày) thứ ba, (hôm) thứ ba

tuft **1** *n.* chùm [lông]; chòm [lá]; búi [tóc, cỏ]; cụm, khóm, bụi **2** *v.* trang trí bằng mào lông, mọc thành chùm

tug **1** *n.* sự giật/kéo mạnh: *~ boat* tàu kéo; *~ of war* trò chơi kéo co; *to give a good ~* giật mạnh một cái **2** *v.* kéo mạnh, giật mạnh; kéo

tuition *n.* sự dạy học, phụ đạo, tiền học: *~ fees* học phí; *private ~* dạy học tư

tulip *n.* hoa tu-líp, hoa uất kim hương

tumble **1** *n.* cái ngã, sự nhào lộn, sự lộn xộn; hiểu, ngã lộn, té nhào; đổ sụp: *to be all in a ~* lộn xộn, hỗn loạn; *to take a ~* đoán, hiểu **2** *v.* ngã, sụp đổ: *to ~ down the stairs* ngã từ trên cầu thang xuống; *to ~ about all night* trằn trọc suốt đêm

tumble-down *adj.* [nhà] ọp ẹp, xiêu vẹo

tumbler *n.* cốc, ly [không có chân]; người nhào lộn

tumid *adj.* sưng lên, nổi u lên; khoa trương

tummy *n.* dạ dày

tumor *n.* u, khối u, bướu: *malignant ~* u ác tính

tumult *n.* tiếng ồn ào/om sòm; sự náo động: *mind in a ~* đầu óc bối rối xáo động

tumultuous *adj.* ồn ào, huyên náo

tuna *n.* cá thu, cá ngừ: *~ fish* cá thu

tundra *n.* khu vực rộng không cây cối

tune **1** *n.* điệu hát, giọng; sự hoà âm; hoà thuận: *in ~* lên dây đúng, đúng điệu, hợp với; *out of ~* lên dây sai, sai, lạc điệu; *to change one's ~* đổi giọng, đổi thái độ; *to the ~ of* đối với số có thể chấp nhận được **2** *v.* lên dây, so dây; điều chỉnh, làm [máy]: *to ~ up* điều chỉnh dây, nhạc cụ; điều chỉnh máy xe hơi

tuner *n.* người lên dây đàn

tungsten *n.* von-fam

tunic *n.* áo chẽn, áo dài thắt ngang lưng

tuning fork *n.* âm thoa, thanh mẫu

tunnel *n., v.* đường hầm, đường xuyên sơn; hang, ổ; đường hầm ở mỏ than: *~ vision* sự không thấy được toàn cảnh

turban *n.* khăn xếp, khăn đóng

turbid *adj.* đục, dày, đặc

turbine *n.* tua-bin

turbo-jet *n.* tuabin phản lực, máy bay phản lực

turbulent *adj.* náo động, hỗn loạn

tureen *n.* cái liễn

turf **1** *n.* bãi cỏ; trường đua ngựa; cuộc đua ngựa **2** *v.* lát bằng đất cỏ: *to ~ out* tống cổ ra

turgid *adj.* cương, sưng

turkey *n.* gà tây, gà lôi; thịt gà tây/lôi: *cold ~ treatment* việc thiết đãi món gà tây đông lạnh

Turkey *n.* nước Thổ nhĩ kỳ

Turkish *adj., n.* tiếng/người Thổ Nhĩ Kỳ

turmeric *n.* củ nghệ, cây nghệ

turmoil *n.* tình trạng náo động/hỗn loạn

turn **1** *n.* sự quay, vòng quay; sự rẽ, chỗ ngoặt; sự diễn biến; lần, lượt, phiên; hành động: *in ~* lần lượt; *by ~s* lần lượt; *at every ~* khắp nơi, mọi lúc; *to take ~s* thay phiên nhau; *whose ~ is it?* đến lượt ai bây giờ? **2** *v.* quay, xoay, vặn; lộn (trong ra ngoài); ngoảnh, quay [đầu]; ngoặt, rẽ; dịch; đổi; quay, xoay tròn; trở nên/thành; giở [trang sách]: *to ~ off* tắt [nước, điện]; *to ~ a deaf ear* không trả lời; *to ~ out* sản xuất, tắt đi; *to ~ out to be* về sau thành ra, hoá ra; *to ~ over* lật; chuyển giao; cân nhắc; *to ~ over a new leaf* cải tiến việc làm; *~ of life* hồi xuân

turncoat *n.* kẻ phản bội

turner *n.* thợ tiện

turning point *n.* bước ngoặt

turnip *n.* củ cải

turnout *n.* đám đông, sản lượng

turnover *n.* sự lật đổ; doanh thu; sự thay đổi nhân công, bánh nhân táo [hình bánh bẻ]: *you want to buy a business, you should look at its ~* bạn muốn mua một cơ sở kinh doanh, bạn phải xem doanh thu của nó

turnpike *n.* xa lộ có thu thuế, cái chắn để thu thuế đường

turnstile *n.* cửa ra vào có thanh chắn xoay khi đi qua

turntable *n.* mâm tròn (để quay đĩa hát)

turpentine *n.* dầu thông

turpitude *n.* chuyện xấu xa, tính xấu xa đê tiện

turquoise *n.* ngọc lam, lam ngọc

turret *n.* tháp nhỏ, tháp pháo, tháp đặt súng

turtle *n.* rùa: *~ shell* đồi mồi; *to turn ~* lật úp; *~neck* cổ lọ, áo len cổ lọ

turtledove *n.* chim gáy

tusk *n.* ngà [voi]; răng nanh [lợn lòi]

tussle *n., v.* (cuộc) ẩu đả

tutelage *n.* sự giám hộ/thủ hộ; sự dạy dỗ

tutelary *adj.* che chở, làm giám hộ: *~ genius* thần hộ mệnh

tutor 1 *n.* gia sư, phụ khảo, thầy/cô giáo kèm riêng; trợ lý học tập: *your son needs a ~ for his maths* con trai bạn cần thầy dạy thêm toán 2 *v.* kèm học, dạy thêm, phụ đạo, bảo học; giám hộ

tuxedo *n.* (*abbr.* **tux**) áo xi-môc-kinh, lễ phục đàn ông

TV *n., abbr.* (= **television**) vô tuyến truyền hình: ~ *set* máy tivi

twaddle 1 *n.* chuyện lăng nhăng 2 *v.* nói lăng nhăng, viết lăng nhăng

twang 1 *n.* tiếng tưng [đàn]; giọng mũi: *to speak with a ~* nói giọng mũi 2 *v.* bật, búng dây đàn; nói giọng mũi

tweak *n.,v.* cái véo, vặn

tweed *n.* hàng lên mặt sùi sùi: ~*s* quần áo may bằng hàng tuýt sùi sùi

tweet *n., v.* (tiếng chim) kêu chiêm chiếp

tweezers *n., v.* cái nhíp, nhổ bằng nhíp: *pair of ~s* cái cặp nhíp

twelfth 1 *n.* một phần 12; người/vật thứ 12; ngày 12: *the ~ [day] of December* ngày 12 tháng 12 2 *adj.* thứ mười hai

twelve *n., adj.* (số) mười hai: *about ~* chừng độ một tá; ~ *o'clock* mười hai giờ (trưa/đêm)

twentieth 1 *n.* một phần 20; người/vật thứ 20; ngày 20: *he is ~ on the list* anh ấy đứng thứ hai mươi trong danh sách 2 *adj.* thứ hai mươi

twenty 1 *n.* số hai mươi: *the twenties [20's]* những năm 20; những năm tuổi trên 20 [từ 20 đến 29] 2 *adj.* hai mươi

twice *n.* hai lần; gấp hai: ~ *over* hai lần; ~ *a week* mỗi tuần hai lần; ~ *as much/many* nhiều gấp đôi; *to think ~* suy nghĩ thật chín chắn

twiddle *n., v.* (sự) xoay xoay, vặn, ngoáy ngoáy: *to ~ one's thumbs* xoay ngón tay cái; *to ~ one's mustache* xoe râu mép

twig *n.* cành cây nhỏ, dây nhánh nhỏ 2 *v.* hiểu, nhận thấy, cảm thấy

twilight *n.* hoàng hôn, lúc chập tối, lúc tranh tối tranh sáng

twill 1 *n.* vải chéo go 2 *v.* dệt sợi chéo

twin *n.* trẻ sinh đôi: *identical ~s* hai đứa song sinh giống hệt nhau; ~ *bed* giường đôi; ~ *brothers* anh em sinh đôi; ~ *sisters* chị em sinh đôi; ~ *cities* hai thành phố liền nhau

twine 1 *n.* sợi xe, dây bện; dây gai buộc gói, khúc uốn quanh: *the ~ of a rope* khúc quanh cuộn dây 2 *v.* xoắn, bện, kết lại, quấn quanh: *to ~ flowers into a wreath* kết hoa thành vòng

twinge *n., v.* (sự) nhói, (sự) nhức nhối; (sự) cắn rứt

twinkle *n., v.* (sự) lấp lánh; long lanh, lóng lánh: *in a ~* trong nháy mắt

twirl *n., v.* (sự) xoay quanh, quay nhanh

twist 1 *n.* sự xoắn, sự vặn, sự bện; vòng, khúc uốn lượn, khúc cong; sự trẹo gân/ xương; điệu nhảy tuýt; bản tính, khuynh hướng, sự thất thường: *the ~s and turns* những chỗ/cái ngắt ngoéo; *to set a lot of ~ on the ball* đánh quả banh xoáy; *a ~ to the truth* điều bóp méo sự thật; ~-*top* nút chai xoay mở được 2 *v.* xoắn, vặn, bện, kết, xe; vặn vẹo; uốn khúc; trật, sái, (làm) trẹo; bóp méo [sự thật, lời nói]: *to ~ and turn* [con đường] quanh co, lượn vòng; [người ngủ] cựa mình, giở mình nhiều lần; *I had to ~ someone's arm* tôi đã phải dùng một chút áp lực; *to ~ with pain* quần quại đau đớn

twister *n.* trận gió xoáy; vấn đề khó, người quanh co gian trá

twit *n., v.* (sự) chê trách, (sự)trách móc

twitch *n., v.* (sự) co rúm, co quắp, giật mạnh: *to ~ one's sleeve* kéo tay áo ai

twitter *n., v.* (tiếng) hót líu lo: *in a ~* xốn xang, dao động

two 1 *n.* số hai; đôi, cặp; quân/cây hai, con hai: *a week or ~* độ một hai tuần; *to divide in ~* chia đôi; *to put ~ and ~ together* suy luận đúng; ~ *o'clock* hai giờ 2 *adj.* hai, đôi: *our baby is ~ (years old)* chú bé lên hai; ~ *cylinders* hai xy-lanh; ~-*edged* hai lưỡi; ~-*engined* có hai động cơ; ~-*faced* hai mặt, không đáng tin cậy; ~ *seater* ô tô/phi cơ hai chỗ ngồi; ~ *speed* có hai tốc độ; ~ *way* đường hai chiều

twofold *adj., adv.* gấp đôi

twosome *n.* trò chơi tay đôi; cặp vợ chồng; cặp

tycoon *n.* trùm tư bản, vua [dầu hoả, thép]

type 1 *n.* kiểu mẫu; kiểu; (cỡ) chữ in: *to set ~* sắp chữ; *to print in large ~* chữ lớn; ~-*setter* thợ sắp chữ, máy sắp chữ; ~*writer* máy đánh chữ, người đánh máy chữ 2 *v.* đánh máy: *to ~ a letter* đánh máy một lá thư

typecast *v.* chỉ định diễn viên đóng lại vai một nhân vật

typeface *n.* kiểu chữ, cỡ chữ

typescript *n.* bản đánh máy

typewriting *n.* công việc đánh máy; thuật đả tự: ~ *school* trường dạy đánh máy

typhoid fever *n.* bệnh sốt thương hàn

typhoon *n.* bão

typhus *n.* bệnh sốt phát ban, bệnh chấy rận

typical *adj.* điển hình, tiêu biểu; đặc thù

typify *v.* tượng trưng cho, là điển hình của

typing *n.* sự đánh máy: ~ *error* lỗi đánh máy

typist *n.* người đánh máy, thư ký đánh máy

typographical *adj.* thuộc nhà/nghề in: ~ *errors* lỗi nhà in, lỗi ấn công

typography *n.* thuật in; kiểu in, cách trình bày

tyrannical *adj.* bạo ngược, tàn bạo, chuyên chế

tyrannize *v.* hành hạ, áp chế, ngược đãi

tyranny *n.* bạo chính, hà chính, chính thể chuyên chế, sự áp chế, sự chuyên quyền

tyrant *n.* bạo chúa, bạo quân, kẻ bạo ngược

tyre *n.* xem **tire** lốp xe: *rubber ~* lốp cao su

tyre-gauge *n.* đồng hồ thử lốp xe

tyre-inflator *n.* cái bơm lốp xe

tyro *n.* người mới tập thể, "lính mới tò te"

tzar *n.* (= **tsar**) Nga hoàng

T-zone *n.* trung tâm điểm khuôn mặt (giữa trán, mũi và má).

U

ubiquitous *adj.* ở đâu cũng có, ở đâu cũng thấy

udder *n.* bầu vú [bò, cừu]

ugh *intj.* gớm! ghê quá!

ugliness *n.* sự/tính xấu xí, vẻ xấu, tính xấu xa

ugly *adj.* xấu, xấu xí, xấu xa, đáng sợ: *as ~ as sin* xấu như ma; *~ customer* một con người xấu, người đáng sợ; *~ duckling* người đẹp hay giỏi nổi bật

Ukraine *adj., n.* thuộc nước U-kren

ukulele *n.* đàn ghi ta nhỏ bốn dây [ở Hao-oai]

ulcer *n.* loét: *stomach ~* bệnh loét bao tử

ulcerate *v.* (làm) loét ra: *to ~ the skin* làm loét da

ulterior *adj.* kín đáo, không nói ra; về sau: *~ motive* lý do sâu kín, hậu ý

ultimate **1** *adj.* cuối cùng, chót, tối hậu; tối đa; căn bản, cơ bản: *~ aim* mục đích cuối cùng; *he gave an ~ decision* ông ấy đã đưa ra quyết định cuối cùng **2** *n.* điểm cuối cùng, điểm căn bản, nguyên tắc căn bản

ultimatum *n.* (*pl.* **ultimatums, ultimata**) tối hậu thư, kết luận cuối cùng

ultimo *adj.* tháng trước

ultra *adj., n.* (người) cực đoan/quá khích

ultraconservative *adj.* bảo thủ cực đoan

ultrashort *adj.* cực ngắn

ultrasonic *adj.* siêu âm

ultrasound *n.* hệ thống siêu âm dùng xem các bộ phận nằm trong cơ thể, cách xem hình bào thai nằm trong bụng mẹ

ultraviolet *adj.* cực tím, tia tử ngoại

umbilical *n.* rốn: *~ cord* dây rốn; *~ relationship* quan hệ bên ngoại

umbra *n.* toàn bóng mặt trăng chiếu trên trái đất trong đêm nguyệt thực

umbrage *n.* oán hận, sự mếch lòng: *to take ~* làm mếch lòng

umbrella *n.* ô, dù; sự bảo vệ: *to put up an ~* giương dù lên; *to shut ~* xếp dù lại; *~ stand* giá ô

umpire **1** *n.* trọng tài: *the ~'s decision is final* quyết định sau cùng là của trọng tài **2** *v.* làm trọng tài: *he ~d tennis matches* ông ấy làm trọng tài cho trận quần vợt

umpteen *adj., pron.* nhiều, vô kể

UN *n., abbr.* (= **United Nations**) Liên hiệp quốc

unable *adj.* không có khả năng, không thể được: *to be ~ to do something* không thể làm việc gì

unabridged *adj.* không tóm tắt, nguyên vẹn, đầy đủ: *an ~ version of the book* bản tóm tắt đầy đủ cuốn sách

unaccented *adj.* không có trọng âm, không có dấu nhấn

unacceptable *adj.* không thể chấp nhận được: *his behavior is ~* cử chỉ của ông ấy không thể chấp nhận được

unaccompanied *adj.* không có người đi theo, không có vật kèm theo

unaccomplished *adj.* không hoàn thành, không thực hiện được; bất tài: *an ~ man* người bất tài

unaccounted *adj.* không được giải thích; mất, không có trách nhiệm: *~ for* không giải thích được

unaccustomed *adj.* không quen, không thường xẩy ra, bất thường

unachievable *adj.* không thể thành công được

unacknowledged *adj.* không được công nhận, không được xác nhận

unacquainted *adj.* không quen biết

unaddressed *adj.* không đề địa chỉ

unadulterated *adj.* không giả mạo, không pha chế

unaffected *adj.* không bị ảnh hưởng; không màu mè

unaided *adj.* không được trợ giúp, không có sự giúp đỡ: *to do something ~* làm việc gì không ai trợ giúp

unalike *adj.* không giống nhau, khác nhau

unamiable *adj.* khó thương, không ưa được, không có thiện cảm

unanimity *n.* sự đồng thanh, sự nhất trí

unanimous *adj.* đồng thanh, nhất trí: *it is a ~ decision* đó là quyết định nhất trí hoàn toàn

unappealing *adj.* không mời gọi, không hấp dẫn

unapproachable *adj.* không thể đến gần được, không thể đạt đến được

unarmed *adj.* không có vũ trang/khí giới, tay không

unasked *adj.* không yêu cầu, không được mời

unassuming *adj.* nhúng nhường, khiêm tốn

unauthorized *adj.* không được phép, trái phép

unavailable *adj.* không có sẵn, không kiếm được, không có thể: *I am ~ to attend the meeting* tôi không thể dự buổi họp được

unavoidable *adj.* không thể tránh được

unaware *adj.* không biết, không hay: *~ of the danger* không biết đến sự nguy hiểm

unawares *adv.* bất ngờ, thình lình, đột nhiên, bỗng nhiên; vô ý, vô tình, lỡ ra: *to be caught ~* bắt lấy bất ngờ

unbalanced *adj.* không thăng bằng; [đầu óc] rối loạn, không bình thường, không quyết toán: *~ account* tài khoản không cân bằng

unbearable *adj.* không thể chịu nổi/được

unbeatable *adj.* không thắng nổi, không thể đánh bại được

unbecoming *adj.* không hợp, không thích hợp

unbelievable *adj.* khó tin, không thể tin được

unbending *adj.* cứng rắn, cứng cỏi, bất khuất

unbind *v.* cởi, tháo, mở, thả ra

unbiased *adj.* không có thành kiến, không thiên vị

unbleached *adj.* [vải] chưa chuội, mộc

unblinking *adj.* không nhấp nháy, không do dự

unblock *v.* mở ra, không cấm, không đóng

unborn *adj.* chưa đẻ/sinh; sau này, tương lai

unbosom *v.* bày tỏ, thổ lộ: *to ~ oneself* thổ lộ tâm can

unbreakable *adj.* không vỡ/bể được

unbroken *adj.* nguyên vẹn; không bị gián đoạn; không nao núng; [ngựa] chưa dạy cho thuần được

unburden *v.* làm nhẹ bớt; bộc lộ tâm tình

unbutton *v.* cởi khuy, mở khuy

uncalled *adj.* không được gọi, không được mời: *~-for* không cần thiết, không đáng

uncanny *adj.* ly kỳ, kỳ lạ, huyền bí

uncatalogued *adj.* chưa ghi vào mục lục

uncertain *adj.* không chắc chắn, hay thay đổi: *~ weather* thời tiết hay thay đổi

uncertainty *n.* sự/điều không chắc chắn

uncertified *adj.* không được chứng nhận, không được xác nhận

unchangeable *adj.* không thể thay đổi được: *the color of your eyes is ~* màu mắt của bạn không thay đổi

uncharitable *adj.* không nhân ái, không có lòng từ thiện

uncivilized *adj.* chưa khai hoá, không văn minh

unclad *adj.* không mặc quần áo

unclaimed *adj.* không ai nhận, không đòi hỏi: *~ letters* thư không có ai nhận

unclassified *adj.* [tài liệu] không mật, chưa được phân loại

uncle *n.* bác (trai), chú, cậu; giượng: *~ Sam* Chú Sam (người Mỹ)

unclean *adj.* bẩn, bẩn thỉu, dơ bẩn

unclear *adj.* không rõ, không sáng, không minh bạch

unclench *v.* nhả ra, cởi ra

unclose *v.* mở ra, phát giác

unclothe *v.* cởi áo quần, lột trần

uncomfortable *adj.* khó chịu, không thoải mái, bực bội; lo lắng, áy náy; không tiện, bất tiện: *I feel ~* tôi cảm thấy khó chịu

uncommercial *adj.* không có tính cách thương mại, trái với tính chất thương mại

uncommon *adj.* không thông thường, ít có; lạ lùng

uncompensated *adj.* không được đền bù, không được bồi thường

uncompleted *adj.* chưa xong, chưa hoàn thành, không đầy đủ, dở dang

uncomplimentary *adj.* không làm vui lòng, không cho, không khen ngợi

uncompromising *adj.* không nhượng bộ/thoả hiệp

unconcerned *adj.* không quan tâm, lãnh đạm, vô tình

unconditional *adj.* vô/không điều kiện

unconditioned *adj.* vô điều kiện: *~ reflex* phản xạ vô điều kiện

unconfirmed *adj.* không được xác nhận, không được chứng nhận

unconnected *adj.* không nối được, không kết hợp được

unconquerable *adj.* không thể chinh phục/chế ngự

unconscious *adj.* ngất đi, bất tỉnh, không biết, vô ý thức

unconstitutional *adj.* trái hiến pháp, vi hiến

unconstrained *adj.* không bị ép buộc, không bị gò bó

uncontrolled *adj.* không bị kiểm chế, không bị kiểm soát, không bị ngăn cản

unconventional *adj.* không theo qui ước, độc đáo

uncooked *adj.* chưa chín, còn sống

uncountable *adj.* không đếm được, không tính được: *~ nouns* danh từ không đếm được

uncounted *adj.* không đếm, không kể

uncouth *adj.* thô lỗ, lỗ mãng, vụng về

uncover *v.* mở rộng, mở nắp, bỏ mũ; tiết lộ, khám phá, phát hiện: *to ~ a secret* tiết lộ bí mật

unction *n.* lễ xức dầu, sự xoa, giọng trầm: *to speak with ~* giọng nói trầm trầm

unctuous *adj.* nhờn; [lời nói] ngọt xớt

uncut *adj.* không cắt xén, không bị kiểm duyệt

undated *adj.* không đề ngày tháng: *~ letter* lá thư không đề ngày tháng

undaunted *adj.* không bị khuất phục, ngoan cường

undecided *adj.* không nhất định/nhất quyết, không dứt thoát, lưỡng lự, do dự, trù trừ

undefeated *adj.* chưa hề bị thua

undeniable *adj.* không thể chối cãi được

under 1 *adj.* dưới: *~ jaw* hàm dưới, *~-age* chưa đến tuổi trưởng thành, tuổi vị thành niên 2 *adv.* dưới: *to go ~* chìm dưới nước; *to keep someone ~* bắt ai phục tùng 3 *prep.* dưới, ở dưới; non, chưa đầy/đến; đang, trong: *to be ~ way* đang đi, đang diễn tiến; *to look it up ~ "Nguyen"* tra chữ Nguyễn; *~ examination* đang được cứu xét; *~ fifty* dưới 50 tuổi; *~ repair* đang sửa chữa; *~ the circumstances* trong trường hợp/hoàn cảnh này; *~ the cover of night* thừa lúc đêm khuya; *~ the microscope* soi kính hiển vi; *~ the terms of that treaty* theo (điều khoản) bản hiệp ước đó; *~ treatment* đang được chữa bệnh, đang được điều trị

underbid *v., n.* bỏ thầu thấp, cho giá thấp hơn

underbrush *n.* bụi cây thấp

undercharge *v.* lấy giá rẻ, tính giá thấp; tiếp điện còn thiếu

underclothes *n.* quần áo lót, quần áo trong

undercover *adj.* bí mật, chìm

undercurrent *n.* dòng nước ngầm; phong trào ngầm

undercut *v., n.* bán hay làm việc dưới giá

underdeveloped *adj.* kém mở mang/phát triển

underdog *n.* người bị áp bức; phe/bên bị thua

underdone *adj.* [thịt] chưa chín

underemployed *adj.* tình trạng thiếu việc làm, khiếm dụng; sử dụng không hết (người làm)

underestimate *n., v.* đánh giá thấp, coi thường, tính sai, tính thấp quá: *I have ~d the workload for the project* tôi tính thấp công việc của dự án

underexposed *adj.* [ảnh] non, thiếu ánh sáng

underfed *adj.* thiếu ăn, bị ăn đói

underfoot *adv.* dưới chân

undergarment *n.* quần/áo lót, quần/áo trong

undergo *v.* [underwent; undergone] bị, chịu, trải qua: *to ~ surgery* vụ mổ, giải phẫu; *to ~ repairs* sửa chữa; *to ~ trials* sự thử thách

undergraduate *n.* sinh viên chưa tốt nghiệp [bốn năm đầu]; sinh viên cử nhân: *~ courses* những khoá học trong chương trình cử nhân

underground 1 *n.* xe điện ngầm, mêtrô; phong trào (kháng chiến) bí mật, chiến khu, bưng 2 *adj.* ở dưới đất, ngầm, địa hạ; kín, bí mật: *to go ~* vào bóng tối, ra bưng; *to work ~* hoạt động bí mật

undergrowth *n.* bụi/tàng cây thấp; sự chậm lớn

underhanded *adj.* giấu giếm, lén lút, không quang minh chính đại; nham hiểm, thủ đoạn

underlease *n., v.* việc cho thuê lại

underlie *v.* làm nền tảng/cơ sở cho [thuyết]: *to ~ our foreign policy* những nguyên tắc làm cơ bản cho chính sách đối ngoại của chúng ta

underline *v., n.* gạch dưới, gạch đít; nhấn mạnh: *to ~ the important words in these sentences* gạch dưới những chữ quan trọng trong các câu nầy

underling *n.* tay chân, bộ hạ, tay sai

underlying *adj.* cơ sở, cơ bản

undermentioned *adj.* được nói đến dưới đây

undermine *v.* xói mòn; làm hao mòn, phá hoại, phá ngầm, đục khoét

underneath 1 *n.* bên/phần dưới 2 *adj.* dưới, ở dưới: *your bag is ~ the table* túi xách của bạn ở dưới bàn 3 *adv.* bên dưới, ở dưới: *to look ~* xem ở phía dưới 4 *prep.* ở dưới, dưới, bên dưới: *using the dogs to locate the people trapped ~ collapsed buildings* dùng chó để tìm người bị vùi dưới những ngôi nhà bị sập

undernourished *adj.* thiếu ăn, thiếu dinh dưỡng: *there are many ~ children in under-developed countries* có rất nhiều trẻ em thiếu dinh dưỡng trong các nước kém phát triển

underpaid *adj.* trả lương ít/thấp: *women are often ~ for the work they do* phụ nữ thường bị trả lương thấp đối với công việc của họ

underpass *n.* đường chui, đường hầm

underplay *v.* chơi không quan trọng; ra những con bài thấp

underpopulated *adj.* thưa dân, dân ở thưa thớt

underprivileged *adj.* bị thiệt thòi, có ít quyền lợi, được hưởng ít quyền lợi

underproduction *n.* sự sản xuất dưới chỉ tiêu, sự sản xuất thiếu

underquote *v.* đưa ra giá hạ, định giá rẻ hơn

underrate *v.* coi thường, đánh giá thấp

underscore *v., n.* gạch dưới; nhấn mạnh

undersea 1 *adj.* dưới mặt biển 2 *adv.* ở dưới biển: *~ exploration* cuộc khám phá dưới mặt biển

undersecretary *n.* thứ trưởng

undersell *v.* [undersold] bán rẻ (hơn)

undershirt *n.* áo lót, may ô

undersigned *adj.* người ký tên ở dưới: *I, the ~, wish to state...* tôi ký tên dưới đây muốn xác nhận rằng

understand *v.* [understood] hiểu, hiểu ý,

hiểu biết; thông cảm, hiểu ngầm: *it is understood that*... người ta hiểu rằng; *to make oneself understood* giải thích cho người khác hiểu mình; *I don't ~ him* tôi không hiểu ông ta; *to ~ each other* hiểu biết nhau, hiểu nhau

understanding *n., adj.* sự hiểu biết/am hiểu; sự thông minh; sự thoả thuận; điều kiện: *on the ~ that* với điều kiện là; *to come to an ~* đi đến một sự thông cảm; *to create mutual ~* tạo sự hiểu biết lẫn nhau

understood quá khứ của **understand**

understudy *n., v.* (người) đóng thay

undertake *v.* làm, định làm; nhận lời làm; cam kết, cam đoan: *I ~ that he did not hear the word* tôi đoan chắc là ông ấy không nghe được lời nào

undertaken quá khứ của **undertake**

undertaker *n.* người chủ hãng xe đòn đám ma, người làm nghề lo đám tang

undertaking *n.* công việc, công cuộc (kinh doanh)

undertone *n.* màu nhạt, màu dịu; giọng thấp

undertook quá khứ của **undertake**

undertow *n.* sóng dội từ bờ ra; sóng ngầm

undervaluation *n.* sự đánh giá thấp, việc định giá thấp, sự coi thường: *he gave an ~ of your house* ông ấy định giá nhà bạn thấp quá

underwear *n.* quần áo lót mình: *~ store* cửa hàng bán quần áo lót

underweight *adj., n.* nhẹ cân, nhẹ cân quá

underwent quá khứ của **undergo**

underworld *n.* địa ngục, âm phủ, âm ti; lớp cặn bã của xã hội, bọn vô lại/trộm cướp/lưu manh

underwriter *n.* người/hãng bảo hiểm

undeserved *adj.* không xứng đáng, không đáng

undesirable *n., adj.* (người) không ai ưa

undetermined *adj.* chưa xác định, chưa quyết định, không minh định được

undeveloped *adj.* không mở mang, không phát triển: *~ countries* những nước kém phát triển

undisciplined *adj.* vô kỷ luật, không vào nề nếp

undiscovered *adj.* không tìm ra được, không phát hiện được, không khám phá ra được

undiscriminating *adj.* không phân biệt (chủng tộc/phái tính)

undisputed *adj.* không cãi được; không bị tranh chấp

undivided *adj.* không bị chia cắt, không bị phân chia

undo *v.* [**undid**; **undone**] tháo, cởi, mở, làm tung ra, làm bung ra; làm hỏng, làm hư

hỏng, cho trở lại cái vừa bỏ (trong máy vi tính): *to ~ a parcel* mở một gói hàng; *to ~ a file* cho trở lại hồ sơ vừa bỏ (trong máy vi tính)

undoing *n.* sự tháo; sự/cái làm hư hỏng

undone *adj.* làm tung/bung ra; bỏ dở, chưa xong: *to leave nothing ~* không bỏ sót chuyện gì

undoubted *adj.* chắc chắn, không còn ngờ gì nữa

undress *v.* cởi quần áo, thoát y

undrinkable *adj.* không thể uống được: *~ water* nước không thể uống được

undue *adj.* thái quá, quá chừng quá đỗi; quá mức, vô lý, phi lý; không xứng đáng: *~ haste* sự vội vàng thái quá; *~ influence* sự ảnh hưởng của người khác đến quyết định của mình

undulate *v., adj.* gợn sóng, chập chờn như sóng

unduly *adj.* bất tử, bất diệt; quá chừng, quá đáng

unearned *adj.* không kiếm được, không làm ra mà có (như tiền lời ngân hàng)

unearth *v.* đào lên, khai quật; mò tìm/ra, phát hiện được: *to ~ new facts* tìm ra tài liệu mới

unearthly *adj.* siêu phàm, phi thường, kì dị

uneasy *adj.* lo lắng, băn khuăn; khó chịu, bứt rứt, không yên tâm; khó xử, bất tiện: *in ~ conditions* trong điều kiện không thoải mái

unedited *adj.* không được xem lại, không được biên soạn, không được biên tập

uneducated *adj.* không có học thức/văn hoá, vô học; không được giáo dục/giáo hoá

unemployable *adj.* không thể làm việc được, không thể thâu dụng được

unemployed **1** *n.* người thất nghiệp, người không có việc làm: *the ~* những người thất nghiệp **2** *adj.* thất nghiệp, mất việc

unemployment *n.* sự thất nghiệp, nạn thất nghiệp: *~ benefit* tiền trợ cấp thất nghiệp; *~ insurance/compensation* bảo hiểm thất nghiệp

unending *adj.* mãi không hết, vô tận, liên miên

unenjoyable *adj.* không thích thú, không thú vị

unequal *adj.* không bằng/ngang, không đều [nhau]; không/bất bình đẳng; thất thường: *~ to that task* không kham nổi nhiệm vụ đó; *~ treatment* đối xử không công bằng, đối xử bất thường

unequaled *adj.* không ai sánh kịp, không ai bì được, vô địch, vô song, độc nhất vô nhị

unequivocal *adj.* rõ rệt, hai năm rõ mười,

không mập mờ, không ú ớ, không giải thích khác được

unerring *adj.* không thể sai, chính xác

UNESCO *n., abbr.* (= **United Nations Educational, Scientific and Cultural Organization**) Tổ chức giáo dục, khoa học và văn hoá của Liên Hiệp Quốc

unessential *adj., n.* (cái) phụ, không thiết yếu, không cần thiết

unethical *adj.* trái với luân thường đạo lý, trái nguyên tắc (đạo đức), không được đúng đắn, [cạnh tranh] bất chính

uneven *adj.* không phẳng, không đều, gồ ghề; [số] lẻ, thất thường, đồng bóng, hay thay đổi

uneventful *adj.* không có chuyện gì xảy ra, bình tĩnh, yên ổn, không có biến cố (gì đáng kể)

unexpected *adj.* không ngờ, không mong đợi, thình lình, ý ngoại, đột nhiên: *it is an ~ meeting* cuộc gặp gỡ bất ngờ

unexpired *adj.* chưa hết hạn, còn hiệu lực

unexplored *adj.* chưa ai thăm dò/thám hiểm

unexposed *adj.* [phim] chưa chụp; chưa bị nguy

unfailing *adj.* không hề sai; chắc chắn (thành công); công hiệu; không bao giờ cạn, vô tận: *we have an ~ supply of labor* chúng ta có nguồn lao động không bao giờ cạn

unfair *adj.* không công bằng, bất công, thiên vị, tây vị; gian lận: *all workers protested against the ~ redundancy* tất cả công nhân phản đối việc cho nghỉ việc không công bằng; *to play ~* chơi không công bằng

unfaithful *adj.* không trung thành, phản bội/trắc

unfamiliar *adj.* không quen/biết, lạ; không rõ, không am hiểu, không am tường

unfashionable *adj.* không đúng mốt, không hợp thời trang

unfasten *v.* tháo, cởi, nới, mở

unfathomable *adj.* không dò được, khó dò (ra)

unfavorable *adj.* không thuận lợi, bất lợi, không lợi; không tán thành, không thuận, không cho hảo ý, không chấp thuận: *the new work arrangement is not ~ to you* sự sắp xếp công việc mới không thuận lợi cho bạn đâu

unfeeling *adj.* không cảm giác/cảm động, nhẫn tâm

unfeminine *adj.* không thuộc phụ nữ, không như đàn bà

unfilial *adj.* bất hiếu, không đúng đạo làm con

unfilled *adj.* không đổ đầy, không làm đầy: *an ~ position* chỗ còn trống

unfinished *adj.* chưa xong, chưa hoàn thành/ hoàn tất, bỏ dở, dở dang: *~ business to be settled* công việc dở dang đã được làm xong

unfit *adj.* không thích hợp; thiếu khả năng, không đủ tư cách; không đủ sức khoẻ

unflappable *adj.* không có gì hấp dẫn hay lo lắng

unfold *v.* mở [tờ báo, *v.v.*] ra bày tỏ, bộc lộ

unforeseeable *adj.* không đoán trước được

unforgettable *adj.* không thể quên được

unforgivable *adj.* không thể tha thứ được

unfortunate 1 *adj.* không may, rủi ro, khốn nạn, bất hạnh; đáng tiếc **2** *n.* người bất hạnh, người không may

unfortunately *adv.* tiếc thay, khốn nỗi: *~ for him* không may cho anh ta

unfounded *adj.* [tin đồn] không căn cứ, vô căn cứ

unfriendly *adj.* không thân thiện; thù địch, cừu địch, bất lợi

unfruitful *adj.* không có kết quả, vô hiệu

unfulfilled *adj.* chưa (làm) tròn, chưa thực hiện được; chưa đạt được, chưa toại [ý, nguyện]

unfurl *v.* mở, phất [cờ]; giương [buồm] ra: *to ~ the state flag* phất cờ quốc gia

unfurnished *adj.* [căn nhà] không có đồ đạc: *to rent an ~ house* thuê một ngôi nhà không có đồ đạc

ungainly *adj.* vụng về, khó coi, vô duyên, bất nhã

ungentlemanly *adj.* thiếu lịch sự/lễ độ, vô lễ

ungodly *adj.* không/chống tôn giáo, vô thần; tội lỗi, bạt mạng; [giờ giấc] chướng, lạ lùng, oái oăm

ungracious *adj.* thiếu nhã nhặn/lịch sự, khiếm nhã

ungrammatical *adj.* sai ngữ pháp, sai văn phạm

ungrateful *adj.* bạc, không biết ơn, vô ơn, vong ân bội nghĩa; [công việc] bạc bẽo, không thú vị

ungrounded *adj.* không có căn cứ, không có lý do

ungrudging *adj.* rộng rãi, cho không tiếc

unguarded *adj.* không canh phòng, không phòng thủ; khinh suất, không để phòng/ giữ gìn/thận trọng: *~ remarks often cause unexpected revelations* những lời nói không thận trọng thường gây ra hệ quả không đoán trước

unguent *n.* thuốc cao, thuốc bôi

unguided *adj.* không có hướng dẫn, không được hướng dẫn

unhand *v.* thả ra, cho rời khỏi

unhappy *adj.* khổ, khổ sở, thiếu hạnh phúc; không may, không hay/tốt, bất hạnh, rủi, buồn: *her marriage is in trouble and she is* *desperately* ~ cuộc hôn nhân của cô ấy có vần đề do vậy cô ta rất buồn khổ

unharmed *adj.* không sao, không can gì, bình yên vô sự, an toàn; nguyên vẹn, toàn vẹn

unhealthy *adj.* hại sức khoẻ, bệnh tật, bệnh hoạn: *don't eat ~ food* đừng ăn thức ăn không tốt cho sức khoẻ

unheard-of *adj.* chưa nghe nói đến, chưa từng có

unheeded *adj.* không ai chú ý đến, không ai để ý đến

unhesitating *adj.* không lưỡng lự, không do dự

unholy *adj.* báng bổ; kinh khủng, tệ, xấu xa

unhook *v.* mở khuy, tháo móc

unhoped *(for) adj.* không hề mong ước, bất ngờ

unhurt *adj.* không bị hề hấn gì, không sao, vô sự

unhygienic *adj.* mất vệ sinh, hại sức khoẻ

UNICEF *n., abbr.* (= **United Nations Children's Fund,** *originally* **International Children's Emergency Fund**) Quỹ Nhi Đồng Liên Hiệp Quốc

unicorn *n.* con kỳ lân, con lân

unidentified *adj.* chưa nhận dạng được; chưa tìm ra căn cước/lai lịch/gốc tích: *these ~ bodies are waiting for DNA testing* những cơ thể chưa nhận ra gốc gác được hiện đang chờ thử nghiệm DNA

unidirectional *adj.* chỉ có một hướng mà thôi

unification *n.* sự hợp thống nhất/hợp nhất/ thống hợp

uniform 1 *n.* đồng phục, quân phục: *students are required to wear ~s* học sinh đòi hỏi phải mặc đồng phục; *army ~s* quân phục **2** *adj.* cùng một kiểu, giống nhau, đồng dạng; đều nhau, bất biến: *to keep at a ~ temperature* giữ nhiệt độ không thay đổi

uniformity *n.* sự/tính giống nhau, tính đồng dạng

unify *v.* hợp nhất, thống nhất, thống hợp: *Vietnam was unified in 1976* Việt Nam được thống nhất vào năm 1976

unilateral *adj.* một phía/bên, đơn phương

unimaginable *adj.* không thể tưởng tượng được

unimportant *adj.* không đáng kể, không quan trọng

unimpressive *adj.* không gây xúc động, không hấp dẫn, không gây ấn tượng

unimproved *adj.* không tiến bộ, không cải tiến, không cải thiện

uninflected *adj.* [ngôn ngữ] không có biến cách

uninformed *adj.* không được thông báo, không được cho biết tin

uninhabited *adj.* bỏ không, không có người ở

uninhibited *adj.* tự do, không bị hạn chế/ kiềm chế

uninsurable *adj.* không thể bảo hiểm được

unintelligent *adj.* không thông minh, tối dạ, ngu

unintelligible *adj.* khó hiểu, không hiểu được: *she spoke words that are ~ to us* cô ấy nói những lời gì mà chúng tôi không hiểu được

uninterested *adj.* không để/chú ý, không quan tâm

uninteresting *adj.* không hay, chán, vô vị

uninterrupted *adj.* liên tiếp, liên tục, không bị đứt quãng, không bị gián đoạn; không bị ngắt lời

uninvited *adj.* không được mời

union *n.* sự kết hợp/liên kết; sự nhất trí/đoàn kết; đồng minh, liên minh, liên hiệp; liên bang; công hội, công đoàn, nghiệp đoàn: *labor ~* nghiệp đoàn lao động, công đoàn; *student ~* trụ sở/câu lạc bộ sinh viên; *~ suit* bộ quần áo lót may liền, bộ quần áo con ếch; *trade ~* nghiệp đoàn; *~ card* thẻ hội viên nghiệp đoàn; *~ catalog* mục lục tổng kê sách trong (nhiều) thư viện; *~ Jack* quốc kỳ Anh

unionize *v.* tổ chức thành nghiệp đoàn

unique *adj.* có một, duy nhất, độc nhất, đơn nhất, vô song, có một không hai, độc nhất vô nhị: *our ~ aim is ...* mục tiêu duy nhất của chúng ta là ...; *he is the ~ son of the family* cậu ấy là con trai duy nhất trong gia đình

unisex *adj.* cả nam lẫn nữ: *~ hair salon* tiệm cắt tóc nam và nữ

unison *n., adj.* sự hoà hợp nhất trí: *in ~* đồng thanh, cả nhóm, hợp xướng; *to act in ~* hành động nhất trí

unit *n.* đơn vị; một, một cái: *the family is a basic ~ of a society* gia đình là một đơn vị của xã hội; *~ cost, ~ price* giá một đơn vị, giá một cái

Unitarian *n., adj.* (người) theo phái nhất thể

unite *v.* hợp làm một, hợp nhất; liên kết, đoàn kết (với nhau); kết hợp, liên hiệp

united *adj.* liên hợp, liên hiệp, liên kết, kết liên; hoà hợp, đoàn kết: *~ front* mặt trận liên hiệp; *the ~ Kingdom* nước Anh; *the ~ Nations* Liên hợp quốc; *the ~ States (of America)* nước Mỹ, Hoa kỳ

unity *n.* tính đồng nhất, sự thống nhất; sự đoàn kết; sự hoà thuận

universal 1 *n.* điều chung, sắi thái phổ biến: *~ studio* trung tâm điện ảnh **2** *adj.* chung, phổ thông, phổ biến; cả thế giới, thuộc vũ trụ/vạn vật: *~ gravitation* sức hấp dẫn của vạn vật; ~ *language* ngôn ngữ quốc tế; ~ *suffrage* đầu phiếu phổ thông; ~ *time* giờ thế giới; *there is a ~ desire for peace* toàn thể thế giới đều mong muốn hoà bình

universe *n.* vũ trụ, vạn vật; thế giới, thiên hạ: *Miss ~* hoa hậu thế giới

university *n.* (trường/viện) đại học, trường cao đẳng, trường đại học tổng hợp: *national ~* đại học quốc gia; *state ~* đại học nhà nước, đại học tiểu bang; *~ president/rector* viện trưởng đại học, hiệu trưởng trường đại học; *~ professor* giáo sư đại học; *~ student* sinh viên đại học

unjust *adj.* không công bằng, bất công; phi lý

unjustified *adj.* không thể bào chữa/biện minh

unkempt *adj.* [tóc] rối bù; [quần áo] lôi thôi cẩu thả, lôi thôi lếch thếch: *to spot ~ hair and filthy clothes* đầu tóc rối bù quần áo lôi thôi

unkind *adj.* không tử tế, ác, tàn nhẫn, [lời] nặng

unknot *v.* mở nút ra, tháo nút ra

unknowing *adj., n.* (sự) không biết, không có ý thức

unknown **1** *n.* ẩn số **2** *adj.* không biết, chưa biết, lạ; không tiếng tăm gì, vô danh: *tombs of the ~ soldiers* mộ chiến sỹ vô danh

unlabeled *adj.* không có nhãn, không dán nhãn

unlace *v.* cởi dây, tháo dây

unlatch *v.* mở chốt cửa, đẩy then cửa

unlawful *adj.* trái luật/phép, không/bất hợp pháp, bất chính: *~ gatherings* việc tụ tập trái phép

unleaded *adj.* không đậy nắp; xăng không có chất kẽm/nhớt

unlearn *v.* quên, bị gạt bỏ: *to ~ an idea* gạt bỏ một ý nghĩ

unleash *v.* thả xích [chó]; gây ra [chiến tranh]

unless *conj.* trừ phi, trừ khi: *we will not have the picnic ~ the weather is good* chúng ta sẽ không đi ăn ngoài trời trừ phi/khi trời đẹp = trời có đẹp thì chúng ta mới đi ăn ngoài trời; *~ we hear to the contrary* trừ phi chúng tôi được loan báo là có chuyện thay đổi; *~ you try, you will never succeed* nếu không cố gắng, bạn không bao giờ thành công

unlettered *adj.* mù chữ, dốt chữ nghĩa

unlicensed *adj.* không có giấy phép, không đăng ký, không có môn bài

unlike **1** *adj.* không giống, khác; [hai cực] đối nhau: *Mary is ~ her sister; she doesn't talk a lot* Mary không giống như người chị, cô ấy không nói nhiều **2** *prep.* khác với: *~ his father* khác với cha anh ta

unlikely *adj.* không chắc (sẽ xảy ra): *she is*

~ to come cô ấy không chắc sẽ đến/vị tất đã đến

unlimited *adj.* không giới hạn/hạn chế, vô cùng, vô tận, vô biên, tha hồ bao nhiêu cũng được, vô kể: *you hire a car with an ~ kilometers condition* bạn thuê chiếc xe chạy bao nhiêu cây số cũng được/không giới hạn cây số

unlisted *adj.* không có trong danh sách, không có tên trong danh sách

unload *v.* cất gánh nặng, dỡ hàng/đồ; tháo đạn ra: *to ~ a ship* bốc hàng trên tàu xuống

unlock *v.* mở khoá; tiết lộ

unlucky *adj.* không may, rủi, xui, xúi, đen đủi, vận áo xám; [điềm] gở, không hay, xấu: *our soccer team is ~ not to score on three occasions* đội bóng đá chúng ta không may bỏ lỡ ba cơ hội lập bàn thắng

unmanageable *adj.* khó quản lý; khó dạy, bất trị

unmanly *adj.* nhu nhược, không xứng đáng là trang nam nhi, không xứng đáng là hạng mày râu [= đấng tu mi]

unmanned *adj.* không có người điền khiển: *it is not safe to leave this equipment ~* không được an toàn nếu để máy không có người điều khiển

unmannerly *adj.* vô lễ, mất dạy, bất lịch sự

unmarked *adj.* không đánh dấu, không chú ý, không bị theo dõi

unmarried *adj.* chưa lấy vợ/chồng, chưa lập gia đình, còn độc thân, chưa thành gia thất; ở vậy

unmask *v.* lột mặt nạ, vạch mặt

unmatched *adj.* chưa ai bì/sánh kịp, chưa ai địch nổi, vô song, vô địch; lẻ, lẻ đôi, lẻ bộ

unmentionable *adj., n.* (sự) không nên nói đến, không đề cập đến

unmerciful *adj.* nhẫn tâm, không thương hại, tàn nhẫn, thiếu từ tâm, không có lòng từ bi

unmindful *adj.* quên, không chú ý/lưu tâm [*of* đến]

unmistakable *adj.* không thể lầm/sai được, rõ ràng

unmitigated *adj.* không giảm bớt; tuyệt đối, đại: *an ~ fool* một gã đại ngốc

unmoved *adj.* không nhúc nhích; thản nhiên, không cảm động, không mủi lòng: *the pitiful cries from the lost child leave him ~* sự khóc thương đau xót của đứa bé bị lạc làm cho nó không không nhúc nhích

unnamable *adj.* không thể đặt tên, không thể gọi tên được

unnatural *adj.* không tự nhiên, giả tạo, gượng gạo, điệu bộ; trái với thiên nhiên

unnecessary **1** *adj.* không cần thiết, vô ích,

thừa, vô dụng **2** *n.* những cái vô ích, những thứ không cần thiết

unnerve *v.* làm nản, làm nhụt nhuệ khí/can đảm

unnoticed *adj.* không ai để ý, không ai thấy

unnumbered *adj.* không đánh số, không có số

unobtainable *adj.* không kiếm/tìm ra được

unoccupied *adj.* trống, chưa ai ngồi, không có ai ở/chiếm; rảnh, nhàn, nhàn rỗi: ~ *house* nhà trống không ai ở

unofficial *adj.* không chính thức: *they have an ~ meeting* họ có cuộc gặp gỡ không chính thức

unopened *adj.* không được mở, không thể mở được

unopposed *adj.* không ai chống; không có đối thủ

unorthodox *adj.* không chính thống

unpack *v.* mở [va li] lấy đồ ra; tháo [gói hàng]

unpaid *adj.* không (trả) công, không lương, công không; chưa trả, chưa thanh toán: *send me the ~ invoice* gởi cho tôi hoá đơn chưa thanh toán

unpalatable *adj.* nhạt nhẽo, không ngon, vô vị

unparalleled *adj.* vô song, không ai bì/sánh kịp

unpardonable *adj.* không thể tha thứ, không thể dung thứ được

unperturbed *adj.* không đảo lộn, không xáo trộn

unpick *v.* tháo gỡ mũi khâu ra, bẻ ra để tìm những dị biệt

unplanned *adj.* không có kế hoạch, không hoạch định trước

unpleasant *adj.* khó chịu, khó ưa, đáng ghét

unplug *v.* tháo nút ra, tháo phích (điện) ra

unpolished *adj.* không đánh bóng, không trang nhã

unpolled *adj.* không được bỏ phiếu, không ai bầu

unpopular *adj.* không được ưa chuộng, không được hoan nghênh, không thịnh hành, bị mất nhân tâm, chẳng ai thích/mê

unpractical *adj.* không thực tế, không thiết thực

unprecedented *adj.* không tiền khoáng hậu, chưa hề có/thấy, chưa từng có, chưa từng thấy (trước đây): *the latest ruling by the eminent judge set an ~ principle* quyết định mới nhất của quan toà đã đưa ra một nguyên tắc chưa từng thấy trước đây

unpredictable *adj.* không thể đoán trước được, không thể nói trước được

unprejudiced *adj.* không thành kiến/thiên vị, vô tư, khách quan

unpremeditated *adj.* không chủ tâm/chủ ý, không định trước: ~ *murder* kẻ giết người

không cố ý; *an ~ offense* điều xúc phạm không chủ tâm

unprepared *adj.* không sẵn sàng, không chuẩn bị: ~ *trip* một chuyến đi không chuẩn bị trước

unpresentable *adj.* không thể trình bày được, không thể giới thiệu được

unpretending *adj.* khiêm tốn, không kiêu căng

unpretentious *adj.* khiêm tốn không kêu căng

unprincipled *adj.* thiếu đạo đức, vô luân thường

unprofessional *adj.* không chuyên nghiệp, nghiệp dư

unprofitable *adj.* không vụ lợi, không sinh lợi

unpromising *adj.* không hứa hẹn, không có triển vọng

unprotected *adj.* không được che chở, không được bảo vệ

unpublished *adj.* chưa xuất bản, chưa in

unqualified *adj.* không đủ trình độ, không đủ tiêu chuẩn, không đủ khả năng

unquestionable *adj.* không thể nghi ngờ được

unquote *v.* chấm dứt lời trích dẫn, không trích dẫn

unravel *v.* tháo, gỡ [mối chỉ]; giải quyết [bí mật]: *to ~ the past takes a lot of backtracking and investigation* giải quyết quá khứ đòi hỏi nhiều thời gian xem xét lại và sưu tra

unreal *adj.* không thực; không tưởng, hão huyền

unreasonable *adj.* vô lý, quá quắt, không biết điều

unrecoverable *adj.* không thể khỏi được, không thể lấy lại được

unregistered *adj.* không đăng ký, không trước bạ, không vào sổ

unrelated *adj.* không có liên quan/quan hệ, không dính dáng

unrelenting *adj.* không bớt/nguôi; tàn nhẫn: *an ~ hatred* mối thù không nguôi

unreliable *adj.* [người, tin] không đáng tin cậy

unremitting *adj.* không ngừng/dứt, liên tiếp/tục

unremorseful *adj.* không ăn năn, không hối hận

unremovable *adj.* không thể dời đi được, không thay thế được

unreported *adj.* không được tường trình lại, không được thuật lại

unrequited *adj.* không được đền đáp lại: ~ *love* tình yêu không được đáp lại

unreserved *adj.* không để dành riêng cho ai, không dè dặt

unresolved *adj.* chưa giải quyết, không được giải đáp

unrest *n.* tình trạng náo động/xôn xao/bất an; sự băn khoăn lo ngại, sự không yên tâm

unrestricted *adj.* không bị hạn chế, không hạn chế tốc độ

unrighteous *adj.* không chính đáng, không đúng đắn, không lương thiện

unripe *adj.* [quả] xanh, chưa chín; chưa chín muồi

unrivaled *adj.* vô địch, vô song

unroll *v.* mở ra, tháo [cuộn] ra, trải ra

unroot *v.* nhổ bật rễ

unruffled *adj.* bình tĩnh, điềm tĩnh, không nóng

unruly *adj.* khó dạy, ngỗ nghịch, bất trị

unsafe *adj.* không an toàn, nguy hiểm: *it is ~ to travel at night in remote areas* không an toàn khi đi vào ban đêm ở những nơi xa xôi hẻo lánh

unsaid *adj.* không nói ra

unsalted *adj.* không có muối, không mặn

unsanitary *adj.* thiếu vệ sinh

unsatisfactory *adj.* không làm vừa lòng/ý, không thoả mãn: *I have received ~ answers* tôi vừa nhận lời phúc đáp không thoả đáng

unsatisfied *adj.* không được thoả mãn, chưa hả

unsavory *adj.* vô vị, nhạt nhẽo, tởm, ghê tởm

unscarred *adj.* không sợ

unscheduled *adj.* không lên chương trình, không qui định thời gian: *his visit was ~* cuộc thăm viếng của ông ấy không có lên chương trình

unscientific *adj.* không/phản khoa học

unscrew *v.* tháo/vặn [ốc] ra

unscrupulous *adj.* vô lương tâm, không đắn đo

unseasonable *adj.* trái mùa; không đúng lúc

unseat *v.* đưa ra khỏi vị thế, đẩy khỏi chức vụ

unseemly *adj.* không thích đáng; bất lịch sự

unseen *adj.* không (nhìn) thấy được, vô hình

unselfish *adj.* không ích kỷ

unserviceable *adj.* không thể phục vụ được, không thể cung cấp được

unsettled *adj.* hay thay đổi; không ổn định; chưa có người đến định cư; chưa giải quyết/thanh toán

unsightly *adj.* khó coi, xấu xí, bẩn mắt

unskilled *adj.* [công nhân] không có chuyên môn, không có tay nghề giỏi: *you can find ~ jobs easily* bạn có thể kiếm việc không cần chuyên môn dễ dàng

unsociable *adj.* không thể hoà đồng được, không thể gần gũi được

unsold *adj.* không bán được: *these ~ books will be put on sale* những sách không bán được sẽ bày bán đại hạ giá

unsolved *adj.* không được giải quyết, chưa được giải quyết, không tìm ra

unsound *adj.* điên, rối loạn, không lành mạnh; [đồ ăn] thiu, ôi, hư; [lý luận] không vững

unspeakable *adj.* không thể nói được; không tả xiết

unstable *adj.* không vững/chắc, không ổn định

unsteady *adj.* lung tay, không vững/chắc, lảo đảo; run run; [đèn lửa] leo lét, chập chờn

unstoppable *adj.* không thể ngừng lại được, không ngăn lại được

unstructured *adj.* không kết cấu được, không kết hợp được

unstuffy *adj.* thông thường, thỉnh thoảng

unsuccessful *adj.* hỏng, thất bại, không thành công: *his efforts were ~* nỗ lực của ông ấy không thành công

unsuitable *adj.* không đủ tư cách, bất tài; không thích hợp: *my health is ~ for long-hour work* sức khoẻ của tôi không thích hợp đối với việc làm nhiều giờ

unsuspected *adj.* không bị nghi ngờ, không ngờ

unsustainable *adj.* không thể chứng minh được, không thể biện hộ được

unswerving *adj.* khó lay chuyển, kiên định

unsympathetic *adj.* không thông cảm, không động lòng thương

untack *v.* gỡ đinh ra, tháo đinh ra

untalented *adj.* không có tài, bất tài

untamed *adj.* chưa được thuần, không được chế ngự

untangle *v.* gỡ rối, gỡ ra

untaxed *adj.* không bị đánh thuế, không tính cước

unteachable *adj.* không thể dạy được, khó dạy

untempered *adj.* không được rèn luyện

untenable *adj.* [vị trí, lập trường] không vững, không giữ được, không bênh vực/bảo vệ được, không thường xuyên: *an ~ position* việc không thường xuyên

unthankful *adj.* bạc, vô ơn, không biết ơn

unthinkable *adj.* không thể tưởng tượng/có được

unthinking *adj.* không suy xét, khinh suất

untidy *adj.* không gọn gàng, lộn xộn, bừa bãi; bù rối, không chải chuốt; lôi thôi, lếch thếch

untie *v.* tháo, cởi [dây, ca vát]; cởi trói

until *prep., conj.* cho đến khi/lúc: *the library opens ~ midnight* thư viện mở cửa đến nửa đêm; *but it doesn't open ~ 9 o'clock* nhưng đến 9 giờ sáng thư viện mới bắt đầu mở cửa; *wait ~ the manager comes back* bạn hãy đợi (đến lúc) ông quản lý quay lại

untimely *adj.* non, yếu, sớm quá; [lời nói, hành động] không đúng lúc, trái khoáy: *~ death* sự chết yểu

untiring *adj.* không mệt mỏi, không biết mỏi mệt, kiên trì

unto *prep.* với, đối với: *to do ~ others* làm với người khác

untold *adj.* không nói ra, không kể lại; không kể xiết, vô kể, vô số, không biết bao nhiêu mà kể: *~ story* câu chuyện chưa được kể lại

untouchable 1 *n.* tiện dân ở Ấn Độ, lớp người dân bị coi khinh **2** *adj.* không được động đến, không được mó đến, đừng có đụng chạm tới

untouched *adj.* còn nguyên, nguyên si; chưa đả động đến, chưa bàn đến; không xúc động/động tâm: *the Vietnamese coastline is ~* dọc bờ biển Việt Nam vẫn còn mới

untoward *adj.* rủi ro; bất lịch sự, vô lễ: *he has an ~ behavior* ông ấy có hành vi bất lịch sự

untrained *adj.* không được huấn luyện, chưa thạo

untried *adj.* không thử, không cố gắng

untroubled *adj.* không có vấn đề, không bị quấy rầy

untrue *adj.* không đúng, sai (sự thật); không trung thành: *the allegations are completely ~* những vu cáo hoàn toàn sai sự thật

untrustworthy *adj.* không đáng tin cậy

untruth *n.* điều nói dối, láo; chuyện giả dối

untruthful *adj.* nói láo, giả dối; sai sự thật

unused *adj.* chưa dùng đến: *the ~ presents are donated to the orphanage* quà tặng không dùng nên tặng cho cô nhi viện

unusual *adj.* lạ (thường), khác thường, ít có, hạn hữu; phi thường, tuyệt vời

unvalued *adj.* không giá trị, không có giá, không được trọng

unvarnished *adj.* không đánh véc-ni; không phấn son, không tô điểm, tự nhiên

unveil *v.* bỏ mạng che mặt; khánh thành; tiết lộ: *to ~ the new sculpture done for the opening of the renovated museum* khánh thành hình điêu khắc mới trong dịp khai mạc viện bảo tàng vừa mới tu bổ

unverified *adj.* không được minh xác, không được xác nhận

unvoiced *adj.* [nguyên âm] điếc, không kêu/ tỏ

unwanted *adj.* không ai muốn, không ai cần; thừa

unwarranted *adj.* không có lý do, không bảo đảm

unwary *adj.* không cẩn thận/thận trọng, lơ đãng, coi thường, khinh suất

unwashed *adj.* không rửa, không giặt, dơ bẩn

unwavering *adj.* không lung lay, cương quyết, kiên quyết, không nao núng

unwed *adj.* chưa lập gia đình, chưa làm đám cưới

unwelcome *adj.* [khách] không được hoan nghênh; [tin tức] dữ, gở, không hay

unwell *adj.* khó ở, không khoẻ; có tháng/kinh

unwholesome *adj.* độc, không lành; không lành mạnh

unwieldy *adj.* khó cầm, khó sử dụng; khó trị

unwilling *adj.* không vui lòng, không sẵn lòng

unwillingly *adv.* miễn cưỡng, bất đắc dĩ, cực chẳng đã mới..., vì không dừng được.

unwind *v.* tháo ra, không cuộn nữa; thư giãn

unwise *adj.* dại dột, khờ dại, không khôn ngoan

unwitting *adv.* vô tình, không cố ý, không chủ tâm

unwonted *adj.* ít có, hiếm có, không quen

unworkable *adj.* không thể làm được, không thể thực hiện được

unworldly *adj.* không trần tục, thoát tục, ra ngoài thế tục, siêu tục

unworthy *adj.* không xứng đáng, không đáng, không có tư cách

unwrap *v.* mở gói, mở bọc, cởi khăn

unwrinkled *adj.* không có vết nhăn, không nhàu

unwritten *adj.* nói miệng, chưa viết xong; [giấy] trắng, chưa viết; [luật] do tập quán qui định; [ngôn ngữ] chưa có chữ viết, chưa có văn tự; chưa thành văn: *the ~ rule (not to walk barefooted) is understood by all* tất cả mọi người đều hiểu là không được đi chân đất là luật bất thành văn

unyielding *adj.* cứng rắn, không chịu nhượng bộ/khuất phục, không chịu thua

up 1 *n.* sự lên, sự thăng: *the ~s and downs* những sự thăng trầm; *on the ~ and ~* đang phát triển **2** *adj.* đang (đi) lên; đang đứng; ngược: *to take an ~ train* đi chuyến tàu về thủ đô; *~-and-coming* hoạt bát, có tài xoay xở; *every detail must be ~ to date* mọi chi tiết phải được cập nhật; *~market* tuỳ theo thị trường; *~-to-date* mới nhất, tối tân, hiện đại; cập nhật; *~ to the mark* đạt đến tiêu chuẩn; *~ to one's tricks* dở trò với ai, cư xử không tốt **3** *adv.* ở trên, lên trên, lên; lên, dậy; đến, tới; hết, hoàn toàn; to lên: *~ against* chạm phải, đụng phải; *~ in the air* trên trời, trên không; *I get ~ very early* tôi dậy rất sớm; *I wake ~ very early* tôi thức giấc rất sớm; *to go ~ to Hanoi* đi ra Hà Nội; *to walk ~ to the gate* đi bộ đến tận cổng; *time is ~* hết giờ rồi; *fill her ~* xin ông đổ đầy thùng xăng cho tôi; *it's ~ to you* cái đó tùy anh; *please stand ~* xin ông đứng dậy; *please speak ~* xin ông nói to lên một tí; *to be ~ and about* khỏi bệnh rồi đã đứng dậy đi lại được rồi; ~ *to* xứng đáng với; ~ *to now* cho đến nay **4** *prep.* ở trên, lên, ngược lên: ~ *the hill and down the dale* lên dốc xuống đèo; ~ *the river* ngược dòng sông **5** *v.* tăng vọt lên, đột nhiên đứng dậy: *to ~ and hit someone* đột nhiên đứng dậy và đánh người ta

upbeat *adj., n.* (âm nhạc) nốt không nhấn đứng trước nốt nhấn

upbraid *v.* quở mắng, mắng nhiếc: *to ~ someone for doing something* trách mắng ai làm việc gì

upbringing *n.* sự dạy dỗ, sự giáo dục/giáo dưỡng

update *v.* cập nhật hoá, hiện đại hoá: *to ~ one's knowledge* cập nhật kiến thức của mình

upgrade *v.* nâng cấp; thăng cấp, thăng trật

upheaval *n.* sự thay đổi/biến động đột ngột; sự dấy lên, sự nổi dậy: *political ~* chính biến

upheld quá khứ của **uphold**

uphill **1** *adj.* [đường] dốc; khó khăn, vất vả **2** *adv.* lên dốc: *to run ~* chạy lên dốc

uphold *v.* [**upheld**] nâng lên, giương cao; ủng hộ, tán thành; giữ vững, duy trì, kiên trì; xác nhận

upholster *v.* nhồi nệm, trang bị nệm [ghế, đi văng] bọc nệm

upholsterer *n.* người làm/bán nệm ghế

upholstery *n.* nghề bọc nệm; nệm ghế, nệm xe hơi

upkeep *n.* sự/tiền bảo trì, bảo dưỡng, sửa sang

upland *n.* vùng cao, cao nguyên, miền thượng

uplift **1** *n.* sự nâng/nhấc lên, sự nâng cao, đề cao; sự tiến bộ; hứng khởi **2** *v.* nâng/nhấc/đỡ lên; nâng cao, đề cao

upon *prep.* ở trên, vào lúc; nhờ vào, theo, với: ~ *my arrival* lúc tôi đến nơi; *to depend ~* nhờ vào; *once ~ a time, there lived a person* ngày xưa có một người

upper **1** *n.* mũ giày: *to be on one's ~s* nghèo xác nghèo xơ, không một đồng dính túi **2** *adj.* trên, cao, thượng: ~ *berth* giường trên [ở tàu thủy, xe lửa]; ~ *lip* môi trên; *the ~ Chamber/House* Thượng nghị viện; ~ *case* chữ viết hoa; ~ *classes* giai cấp thượng lưu; ~ *hand* ưu thế

uppermost *adj., adv.* trên hết, cao nhất, tối cao; tối thượng, quan trọng hơn hết

upright **1** *n.* trụ đứng, cột **2** *adj.* đứng thẳng; đứng; thẳng góc; ngay thẳng, chính trực: *an ~ piano* đàn dương cầm mở nắp đứng

uprising *n.* cuộc nổi dậy, cuộc khởi nghĩa

uproar *n.* tiếng ồn ào, tiếng ầm ĩ; sự náo động

uproarious *adj.* làm ầm, om sòm, huyên náo

uproot *v.* nhổ bật rễ: *~ed* bị nhổ rễ, mất gốc

upset **1** *n.* sự đổ, sự lật đổ; sự khó chịu, sự bối rối, sự lo ngại, tình trạng bất an **2** *v.* làm đổ, lật đổ, làm lật úp; đảo lộn, làm xáo trộn; làm rối loạn; làm lo ngại, làm cho ai tức giận, làm khó chịu; làm bối rối: *to ~ someone* làm cho ai tức giận; *to ~ a plan* làm đảo lộn kế hoạch

upshot *n.* kết cục, kết quả, kết luận

upside *n.* phần trên, phía trên: ~ *down* đảo lộn, lộn ngược, ngược, lộn đầu đuôi

upstage **1** *adj., adv.* phía sau sân khấu **2** *v.* đi lên sân khấu

upstairs *adj., adv., n.* ở trên gác, ở tầng trên; lên gác/lầu, lên tầng trên

upstart *n.* người mới phất, tay mới giàu

upstream *adj., adv.* ngược dòng sông/suối

upsurge *n.* đợt bột phát, cơn, cao trào

upswing *n.* cử động lên, chuyển động lên; cải tiến

uptight *adj.* hồi hộp, tức giận

uptown *n., adj., adv.* (thuộc) khu phố trên, khu phía bắc một thành phố

upturn *n., v.* sự tăng/lên (giá); sự cải tiến/tiến bộ

upturned *adj.* [quần áo] lơ vê; [mũi] hếch.

upward *adj., adv.* hướng lên, lên, về phía trên: *to look ~* nhìn lên

uranium *n.* chất u-ra-nium

urban *adj.* thuộc về thành thị, ở thành phố: ~ *district* khu nội thành; ~ *planning* thiết kế đô thị; ~ *train* xe lửa ở trong thành phố

urbane *adj.* lịch sự, tao nhã, phong nhã, trang nhã; đúng là người kẻ chợ, đúng là dân hàng phố

urbanite *n.* dân thành phố, dân kẻ chợ, thị dân

urbanity *n.* phong cách lịch sự, cử chỉ trang nhã

urbanize *v.* thành thị hoá, đô thị hoá

urchin *n.* thằng ranh con; trẻ con cầu bơ cầu bất: *street ~* trẻ em bụi đời; *sea ~* nhím biển

urea *n.* chất u-rê

urethra *n.* ống đái

urge **1** *n.* sự thúc đẩy; dục vọng mãnh liệt **2** *v.* thúc giục, thúc, thôi thúc, giục giã, nài nỉ; cố gắng thuyết phục, khuyến thích: *I strongly ~ you to be patient and not to resort to violence* tôi xin các bạn hãy kiên nhẫn, đừng có bạo động

urgency *n.* sự gấp rút, sự khẩn cấp

urgent *adj.* gấp, khẩn cấp, khẩn nài: *food is an ~ need of tsunami victims* thực phẩm là nhu cầu khẩn cấp cứu trợ nạn nhân Tsunami

urgently *adv.* cần kíp, cấp bách: *blood is ~ needed by the hospital* bệnh viện rất cần máu

uric *adj.* thuộc nước tiểu, chất u-ric

urinal *n.* bình đái; cầu tiểu công cộng ngoài phố

urinary *adj.* thuộc nước tiểu: ~ *bladder* bọng đái; ~ *calculus* sỏi thận; ~ *tract* niệu đạo

urinate *v.* đái, đi đái, đi tiểu, tiểu tiện

urine *n.* nước đái, nước tiểu

urn *n.* lư, vạc; đỉnh, bình đựng tro hoả táng; bình trà lớn, bình cà phê lớn ở tiệm

urology *n.* khoa tiết niệu

us *pron.* chúng tôi, chúng mình/ta [tân cách của we]: *we like him, and he likes* ~ chúng tôi ưa anh ta, và anh ta cũng thích chúng tôi; *let* ~ *remember that* chúng ta hãy nhớ điều đó; *the two of* ~ hai chúng mình; *all of* ~ tất cả chúng tôi/ta; *let's not go* thôi mình đừng đi

usage *n.* cách dùng (thông thường); thói quen, tập quán, tục lệ; sự dùng quen

use **1** *n.* sự dùng, cách dùng, quyền sử dụng; thói quen; ích lợi: *in* ~ được dùng, có người ngồi; *out of* ~ không dùng nữa; *of what* ~ *is it?* cái này/đó dùng để làm gì?; *to be of no* ~ vô ích; *to have no* ~ *for someone* không ưa ai; *to make* ~ *of* dùng, sử dụng; *what's the* ~*?* vô ích, ăn thua gì? **2** *v.* dùng, sử dụng; áp dụng; lợi dụng; tiêu dùng, tiêu thụ: *to* ~ *up* dùng hết; *I'd to go fishing every weekend* trước kia tôi thường đi câu cá mỗi ngày Thứ bảy Chủ nhật; *there* ~*d to be a banyan tree right here* trước kia ở ngay chỗ này có một cây đa; ~*d as a substitute for silk* được dùng thay tơ lụa thật; ~ *to coffee* quen uống cà phê

used *adj.* cũ, đã dùng rồi; (đang) được dùng; quen: ~ *car* ô tô cũ, xe hơi cũ; ~ *car lot* bãi để xe cũ (để bán)

useful *adj.* có ích, hữu ích, dùng được

usefulness *n.* sự ích lợi; khả năng; sự thành thạo

useless *adj.* vô ích, vô dụng, không dùng được

user *n.* người (hay) dùng, người sử dụng: *he is a constant* ~ *of the telephone* lúc nào ông ấy cũng nói chuyện điện thoại; *dictionary* ~ người tra tự vị, người dùng từ điển

usher **1** *n.* người đưa ghế, người chỉ chỗ ngồi [cho khán giả]; người đón khách đến dự lễ cưới (ở nhà thờ) **2** *v.* đưa, dẫn [in/into vào; out ra; to đến]; báo hiệu, mở đầu: *to* ~ *into* đưa vào chỗ ngồi; *to* ~ *in a new era* đi vào một kỷ nguyên mới

usherette *n.* cô đưa ghế, cô chỉ chỗ ngồi

usual *adj.* thường, thường dùng, thông thường, quen dùng: *as* ~ như thường lệ; *earlier than* ~ sớm hơn mọi khi

usually *adv.* thường thường, bình thường

usurer *n.* người cho vay nặng lãi/cắt cổ

usurp *v.* lấn chiếm, chiếm đoạt

usurpation *n.* sự chiếm đoạt; sự cướp/tiếm ngôi

usurper *n.* kẻ cướp ngôi, tên tiếm vị

usury *n.* nạn/sự cho vay nặng lãi; lãi nặng

utensil *n.* đồ dùng, dụng cụ, khí cụ: *kitchen* ~ đồ dùng trong bếp, nồi niêu xoong chảo

uterine *adj.* thuộc dạ con, thuộc tử cung; [anh chị em] cùng mẹ khác cha: *intra~ device [IUD]* vòng ngừa thai (để trong tử cung)

uterus *n.* dạ con, tử cung

utilitarian **1** *n.* người theo thuyết vị lợi/thực dụng **2** *adj.* vị lợi, thực dụng, thực lợi

utility *n.* sự ích lợi: *utilities* điện nước và khí đốt; *public utilities* tiện nghi công cộng

utilize *v.* dùng, sử dụng; lợi dụng: *to fully* ~ được tận dụng

utmost **1** *n.* mức tối đa, chỗ tột cùng, cực/tột điểm: *to the* ~ đến cùng, đến mức tối đa, đến cực độ; *to do one's* ~ làm hết sức mình, hết sức cố gắng **2** *adj.* hết sức, tột bực, vô cùng, cuối cùng, xa nhất, lớn nhất, cực điểm

Utopia *n.* điều không tưởng, sự viễn vong

Utopian *n., adj.* (người) không tưởng

utter **1** *adj.* hoàn toàn, tuyệt đối: ~ *nonsense* chuyện hoàn toàn vô lý, chuyện láo 100 phần trăm **2** *v.* thốt ra, nói ra, phát ra; bày tỏ

utterance *n.* lời, lời nói; câu nói; cách nói: *to give* ~ *to* phát biểu, diễn tả, biểu tả/hiện

utterly *adv.* hoàn toàn

uttermost *adj.* tối đa, cực điểm

U-turn *n.* sự quay xe để đi ngược lại

uvula *n.* lưỡi gà [trong họng]

uvular *adj.* [âm] lưỡi gà

uxorious *adj.* quá yêu vợ, nhất vợ nhì trời; sợ vợ, cụ nội, bị vợ xỏ mũi

V

vacancy *n.* khoảng trống, chỗ trống, chỗ khuyết; nhà/phòng trống (để cho thuê): *"No* ~*"* KHÔNG CÒN PHÒNG TRỐNG

vacant *adj.* trống, bỏ không; [chức vụ] khuyết; [cái nhìn] lơ đãng: ~ *lot* bãi đất trống; *to apply for a* ~ *position* xin vào làm ở chỗ khuyết

vacate *v.* rời bỏ [ghế, nhà]; bỏ trống, dọn đi: *to* ~ *one's seat* bỏ ghế trống

vacation **1** *n.* kỳ nghỉ, thời gian nghỉ (hè): ~ *with pay* nghỉ ăn lương; *long (summer)*

~ kỳ nghỉ hè; *during my ~ I visited Hanoi* trong thời gian nghỉ hè tôi đã đi thăm Hà Nội **2** *v.* đi nghỉ: *he is ~ing in Ha Long Bay so he couldn't see you* ông ấy đang nghỉ hè ở vịnh Hạ Long vì thế ông ấy không gặp bạn được

vacationist *n.* người đi nghỉ (hè)

vaccinate *v.* chủng, tiêm chủng, trồng đậu/trái

vaccination *n.* sự (tiêm) chủng, sự trồng đậu/trái

vaccine *n.* vac-xin, thuốc chủng, thuốc chích ngừa: *anti-cancer ~s are now undergoing trials* thuốc chích ngừa ung thư hiện nay đang thử nghiệm

vacillate *v.* lúc lắc, lắc lư, lảo đảo, chập chờn; do dự, lưỡng lự, không quyết định: *they ~ on the choice of the firm's leadership* họ không thể quyết định vấn đề lựa chọn lãnh đạo của công ty

vacuity *n.* chỗ trống, khoảng không; sự trống rỗng (tư tưởng/tâm hồn)

vacuous *adj.* trống, trống rỗng; ngờ ngẩn

vacuum 1 *n.* chân không [vật lý]: *~ cleaner* máy hút bụi; *~ pump* bơm chân không; *~ tube* đèn chân không; *~ drier* máy sấy hơi; *~ filter* cái lọc trong máy hút bụi; *~ flash* bình chứa nước trong máy hút bụi **2** *v.* hút bụi: *I have ~ed the carpets today* tôi vừa mới hút bụi thảm ngày hôm nay

vagabond 1 *n.* người lang thang/lều lổng; du đãng **2** *adj.* lang thang, lều lõng: *a ~ life* cuộc đời lang bạt **3** *v.* đi lang thang lêu lổng

vagina *n.* âm đạo; vỏ bọc, bẹ lá

vagrant *n., adj.* (người) lang thang

vague *adj.* mơ hồ, mập mờ, lờ mờ, không rõ, hàm hồ; [cái nhìn] lơ đãng: *he gave a ~ answer* ông ấy trả lời mập mờ lắm

vain *adj.* tự phụ, tự đắc, quá để ý đến nhan sắc áo quần của mình; vô ích, vô hiệu quả: *they died in ~* họ đã hy sinh mạng sống một cách vô ích; *~ efforts* những nỗ lực vô ích; *to be ~ of* tự đắc về; *to take a person's name in ~* nói về ai một cách khinh khi

valance *n.* (*also* **valence**) diềm màn (cửa sổ)

vale 1 *n.* thung lũng **2** *n.* sự từ giã, từ biệt: *to say one's ~* nói lời từ biệt **3** *intj.* xin từ biệt!, xin tạm biệt

valedictorian *n.* học sinh/sinh viên đọc diễn văn từ biệt hôm lĩnh bằng

valedictory *adj., n.* diễn văn từ biệt nhà trường

valence *n.* hoá trị

Valentine *n.* thiếp mừng hoặc quà tặng vào ngày valentine [14 tháng 2]; bạn gái vào dịp đó: *~ Day* ngày Lễ thánh Va-lăng-tanh

valet 1 *n.* người hầu phòng đàn ông [lo quần

áo cho ông chủ nhà hoặc khách trọ]: *~ parking* bãi đậu xe có người trông coi **2** *v.* hầu, hầu hạ

valiant *adj.* can đảm, dũng cảm, anh dũng

valid *adj.* có giá trị/hiệu lực, có căn cứ, vững, chính đáng: *his passport is no longer ~* hộ chiếu/thông hành của anh ấy hết hiệu lực rồi

validate *v.* làm cho có giá trị, cho ngày giờ có hiệu lực vào vé xe, tàu: *to ~ your ticket* hãy in ngày giờ vào vé của bạn để có hiệu lực

validity *n.* hiệu lực, giá trị (pháp lý)

valise *n.* túi du lịch, va-li nhỏ

valley *n.* thung lũng, lưu vực; khe mái: *my friends have visited the ~ of love in Dalat* tôi và bạn tôi vừa đi thăm thung lũng tình yêu ở Đà Lạt

valor *n.* sự can đảm, sự dũng cảm

valuable 1 *n.* đồ quí giá, đồ tế nhuyễn, nữ trang, tài bảo: *don't leave your ~s in your room* không nên để đồ quí giá trong phòng bạn **2** *adj.* có giá trị, quí giá, quý báu: *your assistance is ~* sự giúp đỡ của bạn rất có giá trị

valuation *n.* sự đánh giá, sự lượng giá: *to set a ~ for the products* định giá sản phẩm

value 1 *n.* giá trị, giá cả; năng suất; nghĩa, ý nghĩa: *of no ~* không có giá trị, vô giá trị, *to set a ~ on* đánh giá, lượng giá; *market ~* giá thị trường, thời giá; *cultural ~s* giá trị văn hoá; *moral/ethical ~s* tiêu chuẩn đạo đức; *~ for money* đáng đồng tiền **2** *v.* quý, trọng, chuộng, coi trọng, đánh giá cao; sùng thượng; đánh giá, định giá: *to ~ one's property* định giá tài sản của ai

valueless *adj.* vô giá trị, không có giá trị gì

valuer *n.* người định giá, người đánh giá

valve *n.* van [ruột bánh xe, tim]; mảnh vỏ [sò]: *~ cap* mũ đầu van; *~ spring* lò xo xu-pap

vamp 1 *n.* mũi giày; miếng vá víu **2** *n.* người đàn bà mồi chài đàn ông **3** *v.* thay mũi giày; vá víu, chắp vá

vampire *n.* ma hút máu, ma cà rồng; người đàn bà ve vãn/mồi chài đàn ông

van *n.* xe chở hàng nhỏ, xe tải, xe hành lý, xe dọn nhà; toa xe lửa chở hàng: *luggage ~* toa chở hàng

vandal *n.* kẻ phá hoại công trình văn nghệ, người phá hoại cơ sở công ích

vandalism *n.* hành động phá hoại

vane *n.* chong chóng gió, cánh quạt cối xay, chân vịt: *weather ~* chong chóng xem chiều gió

vanguard *n.* quân tiên phong, tiền đội: *in the ~ of nations fighting for independence* đứng hàng đầu trong các quốc gia đang đấu tranh giành độc lập

vanilla *n.* va-ni: ~ *ice cream* kem va-ni

vanish *v.* biến mất, lẩn mất; tiêu tan: *to ~ in the crowd* lẩn mất vào đám đông

vanishing *n.* sự biến mất, sự tiêu tan: ~ *cream* kem nền xoa mặt; ~ *point* điểm biến mất (toán)

vanity *n.* tính tự cao tự đại, tính kiêu căng; sự hư vô, tính hư ảo; chuyện phù hoa; bàn phấn, bồn rửa mặt, bàn trang điểm: ~ *case* hộp đựng phấn son; ~ *bag* ví đựng đồ trang điểm; ~ *unit* bồn rửa mặt

vanquish *v.* thắng, được, đánh bại; chế ngự, chiến thắng: *to ~ one's desires* chế ngự dục vọng

vantage *n.* thế lợi, lợi thế, ưu thế: ~-*point* lợi thế, ưu thế

vapor 1 *n.* hơi, hơi nước; vật hư ảo, sự tưởng tượng hão huyền; ~ *density* sự đông đặc của khí ga; ~ *pressure* áp suất hơi nước; ~ *trail* vệt hơi ở sau máy bay 2 *v.* bốc hơi, nói khoác lác, nói chuyện chẳng đâu vào đâu

vaporize *v.* (làm) bốc hơi, lên hơi; bơm, xì

vaporizer *n.* bình/lọ bơm (nước hoa), bình xì

variable 1 *n.* biến số, gió biến đổi 2 *adj.* (có thể) thay đổi, biến thiên: *I choose a ~ rate for my mortgage* tôi chọn tiền lời thay đổi cho tiền vay nhà của tôi

variance *n.* sự khác nhau, sự không ăn khớp; sự thay đổi: *words are at ~ with the facts* lời nói không đi đôi với việc làm

variant 1 *n.* biến thể, biến thái, cách đọc/viết khác: *the ~s of a word* các biến thể của từ 2 *adj.* khác (nhau) chút ít: *a ~ spelling* cách đánh vần khác nhau

variation *n.* sự biến đổi/thay đổi; sự khác nhau; biến dạng, biến thể; biến thiên; biến tấu: *there is a ~ in public opinions* có sự thay đổi ý kiến trong dư luận

varicose *adj.* chứng giãn tĩnh mạch, bị giãn tĩnh mạch

varied *adj.* khác nhau; lẫn màu, màu sắc khác nhau, sặc sỡ: ~ *interests* những lợi ích khác nhau

variety *n.* trạng thái khác nhau, tính chất bất đồng, tính đa dạng: *for a ~ of reasons* vì nhiều lý do; ~ *show* chương trình văn nghệ nhiều tiết mục; *this ~ of rice* loại lúa này, thứ gạo này; ~ *in food* thức ăn nhiều thứ; ~ *store* cửa hàng tạp hoá

various *adj.* (nhiều thứ) khác nhau: *for ~ reasons* vì nhiều lý do khác nhau

varmint *n.* người ác hiểm, kẻ sâu mọt: *I don't think he is a ~* tôi không nghĩ rằng ông ta là người quái ác

varnish 1 *n.* véc-ni, sơn dầu; nước bóng; men, mã: *the ~ comes in ten natural wood shades* vec-ni có đến 10 màu giống gỗ tự nhiên 2 *v.* quét sơn dầu, đánh véc-ni; tô vẽ, tô son điểm phấn, tô điểm thêm: *I have ~ed the floor boards of my house recently* tôi vừa đánh bóng sàn nhà của tôi

varsity *n., adj.* (của/giữa) đại học

vary *v.* thay đổi; đổi khác, thay đổi, biến đổi; khác với; không đồng ý; biến thiên, biến tấu: *to ~ from day to day* thay đổi hàng ngày

vascular *adj.* thuộc mạch máu: ~ *system* hệ mạch máu

vase *n.* lọ cắm hoa, bình

vasectomy *n.* thuật giải phẫu cắt ống dẫn tinh đàn ông

vaseline *n.* chất va-zơ-lin, chất dầu nhờn

vassal *n.* chư hầu; kẻ lệ thuộc, đầy tớ

vast *adj.* rộng lớn, bao la, mênh mông, bát ngát: *a ~ expanse of water* một vùng nước mênh mông

VAT *n., abbr.* (= **Value Added Tax**) thuế trị giá gia tăng đánh hàng bán ra

vat 1 *n.* thùng lớn, vạc, bể 2 *v.* bỏ vào bể, bỏ vào chum

Vatican *n.* Toà thánh Va-ti-căng: ~ *City* thành phố Va-ti-căng

vaudeville *n.* kịch vui, tạp kịch

vault 1 *n.* máy vòm, khung vòm; hầm; hầm mộ; phòng có tủ sắt lớn của nhà băng 2 *n.* cái nhảy qua 3 *n.* nhảy qua, nhảy tót; nhảy sào: *pole ~* môn nhảy sào 4 *v.* xây thành vòm, che phủ bằng vòm: *to ~ a passage* xây khung vòm trên lối đi

vaunt *n., v.* (lời) khoe khoang, khoác lác

VD *n., abbr.* (= **venereal disease**) bệnh hoa liễu

V-day *n.* ngày chiến thắng của đồng minh (*31st December 1946*)

V–E day *n.* ngày đồng minh thắng trận ở châu Âu (*8th May 1945*)

veal *n.* thịt bê

vee *n.* phát âm chữ V, vật có hình chữ V

veer 1 *n.* sự xoay chiều, sự đổi hướng 2 *v.* thay đổi chiều hướng; thay đổi ý kiến

vegan *n., adj.* người không ăn hoặc dùng sản phẩm động vật

vegetable 1 *n.* rau: ~ *garden* vườn rau; ~ *soup* xúp rau, xúp lêghim 2 *n.* người tàn tật, người bị bệnh tâm thần 3 *adj.* thuộc thực vật: ~ *butter* bơ thực vật; ~ *oil* dầu ăn thực vật

vegetarian *n., adj.* (người) ăn chay, không ăn mặn; chay, không có thịt: ~ *food* cơm chay; ~ *diet* chế độ ăn toàn rau, chế độ kiêng thịt

vegetation *n.* cây cỏ, cây cối, thảo mộc, thực vật: *tropical ~* cây cỏ vùng nhiệt đới

vehemence *n.* sự dữ dội, sự mãnh liệt/kịch

liệt: *the ~ of wind* gió dữ dội; *to speak with ~* nói sôi nổi

vehement *adj.* mạnh, dữ, dữ dội, mãnh/kịch liệt: *~ opposition* sự phản đối mãnh liệt

vehicle *n.* xe, xe cộ; phương tiện truyền bá: *motor ~* xe hơi, ô-tô; *government ~* công xa

veil 1 *n.* mạng che mặt, khăn quàng đầu; trướng, màn che; màn [sương, đêm, mây]; lốt, bề ngoài: *to drop the ~* bỏ mạng che mặt xuống; *we can't see anything in a ~ of heavy mist* chúng ta không thấy được gì trong màn sương dày đặc; *to draw a ~ over* tránh thảo luận; *to take the ~* trở thành nữ tu sĩ **2** *v.* che mạng; che, phủ; che giấu, che đậy: *a cloud ~ed the sun* một đám mây che mặt trời

vein *n.* tĩnh mạch, mạch máu; gân lá; gân cánh [sâu bọ]; vân [gỗ, đá]; mạch [than, quặng]; hứng thơ, thi hứng; lối, kiểu (nói): *pulmonary ~* tĩnh mạch phổi; *to be in the ~ of doing something* hứng thú muốn làm việc gì

velar *n., adj.* (âm) vòm mềm, của mềm

Velcro *n.* dải rút, phéc-ma-tuy

velocipede *n.* xe đạp ba bánh [của trẻ con]

velocity *n.* tốc độ, tốc lực; sự nhanh chóng

velvet *n., adj.* nhung; tiền lãi, tiền lời, món bổng: *~ glove* găng tay nhung, cách đối xử dịu dàng ngoài mặt thôi

velveteen *n.* nhung vải

velvety *adj.* mượt như nhung, nhẹ nhàng, dịu dàng

venal *adj.* tham nhũng, dễ mua chuộc, dễ hối lộ, hay ăn của đút, hay ăn hối lộ: *money can buy ~ politicians* tiền có thể mua chính trị gia hay ăn hối lộ

vend *v.* bán những hàng lặt vặt, bán hàng rong

vendetta *n.* mối thù truyền kiếp, mối thù máu

vending machine *n.* máy bán hàng [kẹo, thuốc lá, nước ngọt, tem, v.v.]

vendor *n.* người bán hàng rong, người bán hàng lặt vặt: *street ~* người bán hàng rong

veneer 1 *n.* lớp gỗ mặt; vỏ/bề ngoài, mã (ngoài): *a house with brick ~* nhà gạch có plas-ter **2** *v.* dán lớp gỗ tốt lên trên, dùng bề ngoài che giấu: *to ~ one's characters* lấy bề ngoài để che dấu tính nết

venerable *n., adj.* người đáng tôn kính: *the ~ A.B.* Thượng toạ Thích A.B.; *a ~ historian* một sử gia đáng tôn kính

venerate *v.* tôn kính, tôn sùng, sùng thượng

venereal *adj.* hoa liễu, phong tình: *~ disease* bệnh phong tình

Venetian blind *n.* mành mành (vơ-ni-dơ), sáo

vengeance *n.* sự trả/báo thù, sự phục thù: *to seek/take ~ on someone* tìm cách trả thù ai; *with a ~* một cách dữ dội

vengeful *adj.* có óc báo thù, thích trả thù

venial *adj.* có thể tha thứ được, có thể bỏ qua được

venison *n.* thịt hươu, thịt nai

Venn diagram *n.* bảng hình tròn trong toán, ngã ba ngã bảy

venom *n.* nọc độc, sự độc ác, ác ý: *he has a tongue full of ~* ông ấy có miệng lưỡi độc ác

venomous *adj.* độc, có nọc độc; độc địa, ác độc: *~ snakes* con rắn độc

vent 1 *n.* lỗ, lỗ hổng, lỗ thông/thoát; ống khói; lối thoát: *to give ~ to one's anger* trút cơn giận; *the ~ of a chimney* ống khói lò sưởi; *~-hole* lỗ thông hơi **2** *v.* trút, bộc lộ, thổ lộ, phát tiết: *to ~ a barrel* giùi lỗ thùng cho thông hơi; *to ~ one's spleen on* mắng nhiếc hay đối xử tàn tệ với ai không có lý do

ventilate *v.* thông gió/hơi; thảo luận công khai: *the question must be ~d* vấn đề phải được thảo luận công khai

ventilation *n.* sự thông gió, sự thông hơi

ventilator *n.* cửa thông hơi/gió; quạt

ventricle *n.* thất, tâm thất; não thất (xem *auricle* tâm nhĩ): *the ~s of the heart* các tâm thất của tim

ventriloquism *n.* tài nói tiếng bụng

ventriloquist *n.* người nói tiếng bụng

venture 1 *n.* việc liều lĩnh, việc mạo hiểm: *at a ~* liều, cầu may, tuỳ may rủi; *~ capital* tiền vốn đầu tư cơ phần nguy hiểm **2** *v.* liều, dám, đánh bạo, mạo hiểm: *they ~ their lives in war-torn Afghanistan* họ liều mạng đánh giặc trong cuộc chiến A-phú-hãn; *to ~ an objection* dám lên tiếng phản đối; *I ~ to say that* tôi dám nói là

venturer *n.* người mạo hiểm, người phiêu lưu

venturesome *adj.* liều, liều lĩnh, mạo hiểm, hơi phiêu lưu: *a ~ trip* một chuyến đi mạo hiểm

venue *n.* chỗ hẹn gặp, địa điểm tập hợp; nơi xử án: *to change the ~* thay đổi địa điểm

Venus *n.* thần Vệ nữ, người đàn bà đẹp, thần ái tình; sao Kim

veracious *adj.* thành thật, chân thực, xác thực

veracity *n.* tính chân thực, tính xác thực

veranda(h) *n.* hiên, hè

verb *n.* động từ: *transitive ~* động từ ngoại động; *intransitive~* động từ nội động; *auxiliary ~* trợ động từ; *~ phrase* ngữ động từ, từ tổ động từ, động ngữ

verbal 1 *n.* từ mà gốc là động từ, động từ **2** *adj.* thuộc động từ; bằng lời nói, bằng miệng; dịch từng chữ một: *~ agreement* đồng ý bằng miệng, chứ chưa viết xuống;

~ *note* công hàm thường; *to give a ~ statement* phát ngôn bằng lời

verbalize *v.* phát biểu bằng lời nói; động từ hoá

verbally *adv.* bằng lời nói, bằng miệng

verbatim *adj., adv.* đúng nguyên văn, từng chữ một: *a speech reported ~* bài diễn văn được thuật lại đúng nguyên văn

verbose *adj.* dài dòng; nói dài dòng văn tự: *~ argument* tranh cãi dài dòng

verdant *adj.* xanh tươi, đầy cỏ; ngây thơ

verdict *n.* lời tuyên án/phán quyết; quyết định của phụ thẩm/bồi thẩm: *to return ~* tuyên bố phán quyết toà án; *a ~ of not guilty* sự tuyên án vô tội

verdure *n.* (màu xanh tươi của) cây cỏ thắm tốt

verge 1 *n.* bờ, ven, biên, rìa: *the ~ of a road* lề đường; *on the ~ of* gần, sắp, suýt 2 *v.* tiến sát gần, gần như, nằm sát: *to ~ on/ upon* sát gần, gần như

verification *n.* sự kiểm tra/thẩm tra/xác minh

verify *v.* soát lại, kiểm lại, thẩm tra, kiểm tra; xác nhận, xác minh, chứng minh, chứng nhận: *I have verified the items of the bill* tôi vừa kiểm tra lại các khoản trong hoá đơn; *to ~ a signature* xác minh chữ ký

veritable *adj.* thật, thực, đích thực, quả thực

verity *n.* sự thực, sự thật, chân lý

vermicelli *n.* bún, miến, mì nhỏ sợi

vermiform *adj.* hình giun: *~ appendix* ruột thừa

vermilion 1 *n.* son, thần sa 2 *adj.* màu đỏ son

vermin *n.* sâu bọ, chấy rận; bọn vô lại

vernacular 1 *n.* tiếng bản xứ; tiếng mẹ đẻ, thổ ngữ; tiếng thông thường/thông tục; tiếng riêng, tiếng lóng trong nghề: *to be translated into the ~* được dịch ra tiếng địa phương 2 *adj.* bằng tiếng địa phương

vernal *adj.* thuộc mùa xuân; thuộc tuổi thanh xuân: *~ equinox* (điểm) xuân phân; *~ flowers festival* hội hoa xuân

vernier *n.* vec-nê

versatile *adj.* có nhiều tài, uyên bác; có nhiều công dụng: *he is a ~ writer* ông ấy là một nhà văn đa tài

verse 1 *n.* thơ; câu thơ, đoạn thơ, bài thơ, tiết [trong một chương kinh thánh]: *free ~* thơ tự do; *narrative in ~* truyện thơ 2 *v.* làm thơ, diễn tả bằng thơ

versed *adj.* giỏi, thạo, sành, rành: *~ in archeology* giỏi về khảo cổ học

versification *n.* phép làm thơ, luật thơ, lối thơ, thi pháp; sự chuyển thành thơ; sự làm văn vần

versify *v.* làm thơ, chuyển thành thơ, viết ra thơ

version *n.* bản dịch; cách thuật lại, thoại, cách giải thích: *there are two ~s of the same incident* có hai cách giải thích một sự việc

verso *n.* trang sau, mặt sau

versus *prep.* (*abbr.* **vs**) chống, chống lại: *~ someone* đối với ai; *traveling by plane ~ traveling by train* du lịch bằng máy bay so với du lịch bằng xe lửa

vertebra *n.* (*pl.* **vertebrae**) đốt xương sống

vertebrate *n., adj.* (động vật) có xương sống

vertex *n.* (*pl.* **vertexes**, **vertices**) chóp, chỏm, ngọn, đỉnh; đỉnh đầu; cực điểm, cực đỉnh; thiên đỉnh

vertical *n., adj.* (đường) thẳng đứng: *~ plane* mặt phẳng thẳng đứng

vertigo *n.* sự chóng mặt

very 1 *adv.* rất, lắm, quá; chính, đúng: *the soup is ~ hot* canh nóng/cay lắm đấy; *he stood in the ~ same place for two hours* ông ấy đứng ngay chỗ đó hai giờ liền 2 *adj.* chính, ngay; chỉ; thực, thực sự: *the ~ people who used to support them hate them now* ngay đến các người trước kia ủng hộ họ bây giờ cũng thù ghét họ; *the ~ thought of blood makes him sick* chỉ mới nghĩ đến máu là ông ta đã thấy khó chịu (buồn nôn) rồi; *caught in the ~ act* bị bắt quả tang

Vesak *n.* ngày Phật đản sinh

vesicle *n.* bọng, túi, tiểu nang; mụn nước; lỗ hổng

vesper *n.* kinh chiều, kinh văn khoá

vessel *n.* thuyền lớn, tàu thủy; mạch, ống; bình, lọ, thùng, chậu: *blood ~* mạch máu; *to taxi a ~ out of the port* kéo chiếc tàu lớn ra khỏi cảng

vest 1 *n.* áo gi-lê [đàn ông, đàn bà]; áo lót: *~ suit* bộ com lê có cả gi-lê 2 *v.* mặc quần áo cho; ban, phong, trao quyền cho: *during the New Year celebrations, Vietnamese often ~ their altars* vào dịp lễ Tết, người Việt thường trang hoàng bàn thờ

vested *adj.* được trao cho, được phong cho: *~ interests* quyền lợi được trao cho

vestibule *n.* phòng ngoài, tiền sảnh; hành lang giữa hai xe lửa chở khách: *~ train* xe lửa có lối thông nhau giữa hai toa

vestige *n.* dấu vết, vết tích, di tích, tàn tích

vestment *n.* áo tế, lễ phục

vestry *n.* phòng họp nhà thờ; uỷ ban quản trị

vet 1 *n., abbr.* (= **veteran**) cựu chiến binh 2 *n.* bác sĩ thú y, bác sĩ chữa bệnh súc vật

veteran 1 *n.* cựu (chiến) binh, binh sĩ giải ngũ; tay kỳ cựu: *Department of ~ Affairs* bộ cựu chiến binh; *Vietnam ~ Association* Hội cựu chiến binh Việt Nam 2 *adj.* kỳ cựu, lão luyện

veterinarian *n.* bác sĩ thú y, thú y sĩ
veterinary *n., adj.* (thuộc) thú y
veto **1** *n.* quyền phủ quyết, sự phủ quyết:
power/right of ~ quyền phủ quyết; *to put
a* ~ *on a bill* dùng quyền phủ quyết để bác
bỏ một dự luật **2** *v.* bác bỏ, phủ quyết
vex *v.* làm phật ý, làm bực, làm khó chịu
vexation *n.* sự/điều bực mình, chuyện khó
chịu
VFL *n.. abbr.* (= **Victorian Football League**)
đội túc cầu tiểu bang Victoria
VHF *n., abbr.* (= **very high frequency**) tuyến
phát sóng truyền hình
VHS *n., abbr.* (= **Video Home System**) băng
nhựa thâu hình
via *prep.* qua, quá cảnh, theo đường: ~ *the
canal* qua ngả kênh; *to go to Vietnam* ~
Singapore đi Việt Nam quá cảnh Sing-ga-
pore
viability *n.* khả năng sống được, khả năng
đứng vững được hoặc thành tựu được
viable *adj.* có thể tồn tại/thành tựu được
viaduct *n.* cầu cạn, cầu xe lửa ở chỗ cạn
Viagra *n.* thuốc cường dương, thuốc trị chứng
bất lực đàn ông
vial *n.* lọ thuốc nước
viand *n.* đồ ăn, thức uống
vibes *n.* hoàn cảnh giao tiếp
vibrant *adj.* rung (động); run run, sôi nổi,
rộn rã
vibrate *v.* rung (động); chấn động, lúc lắc,
run lên, rộn ràng, rộn rã
vibration *n.* sự rung động, sự chấn động/lúc
lắc
vibrator *n.* bộ chấn động; máy xoa bóp
vicar *n.* mục sư, cha sở
vicarious *adj.* chịu thay cho người khác; chia
sẻ với người khác; được uỷ nhiệm thay thế:
~ *work* công việc làm thay cho người khác
vice **1** *n.* thói/nét xấu, thói hư tật xấu; sự đồi
bại, sự trụy lạc; chứng/tật [của ngựa]; thiếu
sót **2** *n.* êtô, mỏ cặp **3** *prefix* phó, thứ:
~*-admiral* phó đô đốc; ~*-chairman* phó chủ
tịch, phó chủ nhiệm, phó ban; ~*-chancel-
lor* phó trưởng ấn, phó viện trưởng, phó
hiệu trưởng đại học; ~*-consul* phó lãnh sự;
~*-minister* thứ trưởng; ~*-president* phó tổng
thống, phó chủ tịch
viceroy *n.* phó vương; kinh lược, tổng trấn
vice squad *n.* đội kiểm tục (của sở cảnh sát)
vice versa *adv.* ngược lại, trái lại, trở lại
vicinage *n.* quan hệ làng xóm, láng giềng;
vùng lân cận
vicinity *n.* vùng lân cận/phụ cận; sự gần gũi:
in the ~ *of Hanoi* ở gần Hà Nội
vicious *n.* xấu xa, đồi bại, dâm đãng; độc ác,
ác, xấu chơi; [ngựa] dữ, sai, trật: ~ *circle*

vòng luẩn quẩn; ~ *rumor* lời đồn ác; ~ *life*
cuộc sống đồi truy
vicissitude *n.* sự lên xuống, nỗi thăng trầm,
sự thịnh suy; sự hưng bại; sự thay đổi/phù
trầm: *the* ~ *of life* nỗi thăng trầm của cuộc
sống
victim *n.* nạn nhân [tai nạn, chiến tranh, vụ
lừa đảo]; vật tế thần, vật hy sinh: *she is a
~ of circumstances* cô ấy là nạn nhân của
hoàn cảnh
victimize *v.* đem hi sinh; lừa bịp, lường gạt
victor *n.* người thắng trận/cuộc, kẻ chiến
thắng
Victoria Cross *n.* dấu chữ thập người Anh
hay Úc trao cho quân sĩ can trường trong
chiến đấu
victorious *adj.* thắng trận/cuộc, chiến thắng,
đắc thắng; được cược, được bầu, đắc cử,
thắng cử
victory *n.* sự thắng trận/cuộc, sự chiến thắng;
thắng lợi: *to gain/score/win a* ~ giành được
thắng lợi
victual **1** *n.* đồ ăn, thức ăn, lương thực **2** *v.*
mua thức ăn, cung cấp thực phẩm: *to* ~ *to a
city* cung cấp thực phẩm cho thành phố
video *n., adj., v.* băng truyền hình: ~ *camera*
máy quay phim; ~ *cassette* băng nhựa quay
hình; ~ *conference* hội nghị bằng truyền
hình; ~ *film* phim chiếu bằng máy chiếu
băng nhựa; ~ *frequency* tần sóng trên máy
truyền hình; ~ *recorder* máy ghi hình băng
nhựa; ~*tape* băng nhựa ghi hình
vie *v.* ganh đua, tranh đua, thi đua
Vietnam *n.* nước Việt Nam
Vietnamese *n., adj.* người/tiếng Việt Nam
view **1** *n.* sự nhìn thấy; tầm mắt; cảnh, quang
cảnh; cách nhìn, quan điểm, ý kiến: *to
come into* ~ hiện ra trước mắt; *point of* ~,
~*point* quan điểm; *in* ~ *of* xét vì, bởi, xét
thấy, vì lý do; *political* ~ chính kiến; *on* ~
được nhìn thấy; *with a* ~ *to increasing our
production* với ý định tăng gia sản xuất;
in my ~ theo ý tôi, theo thiển ý **2** *v.* trông/
nhìn thấy, xem; xem xét kỹ, nghĩ về: *to* ~
a matter from one's position nhìn vấn đề
theo vị trí của mình
viewer *n.* người xem (truyền hình); máy
chiếu nhỏ
viewfinder *n.* kính ngắm
viewpoint *n.* quan điểm, lập trường
vigil *n.* sự thức để trông nom/canh phòng: *to
keep a* ~ *over a sick person* thức khuya để
trông nom người ốm
vigilance *n.* sự cảnh giác, sự cẩn mật: *to lack*
~ thiếu cảnh giác, thiếu thận trọng
vigilant *adj.* cảnh giác, cẩn mật, thận trọng
vignette *n.* tiểu phẩm văn học; hoạ tiết, hình

vẽ [ở đầu hoặc cuối chương sách]

vigor *n.* sức mạnh, cường lực, sự cường tráng, khí lực; sức hăng hái mãnh liệt

vigorous *adj.* mạnh khoẻ, mạnh mẽ, cường tráng; mãnh liệt

vile *adj.* [thời tiết] xấu, khó chịu; [mùi] thối, ghê tởm; [lời lẽ] xấu xa, bỉ ổi; hèn hạ, đê hèn: *a ~ temper* tính tình khó chịu

vilify *v.* phỉ báng, nói xấu

villa *n.* biệt thự

village *n.* làng, xã, hương thôn

villager *n.* dân làng

villain *n.* kẻ hung ác, tên côn đồ, tên vô lại; thằng lưu manh, tên phản bội [trong phim kịch]

villainous *adj.* đê hèn, đê tiện, hạ tiện; xấu, xấu xa, bẩn thỉu, ghê tởm; du côn du kề, hung ác

villainy *n.* tính hèn hạ/đê tiện/ti tiện; tính chất ghê tởm; hành động du côn du kề

vim *n.* sức mạnh, sức sống, khí lực

vinaigrette *n.* nước xốt dầu dấm

vindicate *v.* bào chữa, bênh vực, chứng minh [cho người bị nghi hoặc tố cáo oan]

vindictive *adj.* thù oán, (hay) báo/trả thù

vine *n.* cây leo, cây bò; cây nho: *~ grower* người/nhà trồng nho

vinegar *n., v.* giấm, trộn giấm: *oil and ~* dầu giấm

vineyard *n.* vườn nho, ruộng nho

viniculture *n.* việc trồng nho, nghề trồng nho

vintage *n.* sự/mùa hái nho; nho hái được; rượu nổi tiếng; loại (rượu, ôtô, máy bay) đã cũ: *~ wine* vang tốt; *~ year* năm sản xuất rượu vang tốt; *~ car* xe đời cũ

vintner *n.* người chế rượu vang; người buôn rượu nho

vinyl 1 *n.* chất nhựa vi-nin: *~ tiles* gạch bằng nhựa

viol *n.* đàn vi-ôn, vĩ cầm

viola *n.* đàn viô-lông lớn, đàn an-tô

violate *v.* phạm, vi phạm, xâm phạm, xúc phạm; lỗi [thề], bội [ước], làm trái với; hãm hiếp: *to ~ a law* phạm luật

violation *n.* sự vi phạm/xâm phạm; sự xúc phạm; sự phá rối

violence *n.* sự mạnh mẽ dữ dội; bạo lực, vũ lực, sự cưỡng bức, tính chất bạo động/quá khích; tội bạo hành, tội hành hung: *domestic ~* bạo hành trong gia đình; *to do ~ to someone* hành hung ai

violent *adj.* mạnh (mẽ), dữ (dội), mãnh liệt; hung bạo, hung dữ, quá khích, kịch liệt: *~ language* thứ ngôn từ thô bạo; *~ pain* cơn đau dữ, cơn đau kịch liệt; *~ death* cái chết bất đắc kỳ tử; *a ~ color* một màu sặc sỡ quá

violet 1 *n.* cây hoa tím, hoa tím, màu tím 2 *adj.* tím

violin *n.* đàn viô-lông, đàn vĩ cầm, người kéo viô-lông

violinist *n.* người chơi/kéo viôlông/vĩ cầm, tay viô-lông, tay vĩ cầm

violoncello *n.* đàn viô-lông-xen

VIP *n., abbr.* (= **Very Important Person**) thượng khách: *~ lounge* phòng dành cho thượng khách

viper *n.* rắn độc, rắn vipe; người hiểm ác

virago *n.* đàn bà đanh đá gây gổ; đàn bà lăng loàn

virgin 1 *n.* gái tân, gái (đồng) trinh, trinh nữ; trai tân: *the ~ Mary* Đức Mẹ Đồng trinh 2 *adj.* còn tân, còn trinh, trinh khiết, trong trắng: *~ forest* rừng hoang; *~ girl* gái trinh; *~ olive oil* loại dầu ô-live nguyên chất đầu tiên

virginity *n.* chữ trinh, sự trinh bạch/trinh khiết, sự trong trắng; tính chất còn mới nguyên

virile *adj.* thuộc đàn ông, nam tính; hùng dũng, hùng, cương cường, đáng bậc tu mi nam tử

virility *n.* tính chất đàn ông, nam tính; tính cương cường đáng là đấng mày râu

virology *n.* khoa vi-rút

virtual *adj.* thực sự, thực tế, có thật; ảo, giả: *a ~ prisoner* chẳng khác gì một người ở tù; *~ focus* tiêu điểm ảo

virtue *n.* tính tốt, đức, đức tính, đức hạnh; trinh tiết; cái hay, cái lợi, ưu điểm; hiệu quả, hiệu lực (của phương thuốc): *to follow ~s* ăn ở có đức; *by ~ of* theo, với tư cách

virtuosity *n.* trình độ nghệ thật cao

virtuous *adj.* có đức, có đạo đức, có đức hạnh; tiết hạnh, tiết trinh, trung trinh, đoan chính

virulent *adj.* độc, có thể làm chết người; do vi-rut gây nên; độc địa, hiểm ác: *~ diseases* bệnh do vi-rut gây nên

virus *n.* vi-rút, độc chất, độc tố; mầm độc, mối độc hại

visa 1 *n.* chiếu khán, thị thực trên thông hành/hộ chiếu: *entry ~* thị thực nhập cảnh; *transit ~* chiếu khán quá cảnh 2 *v.* đóng dấu chiếu khán/thị thực cho

visage *n.* sắc vẻ mặt, nét mặt, diện mục

vis-á-vis *prep.* đối diện, trước mặt: *to sit ~ in a train* ngồi đối diện trên xe lửa

viscera *n.* nội tạng, (lục) phủ (ngũ) tạng

viscount *n.* tử tước

viscous *adj.* nhớt, lầy nhầy, sền sệt; dính, dẻo

vise *n.* mỏ cặp, ê-tô

visibility *n.* trông thấy rõ hay không; sự thấy được: *low ~* nhìn xa không thấy rõ

visible *adj.* (có thể trông) thấy được: *the lighthouse was barely ~ through the fog* vì có sương mù nên phải nhìn kỹ lắm mới hơi thấy ngọn hải đăng; *without ~ cause* không có nguyên nhân rõ rệt

vision *n.* sức nhìn/trông, thị lực, điều mơ ước; ảo tưởng, ảo ảnh, ảo cảnh, ảo mộng; ảo giác, sức tưởng tượng, cái nhìn xa: *field of ~* thị trường; *within range of ~* trong tầm mắt nhìn thấy được

visionary *n., adj.* (người) mơ mộng hư ảo, (người) không thực tế

visit 1 *n.* sự đi thăm, sự thăm viếng; chuyến tham quan, cuộc đi thăm/chơi; câu chuyện thân mật; sự khám/thăm bệnh: *on a two weeks' ~ to Beijing* hiện ở thăm Bắc kinh hai tuần; *to pay someone a ~* đến chào thăm ai **2** *v.* thăm, thăm hỏi, đến thăm, đến chơi, thăm viếng; tham quan, đi thăm [chỗ nơi, nước]; [tai hoạ, dịch tễ] giáng xuống: *to ~ a friend* thăm một người bạn; *he was ~ed by many troubles* nhiều chuyện khó khăn đã giáng xuống đầu ông ta

visitation *n.* sự/cuộc viếng thăm; cuộc thị sát; sự kiểm tra; sự trừng phạt; hoạ/phúc trời giáng: *the cancer is a terrible ~* ung thư là một tai hoạ khủng khiếp

visiting *adj.* đang ở thăm: *~ card* danh thiếp; *~ hours* giờ tiếp/thăm bệnh nhân, giờ thăm tù; *~ professor* giáo sư biệt thỉnh

visitor *n.* khách, người đến thăm; người đi xem [triển lãm, viện bảo tàng, v.v.] du khách; *a ~s' book* sổ ghi khách vãng lai

visor *n.* lưỡi trai mũ; tấm che nắng [trong xe]

vista *n.* cảnh nhìn xa; viễn cảnh/tượng: *to look into the ~ of the future* nhìn vào viễn ảnh tương lai

visual *adj.. n.* thuộc sự nhìn, thuộc thị giác: *audio ~* nghe và nhìn, thính thị; *~ aid* trợ thính thị; *~ display unit* một giàn máy nghe nhìn

visualize *v.* hình dung, mường tượng được

vital 1 *n.* thuộc đời sống, cần cho cuộc sống: *~s* bộ phận cần thiết (cho đời sống) **2** *adj.* cần cho sự sống; sống còn, quan trọng, quan yếu; nguy hiểm (đến tính mạng); sinh động, đầy sức sống: *a ~ question* vấn đề sinh tử; *~ statistics* (thống kê) sinh tử giá thú

vitality *n.* sức sống, sinh lực/khí, hoạt lực/ khí; khả năng sống lâu; sức mạnh, sinh khí, khí lực

vitally *adj.* rất cần thiết

vitamin *n.* thuốc bổ, thuốc vi-ta-min: *~ C* thuốc bổ có sinh tố C

vitriolic *adj.* sun-fu-ric; cay độc, chua cay

viva *n., intj.* (tiếng hoan hô) muôn năm!

vivacious *adj.* nhanh nhẩu, hoạt bát, linh lợi, sống lâu: *a ~ man* người đàn ông hoạt bát;

a ~ plant cây sống lâu

vivacity *n.* tính nhanh nhẩu/hoạt bát

vivid *adj.* [bức tranh, sự miêu tả] sinh động; [kỷ niệm] rõ ràng, rõ rệt, sâu sắc; [màu] rực, chói: *we avoid ~ lights* chúng ta tránh ánh sáng chói lọi

viviparous *adj.* để ra con (chứ không phải để trứng)

vixen *n.* cáo cái, chồn cái; đàn bà đanh đá

viz *adv., abbr.* (= **videlicet**) như là, có thể nói: *came to a firm conclusion, ~, we are right* đã kết luận một cách chắc chắn, có thể nói, chúng ta đúng

V-J day *n.* ngày đồng minh thắng Nhật

V-neck *n.* áo cổ hình chữ V

vocabulary *n.* từ vựng, ngữ vựng

vocal *n., adj.* thuộc phát âm, thuộc âm thanh; to/lớn tiếng, hay nói; bằng miệng; thích nói tự do: *~ cords/bands* thanh đới; *~ organs* cơ quan phát âm; *~ music* thanh nhạc

vocalist *n.* người hát, ca sĩ

vocalize *v.* phát âm, đọc; xướng nguyên âm; nói ra, nói lên, diễn tả

vocation *n.* nghề, nghề nghiệp; ngành nghề; tài năng, thiên hướng, thiên chức

vocational *adj.* thuộc nghề nghiệp: *~ education* giáo dục nghề nghiệp/chức nghiệp; *~ guidance* sự hướng dẫn nghề nghiệp; *~ school* trường dạy nghề

vociferous *adj.* la lối om sòm, la hét ầm ĩ: *a ~ crowd* đám đông la hét ầm ĩ

vodka *n.* rượu vốt-ka của Nga

vogue *n.* mốt, thời trang: *to be in ~* đang thịnh hành; *to have a great ~* được nhiều người ưa chuộng

voice 1 *n.* giọng nói, tiếng nói, tiếng, lời nói, sự tỏ bày, sự phát biểu; quyền ăn nói; âm kêu/tố; dạng: *in a loud ~* nói to; *in a low ~* nói khẽ; *with one ~* đồng thanh, nhất trí; *he lost his ~* anh ấy bị mất tiếng [vì bị cảm]; *I have no ~ in this matter* tôi không có tiếng nói về vấn đề này; *active ~* dạng chủ động; *passive ~* dạng bị động **2** *v.* nói lên, bày tỏ, phát biểu, phát thành âm kêu: *they have ~d their concern that* họ lên tiếng báo động rằng

voiced *adj.* [phụ âm] kêu, tỏ [thanh đới rung]

voiceless *adj.* [phụ âm] không kêu, điếc, câm

void 1 *n.* chỗ trống, khoảng trống; sự trống rỗng, bỏ không, khuyết; không có hiệu lực, vô giá trị: *to fill a ~* lấp khoảng trống; *~ of* không có; *his death has left a ~* ông ấy mất đi để lại một khoảng trống **2** *adj.* trống, bỏ không, trống rỗng: *a ~ space* khoảng trống không; *to consider something as null and ~* xem cái gì cũng chẳng có giá trị **3** *v.* huỷ bỏ, làm cho mất giá trị, vô hiệu

volatile *adj.* dễ bay hơi, nhẹ dạ; vui vẻ, hoạt bát: *~ substance* chất dễ bay hơi

volcanic *adj.* thuộc núi lửa; nóng nảy; sôi sục: *~ rocks* đá núi lửa

volcano *n.* (*pl.* **volcanoes**) núi lửa, hoả diệm sơn: *extinct ~* núi lửa đã tắt; *dormant ~* núi lửa nằm im; *active ~* núi lửa đang phun

volition *n.* ý, ý chí: *of one's own ~* tự ý mình

volley 1 *n.* loạt [đạn], tràng [pháo tay], chuỗi [cười]; quả vô lê 2 *v.* ném/bắn hàng loạt, tuôn ra hàng tràng; đánh bóng chuyền

volleyball *n.* bóng chuyền

volt *n.* vôn [đơn vị điện áp]

voltage *n.* điện áp: *high ~* điện áp cao, điện thế/thế hiệu cao, cao thế; *low ~* thế hiệu thấp, hạ thế

voltmeter *n.* vôn kế, cái đo vôn

voluble *adj.* lém, liếng thoắng, ăn nói trôi chảy/lưu loát, lưu lợi, lợi khẩu: *he gave a ~ speech* ông ấy đọc một bài diễn văn lưu loát

volume *n.* quyển, cuốn, tập; khối; thể tích, dung tích; âm lượng, độ vang: *a two-~ dictionary* một bộ từ điển hai tập/cuốn; *the bound ~s of the journal Ngôn ngữ* những tập tạp chí Ngôn ngữ đã đóng bìa; *~s of smoke* nhiều đám khói; *the figures speak/ tell ~s for the tremendous changes that have taken place in our country* những con số này nói lên một cách hùng hồn về những biến chuyển kỳ diệu đã xảy ra trong nước chúng tôi

voluminous *adj.* to lớn, vĩ đại; gồm nhiều tập

voluntary *adj., n.* tự ý, tự nguyện, tự giác; tình/chí nguyện; cố ý: *~ manslaughter* tội cố ý giết người, tội cố sát; *they received many ~ contributions* họ đã nhận được nhiều sự đóng góp tự nguyện

volunteer 1 *n.* người tình nguyện; quân tình nguyện, quân chí nguyện: *any ~s?* có ai xung phong không? 2 *v.* tình nguyện (đi lính), xung phong (tòng quân); xung phong [làm việc gì], tự động đưa ra: *he ~ed a blood donation; he ~ed to donate his blood* anh ấy đã tình nguyện cho máu; *he ~ed for the task* ông ấy xung phong làm công tác đó

voluptuous *adj.* ưa nhục dục, hiếu sắc, dâm đãng; khêu gợi, gây khoái lạc, đầy khoái lạc

vomit 1 *n.* chất nôn mửa ra 2 *v.* nôn, mửa; phun ra: *to ~ blood* nôn ra máu, thổ huyết; *the boy ~ted all he has just eaten* cậu bé nôn ra hết những gì vừa ăn xong

voodoo 1 *n.* tà thuật, ma thuật 2 *v.* bỏ bùa mê, thư, trù, chài

voracious *adj.* tham ăn, ham ăn, phàm ăn: *a ~ reader* người đọc nhiều sách, người ngốn sách; *a ~ appetite* ăn ngấu nghiến ngon lành

vortex *n.* gió cuốn, gió xoáy, xoáy nước, cơn lốc: *~ of revolution* cơn lốc của cách mạng; *to be drawn into the ~ of ...*bị lôi cuốn vào cơn lốc...

vote 1 *n.* sự/quyền bỏ phiếu, lá phiếu; số phiếu; sự biểu quyết: *to cast a ~* bỏ lá phiếu; *to give one's ~ to* bầu cho ai; *to put the ~ of confidence* bỏ phiếu tín nhiệm 2 *v.* bỏ/đầu phiếu, bầu cử; bỏ phiếu thông qua: *to ~ in* bầu cho ai; *to ~ out* bỏ phiếu chống ai; *to ~ down* bỏ phiếu bác; *to ~ for* bỏ phiếu tán thành; *to ~ against* bỏ phiếu phản đối, bỏ phiếu bác

voter *n.* người bỏ phiếu, người đi bầu, cử tri

voting *n.* sự bỏ/đầu phiếu: *~ booth* phòng bỏ phiếu; *~ machine* máy bầu; *~-paper* lá phiếu

votive *adj.* để dâng cúng: *~ offerings* đồ lễ tạ

vouch *v.* xác nhận, xác minh; cam đoan, bảo đảm: *to ~ for the truth of* bảo đảm sự thật

voucher *n.* người bảo đảm; biên lai, chứng từ/chỉ, phiếu trả tiền rồi để đổi lấy hàng: *you can give your friend a gift ~* bạn có thể tặng bạn mình phiếu để đổi lấy quà

vouchsafe *v.* hạ cố, hạ tứ, ban cho; thèm: *he ~d me no reply* hắn chẳng thèm trả lời tôi

vow 1 *n.* lời thề/nguyền, lời thệ ước/thề nguyền: *a ~ of secrecy* lời thề giữ bí mật; *to take ~s* đi tu 2 *v.* thề nguyện, thề, nguyện: *to ~ revenge* thề sẽ báo thù; *she ~ed herself to the service of Buddha* cô ta nguyện đến nương nhờ cửa Phật

vowel *n.* nguyên âm, mẫu âm; chữ cái ghi nguyên âm

voyage 1 *n.* chuyến du lịch bằng đường biển hoặc máy bay: *to go on a ~* đi du lịch bằng đường biển 2 *v.* đi du lịch xa (bằng đường biển)

vulcanize *v.* lưu hoá [cao su]

vulgar *adj.* thô tục, thô bỉ; tục tiểu; thường, thông thường, thông tục, bình dân, đại chúng

vulgarity *n.* tính thô tục, sự/lời tục tĩu

vulnerable *adj.* có chỗ yếu, có nhược điểm, có thể bị công kích/chỉ trích

vulpine *adj.* thuộc cáo, cáo già; xảo quyệt

vulture *n.* con kền kền, người tham tàn

vulva *n.* âm hộ, âm môn

vying *adj.* ganh đua, thi đua, đua tranh (xem **vie**)

W

wad *1 n.* nùi bông, xấp giấy bạc; nút lòng súng: *he holds a ~ of banknotes* ông ấy cầm một xấp giấy bạc *2 v.* chèn, lót; đút nút, nhét bông vào

wadding *n.* sự chèn, việc lót bông nỉ

waddle *n.,v.* (dáng) đi lạch bạch như vịt

wade *v.* lội, lội qua [chỗ nông]: *to ~ into* công kích dữ dội; *to ~ through a book* đọc mãi mới hết một quyển sách

wading bird *n.* chim lội, chim cao cẳng, cò, vạc

wafer *1 n.* bánh quế, bánh kẹp; bánh thánh: *~ thin* mỏng như giấy *2 v.* gắn xi vào chai, niêm, niêm phong bằng xi

waffle *1 n.* bánh kẹp, bánh quả tim; chuyện gẫu *2 v.* nói chuyện gẫu, nói chuyện liến thoắng: *my friend often tells me that I ~* bạn tôi thường nói rằng tôi thường nói chuyện liến thoắng

waft *n., v.* thoảng/nhẹ đưa; gửi vọng; thoảng qua: *I smell a ~ of fragrance* tôi ngửi có mùi hương thơm phảng phất

wag *n., v.* (sự) lắc [đầu]; (sự) vẫy [đuôi], ve vẫy; người hay nói đùa, người hay tinh nghịch: *the dog is standing with a ~ of its tail* con chó đang đứng lắc đầu; *to ~ one's tongue* ba hoa chía choè, khua môi múa mép

wage *1 n.* tiền lương, tiền công: *to earn/get ~* được trả lương, kiếm được tiền công; *~ earner* người làm công ăn lương; *starvation ~s* đồng lương chết đói; *~-rise* sự tăng lương; *~ scale* thang lương; *~-sheet* giấy trả lương *2 v.* tiến hành [chiến tranh], đánh nhau với: *to ~ war against* gây chiến

wager *1 n.* sự đánh cuộc/cá: *to lay a ~* đánh cá *2 v.* đánh cuộc, đánh cá

wagon *n.* xe bò, xe ngựa; xe goòng, xe có thùng: *water ~* xe chở nước; *to be on the ~* kiêng rượu

waif *n.* trẻ bị bỏ rơi, đứa trẻ vô thừa nhận, đứa trẻ bơ vơ; chó lạc, mèo lạc; vật vô chủ

wail *n., v.* (tiếng) than khóc, than van, rền rĩ: *he ~s over his misfortunes* ông ấy than van về số phận không may của mình; *the ~ing Wall of Jerusalem* bức tường cao ở thành phố Giê-ru-xa-lem ở trong nhà thờ Herod, nơi chúa Giê su cầu nguyện vào ngày Thứ sáu

waist *n.* chỗ thắt lưng, eo; áo chẽn đàn bà: *~ deep* đến thắt lưng, đến ngang lưng; *~band* dây thắt lưng

waistcoat *n.* áo gi-lê

waistline *n.* vòng thắt lưng, eo: *to keep one's ~* giữ eo

wait *1 n.* thời gian chờ đợi; sự rình: *to lie in ~ for* nằm rình, mai phục; *I have a long ~ at the airport* tôi phải chờ rất lâu ở sân bay *2 v.* chờ, đợi: *to ~ for* chờ; *to ~ one's turn* đợi đến lượt mình; *please ~ until she comes* xin đợi đến lúc cô ấy đến; *please ~ a moment/minute* xin (ông/bà/cô) đợi một chút; *I had to ~ on her* tôi phải hầu hạ cô ấy; *he had to work through college by ~ing on tables* [= *being a waiter*] thời gian đi học đại học, anh ấy phải làm việc hầu bàn để kiếm tiền ăn học; *~ and see* chờ xem

waiter *n.* người hầu bàn, tiếp viên nhà hàng

waiting *1 n.* sự đợi chờ; việc hầu bàn *2 adj.* đợi, chờ: *~ game* sự giữ sức cho trận đấu sắp tới; *~ list* danh sách chờ; *~ room* phòng đợi

waitress *n.* cô hầu bàn, chị hầu bàn, nữ tiếp viên nhà hàng

waive *v.* từ bỏ, khước từ

waiver *n.* sự từ bỏ/khước từ; sự/giấy cho hoãn: *tuition fees ~* sự tha đóng tiền học, miễn học phí

wake *1 n.* lằn tàu: *in the ~ of the earthquake* sau vụ động đất ấy *2 n.* thức canh người chết *3 v.* [waked/woke; waked/woken] thức giấc, thức dậy, tỉnh dậy: *I ~ up in the early morning* tôi thức dậy sớm vào buổi sáng; *to ~ someone up* đánh thức ai dậy

wakeful *adj.* tỉnh táo, thao láo; cảnh giác

waken *v.* đánh thức; gợi lại; thức dậy, tỉnh dậy

walk *1 n.* sự đi bộ; cuộc đi dạo chơi, đi tản bộ; quãng đường đi bộ; dáng đi; đường đi, lối đi; nghề nghiệp, tầng lớp xã hội: *let's take a ~, let's go for a ~* chúng ta hãy dạo chơi một vòng đi; *the campus is only a short ~ from my house*; khu đại học chỉ cách nhà tôi một quãng ngắn; *different ~s of life* đủ các tầng lớp xã hội khác nhau *2 v.* đi, đi bộ, đi lang thang, đi tản bộ, đi chơi; đi chân: *I'll ~ you home* anh sẽ đưa em về nhà; *to ~ a horse* dắt ngựa đi từng bước; *to ~ away* bỏ đi; nẫng đi, cuỗm mất; *to ~ off with* nẫng đi, cuỗm mất, chuồn đi đem theo; *to ~ one's dog* dắt chó đi một vòng; *to ~ out* bỏ ra đi, thình lình bỏ đi; đình công, bãi công; *to ~ out on someone* bỏ ai mà đi [vì tức giận]; *to ~ the streets* gái đứng đường, đứng đường tìm việc

walker *n.* người đi bộ, khách bộ hành; người đang đi bộ [để dạo chơi hay vận động]

walkie-talkie *n.* ra-đi-ô xách tay, máy thu thanh bỏ túi, ra-đi-ô vừa đi vừa nói

walking *n.* sự đi bộ, tản bộ: *~ papers* giấy cho nghỉ việc; *to serve someone his ~*

papers đuổi, sa thải; *a ~ tour* một cuộc du lịch bằng đi bộ; *~ encyclopedia* người có kiến thức rộng

walking stick *n.* gậy, can, ba-toong

walk-on *n.* vai phụ

walkout *n.* cuộc đình công

walkover *n.* cuộc thi/đấu dễ thắng

walk-up *n.* căn nhà không có thang máy

wall **1** *n.* tường, vách, thành [giềng, mạch máu, tim]; thành, thành lũy, thành quách: *a brick ~* một bức tường gạch; *the Great ~ of China* Vạn Lý Trường thành; *to go to the ~* bị thất bại, bị phá sản; *to be pushed/driven to the ~* bị dồn vào chân tường, bị dồn vào thế bí; *~ paper* giấy dán tường **2** *v.* xây tường/thành bao quanh: *to ~ up* xây bịt lại

wallet *n.* ví da, ví tiền

wallflower *n.* cây quế trúc; cô gái không được ai mời nhảy

wallop *n. v.* cú đánh mạnh, quất mạnh

wallow *v.* [trâu] đầm mình trong bùn, bơi, đắm mình: *to ~ in debauchery* đắm mình trong trụy lạc, truy hoan; *to ~ in wealth* đắm mình trong tiền của, nhung lụa

Wall Street *n.* khu tài chánh, chứng khoán thế giới ở trên đường: *Wall Street* thị trường chứng khoán Nữu Ước

walnut *n.* quả óc chó, quả hồ đào; cây gỗ hồ đào

walrus *n.* con moóc, hải mã, hải tượng

waltz **1** *n.* điệu nhạc/nhảy van-xơ **2** *v.* nhảy van-xơ

wan *adj.* xanh xao, nhợt nhạt, yếu ớt, tái mét

wand *n.* đũa thần, gậy phép; que đánh nhịp, đũa nhạc trưởng; gậy quyền, quyền trượng

wander *n., v.* đi lang thang, đi thơ thẩn; đi chệch đường, lạc đề; lơ đễnh, nghĩ lan man: *to ~ about the streets* đi lang thang ngoài đường phố; *to go for a ~ around the garden* đi thơ thẩn quanh vườn; *to ~ the world* đi khắp thế giới

wanderer *n.* người đi lang thang, khách lãng du

wanderlust *n.* tính thích du lịch, tính lãng du

wane **1** *n.* sự/lúc tàn, lúc hết thời, tuần trăng lúc khuyết, khuyết, xế bóng, về già, tàn tạ, suy giảm, lu mờ, hết thời (oanh liệt) thân bại danh liệt: *the moon on the ~* trăng khuyết; *his star is on the ~* ông ấy hết thời rồi **2** *v.* khuyết, xế; giảm đi, suy yếu, tàn tạ

wangle *n., v.* dùng mánh khóe/thủ đoạn để đạt được

want **1** *n.* sự thiếu, sự cần, sự cần thiết; nhu cầu; cảnh túng thiếu: *for ~ of* vì thiếu; *to be in ~* sống thiếu thốn **2** *v.* muốn, muốn có; cần, cần có, cần dùng; thiếu, không có: *he ~s a rest* ông ấy cần được nghỉ ngơi; *I*

~ to go with you tôi muốn đi với anh; *to ~ money* muốn có tiền; *we ~ you to join us for dinner* chúng tôi muốn anh cùng đi ăn cơm tối với chúng tôi

wanting *adj.* thiếu, không có: *to be ~* thiếu vật liệu; *~ in courage* thiếu can đảm

wanton *adj.* bậy bạ, bừa bãi, lung tung; dâm đãng, dâm ô; nghịch ngợm, tinh nghịch; um tùm, sum suê

war *n.* chiến tranh; sự đấu tranh: *aggressive ~, ~ of aggression* chiến tranh xâm lược; *to declare ~* tuyên chiến; *to make ~ on* đánh nhau với; *local ~* chiến tranh cục bộ; *total ~* chiến tranh toàn diện; *nuclear ~* chiến tranh nguyên tử/hạt nhân; *psychological ~* chiến tranh tâm lý; *~ and peace* chiến tranh và hoà bình; *~ correspondent* phóng viên chiến trường; *~ memorial* đài tưởng niệm chiến sĩ trận vong; *~ of nerves* chiến tranh cân não; *~ pension* tiền trợ cấp cựu chiến binh; *~ widow* cô nhi quả phụ; *World ~ I* trận Thế Giới Đại chiến 1; *World ~ II* trận Thế chiến thứ 2

warble *n., v.* (tiếng) hót líu lo

warbler *n.* chim chích

ward **1** *n.* người vị thành niên được giám hộ [theo pháp luật]; nghĩa tử của nhà nước; sự giám hộ, sự bảo trợ, khu vực (tuyển cử); phòng khu/nhà thương; phòng giam: *electoral ~* khu vực bầu cử; *isolation ~* khu cách ly; *~ of the state* nghĩa tử nhà nước **2** *v.* đỡ, gạt, tránh phòng, ngăn ngừa: *to ~ off* tránh, đỡ

warden *n.* cai tù/ngục, ngục lại, ngục tốt; người gác; quản lý nhà thờ, người coi khu rừng cấm săn bắn: *a park ~* người canh giữ công viên

wardrobe *n.* quần áo (của một người); tủ quần áo: *~ trunk* hòm/rương đựng quần áo được

ware *n.* đồ dùng, hàng hoá: *kitchen~* đồ dùng nhà bếp; *silver~* dao nĩa

warehouse *n.* kho hàng

warfare *n.* chiến tranh: *bacteriological ~* chiến tranh vi trùng; *chemical ~* chiến tranh hóa học; *guerrilla ~* chiến tranh du kích; *nuclear ~* chiến tranh nguyên tử/hạt nhân; *psychological ~* chiến tranh tâm lý

warhead *n.* đầu nổ [của tên lửa, bom, ngư lôi]

warily *adv.* một cách thận trọng/cảnh giác

warlike *adj.* hiếu chiến; thuộc chiến tranh

warm **1** *adj.* nóng, ấm; [lời cảm ơn, sự tiếp đón, bạn] niềm nở, nồng nhiệt, nồng hậu; sôi nổi, nhiệt liệt: *it is ~ today* hôm nay trời ấm áp; *to put some ~ clothes on* mặc áo ấm vào; *~-blooded* có máu nóng; nóng nảy, hay giận; sôi nổi, đa tình, đa cảm; *~-hearted* tốt bụng, nhiệt tâm/tình **2** *v.* hâm nóng, hấp lên cho nóng, làm cho nóng/ấm, sưởi ấm; nóng lên, ấm lên: *to ~ up* (làm) sôi nổi lên

warmonger *n.* kẻ gây chiến, kẻ hiếu chiến

warmth *n.* hơi nóng, nhiệt; sự ấm áp, sự ân cần, niềm nở, nồng nhiệt, nồng hậu; nhiệt tình

warn *v.* báo trước cho biết; cảnh cáo, răn, can: *to ~ someone of a danger* báo cho ai biết trước nguy hiểm; *to ~ off* nói cho ai tránh xa nơi nào đó

warning *n.* sự báo trước; sự/lời cảnh báo: *without ~* không báo trước, đùng một cái; *hurricane ~s* lời cảnh cáo bão; *~ signal* dấu hiệu báo nguy; *~ shot* phát súng cảnh cáo; *to take ~ from someone's example* lấy gương người nào làm ví dụ

warp 1 *n.* sợi dọc; sự vênh/cong 2 *v.* làm vênh/oẳn, làm cong; làm sai lạc/thiên lệch; vênh, oẳn, cong: *judgment is ~ed by self-interest* sự phán đoán sai lạc vì tư lợi

warplane *n.* máy bay/phi cơ chiến đấu

warrant *n.* sự bảo đảm, giấy chứng nhận; trát; lý do (xác đáng): *search ~* trát khám nhà; *~ officer* thượng sĩ; *chief ~ officer* thượng sĩ nhất 2 *v.* bảo đảm, chứng thực, chứng nhận; biện hộ cho: *that does not ~ those conclusions* điều ấy không cho phép ta đi đến kết luận đó

warranty *n.* sự bảo đảm, sự cho phép

warrior *n.* chiến sĩ, quân nhân, chinh phu

warship *n.* tàu chiến, chiến hạm

wart *n.* hột cơm, mụn cóc; bướu cây

wartime *n.* thời chiến

wary *adj.* cẩn thận, thận trọng, cảnh giác

was xem **be**

wash 1 *n.* sự rửa, sự rửa ráy/tắm rửa/tắm gội; sự giặt giũ, quần áo đem giặt, quần áo giặt rồi; nước rửa gội, nước rửa bát, nước vo gạo; nước vôi quét tường, lớp tráng: *to have a ~* tắm rửa; *~ room* phòng rửa tay, nhà cầu 2 *v.* rửa [mặt, tay, chân; bát, đĩa, chén, cốc; xe]; gội; giặt [quần áo]; rửa ráy; [nước] vỗ vào; cuốn đi: *to ~ one's hair* gội đầu; *to ~ away* rửa sạch; làm lở, cuốn đi mất; *to ~ one's linens in public* không đáng tin cậy

wash-and-wear *adj.* giặt mặc ngay không cần là/ủi

washbasin *n.* chậu rửa (mặt), la-va-bô

washboard *n.* ván giặt

washbowl *n.* chậu rửa (mặt), la-va-bô

washcloth *n.* khăn lau mặt, khăn mặt nhỏ

washday *n.* ngày giặt quần áo [cho cả nhà]

washer *n.* người rửa/giặt; máy giặt, vòng đệm, lông đền: *dish ~* máy rửa bát

washing *n.* sự rửa ráy/tắm rửa/tắm gội; sự giặt giũ; quần áo giặt; sự đãi quặng: *~ machine* máy giặt

washout *n.* chỗ xói lở, người thất bại

washstand *n.* giá rửa mặt; chậu rửa mặt

washtub *n.* chậu giặt

wasp *n.* ong bắp, cày, ong nghệ: *~ waist* lưng ong

waste 1 *adj.* bỏ hoang, hoang vu, bị tàn phá: *~ land* đất hoang; *to lay ~* tàn phá; *~ paper* giấy bỏ đi 2 *n.* sự phí phạm, sự phung phí/lãng phí/hao phí; đồ thừa, rác rưởi, vật phế thải; đất hoang, hoang địa, chỗ hoang vu: *to run to ~* uổng phí đi; *~ not, want not* không phung phí thì không túng thiếu 3 *v.* phí, tiêu phí, phung phí, lãng phí, làm phí, uổng phí; tàn phá; làm hao mòn dần, làm tiêu hao: *to ~ one's breath* cho lời khuyên vô hiệu; *to ~ one's time* lãng phí thì giờ

wasteful *adj.* hoang phí, lãng phí, phí phạm

waste-paper basket *n.* sọt giấy vụn, sọt rác

watch 1 *n.* đồng hồ đeo tay: *wrist ~* đồng hồ đeo tay; *pocket ~* đồng hồ bỏ túi 2 *n.* sự canh phòng/canh gác; lính canh, người canh, người gác/trực; phiên gác; tổ trực: *to be on the ~* canh gác, trông chừng, thấp thỏm chờ; *to keep ~ over* canh, gác, canh chừng 3 *v.* canh, gác, trông, trông nom; nhìn xem, quan sát; rình, theo dõi; chờ: *to ~ for* để ý xem, quan sát; chờ, rình; *to ~ out* coi chừng, cẩn thận, để ý; *to ~ over* trông, canh; *~ out!* coi chừng! đề phòng

watchdog *n.* chó giữ nhà: *~ committee* uỷ ban giám sát

watcher *n.* người canh/rình, người quan sát

watchful *adj.* cẩn thận, chu đáo, thận trọng, đề phòng, cảnh giác

watchmaker *n.* thợ đồng hồ

watchman *n.* người gác (dan): *night ~* người gác đêm

watchtower *n.* chòi canh, vọng gác

watchword *n.* khẩu lệnh; khẩu hiệu

water 1 *n.* nước, nước uống, nước rửa; dung dịch; sông nước, đường thuỷ, biển, thuỷ triều, nước (bóng/láng): *to be in hot ~* bị lôi thôi, rắc rối, khó khăn; *to fish in troubled ~s* lợi dụng lúc đục nước béo cò; *to make ~* đi đái, (đi) tiểu tiện; *to pour/throw cold ~ on* giội gáo nước lạnh vào; *to swim under ~* đi hàng hai, bắt cá hai tay; *~ buffalo* trâu; *~ closet* cầu tiêu; *~ color* (tranh) màu nước; *~ heater* thùng đun nước nóng; *~ lily* cây hoa súng; *~ line* ngấn nước, mực nước; *~ main* ống nước chính; *~pipe* ống nước; *~ polo* bóng nước; *~ power* sức nước, than trắng; *~ skiing* môn chơi trượt nước; *~ off a duck's back* đổ nước qua đầu vịt, vô ích 2 *v.* tưới, tưới nước; cho [súc vật] uống nước; làm loãng; uống nước, chảy nước, ứa nước: *to ~ down* làm giảm bớt, làm dịu đi

watercourse *n.* sông, suối; lòng sông/suối
watercress *n.* cải xoong
waterfall *n.* thác nước
watering *n.* sự tưới; sự cho uống nước; sự pha loãng: ~ *can* bình tưới nước; ~ *hole* vũng nước cho súc vật uống; ~ *place* chỗ cho ngựa uống nước, nơi có suối chữa bệnh
watermark *n.* ngấn nước, hình mờ [ở giấy viết thư]
watermelon *n.* dưa hấu, dưa đỏ
waterproof 1 *adj.* không thấm nước: ~ *watch* đồng hồ đeo tay không thấm nước **2** *v.* làm cho [vải, áo] không thấm nước
watershed *n.* đường phân nước, lưu vực sông
watertight *adj.* kín nước, nước không thấm được; [lý lẽ, lập luận] chặt chẽ, vững chắc, không bẻ được, không công kích được
waterway *n.* thuỷ đạo, thuỷ lộ
waterworks *n.* nhà máy nước
watery *adj.* ướt, đẫm nước, sũng nước; đẫm lệ; loãng, lỏng, nhạt, lõng bõng; nhạt nhẽo, bạc bẻo
watt *n.* oát, đơn vị đo điện: watt-hour oát giờ
wattle 1 *n.* yếm [gà tây/lôi]; râu [cá] **2** *n.* phên liếp, cọc cừ: ~ *and daub* phên trét đất **3** *v.* đan que, làm tường bằng phên
wave 1 *n.* sóng, làn sóng[ở biển, ở tóc uốn quăn]; cái vẫy tay; đợt [nóng, lạnh, người]; sóng điện: *permanent* ~ tóc làn sóng giữ lâu; *long* ~*s* làn sóng dài (ra-di-ô) **2** *v.* phất [cờ]; vẫy [mùi soa]; vung, múa [gươm, gậy]; uốn tóc; [cánh đồng] gợn sóng; [tóc] quăn tự nhiên; [cờ] phấp phới; vẫy tay ra hiệu: *to* ~ *aside* gạt sang một bên; *to* ~ *goodbye* vẫy tay chào từ biệt,; *to* ~ *someone off* vẫy tay ra hiệu cho, vẫy tay chào người nào
wavelength *n.* bước sóng.
waver *v.* chập chờn, rung rinh; lưỡng lự, do dự
wavy *adj.* [mặt đường, cánh đồng lúa, tóc] gợn sóng; [mặt nước] lăn tăn; [đường kẻ] uốn lượn, sóng
wax 1 *n.* sáp, chất sáp: *to be* ~ *in someone's hands* lệ thuộc hoàn toàn vào người nào; *bees*~ sáp ong; *floor* ~ sáp đánh sàn; *car* ~ sáp đánh bóng ô-tô; *ear* ~ ráy tai; ~*paper* giấy sáp; ~ *museum* viện bảo tàng người sáp **2** *v.* đánh sáp, bôi sáp: *I just* ~*ed the floor last week* tôi vừa đánh bóng cái sàn này tuần rồi
waxen *adj.* giống sáp; màu sáp vàng; mềm yếu
waxy *adj.* giống sáp, có màu sáp
way *n.* đường,đường/lối đi; đoạn/khúc đường; phía, chiều, hướng; cách; phương pháp, biện pháp; lối lề thói; mặt phương diện: *all the* ~ đến cùng; *by the* ~ à này, nhân tiện

đây; *by* ~ *of Bangkok* qua ngã Băng-cốc; *by* ~ *of introduction* để giới thiệu; *to find a* ~ tìm đường, tìm cách; *to get out of the* ~ tránh ra; *in a* ~ về một nghĩa nào đó; *in every* ~ về mọi phương diện; *in her own* ~ theo cách riêng của cô ấy; *in no* ~ tuyệt nhiên không, tuyệt đối không; *on the* ~ *to Paris* trên đường đi đến Ba Lê; *out of the* ~ hẻo lánh; *this* ~ lối này; *to be in the* ~ làm vướng người khác; *to give* ~ nhường bước; *to know one's* ~ *around* biết rõ đường đi nước bước; *to lead the* ~ dẫn đường; *to make* ~ *for* nhường chỗ cho; *to mend one's* ~*s* tu tỉnh, cải tà qui chính; *under* ~ đang tiến hành; *way in* lối vào; *way out* lối ra
wayfarer *n.* người đi du lịch; khách lãng du
waylay *v.* [**waylaid**] rình, mai phục
wayside *n.* bờ/lề đường
wayward *adj.* hay thay đổi, đồng bóng; bướng bỉnh
w.c. *n., abbr.* (= **water-closet**) nhà vệ sinh, nhà cầu
we *pron.* chúng ta, chúng tôi: ~ *have unity* chúng ta phải đoàn kết; ~ *Vietnamese suffered as much as you did* Người Việt Nam chúng tôi cũng phải chịu cực khổ như các ông
weak *adj.* yếu, yếu ớt, yếu đuối, mềm yếu, nhu nhược; kém, không giỏi; loãng, nhạt, lạt: *I drink only* ~ *tea* tôi chỉ uống trà nhạt thôi; *a* ~ *character* tính tình yếu mềm; ~ *memory* trí nhớ kém
weaken *v.* (làm) yếu đi, (làm) nhụt, suy nhược đi
weakling *n.* người ốm yếu/yếu ớt; kẻ nhu nhược
weakness *n.* tính yếu đuối/yếu ớt; tính mềm yếu, tính nhu nhược; sự kém; điểm yếu, nhược điểm
wealth *n.* tiền nong, tiền của, của cải; sự giàu có; sự phong phú: *material* ~ của cải vật chất; *to achieve* ~ làm ra tiền của
wealthy *adj.* giàu có, phong phú, sung túc
wean *v.* cai sữa, thôi cho bú; làm cho ai dứt bỏ
weapon *n.* vũ khí, khí giới
weaponry *n.* (kho) vũ khí nói chung
wear 1 *n.* sự mặc/mang; quần áo, y phục, giày dép; sự mòn, sự hao mòn, sự hư hỏng, sự bền còn mặc được: *clothing for summer* ~ quần áo mặc mùa hè; *children's* ~ quần áo trẻ con; *this rug shows* ~ tấm thảm này trông mòn rồi; *there is still much* ~ *in these shoes* đôi giày này còn đi được lâu **2** *v.* [**wore; worn**] mặc [quần áo]; đội [mũ, nón]; đeo, mang [giày, bít tất]; để [tóc, râu]; dùng mòn/cũ; làm cho hao mòn; mang/có [vẻ]; bị mòn, mòn/cũ đi; dùng lâu, bền; *to*

~ *down/out* làm mòn; làm kiệt sức dần; *to ~ off* (làm) mòn mất; mất đi, qua đi; *to ~ on* trôi qua, trôi đi; tiếp diễn; *to ~ out* hết dần; *to ~ well* dùng bền, mặc bền; lâu bền

weariness *n.* sự mệt nhọc, sự mệt mỏi; sự chán

wearisome *adj.* mệt, mệt nhọc; làm mệt; chán, ngán

weary **1** *adj.* mệt, mệt mỏi, mệt lử, rã rời; chán, ngấy, chán ngắt, ngán: *to be ~ in body and mind* mệt mỏi thể xác lẫn tinh thần **2** *v.* làm cho mệt/chán; mệt: *to ~ of* chán

weasel *n.* chuột vàng

weather **1** *n.* thời, tiết trời, thời tiết: *~ forecast* bản thông báo thời tiết; *what is the ~ like?* thời tiết thế nào?; *to be under the ~* khó ở, hơi mệt, ươn mình; *~-beaten* bị mưa gió làm hư nát, dày dạn phong sương; *~ bureau* sở khí tượng; *~ vane* chong chóng gió, phong tiêu **2** *v.* vượt qua [trận bão]; vượt, khắc phục [khó khăn]; mòn, đổi màu, đổi thay [vì mưa gió]

weathercock *n.* chong chóng gió, người xoay chiều

weatherman *n.* nhà khí tượng học

weave **1** *n.* kiểu dệt **2** *v.* [**wove; woven**] dệt, đan: *to ~ one's way through the crowd* đi lách, đi len lỏi qua đám đông; *to ~ in and out* chạy xe len ra len vào trên xa lộ; *to ~ flowers* kết hoa

weaver *n.* thợ dệt, người dệt vải, chức nữ

web *n., v.* mạng; vải dệt, tấm vải; súc giấy, cuộn giấy [in báo]; màng da [chân con vịt]: *spider's ~* mạng nhện; *~site* mạng vi tính toàn cầu; *~footed* có chân màng (như vịt)

wed *v.* lấy [chồng/vợ], cưới [vợ/chồng], kết hôn với; làm lễ cưới cho; lấy nhau, cưới nhau, kết hôn

wedded *adj.* có vợ có chồng, lấy nhau, đã thành lứa đôi; kết hợp, hoà hợp; gắn bó chặt chẽ [to với...]

wedding *n.* lễ cưới, hôn lễ: *~ banquet* cỗ/tiệc cưới; *~ cake* bánh cưới; *~ ceremony* lễ cưới, lễ thành hôn; *~ day* ngày cưới; *~ dress* áo cưới, áo cô dâu; *~ night* đêm tân hôn, đêm động phòng; *~ present* quà (mừng đám) cưới; *~ ring* nhẫn cưới

wedge **1** *n.* cái nêm **2** *v.* nêm, chêm; chen vào

wedlock *n.* sự kết hôn, hôn thú, cưới xin (đàng hoàng): *born out of ~* [đứa con] hoang, riêng, tư sinh

Wednesday *n.* ngày Thứ tư

wee *adj.* nhỏ xíu: *a ~ bit* hơi, hơi hơi

weed **1** *n.* cỏ dại, cỏ hoang; thuốc lá: *~-killer* thuốc diệt cỏ **2** *v.* nhổ cỏ, giẫy cỏ, làm cỏ: *to ~ out* loại bỏ/trừ

weeds *n.* quần áo tang, tang phục

week *n.* tuần, tuần lễ: *a ~ from today* bây giờ tuần sau, ngày này tuần sau; *last ~* tuần trước, *the ~ before last* tuần trước nữa; *~ in ~ out* hết tuần này đến tuần khác; *a three-~ vacation* kỳ nghỉ ba tuần liền

weekday *n.* ngày trong tuần [từ Thứ hai đến Thứ sáu]

weekend **1** *n.* cuối tuần, Thứ bảy và Chủ nhật: *a long ~* cuối tuần kéo dài (Thứ bảy, Chủ nhật và Thứ hai) **2** *v.* nghỉ cuối tuần, đi chơi cuối tuần: *we decide to ~ in our cottage this week* chúng tôi quyết định nghỉ cuối tuần trong trang trại của chúng tôi

weekly **1** *n.* báo hàng tuần, tuần báo, tuần san **2** *adj.* hằng tuần, ra mỗi tuần một lần: *semi~* mỗi tuần hai lần; *bi~* hai tuần một lần **3** *adj.* hằng tuần: *~ wage* lương hàng tuần; *~ magazine* tuần báo

weep *v.* [**wept**] khóc; ứa nước, chảy nước: *to ~ for joy* khóc vì quá vui sướng; *to ~ out a farewell* khóc ròng lúc chia tay; *to ~ one's heart out* khóc lóc thảm thiết

weeping willow *n.* liễu rủ, thuỷ liễu, lệ liễu

weevil *n.* mọt (lúa): *boll ~* mọt bông

weft *n.* sợi ngang [xem **warp**]; vải

weigh *v.* cân; cân nhắc, đắn đo; cân nặng, nặng: *to ~ down* làm nghiêng/lệch cán cân; *to ~ in one's hand* cầm trong tay xem nặng nhẹ thế nào; *to ~ the pros and cons* cân nhắc lợi hại, đắn đo không biết có nên hay không, đắn đo khả phủ

weight *n.* sức nặng, trọng lượng, tải trọng; cân; tầm quan trọng, ảnh hưởng, uy tín: *to gain ~* lên cân; *to lose ~* xuống/sụt cân, cái chặn giấy; *to lift ~* cử tạ; *paper~* nhẹ như giấy; *~s and measures* đơn vị cân đo; *~ loss* làm giảm cân

weighty *adj.* nặng; [vấn đề, nỗi lo lắng] nặng nề, chồng chất; [lập luận] vững, có sức thuyết phục; quan trọng, có ảnh hưởng/ uy tín

weir *n.* đập nước; lưới cá, đăng cá

weird *adj.* kỳ quặc; siêu tự nhiên, phi thường

welcome **1** *n.* sự tiếp đón, sự hoan nghênh: *to receive a warm ~* được đón tiếp niềm nở/ nồng nhiệt; *cold ~* lạnh nhạt **2** *adj.* được tiếp đãi ân cần niềm nở, được hoan nghênh; cứ tự nhiên (sử dụng); cứ tuỳ ý: *thank you, you're ~* cảm ơn ông, tôi không dám, có gì/ chi đâu (mà ơn với huệ); *~ news* tin vui; *a ~ change* một sự thay đổi dễ chịu (mọi người mong đợi); *you are ~ to (use) my typewriter* anh cứ việc dùng máy chữ của tôi nhé, đừng ngần ngại, cứ tự nhiên; *~ to Vietnam!* hoan nghênh các bạn tới thăm Việt Nam! **3** *v.* tiếp đón ân cần, hoan nghênh, tiếp rước niềm nở, hoan nghênh nhiệt liệt: *to ~ a friend home* chào đón quý bạn trở về quê hương

weld 1 *n*. mối hàn, sự hàn xì 2 *v*. hàn, xì, gắn chặt, gắn bó

welder *n*. thợ hàn

welding *n*. sự hàn; môn hàn, kỹ thuật hàn

welfare *n*. hạnh phúc, phúc lợi, an sinh; trợ cấp xã hội: *public ~* phúc lợi công cộng; *~ work* công tác xã hội; *to be on ~* ăn trợ cấp xã hội; *~ fund* quỹ phúc lợi [để lo cho công nhân ốm đau, hay mất việc]

well 1 *n*. giếng nước/dầu, nguồn cảm hứng, lòng cầu thang; điều hay, điều tốt: *to sink/dig a ~* đào giếng; *oil ~* giếng dầu; *stair~* lồng cầu thang; *ink~* lọ mực; *~-being* hạnh phúc, phúc lợi; *~spring* nguồn (suối) vô tận; *~-wisher* bạn bè tốt, người cầu mong điều tốt lành 2 *v*. phun lên/ra, vọt lên/ra, tuôn ra: *to ~ up/out/forth* phun ra, tuôn ra; *tears ~ed up in her eyes* hai mắt cô giọt lệ tuôn tràn 3 *adj*. [**better**; **best**] khoẻ, mạnh khoẻ, mạnh giỏi; tốt, hay, tốt lành, đúng lúc, nên, cần; giỏi, hay, khéo; khá, khấm khá; sung túc, phong lưu; kỹ, rõ, nhiều: *my mother is very ~, thank you* cảm ơn bạn, mẹ tôi mạnh khoẻ lắm; *all is ~ with them* ông bà ấy đều được mọi sự tốt lành; *very ~* tốt, giỏi lắm, hay/được lắm; *~-behaved* ngoan, hạnh kiểm tốt, có giáo dục; *~-bred* có giáo dục, [ngựa] tốt giống, nòi; *~-founded* có căn cứ/cơ sở, đáng tin cậy; *~-groomed* ăn mặc đẹp, ăn mặc bảnh bao; *~-heeled* giàu có, khá giả; *~-informed* thạo tin; biết rõ; *~-intentioned* có ý tốt, có hảo ý; *~-kept* giữ kỹ, sửa sang tốt, bảo trì tốt, bảo quản tốt; [bí mật] giữ kín; *~-known* ai cũng biết, có tiếng/danh, nổi tiếng/danh, hữu danh, danh tiếng; *~-matched* xứng đôi vừa lứa; đối nhau; *~-off* phong lưu, sung túc; *~-paid* được trả lương hậu; *~ preserved* tốt lão, đẹp lão; *~-read* đọc rộng biết nhiều, có học (thức); *~-spent* [thì giờ,công sức] dùng hợp lý; *~-thought of* được quý trọng, có tiếng; *~-timed* đúng lúc/dịp, phối hợp thật khéo; *~-to-do* khá giả, sung túc, có máu mặt; *~-worn* sờn rách, mặc đã cũ; cũ rích, nhai đi nhai lại, lặp đi lặp lại mãi/hoài 4 *adv*. tốt, giỏi, hay, sung túc, đầy đủ: *to swim ~* bơi giỏi; *to sleep ~* ngủ ngon; *he is doing very ~* anh ấy học hành, làm ăn khá lắm; *to be ~-off* khá, phong lưu, đầy đủ; *~ done* làm tốt/kỹ, nấu thật chín/nhừ; *to shake ~ before using* trước khi dùng xin lắc kỹ (lọ/chai thuốc này); *the fair brought in ~ over $2,000* cuộc chợ phiên thu được quá 2.000 đôla; *to get ~* bình phục; *you might as ~ get paid for the job* đằng nào

cũng thế, cứ việc nhận tiền công cho việc ấy; *she is good as ~ as beautiful* cô ấy vừa ngoan vừa đẹp; *exports as ~ as imports* hàng xuất khẩu cũng như hàng nhập cảng 5 *intj*. quái, lạ, thế đấy, thôi, thôi nào: *~, who would have thought he could do it!* đấy, trước kia ai nào có tưởng nó làm nổi chuyện ấy; *~, there is no need to worry! forget about it!* thôi nào, chẳng cần lo việc ấy, cứ quên nó đi; *~, such is life!* thôi, đời là thế!

welt *n., v.* diềm (ở giày); đường viền; lằn roi

welter 1 *n*. sự rối loạn, mối hỗn độn 2 *v*. đằm mình bùn, nhúng trong máu

welterweight *n*. võ sĩ quyền anh hạng bán trung

wench *n*. cô gái, thiếu nữ, cô thôn nữ

went quá khứ của **go**

wept quá khứ của **weep**

were quá khứ của **be**

west 1 *n*. hướng/phương/phía/miền tây: *to live in the ~* ở miền tây; *north~* tây bắc; *south~* tây nam; *~ End* khu miền Tây Luân Đôn nơi giàu có; *~ Side Story* chuyện miền Tây 2 *adv*. ở phía tây; về hướng tây: *~ wind* gió tây; *~ Germany* Tây Đức

westerly *adj*. [gió; hướng] tây

western 1 *n*. phim cao bồi, phương tây, người tây phương 2 *adj*. thuộc phía tây, của phương tây, Tây phương: *~ hemisphere* Tây bán cầu; *~ countries* các nước phương tây

westerner *n*. người phương tây, dân tây phương; người âu tây, người âu mỹ, dân miền tây

westernize *v*. tây phương hoá, âu hoá

westernmost *adj*. cực tây

westward *adj., adv.* về phía tây; theo hướng tây

wet 1 *n*. mưa, trời mưa; người phản đối luật cấm rượu, người chủ trương cho tự do uống rượu: *come in out of the ~* đi vào trong cho khỏi mưa; *~ behind the ears* thiếu kinh nghiệm, còn non; *~ dream* giấc mơ ướt át, đầy tình ái 2 *adj*. ướt, đẫm nước, đầm đìa; ẩm, ẩm, ướt; [trời, mùa] mưa; [sơn] còn ướt: *all ~* sai bét, làm, láo; *~ to the skin* ướt sạch/đẫm; *~ blanket* người làm mất vui; *~ nurse* u em, vú em, vú nuôi; *"~ Paint"* (COI CHỪNG) SƠN CÒN ƯỚT 3 *v*. làm ướt, thấm nước, dấp nước; [trẻ con, chó] đái vào/lên: *the baby has wetted its bed again* em bé lại đái dầm ra giường rồi

whack 1 *n*. cú đánh mạnh: *to have a ~ at* thử làm 2 *v*. đánh mạnh, vụt mạnh

whale *n*. cá voi: *to have a ~ of a time* vui chơi thoả thích, vui nhộn như điên

wharf *n.* (*pl.* **wharves/wharfs**) bến tàu, cầu tàu

what 1 *adj.* gì? nào?: ~ *time is it?* mấy giờ rồi?; ~ *course are you taking this semester?* khoá này anh học lớp/cua nào?; *I'll give you ~ sugar I have left* còn bao nhiêu đường tôi sẽ đưa cho bạn cả; *she knows ~ dish you like best* bà ấy biết cô thích món gì nhất 2 *pron.* ~ *happened after we left?* chúng tôi về rồi còn chuyện gì xảy ra?; ~ *are you doing?* bạn đang làm gì thế?; ~ *did you say?* bạn nói gì kia?; ~ *else?* còn gì nữa?; ~ *for?* để làm gì?; *so ~?* thế thì đã sao?; ~ *now?* lại chuyện gì nữa đây?; ~ *then?* rồi sau đó còn chi nữa?; *I know ~ you are thinking of* anh biết em đang nghĩ gì; *to know ~'s* biết rõ chuyện gì với chuyện gì 3 *intj.* biết bao! làm sao!: ~ *a handsome boy!* thằng bé mới đẹp trai làm sao!; ~ *a crowd!* Ô! sao mà đông thế! ~ *a pity!* tiếc thật! tiếc quá! 4 *adv.* gì? thế nào: ~ *if?* nếu gì nữa?; ~ *about?* có gì nữa không; ~ *not* gì nữa?; *what's ~?* thế là thế nào?

whatever 1 *adj.* nào, bất cứ cái nào, dù thế nào đi chăng nữa: *is there any hope ~?* Có chút hy vọng nào không?; ~ *profession you choose* bất luận con chọn nghề nào 2 *pron.* bất cứ cái gì, tất cả cái gì mà: *take ~ you like* bạn thích cái gì thì cứ việc lấy; ~ *you do will affect the child's future* bất cứ hành động nào của bạn cũng sẽ ảnh hưởng đến tương lai của đứa trẻ

what's-his-name *n.* cái ông tên gì nhỉ!

whatsoever *adj., adv.* nào, bất cứ cái nào, dù gì: *I didn't buy any book ~* tôi chẳng mua bất cứ một quyển sách nào

wheat *n.* lúa mì, cây lúa mì: ~ *germ* mầm lúa mì

wheedle *v.* dỗ dành, tán tỉnh

wheel 1 *n.* bánh xe, bánh lái, tay lái, sự quay tròn: *steering ~* tay lái ô-tô; *rear ~* bánh sau, *front ~* bánh trước; *the man at the ~* người lái xe; *the ~s of government* guồng máy chính quyền; *he's a big ~* ông ấy làm to/lớn; ~ *of Fortune* bánh xe định mệnh, may máy; *on ~s* trơn tru 2 *v.* lăn, đẩy cho lăn; quay, xoay; [chim] lượn vòng: *to ~ about/around* quay lại; *to ~ a loan* đẩy xe cút kít

wheelbarrow *n.* xe cút kít

wheelbase *n.* khoảng trục bánh xe (bốn bánh)

wheelchair *n.* ghế đẩy, xe lăn

wheeze *n.,v.* sự/thở khò khè, kêu vo vo

whelp *n., v.* (để) chó sói con, hổ con, sư tử con

when 1 *adv.* bao giờ, lúc nào, khi nào, hồi nào: ~ *are you going?* bao giờ anh đi?; ~ *did he leave home?* ông ấy từ nhà ra đi bao giờ?; *I do not remember ~ he left* tôi không nhớ anh ấy đi lúc nào 2 *conj.* khi, lúc, hồi; trong khi mà: ~ *I was a kid I used to be afraid of ghosts* lúc bé tôi hay sợ ma; *the time ~ Daddy was busy typing* lúc bố đang bận đánh máy; *since ~* từ bao giờ 3 *n.* lúc, ngày tháng, thời gian: *the wheres and the ~s* địa điểm và thời gian

whence *adv., conj.* từ đo/đâu; từ đó, do đó mà: ~ *do you come?* bạn từ đâu tới đó?; *let him return to the land ~ he came* ông ấy hãy nên trở lại nơi chốn mà ông ta đã rời bỏ

whenever *adv., conj.* bất cứ lúc nào; mỗi lần/khi: *call me ~ you need me* bất cứ lúc nào anh cần thì cứ gọi nhé!; ~ *it snows I think of you, sweetheart* em yêu, mỗi lần tuyết xuống anh lại nhớ đến em

where 1 *adv.* đâu, ở đâu, đến đâu; từ đâu, nơi mà; chỗ mà, địa điểm mà: ~ *are you?* Bạn ở đâu?; ~ *is she going?* cô ấy (sẽ) đi đâu?; ~ *did you get that story?* bạn nghe chuyện đó ở đâu? 2 *conj.* ở đâu, nơi mà: *the dictionary is ~ you left it yesterday* hôm qua bạn để cuốn từ điển ở đâu thì nó vẫn còn đó chứ đâu! 3 *n.* địa điểm: *I must know the ~s and the whens* tôi cần biết rõ về địa điểm và thời gian [ở đâu và bao giờ] 4 *pron.* nơi mà, đâu, ở đâu: *the house ~ I was born in Hanoi* ngôi nhà tôi sinh ra tại Hà Nội; ~ *is the harm in trying?* cứ thử thì đã có hại gì?; ~ *do you come from?* bạn từ đâu đến?, bạn người nước nào?

whereabouts 1 *n.* chỗ ở, nơi ở: *no clue as to his ~* không có manh mối gì cho biết hiện nay ông ấy ở đâu 2 *adv.* ở đâu, ở chỗ nào (vậy): ~ *did you put it?* bạn để cái đó ở đâu?

whereas *conj.* trong khi mà, còn, chứ còn; xét vì: *some children like soccer ~ others do not* trẻ con có đứa thích bóng đá nhưng lại có đứa không thích; *you came promptly, ~ he did not show up until last week* bạn đến liền, trong khi ông ấy thì mãi tuần trước mới thò mặt ra; ~ *he is the deceased's legal heir* xét vì/rằng ông ấy là người thừa kế hợp pháp của người đã qua đời

whereby *conj.* nhờ đó, bởi đó: *there is no other plan ~ he can be saved* không có kế hoạch nào khác để cứu ông ấy cả

wherefore 1 *adv.* tại/vì sao: ~ *do you laugh?* tại sao bạn cười? 2 *n.* cớ, lý do: *I want to know the whys and the ~s* tôi muốn biết những gì tạo sao và những lý do gì

wherein 1 *adv.* ở chỗ/điểm nào 2 *conj.* ở nơi ấy, ở đó: *the clause ~ we believe* chính nghĩa mà chúng tôi tin tưởng

whereof *adv., conj.* về cái gì, về ai: *he knew ~ he spoke* ông ấy biết mình nói gì

whereon *adv., conj.* trên cái gì, về cái gì; trên (cái) đó, về cái đó: *the foundation ~ he built his theory* cơ sở trên đó ông dựng nên lý thuyết

whereupon *adv., conj.* về cái đó; ngay lúc đó, nhân đó: *a constitution ~ a single party runs the government* một bản hiến pháp theo đó một chính đảng duy nhất chi phối chính phủ; *they got into an argument, ~ my father left the room* họ cãi nhau, ngay lúc đó bố tôi đi ra khỏi phòng

wherever *conj.* bất cứ ở đâu: *~ you settle, let us stay with you* bất cứ bạn định cư ở đâu, xin bạn cho chúng tôi ở với bạn; *stop ~ they sell petrol* dừng lại bất cứ chỗ nào có bán xăng; *sit ~ you wish* muốn ngồi đâu thì ngồi

whet *v.* mài [dao]; gợi: *to ~ the appetite* gợi sự thèm ăn

whether *conj.* dù... hay..; không biết có ... hay không: *~ sick or well, he is always cheerful* dù ốm hay khoẻ, ông ấy lúc nào cũng tươi cười, vui vẻ; *it matters little ~ they go or stay* họ đi hay ở lại thì cũng chẳng quan trọng gì nhiều; *it's not clear ~ he will accept the nomination* người ta không rõ liệu ông ấy có nhận sự đề cử/tiến cử đó không

whetstone *n.* đá mài

whey *n.* nước sữa

which 1 *adj.* nào: *~ university do you prefer?* bạn thích trường đại học nào hơn?; *~ one?* người nào? cái nào?; *be careful ~ way you turn* phải để ý xem rẽ chỗ nào 2 *pron.* người nào, ai, cái gì, cái nào: *~ is the largest number?* con số nào (là con số) lớn nhất?; *I cannot tell ~ is ~* tôi chịu không phân biệt nổi cái nào vào cái nào; *the book ~ you just bought* quyển sách mà anh vừa mua; *part of that ~ was sold at the auction* một phần những đồ đem bán đấu giá; *my oldest brother's house, ~ he was so fond of, was taken away* ông ấy mê cái nhà của anh cả tôi, cái nhà đó bị tịch thu

whichever *adj., pron.* bất cứ (cái/người) nào: *I shall be satisfied ~ side wins* bất luận bên nào được, tôi cũng vừa lòng; *take ~ you wish* bạn muốn lấy cái nào thì lấy

whiff *n.* hơi nhẹ, mùi thoảng, luồng: *we go outside for a fresh ~ of air* chúng ta đi ra ngoài để có không khí trong lành 2 *v.* thổi nhẹ

while 1 *n.* lúc, chốc, lát: *a long ~* một lúc lâu; một thời gian lâu; *a long ~ ago* đã từ lâu; *in a little ~* chốc/lát nữa; *for a ~* một lúc; *all the ~* suốt thời gian đó 2 *conj.* trong khi; còn thì, tuy: *~ the sponsor was speaking he said nothing* trong khi người bảo trợ đang phát biểu ý kiến thì ông ấy không nói gì cả; *~ I like the color of the raincoat, I do not like its cut* tuy tôi thích màu cái mưa này nhưng tôi không thích cái kiểu cắt của nó 3 *v.* để trôi qua, giết thì giờ: *to ~ away* để cho thì giờ trôi qua

whilst *conj.* = **while**

whim *n.* ý chợt có, ý thích chợt nảy ra

whimper 1 *n.* tiếng khóc thút thít; giọng than van, giọng rên rỉ 2 *v.* vừa nói vừa khóc thút thít; than van, rên rỉ

whimsical *adj.* bất thường, hay thay đổi, không chừng, đồng bóng; kỳ cục, kỳ dị

whine *n., v.* (tiếng) rên rỉ, than van, khóc nhai nhải; (tiếng) rền rĩ

whinny 1 *n.* tiếng ngựa hí 2 *v.* [ngựa] hí

whip 1 *n.* roi, roi da; nghị sĩ phụ trách kỷ luật của đảng mình trong Quốc hội: *horse ~* roi ngựa; *~ hand* tay cầm roi, phần hơn 2 *v.* đánh bằng roi, vụt, quất; rút nhanh ra; cởi phắt [áo]; đánh bại, thắng; đánh [kem, trứng]: *to ~ up* nấu nhanh/vội [bữa cơm]; khích lệ; *to ~ away* đánh quất người nào

whiplash *n.* dây buộc đầu roi; sự cố người lái xe bị giật khi ô tô đụng mạnh: *~ injury resulted when his car was struck from behind* ông ấy bị giật cổ khi chiếc xe sau đâm vào xe ông ta

whipper snapper *n.* thằng nhóc con, nhãi con

whipping *n.* trận roi, trận đòn: *~ boy* người làm bung xung; *~ post* cột trói kẻ bị phạt roi

whirl 1 *n.* sự xoay tít; hoạt động quay cuồng; sự chóng mặt 2 *v.* xoay tít, xoáy, quay lộn/ tít; quay cuồng; chóng mặt

whirlpool *n.* xoáy nước

whirlwind *n.* gió cuốn, gió lốc: *sow the wind and reap the ~* gieo gió thì gặt bão

whirlybird *n.* (máy bay) trực thăng, phi cơ trực thăng, máy bay lên thẳng

whisk 1 *n.* cái vẫy nhẹ, cái đập nhẹ; chổ quét bụi; cái đánh trứng/kem: *~ broom* chổi chải quần áo 2 *v.* vẫy; quét; đánh lên; đi lướt nhanh như gió: *to ~ away/off* đem đi nhanh; lấy biến đi

whiskers *n.* tóc mai dài; râu, ria [mèo, chuột]; râu quai nón; những sợi râu

whiskey, whisky *n.* rượu uýt-ky

whisper 1 *n.* tiếng nói thầm; tiếng lá xì xào; tiếng gió xào xạc; lời xì xào, tin đồn 2 *v.* nói thầm, thì thầm nhỏ to; [lá] xì xào; lời xì xào; [gió] xào xạc; bàn tán xì xào, đồn thổi, đồn đại

whispering *n.* tiếng nói thầm, tiếng thầm nhỏ

to; tiếng xì xào, tiếng xào xạc; lời xì xào; **~ gallery** tiếng lao xao trong viện bảo tàng

whistle 1 *n.* cái còi; tiếng còi; sự huýt/thổi còi, sự huýt sáo/gió; tiếng hót, tiếng rít, tiếng réo: *as clean as a ~* rất trong sạch; *a ~ in the dark* không có gì đáng sợ; *to blow the ~* mang ra công khai; *to wet one's ~* nhấp họng; *~ stop* ga xép, tỉnh nhỏ; nơi dừng lại trên đường 2 *v.* huýt/thổi còi; huýt sáo/gió; [chim] hót; [gió] rít; [đạn] réo: *to ~ for* huýt sáo/gió để gọi, đợi mong vô ích

whit *n.* một chút, một tí: *not a ~ of truth* không có tí sự thật nào

white 1 *n.* màu trắng; quần áo trắng; đồ trắng; đồ trắng; tròng trắng mắt; người da trắng: *egg ~* lòng trắng trứng; *to be dressed in ~* mặc đồ trắng 2 *adj.* trắng, bạc, bạch; trắng bệch, tái mét; trong trắng; sạch sẽ, lương thiện: *~ Christmas* mùa Giáng sinh đầy tuyết; *~ coffee* cà phê sữa; *~ hair* tóc bạc; *to turn ~* tái đi; *as ~ as a sheet* xanh như tàu lá; *~ elephant* con bạch tượng; vật cồng kềnh vô dụng; *~ coal* than trắng, sức nước; *~ collar(ed)* thuộc người làm văn phòng, công chức tư chức; *~ cell* huyết cầu trắng, bạch huyết cầu; *to show the ~ flag* tỏ dấu hiệu đầu hàng, trương cờ trắng; *~ goods* hàng bông/vải [khăn trải giường, khăn mặt]; thiết bị, gia cụ lớn [như tủ lạnh, v.v.]; *the ~ House* bạch ốc, bạch cung, toà nhà trắng; *~ lie* nói dối đại (chuyện không quan trọng); *~ meat* thịt trắng như thịt gà, heo; *~ paper* bản tường trình về chính sách của chính phủ; *~ pepper* tiêu trắng; *to bleed someone ~* bòn rút ai không còn gì

whiten *v.* làm trắng; làm bạc; chuội [tơ lụa]; sơn trắng, bôi trắng; trắng ra; trắng bệch ra, tái đi

whitewash 1 *n.* nước vôi quét tường; sự che giấu 2 *v.* quét vôi trắng; che đậy, che giấu [chuyện tai tiếng]

whither *adv., conj.* đâu, đến/tới đâu, về đâu; nơi mà: *~ Vietnam?* Việt Nam sẽ đi về đâu?; *let him go ~ he will* để ông ấy muốn đi đâu thì đi

whittle *v.* vót, gọt, chuốt; đẽo: *to ~ away/ down* làm hao mòn/tiêu hao dần

whiz, whizz *n., v.* (tiếng) vèo, (tiếng) rít

WHO *n., abbr.* (= **World Health Organization**) tổ chức y tế thế giới

who *pron.* ai, người nào, người như thế nào; (cái) (người) mà, (những người) mà: *~ said so?* ai nói thế?; *~ is there?* ai đó?; *~ else?* còn ai khác nữa?; *~'s speaking, please?* thưa ai ở đầu dây đấy ạ? xin (ông/bà/cô) cho biết quý danh; *the teacher ~ spoke is my best friend* cái ông/cô giáo vừa phát

biểu ý kiến là bạn thân nhất của tôi; *~ is not for us is against us* ai mà không ủng hộ chúng ta tức là chống lại chúng ta; *as to ~ should say* như người đã nói; *~ does what?* ai làm gì?

whodunit *n.* truyện trinh thám, phim trinh thám.

whoever *pron.* bất cứ ai, bất cứ người nào: *~ wants the umbrella may have it* bất cứ ai muốn cái dù đó cũng có thể giữ luôn được; *~ you are* bất luận ông là ai; *~ else goes hungry, he won't* ai đói thì cứ đói, chứ ông ấy thì chẳng chịu đói đâu

whole 1 *n.* tất cả, toàn bộ, toàn thể, tổng thể, chỉnh thể: *as a ~* xét toàn bộ, nói chung; *on the ~* tổng cộng, nói tổng quát; *the ~ of the population* tổng thể dân số 2 *adj.* đầy đủ, trọn vẹn, nguyên vẹn: *the ~ country* cả nước, toàn quốc; *the ~ class* cả lớp; *the ~ watermelon* cả quả dưa hấu; *a ~ set of dishes* nguyên cả bộ bát đĩa; *he got out of a fight with a ~ skin* hắn được bình an vô sự sau trận ẩu đả; *~ number* số nguyên; số tuổi đời [của tạp chí, tạp san]; *~-life insurance* bảo hiểm nhân thọ

wholehearted *adj.* một lòng một dạ, tận tâm/ tình

wholemeal *n.* lúa mì nguyên chất: *~ bread* bánh mì có nguyên chất lúa mì

wholesale 1 *n.* sự bán buôn/sỉ: *to sell by ~* bán buôn, bán sĩ 2 *adj., adv.* buôn, sỉ, mớ; hàng đống/mở, hàng loạt, đại quy mô: *~ price* giá bán buôn; *~ trade* sự bán buôn; *a ~ massacre* tự tàn sát hàng loạt 3 *v.* bán buôn

wholesome *adj.* lành, không độc; khoẻ mạnh; khoẻ mạnh; lành mạnh, bổ ích

wholly *adv.* hoàn toàn, một trăm phần trăm: *I don't ~ agree* tôi không hoàn toàn đồng ý

whom *pron.* ai, người nào, những ai, những người; (những) người mà: *~ do you like best?* bạn ưa ai nhất?; *of ~ are you thinking?* bạn đang nghĩ đến ai đấy?; *the carpenter ~ you saw* bác thợ mộc mà bạn thấy; *the two poets ~ he quoted* hai nhà thơ mà anh ta trích dẫn

whoop *n., v.* (tiếng) kêu/la lớn; (tiếng) ho rũ

whooping cough *n.* chứng ho gà

whopper *n.* cái gì thật to lớn; chuyện láo

whore *n., v.* (làm) đĩ, gái điếm, con nhà thổ

whose *pron.* của ai; của người mà: *~ book is this?* đây là sách của ai? sách của ai đây?; *the girl ~ painting got the prize is the youngest in the class* cô mà có bức tranh được giải thưởng là học sinh trẻ nhất trong lớp

whosoever *pron.* bất cứ ai

who's who *n.* danh sách những người nổi tiếng

why 1 *n.* (*pl.* **whys**) lý do tại sao **2** *adv.* tại sao, vì sao: **~ did you do it?** tại sao bạn lại làm thế?; *that is ~ he had to raise the question* vì thế nên ông ấy đã phải nêu câu hỏi ấy lên; *that is the reason ~ he failed* đó là lý do khiến cho ông ấy thất bại; *~ not?* tại sao lại không? (thôi, cứ làm đi) **3** *intj.* sao! thế nào!: **~, yes!** có chứ!; *~, certainly! I'll be delighted* chắc chứ,tôi sẽ rất vui thích mà nhận lời mời

wick *n.* bắc đèn

wicked *adj.* ác, hung ác, hung dữ; xấu, hư, tệ

wicker *n.* liễu gai: *~ basket* thúng đan bằng liễu

wickerwork *n.* đồ đan bằng liễu gai

wide 1 *adj.* rộng, rộng lớn; mở to/rộng; uyên thâm, uyên bác: *nine meters ~* rộng 9 mét **2** *adv.* rộng, rộng khắp, rộng rãi: *pen ~!* há (miệng) to ra; *~ awake* tỉnh hẳn, tỉnh như sáo;tỉnh táo; *~ open* mở toang, mở rộng; trống, trống trải

widen *v.* mở rộng, nới rộng; rộng ra; làm lan rộng

widespread *adj.* dang ra; lan rộng, lan tràn

widow 1 *n.* đàn bà goá, quả phụ: *grass ~* người quả phụ tiếc thương sâu đậm; *~'s peak* tóc mọc hình chữ V ở trán **2** *v.* bị goá chồng: *to be ~ed* bị goá chồng

widower *n.* người goá vợ

width *n.* bề/chiều rộng, bề/chiều ngang, khổ vải

wield *v.* nắm và sử dụng [đồ dùng, quyền hành]: *to ~ power* sử dụng quyền lực

wiener *n.* xúc xích (dùng cho món hot dog)

wife *n.* (*pl.* **wives**) vợ

wig *n.* bộ tóc giả

wiggle *n., v.* (sự) ngọ nguậy

wigwam *n.* lều người da đỏ

wild 1 *n.* vùng hoang vu, hoang địa: *the ~s* vùng hoang vu; *~ West* xứ viễn Tây hoang dã **2** *adj.* hoang, dại; rừng; chưa thuần; man rợ; dữ dội, bão táp, điên cuồng, điên loạn, cuồng nhiệt; ngông cuồng, rồ dại; phóng túng, phóng đãng; bừa bãi: *~ animal/beast* dã thú; *~ passion* tình yêu cuồng loạn; *~ schemes* những mưu đồ rồ dại; *a ~ way of life* lối sống phóng đãng bừa bãi; *a ~ flower* một bông hoa rừng/dại; *~ goose* ngỗng trời; *to go on a ~ goose chase* theo đuổi chuyện viển vông; *to sow one's ~ oats* chơi bời trác táng **3** *adv.* vu vơ, bừa bãi: *to talk ~* nói lung tung

wildcat *n.* mèo rừng: *~ strike* cuộc đình công tự phát [không chính thức]

wilderness *n.* chốn hoang vu, miền hoang dã

wildfire *n.* đám cháy lan nhanh: *to spread like ~* [tin] lan truyền thật nhanh

wildlife *n.* chim muông ở rừng, mãnh thú dã cầm

wile 1 *n.* mưu mẹo/kế/chước, gian kế **2** *v.* lừa, dụ

will 1 *n.* ý định, ý chí, lòng, chí, sự quyết tâm; ý muốn, nguyện vọng; di chúc, di mệnh, chúc thư, di ngôn: *free ~* tự do ý chí; *where there's a ~ there's a way* có chí thì nên; *at ~* theo ý mình, tuỳ ý; *good~* thiện ý/chí; *ill ~* ác ý; *of one's own (free) ~* do ý muốn của chính mình (chứ không phải tại ai ép buộc); *he did it against his ~* ông ấy làm việc đó trái với ý mình [= một cách miễn cưỡng] **2** *v.* muốn; [trời] định; để lại bằng di chúc: *do as you ~* bạn cứ làm việc theo ý muốn **3** *aux. v.* [**would**] sẽ, nhất định sẽ; lúc đó sẽ; tất nhiên, hẳn là: *he ~ arrive early* ông ấy sẽ đến sớm; *every day after breakfast, I ~ go out for a walk* thường thường hôm nào cũng vậy cứ ăn sáng xong là tôi đi bộ một vòng; *I won't do that again* tôi (xin hứa) sẽ không làm như thế nữa; *~ you show me the way, please* bạn làm ơn chỉ đường cho tôi, bạn chỉ đường cho tôi nhé!

willful *adj.* cố ý, chủ tâm; bướng bỉnh, ngoan cố

willing *adj., n.* (sự) sẵn lòng, sẵn sàng, muốn vui lòng: *~ to help others* giúp đỡ kẻ khác; *to be ~ to do* muốn làm gì

willingness *n.* sự sẵn lòng, sự sốt sắng

will-o'-the-wisp *n.* ma trơi

willow *n.* cây liễu: *weeping ~* lệ liễu

wilt *v.* làm héo, tàn úa; tàn tạ, hao mòn

wily *adj.* cáo, lắm mưu, đa mưu túc kế, quỷ quyệt

wimp *n.* hệ thống máy vi tính; người không ảnh hưởng gì

win 1 *n.* sự thắng cuộc, sự được: *the soccer team has had three ~s this year* đội bóng đá đã thắng ba trận trong năm nay; *~-~ position* không ai thắng cuộc, đã được hoà giải **2** *v.* [**won**] thắng, thắng cuộc, thắng trận; chiếm, đoạt [giải]: *to ~ back* lấy lại, chiếm lại, giành lại; *to ~ over* thu phục, lôi kéo; *to ~ out* thắng; *to ~ one's spur* đạt được danh vọng; *to ~ the day* chiến thắng; *you can't ~ all* không cách gì thắng được

wince *n., v.* (sự) rụt lại [vì đau/sợ]: *without a ~* không nhăn, thản nhiên như không

winch *n.* cái tời, cái tay quay, ma-ni-ven

wind 1 *n.* gió; tin phong thanh; hơi thở: *north ~* gió bắc; *south ~* gió nam/nồm; *the deer got ~ of the hunter and ran off* con nai ngửi thấy hơi nhà đi săn và nhảy chạy đi mất; *the runner lost his* ~ người chạy bị hết hơi; *he got* ~ *of a plot for a coup* ông ấy nghe phong thanh có âm mưu đảo chính; ~ *instrument* nhạc khí thổi; *to break* ~ đánh rắm; *to put the* ~ *up* làm cho ai sợ, làm tăng sự căng thẳng; *to take the* ~ *out of someone's sails* nói/làm chặn trước ai; ~ *and weather* sự phơi bày ảnh hưởng của sự việc; ~ *rose* bảng chỉ chiều gió; ~ *sock* cờ chỉ hướng gió ở sân bay   2 *v.* đánh hơi; làm mệt đứt hơi

wind *n., v.* [**wound**] cuộn, quấn, cuộn tròn lạ; lên dây [đồng hồ], làm xong, giải quyết, thanh toán; uốn khúc, quanh co, uốn lượn: *to* ~ *up wool into a ball* cuộn len lại thành cuộn; *to* ~ *oneself into someone's affection* khéo léo được lòng ai; *to* ~ *someone around one's finger* xỏ dây mũi ai, điều khiển người nào; *to* ~ *up* lên dây đồng hồ, cột chặt lại

windbag *n.* người ba hoa.

windbreak *n.* hàng cây chắn gió, tường chắn gió

windfall *n.* quả rụng, của trời cho

winding   1 *n.* khúc lượn, khúc quanh; sự lên dây đồng hồ   2 *tt.* uốn khúc, quanh co; xoắn ốc

windlass *n.* cái tời, cái trục

windmill *n.* cối xay gió, máy xay gió

window *n.* cửa sổ; ghi xê; cửa kính [ô-tô, xe lửa]: ~ *dressing* nghệ thuật bày tủ kính; bề ngoài giả dối; ~ *box* chậu cây ngoài cửa sổ; ~ *envelope* phong bì có cửa sổ; ~ *frame* khung cửa sổ; ~ *glass* kính cửa sổ; ~ *pane* ô kính cửa sổ; *rear* ~ kính chiếu hậu; ~ *screen* lưới cửa sổ; ~ *sill* khung cửa sổ; ~ *shopping* đi dạo phố xem chơi

window-shop *v.* dán mắt/mũi xem tủ kính (chứ không mua)

windpipe *n.* khí quản

windshield *n.* kính chắn gió (ô tô): ~ *wiper* cái gạt nước mưa; ~ *washer* bộ phận rửa kính chắn gió

windsurfing *n.* môn thể thao lướt sóng

windy *adj.* có (nhiều) gió, lộng gió; nói nhiều, dài dòng văn tự

wine   1 *n.* rượu vang/chát, rượu nho: *red* ~ vang đỏ; *rice* ~ rượu ta, ba xi đế; *white* ~ vang trắng; ~ *cellar* hầm rượu; ~ *press* máy ép nho   2 *v.* đãi rượu, uống rượu: *to* ~ *and dine* thết đãi ăn uống (lu bù)

wing   1 *n.* cánh chim, sâu bọ, máy bay; cánh, cháy nhà; cánh quân, máy; phi đội: ~*s* cánh gà sân khấu; *to take* ~ cất cánh bay; *on the* ~ đang bay; *in the* ~*s* trong hậu trường; *the left* ~ cánh/phe tả; *the west* ~ *of a building* cánh phía tây của toà nhà; *to*

spread one's ~*s* tăng cường quyền hành; *to take under one's* ~*s* đối xử như người được bảo vệ; *waiting in the* ~*s* chờ sẵn sàng   2 *v.* thêm cánh, chắp cánh, bắn trúng cánh (tay): *to* ~ *one's way* bay đi

wink   1 *n.* (sự) nháy mắt, khoảnh khắc: *in a* ~ trong nháy mắt; *I didn't sleep a* ~ tôi không chợp mắt được tí nào   2 *v.* nháy mắt (ra hiệu); nhắm mắt làm ngơ: *to* ~ *at someone* nháy mắt ra hiệu cho người nào

winner *n.* người thắng; người được cuộc/giải

winning   1 *n.* sự thắng; ~*s* tiền được bạc/cuộc   2 *adj.* được cuộc, thắng cuộc; hấp dẫn, quyến rũ: *a* ~ *horse* con ngựa thắng cuộc; *a* ~ *smile* nụ cười quyến rũ; ~ *post* cột đích

winnow *v.* sảy, quạt, sàng [thóc]; sàng lọc, phân biệt: *to* ~ *falsehood from truth* phân biệt hư thật

winsome *adj.* quyến rũ, lôi cuốn, hấp dẫn

winter   1 *n.* mùa đông, mùa rét/lạnh, sắp tuổi già: *in* ~ vào mùa đông; *to stand on* ~*'s verge* sắp về già; ~ *sports* môn thể thao mùa đông   2 *v.* tránh rét, trú đông: *to* ~ *in the tropical countries* tránh rét ở các xứ nhiệt đới

winterize *v.* chuẩn bị [lương thực, ô-tô] cho mùa đông

wintry *adj.* về mùa đông, như/thuộc tiết đông, lạnh giá

wipe   1 *n.* sự lau, sự chùi   2 *v.* lau, chùi: *to* ~ *away* lau (sạch) đi, tẩy; *to* ~ *clean the slate* huỷ bỏ tội phạm trong quá khứ; *to* ~ *off* lau đi, lau sạch, xoá sạch; *to* ~ *out* lau đi/sạch, tiêu diệt, triệt hạ

wiper *n.* giẻ/khăn lau, cái gạt nước mưa

wire   1 *n.* dây [bằng kim loại]; điện tín, điện báo, điện văn, bức điện, dây thép: *steel* ~ dây thép; *copper* ~ dây đồng; *barbed* ~ dây thép/kẽm gai; *telephone* ~ dây điện thoại; *reply by* ~ xin trả lời bằng điện báo; *hold the* ~, *please* xin ông giữ máy (điện thoại); *to get one's* ~*s crossed* trở thành hiểu lầm; *to pull the* ~*s* giật dây; ~ *cutter* kìm cắt dây thép; ~ *gauge* máy đo dây; ~*tapping* việc ghi âm điện thoại   2 *v.* buộc bằng dây sắt; đánh/gởi điện; bắt điện, mắc dây điện: *to* ~ *a house for electricity* mắc dây điện cho một ngôi nhà; *to* ~ *in* rán hết sức; *to* ~ *off* rào dây kẽm để bảo vệ

wireless   1 *n.* ra-đi-ô, máy vô tuyến: *to send a message by* ~ gởi thư qua máy vô tuyến   2 *adj.* không dây, ra-đi-ô, vô tuyến: ~ *set* máy thu thanh, radiô, đài; ~ *telegraphy* vô tuyến điện báo

wirephoto *n.* ảnh truyền bằng điện báo

wiretap *n., v.* (sự) nghe trộm dây nói

wiry *adj.* [tóc] cứng, rễ tre; gầy nhưng gân

wisdom *n.* sự không ngoan, trí tuệ; kiến thức: ~ *tooth* răng khôn; *a great man spoke words of great* ~ người thông thái nói những lời khôn ngoan

wise 1 *n.* cách, lối: *in no* ~ không có cách nào 2 *adj.* khôn, khôn ngoan; từng trải, lịch duyệt, có kinh nghiệm; láu, ma lanh: *to be* ~ *to* thấy rõ thủ đoạn của; ~ *guy* tay láu lỉnh ma lanh; *to look* ~ có vẻ thông thạo; *to get* ~ trở nên thông thái; *to put a person* ~ *(to)* cho ai biết việc gì; *without anyone getting the* ~*r* không bị phát hiện 3 *v.* tỉnh ngộ, khôn ra, bạo dạn: *to* ~ *up* khôn ra, không hơn trước, tỉnh ngộ

wisecrack *n.* lời châm biếm dí dỏm

wish 1 *n.* điều mong ước, điều ao ước; ước muốn, lệnh: ~*es* lời chúc mừng/chúc tụng; *to make a* ~ cầu ước một điều gì; *best* ~*es* xin gửi lời chào thân mến; *our best* ~*es* những lời chúc mừng tốt đẹp nhất của chúng tôi; *last* ~*es* lời trối trăn; *the* ~ *is father to the thought* tin điều gì thật 2 *v.* muốn, mong, hy vọng; chúc; ước ao: *when do you* ~ *to start?* ông muốn bao giờ bắt đầu làm?; *I* ~ *to see the manager* tôi muốn gặp ông quản lý; *we* ~ *you lots of happiness* chúng tôi xin chúc bạn thật nhiều hạnh phúc; *I* ~ *I had money* ước gì tôi có tiền; *I* ~ *I were taller* ước gì tôi cao hơn!

wishful *adj.* ao ước, thèm muốn: ~ *thinking* chuyện ước mơ/lạc quan quá đáng

wishy-washy *adj.* nhạt, loãng

wisp *n.* nắm [tóc]; mớ [rơm, cỏ]; làn [khói]: *a* ~ *of hair* nắm tóc; *a* ~ *of smoke* làn khói

wistful *adj.* thèm muốn, khao khát; đăm chiêu

wit *n.* trí, trí thông minh, trí khôn, trí tuệ; tài trí; người dí dỏm, người hóm hỉnh, người lanh trí: *she was at her* ~*'s end* cô ta bị đuối/hết lý; *to keep one's* ~ *about one* cho biết về tin tức tình báo; *he lives by his* ~*s* hắn có tài xoay xở để sống

witch *n.* mụ phù thủy; mụ già xấu xí: ~ *doctor* phù thuỷ lang băm, thầy mo; ~*hunt* việc truy tầm phù thuỷ; *the* ~*ing hour* nửa đêm

witchcraft *n.* phép phù thuỷ, ma thuật, vu thuật

with *prep.* với, cùng, cùng với; trong số; có, mang theo, kèm theo; bằng; dùng, cho thấy; thêm vào; về phần; đối với; vì; theo (tỉ lệ); tách ra; chống lại: *come* ~ *me* hãy đi với tôi; *to mix* ~ *the crowd* trà trộn vào đám đông; *a boy* ~ *brains* một cậu bé có óc thông minh; *the man* ~ *a mustache* cái ông để râu mép; *a telegram* ~ *good news* một bức điện báo tin mừng; *to cut beef* ~ *a sharp knife* cắt thịt bò bằng một con dao

sắc; *to work* ~ *care* làm việc cẩn thận; *he doesn't want sugar* ~ *his coffee* ông ấy không muốn cho đường vào cà phê; *we're very pleased* ~ *your son* chúng tôi rất hài lòng về cháu trai của ông bà; *to shake* ~ *cold* run lên vì lạnh, lạnh run lên; *I left the lemongrass* ~ *my neighbor* tôi để cây sả cho bà láng giềng coi hộ; *the army's power increased* ~ *the number of soldiers* quân đội càng đông thì quyền hành càng tăng; *it was hard for the child to part* ~ *that toy car* khổ tâm lắm mới chịu cho cái ô-tô (con) ấy đi; *the English fought* ~ *the Germans* người Anh đánh nhau với người Đức; ~ *open arms* mở rộng vòng tay đón rước; ~ *these words* nói đoạn; ~ *all her merits I still do not like her* mặc dầu tất cả những ưu điểm đó, tôi vẫn không thích cô ta

withdraw *v.* [**withdrew; withdrawn**] rụt, rút về, rút lại, rút khỏi; rút lui, triệt thoái; huỷ bỏ, thu hồi; rút quân; rút lui/ra: *to* ~ *money from the bank* rút tiền từ ngân hàng ra

withdrawal *n.* sự rút [tiền, binh, đơn]; sự rút lui; sự triệt thoái; sự huỷ bỏ/thu hồi

withdrawn quá khứ của **withdraw**

wither *v.* (làm) héo, tàn úa; héo mòn, tàn tạ: *no one wants to* ~ *flowers in the garden* không ai muốn làm héo những bông hoa trong vườn

withheld quá khứ của **withhold**

withhold *v.* [**withheld**] trừ, khấu trừ, giữ lại [tiền, thuế]; từ chối (không cho/giúp); che giấu

within 1 *prep.* ở trong, trong, bên trong, nội trong; trong vòng, trong khoảng, trong phạm vi: ~ *that house* nội trong cái nhà ấy; ~ *two weeks* chỉ nội trong vòng hai tuần; ~ *two kilometers of their house* cách nhà họ không quá hai cây số; ~ *one's grasp* hiểu biết ai; ~ *reach* với được, vừa tầm tay; ~ *one's power* trong phạm vi quyền hạn của người nào 2 *adv.* ở trong; trong thâm tâm

without 1 *prep.* không có; ở bên ngoài: ~ *a home* không nhà, không nơi trú ngụ; ~ *the citadel* bên ngoài thành; *to do* ~ *a sweater* không cần mặc áo len; *he left* ~ *seeing his uncle* ông ấy ra đi không chào ông chú 2 *adv.* ở ngoài, ở bên ngoài: *from* ~ từ bên ngoài, từ ngoài vào; *to stay* ~ ở ngoài

withstand *v.* [**withstood**] chống lại, chống cự, đề kháng; chịu đựng

withstood quá khứ của **withstand**

witness 1 *n.* người (làm) chứng, nhân chứng, chứng nhân; người được chứng kiến; bằng chứng, chứng nhận, chứng cớ: *to bear* ~ *to* làm chứng cho; *eye-*~ người được chứng kiến; ~ *stand* ghế nhân chứng 2 *v.* chứng kiến; nói lên, chứng tỏ, để lộ ra; ký chứng nhận, chứng thực, nhận thức, thị thực: *to ~ an accident* chứng kiến tai nạn xảy ra

witty *adj.* dí dỏm, tế nhị, cơ trí

wives số nhiều của **wife**

wizard *n.* thầy phù thủy, thuật sĩ; người tài giỏi

wizened *adj.* khô xác nhăn nheo

wobble *v., n.* (sự)lung lay; lắc lư; lảo đảo, loạng choạng; lưỡng lự, do dự, [giọng] run run

woe *n.* sự đau khổ/đau buồn/bi thống/thống khổ; tai hoạ, tai ương, tai ách

woeful *adj.* buồn rầu, đau khổ; bi ai: *a ~ event* một biến cố đáng buồn

woke quá khứ của **wake**

wolf **1** *n.* (*pl.* **wolves**) chó sói; đồ lang sói, quân sài lang; người hung tàn; người hay chim gái: *a ~ in sheep's clothing* con chó sói đội lốt cừu, người khẩu Phật tâm xà; *a lone ~* người thích hành động một mình; *to keep the ~ from the door* làm ngơ người đói khổ; *to throw someone to the wolves* hy sinh không chút hối hận **2** *v.* ngốn, ăn ngấu ăn nghiến: *to ~ down one's food when hungry* ăn ngấu nghiến khi đói

wolfram *n.* hoá chất von-fam, fungsten

wolves số nhiều của **wolf**

woman *n.* (*pl.* **women**) đàn bà, phụ nữ: *~ doctor* nữ bác sĩ; *~ laborer* nữ công nhân; *~ preacher* nữ mục sư; *married ~* phụ nữ có chồng; *~ of the street* gái điếm đứng đường

womanhood *n.* tính chất phụ nữ, nữ tính; tư cách/địa vị phụ nữ; giới đàn bà, giới nữ lưu, nữ giới

womanize *v.* làm cho yếu đuối như đàn bà, hay đi chơi gái

womankind *n.* giới đàn bà, giới phụ nữ, nữ giới

womanly *adj.* thuộc/của đàn bà; nhu mì, thuỳ mị

womb *n.* dạ con, tử cung

women số nhiều của **woman**: *~'s liberation* sự giải phóng phụ nữ; *~'s rights* quyền phụ nữ, nữ quyền; "*~*" PHÒNG VỆ SINH/TẮM NỮ

won quá khứ của **win**

wonder **1** *n.* vật kỳ diệu, điều kỳ lạ, kỳ quan/công; sự ngạc nhiên/kinh ngạc: *to work ~s* kiến hiệu lạ thường; thành công rực rỡ; *no ~!* thảo nào; *the Seven ~s of the world* bảy kỳ quan thế giới; *~s will never cease* bày tỏ ngạc nhiên **2** *v.* lấy làm lạ,ngạc nhiên; tự hỏi, muốn biết: *I ~ what time it is* tôi không biết bây giờ mấy giờ rồi; *I ~ whether we can trust them* tôi tự hỏi chúng ta có thể tin họ hay không

wonderful *adj.* kỳ lạ, phi thường, kỳ diệu,

thần kỳ; hay lắm, tuyệt diệu: *have a ~ trip* chúc một chuyến đi tuyệt vời

wonderland *n.* thế giới thần tiên/thần kỳ, tiên giới, tiên cảnh

wondrous *adj.* = **wonderful**

wont *adj., n., v.* (có thói) quen: *~ to wait until the last minute* quen đợi với phút cuối cùng; *to be ~ to do something* có thói quen làm việc gì

won't = **will not**

woo *v.* chim, tán, ve, cua [gái]; dạm hỏi, cầu hôn; theo đuổi, truy cầu

wood *n.* gỗ; củi, rừng: *fire~* củi; *~s* rừng; *made of ~* làm bằng gỗ; *to fetch ~* đi kiếm củi; *to take to the ~s* chạy trốn (vào rừng); *~ carving* tượng gỗ; *not to see the ~ for the trees* thấy cây mà không thấy rừng, chỉ thấy hiện tượng mà không thấy thực chất; *out of the ~* qua khỏi khó khăn

woodcut *n.* tranh/bản khắc gỗ, mộc bản

wooded *adj.* có nhiều cây cối, có rừng

wooden *adj.* bằng gỗ; cứng đờ, cứng nhắc: *~ head* người ngu độn; *~ horse* con ngựa gỗ (thành Trojan)

woodland *n.* đất rừng, miền/khu rừng, vùng rừng

woodpecker *n.* chim gõ mõ, chim gõ kiến

woodprint *n.* bản khắc gỗ, mộc bản

woodsman *n.* người đẵn gỗ, tiều phu

woodwind *n.* kèn sáo bằng gỗ

woodwork *n.* đồ gỗ,đồ mộc; nghề mộc

woody *adj.* nhiều cây cối; có rừng; như chất gỗ

wool *n.* lông cừu, lông chiên; len, đồ/hàng len: *to pull the ~ over someone's eyes* đánh lừa người nào; *~-gathering* đãng trí

woolen, woollen *adj.* bằng len: *~ materials* đồ len, hàng len

word **1** *n.* tiếng, từ; lời, lời nói; tin tức, âm tín; lời hứa hẹn; lệnh, khẩu hiệu; sự cải nhau: *don't translate ~ for ~* xin đừng dịch từng chữ/từ; *~-deaf* trí óc không còn phân biệt lời nói; *~ game* trò chơi ô chữ; *the ~s of a song* lời của một bản nhạc; *please say a few ~s* xin ông nói vài lời; *the spoken ~* lời nói; *in other ~s* nói khác đi; *as good as one's ~* giữ lời hứa; *by ~ of mouth* bằng lời nói, truyền miệng/khẩu; *please leave ~ that he has to pay his rent this week* xin bạn nhắn hộ là ông ấy phải trả tiền nhà nội tuần này; *she broke her ~* cô ấy không giữ lời hứa; *to have a ~ with someone* có một điều muốn nói với ai; *to have ~s with someone* cãi vã, to tiếng với ai; *in a/one ~* nói tóm lại; *to put in a good ~ for him* gửi gấm cho anh ấy, nói hộ anh ấy; *not a ~ for* không nói lên được; *to take someone's ~*

for it tin lời người nào không cần tra vấn; ~ *of honor* lời danh dự 2 *v.* nói ra, viết ra, diễn tả: *to ~ something diplomatically* nói một cách khéo léo; *to ~ an idea* bày tỏ ý kiến

wording *n.* cách viết, cách dùng chữ/từ, lời văn: *could you check the ~ of my letter* bạn làm ơn xem lại cách dùng chữ trong lá thư của tôi

wordless *adj.* không nói được, lặng đi, không nói nên lời

wordy *adj.* dài dòng văn tự, dài dòng, không gọn

wore quá khứ của **wear**

work 1 *n.* việc, việc làm, công việc, công tác, công trình; đồ làm ra, sản phẩm, tác phẩm: *a ~ of prose* một tác phẩm văn xuôi; *at ~* đi làm (chứ không có nhà), đang làm việc; *out of ~* mất việc, thất nghiệp; *"Man At ~!"* COI CHỪNG, CÓ NGƯỜI LÀM!; *public ~s* công chính, sở lục lộ; *iron ~s* xưởng sắt, xưởng đúc gang; *irrigation ~s* công trình thuỷ lợi; *the ~s of this clock* máy chiếc đồng hồ này; ~ *experience* chương trình làm việc để có kinh nghiệm; *to give someone the ~s* trao cho ai mọi việc; xử sự bất nhẫn với ai; ~ *of art* tác phẩm nghệ thuật; ~ *study* hệ thống phương pháp đánh giá; ~ *station* nơi làm việc có dụng cụ máy móc 2 *v.* [**worked**] làm, làm việc, lao động; hoạt động; tác động; chạy, tiến hành, tiến triển; làm cho chạy, chuyển vận; thi hành, thực hiện; làm, rèn, nhào, nặng, vẽ; khai thác mỏ: *to ~ hard* làm việc chăm chỉ; *to ~ too hard* làm việc quá sức; *to ~ one's fingers to the bones* làm việc rất cần mẫn; *to ~ one's way up* nổi nóng, nổi giận; *to ~ wonders* thành công vượt bậc; *this elevator does not ~* cái thang máy này không chạy; *your plan will not ~* kế hoạch của bạn sẽ không thành; *that screw has ~ed loose* cái vít đó bị lỏng ra rồi, *to work out* thảo, vạch ra [kế hoạch]; thực hiện, thi hành; giải [bài toán]; *I'm glad things ~ed out so well for you* tôi rất mừng là mọi việc của bạn tiến triển tốt đẹp như thế; *to ~ up* gây nên/ra, gieo rắc, dẫn khởi; lên dần, tiến dần; tạo dựng dần dần; khích động; khiêu khích; ~ *to rule* theo luật lao động để tránh tai nạn

workable *adj.* có thể làm được, có thể thực hiện được; dễ dùng

workalcholic *n.* người say mê làm việc

worker *n.* thợ, công nhân; người làm việc, người lao động; ong/kiến thợ: *social ~* nhân viên công tác xã hội; *research ~* nhà khảo cứu; *a model ~* một công nhân gương mẫu

working 1 *n.* sự làm việc; hoạt động; sự chuyển vận; tác dụng, công dụng 2 *adj.* thuộc/của công nhân; chạy, hoạt động; chấp nhận được: *the ~ class* giai cấp công nhân; *the ~ people* nhân dân lao động; ~ *clothes* quần áo đi làm; ~ *hours* giờ làm việc; ~ *capital* vốn luân chuyển/luân lưu; ~ *day* ngày làm việc; ~ *knowledge* kiến thức để làm việc

workman *n.* công nhân

workmanship *n.* tay nghề, sự khéo léo, tài nghệ

workout *n.* buổi luyện tập của lực sĩ

workshop *n., v.* xưởng; hội thảo

world *n.* quả đất, địa cầu, hoàn cầu; thế giới; cả thế giới, tất cả mọi người; thế gian, xã hội, thế sự, thế cố: *to go around the ~* đi vòng quanh thế giới; *the whole ~* toàn thế giới; *throughout the ~* trên khắp thế giới/ hoàn cầu; *the third ~* thế giới thứ ba, đệ tam thế giới; *the ~ of art* giới nghệ thuật; *the animal ~* giới động vật; *the whole ~ knew it* thiên hạ đều biết hết; *a man of the ~* một người lịch duyệt; *a ~ of money* nhiều tiền lắm, vô số là tiền; ~ *war* chiến tranh thế giới, thế chiến, đại chiến; ~*'s fair* hội chợ quốc tế; ~ *Bank* ngân hàng thế giới; ~ *Cup* giải túc cầu thế giới; ~ *class* hàng đầu thế giới; ~ *language* ngôn ngữ thế giới; ~ *power* quyền lực thế giới; ~ *view* quan điểm thế giới; ~ *without end* mãi mãi

worldly *adj.* hiện thế, thế tục, trần tục, vật chất

worldwide *adj.* rộng khắp, khắp thế giới, lan tràn khắp mọi nơi

worm 1 *n.* con giun, con sâu/trùng; đường ren 2 *v.* bắt sâu, trừ sâu; moi [tiền, bí mật]; chui, luồn, lẫn, lến

worn (quá khứ của **wear**) đã mặc; mòn, hư; mệt mỏi: *he has ~ that suit for nine years* ông ấy mặc bộ đồ đó chín năm rồi

worn out *adj.* mòn hẳn, mòn vẹt; mệt lả, đứt hơi

worry 1 *n.* sự lo lắng/phiền não; sự làm phiền; [chó] sự nhay: *full of worries* có nhiều chuyện lo nghĩ; ~ *beads* chuỗi hạt lần tay làm giảm lo lắng; *a ~-wart* người hay lo lắng 2 *v.* lo, lo nghĩ, lo ngại, lo lắng; làm phiền, làm khó chịu, quấy rầy; [chó] nhay: *don't ~ too much, mom* đừng lo quá, mẹ ạ; *he is ~ing about losing his job* ông ấy đang lo mất việc; *to ~ along* vẫn tiếp tục mặc dầu gặp khó khăn; *to ~ out* lo giải quyết vấn đề

worse 1 *n.* cái xấu hơn, cái tệ/tồi hơn: *to go from bad to ~* càng ngày càng xấu/tệ hơn; *none the ~* không có ảnh hưởng gì 2 *adj.* xấu hơn, tồi/dở/tệ hơn; nguy hiểm hơn; ốm nặng hơn: *to get ~* tồi hơn, dở hơn, đau/ốm nặng hơn; *~ and ~* càng ngày càng tệ; *to make matters ~* và khổ hơn nữa **3** *adv.* xấu hơn, kém hơn: *it's raining ~ than ever* bây giờ còn mưa to hơn nữa ấy

worsen *v.* (làm cho) xấu hơn, tồi hơn, tệ hơn

worship 1 *n.* sợ thờ cúng, sự sùng bái/tôn sùng: *freedom of ~* sự tự do thờ phượng; *ancestor ~* sự thờ cúng tổ tiên; *a place/house of ~* nơi thờ cúng, đền thờ, nhà thờ **2** *v.* thờ, thờ cúng, thờ phụng, cúng bái; tôn kính, tôn thờ, tôn sùng, suy tôn; đi lễ, lễ bái

worst 1 *adj.* xấu nhất, tệ nhất, tồi nhất, dở nhất; nguy hiểm nhất, nặng nhất, tệ hại nhất: *the ~ fault* sai lầm nghiêm trọng nhất; *the ~-looking girl* cô gái xấu nhất **2** *adv.* xấu nhất, tệ nhất **3** *n.* cái xấu nhất, cái tồi nhất: *to prepare for the ~* sẵn sàng đợi chuyện không may nhất; *if ~ comes to ~, we still have some money in reserve* trong trường hợp rủi ro nhất chúng ta vẫn còn chút ít tiền để dành; *to get the ~ of* thất bại, thua

worsted *n.* vải len xe

worth 1 *n.* giá, giá cả; giá trị: *a discovery of great ~* một sự phát hiện có giá trị lớn; *a dollar's ~ of candy* một đôla kẹo **2** *adj.* đáng, bõ công; đáng giá; có (tài sản đáng giá): *this book is ~ reading* cuốn sách này đáng được đọc; *not ~ a piaster* không đáng một đồng; *he is ~ millions* ông ấy có hàng triệu đồng

worthless *adj.* không có giá trị, vô dụng, không ra gì, vô tích sự

worthwhile *adj.* bõ công, đáng làm, có bổ ích: *it is ~ to look at your contribution to the firm* thật xứng đáng đánh giá sự đóng góp của bạn đối với công ty

worthy *adj.* xứng đáng; [người] xứng đáng, có giá trị, đáng kính/trọng, khả kính

would *aux. v.* [xem **will**] sẽ: *he said that he ~ come* anh ấy bảo sẽ đến mà; *he ~ come if he could* nếu đến được thì anh ấy sẽ đến; *he ~ have come if the weather had been nice* nếu trời không xấu như thế thì anh ấy đã đến rồi; *he ~ visit us every day* hôm nào ông ấy cũng đến thăm chúng tôi; *~ you help us, please?* xin bạn làm ơn giúp chúng tôi

wound 1 *n.* vết thương, thương tích; điều xúc phạm, điều làm tổn thương **2** *v.* làm bị thương, làm tổn thương, chạm đến, xúc phạm

wound quá khứ của **wind**

wounded *adj., n.* (người) bị thương: *three dead and six others ~* ba người chết và sáu người bị thương; *the ~ have been taken to the hospital* những người bị thương đã được chở/xe đi nhà thương

wove quá khứ của **weave**

woven quá khứ phân từ của **weave**

wow *intj.* ái chà!, chà!, úi chao ôi!

wrangle *n., v.* (vụ) cãi nhau lớn/to

wrap 1 *n.* chăn, mền, khăn choàng, áo choàng: *to take the ~s off* công khai; *to be under ~s* giữ bí mật **2** *v.* gói, bọc, bao, quấn; bao phủ, bao trùm: *to ~ up* bọc kỹ, quấn kỹ; *to ~ paper round* bọc giấy bao quanh

wrapper *n.* áo choàng đàn bà; người gói; cái bọc sách, băng tờ báo, giấy gói, vải gói

wrapping paper *n.* giấy gói

wrath *n.* sự/cơn tức giận, cơn phẫn nộ, thịnh nộ

wrathful *adj.* tức giận, phẫn nộ

wreath *n.* (*pl.* **wreaths**) vòng hoa [nô-en]; vòng hoa tang; luồng khói, đám mây cuốn: *the state guest went to lay a ~ at the tomb of the unknown soldier* vị quốc khách đến đặt vòng hoa tại mồ chiến sĩ vô danh

wreathe *v.* đặt vòng hoa lên, kết thành vòng hoa; cuộn lại; cuộn lên

wreck 1 *n.* sự tàn phá/phá hoại (tàu, nhà, xe v.v.); đống gạch vụn; xác tàu chìm; vụ đổ máy bay, vụ xe lửa trật bánh; làm hỏng, làm tan vỡ, làm sụp đổ; phá hoại, làm thất bại: *ship ~* tàu bị chìm; *the storm caused many ~s* cơn bão gây nhiều tàn phá **2** *v.* làm hỏng, phá hoại, làm tan vỡ: *to ~ someone's hope* làm tiêu tan hy vọng của ai

wreckage *n.* mảnh vỡ, vật trôi giạt; tàn dư

wrecker *n.* người phá hoại, người thu gom xe hơi hư nát để tháo ra bán từng phần, người đi kéo xe hỏng; xe khoẻ để kéo xe hỏng

wren *n.* chim hồng tước, chim tiêu liêu

wrench 1 *n.* chìa vặn đai ốc, mỏ lệt; sự vặn mạnh, sự giật mạnh; sự trật/sái [mắt cá chân]; sự day dứt: *open end ~* lắc lê hai đầu có miệng mở; *monkey ~; adjustable ~* mỏ lệt **2** *v.* vặn/giật mạnh; làm trật, làm sái [mắt cá chân]; là trệch đi

wrest *v., n.* giật mạnh, vật mạnh; giằng lấy

wrestle 1 *n.* cuộc đấu vật; sự vật lộn **2** *v.* vật, đánh vật; vật lộn, chiến đấu [with với]

wrestler *n.* đô vật

wrestling *n.* sự đấu vật, môn vật; sự vật lộn: *a ~ match* một trận đô vật.

wretch *n.* người khổ sở/bất hạnh; kẻ đê tiện

wretched *adj.* khổ sở, bất hạnh, cùng khổ, khốn đốn; [thời tiết] xấu; tồi, dở, tệ; thảm hại

wriggle *v., n.* (bò) quằn quại; len, luồn, lách; vặn vẹo, uốn éo, ngoe nguẩy, ngọ nguậy: *to ~ out of* khéo léo lách ra khỏi

wring *n., v.* [**wrung**] vắt [quần áo]; vắt

[nước], siết chặt, bóp chặt; nặn, moi [tiền, bí mật]: *to ~ out water* vắt nước; *to ~ one's hand* xiết chặt tay ai

wrinkle 1 *n.* vết nhăn; vết nhàu quần áo; sóng gợn [trên mặt nước] **2** *v.* nhăn, cau; làu nhàu; [vải] nhàu; [da] nhăn: *to ~ one's brow* cau mày

wrist *n.* cổ tay: *~watch* đồng hồ đeo tay; *~band* miếng bao cổ tay; *~bone* xương cổ tay; *~joint* khớp cổ tay; *~let* vòng đeo tay, dây đồng hồ đeo tay

writ *n.* lệnh, trát, giấy đòi: *a ~ of arrest* lệnh bắt

write *v.* [**wrote**; **written**] viết, biên, ghi; viết văn; viết thư: *to learn how to ~* học viết; *to ~ in pencil* viết bút chì; *to ~ your name in capital letters* xin viết tên bạn bằng chữ hoa; *her ambition was to ~* tham vọng của cô ấy là làm văn sĩ; *he wrote for the* **Washington Post** ông ấy viết cho báo Hoa Thịnh Đốn; *I ~ my parents every two weeks for the past year* năm vừa qua, tôi viết thư đều đặn cho bố mẹ tôi cứ hai tuần lễ một lần; *to ~ back* viết thư trả lời, hồi âm; *to ~ down* biên xuống, viết xuống; *to ~ in* thêm vào; *to ~ off* xoá bỏ [món nợ], gạch đi; *to ~ up* tường thuật, viết bài tán dương

writer *n.* người viết; ký giả, trước giả, tác giả, tác gia, nhà văn, văn sĩ: *~'s block* sự thiếu tác động đến nhà văn; *ghost-~* nhà văn chuyên viết chuyện ma

writhe *v.* quần quại; uất ức, bực tức

writing *n.* sự viết; lối viết, kiểu viết; chữ, mặt chữ, dạng chữ, bản viết (tay), bài viết; sách, bài báo, tác phẩm; nghề viết văn, nghiệp bút nghiên: *at this ~* lúc báo lên khuôn; *~ desk* bàn viết/giấy; *~ paper* giấy viết thư; *Cao Bá Quát's own ~* đúng bút tích Cao Bá Quát; *the ~ on the wall* biến cố nổi bật

wrong 1 *n.* điều xấu/trái, cái xấu; điều hại, chuyện bất công: *in the ~* trái; *to know right from ~* biết điều phải qua điều trái; *to do ~* tự nhận có tội/lỗi **2** *adj.* xấu, tồi, trái; sai, lầm, không đúng; hỏng; trái, ngược; *something is ~ with the engine* máy bị trục trặc làm sao ấy; *to get the ~ end of the stick* hiểu lầm hoàn toàn; *to go down the ~ way* (thức ăn) vào khí quản thay vì thực quản; *~-footed* chơi không đúng cách, chụp banh bất ngờ; *~ side out* ra ngoài **3** *adv.* sai, không đúng, bậy, láo: *to go ~* lầm đường; hỏng, không chạy; hư, sa ngã; *to guess ~* đoán sai **4** *v.* làm hại, làm thiệt hại ai; đối đãi bất công

wrongdoer *n.* người làm điều trái, người làm bậy; kẻ phạm tội

wrongdoing *n.* điều trái, việc xấu; tội

wrote quá khứ của **write**

wrought *adj.* quá khứ của **work**; đã rèn; đã thuộc; đã bào kỹ: *~ iron* sắt rèn

wrung quá khứ của **wring**

wry *adj.* méo mó, nhăn nhó; [cái cười] gượng: *to pull a ~ face* nhăn mặt

WTO *n., abbr.* (= **World Trade Organization**) tổ chức mậu dịch quốc tế

www *n., abbr.* (= **World Wide Web**) mạng vi tính toàn cầu, mạng in-tơ-nét

X

xanthic *adj.* hoá chất xan-tic: *~ acid* chất a-xít xan-tic

x-axis *n.* trục hoành

X-chromosome *n.* chất phân biệt giới tính X

xebec *n.* thuyền xê-bec, thuyền ba cột buồm

xenophobe *n.* bài ngoại

xenophobia *n.* tính bài ngoại

xeric *adj.* chịu khô

xeroderma *n.* bệnh khô da

xerophthalmia *n.* bệnh khô mắt

xerophyte *n.* cây ưa khô, cây chịu hạn

xerox 1 *n.* máy chụp ảnh xê-rox: *~ machine* máy chụp ảnh xerox; *~ copy* bản phóng ảnh **2** *v.* chụp ảnh [trang giấy], chụp phóng ảnh: *I should have simply ~ed this sheet for you* tôi nên chụp bản phóng ảnh nầy cho bạn

Xmas *n. abbr.* (= **Christmas**) lễ Giáng sinh, lễ Nô-en: *I will have ~ dinner with my family* tôi sẽ ăn cơm tối Giáng sinh với gia đình tôi

x-ray 1 *n.* tia x, quang tuyến x, **2** *v.* chụp tia x, chụp hình (phổi,.v.v.), rọi quang tuyến x: *~ treatment* phép điều trị bằng tia quang tuyến x, phương pháp chạy điện; *~ tube* ống làm tăng điện năng cho quang tuyến X

xu *n.* đơn vị tiền nhỏ nhất của Việt Nam, 100 xu = 1 đồng

xylem *n.* chất gỗ, xy-lem

xylograph *n.* bản khắc gỗ

xylography *n.* thuật khắc gỗ

xylophone *n.* mộc cầm, đàn phiến gỗ

Y

yabby *n.,v.* con nghêu, bắt nghêu

yacht 1 *n.* du thuyền, thuyền buồm nhẹ, thuyền yat: ~ *club* câu lạc bộ du thuyền; *~man* người đi chơi thuyền buồm, người thi thuyền buồm 2 *v.* đi chơi bằng thuyền buồm, thi thuyền buồm

yah *intj.* úi chà!

yahoo *n., v.* (người) thô lỗ, có tính ác

yak *n.* trâu Tây tạng, bò Tây tạng

yam *n.* khoai lang; củ từ, khoai mỡ

yam cha *n.* bữa cơm trưa có nhiều món ăn mang đến từng bàn (của người Trung Hoa)

yang *n.* dương tính (trái với âm = **yin**)

Yank *n.* (= **yankee**) người Mỹ

yank *n., v.* (cái) kéo mạnh, giật mạnh

yankee *n., colloq.* người Mỹ, người Hoa kỳ; ~ *doodle* quốc ca Mỹ

yap *n., v.* (tiếng) sủa ăng ẳng; (nói) chuyện phiếm

yard 1 *n.* sân; sân nuôi (gà vịt), bãi rào; xưởng, kho: *front* ~ sân trước; *rear* ~ sân sau 2 *n.* mã, lát, thước Anh [= 0,914 mét; gồm có 3 foot hoặc 36 inch]: *one* ~ *equals three feet or 36 inches* một thước Anh bằng 3 feet; *by the* ~ một số lượng lớn 3 *v.* đưa súc vật vào bãi rào

yardman *n.* người làm việc ở nhà kho xe lửa

yardstick *n.* thước đo (dài 1 yard)

yarn *n.* sợi, chỉ; chuyện bịa: *to spin a* ~ kể chuyện huyền thuyên

yashmak *n.* khăn che mặt của người Hồi giáo

yawn 1 *n.* cái ngáp: *to give a* ~ ngáp 2 *v.* ngáp; há hốc, mở toang: *to* ~ *one's head off* ngáp sái quai hàm

yaws *n.* bệnh ghẻ cóc

y-axis *n.* trục tung

Y-chromosome *n.* nhiễm sắc thể giới tính Y

ye *pron.* (= **you**) bạn, ông/bà

yea 1 *n.* phiếu thuận: *~s and nays* phiếu thuận và chống 2 *adv.* được

yeah *adv., colloq.* dạ, vâng

year *n.* năm; tuổi: *this* ~ năm nay; *last* ~ năm ngoái; *next* ~ sang năm, năm tới; *leap* ~ năm nhuận; *in the* ~ *1924* năm 1924; *lunar* ~ năm âm lịch; *the year of the hog/pig* năm hợi, tuổi hợi; *~s ago* cách đây nhiều năm; *in the past five ~s* trong khoảng 5 năm vừa qua; *the next/following* ~ năm sau đó; *within the next ten years* trong vòng 10 năm tới; *New ~'s Day* ngày Tết (Nguyên đán); *the new* ~ năm mới, tân niên; *Happy New ~!* chúc mừng năm mới! cung chúc tân niên!; ~ *after* ~ trong nhiều năm ròng; ~ *in* ~ *out*

suốt năm, cả năm, quanh năm; *ten ~s old* lên 10 tuổi *a ten ~-old boy* một cậu bé 10 tuổi

yearbook *n.* niên giám, niên báo

yearling *n., adj.* thú vật một tuổi

yearly *adj., adv.* hằng năm: ~ *income* lợi tức hằng năm, thu nhập mỗi năm

yearn *v.* nóng lòng, mong mỏi, ao ước, khao khát: *to* ~ *after/for something* mong mỏi, khao khát cái gì; *I* ~ *to fly home to be with my sisters* tôi ao ước muốn đáp máy bay về nhà gặp các chị tôi

yearning *n.* sự mong mỏi/ao ước/khao khát, khát vọng

yeast *n.* men, men rượu, men bia; men làm bánh

yell *n., v.* (tiếng/sự) la hét, kêu la, la lớn

yellow 1 *n.* màu vàng; tính nhúc nhát; bệnh vàng da 2 *adj.* màu vàng, vàng, da vàng; nhát gan, nhút nhát: ~ *belly* da vàng; *~card* thẻ vàng, thẻ cảnh cáo cầu thủ phạm lỗi; *the* ~ *race* giống da vàng; *the* ~ *River* sông Hoàng Hà; *to turn* ~ hoá vàng, vàng ra, vàng úa; ~ *fever* bệnh sốt vàng, bệnh hoàng đản; ~ *flag* cờ vàng; cờ kiểm dịch; ~ *Pages* niên giám điện thoại thương nhgiệp; ~ *spot* điểm vàng 3 *v.* vàng ra, nguộm vàng

yellowish *adj.* vàng vàng, hơi vàng

yellowjacket *n.* ong nghệ

yelp *n., v.* (tiếng) kêu ăng ẳng

yen 1 *n.* đồng yên của Nhật bản 2 *n.* sự thèm, sự thèm muốn, sự thèm muốn

yeoman *n.* hạ sĩ quan (Mỹ) làm việc bàn giấy; địa chủ nhỏ bên Anh

yes 1 *n.* tiếng vâng, dạ; phiếu thuận: *a* ~ *or no question* loại câu hỏi hỏi có hay không; *nine ~es and three nos* 9 phiếu thuận và 3 phiếu nghịch; ~ *man* tay ba phải, người cái gì cũng ừ 2 *adv.* vâng, phải, dạ, được, ừ, có: *will you go?— ~!* bạn có đi không? có; *didn't you go to the game?* ~, *I did* bạn không đi xem đá bóng (hôm qua) à? có chứ, tôi có đi mà

yesterday *n., adv.* hôm qua: ~ *afternoon* chiều hôm qua; *the day before* ~ hôm kia; *fashions of* ~ những thời trang cũ, những mốt năm xưa

yet 1 *adv.* bây giờ, lúc này; còn, hãy còn, còn nữa; dù thế nào, một lúc nào đó; hơn nữa, vả lại: *not* ~ *finished* chưa hết, chưa xong; *don't go* ~ xin đừng đi vội; *he is talking* ~ ông ấy vẫn còn đang nói chuyện; *the thief is* ~ *to be caught* rồi thì người ta cũng sẽ bắt được tên ăn cắp; *we have 5 minutes* ~ chúng ta còn 5 phút nữa; *as* ~ cho đến nay 2 *conj.* mà, ấy thế mà, tuy nhiên: *expensive, ~ not very good* đắt mà không tốt lắm

yeti *n.* động vật giống người sống ở trên núi Hy-Mã-lạp-sơn

yew *n.* cây thuỷ tùng: ~ *tree* cây thuỷ tùng

Yiddish *adj., n.* tiếng I-dit, tiếng Đức gốc người Do Thái

yield 1 *n.* hoa lợi, sản lượng; hiệu suất; lợi tức, lợi nhuận: *in full* ~ đang sinh lợi nhiều 2 *v.* sinh ra, sản xuất; sinh lợi; chịu nhường, nhường bước, chịu thua, khoan nhượng; đầu hàng, khuất phục: *this land* ~*s good crops* miếng đất nầy mang lại huê lợi tốt; *to* ~ *oneself up* dấn thân vào

yielding *adj.* mềm dẻo, mềm mỏng; đang sinh lợi; oằn

yin *n.* âm tính (thuyết âm dương của Trung Hoa)

yippee *intj.* diễn tả sự ngạc nhiên

YMCA *n., abbr.* (= **Young Men's Christian Association**) hội thanh nữ Thiên Chúa giáo

yodel *n.,v.* (sự) hát đổi giọng từ trầm sang giọng kim

yoga *n.* môn phái thiền zo-ga

yoghurt *n.* (*also* **yogurt**) (*yaourt*) sữa chua

yoke 1 *n.* ách, đòn gánh, cầu vai, cái kẹp bắt ống nước: *the* ~ *of colonialism* ách thực dân; *to come under the* ~ *of* chịu nhượng bộ 2 *v.* lòng ách vào cổ, cặp vào nhau

yolk *n.* lòng đỏ trứng

yonder *adj., adv.* đằng (xa) kia: ~ *group of trees* khóm cây đằng xa kia

yore *adv. of* ~ xưa: *in days of* ~ thời xưa

you *pron.* ông, bà, cô, ngài, anh, chị, em, các ông, v.v.: *if I were* ~ nếu tôi là bạn; *your friend spoke of* ~ bạn của cô đã nói về cô; ~ *know that* bạn biết rằng; ~ *all* các bạn; ~ *and yours* bạn và người trong gia đình; ~*-know-what* những gì đã biết, những gì được hiểu ngầm

young 1 *n.* thú con, chim non 2 *adj.* trẻ, bé, non, chưa già, non nớt, chưa có kinh nghiệm, thanh niên: *you are a* ~ *man* bạn là một người trẻ; ~ *blood* bầu nhiệt huyết của tuổi trẻ, tay ăn chơi; ~ *at heart* còn ngây thơ; ~*lady/man* thiếu nữ/thanh niên; ~ *trees* những cây non

youngster *n.* đứa bé, đứa trẻ; cậu thanh niên

your *pron.* của ông/bà/cô/anh/chị/mày; của các ông: *thank you very much for* ~ *help* cảm ơn sự giúp đỡ của bạn

yours *pron.* cái này của ông/bà/cô,v.v.: *this pencil is* ~ cái bút chì này của bạn; *my bike is here, where is* ~? xe đạp tôi đây, còn xe đạp của bạn đâu?

yourself *pron.* (*pl.* **yourselves**) tự ông/cô/bà/ mày, chính bà/chị/anh mày: *serve* ~ cứ tự nhiên; ~ *said so* chính bạn đã nói như vậy; *be* ~ tự nhiên

youth *n.* tuổi trẻ, tuổi thanh niên, tuổi thanh xuân; buổi ban đầu; thanh niên, chàng thanh niên; lứa tuổi thanh niên: ~ *hostel* quán trọ thanh niên; *the days of* ~ thời kỳ niên thiếu

youthful *adj.* trẻ, trẻ tuổi; trông còn trẻ; thuộc tuổi trẻ, thanh xuân

yowl 1 *n.* tiếng tru; tiếng ngoao 2 *v.* tru, ngoao, tru tréo

yo-yo *n.* cái yô-yô đồ chơi trẻ con

yuan *n.* đơn vị tiền tệ Trung quốc

yuck *intj., n.* (*also* **yuk**) diễn tả điều không vừa ý, điều không vừa ý

Yugoslav *n., adj.* (người) Nam tư

yule *n.* lễ Giáng sinh, lễ Nô-en: ~*-tide* mùa Giáng sinh, mùa Nô-en; ~*-log* khúc củi đốt đêm giáng sinh; cái bánh hình khúc củi Nô-en

yummy *adj.* ngon quá, ngon tuyệt, ngon ơi là ngon!

yuppy *n.* giới trẻ trung lưu có nghề chuyên môn làm việc ở thành phố

YWCA *n., abbr.* (= **Young Women's Christian Association**) hiệp hội phụ nữ trẻ Thiên Chúa giáo

Z

zany *n., adj.* anh hề, người thích làm trò hề

zap 1 *v.* giết, tiêu huỷ, đánh mạnh: *I* ~*ped the ball over the net* tôi đánh mạnh quả banh qua lưới; *to* ~ *up* làm nhanh 2 *n.* nghị lực, đầy sức mạnh 3 *intj.* diễn tả cái gì xẩy ra một cách nhanh

zeal *n.* lòng hăng hái, lòng sốt sắng, nhiệt tâm: *revolutionary* ~ nhiệt tình cách mạng; *with* ~ với nhiệt tâm, với nhiệt tình

zealot *n.* người cuồng tính, người quá khích

zealous *adj.* hăng hái, sốt sắng, có nhiệt tâm, có nhiệt huyết, nhiệt thành

zebra *n.* ngựa vằn: ~ *crossing* đường kẻ vằn cho khách bộ hành cho đường phố; ~ *duck* vịt có tai hồng

zebu *n.* bò u, bò có bướu

zed 1 *n.* chữ Z, giấc ngủ: *I am having a* ~ tôi đang ngủ 2 *v.* ngủ: *he has been* ~*ding* ông ấy vừa ngủ

Zen *n.* môn phái thiền của Phật giáo

zenith *n.* thiên đỉnh; điểm cao nhất, cực/ tuyệt đỉnh, cực điểm, tột đỉnh: *to be at the* ~ *of* đạt đến cực điểm, lên đến tột đỉnh

zephyr *n.* gió tây; gió mát, gió nhẹ

zero 1 *n.* số không, zê-rô: *eight degrees*

below ~ 8 độ dưới không độ; *absolute* ~ zê-rô tuyệt đối; ~ *hour* giờ quyết định; giờ khởi sự/tấn công; ~ *option* không có sự lựa chọn nào cả; ~-*rated* không đóng thuế trị giá gia tăng; ~-*sum* tỷ số đều không 2 *v*. đưa xuống số không, điều chỉnh điểm nhắm: *to* ~ *in on* nhắm đến

zest *n*. thú vị; vị ngon, mùi thơm; sự thích thú, sự say mê; chất gia vị: *to eat with* ~ ăn ngon miệng; *to give a* ~ *to* tăng thêm thú vị

zigzag 1 *n*. hình/đường chữ chi: *in* ~*s* hình chữ chi 2 *adj*. ngoằn ngoèo, theo đường chữ chi: ~ *road* đường ngoằn ngoèo 3 *v*. chạy ngoằn ngoèo 4 *adv*. *to run* ~ *up to the pass* chạy ngoằn ngoèo lên đèo

zillion *n*. vô vàn, nhiều vô kể

zinc 1 *n*. kẽm: *to coat with* ~ mạ kẽm, xi kẽm; ~ *cream* kem chống nắng; ~ *oxide, flowers of* ~ bột kẽm 2 *v*. tráng kẽm, mạ kẽm, lợp bằng kẽm: *to* ~ *iron* tráng kẽm lên sắt

zincograph *n., v*. (in/khắc) bản kẽm

zing *n.,v*. (tiếng) rít, sức sống

zinnia *n*. cúc zin-nia

Zionism *n*. chủ nghĩa phục quốc Do thái

Zionist *n*. người theo chủ nghĩa Do thái

zip 1 *n., abbr*. (= **Zone Improvement Program**): ~ *code* mã hiệu khu bưu chính 2 *n*. tiếng rít; nghị lực; giây khoá kéo: ~ *fastener* giấy khoá kéo 3 *v*. bay rít/vèo qua; kéo phéc-mơ-tuya: *to* ~ *up* kéo phéc-mơ-tuya

zipper *n*. khoá kéo, phéc-mơ-tuya

zirconium *n*. hoá chất zi-ri-co-ni

zit *n*. mụn nhọt

zither *n*. đàn tam thập lục [gảy tay như thập lục]

zodiac *n*. hoàng đạo

zombie *n*. thần chết ở Nam Phi

zone 1 *n*. đới, miền, vùng, khu vực: *demilitarized* ~ *[dmz]* vùng phi quân sự; *the* ~ *of influence* khu vực ảnh hưởng; *industrial* ~ khu vực kỹ nghệ 2 *v*. chia/khoanh/quy vùng: *to* ~ *land for construction* chia đất để xây cất

zoo *n*. vườn bách thú, vườn thú, sở thú: *to visit the Saigon* ~ đi thăm vườn bách thú Sài Gòn; ~ *keeper* người canh giữ sở thú

zoography *n*. động vật học miêu tả

zoological *adj*. thuộc động vật học: ~ *garden* sở thú, vườn bách thú

zoologist *n*. nhà động vật học

zoology *n*. động vật học

zoom 1 *n*. tiếng kêu vù vù; sự bay vọt lên: ~ *lens* ống kính chụp gần/xa 2 *v*. vù vù; bay vọt; vặn ống kính cho gần hay xa: *to* ~ *a camera shot* điều chỉnh ống chụp gần/xa

zooplankton *n*. sở thú sinh vật nổi

zoospore *n*. động bào tử

zootomy *n*. khoa giải phẫu động vật

zoot suit *n*. bộ quần áo dút, bộ quần áo da du

ZPG *n., abbr*. (= **Zero Population Growth**) sự không tăng dân số

zucchini *n*. rau xanh zu-chi-ni

Zulu *n., adj*. người/tiếng Zu-lu ở Nam Phi

zygote *n*. hợp tử

zymology *n*. khoa nghiên cứu men

zymosis *n*. sự lên men